చైనాలో ఏం జరుగుతోంది?

ఫ్రెంచి మూలం :

చార్లెస్ బెతల్ హామ్

ఇంగ్లీషు అనువాదం :

'మంత్లీ రెవ్యూ' పత్రిక

ఇంగ్లీషు నించి అనువాదం :

ఉదయ్ కుమార్, గాంధీ రంగనాయకమ్మ

ముందు మాటలూ, చివరి మాటలూ, ఫుట్ నోట్లూ :

రంగనాయకమ్మ

స్వీట్ హోమ్ పబ్లికేషన్స్

76, లేక్-సైడ్ కాలనీ
(దుర్గం చెరువు దగ్గిర)
జూబ్లీహిల్స్ పోస్టు
హైదరాబాదు - 500 033

'చైనాలో ఏం జరుగుతోంది?'
(వ్యాసం)

రచన : చార్లెస్ బెతల్‌హామ్

పేజీలు : **400**
[డెమ్మీ సైజులో]

ధర : **50** రూ.లు

1 వ ముద్రణ : 1983 అక్టోబరు
2 వ ముద్రణ : 2003 మార్చి
3 వ ముద్రణ : 2008 నవంబరు
4 వ ముద్రణ : 2019 నవంబరు

ముఖ చిత్రం :

మావో (మృత దేహం),
నలుగురూ
(ఎడమ నించీ కుడికి)
1) చాంగ్ చున్ చియావో
2) చియాంగ్ చింగ్
3) వాంగ్ హాంగ్ వెన్
4) యావోవెన్ యువాన్

కంపోజింగ్ & పేజ్ మేకప్ :
ఎమ్. శారద

ముద్రణ :
చరితా ఇంప్రెషన్స్
1-19-1126/బి,
ఆజామాబాదు ఇండిస్ట్రియల్ ఏరియా,
హైదరాబాదు - 500 020.

ప్రతులకు:
అరుణా పబ్లిషింగ్ హౌస్
ఏలూరు రోడ్డు
విజయవాడ - 520 002
(ఫోన్ : 9440630378)

రంగనాయకమ్మ అడ్రసు :
76, లేక్ సైడ్ కాలనీ
(దుర్గం చెరువు దగ్గిర)
జూబ్లీ హిల్స్ పోస్టు
హైదరాబాదు - 500 033

3

విషయ సూచిక

5. చైనా కొత్త నాయకత్వానికి,

★ "సాంస్కృతిక విప్లవం" అంతం –65, ★ ప్రజల - ప్రజాస్వామ్యం (మాస్-డెమోక్రసీ) సమస్య–66, ★ 1976 చివరి నించీ 'వెనక గంతు' తన ప్రభావం చూపింది–68, ★ ఉత్పత్తి యూనిట్లలో విప్లవ కమిటీలూ, ఏక వ్యక్తి యాజమాన్యం దృఢతరం కావడమూ–70, ★ ఫ్యాక్టరీ "నిరంకుశత్వం" – 73, ★ ఉత్పత్తిలో 'అభివృద్ధి' పథకాలు – 75, ★ సంస్థల్లో - లాభమూ, పెట్టుబడి కూడికా, మేనేజిమెంట్ అధికారం కేంద్రీకృతం కావడమూ–77, ★ జీతాల రంగంలో "సమానత్వానికి' వ్యతిరేకంగా పోరాటం – 82, ★ వ్యవసాయ విధానంలో కొత్త దృక్పథాలు – 84, ★ వేగవంతం అయిన వ్యవసాయ యాంత్రీకరణ–90, ★ వ్యవసాయ రంగంలో నాయకత్వ సంఘాల్ని తొలగించడం–94, ★ విదేశీ వర్తక విధానం–94, ★ విద్యావిధానంలో జరిగిన సంస్కరణల్ని ధ్వంసం చెయ్యడం–96, ★ సాంస్కృతిక విప్లవాన్ని సిద్ధాంతపరంగా రూపుమాపే ప్రయత్నం–99, ★ "సోషలిస్టు వ్యవస్థే వుంది" అనే

4

2 వ ముద్రణకు, అనువాదకుల 'ముందుమాట'

ఈ పుస్తకానికి 2 వ ముద్రణ దాదాపు 20 సంవత్సరాల తర్వాత తెస్తున్నాము! ఇంతకాలంపాటు దీన్ని రీ ప్రింటు లేకుండా వుంచేసిన తప్పు పూర్తిగా మాదే! ఈ పుస్తకం కోసం పాఠకులు ఎప్పటికప్పుడు అడుగుతూనే వున్నారు. ఈ మధ్య మరీ ఎక్కువగా అడుగుతున్నారు.

'శ్రమదోపిడీని తీసివెయ్యడం' కోసం, కమ్యూనిస్టు సమాజాన్ని నిర్మించే ప్రయత్నాలు మొదట రష్యాలోనూ (1917 లో), తర్వాత చైనాలోనూ (1949 లో), ప్రారంభమయ్యాయి కదా? కాబట్టి, ఇతర దేశాల కమ్యూనిస్టులూ, కమ్యూనిస్టు పార్టీలూ, రష్యా చైనాల పరిణామాల్ని అధ్యయనం చేసి, వాటినించీ అనుభవాలు తీసుకోవాలి. దీనికోసం **చార్లెస్ బెతల్‌హేమ్** రాసిన పుస్తకాలు ఎంతో విలువైన సమాచారం ఇవ్వగలుగుతాయి.

బెతల్‌హేమ్ — ఫ్రెంచి దేశస్తుడు. మార్క్సిస్టు. ఈయన రష్యా చైనాలకు అనేకసార్లు వెళ్ళి, ప్రతీసారీ అక్కడ కొంతకాలంపాటు వుండి, అక్కడ జరుగుతోన్న **'సోషలిస్టు'** మార్పుల గురించి వీలైనంత సమాచారం సేకరించి, వాటి తప్పొప్పుల్ని విశ్లేషిస్తూ అనేక వ్యాసాలు రాశారు. రష్యా పరిణామాల గురించి **"సోవియట్ యూనియన్‌లో వర్గపోరాటాలు"** అనే పేరుతో **4** సంపుటాలూ; చైనా పరిణామాల గురించి **"చైనాలో సాంస్కృతిక విప్లవమూ, పరిశ్రమల నిర్వహణా"** (1973 లో); **"మావో తర్వాత చైనా"** (1978 లో) — అనే పుస్తకాలూ రాశారు.

చైనా గురించి రాసిన "మావో తర్వాత చైనా" (చైనా సిన్స్ మావో) పుస్తకమే ఈ తెలుగు పుస్తకానికి మూలం. ఈ పుస్తకం — 1976 లో మావో మరణం తర్వాత, వెంటనే పార్టీలో పెట్టుబడిదారీ మార్పులు చకచకా ప్రారంభం కావడమూ, మావో పంథా నాయకులు జైళ్ళపాలవడమూ — వంటి సంఘటనల్ని వివరిస్తూ, పార్టీలో పరిణామాల గురించి చర్చిస్తుంది.

కానీ మావో తర్వాత 1976 నించీ జరిగిన విషయాలు అర్థం చేసుకోవాలంటే, అంతకుముందు కాలంలో జరిగిన విషయాలు కూడా కొంచెం తెలిసి వుండాలి. 1949 లో రాజ్యాధికారాన్ని తీసుకున్న కమ్యూనిస్టు పార్టీలో ఆనాటినించీ 1976 దాకా ఏం జరిగింది? ఆ కాలమంతా పార్టీ ఎలాంటి ఉద్యమాలు నిర్వహించింది? — ఈ సమాచారం అంతా సేకరించి మేము **"అనువాదకుల ముందుమాట"** అనే పేరుతో, మొదటి ముద్రణలోనే ఒక పెద్ద 'ముందుమాట' ఇచ్చాము.

అంతేగాక, బెతల్‌హేమ్ ఇచ్చిన సమాచారాన్ని ఎక్కువ వివరంగా అర్థం చేసుకోవడానికి వీలుగా చాలా పుట్‌నోట్లు కూడా ఇచ్చాము.

బెతల్‌హేమ్ ఇచ్చిన సమాచారం 1978 తోనే ఆగిపోతుంది. మేము ఈ అనువాదాన్ని ఇచ్చింది 1983 లో. కాబట్టి 1978 నించీ, 1983 వరకూ ఏం జరిగిందో ఆ సమాచారాన్ని కూడా సంపాదించి **"అనువాదకుల చివరిమాట"** అనే పేరుతో, మొదటి ముద్రణలోనే, పుస్తకానికి చివర్లో ఇచ్చాము.

★ ఇప్పుడు, ఈ 2వ ముద్రణలో కూడా, చైనా గురించి 1983 నించీ 2002 వరకూ, దొరికిన సమాచారాన్ని మళ్ళీ ఈ పుస్తకానికి చివర్లో చేర్చాము.

★ ఈ పుస్తకానికి మొదటి ముద్రణ వచ్చినప్పుడు, దానిమీద పూర్తిగా వ్యతిరేక సమీక్ష ఒకటి వచ్చింది. ఆ సమీక్షకుడు — **కె. బాలగోపాల్.** ఆ సమీక్ష ఎన్ని లోపాలతో వుందో వివరిస్తూ నేను, ఆ సమీక్షకి జవాబుగా **"జల్లెడకు ఎన్ని చిల్లులో అన్ని చిల్లులు"** అనే పేరుతో, 1989 లోనే ఒక పుస్తకం రాశాను. 2 ముద్రణలు జరిగిన తర్వాత దాన్ని కూడా రీ ప్రింటు లేకుండా వదిలేశాము. కానీ, ఇప్పుడు ఆ **"జల్లెడ....."** పుస్తకాన్ని కూడా ఇందులోనే చివర్లో చేరుస్తున్నాము. ఎందుకంటే, **"జల్లెడ......"** పుస్తకం కూడా ఈ "చైనాలో ఏం జరుగుతోంది?" పుస్తకంలో విషయాలకు సంబంధించినదే కాబట్టి. **"జల్లెడ......"** పుస్తకాన్ని కూడా, ఈ పుస్తకంతోపాటు కలిపి చదవడం ఎక్కువ ఉపయోగంగా వుంటుంది.

★ ★ ★

ఈ పుస్తకంలో, చైనా కమ్యూనిస్టు పార్టీలో జరిగిన పరిణామాల్ని చూస్తూ వుంటే, మొదట్లో చాలా గందరగోళంగా వుంటుంది.

చైనా పార్టీలో అనేక గ్రూపులు కనపడతాయి. మావో గ్రూపూ లిన్‌పియావో గ్రూపూ మొదట్లో ఎంతో సన్నిహితంగా వున్నట్టు కనపడి, క్రమంగా చాలా వ్యతిరేకం అయిపోతాయి. లీషావోచీ గ్రూపూ, చౌఎన్‌లై గ్రూపూ, టెంగ్ గ్రూపూ — ఈ మూడూ ఒకటిగానే తేలతాయి. హువా గ్రూపు మధ్యరకంగా కనపడుతుంది.

లిన్‌పియావో గ్రూపు — మావో వున్న కాలంలోనే అణగారిపోయింది.

హువా గ్రూపు — మావో మరణం తర్వాత వెంటనే పార్టీలో మెజారిటీ సంపాదించి, మావో గ్రూపు మీద 'వేట' ప్రారంభించింది. కానీ, చాలా త్వరలోనే, దీని అధికారం అడుగంటి, టెంగు గ్రూపు, పైకి లేచింది. అప్పటినించీ హువా గ్రూపు, టెంగ్ గ్రూపుతో రాజీపడిపోయింది. ఇక, ఈ 2 గ్రూపులూ కలిసి, మావో పంథామీద వేటని ఉధృతం చేశాయి. క్రమంగా హువా గ్రూపు అంతర్ధానమై, టెంగ్ గ్రూపే బలపడి స్థిరపడిపోయింది.

మావో పంథా ద్వారా 1976 వరకూ అప్పుడప్పుడూ జరిగిన విప్లవకరమైన మార్పులన్నిటినీ టెంగ్ గ్రూపు చాలా త్వరలోనే వెనక్కి తిప్పగలిగింది. చైనా

కమ్యూనిస్టు పార్టీనీ, చైనా శ్రామిక వర్గాన్నీ, ఈనాటికీ ఏలుతూవున్నది టెంగ్ గ్రూపే. 1997 లో టెంగ్ పోయిన తర్వాత కూడా పార్టీ పంథా మారలేదు. అది ఈనాటికీ ఇంకా ఇంకా పాతాళాన్ని వెతుక్కుంటూ పతనం వేపు సాగిపోతూనే వుంది.

ఒక దేశంలో, ఒక కమ్యూనిస్టు పార్టీ, రాజ్యాధికారం తీసుకోగలిగిందనుకుందాం. తర్వాత, అప్పటిదాకా భూస్వాముల ఆస్తులుగా వున్న భూముల్నీ, పెట్టుబడిదారుల ఆస్తులుగా వున్న ఫ్యాక్టరీల్నీ, సమాజపు ఆస్తులుగా మార్చే కొత్త చట్టాలు చేసిందనుకుందాం. మొట్టమొదట ఈ మార్పులు జరగవలసిందే. కానీ, ఈ మార్పులు జరగడమే దోపిడీ సంబంధాలు మారిపోవడం కాదు. ఇంకా చాలా మార్పులు జరగాలి. వెయ్యి కిలో మీటర్ల ప్రయాణంలో, మొదటి అడుగు పడగానే, అదే గమ్యం చేరినట్టు కాదు. అలాగే, దోపిడీ సంబంధాల్ని తీసివేసే ప్రయాణంలో, చట్టాల్ని మార్చడంతోటే జరగవలసిందంతా జరిగిపోయినట్టు కాదు. అసలైన మార్పులు రోజువారీ జీవిత సంబంధాల్లో జరగాలి.

చైనా పార్టీలో కొన్ని గ్రూపులు, పూర్తిగా పెట్టుబడిదారీపంథాలో వుండడం చూస్తే, 'ఇలాంటి సభ్యులు కమ్యూనిస్టు పార్టీలోకి ఎలా రాగలిగారు; సభ్యుల్ని చేర్చుకోవడంలో ఈ పార్టీ ఎలాంటి పద్ధతులు పాటించింది?' — అనే సందేహాలు కలుగుతాయి.

అసలు కమ్యూనిస్టు పార్టీ అంటే ఏమిటి? అది శ్రామికుల పార్టీయా, యజమానుల పార్టీయా? అది శ్రామికవర్గ పార్టీ అయితే, శ్రామికవర్గ ప్రయోజనాలకే వ్యతిరేకంగా ప్రవర్తించే సభ్యులు అంత పెద్ద సంఖ్యలో అందులోకి ఎలా చేరగలుగుతారు? వాళ్ళే మెజారిటీ ఎలా కాగలుగుతారు?

అసలు 'సమసమాజం' అంటే ఏమిటి? భూస్వాములూ పెట్టుబడిదారులూ పరిపాలించే ప్రస్తుత సమాజాన్ని ఎందుకు మార్చాలి? అందులో వుండే 'అన్యాయం' ఏమిటి? నూతన సమాజాన్ని ఎందుకు నిర్మించాలి? ఎవరు నిర్మించాలి?

ఒక భూస్వామి భూమిని సమాజపరం చేశాక, ఆ భూమిని పండించే ఉత్పత్తి సంస్థలో ఆ భూస్వామికి డైరెక్టర్ పదవో మేనేజర్ పదవో ఇచ్చి, పెద్ద జీతం ఇచ్చి, ప్రత్యేక సౌకర్యాలు ఇచ్చి, ఆ రకంగా ఆ భూస్వామిని గతంలోలాగే అందలం ఎక్కిస్తే, అది పాత శ్రమ సంబంధాల్ని మార్చినట్టేనా? ఆ భూస్వామి, శ్రమచేసే వ్యక్తిగా మారినట్టేనా? ఆ భూస్వామి, శ్రామికులతో సమానుడు అయిపోయినట్టేనా? దానితో వర్గభేదాలు నశించినట్టేనా?

ఒక పెట్టుబడిదారుడి ఫ్యాక్టరీని సమాజపరం చేశాక, అతన్ని ఆ ఫ్యాక్టరీకి డైరెక్టరుగా చేసి, పెద్ద జీతం ఇచ్చి, ప్రత్యేక సౌకర్యాలు ఇచ్చి, ఆ పద్ధతిలో చేస్తే, అతన్ని శ్రామికులతో సమానుణ్ణి చేసినట్టా? ఒకవేళ అతను జాతీయ బూర్జువా అయితే, అతని ఆస్తిని సమాజపరం చేసినందుకు, దానికి నష్టపరిహారంగా వడ్డీలు చెల్లిస్తూ వుంటే, అది దోపిడీ సంబంధాల్ని మార్చినట్టా? — అలా ఎంతమాత్రమూ కాదు.

'విప్లవం' పేరుతో కూడా ఇలాంటివన్నీ ఎందుకు జరుగుతాయంటే, శ్రామిక ప్రజలకు దోపిడీ సంబంధాలంటే ఏమిటో, వాటిని మార్చడం అంటే ఏమిటో, ఏమాత్రమూ తెలియకపోవడంవల్ల! జనం, అంత అజ్ఞానంలో వుంటేనే కమ్యూనిస్టు పార్టీని కూడా దోపిడీదారులే ఆక్రమించగలుగుతారు.

ఒక పని చెయ్యాలనుకున్న మనిషికి, ఆ పని ఎలా చెయ్యాలో, ఆ పని ప్రారంభించకముందే తెలిసివుండాలి. చొక్కా కుట్టదల్చుకున్న మనిషికి, చొక్కా ఎలా కుట్టాలో, బట్టని చేతిలోకి తీసుకోకముందే తెలిసివుండాలి. కానీ, సూదిలోకి దారం ఎక్కించడం కూడా తెలియని మనిషి, చొక్కా కుట్టే ప్రశ్నే వుండదు. అలాగే, శ్రామిక ప్రజలు, దోపిడీ సంబంధాలనించి విముక్తి చెందాలంటే, ఆ మార్గం, దోపిడీ సంబంధాల్లో వున్నప్పటినించే తెలిసివుండాలి. ఈ జ్ఞానం అంతా మార్క్సు రాసిన పుస్తకాలు ఎప్పుడోనే ఇచ్చాయి. కమ్యూనిస్టు పార్టీ సభ్యులు చెయ్యవలసిందల్లా, ఆ జ్ఞానాన్ని ముందు తాము నేర్చుకుంటూ, తర్వాత ప్రజలకు నేర్పుతూ వుండడమే. పార్టీ సభ్యులు, కార్యకర్తలుగా ప్రజల్లో పని చేసేటప్పుడు, ప్రజల సమస్యలమీద పని చేస్తూనే, ఆ సమస్యలకు శ్రమ దోపిడీ ఎలా కారణమో, దాన్ని మార్చుకోవడం ఎలా సాధ్యమో బోధిస్తారు. సమస్యలమీద పోరాడే మార్గం ప్రజలకు ఎప్పటికప్పుడు తెలుస్తూవుంటే, కమ్యూనిస్టు పార్టీని శ్రామిక వ్యతిరేక పంథా ఎప్పటికీ ఆక్రమించలేదు.

సమాజంలో ప్రతి ఒక్కరూ శ్రమ చెయ్యాలి — అనేది, దోపిడీని తీసివెయ్యడంలో మొట్టమొదటి సూత్రం. ఒక మనిషి, ఏ శ్రమా చెయ్యకుండా జీవిస్తున్నాడంటే, ఆ మనిషి తన శ్రమమీద గాక ఇతరుల శ్రమల మీద జీవిస్తున్నాడని అర్థం. అంటే, 'శ్రమ దోపిడీ' మీద!

'సోషలిజం' పేరుతో ప్రారంభమైన కొత్త సమాజంలో, పాత భూస్వాములూ పాత పెట్టుబడిదారులూ కొత్త ఉత్పత్తి సంస్థలకు డైరెక్టర్లుగానో మేనేజర్లుగానో మారితే, వాళ్ళు శ్రామికులుగా మారిపోయినట్టు అర్థం కాదు. వాళ్ళు, ఇప్పుడు పాత దోపిడీదారుల రూపంలో లేకపోయినా, ఇక్కడ కూడా వాళ్ళు దోపిడీమీద జీవిస్తోన్న వాళ్ళే. అంటే, ఇక్కడ 'కొత్త దోపిడీ సెక్షన్' ఒకటి ఈ రూపంలో ప్రారంభమైనట్టు అర్థం. ఈ సెక్షను, పాత రూపంలోనించి కొత్త రూపంలోకి మారడం మాత్రమే జరిగింది.

ఈ వ్యక్తులు, శ్రామిక ప్రజలమీద అధికారులుగా వుండడంగాక, తాము కూడా శ్రామికులలాగే శ్రమలు చేసేవారిగా మారితేనే వాళ్ళు తమ శ్రమలమీద తాము జీవిస్తున్నట్టు అవుతుంది. అలా కానప్పుడు, అది దోపిడీమీద జీవించే సెక్షనే.

దోపిడీ సంబంధాలు మారడం అంటే, పాత దోపిడీదారులు కొత్త దోపిడీదారులుగా మారడంకాదు. కొత్త సమాజంలో భూస్వాములూ పెట్టుబడిదారులూ లేనట్టు కనపడితే, దాన్ని చూసి, దోపిడీ సంబంధాలు మారిపోయినట్టూ, దోపిడీవర్గం నశించిపోయినట్టూ, భావించకూడదు.

కొత్త సమాజంలో, పాత వర్గాలే, పాత సెక్షన్లే యథాతథంగా కనపడకపోవచ్చు. అక్కడ శ్రమ సంబంధాలు ఎలా మారాయో గ్రహించడానికి కొత్త వర్గాల పరిశీలన అవసరమవుతుంది. పాత సమాజాల్లో శ్రమలు చెయ్యకుండా జీవించే సెక్షన్లన్నింటినీ శ్రమలు చేసేవిధంగా మార్చగలిగితేనే అది సోషలిజానికి ప్రారంభదశ అవుతుంది. దాని తర్వాత కూడా, ఇంకా మిగిలివున్న దోపిడీ లక్షణాల్నీ అసమానత్వాల్నీ తీసివెయ్యడం కోసం అన్ని రంగాలలోనూ ఇంకా అనేక మార్పులు జరగవలసి వుంటుంది.

ఈ విషయాలేవీ శ్రామిక ప్రజలకు తెలియనప్పుడు, కొత్త సమాజంలో జరిగే మార్పులు ఎంత మోసపూరితంగా వున్నా, ఆ మోసం ఏమిటో అర్థం కాదు కాబట్టి, అవి వారికి ఆగ్రహం కలిగించవు.

కొత్త సమాజంలో కూడా ఏ శ్రమలూ చెయ్యకుండా కేవలం పెత్తనాలు చేసే అధికారుల్ని చూస్తే వారికి ఆశ్చర్యం కలగదు. అలాగే, పాత ఆస్తిపరులు ఇంకా వడ్డీలమీద బతకడం చూస్తే ఆగ్రహం కలగదు. ఇంకా అలాగే, పార్టీ కార్యకర్తలు, ఏ పని స్థలంలోనూ కొన్ని గంటలైనా పనిచెయ్యకుండా పార్టీ పనుల పేరుతో రికామీగా తిరగడం చూసినా; లేదా, సాధారణ ప్రజలు ప్రవేశించడానికి హక్కులు లేకుండా పార్టీ నాయకులు మాత్రమే ప్రవేశించే హక్కులు గల షాపుల్ని చూసినా; ఇంకా ఇలాగే సోషలిజం పేరుతో ఎన్ని రకాల వింతలూ విడ్డూరాలూ చూసినా; శ్రామిక ప్రజలకు ఆశ్చర్యంగానీ ఆగ్రహంగానీ కలగవు. అవన్నీ 'పెద్ద పెద్దవారికి' సంబంధించిన విషయాల్లాగే వారికి కనపడతాయి.

దోపిడీనించి విముక్తి చెందవలసిన సాధారణ ప్రజలే, దోపిడీ సంబంధాల గురించి పట్టని రకంగానూ, వాటిని గ్రహించలేని రకంగానూ వుంటే, ఇక ఆ సంబంధాల్ని మార్చేది ఎవరు? పార్టీ నిర్ణయాల్ని విప్లవకరంగా నిలబెట్టగలిగేది ఎవరు?

'అందరూ శ్రమ చెయ్యాలి' అనే మౌలిక విషయంమీద కూడా పార్టీలో అభిప్రాయభేదాలు ఏర్పడితే, ఇక దానికి 'కమ్యూనిస్టు పార్టీ' అనే పేరు ఎందుకు?

ఏ దేశపు కమ్యూనిస్టు పార్టీలో అయినా 'రివిజనిజం'గా కనపడేదంతా, దోపిడీ సంబంధాల్ని నిలబెట్టి వుంచే ఆలోచనా విధానమే.

'పెట్టుబడిదారీ పార్టీ'ల్లో ఈ రివిజనిజం సమస్య వుండదు. ఎందుకంటే, ఆ పార్టీల లక్ష్యమే రివిజనిజం గనక! అంటే, ఆ పార్టీల్లో అందరూ దోపిడీ సంబంధాలకే, దోపిడీ ఆదాయాలకే, దోపిడీ ఆస్తిహక్కులకే, అనుకూలురు! కాబట్టి అక్కడ దోపిడీ సంబంధాల్ని సమర్థించడమా, వ్యతిరేకించడమా అనే సమస్య తలెత్తదు. అక్కడ 'నూతన సమాజం' అనే ప్రశ్నే వుండదు.

కానీ, కమ్యూనిస్టు పార్టీ సంగతి అది కాదు. ఇక్కడ, శ్రామిక వర్గం, దోపిడీ నించి విముక్తి చెందవలసి వుంటుంది. ఆ జ్ఞానం, ఆ వర్గానికి, కమ్యూనిస్టు పార్టీద్వారా అందవలసి వుంటుంది. కాబట్టి, ఈ పార్టీలోకి సభ్యులు చేరే విషయం దగ్గిర్నించీ ప్రతీ

విషయమూ 'శ్రామికవర్గ దృక్పథం'తో సాగవలసి వుంటుంది. కానీ, ఆ శ్రామిక ప్రజలకే వర్గ సంబంధాల గురించి తెలియకపోతే, ఆ ప్రజలు, దోపిడీ సంబంధాలకే అనుకూలంగా వుండిపోతారు. **అన్ని దేశాల కమ్యూనిస్టు పార్టీల్లోనూ జరుగుతూ వున్నది ఇదే. చైనా కూడా ఇందుకేమీ మినహాయింపు కాదు.**

చైనా పార్టీ, రాజకీయాధికారం సాధించి, ఆస్తిహక్కుల చట్టాల్ని మార్చిన తర్వాత, 'శ్రమ సంబంధాల' సమస్యని అంతకన్నా ఎక్కువగా పట్టించుకోకుండా కేవలం పైపై ఉద్యమాలతోనే చాలా సంవత్సరాలు కాలక్షేపం చేసింది. చివరికి 1966 లో ప్రారంభమైన **'సాంస్కృతిక విప్లవం'**తో, పార్టీలో విప్లవపంథా, ఒక ప్రధానమైన మలుపు తిరిగింది. కానీ, నిజానికి ఆ ఉద్యమం 'ఎలాగో' ప్రారంభమైందిగానీ, ఆనాటికి, విప్లవపంథా నాయకులకు కూడా దానిపట్ల సరైన అవగాహన లేదు. పార్టీలో సాధారణ సభ్యుల సంగతీ, పార్టీకి బైట వున్న ప్రజల సంగతీ సరేసరి! నాయకులు ఏది చెప్తే అదే! అయినప్పటికీ, ఒక విప్లవకరమైన కార్యక్రమాన్ని ఎంత అస్పష్టంగా ప్రారంభించినా అది ఎంతోకొంత మంచి ఫలితాన్నే ఇస్తుంది కాబట్టి, ప్రారంభంలో అది ఉత్సాహకరంగానే సాగింది. అది, పాత శ్రమవిభజనలో మార్పులు ప్రారంభించేటంత విప్లవకరంగా కూడా రూపొందడంతో, పార్టీలో రివిజనిస్టు పంథా, ఆ విప్లవాన్ని ఎంతోకాలం సహించలేకపోయింది.

క్రమంగా, విప్లవపంథాలో కూడా జరిగిన తప్పులవల్లా, పాత ఆలోచనా విధానాన్ని తిరస్కరించేటంత విప్లవభావాలు ప్రజలకు లేకపోవడంవల్లా, ఆ విప్లవంలో ప్రారంభమైన మార్పులు, చాలా త్వరలోనే వెనకడుగులు ప్రారంభించాయి. క్రమంగా రివిజనిస్టులు ప్రతీ మంచి మార్పునీ ఆనవాలే లేనంతగా నాశనం చెయ్యగలిగారు.

బెతల్‌హామ్ రాసిన "మావో తర్వాత చైనా" వ్యాసం అంతా ఈ 'సాంస్కృతిక విప్లవం' చుట్టూనే తిరుగుతూ, పార్టీలో వేరు వేరు పంథాల గురించి అనేక విషయాలు చర్చిస్తుంది.

('సాంస్కృతిక విప్లవం' గురించి, 'మావో తర్వాత చైనా' వ్యాసం కన్నా చాలా ముందే, బెతల్‌హామ్, 'చైనాలో సాంస్కృతిక విప్లవమూ, పరిశ్రమల నిర్వహణా' వ్యాసం రాశారు. ఆ విప్లవం గురించి, ఆ మొదటి వ్యాసంలో, చాలా ఎక్కువ విషయాలు తెలుస్తాయి. ఆ పుస్తకాన్ని కూడా మేము 1994 లోనే అనువాదం చేశాము. అప్పటినించీ అది తెలుగు పాఠకులకు అందుబాటులోనే వుంది.)

రివిజనిస్టులు సాంస్కృతిక విప్లవంమీద ఎంత కక్షతో, ఎంత ద్వేషంతో వున్నారో చూస్తే, ఆ విప్లవం ఎంత అద్భుతమైన మార్పులు ప్రారంభించిందో తెలుస్తుంది!

మొత్తంమీద 'మావో తర్వాత చైనా' పుస్తకం, సాంస్కృతిక విప్లవం అంతాన్నీ, చైనా కమ్యూనిస్టు పార్టీ పతనాన్నీ వివరిస్తూ ముగుస్తుంది!

ఈ పుస్తకం అంతా పూర్తి చేసిన తర్వాత ఒక ప్రశ్న తలెత్తుతుంది. ఒక దేశంలో, ఒక కమ్యూనిస్టు పార్టీ, రాజకీయాధికారంలోకి వచ్చి, విప్లవకరమైన మార్పులు ప్రారంభిస్తూ ఏ కారణాలవల్లనో రివిజనిస్టుల పాలబడిందనుకుందాం. అప్పుడు విప్లవకారులు ఏం చెయ్యాలి? — ఇలాంటి సందేహం తప్పకుండా రావాలి!

ఒక పోరాటం చేస్తూ ఓడిపోతే, ఓడిపోయినవాళ్ళు ఓడిపోయినట్టే వుండరు కదా? ఏ వర్గం అయినా గెలుపు కోసం మళ్ళీ మళ్ళీ ప్రయత్నిస్తారు కదా? — ఒక కమ్యూనిస్టు పార్టీ రివిజనిస్టుగా అయిపోతే, విప్లవకారులైనవాళ్ళు, దాన్నించీ విడిపోయి ఇంకో కమ్యూనిస్టు పార్టీని పెట్టుకోవడం పెట్టుబడిదారీ దేశాల్లో జరుగుతూనే వుంది. జరగాల్సింది ఎక్కడైనా అదే!

విప్లవకారులు చెయ్యవలసింది విప్లవమే! విప్లవాన్నే వదిలేసి రివిజనిజంతో సరిపెట్టుకుంటే, వాళ్ళు విప్లవకారులెలా అవుతారు? కాబట్టి విప్లవకారుల పని విప్లవ మార్గాన్ని వదలకుండా వుండడమే! అయితే, విప్లవపార్టీ లేకుండా విప్లవం వుండదు కదా? కాబట్టి, మళ్ళీ 'విప్లవ సంస్థ'ని నిర్మించుకోవడంకన్నా విప్లవకారులకు వేరే మార్గం వుండదు. వీలైతే బహిరంగంగానూ, లేకపోతే రహస్యంగానూ ఆ పని చెయ్యాలి.

అయితే, ఆ పార్టీ కూడా రివిజనిజం దారి పట్టదని నమ్మకం ఏమిటి? అప్పుడు మళ్ళీ ఇంకో కొత్త పార్టీని నిర్మించాలా? మళ్ళీ అది మాత్రం రివిజనిస్టు దారి పట్టదా? ప్రతీసారీ ఒక విప్లవపార్టీని స్థాపించి, అది రివిజనిస్టుల పాలబడ్డాక, రెండో విప్లవపార్టీని ఏర్పర్చి, దాన్ని కూడా రివిజనిస్టులు ఆక్రమించాక, మూడో విప్లవ సంస్థని ఏర్పర్చి.... ఆ రకంగా, ఏడోసారీ, పదిహేడోసారీ, ఇరవైఏడోసారీ, నూట ఏడోసారీ.......... ఇలా మళ్ళీ మళ్ళీ కొత్త సంస్థల్ని పెట్టుకుంటూ పోవడమేనా విప్లవకారుల పని? ఈ మార్గంలో ఏనాటికైనా, ఏ దేశంలో అయినా, ఆ 'నూతన సమాజం' అనేదాని దరిదాపులకైనా చేరగలరా? 'విప్లవ సంస్థ' అనేది, రెండోసారీ మూడోసారీ కూడా ఓడిపోయి మళ్ళీ మళ్ళీ రివిజనిస్టుల పాలబడిందంటే, ఇక 'సోషలిజం' అనేదానిమీద, ఎంత గట్టి విప్లవకారులకైనా నమ్మకం మిగులుతుందా? ఆ వ్యక్తులు ఇంకా ఇంకా విప్లవ మార్గంలో నిలబడి మళ్ళీ మళ్ళీ విప్లవ సంస్థల్ని నిర్మించగలరా?

చాలా గట్టి విప్లవకారులు కొందరు, నూట పదిహేడోసారి కూడా రహస్య విప్లవ సంస్థని నిర్మించగలిగారే అనుకుందాం. దాన్ని అయినా రివిజనిస్టుల పాలబడకుండా విప్లవకరంగానే బతికించి వుంచాలంటే ఏం చెయ్యాలి? పార్టీ నాయకులూ సాధారణ కార్యకర్తలూ అందరూ తప్పనిసరిగా మార్క్సిజం నేర్చుకోవాలి! అందరూ తప్పనిసరిగా శ్రమలు చెయ్యాలి! శ్రమ సంబంధాల మార్పు గురించి ప్రజలకు తప్పనిసరిగా తెలియజెప్పాలి. తమ ప్రయోజనాలకు ఏది అనుకూలమో, ఏది వ్యతిరేకమో ప్రజలు గ్రహించగలిగేలాగ ప్రతీ అంశాన్నీ వారితో చర్చించాలి. ఇలాంటిదంతా సరైన మార్గంలో చేస్తేనే ఆ నూట పదిహేడో విప్లవ సంస్థని అయినా విప్లవకరంగా నిలబెట్టగలుగుతారు. అప్పుడు కూడా ఆ పని జరగకపోతే, నూట పద్ధెనిమిదో సంస్థ

కోసం ప్రయత్నాలు ముమ్మరం చేసుకోవలిసిందే! కానీ, అది కూడా చివరి సంస్థ కాజాలదు!

ఈ లోగా విప్లవకారుల తరాలు మారిపోతూ వుంటాయి. ప్రతీ తరమూ నిరాశలో కూరుకుపోతూ వుంటుంది. "మార్క్సిజంవల్ల ప్రయోజనం లేదు. రివిజనిజం తప్పదు. అది అనివార్యం. మానవ సమాజానికి అంతిమలక్ష్యం, పెట్టుబడిదారీ సంబంధాలే! ఇక కమ్యూనిస్టు పార్టీలే అనవసరం. ఇన్నాళ్ళూ మన కాలం వృధా చేసుకున్నాం. పెట్టుబడిదారీ పార్టీల్లోనే చేరి సంఘసేవలు చేద్దాం!" అనే అభిప్రాయాలకే నూట పద్ధెనిమిదో సంస్థ పెట్టిన విప్లవకారులు కూడా వస్తారు. ఆ రకంగా మన విప్లవాల శకాలూ, రష్యా చైనాల గొప్పలూ ముగుస్తాయి!

ఇలా జరగకుండా, కమ్యూనిస్టు పార్టీని విప్లవకరంగా నిలబెట్టాలంటే, విప్లవకారులు ఎప్పటికైనా కళ్ళు తెరవాలి. అది జరగకపోతే విప్లవం అనేది ఎప్పటికీ వుండదు. ఆ కళ్ళు తెరిచేదేదో 116 అపజయాల తర్వాత నూటపదిహేడో సంస్థనాడు మొదలుపెట్టడం కన్నా మొట్టమొదటి సంస్థనాడే మొదలుపెట్టవచ్చు కదా? కమ్యూనిస్టు పార్టీలోకి, భూస్వాములూ పెట్టుబడిదారులూ ప్రవేశించకుండా చేసే మార్గమే లేదా? శ్రామిక ప్రజలు, తమ ప్రయోజనాల్ని గ్రహించగలిగే లాగ చేసే మార్గమే లేదా?

విప్లవకారులు విప్లవకారుల్లాగే ప్రవర్తిస్తే విప్లవాలు సాధ్యమే! వాళ్ళు మార్క్సిజాన్నే తమ ఆయుధంగా చేసుకుంటే విప్లవాలు సాధ్యమే! విప్లవకారులు ఏం చెయ్యాలో అది చెయ్యకపోతేనూ, శ్రామికవర్గ దృక్పథాన్ని తమ లక్ష్యంగా నిలుపుకోకపోతేనూ, ఆ కారణాలవల్లనే విప్లవాలు అపజయాలపాలవుతాయి. కాబట్టి, రివిజనిస్టుల్ని నిందించడం కట్టిపెట్టి, విప్లవకారులు తమని తామే నిందించుకోవాలి. అంటే, తమని తాము పరిశీలించుకోవాలి. తమ జయాపజయాల నించీ అనుభవాలు తీసుకోవాలి.

రష్యా చైనాల అనుభవాల నించీ ఆ దేశాల విప్లవకారులూ, ఇతర దేశాల విప్లవకారులూ కూడా, ఎంతో నేర్చుకోవచ్చు!

బెతల్‌హామ్ వ్యాసం అంతా ఈ విషయాన్నే పదే పదే హెచ్చరిస్తోంది!

చైనాలో, 2002 వరకూ కూడా ఎలాంటి సంఘటనలు జరిగాయో, 'అనువాదకుల కొత్త చివరిమాట'లో చూడండి!

రంగనాయకమ్మ

23-12-2002

అనువాదకుల 'ముందుమాట'

మొదటి ముద్రణకు రాసినది

[చైనా విప్లవం గురించి **బెతల్‌హామ్** రాసిన విషయాలు దాదాపు 'సాంస్కృతిక విప్లవ' కాలంనించీ ప్రారంభమవుతాయి. దానికన్నా ముందుకాలంలో జరిగిన విషయాలు కూడా పాఠకులకు తెలిసివుంటే, బెతల్‌హామ్ చెప్పేదాన్ని అర్థం చేసుకోవడం తేలిక అవుతుంది. కాబట్టి మేము ఆ విషయాలన్నీ వేరే పుస్తకాలనించీ సేకరించి ఈ 'ముందు మాట'లో ఇస్తున్నాము. ఈ 'ముందు మాట' తర్వాత, బెతల్‌హామ్ 'ఫ్రెంచి – చైనా మిత్రమండలి'కి రాసిన రాజీనామా లేఖతో ఆయన చెప్పే విషయాలు ప్రారంభమవుతాయి.]

1976 సెప్టెంబరులో, మావో మరణం తర్వాత, చైనా కమ్యూనిస్టు పార్టీలో ఏవో తీవ్రమైన మార్పులు జరిగాయన్న సంగతి ప్రపంచానికి తెలుసు. పార్టీలో కొందరు నాయకులు, మరికొందరు నాయకుల్ని అరెస్టులు చేసి జైళ్ళల్లో పెట్టడమూ; విప్లవ విద్రోహానికి తలపడ్డవారిని తగిన సమయంలో కనిపెట్టి, వెంటనే తొలిగించి, సోషలిజాన్ని రక్షించినట్టు అధికారంలో వున్న నాయకులు ప్రకటించడమూ– ఇదంతా ప్రపంచానికి తెలుసు. చైనా పార్టీలో జరిగిన ఈ తీవ్ర పరిణామంలో ఎవరి పక్షం సరైనదో, ఎవరు విప్లవకారులో ఎవరు విప్లవ వ్యతిరేకులో – ఇదంతా గ్రహించుకోలేక, చైనా ప్రజలూ ప్రపంచ ప్రజలూ ప్రపంచ కమ్యూనిస్టు పార్టీలూ సతమతమవుతూ వున్న కాలంలో, 'చైనాలో విప్లవ వ్యతిరేకులే కుట్ర పద్ధతుల్లో అధికారం చేజిక్కించుకున్నార'ని స్పష్టంగా ప్రకటించిన మార్క్సిస్టు సిద్ధాంతవేత్త — ఛార్లెస్ బెతల్‌హామ్.

బెతల్‌హామ్ — అనేక సంవత్సరాలనించీ మార్క్సిస్టు సిద్ధాంతావగాహనతో రష్యా, చైనా విప్లవాల్ని పరిశీలిస్తూ వున్నారు. చాలాసార్లు రష్యా, చైనాలు పర్యటించారు. అక్కడ ఏర్పడ్డ విప్లవ సమాజాల్ని అర్థం చేసుకోవడానికి ప్రయత్నిస్తూ కొన్ని పుస్తకాలు రాశారు. "సోవియట్ రష్యాలో వర్గ పోరాటాలు" (4 సంపుటాలు), "సాంస్కృతిక విప్లవమూ– పరిశ్రమల నిర్వహణా" అనే పేర్లతో గతంలో రాసిన పుస్తకాల్లో మార్క్సిస్టు సిద్ధాంత విషయాలు అనేకం చర్చించారు. చైనాలో 1976 లో జరిగిన మార్పుల్ని కూడా కొన్ని నెలలపాటు పరిశీలించి, చైనా పార్టీ పూర్తిగా విప్లవ విద్రోహుల చేతుల్లోకి వెళ్ళిపోయిందనే అభిప్రాయానికి వచ్చారు. ఆ తర్వాత, అంతవరకూ తను నిర్వహిస్తోన్న 'ఫ్రెంచి-చైనా మిత్రమండలి ఛైర్మన్ పదవి'కి 1977 మే 11న రాజీనామా చేశారు. ఆ సందర్భంలోనే 'చైనా పార్టీ రివిజనిజం' మీద తన అభిప్రాయం మొట్టమొదటిసారి ప్రకటించారు. ('రివిజనిజం' అంటే— కమ్యూనిజం ముసుగు వేసుకున్న పెట్టుబడిదారీ విధానం).

బెతల్‌హామ్ రాజీనామా వార్త చూసి, నీల్‌బర్టన్ అనే (చైనాలో వుద్యోగం చేస్తోన్న) కెనడా దేశస్తుడు — చైనా కొత్త నాయకత్వం పూర్తి సోషలిస్టుగా వుందని వాదిస్తూ, అమెరికాలోని "మంత్లీరివ్యూ" పత్రిక్కి ఒక జవాబు రాశాడు. తన జవాబు కాపీని బెతల్‌హామ్‌కి కూడా

పంపాడు. నీల్‌బర్టన్ జవాబుచూసి, బెతల్‌హామ్ మళ్ళీ చైనా పరిణామాలమీద తన అభిప్రాయాలు ఒక పెద్ద వ్యాసంగా "వెనక్కి పెద్ద గంతు" పేరుతో 'మంత్లీరివ్యూ'కి రాశారు. ఆ పత్రిక, బెతల్‌హామ్ రాజీనామా లేఖనీ, నీల్‌బర్టన్ జవాబునీ, బెతల్‌హామ్ మళ్ళీ రాసిన 'వెనక్కి పెద్ద గంతు' వ్యాసాన్నీ- మొత్తం మూడింటినీ కలిపి ఒకే సంచికలో (1978 జూలై-ఆగస్ట్ నెలల సంచికలో) ప్రచురించింది. తర్వాత మళ్ళీ ఆ పత్రికే ఆ మూడింటినీ కలిపి "మావో తర్వాత చైనా" (చైనా సిన్స్ మావో) పేరుతో ఒక పుస్తకంగా కూడా తెచ్చింది. దాన్ని, హైదరాబాదు "జనతా ప్రచురణలు" సంస్థవారు అదే పేరుతో మళ్ళీ ప్రింటు చేశారు (1979లో).

మేము ఆ **3** వ్యాసాలూ అనువాదం చేసి ఇస్తున్నాము.

దాదాపు 10 సంవత్సరాలుగా చైనా సమాజానికే మహత్తర విషయంగా వున్న 'కార్మికవర్గ సాంస్కృతిక విప్లవాన్ని' చైనా కొత్త నాయకత్వం ఎందుకు తిరస్కరిస్తోందో; అన్ని రంగాలలోనూ కొత్త నాయకత్వం చేసిన మార్పుల్లో పెట్టుబడిదారీ అంశం ఎలా మరింత బలపడిందో– ఈ అంశాల్ని వివరించే పని, బెతల్‌హామ్ వ్యాసాల్లో ప్రధానంగా జరిగింది. ('రాజీనామా లేఖ' కూడా ఒక వ్యాసం లాంటిదే.) అంతేగాక, 'సోషలిస్టు యాజమాన్యం' అంటే ఏమిటీ, కమ్యూనిస్టు పార్టీ ఎలాంటి పాత్ర నిర్వహించాలీ, విప్లవ పంథాకి వుండే పరిమితులేమిటీ– వంటి సిద్ధాంత విషయాల్లో, విప్లవకారులకు ఇంతవరకూ తగినంత స్పష్టంగా తెలియని అనేకాంశాల్ని చర్చించే పని కూడా ఈ వ్యాసాల్లో జరిగింది. అయితే, ఈ వ్యాసాలు కొన్ని పరిమితుల్లోనే వున్నాయి. 1976 వరకూ జరిగిన చైనా చరిత్రంతా పాఠకులకు తెలిసే వుంటుందనే దృష్టితోటీ, మార్క్సిస్టు సిద్ధాంతానికి సంబంధించిన మౌలిక విషయాలు కూడా పాఠకులకు తెలిసే వుంటాయనే దృష్టితోటీ ఈ వ్యాసాలు నడుస్తాయి. అందుకే, ఆ విషయాల్ని కొంతైనా వివరించే పని వీటిలో జరగదు. అంతేగాక, గతంలో రాసిన "రష్యాలో వర్గపోరాటాలు" పుస్తకాల్లో కూడా సరిగ్గా చైనా సమస్యల్లాంటి సమస్యలనే చర్చించి వుండడంచేత, ఈ వ్యాసాల్లో చాలా సందర్భాల్లో "రష్యాలో వర్గపోరాటాలు చూడండి" అంటూ ఆ పుస్తకాల్ని వుదహరించి, ఇక్కడ కొన్ని విషయాలు వివరించకుండా వొదిలెయ్యడం కూడా జరిగింది. ఈ కారణాలవల్ల, ఈ వ్యాసాల్ని సరిగ్గా అర్థం చేసుకోవాలంటే, మార్క్సిస్టు సిద్ధాంతానికి సంబంధించిన కొన్ని మౌలిక విషయాల్నీ, మావో కాలంనాటి చైనా చరిత్రకు సంబంధించిన కొన్ని వాస్తవాల్నీ, '...వర్గపోరాటాలు' పుస్తకాల్లో ఇచ్చిన కొన్ని విషయాల్నీ, ఈ వ్యాసాలతోపాటు తెలుసుకోవడం తప్పనిసరి అవుతూ వుంటుంది. అందుకే, ఈ పుస్తకంలో మేము 100కు పైగా (137) ఫుట్‌నోట్లు ఇవ్వవలసి వచ్చింది. ఆ ఫుట్‌నోట్లలోనూ, ఈ 'ముందుమాట'లోనూ వున్న సమాచారాన్ని మొదట సేకరించి అర్థం చేసుకుంటేనేగానీ, ఈ వ్యాసాల్ని సరిగా అర్థం చేసుకోవడం మాకు సాధ్యం కాలేదు. ఇంత కష్టపడి వీటిని చదవడం ఎందుకంటే, చైనా పరిణామాలమీద ఈ వ్యాసాలు మార్క్సిస్టు దృక్పథం గల విశ్లేషణ (ఎనాలిసిస్) ఇచ్చాయి గనకే. చైనా విషయాల్ని ఇంతకన్నా వివరంగా వర్ణించిన పుస్తకాలు అనేకం వున్నప్పటికీ వాటిలో 'శాస్త్రీయమైన విశ్లేషణ' దొరకదు. ఒక విషయంలో, ఏం జరిగిందో చెప్పడమే చాలదు. ఎందుకు జరిగిందో కూడా చెప్తేనే దాన్ని సరిగా అర్థం చేసుకోవటం సాధ్యమవుతుంది. ఎందుకు జరిగిందో కూడా చెప్పాలంటే, సరైన

సిద్ధాంతావగాహన అవసరం. ఆ సిద్ధాంతావగాహనని కలిగించే ప్రయత్నమే ఈ వ్యాసాల్లో ప్రధానంగా జరిగింది. 'ఇది సమగ్రమైన విశ్లేషణ కాకపోవచ్చు'ని బెతల్‌హామే అంటారు. ఇది ఇంకా సమగ్రమైనది కాదనే అనుకున్నా, చైనా పరిణామాలమీద మరింత సరైన అవగాహన ఏర్పర్చుకునే మార్గం, ముందు దీన్ని పరిశీలించడమే.

ఈ వ్యాసాల్లో, ఏ అంశాల గురించైతే చర్చించారో అవి, చైనాకి సంబంధించినవి మాత్రమే కావు; మార్క్సిస్టు సిద్ధాంతాన్ని సరిగా గ్రహించి, సరిగా ఆచరించడానికి ఇవి అన్ని దేశాలకూ అవసరమయ్యే అంశాలే.

★ ★ ★ ★

చైనా గురించి తెలుసుకునేటప్పుడు, దాని విప్లవానికి సంబంధించిన గత విషయాలు కొన్ని తెలుసుకోవాలి. అందుకే ఈ ముందుమాట:

చైనాలో 1921లో పుట్టిన కమ్యూనిస్టు పార్టీ — 28 సంవత్సరాల సుదీర్ఘ వర్గ పోరాటాల అనంతరం 1949 అక్టోబరు నాటికి, దేశంలో సామ్రాజ్యవాదాన్నీ భూస్వామ్య విధానాన్నీ రద్దుచెయ్యగల 'నూతన ప్రజాస్వామ్య విప్లవాన్ని' సాధించి, ఆ వర్గాల చేతుల్లో వున్న రాజకీయాధికారాన్ని వశం చేసుకుని, ప్రజల ప్రభుత్వాన్ని స్థాపించగలిగింది. ఆనాడు, కార్మికవర్గ పార్టీ అయిన కమ్యూనిస్టు పార్టీయేగాక, ఇంకా 20కి పైగా ప్రజల పార్టీలు దేశంలో వున్నాయి (జాతీయ బూర్జువాల పార్టీలూ, పెటీబూర్జువాల పార్టీలూ, రైతుల పార్టీలూ వంటివి). ఈ ప్రజాతంత్ర పార్టీలన్నిటి సహకారంతోటీ కమ్యూనిస్టు పార్టీ, 'ప్రజల పరిపాలన' ప్రారంభించింది. భూస్వాముల ఆధీనంలో వున్న భూమిని వ్యవసాయ ప్రజలకు పంచి భూస్వామ్య విధానాన్ని రద్దు చెయ్యడమూ; సామ్రాజ్యవాదుల ఆస్తులన్నీ స్వాధీనం చేసుకుని సామ్రాజ్యవాదాన్ని రద్దుచెయ్యడమూ– ఈ పనులు మొదటి దశ లక్ష్యాలుగా జరిగాయి. తర్వాత దశలో, స్వదేశీ బూర్జువాల (జాతీయ బూర్జువాల) ఆస్తుల్ని కూడా ప్రభుత్వ ఆస్తులుగా మార్చడమూ; రైతుల విడివిడి భూముల్ని సమిష్టి క్షేత్రాలుగా కలిపి క్రమంగా విశాలమైన ప్రాంతాలతో కమ్యూన్లు ఏర్పడేటట్టుగా చెయ్యడమూ- వంటి మార్పులు కూడా జరిగాయి. పట్టణ ఆస్తుల్నీ, గ్రామీణ ఆస్తుల్నీ — కొంత భాగం 'ఉమ్మడి యాజమాన్యం' కిందకీ, కొంత భాగం 'ప్రభుత్వ యాజమాన్యం' కిందకీ తెచ్చే మార్పు 1956 నాటికి దాదాపుగా పూర్తి అయింది.

సమాజంలో ప్రారంభమైన ఈ మార్పులు — ఎటువంటి ఆటంకాలూ, అపజయాలూ లేకుండా జరిగినవి కావు. చైనా సమాజాన్ని — 'స్వంత ఆస్తుల్ని రద్దుచేసే' దిశ వేపు నడపాలన్నది కమ్యూనిస్టుల దృక్పథమైతే, దాన్ని 'నూతన ప్రజాస్వామ్య దశ' కన్నా ముందుకు పోనివ్వకూడదనేది జాతీయ బూర్జువాల దృక్పథం. జాతీయ బూర్జువాలకు, సమాజంలో మార్పు ఎంతవరకూ కావాలంటే, విదేశీ బూర్జువాల్ని తరిమెయ్యగలిగేవరకే కావాలి. జాతీయ బూర్జువాలుగానీ; పట్టణ, గ్రామీణ పెటీ బూర్జువాలుగానీ, 'నూతన ప్రజాస్వామ్య విప్లవం'లో కలిసింది 'స్వంతాస్తులు రద్దయ్యే సోషలిజాన్ని' ఆశించికాదు. శ్రామికవర్గాల చేతుల్లో వున్న రాజకీయాధికారాన్ని ఎప్పటికైనా తమ చేతుల్లోకి తీసుకోవాలనే లక్ష్యం ఆ వర్గాలకు ఎప్పుడూ వుంటుంది. సమయం కోసమూ, తాము బలపడడం కోసమూ

మాత్రమే ఆ వర్గాలు నిరీక్షిస్తూ వుంటాయి. ఈ లోపల, సమాజంలో జరగబోయే ప్రతీ 'మంచి' మార్పునీ (శ్రామికవర్గాలకు వుపయోగపడే మార్పుని) ఆటంక పరచడానికే అవి ప్రయత్నిస్తాయి. ఈ ఆటంకాలన్నీ మొదట కమ్యూనిస్టుపార్టీ సభ్యులమధ్య జరిగే పోరాటాల రూపంలోనే వస్తాయి.

'కమ్యూనిస్టు పార్టీ' అనగానే, అందులో సభ్యులుగా వుండే యావన్మందీ సోషలిజం కోసమూ, ఉన్నత కమ్యూనిజం కోసమూ అర్రులు చాస్తూ వుంటారని భావిస్తే (సాధారణంగా అలా భావిస్తాం) అది చాలా పొరపాటు. పార్టీలోకి చేరే సభ్యులు ప్రధానంగా ఏ యే వర్గాలనించి వుంటున్నారు; ప్రజల జీవన పరిస్థితుల మధ్య వైరుధ్యాల్ని పరిష్కరించే ప్రయత్నాలు ఎంత సరైన దిశలో జరుగుతున్నాయి; సభ్యుల సిద్ధాంతావగాహన — ఏ స్థాయిలో వుంది. ఇటువంటి అనేకనేక విషయాల మీద, పార్టీ స్వభావం ఆధారపడి వుంటుంది (పార్టీ స్వభావం విప్లవకరంగా వుందా, మితవాదంగా వుందా - అన్నది).

చైనా పార్టీలో — మావో, ప్రధాన ప్రతినిధిగా గల 'విప్లవపంథా' అనేక సమయాల్లో మైనారిటీలోనే వుందని తెలుసుకున్నప్పుడు అమితాశ్చర్యం కలుగుతుంది. 'ప్రజాస్వామ్య విప్లవం' తర్వాత, 7 సంవత్సరాలకే స్వంత ఆస్తుల్ని రద్దు చెయ్యగలిగిన చైనా పార్టీని చూస్తే ప్రతీ అంశంలోనూ అది విప్లవ స్వభావంతో సాగిపోతోందనే అభిప్రాయం కలిగింది ప్రపంచానికి. కానీ, నిజానికి చైనా విప్లవపంథా, అనేక సమయాల్లో ఘోరమైన మైనారిటీలోనే వుంది! తన విప్లవకర నిర్ణయాలకు మెజారిటీ సాధించిన సందర్భాల్లో కూడా అది తన స్వంత మెజారిటీమీద ఆధారపడడం ద్వారా గాక, విప్లవ దృక్పథాన్ని ఏ కాస్త మేరకో మాత్రమే అంగీకరించగల పెటీ బూర్జువా సెక్షన్ల సభ్యుల మద్దతుల మీద ఆధారపడడం ద్వారా ఆ మెజారిటీలు మాత్రమే సాధించగలిగింది. ఆ రకంగా పెటీ బూర్జువా సెక్షన్లతో రాజీలుపడుతూ సాధించిన మెజారిటీలవల్ల, అది (విప్లవపంథా) అనేక సందర్భాలలో తగినంత విప్లవకరంగా ప్రవర్తించలేకపోయింది.

సోషలిజానికి అనుకూలంగా తీసుకురాబోయిన ప్రతీ మార్పు దగ్గిరా 'విప్లవపంథా'కి, మితవాద పంథా తోటీ, అతివాద పంథా తోటీ పోరాటాలు ఎదురవుతోనే వున్నాయి. మితవాదమూ, అతివాదమూ రెండూ సోషలిజాన్ని ఆటంకపరిచే శత్రుపంథాలే. కానీ, ఆ మితవాద, అతివాద పంథాలు కూడా కమ్యూనిస్టు పార్టీ సభ్యుల ద్వారా అమలుజరిగే పంథాలే. విప్లవానికి కొంత వెనకకాలం నించీ కూడా, చైనా పార్టీలో, మితవాద పంథాకి ప్రధాన ప్రతినిధి- లీషావోచీ. తర్వాత కాలంలో తలఎత్తిన అతివాద పంథాకి ప్రధాన ప్రతినిధి- లిన్‌పియావో. (లీషావోచీ విషయంలో ఎవరికీ సందేహాలు లేవు. కానీ, లిన్‌పియావో విషయం మాత్రం — అతను అతివాద పంథావాడేనా అన్నది – ఇంకా చర్చనీయాంశంగానే వుంది.)

'నూతన ప్రజాస్వామ్య విప్లవం'తో ఏర్పడిన ఆర్థిక పునాదిని, అంతకన్నా అభివృద్ధికరంగా మార్చడానికి విప్లవపంథా ప్రయత్నించినప్పుడల్లా ఆ ప్రయత్నాల్ని ప్రతీ అడుగులోనూ లీషావోచీ గ్రూపు వ్యతిరేకిస్తూనే వచ్చింది. ఏ సందర్భంలోనైనా ఒక అంశాన్ని తప్పనిసరై అంగీకరించినా, దాన్ని అమలు చేసేటప్పుడుమాత్రం దానికి విద్రోహం తలపెడుతూనే వచ్చింది. విప్లవ భూసంస్కరణల్ని వ్యతిరేకించడంతో ప్రారంభించి, అది సాధ్యంకాక పోవడంవల్ల, సమాజాన్ని కనీసం 'ప్రజాస్వామ్య విప్లవ దశ'లోనైనా ఆపాలనే దృష్టి పెట్టుకుంది ఎలాగంటే, ప్రైవేటు పరిశ్రమనీ, ప్రైవేటు వ్యాపారాన్నీ స్థిరంగా వుంచాలనీ (అంటే,

—

జాతీయ బూర్జువాల్నీ, పెటీ బూర్జువాల్నీ స్థిరంగా వుంచాలని); ప్రైవేటురంగాన్నీ, పబ్లిక్‌రంగాన్నీ ఒకే స్థాయిలో పరిగణించాలనీ; సమిష్టి వ్యవసాయాన్ని ప్రోత్సహించే కో-ఆపరేటివ్ విధానాన్ని అప్పుడే ప్రారంభించకూడదనీ— ఈ విధంగా, నూతన ప్రజాస్వామ్య దశ నించి ఇంకా ముందుకు జరగబోయే మార్పులకు ఆటంకాలు కల్పించడానికీ, ఎప్పటికప్పుడు బూర్జువా పద్ధతుల్ని పునరుద్ధరించడానికీ, లీషావోచీ గ్రూపు తన ప్రయత్నాలన్నీ తను చేసింది. (ప్రస్తుత చైనా రివిజనిజానికి ప్రధాన ప్రతినిధి అయిన టెంగ్ సియావోపింగు, ఈ లీషావోచీ గ్రూపువాడే. పెంగ్‌చెన్, చెన్‌యున్ అనేవాళ్ళు కూడా ఈ గ్రూపువాళ్ళే.)

చైనా పార్టీ ద్వారా జరిగిన కొన్ని ఉద్యమాల్నీ, కొన్ని మితవాద చర్యల్నీ ఇక్కడ కొంచెం క్లుప్తంగా చూద్దాం.

★ 1950 లో — విప్లవ భూసంస్కరణలు పెద్ద ఎత్తున అమలు జరిగాయి. (లీషావోచీ గ్రూపు ఈ భూసంస్కరణల్ని వ్యతిరేకించింది).

★ ప్రజలందర్నీ సైనికుల్నిచేసే 'ప్రజల మిలీషియా వుద్యమం' కొంతకాలం నడిచింది.

★ 1951లో, 5 రకాల వ్యక్తిగత సంబంధాలలో వుండే సంకుచిత దృక్పథాలమీద విమర్శనోద్యమం సాగింది. (ఒకే ఇంటిపేరు వాళ్ళం, ఒకే వంశం వాళ్ళం, ఒకే వూరు వాళ్ళం, ఒకే స్కూలు వాళ్ళం, ఒకేచోట పనిచేసేవాళ్ళం- ఇటువంటి భావాల సంకుచితత్వం మీద.)

★ ప్రతీ వుద్యమంలోకీ ప్రజల్ని సమీకరించడం గురించి వుద్యమం!

★ కార్మిక సంఘాలలో ఆర్థికవాదానికీ, నాయకుల పెత్తందారీతనానికీ (బ్యూరోక్రసీకి) వ్యతిరేకంగా వుద్యమం!

★ ప్రభుత్వంలో— లంచగొండితనమూ, దుబారా, పెత్తందారీతనమూ- అనే '3 చెడ్డల'కు వ్యతిరేకంగా వుద్యమం!

★ విద్యారంగంలో — పెద్ద అధికారుల్లో వుండే బూర్జువా ధోరణులకూ, అమెరికాపట్ల మోజుకీ, 'రిసెర్చి'పట్ల మోజుకీ, రాజకీయాలపట్ల నిర్లక్ష్యానికీ వ్యతిరేకంగా వుద్యమం!

★ 1951 చివర్లో, రష్యాతో చేసుకున్న ఒప్పందాలవల్ల రష్యానించి 3 వేల మంది ఆఫీసర్లూ, సలహాదారులూ, టెక్నీషియన్లూ వచ్చారు. వాళ్ళ రాకతో, అన్ని రంగాలలోనూ బూర్జువా పద్ధతులే స్థిరపడడం మొదలుపెట్టాయి. పరిశ్రమల్లో 'ఏక వ్యక్తి' మేనేజిమెంటూ; కార్మికులకు బోనస్‌లూ, భౌతిక ప్రోత్సాహకాలూ, — ఇలా విప్లవానికి పూర్వపు సమాజంనించీ వున్నవి, ఇంకా అలాగే కొనసాగాయి. మిలటరీలో- అంతస్తుల విధానమూ (రాంక్స్ పద్ధతులూ) యూనిఫారాలూ శాల్యూట్లూ మెడల్సూ బిరుదులూ వగైరా బూర్జువా లక్షణాలన్నీ ప్రవేశించి, రెడార్మీ స్వభావమే మారిపోయింది. (1949 విప్లవానికి పూర్వం, విముక్తి ప్రాంతాలన్నిటికీ ప్రధాన కేంద్రంగా వున్న 'ఏనాన్' ద్వారా, మిలటరీ అంతటా, అంతస్తుల విధానం వంటి బూర్జువా లక్షణాలులేని విప్లవ ప్రజాస్వామ్య పద్ధతులే ఏర్పడి అమలు జరుగుతూ వున్నాయి. ఆ స్వభావం 51లో తారుమారయింది!)

★ 1952 లో — ప్రభుత్వ సంస్థల్లో వుండే బూర్జువా మేనేజర్లు, ప్రైవేటు రంగానికి రహస్య సమాచారాలు అందజేసిన సంఘటనల్ని విమర్శించే వుద్యమం!

★ ప్రభుత్వాధికారులు, ప్రైవేటు సంస్థల బూర్జువాలనించి లంచాలు తీసుకుని, వారికి అనుకూలంగా ప్రవర్తించిన సంఘటనల్ని విమర్శిస్తూ వుద్యమం!

★ (1) లంచగొండితనమూ, (2) పన్నుల ఎగవేతా, (3) ప్రభుత్వాస్తిని దొంగిలించడమూ, (4) ప్రభుత్వంతో వచ్చిన లావాదేవీల్లో ప్రభుత్వాన్ని మోసం చెయ్యాలని చూడడమూ, (5) ప్రభుత్వంనించి ఆర్థిక సమాచారాన్ని దొంగిలించడమూ — ఈ '5 చెడ్డల'కూ వ్యతిరేకంగా వుద్యమం!

★ ప్రైవేటు సంస్థలమీద కొన్ని నిబంధనలు అమలు జరిపే వుద్యమం! (ఆ సంస్థలు ఉద్యోగుల్ని తగ్గించరాదు. జీతాలు సక్రమంగా చెల్లిస్తూ వుండాలి. ప్రభుత్వాధికారులతో తప్పుడు పద్ధతుల్లోనూ, రహస్య పద్ధతుల్లోనూ లావాదేవీలు జరపరాదు. కార్మిక సంఘాల తనిఖీలకు ఆ సంస్థలు లోబడాలి — ఇటువంటి నిబంధనలు అవి).

★ గ్రామీణ ప్రాంతాల పార్టీ కమిటీలలోకి, ధనిక రైతు కుటుంబాలనించి సభ్యుల్ని ఎక్కువగా చేర్చుకోవడంవల్ల, వాళ్ళ ప్రాబల్యంతో గ్రామ ప్రాంతాలలో పాత భూస్వామ్యానికి సంబంధించిన పెత్తందారీ వాతావరణమే కొనసాగుతూ వచ్చింది. పేద రైతుల భూముల్ని ధనిక రైతులు స్వాధీనం చేసుకున్న సంఘటనలు కూడా జరిగాయి.

★ 1955 లో, మిలటరీలో, 'ఏనాన్ పద్ధతుల'కు మళ్ళీ పైచెయ్యి వచ్చింది. 'ఏకవ్యక్తి' మేనేజిమెంటుమీద కూడా విమర్శ ప్రారంభమైంది!

★ 1956 లో, 'వంద పువ్వులు వికసించనివ్వండి, వంద ఆలోచనలు పోటీ పడనివ్వండి' వుద్యమం! 'ప్రజాతంత్ర పార్టీల'తో సరైన పద్ధతుల్లో ప్రవర్తిస్తూ, వాటి సహకారం పొందాలన్నదే దీని ప్రధానోద్దేశం. కమ్యూనిస్టులు, మేధావులపట్ల అతి నిర్లక్ష్యంగా ప్రవర్తించడంగానీ, అతి అణకువగా ప్రవర్తించడంగానీ తప్పనీ; వ్యక్తులలో వుండే ప్రత్యేక శక్తిసామర్థ్యాల్ని గమనించి ప్రోత్సహించడం ఎప్పుడూ చెయ్యాలనీ; మేధావులు కూడా తమ అభిప్రాయాల్ని స్వేచ్ఛగా ప్రకటించగల అవకాశాలు ఏర్పర్చాలనీ; కమ్యూనిస్టులు ఎప్పుడూ బహిరంగ విమర్శలకు నిలబడి తమ సిద్ధాంతాన్ని చర్చల్లో నెగ్గించుకోవాలనీ - బోధించిన వుద్యమం ఇది. దీన్ని లీషావోచీ గ్రూపు సమర్థించలేదు. పార్టీ దీన్ని 2 నెలలు మాత్రమే నడిపి ఆపేసింది (ఏప్రిల్ నించీ జూన్ వరకూ).

★ 1956 లో, జీతాల మధ్య ఎక్కువ తేడాలు వుండే మార్పులు జరిగాయి. టెక్నికల్ స్టాఫ్‌కీ, మేనేజర్ల స్టాఫ్‌కీ మధ్యా; కార్మికుల్లో నైపుణ్యంగల శ్రమలకీ, నైపుణ్యంలేని శ్రమలకీ మధ్యా, పెద్ద తేడాలు ఏర్పడ్డాయి.

★ 56 నాటికి మైనారిటీ జాతుల పరిస్థితి ఎలా తయారైందంటే - 'ఈ' అనే ప్రాంతంలో బానిసల్ని వుంచుకున్న బానిస యజమానులు ఇంకా వున్నారు! 10 మంది కన్నా ఎక్కువ బానిసల్ని వుంచుకుంటేనే ఆ యజమానులమీద విమర్శ పెట్టాలనీ, లేకపోతే విమర్శ అవసరంలేదనీ పార్టీ నిర్ణయం! (బ్రుగ్గర్ - పే.136) - (ఈ బానిసలు ఎవరు? విప్లవ భూసంస్కరణల్లో వీరికి భూమి ఇవ్వలేదా? - అన్న ప్రశ్నలకు సరైన సమాచారం ఆ పుస్తకంలో లేదు).

★ 1956 నాటికి ప్రైవేటు ఆస్తుల్ని — 'ఉమ్మడి యాజమాన్యంలోకీ, 'ప్రభుత్వ యాజమాన్యం'లోకీ మార్చే పని ఎక్కువ భాగం పూర్తి అయింది.

★ 1957 లో, 'స్వయం పోషకత్వం' సూత్రంమీద ఆధారపడ్డ "గొప్ప ముందడుగు" వుద్యమం! వ్యవసాయోత్పత్తుల్ని పెంచడానికీ, దాని ద్వారా పరిశ్రమల అభివృద్ధికి కావలసిన ముడి సరుకుల్ని పొందడానికీ, వ్యవసాయరంగంలో విప్లవకరమైన మార్పులు జరగాలి. ఆ రకం మార్పులన్నీ ఈ వుద్యమంలో ప్రారంభమయ్యాయి. నీటిని అన్ని ప్రాంతాలకూ పారించే నీటి పారుదల ఏర్పాట్లు (కాలవల తవ్వకాలు) పెద్ద ఎత్తున జరిగాయి. ఇది వరదల్ని అరికట్టింది. నీటిని భారీ ఎత్తున నిల్వజేసే ప్రాజెక్టుల నిర్మాణం జరిగింది. భూమిని సారవంతం చేసే విధానాల్ని కనిపెట్టడమూ; గ్రామ ప్రాంతాలలోనే సాధ్యమయ్యే ఎరువుల్ని తయారుచెయ్యడమూ; ఇంకా సాగులోలేని భూముల్ని సాగులోకి తీసుకురావడమూ— వగైరా పద్ధతులద్వారా వ్యవసాయరంగాన్ని అభివృద్ధిచేసే ప్రయత్నాలు జరిగాయి. వ్యవసాయ రంగంలోకి పెద్ద పెద్ద యంత్రాల్ని దించడంవల్లే, ఆ రంగం అభివృద్ధి చెందుతుందనే దృక్పథానికి ఇది పూర్తిగా వ్యతిరేకం.

పరిశ్రమల్ని 'వికేంద్రీకరించే' ప్రయత్నం కూడా ఈ వుద్యమంలో జరిగింది. పారిశ్రామిక అవసరాలకు కేవలం పట్టణాలమీదే ఆధారపడడం 'ఒంటికాలి నడక'లాంటిది. జిల్లా స్థాయిలోనూ, గ్రామ స్థాయిలోనూ కూడా పరిశ్రమలు నెలకొల్పారు. కలప పరిశ్రమా, ఇటుక పరిశ్రమా, ఎరువుల పరిశ్రమలూ, ఇనుముని తయారుచేసే ఫర్నేస్‌లూ- వంటి వాటిని గ్రామీణ ప్రాంతాలలో స్థాపించి, వాటితో కాలవల నిర్మాణమూ, ప్రాజెక్టుల నిర్మాణమూ సాధించారు. పరిశ్రమల వికేంద్రీకరణలవల్ల రవాణాఖర్చులు తగ్గుతాయి. వ్యవసాయ రంగానికి కావలసిన యంత్రభాగాల్ని ఆ రంగానికి దగ్గరలోనే తయారుచేసుకోవచ్చు.

వ్యాపారాన్ని కూడా వికేంద్రీకరించారు. ఏ ప్రాంతానికి ఆ ప్రాంతంలోనే ధరలు నిర్ణయించారు.

విద్యుత్ కేంద్రాల్నీ కూడా వికేంద్రీకరించి, గ్రామ ప్రాంతాలన్నిటికీ విద్యుద్దీకరణ సాధ్యం చేశారు. ప్రాజెక్టుల్నీ రిజర్వాయర్లనీ నిర్మించడంలో రైతుల ప్రైవేట్ ప్లాట్ల సైజులు బాగా తగ్గవలసివచ్చింది. దానికి రైతులు అనుకూలించారు. గ్రామప్రాంతాలలోనే పరిశ్రమలు ఏర్పడడంవల్ల, పట్టణాలనించి సాంకేతిక పరిజ్ఞానంగల కార్మికులు వ్యవసాయరంగంలో కూడా పని చెయ్యడానికీ; వ్యవసాయ ప్రజలు, కార్మికులుగానూ, టెక్నీషియన్లుగానూ పరిశ్రమలలో కూడా పనిచెయ్యడానికీ అవకాశాలు ఏర్పడ్డాయి. ఇది, అంతవరకూ వున్న "శ్రమవిభజన"లో ఒక విప్లవకరమైన మార్పుని ప్రారంభించింది. సైన్యాన్ని వుత్పత్తిలోకి తీసుకురావడం కూడా ఈ వుద్యమంలో జరిగింది. 'ప్రతీ వ్యక్తీ సైనికుడు కావాలి' అనే నినాదంతో ప్రజల సైనిక దళాల్ని నిర్మించే ప్రయత్నాలు కూడా ఈ వుద్యమ కాలంలో చురుగ్గా జరిగాయి.

పరిశ్రమలవల్ల— ఇటు వ్యవసాయరంగంలోనూ, అటు పరిశ్రమల రంగంలోనూ కూడా పని చెయ్యడానికి చిన్న చిన్న ప్రాంతాల జనాభా చాలక, కొన్ని 'కో-ఆపరేటివ్'లు కలిసిపోయి 'కమ్యూన్లు ఏర్పడవలసివచ్చింది. వ్యవసాయమూ, పరిశ్రమలూ, విద్యా, సైనిక విషయాలూ, పరిపాలనా విషయాలూ- వీటన్నిటినీ కలిపి చెయ్యడమే 'కమ్యూన్' పద్ధతికి దారి తీసింది. పట్టణ కమ్యూన్లలో కూడా– కొంత వ్యవసాయమూ; మేకల్నీ, గొర్రెల్నీ, పందుల్నీ పెంచడమూ– పట్టణ కార్మికులు చెయ్యడం ప్రారంభమైంది. టైముని బట్టి గాక, పనినిబట్టి జీతాలిచ్చే 'పీస్-వేజ్' పద్ధతిని తీసేసే ప్రయత్నాలు కూడా ఈ వుద్యమంలో

జరిగాయి. చైనాని, రష్యామీద ఆధారపడడాన్ని తగ్గించడానికి ఈ వుద్యమం దోహదం చేసింది.

"గ్రామ జీవితంకన్నా పట్టణ జీవితమే సౌఖ్యవంతమైంది. గ్రామాల్లో దరిద్రమూ, బండచాకిరీ తప్ప ఏమీ లేదు" అని బాధపడే గ్రామీణ ప్రజలకు ఈ వుద్యమం కొంత వూరట కలిగించింది. గ్రామానికీ, పట్టణానికీ వైరుధ్యాల్ని పరిష్కరించేదారులు ఈ వుద్యమంలో ప్రారంభమయ్యాయి. మితవాదులు, ఎప్పటికప్పుడు ఈ వుద్యమాన్ని ఎంత వ్యతిరేకించినా ఒక దశలో ఈ వుద్యమాభివృద్ధిని ఆపలేకపోయారు. 2 సంవత్సరాలపాటు (57 నించీ 59 వరకూ) ముందడుగులతో సాగిన ఈ వుద్యమం, వెనకడుగులు ప్రారంభించింది. గ్రామీణ పరిశ్రమల్లో కొన్ని నష్టాలూ, పొరపాట్లూ జరగడంవల్ల, మితవాదులకు సాకు దొరికింది. ఈ వుద్యమాన్ని కొనసాగించడం గురించి, 59 లో పార్టీలో చర్చ జరిగినప్పుడు, ఓటింగులో, మితవాదులు పైచెయ్యి అయ్యారు! (ఇలాంటి విషయాలే కొంత అయోమయంగా కనపడతాయి చైనా పార్టీలో. ప్రజలకు నిజమైన ప్రయోజనాల్ని కలిగించే మార్పులు కూడా ఎందుకు నిలబడలేకపోయాయి? 'ఈ వుద్యమాన్ని ఆపుతున్నాం' అని పార్టీ ప్రకటించగానే దాన్ని ఆపడానికి ప్రజలు సుముఖంగా వుంటారా? ఉద్యమాలు, పార్టీ ఆజ్ఞలవల్లనే పుట్టుకొచ్చి, పార్టీ ఆజ్ఞలవల్లనే ముగుస్తున్నాయా? - ఇటువంటి ప్రశ్నలకు సంతృప్తికరమైన జవాబులు దొరకవు). మితవాదులు, 'ముందడుగు' వుద్యమాన్ని ఎంత వ్యతిరేకించినా, ఆ వుద్యమంలో ఏర్పడ్డ 'కమ్యూన్ల'ను మాత్రం తుడిచిపెట్టలేకపోయారు. (ఏ దశనైతే, ఏ మార్పునైతే ఆపడం సాధ్యం కాదో, ఆ దశ వరకూ, ఆ మార్పు వరకూ, మితవాదులు కూడా తప్పనిసరిగా చేరతారు. ఎందుకంటే, అక్కడినించైనా ఆ ప్రయాణాన్ని ఇంకా ముందుకు పోనివ్వకుండా ఆపాలనే లక్ష్యంతో.— ఈ 'ముందడుగు' వుద్యమంలో అంశాలన్నీ మళ్ళీ 'సాంస్కృతిక విప్లవం'లో అభివృద్ధి చెందాయి.

1962 నాటికి —గ్రామీణ ప్రాంతాల్లో, సమిష్టి వ్యవసాయ క్షేత్రాల్లో పని చేసే శ్రద్ధ తగ్గి, ఇంకా కొంత వ్యక్తిగతంగా వున్న ప్రైవేట్ భూముల్లో మాత్రమే ఎక్కువ శ్రద్ధతో పని చేసే ధోరణి పెరిగింది. గ్రామీణ ప్రాంతాల కమ్యూనిస్టు పార్టీ నాయకులు (ధనిక వర్గాల వాళ్ళే) పబ్లిక్ ఫండ్స్ తినెయ్యడమూ; మతానికి సంబంధించిన పండుగల్ని పెద్ద ఎత్తున జరపడమూ; కన్యాశుల్కమూ, ఆధ్యాత్మికతా, చేతబడులూ, జ్యోతిష్యాలూ — వంటి భూస్వామ్య సమాజం తాలూకు అభివృద్ధి నిరోధక లక్షణాలకు ప్రజల్లో ప్రోత్సాహం దొరకడమూ - వగైరాలతో గ్రామాలు పాత సమాజాన్ని మరిపించేటట్టుగా తయారయ్యాయి!

★ 1962 నాటి పరిస్థితుల్లో 'సోషలిస్టు ఎడ్యుకేషన్ వుద్యమం' ప్రారంభమైంది. పేద, మధ్య తరగతుల నించి మాత్రమే పార్టీలోకి సభ్యుల్ని చేర్చుకోవాలనీ; పేద, మధ్యతరగతి రైతుల సంఘాలను సరిగా నడుపుతూ వాటికి సోషలిస్టు సిద్ధాంతం బోధించాలనీ, ఈ వుద్యమం ప్రారంభమైంది. (1) సమిష్టి సంస్థల ఎకౌంట్లు అప్‌డేట్‌గా వుంచడమూ, (2) సమిష్టి ధాన్యాగారాల్ని జాగ్రత్తగా వుంచడమూ, (3) ఆస్తులు దుర్వినియోగం కాకుండా చూడడమూ, (4) ఎవరెంత పని చేశారో లెక్కలు చూపించే వర్క్- పాయింట్లని మోసం లేకుండా రికార్డు చెయ్యడమూ — ఈ 4 అంశాలతో '4 పరిశుభ్రతల వుద్యమం' కూడా ఇందులో భాగంగా జరిగింది.

సోషలిస్టు ఎడ్యుకేషన్ ఉద్యమంలో — వర్గపోరాటానికి ప్రాధాన్యతా, 4 పరిశుభ్రతలూ, పార్టీ కార్యకర్తలు వుత్పత్తిలో పాల్గొనడమూ - వంటి 10 అంశాలు వున్నాయి. ఇలా ప్రారంభమైన ఈ 'సోషలిస్టు ఎడ్యుకేషన్ వుద్యమం' 1963 సెప్టెంబరు నాటికి, మితవాదులకు అనుకూలంగా మారింది. విప్లవపంథా ద్వారా రూపొందిన ఆ 10 పాయింట్లూ, తర్వాత మితవాదులద్వారా, చాలా మార్పులకు లోనయ్యాయి. 'పోరాటం' అని వున్న చోటల్లా 'సరైన విమర్శ' అనీ; 'వైరుధ్యాలు' అని వున్నచోట్ల 'ప్రజల మధ్య వైరుధ్యాలు' అనీ (వేరు, వేరు వర్గ భావాలమధ్య వైరుధ్యాలు– అనే అర్థం రాకుండా)— ఇంకా ఈ రకం మార్పులు చాలా చేసి, చివరికి 'ఎవర్నీ మితవాదులు అనకూడదు' అనే సారాంశంతో, ఆ 10 పాయింట్లనీ సవరించి కొత్తగా తయారుచేశారు. ఆ సెప్టెంబరులో పార్టీకి జనరల్ సెక్రటరీ అయిన టెంగ్‌సియావో పింగు ద్వారా, ఈ కొత్త పాయింట్లు, 'తర్వాత వచ్చిన 10 పాయింట్లు' (లేటర్ 10పాయింట్స్) పేరుతో మళ్ళీ విడుదల అయ్యాయి.

ఈ 'సోషలిస్టు ఎడ్యుకేషన్ వుద్యమం' పార్టీ కార్యకర్తలతో ఏర్పడే వర్క్-టీముల ద్వారా జరగాలన్నది లీషావోచీ గ్రూపు అభిప్రాయమైతే; పేద, మధ్య తరగతి రైతు సంఘాల చొరవతో జరగాలన్నది మావో గ్రూపు అభిప్రాయం. ఎవరికి అధిక్యతగల ప్రాంతంలో వారి ధోరణిలో ఈ వుద్యమం (ఏ వుద్యమమైనా) జరిగినట్టు కనపడుతోంది.

★ 1964 నాటికి, పార్టీ, టెంగు పెట్టిన '10 పాయింట్ల'నీ తీసేసి 'మార్చిన 10 పాయింట్లు' (రివైజ్డ్ 10 పాయింట్స్) పేరుతో మళ్ళీ కొత్త పాయింట్లు విడుదల చేసింది.

★ 1965లో - 'గ్రామీణ సోషలిస్టు వుద్యమానికి సంబంధించిన సమస్యలు' అనే పేరుతో మావో రాసిన ఒక డాక్యుమెంటు వచ్చింది. పార్టీలో కిందస్థాయి కార్యకర్తల్నేగాక అవసరమైతే పైస్థాయి నాయకుల్ని కూడా విమర్శించాలని ఆ డాక్యుమెంటు సారాంశం. కానీ, ఆచరణలో, అలాంటి విమర్శలేవీ జరగలేదు.

★ 1966 ఆగస్టు నాటికి 'విప్లవపంథా', 'సాంస్కృతిక విప్లవానికి' సంబంధించిన ప్రతిపాదన ఒకటి (16 అంశాలతో) పార్టీ ముందుకుతెచ్చి బొటాబొటీ మెజారిటీతో నెగ్గింది. విద్యారంగంలో, సాహిత్యరంగంలో, రాజకీయరంగంలో జరిగిన వేరు వేరు సంఘటనలు వేరు వేరు దిక్కులనించి ఈ వుద్యమాన్ని ప్రోత్సహించాయి.

1965 సెప్టెంబరులో, కేంద్రకమిటీ వర్కింగ్ సమావేశంలో, మావో, 'వూహాన్' అనే ఒక రచయితని (ఇతను పెకింగ్ నగర డిప్యూటీ మేయర్ కూడా), ఒక తప్పు నాటకం రాసినందుకు విమర్శించి, ('హైజూయీని పదవి నించి తీసేశారు' అన్నది ఆ నాటకం పేరు) అతను తప్పు దిద్దుకోవాలన్నాడు. ఈ వూహాన్ నాటకం గురించే తర్వాత (నవంబర్‌లో) యావో అనే విమర్శకుడు ఒక విమర్శ రాశాడు. దానిమీద కొంత తర్జన భర్జన జరిగి, 'వూహాన్', డిసెంబరులో తన పొరపాటు ఒప్పుకున్నాడు.

1965 డిసెంబరులో, మావో, ఒక వుపన్యాసంలో - 'విద్యావ్యవస్థలో విప్లవకరమైన మార్పులు జరగాల'నీ, 'పాఠాలు చదివే కాలాన్ని తగ్గించి వెయ్యాల'నీ అన్నాడు. పెకింగ్ యూనివర్శిటీలో, కొందరు మిలిటెంట్ విద్యార్థులు, 'విద్యాసంస్థల్లో మేధావితనాన్ని గొప్పచేసే దృక్పథాలు వుండరాదు' అనడాన్ని మావో సమర్థించాడు.

1966 మేలో, పెకింగ్‌లోని సిన్హువా యూనివర్శిటీలో, ఒక టీచరు, పెకింగ్ యూనివర్శిటీ వైస్ ఛాన్సలర్‌నీ, ఇతర విద్యాధికారుల్నీ విమర్శిస్తూ యూనివర్శిటీలో ఒక పోస్టర్ పెట్టాడు. మావో దాన్ని చూసి, దాన్ని పత్రికల్లో వేసి ప్రచారం చెయ్యాలన్నాడు— ఇలాంటి కొన్ని సంఘటనలు జరగడమేగాక— సాంస్కృతిక, విద్యారంగాలలో మితవాద ధోరణులకు వ్యతిరేకంగా విప్లవకర సాంస్కృతిక భావాల వుద్యమం ఒకటి జరగాలనే అభిప్రాయాలు ప్రచారమవుతూనే వున్నాయి. 1966 జూన్‌లో, పార్టీనించి మితవాద నాయకుల్ని కొందర్ని తీసివెయ్యడంతో, దేశమంతా మిలిటెంట్ విద్యార్థులతో ఏర్పడ్డ 'రెడ్‌గార్డు'ల బృందాలు, విద్యారంగంలోని మితవాద భావాలమీద పెద్ద ఎత్తున విమర్శలు ప్రారంభించాయి. గోడలమీద పెద్ద పెద్ద పోస్టర్లు ప్రారంభమయ్యాయి, విమర్శలతో. రాజకీయాల్ని స్కూలు జీవితాలతో ఎలా మిళితం చెయ్యాలీ; అధ్యయనానికీ, శారీరకశ్రమకీ ఎలాంటి సంబంధం వుండాలీ; విద్యావిధానాన్ని ఎలా మార్చాలీ; ఏ స్థాయిలో ఎలాంటి పాఠాలు నేర్చుకోవాలీ— వంటి విషయాలు చర్చనీయాంశాలయ్యాయి. ఈ చర్చలు సాగడం కోసం కొన్ని పరీక్షల్ని రద్దుచేశారు. క్లాసులు ఆపేశారు. యూనివర్శిటీలన్నీ ధనికుల పిల్లలకే అనుకూలించేవిగా వున్నాయనీ, మేధావితనాన్ని మాత్రమే గొప్ప చేసేవిగా (ఎలీటిస్ట్‌గా) వున్నాయనీ విమర్శలు చేశారు.

ఈ రెడ్‌గార్డుల బృందాల్ని గైడ్ చెయ్యడానికి, పార్టీ నిర్మాణ వ్యవహారాలు చూస్తోన్న లీషావోచీ, పార్టీ కార్యకర్తలతో ఏర్పడ్డ వర్క్‌టీముల్ని, కాలేజీలకూ యూనివర్శిటీలకూ పంపాడు. వర్క్‌టీములు విద్యార్థుల చొరవని కుంటుపరుస్తాయని ఒక సమావేశంలో మావో విమర్శించినప్పటికీ లీషావోచీ మళ్ళీ అదే పద్ధతిలో ప్రవర్తించాడు. మావో ఏం చెప్పాడూ, లీషావోచీ ఏం చేశాడూ అనేదికాదు. పార్టీలో మెజారిటీ ఏం చెప్పారూ— అనేది ముఖ్యం!) విద్యార్థుల విమర్శల్ని ఒక హద్దులో ఆపడానికే ఈ వర్క్‌టీములు ప్రయత్నించేవి. పారిశ్రామిక కార్మికులతో కూడా సంబంధాలు పెట్టుకోబోయిన విద్యార్థుల్ని ఈ వర్క్ టీములు వారించి, 'సాంస్కృతిక విప్లవాన్ని విద్యారంగంలో మాత్రమే జరపాల'ని ఆంక్షలు పెట్టేవి. వియత్నాంమీద జరిగే బాంబుదాడుల్ని విమర్శించడానికి ప్రోత్సహించాయిగానీ, స్థానిక పార్టీ నాయకుల పెత్తందారీతనాల గురించి ఎత్తడానికి అవి అవకాశం ఇవ్వలేదు! కొన్ని విద్యార్థి బృందాలు, ఈ వర్క్ టీముల పెత్తనానికి లొంగకుండా ఎదురు తిరిగాయి. ఈ కారణంగా రెడ్‌గార్డుల మధ్య చీలికలు కూడా వచ్చాయి. కొన్ని రెడ్-గార్డుల బృందాలు, వీధుల పేర్లూ దుకాణాల పేర్లూ విప్లవకరంగా మార్చడంలో మునిగి, మితవాద నాయకులకు ఆనందం కలిగించాయి.

1966 జూన్ నాటికి, విమర్శల వుద్యమం గ్రామీణ ప్రాంతాలకు కూడా వ్యాపించింది. స్థానిక పార్టీ నాయకులమీద విమర్శలు ప్రారంభమయ్యాయి.

ఆగస్ట్ నాటికి, వర్క్ టీముల ప్రాబల్యం తగ్గి, విమర్శల పోరాటం, విద్యారంగంనించి ఆర్థికరంగానికి మారింది. సోషలిజాన్ని 'మార్కెట్ దృష్టితోచూసే' మార్కెట్ సోషలిస్టు ఆర్థికవేత్తలమీద పత్రికల్లో విమర్శలు చెయ్యడంతో అది ప్రారంభమైంది. ఆగస్టులో జరిగిన కేంద్రకమిటీ సమావేశం (8వ కేంద్రకమిటీ 11వ ప్లీనమ్), సాంస్కృతిక విప్లవధోరణుల్ని సమర్థించి, లీషావోచీ ధోరణుల్ని తోసిపుచ్చింది. 'సాంస్కృతిక విప్లవం'పట్ల ఒక స్పష్టమైన అవగాహన కలిగించడానికి, ఆ సమావేశం '16 అంశాలతో' ఒక తీర్మానం చేసింది.

('సాంస్కృతిక విప్లవం' గురించీ, సోషలిస్టు సమాజ నిర్మాణం గురించీ చర్చించడమే, ఈ పుస్తకంలో ప్రధాన విషయం. కాబట్టి, 'సాంస్కృతిక విప్లవాంశాల్ని' ఇక్కడ తప్పనిసరిగా చూడాలి. ఈ అంశాలు ఎడ్గార్ స్నో పుస్తకంనించీ. పే. 238 - 249. వీటిని కొంత క్లుప్తం చేసి ఇస్తున్నాము)

ఆ 16 అంశాలూ ఇవి:

1. బూర్జువా వర్గం కూలిపోయినప్పటికీ, అది ఇంకా దోపిడీ వర్గాల పాత భావాల్నీ, పాత ఆచారాల్నీ, పాత అలవాట్లనీ, పాత సంస్కృతినీ వుపయోగిస్తూ ప్రజల్ని లొంగదీసి తిరిగి రంగప్రవేశం చెయ్యాలని ప్రయత్నిస్తూనే వుంది. కార్మికవర్గం పూర్తిగా దీనికి వ్యతిరేకంగా చెయ్యాలి. భావాలరంగంలో (ఐడియలాజికల్ రంగంలో) బూర్జువావర్గం చేసే ప్రతీ ఛాలెంజ్‌నీ ఎదుర్కోవాలి. కార్మిక వర్గపు కొత్త భావాల్నీ, కొత్త సంస్కృతినీ వుపయోగించి మొత్తం సమాజపు మానసిక దృక్పథాన్ని (మెంటల్ అవుట్‌లుక్‌ని) మార్చాలి. ప్రస్తుతం మన లక్ష్యం బూర్జువా మార్గాన్ని అవలంబిస్తోన్న అధికారులకు వ్యతిరేకంగా పోరాడి వారిని అణిచివెయ్యడమే. బూర్జువావర్గ ఆలోచనా విధానాన్నీ, ఇతర దోపిడీ వర్గాల ఆలోచనా విధానాల్నీ వ్యతిరేకించి, విద్యనీ సంస్కృతినీ కళల్నీ పుపరితలానికి చెందిన అన్ని ఇతర భాగాల్నీ- ఏవైతే సోషలిస్టు ఆర్థిక పునాదికి తగినవిధంగా లేవో వాటిని, మార్చాలి. సోషలిస్టు వ్యవస్థ దృఢతరమై అభివృద్ధి చెందడానికి వీలుగా వాటిని ఏర్పర్చాలి.

2. కార్మికులూ, రైతులూ, సైనికులూ, విప్లవకర భావాలు గల మేధావులూ, విప్లవకర భావాలుగల కార్యకర్తలూ ఈ విప్లవానికి ప్రధాన శక్తిగా వుంటారు. యువజనులు పెద్ద సంఖ్యలో, గతంలో లేని విధంగా సాహసంతో పాతదారుల్ని ఛేదించేవారిగా తయారవుతున్నారు. వాళ్ళు, ఆచరణలో చాలా పట్టుదలగానూ చాలా తెలివిగానూ వున్నారు. పెద్ద పెద్ద పోస్టర్ల ద్వారానూ, వుపన్యాసాల ద్వారానూ, బూర్జువావర్గ ప్రతినిధులమీద దాడులు చేస్తున్నారు. కానీ, ఈ దాడులకు, పార్టీలో అధికార స్థానాలలో వుండే మితవాదులు, ప్రతిఘటన ఇస్తారు. ఈ ప్రతిఘటన శక్తివంతంగానే వుంటుంది. వుద్యమంలో అనేక ముందడుగులూ, వెనకడుగులూ సంభవిస్తూనే వుంటాయి. అయినా ఈ పరిణామాలు మంచి అనుభవాలను ఇవ్వగలుగుతాయి.

3. పార్టీ సంస్థల్లో వుండే నాయకులు అనేక రకాలుగా వున్నారు. కొందరు ప్రజలకన్నా వెనకబడి వున్నారు. అటువంటివారు ప్రజల్ని విప్లవకరంగా ప్రవర్తించనివ్వడానికి భయపడుతున్నారు. ప్రజలు తమ మీద కూడా విమర్శలు చేస్తారేమోనని భయం. కొందరు నాయకులు పెట్టుబడిదారీ దృక్పథంతోనే ప్రవర్తిస్తున్నారు. అందుకే వారు ప్రజల ఉద్యమాల్ని అణిచివెయ్యడానికే ప్రయత్నిస్తారు. ప్రజలు, వుద్యమాల్లో వుత్సాహకరంగా పాల్గొనేలాగ నాయకులు ధైర్యంగా ప్రజల్ని ప్రోత్సహించాలి. గతంలో తప్పులు చేసి వున్న నాయకులు, ప్రజల ముందు తప్పులు దిద్దుకోవాలి. బూర్జువా దృక్పథంగల నాయకుల్ని అధికారంనించి తొలిగించి (డిస్‌మిస్ చేసి) పార్టీలోని ఆ స్థానాల్ని కార్మికవర్గ విప్లవకారులు స్వాధీనం చేసుకోవాలి.

4. ప్రజలు, తమ విముక్తి కోసం తామే కృషిచెయ్యాలి. ప్రజల తరుపున ఇతరులు పనిచేసే విధానాలు పనికిరావు. తీవ్రమైన వర్గపోరాటంలో శిక్షణ పొందుతూ, శ్రామికవర్గాలు

తమకు ఏది అనుకూలమైనదో, ఏది వ్యతిరేకమైనదో గ్రహించుకోవాలి. గోడ పత్రికలద్వారా, చర్చల ద్వారా, బూర్జువా విధానాలపట్ల విమర్శల ద్వారా, ఆత్మవిమర్శల ద్వారా తమ తెలివినీ, వర్గ చైతన్యాన్నీ వృద్ధి చేసుకోవాలి.

5. ఒక విప్లవ లక్ష్యాన్ని చేపట్టినప్పుడు దానికి మిత్రులెవరో, శత్రువులెవరో గ్రహించుకోవాలి. విప్లవకారులపై ప్రధానంగా ఆధారపడుతూ, మధ్యస్తుల్ని తమవైపు తిప్పుకోవడానికి ప్రయత్నిస్తూ, మితవాదుల్ని తిరస్కరించాలి. మెజారిటీ కార్యకర్తల ఐక్యతనీ, మెజారిటీ ప్రజల ఐక్యతనీ సాధించాలి.

6. ప్రజల్లో వుండే వైరుధ్యాల్నీ; ప్రజలకూ, ప్రజా వ్యతిరేకులకూ మధ్య వుండే వైరుధ్యాల్నీ, సరిగా గ్రహించాలి. ప్రజల భిన్నాభిప్రాయాల మధ్య పోరాటం జరిగి, చివరికి ఏకాభిప్రాయం ఏర్పడుతుంది. కాబట్టి, చర్చల్ని ప్రోత్సహించాలి. వాస్తవాలను ముందుకు తేవడమూ, తర్కించడమూ, తర్కం ద్వారానే ఒప్పించడమూ— అనే పద్ధతులు చర్చల్లో అవలంబించాలి. భిన్నాభిప్రాయాలు గలవాళ్ళని 'బలవంతంగా లొంగదీసే' పద్ధతులు అవలంబించకూడదు. మైనారిటీని రక్షించాలి. కొన్నిసార్లు, 'నిజం' అనేది మైనారిటీలోనే వుంటుంది. ఒకవేళ, మైనారిటీ తప్పయినప్పటికీ, వాళ్ళ అభిప్రాయాల్ని వాళ్ళు అట్టే పెట్టుకోవడానికీ, వాళ్ళ అభిప్రాయాలతో వాళ్ళు వాదించడానికీ అవకాశం వుంచాలి. చర్చలనేవి పక్కదారులు పట్టించే విషయాలమీదకి జరిగి, అనంతంగా సాగకుండా చూడాలి.

7. పార్టీ నాయకులమీద విమర్శలు వచ్చినప్పుడు, ఆ నాయకులు, తమని వ్యతిరేకించడమే పార్టీనీ, సోషలిజాన్నీ వ్యతిరేకించడంగా భావిస్తారు. వుద్యమాల్లో ప్రజలద్వారా జరిగే కొన్ని తప్పుల్ని పట్టుకుని, కొందరు నాయకులు, ప్రజల్ని విప్లవ వ్యతిరేకులుగా ప్రచారం చేస్తారు. ఈ విషయాల్ని ఒప్పుకోకూడదు.

8. తప్పులు చేసే కార్యకర్తల్ని బహిరంగ పరచాలి. తప్పులు గ్రహించుకుని వారు బాగుపడడానికి కూడా అవకాశం ఇవ్వాలి.

9. సాంస్కృతిక విప్లవంలో చాలా కొత్త విషయాలు పుట్టుకొస్తున్నాయి. సాంస్కృతిక విప్లవ గ్రూపులూ, కమిటీలూ, మహాసభలూ, ఇవన్నీ ప్రజలు సృష్టించుకున్నవి. వీటిద్వారా ప్రజలు, పార్టీ నాయకత్వం కింద చైతన్యవంతులవుతున్నారు. విప్లవాన్ని నిర్వహించడానికి ఇవి ప్రజల అధికార సంస్థలు. పాత సంస్కృతితో, పాత సాంప్రదాయాలతో, పాత విషయాలతో, దీర్ఘకాలం పోరాడాలి కాబట్టి, సాంస్కృతిక విప్లవ సంస్థల్ని దీర్ఘకాలం వుండే పద్ధతిగా ఏర్పరచాలి. ఈ సంస్థల ఎన్నికలు, 'పారిస్ కమ్యూన్' ఎన్నికల పద్ధతిలో జరగాలి. జనం ఎంతో చర్చించినమీదట అభ్యర్థుల లిస్టులు తయారుచేసి ఎన్నికలు జరపాలి. సభ్యుల ప్రవర్తన సరిగా లేకపోతే వారిని తీసివేసి కొత్త ఎన్నిక జరపడానికి జనాలకు హక్కు వుంటుంది.

10. దోపిడీ వ్యవస్థల విద్యావిధానాన్ని పూర్తిగా మార్చివెయ్యాలి. విద్యాసంస్థల్లో-ఫ్యూడల్, బూర్జువా మేధావుల ఆధిపత్యాన్ని తీసివెయ్యాలి. విద్యని, ఉత్పత్తి కార్యంతో జోడించాలి. దీన్ని ప్రతీ స్కూలులోనూ అమలు జరపాలి. దీనివల్ల సోషలిస్టు చైతన్యంగల శ్రామికులు తయారవుతారు. పాఠ్యాంశాల్ని తగ్గించి, విద్యా కాలాన్ని కూడా తగ్గించాలి. విద్యార్థులు, వ్యవసాయ శ్రమలోనూ, పారిశ్రామిక శ్రమలోనూ, మిలటరీ శిక్షణలోనూ కూడా శిక్షణ పొందాలి. సోషలిస్టు చైతన్యంతో బూర్జువా విధానాల్ని విమర్శించడం నేర్చుకోవాలి.

11. ఫ్యూడల్, బూర్జువా భావాల్ని విమర్శించేటప్పుడు, సోషలిస్టు భావాల్ని వ్యక్తపరిచి వాటిని ప్రచారం చెయ్యాలి. ఈ విమర్శలు ప్రధానంగా – తత్వశాస్త్రం, చరిత్ర, రాజకీయార్థిక శాస్త్రం, విద్య, సాహిత్యం, కళలు, సైన్సెస్ - మొదలగు రంగాలలో అభివృద్ధి నిరోధక భావాలు వ్యక్తపరిచేవారిమీద సాగాలి. విమర్శించదగిన వ్యక్తుల్ని, పత్రికల్లో బహిరంగంగా విమర్శించవలసి వుంటే, ఆ విషయంపై ఆయా స్థాయిల కమిటీలు చర్చించి నిర్ణయించుకుని, పై కమిటీనించి అనుమతి కూడా పొందాలి.

12. సైంటిస్టులూ, టెక్నీషియన్లూ, ఇతర వుద్యోగులూ— దేశభక్తియుతంగానూ, కష్టించి పనిచేసే విధంగానూ, సోషలిజానికి వ్యతిరేకులు కాకుండానూ, విదేశాలతో అక్రమ సంబంధాలు పెట్టుకోకుండానూ వున్నంతకాలం, వారితో ఐక్యంగా వుంటూనే, అవసరమైతే విమర్శలు చేస్తూ, ఐక్యతని కాపాడుకునే పద్ధతిలో ప్రవర్తించాలి. ప్రత్యేకమైన సృజనాత్మక కృషి చేసినవారి విషయంలో ప్రత్యేక శ్రద్ధ వహించాలి. వారి భావజాలాన్నీ, ప్రపంచ దృక్పథాన్నీ, పని పద్ధతుల్నీ సోషలిస్టుగా మార్చడానికి ఓపికతో కృషిచెయ్యాలి.

13. సాంస్కృతిక విప్లవం— 'సోషలిస్టు ఎడ్యుకేషన్ వుద్యమాన్ని', గ్రామాలలోనూ పట్టణాలలోనూ వున్నతస్థాయికి తీసుకువచ్చింది. ఈ రెండు వుద్యమాల్నీ కలిపి చెయ్యాలి. సాంస్కృతిక విప్లవాన్ని ప్రధానంగా విద్యాసంస్థల్లోనూ, సాంస్కృతిక సంస్థల్లోనూ, పార్టీ సంస్థల్లోనూ, ప్రభుత్వ సంస్థల్లోనూ కేంద్రీకరించాలి. సోషలిస్టు ఎడ్యుకేషన్ వుద్యమం జరుగుతోన్న చోట కూడా ఈ విప్లవాంశాల్ని పెట్టి ఆ వుద్యమాన్ని వేగవంతం చెయ్యాలి.

14. ప్రజల ఐడియాలజీని (ఆలోచనా విధానాన్ని) విప్లవకరంగా మార్చడమే సాంస్కృతిక విప్లవ లక్ష్యం. అలా మార్చగలిగితే, పని జరిగే అన్ని రంగాలలోనూ మరింత అభివృద్ధికరమైన ఆర్థిక ఫలితాలు వస్తాయి. ప్రజల్ని పూర్తిగా చైతన్యవంతుల్ని చేస్తే— సాంస్కృతిక విప్లవమూ వుత్పత్తి కార్యమూ ఒకదానినొకటి ఆటంకపరుచుకునేటట్టు కాకుండా, రెంటినీ సమన్వయంతో నడపడమూ, పనిలో హై క్వాలిటీని సాధించడమూ జరుగుతాయి. సాంస్కృతిక విప్లవం, మన దేశంలోని వుత్పత్తి శక్తుల అభివృద్ధిని ప్రోత్సహించే శక్తి. 'సాంస్కృతిక విప్లవమూ, వుత్పత్తిలో అభివృద్ధీ, ఒకదానికొకటి పొసగని విరుద్ధ విషయాలు' అని చెప్పే ఏ అంశమైనా అభివృద్ధి నిరోధక విషయమే.

15. సైన్యంలో— సాంస్కృతిక విప్లవాన్ని, పార్టీ కేంద్రకమిటీ సూచనల ప్రకారమూ, సైన్యంలోని 'రాజకీయ డిపార్టుమెంటు' సూచనల ప్రకారమూ, నడపాలి.

16. మావో ఆలోచనా విధానాన్నీ, కార్మికవర్గ రాజకీయాల్నీ ప్రథమస్థానంలో వుంచాలి. వాటిని ప్రజలందరిలోనూ ప్రచారం చెయ్యాలి.

— ఈ 16 అంశాల్నీ 1966 ఆగస్టు 8న కేంద్రకమిటీ సమావేశం ఆమోదించింది. దానితోపాటు, ఆ సమావేశం ఆ విప్లవ కార్యక్రమాల్ని ప్రత్యేక బాధ్యతతో నిర్వహించడానికి, 18 మందితో ఒక కమిటీని ఏర్పర్చింది. దాని నాయకుడు చెన్-పోటా. చియాంగ్ చింగూ, కాంగ్ షెంగూ, చాంగ్ చున్ చియావో, యావో వెన్ యువాన్‌లు కూడా ఆ కమిటీలో సభ్యులు. అప్పటినించీ, పత్రికల్లో మితవాదంమీద విమర్శలు ఎక్కువయ్యాయి. మావో, రెడ్‌గార్డుల బహిరంగసభలో పాల్గొని వారికి బహిరంగంగా సపోర్టు ఇచ్చాడు. రెడ్‌గార్డులు దేశమంతా తిరిగి కార్మికుల్లో సాంస్కృతిక విప్లవాన్ని ప్రచారం చెయ్యడం ప్రారంభించారు.

ఫ్యాక్టరీ కార్మికుల్లో విప్లవ సంఘాలు ఏర్పడడం మొదలైంది. ట్రేడ్ యూనియన్లు ఆర్థికవాద దృక్పథంతో వుంటున్నాయనీ, తమకు ఫ్యాక్టరీ మేనేజిమెంటులో ఎక్కువపాత్ర కావాలనీ, విప్లవ కార్మిక సంఘాలు, డిమాండ్ చెయ్యడం ప్రారంభమైంది. కానీ, మితవాద ప్రభావంలో వున్న కార్మిక సంఘాలు, ఈ విప్లవాంశాల్ని వ్యతిరేకిస్తూనే వున్నాయి.

1966 సెప్టెంబరులో - మితవాద పంథా ఆధీనంలో వున్న కొన్ని పత్రికలు, 'సాంస్కృతిక విప్లవం విద్యా సంస్థలవరకేగానీ, వుత్పత్తి సంస్థల్లో జోక్యం చేసుకోరాదనీ, కార్మికులు వుత్పత్తి పనినే ప్రధానంగా చూసుకోవాలనీ' రాశాయి.

కానీ, అక్టోబరు నాటికి ప్రజల్లో కదలిక ప్రారంభమైంది. జాతీయ బూర్జువాలకు వడ్డీలు చెల్లించడాన్ని విమర్శించారు. పార్టీ విషయాల్ని విపరీతమైనంత రహస్యంగా వుంచడాన్నీ, అనుమానం వున్నవారిపై రహస్యంగా రిపోర్టులు తయారుచెయ్యడాన్నీ, విమర్శించారు.

66 అక్టోబరు 23న, లీషావోచీ ఆత్మవిమర్శ చేసుకున్నాడు- సాంస్కృతిక విప్లవంలో తను పొరపాటుగా ప్రవర్తించానని. ఆ ఆత్మవిమర్శని అంగీకరించాలని మావో అన్నాడు. రెడ్‌గార్డులు దాన్ని వ్యతిరేకించారు. రెడ్‌గార్డుల్లో అనేక విషయాలమీద భేదాభిప్రాయాలు వుండేవి. విప్లవకరంగా వుండే రెడ్‌గార్డులమీద అనేక దాడులు జరిగేవి. పార్టీలో వుండే మితవాద నాయకులే ఈ దాడుల్ని రహస్యంగా ప్రోత్సహించేవారు.

1966 డిసెంబరు నించీ, విప్లవంలో, కార్మికులు ప్రధాన పాత్ర అయ్యారు. వాళ్ళ సమస్యల్ని వాళ్ళు గుర్తించుకోవడం మొదలుపెట్టారు. పని పరిస్థితుల్లో అసౌకర్యాలూ, పీస్-వేజ్ పద్ధతీ, బోనసుల పద్ధతీ, మేనేజిమెంటులో కార్మికులకు పాత్ర లేకపోవడమూ, ట్రేడ్ యూనియన్ల మితవాదమూ— వగైరా అనేక సమస్యలు ఒక దానివెంట ఒకటి బయటపడ్డాయి.

నవంబరులో, షాంగై ఫ్యాక్టరీలో కార్మిక విప్లవ సంఘాలు, పార్టీ కమిటీల్ని తోసివెయ్యగలిగాయి (అంతవరకూ ఫ్యాక్టరీ విషయాలు చూస్తోన్న పార్టీ కమిటీలు, ఇక పనిచెయ్యలేని స్థితికి వచ్చాయి. కార్మికుల సపోర్టు వాటికి లేకుండా పోయింది.)

డిసెంబరులో, పార్టీ కేంద్రకమిటీ— ఇంకా ఇతర ఫ్యాక్టరీలలోనూ, గనులలోనూ కూడా విప్లవాన్ని విస్తరించాలని ప్రకటించింది. దానితో, ఫ్యాక్టరీలలోని మితవాద ట్రేడ్ యూనియన్లు, కార్మికుల దృష్టికి తాము విప్లవకరంగా కనపడడం కోసం, కార్మిక సమస్యలమీద తమకు చాలా సానుభూతి వున్నట్టు, కొన్ని ఆర్థిక డిమాండ్లతో కార్మికుల్ని సమీకరించి, సమ్మెలు చేయించడం ప్రారంభించాయి. విప్లవ కార్మిక సంఘాలు మాత్రం కార్మిక మేనేజిమెంటు కోసం పోరాటం మొదలుపెట్టాయి.

1966 చివరికి— ఫ్యాక్టరీల్లో, గనుల్లో, కమ్యూన్లలో, విద్యాసంస్థల్లో– విప్లవధోరణి వుధృతమైంది. కార్మికులే నడిపే పత్రికలు పుట్టుకొచ్చాయి. వుత్పత్తి సంస్థల్ని ఎలా నడుపుకోవాలీ అన్నది కార్మికుల మధ్య చర్చనీయాంశం అయింది. కార్మికుల చొరవా, చైతన్యమూ 1967 జనవరి నాటికి 'జనవరి తుఫాను'గా పేరు మోసే స్థాయికి పెరిగింది. (ఇంతవరకూ ఇచ్చిన వివరాలు 'బ్రుగ్గర్' పుస్తకం నించీ.)

సాంస్కృతిక విప్లవం ప్రారంభమైన మొదట్లో అది విద్యారంగాన్నీ, కళల రంగాన్నీ పట్టుకు తిరిగిందిగానీ, రానురానూ అది వుత్పత్తి రంగంలోకి రాగలిగింది. అంతకుపూర్వపు వుద్యమాలలోని మంచి అంశాలన్నీ కూడా ఇందులో కలిసినా, 'ముందడుగు' వుద్యమంలోని అంశాలు ఎక్కువగా ఇందులో మళ్ళీ ముందుకొచ్చాయి. గతంలోకన్నా కొంత ఎక్కువ స్పష్టతతోనూ, ఎక్కువ విప్లవకరంగానూ! వుత్పత్తి సంస్థల్లో వున్న అనేక పద్ధతులు, సోషలిస్టు పంథాలో అభివృద్ధి చెందడానికి అనుకూలించేవిగా లేనేలేవనే సంగతి అప్పుడప్పుడే వెలుగులోకి రావడం మొదలైంది (అదీ ఇంకా అస్పష్టంగానే!)

ఈ విప్లవం ద్వారా వుత్పత్తి సంస్థల్లో జరిగిన కొన్ని మార్పుల్ని చూస్తే, ఈ విప్లవానికి వున్న ప్రత్యేకత కొంత అర్థమవుతుంది.

ఉత్పత్తి సంస్థల్లో అంతవరకూ సాగుతోన్న 'ఏకవ్యక్తి మేనేజిమెంటు' పద్ధతిని తోసివేసి, కార్మికులే వుత్పత్తి సంస్థల్ని నడుపుకునే లక్ష్యంతో 'వర్కర్స్ మేనేజిమెంటు టీములు' ఏర్పడ్డాయి. ఈ టీముల సభ్యులంతా కార్మికులే. ఏ ఫ్యాక్టరీలో టీముని ఆ ఫ్యాక్టరీ కార్మికులే ఎన్నుకుంటారు. ఈ టీము సభ్యుల్ని ఎప్పుడంటే అప్పుడు తీసివేసే హక్కు కూడా ఆ కార్మికులకు వుంటుంది. (ఒకసారి ఎన్నికైతే ఇన్ని సంవత్సరాలు తప్పనిసరిగా వుండడం – అనే షరతు వుండదు. ఇదే పారిస్ కమ్యూన్ ఎన్నికల పద్ధతి). ఈ టీముల సభ్యులు కూడా ఎప్పటిలాగే వుత్పత్తిలో పాల్గొంటూనే వుంటారు. ఈ టీముల మీద, ప్రతీ అంశంలోనూ కార్మికులందరి అజమాయిషీ వుంటుంది. కార్మికులందరి సహకారంతోటీ, పర్యవేక్షణతోటీ, ఈ కార్మిక టీములు మేనేజిమెంటు బాధ్యతల్ని నిర్వహిస్తాయి. ఈ టీములు నిర్వహించే ప్రధానమైన పనులు— (1) కార్మికులందరికీ సోషలిస్టు సిద్ధాంతాన్ని బోధించే సిద్ధాంత, రాజకీయ కార్యకలాపాలు ఏర్పర్చడం. (2) వుత్పత్తికీ, సాంకేతిక విప్లవానికీ సంబంధించిన విషయాలు. (3) వుత్పత్తి ప్లానులూ, పెట్టుబడుల నిర్ణయాలూ, ధరల నిర్ణయాలూ, సమాజావసరాల కోసం మినహాయించే నిధుల నిర్వహణా— వగైరా ఆర్థిక విషయాలూ, మెటీరియల్ విషయాలూ. (4) పని పరిస్థితుల్ని సౌఖ్యవంతంగా, ప్రమాదాలు లేకుండా మార్చే వర్క్‌సేఫ్టీ విషయాలు. (5) ఫ్యాక్టరీకి సంబంధించిన వారందరి జనరల్ సంక్షేమం.

— ఈ విషయాలన్నిటిమీదా, (ఎప్పుడే విషయం అవసరమైతే దాని మీద) మొత్తం కార్మికులందరిలోనూ; ఇంజనీర్లూ, టెక్నీషియన్లూ వంటి ఇతర స్థాయిల వుద్యోగులలోనూ, చిన్న చిన్న బృందాలవారీగా, సెక్షన్లవారీగా చర్చలు జరుగుతాయి. చర్చల్లో ప్రతీ ఒక్క కార్మికుడి జోక్యమూ అవసరమయ్యేటట్టు చర్చల బృందాలు ఏర్పడతాయి. కిందస్థాయినించి పై స్థాయికీ, పై స్థాయినించి కిందస్థాయికీ అవసరమైనన్నిసార్లు విషయాల్ని పరిశీలించాక, సరైన అనుభవాల జ్ఞానంతో, నిర్ణయాలు జరుగుతాయి.

— అంతవరకూ వుత్పత్తిలోకి రాని ఎడ్మినిస్ట్రేటివ్ స్థాయి వుద్యోగులు (మేనేజర్లూ, డైరెక్టర్లూ, ఇంజనీర్లూ, టెక్నీషియన్లూ, ఆ ఫ్యాక్టరీ నిర్వహణతో సంబంధం గల పార్టీ కార్యకర్తలూ - వంటివారు) వారానికి 2, 3 రోజులు యంత్రాల ముందు నిలబడి సాధారణ కార్మికులలాగే వుత్పత్తిలో పాల్గొనడం అనే మార్పు కూడా ఈ విప్లవంలో జరిగింది. యంత్రాలకు సంబంధించిన సాంకేతిక విషయాల్ని 'కార్మికులూ - ఇంజనీర్లూ - కార్యకర్తలూ' కలిసే 'త్రీ ఇన్ వన్' బృందాలద్వారా చర్చించి నిర్ణయిస్తారు. 'యంత్ర నిర్మాణానికి'

సంబంధించిన పాత సిద్ధాంతానికి కొత్త ఆచరణల జ్ఞానం కూడా ఎప్పటికప్పుడు కలిసి, యంత్రాలు మరింత మెరుగైన పద్ధతుల్లో రూపొందడానికి, అంటే, యంత్రం దగ్గిర నిలబడి పనిచేసే మనిషికి ఒత్తిడీ ప్రమాదాలూ లేనివిధంగా యంత్రాలు తయారవడానికి, ఇది వుపయోగపడుతుంది. అంతకుపూర్వం, టెక్నీషియన్లూ ఇంజినీర్లే యంత్రాల నిర్మాణ విషయాల్లో హక్కుదారులుగా వుండేవారు. ఈ విప్లవంలో జరిగిన మార్పు — కార్మికుల మీద, ఇంజనీర్ల వంటి పై స్థాయి వుద్యోగుల ఆధిపత్యాన్నీ పెత్తనాన్నీ తీసివేసే మార్పు.

ఉత్పత్తినీ, ఉత్పత్తి నాణ్యతనీ పెంచడం; కొత్త ముడిపదార్థాల్ని కనిపెట్టడం; వేస్టునించి వుపయోగకరమైన పదార్థాలు రూపొందించి వేస్టుని తగ్గించడం; పెట్టుబడుల్ని తగ్గించగలగడం; టెక్నికల్ అభివృద్ధితో పాత యంత్రాల్ని మెరుగుపర్చడం; కొత్త యంత్రాల్ని తయారుచెయ్యడం; పని పరిస్థితుల్లో టెన్షన్ని తగ్గించే మార్గాలు కనిపెట్టడం — వగైరా పనులెన్నో అతి తక్కువ సంవత్సరాలలో కార్మికులు చెయ్యగలిగారు. సాంస్కృతిక విప్లవంలో తయారైన యంత్రాలు, పాతవాటితో పోలిస్తే 3 రెట్లు ఎక్కువ ఉత్పాదకశక్తిని ఇవ్వగలిగాయి.

ఒక కొత్త జ్ఞానాన్ని అన్ని ఫ్యాక్టరీలకూ అందించడమూ, ఫ్యాక్టరీ పత్రికల్లో ముద్రించడమూ, వర్క్ టీములన్నీ హాజరైన మీటింగుల్లో ఎవరి కొత్త ఆవిష్కరణలను వారు ప్రదర్శించడమూ, ఎవరి నూతన కార్యక్రమాల్ని వారు ఇతర కార్మికులకు వివరించడమూ — వగైరా కార్యక్రమాలు తరుచుగా జరుగుతాయి. పరిశ్రమలు పరస్పరం సహకరించుకోవడం అనేది, ఈ విప్లవంలో ఒక మార్పు.

నెలకోసారి ఫ్యాక్టరీ స్థాయి చర్చలూ, వారానికోసారి సెక్షన్ స్థాయి చర్చలూ, ప్రతిరోజూ వర్క్టీమ్ల చర్చలూ జరిగి తీరవలసిందే. ఈ చర్చలు ఏ విషయం మీదైనా కావచ్చు. ఏ సమస్య తలెత్తితే దానిమీద! అది, పార్టీ కార్యకర్తలతో వుండే సంబంధాల విషయంకావచ్చు; రాజకీయ సమస్యల విషయం కావచ్చు, సిద్ధాంతావగాహనలకు సంబంధించిన విషయాలు కావచ్చు; వ్యక్తిగత విషయాలూ కుటుంబ విషయాలూ అయినా కావచ్చు. రోజువారీగా కలిసే వర్క్ టీములే ఈ సమస్యల్ని మొదట చర్చిస్తాయి. ప్రతిరోజూ సాయంత్రానికి 'బ్యాలెన్స్షీటు' తయారవుతుంది. అది, కార్మికుల తప్పొప్పుల్నీ, వుద్యమంలో నిర్వహించవలసిన కర్తవ్యాల్నీ, ఎప్పటికప్పుడు చూపిస్తుంది.

ఉత్పత్తి సంస్థ — అనేది (ఫ్యాక్టరీగానీ, గనికానీ, సమిష్టి వ్యవసాయక్షేత్రంగానీ, ఏదైనా), కేవలం వుత్పత్తి జరిగేచోటు మాత్రమే కాదనీ; సిద్ధాంత పోరాటాలూ రాజకీయ పోరాటాలూ, ప్రధానంగా జరిగే స్థలం అదేననీ, సాంస్కృతిక విప్లవంలో స్పష్టం కావడం మొదలైంది.

— గ్రామీణ పారిశ్రామీకరణ కూడా ఈ విప్లవంలో మళ్ళీ వుత్సాహకరంగా సాగింది. దేశానికంతటికీ సంబంధించిన సెంట్రల్ ప్లానులు, గ్రామీణ పారిశ్రామీకరణ కోసం కమ్యూన్ల ప్లానులకూ, బ్రిగేడ్ల ప్లానులకూ తగినంత స్వేచ్ఛనిస్తూ, ఏర్పడ్డాయి. విద్యార్థులూ, పట్టణ కార్మికులూ, కార్యకర్తలూ, ఇతర వుద్యోగులూ, సైనికులూ గ్రామీణ ప్రాంతాల శ్రమలలో పాల్గొనడం సామాజికమైన మార్పుగా సాగింది.

— విద్యారంగంలో కూడా అనేకమైన సోషలిస్టు మార్పులు ఈ విప్లవకాలంలో జరిగాయి.

— ఈ మార్పులన్నిటి సారాంశంలోనూ అతి ప్రత్యేకమైన విషయాలు – (1) కార్మికుల మేనేజిమెంటూ, (2) శ్రమ విభజనలో మార్పులూ – అనేవి. సాంస్కృతిక విప్లవాన్ని "మహత్తర

విప్లవం"గా చేసిన గుణాత్మకమైన మార్పులు ఇవి. ('సాంస్కృతిక విప్లవం మహత్తరమైనది, అద్భుతమైనది' అంటూ దాన్నిగురించి చేసే 'పొగడ్తలలో' దాని మహత్తరత్వాన్ని చూడలేము. ఆ విప్లవంలో జరిగిన మార్పుల స్వభావాన్ని శాస్త్రీయమైన అర్థాలతో వివరించే "సాంస్కృతిక విప్లవమూ, పరిశ్రమల నిర్వహణా" అనే పుస్తకం ద్వారా మాత్రమే దాని ఔన్నత్యం గ్రహించగలము. ఆ విప్లవం గురించి ఇక్కడ రాసిన విషయాలకు ఆధారం ఆ పుస్తకమే).

సాంస్కృతిక విప్లవం— ముందడుగులతోటీ వెనకడుగులతోటీ, దాదాపు పది సంవత్సరాలపాటు, అమలులో వున్న వుద్యమంగానే నడిచింది. కానీ, పార్టీలోని మితవాద ధోరణులూ, అతివాద ధోరణులూ కూడా ఆ విప్లవాన్ని బలహీనపరిచాయి. 'మితవాద' ధోరణుల్ని కొంతవరకూ చూశాం. 'అతివాద ధోరణి ఏమిటంటే: 'ఎర్రజెండాని మరింత ఎరుపెక్కించండి', 'ఎర్రజెండాని మరింత మరింత సమున్నతంగా ఎగరెయ్యండి', 'మహత్తర శ్రామిక వర్గ విప్లవాయుధంతో బూర్జువా వర్గ మితవాదుల్ని అణిచెయ్యండి'- లాంటి అస్పష్ట, గందరగోళ, ఆర్భాటపు కేకలు వెయ్యడం అతివాదానికి మొట్టమొదటి లక్షణం. నిజమైన సోషలిస్టు ఆలోచనా, శాస్త్రీయమైన జ్ఞానం పట్ల తహతహా, విషయాలను ఓపికగా పరిశీలించడమూ, ఆడంబరం లేని సంస్కార దృష్టీ- వంటి లక్షణాలు 'అతివాదం'లో మచ్చుకైనా వుండవు. మాటల గారడీలతో విప్లవాన్ని సృష్టించడంలో దిట్ట ఇది. బూర్జువా మార్గీయుల మీద వ్యక్తిగత దాడులూ, హింసించడాలూ చెయ్యడంలోనే గొప్ప విప్లవాన్ని చూస్తుంది ఇది. ఈ రకమైన అతివాద ధోరణులెన్నో ఈ విప్లవకాలంలో తలెత్తి ప్రజల్ని గందరగోళపరిచాయి. అవి విప్లవాన్ని రక్షించలేకపోయాయి. (బెతల్‌హామ్, 1971లో చైనా వెళ్ళినప్పుడు, అక్కడ 'కార్మిక మేనేజిమెంటు టీములు' ఎంతో ఉత్సాహంగా పనిచేస్తూ ఫ్యాక్టరీలను తారుమారు చెయ్యడం చూశారు. ఆయన మళ్లీ 1975లో చైనా వెళ్ళినప్పుడు అలాంటి టీముల్ని ఒక్కదాన్ని కూడా చూడలేకపోయానని రాశారు.)

చివరికి 1976 అక్టోబరులో, మావో మరణం తర్వాత, పార్టీలో మితవాద నాయకులు, సైన్యం అండతో, కుట్ర పద్ధతుల్లో, సాంస్కృతిక విప్లవాన్ని నడపడంలో ప్రధాన నాయకులైన వాళ్ళని హఠాత్తుగా అరెస్టులుచేసి, రాజకీయాధికారాన్ని స్వాధీనం చేసుకున్నారు. దానితో, చైనా కమ్యూనిస్టు పార్టీలో 1949 నించీ సాగిన దీర్ఘకాలిక పోరాటంలో ఒక దశ ముగిసింది. గతంలో, మితవాదం ఎన్నిసార్లు పైచెయ్యి అయినా, అది విప్లవ పంథాని పూర్తిగా తోసివెయ్యలేకపోయింది. ఆ మార్పు ఇప్పుడు జరిగింది!

ఇక చైనా సమాజంలో, రివిజనిస్టుల పరిపాలన ప్రారంభమైంది. రివిజనిస్టులు అధికారం స్వాధీనం చేసుకున్న క్షణంనించీ, అన్ని రంగాలలోనూ బూర్జువా పంథాని స్థిరపరిచే చర్యలు ప్రారంభించారు— సోషలిజం పేరుతోనే! పారిశ్రామిక రంగంలోనూ, వ్యవసాయరంగంలోనూ శ్రామిక ప్రజలకు హాని కలిగించే విధానాలన్నీ పునరుద్ధరించారు. విద్యారంగంలో చాలావరకూ జరిగిన సోషలిస్టు మార్పులన్నిటినీ వెనక్కి తిప్పారు. సైన్సూ, టెక్నాలజీల రంగంలో కూడా బూర్జువా పంథాకే ఆధిక్యత ఇచ్చారు.

రివిజనిస్టులు – 'సాంస్కృతిక విప్లవం'మీద మరీ ప్రత్యేకంగా కక్ష కట్టారు. దాని ప్రధాన నాయకులైన (1) చాంగ్‌చుంగ్ చియావోనీ, (2) చియాంగ్ చింగ్‌నీ, (3) యావో వెన్‌యువాన్‌నీ, (4) వాంగ్‌హంగ్‌వెన్‌నీ – ఈ నలుగుర్నీ, "నలుగురి ముఠా" "దుష్ట చతుష్టయం" అనే పేర్లతో

సంవత్సరాల తరబడీ నిందించారు. చైనాలో జరిగిన మిగతా వుద్యమాలకన్నా సాంస్కృతిక విప్లవం మరీ ప్రమాదకరమైన వుద్యమంగా రివిజనిస్టులకు కనపడడమే, దాని నాయకుల్ని మరీ ప్రత్యేకంగా నిందించడానికి కారణం. ప్రజల హృదయాలలోంచీ, జ్ఞాపకాలలోంచీ సాంస్కృతిక విప్లవాన్ని చెరిపెయ్యాలన్నదే రివిజనిస్టుల ప్రయత్నం. దాని నాయకుల్ని అపకీర్తిపాలు చేస్తే, ఆ నాయకులమీద విలువపోయి, వాళ్ళు నడిపిన విప్లవంమీద కూడా విలువ పోతుందని రివిజనిస్టుల పథకం. ఆ పథకం దిగ్విజయంగా నెరవేరింది కూడా!

★ ★ ★ ★

రష్యాలో రివిజనిజం! **క్యూబా**లో రివిజనిజం! **కొరియా**లో రివిజనిజం! **వియత్నాం**లో రివిజనిజం! **చైనా**లో రివిజనిజం!— ఏమిటిది? ఎందుకిలా జరుగుతోంది? 'మితవాదులు అడ్డం వచ్చారు, అతివాదులు అడ్డం వచ్చారు' అని జవాబులు చెప్పుకుంటే, వాళ్ళు అడ్డంరారని మొదట అనుకున్నామా? వాళ్ళు ఎలాగూ అడ్డం వస్తారుకదా? వాళ్ళు అడ్డం వచ్చినప్పటికీ సోషలిజాన్ని నిర్మించగల మార్గం వుండాలి కదా?

ఈ మితవాదులూ, అతివాదులూ ఎవరు? స్వంత ఆస్తుల్ని సమిష్టి ఆస్తులుగా మార్చేసి, వుత్పత్తి సాధనాల్ని సమాజపరం చేసేసిన తర్వాత కూడా బూర్జువా పంథా ఇంత బలంగా వుండడం ఎలా సాధ్యమైంది? వ్యక్తిగత ఆస్తులు లేని సమాజంలో, లాభాల్ని జేబుల్లో వేసుకునే బూర్జువాలు ఎక్కడ వున్నారు? బూర్జువాలు లేని సమాజంలో బూర్జువా పంథా ఎలా వుంటుంది? ఎక్కడ వుంటుంది?

బూర్జువాలూ, బూర్జువా పంథాలూ లేనేలేవనుకుంటే - సోషలిజానికి వ్యతిరేకమైన మార్పులన్నీ మళ్ళీ ఎందుకు జరుగుతున్నాయి? శ్రామిక ప్రజల మేనేజిమెంటునీ, ఇతర సోషలిస్టు మార్పుల్నీ వెనక్కి తిప్పవలసిన అవసరం ఏమొచ్చింది? ఎవరి కొచ్చింది? వాటివల్ల 'నష్టపోయే' వాళ్ళెవరో లేకపోతే ఇదంతా మళ్ళీ ఎందుకు జరుగుతుంది? ఆస్తుల్ని సమాజపరం చేసిన తర్వాత కూడా సోషలిజం ఏర్పడలేదంటే లోపం ఎక్కడవుంది? సోషలిస్టు సిద్ధాంతాన్ని చెప్పిన మార్క్సిజంలోనే వుందా? ఇంకెక్కడైనా వుందా? — ఇటువంటి అతి ప్రధానమైన ప్రశ్నలెన్నో ప్రపంచం ముందుకు వస్తాయి. ఈ ప్రశ్నలన్నిటికీ సరైన జవాబులు కావాలి ఇప్పుడు.

ఈ ప్రశ్నలన్నిటికీ మొట్టమొదట క్లుప్తంగా ఒక జవాబు వుంది. "ఉత్పత్తి సాధనాల్ని సమాజపరం చేసేశాక కూడా........" అంటున్నామే! - అందులోనే వుంది ఆ జవాబు! ఏ పనైతే 'జరిగిపోయింది' అనుకుంటున్నామో, ఆ పని ఇంకా జరగకపోవడంలోనే వుంది ఆ జవాబు. ఉత్పత్తి సాధనాల్ని సమాజపరం చేసేపని ఇంకా 'నిజంగా' జరగలేదు కాబట్టే, సోషలిజం ఇంకా ఏర్పడలేదు - అన్నదే ఆ జవాబు. ఏ పని జరగాలో ఆ పని ఇంకా జరగలేదు కాబట్టే - బూర్జువాలు ఇంకా వున్నారు! బూర్జువా పంథా ఇంకా వుంది!— ఈ విషయాలే ఇప్పుడు అర్థం చేసుకోవలసి వుంటుంది.

స్వంత ఆస్తులన్నీ సమిష్టి ఆస్తులుగా మారిపోయిన తర్వాత, సమాజంలో ఏ వ్యక్తీ - 'ఈ ఫ్యాక్టరీ నాది', 'ఈ గని నాది', 'ఈ భూమి నాది' అని ప్రకటించుకోలేడు. గతంలో వుత్పత్తి సాధనాలున్న వాళ్ళంతా ఇప్పుడు వాటిమీద ఏ హక్కూ లేనివాళ్ళే. అయితే, వాళ్ళు

కూడా కొత్త సమాజంలో ఏదో ఒక పని చేస్తున్నారా? అలాచేస్తే, శ్రమ చెయ్యడంలో వాళ్ళు ఏ స్థానంలో వుంటున్నారు? శ్రమ ఫలితం పొందేప్పుడు ఎంత పొందుతున్నారు? – పాత బూర్జువాల సంగతే కాదు, అన్ని వర్గాల సంగతీ కూడా. స్వంత ఆస్తులు లేని ఈ కొత్త సమాజంలో "వుత్పత్తి సంబంధాలు" ఎలా వుంటున్నాయి? – ఇదీ ప్రధానమైన ప్రశ్న. ఈ విషయం గ్రహించడానికి కొన్ని అంశాలు చూడాలి.

1.) ఉత్పత్తి సంస్థల్లో మేనేజిమెంటు (అధికార నిర్వహణ) ఎవరు చేస్తున్నారు? శ్రామిక వర్గాలా? ఇతర వున్నత వర్గాలా? ఈ విషయంలో శ్రామిక వర్గాలు ఏ స్థానంలో వున్నాయి? అధికారాన్ని నిర్వహించే స్థానంలో వున్నాయా? వున్నత వర్గాల అధికారానికి లోబడే స్థానంలో వున్నాయా?

2.) 'శ్రమ చెయ్యడం'లో శ్రామిక వర్గాలు ఏ స్థానంలో వున్నాయి? శారీరక శ్రమలు చేసే స్థానంలో వున్నాయా? మేధాశ్రమలు చేసే స్థానంలో వున్నాయా? ఎవరే అంతస్తులో వున్నారు?

3.) ఉత్పత్తిని ఏ యే వర్గాల మధ్య ఎలా పంపకం చేస్తున్నారు? (అన్ని వర్గాలకూ జీతాలు ఎలా వున్నాయి?)

4.) ఈ కొత్త సమాజంలో, ప్రతీ వ్యక్తీ తన శ్రమలోంచి కొంత భాగం సమాజావసరాలకు వొదలవలసి వుంటుంది కాబట్టి, ఆ భాగం ఎంత వుండాలో ఎవరు నిర్ణయిస్తారు? దాన్ని ఏ యే అవసరాలకు ఎంతెంత వినియోగించాలో ఎవరు నిర్ణయిస్తారు?

5.) మొత్తం సమాజంలో, ఏ రంగంలో ఎంత వుత్పత్తి జరగాలో, ఏ రంగానికి ఎంత పెట్టుబడిని కేటాయించాలో, ఏ రంగంలో వుత్పత్తులకు ఎంతెంత ధరలు నిర్ణయించాలో, శ్రమ శక్తిని ఏ రంగంలో ఎలా వినియోగించాలో — వగైరా ప్లానింగులన్నీ ఎవరు నిర్వహిస్తున్నారు? ఈ విషయాలన్నిటిలో కార్మికుల పాత్ర ఎంత వుంది?

— ఈ రకమైన ప్రశ్నలకు వచ్చే జవాబులు చూశాక, కొత్త సమాజంలో 'వుత్పత్తి సంబంధాల' స్వభావం ఎలా వుందో అర్థమవుతుంది.

చైనాలో, ఈ కొత్త సమాజం ఏర్పడిన దగ్గిర్నించీ, వుత్పత్తి సంస్థల మేనేజిమెంటంతా, కమ్యూనిస్టు పార్టీ నియమించిన ఒక మేనేజర్ ద్వారానో, డైరెక్టర్ ద్వారానో నడిచే 'ఏకవ్యక్తి మేనేజిమెంటు' పద్ధతిలోనే వుంది. ఆ మేనేజర్‌ని, ఆ వుత్పత్తి సంస్థకు సంబంధించిన కార్మికులంతా ఎన్నుకునే పద్ధతి లేదు. పార్టీయే ఆ మేనేజర్‌ని నియమిస్తుంది (పార్టీలో మితవాద పంథాయే మెజారిటీగా వుంటే, ఆ పంథాకి అనుకూలంగా వుండే మితవాద భావాలుగల మేనేజర్లే వుత్పత్తి సంస్థల నిర్వహణలోకి వస్తారు). ఆ మేనేజరూ, ఆ వుత్పత్తి సంస్థలో వుండే పార్టీ కమిటీ నాయకులూ కలిసి, ఆ సంస్థకి సంబంధించిన సమస్తమైన మేనేజిమెంటు వ్యవహారాలూ చూస్తారు. ఆ సంస్థలో ఎన్ని వేల కార్మికులు వున్నా, ఆ సంస్థకు సంబంధించిన నిర్ణయాలలో వారికి ఏమీ పాత్ర వుండదు. రోజూ డ్యూటీకి వచ్చి డ్యూటీ అయిపోయిన తర్వాత బుద్ధిగా ఇళ్ళకు వెళ్ళిపోవడమే వాళ్ళ పని.

కమ్యూనిస్టు పార్టీ అంటే కార్మికుల పార్టీయే కాబట్టి, వుత్పత్తి సంస్థల్ని పార్టీ మేనేజ్ చెయ్యడం అంటే, అది కార్మికులు మేనేజ్ చెయ్యడమేనని పార్టీ అభిప్రాయం. కానీ, అది పూర్తిగా తప్పు. పార్టీ విప్లవకరంగానే వున్నా, అది కార్మిక క్షేమాన్ని కోరేదే అయినా,

కార్మికులకు మేలు కలిగించే నిర్ణయాలే అది చేస్తోన్నా, పార్టీ మేనేజిమెంటే కార్మికుల మేనేజిమెంటు కాదు. పార్టీ నిర్ణయాలే కార్మికుల నిర్ణయాలు కావు. వుత్పత్తి సంస్థల్ని మేనేజ్ చెయ్యడంగానీ, ఇతర అధికార నిర్వహణగానీ, కార్మిక వర్గమే స్వయంగా చేసుకునేటట్టుగా, పార్టీ, కార్మికవర్గాన్ని నడిపించాలిగానీ వాళ్ళ పని తనే చేసిపెట్టడం కాదు. అలా తనే చేస్తే మేనేజిమెంటు విషయాల్లో పార్టీ పాత్రే వుంటుందిగానీ, కోట్లాదిగా వున్న శ్రామికుల పాత్ర ఏమీ వుండదు. శ్రామిక వర్గాల్ని ఎడ్యుకేట్ చేస్తూ నడిపించడమూ, ఆ వర్గాలతో కలిసి చేసే సమిష్టి చర్యలలో తను కూడా వుండడమూ, పార్టీ చెయ్యాలి. కోట్లకొద్దీ సంఖ్యలో వున్న శ్రామికవర్గాల్ని దూరంగా వుంచి, తన సభ్యులుగా చేరినవారితో మాత్రమే మేనేజిమెంటుని నిర్వహించడం అంటే, అది శ్రామిక వర్గాల్ని చైతన్యవంతుల్ని చెయ్యగల మార్గమేకాదు (వాళ్ళు ఆచరణలోకే రావడం లేదు కాబట్టి). జబ్బు పిల్లాడి నోట్లో వెయ్యవలసిన మందు, తన నోట్లో వేసుకున్న తల్లి ఆ పిల్లాణ్ణి ఎంత ఆరోగ్యవంతుణ్ణి చెయ్యగలదో — శ్రామిక వర్గాల్ని 'అసలు పని'లోకి తీసుకురాకుండా ఆ పనులన్నీ తనే చేసే పార్టీ, ఆ వర్గాల్ని అంత విముక్తి చెయ్యగలదు. సాంస్కృతిక విప్లవంలో 'కార్మికుల మేనేజిమెంటు' ప్రారంభమయ్యే వరకూ పరిస్థితి ఇదే.

కొత్త సమాజం ప్రారంభమైన తర్వాత కూడా — కార్మికులు ఎప్పటిలాగే, యంత్రాల దగ్గిర నిలబడి డైరెక్టుగా వుత్పత్తిని నిర్వహించే (పెర్‌ఫార్మెన్స్) పనిలోనూ; మేనేజర్లూ, ఇంజనీర్లూ, టెక్నీషియన్లూ వంటి 'వున్నతోద్యోగులు', కార్మికులద్వారా వుత్పత్తి జరిగేటట్టు చూసే (ఎడ్మినిస్ట్రేషన్) పనిలోనూ వున్నారు. (కెమిస్టులూ, టెక్నీషియన్లూ వంటి కొందరు వుద్యోగులు ఏ విభాగంలోకి వస్తారనేది, ఆయా వుత్పత్తి సంస్థల్లో జరిగే పనుల ప్రత్యేకతల్ని బట్టి వుంటుంది. ఈ విషయాల్ని జనరల్‌గా నిర్ణయించడం సరైందికాదు.) ఇక్కడ ప్రధానమైన విషయం — ఈ కొత్త సమాజంలో కూడా, డైరెక్టుగా వుత్పత్తిలోకి రాకుండా అధికారాన్ని నిర్వహించే భాగమూ, దానికి లోబడి వుంటూ వుత్పత్తి పనులు చేసే భాగమూ ఇంకా వేరు వేరుగానే వుంటున్నాయి — అన్నదే. ఉత్పత్తిదారులైన కార్మికులు, ఇంకా 'లోబడివుండే' స్థానంలోనే వున్నారు అన్నది ప్రధానం. కార్మికులు మేనేజిమెంటులో లేరు — అంటే, వుత్పత్తి ప్లానింగులూ వగైరా విషయాల్లో కార్మికుల పాత్ర ఏమీ లేదని అర్థం. అదంతా ఎడ్మినిస్ట్రేటివ్ అధికారులూ, పార్టీ నాయకులూ నిర్ణయించే విషయాలే. మనం చూస్తోన్న 5 అంశాలలోనూ కార్మికుల పాత్ర ఏమీ లేదు. ఆ 5 అంశాల్లో 3వ అంశాన్ని ప్రత్యేకంగా చూడాలి. జీతాలు ఎలా వుంటున్నాయి అనే అంశాన్ని.

శ్రమలో ఎవరు ఏ స్థానంలో పాల్గొంటున్నారు — అనేదాన్నిబట్టే జీతాలు వుంటాయి. ఒక కార్మికుడికన్నా ఒక ఇంజనీర్‌కి తప్పనిసరిగా ఎక్కువ జీతం వుంటుంది. కార్మికుల్లో ఎంత నైపుణ్యంగల శ్రమ కోవకు చెందిన కార్మికుణ్ణి తీసుకున్నా అతని జీతం కన్నా ఫ్యాక్టరీ మేనేజర్ జీతం అనేక రెట్లు (పదిరెట్లకు పైగా కూడా) వుంటుంది. ఈ జీతాలలో తేడాలేగాక, పైస్థాయి వుద్యోగులకందరికీ 'ప్రత్యేక సౌకర్యాలు' (ప్రివిలేజెస్) వుంటాయి. ఈ విషయాలన్నీ కొత్త సమాజంలో కూడా ఎప్పటిలాగే వున్నాయి. వీటిలో తగినంత మార్పులు జరగలేదు.

ఈ జీతాల నిర్ణయాలు ఎవరు చేస్తారు? అన్ని నిర్ణయాలూ ఎవరు చేస్తారో, వాళ్ళే. సంస్థల మేనేజర్లూ, పార్టీ నాయకులూ, ఆర్థికవేత్తలూ కలిసి చేస్తారు — కార్మికులు మాత్రం లేకుండా! సమాజంలో మొత్తం జీతాల పద్ధతి ఎన్ని గ్రేడ్లుగా వుండాలీ, ఏ గ్రేడుకి ఎంత

జీతాన్ని నిర్ణయించాలీ, ఏ గ్రేడ్లకి ప్రత్యేక సౌకర్యాలు నిర్ణయించాలీ – వంటి నిర్ణయాలలో కార్మికులకేమీ పాత్ర వుండదు. (కార్మికులకు మార్క్సిస్టు ఆర్థికశాస్త్ర విషయాలు తెలిసేవిధంగా ప్రత్యేక తరగతులు నిర్వహిస్తూ; వారికి కావలసిన చదువులు చెపుతూ; ఆర్థికవేత్తలూ, పార్టీ కార్యకర్తలూ కార్మికులతో చర్చించి - జీతాల నిర్ణయాల్లో కార్మికుల పాత్రే ప్రధానంగా వుండేటట్టు చెయ్యాలి. సాంస్కృతిక విప్లవం దాకా ఈ అంశమే అమలులోకి రాలేదు!)

ఇంకొక్క అంశంచూస్తే ఈ విషయంమీద ఒక అవగాహనకు రావచ్చు. స్వంత ఆస్తులు లేని ఈ కొత్త సమాజంలో 'దోపిడీ' వుంటుందా – అన్న అంశం చూస్తే! శ్రమచెయ్యని వాళ్ళు, శ్రమ చేసేవాళ్ళ శ్రమ ఫలితంలోంచి కొంత భాగం కొట్టెయ్యడమే కదా దోపిడీ అంటే? ఈ 'కొట్టెయ్యడం' ఎక్కడ జరుగుతూవుంటే అక్కడ దోపిడీ వున్నట్టే లెక్క. ఈ కొత్త సమాజంలో ప్రతీ వ్యక్తీ ఏదో ఒక పనిచేస్తాడు అనుకుందాం. శ్రమ చెయ్యకుండా ఇతరుల శ్రమ మీదే బతికే వర్గాలు ఇక్కడ వుండవు అనుకుందాం. అయినా, ఇతరుల శ్రమని దోచడానికి ఇక్కడ కూడా కావలసినంత అవకాశం వుంటుంది. బూర్జువా సమాజంలో జరిగే దోపిడీ, బూర్జువాకి వచ్చే "లాభం" రూపంలో స్పష్టంగా కనపడుతుంది. ఇక్కడ దోపిడీ, ఆ రూపంలో వుండదు. మేధా శ్రమల రంగాలలో వుండే పెద్ద పెద్ద జీతాల రూపంలోనూ, ప్రత్యేక సౌకర్యాల రూపంలోనూ, పబ్లిక్ ఫండ్సని కొన్ని వర్గాలు తమకు అనుకూలంగా నిర్వహించుకునే రూపంలోనూ, వుంటుంది. మేనేజిమెంటు ఇంకా వున్నతవర్గాల చేతుల్లోనే వున్నప్పుడు, శారీరక శ్రమలకు అతి తక్కువ విలువలూ, మేధాశ్రమలకు అతి ఎక్కువ విలువలూ నిర్ణయిస్తూ వుంటారు. తమ వర్గాలకు ప్రత్యేక సౌకర్యాలు పెట్టుకుంటారు. శ్రామికుల శ్రమని కొట్టెయ్యకుండా, పెద్ద పెద్ద జీతాలూ, ప్రత్యేక సౌకర్యాలూ నడవ్వు. (అంతస్తులవారీ విధానంమీదా, ప్రత్యేక సౌకర్యాలమీదా వేరేచోట్ల ఫుట్‌నోట్లు వున్నాయి. అందులో అంశాలతో కూడా కలిపి ఈ విషయాలు అర్థం చేసుకోవాలి.)

స్వంత ఆస్తుల్ని తీసేసిన సమాజంలో దోపిడీ వుంటుందా – అనే ప్రశ్నకి జవాబు: దోపిడీకి గురయ్యే వర్గాలు నిద్రపోతూ వుంటే దోపిడీ ఎప్పటిలాగే వుంటుంది; ఆ వర్గాలు కళ్ళు తెరిచి తగిన చర్యలు తీసుకుంటే అది తగ్గడం ప్రారంభమవుతుంది — అన్నదే.

ఈ అంశాలన్నిటిని బట్టి ఈ పాటికి ఒక విషయం స్పష్టం అవ్వాలి. ఉత్పత్తి సాధనాలమీద స్వంత హక్కుని తీసేసి, సమిష్టి హక్కుని పెట్టినంతమాత్రానే వుత్పత్తి సంబంధాలు సోషలిస్టుగా మారవు - అని. (రష్యాలోగానీ, చైనాలోగానీ ఇంకా అలా మారలేదు). హక్కుల మార్పు అనేది, కేవలం చట్టాల (లీగల్) విషయం మాత్రమే. ఒక ఫ్యాక్టరీ గురించి – 'ఇది ఇవ్వాల్టినించీ ఫలానా బూర్జువాది కాదు, కార్మిక ప్రభుత్వానిదే' అని కాయితాలమీద రాసినంత మాత్రాన్నే, ఆ ఫ్యాక్టరీలో అంతవరకూ సాగుతోన్న సంబంధాలన్నీ, ఆటోమేటిక్‌గా రద్దయిపోవు. ఆ ఫ్యాక్టరీనించి వచ్చే రాబడిని 'లాభం' పేరుతో తీసుకునే హక్కు, పాత బూర్జువాకి లేకపోవచ్చు. కానీ, అది ఇంకో పద్ధతిగా వున్నత వర్గాలకే అందుతూవుంటే? ఆ పాత బూర్జువా, తన ఫ్యాక్టరీలోనే వున్నతోద్యోగంలో వుండి పెద్ద జీతమూ, ఇతర సౌకర్యాల రూపంతో మరికొంత విలువా పొందుతూ వుంటే? మొత్తం సమాజంలో అలాంటి వర్గాలే ఇంకా వుంటే?

[3]

ఆ ఫ్యాక్టరీ 'నిజంగా' కార్మికులది కావాలంటే, ఆ ఫ్యాక్టరీ సంబంధాలలో వేరే రకం మార్పులు జరగాలి. ఆ మార్పులన్నీ కార్మికులే స్వయంగా (పార్టీ మార్గ దర్శకత్వంలో) చేసుకోగలగాలి. ఆ మార్పులు ప్రారంభించాలంటే ఆ ఫ్యాక్టరీమీద హక్కుని లీగల్‌గా మార్చడం మొట్టమొదట తప్పకుండా అవసరమే. కానీ, ఆ లీగల్ మార్పుతోనే అంతవరకూ సాగుతోన్న వుత్పత్తి సంబంధాల గుణం మారిపోదు. అప్పటికి కూడా ఆ సంబంధాలు ఇంకా బూర్జువా పంథాలోనే వుంటాయి. వాటిని సోషలిస్టుగా మార్చుకోవడానికి కావలసిన పనులు అప్పటినించీ ప్రారంభం కావాలి. దానికోసం ప్రధానంగా 2 విషయాలు అవసరం.

1. కార్మికవర్గ మేనేజిమెంటు. 2. బూర్జువా- శ్రమ విభజనలో మార్పు.

ఈ విషయాలు కొంచెం వివరంగా చూద్దాం.

1. ఉత్పత్తిలో డైరెక్టుగా పాల్గొనే వుత్పత్తిదారులే వుత్పత్తి క్రమం మీదా, వుత్పత్తి సాధనాలమీదా అధికారం నిర్వహించుకోవాలి. ఆ వర్గాలే అధికారం ఎందుకు నిర్వహించుకోవాలంటే, దోపిడీకి గురి అయ్యేది ఆ వర్గాలే గనక. తమ శ్రమని వున్నత వర్గాలు దోచకుండా ఆర్థికపరమైన విషయాలన్నిటినీ అజమాయిషీ చేసుకోవలిసింది ఆ వర్గాలే గనక. మార్క్సిజం చెప్పే 'కార్మికవర్గ నియంతృత్వ' సూత్రాల ప్రకారం, ఈ కొత్త సమాజంలో, దోపిడీకి గురి అయ్యే వర్గాల మేనేజిమెంటే ఏర్పడాలి (వర్గాలన్నీ చెదిరి, అంతరించిపోయే క్రమంలో ఈ మేనేజిమెంటు అవసరం తీరిపోతుంది). పార్టీ మేనేజిమెంటే కార్మికవర్గ మేనేజిమెంటు కాదన్న సంగతి ముఖ్యంగా కమ్యూనిస్టులూ, కార్మిక వర్గమూ గ్రహించాలి. ఎందుకు కాదంటే, కార్మికవర్గంలో ప్రతీ వ్యక్తీ పార్టీలో వుండడు (పార్టీ సభ్యుడిగా వుండడు). నూటికి ఐదుగురో, ఆరుగురో, పోనీ పదిమందో మాత్రమే పార్టీ సభ్యులుగా వున్నప్పుడు, కార్మికవర్గం అంతా చెయ్యవలసిన పని, పార్టీ చెయ్యడం అంటే, ఆ 10 మంది కార్మికులే మిగతా 90 మంది కార్మికులతో సంబంధం లేకుండా, 100 మంది తరుపునా అధికార నిర్వహణ చేస్తున్నారన్నమాట. ఇది అనేక వైరుధ్యాలకు దారితీస్తుంది. ఒక ఫ్యాక్టరీలోవున్న కార్మికులు మొత్తం డైరెక్టుగా మేనేజిమెంటులో పాల్గొనడానికి వీలునిచ్చే నిర్మాణం వుండాలి. సాంస్కృతిక విప్లవంలో జరిగినట్టు, అడుగు స్థాయినించీ కార్మికులందరూ ఆ విషయాల్ని నిర్వహించే వీలుండాలి. ఈ మేనేజిమెంటుకి, పార్టీ, తన నాయకత్వమూ, మార్గదర్శకత్వమూ ఇవ్వాలి.

2. 'బూర్జువా శ్రమ విభజన'ని, 'సోషలిస్టు శ్రమ విభజన'గా మార్చుకోవాలి.

బూర్జువా శ్రమ విభజన అంటే — బూర్జువా సమాజంలో 'శ్రమ విభజన' ఎలాంటి పద్ధతిలో జరుగుతోందో అలాంటి పద్ధతి శ్రమ విభజన. ఒక వ్యక్తి జీవితమంతా ఒకే పని చెయ్యడం బూర్జువా శ్రమ విభజనకి ప్రధాన లక్షణం. ఒక వ్యక్తి జీవితమంతా 'మేధాశ్రమ' మాత్రమే చెయ్యడం. లేదా, 'శారీరక శ్రమ' మాత్రమే చెయ్యడం. అందులో మళ్ళీ ఒక్కొక్క దాంట్లోనే అనేక రకాలు వుంటాయి. 'మేధాశ్రమ'లో నైపుణ్యంగల శ్రమలూ, నైపుణ్యంలేని శ్రమలూ వుంటాయి. అలాగే, 'శారీరక శ్రమ'లో కూడా నైపుణ్యంగల శ్రమలూ, నైపుణ్యంలేని శ్రమలూ వుంటాయి. — ఈ రకంగా అనేక విభజనల మధ్య ఒక వ్యక్తి ఏదో ఒక అతి చిన్న విభజనలో జీవితమంతా ఇరుక్కుపోయి వుంటాడు. ఈ బూర్జువా శ్రమ విభజనవల్ల వచ్చే ఫలితాల్ని వేరువేరు కోణాలలో పరిశీలిస్తే, ఈ శ్రమ విభజనని మార్చవలసిన అవసరమేమిటో అర్థమవుతుంది.

సమాజంలో వుండే— శ్రమల విలువలన్నీ (ఖరీదులు) అనేక రకాల తేడాలతో వుంటాయి. శ్రమల్ని వుపయోగపు విలువల దృష్టితో చూస్తే, వాటిలో ఎక్కువ తక్కువలు లేవు. అన్నీ వుపయోగకరమైనవే. కానీ, ఏ శ్రమకి ఎంత ఖరీదు వుంటుంది అని, వాటి 'మారకం విలువల్ని' చూస్తున్నప్పుడు, అన్ని శ్రమలకూ ఒకే విలువ ఇవ్వడం సాధ్యంకాదు. వస్తువులకుగానీ, వేరువేరు శ్రమలకుగానీ వుండే మారకం విలువల్ని కొలిచే కొలబద్ద, వాటి వుత్పత్తులకు పట్టే శ్రమ కాలాలే కాబట్టీ; శారీరక శ్రమని నేర్చుకోవడంకన్నా, మేధాశ్రమని నేర్చుకోడానికి ఎక్కువకాలం పడుతుంది కాబట్టీ— శారీరక శ్రమ విలువకన్నా మేధాశ్రమ విలువ ఎక్కువగా వుంటుంది. 1 గంటసేపు శారీరక శ్రమ చేసినప్పుడు వచ్చే ప్రతిఫలంకన్నా, 1 గంటసేపు మేధాశ్రమ చేసినప్పుడు వచ్చే ప్రతిఫలం ఎక్కువగా వుంటుంది. (అలా వుండడం సహజమే). ఆ శారీరక శ్రమలలోనూ, మేధా శ్రమలలోనూ కూడా, నైపుణ్యంలేని శ్రమ విలువకన్నా, నైపుణ్యంగల శ్రమ విలువ ఎక్కువగా వుండక తప్పదు.

శారీరక శ్రమల్లో అనేక రకాలూ, మేధాశ్రమల్లో కూడా అనేక రకాలూ వుంటాయి. కానీ, ఒక సమాజం, శ్రమలకు విలువలు కట్టేప్పుడు– శారీరక శ్రమల్ని కొన్ని స్థాయిలుగానూ, మేధాశ్రమల్ని కొన్ని స్థాయిలుగానూ లెక్కలోకి తీసుకుంటుంది. ఇక్కడ, విషయం తేలిగ్గా అర్థం కావడం కోసం, శారీరక శ్రమలు 3 స్థాయిలు (గ్రేడ్లు)గానూ, మేధాశ్రమలు 3 స్థాయిలుగానూ వున్నాయనుకుందాం. నిపుణత్వంలో ఎక్కువ తక్కువల్నిబట్టి ఈ గ్రేడ్లు ఏర్పడతాయి. శారీరక శ్రమల్లో– అడుగు గ్రేడుకి వుండే విలువ కొంచెం పెరుగుతూ పెరుగుతూ పై గ్రేడు దాకా వెళ్తుంది. అలాగే మేధాశ్రమల్లో కూడా అడుగు గ్రేడుకీ పై గ్రేడుకీ తేడా వుంటుంది. అంటే, శారీరక శ్రమలు చేసే వాళ్ళందరూ ఒకే స్థాయిలో వుండరు. ఒకే సంపాదనతో వుండరు. ఏ గ్రేడులో వుంటే ఆ గ్రేడుని బట్టి ఆదాయం వుంటుంది. అలాగే మేధాశ్రమలో కూడా. సాధారణంగా వుత్పత్తిలో డైరెక్టుగా పాల్గొనే వాళ్ళందరూ శారీరక శ్రమలు చేసేవారిగానే వుంటారు. ఈ తేడాలన్నిటినీ క్లుప్తంగా అర్థం చేసుకోవడం కోసం, మేధాశ్రమకు ఎక్కువ విలువా, శారీరక శ్రమకు తక్కువ విలువా వుంటుందనే జనరల్ సూత్రాన్ని అర్థం చేసుకోవాలి.

బూర్జువా సమాజం వరకూ వున్న అన్ని దోపిడీ సమాజాలలోనూ– శ్రమ చేసే వర్గాన్నే తీసుకుంటే, అందులో కొన్ని సెక్షన్లు కేవలం శారీరక శ్రమలే చేస్తే, కొన్ని సెక్షన్లు కేవలం మేధాశ్రమలే చేస్తాయి. అంటే మొదటి సెక్షన్లు ఎప్పుడూ విలువ తక్కువ శ్రమలే చేస్తే, రెండో సెక్షన్లు ఎప్పుడూ విలువ ఎక్కువ శ్రమలే చేస్తాయి. శారీరక శ్రమలు చేసే సెక్షన్లు ఎప్పుడూ తక్కువ సంపాదనతోనూ, మేధాశ్రమలు చేసే వర్గాలు ఎప్పుడూ ఎక్కువ సంపాదనతోనూ వుంటాయి.

శారీరకశ్రమ విలువకీ, మేధాశ్రమ విలువకీ మధ్య 'సహజంగానే' కొంత తేడా వుండడానికి అవకాశం వుంది. ఈ పరిస్థితికి, దోపిడీ సమాజం, ఇంకా అసహజమైన పరిస్థితులు కొన్ని కలిపి, ఆ తేడాని మితిమీరిన స్థాయిలో వుండేటట్టు చేస్తుంది. శారీరక శ్రమకి న్యాయంగా వుండవలసిన విలువని బాగా తగ్గించి, మేధాశ్రమకి న్యాయంగా వుండవలసిన విలువని బాగా పెంచుతుంది. మేనేజిమెంటు ఎవరిచేతుల్లో వుంటుందో వాళ్ళే కదా జీతాలు నిర్ణయించేది? — మొత్తం వుత్పత్తిఅయిన వస్తువులు 25 వున్నాయనుకుందాం. వాటిలో, శారీరక శ్రమలకు 10, మేధాశ్రమలకు 15 ఇవ్వడం న్యాయం అనుకుందాం.

ఈ తేడాని 5 గానూ, 20 గానూ కూడా చెయ్యవచ్చు. 4 గానూ, 21గానూ కూడా! ఆ తేడాని మార్చుతూ ఆ వాటాల్ని ఎన్ని రకాలుగా అయినా చెయ్యవచ్చు - శ్రామికవర్గాలు చావకుండా కాస్త కొనవూపిరితో వుండడానికి సరిపోయే వస్తువులు మాత్రమే ఆ వర్గాలకు ఇచ్చేలాగ! 'శారీరక శ్రమ విలువకీ, మేధాశ్రమ విలువకీ తేడా వుండడం శాస్త్రీయమైన విషయమే' అనే వాదంతో, దోపిడీ సమాజం, ఎప్పుడూ శారీరక శ్రమల వర్గాలకు చెందవలసిన ఫలితాన్ని దోచి మేధాశ్రమల వర్గాలకు పెడుతుంది. ఎందుకంటే, ఆ వర్గాలు తనకు అండగా వుండాలి కాబట్టి. దోపిడీ సమాజంలో వున్నతోద్యోగులందరి జీతాలూ దోపిడీ జీతాలే. కలెక్టర్లూ, జడ్జీలూ, ఆఫీసర్లూ, ప్రొఫెసర్లూ, డాక్టర్లూ — ఇటువంటి మేధాశ్రమల వుద్యోగులందరి జీతాలూ దోపిడీ జీతాలే. (ఇంకా కొంత తక్కువ స్థాయి వుద్యోగుల జీతాలు కూడా కొంత దోపిడీ భాగంతో వుండేవే). ఒక ఉన్నతోద్యోగికి వచ్చే జీతం, 'అతని శ్రమకి న్యాయంగా వచ్చే కష్టార్జితం' అనుకోకూడదు. అందులో కష్టార్జితం పాలు చాలా తక్కువ. ఉన్నతోద్యోగులు, ఒకపక్క, పెద్ద జీతాలు పొందుతూనే; ఇంకోపక్క సకల సౌకర్యాలూగల భవంతులూ, కార్లూ, వుచితవైద్యాలూ, వుచిత ప్రయాణాలూ, ప్రత్యేక అలవెన్సులూ - వగైరాల్ని 'ప్రత్యేక సౌకర్యాల' రూపంలో, తమ 'శ్రమ'తో ఏమీ సంబంధంలేనంత విలువని, స్వాహా చేస్తారు. లేదా, ఇంకోరకంగా ఎలా జరుగుతుందంటే — జీతాల్లో పెద్ద తేడా లేనట్టు కనపడేట్టు చెయ్యడానికి జీతాల్ని దాదాపు ఒక స్థాయిలో వుంచుతారు. కానీ, ప్రత్యేక సౌకర్యాల రూపంలో అనేక రెట్ల విలువని ఎక్కువగా కొట్టేస్తారు. ఈ విషయాల్ని నిర్ణయించేది దోపిడీ ప్రభుత్వమే కాబట్టీ, శ్రామిక వర్గాల జీతాల్ని జుగుప్సాకరమైనంత తక్కువ స్థాయిలోకి తోసేసి, మేధావి వర్గాల (మేధాశ్రమలు చేసే వర్గాల) జీతాల్నీ, సౌకర్యాల్నీ మితిమీరిన స్థాయిలో వుంచుతుంది.

శ్రామికవర్గాలు చేసే ఆర్థిక పోరాటాలు, తమ జీతాల్ని కాస్త పెంచుకోగలిగేటట్టు చేస్తూంటాయి. వర్గాల్ని చెక్కు చెదరనివ్వకుండా వుంచే అతి ప్రధానమైన అంశం — ఎక్కువ విలువగల శ్రమల్ని కొందరూ, తక్కువ విలువగల శ్రమల్ని కొందరూ వేరువేరుగా చేసే శ్రమ విభజనని పాటించడమే.

శారీరకశ్రమకీ, మేధాశ్రమకీ న్యాయమైన పద్ధతిలో విలువ కట్టినప్పుడు ఆ విలువల మధ్య మితిమీరిన తేడా వుండదు. కానీ, ఎంతో కొంత తేడా మాత్రం తప్పదు. కొంత తేడా వుండబట్టే దాన్ని దోపిడీ వర్గాలు మరింత తేడాగా చెయ్యగలుగుతాయి. కొన్ని వర్గాల్ని ఎప్పుడూ తక్కువ ఆదాయాలతోటీ, కొన్ని వర్గాల్ని ఎప్పుడూ ఎక్కువ ఆదాయాలతోటీ వుండేటట్టు చేసే ఈ సమస్యకి, పరిష్కారం ఏమిటి?

— శారీరక శ్రమలు మాత్రమే చేసే వర్గాలు, మేధాశ్రమలలోకీ; మేధాశ్రమలు మాత్రమే చేసే వర్గాలు శారీరక శ్రమలలోకీ రావడమే ఆ పరిష్కారం! అలాగే, నైపుణ్యంలేనటువంటీ, వున్నటువంటీ శ్రమల విషయం కూడా. ఈ మార్పులవల్ల, ఒక వ్యక్తి ఎప్పుడూ విలువ తక్కువ శ్రమే, ఇంకో వ్యక్తి ఎప్పుడూ విలువ ఎక్కువ శ్రమే చేసే పరిస్థితులు మారి — ప్రతీ వ్యక్తీ కొంతకాలం విలువ తక్కువశ్రమా, కొంతకాలం విలువ ఎక్కువశ్రమా కూడా చేస్తాడు. కాబట్టి, వ్యక్తుల (వర్గాల) శ్రమ విలువల మధ్య తేడాలు పోయి, ప్రతీ వ్యక్తి శ్రమకూ ఒకే విలువ ఏర్పడుతుంది. అందరి శ్రమలకూ ఒకే విలువ ఏర్పడడం అంటే, అది, శ్రమలు చెయ్యడం మిగిలి వాటి విలువలు పోవడంతో సమానమే. 'శక్తికొద్దీ పనిచేసి, అవసరం కొద్దీ తీసుకోవడం' అనే కమ్యూనిస్టు సూత్రాన్ని సాధించడానికి ఇది మార్గం అవుతుంది.

'బూర్జువా హక్కు'ని తీసెయ్యడానికి కూడా ఇదే మార్గం. 'బూర్జువాహక్కు' అంటే — శ్రమ చెయ్యడానికీ, దాని ప్రతిఫలం పొందడానికీ సంబంధించి బూర్జువా సమాజంలో ఎలాంటి హక్కు వుంటుందో అదే. 'ఎంత శ్రమ చేస్తే అంత ప్రతిఫలం పొందడం; చేసిన శ్రమని బట్టే ప్రతిఫలం పొందడం' అన్నదే బూర్జువా హక్కు. ఇది చాలా 'న్యాయమైన' విషయంలాగా కనపడుతుంది పైకి. చేసిన శ్రమని బట్టే ప్రతిఫలం పొందడం ఎంత 'న్యాయ'మైనా, అసలు శ్రమలు చేసే అవకాశాలలోనే తేడాలు వుంటే? శారీరక శ్రమచేసే వ్యక్తి రోజంతా పనిచేసి ఎంత విలువ పొందుతాడో, మేధా శ్రమ చేసే వ్యక్తి రోజంతా పనిచేసి దానికి 10 రెట్లు ఎక్కువ విలువ పొందుతాడు. మొదటి వ్యక్తికి, ఆ రెండోరకం శ్రమచేసి దాని విలువని పొందడానికి ఎన్నటికీ అవకాశం వుండనప్పుడు– 'ఎవరికైనా వాళ్ళ శ్రమని బట్టే వాళ్ళ ప్రతిఫలం. ఎంత శ్రమచేస్తే అంత సంపాయిస్తావు' అనడం అంటే దాని అర్థం ఏమిటి? 'నీకు వున్న ఆ కాస్త అవకాశంలోనే ఇంకా ఎక్కువ కష్టపడి ఎక్కువ సంపాయించుకో' అని చెప్పడమే. ఎంత గొడ్డులా కష్టపడ్డా, మొదటివ్యక్తి రెండోవ్యక్తితో సమానంగా ఎన్నటికీ సంపాయించలేడు. శ్రమ చెయ్యడంలో, మనుషుల్ని, అనేక విభాగాలుగా విభజించే పునాదినించి పుట్టుకొచ్చిందే 'బూర్జువా హక్కు'. కమ్యూనిస్టులు, రాజకీయాధికారం తీసుకున్న అరగంటలోపలే జీతాల పద్ధతిని సవరించాలి — శ్రామిక వర్గ ప్రయోజనాలకు అనుగుణంగా. శారీరక శ్రమ విలువని పెంచి, మేధాశ్రమ విలువని తగ్గించి, బూర్జువా హక్కుని 'పరిమితం చెయ్యడం' ప్రారంభించాలి. ఈ పరిమితం చెయ్యడం, క్రమంగా, ఆ హక్కునే తీసివేసే వరకూ సాగాలి. అంటే, ఈ లోపల శ్రమ చెయ్యని దోపిడీవర్గాన్ని శ్రమ చేసేవిధంగా మార్చడం జరగాలి. అంతేగాక, 'బూర్జువా శ్రమ విభజన'ని 'సోషలిస్టు శ్రమ విభజన'గా మారుస్తూ వుండడం వల్ల, అన్ని వర్గాలకూ అన్ని రకాల శ్రమలూ చెయ్యడానికి అవకాశాలేర్పడి, వర్గాలు ఏర్పడడానికి వున్న పునాదే చెదిరిపోతుంది.

కార్మిక మేనేజిమెంటు ప్రారంభమైన తర్వాత- వర్గాల్ని తీసివేసే ప్రయత్నాలు ప్రారంభించాలీ అంటే, మొదట దోపిడీఆస్తి హక్కుల్ని రద్దు చెయ్యాలి. తర్వాత, బూర్జువా హక్కుని పరిమితంచేసి, 'బూర్జువా శ్రమ విభజన'ని సోషలిస్టు శ్రమ విభజనగా మార్చే ప్రయత్నాలు ప్రారంభించాలి. 'శ్రమ సంబంధాలు' అనే విషయంలో మనుషులు వేరువేరు స్థానాలలో బందీలై వుండిపోవడంవల్లనే వర్గాలేర్పడుతున్నాయి గనక, ఆ పరిస్థితుల్ని మార్చే ప్రయత్నం ఎంతకాలం వరకూ ప్రారంభం కాదో అంతకాలం వరకూ వర్గాల్ని కదిలించే ప్రసక్తే వుండదు. 'వర్గరహిత సమాజం' దానికదే ఆకాశం మీద నించి వూడిపడదు! శ్రామిక వర్గాలు, మార్క్సిస్టు సిద్ధాంత జ్ఞానంతో ప్రతీ అంశంలోనూ స్వయంగా పోరాటం చేస్తేనే అది సాధ్యమవుతుంది. లేకపోతే, రూపం మారిన దోపిడీ సమాజంలోనే వాళ్ళు వుండిపోతారు! — 'శ్రమ విభజన' విషయంలో ఇప్పటివరకూ చూసిందంతా, 'మారకం విలువ' కోణంలో చూడడం.

ఇప్పుడు అదే విషయాన్ని 'ఉపయోగపు విలువ' కోణంలో చూద్దాం. (ఇది శ్రమల ఉపయోగాలకు సంబంధించిన కోణం. అంటే, శ్రమల సహజత్వాల్ని చూడడం). ఒక వ్యక్తి జీవితమంతా ఒకే పని చెయ్యడం గాకుండా వేరువేరు పనులు చెయ్యడానికి వీలున్నప్పుడు, వ్యక్తిలోవున్న అనేక శక్తులు బయల్పడే మార్గం దొరుకుతుంది. ఒకే పనికి కట్టుబడి

పోయినప్పుడు కలిగే విసుగూ, విరక్తీ, పనంటే నిరుత్సాహం లాంటి లక్షణాలు పోయి, శ్రమ పడడం ఆనందకరమైన విషయంగా మారుతుంది.

ఒక వ్యక్తికి జీవితమంతా ఒకే పని చెయ్యడంలో నిజంగానే ఆసక్తి వుందనుకుందాం. అహోరాత్రులూ సైన్సు పరిశోధనల్లో మునిగి తేలడంలో ఒక సైంటిస్టు నిజంగానే ఆనందం పొందవచ్చు. జీవితమంతా చదువు చెప్పడంలో ఒక వ్యక్తీ, జీవితమంతా వైద్యం చెయ్యడంలో ఇంకో వ్యక్తీ కూడా సంతోషంగానే వుండవచ్చు. ఈ పనులు ఎప్పటికప్పుడు కొత్త జ్ఞానాన్ని ఇచ్చే స్వభావంగల పనులు కాబట్టి, ఆ పనుల్లో అలాంటి ఆనందం దొరికితే దొరకవచ్చు. ఒకే పనిలో ఆనందంగా వున్నవాళ్ళు కూడా ఇతర పనుల్లోకి రావలసిందేనా? — తప్పకుండా రావలసిందే! ఎందుకంటే, జీవితమంతా చేయవలసి వచ్చినప్పుడు ఏమీ ఆనందం ఇవ్వని పనులు కూడా వున్నాయి గనక! అలాంటి పనుల్లో ఇరుక్కుపోయిన వాళ్ళకు ఆ పనులనించి మార్పు కావాలి. జీవితమంతా పాయిఖానా దొడ్లు కడగడంలో ఆనందం పొందేవాళ్ళని చూడగలమా? జీవితమంతా బట్టలు వుతకడంలో ఆనందం పొందే వాళ్ళనీ? ఇతర పనుల్లోకి వెళ్ళడానికి అవకాశాలున్నప్పటికీ రెండో పనిని కోరుకోకుండా జీవితమంతా రోడ్లు తుడవాలనో, జీవితమంతా అంట్లు తోమాలనో తహతహలాడే మానవులు వున్నారా? కానీ, ఆ రకం పనులు కూడా సమాజానికి అవసరం. కనక, ఆ పనుల అవసరాన్ని గుర్తించి, ఆ పనులు అప్పుడప్పుడూ చెయ్యడంలో ఆనందం పొందవచ్చుగానీ, ఎప్పుడూ ఆ పనులే చేస్తూ వుండడంలో ఎవ్వరికీ ఆనందం వుండదు. పనుల్లో- కొన్ని యాంత్రికమైన పనులూ, కొన్ని సృజనాత్మకమైన పనులూ ఉన్నాయి గనక, ప్రతివ్యక్తీ కొన్ని ఆ పనులూ, కొన్ని ఈ పనులూ కూడా చేసే పద్ధతి సమాజంలో ఏర్పడాలి.

సైన్సు పరిశోధనల్లో ఆనందం పొందే ప్రొఫెసరుగారు తన ఆనందంలోంచి వారానికి రెండుసార్లో మూడుసార్లో బయటపడి పాయిఖానాలు కడిగే పనిలోకో, రోడ్లు వూడ్చే పనిలోకో, పందుల్ని కాసే పనిలోకో వచ్చి, ఆ పనులు చేసేవాళ్ళకి ఇంకో పనుల్లోకి వెళ్ళడానికి అవకాశం కలిగించకపోతే, ఈయన పనిలో ఈయనకి దొరికే ఆనందం లాంటిది వాళ్ళకెలా దొరకాలి?

సాంస్కృతిక విప్లవం ప్రొఫెసర్లని పందుల్ని మేపడంలోకీ, డైరెక్టర్లని అంట్లు తోమడం లోకీ లాగినందుకే బూర్జువాలు హడలెత్తి సాంస్కృతిక విప్లవాన్ని శాపనార్థాలతో ముంచెత్తుతారు.

'మేధావులతో అవమానకరమైన పనులు చేయించారు సాంస్కృతిక విప్లవంలో' — అని దుఃఖపడతారు రివిజనిస్టులు. ఆ 'అవమానకరమైన పనులు' శారీరకశ్రమలు వర్గాలతో చేయించవచ్చు! మానవ సమాజం వున్నంతకాలం ఆ పనులు పేదలే చెయ్యాలని వీరి సిద్ధాంతం!

స్త్రీలు ఇంటిపనులు చెయ్యడమూ, పురుషులు బైటిపనులు చెయ్యడమూ — అనే శ్రమ విభజన కూడా దోపిడీ సమాజాల శ్రమ విభజనే. సాంస్కృతిక విప్లవంలో, ఈ పాత శ్రమవిభజనలో మార్పులు కూడా ప్రారంభమయ్యాయి!

(శ్రమ విభజనని సోషలిస్టుగా మార్చడంలో ఆ మార్పులు ఎలా జరగాలో ఎవరూ ముందే ఖచ్చితంగా నిర్ణయించలేరు. మార్పు ఎక్కడో అక్కడ ప్రారంభమై జరుగుతూ వుంటే, క్రమంగా వచ్చే అనుభవాలతో సరైన దారి కనపడుతూ వుంటుంది. ఒక వ్యక్తి మొదట తను

పనిచేసే సంస్థలోనే వేరువేరు పనుల్లోకి వెళ్ళడం, తర్వాత ఇతర ప్రదేశాలకు కూడా వెళ్ళడంగా, సాంస్కృతిక విప్లవంలో ఇది ప్రారంభమైంది!

– 'శ్రమ విభజన'ని మార్చడానికి సంబంధించిన ఇంకో కోణం- రాజకీయ కోణం. బూర్జువా శ్రమ విభజన ప్రకారం, ఒక వ్యక్తి ఎప్పుడూ అధికార నిర్వహణకు సంబంధించిన విభాగంలోనో, లేదా ఆ అధికారానికి లోబడి వుండవలసిన విభాగంలోనో వుంటాడు. ఆ విభజనని అలాగే వుంచడం అంటే, ఆ రెండు పనుల్నీ కలవకుండా చెయ్యడమే. ఆ రెండు పనులూ ఎప్పుడూ విడిపోయి వేరువేరు వర్గాల పనులుగానే వుండాలని చెప్పడమే. శ్రామిక వర్గాల్ని ఎన్నటికీ అధికార నిర్వహణలోకి రావద్దని చెప్పడమే. ఇంజనీరు, ఇంజనీరుగా మాత్రమే వుండి, కార్మికుడు కార్మికుడిగా మాత్రమే వుండే సమాజంలో- కార్మికుడు ఇంజనీరుమీద ఎప్పుడూ ఆధిక్యతతో వుండడుగానీ, ఇంజనీరు మాత్రం కార్మికుడిమీద ఎప్పుడూ ఆధిక్యతతో వుంటాడు. ఈ రకంగా బూర్జువా శ్రమ విభజన, కొన్ని వర్గాలు ఎప్పుడూ కొన్ని వర్గాలమీద అధికారం నెరిపేటట్టు చేస్తుంది.

'శ్రమ విభజన'కు సంబంధించిన చివరి అంశం- తాత్విక అంశం (సిద్ధాంతపరమైన అంశం).— ఇంజనీరు యంత్రాన్ని తయారుచేస్తే, కార్మికుడు దాన్ని నడుపుతాడు. యంత్రాన్ని తయారుచేసే ఇంజనీరు ఆ యంత్రాన్ని నడపకపోవడం అన్నా; యంత్రాన్ని నడిపే కార్మికుడు ఆ యంత్రాన్ని తయారుచేయకపోవడం అన్నా— సిద్ధాంతమూ, ఆచరణా విడిపోయి వుండడమే. అంటే, మేధాశ్రమా శారీరక శ్రమా విడిపోయి వుండడం. కార్మికుడి శారీరక శ్రమతో కార్మికుడి మేధాశ్రమ కలిసే మార్గం లేదు. అలాగే, ఇంజనీరు మేధాశ్రమతో ఇంజనీరు శారీరక శ్రమ కలిసే మార్గమూ లేదు. ఆచరణతో సంబంధంలేని ఇంజనీరు, తన సిద్ధాంతాన్ని (సైన్సుని) అభివృద్ధి పరచుకోనూలేడు. సిద్ధాంతంతో సంబంధంలేని కార్మికుడు తన ఆచరణవల్ల వచ్చే అనుభవాల్ని వుపయోగించుకోనూలేడు. కార్మికుడి అనుభవాల్ని ఇంజనీరు నిర్లక్ష్యంగా తోసివెయ్యడమో, లేదా తన జ్ఞానంతోనే గ్రహించిన విషయంలాగా దాన్ని సంగ్రహించడమో చేస్తాడు! 'యంత్ర నిర్మాణం' గురించి జరిగే చర్చల్లో కార్మికుడిపాత్ర కూడా వున్నప్పుడూ, యంత్రాన్ని నడిపే పనిలోకి ఇంజనీరు కూడా వచ్చినప్పుడూ ఈ సమస్య పరిష్కారమవుతుంది- (ఈ మార్పు కూడా 'సాంస్కృతిక విప్లవం'లో జరిగింది!)

శారీరకశ్రమ విలువకీ మేధాశ్రమ విలువకీ మరీ ఎక్కువ తేడా లేకుండా న్యాయంగా వుండవలసిన తేడాయే సాగుతూవుంటే, ఆ మార్పుతో శ్రామికవర్గాలు సంతృప్తి పడవచ్చునా? — అలా సంతృప్తి పడకూడదు. ఆ మార్పు, పైపై అన్యాయాన్ని సవరించిన మార్పేగానీ, పునాదిలో వున్న అన్యాయాన్ని తీసివేసే మార్పు కాదు. పునాది ఇంకా ఎప్పటిలాగానే వుండిపోతుంది.

శ్రమలు తేడాగానే చేస్తూ, విలువలు అందరూ సమానంగానే పొందుతూ వుంటే? — శ్రమలు తేడాగా చేసినప్పుడు విలువలు సమానంగా పొందడం అనేది వుండనే వుండదు. మాటవరసకి అలా జరిగిందనుకుంటే, అది కూడా ఇంకా వైరుధ్యంగల విషయమే. కొందరు సృజనాత్మకమైన పనులు చేస్తోంటే, కొందరు ఎప్పుడూ బండపనులు చెయ్యవలసి రావడమే ఆ వైరుధ్యం. 'శ్రమ చెయ్యడం' అనే అంశాన్నీ, 'విలువ పొందడం' అనే అంశాన్ని విడదీసి చూసినప్పుడు, మొదటిది సహజమైన విషయం. రెండోది అసహజమైన విషయం.

'శ్రమ చెయ్యడం' అనే విషయాన్ని సమాజం ఎప్పటికీ తీసివెయ్యజాలదు. ఆ శ్రమ చెయ్యడంలోనే ఎక్కువ తక్కువలు లేని (అందరికీ సమానావకాశాలు కలిగించే) పరిస్థితులు ఏర్పర్చుకోవాలి. ఎప్పుడూ శారీరక శ్రమలలోనే వుండిపోవలసిన వర్గాలకూ; 'శ్రమ విభజన' కొంత మారినా, ఎక్కువకాలం శారీరక శ్రమలే చేస్తోన్న వర్గాలకూ; అలాంటి శ్రమలు చెయ్యని వర్గాలతో ఇంకా వర్గపోరాటం అవసరమవుతూనే వుంటుంది. 'మేధాశ్రమ చేస్తే ఎక్కువ సంపాయిస్తాం' అని కాదు శ్రామికవర్గాలు పోరాడవలసింది. ఆ మార్పువల్ల సమానమైన అవకాశాలు వస్తాయి గనకా, అది తమ అభివృద్ధికి దారితీస్తుంది గనకా! 'ఈ పని చేస్తే ఎక్కువ విలువ పొందుతాం' అని విలువ దృష్టితో చేసే ప్రతి పనీ ఆర్థికవాదమే. 'ఈ పని చేస్తే మనుష్యుల మధ్య తేడాలు తీసివేస్తాం' అనే దృష్టితో చేసే పని వర్గపోరాటం. శ్రామికవర్గాల్ని విముక్తి చెయ్యగలది వర్గపోరాటమే గానీ, ఆర్థికవాదం కాదు.

ఏ రకమైన శ్రమ చెయ్యడానికైనా అందరికీ అవకాశాలు ఏర్పడితే అందరూ సైంటిస్టులూ, అందరూ డాక్టర్లూ, అందరూ సంగీత విద్వాంసులూ, అందరూ ఇంజనీర్లూ అవుతారని అర్థం కాదు. అది వాళ్ళ వాళ్ళ స్వంత అభిరుచుల్నిబట్టీ, శక్తిసామర్థ్యాల్నిబట్టీ వుంటుంది. సమాజం పని సమానావకాశాలు కల్పించడం వరకే.

ఈ రకంగా- 'బూర్జువా శ్రమ సంబంధాల్ని', 'సోషలిస్టు శ్రమ సంబంధాలు'గా మార్చే ప్రయత్నాలే వర్గాల పునాదుల్ని కదిలించి, అనేక కోణాలలోవున్న సమాజ వైరుధ్యాల్ని పరిష్కరించడం ప్రారంభిస్తాయి. కార్మిక మేనేజిమెంటు చెయ్యవలసిన పని ఇదే. శ్రామికవర్గం దీన్ని ఇవ్వాళ కాకపోతే వంద సంవత్సరాలకైనా మొదలుపెట్టవలసిందే. ఎప్పటికైనా దీన్ని మొదలుపెట్టకపోతే, సమాజానికి గుణాత్మకమైన మార్పు అనేదే వుండదు. వర్గాల్ని తీసివెయ్యడం అనే మాటే వుండదు. ఈ మార్పు లేకుండా, కేవలం జీతాల్లో తేడాల్ని కొంత తగ్గించి, ఇక ఆ సమాజాన్నే కొనసాగించడం అంటే, శారీరకశ్రమలు చేసే సెక్షన్లని ఎప్పటికీ అలానే ఉంచడం అవుతుంది.

'స్వంత ఆస్తుల్ని సమాజ పరం చేసిన తర్వాత కూడా బూర్జువాలు ఎక్కడ వున్నారు? బూర్జువా పంథా ఎక్కడ వుంది?'– అనే ప్రశ్నలకు జవాబులు చూడడం ఇప్పుడు తేలికే. శ్రమలు చెయ్యడంలో ఎవరేస్థానంలో వున్నారు అనేదాన్నిబట్టే వర్గాలేర్పడతాయి కాబట్టి- వున్నత స్థానాలలో వుంటూ, తమ శ్రమలకు వున్నత విలువలు పొందుతోన్న వర్గాలన్నీ బూర్జువా వర్గాలే. కార్మికుల అధికార నిర్వహణని దెబ్బతీసే స్థానాలలోవున్న వున్నతోద్యోగులూ, కార్యకర్తలూ కూడా బూర్జువా వర్గాలే. (వాటిలో మళ్ళీ కొన్ని తేడాలు వుండవచ్చును. అది వేరే సంగతి). పూర్వపు బూర్జువాలకు వచ్చిన రాబడి అంతా పూర్తిగా దోపిడీ ద్వారా వచ్చేదే. అందులో వాళ్ళ శ్రమ ఏమీ వుండదు. కానీ, ఈ కొత్త సమాజపు బూర్జువాలకు వచ్చే సంపాదన అంతా దోపిడీకాదు. అందులో వాళ్ళ స్వంత శ్రమ ఫలితం కూడా కొంత వుంటుంది. కానీ ఆ శ్రమ ఫలితాన్ని మించినదాన్ని స్వాహాచేసే పద్ధతులవల్ల, వీళ్ళ రాబడిలో కూడా ఎక్కువ భాగం దోపిడీ ద్వారా వచ్చేదే. శ్రామిక వర్గాలకు చెందవలసిన ఎంతో భాగాన్ని ఈ వర్గాలు కొట్టేస్తాయి. ఈ దోపిడీ ఆర్థిక పునాదిని ఇలాగే కొనసాగించడం వీటికి కావాలి కాబట్టి, కార్మిక మేనేజిమెంటు ఏర్పడకుండానూ, బూర్జువా శ్రమ విభజనలో మార్పులు జరగకుండానూ, ఇవి చూస్తాయి. అన్ని రంగాలలోనూ బూర్జువా పంథానే అమలు

చెయ్యడానికి చూస్తాయి. శ్రమ సంబంధాలు ఇంకా బూర్జువా పంథాలోనే వున్నప్పుడు, రాజకీయాలలోనూ ఇతర రంగాలలోనూ కూడా బూర్జువా వర్గాలే బలంగా వుంటాయి.

శ్రమ చెయ్యడంలో వేరువేరు వర్గాలుగా వున్న వాళ్ళని సమిష్టిగా కలపడానికి వుపకరించేదంతా – సోషలిస్టు పంథా! వర్గాల్ని ఎప్పటిలాగే వుంచేదీ, ఇంకా చీల్చేదీ – బూర్జువా పంథా! (ఉదా॥ పీస్–వేజ్ వల్ల, శ్రామికుల సంపాదనలు వేరైపోయి, వాళ్ళు అనేక సెక్షన్లుగా చీలిపోతారు. టైమ్-వేజ్ వల్ల అనేక సెక్షన్లు ఒకటిగా కలుస్తారు. మొదటిది బూర్జువాలకూ, రెండోది కార్మికులకూ వుపయోగపడుతుంది. అలాగే, అన్ని రంగాలలోనూ వ్యక్తివాదానికీ, సమిష్టివాదానికీ కూడా దేని దారులు దానికి వుంటాయి. శ్రామిక వర్గాలు ఎప్పటికప్పుడు ఆ దారుల్ని గుర్తించగలిగితేనే సరైన దారికి వెళ్ళగలుగుతారు.)

సమాజంలో ఇంకా, దోపిడీని అనుభవిస్తోన్న బూర్జువా వర్గం వున్నప్పుడు, దాని చేతిలో బూర్జువా పంథా వుండక తప్పదు. అయితే, ఈ కొత్త బూర్జువా వర్గం నూటికి నూరుపాళ్ళూ పాత బూర్జువావర్గం లాంటిది కాదు. పాత బూర్జువాలకు ఎవరి ఆస్తి వాళ్ళకు విడివిడిగా వుంటుంది. అలాంటి ఆస్తిపరులతో ఏర్పడ్డది — ప్రైవేటు బూర్జువా వర్గం. కొత్త బూర్జువాలకు ఎవరి ఆస్తి వాళ్ళకు విడి విడిగా వుండదు. ఆస్తులన్నీ ఒకే ప్రభుత్వ యాజమాన్యం కిందకు వస్తాయి. ఈ పరిస్థితుల్లో వుంటూ ఎక్కువ ఆదాయాలు పొందుతూ వున్నది 'ప్రభుత్వ బూర్జువా వర్గం'! (స్టేట్ బూర్జువా)

ప్రైవేటు బూర్జువా వర్గంలో - వుత్పత్తి సాధనాల్ని తన స్వంత హక్కుగా గల వ్యక్తులు మాత్రమే అసలు బూర్జువాలుగా వుండి; మేనేజర్లూ, ఇంజనీర్లూ, సైంటిస్టులూ వంటి వుద్యోగులు బూర్జువా తరపున పనిచేస్తూ బూర్జువాకి వుపగ్రహాలుగా వుండే వాళ్ళవుతారు. ప్రభుత్వ బూర్జువా వర్గంలో, ఎవరికీ ఆస్తి హక్కు వుండదు కాబట్టి, శ్రమదోపిడీతో ఏర్పడే జీతాలూ, ప్రత్యేక సౌకర్యాలూ పొందే వర్గాల వాళ్ళందరూ బూర్జువావర్గమే అవుతారు. ఈ అన్ని వర్గాల ప్రయోజనాల్నీ ఈ ప్రభుత్వ బూర్జువా వర్గం కాపాడుకోవలసి వుంటుంది. సంఖ్యగా చూసినప్పుడు, ప్రైవేటు బూర్జువా వర్గంకన్నా ప్రభుత్వ బూర్జువా వర్గం అనేక రెట్లు అధికంగా వుంటుంది. ప్రభుత్వ బూర్జువా వర్గంలో సమిష్టితనం ఎక్కువ అవడంచేత, దాని వైరుధ్యాలు కొన్ని తగ్గి, శ్రామిక ప్రపంచానికి ఇది మరింత ప్రమాదకారిగా తయారవుతుంది.

దోపిడీ వర్గాలు ఎప్పుడూ తమ పాత రూపాల్లో వుండడానికే ఇష్టపడినా, శ్రామికవర్గాలతో జరిగే వర్గ పోరాటంలో తప్పనిసరిగా కొన్ని మార్పులు జరగకతప్పనప్పుడు, దోపిడీవర్గాలు, తమ రూపాల్ని కూడా మార్చుకోడానికే సిద్ధపడతాయి. వాటికి కావలసిందేదో వాటికి జరిగేవిధంగా, శ్రామిక వర్గాల్ని మభ్యపెట్టే ఏ ముసుగు ధరించడానికైనా వాటికి అభ్యంతరం వుండదు. ఇప్పుడు ఇవి, 'స్వంత ఆస్తులు లీగల్‌గా లేని' ముసుగులో వున్నాయి. పాత బూర్జువా వర్గం, కొత్త బూర్జువా వర్గంగా మారినట్టే, అది ఇంకా కూడా కొత్త రూపాల్లోకి మారే అవకాశం వుంది. శ్రామిక వర్గాలు దానిమీద ఒత్తిడి తేవడాన్నిబట్టి దాని మార్పు వుంటుంది. 'బూర్జువా హక్కు'ని పరిమితం చేసేకాలం కొన్ని దశలుగా వుంటుంది కాబట్టీ, 'బూర్జువా శ్రమ విభజన'ని మార్చడంలో కూడా కొన్ని దశలు ఏర్పడతాయి కాబట్టీ, ప్రతీ దశకీ వర్గాల పరిస్థితులు మారుతూ వుంటాయి. (మార్పులు సవ్యంగా జరుగుతోంటే శత్రు వైరుధ్యాలు తగ్గిపోయి వర్గాలు ఏకమైపోతూ వుంటాయి). ఎప్పటికప్పుడు వర్గాల మార్పుల్ని

గమనించడానికి వీలునిచ్చే 'వర్గ విశ్లేషణ' జరుగుతూ వుంటేనే, సమాజం ఎలా మారుతోందో, వర్గాలు ఏ యే కొత్త రూపాల్లోకి మారుతున్నాయో తెలుస్తుంది. (ఉదా॥ ఎక్కువకాలం శారీరక శ్రమా, తక్కువకాలం మేధాశ్రమా చేసే వర్గం ఒకటీ; ఎక్కువకాలం మేధాశ్రమా, తక్కువకాలం శారీరక శ్రమా చేసే వర్గం మరొకటీ ఏర్పడవచ్చు, ఒక దశలో. అప్పుడు వాటి మధ్య పోరాటం వుంటుంది. లేదా, పోరాటం ఆగిపోతే అసమానత్వం వుండిపోతుంది. ఏ యే వర్గాలు శత్రు వైరుధ్యాల్లోంచి మిత్ర వైరుధ్యాల్లోకి మారుతున్నాయో, ఇంకా ఏ యే వర్గాల మధ్య శత్రు వైరుధ్యాలు వుండిపోతున్నాయో తెలుసుకుంటూ వుంటేనే శ్రామికవర్గాలు (ఇంకా శారీరక శ్రమే ఎక్కువభాగం చేస్తోన్న వర్గాలు) తమ పోరాటాన్ని సరైన మార్గంలో నడుపుకోడానికి వీలవుతుంది. సమానత్వానికి దారితీసే మార్పులు సరైన మార్గంలో సాగుతోన్నకొద్దీ బూర్జువా సంబంధాలు క్రమక్రమంగా నశించిపోతాయి. నశించేటట్టు చేస్తేనే నశిస్తాయి. లేకపోతే, ఏ దశలో వీలు దొరికితే ఆ దశలోనే అవి మళ్ళీ మూలుగుతూ లేవడానికి ప్రయత్నిస్తాయి.

'సంబంధాలు' అనే విషయాన్ని చాలా శ్రద్ధగా అర్థం చేసుకోవాలి. మానవుల మధ్య 'సంబంధాలు' ఎన్నటికీ నశించవు. అయితే, వాటిని సోషలిస్టు పద్ధతిలో వుంచుకోవడమా, బూర్జువా పద్ధతిలో వుంచుకోవడమా అన్నదే ప్రశ్న. 'ఉత్పత్తి సంబంధాల్లో' ఎక్కువ తక్కువలు వుండకూడదని అనుకుంటున్నట్టే, సమాజంలో ఏర్పడే ఏ ఇతర సంబంధాల్లోనూ ఎక్కువ తక్కువలు వుండకూడదు. ఉదా॥ పార్టీలో సంబంధాలు. ప్రభుత్వాఫీసుల్లో సంబంధాలు. సైన్యంలో సంబంధాలు. కుటుంబంలో భార్యా భర్తల సంబంధాలు. తండ్రీ బిడ్డల సంబంధాలు. విద్యారంగంలో గురుశిష్యుల సంబంధాలు — ఈ రకంగా, మనుషుల మధ్య వుండే సంబంధాలన్నీ ఆర్థిక, రాజకీయ, సాంస్కృతిక కోణాలకు చెంది వుంటాయి.

బూర్జువా పంథాతో పోరాటం ఎంతవరకూ సాగాలంటే- సమాజంనించీ 'మారకం విలువ'ని తీసివేసేవరకూ! 'మారకం విలువ లెక్కలు' (డబ్బు లెక్కలు) వున్నంతకాలం ఆ సమాజం సోషలిస్టు సమాజంగా మాత్రమే వుంటుంది. అనేక రంగాలలో విలువ లెక్కలు లేకుండా- శ్రమ చెయ్యడమూ, కావలసిన ఉత్పత్తులు పొందడమూ ప్రారంభమైనప్పటి నించీ, ఆ సమాజానికి, 'కమ్యూనిస్టు స్వభావం' ఏర్పడడం మొదలవుతుంది. కమ్యూనిజం ఏర్పడ్డాక కూడా, ప్రతీ రంగంలోనూ, ప్రతీ అంశంలోనూ, కరెక్టు అయిన దానికీ కరెక్టు కానిదానికీ ఘర్షణ వుంటూనే వుంటుంది. కానీ అది శతృవర్గాల మధ్య ఘర్షణ కాదు. 'ఏది కరెక్టు' అని ఒక వ్యక్తి తనలో తను తర్కించుకోవడమూ ఘర్షణే; పదిమందీ కలిసి చర్చించడమూ ఘర్షణే. నూతన ప్రయోగాలు జరుగుతూ వుండడమూ ఘర్షణే. ఈ ఘర్షణే, కరెక్టయినదాన్ని గ్రహిస్తూ వుంటుంది. ఇదంతా 'ఎంతో కష్టభూయిష్టమైన, దీర్ఘమైన విషయం' అని భావించకూడదు. కష్టమైనదే, దీర్ఘమైనదే అయినప్పటికీ, శ్రామికవర్గాలు కళ్ళు తెరిస్తే, అంటే, మార్క్సిస్టు సిద్ధాంతాన్ని గ్రహిస్తే, ఇదంతా ఒక దశ తర్వాత ఒక దశగా వుత్సాహకరంగా సాగిపోతూ వుంటుంది.

స్వంత ఆస్తుల రద్దూ, అందరూ శ్రమ చెయ్యడమూ, కార్మిక మేనేజిమెంటూ, బూర్జువా శ్రమ విభజనలో మార్పూ— ఇవి ప్రారంభమై సాగుతూవుంటేనే సోషలిస్టు పునాది ఏర్పడినట్టు అర్థం. పాత వుత్పత్తి సంబంధాలు మారుతూ వున్నట్టు అర్థం. వుత్పత్తి సాధనాలమీద లీగల్ మార్పులూ, పార్టీ మేనేజిమెంటూ— ఈ మార్పులు మాత్రమే జరిగితే

ఆ సమాజానికి సోషలిస్టు రూపమూ, అతి తక్కువ సోషలిస్టు గుణమూ మాత్రమే ఏర్పడతాయి. అది కూడా ఆ పార్టీ విప్లవకరంగా వుండి, కార్మిక వర్గ దృక్పథం గల మేనేజిమెంటుని నడిపితేనే.

ఆస్తులమీద 'వ్యక్తి యాజమాన్యాలు' పోయి 'వుమ్మడి యాజమాన్యం' ఏర్పడడమే 'సోషలిస్టు యాజమాన్యం' అయినట్టూ; అది 'ప్రభుత్వ యాజమాన్యం'గా మారితే మరింత అభివృద్ధిగల సోషలిస్టు యాజమాన్యం అయినట్టూ భావించడం పొరపాటు అవగాహనల్లో భాగమే. ('వుమ్మడి యాజమాన్యం' అన్నా, 'సమిష్టి యాజమాన్యం' అన్నా- ఆ ఆస్తులు ఒక ప్రాంతపు జనాభాకి చెందివుండడం. ఆ రాబడిని వాళ్ళే అనుభవిస్తారు. 'ప్రభుత్వ యాజమాన్యం' అన్నా, 'పబ్లిక్ యాజమాన్యం' అన్నా, 'ప్రజలందరి యాజమాన్యం' అన్నా, ఆ ఆస్తులు దేశానికంతటికీ చెందివుండడం. నిజానికి, 'సోషలిస్టు స్వభావం' ఏర్పడకపోతే ఇందులో ఏదీ 'సోషలిస్టు యాజమాన్యం' అవదు). సోషలిస్టు స్వభావం లేని 'ప్రభుత్వ యాజమాన్యా'న్ని 'ప్రజలందరి యాజమాన్యం' అన్నంతమాత్రాన్నే అది ప్రజలందరిదీ అవదు. ఎందుకంటే, యాజమాన్యానికి సంబంధించిన అసలు విషయాలన్నీ కొందరి చేతుల్లోనే వుంటాయి గనక.

సాంస్కృతిక విప్లవం కోసం రూపొందించిన 16 అంశాల్నీ ఇపుడు ఒకసారి చూస్తే- దాని సిద్ధాంతావగాహనలో కొన్ని పొరపాట్లు వున్నట్టు అర్థమవుతుంది. ఈ విప్లవం ప్రారంభమయ్యేనాటికి 'ఆర్థిక పునాది'లో నిజమైన మార్పు జరగనేలేదు. అయినా కూడా చైనా సమాజంలో ఆర్థిక పునాది సోషలిస్టుగా మారిపోయినట్టే చైనా 'విప్లవపంథా' భావించింది. ఆర్థిక పునాది మారిపోయిందనీ, "సోషలిస్టు ఆర్థిక పునాదికి తగిన విధంగా లేని" వుపరితల భావాల్నీ, సంస్కృతినీ మార్చే ప్రయత్నాలే ఇక చెయ్యాలనీ, 'విప్లవపంథా', సాంస్కృతిక విప్లవ తీర్మానంలో ప్రకటించింది. బూర్జువా "ఆలోచనా విధానాన్ని" మార్చడంద్వారా సమాజపు "మెంటల్ అవుట్ లుక్"ని మార్చాలన్నదే దాని లక్ష్యం. ఈ విప్లవం జరగవలసిన కేంద్రాలుగా అది విద్యాసంస్థల్నీ, సాంస్కృతిక సంస్థల్నీ, పార్టీ సంస్థల్నీ, ప్రభుత్వ సంస్థల్నీ చూపించింది గానీ, 'వుత్పత్తి సంస్థల్ని' చూపించలేదు. 'బూర్జువా మార్గాన్ని అవలంబించే అధికారుల్ని పదవులనించి తీసెయ్య'మనే కార్యక్రమం ఇచ్చింది గానీ, 'వుత్పత్తి సంబంధాల్ని సోషలిస్టుగా మార్చ'మనే కార్యక్రమం ఇవ్వలేదు. కొందరు అధికారులు మాత్రమే బూర్జువా భావాలతో వున్నారనీ, అలాంటి వాళ్ళని పదవుల్లోంచి తీసేస్తే సోషలిజం స్థిరంగా వుంటుందనీ దాని వుద్దేశ్యం. 'ఆర్థిక పునాది' మొత్తం ఇంకా బూర్జువా పంథాలోనే వుందన్న అవగాహనే దానికి లేదు. "కార్మికులు మేనేజిమెంటులోకీ, పార్టీ కార్యకర్తలు వుత్పత్తిలోకీ రావాల"ని మావో, 1960 లో, 'అన్షాన్ ప్రకటన'లో (దీనిమీద వేరేచోట ఫుట్‌నోట్ చూస్తారు) చెప్పినప్పటికీ, ఆ విషయంమీద 'సాంస్కృతిక విప్లవ' తీర్మానంలో ఒక్క అంశంకూడా కనపడదు. పైగా, ఆ తీర్మానం చాలా స్పష్టంగా, 'సోషలిస్టు ఆర్థిక పునాది' ఏర్పడిపోయిందనీ; దానికి తగ్గట్టుగా ఉపరితలాన్ని మార్చడమే మిగిలివుందనీ అనేకసార్లు నొక్కి చెప్తుంది.

'ఏకవ్యక్తి మేనేజిమెంటు'లో మేనేజర్‌గా వున్న వ్యక్తిని- బూర్జువా భావాలతో వున్నాడని తీసేసి సాధారణ కార్మికుణ్ణే తీసుకొచ్చి అక్కడ కూర్చోబెడితే ఏమిటి లాభం? కనీసం, ఆ మేనేజర్ని కార్మికులందరూ ఎన్నుకునే పద్ధతైనా లేకుండా! ఆ మేనేజర్ కూడా వుత్పత్తిలోకి

వచ్చే పద్ధతికూడా లేకుండా! స్వంత ఆస్తుల్ని తీసేసేవరకూ కమ్యూనిస్టులు, 'వుత్పత్తి సంబంధ లు మారాలి' అనే మాట ధారాళంగానే మాట్లాడతారు. కానీ, స్వంత ఆస్తిహక్కు పోయాక, 'వుత్పత్తి సంబంధాల' మాటే వొదిలేస్తారు, అవి మారిపోయాయనే అవగాహనతో వుండడంవల్ల.

'సాంస్కృతిక విప్లవం'లో- వుపరితలాన్ని మార్చడానికే ప్రారంభించిన ప్రయత్నాలు 'పునాది' దాకా దారితీశాయి సహజంగానే. ఉదా॥ కార్మికులు, ఏ నియమనిబంధనలనో మార్చుకోడానికి ప్రయత్నించినప్పుడు మేనేజిమెంటు దాన్ని వ్యతిరేకిస్తుంది. కార్మికులు ఏ పని చెయ్యబోయినా దానికి ఆటంకాలు ఎదురౌతాయి. 'అసలు మేనేజిమెంటు మన చేతిలోనే వుండాలి' అని అప్పుడు కార్మికులకు అర్థమవుతుంది. సాంస్కృతిక విప్లవం ఈ రకంగా, పునాదిదాకా వెళ్ళిందే గానీ, మొదట్లో అది 'కార్మిక మేనేజిమెంటు' కోసం ప్రారంభమైంది కాదు. తీరా అది ఆ మలుపు తిరిగాక, 'అన్ని ఫ్యాక్టరీల్లోనూ, గనుల్లోనూ కూడా అలాగే చెయ్యండి' అని విప్లవపంథా దాన్ని సమర్థించింది. అంటే, విప్లవ పంథాకి కూడా అంతకు పూర్వం లేని స్పష్టత ఈ విప్లవం ద్వారానే వచ్చింది. కార్మికవర్గం నిజంగా కొంత చొరవగా ప్రవర్తించడంవల్ల, కమ్యూనిస్టు నాయకులు కూడా నేర్చుకోతగ్గంత అభివృద్ధి దానిద్వారా దొరికింది. చైనా సమాజంలో వుత్పత్తి సంబంధాలు ఇంకా సోషలిస్టుగా మారలేదనే సంగతి చైనా విప్లవపంథా, సాంస్కృతిక విప్లవ కాలంలోనే గ్రహించింది. (అదీ ఇంకా స్పష్టంగా కాదు).

మావో రచనల్లో – సాంస్కృతిక విప్లవంకన్నా వెనకటి రచనలకీ, తర్వాత రచనలకీ ఈ విషయంలో తేడా వుండడంవల్లనే చైనా రివిజనిస్టులు – మావో రచనల్లో, వెనకటికాలం వాటినే గొప్పచేసి, తర్వాత రచనల్లో మావో చాలా తప్పులు చేశాడని ప్రచారం చేస్తూ, వెనకటి రచనల మీద మాత్రమే ప్రజల దృష్టి వుండేట్టు చేస్తున్నారు.

"సోషలిస్టు వ్యవస్థ", "సోషలిస్టు యాజమాన్యం" అనే విషయాలపట్ల తప్పుడు అవగాహన 1930 ప్రాంతాలనించీ, రష్యా పార్టీలో ప్రారంభమైందనీ, దాని ప్రభావమే చైనా పార్టీ మీద (విప్లవ పంథా మీద కూడా) అనేక విషయాలలో వుందనీ బెతల్ హామ్ పరిశీలనల సారాంశం.

1917లో, రష్యా కమ్యూనిస్టు పార్టీ రాజకీయాధికారం తీసుకున్న దగ్గిర్నించీ ఆ దేశం దాదాపు 4 సంవత్సరాలవరకూ 10కి పైగా సామ్రాజ్యవాద దేశాలతో భయంకర యుద్ధాలు ఎదుర్కోవలసి వచ్చింది. ఆ కాలంలో దేశంలో ఎక్కువమంది కార్మికులు యుద్ధంలో చచ్చిపోవడమూ, వుత్పత్తి ఘోరంగా దెబ్బతినడమూ జరిగాయి. అలాంటి గడ్డు పరిస్థితుల్లో సోషలిస్టు రాజ్యాధికారాన్ని నిలబెట్టుకోవడం కోసం రష్యా 'విప్లవ పంథా' కొన్ని 'వెనకడుగులు' వెయ్యవలసి వచ్చింది. ఏక వ్యక్తి మేనేజిమెంటు విధానాన్నే కొనసాగించడమూ, బూర్జువా మేధావులకు పెద్ద పెద్ద జీతాలిచ్చి వాళ్ళు సరిగా పనిచేసేట్టు ప్రోత్సహించడమూ, బూర్జువా వుత్పత్తికి కొంత స్వేచ్ఛ నిచ్చే నూతన ఆర్థిక విధానాన్ని ప్రవేశపెట్టడమూ— వంటి వెనకడుగులు అవి. ఈ వెనకడుగుల్ని ఎంతోకాలం కొనసాగించరాదని కూడా రష్యా పార్టీ స్పష్టంగానే ప్రకటించింది. లెనిన్ పోయిన తర్వాత (1924లో పోయాడు లెనిన్) వున్న నాయకులు— ముఖ్యంగా స్టాలిన్— ఆ వెనకడుగుల్ని ఎన్నటికీ సవరించలేదు. ఆ వెనకడుగుల్ని సవరించి విప్లవ సిద్ధాంతాన్ని నిలబెట్టే దృక్పథం

రష్యా పార్టీలో లేకపోవడం వల్లనే అది క్రమంగా పతనమవడం ప్రారంభించింది. (ఆ పతనం ఏమిటో తర్వాత చాలా చాప్టర్లలో చూస్తారు).

'రష్యా సమాజంలో ఇక వర్గాలు లేనేలేవు' (స్టాలిన్) అనే తప్పు అవగాహనే గాక, 'సోషలిజానికి మూలం వుత్పత్తి శక్తుల అభివృద్ధి' అనే తప్పు ధోరణి కూడా రష్యా పార్టీలో వుంది. ఈ వుత్పత్తి శక్తుల సిద్ధాంతం రివిజనిస్టు లందరికీ ఆరాధ్య సిద్ధాంతం. సోషలిజాన్ని ప్రారంభించడానికీ, అభివృద్ధి పరచడానికీ శ్రామిక వర్గాల రాజకీయ చైతన్యం అవసరమా, వుత్పత్తి కుప్పతెప్పలుగా చెయ్యడం అవసరమా? శ్రామికవర్గాల అధికార నిర్వహణ లేనిచోట వుత్పత్తి ఎంత పెరిగితేమాత్రం దానివల్ల గుణాత్మకమైన మార్పేం జరుగుతుంది? మహా అయితే శ్రామికవర్గాలకు కూడా కొంచెం జీతాలు పెరుగుతాయి. మిగతాదంతా బూర్జువా వర్గాలు ఆరగిస్తాయి. వుత్పత్తి శక్తులు ఏ స్థాయిలో వుంటే ఆ స్థాయిలోనే సోషలిస్టు పద్ధతులు ఏర్పర్చుకోవచ్చు. కార్మికులే వుత్పత్తిసంస్థల్ని మేనేజ్ చేసుకోవడానికి 'వుత్పత్తి ఎక్కువగా జరగడం, తక్కువగా జరగడం' అనే ప్రశ్న లేదు. బూర్జువా శ్రమ విభజనని మార్చడానికి కూడా వుత్పత్తి ఫలానా స్థాయిలో వుండాలనే ప్రశ్నలేదు. దోపిడీని కంట్రోల్ చేసే పద్ధతులు ప్రారంభించి, నడుపుకోవడమే సోషలిజం అయితే, వుత్పత్తి శక్తులు ఏ స్థాయిలో వున్నా ఆ పని ప్రారంభించవచ్చు.

వుత్పత్తి శక్తుల అభివృద్ధికి ఎప్పటికీ ఒక అంతం అనేది వుండదు. మానవుడు ప్రకృతి రహస్యాల్ని తెలుసుకుంటోన్నకొద్దీ వుత్పత్తిశక్తుల్ని అభివృద్ధి పరుచుకునే మార్గాలు దొరుకుతూనే వుంటాయి. ప్రకృతినించి నేర్చుకోడానికి ఎన్నటికీ ఒక అంతం వుండదు కాబట్టి, వుత్పత్తి శక్తుల అభివృద్ధికి కూడా ఎన్నటికీ అంతం వుండదు. వుత్పత్తి శక్తుల అభివృద్ధిమీదే సోషలిజం అధారపడుతుందని చెప్పేవారి ప్రకారం చూస్తే— వుత్పత్తి శక్తులు ఏ స్థాయికి పెరిగితే సోషలిజం సాధ్యమవుతుందీ? సోషలిజంద్వారా జరిగే వర్గపోరాటమే వుత్పత్తి శక్తుల్ని మరింత మరింత అభివృద్ధి చెయ్యగలుగుతుంది గానీ, వుత్పత్తి శక్తులే సోషలిజాన్ని అభివృద్ధి చెయ్యడంకాదు. వుత్పత్తి శక్తుల్ని పెంచే పని కూడా వర్గపోరాటం ద్వారానే సాధ్యమవుతుంది. అంటే, అన్నిటికీ వర్గపోరాటమే ప్రధానావసరం అవుతుంది. అన్నిటికీ అదే మూలం అవుతుంది. లెనిన్ తర్వాత, రష్యా పార్టీలో ప్రముఖ నాయకులైన స్టాలినూ, ట్రాట్స్కీ కూడా (వాళ్ళ అవగాహనల్లో వేరేరకం తేడాలు వున్నప్పటికీ) 'రష్యా సమాజంలో వర్గాలు లేవు' అని భావించడంలోనూ, 'వుత్పత్తి శక్తుల అభివృద్ధే ఒక సమాజ స్వభావాన్ని నిర్ణయిస్తుంది' అని భావించడంలోనూ ఒకేరకంగా వున్నారు. (బెతల్‌హేమ్ రాసిన "...రష్యాలో వర్గపోరాటాలు - 1"లో ముందు మాట. ఈ ముందు మాటలో, బెతల్‌హేమ్, తన పొరపాటు కూడా చెప్పుకున్నారు. 'వుత్పత్తి శక్తుల సిద్ధాంతం' విషయంలో తను కూడా కొంతకాలం పొరపాటు అవగాహనతోనే వున్నాననీ, 'సాంస్కృతిక విప్లవమే' తనని సరిగా ఆలోచించేలా చేసిందనీ బెతల్‌హేమ్ ఈ ముందుమాటలో చెప్పుకున్నారు.)

'ఉత్పత్తిశక్తుల' విషయంలో చైనా విప్లవపంథా సరైన అవగాహనతోనే వున్నా, 'సోషలిస్టు పునాది' విషయంలోనూ, 'పార్టీ పాత్ర' విషయంలోనూ, ఇంకా కొన్ని విషయాల్లోనూ పొరపాటు అవగాహనలతో వుంది. చైనా 'విప్లవపంథా'లో మార్క్సిస్టు దృక్పథానికి వ్యతిరేకమైన మితవాద లక్షణాలూ, అతివాద లక్షణాలూ కూడా వున్నాయి. బూర్జువా

సంబంధాల్ని మార్చే ప్రసక్తే లేకుండా, బూర్జువా పద్ధతుల్లోనడిచే నాయకుల్ని పదవుల్నించి "డిస్మిస్" చెయ్యాలి — అంటూ సాంస్కృతిక విప్లవ తీర్మానంలో చెప్పిన అంశాలే — రెడ్‌గార్డుల అతివాద ధోరణులకు మూలకారణం అయ్యాయి.

ఒక 'రాజకీయ పంథా' ఎంత సరైన అవగాహనతో వున్నప్పటికీ అది ప్రకటించిన విషయం, ఆచరణలో నూటికి నూరుపాళ్ళూ అమలు జరగదు. ఎందుకంటే, ఆ పార్టీలో వుండేది ఒక్కవర్గమే కాదు కాబట్టీ; వేరువేరు వర్గాలూ, సెక్షన్లూ ఆ విషయాన్ని అమలు చెయ్యవలసి వుంటుంది కాబట్టీనూ. ఇక ఆ రాజకీయ పంథా కొన్ని అవగాహనా లోపాలతో వున్నప్పుడు దాని లక్ష్యాలు విజయవంతంగా నెరవేరడానికి అవకాశాలు తగ్గిపోతాయి.

ఏ సిద్ధాంతజ్ఞానంతో అయితే ప్రజలు విప్లవాన్ని రక్షించుకోవాలో ఆ సిద్ధాంతాన్ని ప్రజలకు బోధించడంలోనూ, ప్రజలు చొరవతో ప్రవర్తించడానికి తగిన మార్గాలు కల్పించడంలోనూ, తగినంత శక్తిసామర్థ్యాలతో ప్రవర్తించలేకపోయిన చైనా విప్లవ పంథా, ప్రస్తుతానికి రివిజనిజానికి పూర్తిగా చోటు వదిలి పక్కకి తప్పుకుంది.

సమాజ పరిణామంలో రివిజనిజం తప్పనిసరిగా రావలసిన దశ కాదు. విప్లవం ఓడిపోవడమే రివిజనిజం గద్దె ఎక్కడం కాబట్టి, విప్లవం ఓడిపోవడం తప్పనిసరిగా ఏర్పడే పరిణామం కాదు. రివిజనిజం ఎక్కడినించో హఠాత్తుగా వచ్చే విషయం కాదు. పాతసమాజంనించీ అది వుంది. విప్లవానికి పక్కపక్కనే అది వుంది. బూర్జువావర్గం వుండడమే రివిజనిజం వుండడం. 'శనమ్మా'! అంటే 'పదమ్మా'! అన్నట్టు, రివిజనిజం ఎప్పుడూ విప్లవానికి వెనకాల 'వొస్తున్నా పద' అంటూనే వుంటుంది. ఈ పరిస్థితిని ఎదుర్కోడానికి మార్గం, శ్రామిక వర్గాలు విప్లవకరంగా ప్రవర్తించడమే తప్ప ఇంకో అడ్డదారి వుండదు. శ్రామిక వర్గాలు స్వంత చొరవతో స్వయంగా విప్లవాచరణలోకి దిగే పద్ధతుల్ని అభివృద్ధి చేసుకోవాలి. ఆ ఆచరణ శ్రామికవర్గ దృక్పథంతోనే వుండాలిగానీ, బూర్జువా వర్గ ప్రభావాలతో వుంటే ఏమీ ప్రయోజనం లేదు.

'వర్గాలు'గా వున్నంత మాత్రాన్నే ఆ వర్గాల జ్ఞానం శాస్త్రీయ స్థాయిలో వుండదు. వర్గాలకు తప్పనిసరిగా 'వర్గ స్పృహ' వుంటుందిగానీ, అది 'లోకజ్ఞానం' అనదగ్గ స్థాయిలో మాత్రమే వుంటుంది (ఏ వర్గానికైనా). వర్గపోరాటాలన్నీ కేవలం లోకజ్ఞానం స్థాయిలోనే జరిగిపోతూ వుంటాయి. ప్రపంచానికి మార్క్సిస్టు సిద్ధాంతం తెలియకపూర్వం జరిగిన వర్గపోరాటాలన్నీ ఆ స్థాయిలో జరిగినవే. (అవి స్పష్టమైన శాస్త్రీయావగాహనతో జరిగినవి కావు). శ్రామిక వర్గాల విజయానికి ఆ పాత పరిస్థితి చాలదు. డైరెక్టుగా కనపడే బూర్జువా వర్గాన్ని కనిపెట్టడం కన్నా, మారువేషంలోకి వెళ్ళిపోయిన ప్రభుత్వ బూర్జువా వర్గాన్ని కనిపెట్టడానికి శ్రామికవర్గాలకు కొంతైనా శాస్త్రజ్ఞానం కావాలి.

శ్రామిక వర్గాల జ్ఞానం పెరుగుతోన్నకొద్దీ బూర్జువా వర్గం మరింత చాటుకి తప్పుకోడానికి ప్రయత్నిస్తూ వుంటుంది. కొత్త కొత్త ముసుగులు ధరించే బూర్జువా వర్గాన్ని కనిపెట్టడానికి శ్రామిక వర్గాల శాస్త్రజ్ఞానం మరింత అభివృద్ధి చెందుతూ వుండాలి. ఇదంతా సాధారణ లోకజ్ఞానాలతోటీ, యాంత్రికమైన సూత్రీకరణలతోటీ, కమ్యూనిస్టు పార్టీల 'పెత్తందారీ' నాయకత్వాలతోటీ సాధ్యంకాదు.

శ్రామిక వర్గాలకూ, పార్టీ సభ్యులకూ, కార్యకర్తలకూ — సాధారణ విద్యాజ్ఞానంతోపాటు సిద్ధాంత జ్ఞానం వుండి తీరాలన్నది విప్లవ విజయానికి మొట్టమొదటి

షరతు. సిద్ధాంతం అనేది — గత చారిత్రకానుభవాలన్నిటి వల్లా దొరికిన జ్ఞాన సారాంశం. అలాంటి జ్ఞానం లేని ఆచరణ చీకట్లో తడుములాట. తన ఆచరణద్వారా మాత్రమే దొరికే జ్ఞానం అతి పరిమితమైనదీ, అతి సంకుచితమైనదీనూ. వ్యక్తిగానీ, వర్గంగానీ సరైన సిద్ధాంత స్పృహ లేకుండా తన ఆచరణద్వారానే నేర్చుకోదల్చుకోవడం అంటే, వేలకొద్దీ సంవత్సరాలనించీ సమాజం పోగుచేసిన జ్ఞానాన్నంతటినీ తోసిపుచ్చి, పాత రాతి యుగానికి తిరిగి వెళ్ళడమే.

బూర్జువా పంథా ఇంకా అతి నిర్భయంగా శ్రామిక వర్గాల కళ్ళముందు విహరించగలుగుతోందంటే, ఆ వర్గాలు ఇంకా "మార్క్సిజాన్ని" నిజమైన అర్థంతో గ్రహించకపోవడంవల్లనే. ఈనాటికి కూడా మార్క్సిజానికి వ్యతిరేకమైన సిద్ధాంతాలెన్నో పుట్టి నిలబడగలుగుతున్నాయంటే కారణం- 'మార్క్సిజం' ఇంకా తన నిజమైన స్వభావంతో ప్రపంచానికి కనపడకపోవడమే.

1917 లో రష్యాలో ప్రారంభమైన విప్లవ దశనించీ 1976 లో చైనాలో ముగిసిన విప్లవదశ వరకూ — సోషలిస్టు విప్లవ చరిత్రలో అద్భుతమైన ఘట్టాలెన్నో వున్నా, వాటన్నిటిలోకీ "కార్మికవర్గ సాంస్కృతిక విప్లవం" ఒక గుణాత్మకమైన మార్పు ప్రదర్శించింది. అది కేవలం వేదిక మీద ఒక ప్రదర్శన ఇచ్చినంత తక్కువ కాలంలో ముగిసిపోయింది. తళుక్కున ఒక మెరుపులా మెరిసి మాయమైంది. దాని కాంతి చైనా శ్రామిక వర్గాల జ్ఞాపకాల్లో కొంతైనా నిలిచివుందో లేదో! ప్రపంచ శ్రామికవర్గాలకు ఆ విప్లవం సంగతి తెలియనే తెలియదు.

— "నలుగురి ముఠా"గా చైనా రివిజనిస్టుల దుష్ప్రచారానికి నలుగురు నాయకులు గురి అయ్యారు. ఈ నలుగురూ 'సాంస్కృతిక విప్లవానికి' ప్రధాన బాధ్యులు అనుకోవచ్చు (మావో గాక). అరెస్టుల నాటికి వీరు పార్టీలో పెద్ద స్థానాలలోనే వున్నారు. ఆ పదవుల వివరాలు ఇక్కడ ఇవ్వడం లేదు.

1- **చాంగ్‌చున్ చియావో:** అరెస్టు నాటికి వయసు 58 సం॥లు. పార్టీలోనూ, ప్రభుత్వంలోనూ ప్రధానంగా ప్రచార విభాగంలో పని చేశాడు. సాంస్కృతిక విప్లవ వ్యవహారాలు చూసే కమిటీకి వుపాధ్యక్షుడు. 1967 లో షాంగైలో ఏర్పడిన కమ్యూన్‌కి ప్రధాన బాధ్యుడు. చైనా సమాజంలో కొత్త వర్గాల విశ్లేషణ జరపడానికి ప్రయత్నించాడు. 'సోషలిస్టు యాజమాన్యా'నికి సంబంధించిన విషయాలలో కూడా కొంత కృషి చేశాడు.

2- **చియాంగ్‌చింగ్:** వయసు-62. విప్లవ రాజకీయాలలోకి రాకపూర్వం ఈమె నటి. 1963 - 64 లో చైనా 'ఒపేరా'లోనూ, 'బ్యాలే'లోనూ కొన్ని నూతనమైన మార్పులు తెచ్చిన సంస్కరణోద్యమానికి లీడరు. సాంస్కృతిక విప్లవ గ్రూపులో మెంబరు. ఈమె మావో భార్య.

3- **యావోవెన్‌యువాన్:** వయసు- 44. వూహాన్ రాసిన నాటకం మీద విమర్శ రాసిన వ్యక్తి ఈ యావోయే. సాంస్కృతిక విప్లవ ప్రారంభానికి ఈ విమర్శ కూడా ఒక అంశంగా పనిచేసింది. కొంతకాలం పత్రికా సంపాదకుడు.

4- **వాంగ్‌హంగ్‌వెన్:** వయసు-40. 1967 లో షాంగై విప్లవ కేంద్రానికి బాధ్యుడు. 68 లో షాంగై విప్లవ కమిటీకి వుపాధ్యక్షుడు.

— ఈ నలుగురినీ ఒకనాడు హఠాత్తుగా ఇళ్ళమీద పడి అరెస్టులు చేశారు రివిజనిస్టులు. పార్టీలో వ్యక్తుల్ని కుట్ర పద్ధతుల్లో అరెస్టులు చెయ్యడం పార్టీ సిద్ధాంతాలకే విరుద్ధం.

రాజకీయాధికారాన్ని స్వాధీనంచేసుకున్న ప్రభుత్వ బూర్జువావర్గం త్వరత్వరగా స్థిరపడాలని కోరుకుంటోంది. తనలోని అన్ని సెక్షన్లకూ స్థిరత్వం కలిగించడంకోసం అన్ని రంగాలలోనూ 'ఆధునీకరణలు' దానికి అవసరం. దాని 'వెనక నడక' నిరాటంకంగానే సాగిపోతోంది.

★ ★ ★ ★

ఏ దేశంలో అయినా 'కమ్యూనిస్టుపార్టీ' నిర్మాణం దాదాపుగా ఇలా వుంటుంది.

సాధారణ సభ్యులంతా కలిసి — పార్టీ! ఈ సభ్యులు లక్షల సంఖ్యలో వుంటారు. కాబట్టి, వాళ్ళంతా ఏనాడూ కలవడం సాధ్యంకాదు. ఆ సభ్యులందరి తరుపునా వివిధ ప్రాంతాలనించి వచ్చే ప్రతినిధులతో జరిగేది 'పార్టీ మహాసభ' (పార్టీ కాంగ్రెస్). పార్టీకి సంబంధించి అతిపెద్ద సమావేశం ఇదే. పార్టీ పంథానీ, ప్రధాన దృక్పథాలనీ ఈ మహాసభ ప్రతినిధులే నిర్ణయిస్తారు. (లెనిన్ కాలంలో ఈ 'మహాసభ' ప్రతీ సంవత్సరం జరిగేది. తర్వాత ఆ పద్ధతి పాటించడం మానేశారు). 'మహాసభ' తరుచుగా కలవడం సాధ్యంకాదు కాబట్టి, అది తన ప్రతినిధులలోంచి 'కేంద్రకమిటీ'ని ఎన్నుకుంటుంది. ఈ 'కేంద్రకమిటీ' తరుచుగా కలుస్తూ, 'మహాసభ' నిర్ణయించిన పంథాలో ఎప్పటికప్పుడు కావలసిన నిర్ణయాలు చేస్తూవుండాలి. (లెనిన్ కాలంలో 'కేంద్రకమిటీ' నెలకి రెండుసార్లు కలిసేది. కొన్ని సందర్భాల్లో నెలకి ఒక్కసారైనా కలిసేది. తర్వాత ఆ పద్ధతి కూడా మానేశారు). (కేంద్ర కమిటీ — తన సభ్యులలోనించి 'పొలిటికల్ బ్యూరో'నీ, ఆ 'పొలిటికల్ బ్యూరో' తన సభ్యులలో నించీ 'పొలిటికల్ బ్యూరో స్టాండింగ్ కమిటీ'నీ, ఆ స్టాండింగ్ కమిటీ తనలోనించీ 'సెక్రటేరియట్'నీ ఎంచుకుంటాయి. కేంద్ర కమిటీ పార్టీ ఛైర్మన్‌నీ, వైస్‌ఛైర్మన్‌నీ ఎంచుకుంటుంది. ఈ పై స్థాయి శాఖల పేర్లని ఒక్కో దేశంలో ఒక్కోరకంగా పెట్టుకుంటారు. 'కేంద్రకమిటీ' రోజూ కలవదు కాబట్టి, అది కలవని కాలంలో ఈ శాఖలు పని చేస్తాయి. వీటికి ఇతర బాధ్యతలు కూడా వుంటాయి.

'కేంద్ర కమిటీ'యే పార్టీ నిర్ణయాలు చెయ్యాలనే పద్ధతి కూడా ఇప్పుడు మారిపోయి, పొలిట్ బ్యూరోయే, ఒక్కోసారి స్టాండింగ్ కమిటీయే నిర్ణయాలు చెయ్యడాలు జరుగుతున్నాయి. కమ్యూనిస్టు పార్టీలన్నీ చాలాకాలంనించీ బూర్జువా పద్ధతుల్లోనే నడుస్తున్నాయి! (పార్టీ నడకే ఇలా వున్నప్పుడు విప్లవాలు ఎక్కణ్ణించి వస్తాయి? వచ్చినవి ఎలా నిలబడతాయి?)

'కేంద్ర కమిటీ' ప్రతినిధులంతా కలిసే సమావేశాన్ని 'ప్లీనమ్' అంటారు. ఒక కేంద్ర కమిటీని, అది ఎన్నో మహాసభలో ఏర్పడిందో ఆ సంఖ్యతో పిలుస్తారు. '8 వ కేంద్ర కమిటీ' అంటే — పార్టీకి 8 వ మహాసభ జరిగినప్పుడు ఏర్పడ్డ కేంద్ర కమిటీ అని. '8 వ కేంద్రకమిటీ 2 వ ప్లీనమ్' అంటే — 8 వ కేంద్ర కమిటీ జరిపే 2 వ సమావేశం అని. చైనా పార్టీలో ఇప్పటికి 12 మహాసభలు జరిగాయి. ఇప్పుడువున్న (1983 నాటికి) కేంద్రకమిటీ 12 వ కేంద్ర కమిటీ.

ఈ కేంద్ర కమిటీలో 210 మంది సభ్యులు వున్నారు. పొలిటికల్ బ్యూరోలో 25 మంది, పొలిటికల్ బ్యూరో స్టాండింగ్ కమిటిలో 6 గురూ వున్నారు. కేంద్ర కమిటీ చెయ్యాల్సిన నిర్ణయాలని ఒక్కోసారి స్టాండింగ్ కమిటీయే (6 గురే) చేసేస్తూ వుంటుంది. ఇప్పుడు చైనా పార్టీలో చైర్మన్ పదవి లేదు, జనరల్ సెక్రటరీపదవి వుంది. హు యావో బాంగ్ అనే వ్యక్తి ఇప్పుడు పార్టీ జనరల్ సెక్రటరీ.

దేశ పరిపాలనా విషయాలన్నీ ప్రభుత్వం చూస్తుంది. ప్రభుత్వం పార్టీ నాయకత్వంలోనే వుంటుంది. 'జాతీయ ప్రజా ప్రతినిధుల మహాసభ' అన్నది చైనాలో పార్లమెంటు లాంటిది. సైన్యమూ, కోర్టులూ, జైళ్ళూ — ప్రభుత్వం కిందే వుంటాయి.

★ ★ ★ ★

"వెనక్కి పెద్ద గంతు" వ్యాసంలో బెతల్‌హామ్ 72 ఫుట్‌నోట్లు ఇచ్చారు. వీటిలో కొన్ని కేవలం ఫ్రెంచి పత్రికల పేర్లూ, ఇంగ్లీషు పత్రికల పేర్లూ వుదహరించేవి మాత్రమే. అలాంటి వాటిని ఇక్కడ తీసేశాము. (అవి కూడా కావలసిన వాళ్ళు ఒరిజినల్ కాపీలో చూసుకోవచ్చు). మిగిలిన ఫుట్‌నోట్లలో కొన్నిటిని సందర్భాల్ని బట్టి వ్యాసానికి సంబంధించిన మేటర్‌లో కలిపేశాము. కొన్నిటిని విడిగానే వుంచి, ఏ ఫుట్‌నోట్ ఎక్కడ రావాలో అక్కడే విడిగా పలకల బ్రాకెట్లలో వ్యాసంలోనే వుంచాము. ఈ వ్యాసాలకింద, మేము అనేక ఫుట్‌నోట్లు ఇవ్వవలసిన అవసరం కనపడడంవల్ల బెతల్‌హామ్ ఫుట్‌నోట్లన్నీ వ్యాసంలోకే మార్చాము.

ఈ వ్యాసాల అనువాదం పనిలో ఉదయకుమార్ మొదట ఒక అనువాదం తయారుచేశాడు. దాన్ని గాంధీ ఒరిజినల్‌తో పోల్చి చెక్‌చేసి అవసరమైన మార్పులు చేశాడు. అప్పటికి అది మక్కికి మక్కీ (లిటరల్) అనువాదం అయింది. దాన్ని నేను తెలుగు పద్ధతులకు అనుగుణమైన అనువాదంగా మార్చాను. దీర్ఘమైన వాక్యాల్ని చిన్నచిన్న వాక్యాలుగా చెయ్యడానికీ, పాసివ్‌వాయిస్ క్రియలన్నిటినీ తెలుగు పద్ధతిలోకి మార్చటానికీ అవసరమైన 'స్వేచ్ఛ' తీసుకున్నాను. ఒక పెద్ద వాక్యాన్ని రెండు చిన్న వాక్యాలుగా చేసినప్పుడు రెండో వాక్యంకోసం కొత్త కర్తని తెచ్చి పెట్టవలసి వస్తుంది. అలాగే 'చెప్పబడింది', 'జరపబడింది' లాంటి క్రియల్ని మార్చినప్పుడు కూడా వాక్యంలో లేని కర్తల్ని పెట్టవలసివస్తుంది. ఒక్కోసారి, ఎక్కువ స్పష్టతకోసం కొన్ని వాక్యాల్ని కలపవలసివస్తుంది. ఇలాంటి మార్పులకు అవసరమైన స్వేచ్ఛ తీసుకోవడమే తప్ప రచయిత వుపయోగించిన పదాల్నీ, అర్థాల్నీ ఏమీ మార్చలేదు. వాక్యాల్ని రచయిత వ్యక్తం చేసిన పద్ధతిలో వుంచడానికే (రచయిత ఎక్స్‌ప్రెషన్లని యథాతథంగా వుంచడానికే) ప్రయత్నించాను.

'ముందుమాట'కీ, 'చివరిమాట'కీ, 'ఫుట్‌నోట్ల'కీ కావలసిన సమాచారాన్ని సేకరించడంలో అందరిపాత్రా వున్నప్పటికీ, ఎక్కువ పాత్ర — **గాంధీ**ది.

— ఈ వ్యాసాలకు సంబంధించి, అనేక విషయాల్లో బెతల్‌హామ్‌ని మేము వివరణలు కోరవలసి వచ్చింది. బెతల్‌హామ్, తన జవాబులన్నీ — ఒక్క వుత్తరం తప్ప — ఫ్రెంచిలోనే రాశారు. ఈ అనువాదం కోసం ఇచ్చిన 'ముందుమాట' కూడా ఫ్రెంచిలోనే రాశారు.

వాటన్నిటినీ - **ఎ.డి.భోగ్లే** గారు (ఉస్మానియా యూనివర్శిటీలో ఫ్రెంచి డిపార్టుమెంటు హెడ్) ఇంగ్లీషులోకి అనువాదంచేసి ఇచ్చారు.

— ఈ పుస్తకంలో ప్రస్తావించిన రచనలన్నిటినీ రచయితల పేర్లతోనే ఇచ్చాము. వాటి వివరాలకోసం ఈ పుస్తకం చివర్లో చూడండి.

— "...రష్యాలో వర్గపోరాటాలు" అని అనేకసార్లు చెప్పిన పుస్తకం అసలు పేరు— "యు. ఎస్. ఎస్. ఆర్. లో వర్గ పోరాటాలు". క్లుప్తత కోసం దాన్ని అలా ప్రస్తావించాము.

రంగనాయకమ్మ

అక్టోబర్, 1983.

తెలుగు అనువాదానికి బెతల్‌హామ్ "ముందుమాట"

ఈ పుస్తకం వచ్చాక చైనాలో చాలా సంఘటనలు జరిగాయి. రాజీనామాలేఖలోనూ, నీల్‌బర్టన్‌కి ఇచ్చిన జవాబులోనూ నేను చేసిన విశ్లేషణలు సరైనవేనని ఆ సంఘటనలవల్ల రుజువైంది.

ప్రస్తుత చైనా రాజకీయాలు, చైనా పార్టీలో వున్న బూర్జువా శక్తుల అధికారానికి సంబంధించినవే. ఈ పరిణామాల్ని ఎదుర్కొనే ప్రజా వుద్యమమేదీ లేదంటే — అక్కడ విప్లవశక్తులు 1977లో నేననుకున్న దానికన్నా కూడా బలహీనంగా వున్నాయనీ, విప్లవభావాలు ప్రజలలోకి లోతుగా చొచ్చుకుపోలేదనీ అర్థమవుతోంది. దీన్నిబట్టి ఒక విషయం తీవ్రంగా ఆలోచించుకోవాలి. సిద్ధాంత పోరాట రూపాల గురించీ, పోరాట పద్ధతుల గురించీ, కార్మికులు తమ విముక్తి కోసం పోరాడడానికి వీలునిచ్చే నిర్మాణ రూపాల గురించీ తీవ్రంగా ఆలోచించుకోవాలి.

ఈ పుస్తకాన్ని తెలుగు పాఠకులకు అందించడం కోసం కృషిచేసిన వారందరికీ నా కృతజ్ఞతలు!

చార్లెస్ బెతల్‌హామ్

పారిస్

6 ఏప్రిల్ 1983

—:—

"ఫ్రెంచి-చైనా మిత్రమండలి" కి
బెతల్‌హేమ్ 'రాజీనామా లేఖ'

పారిస్

డియర్ ఫ్రెండ్స్! మే 11, 1977

మావో మరణం తర్వాత జరిగిన సంఘటనలు నన్ను తీవ్రంగా కలవరపరిచిన సంగతి మీకు తెలుసు.

సాంస్కృతిక విప్లవ కాలమంతా ప్రధానపాత్ర వహించినవారూ, మావో విశ్వాసాన్ని పొందినవారూ అయిన (మావో విశ్వాసాన్ని పొందడంలో చియాంగ్ చింగ్ తప్ప) "నలుగురు" నాయకుల అరెస్టులు జరిగిన తర్వాత చైనాలో సోషలిజం భవిష్యత్తేమిటని ఎందరో చైనా మిత్రులలాగానే నేను కూడా తీవ్రంగా ఆందోళన పడ్డాను.[1]

ఈ నలుగురు నాయకులూ కలిసి ఏదో కుట్ర పన్నబోయారన్న ఆరోపణ, ఏ విధంగా చూసినా నమ్మదగ్గదిగా లేదు. కుట్రలు విజయవంతంగా నిర్వహించి అధికారంలోకి రాగలిగిన వాళ్ళకి, తాము వెళ్ళగొట్టిన వాళ్ళ గురించి "కుట్రలు చెయ్యబోయార"ని ఆరోపణలు చెయ్యడం ఎప్పుడూ మామూలే.

'యావోవెన్ యువాన్', 'చాంగ్‌చున్ చియావో'లు — చైనాలో పెట్టుబడిదారీ విధానం తిరిగి ఏర్పడ్డానికి కారణమైన "వర్గపునాది"ని గురించి ఎంతో ముఖ్యమైన సమాచారం అందించారు. (అది తగినంత సరిపోయేది కాకపోయినా). అటువంటి నాయకుల్ని అరెస్టులు

---

1. సాంస్కృతిక విప్లవ కాలంలో ప్రధాన పాత్ర వహించిన "నలుగురు" నాయకులు:

(1) చాంగ్‌చున్ చియావో. (2) చియాంగ్ చింగ్ (ఈమె మావో భార్య). (3) యావోవెన్ యువాన్. (4) వాంగ్ హంగ్‌వెన్. వీరికి సంబంధించిన ఇతర వివరాలు కొన్ని అనువాదకుల మొదటి "ముందుమాట"లో చూడండి.

మావో విశ్వాసాన్ని పొందడం గురించి చెప్తూ "చియాంగ్‌చింగ్ తప్ప" అనడంలో బెతల్‌హేమ్ వుద్దేశ్యమేమిటో మాకు సరిగా అర్థంగాక, ఆయన్ని ఇలా అడిగాము - "చియాంగ్‌చింగ్ మావో భార్యే కాబట్టి, మావో విశ్వాసాన్ని పొందే విషయంలో భార్యని కలపడం అనవసరమనే వుద్దేశ్యంతో అలా అన్నారా మీరు? లేక, చియాంగ్‌చింగ్ మీద మావోకి సదభిప్రాయం లేదనే వుద్దేశ్యంతో అన్నారా? చియాంగ్ మీద మావోకి సదభిప్రాయం లేదనుకోడానికి మీ వ్యాసాల్లో ఇంకెక్కడా అధారాలులేవుకదా? దీన్ని ఎలా అర్థం చేసుకోవాలి?"— అని. మా ప్రశ్నలకు బెతల్‌హేమ్ జవాబు — 'నా 'రాజీనామా లేఖ' రాసే సమయానికి చాలా గట్టిగా అనుకున్నాను — చియాంగ్‌చింగ్ మావో విశ్వాసం పొందలేదని. కానీ, తర్వాత చాలా వాస్తవాలు నా అభిప్రాయం తప్పని తెలిపాయి. ఆ విషయం నా పుస్తకం తాలూకు ఫ్రెంచి ముద్రణలో ఒక ఫుట్‌నోట్‌లో చెప్పాను." ★

చెయ్యడం లాంటి రాజకీయ ఘటనలు జరిగిన తర్వాత, చైనా ప్రస్తుత నాయకత్వంపై నా సందేహాలు మరింత బలపడ్డాయి.

సరే, నా సందేహాలూ ఆందోళనలూ ఎలావున్నా, నేను ఒక అభిప్రాయానికి వచ్చేముందు, చైనా కమ్యూనిస్టు పార్టీ నాయకత్వాన్ని చేజిక్కించుకున్నవారి వాదనలేమిటో, వారు నిజంగా అనుసరించబోతోన్న రాజకీయ పంథా ఏమిటో తెలుసుకోవడం తప్పనిసరి అయింది.

1976 అక్టోబరు సంఘటనల తర్వాత గడిచిన 6 నెలల కాలం, నా భయాలు నిజమేనని నిరూపించింది.[2]

'నలుగురి' మీదా ఇన్నాళ్ళూ 'విమర్శ' నడిచిన తీరుగానీ, ఇప్పుడు ఇంకా నడుస్తోన్న తీరుగానీ మావో బోధించినదానికి ఎంతమాత్రం అనుగుణంగా లేదు. ప్రస్తుత నాయకులు ఈ 'నలుగురి'మీదా చేస్తోన్న విమర్శల్లో— అపనిందలూ, దుష్ప్రచారాలూ తప్పితే— "మార్క్సిస్టు విశ్లేషణ" అన్నది మచ్చుకైనా లేదు. ఆ విమర్శలు ఎంత తక్కువ స్థాయిలో వున్నాయంటే, 'నలుగురి' రాజకీయ పంథా మీద సీరియస్ విమర్శని రూపొందించడంలో ప్రస్తుత నాయకుల అసమర్థతనే సూచించే స్థాయిలో వున్నాయి.

'నలుగురి'కి వ్యతిరేకంగా ప్రస్తుత నాయకులు చేస్తోన్న ఆరోపణలన్నీ, సరిగ్గా ఆ ఆరోపణలు చేసేవాళ్ళ ప్రవర్తనకే సరిపోతాయి.

"దొంగ ఫోటోలు సృష్టించడం లాంటి పనులు చేసి ఈ నలుగురు కుట్రదారులూ పార్టీనీ, ప్రభుత్వాధికారాన్నీ చేజిక్కించుకోవాలనుకున్నారు"— (27-3-77, సిన్హువా వార్త) అన్నదే ప్రస్తుతారోపణల్లో మొత్తంగా కనిపించేది.

దొంగ ఫోటోలు సృష్టించడాన్నీ, చారిత్రక సత్యాల్ని వక్రీకరించడాన్నీ తప్పకుండా వ్యతిరేకించవలసిందే. అయితే, ప్రస్తుత చైనాలో ఈ పద్ధతులన్నీ బ్రహ్మాండంగా జరిగిపోతున్నాయి. వుదాహరణకి, 1976 నవంబర్-డిసెంబర్ "చైనా రీ కన్‌స్ట్రక్ట్స్" సంచికలో, దొంగ ఫోటోలూ, అబద్ధపు ఫోటోలూ ఎంతో బట్టబయలుగా వున్నాయి.

ఇక, 'నలుగురి' మీద చేసిన కొన్ని ఆరోపణలైతే మార్క్సిస్టు మూల సూత్రాలకే విరుద్ధం. ఉదా॥ చాంగ్‌చున్ చియావో మీద చేసిన ఆరోపణ. ప్రస్తుత చైనా సమాజంలో ఏ యే వర్గాలున్నాయో వివరణ ఇవ్వాలనీ, మార్క్సిజాన్ని అభివృద్ధి చెయ్యాలనీ చాంగ్ ప్రయత్నించాడు. కానీ, ఆ ప్రయత్నాన్ని ప్రస్తుత నాయకులు 'శాస్త్రీయ సోషలిజంమీద నమ్మకం లేకపోవడమ'నీ, 'విప్లవద్రోహమ'నీ ఆరోపించారు. మిగతా ఆరోపణలు మరీ నమ్మశక్యంకానివి. ఒకవేళ వాటిని నమ్మేటట్టయితే, కమ్యూనిస్టు పార్టీలో వున్న పెద్ద పెద్ద నాయకుల జీవిత విధానాలమీదే తీవ్రమైన సందేహాలు తలెత్తుతాయి. 'నలుగురూ' రెస్టారెంట్లలో భోజనాలు చేసి డబ్బులు అడగొద్దనేవారట! చియాంగ్ చింగ్ అయితే తనకి

---

2. **1976** అక్టోబరు సంఘటనలు ఏమిటంటే— రివిజనిస్టు కుట్ర జరగడమూ, 'నలుగుర్నీ' అరెస్టు చెయ్యడమూనూ. అప్పటినించీ రివిజనిస్టు పంథాయే అధికారాన్ని చేజిక్కించుకుంది. ఆ విషయం- ఈ 'రాజీనామా లేఖ' తర్వాత బెతల్‌హామ్ రాసే రెండో వ్యాసంలో వివరంగా వుంటుంది. ఈ వ్యాసాల్లో 1976 చివరినించీ జరిగే విషయాల్ని ప్రస్తుత రివిజనిస్టు పంథాకి సంబంధించిన విషయాలుగా అర్థం చేసుకుంటూ వుండాలి. ★

"రాణీగారి బట్టలు" కుట్టమని టైలర్ని ఆజ్ఞాపించిందట — అన్నీ ఇలాంటి ఘోరమైన అబద్ధాలే! అతిశయోక్తులే! అసలు జరిగిందానికీ వీటికీ సంబంధమే లేదు. ఈ నలుగురూ మహా అవినీతికరమైన బూర్జువా జీవితం గడిపారని కొన్ని నెలలనించీ చైనా పత్రికలు తెగరాస్తున్నాయి.

'వాంగ్ హోంగ్ వెన్' కొత్త బూర్జువాలకు ఖచ్చితమైన ప్రతినిధి అనీ; ఈ 'నలుగురూ' భూస్వాముల పక్షాన్నీ, బూర్జువాల పక్షాన్నీ రక్షించే ప్రయత్నాలు చేశారనీ — ఇలాంటి నిందలే అన్నీనూ. చైనా కమ్యూనిస్టుపార్టీకీ, శ్రామిక వర్గాలకీ, ప్రజలందరికీ, మొత్తం చైనా జాతికే ఈ నలుగురూ శత్రువులని వారిని ఘోరంగా నిందించారు. వారు గూఢచారి చర్యలెన్నో చేశారనీ, విదేశాలకు అమ్ముడు పోయారనీ, తమ రహస్య ఏజంట్లకి కావలసిన వస్తువులేవో చైనాకి దిగుమతి చేసుకున్నారనీ, మహా ఖరీదైన ఆడంబరమైన వస్తువులు తెప్పించుకున్నారనీ, సోషలిజాన్ని దెబ్బతీయాలనే ఉద్దేశ్యంతోనే దేశ సంపదని దుర్వినియోగం చేశారనీ, భౌతిక ప్రోత్సాహకాల్ని విపరీతంగా పెంచేశారనీ — ఇలా రకరకాల నిందలు!

ఆఖరికి, వారిని "కొమింగ్‌టాంగ్ ఏజంట్లు"గా కూడా చిత్రించారు.[3]

ఈ విషయాలన్నీ నిజమేనని అంగీకరించేటట్టయితే, కమ్యూనిస్టు పార్టీ నాయకత్వం గురించీ, మావో తీసుకున్న జాగ్రత్తల గురించీ కూడా తీవ్రమైన సందేహాలు రేకెత్తవలిసిందే. ఈ ఆరోపణలే గనక నిజమైతే, ఇప్పుడున్న కొత్త నాయకుల్లో కొందరో, అందరూనో శత్రువులకు సమాచారం అందించే కొమింగ్ టాంగ్ ఏజంట్లుగా చాలా తొందర్లోనే బైట పడతారని తప్పకుండా అనుకోవలిసిందే.

'నలుగురి' మీద చేసే ఈ ఆరోపణలకీ నిజంగా జరిగిన సంఘటనలకీ పొంతనే లేదని నేను భావిస్తున్నాను. తమతో అభిప్రాయ భేదాలున్న వారందర్నీ తమ మార్గంలోంచి తీసివేస్తూ ప్రజల్ని వంచిస్తోన్న ప్రస్తుత నాయకుల్ని నమ్మడం అసాధ్యం. 'నలుగురి'తో తమకుగల అభిప్రాయభేదాలకు అసలు కారణాలేమిటో 'వివరించడా'నికి బదులు వీరు బూటకపు మాటలతో దబాయింపులు చెయ్యాలని చూస్తున్నారు.

ఇదంతా చూశాక, "మావో రాజకీయ పంథా మీద విశ్వాసం" అంటూ ప్రస్తుత నాయకులు చెప్పే మాటలన్నీ ఆ మావో పంథాకి పూర్తిగా వ్యతిరేక మార్గాన్ని ఏర్పాటు చేసుకోడానికి ఒక ముసుగు మాత్రమేనని అభిప్రాయపడక తప్పడంలేదు.

కొన్ని నెలలుగా చైనాలో ప్రచురించిన పుస్తకాల్ని పరిశీలించాకా, కొత్త నాయకుల ఆరోపణలన్నిటినీ గమనించాకా — చైనాలో "విప్లవ విద్రోహ పంథా"

---

3. కొమింగ్ టాంగ్ ఏజంట్లు: గతంలో చైనా "ప్రజాతంత్ర విప్లవ" కాలంలో చాంగైషేక్ నాయకత్వాన వున్న "కొమింగ్‌టాంగ్ పార్టీ" పెట్టుబడిదారుల తరుపునా, భూస్వాముల తరుపునా, అమెరికన్ సామ్రాజ్య వాదుల తరుపునా పని చేసింది. ఈ పార్టీ, చైనా విప్లవాన్నీ, కమ్యూనిజాన్నీ సర్వనాశనం చెయ్యాలని చూసింది. కొమింటాంగ్ పార్టీకి అనుకూలంగా వున్న వాళ్ళని "కొమింగ్‌టాంగ్ ఏజంట్లు" అని విప్లవకారులు అనేవారు. ఇప్పటికీ కొమింగ్‌టాంగ్ భావాలతోటే వుంటూ, కమ్యూనిజాన్ని నాశనం చెయ్యాలనే దృష్టితో పెట్టుబడిదారులకు తోడ్పడే వాళ్ళని "కొమింగ్‌టాంగ్ ఏజంట్లు" అంటారు. చైనా రివిజనిస్టులు, సాంస్కృతిక విప్లవ నాయకుల్ని 'కొమింగ్‌టాంగ్ ఏజంట్లు' అంటున్నారు.

★

విజయవంతమవుతోందని నేను గట్టిగా అభిప్రాయపడుతున్నాను.

1. టెంగ్ మీద విమర్శ ఆగిపోయింది.
2. విప్లవ సిద్ధాంతానికి ప్రాధాన్యత పోయి "వుత్పత్తే సర్వసం" అన్న ధోరణి మొదలైంది.
3. కార్మిక క్రమశిక్షణనీ, ఆర్డర్‌నీ గొప్ప చెయ్యడం సాగుతోంది.
4. ప్రజలు స్వంత అభిప్రాయాలు వుంచుకోవడం — అన్న ప్రశ్నే లేకుండాపోయింది.
5. బూర్జువా విధానాలకు వ్యతిరేకంగా తిరగబడే హక్కూ, తిరగబడవలసిన బాధ్యతా — అనేవాటి ప్రస్తావనే పోయింది.
6. సమాజం సోషలిజానికి మారే దశలో, సమాజంలో స్త్రీల స్థానానికి సంబంధించిన సమస్యల్ని లక్ష్యపెట్టడం పూర్తిగా వదిలేశారు.
7. "బూర్జువాహక్కు"కి వ్యతిరేకంగా పోరాటం---- అనేదాన్ని గురించి ఎక్కడా ప్రస్తావనేలేదు.[4]
8. పార్టీలోనే బూర్జువాలున్నారనే సమస్య అంతర్థానమైపోయింది. (అసలు అలాంటి సమస్యనేదే లేనట్టు!)
9. "వర్గపోరాటం సాగించండి" అనే నినాదానికి బదులు ఇప్పుడు "నలుగురికీ వ్యతిరేకంగా పోరాటం సాగించండి" అనే నినాదం వచ్చింది.

మొత్తానికి ఈ విషయాలన్నిటినీ కలిపి చూస్తే, నలుగురికీ వ్యతిరేకంగా సాగిన విమర్శంతా 'రివిజనిస్టు పద్ధతి'లో సాగిందేగానీ, 'విప్లవ పద్ధతి'లో సాగింది మాత్రం కాదని తెలుస్తుంది.

కొత్త నాయకులు ఎవరినైతే విమర్శలపాలు చేస్తున్నారో ఆ 'నలుగురూ' ఏ యే అంశాలలో పొరపాట్లు చేశారు, ఏ యే అంశాలలో కరెక్టుగా వున్నారు — అనే తేడానే వీరు గమనించలేదు. ఇంకా ఖచ్చితంగా చెప్పాలంటే, 'నలుగురు' చేసిన సరైన విశ్లేషణల్ని తిరస్కరించడానికే, వారు చేసిన పొరపాట్లని వుపయోగించుకున్నారు, కొత్త నాయకులు. ఇదంతా గతితార్కిక భౌతిక దృక్పథానికి వ్యతిరేకంగానూ, బూర్జువా ఆలోచనా విధానానికి అనుకూలంగానూ మాత్రమే జరిగింది.

ప్రస్తుత చైనాలో నడుస్తోంది రివిజనిస్టు పంథాయే — అని ఇంకా కొన్ని విషయాలు రుజువు చేస్తాయి.

— ఫ్యాక్టరీ చట్టాలు కార్మికుల్ని అణిచివేసేవిగా తయారయ్యాయి.

'ఓపెన్ డోర్ స్కూలింగ్'ని పూర్తిగా రద్దు చేశారు.[5] అంటే, సాంస్కృతిక విప్లవానికి పైపై

---

4. **"బూర్జువాహక్కు"** గురించి "అనువాదకుల ముందు మాట"లో కొన్ని వివరాలు చూడొచ్చు. ★

5. **ఓపెన్‌డోర్ స్కూలింగ్**: బూర్జువా స్వభావంగల విద్యావిధానాన్ని పూర్తిగా మార్చెయ్యా లన్నది సాంస్కృతిక విప్లవ లక్ష్యాల్లో ఒకటి. స్కూల్లో చదివే కాలాన్నీ, చదివే పాఠాల్నీ (సిలబస్‌ని) బాగా తగ్గించి, విద్యార్థులు వుత్పత్తిలో పాల్గొనేలాగ కొత్త విద్యావిధానం రూపొందించారు ఆ విప్లవకాలంలో. స్కూళ్ళే కొన్ని పరిశ్రమల్నీ, వ్యవసాయాన్నీ స్థాపించుకుని వాటిలో విద్యార్థులు పని చెయ్యడమూ; ఒక దశ దాటిన తర్వాత బైట పరిశ్రమలలోకీ, వ్యవసాయ క్షేత్రాలలోకీ కూడా వెళ్ళి శిక్షణ పొందడమూ ఈ కొత్త విద్యావిధానంలో ముఖ్యాంశం. →

సానుభూతి పలుకుతూ వుండగానే, దానివల్ల కలిగిన ప్రయోజనాలు మాత్రం అంతమయ్యే క్రమంలో వున్నాయి.

"విదేశీ విధానా"నికి సంబంధించి చూస్తే- పూర్వం జరిగిన "రెండు అగ్రరాజ్యాలకీ వ్యతిరేకంగా పోరాటం" అనేది ఇప్పుడు "సోషల్ సామ్రాజ్యవాదానికి వ్యతిరేక పోరాటం"గా మాత్రమే తయారయింది.[6] దీనివల్ల, అమెరికా సామ్రాజ్యవాదాన్ని విమర్శించడం రాను రానూ పూర్తిగా తగ్గిపోయింది. ఇతర దేశ ప్రజల జీవితాలలో అమెరికా జోక్యాల్నీ, దాని దురాక్రమణల్నీ, దాని మిత్ర రాజ్యాల జోక్యాల్నీ, వాటి దురాక్రమణల్నీ "సరైన పనులు"గానే భావించడం జరుగుతోంది. 'జైర్' సంఘటనలే దీనికి వుదాహరణ.[7]

ఇద్దరు సామ్రాజ్యవాద బందిపోట్లు ఒకళ్ళని ఒకళ్ళు ఎదిరించుకొంటున్నప్పుడు వాళ్ళలో ఏదో ఒక పక్షాన్ని కాయడం పూర్తిగా తప్పు!

→ విద్యార్థులు వుత్పత్తిలో పాల్గొనడంవల్ల వచ్చే రాబడి పాఠశాలల నిర్వహణకీ, అభివృద్ధికీ వుపయోగపడుతుంది. యూనివర్సిటీ స్థాయి వరకూ కేవలం తరగతి గదుల్లో కూర్చుని చదివే బూర్జువా విధానానికి బదులు, బైట ప్రపంచంలో వుత్పత్తి రంగాలద్వారా, సైనిక శిక్షణ ద్వారా కూడా విద్యార్జన చెయ్యడమే— "ఓపెన్‌డోర్ స్కూలింగ్". ఈ కొత్త విద్యావిధానాన్ని ఇప్పుడు కొత్త నాయకులు రద్దుచేశారు. ఈ విషయాలు ఇంకా తర్వాత వ్యాసంలో వున్నాయి. ★

6. సోషల్ సామ్రాజ్యవాదం: మాటల్లో "సోషలిజం" కబుర్లు చెపుతూ చేతల్లో సామ్రాజ్యవాదులు చేసే పనులు చెయ్యడమే సోషల్ సామ్రాజ్యవాదం. వుత్పత్తి సాధనాలమీద "వ్యక్తి హక్కు"ని మార్చి, "సమిష్టి హక్కు"ని ఏర్పర్చుకున్న సమాజం. (సోషలిస్టు రూపాన్ని ఏర్పర్చుకున్న సమాజం). సామ్రాజ్యవాద చేష్టలు చెయ్యడంవల్ల కూడా అది సోషల్ సామ్రాజ్య వాదం. ప్రస్తుత చైనా రివిజనిస్టులు— రష్యానీ, అమెరికానీ, రెంటినీ విమర్శించడానికి బదులు రష్యాని మాత్రమే విమర్శిస్తున్నారని బెతల్‌హామ్ అంటున్నారు. బెతల్‌హామ్ ఈ రాజీనామా లేఖ రాసే నాటికి (1977 మే నాటికి) చైనా, సోషల్ సామ్రాజ్య వాదన్నయినా వ్యతిరేకిస్తోన్నట్టు కనపడింది గానీ, ఈనాడు 'సోషల్ సామ్రాజ్యవాదం' అన్నమాటని పూర్తిగా మానేసింది. ★

7. జైర్ సంఘటనలు: ఆఫ్రికాలో రెండు దేశాల పేర్లు "కాంగో"యే. వాటిలో ఒక కాంగో 1971లో 'జైర్'గా మారింది. జైర్‌కి అధ్యక్షుడు- మొబుతు. జైర్‌లో 'షాబా' ప్రాంతం అత్యధిక ఖనిజ సంపదగల ప్రాంతం. దాన్ని ఆక్రమించడానికి రష్యా అమెరికాల మధ్య పోటీ సాగుతోంది. జైర్‌లో కొందరు తిరుగుబాటుదారులు షాబా ప్రాంతాన్ని ఆక్రమించడానికి, జైర్ పక్కనేవున్న అంగోలా దేశాన్ని తమకి స్థావరంగా చేసుకుని, 1977 మార్చిలో జైర్ ప్రభుత్వం మీద దాడిచేశారు. (ఆ దాడికి సహకరించిన అంగోలా రష్యా పెత్తనం కిందవున్న దేశం. అంటే, ఆ దాడికి రష్యా మద్దతు వుంది). ఆ దాడిని జైర్ ప్రభుత్వం— అమెరికా, ఫ్రాన్సు, మొరాకో దేశాల సహాయంతో ఓడించింది. షాబా ప్రాంతంకోసం జరిగిన యుద్ధాన్నే బెతల్‌హామ్ "జైర్ సంఘటనలు" అంటున్నారు. ఇతర దేశ ప్రజల జీవితాల్లో జోక్యం చేసుకున్నందుకు ఈ జైర్ విషయంలో— రష్యానీ, అమెరికానీ కూడా విమర్శించవలసి వుంది. కానీ, చైనా రివిజనిస్టులు రష్యాని మాత్రమే తప్పుపట్టి, అమెరికానీ, దాని మిత్రరాజ్యాల్నీ ఏమీ అనలేదని బెతల్‌హామ్ విమర్శ. ★

చైనా కమ్యూనిస్టు పార్టీ 'విదేశీ విధానం' చైనా ప్రజలలోనూ, మూడో ప్రపంచ ప్రజలలోనూ చైనా గౌరవాన్ని దెబ్బతీస్తుంది.[8] నిజానికి ఈ విధానం సోషల్ సామ్రాజ్యవాదులకే వుపయోగపడుతుంది.

చైనాలో ప్రస్తుతం జరుగుతోన్న దాన్ని గురించి నేను చెప్పగలిగేది ఇదే. ఈ ప్రస్తుత నాయకత్వ విధానాన్ని ఎదిరించే శక్తులు వున్నాయా, వుంటే ఎంత బలంగా వున్నాయి — అనే విషయాల గురించి మనకు అందుబాటులో వున్న సమాచారం చాలా తక్కువ. కానీ, తప్పకుండా అలాంటి శక్తులు వుండే వుంటాయి. గత కొద్ది నెలలుగా జరిగిన 'అణిచివేత చర్యలే' అలాంటి శక్తులు వున్నాయనడానికి రుజువు. కానీ, చైనా మళ్ళీ ఎంతకాలానికి 'విప్లవ పంథా'కి మళ్ళుతుందో ప్రస్తుతం వూహించి చెప్పడం సాధ్యం కాదు.

ప్రస్తుత రివిజనిస్టు నాయకులు, చైనా ప్రజల్లో తమ స్థానాల్ని నిలుపుకోడానికి, విదేశ ప్రజలనించి వచ్చే ప్రతీ అనుకూలమైన సూచననీ ఎంత వుపయోగించుకోగలుగుతారో ఇంకా ముందు అనుభవాలు మనకు తెలియజేస్తాయి.

చైనాలో ప్రస్తుతం బలంగా వున్న రాజకీయ పంథాకి అంగీకారం తెల్పడమన్నా; అంగీకారం తెల్పుతోన్నట్టు సూచనప్రాయంగానైనా కనపడడమన్నా; అది, చైనా ప్రజలకూ, చైనాలో సోషలిజం కోసం పోరాడేవారికీ తోడ్పడే వైఖరి కాదు.

"ఫ్రెంచి-చైనా మిత్రమండలి"లో అనేకమంది సభ్యులు చైనా పరిస్థితి గురించి సందేహాలు వెలిబుచ్చినప్పటికీ ప్రస్తుత చైనా నాయకత్వాన్ని సమర్థించే ధోరణే ఈ 'మిత్రమండలి'లో బలంగా వుంది. అందువల్ల, ఈ 'మిత్రమండలి-చైర్మన్' పదవికి రాజీనామా ఇవ్వడమే సరైన పని అని నేను నిశ్చయించుకున్నాను. ఆ పనే ఈ వుత్తరం ద్వారా చేస్తున్నాను. మిత్రమండలి నేషనల్ బ్యూరోకీ, సభ్యులికీ అందజేయవలసిందనీ; "నేటి చైనా" పత్రికలో ప్రచురణకు పంపవలసిందనీ మిమ్మల్ని కోరుతున్నాను. చైనా ప్రజలపట్ల నా స్నేహాన్నీ, సంఘీభావాన్ని ఈ విధంగా మీ ముందు వ్యక్తం చేసుకుంటున్నాను.

— చార్లెస్ బెతల్‌హామ్

---

8. మూడో ప్రపంచ ప్రజలు: 'మూడో ప్రపంచం' అనీ, 'మూడో ప్రపంచ ప్రజలు' అనీ బెతల్‌హామ్ అనడం అంటే — చైనాలో, టెంగ్ రూపొందించిన "మూడు ప్రపంచాల సిద్ధాంతాన్ని" శాస్త్రీయ సిద్ధాంతంగా అంగీకరిస్తూ, ఆ దృష్టితోనే ఆ మాటలు వాడినట్టు అర్థంకాదు. గతంలో, వలసలుగానూ, అర్ధ వలసలుగానూ వున్న దేశాల్ని "మూడో ప్రపంచం" అనడం ప్రపంచమంతా ఒక అలవాటుగా వుంది. ఆ దృష్టితో మాత్రమే బెతల్‌హామ్ 'మూడో ప్రపంచ ప్రజలు' అనే మాట వాడారు. టెంగ్ చెప్పే 'మూడు ప్రపంచాల సిద్ధాంతా'న్ని బెతల్‌హామ్ అంగీకరించడంలేదు. అది ఎలా తప్పు సిద్ధాంతమో తర్వాత చదవబోయే "వెనక్కి పెద్దగంతు" వ్యాసంలో కొంత వివరించారు. — "టెంగ్ సిద్ధాంతాన్ని మీరు ఒప్పుకోడం లేదుకదా? 'మూడో ప్రపంచం' అనే మాట మీ వ్యాసాల్లో ఎందుకు వాడారు?" — అని మేము అడిగిన దానికి ఆయన ఇలా జవాబు చెప్పారు — "'మూడో ప్రపంచం' అనే మాట మామూలు అర్థంతో క్లుప్తతకోసం వాడాను. నా పుస్తకంలో చివరి సెక్షన్‌లో ఆ మాటని వేరే రకం అక్షరాలతో (ఇటాలిక్స్‌లో) వాడాను."

★

చైనా కొత్త నాయకత్వానికి నీల్ బర్టన్ సమర్ధన

["ఫ్రెంచి-చైనా మిత్రమండలి"కి బెతల్‌హామ్ రాజీనామా చేసిన వార్త చూసి, నీల్‌బర్టన్ అనే — చైనాలో వుద్యోగం చేస్తోన్న — కెనడా దేశస్థుడు, చైనా కొత్త నాయకత్వాన్ని పూర్తిగా సమర్ధిస్తూ, అమెరికాలోని "మంత్లీ రివ్యూ" పత్రిక్కి రాసిన ఉత్తరం ఇది. బర్టన్ ఉత్తరాన్ని కొంత క్లుప్తంచేసి ఇస్తున్నాము.
— అనువాదకులు]

అక్టోబరు 1, 1977

డియర్ బెతల్‌హామ్!

"ఫ్రెంచి - చైనా మిత్రమండలి"కి మీరు రాజీనామా చేశారనే వార్త నాకు చాలా ఆందోళన కలిగించింది. మీరు రాసిన- "సోషలిజానికి మారే క్రమంలో", "చైనాలో సాంస్కృతిక విప్లవమూ - పరిశ్రమల నిర్వహణా", "సోవియట్ రష్యాలో వర్గ పోరాటాలు"- వంటి పుస్తకాలు చదివి నేనెంతో నేర్చుకున్నాను. ప్రస్తుతం చైనాలో రివిజనిస్టు పంథా నడుస్తోందనే నిర్ణయానికి మీరెలా వచ్చారో తెలుసుకోవాలని నేను చాలా ఆతృతగా వున్నాను. వారం రోజుల కిందటే మీ 'రాజీనామా' పూర్తి పాఠం చూశాను. మీ పాయింట్లు చదువుతూవుంటే కొన్నిచోట్ల నాకు చాలా ఆశ్చర్యం వేసింది. ఎందుకంటే మొదట నేను మీలాగే అనుకున్నాను. అనేక ప్రశ్నలు వేసుకున్నాను. చైనా పరిణామాల పట్ల ఆందోళన చెందుతోన్న చైనా మిత్రులెందరో ఈ రకం ప్రశ్నలే వేసుకుంటున్నారు. మీ రాజీనామా లేఖ పూర్తిగా చదివాక మీ విశ్లేషణ సరిగా లేదనే అభిప్రాయానికి రాక తప్పడంలేదు నేను. చైనాలో రివిజనిస్టు పంథా అధికారంలో వుందనే వాదన ఎంతమాత్రం సరైందికాదు. అసలు వాస్తవానికి అది చాలా దూరం. చైనా గురించి, చైనా బయట, అనేక అపార్థాలూ పూహాగానాలూ సాగుతున్నాయి కాబట్టి, ఆ విషయంలో నేను ఒక జవాబు ఇవ్వాలనుకుంటున్నాను. నా జవాబుని ఒక బహిరంగ లేఖగా మీరు భావించాలని కోరుతున్నాను.

మొట్టమొదట — నేను చెప్పదల్చుకున్నది, మీరు చాలా తొందరపాటుతనంతో ప్రవర్తించారని. మావో మరణం తర్వాత ఏం జరగబోతోందా అని ఎదురుచూసిన చైనా ప్రజానీకం లాగానే, సోషలిజాన్ని సమర్ధించే మనలాంటి విదేశీ మిత్రులం, చైనాలో రివిజనిజం ప్రారంభం కాబోతోందా అని చాలా భయ సందేహాలకు లోనయ్యాం. కానీ, సంఘటనలు బహిరంగంగా జరుగుతోన్నకొద్దీ వాటిని అర్థం చేసుకోడానికి చైనా ప్రజలు ఎంత సిద్ధంగా వున్నారో అంత సిద్ధంగా

మనం లేము. మరీ ముఖ్యంగా - చైనాలో మార్పుల్ని మార్క్సిస్టు దృక్పథంతో అర్థం చేసుకోవాలని ప్రయత్నిస్తోన్నవారు చైనా మార్పుల్ని అర్థం చేసుకోలేకపోతున్నారు.[9]

మితవాదుల్లో ఎంతో ప్రమాదకరమైన వాళ్ళకి వ్యతిరేకంగా తీసుకోవలసిన జాగ్రతలన్నీ ఇప్పుడు తీసుకుంటున్నారు. టెంగు మితవాదానికి వ్యతిరేకంగా ప్రచారంచేస్తూ అతని దృక్పథానికి వ్యతిరేకంగా జాగ్రత్తలు తీసుకుంటున్నారు ఇప్పుడు.

నేను కూడా మీలాగే, ప్రపంచాన్ని మార్చాలనే ఆశతో, దాన్ని అర్థం చేసుకోడానికి పనికివచ్చే పనిముట్టుగా మార్క్సిజాన్నే వుపయోగిస్తున్నాను.[10] నాకూ తగినంత సమాచారం అందుబాటులో లేదు. ఇదంతా చూసి మొదట నేనూ ఆశ్చర్యపోయాను. నా వుద్యోగానికి కూడా రాజీనామా ఇవ్వాలనుకున్నాను. కానీ ఇవ్వలేదు. నేను ఇంకా ఇక్కడ వుండి పనిచెయ్యడానికి నన్ను ఏది ప్రోత్సహిస్తోంది?[11] అవకాశవాదమా ఇది? — ఎంతమాత్రం కాదు. మొదట నా అవగాహనే పొరపాటుగా వుందని తెలుసుకున్నాను ఇప్పుడు. చివరికి ఇదంతా అర్థం చేసుకోగలిగాను.[12] చైనా పత్రికలు ఇచ్చే సమాచారమే చూసి ఇదంతా తప్పుగా వుందనుకుంటున్నారు మీరు. ఈ పత్రికలు గతంలో, 'నలుగురి' నాయకత్వాన నడిచినప్పుడు కూడా కొందరు మితవాదులమీద ఇదే ధోరణిలో రాశాయి.

నలుగుర్నీ అరెస్టు చేశారనే వార్త తెలిసినప్పుడు నేను షాంగైలో వున్నాను. అక్కడ ప్రజల వుత్సాహభరితమైన ప్రదర్శనలు చూస్తే, నలుగుర్నీ అరెస్టు చేసినందుకు ప్రజలు ఇంత వుత్సాహం చూపిస్తున్నారేమిటని నేనెంతో ఆశ్చర్యపోయాను. పరిస్థితి ఇంత తారుమారెలా అయిందా అన్నదే నా ప్రశ్న. ఆ ప్రజాప్రదర్శనల్ని 'ఏర్పాటు' చేశారనే మాట నిజమేగానీ, అలా అనుకుంటే చైనాలో ప్రతీదీ 'ఏర్పాటు' చేసినట్టే కనిపిస్తుంది బైట వాళ్ళకి. 'అధికారం' కోసం పైస్థాయిలో జరిగే కుమ్ములాటల ప్రతిబింబమే ఇదంతా — అనుకుందామా? లేక, నలుగురు నాయకులూ సోషలిజం కోసం ప్రయత్నిస్తోంటే ప్రజలు మాత్రం పెట్టుబడిదారీ విధానం కోసమే అశ్రులు చాస్తున్నారనుకుందామా? అదీగాక, "ప్రజల్లో విశ్వాసం వుంచండి" అని మావో చెప్పిందే తప్పనుకుందామా?

"నలుగురి"మీదా చేస్తోన్న ఆరోపణలగురించి నేను కూడా చాలా అసంతృప్తిపడి చాలామందితో చర్చించాను. (చియాంగ్ చింగ్ మీద ఆరోపణల గురించైతే నాకేమీ సందేహాలు లేవనుకోండి). నలుగురి ముఠా మీద కేంద్రకమిటీ విడుదల చేసిన డాక్యుమెంటు కూడా చదివాను. అందులో ఆరోపణలు కూడా బలహీనంగానే వున్నాయి. నా సందేహాలన్నీ 20 ప్రశ్నలుగా తయారుచేసి నేను పనిచేస్తోన్న చోట సీనియర్స్‌కి ఇచ్చాను. ఒక సీనియర్ నాతో మాట్లాడాడుగానీ, ఆ జవాబులు నన్ను సంతృప్తిపరచలేదు. ఎంతమందితో చర్చించినా నేను

---

9. మార్క్సిస్టు దృక్పథం వొదిలేస్తేనే చైనా బాగా అర్థమవుతుందన్నమాట! చైనాలో మార్పుల్ని అర్థం చేసుకోదల్చిన వాళ్ళు మొట్ట మొదట చెయ్యవలసిందేమిటో చక్కగా చెప్పారు నీల్ బర్టన్‌గారు. ★

10. మీరు కూడా మార్క్సిజాన్నే పనిముట్టుగా వుపయోగించడం సంతోషమేగానీ, ఆ పనిముట్టుని తిరగేసి వుపయోగిస్తే ఏం లాభం చెప్పండి నీల్‌బర్టన్‌గారూ? ★

11. ఇంకేదీ? ఆ వుద్యోగమే. ★

12. రివిజనిస్టులకు వంత పాడకపోతే "లాభం"లేదని "చివరికి అంతా అర్థం చేసుకో" గలిగారన్నమాట! బాగుంది. ఎంత చక్కగా "అర్థం" చేసుకున్నారూ! ★

సంతృప్తిపడలేకపోయాను. నా ప్రశ్నలకు తగిన జవాబులు ఎందుకు రావడంలేదు? — నాకు జవాబు లిచ్చేవారి దగ్గిర తగినంత సమాచారం లేదేమో లేక మా పరిశీలనా దృక్పథాలు ఒకే రకంగా లేవేమో! 'నలుగురి' అపజయం చూసి దాన్ని మనం ఒప్పుకోలేకపోతున్నాం. ఇంతకుపూర్వపు పేపర్లు నలుగురిమీదా మనకు అంత సదభిప్రాయం కలిగించి వుంటాయి.

చైనా విదేశీ విధానాలవల్ల చైనా పరువు నాశనమవుతోందన్నారు మీరు. ఈ విదేశీ విధానానికి అసలు నిర్మాత మావోయే. అయితే, దాన్ని అమలు పరచడంలో కొన్ని పొరపాట్లు జరిగితే జరిగి వుండవచ్చును. మూడో ప్రపంచ ప్రజల్లో చైనా పరువు పోతోందనడం మాత్రం కరెక్టుకాదు. అలాంటిది జరుగుతోందనడానికి ఆధారాలు లేవు.

'నలుగురి' మీద విమర్శ మార్క్సిస్టు పద్ధతిలో లేదని విమర్శిస్తున్నారు వీరు. గతంలో లీషావోచీ మీదా, లిన్ పియావో మీదా విమర్శలు చేసినప్పుడు కూడా ఇప్పుడు చేసినట్టే చేశారు. వారిని విమర్శించింది కూడా రివిజనిస్టు పంథాయే అంటారా?[13]

'బూర్జువా' హక్కుకి వ్యతిరేకంగా పోరాటమే లేదన్నారు మీరు. ఇక్కడ చైనాభాషలో వెలువడుతున్న పత్రికలు చదివితే అలా అనలేము. చైనా భాషలో వస్తోన్న చాలా మంచి వ్యాసాల్ని అనువాదం కోసం సెలెక్టు చెయ్యడం లేదు చాలాసార్లు. ఈ మధ్య, సెప్టెంబరు 27 'పీపుల్స్ డైలీలో'లో బూర్జువా హక్కుకి సంబంధించి చాలా మంచి వ్యాసం ఒకటి వచ్చింది. 'సిద్ధాంతం' ఈనాడు చాలా అభివృద్ధి చెందుతోంది. రెండు సంవత్సరాల క్రితం అయితే సిద్ధాంతంలో ఇంత అడ్వాన్స్‌మెంట్ చూడలేదు. 'బూర్జువా హక్కు' వల్ల ఏర్పడే అసమానతల్నీ, ఇబ్బందుల్నీ తగ్గించడం కోసం, ఇటీవలే ఒక వుపప్రధాని 'పబ్లిక్ సర్వీస్ రంగాల్ని మరింత విస్తృతం చెయ్యాలి' అని ఒక పిలుపు ఇచ్చాడు. కానీ, బూర్జువా హక్కుని పరిమితం చెయ్యడం అంటే — ఎక్కువ రాబడి కలిగి ఎక్కువ అవసరాలు లేనివారి సంపాదన కొంత తగ్గించి, తక్కువ రాబడిగల వారి సంపాదనను కొంత పెంచడం అనే అభిప్రాయం మీకు ఉంటే నేనిచ్చిన వుదాహరణ మీకు పనికిరాదు. అయినా "అవసరాల"నే వాటిని ఎవరు నిర్ణయించగలరు? బూర్జువా హక్కుని పరిష్కరించేపని పబ్లిక్ సర్వీసెస్‌ని పెంచడంద్వారా మాత్రమే జరుగుతుంది.[14]

చైనా వచ్చి ఇక్కడి వాస్తవ పరిస్థితులు చూస్తే ఏమైనా ప్రయోజనం వుండేదేమోనని మీరు ఆలోచించినట్టు మీ రాజీనామా లేఖలో ఎక్కడా కనపడడంలేదు. మీరు చైనా చాలాసార్లు వచ్చారుగానీ, మీకు చైనా భాష మాట్లాడడమూ, చదవడమూ రాదేమోనని నా అనుమానం. మీ సందేహాలకి జవాబులిచ్చే చైనావారితో మాట్లాడడానికి భాష అడ్డంకి అవుతుందని భావిస్తున్నారా? లేక, చైనా వచ్చినా, అధికార పంథాకి సంబంధించిన విషయాలేగానీ అంతకన్నా ఏమీ తెలుసుకోలేమని భావిస్తున్నారా?- అలాగని మీరు భావించి వుంటే, అది చాలా పొరపాటే. కొన్నాళ్ళయినా ఇక్కడికి వస్తే తప్పకుండా చాలా మంచి విషయాలు తెలుస్తాయి మీకు. ఒకసారి ఇక్కడికి వచ్చి చూడడం మంచిది.

---

13. మార్క్సిస్టు పద్ధతిలో లేని పనులు చేసినందుకు, రివిజనిస్టుల్నే కాదు, విప్లవకారుల్ని కూడా విమర్శించారు బెతల్‌హామ్, "వెనక్కి పెద్దగంతు" వ్యాసంలో. గత కాలంలో కూడా, పార్టీలో మితవాదుల్ని విమర్శించిన పద్ధతి 'మార్క్సిస్టు'గా లేదనీ, విప్లవకారులు కూడా ఆ విషయంలో సరిగా ప్రవర్తించలేదనీ అన్నారు ఆయన. ★

14. బెతల్‌హామ్ పుస్తకాలనించీ ఎంతో నేర్చుకున్నానన్నారే! 'బూర్జువా హక్కు' గురించి ఇంత నేర్చుకున్నారన్నమాట! ★

ఫోటోల్ని సృష్టించడం గురించి విమర్శించారు మీరు. ఫోటోల్లో వున్న నాయకుల్ని తీసివెయ్యడం లాంటి మార్పులు ఎందుకు జరుగుతున్నాయని మీరు ఇక్కడి బాధ్యుల్ని అడిగితే వారు మీకొక సమాధానం చెపుతారు. ఆయా నాయకుల పంథాల్ని అంగీకరించడాన్నిబట్టో, అంగీకరించక పోవడాన్నిబట్టో అలాంటి మార్పులు చెయ్యవలసి వస్తుందని చెపుతారు. "ఇదంతా నాన్సెన్! ఫోటోలనేవి వాస్తవికతకి ప్రతిబింబాలు కదా? వాటిని ఎలా తీస్తే అలాగే ఇవ్వాలి కదా?" అంటారు మీరు. ఫోటోల్ని ఎలా తీస్తే అలాగే ప్రచురించాలనే దానికి ఇక్కడ ప్రింటర్స్ కూడా ఒప్పుకోరు.

నలుగురి గురించి చేసిన ఆరోపణలన్నీ సామాన్య ప్రజలూ, చిన్నస్థాయి కార్యకర్తలూ చేసినవేగానీ పెద్ద నాయకులు చేసినవికావు. ఈ ఆరోపణలు పత్రికల్లోకి ఎక్కక పూర్వం నించీ ప్రజల్లో వున్నాయనే సంగతి మీకు ఇక్కడికి వచ్చి చూస్తే తెలుస్తుంది. నలుగురు చేసిన పనుల్ని ఆనాడే ఎందుకు ఎదిరించలేదని మీరడగవచ్చు. మీ ప్రశ్నకి ఇక్కడి ప్రజలు చాలా జవాబులు చెపుతారు. కొందరు— ఆనాడే ఎదిరించి బాధలు పడ్డామని చెపుతారు. కొందరు— చిత్రహింసలకు భయపడి వూరుకున్నామని చెపుతారు. కొందరు— నలుగురి ముఠాని ఎదిరించి బాధలు పడుతూవుంటే ఇతరులు తమని రక్షించారని చెపుతారు. మీరు ఇక్కడికి వచ్చి చూస్తే, సోషలిస్టులు కారని నలుగురినీ ప్రజలు ఎందుకు నిందిస్తున్నారో తెలుస్తుంది.

నాయకుడంటే ఫలానా విధంగా వుండాలని ఒక వూహా చిత్రం పెట్టుకుని ఆ విధంగా లేనివారిని గురించి తొందరపడి రివిజనిస్టులు అనకూడదు. మంచి నాయకత్వం దొరికినప్పుడు దాన్ని గుర్తించడంలో విఫలం కాకూడదు.

ప్రజలు తమని తాము చైతన్యవంతులుగా చేసుకోడానికీ, విముక్తి చేసుకోడానికీ కావలసిన పరిస్థితుల్ని ఈ కొత్త నాయకత్వం త్వరగా సృష్టిస్తోంది. నలుగురి ముఠా సృష్టించిన భయోత్పాత పరిస్థితినీ, అనిశ్చిత పరిస్థితినీ తొలగించడానికి ఈ నాయకత్వం ప్రయత్నిస్తోంది. పట్టణ ప్రాంతాల్లో తక్కువ సంపాదనగల వారి ఆర్థిక ఇబ్బందుల్ని పరిష్కరించడానికి వేతనాల స్కేళ్ళని సవరిస్తోంది. వుత్పత్తి శక్తుల సిద్ధాంతం అనే మబ్బు చాటు నించీ సోషలిస్టు అభివృద్ధిని బైటికి తీస్తోంది. ఈ నాయకత్వం ఇప్పటికే తీసుకున్న చర్యలూ, ఇక ముందు తీసుకోబోయే చర్యలూ అన్నీ చాలా మంచివి. ప్రజల చొరవని పెంచేవే అవి. ప్రజలు తమని తాము ఎడ్యుకేట్ చేసుకోడానికీ, విముక్తి చేసుకోడానికీ అవసరమైన పనిముట్లను ప్రజలకు అందించడంలో లోపం జరగడంలేదు. ఆ విషయంలో కొత్త నాయకత్వాన్ని తప్పు పట్టలేం. మావో ప్రధాన రచనలన్నిటినీ ఇప్పుడు ప్రచురించే ప్రోగ్రాం తీసుకున్నారు. మావో మెచ్చుకున్న తఛాయ్, తాఛింగ్‌లను ఇంకా ప్రచారంలో పెడుతున్నారు.[15] సోషలిస్టు సంస్థల్ని నడపడానికి ఏర్పర్చిన అన్యాంగ్ చాప్టర్ని (మావో

---

15. **తఛాయ్, తాఛింగ్‌లు**: గ్రామీణ ప్రాంతంలో, ఒక కమ్యూన్‌లో వున్న బ్రిగేడ్ ప్రాంతం - తఛాయ్. నూనె పరిశ్రమలు అధికంగా వున్న ఒక పట్టణ ప్రాంతం - తాఛింగ్. సాంస్కృతిక విప్లవకాలంలో ఈ రెండు ప్రాంతాల్నీ— మొదటి దాన్ని వ్యవసాయ రంగంలోనూ, రెండోదాన్ని పరిశ్రమల రంగంలోనూ— "ఆదర్శ ప్రాంతాలు"గా పరిగణించేవారు. సోషలిస్టు చైతన్యం పెంపొందించుకోవడంలోనూ, తమ ప్రాంతాన్ని స్వయం పోషకంగా చేసుకోవడంలోనూ ఈ ప్రాంతాల కార్మికులు చాలా అభివృద్ధి చెందారు. తఛాయ్ కార్మికులు తమ పనిని తామే (వర్కర్స్ గ్రూపులే) అంచనా కట్టుకునే పద్ధతి ప్రవేశపెట్టుకున్నారు. తాఛింగ్ కార్మికులు, తమ చుట్టుపట్ల వ్యవసాయ ప్రాంతాల్లో కూడా పార్ట్‌టైమ్‌గా పనిచేసే పద్ధతి ప్రారంభించారు. తమ ఫ్యాక్టరీల్లో →

సమర్థించినదాన్ని) ప్రచారంలో పెడుతున్నారు.[16] పార్టీ సభ్యుల ప్రవర్తనకు ప్రమాణాల్ని సూచిస్తూ కొత్త నిబంధనావళి రూపొందించారు. ఈ పనులన్నీ రివిజనిస్టులు చేసే పనులని నేననుకోలేను.

సాంస్కృతిక విప్లవం ఇచ్చిన పురోగమనాన్ని తుడిచి పెట్టేస్తున్నారని మీరు చాలా భయాందోళనలు వ్యక్తపరిచారు. కానీ, సాంస్కృతిక విప్లవానికి సంబంధించిన విషయాల్లో చాలావాటిని తీసివెయ్యాల్సి వుంటుంది. కొన్నిటిని మార్చవలసి వుంటుంది. సాంస్కృతిక విప్లవం

→ మిగిలే రద్దుతో ఎరువులు తయారుచెయ్యడమూ, తమ ప్రాంతానికి కావలసిన కూరగాయలు తామే పండించుకోవడమూ— వంటి పనుల ద్వారా ఇతర రకాల శ్రమలు కూడా చెయ్యడం ప్రారంభించారు.

తఛాయ్ ఫ్యాక్టరీలలో టెక్నీషియన్లు కేవలం సూపర్‌వైజ్ చెయ్యడమే గాకుండా, వర్కర్స్ టీమ్స్‌లో పనిచెయ్యడమూ, వర్కర్స్‌తో డిస్కస్ చెయ్యడమూ ప్రారంభించారు. 'జీవితమంతా ఒకే రకం శ్రమ చెయ్యడం' అనే పెట్టుబడిదారీ శ్రమ విభజనా పద్ధతిని మార్చే ప్రయత్నాలు ఇక్కడ జరగడం చేత ఈ ప్రాంతాల్ని 'ఆదర్శ ప్రాంతాలు'గా భావించారు. తఛాయ్‌నీ, తాఛింగ్‌నీ ఆదర్శ ప్రాంతాలుగా కొత్త నాయకులు ఇంకా ప్రచారంలో పెడుతూనే వున్నారు కాబట్టి వాళ్ళు రివిజనిస్టులు కారు— అని నీల్‌బర్టన్ అంటున్నాడు. అనాడు మాటల్లోనైనా ఆ ప్రచారం వుంది. ఈనాడు (ఈ అనువాదం ఇస్తూ వున్ననాడు) అదీలేదు. ★

16. అన్యాంగ్ చాప్టర్: గతంలో 'ఆన్‌షాన్' అనే పేరే ఇప్పుడు 'అన్యాంగ్'గా మారినట్టు కనబడుతోంది. ఎందుకంటే 'అన్యాంగ్ చాప్టర్' అనే మాటలు చైనా పుస్తకాల్లో ఎక్కడా కనపడడం లేదు. పైగా, అన్యాంగ్ చాప్టర్ పేరుతో నీల్‌బర్టన్ ప్రస్తావించిన విషయాలు 'ఆన్‌షాన్ ప్రకటన'కు సరిపోతున్నాయి. పెకింగ్ బీజింగ్‌గానూ, మావోసెటుంగ్ మావో జెడాంగ్‌గానూ— ఇంకా ఆ విధంగా చాలా చైనా పదాల వుచ్ఛారణలు ఈ మధ్య మారినట్టు ఆన్‌షానే అన్యాంగ్‌గా మారి వుండాలనే అభిప్రాయంతో ఆన్‌షాన్ ప్రకటనకు సంబంధించిన వివరాలు ఇక్కడ ఇస్తున్నాము. మంచూరియాలోని ఉక్కు పరిశ్రమల నగరం ఆన్‌షాన్. 1960లో, మావో, ఆన్‌షాన్‌లో ఇచ్చిన ఒక వుపన్యాసంలో కొన్ని సోషలిస్టు భావాలు ప్రకటించాడు.

1-రాజకీయాలే నాయకత్వ స్థానంలో వుండాలి. సమస్యల్ని కేవలం ఆర్థిక దృష్టితోనో, సాంకేతిక దృష్టితోనో చూడడం గాక ప్రధానంగా సోషలిస్టు రాజకీయ చైతన్యంతో చూడాలి. (పొలిటిక్స్ ఇన్ కమాండ్). 2-పార్టీ నాయకత్వాన్ని (విప్లవ నాయకత్వాన్ని) బలపర్చాలి. 3-బలమైన ప్రజావుద్యమాలు నిర్మించాలి. 4-పార్టీ కార్యకర్తలు వుత్పత్తిలోనూ, కార్మికులు మేనేజిమెంటులోనూ పాల్గొనాలి (టూ పార్టిసిపేషన్స్). 5-ఫ్యాక్టరీల్లో నడుస్తోన్న హేతు విరుద్ధమైన నిబంధనల్ని మార్చెయ్యాలి. 6-కార్మికులకూ, కార్యకర్తలకూ, టెక్నీషియన్లకూ మధ్య సహకారం పెంచి టెక్నికల్ విషయాలలో విప్లవకరమైన మార్పులు సాధించాలి— ఇవీ ప్రధానంగా ఆన్‌షాన్ ప్రకటనలో విషయాలు. వీటిని 1960లోనే ప్రకటించినప్పటికీ, సాంస్కృతిక విప్లవకాలంవరకూ వీటిని తగినంతగా ఆచరణలోకి తీసుకురాలేదు. 1986లో, 'ఆన్‌షాన్ కాన్‌స్టిట్యూషన్' పేరుతో వీటిని కొంత ఎక్కువగా పాటించడం ప్రారంభించారు. ఆయా ప్రాంతాల వర్కర్స్ చైతన్యాన్నిబట్టీ, నాయకుల దృక్పథాల్ని బట్టీ కొన్నిచోట్ల సరిగా పాటించారు. కొన్ని చోట్ల లేదు. ఈ ఆన్‌షాన్ విషయాల్ని చైనాలో ఇప్పుడు కూడా పాటిస్తున్నారనీ, అందుచేత కొత్తనాయకులు రివిజనిస్టులు కారనీ నీల్‌బర్టన్ వాదిస్తున్నాడు. కానీ, కొత్తనాయకులు ఆన్‌షాన్ ప్రకటనల్లో ఒక్కదాన్ని కూడా పాటించడంలేదని "వెనక్కి పెద్ద గంతు" వ్యాసం చదివితే తెలుస్తుంది. ★

సాధించిన నిజమైన విజయాల్ని ఎవరు మాత్రం తీసివెయ్యగలరు? ఆ విజయాలు మన రక్తంలో వున్నాయి. మీ పుస్తకాల్ని ప్రభావితం చేశాయి. హువా వుపన్యాసాల్లో ఇంకిపోయి వున్నాయి.[17] అవి లేనిదే నేనీ వుత్తరం రాసేవాణ్ణేకాదు. సాంస్కృతిక విప్లవం ఇచ్చిన లాభాలతో ప్రజలు సాయుధులై వున్నారు — నిజంగా రివిజనిస్టు పంథాయే వస్తే దాన్ని ఎదిరించడానికి.[18]

నేను మిమ్మల్ని చూడలేదు. అయినా మిమ్మల్ని నా గురువుగా ఎంచుకున్నాను. ఇందులో నా పొరపాట్లేమైనా వుంటే వాటిని నా దృష్టికి తీసుకువస్తారని భావిస్తాను. చైనాపై మీ విమర్శ గురించి తిరిగి ఆలోచించుకుంటారనీ, చైనా ప్రస్తుత నాయకత్వానికి విమర్శనాత్మకమైన సమర్ధన ఇచ్చే వారిగా మీ సహాయం మీరు చేస్తారనీ ఆశిస్తాను.

'ఫ్రెంచి-చైనా మిత్రమండలి'కి రాజీనామా చెయ్యడం గురించి, మీ అభిప్రాయం హృదయపూర్వకంగా మార్చుకుంటే, మీ గురించి ఎటువంటి సంకోచమూ లేకుండా మిమ్మల్ని తిరిగి 'మిత్రమండలి'లో చేర్చుకోవడం ఆ సంస్థ సభ్యుల కర్తవ్యం.

మీ విశ్వాసపాత్రుడు **నీల్ బర్టన్**

అనువాదకుల వివరణ:

కొత్త నాయకత్వానికి పూర్తి సమర్ధన ఇచ్చిన ఈ నీల్ బర్టన్- 'నలుగుర్నీ వ్యతిరేకిస్తూ, "టెంగ్"ని కూడా వ్యతిరేకిస్తున్నాడు. అంటే, ఈయన "హువా పంథా"కి అనుచరుడన్నమాట. అందుకే హువా నాయకత్వాన్ని "మంచి నాయకత్వం" అనీ, దాన్ని గుర్తించి దానికి సమర్ధన ఇవ్వమనీ బెతల్‌హామ్‌ని అడుగుతున్నాడు. "మిమ్మల్ని గురువుగా ఎంచుకున్నాను, మీ పుస్తకాలనించి ఎంతో నేర్చుకున్నాను" అని ఒక పక్క పొగడ్తలు గుప్పిస్తూ- "చైనా విషయంలో మీరు తొందరపాటుగా ప్రవర్తించారు, మీ విశ్లేషణ సరిగాలేదు" అని ఆ గురువు చెప్పిందంతా తోసిపారేస్తున్నాడు ఇంకో పక్క.

చైనా, రివిజనిస్టు పంథాలో నడుస్తోందని బెతల్‌హామ్ ఎందుకు అభిప్రాయపడుతున్నారో తన రాజీనామా లేఖలోనే కొన్ని కారణాలు చెప్పారు. వాటిలో ఒక్క విషయం కూడా నీల్‌బర్టన్ సీరియస్‌గా పట్టించుకోలేదు. 'వర్గపోరాటాన్ని వొదిలేసి వుత్పత్తిని పెంచడానికే ప్రాధాన్యత ఇవ్వడం' లాంటి ముఖ్యమైన విషయాల్ని అసలే పట్టించుకోలేదు.

'నలుగురి'మీద చేస్తోన్న ఆరోపణలు తనకి కూడా ఆశ్చర్యం కలిగించాయనీ, నలుగుర్నీ విమర్శిస్తూ పార్టీ విడుదల చేసిన డాక్యుమెంటు కూడా బలహీనంగానే

---

17. ఉపన్యాసాల్లో ఇంకిపోయి! ఉపన్యాసాల్లోనేలెండి. ఆచరణలోకాదు. ★

18. ఇప్పుడొచ్చింది 'రివిజనిస్టు పంథా' కాదు కాబట్టే, ప్రజలు దాన్ని ఎదిరించకుండా వూరుకున్నారని చెప్పడం! రివిజనిస్టు పంథా అని తెలిసినప్పటికీ శక్తిలేక వూరుకున్నారేమో — అనే ప్రశ్న వస్తుందని 'ప్రజలు సాయుధులయ్యే వున్నారు' — అనడం. ★

వుందనీ, ఆ విషయంలో ఎవరే జవాబు చెప్పినా తనకి సంతృప్తి కలగలేదనీ — అంటూనే 'నలుగురు' చేసిన నేరాలేమిటో తనకి స్పష్టం కాకుండానే, వాళ్ళు నేరస్తులేననే నిర్ధారణతో మాట్లాడుతున్నాడు. ఎలా వచ్చాడా నిర్ధారణకి? నలుగురూ నేరస్తులేనని చివరికి ఏ జవాబు వల్ల సంతృప్తిపడ్డాడు? "చివరికి అంతా అర్థం చేసుకోగలిగాను" అనడమేగానీ ఎలా అర్థం చేసుకోగలిగాడో మాత్రం చెప్పలేదు. బర్టన్‌గార్ని అంత సంతృప్తిపరిచిన రహస్య కారణం ఏమిటై వుంటుంది?

"టెంగ్ మీద విమర్శ ఆగిపోయింది ఇప్పుడు" అని బెతల్‌హామ్ తన లేఖలో ఎంతో స్పష్టంగా చెప్పారు. టెంగ్ మీద విమర్శని వొదులుకుని హువా టెంగ్‌తో రాజీ పడ్డాడనే వాస్తవాన్ని పట్టించుకోకుండా నీల్‌బర్టన్ తన జవాబులో- "ఎంతో ప్రమాదకారి అయిన టెంగ్ మితవాదానికి వ్యతిరేకంగా ఇప్పుడు అన్ని జాగ్రత్తలూ తీసుకుంటున్నారు" అంటున్నాడు. "ఎంతో ప్రమాదకరమైన మితవాదం" అని నీల్‌బర్టన్ ఎవరి పంథాని వర్ణించాడో, ఆ టెంగ్ పంథాయే ఇప్పుడు చైనా కమ్యూనిస్టుపార్టీలో మెజారిటి స్థానాన్ని ఆక్రమించివుంది. హువా ఈనాడు ప్రభుత్వంలో ప్రధానిగానూ లేడు, పార్టీ ఛైర్మన్‌గానూ లేడు. పొలిట్ బ్యూరో సభ్యుడుగానూ లేడు (1982 సెప్టెంబరులో జరిగిన చైనా కమ్యూనిస్టు పార్టీ 12వ కాంగ్రెస్). నీల్‌బర్టన్‌గారు ఈనాడైనా, చైనా ప్రమాదకరమైన మితవాదపంథాలో నడుస్తోందని ఒప్పుకుంటారో లేదో! లేకపోతే, ఆయన చైతన్యం హువా నాయకత్వాన్ని వదిలి టెంగ్ నాయకత్వంలోనే ఔన్నత్యాన్ని వెతుకుతోందేమో! చెప్పలేం. దేనికైనా వొదిగిపోగలవాడు.

చైనాలో సిద్ధాంతం చాలా "అభివృద్ధి" చెందుతోందని చాలా ఆనంద పడుతున్నాడు నీల్‌బర్టన్. చైనాలో సిద్ధాంతం "అభివృద్ధి" చెందుతోందనే మాట అక్షరాలా నిజమే. అయితే, ఆ అభివృద్ధి చెందేది ముందుకా, వెనక్కా అన్నదనుకోండీ అసలు ప్రశ్న. సిద్ధాంతం ముందుకు నడిస్తే అది శ్రామికులకు అభివృద్ధీ, వెనక్కి నడిస్తే అది దోపిడీదారులకు అభివృద్ధీ కదా? అంచేత, వెనక్కి నడుస్తోన్న చైనా సిద్ధాంతంలో నీల్‌బర్టన్‌కి 'అభివృద్ధి' కనపడడంలో అసహజత్వం ఏమీలేదు. అయితే, చైనా సిద్ధాంతం ఎంత అభివృద్ధి చెందుతోందో దీని తర్వాత "వెనక్కి పెద్ద గంతు" వ్యాసం చూస్తే చక్కగానే తెలుస్తుంది.

డాక్టర్ బెతూన్, డాక్టర్ కోట్నిస్ వంటివారు తమ దేశాలనించి చైనా వెళ్ళి అంతర్జాతీయ విప్లవ చైతన్యంతో చైనా విప్లవానికి తోడ్పడితే, ఈ నీల్‌బర్టన్ వంటి ప్రబుద్ధులు చైనా వెళ్ళి అంతర్జాతీయ రివిజనిస్టు చైతన్యంతో చైనా రివిజనిజానికి తోడ్పడతారన్నమాట! ★

వెనక్కి పెద్దగంతు

"ఇంతవరకూ నడిచిన చరిత్రంతా వర్గ పోరాటాల చరిత్రే"

— మార్క్స్, ఎంగెల్స్
"కమ్యూనిస్టు పార్టీ ప్రణాళిక"

పారిస్

డియర్ నీల్‌బర్టన్! మార్చి 3, 1978

మీ 1977 అక్టోబరు 1 వుత్తరం చాలా ఆసక్తిగా చదివాను. ఇంతకుముందే కమిట్ అయిన పనులవల్ల తీరికలేక, మీ వుత్తరానికి వెంటనే జవాబివ్వలేకపోయాను. కిందటి సంవత్సరం నేను చైనా ప్రయాణానికి ఒప్పుకోకపోవడానికి కారణం నా అనారోగ్యంతోపాటు, తీరిక లేకపోవడం కూడా. 1977 లో నేను ఇంకోసారి చైనా వచ్చి అక్కడి పరిస్థితులు చూసివుంటే "ఫ్రెంచి - చైనా మిత్రమండలి"కి రాజీనామా చేసేవాణ్ణి కాదన్నారు మీరు. ఆ మాట నేనెంతమాత్రం ఒప్పుకోను. ఎందుకంటే — ప్రస్తుతం చైనాలో ప్రచురిస్తోన్న డాక్యుమెంట్లు ఒక స్పష్టమైన రాజకీయ పంథాని ప్రకటిస్తూనే వున్నాయి. ప్రస్తుతం అమల్లో వున్న ఆ రాజకీయ పంథాయే నేనీ నిశ్చయానికి రావడానికి కారణం.

నా రాజీనామా లేఖ రాయక ముందూ, రాసిన తర్వాతా కూడా చైనా వెళ్ళివచ్చిన వారిని నేను వెంట వెంటనే కలుసుకుంటూనే వచ్చాను. వారిలో చైనా మిత్రులూ, చైనా గురించి అధ్యయనం చేసేవారూ, చైనాలో పని చేస్తోన్న టీచర్లూ, అక్కడ చదువుతోన్న విద్యార్థులూ, జర్నలిస్టులూ— ఇంకా అలాంటి వారెందరో వున్నారు. వారంతా తమ అనుభవాలు చెప్పినదాన్నిబట్టి (ప్రస్తుత నాయకత్వాన్ని అంగీకరిస్తున్నామనే వారు చెప్పినప్పటికీ) నా అభిప్రాయాలే సరైనవని రుజువవుతోంది. చైనా డాక్యుమెంట్సులో విషయాల్నీ, చైనా నించి తిరిగి వచ్చిన వారితో నేను జరిపిన సంభాషణల సారాంశాన్నీ తర్వాత పేజీల్లో ప్రస్తావిస్తాను.

చైనాలో ఏం జరిగిందో బాగా అర్థం చేసుకోడానికి నేను కలిసిన రకరకాల వ్యక్తులు చాలా వుపయోగపడ్డారు. అందుచేత, ఇప్పుడు నేను రాసే ఈ వుత్తరం కేవలం మీ వుత్తరానికి జవాబుగా మాత్రమేగాక, అంతకన్నా ప్రాధాన్యత కలదిగానే వుంటుంది. 1976 తర్వాత చైనాలో జరిగిన రాజకీయ ఘటనలమీదా, వాటికి దారితీసిన పరిస్థితుల మీదా ఒక క్రమపద్ధతిలో సాగిన మొట్టమొదటి విశ్లేషణా ప్రయత్నంగా వుంటుంది ఇది.

మీ వుత్తరంలో అడిగిన ప్రతీ ఒక్క విషయానికీ పాయింటువారీగా జవాబులిచ్చే పద్ధతి పెట్టుకోడంలేదు నేను. చైనా విషయాలు ఇప్పుడు పూర్వంకన్నా వివరంగా వున్నాయి. అక్కడ కార్మిక విధానాలకు బదులు బూర్జువా విధానాలు విజయవంతంగా సాగిపోతున్నాయన్న సంగతి

వివరంగా తెలుస్తోనే వుంది. అందుచేత, ప్రస్తుత పరిస్థితిని విశ్లేషించాలన్నదే నా అభిప్రాయం. ఆ విషయాల్ని చర్చించే క్రమంలోనే మీ వుత్తరంలో అంశాలకు జవాబులివ్వగలననుకుంటున్నాను.

సాంస్కృతిక విప్లవం "అంతం":

సాంస్కృతిక విప్లవానికీ, ప్రస్తుత పరిస్థితికీగల సంబంధాన్ని పరిశీలించడమే మొట్టమొదటి సమస్య. ఈ విషయంలో తక్షణం గమనించాల్సిందేమిటంటే - "సాంస్కృతిక విప్లవం ముగిసింది" అని ప్రస్తుత కమ్యూనిస్టు పార్టీ నాయకులు ప్రకటించారనేది! వారు ప్రకటించినట్టు సాంస్కృతిక విప్లవం ముగిసిందనే మాట వాస్తవమే. అంటే, సామాజికశక్తుల బలాబలాల్లోనూ, రాజకీయ శక్తుల బలాబలాల్లోనూ మార్పు వచ్చింది— అనే దీని అర్థం. దీని ఫలితంగా, ప్రజల కార్యకలాపాలమీదా, సాంస్కృతిక విప్లవంద్వారా ప్రజలకు ఏ యే స్వాతంత్ర్యాలైతే లభించాయో వాటిమీదా — అంటే, స్వంత అభిప్రాయాలు వుంచుకునే స్వాతంత్ర్యంమీదా, చొరవతో ప్రవర్తించే స్వాతంత్ర్యంమీదా — ఇప్పుడు తీవ్రమైన ఆంక్షలు ప్రారంభమయ్యాయి.

నిజానికి, మనం వెనక్కి తిరిగి 1965-66 నించీ ఏం జరిగిందో చూసినట్టయితే కార్మిక పంథాకీ బూర్జువా పంథాకీ మధ్య బలాబలాల్లో మార్పు 1967 మొదటి నెలల్లోనే కావలసినంత స్పష్టంగా వుందని చెప్పొచ్చు.[19] ఇదే కాలంలో "షాంగై కమ్యూన్ రాజకీయ రూపాన్ని" నిర్మించడమూ, మళ్ళీ వెంటనే దాన్ని విడిచివెయ్యడమూ కూడా జరిగింది. [ఈ విషయాన్ని ఇంకా తర్వాత పేజీల్లో 'షాంగై కమ్యూన్'కి సంబంధించిన భాగంలో చర్చిస్తాను]. తర్వాత, ఆ రెండు పంథాలకీ మధ్య బలాబలాల్లో మార్పు అనేక గజిబిజిల్తో సాగి అనేక సంవత్సరాలకు పూర్తి అయింది. "సాంస్కృతిక విప్లవం ముగిసింద"ని ప్రస్తుత నాయకత్వం చేసిన ప్రకటన, అనేక సంవత్సరాలు పూర్తి అయిన ఒక చారిత్రక క్రమానికి సంబంధించిన చిట్టచివరి స్థితి.

అనేక సంవత్సరాలపాటు సాగిన ఈ వర్గ పోరాట క్రమాన్ని దీర్ఘంగా విశ్లేషించవలసిన అవసరం వుంది.

'సాంస్కృతిక విప్లవం ముగిసింద'ని ప్రకటన చేసిన పద్ధతిలో రెండు విషయాలు గమనించాలి.

మొదటిది — ఈ ప్రకటన సాంస్కృతిక విప్లవంవల్ల కలిగిన లాభ నష్టాలను సరైన పద్ధతిలో మొత్తంగా అంచనా కట్టి చూపించలేదు. అలా చెయ్యడంలో ప్రస్తుత నాయకత్వం ఎందుకు విఫలమైందంటే - సాంస్కృతిక విప్లవంవల్ల కలిగిన అనుకూలతల్నీ, వ్యతిరేకతల్నీ, వాటి మధ్య తేడాల్నీ ఈ నాయకత్వం శ్రామికవర్గ దృక్పథంతో చూడలేదు గనక. సాంస్కృతిక విప్లవంవల్ల ఏ యే లాభాలైతే కలిగాయో వాటిలో ప్రతీ ఒక్కదాన్నీ వ్యతిరేకించడానికి వీలుగా ఇప్పుడు తలుపులు బార్లా తెరిచి వుంచారు. నిజానికి, ఆచరణలో ఇలాంటి పరిస్థితి కల్పించి వుత్తమాటల్లో మాత్రం సాంస్కృతిక విప్లవానికి "నివాళులు" అర్పించారు. ఇలాంటి విప్లవాలు ఇంకా ఇంకా వస్తాయన్నారు. గతాన్ని గురించి స్పష్టమైన విశ్లేషణ లేకపోతే, ఎంత సమగ్రంగా వీలైతే అంత సమగ్రమైన విశ్లేషణ లేకపోతే, భవిష్యత్తులో సరైన మార్గం కనుక్కోవడం అసాధ్యం.

---

19. **1967** మొదటి నెలల్లో స్పష్టంగావున్న మార్పేమిటంటే - 1966లో సాంస్కృతిక విప్లవాన్ని ప్రారంభించిన విప్లవ పంథా మళ్ళీ బలహీన పడడమూ, పెట్టుబడిదారీ పంథా మళ్ళీ బలపడడమూ ప్రారంభం కావడం. ★

రెండోది — సాంస్కృతిక విప్లవం పూర్తయిపోయిందని ప్రకటన చెయ్యడానికి ఒక సంవత్సరం క్రితం నించీ కూడా, ప్రస్తుత నాయకత్వం తీసుకుంటోన్న చర్యలూ; అధికారుల వుపన్యాసాలలోనూ, పత్రికా ప్రకటనలలోనూ కనిపించే అభిప్రాయాలూ — నిజానికి, సాంస్కృతిక విప్లవాన్ని పూర్తిగా నిరాకరిస్తూనే వున్నాయి.

ఖచ్చితంగా ఇది "వెనక్కి గంతే."!

సాంస్కృతిక విప్లవాన్ని నిరాకరించడమూ, అది ముగిసిపోయిందని ప్రకటించడమూ — ఇదంతా కాకతాళీయంగా జరిగింది కాదు. కొన్ని తీవ్ర ధోరణుల ఫలితమే ఇది! వర్గాల బలాలు ఒక ఫలానా రకంగా మారడంవల్ల ఏర్పడిన ఫలితమే ఇది! వర్గాల బలాలతో సంబంధం కలిగి, ఆ బలాలపై ప్రభావం చూపే ఒక రాజకీయ పంథా ఫలితమే ఇది!

డియర్ నీల్‌బర్టన్! ఈ సూత్రీకరణని మీరు అంగీకరించరనుకుంటాను. అయినా ఫర్వాలేదు. నా వాదన నేను కొనసాగిస్తాను. నా వాదన కొన్ని పరిమితుల్లోనే వుంటుంది. ఎందుకంటే, నా వాదన ఇంకా వివరంగా వుండాలంటే చైనా కమ్యూనిస్టు పార్టీ చెయ్యాని పనులన్నీ చెయ్యాలి నేను. సాంస్కృతిక విప్లవాన్ని మొత్తంగా పరిశీలించి దాని మంచి చెడ్డలు బేరీజు వెయ్యడమూ, సాంస్కృతిక విప్లవ ప్రారంభంలో ప్రకటించిన లక్ష్యాలేమిటో వాటిని మళ్ళీ ప్రస్తావించడమూ, ఆ విప్లవంలో చివరికి ముందడుగులెన్నో వెనకడుగులెన్నో అంచనా వెయ్యడమూ, అవి అలా ఎందుకు జరిగాయో విశ్లేషించడమూ — ఈ పనులన్నీ చెయ్యాలి నేను.

ప్రజలతో సంబంధాలుగల ఒక రాజకీయ సంస్థ మాత్రమే ఈ కర్తవ్యం నిర్వహించగలుగుతుంది. దీనికి ఎన్నో డాక్యుమెంట్లూ, సమాచార పత్రాలూ కావాలి. అవేవీ నాకు అందుబాటులో లేవు. చైనా వెళ్ళినా అవన్నీ సంపాయించుకోవడానికి వీలుకాదు. డాక్యుమెంట్లన్నిటినీ రహస్యంగా వుంచాలనుకుంటున్నారు ఇప్పుడు.

పరిస్థితులు ఇలా వుండడంవల్ల నేను చెప్పదల్చుకున్నదేమిటంటే, చైనాలో కొన్ని నెలలుగా సాగుతోన్న "వెనక గంతు" లక్షణాల్ని బైటపెట్టి, అలా జరగడానికి కారణాలేమిటో ఆలోచించమనే. దానికన్నా ముందు, 'సాంస్కృతిక విప్లవం' ప్రకటించిన లక్ష్యాలేమిటో గుర్తు తెచ్చుకోవాలి. మరీ ముఖ్యంగా పాత పద్ధతుల్లో తీవ్రమైన మార్పులు తెచ్చిన వాటిని! అవి చైనా ప్రజల జీవితాల్లో కొద్దిగానో గొప్పగానో నిజంగానే ఆచరణలోకి వచ్చాయి. అవే ఈనాడు అనేక సవాళ్ళకు గురి అవుతున్నాయి. ఆ విషయాలేమిటో మొదట చూడాలి.

"ప్రజల ప్రజాస్వామ్యం" (మాస్-డెమాక్రసీ) సమస్య:

1966 ఆగస్టు 8న, చైనా కమ్యూనిస్టు పార్టీ కేంద్ర కమిటీ "16 అంశాల తీర్మానం" అనే పేరుతో ఒక తీర్మానాన్ని ఆమోదించింది. (ఈ తీర్మానంలోవున్న 16 అంశాల్నీ 'అనువాదకుల ముందుమాట'లో చూడవచ్చు). దాన్ని పరిశీలిస్తే అది ప్రకటించిన లక్ష్యాలేమిటో తెలుసుకోవచ్చు.

ఆ 16 అంశాల్లో 6వ అంశం: ప్రజలు తమ అభిప్రాయాల్ని స్వేచ్ఛగా ప్రకటించడానికి వీలుకలిగించే రాజకీయ పంథాని అభివృద్ధి చేయాలి. ఒకవేళ మైనారిటీ అభిప్రాయాలు తప్పుగా వున్నప్పటికీ, వాటిమీద ఎటువంటి నిర్బంధమూ లేకుండా వాటిని బైటికి ప్రకటించడానికి అవకాశం ఇచ్చే రాజకీయ పంథాని! ప్రజలు రకరకాల సంఘాలు స్థాపించుకుని కార్యకలాపాలు సాగించుకోడానికి అనుమతించే రాజకీయ పంథాని.

9వ అంశం: ఫ్యాక్టరీల్లోనూ; గనుల్లోనూ; పట్టణ ప్రాంతాల, గ్రామ ప్రాంతాల ప్రభుత్వ

సంస్థల్లోనూ; విద్యా సంస్థల్లోనూ - అధికారాన్ని నిర్వహించే సంఘాలు స్థాపించుకొని వాటిద్వారా ఆయా సంస్థల్ని నడుపుకోవాలి. ఈ కార్యక్రమమంతా, 'పారిస్ కమ్యూన్' నాటి సాధారణ ఎన్నికల పద్ధతివంటి పద్ధతిని ఏర్పాటు చేయాలనే. అధికార సంఘాలకోసం ఎన్నికయిన అభ్యర్థుల్ని, ఎన్నిక చేసిన ప్రజలు నిరంతరం పరిశీలించడానికీ, అవసరమైతే వారిని తీసివేసి వేరే వారిని నియమించడానికి వీలు వుండాలి. – ఈ అంశం సామాన్యమైనదనీ, తాత్కాలికమైనదనీ ఆనాటి కమ్యూనిస్టు పార్టీ భావించలేదు. గుణాత్మకంగా, దాన్ని గొప్ప చారిత్రక ప్రాముఖ్యతగల విషయంగా భావించింది.

4 వ అంశం: ప్రజలకు వున్న ఒకే ఒక సరైన పద్ధతి తమని తాము విముక్తి చేసుకోవడం. వారి తరుఫున వేరొకరు వారిని విముక్తి చేసిపెట్టే పద్ధతి ఏదైనా సరే అది జరగడానికి వీల్లేదు. వుద్యమాలద్వారా ప్రజలు తమని తాము జ్ఞానవంతం (ఎడ్యుకేట్) చేసుకోవాలి.

3 వ అంశం: ప్రజల కార్యకలాపాల్ని అభివృద్ధి చెయ్యడంలో కమ్యూనిస్టు పార్టీ ఎటువంటి తటపటాయింపూ లేకుండా తన వంతు పాత్ర తను నిర్వహించాలి. పార్టీ నాయకులు, ప్రతీ స్థాయిలోనూ తమ ప్రవర్తనలోని తప్పుల్నీ లోపాల్నీ ఎత్తిచూపే విధంగా ప్రజల్ని ప్రోత్సహించాలి.

5 వ అంశం: విమర్శలనేవి ఐక్యతా దృక్పథంతో వుండి పొరపాట్లని సరిదిద్దేవిధంగా వుండాలి గానీ, పొరపాట్లు చేసినవారిని పూర్తిగా దూరం చేసి రూపుమాపే విధంగా వుండకూడదు. నూటికి 95 మందిని మించిన కార్యకర్తల ఐక్యతనీ, 95 మందిని మించిన ప్రజల ఐక్యతనీ సాధించాలి.

1వ, 10 వ అంశాలు: బూర్జువా భావజాలం పెరిగిపోతోన్న సమాజ వుపరితల నిర్మాణాన్ని పూర్తిగా మార్చివేయాలి. మరీ ముఖ్యంగా, బూర్జువా విద్యనీ, బూర్జువా సాహిత్యాన్నీ, బూర్జువా కళల్నీ!

విప్లవం కోసం జరిగే పోరాటానికీ, వుత్పత్తి కోసం జరిగే పోరాటానికీ గల సంబంధం గురించి కూడా ఆ 16 అంశాల తీర్మానంలో సూచించారు. ఆ రెంటిలోనూ మొదటిదానికే (విప్లవానికే) ప్రాధాన్యత ఇవ్వాలని నొక్కిచెప్పారు.

అభివృద్ధి చెందుతూ సాగుతోన్న సాంస్కృతిక విప్లవం ఎన్నో ఆటుపోట్లు చవిచూసింది. ప్రస్తుత పరిస్థితిని సరిగా అర్థం చేసుకోవాలంటే ఆ ఆటుపోట్లని పరిశీలించాలి. కానీ, నేను ఇంతకుముందే చెప్పినట్టు, అవసరమైన సమాచారం దొరకని ఈ పరిస్థితుల్లో ఆ రకం పూర్తి పరిశీలన జరపడం సాధ్యంకాదు.

ఈ సాంస్కృతిక విప్లవోద్యమంలో ఆలోచనా విధానానికి సంబంధించిన (ఐడియలాజికల్) అంశాలూ, సిద్ధాంతపరమైన (థీరిటికల్) అంశాలూ ఎన్నో వున్నాయి.[20]

---

20. ఐడియాలజీ - అంటే, ఒక తరహా భావాలతో, అభిప్రాయాలతో వుండే ఆలోచనా విధానం. థీరీ - అంటే సిద్ధాంతం. ఇది కూడా కొన్ని భావాల కూడికే. ఒక విషయానికి సంబంధించిన జ్ఞానంలో (వుదా॥ సమాజం గురించిగానీ, ప్రకృతి గురించిగానీ, విడి విడి విషయాల గురించిగానీ) 'పునాది'కి సంబంధించిన విషయాల్ని థీరిటికల్ విషయాలు అనీ, ఉపరితలానికి సంబంధించిన విషయాల్ని ఐడియలాజికల్ విషయాలు అనీ అంటున్నారు. ఐడియాలజీ'కీ, 'థీరీ'కీ ఏదో తేడా వున్నట్టు మాట్లాడ్డమే గానీ నిజానికి ఆ తేడా తగినంత తేడాగా కనపడనే కనపడదు. 'సిద్ధాంతం' అన్నా, 'ఐడియాలజీ' అన్నా ఒకటే అర్థానిస్తాయి. పునాదికీ వుపరితలానికీ తేడా లేదని చెప్పడంకాదు దీని అర్థం, ఆ తేడా 'థీరీ'కీ, 'ఐడియాలజీ'కి మధ్య కనపడదని చెప్పడమే. అయినప్పటికీ, బెతల్‌హేమ్ ఆ రెండు మాటల్నీ ఒక తేడాతో వాడారు కాబట్టి, ఆ తేడాని అర్థం చేసుకోడానికే ప్రయత్నించాలి. ★

పెట్టుబడిదారీ వుత్పత్తి సంస్థలో చట్టబద్ధమైన యాజమాన్యాన్ని మార్చడానికీ, ఆ సంస్థలో వుత్పత్తి సంబంధాల్ని మార్చడానికీ భేదం వుంది.[21] ఆ భేదాన్ని మావో గానీ, 'నలుగురూ'గానీ గుర్తించకపోలేదు. వారా విషయం గుర్తించేలా సాంస్కృతిక విప్లవం చేసింది. అందుచేతే 'సోషలిస్టు సంస్థలు'గా పేరు మార్చుకున్నప్పటికీ, ఆ పేర్ల వెనక పెట్టుబడిదారీ సంస్థలు ఎప్పటిలాగే బతికి వుండడానికి అవకాశం వుందనీ, చైనాలో అమలు జరుగుతోన్న 'జీతాల పద్ధతి' పెట్టుబడిదారీ జీతాల పద్ధతి కన్నా ఏమంత తేడాగా లేదనీ, కమ్యూనిస్టు పార్టీలో కూడా పెట్టుబడిదారీ వర్గం ప్రవేశించి వుందనీ— ఇంకా ఈ రకమైన ప్రకటనలు అనేకం సాంస్కృతిక విప్లవ కాలంలో వెలువడ్డాయి.

మావో మరణం తర్వాత, కమ్యూనిస్టు పార్టీ, సాంస్కృతిక విప్లవ లక్ష్యాల్నీ, దాని సిద్ధాంత పరిణామాల్నీ క్రమక్రమంగా మరింత మరింత స్పష్టంగా కనపడేలాగ వదిలివేసింది. ఈ విషయం చూడడానికి మాత్రమే ఈనాడు ఎవరైనా చైనా పత్రికలు చదవాలి. సాంస్కృతిక విప్లవ లక్ష్యాల్ని వదిలివేయడానికి ఏదైనా ఒక సాకు కావాలి. 'నలుగురి' మీద విమర్శే ఆ సాకుగా వుపయోగపడుతోంది.[22]

1976 చివరినించీ 'వెనకగంతు' తన ప్రభావం చూపింది:

సాంస్కృతిక విప్లవకాలంలో ప్రకటించిన లక్ష్యాలనించి వెనక్కి నడవడం అన్నది 1976 చివరలో మాత్రమేకాదు మొదలైంది, ఇంకా ఎంతో ముందునించే, వర్గపోరాటం తాలూకు ఆటుపోట్లకు గురై అది మొదలైంది. కానీ, 1976లో మావో మరణించడమూ, నలుగురినీ తొలగించడమూ జరిగిన తర్వాత, కమ్యూనిస్టు పార్టీ "పెద్ద వెనకగంతు" వేసి, 1966 నించీ అభివృద్ధి చేసుకుంటూ వస్తోన్న విశ్లేషణల్ని బహిరంగంగా వ్యతిరేకించింది. దీని అర్థం, మార్క్సిజం చైనా విప్లవంద్వారా ప్రసాదించిన లాభాలను కాదనడమే. వేరే మాటల్లో చెప్పాలంటే, మార్క్సిజాన్ని కాదనడమే.

మావో మరణానికి ముందే వర్గాల బలాబలాలకు సంబంధించిన వాస్తవాలు కొన్ని గుర్తు చేస్తాను.

1967 తర్వాత షాంగై కమ్యూన్ రాజకీయ రూపాన్ని మార్చివేసి 'విప్లవ కమిటీ'లను ప్రారంభించారని ఇంతకుముందు చెప్పాను. ('ఇంతకుముందు' అంటే "సాంస్కృతిక విప్లవం అంతం" అనే మొట్టమొదటి చాప్టరులో. అక్కడ, "షాంగై కమ్యూన్ రాజకీయ రూపాన్ని నిర్మించడమూ, మళ్ళీ వెంటనే దాన్ని విడిచివెయ్యడమూ కూడా జరిగింది" అని మాత్రమే చెప్పారు. విప్లవ కమిటీ అనే మాట అక్కడ రాలేదు —అనువాదకులు). ఆ విప్లవ కమిటీలు కూడా క్రమంగా

---

21. వుత్పత్తి సంస్థలు - అంటే వుత్పత్తి జరిగే స్థలాలు. అవి ఫ్యాక్టరీలు మాత్రమే కాదు. గనులూ, వ్యవసాయ క్షేత్రాలూ, విద్యుచ్ఛక్తి వుత్పత్తి స్థావరాలు వగైరా అన్నిరకాల వుత్పత్తులూ జరిగే స్థలాలు. వాటినన్నిటినీ 'ఫ్యాక్టరీ'లు అనడం కుదరదు కాబట్టి "సంస్థలు" అన్నాము. 'సంస్థలు' అన్నమాట వచ్చినప్పుడల్లా అన్నిరకాల వుత్పత్తి సంస్థలూ అనే అర్థంతో ఆలోచించాలి. "ఎంటర్ ప్రైజెస్" అనే ఇంగ్లీషు మాటకే ఈ అనువాదం. ★

22. సాంస్కృతిక విప్లవ లక్ష్యాల్ని పూర్తిగా వొదిలి వెయ్యడమే రివిజనిస్టులకు కావాలి. ఆ విప్లవ నాయకుల మీద విముఖత కలిగిస్తే, అది ఆ విప్లవం మీద విముఖతగా మారి ప్రజలు ఆ విప్లవం పట్ల నిరుత్సాహం చూపిస్తారు. అందుకే "నలుగురి" మీద ఇంత పెద్ద ఎత్తున నిందా ప్రచారం. ★

అంతరించిపోయాయి. ఆ అంతరించడం అనేక విధాలుగా జరిగింది. విప్లవకమిటీ సభ్యుల్ని అవసరమైతే తీసివేసే విషయం మీదా, నిర్ణీత కాలాలలో కమిటీలకు ఎన్నికలు జరుపుకునే విషయంమీదా పట్టుదల క్రమక్రమంగా తగ్గిపోతూ వచ్చింది.

విప్లవ కమిటీల అధికారాల్ని క్రమక్రమంగా పార్టీ కమిటీలు ఆక్రమించడం ప్రారంభమైంది. విప్లవ కమిటీలతోనూ, పార్టీ కమిటీలతోనూ కూడా సంబంధం కలిగివుండేవారిలో, ఎవరు ఏ విధుల్ని నిర్వర్తించాలనే విషయంలో గందరగోళం ప్రారంభమైంది. దానివల్ల, ప్రజలకు ప్రాతినిధ్యం వహిస్తూ వారి ఆశలనూ, చొరవనూ ప్రజాస్వామ్య పద్ధతుల్లో వ్యక్తంచేసే అవకాశం విప్లవ కమిటీలకు లేకుండాపోయింది.

ఈ 'విప్లవ కమిటీలు' నాశనమైపోయినట్టుగానే, సాంస్కృతిక విప్లవ కాలపు మొదటి సంవత్సరాలలో ప్రారంభమైన కొన్ని ఇతర రకాల అధికార రూపాలు కూడా నాశనమైపోయాయి.

"చైనాలో సాంస్కృతిక విప్లవమూ, పరిశ్రమల నిర్వహణా" అనే పేరుతో గతంలో (1973 లో) నేను రాసిన పుస్తకంలో - కార్మికులు అధికారాన్ని నిర్వహించుకునే బృందాల గురించి (వర్కర్స్ మేనేజ్‌మెంట్ టీమ్స్ – గురించి) రాశాను. ఆ రకం కార్మిక మేనేజిమెంటు టీములన్నీ కూడా నిద్రకి పడ్డాయి.[23]

1975 ఆకు రాలు కాలంలో నేను చైనా వెళ్ళినప్పుడు ఈ వర్కర్స్ టీముల గురించి ఎక్కడైనా విన్నానూ అంటే అది ఒకే ఒక్క ఫ్యాక్టరీలో! అక్కడైనా అవి నామమాత్రంగా మాత్రమే వున్నాయి (ఏ ఫ్యాక్టరీకి వెళ్ళినా వర్కర్స్ టీములు పనిచేస్తున్నాయా అని తరిచి తరిచి అడిగేవాణ్ణి. అలా అడిగితేనే ఆ ఒక్క ఫ్యాక్టరీ సంగతైనా తెలిసింది). ఇక మిగతా ఫ్యాక్టరీల్లో అయితే ఈ టీములు పూర్తిగా తుడిచిపెట్టుకుపోయాయి. వుత్పత్తిని వర్కర్సే మేనేజ్ చేసుకునే టీములు నాశనమైపోవడం అంటే, అది సోషలిజాన్ని సాధించడానికి కావలసిన పురోగమనంలో వెనకడుగు వెయ్యడమే.

సోషలిజం వేపు పురోగమనం సాగాలీ అంటే, శ్రామిక ప్రజలు తమ స్వంత జీవన పరిస్థితులమీదా, శ్రమ పరిస్థితులమీదా తామే సమిష్టిగా యజమానులుగా వుండాలి.

వర్కర్స్ టీములు నాశనమైపోవడం అనే వెనకడుగు దానికదే సంభవించలేదు. ఆ టీములు ప్రారంభమైనప్పుడు అణిగి మణిగి వున్న బూర్జువా వర్గ ప్రభావం తిరిగి తలెత్తగలిగిన ఫలితంగానే, అంటే వర్గ పోరాట ఫలితంగానే, అది సంభవించింది. రాజ్యాంగ యంత్రంలోనూ, కమ్యూనిస్టు పార్టీలోనూ వున్న బూర్జువా వర్గం వల్ల అది సంభవించింది. ప్రజల అధికారంనించి "స్వేచ్ఛ" సంపాయించడానికై తాము బలపడాలని ఆకాంక్షిస్తోన్న బూర్జువా వర్గం వల్ల అది సంభవించింది.[24]

---

23. కార్మికులు తమ అధికారాన్ని ఎలా నిర్వహించుకోవాలో, వారు ఎటువంటి చైతన్యం అలవరచుకోవాలో చెప్పే ఈ "మేనేజిమెంటు టీముల" గురించి "అనువాదకుల ముందుమాట"లో వివరాలు చూడండి. ఈ టీములు సాంస్కృతిక విప్లవ కాలపు మొదటి సంవత్సరాలలో ప్రారంభమై కొంతకాలం పనిచేశాయి. రివిజనిస్టులు బహిరంగంగా అధికారంలోకి రాక పూర్వమే ఈ టీములు పని చెయ్యడం ఆగిపోయింది. అప్పటినించీ చైనా సంస్థల్లో మేనేజిమెంటు మళ్ళీ బూర్జువా పద్ధతుల్లోనే సాగుతోంది. ★

24. చైనాలో రివిజనిస్టులు 'వర్గ పోరాటం' వదిలెయ్యలేదు. చేస్తూనే వున్నారు. అయితే, శ్రామిక దృక్పథంతోగాక బూర్జువా దృక్పథంతో చేస్తున్నారు. బూర్జువా పద్ధతుల్ని స్థిరపరచడానికి చేస్తున్నారు. వాళ్ళ వర్గపోరాటం జయించిన ఫలితమే వర్కర్స్ మేనేజ్‌మెంటు టీముల నాశనం. ★

ప్రభుత్వానికి చెందివున్న వుత్పత్తి సాధనాల్ని, పేరుకి మాత్రమే ప్రభుత్వానికి చెంది వుండేట్లు చేసి వాటిని తమ ఇష్టప్రకారం వుపయోగించుకో గలగాలని బూర్జువా వర్గం ఆకాంక్ష.

విప్లవోద్యమం తాత్కాలికంగా తగ్గుదల చూపిన ఫలితంగా పడ్డ వెనక అడుగుని 1976 నాటికి చూడవచ్చును. అయినప్పటికీ, ఇంకా ఆనాటికి సాంస్కృతిక విప్లవం అమలులోవున్న వుద్యమంగానే వుంది. వుత్పత్తి సంబంధాలలోనూ వర్గ సంబంధాలలోనూ విప్లవాత్మకమైన మార్పులు జరగడానికి కావలసిన పరిస్థితుల గురించి ఇంకా అప్పటికీ అనేక విశ్లేషణలు జరుగుతోనే వున్నాయి (అవి తగినంత సమగ్రంగా లేకపోయినప్పటికీ).

ఈనాడు పరిస్థితి వేరుగా వుంది. బూర్జువాలూ, రివిజనిస్టులూ చేస్తోన్న ఎదురుదాడి అన్ని రంగాలలోనూ ముందుకు సాగిపోతోంది— వాళ్ళ ఆచరణల ద్వారా, వాళ్ళ నిర్ణయాల ద్వారా, వాళ్ళ సిద్ధాంతాల ద్వారా.

ఉత్పత్తి యూనిట్‌లో విప్లవ కమిటీల గురించీ, ఏకవ్యక్తి యాజమాన్యం దృఢతరం కావడం గురించీ:

బూర్జువాలు తమ ఎదురుదాడిని మరీ ప్రత్యేకంగా వుత్పత్తి రంగంలోని విప్లవ కమిటీల మీదకి గురిపెట్టారు. ఒకే వ్యక్తి అధికారిగావుండే మేనేజ్‌మెంట్‌ని (వన్ మేన్ మేనేజ్‌మెంట్‌ని) ఏర్పరచాలనీ, 'పార్టీ కమిటీ'లకు ప్రత్యేక పాత్రను స్థిరపరచాలనీ, మూడు తరహాల సభ్యులుగల (త్రీ ఇన్ వన్ కాంబినేషన్) బృందాల్ని వేరువేరు రూపాలలో దృఢపరచాలనీ, కార్మిక చట్టాల్నీ కార్మిక క్రమశిక్షణనీ తీవ్రతరం చెయ్యాలనీ ఈ ఎదురుదాడి భావించింది.

ఈ ఎదురుదాడికి సంబంధించిన ప్రకటనల్లో మొట్టమొదటి బహిరంగ ప్రకటన— షాంటుంగ్ ప్రాంత పార్టీ కమిటీ మొదటి సెక్రటరీ పాయ్‌జుపింగ్ 1977 జనవరి 31న ఇచ్చిన వుపన్యాసం. (ఈ వుపన్యాసాన్ని సినాన్ రేడియో ఫిబ్రవరి 1న ప్రసారం చేసింది). ఈ వుపన్యాసంలో చెప్పిన విషయాలన్నిట్లోకీ ప్రధానమైనది - ఆర్థికరంగంలో "పార్టీ కమిటీ"లకు బలం చేకూర్చాలన్నదే. "విప్లవ కమిటీల" లక్ష్యాలేమిటో ఇది చెప్పదు. (ఈ విషయమే తర్వాత కాలంలో పార్టీ వున్నతాధికార్లు ఇచ్చిన లెక్కలేనన్ని వుపన్యాసాల్లో కూడా దర్శనమిచ్చింది).[25] కార్మికులు తమ అభిప్రాయాల్ని స్వేచ్ఛగా ప్రకటించే స్వాతంత్ర్యం గురించి పాయ్‌జుపింగ్ వుపన్యాసంలో ఒక్క ముక్కయినా లేదు. పైగా కార్మికులు పార్టీ కమిటీలకు పంపిన విమర్శల్ని ఖండిస్తూ "విధేయత" గురించి మాత్రం నొక్కి చెప్పాడు. "మనం కార్మిక వర్గంమీద ఆధారపడాలి" అని అతను ప్రకటించాడూ అంటే, అది కార్మిక వర్గ చైతన్యంతో చెప్పింది కాదు. క్రమశిక్షణని పాటించడంలోనూ, ఆజ్ఞల్ని శిరసావహించడంలోనూ కార్మిక వర్గం ఖచ్చితంగా

---

25. "పార్టీ కమిటీలు బలపడాల"ని పార్టీ మనుషులు వుపన్యాసాలివ్వడంలో తప్పేముంది— అన్న ప్రశ్న వస్తుంది. పార్టీ కమిటీలు బలపడవలసింది 'ప్రజా సంఘాల్ని' బలహీన పరుస్తూ కాదు. 'విప్లవ కమిటీ'లనేవి ఆయా ప్రాంతాల్లో ప్రజలు అధికారాన్ని నిర్వహించుకునే సంఘాలు. ప్రజలు, తమ ప్రాంతాలకు సంబంధించిన అనేక రకాల విషయాల్ని తమ సంఘాలలో చర్చించి నిర్ణయించుకోవడం రివిజనిస్టులకు పనికిరాదు కాబట్టి, ప్రజల సంఘాల్ని బలహీన పరిచి, క్రమంగా వాటిని పనిచెయ్యనివ్వకుండా చేసి, ప్రజల విషయాలన్నిటినీ తామే పార్టీ కమిటీలలో నిర్ణయించి, ప్రజలతో ఆ నిర్ణయాల్ని అమలు చేయించాలని పార్టీ అభిప్రాయం. అందుకే, విప్లవ కమిటీల లక్ష్యాలేమిటో చెప్పకుండా, ప్రజలు పార్టీ కమిటీలకే లొంగివుండాలని బోధించడం. ★

వుంటుంది కాబట్టి ఆ లక్షణాల మీద ఆధారపడాలని చెప్పడమే అది. అంటే, క్రమశిక్షణ పాటించాలనీ, పార్టీ ఆజ్ఞల్ని శిరసావహించాలనీ చెప్పడమే — ఈ రకం ఆలోచనలనే ప్రధానంచేసి ముందుకు తెస్తున్నారు ప్రస్తుతం. 1977 ఏప్రిల్ 6 న, పెకింగ్ రేడియో ప్రకటన ఒకటి ఇలా వెలువడింది — "సోషలిస్టు సంస్థల్లో, పార్టీకీ, ప్రజల సంఘాలకీ వున్న సంబంధం ఎలాంటిదంటే, ఒక గైడ్‌కీ అతని అనుచరులకీ వున్న సంబంధం లాంటిది."

ఇందులో, 'ప్రజల చొరవ' అనేదాన్నిగానీ, 'ప్రజలనించీ నేర్చుకోవడం' అనేదాన్నిగానీ ప్రస్తావించనేలేదు. మొత్తం అధికారం చలాయించేది పార్టీ కమిటీయే. ప్రజలు చెయ్యాల్సిందంతా పార్టీ చెప్పినట్టు నడవడమే.[26]

ప్రజల చొరవని ప్రోత్సహించే పద్ధతుల్నీ, ప్రజా సంఘాల్ని అభివృద్ధి పరిచే పద్ధతుల్నీ, 'ఎకానమిజం' అనో, 'సిండికలిజం' అనో, 'అనార్కిజం' అనో, 'రాడికల్ ఇండి విడ్యువలిజం' అనో - రకరకాల పేర్లతో ఖండించారు.[27]

---

26. "**పార్టీ**కీ ప్రజా సంఘాలకీ వుండే సంబంధం- గైడ్‌కీ అనుచరులకీ వుండే సంబంధం వంటిది"- అనడం తప్పు. ఎందుకంటే, అనుచరులు చెయ్యవలసింది కేవలం 'అనుసరించడం' మాత్రమే. ఈ 'గైడూ-అనుచరుల' సంబంధంలో గైడ్‌కే అంతా తెలిసి, అనుచరులు కేవలం అతన్నించి తెలుసుకోవడం మాత్రమే చేస్తారు. కానీ, పార్టీ పాత్ర ఈ గైడ్ పాత్రలాంటిదీ కాదు, ప్రజా సంఘాల పాత్ర ఈ అనుచరుల పాత్రలాంటిదీ కాదు. ప్రజా సంఘాల్ని పార్టీ గైడ్ చెయ్యదనికాదు దీని అర్థం. తప్పకుండా గైడ్ చేస్తుంది. కానీ, ఆ గైడ్ చెయ్యవలసింది 'ప్రజా సంఘాలు' కేవలం తనని అనుసరించడం మాత్రమే చెయ్యాలి'— అనే పద్ధతిలో కాదు. ప్రజా సంఘాల్లో సమస్యలు వచ్చినప్పుడూ, వాటికి డైరెక్షన్ ఇవ్వవలసి వచ్చినప్పుడూ వాటిని గైడ్ చేసే జ్ఞానం పార్టీకి ఎక్కణ్ణించి వస్తూ వుంటుంది? ప్రజల్ని, వారి సంఘాల్లో చొరవగా ప్రవర్తించనిస్తూ, వారి కార్యకలాపాలవల్ల వచ్చే నూతనానుభవాన్ని అధ్యయనం చేస్తూ వుంటేనే, ప్రజల్ని నడిపే జ్ఞానం పార్టీకి అందుతూ వుంటుంది. కొత్త సమాజాన్ని నిర్మించుకోవడంలో ఎప్పటికప్పుడు అవసరమయ్యే కొత్త ప్రయోగాల ద్వారా సరైన జ్ఞానాన్ని తను గ్రహిస్తూ, దాన్ని ప్రజలు కూడా గ్రహించేట్లు చెయ్యవలసివుంటుంది పార్టీ. 'ప్రజలనించి నేర్చుకోడం' అనే కోణాన్ని వదిలేసి, ఆ అవసరాన్ని నిర్లక్ష్యంచేసి, ఎంతసేపూ ప్రజలకు నేర్పడమే పార్టీ చెయ్యాలి అనుకుంటే, ఆ పార్టీ నేర్పేదేమీ వుండదు, పెత్తనం చెయ్యడం తప్ప. 'ప్రజల నించీ నేర్చుకోవడం' అంటే ప్రజలకు సమస్త విషయాలూ తెలుస్తూ వుంటాయని కాదు. కొత్త మార్పులు చేస్తూ వున్నప్పుడు, ప్రజల ఆచరణలనించే కొత్త అనుభవాలు వస్తాయి. ఆ అనుభవాలు పోజిటివ్‌గానూ, నెగెటివ్‌గానూ కూడా వుంటాయి. అందులో ప్రజల అభివృద్ధికి ఉపయోగపడే అంశాలనే తీసుకోవాలి. ఈ విషయాలను అధ్యయనం చేయడమే ప్రజల ఆచరణలనించీ నేర్చుకోవడం. నేర్చుకోకుండా నేర్పడం సాధ్యంకాదు కాబట్టి, కొత్త జ్ఞానం నేర్చుకుంటూ వుండని పార్టీకి ప్రజలకు నేర్పే అర్హతా, శక్తీ వుండవు. రివిజనిస్టులు కోరేది కేవలం ప్రజలమీద పెత్తనం చెయ్యడమే కాబట్టి, ప్రజా సంఘాలూ పార్టీకి అనుచరులుగా మాత్రమే వుంటూ, పార్టీ ఆజ్ఞల్ని 'విధేయత'గా పాటించాలని (క్రమశిక్షణ పేరుతో) బోధిస్తున్నారు. అందుకే పార్టీకీ- ప్రజా సంఘాలకూ ఈ గైడూ అనుచరుల పోలిక చెప్తున్నారు. ★

27. ఎకానమిజం (=ఆర్థికవాదం): రాజకీయ చైతన్యాన్నీ, రాజకీయాధికారాన్నీ సాధించాలనే దృష్టి లేకుండా, కేవలం ఆర్థిక పరిస్థితుల్లో మెరుగుదలలు కోరే దృక్పథం.

సిండికలిజం: (బాగా పరిచయంగా వాడే తెలుగు పేరు లేదు దీనికి.) 'రాజ్యాంగం' ⟶

నాయకుల మీద ప్రజలు అజమాయిషీ చెయ్యడమంటే క్రమశిక్షణ బీటలు వారడమేనని భావించారు వీరు.

'ఫ్యాక్టరీల్లో కార్మిక వర్గానికీ, బూర్జువా వర్గానికీ మధ్య వైరుధ్యం'- అనే అంశాన్ని డెవలప్ చేసినందుకూ; 'మేనేజిమెంటుకీ కార్మికులకీ మధ్య శతృత్వం (యాంటగనిజం)' అనే అంశాన్ని చర్చించినందుకూ, "నలుగురూ" ప్రత్యేకంగా విమర్శలకు గురి అయ్యారు (నవ చైనా వార్తా సంస్థ, 1977 మే 21).

"వైరుధ్యంలో ఘర్షణపై ఐక్యత యొక్క ప్రాధాన్యత" అనే సిద్ధాంతాన్ని గతంలో మావో కరెక్టుగా ఖండించాడు. కానీ, ఆ సిద్ధాంతం ఇప్పుడు మళ్ళీ పునర్దర్శనమిస్తోంది. ఇదే స్టాలిన్ కాలంలోని సోవియట్ రష్యా కమ్యూనిస్టుపార్టీ ఆలోచనా విధానానికి స్వాభావిక లక్షణంగా వుండేది.[28]

→ అనేది లేకుండా, కార్మిక సంఘాలు ఒక 'ఫెడరేషన్'గా ఏర్పడి తమ అవసరాలు నిర్వహించుకోవాలి- అనే దృక్పథం.

అనార్కిజం (=అరాజకవాదం): కార్మిక వర్గ నియంతృత్వంగానీ, ఇంకే రకం రాజ్యాంగం గానీ వుండకూడదనే దృక్పథం. 'వర్గపోరాటం' అనే దృష్టి లేదు దీనికి. సిండికలిజానికీ దీనికీ చెప్పుకోదగ్గ తేడాలేదు. అందుకే, ఈ రెండినీ కలిపి అనార్కో సిండికలిజం' అని కూడా అంటూ వుంటారు. (హేతువాద నాస్తికోద్యమం అనే మాటలాగ).

రాడికల్ ఇండివిడ్యువలిజం (=ఉన్న పరిస్థితుల్లో కొన్ని మౌలికమైన మార్పుల్ని కోరే వ్యక్తివాదం.) సమాజంతోటీ, రాజ్యాంగంతోటీ సంబంధం లేకుండా, వ్యక్తి హక్కులూ, వ్యక్తి స్వేచ్ఛా వుండగలవనే దృక్పథం. (ఇందులో కొన్ని పోజిటివ్ అంశాలు వుంటాయి. 'రాడికల్'గా ఆలోచించే ప్రతీచోటా కొన్ని పోజిటివ్ విషయాలు వుంటాయి).

— ఈ రకం దృక్పథాలన్నీ పొరపాటు దృక్పథాలుగా కార్మికోద్యమ చరిత్రలో గతంలోనే రుజువయ్యాయి. ప్రస్తుత చైనాలో, ప్రజలు చెయ్యబోయే మంచి పనులమీద, ఏదో ఒక తప్పుడు ముద్ర వేస్తూ, ఆ పనులు సాగనివ్వకుండా చేస్తున్నారని బెతల్‌హామ్ అంటున్నారు. ★

28. "వైరుధ్యంలో ఘర్షణపై ఐక్యత యొక్క ప్రాధాన్యత" అనే సిద్ధాంతాన్ని మావో ఏ వ్యాసంలో ఖండించాడో ఆ వివరాలు మాకు దొరకలేదు. అయితే, ఈ విషయంమీద బెతల్‌హామ్ "సోవియట్ రష్యాలో వర్గపోరాటాలు-2"లో ఇచ్చిన ఒక వివరణని ఆధారం చేసుకుని ఈ ఫుట్‌నోట్ ఇస్తున్నాము. ఘర్షణా, ఐక్యతా- అనే విరుద్ధాంశాలతో కూడిన పరిస్థితే వైరుధ్యం. ఒక పదార్థంలోగానీ, ఒక విషయంలోగానీ విరుద్ధాంశాల్ని అధ్యయనం చెయ్యడమే గతితర్కం. అధ్యయనం చెయ్యడం అంటే- ఆ విషయంలో ఘర్షణా, ఐక్యతా ఏ యే అంశాల మధ్య వున్నాయో; ఆ అంశాలు చివరికి ఘర్షణతో విడిపోయే స్వభావంతో వున్నాయో, ఐక్యతతో ఏకమయ్యే స్వభావంతో వున్నాయో గ్రహించి, ఆ విషయాన్ని బట్టి దాని విరుద్ధాంశాలలో ఘర్షణనే ప్రధానం చెయ్యడంగానీ, ఐక్యతనే ప్రధానం చెయ్యడంగానీ జరగాలి. కానీ, "ఘర్షణపై ఐక్యత యొక్క ప్రాధాన్యత" సిద్ధాంతం, ఏ సందర్భంలోనైనా సరే ఐక్యతకే ప్రాధాన్యత ఇవ్వాలని చెపుతుంది. అంటే, పోరాటాన్ని పూర్తిగా వొదిలెయ్యాలనడమే. 'వర్గపోరాటం' ఏ దశలో వుందనే దృష్టి లేకుండా ఇది ఎల్లవేళలా రాజీనే (ముఖ్యంగా పార్టీలో) బోధిస్తుంది. 'ఏ పరిస్థితుల్లోనైనా సరే, ఏం పణం పెట్టి అయినా సరే, పార్టీలో ఐక్యతనే సాధించాలి' అనే మితవాదానికి ఇది దారి తీస్తుంది. లేదా, 'ఐక్యత' పేరుతో ఒంటెత్తు వాదానికైనా దారి తీస్తుంది. ఎలాగంటే, ఐక్యతని నిలువుకోవాలంటే తమకు ఏ మాత్రం భిన్నంగా వున్నదాన్నయినా తోసివెయ్యాలనుకోవడం ద్వారా. ఈ విధంగా- 'ఐక్యత' →

ప్రస్తుతం పెంపొందుతోన్న ఈ ఆలోచనా విధానం- పార్టీ కార్యకర్తల్నీ, టెక్నీషియన్లనీ, కార్మికులకన్నా పైస్థానంలో వుంచి, ఆ కార్యకర్తలూ టెక్నీషియన్లూ రూపొందించిన చట్టాల అధికారం కింద కార్మికులు లోబడి వుండేలా చేస్తోంది.

ఫ్యాక్టరీ "నిరంకుశత్వం":

గతంలో, ఫ్యాక్టరీలలో కార్మికుల్ని అణిచివేసే నిబంధనలు వుండేవి. (వాటిని కార్మికులు "రీజన్‌లేని నిబంధనలు" అనేవారు) అటువంటి నిబంధనల్ని మార్చడానికి సాంస్కృతిక విప్లవం చేసిన దాన్నంతటినీ సర్వనాశనం చెయ్యడానికి తయారైన ఒక పెద్ద ఎదురుదాడిని ఇప్పుడు మనం చూస్తున్నాము.

ఇలా ప్రకటిస్తున్నారు ఇప్పుడు.

"ఆధునిక భారీ పారిశ్రామిక వుత్పత్తి ఏ క్లిష్ట క్రమాలలో జరుగుతుందో ఆ క్రమాలు, కొన్ని భౌతిక సూత్రాలపై ఆధారపడి వుంటాయి. ఆ భౌతిక సూత్రాలకు ప్రతిబింబాలుగా ఫ్యాక్టరీ నిబంధనలు వుంటాయి."

కార్మిక వర్గం ఫ్యాక్టరీ నిబంధనల్ని అంగీకరించి తీరాలట! ఎందుకంటే, అవి "భౌతిక సూత్రాల్ని" (ఆబ్జెక్టివ్ లాస్ - ని) ప్రతిబింబిస్తాయి కాబట్టి అట!

ఈ విషయాన్ని సమర్థించుకోడానికి వీరు ఎంగెల్సు చేసిన ఒక సూత్రీకరణని సహాయంగా తెచ్చుకున్నారు. 1873 లో, ఎంగెల్సు "అధికారంపై" అనే వ్యాసంలో ఇలా అన్నాడు - "మానవుడు

→ అనే దాన్ని ముఖ్యంగా రెండు తప్పుడు పద్ధతుల్లో (1 - పోరాటాన్ని వొదిలేసే పద్ధతిలో, 2 - ఒకే అభిప్రాయాన్ని నిలిపితేనే ఐక్యత నిలుస్తుందనుకుని, భిన్నాభిప్రాయాలన్నిటినీ తోసేసే పద్ధతిలో) వుపయోగించవచ్చు. ఇందులో ఏ పద్ధతీ సరైందికాదు. మొదటిది మితవాదం అయితే, రెండోది అతివాదం. ఈ తప్పుడు పద్ధతులు 1928, 29 ప్రాంతాల్లో రష్యాలో బైల్దేరాయి. 1928 లో, స్టాలిన్ ఒక వుపన్యాసంలో— "ఇప్పుడు కమ్యూనిస్టు పార్టీకి మోనోలితిక్ స్వభావం వుంది" అన్నాడు (మోనోలితిక్=ఏక శిలగా వుండే; ఒకే రకంగా వుండే). రష్యాలో అన్ని వర్గాలూ కార్మిక వర్గంగా మారిపోయాయనీ, అందుచేత పార్టీకి కార్మిక వర్గ స్వభావం మాత్రమే వుందనీ స్టాలిన్ అవగాహన. కానీ, అన్ని వర్గాలూ పోయినప్పుడు, కార్మికవర్గం కూడా పోతుంది. (అన్ని వర్గాలకూ వాటివాటి ప్రత్యేక స్వభావాలు పోయినప్పుడు, కార్మిక వర్గానికి కూడా దాని ప్రత్యేక స్వభావం పోతుంది. అప్పుడు అందరూ అన్నిరకాల శ్రమలూ చేసే వారిగా అవుతారు). కార్మిక వర్గం ఒక ప్రత్యేక స్వభావంతో వున్నదీ అంటే, అన్ని వర్గాలూ (లేదా సెక్షన్లు వాటి వాటి ప్రత్యేక స్వభావాలతో వున్నట్టే. ఆ అన్ని వర్గాల్నీ (విశాల ప్రజానీకాన్ని) కార్మిక వర్గ నాయకత్వం కింద ఐక్యపరచడానికి పార్టీ ప్రధాన సాధనం. ప్రజల్లో వేరు వేరు సెక్షన్లు వున్నాయంటే వాటి ప్రయోజనాలు వేరువేరుగా వున్నట్టే. ఈ సెక్షన్లని ఐక్యపరిచే పని పార్టీ ద్వారా జరుగుతుంది కాబట్టి, ఆ సెక్షన్ల వేరువేరు ప్రయోజనాల ప్రభావం పార్టీలో వుండి తీరుతుంది. అంటే, పార్టీలో ఆయా సెక్షన్ల భావాలు వుండి తీరతాయి — (ఆ సెక్షన్లన్నీ ఒకటయ్యే వరకూ). ప్రజల సమస్యల నిజమైన పరిష్కారమే విప్లవ పురోగమనం కాబట్టి, ప్రజల సెక్షన్ల భిన్నాభిప్రాయాలతో, పార్టీ, ఎప్పటికప్పుడు సరైన అంగీకారాలతో వ్యవహరించాలి. పార్టీకి మోనోలితిక్ స్వభావం వుంటుందనుకోవడం వుత్త భ్రమ మాత్రమే. ప్రజల మధ్య వైరుధ్యాలు అనేక దశల్లో వుంటాయనే సంగతిని పట్టించుకోకపోవడమే ఇది. గతి తార్కిక సూత్రాన్ని వొదిలేసి, యాంత్రిక భౌతికవాదాన్ని అనుసరించడమే ఇది. పార్టీ మోనోలితిక్‌గా వుందనే అవగాహనే 'వైరుధ్యంలో ఐక్యతకే ప్రాధాన్యత' సూత్రానికి దారి తీసింది. ఈ తప్పుడు దృక్పధమే ఇప్పుడు చైనాలో పునర్దర్శనమిస్తోంది. ★

తన విజ్ఞాన బలంతోనూ, కొత్తవాటిని కనిపెట్టగలిగే మేధావితనంతోనూ ప్రకృతిశక్తుల్ని లొంగదీసుకున్నాడంటే, ఆ ప్రకృతి శక్తులు సామాజిక వ్యవస్థతో ఎటువంటి సంబంధమూ లేకుండా, స్వతంత్రంగా తమ నిజమైన నిరంకుశత్వంతో మానవుడిపై పగ తీర్చుకుంటాయి. మానవుడు తమని ఎంతవరకూ పనిలో నియమిస్తాడో అంతవరకూ అవి మానవుణ్ణి తమకు లొంగదీసుకుంటాయి. భారీపరిశ్రమల్లో అధికారాన్ని (అథారిటీని) తొలగించడం అనేది, మొత్తం పరిశ్రమనే తొలగించడంతో సమానం. మరమగ్గాన్ని నాశనం చేసుకుని చేనేత మగ్గం దశకి తిరిగి చేరడంతో సమానం."

ఎంగెల్సు చెప్పిన ఈ పొరపాటు విషయాన్ని హేరీబ్రేవర్ మన్ కరెక్టుగానే విమర్శించాడు. ఎంగెల్సు అరాచకవాదులతో చేసిన వాద వివాదాల్లో కొట్టుకుపోయి "సామాజిక వ్యవస్థతో సంబంధంలేకుండా స్వతంత్రంగా వున్న నిరంకుశత్వం" అనీ, "అధికారం" అనీ, ఆ మాటల్ని చరిత్రకి అతీతమైన అర్థంతో వుపయోగించాడు. ఈ విధంగా ఎంగెల్సు, "ఫ్యాక్టరీ నిరంకుశత్వానికి" వున్న సామాజిక స్వభావం గురించి మార్క్సు రాసినదాన్ని సరిగా గ్రహించలేకపోయాడు.

[హేరీ బ్రేవర్‌మన్, ఎంగెల్స్‌ని విమర్శిస్తూ ఇలా అంటున్నాడు:

"పెట్టుబడిదారీ ఫ్యాక్టరీలలో కార్మికులమీద పెట్టుబడిదారుడు బలవంతంగా రుద్దే క్రమశిక్షణ గురించి చర్చిస్తూ మార్క్సు ఇలా రాశాడు - "కార్మికులు తమకోసం తామే పనిచేసుకునే సోషలిస్టు సమాజంలో ఈ క్రమశిక్షణ అనవసరమైపోతుంది - (కాపిటల్ - 3)" - (హేరీబ్రేవర్‌మన్ - లేబర్ అండ్ మోనోపలీ కాపిటల్)]

ఫ్యాక్టరీ నిరంకుశత్వం గురించి మార్క్సు చెప్పినదాన్ని సరిగా అర్థం చేసుకోకుండా ఎంగెల్స్ ఏ మాటలైతే చెప్పాడో ఆ మాటల్ని ప్రస్తుత చైనా నాయకత్వం తనకు సహాయంగా తెచ్చుకుంది. ఈనాడు చైనాలో జరుగుతున్నది, చరిత్రకి అతీతమైన సూత్రాల పేరుతో ఫ్యాక్టరీ నిరంకుశత్వాన్ని దృఢతరం చేయడమే.[29]

మనం ఇక్కడ చూస్తున్నది సిద్ధాంత విషయాన్ని మాత్రమే కాదు, కార్మికుల్ని అణిచి వేయడానికి అవసరమైన విధానాల్ని సమర్థించుకోడానికీ, వాటిని నానాటికీ బలపర్చుకోడానికీ చేసే ప్రయత్నాల్ని కూడా.

వుత్పత్తినీ, దాని నాణ్యతనీ అభివృద్ధి చెయ్యాలంటే - కార్మికుల చొరవనీ చైతన్యాన్నీ పెంచడం ద్వారా గాక, వారిపై కఠినమైన నిబంధనలు బలవంతంగా అమలు చెయ్యడం ద్వారా సాధించాలని ప్రయత్నిస్తున్నారు.

---

29. "ఫ్యాక్టరీ అథారిటీ" గురించి ఎంగెల్సు పొరపాటు అభిప్రాయాలు వ్యక్తం చేశాడని హేరీ బ్రేవర్‌మన్ విమర్శించిన దానితో బెతల్‌హామ్ ఏకీభవిస్తున్నారు. కానీ, ఎంగెల్స్ చెప్పిన దాంట్లో ఏమీ పొరపాటులేదని మా అభిప్రాయం. ఈ విషయంలో హేరీ బ్రేవర్‌మన్, బెతల్‌హాములే పొరపాటు పడ్డారు. మా అభిప్రాయం బెతల్‌హామ్‌కి రాస్తే, ఆయన తన పొరపాటు ఒప్పుకున్నారు. ఈ విషయాన్ని చర్చించే ఫుట్‌నోట్ చాలా పెద్దది అవడంచేత దాన్ని ఇక్కడ గాక ఈ వ్యాసానికి చివరలో (పేజీ.189) ఇస్తున్నాము. ఎంగెల్స్ చెప్పిందేమిటి? దాన్ని చైనా రివిజనిస్టులు ఎలా వుపయోగించుకోవాలని ప్రయత్నిస్తున్నారు? - అనే విషయాలు తెలుసుకోడానికి ఆ పెద్ద ఫుట్‌నోట్‌ని ఈ సందర్భంలోనే చదివి విషయాలు స్పష్టం చేసుకుంటే తర్వాత భాగాలు సరిగా అర్థం చేసుకోడానికి వీలవుతుంది. ఈ వ్యాసం చివర "పెద్ద ఫుట్‌నోట్లు" అనే చాప్టర్ చూడండి. ★

1977 ఆగస్టు 14 న, పెకింగ్ రేడియో ఇలా ప్రకటించింది — "నియమ నిబంధనల్ని (రూల్స్ అండ్ రెగ్యులేషన్స్‌ని) ఎన్నడూ తొలిగించడానికి వీలులేదు. పైగా, వుత్పత్తి టెక్నాలజీ పెరుగుతోన్నకొద్దీ ఆ నియమ నిబంధనలు మరింత స్ట్రిక్టు అవ్వాలి. జనం వాటిని ఖచ్చితంగా పాటించాలి" — ఈ చివరి వాక్యం తర్వాత రేడియో వ్యాఖ్యాత ఇంకో వ్యాఖ్యానం కూడా చేశాడు.

"ఇది ఒక ప్రకృతి సూత్రం. (?) వుత్పత్తి పెరుగుతూ వుండగా మనం ఖచ్చితమైనటువంటీ, మరింత సరైనటువంటీ నియమ నిబంధనలు ఏర్పాటు చేసుకోవాలి."

కార్మికులు నియమ నిబంధనలకు ఇష్టంతో లోబడేట్టు చెయ్యడానికి ఇదో లాభదాయక మార్గం! ఈ కఠిన నియమ నిబంధనల్ని సమర్థించుకోడానికి ఏదో ఒక సాకు కావాలి. దాని కోసం ప్రస్తుత నాయకత్వం చేసే మిగతా అన్ని పనుల కన్నా "నలుగుర్నీ" నిందించే పని బాగా వుపయోగపడుతోంది.

'నలుగురి'లో ఒకడైన యావో-వెన్-యువాన్ ఫ్యాక్టరీ నియమ నిబంధనల్ని తీవ్రతరం చెయ్యడం అనే ఆలోచనని 1976 నాటికే గట్టిగా విమర్శించాడు. "నియమ నిబంధనల్ని తీవ్రం చేయడంలో మనం ఎంతవరకూ వెళ్తాం? కార్మికులు "ఒకటి"కీ "రెంటి"కీ వెళ్ళే టైముని కూడా లెక్కలు గట్టేలాంటి బూర్జువా నియమ నిబంధనల్ని ప్రవేశపెడతామా మనం?" — అని రాశాడాయన. అయినప్పటికీ, ఆ విధమైన బూర్జువా నియమ నిబంధనలనే గొప్పచెయ్యడానికీ, సంస్థల్ని నడపడంలో బూర్జువా విధానాలనే పొగడ్డానికీ ప్రస్తుత నాయకులకు ఎటువంటి సంకోచాలూ లేకుండాపోయాయి. 'ఇవన్నీ కార్మికుల అనుభవాల ఫలితంగా ఏర్పడ్డాయి. కాబట్టి ఇవి శాస్త్రీయమైనవి' అని చెప్పడానికి కూడా వాళ్ళకు సంకోచం లేకుండాపోయింది.

'నలుగురి' వల్లనే చైనా ఆర్థిక వ్యవస్థలో 'దుస్థితి' ఏర్పడి పోయిందంటున్నారు. నాలుగు రంగాలలో (1. పారిశ్రామిక, 2. వ్యవసాయక, 3. సైనిక, 4. సైన్సు అండ్ టెక్నాలజీ - రంగాలలో) 'నాలుగు ఆధునీకరణలకూ' అవసరమైన పరిస్థితుల్ని గురించి మాట్లాడుతున్నారు. ఇదంతా మార్క్సు అన్న "ఫ్యాక్టరీ నిరంకుశత్వాన్ని" పటిష్టం చెయ్యడానికి సాకు మాత్రమే.

ఈ విషయాల గురించి మళ్ళీ తర్వాత మాట్లాడతాను. ప్రస్తుతం ఒక విషయం మాత్రం గట్టిగా చెప్పాలి.

"తప్పనిసరి పరిస్థితులు" అనే పేరుతోటీ, "అభివృద్ధి పథకాలు" అనే పేరుతోటీ ప్రస్తుతం ఏ పరిస్థితైతే నడుస్తోందో, ఏ పరిస్థితైతే ఇంకా పెరుగుతుందో - దాన్ని గురించే ఇప్పుడు చెప్పాలి.

ఉత్పత్తిలో అభివృద్ధి పథకాలు :

1930 - 40 మధ్య సోవియట్ రష్యా అనుభవమూ, సాంస్కృతిక విప్లవానికి ముందుకాలంలో చైనా అనుభవమూ ఒక సంగతి తెలియచేస్తున్నాయి. అదేమిటంటే — వుత్పత్తి కార్యక్రమాలలో వుత్సాహంగా పోటీపడి అభివృద్ధిని సాధించడం అన్నది నిజమైన ప్రజావుద్యమాల ద్వారా జరగడం ఎప్పుడైతే ఆగిపోతుందో, అది పై స్థాయి అధికారులు నడిపించే పనిలాగ ఎప్పుడైతే తయారవుతుందో అప్పుడు అది "సోషలిస్ట్" కాకుండా (సోషలిస్టు స్వభావం కలది కాకుండా) పోతుంది అని. శ్రమతీవ్రతనూ, వుత్పాదకతనూ పెంచాలని కార్మికులమీద ఒత్తిడి తేవడానికి, ఈ 'అభివృద్ధి ప్రచార కార్యక్రమం' అనేది పార్టీ కార్యకర్తల చేతుల్లోనూ టెక్నీషియన్ల చేతుల్లోనూ ఒక సాధనంగా తయారవుతుంది. ఈ విధమైన ప్రచారం కార్మికుల పని పరిస్థితులమీద కార్మికులకే కంట్రోల్ లేకుండా చేసివేస్తుంది. ఆ విధంగా, కార్మికుల్ని అంతకు పూర్వంకన్నా ఎక్కువగా దోచివేస్తుంది.

"అభివృద్ధి పథకాల" పేరుతో ఇప్పుడు ఏ రకం పథకాలు ప్రారంభించారో ఆ రకం పథకాలు సాంస్కృతిక విప్లవ కాలంలో మాత్రం లేవు. అప్పుడు, ఈ రకం పథకాలు లేకపోయినా, వర్కుషాపుల్లోనూ, గనుల్లోనూ అనేక ఇతర రకాల అభివృద్ధి పథకాలు పెంపొందడానికి ఇది అడ్డు కాలేదు.

చైనాలో ఈ "రివిజనిస్టు అభివృద్ధి పథకాలు" 1977 మార్చిలో ప్రారంభమైనట్టు కనపడుతోంది. రైల్వేలపై జాతీయస్థాయిలో జరిగిన ఒక సమావేశం తర్వాత ఈ 'పథకాల' ప్రారంభం జరిగింది. ఆ సమావేశంలో ఇలా ప్రకటించారు: "రైల్వేలలో గొప్ప క్రమపద్ధతిని స్థాపించడంలోనూ, పనిని త్వరగా మెరుగు పరచడంలోనూ పొందిన అనుభవం, అన్ని ఇతర డిపార్టుమెంట్లకీ, ఇతర రంగాలకీ వుపయోగపడుతుంది" (నవ చైనా వార్తా సంస్థ. మార్చి 12, 1977).**30**

మార్చి 10వ తేదీనాటి 'జెన్‌మిన్ జీపావో' (పీపుల్స్ డైలీ) పత్రిక కూడా ఈ "అభివృద్ధి పథకాల" కోసం ఒక పిలుపు ఇచ్చింది. మళ్ళీ మార్చి 22న కూడా ఆ పత్రిక - 'కార్మిక క్రమశిక్షణని తీవ్రతరం చేస్తే, ఈ అభివృద్ధి పథకాలు — గొప్ప క్రమాన్ని స్థాపించడానికీ, ఫలితాల్ని త్వరగా సాధించడానికీ, తొందరగా వుత్పత్తిని పెంచడానికీ తోడ్పడతాయ'ని వివరించింది. ఈ ప్రచారం అంతా అభివృద్ధి పథకాల్ని కేంద్రాధికారమే పైనించీ నడిపే స్వభావంతోనే వుంది.

1978 జనవరి 7వ 'నవ చైనా వార్తా సంస్థ' ప్రకటించిన ఈ వార్త చూస్తే ఆ సంగతి తెలుస్తుంది. "బొగ్గు వుత్పత్తిని త్వరగా పెంచాలనే వుద్దేశ్యంతో బొగ్గు గనుల మంత్రిత్వశాఖ, ఈ మధ్యనే, జనవరి 1 నించీ 100 రోజులు సాగే అభివృద్ధి పథక వుద్యమాన్ని 125 గనుల్లో నిర్వహించింది."

ఆ వార్త ఇంకా ఇలా చెపుతోంది. "బొగ్గు పరిమాణాన్నీ, నాణ్యతనీ పెంచే విషయంలోనూ; దాని వినియోగానికీ, వుత్పత్తి ఖర్చుకీ, ఇంకా ఇతర వుత్పత్తి ప్రమాణాలకూ సంబంధించిన విషయాలలోనూ, అభివృద్ధిని సాధించి 'బొగ్గుని ఎక్కువగా ఉత్పత్తి చెయ్యడం' అనే కర్తవ్యాన్ని వరసగా 100 రోజులపాటు సాధించడం కోసం, ఈ ప్రచారంలో పాల్గొంటూన్న గనులు, తమ కార్మిక జనాల్ని సమీకరించడానికి పెద్ద ఎత్తున ప్రయత్నించాలి. ఈ పనినంతా సాధించడానికి ఒక బలమైన అధికారిక యంత్రాంగాన్ని (స్ట్రాంగ్ కమాండింగ్ నెట్ వర్క్‌ని) ఏర్పాటు చేసుకోవాలని బొగ్గు మంత్రిత్వ శాఖ ఆదేశిస్తోంది." ఆ గనులన్నీ గతంలో సాధిస్తోన్న వుత్పత్తికన్నా అధికమైన వుత్పత్తిని ఈ ప్రచార కాలంలో సాధించి గతంలోని రికార్డుల్ని దాటిపోవాలని, ఈ విధంగా వాటికి ఆహ్వానాలు పలికారు.

నిజానికి, ఈ అభివృద్ధి పథకం, కార్మికుల్ని, పెత్తనం చలాయించే ఒక అధికార యంత్రాంగానికి లొంగేటట్లు చేస్తోంది. అధికారులు నిర్ణయించిన వుత్పత్తి ప్రమాణాల్ని

---

30. రైల్వే డిపార్టుమెంటు అనుభవం ఇతర డిపార్టుమెంట్లకి వుపయోగపడేది ఏ యే విషయాల్లో? 'గొప్ప క్రమ పద్ధతిని సాధించడం'లోనూ, 'పనిని త్వరగా మెరుగు పరచడం'లోనూ. అంతేగానీ, వుత్పత్తి సంబంధాల్ని 'సోషలిస్టు'గా మార్చడంలోనూ, కార్మికులే డిపార్టుమెంటుని మేనేజ్ చెయ్యడంలోనూ కాదు. పనిని మెరుగు పరుచుకునే అనుభవాలు కూడా ఒక డిపార్టుమెంటు నించి ఇతర డిపార్టుమెంట్లు తప్పకుండా తీసుకోవచ్చు. అది అవసరం లేదనికాదు. కానీ, వర్గ సంబంధాల సమస్యకి ప్రాధాన్యత ఇవ్వకుండా ఎంతసేపూ ఎక్కువ పని చేయించే విధానాల గురించి మాత్రమే కొత్తనాయకులు మాట్లాడుతున్నారనేది ఈ వుదాహరణల్లో గ్రహించాలి. ★

సాధించేటట్టుగానూ, గతానికన్నా ఎక్కువ వుత్పత్తి తీసేటట్టుగానూ కార్మికుల్ని ఒత్తిడి చేయడానికే ఈ పథకం ఏర్పాటైంది. ఈ పథకం గురించి ఇంతకన్నా స్పష్టంగా చెప్పడం సాధ్యం కాదు. ఈ రకమైన పథకాలకీ, నిజమైన సోషలిస్టు అభివృద్ధి పథకాలకీ, ఏ విధమైన పోలికా లేదు. ఆర్థిక విషయాల్నీ, వుత్పత్తినీ, లాభాన్నీ మాత్రమే ప్రధానంచేస్తూ, వాటికే నాయకత్వ పాత్రని కట్టబెట్టే లక్షణం గల రాజకీయ పంథాకి ఈ 'రివిజనిస్టు అభివృద్ధి పథకాలు' పూర్తిగా తగినట్టుగా వుంటాయి.

సాంస్కృతిక విప్లవకాలపు సూత్రాలతో పోల్చిచూస్తే ఇది పూర్తిగా తల్లకిందుల వ్యవహారం. ఈ తల్లకిందుల వ్యవహారాన్ని పెకింగ్ రేడియో (నవంబరు 27, 1977) ప్రసారం చేసిన ఈ చిన్న వాక్యంకన్నా ఏదీ సరిగా వివరించజాలదు. "రాజకీయాలు ఆర్థికానికి సేవ చెయ్యాలి" (పొలిటిక్స్ మస్ట్ సర్వ్ ఎకనమిక్స్)[31]

సంస్థల్లో- లాభమూ, పెట్టుబడి కూడికా, మేనేజిమెంట్ అధికారం కేంద్రీకృతం కావడమూ:

"రాజకీయాలు ఆర్థికానికి సేవ చెయ్యాలి"- అనే సూత్రంలో ఇమిడివున్న అర్థాన్ని 1976 చివరినించీ వెలువడ్డ అనేక డాక్యుమెంట్లూ, అనేక ప్రకటనలూ స్పష్టం చేశాయి.

అవన్నీ కూడా "లాభం" తాలూకు పాత్రని నొక్కి చెప్పేవే.

'హంగ్‌ఛీ" (రెడ్ ఫ్లాగ్) పత్రిక 1977 లో తన 8 వ సంచికలో — "సంస్థలు ఇంకా ఎక్కువ లాభాలు గడించి ప్రభుత్వానికి మరిన్ని నిధులు కూడబెట్టాలి" అని నొక్కి చెప్పింది. అంతేగాక ఇంకా అది — "ఎవరైనాగానీ ఫ్యాక్టరీని నడపాల్సింది లాభాల కోసమా, విప్లవం కోసమా అని అడగడం ఒక వింత ప్రశ్న" అంటోంది. ఆ రెండు విషయాల మధ్యా వైరుధ్యం లేనట్టూ, లాభాల కోసం ప్రయత్నించడం వైరుధ్యాలకు మూలం కానట్టూ, ఆ వైరుధ్యాల్ని వివరించవలసిన అవసరం లేనట్టూ — అది మాట్లాడుతోంది.

ఆ వ్యాసం ఇంకా ఇలా కూడా అంటోంది. "ఒక సోషలిస్టు సంస్థ — వుత్పత్తి పెంచడం

---

31. **"రాజకీయాలు** ఆర్థికానికి సేవచెయ్యాలి" అనే సూత్రీకరణ జనరల్‌గా చూస్తే, కరెక్టే. కానీ, "అర్థికానికి" అన్నప్పుడు ఆ మాటకి ఎవరు ఎలాంటి అర్థం ఇస్తున్నారన్నది ముఖ్యం. రివిజనిస్టుల అర్థంలో — 'ఆర్థికానికి, అంటే వుత్పత్తిని పెంచడానికి' అని మాత్రమే. 'రాజకీయాలు వుత్పత్తిని పెంచడానికే వుపయోగపడాలి' అని చెపుతున్నారన్నమాట రివిజనిస్టులు. నిజానికి, కార్మికవర్గ రాజకీయాలు ఆర్థికానికి సేవచెయ్యడం అంటే — 'వుత్పత్తి సంబంధాల' మీద కార్మిక వర్గ యాజమాన్యాన్ని ఏర్పర్చడానికి తోడ్పడడం అని. సోషలిస్టు రాజకీయాలు సోషలిస్టు స్వభావంగల ఆర్థికాన్ని ఏర్పర్చాలి. కానీ, రివిజనిస్టులు ఈ దృక్పథంతో మాట్లాడడం లేదు. 'రాజకీయాలు ఆర్థికానికి సేవచెయ్యడం' అంటే, రివిజనిస్టుల అర్థం ఏమిటో, ఆర్థికరంగంలో ఎలాంటి విషయాల్ని సాధించాలని వాళ్ళు చెపుతున్నారో తర్వాత భాగాల్లో చూడండి. జనరల్ సూత్రాలు ఎవరు మాట్లాడినా కరెక్టుగా వున్నట్టే కనపడతాయి. రాజకీయాలు ఆర్థికానికి సేవచెయ్యాలనడంలో తప్పేముంది? బూర్జువా రాజకీయాలు బూర్జువా ఆర్థికానికి సేవచేస్తే, సోషలిస్టు రాజకీయాలు సోషలిస్టు ఆర్థికానికి సేవచేస్తాయి. రాజకీయాల పని ఆర్థికానికి సేవచెయ్యడమే కాబట్టి ఈ సూత్రం చాలా కరెక్టుగానే వుంటుంది, పై పైన చూస్తే. ఆ సూత్రంలో ప్రతీ ఒక్క మాటకీ, ఆ సూత్రం మాట్లాడేవాళ్ళు ఎలాంటి అర్థాలిస్తున్నారనేది ముఖ్యం. ★

ద్వారానూ, ఖచ్చితమైన ఆర్థిక విధానాన్ని అమలు జరపడం ద్వారానూ, శ్రమ వుత్పాదక శక్తిని అభివృద్ధి చెయ్యడం ద్వారానూ, ఖర్చులు తగ్గించడం ద్వారానూ — ఈ రకం పద్ధతుల ద్వారా ఎంత లాభం గడించగలిగితే సోషలిజానికి అంత సంపదని సమకూర్చగలుగుతుంది."

ఈ విధంగా నిధులు పోగైతే చాలు, వాటివల్ల ఆటోమేటిక్‌గా సోషలిజానికి మేలు జరుగుతుందని ప్రకటిస్తున్నారు. వీటన్నిటి కంటే ముఖ్యంగా — 'లాభాన్ని' పెంచడం కోసం జరిగే పోరాటంలో కార్మికుల నాయకత్వ పాత్రకి స్థానమే లేకుండా పోయిందన్న విషయాన్ని వీరు పట్టించుకోనేలేదు. ('లాభం' కోసం ఏ యే పనులు చెయ్యాలో బోధించిన దాంట్లో, కార్మికుల చొరవనీ, కార్మిక యాజమాన్యం పాత్రనీ, సమాజంలో పెద్ద ఎత్తున జరగవలసిన మార్పుల్నీ మాత్రం ప్రస్తావించనే లేదు.)

ఎప్పుడైతే కార్మికులకు నాయకత్వ పాత్ర లేకుండా పోతుందో అప్పుడు, "అధిక లాభాలు గడించడం అంటే, సోషలిజానికి మరింత సంపదని సృష్టించడమే" అన్న సిద్ధాంతం అర్థం లేనిదై పోతుంది. రష్యా రివిజనిస్టులు సంవత్సరాల తరబడీ మళ్ళీ మళ్ళీ చెపుతోన్న థీసిస్ (సిద్ధాంతం)లాగే ఇది అయిపోతుంది.[32]

1977 ఆగస్టు 27 జెన్‌మిన్ జీపావో పత్రిక సంపాదకీయం, ఎలాంటి స్పష్టతా ఇవ్వకుండా, ఈ సమస్యలోంచి బైటపడాలని చూస్తోంది. ఆ బైటపడే పని కూడా అది గందరగోళ పద్ధతిలోనే చేసింది. అంతకన్నా ఏం చెయ్యగలదు లెండి! చైనా సంస్థలలోనూ, అవి గడించే లాభాలలోనూ 'సోషలిస్టు' స్వభావాన్నే చూస్తోంది అది, ఉదా॥ ఇలా రాస్తూ —

"ప్రభుత్వానికి మరిన్ని నిధులు సమకూర్చడం కోసమూ, మరిన్ని లాభాలు గడించడం కోసమూ, మరింత కష్టపడి పనిచెయ్యడం సోషలిస్టు సంస్థల మహత్తర బాధ్యత. సోషలిస్టు సంస్థ పొందే ప్రయోజనం పెట్టుబడిదారీలాభం వంటిది కాదు. ఇది భిన్నమైనది. భౌతిక సంపదను సృష్టించడానికీ, వినియోగం కోసం అవసరమైన నిధుల్ని సమకూర్చడానికీ, సోషలిజం నిర్మాణానికి కావలసిన పెట్టుబడిని పోగుచేయడానికీ, కార్మికులు చేసే చైతన్యవంతమైన కృషికి నిదర్శనం ఇది. కార్మికుల అదనపు విలువను దోచుకునే పెట్టుబడిదారీ విధానంతో పోలిస్తే, ఇది పూర్తిగా భిన్నంగా వుంటుంది...... సంస్థల యాజమాన్యాన్ని మెరుగుపరిచి వాటి ప్రయోజనాల్ని పెంచాలనే ఆలోచనా, లాభాన్ని మాత్రమే ప్రధాన స్థానంలో వుంచే రివిజనిస్టు ఆలోచనా - ఈ రెండూ ఒకటి కాదు. ఇవి పూర్తిగా భిన్నమైనవి" — ఈ రకమైన ప్రకటనలు సోవియట్ రష్యా ఆర్థిక శాస్త్రవేత్తలు

---

32. 'లాభ'నికీ, 'సోషలిస్టు సంపద'కీ సంబంధించిన విషయాలు కొన్ని "అనువాదకుల ముందుమాట"లో చూడండి.

"పెట్టుబడీ, లాభం — అనే మాటలు సోషలిస్టు సమాజంలో వాడకూడదనీ, ఆ రకం మాటల్ని సోషలిస్టు సమాజం మార్చేసుకోవాలనీ మా అభిప్రాయం. మీ అభిప్రాయం చెప్పండి" అని మేము అడిగినదానికి బెతల్‌హామ్ ఇలా జవాబు ఇచ్చారు — "మీరన్నది రైటే. 'పెట్టుబడీ' 'లాభం' అనే మాటలు నిజమైన సోషలిస్టు స్వభావంగల సమాజంలో వాడకూడదు. కానీ, నా పాయింటేమిటంటే — ఇంతవరకూ ఏ సమాజంకూడా ఆ దశకి నిజంగా చేరలేదు — మావో నాయకత్వంనాటి చైనా కూడా." అంటే, దీన్నిబట్టి, సోషలిస్టు గమ్యం వేపుగా నడిచే సమాజం ప్రతీ రంగంలోనూ పాత సామాజికార్థాలుగల పదజాలాన్ని మార్చుకోవాలన్నమాట. సామాజిక పునాదిలో నిజంగా 'నూతనత్వం' ప్రారంభమైనప్పుడు, నూతన సంబంధాల్ని వ్యక్తపరిచే నూతన పదాలే పుట్టుకొస్తాయి. ★

చేసే ప్రకటనలతో సమానమైనవే. 'సోషలిస్టు లాభాల' గురించీ, 'సోషలిస్టు జీతాల' గురించీ మాట్లాడేప్పుడు వాళ్ళు కూడా ఇలాగే మాట్లాడతారు.

ఒక ఆర్థిక విషయం ఏ వాస్తవాన్నయితే సూచిస్తుందో ఆ వాస్తవానికి ఒక సామాజిక స్వభావం వుంటుంది. ఆర్థిక విషయం సూచించే వాస్తవానికి వుండే సామాజిక స్వభావం ఏమిటో నిర్ణయించాలంటే, ఆ ఆర్థిక విషయానికి ముందు "సోషలిస్టు" అన్న మాటని విశేషణంగా చేర్చేస్తే సరిపోదు. "సోషలిస్టు" అన్న మాటని చేర్చినంత మాత్రాన ఆ ఆర్థిక విషయం సోషలిస్టు స్వభావం గల ఆర్థిక విషయంగా అయిపోదు. వుత్పత్తిక్రమం ఏ సామాజిక పరిస్థితులకింద కొనసాగుతుందో, ఆ పరిస్థితుల స్వభావాన్ని బట్టి అది సోషలిస్టు వుత్పత్తి క్రమమా, కాదా అన్నది వుంటుంది.

ఈ సమస్యని సాంస్కృతిక విప్లవకాలంలో అనేక డాక్యుమెంట్లు చర్చించాయి. "సంస్థలు ప్రభుత్వ యాజమాన్యం కింద వున్నంత మాత్రాన, దాన్ని సోషలిస్టు స్వభావంతోనే వుండడంలాగ పరిగణించలేము. ఆ రెండూ ఒకటే అయినట్టు ఆ రెండు విషయాల్నీ సమానం చెయ్యలేము"- అని ఆ డాక్యుమెంట్లు తేల్చిచెప్పాయి.

మనం ఇక్కడ ఏ సంస్థల గురించైతే మాట్లాడుతున్నామో, ఆ సంస్థలు, వుత్పత్తి సంబంధాలలోనూ, శ్రమ విభజనా రూపాలలోనూ, మేనేజ్‌మెంటు పద్ధతులలోనూ, సోషలిస్టు స్వభావంతో లేవు.

ఈనాడు అధికారంలో వున్నవారి భావజాలం, సాంస్కృతిక విప్లవ కాలంలో నొక్కి చెప్పినదాన్ని నిస్సంకోచంగా నిరాకరించాలని చూస్తోంది. కష్టపడి పని చెయ్యమనీ, క్రమశిక్షణతో మెలగమనీ, ఆజ్ఞల్నీ నిబంధనల్నీ శిరసావహించమనీ కార్మికులకు పిలుపు ఇవ్వడానికే, ఈ అధికార భావజాలం 'లాభాన్ని' గొప్ప చెయ్యడంలో నిమగ్నమైంది. ఇదంతా, కార్మికులు రాజకీయంగా జోక్యం చేసుకునే పరిధిని సంకుచితం చెయ్యడమే.

1977 నవంబర్ 9 'జెన్‌మిన్ జీపావో' పత్రిక సంపాదకీయం — "సంస్థలు పొందిన రాజకీయ స్వభావం గల నష్టాలు" అనే విషయం గురించి మాట్లాడుతూ— "ఇటువంటి నష్టాలు జరగకుండా చూసుకోవాలి" అంది. ఈ సంపాదకీయం సూచించిన విషయం అంతా ఒక తరహా పంథాకి అనుగుణంగా వుంది. అది ఎలాంటి పంథా అంటే— సంస్థల నిర్వహణ బాధ్యతనీ, సాంకేతిక విషయాలలో చొరవనీ, కార్మికుల చేతుల్లోనించీ, కార్మిక మేనేజిమెంటు గ్రూపుల చేతుల్లోనించీ (మూడు తరహాల సభ్యుల బృందాల చేతుల్లోనించి కూడా. అసలు వీటి గురించి ఎత్తనే లేదనుకోండీ) తీసివేసి, ప్రతి సంస్థలోనూ ఇద్దరు ముఖ్య నాయకుల (చీఫ్ లీడర్స్) చేతుల్లో అధికారాల్ని కేంద్రీకరించాలని చూసే పంథా అది.

సంస్థల్లో ప్రస్తుతం అమల్లోవున్న పద్ధతి ఇదేనన్నది స్పష్టమే. దీనికి వుదాహరణ చూడాలంటే 'యూచియూలీ' 'తాచింగ్'లో ఇచ్చిన వుపన్యాసంలోనూ, 1977 అక్టోబరు 18న పెకింగ్ రేడియో ప్రసారం చేసిన ప్రకటనలోనూ చూడొచ్చు.

"సంస్థకు సంబంధించిన 'పెట్టుబడి' విషయాన్నీ, లాభాల విషయాన్నీ చూసే బాధ్యతని ఇద్దరు ముఖ్య నాయకులు వ్యక్తిగతంగా తీసుకోవాలి"— అని ఆ రెండు సందర్భాల్లోనూ సూత్రీకరించారు.[33]

---

33. ఉత్పత్తి విషయాల్ని, సంస్థలో వుండే ఇద్దరు పెద్ద నాయకుల వ్యక్తిగతాభిప్రాయాల ప్రకారం నిర్ణయిస్తే అవి శ్రామిక వర్గ నిర్ణయాలవుతాయా? శ్రామిక నాయకత్వ పాత్రతో సంబంధం లేని నిర్ణయాలు తప్పనిసరిగా శ్రామిక వర్గానికి వ్యతిరేకంగా జరిగే నిర్ణయాలవుతాయి. ఇది పెట్టుబడిదారీ మేనేజ్‌మెంటుకి ఇంకో రూపం మాత్రమే. ★

సంస్థల మేనేజిమెంట్లలో "వర్గపోరాటాన్నే ఇంకా మనం ఇరుసుగా చేసుకోవాలి" అనే మాటలు, ఏదో మొక్కుబడిలాగ, గుర్తొచ్చినప్పుడల్లా చెపుతూవున్నా, సంస్థల్లో ప్రధానమైన స్థానం మాత్రం వర్గ పోరాటంగాక 'లాభమే' ఆక్రమించిందన్నది చాలా స్పష్టంగానే వుంది.

దీంట్లో ఎన్నో విషయాలు ఇమిడి వున్నాయి. 'లాభం'మీద ఇంత ప్రత్యేక దృష్టి పెట్టడం అనేది, వివిధ అంతస్తులతో కూడిన అధికారాన్ని (హైరార్కికల్ అథారిటీని) బలపర్చడానికీ, నియమ నిబంధనల్ని కఠినతరం చెయ్యడానికీ, సంస్థల మేనేజ్‌మెంటు వ్యవహారాల్లో కార్మికుల్ని జోక్యం చేసుకోనివ్వకుండా చెయ్యడానికీ, వుపయోగపడుతుంది.[34] సంస్థలు 'లాభాలు' గడించాలనే విషయాన్ని ప్రత్యేకంగా నొక్కి చెప్పడంలో ఆలోచనా విధానానికి సంబంధించిన (ఐడియాలాజికల్) మార్పు వుంది. అదేమిటంటే, సంస్థలు పొందే 'ఆర్థిక లాభా'నికీ, 'సామాజిక లాభా'నికీ మధ్య తేడాని అది ప్రస్తావించడమేలేదు. 1960 ల చివరి సంవత్సరాలలోనూ, 1970 ల మొదటి సంవత్సరాలలోనూ వున్న నాయకులైతే ఆ తేడాని నొక్కి చెప్పారు. [1970 ల ప్రారంభంలో 'సామాజిక లాభం' అనేదాన్ని గురించి తరుచుగా ప్రచారం చేశారు. అప్పుడు కొన్ని సంస్థలు ఆర్థిక నష్టాల్ని కూడా భరించవలసి వచ్చింది. ప్రజలకు ప్రయోజనకరంగా వుండే విషయాలలో ఇది చాలా అవసరం. ఉదా॥ కాలుష్య నివారణా పోరాటం కోసం. ప్రతీ వుత్పత్తి యూనిట్టూ ఎట్టి పరిస్థితుల్లోనైనా ఆర్థిక లాభాన్ని సంపాయించి తీరాలని, 'లాభాన్ని' మినహాయింపుల్లేని అవసరంగా చెయ్యడం అంటే, సంస్థలు సామాజిక ప్రయోజనం దృష్టితో తమ లాభాన్ని కొంత తగ్గించుకోడంగానీ, అసలు లాభాన్నే చూసుకోకపోడంగానీ, కొంత నష్టాల్ని కూడా భరించడంగానీ — వీటిల్లో దేన్నీ జరగకుండా చూడడమే. అంటే దీనివల్ల, వుత్పత్తి సంస్థల వర్కింగ్ పరిస్థితుల్ని బట్టి ఏ సంస్థ ఏ రకం సామాజిక లాభానికి తోడ్పడగలదో, ఏ సంస్థ ఏ రకం సామాజిక లాభాన్ని పొందగలదో- అనే విషయాన్ని పరిగణనలోకి తీసుకునే ప్రశ్నే లేదన్నమాట][35]

---

34. 'అంతస్తులతో కూడిన అధికారం' అంటే, పార్టీలోనూ, ప్రభుత్వంలోనూ, సైన్యంలోనూ, వుత్పత్తి సంస్థల్లోనూ, పాఠశాలలూ, ఆస్పత్రులూ వంటి ఇతర సంస్థల్లోనూ, పదవుల మధ్య అంతస్తుల భేదాలు వుండడం. వాటి హోదాలు, తక్కువ జీతంగల పదవినించీ, ఎక్కువ జీతంగల పదవి వరకూ మెట్లు మెట్లుగా పైకి పెరుగుతూ వుండడం. దానికి తగ్గట్టే ఒక స్థాయి దాటిన పదవులకు మితిమీరిన జీతాలూ, ప్రత్యేక సౌకర్యాలూ కూడా! ఇదంతా పూర్తిగా బూర్జువా విధానమే. చేసే శ్రమల్నిబట్టి జీతాలలో తేడాలు వున్నప్పటికీ (అవికూడా మితిమీరిన తేడాలు కాకూడదు) పదవుల హోదాలలో మాత్రం తేడాలు వుండకూడదు. హోదాలలో తేడాలు వుండడం అనేది నూతన తరహా ప్రజాస్వామ్యానికీ, మనుషుల మధ్య సాంఘికమైన సమానత్వానికీ విరుద్ధమైన విషయం. హోదాలలో తేడాలు లేకపోవడంవల్ల 'విధినిర్వహణ'కీ, 'క్రమశిక్షణ'కీ ఏమీ లోపం జరగదు. ఈ "అంతస్తులతో కూడిన అధికారాన్ని" మార్చేసే పని సోషలిస్టు సమాజం మొదటినించీ ప్రారంభించాలి. ఒక సంస్థలో వున్న చిన్న జీతగాడికీ, పెద్ద జీతగాడికీ మధ్య హోదాభేదం వుండకూడదు. ఇద్దరూ, ఒకరితో ఒకరు సరిసమానంగా ప్రవర్తించే పరిస్థితి వుండాలి. ఇలాంటి సమానత్వ ప్రయత్నాలు లేకుండా, అంతస్థుల భేదాన్నే పాటిస్తూ వుంటే, అది, సాంఘిక స్థాయిలో బూర్జువా విధానాలనే పునరుత్పత్తి చేస్తోందన్నమాట. (ఈ విషయంమీద తర్వాత పేజీల్లో ఇంకో ఫుట్‌నోట్‌కూడా చూస్తారు) ★

35. సంస్థలు పొందే ఆర్థిక లాభం: అంటే, ఆ సంస్థ వుత్పత్తిచేసే దాంట్లోంచి పెట్టుబడీ, ముడి సరుకులూ, కార్మికుల జీతాలూ పోను ఇంకా మిగల్చగలిగే భాగం. ఒక సంస్థ →

ఇక ఇప్పటినించీ ఆర్థికంగా గొప్ప లాభాలు సంపాయించని సంస్థల్ని, 'తాచింగ్' రకం సంస్థలు అని పిలవరు. అంటే, లాభం సంపాయించని సంస్థల్ని ఇక ఎంతమాత్రం ఆదర్శ సంస్థలుగా తీసుకోరని అర్థం.

పరిశ్రమల్ని ఆధునికం చెయ్యడం అనే పేరుతో ప్రస్తుతం పరిశ్రమల్లో ఏదైతే జరుగుతోందో ఆ 'పారిశ్రామికీకరణ'లో కూడా 'లాభం' పాత్రే ప్రధాన పాత్రగా వుంది. (ఈ విషయానికి మళ్లీ తర్వాత వస్తాను.)

చరిత్ర ఇచ్చే అనుభవమూ, సిద్ధాంతమూ కూడా మనకు ఒక విషయం బోధిస్తున్నాయి.

సంస్థల లాభాలకే ప్రాధాన్యత ఇవ్వడం అనేది ప్రాంతాల మధ్య అసమానతల్ని మరింత పెంచుతుంది. అంతేగాక స్థానికంగా వుండే పరిశ్రమల అభివృద్ధినీ, చిన్నతరహా మధ్యతరహా పరిశ్రమల అభివృద్ధినీ ఆటంకపరుస్తుంది.

చైనా పారిశ్రామిక విధానంలో, చిన్నతరహా, మధ్యతరహా పరిశ్రమల విధానమే ప్రధాన లక్షణంగా వుంది (మరీ ముఖ్యంగా 1958 తర్వాత). అది కొన్ని అద్భుత విజయాల్ని సాధించింది కూడా.

పారిశ్రామికరంగంలో ఈనాడు ప్రబలంగా వున్న 'లాభానికి ప్రధాన పాత్రనిచ్చే పంథా' కేవలం 'పొరపాటు' అవగాహనవల్ల వచ్చిందని భావించను నేను. ఎవరైనా దీన్ని పొరపాటుగానే భావిస్తే ఆ పొరపాటుకి మూలాన్ని 'వర్గ దృక్పథం'నించే చూడాలి. పెట్టుబడిదారీ వుత్పత్తి సంబంధాల్నీ, పెట్టుబడిదారీ శ్రమవిభజనా పద్ధతుల్నీ, పెట్టుబడిదారీ మేనేజిమెంటునీ దృఢతరం

→ ఏ సరుకుని వుత్పత్తి చేస్తుందో దాన్ని మార్కెట్లో మారకం చేసి (అమ్మి) దాని విలువని చేతిలోకి తీసుకుంటుందిగానీ, తన సరుకుని తన దగ్గిరే వుంచుకుని దానిద్వారా లాభం చూసుకోదు. లాభం లెక్క కట్టుకోవాలంటే సరుకుని అమ్మవలసిందే. అమ్మేటప్పుడు, ఎక్కువలాభం సంపాయించడాన్నే ప్రధాన లక్ష్యంగా పెట్టుకుంటే, ప్రతీ సంస్థా తన సరుకుని ఎక్కువెక్కువ ధరలకు అమ్మాలనే చూస్తుంది. తనకు గిట్టుబాటయ్యే కనీసపు ధరలకు గానీ, అవసరమైతే కొంత నష్టానికిగానీ, అమ్మే ప్రసక్తే వుండదు అప్పుడు. వుత్పత్తినీ, దాని అమ్మకాన్నీ కేవలం 'లాభం' దృష్టితో చూడడం ఇది.

సంస్థలు పొందే సామాజిక లాభం: అంటే, సమాజాన్ని సోషలిస్టుగా మార్చుకోవాలనే దృష్టితో, తమ వుత్పత్తి ద్వారా, ఇతర సంస్థలకూ, ఇతర ప్రాంతాలకూ అవసరమైన సహాయాలు చెయ్యడం. అనేక ప్రాంతాలు అనేక విషయాల్లో వెనకబడి వుంటాయి. వుత్పత్తిచేసే శక్తి సామర్థ్యాల విషయంలో, ప్రాంతాల మధ్య అనేకరకాల తేడాలు వుంటాయి. ఈ తేడాల్ని తగ్గించడానికి ప్రభుత్వం చేసే ప్రయత్నాలు ప్రభుత్వం చేస్తూ వున్నప్పటికీ, సంస్థలుకూడా ఒకదానికొకటి సహకరించుకోవలసి వుంటుంది. ఒక ప్రాంతానికి కొన్ని మందులు కావాలనుకుందాం. ఆ మందుల్ని తగిన ధరలతో కొనే స్తోమత ఆ ప్రాంతానికి లేదు. అప్పుడు మందుల ఫ్యాక్టరీలు ఏం చెయ్యాలి? తమ సరుకుని అసలు ధరకన్నా చవగ్గానో, కొంత నష్టం కూడా భరించో ఆ ప్రాంతాలకు పంపాలి. ఆ మందుల ఫ్యాక్టరీల్లో కార్మికులకు సోషలిస్టు చైతన్యం వుంటేనే అది సాధ్యమవుతుంది. మేనేజిమెంటు, కార్మికుల చేతిలో వుంటేనే అది సాధ్యమవుతుంది. ఒక రకంగా ఇవి దానధర్మాల లాంటివే. అయితే, ఇవి, పుణ్యంకోసమూ, స్వర్గంకోసమూ, కీర్తికోసమూ వ్యక్తిగత స్థాయిలో చేసే దానధర్మాలు కావు. కార్మిక మేనేజిమెంటుగల వుత్పత్తి సంస్థలు, సోషలిస్టు సమాజనిర్మాణం కోసం, వర్గ చైతన్యంతో చేసే సహాయాలు ఇవి. "లాభం సంపాయించాలి" అనే దృష్టి వ్యక్తివాదాన్ని తెచ్చిపెడితే, "సమాజానికి తోడ్పడాలి" అనే దృష్టి సమిష్టి దృక్పథాన్ని అభివృద్ధిచేసి సోషలిస్టు సంబంధాల్ని పటిష్టం చేస్తుంది. అందుకే దీన్ని రివిజనిస్టులు ప్రోత్సహించరు. ★

[6]

చెయ్యాలనే ధోరణి ఫలితంగా జరిగినదే ఈ "పొరపాటు". కార్యకర్తలూ, టెక్నీషియన్లూ, మేధావులూ నిర్వహించే పాత్రని మిగతా విషయాలకన్నా ముందు భాగాన వుంచాలనే ధోరణి ఫలితంగా జరిగిందే ఈ "పొరపాటు".

జీతాల రంగంలో "సమానత్వానికి" వ్యతిరేకంగా పోరాటం:

ప్రస్తుత నాయకత్వం, 'జీతాల రంగం' గురించి చెప్తోన్న దాంట్లోనూ, చేస్తున్న దాంట్లోనూ కూడా, పెట్టుబడిదారీ పంథానే చూస్తాము. ఈ రంగంలో ప్రస్తుత పంథా ప్రధానాశయం ఏమిటంటే — జీతాలలో సమానత్వానికి వ్యతిరేకంగానూ, వ్యత్యాసాలకు అనుకూలంగానూ పోరాటం చెయ్యడమే.[36]

1977 నవంబరులో జెన్‌మిన్ జీపావో పత్రిక, "జీతాలలో సమానత్వం అన్న విషయం చైనాలో ఇప్పటికీ పెద్ద సమస్యే" అని (ఆ వ్యాసం పేరు కూడా అదే) చెప్పేంతవరకూ పోయింది. 1975 ఫిబ్రవరిలో మావో చెప్పినదానికి ఇది విరుద్ధం.

"'విముక్తి'కి ముందు జీతాల పద్ధతి దాదాపు పెట్టుబడిదారీ విధానంగా వుండేది. ఇప్పటికీ మనం 8 గ్రేడుల జీతాల పద్ధతిని అనుసరిస్తున్నాము. చేసిన పనిని బట్టే పంపిణీ జరుగుతోంది. డబ్బు ద్వారా మారకాలు జరుగుతున్నాయి. ఇదంతా పెట్టుబడిదారీ వ్యవస్థనించి కొద్ది తేడాగా మాత్రమే వుంది" — అన్నాడు మావో.[37]

---

36. జీతాలలో సమానత్వంకోసం ప్రయత్నించడం: అంటే, దేశంలో అందరి జీతాలూ ఒక్కలాగే వుండాలనడం కాదు. అందరి జీతాలూ ఒక్కలాగే వుండడం అంటే, దాదాపు అది జీతాలు లేకపోవడంతో సమానమే. జీతాలు లేని పద్ధతికూడా (సమాజంలో డబ్బు వుండని పద్ధతి) భవిష్యత్తులో రావలసే వుందిగానీ ప్రస్తుతం ఇక్కడ మాట్లాడేది దాని సంగతి కాదు. పెట్టుబడిదారీ శ్రమ విభజనే ప్రధానంగా నడుస్తూ వున్నంతకాలం "శ్రమనిబట్టే ప్రతిఫలాన్ని పొందే" పద్ధతి తప్పదు. అంటే, జీతాలలో తేడాలు తప్పవు. అయితే, సోషలిస్టు దృక్పథంతో నడిచే సమాజంలో పెట్టుబడిదారీ శ్రమ విభజనని మార్చెయ్యడానికీ, జీతాలలో మితిమీరిన వ్యత్యాసాలు తగ్గిస్తూ 'బూర్జువా హక్కు'ని పరిమితం చెయ్యడానికీ ప్రయత్నాలు ప్రారంభించాలి. 'బూర్జువా హక్కు'ని పరిమితం చెయ్యడం అనే విషయాన్నే 'జీతాలలో సమానత్వం' సమస్యగా బెతల్‌హామ్ ఇక్కడ మాట్లాడుతున్నారు. రివిజనిస్టులు ఈ సమానత్వానికి వ్యతిరేకంగా ప్రయత్నాలు చేస్తున్నారు. ★

37. "చేసిన పనిని బట్టే పంపిణీ జరుగుతోంది. ఇది పెట్టుబడిదారీ పద్ధతిలాగే వుంది" అని మావో అన్నాడంటే అది ఎలాంటి పద్ధతిలోకి మారాలని ఆయన వుద్దేశ్యం? పనిని బట్టి పంపిణీ గాక, పని లెక్కలతో సంబంధంలేని పంపిణీ జరగాలని! అంటే జీతాలలో తేడాల్ని బాగా తగ్గించాలని. "డబ్బు ద్వారానే మారకాలు జరుగుతున్నాయి" అనడంలో కూడా, డబ్బుద్వారానే మారకాలు జరగకూడదని! అంటే, 'మారకం విలువ'తో సంబంధం లేకుండా వస్తువుల్ని వుచితంగా పంపిణీచేసే విధానం ఏర్పర్చుకోవాలని. దాన్ని కొన్ని కొన్ని రంగాల్లో మొదట ప్రారంభించవచ్చు. ఉదా॥ పోస్టు ఖర్చులు లేకుండా వుత్తరాలు రాయడం. టిక్కట్లు లేకుండా సినిమాలు చూడడం. టిక్కట్లు లేకుండా బస్సుల్లో ప్రయాణం- వగైరాలు. సోషలిస్టు సమాజం, రివిజనిజానికి లోబడకుండా ముందుకు సాగుతూవుంటే, క్రమంగా మరికొన్ని రంగాలలో డబ్బుని తీసేస్తూ వుండవచ్చు. 1957లో, "ముందుకు పెద్ద గంతు" వుద్యమకాలంలో, హోనాన్ ప్రాంతపు 'చీలీయింగ్' కమ్యూన్‌లో ప్రతీ ఒక్కరికీ 16 భద్రతలు (గ్యారంటీలు) కల్పించారు. ఈ 16 విషయాలలో కొన్ని పూర్తిగా వుచితం. కొన్ని కొంత పరిమితిలో వుచితం. →

ఈనాడు జీతాలలో సమానత్వానికి వ్యతిరేకంగా ఇంత తీవ్రమైన పోరాటానికి ఒక కారణం, మరోసారి భౌతిక ప్రోత్సాహకాల్ని ఆశ్రయించడమే. ఈ భౌతిక ప్రోత్సాహకాల మార్గం ఎటు దారి తీస్తుందో చైనా శ్రామికవర్గానికి తెలుసు గనక నాయకులు కొంత కాలంపాటు కొంత జాగ్రత్తగానే దీన్ని నిర్వహించారు. ఆచరణలో, కొన్ని సందర్భాలలో, ఇది మళ్ళీ వెనక్కి తిరిగి, 'పీస్-వేజ్' పద్ధతికి దారితీసింది.

(సాంస్కృతిక విప్లవకాలంలో 'పీస్-వేజ్' పద్ధతి తీసివేసి 'టైమ్-వేజ్'నే పెట్టారు.)[38]

→ 1. సమిష్టి వంటశాలల్లో వుచితంగా భోజనం. 2. సంవత్సరానికి కొంత పరిమితి గల బట్ట వుచితం. 3. వుచితంగా ఇల్లు. 4. వుచితంగా విద్య. 5. వుచితంగా రవాణా సౌకర్యాలు. 6. గర్భిణీస్త్రీలకు 45 రోజుల ప్రత్యేక సెలవూ; అవసరాన్నిబట్టి వుచిత వైద్యమూ. 7. ప్రతీ ఒక్కరికీ ఆరోగ్యం బాగా లేనప్పుడు సెలవూ, వుచిత వైద్యమూ. 8. వృద్ధులూ, వికలాంగులూ పని చెయ్యక్కరలేదు. (చెయ్యగలిగే వారెవరైనా వుంటే తేలికైన పనులు). 9. చనిపోయినప్పుడు, వుచితంగా అంత్యక్రియలు. 10. వుచితంగా పిల్లల పెంపకం. 11. వుచితంగా వినోద కార్యక్రమాలు. 12. పెళ్ళికి డబ్బు రూపంలో కొంత అలవెన్స్, వుచితంగా ఒక విందూ. 13. నెలకోసారి వుచితంగా క్షౌరం. 14. ఏడాదికి 20 సార్లు వుచితంగా వేడినీటి స్నానం. 15. వుచితంగా బట్టలు కుట్టించుకోడం. 16. వుచితంగా కరెంటు. (ఈ వివరాలు - ఎస్. చంద్రశేఖర్ పుస్తకంనించీ. 57, 58 పేజీలు).

ఇక్కడ 'ఉచితంగా' అనే విషయాన్ని సరిగా అర్థం చేసుకోవాలి. 'ఉచితంగా' ఇచ్చే వస్తువులన్నీ కూడా ప్రజల శ్రమలో భాగాలే. ప్రజలు ఉత్పత్తిచేసే వస్తువులే ఆ రూపంలో ప్రజలకు అందుతాయి. ఆ శ్రమంతా ప్రజలదే. నిజానికి ఇక్కడ 'ఉచితం' అనేది ఏమీ లేదు. అయినప్పటికీ 'అమ్మడాలూ, కొనడాలూ' అనేవి లేకుండా వస్తువులు అందుతాయి కాబట్టి అవి ఉచితంగా అందినట్టు అర్థం వస్తుంది. ★

38. పీస్‌వేజ్ పద్ధతి = చేసిన "పనిని" లెక్కగట్టి జీతం ఇచ్చే పద్ధతి.

టైమ్‌వేజ్ పద్ధతి = చేసిన "కాలాన్ని" లెక్కగట్టి.

కార్మికుల శక్తి సామర్థ్యాల్లో తప్పనిసరిగా తేడాలు వుంటాయి కాబట్టి, పీస్-వేజ్ పద్ధతివల్ల కార్మికుల సంపాదనల్లో తప్పనిసరిగా తేడాలు ఏర్పడి వాళ్ళు అనేక సెక్షన్లుగా చీలిపోతారు. (యువకులకీ, వయసు మళ్ళిన వారికీకూడా సంపాదనల్లో తేడాలు ఏర్పడతాయి. దీనివల్ల, వయసులో వున్నవాళ్ళకి విలువ పెరిగి వయసు మళ్ళినవాళ్ళకి విలువ తగ్గుతుంది). పీస్-వేజ్‌లో, ఎక్కువ పనిచేస్తే ఎక్కువ సంపాయించుకోవచ్చుననే వ్యక్తిగత లాభం కనపడడం వల్ల, ఈ పద్ధతి కార్మికుల్లో వ్యక్తి దృక్పధాన్ని పెంచి, వారి సమిష్టి చైతన్యాన్ని దెబ్బ తియ్యడానికి బాగా తోడ్పడుతుంది. బూర్జువా హక్కుని పరిమితం చెయ్యడం అనే దానికి ఇందులో తగినంత అవకాశం వుండదు. ఎందుకంటే సంపాదనల మధ్య తేడాల్ని ఎంత తగ్గించినా ఆ తేడాలు అనేక రకాలుగా వుంటూనే వుంటాయి. అలాగే, బోనసులవంటి భౌతిక ప్రోత్సాహకాలు కూడా కార్మికులకు కేవలం ఆర్థిక దృష్టినీ, వ్యక్తి లాభ దృష్టినీ మాత్రమే పెంచుతాయి. దోపిడీ వర్గాల పట్టునించి పూర్తి విముక్తికోసం సోషలిస్టు సమాజాన్ని అభివృద్ధి చేసుకోవాలనే దృష్టితో పనిలో శ్రద్ధ చూపడంగాక, బోనసులు దొరుకుతాయి కాబట్టి పనిమీద శ్రద్ధ చూపేట్టు చేస్తాయి బోనసులు. (ఈ బోనసులు కూడా కార్మికులందరికీ ఒకే రకంగా రావుకాబట్టి అవి కూడా వారి సంపాదనల్లో తేడాలనే సృష్టిస్తాయి. సోషలిస్టు చైతన్యంతో పని చెయ్యవలసిన అవసరాన్ని కార్మికులు గుర్తించేట్టు ఎప్పటికైనా చెయ్యవలిసిందే. రివిజనిస్టులు దాన్ని ఎప్పటికీ ప్రారంభించరు. 'కార్మికులకు అప్పుడే అంత చైతన్యం లేదు' అంటూ వుంటారు ఎప్పటికప్పుడు. బోనసులు ఇవ్వడం అంటే →

ఈ భౌతిక ప్రోత్సాహకాల మార్గం కొన్ని సందర్భాల్లో బోనస్ పద్ధతికి కూడా దారితీసింది. ఇదంతా, వుత్పత్తి శక్తుల్ని అభివృద్ధి పరచాలనే పేరుమీద జరిగింది. అంటే, కేవలం 'ఆర్థిక స్వభావం' తోటీ, 'వుత్పత్తి స్వభావం' తోటీ మాత్రమే నన్న మాట. ఈ విషయంలో 'చావోటాకువాన్' రాసిన వ్యాసం ఒకటి చాలా ప్రత్యేకంగా గమనించదగ్గది (నవ చైనా వార్తా సంస్థ. నవంబరు 22, 1977). "చేసిన పనిని బట్టే వుత్పత్తిని తీసుకోవడం" అన్న సూత్రంతో మొదలుపెట్టి, పీస్-వేజ్ పద్ధతిని గొప్పచెయ్యడం కోసం తెగ ప్రయత్నించిందా వ్యాసం (చాలా జాగ్రత్తగానే).

("పెట్టుబడిదారీ వుత్పత్తి విధానానికి పీస్-వేజ్ అన్నది గొప్ప లాభదాయకమైన రూపం"— అని మార్క్సు అన్నదాన్ని గురించి మాత్రం ఆ వ్యాసకర్త ఏమీ మాట్లాడలేదనుకోండీ!)

ఆ వ్యాసం పీస్-వేజ్‌ని గొప్ప చెయ్యడంతో పాటు, అవసరమైనప్పుడల్లా కొన్ని భౌతిక ప్రతిఫలాల్ని అదనంగా వుపయోగించుకోవడం గురించి కూడా మాట్లాడింది. 1977 నించీ వెలువడుతోన్న ఈ రకం వ్యాసాలు 'వుత్పత్తి కోసం చేసే పోరాటాన్ని నడిపే శక్తి'గా కార్మికుడి వ్యక్తిగత ప్రయోజనాన్నే చూపెడుతున్నాయి.

"ప్రజల అవసరాల కోసమూ, సోషలిస్టు సమాజ నిర్మాణం కోసమూ, ప్రజల పక్షాన నేను పని చేస్తున్నాను" అని కార్మికుడు సోషలిస్టు చైతన్యంతో పని చెయ్యడాన్ని (దేన్నయితే సాంస్కృతిక విప్లవకాలంలో అగ్రభాగాన వుంచారో దాన్ని) తొలగించి, దాని స్థానంలో ఈ 'వ్యక్తిగత ప్రయోజనాన్ని' వుంచారు. కార్మికుడిలో సోషలిస్టు చైతన్యానికి బదులు వ్యక్తిగతంగా మాత్రమే ప్రయోజనం పొందే దృష్టిని తెచ్చిపెట్టడం అనేది, పెట్టుబడిదారీ వర్గ ప్రయోజనాలకే అనుకూలంగా వుంటుంది. కార్మికుల సంపాదనల్లో రకరకాల తేడాల్ని సృష్టిస్తూ కార్మికుల్లో అసమానతల్ని జాగ్రత్తగా పెంచి పోషించడంద్వారా అది కార్మికవర్గాన్ని విభజించి వేయగలుగుతుంది.

సాంస్కృతిక విప్లవకాలంలో అనేక సంవత్సరాలపాటు టైమ్-వేజ్ పద్ధతి అమలు జరిపిన తర్వాత, మళ్ళీ వెనక్కి పీస్-వేజ్‌వేపు తిరగడమూ; అనేక సంవత్సరాలపాటు భౌతిక ప్రోత్సాహకాల్ని వదిలివేసి, మళ్ళీ వాటిని అమలులోకి తీసుకురావడమూ అంటే, అది బ్రహ్మాండమైన వెనకడుగు వెయ్యడమే.

ఈ వెనకడుగు, సంస్థలలోని మేనేజర్లకీ టెక్నీషియన్లకీ లాభిస్తుంది. ప్రభుత్వ పెట్టుబడిదారీ వర్గాన్ని దృఢతరం చేస్తుంది. ఆర్థికరంగంలోనూ, పాలనా యంత్రాంగంలోనూ, పార్టీలోనూ, ప్రభుత్వంలోనూ ముఖ్య స్థానాలు ఆక్రమించి వున్న పెట్టుబడిదారీ వర్గాన్ని బలపర్చడానికి వుపయోగపడుతుంది. ఇదీ కొత్త పంథాకి వున్న వర్గ స్వభావం — దీన్ని బలపర్చేవాళ్ళు ఏం చెప్పినా.

వ్యవసాయ విధానంలో కొత్త దృక్పథాలు:

1976 చివరినించీ వ్యవసాయవిధానంలో ఒక కొత్త దృక్పథం మొదలైంది. మౌలికంగా అది రైతాంగ ప్రజల చొరవని చంపేసే దృక్పథం. పెద్ద ఎత్తున కేంద్రీకృతమైన నాయకత్వానికి వారు

→ కార్మికుల శ్రమని కార్మికులకు ఇవ్వడమే. జీతాలే కొంత పెంచి బోనసుల పద్ధతి తీసెయ్యవచ్చు. కానీ, కేవలం కార్మికులతో ఎక్కువ పని చేయించడానికి ఒక సాధనంగా, కార్మికుల శ్రమలోంచే కొంత భాగాన్ని వెనక్కిపెట్టి, దాన్ని ప్రత్యేక పారితోషికం ఇస్తోన్నట్టు బోనస్ రూపంలో అందిస్తారు. మేనేజిమెంటు వారు గొప్ప దాతృత్వంతో అదనంగా ఇచ్చే నిధిలాగా కనిపిస్తాయి బోనసులు కార్మికులకి. ★

లొంగి వుండేలా (ఏ నాయకత్వం మీదైతే శ్రామిక ప్రజలకు ఎటువంటి అజమాయిషీనూ వుండదో, అటువంటి నాయకత్వానికి లొంగి వుండేలా) చేస్తుంది అది. ప్రజల కమ్యూన్ల మీద, 'పైన నిర్ణయించి తెచ్చిన అధికారా'న్ని రుద్దుతుంది అది. శ్రమచేసే వారికి ఎంతో దూరాన వున్న సంస్థలు ఏ సాంకేతిక మార్పుల్ని సూచిస్తాయో వాటిని తెచ్చి శ్రమచేసే వారిమీద రుద్దుతుంది. ఇటువంటి కొత్త దృక్పథానికి వుండే వర్గ స్వభావం ఏమిటో వేరే చెప్పనక్కరలేదు. చాలా స్పష్టమే అది.

ఈ కొత్త దృక్పథం — ఎటువంటి వుత్పత్తి విధానాన్ని అభివృద్ధి చెయ్యడానికి తోడ్పడుతుందంటే — వ్యవసాయరంగానికి చెందిన ప్రజల్ని, ఎంత ఎక్కువగా వీలైతే అంత ఎక్కువగా స్థానిక పార్టీ కార్యకర్తలకీ, కేంద్ర పార్టీ కార్యకర్తలకీ (ఆ విధంగా తయారైన ఒక కొత్త పెట్టుబడిదారీ వర్గానికి) లొంగి వుండేలా మార్చివేసే విధానాన్ని అభివృద్ధి చెయ్యడానికి!

అంతేకాదు, ఈ కొత్త దృక్పథం ఇంకో విషయానికి కూడా తోడ్పడుతుంది. (ఈ రెండు విషయాలూ ఒక దానితో ఒకటి ముడిపడి వున్నవే). ఆ రెండో విషయం ఏమిటంటే — ప్రభుత్వ పెట్టుబడిదారీ వర్గాధికారం పటిష్టం కావడానికి "నాలుగు ఆధునీకరణల కోసం వ్యవసాయ ప్రజలు సాధ్యమైనంత ఎక్కువ మొత్తంలో మూల్యం (ట్రిబ్యూట్) చెల్లించేలా వారినించీ అత్యధిక మొత్తంలో అదనపు శ్రమని గుంజడానికి వీలునిచ్చే పరిస్థితుల్ని ఈ కొత్త దృక్పథం సృష్టిస్తుంది. ఈ దృక్పథం వ్యవసాయ రంగంలోని కొన్ని నిజమైన సమస్యల్ని ఒక సాకుగా చూపిస్తోంది, వాటిని పరిష్కరించడానికే ఈ మార్గం అవలంబించినట్టు! (వ్యవసాయ రంగంలోని కొన్ని సమస్యల ప్రాధాన్యతని సాంస్కృతిక విప్లవ నాయకులు తక్కువగా అంచనా వేసిన మాట నిజమే).

ఆ సమస్యలు, ముఖ్యంగా, వుత్పత్తికి సంబంధించిన సమస్యలు. పది సంవత్సరాలపాటు అద్భుతమైన పద్ధతిలో పురోగమించిన తర్వాత వ్యవసాయోత్పత్తి దాదాపు గమ్యానికి చేరింది. పెరుగుతోన్న జనాభా అవసరాల్ని తట్టుకోవాలంటే వుత్పత్తిని ఇంకా అభివృద్ధి చేయవలసిన అవసరం ఎంతైనా వుంది. ఆ సమస్యల్లో కొన్ని — అమల్లో వున్న వుత్పత్తి సంబంధాలనే పటిష్టం చెయ్యడానికి సంబంధించినవి కూడా. అంతేకాదు, ఇంకా కొన్ని — శ్రమక్రమానికీ, భావజాలానికీ, రాజకీయాలకీ, సమాజ వుపరితలానికీ సంబంధించినవి. ఆ సమస్యలన్నిటినీ ఇక్కడ పరిశీలించడమో, అవి సులభంగానే పరిష్కారమవుతాయని వాదించడమో చెయ్యబోవడం లేదు నేను. కానీ, ఆ సమస్యలకు "పరిష్కార మార్గాలు" అంటూ ఈనాడు మన ముందుకు వొస్తోన్న మార్గాల్ని పరిశీలించి అవి సూచిస్తోన్నదేమిటో, వాటి వర్గ స్వభావం ఏమిటో అర్థం చేసుకోవడం మాత్రం చాలా అవసరం. వ్యవసాయరంగంలో సమిష్టిగా వుత్పత్తి చేసే విధానం నాశనం కావడానికి 2 కారణాలు వున్నాయంటూ కొత్త నాయకులు 1976 చివరి నించీ చెప్పుకొస్తున్నారు (ఈ సమస్యలు గతంనించీ వున్నవే. వాటిని గతంలో అనేక పెద్ద అక్షరాల పోస్టర్లు విమర్శించాయి కూడా.[39] ముఖ్యంగా దక్షిణ చైనాలో).

---

39. పెద్ద అక్షరాల పోస్టర్లు: పార్టీ గురించిగానీ, ప్రభుత్వం గురించిగానీ, తమ సంస్థల్లోని అధికారుల గురించిగానీ, ప్రజలు, తమ అభిప్రాయాల్నీ, సలహాల్నీ, సూచనల్నీ (తమ ఆత్మ విమర్శల్ని కూడా) పొడుగాటి కాయితాల మీద పెద్ద అక్షరాలతో రాసి, తమ సంస్థల్లోనూ, బహిరంగప్రదేశాల్లోనూ అంటించేవారు గతంలో. ప్రజల స్వేచ్ఛా భావ ప్రకటనా పద్ధతుల్లో ఇలా పోస్టర్లు పెట్టడమూ, వాటిల్లో విషయాల్ని చర్చించడమూ ఒక పద్ధతి. ఈ పద్ధతిని ఇప్పుడు రివిజనిస్టు నాయకులు నిషేధించారు. ఇప్పుడు పోస్టర్లు పెట్టాలంటే రహస్యంగా తమ పేరులేకుండా పెట్టవలసిందే. బహిరంగంగా ఆ పని చెయ్యడం నేరం. ★

సమిష్టి శ్రమని ఆటంకపరిచే మొదటి కారణం ఏమిటంటే — వ్యవసాయరంగ ప్రజలకు వ్యక్తిగత స్థాయిలో ఇచ్చిన భూమిసైజు (ప్లాట్) ఎక్కువగా వుండడం. దానివల్ల ఆ ప్లాట్‌ని పొందిన కుటుంబసభ్యుల కార్యకలాపాలు కూడా పెరుగుతాయి. (ఈ సమస్యని నాన్‌కింగ్ రేడియో డిసెంబరు 13 న ప్రస్తావించింది).

ఇక రెండో కారణం — గ్రామీణ వ్యవసాయ శ్రామికుల మీద ఎటువంటి కంట్రోలూ లేకుండా వారు ఏ పనిలోకి బడితే ఆ పనిలోకి వెళ్ళే వీలునివ్వడం. వారిని వ్యవసాయపు పనుల్లో వుంచడంతోపాటు వ్యవసాయేతర పనుల్లో (అంటే గ్రామీణ పరిశ్రమల్లో) వుంచడం అనేది ఎక్కువ కావడం. ఈ రెండు సమస్యల్ని - (1 వ్యక్తిగత ప్లాట్ సైజు పెద్దదిగా వుండడాన్నీ 2. వ్యవసాయ శ్రామికులు వ్యవసాయేతర శ్రమల్లో కూడా పాల్గొనడాన్నీ) - కొత్త నాయకులు విమర్శించారు. వుదా॥ 1977 సెప్టెంబర్ 2 న, నవ చైనా వార్తా సంస్థ - "వ్యవసాయ రంగంలో ప్రధానోత్పత్తి రంగాన్ని (ఫ్రంట్ లైన్‌ని) దృఢపరచండి" అనే పేరుతో విడుదల చేసిన రిపోర్టులో, వ్యవసాయ శ్రామికుల మీద కంట్రోలు లేని పద్ధతిని విమర్శించింది. 'సమిష్టి వుత్పత్తి సంస్థలూ, ప్రభుత్వ వుత్పత్తి సంస్థలూ, ఇతర కమ్యూన్లలోని శ్రామికుల్నీ, ఇతర బ్రిగేడ్లలోని శ్రామికుల్నీ కూడా తమ పనుల్లో చేర్చుకుంటున్నాయ'ని ఆ రిపోర్టు వెల్లడించింది. ఇంకా ఆ రిపోర్టు - కొన్ని కమ్యూన్లలోనూ, బ్రిగేడ్లలోనూ శ్రామికులు వ్యవసాయోత్పత్తిలో పాల్గొనడమేగాక ఇతర కార్యక్రమాల్లో కూడా పాల్గొంటారనీ ఈ కమ్యూన్లలోనూ, బ్రిగేడ్లలోనూ అనుత్పాదక సభ్యులు ఇంకా చాలామంది వున్నారనీ ప్రకటించింది.[40]

---

40. 'సమిష్టి వ్యవసాయ క్షేత్రా'ల్లో పనిచేసే 'సమిష్టి వుత్పత్తి విధానం'తో పాటు, ప్రతీ కుటుంబానికీ వేరువేరుగా కొంత భూమి ఇచ్చే పద్ధతికూడా 'సమిష్టి వుత్పత్తి విధానం' ఏర్పడ్డ కాలంనించీ వుంది. ఈ ప్రైవేటు ప్లాట్స్‌లో పంటల్ని కుటుంబావసరాలకు వుపయోగించుకోవడమేగాక ఇంకా మిగిలితే మార్కెట్లో అమ్ముకోవచ్చు.

ప్రైవేటు ప్లాట్స్ సైజు ఎక్కువైనకొద్దీ సమిష్టి వుత్పత్తి విధానంపట్ల శ్రద్ధ తగ్గుతుంది కాబట్టి, సమిష్టి వుత్పత్తి చైతన్యాన్ని నాశనంచేసే ఈ ప్రైవేటు ప్లాట్స్‌ని బాగా తగ్గించారు. 'తచాయ్'లో ప్రజలు 1969 - 70 ప్రాంతాల్లో ఈ పద్ధతిని పూర్తిగా వొదిలేశారుకూడా (బ్రుగ్గర్- పే. 363). ఈ రకం మార్పులు కొన్ని జరిగినప్పటికీ, ఈ ప్లాట్లు విషయంలోనూ, ఒక ప్రాంతపు శ్రామికులు ఇంకో ప్రాంతంలో కాంట్రాక్టు పద్ధతిమీద పనిచేసే విషయంలోనూ, ఇంకా ఇటువంటి కొన్ని విషయాల్లో సాంస్కృతిక విప్లవం ఇంకా తగిన పరిష్కారాలు చెయ్యలేదు. '1967 జనవరిలో, చియాంగ్ చింగు 'చైనా ట్రేడ్ యూనియన్ సమాఖ్య'ని, ఆ సమాఖ్య అనేక కార్మిక సమస్యల్ని పట్టించుకోడంలేదని విమర్శిస్తూ ఈ 'కాంట్రాక్టు పద్ధతి' గురించి కూడా తీవ్రంగా విమర్శించింది. (బ్రుగ్గర్ - పే. 301). పీస్-వేజ్‌నీ, 'బోనస్' పద్ధతినీ తీసేసినా, ఈ కాంట్రాక్టు పద్ధతిని ఇంకా పరిష్కరించలేకపోయారు గతంలో. దీన్నే విమర్శిస్తున్నారు కొత్త నాయకులు. వారీ సమస్యల్ని విమర్శించేది సోషలిజాన్ని కోరే దృష్టితోకాదు. ఈ పరిష్కారాలు వారికికూడా ఇంకోరకంగా అవసరం గనక. (ఆ అవసరం ఏమిటో వ్యాసంలో తర్వాత చూడండి). 'కాంట్రాక్టు పద్ధతి'లాంటి విషయాన్నీ, వ్యవసాయ ప్రజలు గ్రామ పరిశ్రమల్ని స్థాపించుకుని ఆ పరిశ్రమల్లో పని చెయ్యడాన్నీ కూడా ఒకే గాటినకట్టి రెంటినీ ఒకే రకంగా చూస్తున్నారు కొత్త నాయకులు. గ్రామ పరిశ్రమల్ని స్థాపించడం కూడా వారి దృష్టికి పెద్ద తప్పు విషయంగా వుంది. ఎందుకంటే, పరిశ్రమల్ని పట్టణాల్లో కేంద్రీకరించి, ఆ రంగంమీద పట్టు తమ చేతుల్లోకి తీసుకోవాలంటే, ఈ వికేంద్రీకరణ చాలా ఆటంకంగా వుంటుంది గనక. సాంస్కృతిక విప్లవం పరిష్కరించని సమస్యల్ని వీరు పరిష్కరించబోతోన్నట్టుగా మాట్లాడుతున్నారు. ★

ఈ రిపోర్టు వచ్చిన తర్వాత ప్రాంతీయ రేడియో స్టేషన్లు - "ఆ రిపోర్టు వెల్లడించినదాంట్లో నిజానిజాల్ని పరిశీలించడానికి పార్టీ కమిటీలు కొన్ని పరిశీలక బృందాల్ని ఆయా ప్రాంతాలకు పంపిస్తున్నాయి -" అని చెప్పాయి.

ఆ పరిశీలక బృందాలు చెయ్యవలసిన ఒక పనేమిటంటే — తమ కమ్యూన్లనూ, బ్రిగేడ్లనూ వదిలి ఇతర సంస్థలలోకి వెళ్ళి తాత్కాలికంగానూ కాంట్రాక్టు పద్ధతి మీదా పని చేస్తోన్న వారిని తిరిగి వారి వారి ప్రాంతాలకు పంపించి వెయ్యడం. ఇక్కడ మనకు తప్పనిసరిగా కొన్ని తీవ్రమైన సమస్యలు ఎదురౌతాయి. వ్యవసాయోత్పత్తిని పెంచడంలోనూ, ఆ పెరుగుదలని కొనసాగించడంలోనూ ప్రమాదం తెచ్చిపెట్టే తీవ్రమైన సమస్యలు అవి. అయితే, ఆ సమస్యల్ని సరిగా పరిశీలించి, వాటిని నిజంగా పరిష్కరించే దృష్టితో కొత్త నాయకులు వాటి విషయంలో మౌలిక విశ్లేషణ జరిపినట్టు నాకు ఎక్కడా కనపడలేదు. పైగా, 1976 చివరినించి వారు తీసుకున్న చర్యలు రివిజనిస్టు వర్గ స్వభావంతో వుండడమే కనపడుతోంది. ఆ చర్యలు ఒకదానికొకటి పొసగని వైరుధ్యాలతో వున్నట్టు పైకి కనపడుతోన్నప్పటికీ ఆ చర్యలన్నిటి వర్గ స్వభావమూ ఒకటే.

చట్టాలలో చెప్పినదాని కన్నా అధికంగావున్న వ్యక్తిగత ప్లాట్ల సైజుని తగ్గించే చర్యలు మొదట తీసుకున్నారు. సమిష్టి వుత్పత్తి పెరగడానికి తప్పనిసరిగా అవసరమైన ప్రజాకమ్యూన్ల ఆర్థికవ్యవస్థని పటిష్టం చెయ్యడానికే ఈ చర్యలు.

సమిష్టి వుత్పత్తిని పెంచే చర్యలు విప్లవ దృక్పథంతోనూ చెయ్యవచ్చు, రివిజనిస్టు దృక్పథంతోనూ చెయ్యవచ్చు. తమ 'ఆధునీకరణ' ప్రోగ్రామ్‌ని పటిష్టం చేసుకోవాలంటే ప్రస్తుత పరిస్థితుల్లో రివిజనిస్టులు కూడా సమిష్టి వ్యవసాయోత్పత్తిని తగినంతగా పెంచడం మీద దృష్టి నిల్పి తీరాలి.

1976 డిసెంబరు 20న, పెకింగ్ రేడియో — వ్యవసాయ రంగంలో తీసుకోవలసిన మరికొన్ని చర్యల గురించి చెప్పింది. వ్యవసాయోత్పత్తి కార్యక్రమంతో పాటు జరిగే 'అదనపు కార్యక్రమాల్ని' తగ్గించివేయాలని చెప్పింది. ఈ అదనపు క్యాక్రమాలన్నీ గ్రామీణ పరిశ్రమలకు సంబంధించిన కార్యక్రమాలే.

ఈ గ్రామీణ పారిశ్రామీకరణ సాంస్కృతిక విప్లవకాలంలో పెద్దఎత్తున అభివృద్ధిలోకి వచ్చింది. గ్రామ పరిశ్రమలకు సంబంధించిన కార్యక్రమాల్ని తగ్గించివెయ్యాలని చూడడం అంటే గ్రామీణ పారిశ్రామీకరణని దెబ్బతీయాలని చూడడమే.

గ్రామాలకూ పట్టణాలకూ మధ్యగల వైరుధ్యాన్ని తగ్గించడానికీ, వుత్పాదకశక్తుల సోషలిస్టు అభివృద్ధిని స్థిరపరచడానికీ, గ్రామ ప్రజల స్థానిక అవసరాలను తీర్చడానికీ, గ్రామ పరిశ్రమల్ని కొనసాగించడం ఎంతో అవసరం.[41]

---

41. "గ్రామానికీ పట్టణానికీవుండే వైరుధ్యం ఏమిటీ? ఏ 'ఆర్థిక పునాది' వల్ల ఆ వైరుధ్యం పుడుతోంది? ఈ విషయం మీద మాకు ఖచ్చితమైన జవాబు దొరకడం లేదు. మార్క్సు, ఎంగెల్సుల రచనల్లో ఈ విషయంమీద ప్రస్తావనలు కొన్ని చూసినప్పటికీ దీన్ని సరిగా అర్థం చేసుకోలేకపోతున్నాము -" అని మేము అడిగిన దానికి బెతల్‌హామ్ ఇచ్చిన జవాబు ఇది:

గ్రామానికీ పట్టణానికీ వైరుధ్యం అనే విషయం, మార్క్సు చాలాసార్లు ప్రత్యేకంగా నొక్కి చెప్పిన విషయాల్లో ఒకటి. ప్రధానమైన పారిశ్రామిక వుత్పత్తుల మీద పట్టణాలకు వున్న గుత్తాధిపత్యం అనేదానిలో ఈ వైరుధ్యం ఇమిడివుంది. చరిత్రక్రమంలో, ఎంతో ప్రత్యేక పరిస్థితుల్లో మాత్రమే ఈ గుత్తాధిపత్యం అదృశ్యమవుతుంది. ఈ విషయాన్ని మార్క్సు "కాపిటల్-3"లో "పెట్టుబడిదారీ కౌలు పుట్టుక" అనే చాప్టర్‌లో చర్చించాడు. ఆ చాప్టర్‌లో →

గ్రామ ప్రాంతాలలో తగినంత మంది శ్రామికులు లేకపోవడంవల్లనే గ్రామీణ పరిశ్రమల్ని తగ్గించివేయవలసి వస్తోన్నట్టుగా పైకి కనపడవచ్చు. కానీ, అది నిజంకాదు. గ్రామ పరిశ్రమల్ని నిర్లక్ష్యం చెయ్యడం అనేది, రివిజనిస్టు దృక్పథానికి అనుగుణంగా మాత్రమే జరుగుతోంది. పరిశ్రమలన్నిటినీ పట్టణాలలో కేంద్రీకరించి, పారిశ్రామిక వుత్పత్తినంతా తమ అదుపాజ్ఞలో వుంచాలని కోరే నాయకుల ఆశల ప్రకారమే ఇది జరుగుతోంది. అంతేగానీ, వ్యవసాయోత్పత్తిని అభివృద్ధి చెయ్యాలనే నిజమైన వుద్దేశ్యంతోనే, శ్రమశక్తిని పరిశ్రమల వేపునించీ వ్యవసాయంవేపుకి మళ్ళించడం జరుగుతోందని భావించడం సాధ్యంకాదు.

కానీ, ఈ 'అదనపు కార్యక్రమాలు' వ్యక్తిగత స్థాయిలోనూ, కుటుంబ స్థాయిలోనూ చెయ్యడానికైతే కొంత ప్రోత్సాహం దొరుకుతోంది. (కమ్యూన్ ప్రజలంతా సమిష్టిగా చెయ్యవలసిన ఈ కార్యక్రమాల్ని వ్యక్తిగత స్థాయికి మాత్రమే పరిమితం చేశారు).

గ్రామ ప్రజలు తమ వ్యక్తిగత వుత్పత్తుల్ని గ్రామీణ మార్కెట్లలో అమ్ముకోడానికి వీలుగా ఆ మార్కెట్లకు మళ్ళీ గౌరవ స్థానం దొరుకుతోంది.

గ్రామ ప్రజలు తమ ఆదాయాల్ని కొంచెం పెంచుకోడానికి వీలు కల్పించాలనే వుద్దేశ్యంతో ఇచ్చిన రాయితీయా ఇది, లేకపోతే, ఇతర వుత్పత్తుల్ని పొందడానికి ఇంకో మార్గం లేదు గనక (సమిష్టిగా వుత్పత్తి చేసే మార్గం లేదు గనక) దీన్ని ఒక మార్గంగా భావిస్తున్నారా— అన్నది అంచనా వెయ్యడం నాకు కష్టంగానే వుంది. ఇది ఏ వుద్దేశ్యంతో జరుగుతోన్నా, వ్యక్తిగత స్థాయిలోనూ, కుటుంబ స్థాయిలోనూ మాత్రం 'అదనపు వుత్పత్తుల్ని' ప్రోత్సహించే పంథా అనేది స్పష్టంగానే వుంది.

1977 ఆకురాలు కాలంలో జరిగిన పార్టీ జాతీయ మహాసభలో ఈ పంథాని ధృవపరిచారు. ఈ రకమైన వుత్పత్తి కార్యక్రమాలకు ఎక్కువ అవకాశాలు ఇవ్వాలనీ, ఇది సోషలిస్టు ఆర్థిక వ్యవస్థకి అత్యవసరమైన సహాయకారిగా వుంటుందనీ ప్రకటించారు. వ్యక్తిగతస్థాయిలోనూ, కుటుంబ స్థాయిలోనూ మాత్రమే వుత్పత్తిచేసే ఈ పద్ధతిని 'పెట్టుబడిదారీ పద్ధతి'గా విమర్శించకూడదనీ, అలాంటి విమర్శ రివిజనిస్టు పంథా లక్షణమనీ కూడా ప్రకటించారు[42] (నవ చైనా వార్త సంస్థ. అక్టోబరు 13, 1977).

→ "డబ్బు రూపంలో కౌలు" అనే సెక్షన్‌లో ఆయన ఇలా రాస్తాడు— "మధ్య యుగాలలో పట్టణాలను గ్రామాలు రాజకీయంగా దోపిడీ (ఎక్స్‌ప్లాయిట్) చేస్తే....... పట్టణం అనేది ప్రతిచోటా ఎటువంటి మినహాయింపులూ లేకుండా గ్రామాలను ఆర్థికంగా దోపిడీ చేసింది— ధరల మీద దానికున్న గుత్తాధిపత్యం ద్వారానూ, దాని పన్నుల విధానం ద్వారానూ, దాని గిల్డుల ద్వారానూ, డైరెక్టుగా సాగే దాని వ్యాపార మోసాలద్వారానూ, దాని వడ్డీ వ్యాపారం ద్వారానూ."

బెతల్‌హామ్ ఇచ్చిన ఈ జవాబు కూడా ఈ విషయాన్ని వివరంగా అర్థంచేసుకోడానికి సరిపోదు. అయినప్పటికీ, ఆ వైరుధ్యానికి మూలం ఏమిటి అన్నది ఈ జవాబువల్ల తెలుస్తోంది. పారిశ్రామికోత్పత్తులకూ, వ్యవసాయోత్పత్తులకూ, ఈక్విలిబ్రియమ్‌ని సాధించడం గురించి ఇచ్చిన 63వ నెంబరు ఫుట్‌నోటు ఈ విషయంలో కొంత వుపయోగపడుతుంది. ★

42. రివిజనిజాన్ని రివిజనిజం అనడం రివిజనిజమా? ★

చైనా వ్యవసాయ రంగంలో పుట్టుకొచ్చే సమస్యల్ని పరిష్కరించడానికి, ప్రస్తుత 'రాజకీయ పంథా' ఏ పద్ధతిలో ప్రయత్నిస్తోందో ఆ పద్ధతే నా దృష్టిలో అతి ప్రాధాన్యతగల విషయం. రైతాంగం ఏం చెయ్యాలో, ఎలా ప్రవర్తించాలో నిరంకుశంగా పైనించీ నిర్ణయించి రుద్దే పద్ధతే అది. "గ్రామీణ శ్రమశక్తిని హేతుబద్ధంగా వినియోగించడం" అన్న నినాదంతోటే ఈ పద్ధతిని నిర్వహించారు. 1976 నవంబరు 23న, హైకొ రేడియో - 'శ్రమశక్తి'ని ఎలా ఆర్గనైజ్ చెయ్యాలో నేర్చుకోవాలనీ, బ్రిగేడ్లూ కమ్యూన్లూ స్థాపించే 'ఏకీకృత అధికారానికి' వుత్పత్తి బృందాలు లోబడి వుండాలనీ చెప్పింది. అంతేగాక, ఇంకా అది - 'ఎక్కడెక్కడైతే వుత్పత్తిని అత్యంత సామర్థ్యంతో పెంచడానికి వీలవుతుందో, ఎక్కడెక్కడైతే మంచి ఫలితాల్ని సాధించడానికి వీలవుతుందో అక్కడక్కడికల్లా శ్రమశక్తిని పంపాలి' అని కూడా చెప్పింది.

ఈ ప్రకటన ఏ ఆర్థిక లక్ష్యాన్ని వుద్దేశిస్తోందో ఆ లక్ష్యం మంచిదే. వాంఛనీయమే. కానీ, వాళ్ళు ప్రచారం చేస్తున్న విధానాల్ని "సోషలిస్టు విధానాలు" అన్నా, "సమర్థవంతమైన విధానాలు" అన్నా నేను అంగీకరించను. వ్యవసాయ ప్రజల్ని కేవలం 'పనిచేసే బలగం' లాగ భావించి వారిని ఏ సమయంలో ఎక్కడికి పంపాలని పై అధికారులు భావిస్తారో అక్కడికి పంపేలా చెయ్యడానికి మాత్రమే ఈ విధానాలు తోడ్పడతాయి. ఈ పద్ధతి, శ్రమని ఆర్గనైజ్ చెయ్యడంలో పెట్టుబడిదారీ పద్ధతేగానీ సోషలిస్టు పద్ధతి ఎంత మాత్రం కాదు. దీన్ని వ్యతిరేకించడంతప్ప వ్యవసాయ ప్రజలకు ఇంకో మార్గం వుండదు.

గతంలో, సోవియట్ రష్యా సమిష్టి వ్యవసాయ క్షేత్రాల్లో ఈ పద్ధతిలోనే శ్రమని ఆర్గనైజ్ చేశారు. దాని ఫలితమేమిటో అందరికీ తెలిసిందే. వ్యవసాయోత్పత్తిని పెంచడానికి అవసరమయ్యే పోరాటాల్ని, "సైన్యాధికారుల" పర్యవేక్షణ కింద సాగే "యుద్ధాలు"గా భావించి, ఆ యుద్ధ స్థాయిలో చేసిన ప్రయత్నాలవల్ల ఎలాంటి అపజయాలు పొందాల్సి వచ్చిందో కూడా మనకు తెలుసు.[43]

ఈ రకమైన తప్పుడు మిలిటరీ చర్యల్ని ప్రస్తుత చైనా నాయకత్వం ఆమోదయోగ్యంగా భావిస్తోందని ఈ మధ్య విడుదలైన అనేక ప్రకటనల వల్ల తెలుస్తోంది, ఈ రకమైన చర్యలు తీసుకోవడం అంటే వ్యవసాయ ప్రజల్లో విశ్వాసం లేకపోవడమే. కేవలం పై అజ్ఞల్నిబట్టి కవాతు చేసే బలగాలుగా వ్యవసాయ ప్రజల్ని మార్చే ఈ రకం చర్యలకు ఆ ప్రజలు తప్పనిసరిగా వ్యతిరేక మార్గంలోనే రియాక్ట్ అవుతారు కాబట్టి, దానివల్ల మళ్ళీ పై అధికారుల ధోరణి (ప్రజల్లో విశ్వాసం లేని ధోరణి) మరింత గట్టిపడుతుంది.

వుత్పత్తిని పెంచాలంటే దానికి సంబంధించిన విషయాలు పై అధికారులకే గానీ, వుత్పత్తిలో పాల్గొనే ప్రజలకేమీ తెలీవన్నమాట! పైనించీ, ఒక పెత్తందారీ పద్ధతిలో శ్రమని ఆర్గనైజ్ చెయ్యాలనే ఈ ధోరణి తప్పనిసరిగా అనివార్య పర్యవసానాలకు కారణమవుతుంది. ఈ పర్యవసానాల్ని ఎదుర్కోడానికి ప్రస్తుత నాయకత్వం ఎటువంటి చర్యలు తీసుకోబోతోందో నవ చైనా వార్తాసంస్థ 1977 సెప్టెంబరు 2 న ఒక రిపోర్టులో ప్రకటించింది.

శ్రామిక క్రమశిక్షణని కఠినతరం చెయ్యడమూ, పని ప్రమాణాల్ని (వర్క్‌నార్మ్స్-ని) రూపొందించడమూ, ఆ ప్రమాణాలకు తగిన చెల్లింపు రేట్లని నిర్ణయించడమూ వగైరాలు - ఆ చర్యలు. ఆ రిపోర్టు ఇంకా కొన్ని 'అవసరమైన' చర్యల గురించి చెపుతోంది. పనికివచ్చిన వారి

43. రష్యాలో - సమిష్టి వ్యవసాయ క్షేత్రాల్ని ఏర్పర్చే విధానం ఎలా నడిచిందో వివరించే ఫుట్‌నోట్‌ని ఈ వ్యాసం చివర "పెద్ద ఫుట్‌నోట్లు" చాప్టర్‌లో చూడండి. (పే.195) ★

హాజరు నమోదు చెయ్యడమూ, 'బాధ్యత పద్ధతి'ని దృఢపరచడమూ, 'పని నిర్వహణ'ని అభివృద్ధి చెయ్యడమూ, జీతాల చెల్లింపుకి 'సింపుల్' పద్ధతుల్ని ఏర్పరచడమూ, వుత్పత్తిలో 'పోటీ'ని నిర్వహించడమూ, వ్యక్తులూ వుత్పత్తి యూనిట్లూ చేసిన పనికి విలువ కట్టడమూ — ఇవన్నీ అవసరమని ఆ రిపోర్టు స్పష్టంగా ప్రకటించింది.

1977 వేసవిలో కొన్ని రాష్ట్రాలలో ఈ పద్ధతులన్నీ ప్రవేశపెట్టారు. 1977 జూన్ 16 న లోంచౌ రేడియో, కాన్సూ ప్రావిన్స్‌లోని హోషూయ్ జిల్లాని వుదాహరణగా ఎత్తి చూపించింది. ఆ జిల్లా, పనిలో హాజరు వేసుకోవడమనే మంచి పద్ధతిని ప్రవేశపెట్టిందనీ, పనిపై ఇన్‌స్పెక్షన్ జరిగే రకంగా పని ప్రమాణాల్ని పాటిస్తోందనీ, ఆ ప్రకటన చెప్పింది.

ఇదంతా, సాంస్కృతిక విప్లవ కాలంనించీ అమలు జరుగుతోన్న పద్ధతులకు పూర్తిగా వ్యతిరేకంగా మాట్లాడ్డమే. సాంస్కృతిక విప్లవకాలంలో పని ప్రమాణాల్ని నిర్ణయించడమనేది చాలా అరుదుగా వుండేది. శ్రామికులే ఎవరికివారు, తాము చేసిన పనిని అంచనా కట్టుకునే పద్ధతి వుండేది.

అటువంటి పద్ధతులకు విరుద్ధంగా ప్రస్తుత కాలంలో, పని ప్రమాణాల్ని అధికారులు స్థిరీకరించడమూ, వ్యవసాయ ప్రజల్ని చెక్ చెయ్యడమూ అనే ఈ పద్ధతులు హాస్యాస్పదమైన ఫలితాల్నే ఇస్తాయని సోవియట్ రష్యా అనుభవం పూర్తిగా నిరూపించింది.

వేగవంతం అయిన వ్యవసాయ యాంత్రీకరణ:

వ్యవసాయ రంగంలో యంత్రాల్ని త్వరత్వరగా ప్రవేశపెట్టాలని ప్రస్తుత నాయకత్వం నిర్ణయించుకుంది. ఇది ఒక విషయాన్ని స్పష్టం చేస్తోంది.

వ్యవసాయ ప్రజల చొరవపై నమ్మకం లేకపోవడంవల్ల, పనిని ఆర్గనైజ్ చెయ్యడంలో ప్రస్తుత నాయకులకు ఏ పద్ధతులైతే శరణ్యమయ్యాయో ఆ పద్ధతులు వ్యవసాయరంగ సమస్యల్ని పరిష్కరిస్తాయని వారు కూడా పూర్తిగా నమ్మలేకుండా వున్నారు.

వ్యవసాయ రంగాన్ని యాంత్రీకరణ చెయ్యాలంటే, దానికోసం సరైన నిర్ణయం తీసుకోవడం వేరూ, ప్రస్తుత నాయకులు చేస్తోన్నట్టు 'ఈ యాంత్రీకరణని 1980 నాటికే సాధించాలి' - అని తొందరపాటుగా ప్రవర్తించడం పూర్తిగా వేరూనూ. అయితే, ఈ 'తొందర' వీరికి అనవసరంగా వచ్చింది కాదు. సామాజిక వైరుధ్యాల ఫలితమే ఈ తొందర.[44] యాంత్రీకరణ జరగాలంటే, అది ఒక సరైన పద్ధతి ప్రకారం, దశలవారీగా, అడుగుతీసి అడుగువేసే పద్ధతిలో జరగాలి. యంత్ర ప్రవేశానికి సంబంధించిన సాంకేతిక అవసరాలు ఆ శ్రమ పద్ధతిని తప్పనిసరి చేస్తాయి.

[మిగతా విషయాలలోలాగే ఈ విషయంలో కూడా చైనా కమ్యూనిస్టు పార్టీ నాయకత్వంలో స్పష్టంగా వైరుధ్యాలున్నాయి. ఉదా॥ 1977 డిసెంబరు 25 న నవ చైనా వార్తా సంస్థ, వ్యవసాయ యాంత్రీకరణమీద మావో రాసిన 1966 మార్చి 12వ తేదీ వుత్తరాన్నొకదాన్ని ప్రకటించింది. ఆ వుత్తరం వ్యవసాయ యాంత్రీకరణకు అనుకూలంగా మాట్లాడుతూనే దాని ఫలితాల గురించి జనించగల భ్రమలపట్లా, ఆ దిశలో వేగంగా పోవాలనే ధోరణిపట్లా జాగ్రత్తగా వుండాలని హెచ్చరించింది. ఆ వుత్తరంలో, మావో — "స్పష్టమైన ప్లాను లేకుండా అసంకల్పితంగా

44. ఈ వైరుధ్యాలు ఏ యే వర్గాల మధ్య? ఈ తొందర ఏ వర్గానికి? ఎందుకు? – అనే విషయాలు "అనువాదకుల ముందుమాట"లో చూడండి. ★

పనికి పూనుకోవడం ఆమోదించ దగ్గదికాదు" అని సూచిస్తూ, "రష్యా వ్యవసాయరంగంలో యాంత్రీకరణ జరగలేదా? అయినా, అది ఇప్పటికీ ఇబ్బందుల్లోనే ఎందుకు వుంది? ఇది తప్పనిసరిగా ఆలోచించవలసిన విషయం" అన్నాడు.]

ప్రస్తుతం, వ్యవసాయరంగ యాంత్రీకరణ కోసం జరిగే ఈ తొందరపాటుతనమూ, వ్యవసాయ ప్రజల్ని పై స్థాయి అధికారానికి లొంగివుండేలా చేసే ప్రయత్నమూ కలిసి, గతంలో వ్యవసాయరంగంలో వుండే సరైన విధానానికి తిలోదకాలిస్తున్నట్టే కనపడుతోంది.

గతంలో, 'ప్రతీ కమ్యూనూ, బ్రిగేడూ ప్రధానంగా తన స్వంత వనరులమీద ఆధారపడడం ద్వారానే యాంత్రీకరణ చేసుకోవాలి —' అనే విధానం వుండేది.

ఇప్పుడు వ్యవసాయపు పనిముట్లన్నిటినీ (ట్రాక్టర్లూ వగైరాల్ని) అన్ని బ్రిగేడ్లకీ కమ్యూన్లకీ సంబంధించిన వర్క్‌షాపుల్లో వుంచాలని, ఎన్నో ప్రకటనలు స్పష్టం చేస్తున్నాయి.

(ఇది రష్యాలో జరిగిన పరిస్థితినే గుర్తుచేస్తుంది. అక్కడ కూడా ఇలాంటి కారణాలతోనే యంత్రాల సెంటర్లనూ, ట్రాక్టర్ల సెంటర్లనూ ఏర్పాటు చేశారు. కానీ, అవి చాలా నిరుత్సాహకరమైన ఫలితాల నిచ్చాయి.)

ఈ కేంద్ర వర్క్‌షాపుల్ని పార్టీ తాలూకు ప్రాంతీయ కమిటీలు కంట్రోల్ చేస్తాయి. ఈ పరిస్థితి, ప్రాంతీయ అధికార్లు నడిపే 'గొప్ప వ్యవసాయ యుద్ధాల' వేపు దారితీస్తోంది. ప్రాంతీయ అధికారుల చేతుల్లో ఈ యంత్రాల కేంద్రాలున్నాయి. వారు ప్రభుత్వాఫీసుల ద్వారానూ, మున్సిపాలిటీల ద్వారానూ పనిచేస్తారు. ప్రతీదాన్నీ పార్టీ అధికారం కింద వుంచాలి. దానికి అనుగుణంగానే 'వ్యవసాయంలో యాంత్రీకరణ కోసం నాయకత్వం బృందాల్ని' ఏర్పరచాలని పార్టీ కమిటీలకు పిలుపు ఇచ్చారు.

తమ అవసరాన్ని బట్టి తమకు కావలసిన చిన్న తరహా యంత్రపరికరాల్నీ, పనిముట్లనీ తయారుచేసుకునే బాధ్యత ఒకప్పుడు ప్రజాకమ్యూన్లకీ, బ్రిగేడ్లకీ వుండేది. ఇప్పుడా పరిస్థితికి బదులు, వర్క్ షాపుల్లో యంత్రాల్ని కేంద్రీకరించే పద్ధతికి మొగ్గు చూపుతున్నారు నాయకులు. ఈ కేంద్రీకరణా, వ్యవసాయ యాంత్రీకరణా వంటి సీరియస్ కార్యక్రమాల్ని తొందరపాటుగా సాగిస్తోన్న తీరు అనేక ఇబ్బందులకు దారి తీస్తోంది.

ముఖ్యమైన ఇబ్బంది — (రష్యాలో ఇది బాగా తెలిసిందే) యంత్ర విడిభాగాల సప్లై సమస్య.

దీనికి సంబంధించి, 1978 జనవరి 6 న, జెన్‌మిన్ జీపావో పత్రిక ప్రచురించిన ఒక వుత్తరం చూద్దాం. ఇది సియోస్టన్ కమ్యూన్‌కి చెందిన (చౌసియన్ జిల్లా అల్వైయ్ ప్రాంతం) ఒక పార్టీ కార్యకర్త లోయాంగ్‌లోని 'ఎర్రతూర్పు ట్రాక్టర్ ఫ్యాక్టరీ'కి రాసిన వుత్తరం. యంత్ర విడిభాగాల సమస్యని సరైన పద్ధతిలో పరిష్కరించనందుకు ఆ ఫ్యాక్టరీని ఈ వుత్తరం విమర్శిస్తోంది. ఈ కార్యకర్త పనిచేసే కమ్యూను, తనకు కావలసిన, విడిభాగాల్ని ఎక్కడా సంపాదించలేకపోయింది (ఇది జరిగింది 1976 శీతాకాలంలో). విడిభాగాలు ఎక్కడా దొరకడంలేదనే విషయం ఆ ఫ్యాక్టరీకి రాసినా లాభం లేకపోవడంతో ఈ విషయం గురించి మాట్లాడ్డానికి ఒక ప్రతినిధి వర్గాన్ని ఆ ఫ్యాక్టరీకి పంపాలని కమ్యూను నిర్ణయించి అలాగే పంపింది కూడా. కానీ, ఆ ప్రతినిధి వర్గాన్ని ఫ్యాక్టరీ మేనేజ్‌మెంటు వారు కలవనేలేదు. తర్వాత, ఆ కమ్యూను, జెన్‌మిన్ జీపావో పత్రిక ద్వారా మళ్ళీ ఒక వుత్తరం ఆ ఫ్యాక్టరీకి పంపింది. అప్పుడు, ఆ ఫ్యాక్టరీ మేనేజిమెంటు వారు తమ వైఖరి గురించి "పునరాలోచించుకున్నారు". వారు ఒక "ఆత్మ విమర్శ" కూడా చేసుకున్నారు. ఏమనీ? - వ్యవసాయ యాంత్రీకరణ విషయంలో 'నలుగురి ముఠా' చేసిన వున్మాదపూరితమైన విద్రోహమే

ఇప్పుడీ మౌలిక లోపాలకు కారణం- అని! [ఈ జవాబు 1930 ప్రాంతాల్లో రష్యాలో ఇచ్చిన జవాబుల్నే గుర్తు తెస్తోంది. సరుకు దొరకడంలేదనీ, సరుకు నాణ్యత తగ్గిపోతోందనీ ఫిర్యాదులు చేసేవాళ్ళకి ఇలాంటి జవాబులే ఇచ్చేవారు అక్కడ. ప్రతీదాన్ని 'ట్రాట్స్కీ విద్రోహం' మీదకి తోసేసేవారు. ట్రాట్స్కీయిస్టుల నిర్మూలనం జరిగి 40 సంవత్సరాలైనా మళ్ళీ అవే సమస్యలు తిరిగి తిరిగి తలెత్తుతూనే వున్నాయి.]

ఈ సందర్భంలో, ఈ చైనా వుదాహరణలో ఇంకో విషయం గమనించడం అవసరం. 'ఎర్రతూర్పు' ఫ్యాక్టరీని విమర్శించిన ఆ సియోస్టన్ కమ్యూను, షాంగైలో వున్న ఒక కుట్టు యంత్రాల ఫ్యాక్టరీని మెచ్చుకుంటూ, ఆ ఫ్యాక్టరీ తమకు అడిగిన వెంటనే విడిభాగాలు సప్లై చేసిందని చెప్పింది. ఎర్రతూర్పు ఫ్యాక్టరీ, ఏ 'నలుగురి ముఠా'నైతే ఈ విడిభాగాల సమస్యకు కారణమని విమర్శిస్తోందో, ఆ నలుగురి ముఠా "స్వైర్య విహారం" చేసిన షాంగైలోదే ఆ కుట్టుమిషన్ల ఫ్యాక్టరీ.

ఎర్ర తూర్పు ఫ్యాక్టరీ మేనేజిమెంటు వారు తమ 'ఆత్మ విమర్శ'లో ఇంకో సంగతి కూడా తెలియజేశారు. కార్మిక చట్టాల్ని చక్కదిద్దాలని తాము నిర్ణయించుకున్నట్టు కూడా.

సియోస్టన్ కమ్యూన్ కార్యకర్త పత్రికలో రాసిన వుత్తరం ఇంకా కొన్ని విషయాలు చెపుతోంది. ఎర్రతూర్పు ఫ్యాక్టరీవారు తమ ఆత్మ విమర్శ పూర్తి చేసిన తర్వాత, కొందరు టెక్నీషియన్లని సియోస్టన్ కమ్యూన్‌కి పంపించారు. ఆ టెక్నీషియన్లు ట్రాక్టర్‌ని పరిశీలించి, దానికి కావలసిన విడిభాగాలు కొనుక్కోవడానికి ఇద్దరు ట్రాక్టర్ డ్రైవర్లని తమతోపాటు కమ్యూన్‌నించి ఫ్యాక్టరీకి తీసుకువెళ్ళారు.

ఒక 'పిట్టకథ'లాగ అనిపించే విషయానికి ఇంత ప్రాధాన్యత ఇవ్వడం ఎందుకంటే, ఇది అనేక విధాలుగా ప్రాముఖ్యతగల విషయం.

— యంత్ర విడిభాగాల్ని సప్లై చేసే వర్క్‌షాపులు కమ్యూన్లకు దూరంగా వుండడంవల్ల కేడర్లూ టెక్నీషియన్లూ తమ ప్రయాణపు ఖర్చుల భారాన్ని కమ్యూన్లమీదా, ఫ్యాక్టరీలమీదా మోపడానికి ఇది అవకాశం ఇస్తుంది. అంతేగాక, వారు ప్రయాణం చేసే కాలంలో వారికి సంబంధించిన పని ఇతరుల మీద పడి పని ఒత్తిడి పెరగడానికి కూడా ఇది కారణమవుతుంది. టెక్నీషియన్లకూ కార్మికులకూ మధ్య వర్గ సంబంధాలు ఎలా ఏర్పడతాయో ఇది చూపుతుంది.

— వ్యవసాయ యాంత్రీకరణ ఏమంత ముందుకు పోనినాడే కమ్యూన్లకు యంత్ర విడిభాగాలు దొరకడం కష్టమైందన్న విషయాన్ని ఇది చూపుతుంది.

— నలభయ్యేళ్ళుగా రష్యాలో ఏ పరిస్థితైతే వుందో సరిగ్గా అలాగే వున్న పరిస్థితిని ఇది చూపుతుంది.

— వ్యవసాయ రంగానికి విడి భాగాల్ని సప్లై చెయ్యడంలో వర్క్ షాపులు ఇదేవిధంగా ప్రవర్తిస్తే వ్యవసాయ యాంత్రీకరణ ఎదుర్కోబోయే విపరీత పరిణామాలేమిటో ఇది చూపుతుంది.

— ఎర్ర తూర్పు ఫ్యాక్టరీ మేనేజిమెంటు తన అసమర్థతని కప్పిపుచ్చుకోడానికి తప్పంతా 'నలుగురి ముఠా' మీదకి తోసి తప్పుకోవాలని చూడడంవల్ల, సమస్యకి వున్న అసలు కారణాన్ని కనీసంగా కూడా గమనించలేదన్న విషయాన్ని ఇది చూపుతుంది.

— కార్మిక చట్టాల్ని చక్కదిద్దడం పేరుతో కార్మిక క్రమశిక్షణని కఠినతరం చెయ్యడానికి అవకాశం ఎలా తీసుకుంటారో కూడా ఇది చూపుతుంది.

అసలు అత్యవసరంగా చెయ్యాల్సిందేమిటంటే, వుత్పత్తిలో దేనికి ప్రాధాన్యత ఇవ్వాలనే సమస్యనీ; నిల్వల నిర్వహణకీ, పంపిణీ నిర్వహణకీ సంబంధించిన సమస్యనీ పరిష్కరించడమే. యంత్ర విడిభాగాల వుత్పత్తి సమస్యా, పంపిణీ సమస్యాకూడా దీనివల్ల తీరిపోతుంది.

వ్యవసాయ యాంత్రీకరణని హఠాత్తుగా వేగవంతం చెయ్యడంవల్ల పుట్టుకొచ్చిన సమస్యల్లోదే ఈ విడిభాగాల సమస్య. ఈ పరిస్థితి యంత్రాల్ని పెద్ద ఎత్తున నిరుపయోగం చెయ్యడానికి దారితీస్తుంది. యంత్రాల్ని వుపయోగించడానికి తగిన పరిస్థితులు ఏర్పడకముందే వాటిని గ్రామీణ ప్రాంతాలకు పంపారు. (ఈ సమాచారం చైనా పత్రికలనిండా వుంది). ఈ యంత్రాల్ని మెయిన్‌టెయిన్ చెయ్యడం అన్నది మరో సమస్య. 1977 సెప్టెంబరు 16 నాటి జెన్‌మిన్ జీపావో పత్రిక సంపాదకీయం, ప్రభుత్వ స్కూళ్ళల్లో వ్యవసాయ యంత్రాల్ని నడపడం నేర్చుకున్న ఆపరేటర్ల సంఖ్య అవసరమైనదానికన్నా చాలా తక్కువగా వుందని రాసింది.

ఈ వ్యవసాయ యాంత్రీకరణవల్ల తలెత్తిన ఏ ఒక్క సమస్యని ఎరిగిన వారి కైనా ఒక విషయం స్పష్టంగా తెలుస్తుంది. ఈ యాంత్రీకరణని తొందరగా ప్రవేశపెట్టాల్సిన అవసరం తీవ్రమైన సామాజిక వైరుధ్యాల వల్లనే ఏర్పడింది - అని.

వ్యవసాయ ప్రజల్ని శాసించడానికి ఏ మార్గంలో అయితే ప్రయత్నం జరుగుతోందో, ఆ మార్గానికీ ఈ సామాజిక వైరుధ్యాలకీ తప్పనిసరి సంబంధం వుంది. ఆ మార్గంలో జరిగే అభివృద్ధి, ఆ మార్గాన్ని మరింత బలిష్టంగా తయారుచేస్తుంది. ఆ అభివృద్ధి, వర్గాల బలాల్లో జరిగే మార్పులకు నిదర్శనంగా వుంటుంది. ఈ మార్పులు అంతకంతకూ ఒక పరిస్థితికి దారి తీస్తున్నాయి — 'పెద్ద ఎత్తున ఆధునిక టెక్నాలజీని ప్రవేశపెట్టడమే అన్ని ఇబ్బందుల్నీ పరిష్కరించే మార్గం' — అని భావించే పరిస్థితికి.

వ్యవసాయ యాంత్రీకరణను వేగవంతం చెయ్యాలనే విధానమూ, 'నాలుగు ఆధునీకరణల' గురించి నొక్కి చెప్తోన్న విధానమూ - ఈ రెండూ కూడా టెక్నలాజికల్ అభివృద్ధి విషయంలో పెట్టుబడిదారీ అవగాహననే చూపిస్తున్నాయి.

'వుత్పత్తి క్రమం' మీద 'వుత్పత్తిచేసే వారి సమిష్టి యాజమాన్యానికి' ప్రాముఖ్యత నివ్వడంకంటే, యంత్ర పరికరాల్ని పోగుచెయ్యడానికే ఎక్కువ ప్రాముఖ్యతనిచ్చే అవగాహన ఇది.

ఈ విధంగా, 'పెట్టుబడి'ని తొందరగానూ అధికంగానూ పోగుచెయ్యాలనేటటువంటీ; శ్రమచేసే వారి జీవన పరిస్థితుల మీద భారాన్ని మోపేటటువంటీ విధానం ప్రారంభమవుతోంది. వ్యవసాయ రంగంలో, ఇతర టెక్నలాజికల్ విషయాలకంటే, యాంత్రీకరణకు అధిక ప్రాధాన్యత నివ్వడం అన్నది ప్రస్తుత రివిజనిస్టు పంథా వర్గ స్వభావాన్ని దృఢపరుస్తోంది.

నిజానికి, వ్యవసాయోత్పత్తిని పెంచడానికి మార్గం యాంత్రీకరణ ఒక్కటే కాదు. (యాంత్రీకరణ ఒక కారణం కాదని దీని అర్థంకాదు). విత్తనాల్ని వుపయోగించే విధానాలను అభివృద్ధి చెయ్యడమూ, రకరకాల ఎరువులు వాడడమూ వంటి పద్ధతులెన్నో కూడా అవసరం. దీనికి ఎంతో చొరవా, పెద్ద ఎత్తున జరిగే ప్రయోగాలూ కావాలి.

ప్రస్తుత పంథా, ఆ మార్గాన్ని చూపించడంలేదు. పైగా, వ్యవసాయ ప్రజలనించి వీలైనంత ఎక్కువ అదనపు శ్రమని పిండుకోగలిగే స్థితిలోవున్న కేంద్రాధికారానికి ఆ ప్రజలు మరింత లొంగి పడి వుండవలసిన మార్గాన్నే చూపిస్తోంది. శ్రామికుల లొంగుబాటుని మరింత ప్రయోజనకరం చేసుకోడానికి, 'సజీవ శ్రమ'కు బదులు 'నిర్జీవ శ్రమ'కు (యంత్రాలకు) ప్రాధాన్యతనిస్తూ, యాంత్రీకరణని ఒక సాధనంగా పరిగణిస్తోంది.

వ్యవసాయ రంగంలో నాయకత్వ సంఘాల్ని తొలగించడం:

సమాజ వుపరితలంలో విప్లవాన్ని కొనసాగించడానికి వాంగ్‌చియాన్ అనే వ్యాసకర్త ఒక కర్తవ్యం బోధిస్తున్నాడు (హంగ్‌ఛీ పత్రిక, నెం. 6, 1977).

నాయకత్వాన్ని మార్క్సిస్టుల చేతుల్లో వుంచేలా జాగ్రత్తలు తీసుకుని, దాని ద్వారా నాయకత్వ సంఘాల్ని విప్లవీకరించడం జరగాలనీ; ఇంకా, రైతాంగ ప్రజల్ని మార్క్సిజం, లెనినిజం, మావో ఆలోచనా విధానంతో చైతన్యవంతం చెయ్యడం కూడా ఆ కర్తవ్యంలో ఒక భాగం అనీ వివరించాడు.

దీని అర్థం - ప్రస్తుత పంథా అభిప్రాయాల్ని (శ్రామిక క్రమశిక్షణా, యాంత్రీకరణా వగైరాల్ని) ఎవరైతే వొప్పుకోరో వారిని నాయకత్వ స్థానంనించి తొలగించాలనే. 'మార్క్సిజాన్ని బోధిస్తున్నా'మనే పేరుతో తమ అభిప్రాయాల్నే వ్యవసాయ ప్రజలకు బోధించాలని దీని అర్థం. వ్యవసాయ ప్రజలకు నేర్పడమేగానీ, వారినించీ నేర్చుకునేదేమీ లేదు వీరి దృష్టిలో!

విదేశీ వర్తక విధానం:

ప్రస్తుత పంథాకి సంబంధించిన అనేకాంశాలు దాని రివిజనిస్టు స్వభావాన్ని వెల్లడి చేస్తోన్నప్పటికీ, ఇక్కడ అన్నిటినీ పరిశీలించడం సాధ్యంకాదు.

కానీ, విదేశీ వర్తక విధానానికి సంబంధించిన సమస్యల గురించీ, వాటిని పరిష్కరించడానికి ప్రస్తుత నాయకులు సూచిస్తోన్న మార్గాలగురించీ కొంచెం తెలుసుకోవాలి.

ఈ సందర్భంలో ఒక ప్రత్యేక డాక్యుమెంటుని ప్రస్తావించాలి.

"10 ప్రధాన సంబంధాల గురించి" అన్న మావో రచనమీద 1977 ప్రారంభంలో కమ్యూనిస్టు పార్టీ కొన్ని సమావేశాలు నిర్వహించింది.[45] ఆ సమావేశాల్లో అనేక విషయాలమీద అనేక డాక్యుమెంట్లని చర్చకి పెట్టారు. ఆ డాక్యుమెంట్లలో 16వ డాక్యుమెంటు కేవలం 'విదేశీ వర్తక విధానా'నికి సంబంధించినది. ఈ డాక్యుమెంటు 1977 ఫిబ్రవరి 15న పెకింగ్ రేడియోనించీ ప్రసారమైంది.

---

45. "10 ప్రధాన సంబంధాల గురించి"- అనే రచనలో (1956లో) మావో చెప్పిన 10 సంబంధాలూ ఇవి:

1. భారీ పరిశ్రమలు ఒక పక్కా - చిన్న తరహా పరిశ్రమలూ, వ్యవసాయమూ ఒక పక్కా. ఆ రెండు విషయాలకీ గల సంబంధం.
2. సముద్రతీర ప్రాంతాల పరిశ్రమలకీ – లోపలి ప్రాంతాల పరిశ్రమలకీ గల సంబంధం.
3. ఆర్థిక నిర్మాణానికీ - దేశరక్షణ (డిఫెన్స్) నిర్మాణానికీ గల సంబంధం.
4. ప్రభుత్వానికీ - వుత్పత్తి సంస్థలకీగల సంబంధమూ; వుత్పత్తి సంస్థలకీ - వుత్పత్తిదారులకీ గల సంబంధమూ.
5. కేంద్రాధికారులకూ - స్థానికాధికారులకూ గల సంబంధాలు. (పార్టీలోనూ, ప్రభుత్వంలోనూ కూడా).
6. మైనారిటీ జాతులకూ - మెజారిటీ జాతిగావున్న హన్ జాతికీగల సంబంధం.
7. పార్టీకీ - నాన్ పార్టీకీ గల సంబంధం. (పార్టీవ్యక్తులు, పార్టీయేతరులతో ఎలా ప్రవర్తించాలీ అనేది)

→

ఈ డాక్యుమెంటు 'సాధారణ విదేశీ వర్తకం' మీద మనకు కలిగించే అవగాహనలో మార్క్సిస్టు అంశం అనేది ఏ కోశానాలేదు. పైగా, దానికి పూర్తిగా విరుద్ధమైంది కూడా వుంది. నూనె, బొగ్గూ- వంటి ముడి పదార్థాల్ని మరింత ఎక్కువగా విదేశాలకు ఎగుమతులు చేస్తూ, వాటికి బదులు కొత్త టెక్నాలజీనీ, పరికరాల్నీ దిగుమతి చేసుకుంటూ వుండడానికి ప్రాధాన్యత నివ్వడం 'సరైనదేనని' ఈ డాక్యుమెంటు వుద్దేశ్యం. ఈ విధానం 'వలస ఆర్థిక విధాన స్వభావం'తో వుందని 'నలుగురి'లో ఒకడైన చాంగ్-చున్ చియావో సరిగా గమనించాడు.[46]

తమ విధానాన్ని సమర్థించుకోడానికి కొత్త నాయకులు, వాదనలు వెతుక్కోవడంలో పడ్డారు. వీరు వలస ఆర్థిక విధానం కోసం ప్రయత్నిస్తున్నారని నా అభిప్రాయం కాదు. చైనాని ఆధునీకరించాలనీ, సామ్రాజ్యవాద శక్తులనించీ స్వతంత్రంగా వుంచాలనీ కోరితే ఈ "సాధారణ విదేశీ వర్తకం" అనే పెట్టుబడిదారీ అవగాహనతో మాత్రం ఆ లక్ష్యాన్ని ఎన్నటికీ సాధించలేరు.

యాభై సంవత్సరాల క్రితం సరిగా ఇదే దారి తొక్కిన సోవియట్ రష్యా, ఇప్పటికీ, ఇతర పారిశ్రామిక దేశాలకు ప్రధానంగా ముడిపదార్థాల ఎగుమతిదారుగా వుంది. అయినా, టెక్నాలజీని అభివృద్ధి చేసుకోవడంలో ఇప్పటికీ, తక్కిన పారిశ్రామిక దేశాలతో సమానం కాలేకపోయింది. అది ఇంకా టెక్నాలజీనీ, పరికరాల్నీ పెద్ద ఎత్తున దిగుమతి చేసుకుంటూనే వుంది.

రష్యా ఈ స్థితిలో వుండడానికి దాని విదేశీ వర్తక విధానమే ప్రధాన కారణం అనికాదు. దాని మొత్తం రాజకీయ పంథాలో ఈ విధానం ఒక భాగం. ఆ రాజకీయ పంథాయే ఈ రకమైన వర్తక విధానం వేపు రష్యాని నడిపించింది.

ప్రస్తుత చైనాలో విజయవంతంగా సాగిపోతోన్న రాజకీయ పంథా రష్యా పంథా లాంటిదేనని నా అభిప్రాయం. 1930 ప్రాంతాల్లో, రష్యాలో, కొన్ని ప్రత్యేక లక్షణాలతో ఏ పంథానైతే అనుసరించారో అలాంటిదే ఈ చైనా రివిజనిస్టు పంథా కూడా.

→ 8. విప్లవానికీ- విప్లవ ద్రోహానికీ గల సంబంధం.
9. మంచికీ- చెడ్డకీ గల సంబంధం.
10. చైనాకీ- ఇతర దేశాకీ గల సంబంధం.

— ఈ సంబంధాలన్నీ రకరకాల వైరుధ్యాలతో వున్నాయనీ, వాటిని సరిగా అర్థం చేసుకుని పరిష్కరించడంలో జాగ్రత్తగా ప్రవర్తించాలనీ అర్థం. ఈ రచనలో మావో చెప్పింది ఒకటీ, రివిజనిస్టులు పాటిస్తోన్నది ఒకటీ- ఆ రచన వంకతో. ★

46. వలస ఆర్థిక విధానం: ఒక సామ్రాజ్యవాద దేశానికి 'వలస'గా వుండే దేశపు ఆర్థిక విధానం — తనని పాలించే ఆ సామ్రాజ్యవాద దేశానికి వుపయోగపడే స్వభావంతోనే తయారవుతుంది గానీ, తనని స్వయంపోషకంగా చేసుకోడానికి ఏ మాత్రం వుపయోగపడదు. అదే వలస ఆర్థిక విధానం. చైనా, ఏ సామ్రాజ్యవాద దేశానికీ వలసగా లేకపోయినప్పటికీ, అది చేపట్టిన ఆర్థిక విధానం, స్వయం పోషకత్వాన్నిచ్చేదిగా గాక, ఇతరుల మీద ఆధారపడేదిగా వుందని చాంగ్ విమర్శ. ఎప్పుడూ తమ ముడి పదార్థాన్ని ఇచ్చి, టెక్నాలజీనీ పరికరాల్నీ దిగుమతి చేసుకుంటూ వుండడం అంటే, వాటిని స్వయంగా తయారుచేసుకోవడం ఎప్పటికీ వుండదు. ఎప్పుడూ ఇతరుల మీద ఆధారపడుతూ వాళ్ళ షరతులకు లోబడి వుండవలసి వుంటుంది. సోషలిస్టు దృక్పథంగల దేశం ప్రతీ విషయంలోనూ స్వయంపోషకంగా వుండడానికి ప్రయత్నించాలి. ఆ ప్రయత్నానికి అవసరమైన సహాయాలు మాత్రమే ఇతరుల నించి తీసుకోవాలి. 'మన సరుకు ఇస్తాం, వాళ్ళ సరుకు తెచ్చుకుంటాం. ఇది సాధారణ సూత్రమే' అనడం ప్రతీ సరుకు విషయంలోనూ పనికిరాదు. టెక్నాలజీవంటి అతి ప్రధాన విషయాలలో ఇతరుల మీద ఆధారపడడంవల్ల స్వతంత్రార్థిక విధానం సాధ్యంకాదు. ★

'ఇచ్చి పుచ్చుకునే పద్ధతిలో సాధారణంగా జరిగే విదేశీ వర్తకం' — అనే తప్పు అవగాహన, రాజకీయాలతో సంబంధం లేని విడి అంశం కాదు. చైనా అధికారపత్రాల్లో రానురానూ, మార్క్సిజానికి పూర్తిగా వ్యతిరేకమైన 'సాధారణంగా జరిగే విధానాలు' లాంటి సూత్రాల్ని తెచ్చిపెడుతున్నారు.

విద్యా విధానంలో జరిగిన సంస్కరణల్ని ధ్వంసం చెయ్యడం:

సాంస్కృతిక విప్లవానికి వ్యతిరేకంగా జరుగుతోన్న విషయాలలో అతి ముఖ్యమైనది - "విద్యావ్యవస్థ".

"విద్యా విప్లవంలో మనం నిజమైన మంచి కార్యం నిర్వహించాలి" - అని పార్టీ కేంద్రకమిటీ సర్క్యులర్‌లో ఈ కొత్త నాయకత్వం ప్రకటించింది. (1977 సెప్టెంబరు 18న జరిగిన జాతీయ సైన్సు మహాసభ సర్క్యులర్. పెకింగ్ రివ్యూ నెం - 40, 1977).

ఈ అభిప్రాయం వెలిబుచ్చిన సమయంలోనే "సాంస్కృతిక విప్లవం ముగిసింద"న్న విషయం కూడా అధికారికంగా ప్రకటించారు.

విద్యా విప్లవంలో 'నిజమైన కార్యం' నిర్వహించాలని చెప్పడంలో అర్థమేమిటంటే, విద్యారంగంలో అప్పటివరకూ జరుగుతోన్నది నిజమైనది కాదనీ, దాన్ని ధ్వంసం చెయ్యాలనీ చెప్పడమే. అంటే, 1966 నించీ సాధించిన అనేకమైన మార్పుల్ని తిరస్కరించడమే.

ఇటీవలకాలంలో వచ్చిన డాక్యుమెంట్లనీ, సమాచారాన్నీ పరిశీలిస్తే, విద్యావిధానంలో కూడా "పెద్ద వెనక గంతు"నే చూస్తాము.

స్కూళ్ళు, కాలేజీలూ వగైరా విద్యాసంస్థల్లో విద్యార్థుల్ని చేర్చుకోవడమన్నది ఇప్పుడు వున్నతస్థాయి ప్రాతిపదికమీద (అన్-ఎలీటిస్ట్ బేసిస్) జరుగుతోంది.

"పరీక్షలు" మళ్ళీ గౌరవనీయ స్థానంలోకి వచ్చాయి.[47]

---

47. సాంస్కృతిక విప్లవానికి ముందునించీ కూడా విద్యావిధానంలో మార్పులు తేవాలని 'విప్లవపంథా' ప్రయత్నించింది. 1964లో ఒక వుపన్యాసంలో, మావో, 'పరీక్షల' గురించి కొన్ని సోషలిస్టు భావాలు ప్రకటించాడు — 'ఇప్పటి పరీక్షా విధానం శత్రువులతో వ్యవహరిస్తోన్నట్టు వుందిగానీ, ప్రజలతో వ్యవహరిస్తోన్నట్టు లేదు. శత్రువుమీద ఆకస్మిక దాడులు చేసినట్టు, ఈ పరీక్షల విధానం విద్యార్థులమీద ఆకస్మిక దాడులు చేసి వారిని హడలెత్తిస్తోంది. బట్టీలు పట్టినదాన్ని తిరిగి వల్లించేట్టు చెయ్యడానికీ, మూసలో పోసినట్టు రాసే విధానాన్ని పరీక్షించడానికీ, బూర్జువా స్పెషలిస్టుల్ని తయారు చెయ్యడానికీ తప్ప, ఈ విధానం ఎందుకూ పనికిరాదు. దీన్ని పూర్తిగా మార్చేసి, విద్యార్థిలో వున్న నిజమైన శక్తిసామర్థ్యాలు బయల్పడడానికీ, నిత్యజీవితంలో ఎదురయ్యే సమస్యల్ని పరిష్కరించడానికీ వుపయోగపడే పద్ధతుల్ని అభివృద్ధిపరచాలి' — అని చెప్పాడు. సాంస్కృతిక విప్లవ ప్రారంభంలో విద్యావిధానం మీద తీవ్రమైన చర్చలు ప్రారంభమయ్యాయి. 1966 నించీ 68 వరకూ చాలా స్కూళ్ళు మూసేసి, పాత సిలబస్ అంతా మార్చేసి కొత్త సిలబస్ తయారుచేశారు. పాఠాలు చాలా భాగం తగ్గించేశారు. వుత్పత్తిలో పాల్గోవలసిన అవసరాన్ని బోధించే అంశాల్ని పాఠాల్లో చేర్చారు. టీచర్లూ, విద్యార్థులూ; ఆయా అవసరాల్ని బట్టి కార్మికులూ, రైతులూ అందరూ కలిసి పాఠ్యాంశాల్ని చర్చించి నిర్ణయించారు. పరీక్షల్ని కొన్ని స్థాయిల్లో పూర్తిగా →

పరీక్షలు, బడి చదువుల జ్ఞానం వున్నవాళ్ళకి మాత్రమే లాభం చేకూర్చుతాయి.

1977 అక్టోబరు 21 జెన్‌మిన్ జీపావో పత్రిక — ప్రాక్టికల్ అనుభవంగల శారీరక శ్రమచేసే కార్మికుల్ని యూనివర్సిటీల్లో చేర్చుకోవచ్చని అంటూనే, "మేధావితనంలో అధికులుగా" వుండేవాళ్ళనీ, "సెకండరీ స్కూళ్ళనించి వచ్చే విద్యార్థుల్నీ" యూనివర్సిటీలకోసం ఎంచుకోవడం అవసరమని నొక్కిచెప్పింది. దీనర్థం - సెకండరీ స్కూలు చదువులు పూర్తయిన తర్వాత గ్రామ ప్రాంతాల వుత్పత్తి కార్యక్రమాల్లో 2, 3 సంవత్సరాలపాటు పనిచెయ్యాలని సాంస్కృతిక విప్లవకాలంలో నిర్ణయించినదాన్ని రద్దుచేసి, మళ్ళీ పాతకాలపు విద్యా విధానానికి తిరిగి వెళ్ళాలనడమే. యూనివర్సిటీలకు వెళ్ళే విద్యార్థుల్ని తోటి కార్మికులే ఎంపికచేసే పద్ధతికి కూడా తిలోదకాలివ్వడమే ఇది.

1977లో సెకండరీ స్కూళ్ళ విద్యార్థుల్లోనించీ నూటికి 20, 30 మందిని డైరెక్టుగా (ప్రొబేషనరీ పీరియడ్ లేకుండా) "ప్రతిభావంతులు" (ది బెస్ట్) అనే పేరుతో విద్యాసంస్థల్లో చేర్చుకున్నారు. వీరిలో ఎక్కువమంది పార్టీ కార్యకర్తల పిల్లలేననీ, బట్టీలు పట్టే పద్ధతి చదువుతో పరీక్షల్లో నెగ్గిన వాళ్ళేనని నాకు దొరికిన సమాచారం తెలియజేస్తోంది.

డబ్బున్న వాళ్ళ పిల్లలకీ, పార్టీ కార్యకర్తల పిల్లలకీ, విద్యారంగంలో దొరికే ప్రత్యేక సౌకర్యాలు (ప్రివిలేజెస్) ఈ విధంగా మరింత స్థిరపడ్డాయి. సాంస్కృతిక విప్లవానికి పూర్వం వుండే పరిస్థితిని స్తుతించడం (ఈ స్తుతి పార్టీ సర్క్యులర్‌లో కనిపిస్తోంది), ప్రస్తుత నాయకత్వం మళ్ళీ ఆ వెనకటి పరిస్థితికే చేరాలనుకుంటోందనే సంగతిని స్పష్టంగా చూపింది. విద్యాసంస్థలకు సంబంధించి ఏ 'ద్వంద్వ' విధానాన్నయితే సాంస్కృతిక విప్లవం ఖండించిందో దాన్నే తిరిగి ఏర్పాటు చేయడం ప్రస్తుత నాయకత్వ పంథాకి సహజ లక్షణంగానే వుంది.[48]

1977 అక్టోబరు 26 జెన్‌మిన్ జీపావో ఇలా వివరిస్తోంది — "కాలేజీలలో చేరే విద్యార్థులు ఇప్పటికీ తక్కువగానే వుంటున్నారు. పరీక్షల్లో ఫెయిలవుతోన్న వాళ్ళే ఎక్కువగా వుంటున్నారు. కష్టపడి చదివి శాస్త్రీయమైన, సాంస్కృతికమైన విజ్ఞానం పొందడానికి శ్రమించినంత కాలం మళ్ళీ మళ్ళీ పరీక్షలు రాసే అవకాశం వారికి వుంటూనే వుంటుంది. పరీక్షల్లో నెగ్గలేక పోవడంవల్ల,

---

→ తీసేశారు. కొన్ని స్థాయిల్లో మౌలికంగా మార్చారు - (ఈ వివరాలు 'హాకిన్స్' పుస్తకం నించీ). సాంస్కృతిక విప్లవకాలంలో ఇంత తిరస్కారానికి గురైన పాత విద్యా విధానంతోపాటు, దాని పరీక్షల విధానం కూడా ఈనాడు మళ్ళీ "గౌరవ" స్థానాన్ని ఆక్రమించింది. ★

48. విద్యారంగంలో ద్వంద్వ విధానం: ధనికుల పిల్లలూ, మేధావుల పిల్లలూ రెగ్యులర్ స్కూళ్ళల్లో చదవడమూ; పరీక్షల్లో నెగ్గలేనివాళ్ళు చిన్న చిన్న వుద్యోగాలు చేసుకుంటూ ఈవెనింగ్ కాలేజీలలోనో, పార్ట్‌టైమ్ స్కూళ్ళలోనో చదవడమూ — అనే రెండు రకాల పద్ధతుల్లో చదివే విధానమే విద్యారంగంలో ద్వంద్వ విధానం. ఇది, సాంస్కృతిక విప్లవానికి పూర్వం వరకూ వుండేది. దీన్ని సాంస్కృతిక విప్లవం పూర్తిగా ఖండించి, అందరికీ ఒకేవిధానం ప్రవేశపెట్టింది - ప్రతీ విద్యార్థీ ఒక స్థాయి చదువు అయిన తర్వాత కొంతకాలం వుత్పత్తి రంగాలలో పనిచేసి, తర్వాతే పై చదువులకు వెళ్ళాలని. అది కొంత కాలం అమలు జరిగిందికూడా. కానీ, మళ్ళీ ఇప్పుడు (1977 నించీ) పాత ద్వంద్వ విధానాన్నే ప్రారంభించారు. 'ప్రతిభావంతుల్ని' వుత్పత్తిలోకి వంపకుండా డైరెక్టుగా పై క్లాసుల్లో చేర్చుకున్నారు. పరీక్షల్లో నెగ్గలేని వాళ్ళు పార్ట్‌టైమ్ కాలేజీల్లో మాత్రమే చదవాలి - ఒక పక్క వుద్యోగాలు చేసుకుంటూ. అంటే, మళ్ళీ పూర్వంలాగానే మేధావితనానికి ప్రత్యేక సౌకర్యాలు కలిగించడమే ఇది. ★

కాలేజీల్లో చేరే అవకాశం లేకపోతే వారు 'జూలై 21 శ్రామిక కాలేజీల్లో'నూ, పార్ట్‌టైమ్ యూనివర్సిటీల్లోనూ తమ పై చదువులు కొనసాగించవలసి వుంటుంది"- అంటే - 'ప్రతిభావంతుడు' పరీక్షల్లో పాసై తిన్నగా పై చదువుల కోసం ముందుకు పోతోంటే, పరీక్షల్లో నెగ్గలేని వాళ్ళు శారీరక శ్రమచేసే కార్మిక శ్రేణిలో చేరుతూ వుంటారన్నమాట!

సాంస్కృతిక విప్లవకాలంలో విద్యారంగంలో జరిగిన మార్పుల్లో ప్రతీ ఒక్కటీ ఏ లోపమూ లేనిదనిగానీ, సమగ్రమైనదనిగానీ, దేని గురించీ చర్చలు అవసరం లేదనిగానీ నేనడడంలేదు. ఈ మధ్య సంవత్సరాల్లో చైనా వెళ్ళివచ్చిన టీచర్లూ, విద్యార్థులూ చెప్పినదాన్నిబట్టి, సాంస్కృతిక విప్లవకాలంలో కూడా కొన్ని కొన్ని అవసరమైన అంశాల్ని అప్పటి సంస్కరణల్లో చేర్చకుండా వదిలిపెట్టారనీ; ఆ సంస్కరణల్ని ఇంకా మెరుగుపరచవలిసిందేననీ, నేననుకుంటున్నాను. కానీ, ఆ మెరుగుపరిచే పని చేయగలిగేది, సాంస్కృతిక విప్లవంకన్నా వెనకటి పరిస్థితికి వెళ్ళి కాదు. సాంస్కృతిక విప్లవం ఇచ్చిన అనుభవాల్ని అర్థం చేసుకుని, వాటిమీద విస్తృతమైన చర్చలు సాగించాలి. ఆ ప్రయత్నాలేవీ తలపెట్టకుండా, 1965 నాటి స్థితికి వెనుదిరిగారు ఇప్పుడు. 'విద్యా విప్లవంలో నిజమైన మంచి కార్యం నిర్వహించాలి' అని ప్రకటిస్తున్నారు.

విద్యారంగంలో జరుగుతోన్న ఈ మార్పు అంతా 'నాలుగు ఆధునీకరణల' కోసం సాగుతోన్న మొత్తం ప్రచార స్వభావానికి అనుగుణంగానే వుంది.

అన్నిటికంటే ముఖ్యంగా విద్యారంగానికి సంబంధించిన అధికారుల అధికారాన్ని తిరిగి స్థాపించడమూ; మేధావులు, పార్టీ కార్యకర్తలా అధికారాన్ని దృఢతరం చెయ్యడమూ— ఈ మార్పుల వుద్దేశ్యం. గణిత శాస్త్రానికి అధిక ప్రాధాన్యత ఇస్తూ వుండడం దీనికి ఒక బండగుర్తు. ఇదే రకం ధోరణి పశ్చిమ యూరప్‌లోనూ, అమెరికాలోనూ పెరుగుతోంది. ఈ ధోరణి చైనాలో కూడా అనేక వ్యాసాల్లో కనపడుతోంది.

1977 ఆగస్టు 11న జెన్‌మిన్ జీపావో పత్రికలో వూలెన్ ఛియూ చేసిన ఒక సూత్రీకరణ ఇలా చెపుతోంది— "ఒక దేశంలో పారిశ్రామీకరణ అభివృద్ధి, ప్రధానంగా, ఆ దేశంలో గణితశాస్త్రం ఎంతగా అభివృద్ధి చెందుతుందో అంతగా వుంటుంది."

గణితశాస్త్ర ప్రతిష్టనీ, అందులో విజ్ఞానవంతులైన వారి ప్రతిష్టనీ పెంచడానికే ఈ రకం అర్థం పర్థం లేని సూత్రీకరణలు. మేధావుల పాత్రని గొప్పచేసే ఆలోచనా విధానానికి సంబంధించిన అంశమే ఇది.[49]

వృత్తి జ్ఞానానికీ, సిద్ధాంత జ్ఞానానికీ వుండవలసిన స్థానం గత సంవత్సరాల్లో (సాంస్కృతిక విప్లవంలో) కొంత వరకూ లేకుండా పోయిన మాట నిజమే. అయితే, ఆ లోపాన్ని పూరించడానికి ఏం చెయ్యాలో, ఎంతవరకూ చెయ్యాలో ఆ అవసరాల్ని దాటిపోతోంది మేధావుల్ని గొప్పచేసే ఈ విధానం.

మొత్తంమీద, కార్మిక క్రమశిక్షణ విషయంలోనూ, సంస్థల్లో విప్లవ కమిటీల విషయంలోనూ, జీతాలలో తేడాల విషయంలోనూ, వ్యవసాయోత్పత్తిని ఆర్గనైజ్ చేసే విషయం లోనూ, యాంత్రీకరణని వేగవంతం చేసే విషయంలోనూ, విద్యావిధానంలో సంస్కరణలు ప్రవేశపెట్టే విషయంలోనూ— ఇంకా ఇటువంటి అనేక విషయాల్లో ప్రస్తుత నాయకత్వం అనుసరించిన

---

49. పారిశ్రామికాభివృద్ధికి, గణితశాస్త్రాభివృద్ధి ఒక అవసరమే. అనేకావసరాల్లో ఒక అవసరం. అదే ప్రధానావసరమనీ, పారిశ్రామికాభివృద్ధి గణిత శాస్త్రాభివృద్ధిమీదే ప్రధానంగా ఆధార పడుతుందనీ చెప్పడం అంటే, అది కేవలం మేధావుల పాత్రని గొప్ప చెయ్యడమే. ★

దృక్పథమంతా సాంస్కృతిక విప్లవం చేసిన "సోషలిస్టు మార్పుల్ని" తిరస్కరించే దృక్పథమే! దాని విజయాల్ని వ్యతిరేకించే దృక్పథమే!

ఈనాడు, 20వ శతాబ్దపు రెండో భాగంలో మనం చూస్తోన్నది సాంస్కృతిక విప్లవంలో జరిగిన పొరపాట్లని సరిదిద్దే వుద్యమాన్ని కాదు. అది ఏ వుపకారాలైతే చేసిందో వాటికి సంబంధించిన సిద్ధాంతాల్నీ ఆచరణల్నీ రూపుమాపడానికి జరిగే ప్రయత్నాల్ని మాత్రమే.

సాంస్కృతిక విప్లవాన్ని సిద్ధాంతపరంగా రూపుమాపే ప్రయత్నం:

ప్రస్తుత నాయకులు సాంస్కృతిక విప్లవంమీద సిద్ధాంత స్థాయిలో ముఖాముఖీ దాడి చేయడానికి సాహసించడంలేదు. అలా చేస్తే, మావో పంథాని వ్యతిరేకిస్తున్నట్టు బహిరంగంగా తెలిసిపోతుంది కాబట్టి. తాము 'న్యాయం'గానే వున్నట్టూ, 'న్యాయం'గానే అధికారంలోకి వచ్చినట్టూ కనపడాలని, 'మావో పంథా' మీద విశ్వాసంతో వున్నట్టే చెప్పుకుంటున్నారు. అందుకే, సాంస్కృతిక విప్లవాన్ని ముఖాముఖీగా ఎదుర్కోకుండా దాన్ని సిద్ధాంతపరంగా రూపుమాపడానికి "ముసుగుదాడులు" సాగిస్తున్నారు. ఆ దాడులు అనేక రూపాలలో వున్నాయి. ఇక్కడ కొన్నిటిని ప్రస్తావిస్తాను.

"విభజన రేఖ"ని తిరస్కరించడం అనేది ఆ దాడుల్లో అతి ముఖ్యమైనది.

ఈ 'విభజన రేఖ'ని మావో 'మౌలిక విషయం'గా భావించాడు. తన జీవితాన్ని రెండు ఆశయాలకు అంకితం చేసుకున్నానని మావో తన చివరికాలంలో చెప్పుకున్నాడు. అవేమిటంటే -

జపాన్ సామ్రాజ్యవాదుల్ని చైనానించి తరిమివేసి చాంగై షేక్‌ని కూలదోయాలన్నది మొదటి ఆశయం. శ్రామిక వర్గ సాంస్కృతిక విప్లవాన్ని సాగించాలన్నది రెండో ఆశయం.

అంటే, ఈ సాంస్కృతిక విప్లవానికి దేశ విముక్తితో సమానమైనంత ప్రాధాన్యత ఇచ్చాడన్నమాట మావో. అటువంటి సాంస్కృతిక విప్లవం ద్వారా ఏర్పడిన 'విభజన రేఖ'ని తుడిచి పెట్టెయ్యడానికే ప్రస్తుత నాయకులు ప్రయత్నిస్తున్నారు.

1966 కీ 76 కీ మధ్య, సాంస్కృతిక విప్లవకాలంలో, పదవులలోంచి తీసివేసిన మితవాదుల్ని మళ్ళీ నాయకత్వ స్థానాల్లో నియమించి వీరు (ప్రస్తుత నాయకులు) సాంస్కృతిక విప్లవాన్ని ఆచరణలోనే గాక, సిద్ధాంత విషయాల్లో కూడా తిరస్కరిస్తున్నారు. సాంస్కృతిక విప్లవకాలంలో జరిగిన 'సోషలిస్టు మార్పుల్ని' గురించి మాట్లాడడం మానివేస్తున్నారు.

1949 కీ 65 కీ మధ్యకాలంలో సాధించినదాన్నీ; 1966 కీ 76 కీ మధ్యకాలంలో సాధించిన దాన్నీ ఒకే రకంగా జమకట్టి, రెంటినీ ఒకే స్థానంలోపెట్టి, మొదటి కాలానికి చెందిన (1949 - 65) అవగాహనకూ ఆచరణకూ ప్రాధాన్యతనిచ్చే ధోరణితో ఈ తిరస్కారం సాగిస్తున్నారు.[50]

---

50. 1949 - 65 మధ్య ప్రధానంగా జరిగిన మార్పు వుత్పత్తి సాధనాల మీద 'వ్యక్తి హక్కు' తీసేసి, సమిష్టి హక్కు నెలకొల్పడం. వుత్పత్తి సాధనాల మీద హక్కుని చట్టబద్ధంగా మార్చినప్పటికీ 'వుత్పత్తి సంబంధాలు' ఇంకా బూర్జువా పద్ధతిలోనే వున్నాయి. 1966 - 76 మధ్య, 'వుత్పత్తి సంబంధాల'లో బూర్జువా పద్ధతుల్ని తీసేసే మార్పు ప్రారంభమైంది. కార్మిక మేనేజిమెంటూ, బూర్జువా శ్రమ విభజనలో మార్పూ ప్రారంభమయ్యాయి. వుత్పత్తి సంబంధాల్లో సోషలిస్టు స్వభావాన్ని ఏర్పర్చే మార్పు ఇది. ఈ రెండో మార్పువల్ల రివిజనిస్టులకు నష్టం కాబట్టి, దీన్ని సాగనివ్వకుండా చేసి, మొదటి మార్పునే గొప్ప చేస్తూ సంబంధాల్ని ఆ దశలోనే వుంచడానికి ప్రయత్నిస్తున్నారు. ★

1966కి ముందు వుండే కమ్యూనిస్టు పార్టీలో సోషలిజంవైపు సాగే ప్రయాణాన్ని ఆటంకపరిచే శక్తులే బలంగా వున్నాయి. 1966 తర్వాత, సోషలిస్టు ప్రయాణాన్ని ప్రోత్సహించే విప్లవశక్తులు బలాన్ని సంతరించుకున్నాయి. ఈ రెండు దశలకూ గల తేడాని గుర్తించడానికి ప్రస్తుత నాయకులు విముఖంగా వున్నారు.[51]

1949 - 66 మధ్యకాలంలో జరిగిన విషయాలనే గొప్ప చేస్తూ, 1966 కన్నా వెనక కాలానికీ, తర్వాత కాలానికీ గల తేడాని (విభజన రేఖని) తుడిచివేస్తున్నారు వీరు.

1966కి పూర్వమూ, తర్వాతా జరిగిన మార్పులు ఒకదానికొకటి పూర్తిగా భిన్నమైన రాజకీయ ప్రాముఖ్యతలు గలవని నొక్కి చెప్పినందుకే 'నలుగురి' మీదా దాడిచేసి, వారు చెప్పినదాన్ని నిరాకరించి, వారిని ఇలా విమర్శించారు.

"నవ చైనా ఏర్పడిన తర్వాత మొదటి 17 సంవత్సరాల కాలాన్నీ అంధకార బంధురమైన కాలంగానూ, అప్పటి చైనాను అంధకార కాలంలోవున్న చైనాగానూ నలుగురి ముఠా చిత్రించింది. ఈ ముఠా, 1966కి పూర్వం ఎటువంటి సోషలిస్టు మార్పులూ లేవని అన్నది. అంతేగాక, 1966 వరకూ జరిగిన విషయాలమీద చర్య తీసుకోవాలని కూడా డిమాండ్ చేసింది. అంటే, ప్రజా చైనా ఏర్పడిన తర్వాత మొదటి 17 సంవత్సరాలలోనూ సాధించినదాన్ని నలుగురి ముఠా తిరస్కరిస్తోంది. ఆ 17 సం॥ల కాలంలో లీషావోచీ రివిజనిస్టు పంథా విద్రోహం వున్నప్పటికీ, ఆ కాలంలో ఛైర్మన్ మావో విప్లవ పంథా అగ్రభాగంలోనే వున్నది" - (పెకింగ్ రేడియో, ఏప్రిల్ 8, 1977).

ఈ ప్రకటన లక్ష్యం 'నలుగురి'మీద దాడి చెయ్యాలన్నది మాత్రమే కాదు, 1949 - 66 మధ్యకాలంలో మావో విప్లవ పంథా అగ్రభాగంలోనే వుందని చెప్తూ ఆ కాలంలో వున్న రివిజనిస్టు పంథా జోక్యాన్ని తక్కువగా అంచనా వెయ్యాలన్నది కూడా. రివిజనిస్టు పంథా ప్రభావాన్ని తక్కువ చేసి చూపడం ప్రస్తుత నాయకులకు చాలా అవసరం - వారు కూడా అటువేపే నడుస్తున్నారు గనక.

[టెంగ్ సియావో పింగ్ ప్రధాన ప్రతినిధిగా వున్న ప్రస్తుత రివిజనిస్టు పంథాకీ, లీషావోచీ ప్రధాన ప్రతినిధిగా వున్న 1960 ప్రాంతాల రివిజనిస్టు పంథాకీ పోలికలేమిటో తేడాలేమిటో పరిశీలించడానికి ప్రస్తుతం నాకు తగిన సమాచారం లేదు. పారిశ్రామీకరణని వేగవంతం చెయ్యడమూ, ఆధునీకరణలకు ఎక్కువ ప్రాధాన్యతనివ్వడమూ అనే విషయాలలోనే ఆ రెండిటికీ ప్రధానమైన తేడా వున్నట్టు నాకు కనపడుతోంది. ఈనాడు సంఖ్య రీత్యా అభివృద్ధి చెందిన ప్రభుత్వ బూర్జువా వర్గ ప్రయోజనాల కోసం పారిశ్రామీకరణలు అవసరం గనకే, పాత రివిజనిజానికీ దీనికీ ఈ తేడా (పారిశ్రామీకరణలకు ప్రాధాన్యత ఇవ్వడం అనే తేడా) ఏర్పడింది. 1960ల నాటి పాత బూర్జువా వర్గం కన్నా, ఈనాటి ప్రభుత్వ బూర్జువా వర్గం శ్రామిక వర్గాల మీద మరింత బలమైన ఆధిపత్యాన్ని చెలాయించగలుగుతుంది.

సాంస్కృతిక విప్లవం ద్వారా కొన్ని చైతన్యవంతమైన అనుభవాలు పొందివున్న చైనా శ్రామికవర్గాలు కొంత బలమైన ప్రతిఘటననే ఇవ్వగలుగుతాయి కాబట్టి, వాటిని ఎదుర్కోవాలంటే, ఈ ప్రభుత్వ బూర్జువా వర్గానికి శ్రామిక వర్గాల్ని భ్రమల్లో పెట్టే కొత్త మార్గాలు అవసరమవుతాయి.

---

51. రెండు దశలకూ మధ్య తేడా 1966లో ప్రారంభమైంది. ఆ తేడాయే 'విభజన రేఖ' — (లైన్ ఆఫ్ డిమార్కేషన్). 1966 నించీ, సోషలిస్టు ప్రయాణాన్ని ప్రోత్సహించే విప్లవ శక్తులు పార్టీలో బలపడ్డాయి — అంటే, ఆ బలం చెక్కు చెదరకుండా అలాగే కొనసాగలేదు. 1967 నాటికే అది మళ్ళీ బలహీన పడడం ప్రారంభించింది. 1976 అక్టోబరు నాటికి విప్లవ శక్తులు పూర్తిగా ఓడిపోయాయి. ★

'కాలంతో పోటీ పడాల్సినంత వేగంగా పని చెయ్యాలి' అనే భ్రమని సృష్టించడం దానికి అవసరమవుతోంది. ఇది కొత్త రివిజనిస్టు పంథాకీ, పాత రివిజనిస్టు పంథాకీ వున్న ఒక తేడా. 1977 లో జరిగిన జీతాల పెరుగుదలలు, వేరువేరు కారణాలతో, వేరు వేరు స్థాయిలలో జరగడంవల్ల అవి శ్రామికవర్గాన్ని చీల్చడానికి వుపయోగపడే సాధనాలుగా వున్నాయి.]

'నలుగురి'నీ విమర్శిస్తూ ప్రస్తుత నాయకులు చేసిన ఆ ప్రకటన లక్ష్యం ఇంకా ఏమిటంటే — విభజన రేఖకి పూర్వం వున్న, అంటే 1966 కి పూర్వం వున్న విప్లవ పంథాకీ; 1966 కి తర్వాత వున్న విప్లవ పంథాకీ గల మౌలికమైన తేడాని నిరాకరించాలన్నది కూడా. (ఆ దశల మధ్య అలాంటి తేడా ఏమీ లేదన్నట్టు).

వుద్యమం, 1966 తర్వాత ఒక కొత్త దశలోకి మారడం వల్లనే ఈ తేడా పుట్టుకొచ్చింది. ఈ కొత్త దశ గురించి ప్రస్తుత నాయకత్వం ఇంకెంతమాత్రమూ వినదల్చుకోలేదు. 1977 సెప్టెంబరు 18 నాటి పార్టీ సర్క్యులర్‌లో కూడా 'విభజన రేఖ'ను తుడిచి పెట్టెయ్యడం చూడవచ్చు. 'నలుగురూ' ఆ విభజనను గుర్తిస్తూ — "నూతన చైనాకు పునాదులు పడిన నాటినుంచీ సైన్స్ అండ్ టెక్నాలజీ రంగంలో ఛైర్మన్ మావో విప్లవ పంథాయే బలీయమైన స్థానంలో వుందన్న విషయం నిజంకాదు" అన్నందుకే ఈ సర్క్యులరు నలుగురినీ నిందిస్తోంది. 1966 కి పూర్వంకూడా మావో విప్లవ పంథాయే బలీయమైన స్థానంలో వుందని చెప్పడం అంటే, ఆ కాలంలో నిజంగావున్న పరిస్థితిని దాచివెయ్యడమే. ఏ పరిస్థితైతే సాంస్కృతిక విప్లవం రావలసిన అవసరం కలిగించిందో, ఆ పరిస్థితిని దాచివెయ్యడమే.

సాంస్కృతిక విప్లవాన్ని సిద్ధాంతపరంగా రూపు మాపే ప్రయత్నం అనేక రూపాలు దాలుస్తోందనీ, అనేక సూత్రీకరణలకు దారి తీస్తోందనీ నేను ఇంతకుముందు చెప్పాను.

సాంస్కృతిక విప్లవ కాలంలో 'వుత్పత్తి సంస్థ'లకు ఇలా అర్థం చెప్పారు. "ప్రతీ వుత్పత్తి సంస్థా ఒక 'పని జరిగే' స్థలం. గతంలో వర్గ పోరాటమంతా జరిగిన స్థలం. వుత్పత్తి ఎక్కడైతే ఖచ్చితమైన వర్గ సంబంధాల మధ్యా, వర్గ వైరుధ్యాల మధ్యా సాగుతుందో అటువంటి స్థలం అది" — ఇవి మావో మాటలు.

ఈ మాటలకు ఇప్పటి నాయకులు — "వుత్పత్తి సంస్థ అన్నది, అన్నిటికన్నా ముఖ్యంగా, వుత్పత్తి జరిగే స్థలం" అని మాత్రమే అర్థం చెపుతున్నారు. మావో చెప్పిన మాటల్ని వక్రీకరించి, అందులో ఒక్క అంశానికి మాత్రమే అర్థం చెపుతున్నారు. ('వర్గపోరాటం జరిగే స్థలం' అన్న అర్థం వొదిలేసి).

1977 ఏప్రిల్‌లో, తాచింగ్ పార్టీ కమిటీ సెక్రటరీ — "ప్రపంచంలో ప్రతీ దేశానికీ, ప్రతీ జాతికీ, ప్రతీ ఫ్యాక్టరీకి వుత్పత్తే ప్రధాన లక్ష్యం" అని చెప్పేవరకూ వెళ్ళాడు.[52]

---

52. గతంలో, పరిశ్రమల రంగానికే ఆదర్శప్రాయంగా వున్న తాచింగ్ కార్మిక వర్గం ఇంత రివిజనిజాన్ని భరించగలుగుతోందంటే కారణం ఏమిటీ? — ఈ తెలుగు అనువాదానికి రాసిన కొత్త ముందుమాటలో బెతల్‌హామ్ ఒక మాట అన్నారు: 'ఈ రివిజనిస్టు పరిణామాల్ని వ్యతిరేకించే నిజమైన ప్రజావుద్యమం లేకపోయిందంటే అర్థం, చైనాలో విప్లవశక్తులు 1977 లో నేననుకున్నదాని కంటే కూడా చాలా బలహీనంగా వున్నాయన్న మాట. విప్లవభావాలు ప్రజలలోకి ఎక్కువ లోతుగా చొచ్చుకు పోలేదన్నమాట' — అన్నారు. ప్రజలకు విప్లవ సిద్ధాంతం చాలా స్పష్టంగా అర్థమైతేనేగానీ ఈ రివిజనిస్టు ధోరణుల్ని ప్రతిఘటించలేరు. తాచింగ్ కార్మిక వర్గంలో మెజారిటీ సంఖ్య సిద్ధాంత పరంగా ఎంతో వెనకబడి వున్నారన్నమాట. ★

ప్రపంచంలో, పెట్టుబడిదారులంతా అసహ్యంగా తిరిగి తిరిగి వల్లించే సూత్రమే ఇది.

ఇదే విషయాన్ని, 1977 నవంబర్లో చైనా పత్రికలు ఇంకో రూపంలో వివరించాయి. ఆ రోజుల్లో వరసగా అనేక డాక్యుమెంట్లు ప్రచురించారు. అవి, వుత్పత్తి కోసం ప్రకృతితో జరిగే పోరాటంనించి, 'వర్గపోరాటాన్ని' యాంత్రికమైన పద్ధతిలో వేరు చేశాయి.

వర్గాల మధ్య జరిగే పోరాటమూ, వుత్పత్తి కోసం మానవుడికీ ప్రకృతికీ జరిగే పోరాటమూ - పరస్పర సంబంధం కలిగి వుంటాయనే విషయాన్నీ; వర్గ పోరాటమే వుత్పత్తి పోరాటంమీద ఆధిపత్యం కలిగి వుంటుందనే విషయాన్నీ ప్రస్తుత నాయకులు తిరస్కరిస్తునారు. అందుకే ఈ విధంగా ప్రకటిస్తున్నారు: "విప్లవం— అనేది ఒక వర్గానికి వ్యతిరేకంగా ఇంకో వర్గం చేసే పోరాటం. మానవుల మధ్య వుండే సామాజిక సంబంధాల్ని మార్చడం దాని లక్ష్యంగా వుంటుంది. వుత్పత్తి అనేది ప్రకృతిమీద మానవుడు చేసే పోరాటం. వుత్పత్తిని పాలించే సూత్రాలు వర్గపోరాటాన్ని పాలించే సూత్రాలనించీ భిన్నంగా వుంటాయి" (పెకింగ్ రేడియో: నవంబరు 27, 1977).

మానవులు ప్రకృతిమీద చేసే పోరాటం, ఏ వర్గ సంబంధాలవల్ల ఏర్పడిన సామాజిక పరిస్థితుల్లో జరుగుతుందో ఆ పరిస్థితుల్ని బట్టే వుంటుంది. ఆ పోరాటం జరిగే 'పద్ధతి' కూడా, ఆ పోరాటం ఏ వర్గ ఆధ్వర్యాన జరుగుతుందో, ఆ వర్గ స్వభావాన్ని బట్టే వుంటుంది — అనే అంశాల గురించి మాత్రం ఆ సూత్రీకరణ కిక్కురుమనడంలేదు. ఇదంతా మార్క్సు చాలాకాలం కిందటే వివరంగా చెప్పాడు. దాన్ని సాంస్కృతిక విప్లవం గ్రహించింది కూడా.

కానీ, దాన్నంతటినీ ప్రజలు మరిచిపోయేలాగ చెయ్యాలని ప్రస్తుత నాయకులు తంటాలు పడుతున్నారు. సాంస్కృతిక విప్లవాంశాల్ని మరిచిపోతే ప్రజలు, వీరి వికృత 'ఆర్థికవాదాన్ని' అనుసరించగలరని ఆశ. ఈ ఆర్థికవాదాన్ని 'హంగ్‌ఛీ' పత్రికలో (నెం. 6, 1977) వాంగ్‌ఛియాన్ వ్యాసంలో చూడొచ్చు.

నేటి చైనాలో వుత్పత్తి సంబంధాల్లోనూ, వుపరితలంలోనూ మార్పులు జరగాలనే ఈయన చెపుతున్నాడు. అయితే, ఆ మార్పులు 'వుత్పత్తి శక్తులు అభివృద్ధి చెందడానికి' కావలసిన అవసరాన్నిబట్టి జరగాలని చెపుతున్నాడు. వుత్పత్తి శక్తుల అభివృద్ధికి ఏది అవసరమైతే, ఎలా అవసరమైతే, ఎంతవరకూ అవసరమైతే ఆ అవసరాల్ని బట్టి ఆయా విధాలుగా వుత్పత్తి సంబంధాలూ, వుపరితలమూ మారాలి— ఇదీ ఆ వ్యాసంలో చెప్పిన విషయం. కార్మిక వర్గ నియంతృత్వాన్ని పటిష్టం చెయ్యడానికి కావలసిన భౌతిక వునాదిని దృఢంగా వుంచాలంటే, దానికి వుత్పత్తి శక్తుల అభివృద్ధి అవసరమని ఆ వ్యాసం చెపుతోంది. 'వుత్పత్తి శక్తుల అభివృద్ధికే ప్రాధాన్యత' అనే అవగాహననే ఇక్కడ చూస్తాం.

ఈ అవగాహనని సాంస్కృతిక విప్లవకాలంలో తీవ్రంగా ఖండించారు. సోవియట్ రష్యాలో ప్రభుత్వ పెట్టుబడిదారీ వర్గం, తన అధికారాన్ని విస్తరించడానికీ, బలపర్చుకోడానికీ ఈ అవగాహననే ఒక 'సిద్ధాంతాయుధం'గా వుపయోగించుకుంటోంది.

మావో రచన "10 ప్రధాన సంబంధాల గురించి" మీద చర్చ అనే సాకుతో ప్రస్తుత నాయకులు జరిపిన 16 సమావేశాలలోనూ 'వుత్పత్తి శక్తుల అభివృద్ధికే ప్రాధాన్యత ఇవ్వాల'నే అవగాహనే బలీయంగా వుంది.

హంగ్ ఛీ పత్రిక (నెం.1, 1977)లో ఈ విషయం స్పష్టంగా చూడొచ్చు. 'వుత్పత్తిశక్తుల అభివృద్ధి'పాటేగానీ, 'వుత్పత్తి సంబంధాలలో అభివృద్ధి' గురించి మాత్రం అందులో ఏమీలేదు.

కార్మిక నియంతృత్వం కింద సాగే విప్లవానికి మౌలిక లక్ష్యం వుత్పత్తి సంబంధాల్ని

విప్లవాత్మకంగా మార్చాలన్నదే. కార్మిక నియంతృత్వానికి అలాంటి లక్ష్యం వున్నా కూడా ఈ నాయకులు వుత్పత్తి సంబంధాల్ని విప్లవాత్మకంగా మార్చే విషయం గురించి మాట్లాడడంలేదు. ఆ వ్యాసంలో చర్చించిందల్లా, వుత్పత్తి సంబంధాలలోని ఏ యే అంశాలైతే వుత్పత్తిశక్తుల అభివృద్ధికి ఆటంకంగా వుంటాయో అటువంటి అంశాల్ని 'విప్లవాత్మకంగా' మార్చాలనిగాక, వాటిని కాస్త ఇటూ అటూ సర్దాలని మాత్రమే.

"సోషలిస్టు విప్లవ లక్ష్యం, వుత్పత్తి శక్తుల్ని విముక్తి చేయడమే" అని వీరు చెపుతున్నారు. ఇక్కడ కూడా మళ్ళీ 'ఆర్థికవాదం' దగ్గిరికే వస్తాం. వర్గ పోరాటాన్నే మౌలికమైన విప్లవాంశంగా చెయ్యడానికి బదులు, ఈ ఆర్థిక వాదం వుత్పత్తి శక్తుల్నే విప్లవాంశంగా చేస్తోంది.[53]

ప్రస్తుత నాయకులకు ఇలాంటి దృక్పథం వుండడంవల్లనే ఈ రకం ప్రకటనలు పుట్టుకొస్తున్నాయి — "సామాజికాభివృద్ధిలో ఆర్థిక పునాది నిర్ణయాత్మకమైన అంశం. ఆర్థిక పునాదిలో- వుత్పత్తి శక్తులు ఎంతో చురుకైన విప్లవాత్మకమైన అంశాలు. అందుచేత, చివరికి తేలేదేమిటంటే వుత్పత్తి సంబంధాల్ని నిర్ణయించేవి వుత్పత్తి శక్తులే" (నవ చైనా వార్తాసంస్థ, సెప్టెంబరు 21, 1977).

1956 లో జరిగిన 8 వ పార్టీ సమావేశంలో లీషావోచీ ప్రకటించిన ప్రతిపాదన లాంటిదే ఇది. దాన్ని ప్రస్తుత నాయకులు కేవలం నోటి మాటలతో ఖండించి మళ్ళీ దాన్నే కొత్తగా చెప్పుకొస్తున్నారు (అవి ఎవరిమాటలో చెప్పకుండా).[54]

---

53. 'వుత్పత్తి శక్తుల్ని' విముక్తి చెయ్యడమే మొదటిపని అనుకుంటే, ఆ విముక్తికి ఏది ఆటంకంగా వుందో దాన్ని తొలగించడం అంతకన్నా మొదటిపని అవుతుంది. వుత్పత్తిశక్తుల్ని విముక్తి కానివ్వకుండా చేసేది 'వుత్పత్తి సంబంధాల'లోవున్న పెట్టుబడిదారీ అంశమే (దోపిడీ అంశమే). వుత్పత్తి శక్తుల విముక్తికి కావలసినట్టుగా వుత్పత్తి సంబంధాలు మారనప్పుడల్లా ఆ విముక్తి కుంటుపడుతూ వుంటుందికాబట్టి, 'వుత్పత్తి శక్తుల్ని' విముక్తిచేసే మార్గం వుత్పత్తి సంబంధాల్ని విముక్తి చెయ్యడమే. 'వుత్పత్తి సంబంధాలలో వర్గపోరాటాన్ని అభివృద్ధిచేస్తూ, ఆ సంబంధాల్ని మరింత మరింత సోషలిస్టు సంబంధాలుగా మారుస్తూ పోవడం వల్లనే, వుత్పత్తి శక్తులు వైరుధ్యాలులేని పద్ధతిలో విముక్తి చెందుతాయి. వుత్పత్తిదారులు ఎంత విముక్తి అవుతారో (పెట్టుబడిదారీ సంబంధాలనించి), వారు నిర్వహించే 'వుత్పత్తి శక్తులు' అంత విముక్తి అవుతూ వుంటాయి. 'వుత్పత్తి సంబంధాల్లో సోషలిస్టు స్వభావాన్నేర్పర్చడం' అనే దృష్టే లేకుండా వుత్పత్తి శక్తుల విముక్తి గురించి మాట్లాడడం అంటే, అది కేవలం ఆర్థిక వాదమే. అది కేవలం పెట్టుబడిదారీ స్వభావంగల అభివృద్ధి మాత్రమే. ★

54. వుత్పత్తి శక్తులు అభివృద్ధి చెందినంత మాత్రాన వుత్పత్తి సంబంధాలు ఆటోమేటిక్‌గా మారిపోవు. ఆ సంబంధాల్ని మార్చే ప్రయత్నాలు కాన్షియస్‌గా గానీ, అన్‌కాన్షియస్‌గా గానీ జరుగుతూనే వుండాలి. చరిత్రలో జరిగిన వర్గపోరాటాలన్నీ వుత్పత్తి సంబంధాల్ని మార్చే ప్రయత్నాలే. గత సమాజాల్లో ఆ ప్రయత్నాలు అన్‌కాన్షియస్‌గానే జరిగాయి. మార్క్సిస్టు సిద్ధాంతం వచ్చాకే ఆ ప్రయత్నాలు కాన్షియస్‌గా జరగడం ప్రారంభమైంది. ఒకవేపు వుత్పత్తి శక్తుల్ని అభివృద్ధి చెయ్యడానికీ, ఇంకోవేపు వుత్పత్తి సంబంధాల్ని అభివృద్ధి చెయ్యడానికీ కూడా దేని ప్రయత్నాలు దానికి జరగవలసిందే. రెండిటికీ ఎంత సంబంధం వున్నా, ఒక కోణంలో జరిగే మార్పే రెండో కోణాన్ని కూడా మార్చెయ్యగలదనుకోడం (దాని ప్రయత్నాలు దానికి లేకుండా) పూర్తిగా తప్పు. వుత్పత్తి సంబంధాల్ని మార్చే ప్రయత్నాలేమీ లేనప్పుడు, వుత్పత్తి శక్తులు ఎంత అభివృద్ధి చెందినా అవే వుత్పత్తి సంబంధాల్ని నిర్ణయించలేవు. "వుత్పత్తి సంబంధాల్ని నిర్ణయించేవి →

"సోషలిస్టు వ్యవస్థే వుంది" అనే అవగాహనకు మళ్ళీ రావడం:

తమ 'ఆర్థిక వాదా'నికి 'వుత్పత్తి వాదా'నికి ఒక సిద్ధాంత పునాదిని ఏర్పర్చుకోవాలి. వుత్పత్తి సంబంధాల్లో ఏమాత్రం మౌలికమైన మార్పు జరగబోయినా దాన్ని ఎదిరించాలి. (అలాగే, ఇంకా శ్రమ విభజనా పద్ధతుల్లోనూ, పార్టీ కార్యకర్తలకూ టెక్నీషియన్లకూ గల ప్రత్యేక సౌకర్యాల విషయంలోనూ కూడా మౌలికమైన మార్పుల్ని ఎదిరించాలి). ఈ ప్రయోజనాలన్నిటికోసం ప్రస్తుత నాయకులు పాత విషయాలవేపే మళ్ళీ మళ్ళుతున్నారు. సాంస్కృతిక విప్లవం ఏ విషయాల గురించైతే 'పెట్టుబడిదారీ స్వభావంతో వున్నాయ'ని విమర్శలు పెట్టిందో ఆ విషయాల వేపు!

ఆ విషయాల్లో ప్రధానమైనది, "సోషలిస్టు వ్యవస్థ"కు సంబంధించిన అవగాహన. **55**

"సోషలిజానికి పరివర్తన చెందాలి" అనే అవగాహనతో వుండడానికి బదులు, ఇప్పుడు, "సోషలిస్టు వ్యవస్థే వుంది" అనే అవగాహన తెచ్చి పెట్టారు. స్టాలిన్ కాలపు ఆలోచనా విధానంలోనూ, రష్యా రివిజనిజంలోనూ వున్న "సోషలిస్టు వుత్పత్తి విధానం" అనే అవగాహన ఎలాంటి పాత్ర నిర్వహించిందో, ఈ చైనా రివిజనిజంలో "సోషలిస్టు వ్యవస్థ" అనే అవగాహన కూడా అలాంటిపాత్రే నిర్వహిస్తోంది.

"10 ప్రధాన సంబంధాల గురించి" అనే మావో రచన మీద ప్రస్తుత నాయకులు జరిపిన సమావేశాలన్నీ కూడా సోషలిస్టు వ్యవస్థ అనేది చైనాలో 1956లోనే ఏర్పడిపోయిందన్నట్టూ, వుత్పత్తిశక్తుల్ని అభివృద్ధి చెయ్యడంద్వారా దాన్ని పటిష్టం చేసే పని మాత్రమే ఇకమీదట చెయ్యాలన్నట్టూ — మాట్లాడాయి.

"సోషలిస్టు వ్యవస్థ" అన్న వీరి అవగాహనకి అర్థం "వుమ్మడి యాజమాన్యం" అనే. అంటే, వుమ్మడి యాజమాన్యాన్నే వీరు సోషలిస్టు వ్యవస్థగా మాట్లాడుతున్నారు. అంతేగాక, వుమ్మడి యాజమాన్యాన్ని 'ప్రభుత్వ యాజమాన్యం'తో సమానమైన విషయంగా కూడా గుర్తిస్తున్నారు. వుత్పత్తి సంస్థలపై యాజమాన్యం అంతా ప్రభుత్వానిదేనని భావిస్తున్నారు కాబట్టి, ఇక వుత్పత్తి సంబంధాల్లో వైరుధ్యాలు వుండజాలవని వీరి వుద్దేశ్యం. చైనా సమాజంలో ఇంకా ఎన్నో రకాల వైరుధ్యాలు వున్నాయని "10 ప్రధాన సంబంధాల...." రచనలో మావో చెప్పినప్పటికీ, వుత్పత్తి సంబంధాల్లో వున్న వైరుధ్యాన్ని ప్రస్తుత నాయకులు ఇక ఎంతమాత్రం గుర్తించబోరని, వారి

→ వుత్పత్తి శక్తులే" అనడంలో రివిజనిస్టులు - 'వుత్పత్తి శక్తుల'కీ 'వుత్పత్తి సంబంధాల'కీ ఎలాంటి సంబంధం వున్నట్టుగా చూపిస్తున్నారంటే, ఒక ఆటోమేటిక్ సంబంధం వున్నట్టుగా. రైలింజన్ కదలగానే దాని వెనక పెట్టెలన్నీ ఎలా కదులుతాయో అలా! వుత్పత్తి శక్తుల అభివృద్ధితోపాటే వుత్పత్తి సంబంధాలు తప్పనిసరిగా వాటికవే వున్నత రూపంలోకి మారిపోయేలాంటి సంబంధం ఆ రెండు విషయాల మధ్యా వున్నట్టు చూపిస్తున్నారు. అసలు విషయం తెలియక పోవడంవల్ల చేసే పొరపాటు కాదు ఇది. వుత్పత్తి సంబంధాలలో వున్నతమైన మార్పు రివిజనిస్టులకు అక్కరలేదు కాబట్టే, వుత్పత్తి శక్తులే విప్లవాంశాలు అనీ, వుత్పత్తి సంబంధాల్ని మార్చెయ్యగల శక్తి వాటికే వుందనీ, వాటిని (వుత్పత్తి శక్తుల్ని) ప్రధాన స్థానంలోకి తీసుకొచ్చి పెడుతున్నారు — వుత్పత్తి సంబంధాల్ని మార్చడానికి నిజంగా అవసరమయ్యే 'వర్గపోరాటం' మాట ఎత్తకుండా. ★

55. "సోషలిస్టు వ్యవస్థ"కు సంబంధించిన కొన్ని విషయాలు "అనువాదకుల ముందుమాట"లో చూడండి. ★

ధోరణినిబట్టి తెలుసుకోవచ్చు. ఒకవేళ ఏ సంబంధంలోనైనా వైరుధ్యాలు వున్నాయని వారు అంగీకరించినా ఆ వైరుధ్యాల్లో 'ఘర్షణ'కన్నా, 'ఐక్యత'కే ఎక్కువ ప్రాధాన్యతనిస్తారని తెలుసుకోవచ్చు.

"10 ప్రధాన సంబంధాల..." రచన మీద వారు జరిపిన 7వ సమావేశం ఇలా ప్రకటించింది: "ఫ్యాక్టరీలు ప్రభుత్వాధీనంలోనే వున్నాయి గనక, ఫ్యాక్టరీలకూ కార్మికులకూ వున్న సంబంధం ప్రభుత్వానికీ కార్మికులకూ వున్న సంబంధాన్నిబట్టే వుంది."

ఈ 'సిద్ధాంత చెత్త' (థీరిటికల్ రబ్బిష్)కి అర్థమేమిటి?

కార్మికులు ప్రభుత్వానికి యజమానులు!

ప్రభుత్వం ఫ్యాక్టరీలకు యజమాని!

కాబట్టి - కార్మికులు ఫ్యాక్టరీలకు యజమానులు! - ఇదీ దీని అర్థం.[56]

'కార్మికులే ఇప్పుడు వుత్పత్తి సాధనాలకు యజమానులు' అని చెప్పేసి, సోషలిజానికి మారే దశలో తలెత్తే వైరుధ్యాల్ని పూర్తిగా నిరాకరిస్తున్నారు (లెనిన్ 1921లో చెప్పిన వాటితో సహా).[57]

ఫ్యాక్టరీలకు యజమానులైన కార్మికులు చెయ్యవలసిందల్లా 'ఆజ్ఞల్ని' శిరసావహించడం! యజమానులు వారే కాబట్టి ఆ ఆజ్ఞలు వారు ఇచ్చుకునేవే అవుతాయి కదా మరి! అవి వారి ఆజ్ఞలుగానే వారు భావించుకోవాలి! తన ప్రయోజనాల్ని సమర్థించుకోడానికి ప్రభుత్వ బూర్జువా వర్గానికి ఇది ఒక అద్భుతమైన గతి తర్కం మరి!

---

56. "ప్రభుత్వంమీదా, ఫ్యాక్టరీలమీదా కార్మికులే యజమానులు"— అన్నంత మాత్రానేనా కార్మికులు యజమానులయ్యేది? యాజమాన్యం అనేది ఎప్పుడు? వాళ్ళ నిర్ణయాలే అమలు జరుగుతూ, ప్రభుత్వంమీదా ఫ్యాక్టరీలమీదా వాళ్ళ నాయకత్వమే వున్నప్పుడు! అలాంటి కార్మిక నాయకత్వం ప్రశ్నే లేకుండా నిర్ణయాలన్నీ కార్మికులుకాని పార్టీ అధికారులూ, సంస్థల మేనేజర్లూ చేసేస్తూ, పైకి వుత్తమాటల్లో "ఇప్పుడు అన్నిటిమీదా కార్మికులే యజమానులు" అంటే అదేనా కార్మికుల యజమానితనం? (యాజమాన్యం?) ★

57. లెనిన్ 1921లో చేసిన రచనల్ని జనరల్‌గా చూస్తే— (ప్రధానంగా- "ట్రేడ్ యూనియన్ల గురించి" వ్యాసంలోనూ, "పంటరూపంలో పన్ను" వ్యాసంలోనూ, పార్టీ 10వ కాంగ్రెస్ తాలూకు వుపన్యాసాలలోనూ)— సోషలిజంలోకి పరివర్తన చెందే దశలో వుండే వైరుధ్యాల గురించి ఎక్కువగా ప్రస్తావించడం కనబడుతుంది. రష్యాలో - బూర్జువా వర్గంనించీ, భూస్వామ్య వర్గంనించీ ఆస్తుల్ని తీసెయ్యడంద్వారా ఆ వర్గాన్ని రాజకీయంగా అణచడమే జరిగిందిగానీ, ఆ వర్గాల్ని సమాజంనించి ఇంకా పూర్తిగా నాశనం చెయ్యలేదనీ, సోవియట్ ప్రభుత్వోద్యోగుల వెనక ఆ వర్గాల అవసరాలు దాక్కునే వున్నాయనీ— అంటాడు లెనిన్. కొత్త వర్గాల్నీ, వాటినిబట్టి తలెత్తే కొత్త వైరుధ్యాల్నీ గమనించాలన్నదే లెనిన్ అభిప్రాయాల సారాంశం. 1922 జనవరిలో, రష్యా పార్టీ 'కేంద్రకమిటీ' చేసిన ఒక నిర్ణయంలో "కొత్త ఆర్థిక విధానంలో ట్రేడ్‌యూనియన్ల పాత్రా, వాటి విధులూ" అనే విషయాన్ని చర్చిస్తూ ఇలా చెపుతాడు: "వర్గాలున్నంత కాలమూ వర్గపోరాటం తప్పనిసరి. పెట్టుబడిదారీ సమాజంనించీ సోషలిజానికి పరివర్తనచెందే దశలోకూడా వర్గాలుండక తప్పదు. రష్యా కమ్యూనిస్టుపార్టీ కార్యక్రమం ఖచ్చితంగా చెప్పేదేమిటంటే, ఈ పరివర్తనా దశలో మనం మొదటి అడుగులు మాత్రమే వేస్తున్నాం కాబట్టి, ఆర్థిక పోరాటం ఇంకా వుందని మన పార్టీ, ప్రభుత్వమూ, ట్రేడ్‌యూనియన్లూ నిజాయితీగా అంగీకరించాలి."

చైనాలో కార్మికులే ఫ్యాక్టరీల అధికారులుగా వున్నారనీ, ఇక ఆ విషయంలో వైరుధ్యాలు లేవనీ చెప్పే చైనా రివిజనిస్టు సిద్ధాంత పతనం ఎలాంటిదో వివరించడానికే ఈ వుదాహరణలు. ★

'సోషలిస్టు యాజమాన్యం' అన్నా, 'పబ్లిక్ యాజమాన్యం' అన్నా ఒకటే అయినట్టు రెండిటికీ ఒకే మౌలిక స్వభావాన్ని ఆపాదిస్తున్నారు. 'వుత్పత్తి అభివృద్ధి పథకాలు' నిర్వహించినప్పుడు 1977 మార్చి 10 'జెన్‌మిన్ జీపావో' పత్రిక నెమ్మదిగా ఇలా ప్రకటించింది.

"సోషలిజంలో శ్రామిక జనాలే సమాజానికి యజమానులు. ఈ సమాజంలో వుండే సంబంధాలు ఒకరికొకరు సహకారం చేసుకొనే సహచరులమధ్య వుండే సంబంధాలే."

అంటే, సమాజంలో ఇక పెట్టుబడిదారీ వర్గమే లేదన్నట్టు ఈ మాటల్లో దాని ప్రసక్తేలేదు. ఇక, పార్టీలోనూ ఇతర సంఘాల నాయకత్వంలోనూ పెట్టుబడిదారీవర్గం ప్రసక్తే లేదనుకోండీ. మొత్తంమీద సమాజంలో ఎక్కడా లేదు పెట్టుబడిదారీ వర్గం. లేనిదాన్ని గుర్తించడమన్న ప్రశ్నేముంది?

ఈ విధంగా, ఈ నాయకులు, సాంస్కృతిక విప్లవ కాలంనాటి మౌలిక విషయాలన్నిటినీ తిరస్కరించారు. పెట్టుబడిదారీ వర్గానికీ, కార్మిక వర్గానికీ వుండే మౌలిక వైరుధ్యాన్ని గుర్తించకపోవడంవల్ల ఎలా మాట్లాడగలుగుతారంటే — వుదాహరణకి, ఇలా: "సోషలిస్టు వుత్పత్తి సంస్థలో కార్మికవర్గమే యజమాని. కార్మికుల ప్రయోజనాలూ, పార్టీ కార్యకర్తల ప్రయోజనాలూ, టెక్నీషియన్ల ప్రయోజనాలూ అన్నీ ఒకటే. వారి సంబంధాలు సహచరుల సంబంధాలే. అయినప్పటికీ సమాజంలో శ్రమ విభజన అనేది వుంటూనే వుంటుంది. కాబట్టి, శారీరక శ్రమకీ, మేధాశ్రమకీ మధ్య తేడాలు కొనసాగుతూనే వుంటాయి. ఎప్పుడూ కొన్ని వైరుధ్యాలు వుంటూనే వుంటాయి. అవి ప్రజల మధ్య వుండే రకం వైరుధ్యాలే"**58** (హంగ్ ఛీ పత్రిక నెం. 3, 1977).

ఈ విధంగా, ఇప్పుడున్న వైరుధ్యాలన్నీ ప్రజల మధ్య వుండే రకం వైరుధ్యాలనీ, అందరి ప్రయోజనాలూ ఒకటేననీ చెప్పడం అంటే అర్థం, ఇక శత్రువర్గాలు లేవనే. ఇక వర్గపోరాటం అవసరం లేదనే.

అంతేగాకుండా, 'వైరుధ్యాలు ఎప్పుడూ వుంటూనే వుంటాయి' అనే పేరుతో, శారీరక శ్రమకీ మేధా శ్రమకీ మధ్య వైరుధ్యాన్ని పరిష్కరించడం కోసం పోరాటం అవసరమే లేనట్టు దాన్ని తిరస్కరిస్తున్నారు.

కానీ, 10 సంవత్సరాల సాంస్కృతిక విప్లవం బోధించినదాన్ని పూర్తిగా తుడిచి పెట్టెయ్యడం అంత సులభం కాదు. మరీ ముఖ్యంగా చాంగ్‌చున్ చియావో ('నలుగురి'లో ఒకరు) ఎత్తిచూపిన అంశాల్ని. "సోషలిస్టు యాజమాన్యం" అనే విషయానికి సంబంధించిన సమస్యలమీద రివిజనిస్టు తరహా అభిప్రాయాల్ని చాంగ్ గట్టిగా ఎదిరించాడు. 1975లో, "బూర్జువా వర్గంపై నియంతృత్వాన్ని పూర్తిచెయ్యండి" అనే పేరుతో రాసిన వ్యాసంలో చాంగు, చైనాలో యాజమాన్యం, సోషలిస్టు పరివర్తనలోకి ఇంకా మారకపోవడానికి సంబంధించిన పరిమితులేమిటో నిర్ధారణ చెయ్యడానికి ప్రయత్నించాడు. (తగినంత స్పష్టతతో కాకపోయినప్పటికీ). ఈ 'సోషలిస్టు పరివర్తన' సమస్యని విశ్లేషించడం ద్వారా చాంగు ఒక ప్రధానమైన ముందడుగు వేశాడు. ఎలాగంటే, ఈ పరివర్తనలో చట్టబద్ధమైనటువంటీ (జూరిడికల్), రూపానికి సంబంధించినటువంటీ (ఫార్మల్) అంశాల్ని నొక్కి చెప్పాడు. వుత్పత్తి సంబంధాలలో విప్లవకరమైన మార్పు జరగవలసిన అవసరాన్ని

---

58. శారీరక శ్రమకీ, మేధాశ్రమకీ ఎప్పుడూ తేడాలు కొనసాగవలసిందేనని రివిజనిస్టులు ఎటువంటి సంకోచాలూ లేకుండా చెప్పేస్తున్నారు. పైగా, అవి 'ప్రజల మధ్య వైరుధ్యాలే' అంటున్నారు. ఈ శ్రమలకు సంబంధించిన విషయాలు కొన్ని 'అనువాదకుల ముందుమాట'లో చూడండి.

★

అతను చూపాడు. ఈ విధంగా, సాంస్కృతిక విప్లవ ప్రధానోద్దేశ్యాలలో ఒకదాన్ని చాంగు వివరించాడు.

[చాంగు చేసిన విశ్లేషణలోని మంచిని గుర్తించడం, దానిలోని బలహీనతల్ని గుర్తించకుండా వుండడానికి కాదు. చైనాలో మార్క్సిజాన్ని అభివృద్ధి కానివ్వకుండా నిరోధించిన కొన్ని పరిమితుల ఫలితమే చాంగు విశ్లేషణలోని బలహీనతలు. వుత్పత్తి సంబంధాల్లో విప్లవాత్మకమైన మార్పు ద్వారా మాత్రమే "వుత్పత్తిని సామాజికంగా స్వాధీనం చేసుకోవడం" అనేది నిజంగా సాధ్యమవుతుందనే విషయాన్ని చూపించడంలో చాంగు అశక్తుడయ్యాడు. దానికి బదులుగా 'ప్రభుత్వ యాజమాన్యం' జనరలైజ్ కావడాన్ని ప్రతిపాదించాడు. 'ప్రభుత్వ యాజమాన్యాన్నే' పొరపాటుగా "ప్రజలందరి యాజమాన్యం" అన్నాడు. కానీ, ఇది కూడా తక్షణ వుత్పత్తిదారులు వుత్పత్తి సాధనాలనించీ విడిపోవడాన్ని కేవలం కొనసాగించడం మాత్రమే చేస్తుంది. ప్రభుత్వ యాజమాన్యం పెద్ద ఎత్తున ఏర్పడగానే, పెట్టుబడిదారీ విధానంవల్ల వచ్చే ప్రమాదం, ఆ ప్రభుత్వరంగంలో సాగే పెట్టుబడిదారీ సంబంధాలలోనే వుంటుందనీ, అది ఇంకెంతమాత్రమూ చిన్నతరహా సరుకుల వుత్పత్తిలో (పెటీ కమాడిటీ ప్రొడక్షన్‌లో) వుండదనీ చాంగు గమనించలేకపోయాడు.][59]

---

59. "సోషలిస్టు పరివర్తన" అనే విషయాన్ని చాంగు సరిగా అర్థం చేసుకోలేకపోయాడని బెతల్‌హామ్ అంటున్నారు. వుత్పత్తి సాధనాల మీద 'వుమ్మడి యాజమాన్యా'లనేవి లేకుండా అన్నిటిమీదా పూర్తిగా 'ప్రభుత్వ యాజమాన్యం' ఏర్పడడాన్నే వుత్పత్తి సంబంధాలలో జరిగే విప్లవకరమైన మార్పుగా చాంగు భావించాడు. అదే అతని పొరపాటు. నిజానికి, అతను సూచించిన మార్పు కూడా జరగవలసిందే. కానీ, కార్మిక నాయకత్వం లేకుండా, 'ప్రభుత్వ యాజమాన్యం' ఏర్పడినంత మాత్రాన అదే సోషలిస్టు పరివర్తనకాదు. అదికూడా, కార్మికుల్ని ఎప్పటిలాగానే వుత్పత్తి సాధనాలనించి దూరంగానే వుంచుతుంది. అంతేగాక, 'వుమ్మడి యాజమాన్యాల' ద్వారా చిన్న తరహా సరుకుల వుత్పత్తి జరుగుతోన్నప్పుడు, బూర్జువా వర్గం శ్రామికులమీద నెరిపే అధికృత కన్నా, ప్రభుత్వ యాజమాన్యం పూర్తిగా ఏర్పడి భారీ స్థాయి సరుకుల వుత్పత్తి జరుగుతోన్నప్పుడు బూర్జువా వర్గం నెరిపే ఆధికృత అనేకరెట్లు ఎక్కువగా వుండే ప్రమాదం వుంది— (కార్మిక నాయకత్వం లేకపోతే). 'ప్రభుత్వ యాజమాన్యాన్నే 'ప్రజల యాజమాన్యం' అనడం పొరపాటని బెతల్‌హామ్ ఎందుకు అంటున్నారంటే— ప్రజల నాయకత్వం లేనిదేదీ నిజంగా ప్రజల యాజమాన్యం కాదుకాబట్టి. ప్రభుత్వ యాజమాన్యం ఏర్పడ్డంత మాత్రాన దాన్నే 'ప్రజల యాజమాన్యం' అనుకోకూడదు కాబట్టి. వుత్పత్తి సంబంధాలలో ఎలాంటి మార్పు జరిగితే ఇది నిజమైన విప్లవకరమైన మార్పు అవుతుందో, చాంగుకి తగినంత స్పష్టంగా తెలియలేదు. కానీ తమ ముందున్న విధానాలు విప్లవకరంగా లేవని మాత్రం అతను గ్రహించాడు. వాటిని విప్లవకరంగా మార్చడం గురించి తనకు తోచిన మార్గాలు సూచించాడు. వుమ్మడి యాజమాన్యాలన్నీ ప్రభుత్వ యాజమాన్యంగా మారడంకూడా అభివృద్ధికరమైన విషయమే కాబట్టి, ఆ చట్టబద్ధమైన మార్పునే ప్రధాన విషయంగా భావించాడు. అతను ఎన్ని పొరపాట్లు చేసినా, వుత్పత్తి సంబంధాలలో ఇంకా సోషలిస్టు పరివర్తన జరగలేదనే విషయాన్ని ముందుకు తేవడమే అతను వేసిన ముందడుగు. వుత్పత్తి సంబంధాల్ని మార్చే విషయాన్ని సరిగా గ్రహించకపోతే, సాంస్కృతిక విప్లవ కాలంలో కార్మిక మేనేజిమెంటుని ఎలా ప్రారంభించగలిగారు- అనే ప్రశ్న తప్పనిసరిగా వస్తుంది. ఒక విషయాన్ని నూటికి నూరుపాళ్ళూ సరిగా (సైంటిఫిక్‌గా) గ్రహించడమూ జరగవచ్చు, కొంత కొంత అస్పష్టంగా అరకొరగా గ్రహించడమూ జరగవచ్చు. వుత్పత్తి సంబంధాలు మార్చాలనే విషయాన్ని సాంస్కృతిక విప్లవనాయకులు అసలు గ్రహించలేదనికాదు, తగినంత స్పష్టంగా గ్రహించలేదనేగానీ. →

'సోషలిస్టు పరివర్తన'పై చాంగు గతంలో చేసిన ప్రకటనల్ని పూర్తిగా తోసిపుచ్చడం సాధ్యంగాక, రివిజనిస్టు సిద్ధాంతవేత్తలు వాటిని విమర్శించడానికి వీలుగా వక్రీకరిస్తున్నారు. 1977 'హంగ్ ఛీ' పత్రిక 5 వ సంచికలో 'లిన్ చిన్ జిన్' రాసిన వ్యాసమే దానికి వుదాహరణ. చైనాలో సోషలిస్టు పరివర్తన "మౌలికంగా" 1956 లోనే పూర్తయిపోయినట్టూ, అందుచేత వర్గపోరాటం అనేది ఐడియలాజికల్ రంగంలోనూ, రాజకీయ రంగంలోనూ తప్ప వుత్పత్తి రంగంలో ఇక ఎంతమాత్రం అవసరంలేనట్టూ మాట్లాడిందా వ్యాసం. ఇలా చెప్పడం అంటే, ఆ వ్యాసకర్త ఒక అతి ప్రధానమైన విషయాన్ని దాటవేస్తున్నాడు. అదేమిటంటే — వుత్పత్తి సంబంధాల్ని మార్చుకోవడం కోసం సాంస్కృతిక విప్లవకాలంలో కార్మికులు సాగించిన పోరాటాన్ని. సాంస్కృతిక విప్లవకాలంలో ఏ వర్గపోరాటమైతే జరిగిందో, అలాంటి పోరాటం లేకుండానే సోషలిస్టు పరివర్తన జరిగిపోయిందని చెప్పడం అంటే — వుత్పత్తి సంబంధాల్ని మార్చుకోడంలో వర్గపోరాటం అవసరంలేదని చెప్పడమే.

సాంస్కృతిక విప్లవంలో సాగిన వర్గపోరాటం గురించి చెప్పడానికి బదులు (సామాజిక శ్రమ విభజనలో 'పెట్టుబడిదారీ శ్రమవిభజన'ని మార్చే పోరాటం సాంస్కృతిక 'విప్లవం'లో జరిగింది. ఆ పోరాటావసరాన్ని చెప్పడానికి బదులు) "భావాల పోరాటం" అనీ, "ఆధునిక భావాలకూ పాత భావాలకూ మధ్య పోరాటం" అనీ అస్పష్టమైన అర్థానిచ్చే మాటలు తెచ్చిపెడుతున్నారు.**60**

→ 'యాజమాన్యం' గురించి చాంగు ఎలాంటి పొరపాటు అభిప్రాయలతో వున్నాడో రివిజనిస్టులు కూడా అలాంటి పొరపాటు అభిప్రాయాలతోనే వుండి ఇదంతా మాట్లాడుతున్నారని ఎందుకనుకోకూడదు? చాంగుకి తెలీని సిద్ధాంత విషయాలు రివిజనిస్టులకీ తెలీకపోవచ్చుకదా? అనే ప్రశ్నలకు కూడా జవాబులు కావాలి. సిద్ధాంత విషయాలు సరిగా తెలియనంత మాత్రాన విప్లవ కారుడనేవాడు శ్రామిక వర్గాలకు వ్యతిరేకంగా ప్రవర్తించడు. తన పొరపాటు అభిప్రాయాలతోనైనా శ్రామిక వర్గాల పక్షాన్నే నిలబడతాడు. రివిజనిస్టుల ధోరణి అది కాదు. కార్మిక నాయకత్వం అనేదాన్ని అణిచివేసే పనులు చెయ్యడమే వాళ్ళ లక్ష్యం. అందుచేత, ఏ విషయంలోనైనా ఇద్దరు వ్యక్తులు ఒకేరకం పొరపాటు చేసినా వాళ్ళ దృష్టి భేదాల్ని బట్టి వాళ్ళ భేదం వుంటుంది. ఒక పొరపాటు చెయ్యడంలో విప్లవకారుడి దృష్టి ఒకరకంగానూ, రివిజనిస్టు దృష్టి ఇంకో రకంగానూ వుంటుంది. ★

60. 'భావ పోరాటం' అనే మాట అసలు విషయాన్ని దాటవెయ్యడానికి చక్కగా వుపయోగ పడుతుంది. 'పాతభావాలు పోయి కొత్తభావాలు రావాలి' అనడం చాలా గొప్ప విషయంగానే కనపడుతుంది పైకి. కానీ, ఏ పాతభావాలు పోయి ఏ కొత్త భావాలు రావాలో ఈ 'భావపోరాట ప్రియులు' ఎప్పుడూ తేల్చి చెప్పరు. భావాలంటే వీరి వుద్దేశ్యం 'పునాది'కి సంబంధించిన భావాలు అనికాదు. వుపరితలానికి సంబంధించిన ఏ కళారూపాలకు సంబంధించిన విషయాన్నో, ఇంకే అప్రధాన విషయాన్నో, ముందుకుతెచ్చి అందులో 'భావపోరాటం' జరగాలని ప్రచారం సాగిస్తారు. 'బూర్జువా శ్రమ విభజన'ని మార్చడమూ, 'వుత్పత్తి సంబంధాల్ని' మార్చడమూ వంటి పునాది విషయాలకు సంబంధించిన భావాల సంగతి ఎత్తకుండా, అస్పష్టంగా "భావపోరాటం జరగాలి, పాతభావాలు పోయి కొత్తభావాలు రావాలి" అన్నంత మాత్రాన జరిగే మార్పేమీ వుండదు. వుపరితల రంగాలలో ఎంత భావ పోరాటం సాగించినా (నిజానికి ఆ పనీ చెయ్యరు) పునాది మారకపోతే ఏ రంగమూ మారదుకాబట్టి, రివిజనిస్టు దేశాల్లో అన్ని రంగాలూ పాత స్వభావంతోనే సాగిపోతూ వుంటాయి. ★

ఈ 'వర్గ పోరాటాన్ని' వొదిలెయ్యడం అంటే మార్క్సిజాన్ని తల్లకిందులుగా మార్చెయ్యడమే. ఇది, కార్మికుల నిజమైన డిమాండ్లమీద దాడి చెయ్యడానికే వుపయోగపడుతుంది. కార్మికుల డిమాండ్లు వుత్పత్తి శక్తుల అభివృద్ధికి అనుగుణంగా లేవనే నెపంతోటీ; 'కార్మికులు ఇంకా బూర్జువా భావాల ప్రభావంలోనూ పెటీ బూర్జువా భావాల ప్రభావంలోనూ వున్నారనే నెపంతోటీ — వాటిమీద దాడి చెయ్యడానికే — 'ఆర్థికవాదాన్ని' బోధించేవాళ్ళు ఏం చెప్పాలో అదే చెపుతుంది ఆ పత్రిక వ్యాసం అంతా.

వుత్పత్తి సాధనాలపై యాజమాన్యం సోషలిస్టు తరహాగా మారడం పూర్తయిపోయిందనే అభిప్రాయం గల ఈ వ్యాసం, కార్మిక వర్గ నియంతృత్వం కింద సాగే విప్లవానికి ప్రధాన లక్ష్యం 'శక్తివంతమైన భౌతిక పునాదిని ఏర్పర్చడమే' అని చెప్తోంది. మొత్తానికి దీని అర్థం, వర్గపోరాటానికి బదులు వుత్పత్తి పోరాటాన్ని తెచ్చిపెట్టడమే. ఆ వుత్పత్తి పోరాటం కూడా కార్మిక పంథాలోగాక, 'పై స్థాయి వారి' పంథాలో చెయ్యాలనడమే. ఇలాంటి మార్గంలో నడిచే వాళ్ళెవరైనా పెట్టుబడిదారీ శ్రమ విభజననీ, ఇంకా నాశనం కాని పెట్టుబడిదారీ సంబంధాల్నీ దృఢపరచడం మాత్రమే చెయ్యగలరు. అంతకన్నా చెయ్యగలిగేదేమీ వుండదు.

ఈ ఆర్థికవాద రివిజనిస్టు పంథా ప్రభావంలో కొట్టుకుపోడానికి చాలామంది చైనా కార్మికులూ, పార్టీ కార్యకర్తలూ అనుకూలంగా లేనట్టే కనపడుతోంది. అటువంటివారిని లొంగదీసుకోడానికే, ప్రస్తుత నాయకుల సేవలోవున్న సిద్ధాంతవేత్తలు, చాంగ్ వ్యాసంలో విషయాల్ని పదే పదే విమర్శిస్తున్నారు. దీనికొక వుదాహరణ - 'యాజమాన్యం సమస్యమీద చాంగ్ చున్ చియావో అనవసరపు గోల ఎందుకు చేశాడు?'- అనే పేరుతో వాంగ్ హున్ టె రాసిన వ్యాసం - (పెకింగ్ రివ్యూ, నం. 1, 1978).

1969 లో మావో చెప్పినదాన్నే చాంగు 1975 లో మళ్ళీ చెప్పినందుకు ఆయన్ని వాంగు విమర్శిస్తున్నాడు.

మావో అన్నది ఇదీ: "శ్రామికవర్గ సాంస్కృతిక విప్లవాన్ని కొనసాగించకుండా ఆపడానికి వీల్లేదని నాకనిపిస్తోంది. ఎందుకంటే - మన పునాది ఇంకా బలంగా లేదు. చాలా ఫ్యాక్టరీల్లో (అన్ని ఫ్యాక్టరీల్లోనూ అని గానీ, మెజారిటీ ఫ్యాక్టరీల్లో అని గానీ నా వుద్దేశ్యం కాదు. మొత్తానికి చాలా ఫ్యాక్టరీల్లో) నాయకత్వం నిజమైన మార్క్సిస్టుల చేతుల్లోగానీ, కార్మికుల చేతుల్లోగానీ, లేదని నేను గమనించిన విషయాల్నిబట్టి సందేహంగా వుంది" — మావో ఇలా చెప్పినప్పటికీ, ఈ 'ఫ్యాక్టరీ మేనేజిమెంటు' సమస్యని ఒక సమస్యగా పట్టించుకోవలసిన అవసరంలేదని వాంగు అభిప్రాయం. ఎందుకంటే, సాంస్కృతిక విప్లవంవల్ల మేనేజిమెంటు సమస్య పరిష్కారమైపోయిందని అతని వుద్దేశ్యం. అతని వుద్దేశ్యం ప్రకారం, చాలా తక్కువ ఫ్యాక్టరీల్లో తప్ప, మిగతా అన్నిటిలోనూ నాయకత్వం కార్మికవర్గం చేతుల్లోనే వుంది. అందువల్ల ఇక సోషలిస్టు యాజమాన్యం సమస్య తీరిపోయింది!

వాంగు వాదన చాలా ప్రశ్నలు రేకెత్తిస్తుంది.

మొదటిది: ప్రభుత్వ సంస్థల మేనేజిమెంటు ఎవరి చేతిలో వుందనే ప్రశ్న. సాంస్కృతిక విప్లవం వల్ల ఈ సమస్య ఖచ్చితంగా సోషలిజానికే అనుకూలంగా పరిష్కారమై పోయిందంటున్నాడు వాంగు. అంటే, ప్రభుత్వ సంస్థల మేనేజిమెంటు ఖచ్చితంగా సోషలిస్టు మేనేజిమెంటుగానే వుందని అర్థం. ఇంత ఖచ్చితత్వాన్ని ఎక్కణ్ణించి తీసుకొచ్చాడు వాంగు? 1969 కీ 75 కీ మధ్య బూర్జువా నాయకత్వానికి అనుకూలమైన సంఘటనలేమీ జరగలేదా? మరీ ముఖ్యంగా, 1976 కీ, 78 కీ మధ్య? సాంస్కృతిక విప్లవంలో పదవులు పోగొట్టుకున్న

మితవాదులెందరో ఈ తర్వాత కాలంలో పెద్ద ఎత్తున మళ్ళీ పదవుల్లోకి రాలేదా?

ఈనాటి పరిస్థితి, 1969 నాటి పరిస్థితికన్నా (మావో చెప్పిననాటి పరిస్థితి కన్నా) మరీ అధ్వాన్నంగా వుందనడానికి మనకు తగిన ఆధారాలు లేవా?

వాంగు వ్యాసం రేకెత్తించే ఇంకో ప్రశ్న: 'సోషలిస్టు యాజమాన్యాని'కి సంబంధించిన ప్రశ్న, ప్రభుత్వాధికారానికి వున్న వర్గ స్వభావం ఏమిటన్న ప్రశ్న కూడా ఇది.

చాంగు, ఈ సమస్యని గతితార్కిక దృక్పథంతో చర్చించాలని ప్రయత్నించాడు. (ఆ ప్రయత్నంలో ఆయన పూర్తిగా విజయం సాధించాడని నేననడంలేదు).

అధికారంలోకి వచ్చిన ఒక వర్గం, ఆ అధికారంలోనే చలించకుండా వుండిపోకపోవచ్చు. కార్మికవర్గానికీ, పెట్టుబడిదారీ వర్గానికీ జరిగే పోరాటంలో, ఏ వర్గం బలంగా వుంటే అది తన శతృవర్గాన్ని అధికారంలోంచి గెంటివెయ్యగలుగుతుంది. కమ్యూనిస్టు పార్టీలో, ఈ రెండు వర్గాల మధ్యా పోరాటం వుంటుంది కాబట్టే, సోషలిస్టు దేశాల్లో కూడా అధికారం ఎప్పుడూ శ్రామిక వర్గం చేతుల్లోనే వుండదు. అది ప్రభుత్వ పెట్టుబడిదారీ వర్గం చేతుల్లోకి కూడా మారుతుంది — ఇదీ చాంగ్ చెప్పింది (మావో కూడా ఈ సంగతి చెప్పాడు — "కొన్ని పరిస్థితుల్లో చైనా కమ్యూనిస్టు పార్టీ కూడా ఫాసిస్టు పార్టీగా తయారుకావచ్చును"— అని).

కానీ, ఈ దృష్టితో ఆలోచించడానికి వాంగు నిరాకరిస్తున్నాడు. అతని దృష్టిలో ప్రభుత్వాధికారం సమస్యా, యాజమాన్యం సమస్యా పరిష్కారమైపోయాయి. అతను చెప్పేదాని సారాంశమంతా — 'చైనా ఒక సోషలిస్టు దేశం' అని! చైనా సమాజం సోషలిస్టు స్వభావం కలదేగాని పెట్టుబడిదారీ స్వభావం కలది కాదు అని! చైనా ఆర్థికపునాదీ, యాజమాన్య పద్ధతీ పూర్తిగా మారిపోయాయని చెప్పడం ఇది.

ఫ్యూడల్ విధానంనించీ, పెట్టుబడిదారీ విధానంనించీ, చిన్నస్థాయి సరుకుల వుత్పత్తి విధానంనించీ, ప్రైవేటు వుత్పత్తి విధానంనించీ— ఈ అన్ని విధానాలనించీ సోషలిస్టు స్వభావంగల పబ్లిక్ యాజమాన్యంలోకి చైనా మారిపోయింది! పార్టీ నాయకత్వాన్నీ, ప్రభుత్వాధికారాన్నీ పెట్టుబడిదారీ కుట్రదారుల చేతుల్లోకీ, లిన్‌పియావో లాంటి పదవీ కాంక్షాపరుల చేతుల్లోకీ పోకుండా చూసుకోవడం మాత్రమే ఇక మిగిలింది. — వాంగు కనబరిచే ఈ అభిప్రాయాలన్నీ, తను అన్నదే నిజం అన్నట్టు చెప్పే ఎస్సర్షన్సేగానీ రుజువులతో వివరించే డిమాన్‌స్ట్రేషన్సు కావు.

మొదటి రెండు విషయాలగురించీ (చైనా సోషలిస్టు దేశం అన్నదాన్ని గురించీ, దాని యాజమాన్యం పూర్తిగా మారిపోయింది అన్నదాన్ని గురించీ) ఇక చర్చే లేదు. ఆ విషయాలు సెటిలైపోయినట్టే భావిస్తున్నాడు వాంగు.

ఇక మూడో విషయంలో: చైనా నాయకత్వాన్ని పెట్టుబడిదారుల చేతుల్లో పడనివ్వకూడదన్నాడేగానీ, 1975 లో పెట్టుబడిదారీ పెత్తనానికి సంబంధించిన అంశాలేమైనా తలెత్తాయా; 1976 అక్టోబరులో 'నలుగుర్నీ' అరెస్టు చేశాకా, 'హువా – టెంగు'ల నాయకత్వాన గల గ్రూపు అధికారంలోకి వచ్చాకా, ప్రభుత్వ వర్గ స్వభావం ఏమైనా మారిందా, అంతకుపూర్వపు పరిస్థితికీ దీనికీ తేడా ఏమైనా వుందా లేదా- అనే విషయాలేమీ చర్చించనేలేదు.[61]

---

61. ఇప్పుడు అధికారంలోకి వచ్చిన కొత్త నాయకులు, సాంస్కృతిక విప్లవ నాయకుల్ని అరెస్టులుచేసి, వారు బూర్జువా పంథా అవలంబించారనీ, సోషలిజానికి హాని కలిగించారనీ అంటున్నారు కదా? అలాంటప్పుడు చైనా సమాజం ఎప్పుడూ సోషలిస్టుగానే వుందని ఎలా →

ఈ రకం సమస్యల గురించి సరైన విశ్లేషణ జరపకుండా 'వుత్పత్తి సంబంధాల స్వభావం' సమస్యనీ, 'వుత్పత్తి పంపకాల పద్ధతుల' సమస్యనీ పరిష్కరించడం అసాధ్యం. చాంగు తన వ్యాసంలో చెయ్యాలనుకున్నదీ, ఈ రివిజనిస్టు సిద్ధాంతవేత్తలు అంగీకరించలేనిదీ— ఆ సమస్యల విశ్లేషణే.

వాళ్ళ దృష్టిలో అసలు సమస్యలే లేవు. ప్రభుత్వం సోషలిస్టుగానే వుంది. దాన్ని బలపర్చడానికి కార్మికులు చెయ్యవలసిందల్లా— కష్టపడి పనిచెయ్యడమూ, ఆజ్ఞల్ని శిరసావహించడమూనూ.

ఇదంతా, ప్రభుత్వ పెట్టుబడిదారీ వర్గ ప్రయోజనాల్ని కాపాడడానికీ, సాంస్కృతిక విప్లవ బోధనల్ని తిరస్కరించడానికీ చేసిన ప్రతిపాదనే.

ఈ సమస్యకే సంబంధించిన ఇంకో విషయం ఏమిటంటే: చట్టాల్లో 'ప్రైవేటు యాజమాన్యం'గా లేకుండా వుంటే చాలు, అది సోషలిస్టు యాజమాన్యమే — అనే అవగాహన (ఇది మార్క్సిస్టు వ్యతిరేక అవగాహనే) ప్రస్తుత నాయకుల్లో ఎంత ప్రబలంగా వుందో, 'సూయే - ముచియావో' రాసిన వ్యాసాల్లో చూడొచ్చు (పెకింగ్ రివ్యూ, నెం. 49 - 52, 1977). 1955 లోనే, కొన్ని ప్రైవేటు పెట్టుబడిదారీ సంస్థల్ని జాయింటు సంస్థలుగా మార్చెయ్యడానికి వీలైన పరిస్థితులు వున్నాయని చెపుతూ అతను ఇంకా ఏమంటాడంటే: ప్రభుత్వం, ఆ జాయింటు సంస్థల్లో పెట్టుబడులు పెట్టీ, వాటికి ముడిపదార్థాలు సప్లైచేసీ, వాటి వుత్పత్తుల్ని అమ్మిపెట్టీ, వాటిని మేనేజ్ చెయ్యడానికి ప్రభుత్వంనించి ఒకర్ని పంపీ,- ఈ రకం చర్యలద్వారా ఆ సంస్థలన్నిటినీ నాలుగింట మూడొంతులు 'సోషలిస్టు సంస్థలు'గా మార్చెయ్యగలిగేవారు - అంటున్నాడు.[62] అంటే, అతను ఏ పనులు సూచించాడో, ఆ పనులు జరిగితే ఒక సంస్థ సోషలిస్టు సంస్థగా మారిపోతుందని చెప్పేంత సాహసం చేస్తున్నాడు.

ఈ రకం అవగాహన మార్క్సిజాన్ని పూర్తిగా వికృత పరిచేదే. ప్రస్తుత నాయకులు మార్క్సిజానికి చెప్పే అర్థాలు ఈ రకం వుదాహరణల్లో స్పష్టంగా చూడొచ్చు.

→ అనగలుగుతున్నారు? సాంస్కృతిక విప్లవం సోషలిజాన్ని పాడు చేసింది కాబట్టి, ఆ విధంగా చూసినా దాన్ని మళ్ళీ సోషలిస్టుగా మార్చే అవసరం గురించి వీళ్ళు మాట్లాడాలికదా? ఎందుకు మాట్లాడడం లేదు? పార్టీని సోషలిస్టుగా మార్చే విషయం గురించి ఎందుకు ఎత్తడం లేదు? — అని ప్రశ్నిస్తున్నారు బెతల్‌హామ్. ★

62. 'జాయింటు సంస్థలు'గా మార్చడం అంటే — ఒక పెట్టుబడిదారుడికి స్వంత ఆస్తిగా వున్న ఒక సంస్థని (ఉదా॥ ఒక ఫ్యాక్టరీని) ఆ పెట్టుబడిదారుడికీ ప్రభుత్వానికీ కూడా జాయింటు హక్కు వుండేలాగ మార్చడం. జాతీయ పెట్టుబడిదారుల ఆస్తుల్ని ప్రభుత్వం పూర్తిగా స్వాధీనం చేసుకునేముందు, వాటిని కొంతకాలంపాటు జాయింటు సంస్థలుగా వుంచి, తర్వాత వాటిమీద పెట్టుబడిదారుల హక్కులు పూర్తిగా తీసేసి, పూర్తి ప్రభుత్వ సంస్థలుగా మార్చారు. పెట్టుబడిదారులకు వారి 'పెట్టుబడి' మీద కొంత శాతం వడ్డీ ఇచ్చేవారు. ఒక ప్రైవేటు సంస్థని 'సోషలిస్టు జాయింటు సంస్థ'గా మార్చాలంటే, ఏ ఏ పనులు చెయ్యాలో చెప్పిన వ్యాసంలో, కార్మిక మేనేజిమెంటు ప్రసక్తి మాత్రం లేదన్నది గమనించాలి. సోషలిస్టు సంస్థగా మారడం అంటే, అది ప్రభుత్వం కిందకి రావడమేనని ఆ వ్యాసం చెపుతోంది. ★

వ్యవసాయానికీ - పరిశ్రమలకీ మధ్యా; భారీ పరిశ్రమకీ - చిన్నతరహా పరిశ్రమకీ మధ్యా - వుండే సంబంధాలు:

వ్యవసాయరంగానికీ, పరిశ్రమల రంగానికీ మధ్యవున్న సంబంధాలలోనూ, భారీ పరిశ్రమలకూ చిన్నతరహా పరిశ్రమలకూ మధ్యవున్న సంబంధాలలోనూ కూడా మార్క్సిజాన్ని వికృతపరిచే పనులూ, దానికి తిలోదకాలిచ్చే పనులూ జరుగుతూ వుండడం చూడొచ్చు.

ప్రస్తుత నాయకులు, మావో రాజకీయ పంథాకి కేవలం నోటి మాటల్లో ఫార్మల్‌గా 'విశ్వాసాన్ని' ప్రకటిస్తూ, ఆచరణలో మాత్రం ఆ పంథాని పూర్తిగా వ్యతిరేకిస్తున్నారు.

"10 ప్రధాన సంబంధాలు..." రచనమీద జరిగిన 3వ సమావేశం ఈ వ్యవసాయరంగం గురించి ఒక ప్రకటన చేసింది. ఈ ప్రకటననే షాంగై రేడియో 1977 ఫిబ్రవరి 10న ప్రసారం చేసింది. ఈ ప్రకటనలో పరస్పర విరుద్ధమైన విధానాలు చెప్పారు.

గతంలో మావో నాయకత్వాన వుండే కమ్యూనిస్టు పార్టీ — మొదట వ్యవసాయరంగానికీ, తర్వాత చిన్నతరహా పరిశ్రమల రంగానికీ, ఆఖర్న భారీ పరిశ్రమల రంగానికీ ప్రాధాన్యతలు ఇచ్చినట్టే, వీరు కూడా ఒక పక్క ఆ 'వరస'నే నోటిమాటల్లో పునరుద్ఘాటిస్తూ ఇంకోపక్క — "వుత్పత్తి సాధనాల పెరుగుదలకి సంబంధించిన భౌతిక ఆర్థిక సూత్రం" — అనేదాన్ని గురించి నొక్కిచెప్పారు (నిజానికి, ఇది పెట్టుబడిదారీ ఆర్థిక సూత్రం). సరే, ఈ సంగతి ఇలా వుండనివ్వండి. ఇంకోటేమిటంటే —

వ్యవసాయరంగాన్ని అభివృద్ధి చెయ్యాలనే విషయాన్ని వీరు ఏ దృష్టితో చూస్తున్నారంటే — వ్యవసాయ ప్రజల జీవన పరిస్థితుల్ని మెరుగుపరచాలనీ, జనాభా అవసరాల్ని తీర్చాలనీగాక, పరిశ్రమల్ని పెంచడానికి కావలసిన పెట్టుబడిని వ్యవసాయరంగంనించీ సేకరించాలనే దృష్టితో. రష్యా తరహా పారిశ్రామీకరణ మార్గాన్ని బోధించే ఒక రిపోర్టులో వ్యవసాయరంగానికి సంబంధించిన ఈ విషయాలు నొక్కిచెప్పారు (పెకింగ్ రేడియో, ఫిబ్రవరి 3, 1977).

వ్యవసాయరంగం మీద భారం మోపి దాని ఖర్చుతో పరిశ్రమల్ని అభివృద్ధి చేసే పంథాని తెగ పొగిడారు.

వ్యవసాయోత్పత్తులకూ, పారిశ్రామికోత్పత్తులకూ మధ్య జరిగే మారకంలో సమాన స్థితిని (ఈక్విలిబ్రియమ్‌ని) సాధించాలనే విషయం పూర్తిగా నిర్లక్ష్యం చేశారు.[63] ఇక్కడ కూడా మనం మళ్ళీ ఆర్థికవాదాన్నే, వుత్పత్తివాదాన్నే చూస్తాం. ఈ విషయంలో కూడా మళ్ళీ వెనక్కే వస్తాం. ఎంత వెనక్కి అంటే సాంస్కృతిక విప్లవం ప్రారంభం అయిన 1966 దగ్గిరికే కాదు, ఇంకా ఎంతో వెనక్కి! 1956 ప్రాంతాల్లో బలంగా వుండిన దృక్పథాలదాకా కూడా!

---

63. ఈక్విలిబ్రియమ్ = సమాన స్థితి. ("సోవియట్ రష్యాలో వర్గపోరాటాలు - 2"లో, 142 - 43 పేజీల్లో బెతల్‌హామ్ ఇచ్చిన కొంత వివరణ సహాయంతో ఈ ఫుట్‌నోట్ ఇస్తున్నాము.) వ్యవసాయ ప్రజలకు పారిశ్రామిక సరుకులూ, పారిశ్రామిక ప్రజలకు వ్యవసాయ సరుకులూ కూడా కావాలి కాబట్టి, ఆ రెండు రంగాల వుత్పత్తుల మధ్యా మారకాలు జరగలసి వుంటుంది. మారకానికి ప్రధాన సూత్రం ఆయా సరుకుల వుత్పత్తికి పట్టే శ్రమకాలాలే. ఈ సామాజిక శ్రమకాలాల్ని సరిగా నిర్ణయించడమూ, వాటి ఆధారంతో విలువలకు దగ్గిరగా వుండే ధరల్ని నిర్ణయించడమూ, ఒక్కో సందర్భంలో ఏర్పడే ప్రత్యేకావసరాల్నిబట్టి కొన్ని సరుకుల ధరల్ని విలువలకన్నా →

→ తక్కువకే నిర్ణయించడమూ— వగైరా పనులు సోషలిస్టు సమాజంలో కాన్షియస్ ప్రయత్నాలుగా జరగాలి. రెండు రంగాలలోనూ వున్న శ్రామిక ప్రజల జీవన పరిస్థితుల్ని మెరుగుపరచాలనే దృష్టి నాయకత్వానికి వున్నప్పుడే ఈ ప్రయత్నాలు జరుగుతాయి. 'వ్యవసాయ ప్రజలకు పారిశ్రామికోత్పత్తుల్ని సప్లై చెయ్యడం' అనే విషయం, వ్యవసాయ రంగపు తక్షణ వుత్పత్తిలోనూ, పునరుత్పత్తిలోనూ ముఖ్యపాత్ర నిర్వహిస్తుంది. వ్యవసాయ ప్రజలు, తమ వుత్పత్తులనించి, పన్నుల భాగమూ, సేవింగ్స్ భాగమూ, తమ వాడకానికి అవసరమయ్యే భాగమూ తీసివేశాక, మిగిలిన వుత్పత్తుల్ని అమ్ముతారు. ఆ అమ్మినభాగంతో తమ వాడకానికి అవసరమయ్యే పారిశ్రామిక సరుకుల్నీ, వ్యవసాయోత్పత్తికి అవసరమయ్యే సాధన సామగ్రినీ (వుదా॥ ఎరువులు) కొంటారు. తమ వుత్పత్తుల్ని అమ్మినప్పుడు ఎంత అయితే వారు పొందుతారో, ఆ ధరతోటే వారికి కావలసిన సరుకులన్నిటినీ కొనగలిగే పరిస్థితి వుండాలి. వారు, ఒక రంగంలో శ్రమచేసి తమ వుత్పత్తుల్ని మారకానికి ఇస్తూ వున్నప్పుడు, దానికి బదులు తిరిగి వారు పొందే భాగం వారి అవసరాల్ని తీర్చేదిగా వుండితీరాలి. ఆ దృష్టితోటే వ్యవసాయోత్పత్తులకీ, పారిశ్రామికోత్పత్తులకీ ధరలు నిర్ణయించాలి. ఈ విధంగా జరిగే చలామణీలో వ్యవసాయ ప్రజల చేతిలోకి వచ్చి పోయే డబ్బు రాకపోకల మధ్య ఒక రకపు సమానస్థితిని (ఈక్విలిబ్రియమ్‌ని) స్థిరం చెయ్యాలి. వ్యవసాయోత్పత్తులనించీ— (వుదా॥ ఒక సంవత్సరపు వుత్పత్తులనించీ) తీసివేతలన్నీ అయ్యాక, మిగిలిన భాగాన్ని మారకం చేసినప్పుడు, దానికి బదులుగా వ్యవసాయ ప్రజలకు అవసరమయ్యే పారిశ్రామికోత్పత్తులు రాకపోతే, వ్యవసాయ రంగంలో గ్యారంటీగా పునరుత్పత్తి చెయ్యగలిగే పరిస్థితి వుండదు. ఈ రెండు రంగాల మారకంలోనూ ఈక్విలిబ్రియమ్‌ని సాధించగలిగినప్పుడు, పేద రైతులూ, మధ్య తరగతి రైతులూ సుఖంగా జీవించడానికీ; సమిష్టి వ్యవసాయక్షేత్రాలలో వివిధ రకాల సాధన సామగ్రి సమకూర్చుకోడానికీ, వ్యవసాయోత్పత్తిని అభివృద్ధి పరచడానికీ, పేదరైతులు వర్గ చైతన్యంతో తమని తాము ఆర్గనైజ్ చేసుకోడానికీ (తమ పత్రికలు నడుపుకోడానికీ, సమావేశాలు నిర్వహించుకోడానికీ కావలసిన ఖర్చుని భరించగలుగుతూ)- ఇంకా అనేక విధాల మంచి విషయాలకు అది తోడ్పడుతుంది. సోషలిస్టు సమాజాభివృద్ధికి ప్రధాన సూత్రమైన కార్మిక - కర్షక ఐక్యతని సాధించాలంటే, వారూ వీరూ "భాయిభాయి" అంటూనో, "కామ్రేడ్స్!" అంటూనో ఒకరి భుజాలు ఒకరు తట్టుకున్నంత మాత్రాన్న చాలదు. ఆ ఐక్యతకు "భౌతిక వునాది" వుండాలి. వారి జీవన పరిస్థితుల్లో తేడాల్ని తగ్గించగలిగే ఆర్థిక పునాదే వారి ఐక్యతకు దారితీస్తుంది.— రివిజనిస్టులకు కార్మిక కర్షక ఐక్యత అవసరం లేదు కాబట్టే, వ్యవసాయ రంగంనించీ మరింత అదనపు విలువని పిండి (జీతాల భాగాన్ని మరింత తగ్గించి) ఆ రాబడిని పారిశ్రామికీకరణల కోసం వినియోగిస్తున్నారు.

ఈ ఈక్విలి బ్రియమ్ గురించి మరికొంత వివరంగా చెప్పమని మేము బెతల్‌హామ్‌ని అడిగినప్పుడు ఆయన జవాబు రాశారు.

"పారిశ్రామిక వస్తువులకూ, వ్యవసాయక వస్తువులకూ మధ్యజరిగే మారకంలో ఈక్విలిబ్రియమ్ అనే అవగాహన నిజానికి నగరాలు చేసే పారిశ్రామిక పెత్తనానికీ, గుత్తాధిపత్యానికీ సంబంధించినది. ఇది ఒక వాస్తవానికి దారితీస్తుంది. ఒక గంట వ్యవసాయక శ్రమతో తయారైన వస్తువు సాధారణంగా ఒక గంట కంటే తక్కువగా వుండే పారిశ్రామిక శ్రమగల వస్తువుతో మారకం అవడం అనే వాస్తవానికి దారి తీస్తుంది." అంటే అలా జరగరాదనీ, ఆ మారకాలు సమాన విలువలతో జరగాలనీ అర్థం. ★

అభివృద్ధి "వేగం":

"వర్గ సమాజం" అనే విషయాన్ని దృష్టిలో పెట్టుకుని చూస్తే, ప్రస్తుత నాయకులు చేస్తోన్న వెనక ప్రయాణానికీ; మేధావుల స్థానాలూ, పార్టీ కార్యకర్తల స్థానాలూ, స్పెషలిస్టుల స్థానాలూ బలపడడానికీ (అంటే ప్రభుత్వ పెట్టుబడిదారీ వర్గం బలపడడానికి) తప్పనిసరి సంబంధం వుంది. (పెట్టుబడిదారీ వర్గం బలపడడానికి ఏ పరిస్థితులు అనుకూలించాయో పరిశీలించే పని తర్వాత చేస్తాను.)

అభివృద్ధి, 'వేగంగా' జరగాలనడానికి ఎన్నడూ లేనంత ప్రాధాన్యత ఇవ్వడం ద్వారానే ప్రభుత్వ పెట్టుబడిదారీ వర్గం బలపడిందన్న సంగతి తెలుస్తోంది. ప్రస్తుత నాయకులు ఎక్కువగా శ్రద్ధపడుతోన్న విషయాల్లో ఇది (అభివృద్ధి వేగానికి ప్రాధాన్యత) చాలా ముఖ్యమైనది.

1978 జనవరి 1 నాటి పత్రికలన్నీ జాయింటుగా ఇచ్చిన సంపాదకీయం "అభివృద్ధి వేగాన్నే" ప్రధాన విషయంగా చేసింది. సాంస్కృతిక విప్లవానికన్నా వెనకటికాలంలో కనపడి, తర్వాత ఆ విప్లవకాలంలో పేపర్లనించి మాయమై, మళ్ళీ ఇప్పుడు పేపర్లలో కనిపిస్తోన్న కొన్ని రాతలు ఇలా వున్నాయి.

"నిర్మాణంలో వేగం అన్నది కేవలం ఆర్థిక విషయం మాత్రమే కాదు. తీవ్రమైన రాజకీయ విషయం కూడా. సోషలిస్టు వ్యవస్థ వున్నతమైనదని మనం ఎందుకు అంటాం? ఎందుకంటే, సోషలిస్టు వ్యవస్థ పెట్టుబడిదారీ వ్యవస్థకన్నా శ్రమ వుత్పాదకతని పెంచగలదు గనకనూ, జాతీయార్థిక వ్యవస్థని వేగంగా అభివృద్ధి చెయ్యగలదు గనకానూ. అందుకే, సోషలిస్టు వ్యవస్థ వున్నతమైనదంటాం. ప్రస్తుత సమస్యేమిటంటే, ఇప్పటివరకూ సాధించినదానితో ఆగకుండా, మహావేగంగా ముందుకు సాగిపోవాలి. ఒక్కమాటలో చెప్పాలంటే ఆర్థిక నిర్మాణాన్ని మరింత వేగవంతం చెయ్యాలి. జాతీయంగానూ, అంతర్జాతీయంగానూ సాగే వర్గపోరాటాలు అభివృద్ధి చెందాలంటే ఈ పని తప్పనిసరిగా అవసరం. ఈ పనిని వర్గపోరాటాల అభివృద్ధే శాసిస్తోంది" 64 (పెకింగ్ రివ్యూ, నెం. 1, 1978).

---

64. 'సోషలిస్టు వ్యవస్థ వున్నతమైనద'ని ఎందుకంటామంటే — అది పెట్టుబడిదారీ వ్యవస్థకన్నా ఎక్కువ వుత్పత్తి చెయ్యగలుగుతుంది కాబట్టి అట! 'చెప్పేవాడికి చాదస్తం అయితే వినేవాడికి వివేకం వుండాల'ంటారు. వినేవాడికి వివేకం లేకపోతే చెప్పేవాడు ఎంత అడ్డదిడ్డంగా చెప్పడానికైనా సాహసిస్తాడు. చైనా ప్రజలూ, ప్రపంచ ప్రజలూ బొత్తిగా "వివేకం" (రాజకీయ చైతన్యం) లేకుండా వుండబట్టే చైనా రివిజనిస్టులు ఇంతింత వింత సూత్రీకరణలు నిర్భయంగా ప్రకటించగలుగుతున్నారు. నిజానికి, సోషలిస్టు వ్యవస్థ ఎందుకు వున్నతమైనదంటే — శ్రామికుల్ని దోపిడీనించి విముక్తి చెయ్యగలిగే మార్గం ప్రారంభిస్తుంది అది. మానవుల మధ్య నిజమైన సమానత్వాన్ని ఏర్పరిచే వర్గరహిత సమాజానికి దారితీస్తుంది అది. యుగయుగాల మానవ దుఃఖాన్నీ సమస్యల్నీ శాస్త్రీయమైన మార్గంలో నిర్మూలించ గలుగుతుంది అది. ఆ కారణంచేత దాన్ని వున్నతమైనదంటాం గానీ, అది పెట్టుబడిదారీ వ్యవస్థకన్నా ఎక్కువ వుత్పత్తి చేస్తుందనికాదు. (ఎక్కువ వుత్పత్తి చెయ్యడం నిజమే అయినప్పటికీ). సోషలిస్టు సమాజం ఇవ్వగలిగే లాభాలన్నీ, 'వర్గపోరాటం' ద్వారా వుత్పత్తి సంబంధాల్ని విప్లవకరంగా మార్చుకుంటేనే జరుగుతాయి గానీ, వాటికవే జరిగేవికావు.

ఒక సమాజంలో, దోపిడీకి సహకరించే పరిస్థితులు ఎప్పటిలాగే వుండి (ఏదోకొంత మారినప్పటికీ) అది ఎక్కువగా వుత్పత్తి చేస్తే మాత్రం అందులో ఔన్నత్యం ఏముంటుంది? →

వర్గ పోరాటాల కోసమే ఆర్థికాభివృద్ధిని వేగవంతం చెయ్యాలనే సంగతి గ్రహించమంటున్నారు. కానీ, నిజానికి అసలు సంగతి మాత్రం 'కార్మిక వర్గ పోరాటం' స్థానంలో వుత్పత్తి పోరాటాన్ని తెచ్చి పెట్టడమే. వుత్పత్తిని ఒక స్థాయి నించి ఇంకో స్థాయికీ, మరో స్థాయికీ పెంచుతూ పోవడానికి ఏది అవసరమో, ఆ అవసరానికి కార్మికుల్ని లోనుచెయ్యడమూ, వారినించి మరింత ఎక్కువ పనినీ, మరింత ఎక్కువ క్రమశిక్షణనీ డిమాండ్ చెయ్యడమూ మాత్రమే ఇది.

వుత్పత్తి వేగాన్ని పెంచాలని ఇంతగా నొక్కి చెప్పడంనించీ మనం రెండు విషయాలు గ్రహించవచ్చు.

మొదటిది: ప్రభుత్వ పెట్టుబడిదారీ వర్గం బలపడుతోందనే విషయం.

రెండోది: వారి స్థానాలు భవిష్యత్తులో కూడా చెక్కుచెదరకుండా (నాయకత్వం కార్మికవర్గం చేతుల్లోకి పోకుండా) వుండడానికి కావలసిన ఏర్పాట్లు దీనిద్వారా జరుగుతున్నాయనే విషయం.

కార్మికుల్ని, పై స్థాయి నించి వచ్చే ఆజ్ఞల్ని పాటించేటట్టు తయారుచెయ్యడం మాత్రమే కాకుండా, ఆ 'ఆజ్ఞలిచ్చే మేధావుల నాయకత్వం' తమకు ఎంతో అవసరమని కార్మికులే భావించేటట్టు వారిని తయారుచెయ్యడం వల్లనే ప్రభుత్వ పెట్టుబడిదారీ వర్గీయుల స్థానాలు స్థిరంగా వుండగలుగుతాయి. ఈ దృష్టితో ఆలోచిస్తే, ఇంతకుముందు ప్రస్తావించిన 'జాయింట్ సంపాదకీయానికి' చాలా ప్రాముఖ్యం వుంది. అది విద్యకీ, మేధావితనానికీ, ప్రకృతి శాస్త్ర జ్ఞానానికీ అత్యధిక ప్రాధాన్యం ఇస్తోంది. "అభివృద్ధి వేగా"నికి సంబంధించిన ఈ ఆర్గ్యుమెంటంతా సాంస్కృతిక విప్లవకాలంలో విద్యారంగంలో జరిగిన మార్పులమీద దాడి చెయ్యడానికి కూడా వుపకరిస్తుంది.

'వుత్పత్తి సంబంధాల' దృష్టితో ఆలోచిస్తే, ఈ అభివృద్ధి వేగం పెట్టుబడిదారీ వుత్పత్తి సంబంధాలనే మళ్ళీ మళ్ళీ వుత్పత్తి చెయ్యడానికి వుపకరిస్తుంది. ఎందుకంటే, ఈ అభివృద్ధి వేగం వుత్పత్తి సంబంధాల్ని విప్లవకరంగా మార్చడానికి సంబంధించిన అభివృద్ధి వేగంకాదు గనక. స్పెషలిస్టుల చేతుల్లోవున్న సైన్సు పాత్రని దృఢతరం చెయ్యడానికి సంబంధించిన అభివృద్ధి వేగం మాత్రమే గనక. అందుచేత, దీని ఫలితం పెట్టుబడిదారీ సంబంధాల పునరుత్పత్తే.

అంతేగాక, ఈ అభివృద్ధి వేగం - "పెట్టుబడి" కూడడానికీ విస్తరించడానికీ ఏ పరిస్థితులైతే అవసరమో ఆ పరిస్థితుల పెరుగుదలని సూచిస్తుంది. 'లాభం' ఎక్కువగా కూడడం కోసం కార్మికుల్ని లొంగదీయడాన్ని కూడా ఇది సూచిస్తుంది.

ఈ విధమైన పెట్టుబడిదారీ పంథాలో, ఎవరికైనా ఎదురయ్యేదంతా పెట్టుబడిదారీ విధానంవల్ల పుట్టుకువొచ్చే పరిమితులే. ఈ పరిస్థితి తప్పనిసరిగా ఆర్థిక సంక్షోభాలకు

→ రష్యా చైనాలు నిజమైన సోషలిస్టు మార్గంలో వున్నప్పుడు, 'వుత్పత్తి'లో అవి పెట్టుబడిదారీ దేశాలకన్నా తక్కువ స్థాయిలోనే వున్నాయి. వుత్పత్తిలో తక్కువ స్థాయిలో వున్నాయి కాబట్టి, అవి సమాజపు "ఔన్నత్యా"న్ని దాని "గుణం"లో చూడకుండా దాని "సంపద"లో చూస్తున్నారు రివిజనిస్టులు. అది వాళ్ళకు సహజమే. ఎందుకంటే, ఆ సంపద మీద తామే పెత్తందారులుగానూ, అందులో అత్యధిక భాగాన్ని అనుభవించేవారిగానూ వుండగలుగుతారు కాబట్టి. ఈ తప్పుడు సూత్రీకరణతోపాటు— అంతర్జాతీయంగా వర్గ పోరాటాల అభివృద్ధి కోసమే వుత్పత్తి శక్తుల్ని అభివృద్ధి చెయ్యాలంటూ ఇంకో తప్పుడు సూత్రీకరణ కూడా ప్రకటించారు ఇక్కడ. దీన్ని గురించి వివరణ 'అనువాదకుల ముందుమాట'లో చూడండి. ★

దారితీస్తుంది. ప్రజల జీవన ప్రమాణంమీదా, వుత్పత్తి శక్తుల అభివృద్ధిమీదా తీవ్రంగా దెబ్బతీసే ఆర్థిక సంక్షోభాలకు!

ఈ సంక్షోభాలు ప్రత్యేక తరహాగా వున్నప్పటికీ 'సంక్షోభాలనేవి రావడం మాత్రం ఖాయం' అని రష్యా అనుభవమే నిరూపిస్తోంది (ఈ సమస్య గురించి మరింతగా 'మూలం'లోకి వెళ్ళి చర్చించడానికి ఇది స్థలంకాదు. దీన్ని గురించి - 'సోవియట్ రష్యాలో వర్గ పోరాటాలు' - 3వ సంపుటంలో వివరంగా చర్చిస్తాను).[65]

'అభివృద్ధి వేగం' వాదానికి సంబంధించి, ఇంకా కొన్ని విషయాలున్నాయి.

మొదటిది: ఇది 1930 ప్రాంతాల్లో స్టాలిన్ ఇచ్చిన వుత్పత్తివాద నినాదం లాంటిదే.

"టెంపోలే ప్రతీదాన్నీ నిర్ణయిస్తాయి" (టెంపో = పనివేగం) (టెంపోస్ డిసైడ్ ఎవ్విరిథింగ్) - అనే దృక్పథం 1932-33 మధ్యా, 1936-37 మధ్యా అనేక సంక్షోభాలకు దారితీసింది. వూహించని రాజకీయ కల్లోలాలూ, పార్టీలోకి సభ్యుల్ని చేర్చుకోడంలో 1938 తర్వాత వచ్చిన మౌలికమైన మార్పూ కూడా ఆ సంక్షోభాలకు తోడైనాయి.

పార్టీలోకి సభ్యుల్ని చేర్చుకోడంలో వచ్చిన మౌలికమైన మార్పేమిటంటే, శ్రామిక వర్గాలనించి ఎక్కువమందిని చేర్చుకోడంగాక, మేధావి వర్గాలనించే (కార్యకర్తల్నీ, టెక్నీషియన్లనీ, స్పెషలిస్టుల్నీ - ఇంకా అటువంటి తరహాల వారినీ) ఎక్కువగా పార్టీలోకి చేర్చుకునేవిధంగా జరిగింది మార్పు.

'అభివృద్ధి వేగ' వాదానికి సంబంధించిన ఇంకో విషయం ఏమిటంటే, ప్రస్తుత నాయకులు తమ వుత్పత్తివాద పంథాని రకరకాల కారణాలు చూపిస్తూ సాగిస్తున్నారు. 'పెట్టుబడిదారీ విధానం, వుత్పత్తిలో ఎంత అభివృద్ధి స్థాయిని సాధిస్తుందో, ఆ స్థాయిని మించిపోయేవిధంగా సోషలిస్టు విధానం సాధించాలి' అనీ 'దేశ ఆర్థిక వ్యవస్థలో నలుగురి ముఠావల్ల జరిగిన స్తంభననీ వెనకబాటుతనాన్నీ అంతం చెయ్యాలి' అనీ - ఈ రకం కారణాలు చూపిస్తున్నారు.

'నలుగురి ముఠా' వల్ల దేశ ఆర్థిక వ్యవస్థ స్తంభించిపోయిందనే వాదం పచ్చి అబద్ధపు వాదం. అటువంటి స్తంభనగానీ, వెనకబాటుతనంగానీ ఆనాటి ఆర్థిక పరిస్థితిలో లేనేలేదు.

సాంస్కృతిక విప్లవానికి పూర్వపు సంవత్సరం అయిన 1965కీ, ఇటీవల సంవత్సరాలకీ మధ్య ఎటువంటి స్తంభనా (స్టాగ్నేషన్) లేదు. (ఈ సంవత్సరాలన్నిటికీ మన దగ్గిర లెక్కలు వున్నాయి).

విద్యుచ్ఛక్తి వుత్పత్తి (1974లో) - 420 కోట్లనించీ 1080 కోట్ల కిలోవాట్ అవర్స్‌కి పెరిగింది.

ఉక్కు వుత్పత్తి (1974లో) - 1 కోటీ 25 లక్షలనించీ, 3 కోట్ల 28 లక్షల టన్నులకూ;

బొగ్గు వుత్పత్తి (1974లో) - 22 కోట్లనించీ, 38 కోట్ల 90 లక్షల టన్నులకూ,

నూనె (1975లో) - 1 కోటీ 8 లక్షలనించీ, 7 కోట్ల 58 లక్షల టన్నులకూ - పెరిగాయి.[66]

[ఈ వివరాలు -

---

65. సోవియట్ రష్యాలో వర్గపోరాటాలు - 3వ సంపుటం ఇంకా ఇంగ్లీషులోకి రాలేదు. ఫ్రెంచిలో మాత్రం 3, 4 సంపుటాలు కూడా వచ్చేశాయట. ఆ సంక్షోభాల గురించి రాసిన భాగాలు ఇంకా ఇంగ్లీషులోకి రాలేదు. కాబట్టి వాటిని గురించి తెలుసుకునే మార్గం లేదు మనకి. బెతల్‌హామ్ రాసిన 'సోవియట్ రష్యాలో వర్గపోరాటాలు'— 3వ, 4వ సంపుటాలు ఇంగ్లీషులో 1994, 1995లలో వచ్చాయి. ఈ సమాచారం ఇప్పుడు 2వ ముద్రణ సమయంలో ఇస్తున్నాము.) ★

66. ఈ సంఖ్యలన్నీ మూలంలో "మిలియన్ల"లో వున్నాయి. వాటిని "కోట్ల"లోకి మార్చాము. సంఖ్యల్ని 'మిలియన్ల'లో కన్నా 'కోట్ల'లో అర్థం చేసుకోవడమే తెలుగు పాఠకులకు తేలిక. ★

1977 జూన్ నెల "చైనా క్వార్టర్లీ" పత్రికలోని "1976 లో చైనా ఆర్థిక రంగం" అనే వ్యాసంనించీ తీసుకున్నాను.]

1975 నాటికి వుత్పత్తిలో ఇంత పెరుగుదల వుండగా, 'నలుగురి ముఠా'వల్ల ఆర్థికరంగం స్తంభించిపోయిందనీ, వెనకబడిపోయిందనీ మాట్లాడడం అంటే, వాస్తవాల్ని పూర్తిగా వక్రీకరించి సాంస్కృతిక విప్లవాన్ని అపకీర్తిపాలు చెయ్యాలని ప్రయత్నించడం తప్ప ఇంకేమీ కాదు.

యంత్రాల వుత్పత్తి విషయంలో అయితే పెరుగుదల ఇంకా ఎక్కువగా వుంది. 1975 వుత్పత్తిని '100' అనుకుని ఆ సంవత్సరాన్ని ప్రామాణిక సంవత్సరంగా తీసుకుంటే, యంత్రాలశాఖలో వుత్పత్తి, 1965 నాటికి 257 కి (అంటే $2^1/_2$ రెట్లకి పైగా) అయింది. 1975 నాటికి 1,156 కి ($11^1/_2$ రెట్లు) అయింది. ఈ వివరాలు - కమ్యూనిజంతో ఏ మాత్రం మిత్రత్వంలేని సి.ఐ.ఎ. (అమెరికా గూఢాచారి సంస్థ) ఇచ్చినవి.

ఖచ్చితంగా చెప్పాలంటే, 1975-76 లో 'సమస్యలు' తలెత్తిన మాట నిజమే. కానీ, అవి ఆర్థిక సమస్యలు కావు. ముఖ్యంగా అవి రాజకీయ సమస్యలు. సరైన విప్లవపంథాకీ, టెంగ్‌సియావో పింగ్ నాయకత్వాన వున్న రివిజనిస్టు పంథాకీ మధ్య జరిగిన తీవ్రమైన పోరాటానికి సంబంధించిన రాజకీయ సమస్యలు అవి.

1976 లో, చివరి సగంలో టాంగ్షాన్ భూకంపంవల్ల కూడా కొన్ని సమస్యలు పుట్టుకొచ్చాయి.

ఈ సమస్యలన్నీ 'నలుగురి ముఠా' జోక్యం వల్లనే, వారు చేసిన విధ్వంసం వల్లనే వచ్చాయనడం నిజాల్ని పూర్తిగా వక్రీకరించడమే.

నిజానికి, నలుగురి బృందం ఏనాడూ ఆర్థికరంగాన్ని నడపలేదు. ఆ రంగంలో విధ్వంసమే జరిగినట్టయితే ఆ రంగం బాధ్యత ఎవరిదో వారే ఆ విధ్వంసానికి కూడా బాధ్యులవుతారు.

ప్రస్తుత నాయకులు తమ తప్పుల్ని నలుగురి మీదకి గెంటడానికే ఈ ఆరోపణలన్నీ చేసేది.

బాధ్యుల ప్రవర్తన కార్మికుల్లో అనేక రకాల అసంతృప్తుల్ని కలిగించినప్పుడు, చివరికి కార్మికులు సమ్మెలకు కూడా పూనుకున్నప్పుడు, 'నలుగురి బృందం' ఆ సమ్మెల్ని పూర్తిగా సమర్థించింది. సమ్మెలు జరిగినప్పుడు వాటిని సమర్థించక, "సమ్మెలకు బాధ్యులు మీరే సుమా" అని సమ్మెదారుల్ని హెచ్చరించే దృష్టి పెట్టుబడిదారీ ఆలోచనా విధానానికే తగినది.[67]

---

67. శ్రామికులు చేసే సమ్మెల్ని విప్లవకారులు సమర్థించవలసింది బూర్జువా సమాజంలోనే కాదు, సోషలిస్టు సమాజంలో కూడా. సోషలిస్టు సమాజంలోకూడా వర్గ పోరాటం సాగుతూనే వుంటుందికాబట్టి 'సమ్మె' రూపంలో వుండే పోరాటం కూడా కొన్ని కారణాలవల్ల జరుగుతూనే వుంటుంది. సోషలిస్టు సమాజంలో నిరంకుశాధికార ధోరణులు వున్నప్పుడు వాటికి గురిఅయ్యేవాళ్ళు వాటిమీద తిరగబడకుండా వుండలేరు కాబట్టి, అలాంటి ధోరణులకు వ్యతిరేకంగా కొన్నిసార్లు సమ్మెలు జరుగుతాయి. శ్రామికజనాలకు తమ సమస్యల పట్ల సరైన అవగాహన లేకపోవడంవల్లా, వారు సాంస్కృతికంగా వెనకబాటు చైతన్యంతో వుండడంవల్లా కూడా కొన్నిసార్లు సమ్మెలు జరుగుతాయి. ఇలాంటి సందర్భాలలో శ్రామికుల డిమాండ్లు అశాస్త్రీయమైన డిమాండ్లుగా కూడా వుంటాయి. సోషలిస్టు సమాజంలో ఒక సమ్మె జరిగినప్పుడు దాని గుణగణాలు వివరంగా గమనించి, దానికి తగిన పద్ధతిలో సమ్మెదారులతో వ్యవహరించవలసి వుంటుంది — అనే అర్థంతో సమ్మెల గురించి లెనిన్ ఇలా అంటాడు —"కమ్యూనిస్టు పార్టీ, సోవియట్ ప్రభుత్వమూ, ట్రేడ్‌యూనియన్లూ ఒక విషయం ఎప్పుడూ మరిచిపోకూడదు. దాన్ని శ్రామికులనించి దాచకూడదు. అదేమిటంటే -⟶

ఇంతవరకూ ప్రస్తావించిన రకం సమస్యలెన్ని వున్నప్పటికీ, 1976 కి సంబంధించి అందుబాటులో వున్న సమాచారం ఆర్థికరంగంలో స్తంభననీ, వెనకబాటుతనాన్నీ చూపించడంలేదు.

1975 లో బొగ్గు వుత్పత్తి 43 కోట్ల టన్నులు వుందని అంచనా.

1976 లో, నూనె వుత్పత్తిలో 13 శాతమూ, సహజ వాయువు వుత్పత్తిలో 11 శాతమూ పెరుగుదల వుంది.

1975 లో - మొదటి 3 నెలల్లోకన్నా, 1976 లో - మొదటి 3 నెలల్లో మొత్తం పారిశ్రామిక వుత్పత్తి 13.4 శాతం పెరిగింది.

1975 లో - మెదటి 6 నెలల్లోకన్నా 1976 లో - మొదటి 6 నెలల్లో మొత్తం వుత్పత్తి 7 శాతం పెరిగింది.

1976 లో రెండో సగానికి సంబంధించిన లెక్కలు దొరకడంలేదు.

1976 సంఘటనల కారణంగా కొన్ని శాఖల్లో వుత్పత్తి తాత్కాలికంగా కొంత పడిపోయి వుండవచ్చును. అంతమాత్రాన అది వుత్పత్తిలో సుదీర్ఘమైన స్తంభననీ, వెనకబాటుతనాన్నీ సూచించదు.

నేను చెప్పేదాని అర్థం, అభివృద్ధి నడకలో వేగం అనవసరమనీ, అసాధ్యమనీ, అవాంఛనీయమనీ కాదు. సాంస్కృతిక విప్లవ ప్రాథమిక సూత్రాలకు తిలోదకాలిచ్చీ, వర్గపోరాటాన్ని వుత్పత్తి పోరాటంగా కుదించీ, సాధించే అభివృద్ధి ఎంతోకాలం నిలబడదనే నేను చెప్పేది.

వర్గ పోరాటాన్ని కేవలం వుత్పత్తి పోరాటంగా చెయ్యడం అంటే, కేవలం లాభాలు పెంచుకోడానికి పెట్టుబడిదారీ వర్గం చేతిలో కార్మికుల్ని బానిసలుగా చెయ్యడమే. వుత్పత్తి సంబంధాల్నీ, సామాజిక సంబంధాల్నీ మొత్తంగానూ విప్లవాత్మకంగానూ మార్చడానికి, ఏ కార్మిక వర్గ పోరాటమైతే జరగాలో ఆ పోరాటాన్ని విడిచి పెట్టెయ్యడమే.

'సైన్సూ, టెక్నాలజీల తటస్థత'- అనే రివిజనిస్టు సిద్ధాంతం:

మార్క్సిస్టు సిద్ధాంతాన్ని సరిగ్గా దాని వ్యతిరేక సిద్ధాంతంగా చెయ్యడాన్ని ప్రస్తుత చైనాలో అన్ని రంగాల్లోనూ చూస్తొన్నట్టే ఈ 'సైన్స్ అండ్ టెక్నాలజీ' రంగంలో కూడా చూడొచ్చు.

సైన్సుకీ టెక్నాలజీకి 'వర్గ స్వభావం' లేదనీ, అవి ఏ వర్గానికీ చెందని తటస్థ (న్యూట్రల్) విషయాలుగా వుంటాయనీ చెప్పడంలో రివిజనిస్టు ఆలోచనా విధానాన్ని చూడొచ్చు.

⟶ కార్మికవర్గం రాజకీయాధికారం చేపట్టినచోట సమ్మె పోరాటాన్ని వివరించడమూ, సమర్థించడమూ చెయ్యడానికి ఏఏ విషయాల్ని దృష్టిలో వుంచుకోవాలంటే: కార్మికవర్గ రాజ్యంలో వుండే నిరంకుశాధికార ధోరణుల్నీ, ప్రభుత్వాఫీసుల్లో వుండే పాత పెట్టుబడిదారీ విధానానికి సంబంధించిన అన్ని రకాల అవశేషాల్నీ, శ్రామిక జనాల రాజకీయ అపరిపక్వతనీ, వారి సాంస్కృతిక వెనకబాటుతనాన్నీ.— వీటన్నిటినీ దృష్టిలో ఉంచుకోవాలి. ...పెట్టుబడిదారీ సమాజంలో సమ్మెపోరాటాలు, రాజ్యాంగాన్ని బద్దలు కొట్టి వర్గ రాజకీయాధికారాన్ని కూల్చివేయడానికి వుపయోగపడతాయి. ఈ పరివర్తన చెందుతోన్న కార్మికవర్గరాజ్యంలో కార్మికవర్గం తీసుకునే ప్రతీ చర్యా - కార్మిక రాజ్యాన్ని బలపర్చడానికీ, స్థిర పరచడానికీ; నిరంకుశాధికార ధోరణులనూ, ప్రభుత్వ లోపాలనూ, పొరపాట్లనూ, కార్మిక వర్గ కంట్రోలునించి తప్పుకోడానికి చూసే పెట్టుబడిదారుల వర్గ ఆకళ్ళనూ నిరోధించడానికీ వుపయోగపడాలి"— (లెనిన్ కలెక్టెడ్ వర్క్స్: నెం. 33; పే - 187) ★

నిజానికి, సైన్సు అభివృద్ధీ, టెక్నాలజీ అభివృద్ధీ సమాజంలో వున్న వర్గ సంబంధాలపై ఆధారపడి వుంటాయి. వుత్పత్తిలో వుపయోగించే టెక్నిక్కులకు చాలా స్పష్టమైన వర్గ స్వభావాలు వుంటాయి. సామ్రాజ్యవాదదేశాల్లో టెక్నాలజీ ఏ ఏ రూపాల్లోకి అభివృద్ధి చెందిందో చూస్తే, టెక్నాలజీకి వర్గ స్వభావం వుంటుందో లేదో స్పష్టంగానే తెలుస్తుంది.

సామ్రాజ్యవాద దేశాల టెక్నాలజీని, సోషలిస్టు సమాజంలోకి, యథాతథంగా, వున్న దాన్ని వున్నట్టు, ఒక రూల్‌లాగ తీసుకోకూడదు. దాన్ని తప్పనిసరిగా కార్మికుల క్షేమానికి అనుగుణంగా మార్చుకోవాలి. ఈదృక్పథం సాంస్కృతిక విప్లవకాలంలో అమల్లో వుండేది. ఈనాడు దాన్ని వొదిలేశారు.

టెక్నిక్కులకు వర్గ స్వభావం వుంటుందనే నిజాన్ని తిరస్కరించే విషయంలో అతి ప్రధానంగా దృష్టిలో పెట్టుకోవలసింది "మేనేజిమెంట్" టెక్నిక్కుల గురించి. 'మేనేజిమెంట్' అన్నప్పుడు ఎవరైనాగానీ, 'పంథా' 'నాయకత్వం' 'పరస్పర సంబంధాలు' అనే మూడు విషయాలమీద దృష్టి నిలపాలి. కానీ, ఈ సూత్రీకరణమీద, 1977 మార్చి 22 నాటి 'జెన్‌మిన్ జీపావో' పత్రిక దాడి చేస్తోంది. 'వుత్పత్తి శక్తుల అభివృద్ధి' అనే అతి ప్రధానమైన సమస్య గురించి ఈ సూత్రీకరణ ఏమీ ప్రస్తావించలేదని ఆ పత్రిక దీన్ని విమర్శిస్తోంది.

వుత్పత్తి శక్తుల అభివృద్ధి ఎప్పుడూ ముఖ్యమైనదే. కానీ, అదే "అతి" ముఖ్యమైనది అనడం అంటే వర్గ సంబంధాల సమస్యకన్నా దానికే ముందు స్థానం ఇవ్వడం అన్నమాట. అంటే, వుత్పత్తివాద వైఖరి తీసుకోవడం అన్నమాట.**68** ఇంకా గమనించవలసింది, 'వర్గ సంబంధాల సమస్య'ని ప్రధాన స్థానంనించి తొలగించడానికి ప్రస్తుత రివిజనిస్టు సిద్ధాంతకర్తలు చేస్తోన్న ప్రయత్నాల్లో "శాస్త్రీయత" (సైంటిఫిక్‌నెస్) అన్నది ఒకటి. ఈ సూత్రీకరణే కేంద్రస్థానం ఆక్రమించింది ఇప్పుడు. ఆ పత్రిక వ్యాసం - "ఆధునిక సంస్థల నిర్వహణలో శాస్త్రీయ దృక్పథం అవసరం.... ఆధునిక సంస్థల్ని నిర్వహించేటప్పుడు అనేకమైన శాస్త్రీయ పద్ధతుల్ని అనుసరించడం అవసరం"- అంటూ 'శాస్త్రీయత'ని తెగ నొక్కి చెప్తోంది.

"10 ప్రధాన సంబంధాల..." రచనమీద జరిగిన 15వ సమావేశం గురించిన రేడియో ప్రసారం (పెకింగ్ రేడియో, ఫిబ్రవరి 14, 1977) ఈ శాస్త్రీయత గురించి ఇంకా దూరం పోతోంది. "పెట్టుబడిదారీ దేశాల అడ్వాన్సు టెక్నిక్కులను" ఏవైతే "శాస్త్రీయమైనవో" వాటిని, "సంస్థల నిర్వహణ"లో వుంచడం అవసరం- అని ప్రకటించేవరకూ వెళ్ళింది అది. పెట్టుబడిదారీ మేనేజిమెంటు పద్ధతి "విశ్వవ్యాపిత" సైన్సు రంగానికి చెందినదనీ, పెట్టుబడిదారీ పరిశ్రమల్ని నిర్వహించే పద్ధతిలోనే సోషలిస్టు దేశాల కార్మికవర్గం వుత్పత్తి యూనిట్లని నిర్వహించవలసి వుంటుందనీ ఈ సూత్రీకరణ వుద్దేశ్యం.

ఇంకో విషయం —

'జెన్‌మిన్ జీపావో' పత్రిక వ్యాసం "మావో చెప్పిన మాటలు" అంటూ కొన్ని మాటలు చూపిస్తోంది. అవి "10 ప్రధాన సంబంధాల..." రచనలోంచి తీసినవి అని కూడా చెపుతోంది. కానీ,

---

68. చెప్పిందేచెప్పి, చెప్పిందేచెప్పి ఒకే విషయాన్ని అనేకసార్లు రిపీట్‌చేసి చెప్తోన్నట్టు అనిపిస్తుంది ఈ వ్యాసంలో చాలాసార్లు. కానీ, ఇది అనవసరపు రిపిటీషన్ కాదు. ఈ రిపిటీషన్ ఎందుకు జరుగుతోందంటే— రివిజనిస్టులు చేసిన మార్పుల్ని ప్రతీరంగంలోనూ వివరించాలి కాబట్టి. ఏ రంగంలో మార్పుల్ని తీసుకున్నా వాటి గురించి ఒకే రకంగా చెప్పాల్సి వస్తోంది కాబట్టి, అది రిపిటీషన్‌లాగా అనిపిస్తోంది. కానీ, ప్రతీ రంగాన్నీ చూడడం అవసరమే. ★

ఆ మాటలు పూర్తిగా సందేహించదగ్గవీ, పూర్తిగా తప్పుగా వున్నవీ, ఈనాటి అవసరాలకు తగ్గట్టు మార్చేసినవీనూ. "10 ప్రధాన సంబంధాల—" రచన అంటూ ఇప్పుడు చైనాలో అధికారికంగా దొరికే వ్యాసంలో ఆ మాటలు వున్నాయి. కానీ, ఆ మాటల్లో మావో శైలిగానీ, సమస్యల్ని ఆయన చర్చించే తీరుగాని ఎంతమాత్రమూ లేదు. ఆ కొటేషన్ ఏమిటంటే—

"క్షీణించే అన్ని పెట్టుబడిదారీ పద్ధతుల్నీ, క్షీణించే అన్ని ఆలోచనా విధానాల్నీ, విదేశీ జీవిత విధానాల్నీ మనం తప్పకుండా వ్యతిరేకించవలసిందే. విమర్శించవలసిందే. కానీ, పెట్టుబడిదారీ దేశాల్లో అభివృద్ధిచెందే సైన్సునీ, టెక్నాలజీనీ, పెట్టుబడిదారీ మేనేజిమెంటులో వున్న శాస్త్రీయతనీ నేర్చుకోడానికి, అది మనకు అడ్డు రాకూడదు."

సాంస్కృతిక విప్లవకాలంలో పంపిణీ అయిన "10 ప్రధాన సంబంధాల" వ్యాసంలో ఈ మాటలు లేనేలేవు. 'క్షీణించిన పెట్టుబడిదారీ ఆలోచనా విధానాలు' అనే స్టీరియో టైపు మాటలుగానీ, 'పెట్టుబడిదారీ మేనేజిమెంటులో శాస్త్రీయత' అనే మాటలుగానీ అప్పటి ప్రతిలో లేవు. అప్పటి ప్రతిలో మావో మాటలు ఇంకా ఎంతో సింపుల్‌గా వున్నాయి.

ఇప్పుడు చూపిస్తోన్న ప్రతిలో మావో మాటల్ని మార్చేశారన్న దాంట్లో సందేహంలేదు. అది స్పష్టంగా తెలుస్తోనే వుంది. మావోని, 'అథారిటీ'గా చూపించి, పెట్టుబడిదారీ మేనేజిమెంటు పద్ధతులు ఎంతో 'సరైనవ'ని చెప్పి, వాటికి మోకరిల్లడానికే ఈ ఎత్తంతా. అమెరికా బిజినెస్ స్కూళ్ళలో "మేనేజ్‌మెంటు పద్ధతులు" నేర్చుకుంటోన్న రష్యా రివిజనిస్టుల పంథానే సరిగ్గా ఈ విషయంలో ప్రస్తుత చైనా నాయకులు అనుసరిస్తున్నారు.

మావో రచనల్ని మార్చెయ్యడం ఈ ఒక్కసారేకాదు. కొత్త నాయకులకు అది రెగ్యులర్ ప్రాక్టీస్‌గానే వుంది.

మావో రచనల్ని మార్చేశారనడానికి ఇంకో వుదాహరణేమిటంటే- "10 ప్రధాన సంబంధాల........" రచనలో ఇదివరకటి ప్రతుల్లో లేని వాక్యం ఒకటి కొత్తగా జొరబడింది. మావో నొక్కి చెప్పిన వికేంద్రీకరణకి వ్యతిరేకంగా "బలమైన కేంద్రీకరణ" (స్ట్రాంగ్ సెంట్రలిజం)ని నొక్కి చెప్తోంది ఆ వాక్యం, ఇలా.

"ఒక శక్తివంతమైన సోషలిస్టు దేశాన్ని నిర్మించడానికి దృఢమైన ఏకీకృత నాయకత్వాన్ని కలిగి ఉండడం తప్పనిసరి......" (పెకింగ్ రివ్యూ నెం 1, 1977).

సాంస్కృతిక విప్లవకాలంలో, మావో ఏ థీసిస్సులైతే అభివృద్ధి చేశాడో వాటితో విభేదించే ఈ ఆలోచనా విధానానికి వున్న స్వభావం జనరల్‌గా ఏమిటంటే— వుత్పత్తి శక్తుల్ని తటస్థమైన వాటినిగా చూపించినట్టే, సైన్సునీ టెక్నాలజీనీ కూడా తటస్థమైన విషయాలుగా చూపించడమే.

ఉత్పత్తి శక్తుల అభివృద్ధి అన్నప్పుడు— అది సోషలిస్టు స్వభావంగల అభివృద్ధి అయినా కావచ్చు, పెట్టుబడిదారీ స్వభావంగల అభివృద్ధి అయినా కావచ్చు. సోషలిస్టు స్వభావంగల అభివృద్ధి మాత్రమే వుత్పత్తి సాధనాలపై కార్మికుల కంట్రోల్‌కి తోడ్పడగలుగుతుంది. — ఈ రకం ఆలోచనా విధానం ఈనాడు పూర్తిగా అదృశ్యమైపోయింది. వుత్పత్తి శక్తుల అభివృద్ధి గురించి ఇప్పుడు మాట్లాడుతోన్న మాటలన్నీ, ఆ అభివృద్ధికి ఒక స్వభావం వుంటుందనే నిజంతో సంబంధంలేని మామూలు మాటలు (జనరల్ టాక్) మాత్రమే. సోషలిస్టు వ్యవస్థ వునికిలోకి రాగానే, దాని భౌతిక పునాదిని పటిష్టం చేస్తే, అదే సోషలిజాన్ని అభివృద్ధి చేస్తుందనే రకం మాటలే ఇవి. (భౌతిక పునాదిని పటిష్టం చెయ్యడం అంటే వీరి అర్థం వుత్పత్తి శక్తుల్ని పెంచడం ఒక్కటే).

పిడివాదమూ, రివిజనిజమూ:

తమ రివిజనిస్టు ఆచరణని సమర్థించుకోడానికి ప్రస్తుత నాయకులు తెచ్చిపెడుతోన్న సిద్ధాంతాల్ని ఎన్నిటినైనా ఇలా ఇంకా ఇంకా పరిశీలిస్తూ పోవచ్చును. కానీ, ఇప్పటివరకూ చూసింది ఒక నిర్ణయానికి రావడానికి సరిపోయేంత వుంది గనక, ఈ పరిశీలన ఇంకా అవసరమనుకోను. మొత్తంమీద, ఇంతవరకూ చూసిన దాన్నిబట్టి, క్లుప్తంగా ఇలా చెప్పుకోవచ్చు.

సంకుచితమైన ఎంపిరిసిస్టు పద్ధతులూ, పిడివాద పద్ధతులూ కలిసిన ఆలోచనా విధానమే ఈనాడు చైనా రివిజనిజానికి లక్షణంగా వుంది.[69]

సమస్యల గురించి నిర్దిష్టమైన విశ్లేషణ జరిపి, దానిద్వారా వాస్తవాన్ని గ్రహించే పద్ధతికి బదులు, తాము ఎలా అభిప్రాయపడితే అదే వాస్తవం అన్నట్టుగా రివిజనిస్టులు తమ అభిప్రాయాల్నే నొక్కి చెప్పడంలో 'పిడివాదాన్ని' చూడొచ్చు.

'మార్క్సిజం' నించీ 'మావో' నించీ కొటేషన్లు తీసి వాటిని సందర్భరహితంగా వుపయోగించడమూ, కొన్ని సందర్భాల్లో అయితే వాటిని పూర్తిగా వక్రీకరించడమూ, కొత్త కొత్త మాటల్ని సృష్టించడమూ — వగైరా అన్ని పద్ధతుల్లోనూ వీరి పిడివాదాన్ని చూడొచ్చు.

వీరు ఏ సిద్ధాంతవేత్తల మాటలనైతే కోట్‌చేసి చూపిస్తారో, ఆ కొటేషన్‌లోవున్న మాటలకన్నా అభివృద్ధికరమైన మాటల్ని ఆ సిద్ధాంతవేత్తలు తర్వాత కాలంలో చెప్పివుంటే, ఆ మరింత అభివృద్ధికరమైన మాటల్ని మాత్రం వీరు పట్టించుకోరు. అందుకే, మావో సాంస్కృతిక విప్లవానికి ముందు కాలంలో రాసినవాటినీ, సాంస్కృతిక విప్లవకాలంలో మరింత అభివృద్ధికరమైన సిద్ధాంతావగాహనతో రాసిన వాటినీ ఒకే స్థాయిలో పెట్టారు రివిజనిస్టులు. ఇంకా సరిగా చెప్పాలంటే, కొత్త రచనలకంటే పాత రచనలకే ఎక్కువ ప్రాధాన్యత ఇచ్చారు. ఎందుకంటే - మావో, గతంలో చెప్పిన మాటలకన్నా, సాంస్కృతిక విప్లవకాలంలో చెప్పిన మాటలు, పార్టీలో పెట్టుబడిదారీ వర్గంతో జరిపిన పోరాటానుభవంతో నిండి వున్నాయిగనక, పార్టీలో పెట్టుబడిదారీ వర్గం వుంటుందనీ, అది అధికారం హస్తగతం చేసుకోడానికి ప్రయత్నిస్తుందనీ — ఈ రకమైన అనుభవాల్ని బోధించే మాటలు ప్రస్తుత నాయకత్వానికి చాలా ఇబ్బందికరంగా వుంటాయి కాబట్టి, ఆ మాటల జోలికి పోరు వాళ్ళు. సిద్ధాంతపరంగా మరింత సంపన్నమైన అనుభవాలు లేని కాలంలో చెప్పిన మాటలకు మాత్రమే ఎక్కువ ప్రాధాన్యత నిస్తారు.

అనేక మౌలిక సిద్ధాంత సమస్యల మీద విశ్లేషణలు జరపడానికి సాంస్కృతిక విప్లవకాలంలో మార్గం ప్రారంభమైంది. కానీ, రివిజనిస్టులు ఆ విశ్లేషణల పురోగమనాన్ని అరికట్టి "మౌలిక సిద్ధాంత సమస్యలన్నీ పరిష్కారమయ్యాయి" (ఇక వాటిమీద పరిశీలనలు అక్కరలేదు) అంటున్నారు.

---

69. ఎంపిరిసిజం = అనుభవవాదం. అనుభవంలోకి వచ్చే సంగతులు మాత్రమే నిజమనుకునే దృక్పథం ఇది. అనుభవంలోకి వచ్చేది నిజమే అయినా, అదే పూర్తి నిజంకాదు. డైరెక్టుగా అనుభవంలోకి రాని నిజంకూడా ఎంతో వుంటుంది. వుదా॥ భూమి గుండ్రంగా వుంటుందనే విషయం డైరెక్టుగా అనుభవంలోకి రాదు. దాన్ని తర్కంతోటీ, ప్రయోగాలతోటీ మాత్రమే అర్థం చేసుకోగలుగుతాము. అంటే, డైరెక్టుగా అనుభవంలోకి వచ్చే విషయాలతో, డైరెక్టుగా అనుభవంలోకి రాని విషయాల్ని కూడా కలుపుకుని, రెంటినీ సమన్వయపరిచి అర్థం చేసుకుంటేనే అసలు నిజం (పూర్తి నిజం) బోధపడుతుంది. అందుకే, అర కొర జ్ఞానాన్ని మాత్రమే ఇచ్చే 'ఎంపిరిసిస్టు' దృక్పథం సంకుచితమైనది. ★

"కార్మిక వర్గ నియంతృత్వం ద్వారా విప్లవాన్ని కొనసాగించడం కోసం— మావో 'సంపూర్ణమైన సిద్ధాంతాన్ని' రూపొందించాడు" అని వీరు చెప్పేదానికి ఈ సందర్భంలో చాలా ప్రాముఖ్యత వుంది (హూకియాంగ్, జెస్మిన్ జీపావో - సెప్టెంబరు 7, 1977).

ఒక సిద్ధాంతాన్ని "సంపూర్ణమైనది" (కంప్లీట్) అనడం అంటే - అది ఏ ఏ అంశాల్ని గురించి చెపుతోందో ఆ అంశాలతో దాన్ని ఆపెయ్యాలనీ, ఆ అంశాలకే దాన్ని పరిమితం చెయ్యాలనీ చూడడమే. ఆ తర్వాత, దానిమీద వ్యాఖ్యానాలు చెయ్యడమేగానీ, అందులో మరే అభివృద్ధినీ అనుమతించకపోవడమే. ముందు ముందు పరిస్థితులకు తగినవిధంగా దాన్ని అభివృద్ధి పరచడానికిగానీ, పెంపొందించడానికిగానీ అవకాశం లేకుండా చెయ్యడానికే దాన్ని "సంపూర్ణమైనది" అనడం. అంటే, ఆ విధంగా దాని పెరుగుదలని అరికట్టి, దాన్ని రాబోయే పరిస్థితులకు వుపయోగపడలేని దాన్నిగా చేసి, అది నిరుపయోగమై తుడిచిపెట్టుకుపోయేలా చెయ్యడమన్నమాట! ఏ సిద్ధాంతమైనా ముందడుగు వెయ్యకుండా ఒక చోట ఆగిపోయిందంటే అది తప్పనిసరిగా నిరుపయోగమైపోవాల్సిందే. నిరుపయోగమైనదెప్పుడూ ఓడిపోవాల్సిందే.

ఇదంతా మావో ఆలోచనా విధానానికే విరుద్ధం. మావో సిద్ధాంతాన్ని మావో సిద్ధాంతానికే వ్యతిరేకంగా మార్చేసే ప్రయత్నమే ఇక్కడ జరుగుతున్నదంతా.

హూకియాంగ్ చెప్పే "సంపూర్ణ" సిద్ధాంతానికీ; లిన్‌పియావో చెప్పిన "మావో ఆలోచనా విధానం యొక్క అబ్సల్యూట్ అథారిటీ" (తిరుగులేని అధికారం, లేదా, ప్రశ్నించరాని అధికారం)కీ ఏమీ తేడాలేదు -

ఈ విధంగా, ప్రస్తుత చైనాలో అన్ని విషయాలలోనూ వెనక నడకే.

"సమస్యలు లేవు. అన్నీ పరిష్కారమయ్యాయి" అనుకున్నంత మాత్రాన సమస్యలు లేకుండా పోవు. నిజానికి అవి పరిష్కారం కాకుండా వుంటే, వాస్తవం అనేది ఇంకా వాటి పరిష్కారాన్ని కోరుతూనే వుంటుంది. వాస్తవాన్ని ఎదుర్కోడానికీ, సమస్యలు ఇంకా పరిష్కారం కాకుండానే వున్నాయని ఒప్పుకోడానికీ ఇష్టం లేకపోతేనేతప్ప, లేకపోతే ఎవరూ చైనా నడిచే ఈ వెనక నడకని గుర్తించకుండా వుండలేరు (మైడియర్ నీల్‌బర్టన్! మీ వైఖరి ఇదేననుకుంటాను).[70]

సాంస్కృతిక విప్లవాన్ని హానికరమైనదిగా భావించేవాళ్ళు ఈ చైనా - వెనక నడకని, గుర్తించ నిరాకరిస్తారు. ప్రస్తుత చైనా నాయకుల్లో చాలామంది అభిప్రాయం ఇదేనని నేను భావిస్తున్నాను. నవ చైనా, మొదటి 17 సంవత్సరాల కాలంలోనూ (1949 - 66 ల మధ్య) సాధించినదాన్ని మాత్రమే గొప్పచేస్తూ, 1966 నించీ ప్రారంభమైన విప్లవ దశ గురించి మాత్రం ఈ నాయకులు ఏమీ మాట్లాడడంలేదు. సాంస్కృతిక విప్లవం నడచిన పదేళ్ళ కాలాన్ని బహిరంగంగా తిరస్కరించడానికైతే వీరు సాహసించడంలేదు. అయినా, ఆ కాలానికి సంబంధించిన విప్లవాంశాల పట్ల వీరు 'మౌనం' వహిస్తున్నారంటే, విప్లవాంశాల పట్ల మౌనమే - వీరు పెట్టుబడిదారీ వర్గ దృక్పథాన్ని తీసుకున్నారని రుజువు చేస్తోంది.[71]

---

70. 'ఇదే' అని ఒప్పుకోడుగానీ అతని వైఖరి అదేలెండి. ★

71. బెతల్‌హెమ్ ఈ వ్యాసం రాసే కాలానికి రివిజనిస్టులు సాంస్కృతిక విప్లవాన్ని బహిరంగంగా తిరస్కరించేంత "సాహసవంతులు"గా లేరు. కానీ, తర్వాత కాలంలో అదీ అయింది. 1981 జూన్‌లో జరిగిన 11వ కేంద్రకమిటీ 6వ ప్లీనరీ సమావేశంలో సాంస్కృతిక విప్లవాన్ని పూర్తిగా తిరస్కరిస్తూ తీర్మానం చేశారు. దీని వివరాలు "అనువాదకుల చివరిమాట"లో చదవండి. ★

సరే, ప్రస్తుత పరిస్థితినంతా అర్థం చేసుకున్నాక ఇక అర్థం చేసుకోవలసిందేమిటి?

వ్యవహారాలన్నీ అసలు ఈ పరిస్థితికి ఎలా వచ్చాయో అర్థం చేసుకోవాలి. ఈ ప్రశ్న చాలా ముఖ్యమైనది. ఈ ప్రశ్నకి దొరికే జవాబులో, వర్తమానానికీ, భవిష్యత్తుకీ వుపకరించే పాఠాలు వుంటాయి. 'విప్లవ పంథా' ఓటమికి అతి సమీపంగా దాన్ని చుట్టుముట్టి వున్న రాజకీయ పరిస్థితుల్ని చూపే అంశం ఆ పాఠాల్లో చాలా ముఖ్యమైనది.

(విప్లవ పంథా ఓటమి మావో మరణం తర్వాత బైటపడింది).

విప్లవ పంథా ఓడిపోయే క్రమంలో అనేక సంఘటనలు జరిగాయి. ఆ సంఘటనలకు సంబంధించిన పూర్తి వివరాలు అందుబాటులో లేకపోయినప్పటికీ, అరకొరగా దొరికిన వివరాలతోనే 'ఓటమి'కి వెనకగల కారణాల్నీ, ప్రస్తుత పరిస్థితినీ తెలుసుకోడానికి కొంతైనా వీలవుతుంది.

"విప్లవపంథా" అనే మాటకు వున్న అర్థాన్ని గురించిన వ్యాఖ్యలు:

'విప్లవపంథా' ఓటమికి దారితీసిన పరిస్థితుల్ని గురించి పరిశీలించేముందు, 'విప్లవపంథా' అనే దాని అర్థం గురించి కొంచెం చెప్పాలి.

"మావో రాజకీయ పంథా" అనే పేరుతో ఒక రాజకీయ పంథాని, ఒక 'వ్యక్తి పంథా'గా వ్యక్తిగతీకరించే పద్ధతి (పెర్సనలైజేషన్) చాలా తప్పు తోవ పట్టించడానికి దారితీస్తుంది.

నిజానికి, ఒక పార్టీకి సంబంధించిన "అసలు రాజకీయ పంథా" (ఆచరణలో నిజంగా అమలు జరిగే పంథా) అనేది, ఆ పార్టీలో అత్యున్నత స్థాయి కమిటీకి వున్న దృక్పథాన్నిగానీ, అత్యున్నతస్థాయి నాయకుడి దృక్పథాన్నిగానీ ఎన్నడూ పూర్తిగా ఆచరణలో పెట్టదు (మెటీరియలైజ్ చెయ్యదు) ఆ పార్టీ ఎంత కేంద్రీకృతమై వున్న పార్టీ అయినప్పటికిన్నీ.[72]

ఒక పార్టీకి వుండే 'అసలు రాజకీయ పంథా' ఎప్పుడూ కూడా 'దానికి జీవాన్నిచ్చే సామాజిక శక్తుల్ని' బట్టి ఏర్పడుతుంది. (సామాజిక శక్తులంటే- వర్గాలుగానీ, వర్గ విభాగాలుగానీ, ఆ విభాగాలకు చెందిన వ్యక్తులుగానీ.) ఏ సామాజికశక్తులకు ఏ పంథా అవసరమౌతుందో ఆ అవసరాన్నిబట్టే వాటి రాజకీయ పంథా ఏర్పడుతుంది.

ఒక పార్టీకి సంబంధించిన 'అసలు రాజకీయ పంథా' అనేది ఆ పార్టీ ఏ సామాజిక శక్తుల మీద ఆధారపడుతోందో ఆ సామాజిక శక్తుల ప్రత్యేక ప్రయోజనాల కోసమూ, వాటి దృఢమైన కోరికల కోసమూ ఏర్పడుతుంది కాబట్టి, ఆ పార్టీ ప్రకటించే 'సూత్రబద్ధమైన రాజకీయ పంథా' దృక్పథానికి అది (ఆ పార్టీ) పూర్తిగా గాక, పాక్షికంగానే సంబంధించి వుంటుంది.

పార్టీ 'అసలు రాజకీయ పంథా' ఏ సామాజిక శక్తులకోసం ఏర్పడుతుందో ఆ సామాజిక శక్తుల ఆశయాలు ఎలా వుంటాయంటే- 'సమాజ ప్రయోజనాలు' అనే విషయం మీద వాటికి ఎలాంటి అవగాహన వుంటుందో ఆ అవగాహనని బట్టి!

ఆ అవగాహన వాటికి ఎలా ఏర్పడుతుందంటే, సమాజంలో వున్న వుత్పత్తి సంబంధాలలో అవి ఏ స్థానంలో వుంటాయో, ఆ స్థానాన్ని బట్టి!

---

72. "రాజకీయ పంథా"కి సంబంధించిన వివరణ కొంత "అనువాదకుల ముందుమాట"లో చూడండి. ★

పార్టీలోని అత్యున్నత స్థాయి కమిటీ ఏ రాజకీయ పంథానైతే తన "సూత్రంగా" ప్రకటిస్తుందో- ఆ సూత్ర బద్ధమైన రాజకీయ పంథాకీ, ఆ పార్టీలో నిజంగా ఆచరణలో అమలుజరిగే అసలు రాజకీయ పంథాకీ మధ్య ఎంతో కొంత తేడా వుండే పరిస్థితి వుంటుందని దీన్నిబట్టి గ్రహించాలి.

[1966 - 76 మధ్య ఆచరణలో నడిచిన విప్లవ పంథాని గురించి చర్చించేప్పుడు ఈ పరిశీలనకు మరింత ప్రాముఖ్యత వున్నట్టు కనిపిస్తోంది నాకు. 'విప్లవపంథా'పట్ల ఎప్పుడూ స్థిరమైన దృక్పథంతో వున్న మావో వంటి నాయకులు ఎంతోకాలంపాటు పార్టీలో మైనారిటీలో వుంటూ వచ్చారు. విప్లవ దృక్పథం మైనారిటీగా వుంటూ వచ్చింది. వేరు వేరు సమయాల్లో వేరువేరు స్వభావాలతోవున్న పెటీ బూర్జువా శక్తులమీదే విప్లవ పంథా సమర్ధకులు అధారపడవలసి రావడంచేత వారి అభిప్రాయాలు పాక్షికంగా మాత్రమే నడిచాయి. వుదా॥ సాంస్కృతిక విప్లవ ప్రారంభపు మొదటి నెలల్లో వారు రాడికల్ పెటీ బూర్జువా శక్తులమీదా, తర్వాత 'ప్రజా విమోచన సైన్యం'లోని సెక్షన్లమీదా, అలా ఇతర శక్తులమీదా ఆధారపడవలసివచ్చింది.[73] ఈ విషయం గురించి 'షాంగై కమ్యూన్' చాప్టర్‌లో కూడా మరికొంత చూడండి.]

'అసలైన రాజకీయ పంథా' స్వభావం, అది ఏ సామాజికశక్తుల కోసం ఏర్పడిందో వాటినిబట్టే వుంటుంది కాబట్టి, ఆ పంథా ఆ శక్తుల ప్రయోజనాలనే నిజం చేస్తుంది. అందువల్ల, ఒక పార్టీ యొక్క 'అసలు రాజకీయ పంథా'ని పార్టీలో ఒక ప్రత్యేక నాయకుడి దృక్పథంతోనో, నాయకత్వ కమిటీ దృక్పథంతోనో సమానంచేసి చూడడం చాలా పొరపాటు. ఒక నాయకుడి దృక్పథమే పార్టీలో అసలు రాజకీయ పంథా అనిగానీ, అత్యున్నత కమిటీ దృక్పథమే పార్టీలో అసలు పంథా అనిగానీ భావించరాదు. ఈ అసలు పంథా అనేది ఒక నాయకుడి వుత్తర్వుల వల్లనో, ఒక కమిటీ వుత్తర్వులవల్లనో ఏర్పడేది కాదు. ఆ వుత్తర్వుల వల్ల అది చెదిరిపోయేదీ కాదు.

సామాజిక భౌతిక క్రమంలో ఒక రకం 'ప్రత్యేక' శక్తులు సైద్ధాంతికంగానూ, రాజకీయంగానూ జోక్యం చేసుకోవడంవల్ల ఏర్పడ్డదే ఈ అసలు రాజకీయ పంథా. ఆ శక్తుల జోక్యం అప్పటివరకూ సాగుతోన్న సామాజిక క్రమాన్ని మార్చవచ్చు. కానీ, ఆ మార్పు వాటి బలాబలాల్నిబట్టి మాత్రమే వుంటుంది.

అసలు రాజకీయ పంథా, వర్గాల బలాబలాలమీద కూడా ప్రభావం చూపుతుంది. అయితే, ఆ ప్రభావం చూపడం కూడా ఆ పంథాకు ఆధారమైన శక్తుల బలాబలాల్నిబట్టే వుంటుందిగానీ, వాటితో సంబంధం లేకుండా వాటికి అతీతంగా వుండదు.

ఒక ముఖ్య నాయకుడి దృక్పథాన్నో, ఒక వున్నత కమిటీ దృక్పథాన్నో పార్టీలో అసలు రాజకీయ పంథాగా భావించడం ఎందుకు జరుగుతూ వుంటుందంటే — అది ఏదో ఒక పన్నాగం వల్లనో, వంచన వల్లనో కాదు. పార్టీలో అత్యున్నతాధికారం కలిగిన కమిటీ (సుప్రీమ్ అథారిటీ) నిర్ణయించే పాలసీలను మాత్రమే అధికారికమైన పాలసీలుగా గుర్తించడం అనేది జరుగుతూ వుంటుంది కాబట్టి. అదే పద్ధతిలో, ఆ సుప్రీమ్ అథారిటీ ప్రకటించే పంథానే పార్టీ అసలు పంథాగా భావించడం కూడా జరుగుతూ వుంటుంది.

---

73. విప్లవ పంథా సమర్ధకులు ఇతర శక్తుల మీద "ఆధారపడడం" — గురించి 'అనువాదకుల ముందుమాట'లో చూడండి. ★

చైనాలో 'ప్రజల రిపబ్లిక్' ఏర్పడిన నాటినించీ అన్వయిస్తూవచ్చిన రాజకీయ పంథాని "పార్టీ, ఛైర్మన్ మావోలు నిర్వచించిన" పంథా అని ప్రస్తుత కమ్యూనిస్టు పార్టీ భావిస్తోంది. అంటే ఛైర్మనూ పార్టీనూ నిర్వచించిన పంథాయే "మౌలిక పంథా" అని ప్రస్తుత పార్టీ భావిస్తోంది.

లీషావోచీ రివిజనిస్టు గ్రూపూ, లిన్‌పియావో రివిజనిస్టు గ్రూపూ పార్టీలో బలమైన అధికారాన్ని చలాయించిన రోజుల్లో కూడా పార్టీ "మౌలిక పంథా"యే, "ప్రధానంగా" "అమలు జరిగిందని" ప్రస్తుత నాయకుల వాదం. పార్టీలో "శతృపంథాలు" "ప్రవేశించినప్పటికీ" అధికార పంథాకి "ద్రోహం" జరిగినప్పటికీ కూడా అధికార పంథాయే ప్రధానంగా అమలు జరిగిందని వీరి వాదం. దీనివల్ల అధికార పంథాకీ, అసలు పంథాకీ భేదం వుందని ఒప్పుకున్నట్టూ అయింది, ఒప్పుకోనట్టూ అయింది.[74] ఈ గందరగోళానికి కారణం ఈ విషయాన్ని పరిశీలించడంలో అనుసరించిన పద్ధతే. అది భావవాద (ఐడియలిస్ట్) పద్ధతి. ఒక రాజకీయ పంథాని ఎలా చూడాలో అలా చూడడంగాక — అంటే, ఆ పంథాని రూపొందించిన సామాజిక శక్తులేమిటో గుర్తించి, ఆ పునాది ద్వారా చూడడం గాక – ఒక రాజకీయ పంథా అంటే 'కొన్ని ఆలోచనల సముదాయం' అనీ 'ఆలోచనల ద్వారా తీసుకునే నిర్ణయాలు' అనీ భావించడం భావవాద పద్ధతే. సమకాలీన చరిత్రని చర్చించేటప్పుడు, ఈ భావవాద పద్ధతిని అనుసరించడం తరుచుగా తప్పనిసరి అయ్యేమాట నిజమే. ఎందుకంటే, ఒక రాజకీయ పంథాని రూపొందించే సామాజికశక్తుల్ని గుర్తించడం అన్ని సమయాలలోనూ సాధ్యం కాదు గనక.

ఒక పార్టీలో 'సూత్రబద్ధమైన రాజకీయ పంథా' ఒకటీ, 'అసలు రాజకీయ పంథా' ఒకటీ వుండడం అనేది, నవచైనా రాజకీయ చరిత్రకే కాదు వర్తించేది, ఏ రకమైన సామాజిక వ్యవస్థలో పరిపాలనచేసే అధికార పార్టీకైనా వర్తిస్తుంది. సూత్రబద్ధ రాజకీయ పంథానే అసలు రాజకీయ పంథాగా భావించడం అనేది ఆ పార్టీ గురించి కొన్ని భ్రమల్ని సృష్టిస్తుంది. పార్టీలో "ఐక్య నాయకత్వం" వుందనే భ్రమనీ, "ఏకీ భావ వాదం (మోనోలితిజం)" వుందనే భ్రమనీ, లేదా "నిరంకుశత్వం' వుందనే భ్రమని.

రష్యా కమ్యూనిస్టు పార్టీ కూడా — అధికారికంగా ప్రకటించే రాజకీయ పంథాకీ ఆచరణలో నడిచే అసలు రాజకీయ పంథాకీ గల "తేడాల" సమస్యని నిరంతరం ఎదుర్కొంది. ఈ తేడాలను 'అధికార పంథాని అతిక్రమించడాలు'గా భావించారు. ఈ అతిక్రమణల సమస్య ఒక కోణంలో

---

74. రివిజనిస్టుల వాదంలోవున్న తప్పువల్ల, అధికార పంథాకీ అసలు పంథాకీ భేదం వుందని ఒప్పుకున్నట్టూ, ఒప్పుకోనట్టూ కూడా ఎలా అయిందంటే — పార్టీలో శతృ పంథాలు కూడా వున్నాయని వాళ్ళే చెపుతున్నారు. శతృ పంథాలు వున్నప్పుడు, వాటి ప్రభావం వుంటుందనీ, దానివల్ల అధికార పంథా శక్తివంతంగా అమలు జరగదనీ, అందుచేత, అధికార పంథాకీ అమలు జరిగే పంథాకీ ఎంతో కొంత తేడా వుండి తీరుతుందనీ ఒప్పుకోవడమే. పార్టీలో శతృ పంథా వుందని ఒప్పుకోడం అంటేనే, అధికార పంథాకీ అసలు పంథాకీ భేదం వున్నట్టు ఒప్పుకోవడం. (వాళ్ళు మాటలతో ఒప్పుకోకపోయినా సరే). ఇక భేదాన్ని 'ఒప్పుకోక పోవడం' ఎలాగంటే — శతృ పంథాలు వున్నప్పటికీ అధికార పంథాయే ప్రధానంగా అమలు జరిగిందని చెపుతున్నారు. శతృ పంథాలు వున్నప్పటికీ అధికార పంథాయే ప్రధానంగా అమలు జరిగిందని చెప్పడం అంటే — అధికార పంథాకీ, అసలు పంథాకీ ఎలాంటి పరిస్థితుల్లోకూడా భేదం వుండదని చెప్పడమే. అంటే ఆ భేదాన్ని ఒప్పుకోకపోవడమే. నిజానికి, చైనా పార్టీ అధికారపంథా "ప్రధానంగా" అనదగ్గ స్థాయిలో అనేకసార్లు అమలు జరగలేదు. ★

అబద్ధమూ, ఒక కోణంలో నిజమూ కూడా.[75] పార్టీ నిర్మాణానికి సంబంధించిన లోపాలవల్లనే ఈ అతిక్రమణలు జరుగుతున్నాయని భావించారు. 1934 లో, రష్యా కమ్యూనిస్టు పార్టీ 17 వ మహాసభలో "నిర్మాణమే ప్రతీదాన్నీ నిర్ణయిస్తుంది" (అర్గనైజేషన్ డిసైడ్స్ ఎవ్విరి థింగ్) అని చెప్పడమే అలా భావించారనడానికి వుదాహరణ. (రష్యా పార్టీ 17 వ మహాసభ రిపోర్టు; 33 వ, 619 వ పేజీలు).

ఈ అతిక్రమణల్ని తర్వాత కాలాల్లో "శతృవుల" చర్యలు అనీ, "విద్రోహం" అనీ, "గతకాలపు అవశేషాలు" అనీ కూడా భావించారు. మొత్తంమీద అసలు విషయం ఏమిటంటే — ప్రకటించిన పంథాకీ అమలుజరిగిన పంథాకీ మధ్య ఘర్షణ వుందనే విషయం గ్రహించినా, ఇంకా వునికిలోవున్న సామాజిక శక్తులే ఆ ఘర్షణకు కారణంగా వున్నాయనే దృష్టితో ఆ సమస్యని అర్థం చేసుకోలేకపోయారు.

మనం మళ్ళీ సాంస్కృతిక విప్లవకాలంలో అమల్లో వున్న రాజకీయ పంథాని గమనిస్తే, ఒక విషయం నొక్కి చెప్పవలసివుంటుంది. ఆ పంథా- అప్పటి కమ్యూనిస్టు పార్టీ చేసిన తీర్మానాలలోని దృక్పథానికీ, మావో రచనల్లో వుండిన దృక్పథానికీ రూపం కాదు (ఆ సాంస్కృతిక విప్లవ కాలంలో అమలుజరిగిన పంథాలో అనేకాంశాల్ని మావో విమర్శించినప్పటికీ దాన్ని మావో పూర్తిగా నిరాకరించలేదు).

ఆ సాంస్కృతిక విప్లవకాలపు పంథాకి ఉన్న నిజమైన సామాజిక స్వభావాన్ని అర్థం చేసుకోవాలంటే ఎవరైనాగానీ, అనేక విషయాల్లో పరిశీలనలు (విశ్లేషణలు) జరపాలి. ఆ రకమైన పరిశీలనలు చెయ్యడంవల్ల మాత్రమే సాంస్కృతిక విప్లవకాలంలో ఈ రాజకీయ రంగంమీద ఏ సామాజిక శక్తులు (ఏ వర్గాలు, ఏ వర్గ విభాగాలు) సామాజికంగానూ, సిద్ధాంతపరంగానూ నిజంగా 'జోక్యం' చేసుకున్నాయో తెలుసుకోడానికి వీలవుతుంది. "మావో పంథా"లా కనపడే రాజకీయ పంథాకి ఆ సామాజిక శక్తులే "ప్రతినిధులు". అవే ఆ పంథా స్వభావాన్ని చాలావరకూ నిర్ణయించాయి.

ఈ కారణాలన్నిటివల్లా, 1966 - 76 మధ్య కాలంలో ప్రబలంగా (డామినెంట్‌గా) వున్న

---

75. పార్టీ అతిక్రమణ అనేది అబద్ధమూ, నిజమూ కూడా. ఎలాగంటే - పార్టీలో సభ్యుడిగా వున్న ఒక వ్యక్తి (వుదా॥ ఒక ధనిక రైతు, లేదా, స్పెషలిస్టు పార్టీ ప్రకటించిన విప్లవకర నిర్ణయాల ప్రకారం నడవకపోతే అది పార్టీ అతిక్రమణే. అయితే, ఆ అతిక్రమణ ఎందుకు జరుగుతుందంటే పార్టీ నిర్ణయాలు ఆ సభ్యుడి జీవన పరిస్థితులకు 'అనుకూలంగా' లేకపోతే. వుదా॥ సమిష్టి వ్యవసాయ క్షేత్రంలో చేరడానికి ధనిక రైతు వ్యతిరేకిస్తాడు. అలాగే, ఫ్యాక్టరీలో శారీరక శ్రమ కూడా చెయ్యాలంటే స్పెషలిస్టులు వ్యతిరేకిస్తారు. పార్టీ సభ్యులు ఎలాంటి వర్గాలకూ, సెక్షన్లకూ చెంది వుంటారో ఆ పరిస్థితుల్ని బట్టే, వాటికి అనుకూలంగానే వాళ్ళు ప్రవర్తిస్తారు. తమ ప్రయోజనాల్ని రక్షించుకోడం కోసమే వాళ్ళు ప్రయత్నిస్తారు. ఇక్కడ దేన్నో 'అతిక్రమించడం' అన్న ప్రశ్నేలేదు. కమ్యూనిస్టు పార్టీ నిర్ణయించే విప్లవకరమైన అంశాలకు కట్టుబడి వుండవలసిన 'అవసరం' ఈ రకం సభ్యులకు వుండదు. (ఈ రకం సభ్యులు పార్టీకి వుండే విప్లవ స్వభావాన్ని కుంటుపరుస్తారు). ఈ కోణంలో చూస్తే పార్టీ అతిక్రమణ అన్నది అర్థంలేని మాటగా వుంటుంది. పార్టీలో సభ్యుల్ని ఏ యే వర్గాలనించి చేర్చుకుంటున్నారనేదాన్నిబట్టీ, సమాజంలోవున్న వివిధ వర్గాలమధ్యా, సెక్షన్లమధ్యా వైరుధ్యాల్ని పరిష్కరించడానికి విప్లవకర మార్గంలో ఎలాంటి ప్రయత్నాలు జరుగుతున్నాయనేదాన్నిబట్టీ, ఈ పార్టీ అతిక్రమణలు హెచ్చుడంగానీ, తగ్గడంగానీ వుంటుంది. ★

పంథాకి ఎన్నో మినహాయింపులతో మాత్రమే "మావో రాజకీయ పంథా" అన్న మాట వుపయోగించవచ్చును.

ఒక రాజకీయ పంథాని ఒక నాయకుడి పేరుతో వాడడం అన్నది అనేక చెడు ఫలితాల్ని కలిగిస్తుందనే విషయం మరిచిపోకూడదు. ఆ పంథా ఒక నాయకుడి పంథాగా వుండడంవల్ల, దాన్ని విమర్శనాత్మకంగా పరిశీలించడానికి వీలుగాని పరిస్థితి ఏర్పడుతుంది. వాస్తవాల్నీ, సూత్రాల్నీ క్షుణ్ణంగా పరిశీలించే పరిస్థితికి బదులు ఆ నాయకుడినించి వచ్చిన, అంటే, 'పై స్థాయి అథారిటీనించి' వచ్చిన ఆర్గ్యుమెంటుకే లోబడే పరిస్థితి ఏర్పడుతుంది. నాయకుడు చెప్పిందే తప్పనిసరిగా సరైనది అని భావించే లాగా; ప్రజలూ, కార్యకర్తలూ తమ స్వంత అభిప్రాయాల్ని బైట పెట్టడానికి వెనకాడేలాగా ఒక వాతావరణం ఏర్పడుతుంది. అందుచేత, ఒక రాజకీయ పంథాని ఒక నాయకుడి పేరుతో పిలవడంవల్ల కలిగే ఈ రకం నష్టాల్ని దృష్టినించి తప్పిపోనివ్వకూడదు.

"విప్లవ రాజకీయ పంథా" అన్న మాటలో కూడా కొన్ని పరిమితులు వున్నాయి. ఏ రాజకీయ పంథా అయినా సామాజికశక్తుల్ని బట్టి ఏర్పడినట్టే, విప్లవ రాజకీయ పంథా కూడా అంతే. దాని వెనక వున్న సామాజిక శక్తులు అన్నీ విప్లవకరమైనవి కాకపోయినప్పటికీ కూడా. విప్లవ స్వభావం లేని శక్తులు కూడా విప్లవ పంథాని అన్వయించడంలోనూ, విశదీకరించడంలోనూ కూడా ప్రత్యక్షంగానో, పరోక్షంగానో పాల్గొంటాయి. ఇటువంటి పరిమితులు వున్నప్పటికీ, సాంస్కృతిక విప్లవకాలంలో అమలుజరిగిన పంథాకి "విప్లవ పంథా" అనే పేరు నేనెందుకు వుపయోగిస్తున్నానంటే ఆ పంథా స్వభావం "అప్పటి పరిస్థితుల్లో" అత్యంత విప్లవకరమైనది కాబట్టే. ఆ పంథా అత్యంత విప్లవకరమైనదనీ, "మావో పంథా" ఇచ్చే అవగాహనకు అది అత్యంత సమీపంగా వుందనీ (చాలా వ్యత్యాసాలు వున్నప్పటికీ), అందువల్లనే మావో ఆ పంథాకి తన సపోర్టు ఇచ్చాడనీ - చెప్పొచ్చు.[76]

ఇప్పుడు మనం, 'మావో పంథా' పరాజయానికి కారణమైన పరిస్థితుల్ని గురించి చూడవలసి వుంది.

మావో మరణం తర్వాత, "మావో రాజకీయ పంథా" ఓటమికి కారణమైన పరిస్థితులు:

ఈ పరిస్థితుల్ని గురించి మొట్టమొదట చెప్పవలసిందేమిటంటే - మావో మరణం తర్వాత,

---

76. "మావో పంథాయే ప్రధానంగా అమలుజరిగింది" అన్న రివిజనిస్టుల వాదాన్ని ఇంతకు ముందు విమర్శించి, ఇప్పుడు బెతల్‌హామ్ కూడా మళ్ళీ అదే చెపుతున్నట్టు అనిపిస్తుంది ఇక్కడ - (సాంస్కృతిక విప్లవకాలంలో అమలుజరిగిన పంథా ప్రధానంగా విప్లవకరమైనది - అని అనడంవల్ల). కానీ, ఈ రెండింటికీ తేడా వుంది. రివిజనిస్టులు చెప్పేది - మావో పంథాయే అమలుజరిగిందని. బెతల్‌హామ్ చెప్పేది - 'మావో పంథా ఎన్నడూ అమలుజరగలేదు, దానికి సమీపంగా వున్న పంథా మాత్రమే - అంటే, కొంత విప్లవ స్వభావంగల పంథా మాత్రమే అమలుజరిగింది' అని. అది అనేక తప్పులు చేసినప్పటికీ, దానిలో అనేక లోపాలు వున్నప్పటికీ అది 'రివిజనిజం' కోసం గాక, విప్లవం కోసం పనిచేసింది కాబట్టే, దాన్ని విప్లవపంథా అనడం. మావో పంథాకు సమీపంగా వున్న విప్లవ పంథా అది. ★

హువాకువా-ఫెంగు, "కుట్ర" ద్వారానే, అధికారానికి వచ్చాడు.[77] ఈ కుట్ర, అంతకుముందు వున్న విప్లవకర శ్రామిక ప్రజా పంథాకి బదులు, పెట్టుబడిదారీ పంథాని స్థాపించడానికి దారితీసే ఒక రాజకీయమైన మార్పుని ప్రారంభించింది. ఈ కాలంలో జరిగిన అతి ప్రధానమైన సంఘటనల క్రమం అంతా బాగా తెలిసిందే. ఇంకా ఇతర సంఘటనలున్నప్పటికీ వాటిగురించి తగినంత సమాచారం అందుబాటులో లేదు. అందుచేత ఇక్కడ నేను కొన్ని సంఘటనల గురించి చెప్పడానికే పరిమితమవుతున్నాను.

1976 సెప్టెంబరు 9న, మావో మరణించిన తర్వాత, కమ్యూనిస్టు పార్టీలో అప్పటివరకూ అనుసరిస్తోన్న పంథా చుట్టూ వున్న నాయకుల ఐక్యత వెంటనే బద్ధలైనట్టు బహిరంగంగా కనపడలేదు.

సెప్టెంబరు 11 నించీ 18 వరకూ పార్టీ నాయకులందరూ ఛైర్మన్ మావో సంస్మరణ సభల్లో పాల్గొన్నారు. 'నలుగురి'లో ఒకడైన వాంగ్-హుంగ్-వెన్ 'మావో అంత్యక్రియల కమిటీ'లో సభ్యుడు కూడా (పెకింగ్ రివ్యూ నెం - 38, 1976).

సెప్టెంబరు 18న, హువాకువా-ఫెంగు, 'విప్లవ పంథా మౌలిక ఆశయాలను' పునరుద్ఘాటిస్తూ వుపన్యాసం ఇచ్చాడు. సోషలిజానికి మార్పు జరిగే కాలమంతా వర్గాలూ, వర్గ పోరాటాలూ వుంటాయన్నాడు. ఆ మార్పు జరిగే కాలానికి వుండే ప్రత్యేక లక్షణాలకు సంబంధించిన థీసిస్‌ని కూడా వల్లించాడు. టెంగ్‌సియావోపింగ్ గురించీ, అతని అనుచరుల గురించీ గతంలో మావో అన్న మాటల్ని కూడా హువా ఆ సభలో ప్రస్తావించి టెంగ్‌ని విమర్శించాడు.

గతంలో అన్న మాటలు: "మీరు సోషలిస్టు విప్లవాన్ని నిర్మిస్తున్నారు గానీ, పెట్టుబడిదారీ వర్గం ఎక్కడుందో తెలీదు మీకు. అది సరిగ్గా కమ్యూనిస్టు పార్టీలోనే వుంది. అధికారంలో వున్నవాళ్ళే పెట్టుబడిదారీ పంథా అవలంబిస్తున్నారు. వారు ఇంకా ఆ పంథాలోనే వున్నారు."- మావో అన్న ఈ మాటల్ని హువా ప్రస్తావించాడు (పెకింగ్ రివ్యూ, నెం. 39, 1976).

అదే వుపన్యాసంలో హువా, ఇంకో అభిప్రాయం కూడా వెల్లడించాడు. సాంస్కృతిక విప్లవం — లీషావోచీ, లిన్ పియావోల రివిజనిస్టు పథకాల్నీ, తిరిగి పాత స్థానంలోకి రావడానికి టెంగు వేసిన పథకాన్నీ, ధ్వంసం చేసి, వారి విప్లవ ప్రతీఘాత రివిజనిస్టు పంథాల్ని విమర్శించిందని కూడా అన్నాడు. "టెంగ్ సియావో పింగ్‌ని విమర్శించేందుకూ; సరైన నిర్ణయాల్ని పక్కదారి పట్టించాలని ప్రయత్నించే మితవాదుల్ని తరిమికొట్టేందుకూ- పోరాటం తీవ్రతరం చెయ్యాల్సిన అవసరం వుంద"ని హువా ఆ సభలో ప్రకటించాడు.

---

77. రాజకీయాలలో "కుట్ర" అంటే — అప్పటికి అమల్లోవున్న రాజ్యాంగ నిబంధనల్ని తోసిపుచ్చి, అదే రాజ్యాంగానికి సంబంధించిన సైన్యబలంతో (ప్రజల బలంతో గాక) దౌర్జన్యంగా అధికారాన్ని హస్తగతం చేసుకోవడం. (అమల్లోవున్న రాజ్యాంగ నిబంధనల్ని ప్రజల బలంతోటీ, ప్రజాసైన్యం బలంతోటీ బహిరంగంగా తోసిపుచ్చి పరిపాలనాధికారాన్ని స్వాధీనం చేసుకోగలిగితే అది "విప్లవం" అవుతుంది). చైనా సైన్యంలోవున్న మెజారిటీ అధికారులు విప్లవ దృక్పథానికి వ్యతిరేకంగా వుండడంచేత హువా కుట్రకి తోడ్పడ్డారు. అంతకు పూర్వంనించీ హువా, ప్రభుత్వంలో ప్రధానమంత్రిగానూ, పార్టీలో వైస్ ఛైర్మన్‌గానూ వున్నాడు. మావో మరణం తర్వాత, హువా గ్రూపు, సైన్యం అండతో విప్లవ పంథా నాయకుల్నీ ముఖ్యుల్నీ అరెస్టులు చెయ్యడమూ, చంపడమూ చేసి పార్టీలో తనకు మెజారిటీ స్థానాన్ని సంపాయించగలిగింది. ఇది బూర్జువా రాజకీయాలలో జరిగే కుట్రేగానీ, కమ్యూనిస్టు రాజకీయ లక్షణాలేమీ లేవు దీనికి. ★

ఆ తర్వాత రోజుల్లో, పార్టీ నాయకుల మధ్య వుద్రిక్తలకు సంబంధించిన చిహ్నాలు కనిపించడం మొదలుపెట్టాయి.

సెప్టెంబరు 19న, మావో పర్సనల్ కాయితాల్ని హువా స్వాధీనం చేసుకున్నట్టు కనపడుతోంది.

సెప్టెంబరు 29న, నాయకుల మధ్య తుఫానులాంటి సమావేశం ఒకటి (పొలిటికల్ బ్యూరో సమావేశమా అది?) జరిగింది. 'మావో ప్రకటనల్ని కొన్నిటిని మార్చార'ంటూ హువా 'నలుగుర్ని' నిందించాడు.

సెప్టెంబరు 30 సాయంత్రం టియన్ ఆన్‌మెన్ గేట్ హాల్లో జరిగిన సమావేశానికి వేదికమీద నాయకులందరూ హాజరయ్యారు, కిందటిరోజు వారి మధ్య కొంత గొడవ జరిగినప్పటికీ (పెకింగ్ రివ్యూ నెం 41, 1976).

తర్వాత, అక్టోబరు ప్రారంభంలో, జాగ్రత్తగా పేపర్లు చదివినట్టయితే, పార్టీ విషయాలకు సంబంధించి పరస్పర వ్యతిరేకమైన సూత్రీకరణలు కనపడ్డం ఎవరైనా గమనించవచ్చు.

అక్టోబరు 6న, హువా, సెక్యూరిటీ ఫోర్స్ ఆధారంతోటీ, వుత్తర చైనా మిలటరీ నాయకుల ఆధారంతోటీ ఒక "కుట్ర" నిర్వహించి, 'నలుగుర్నీ' అరెస్టులు చేశాడు (వాళ్ళింకా బతికే వున్నారని అంటున్నారు).[78] ఈ కుట్రలో మావో-యువాన్ అనే మావో బంధువు నొకర్నీ, మాసియావో అనే పెకింగ్ వర్కర్స్ మిలీషియా లీడర్నీ చంపారు. నాయకత్వ కమిటీలకు చెందిన కొందరు నాయకుల హక్కులు తీసేశారు. కొందర్ని అరెస్టులు చేస్తామని బెదిరించారు.

అక్టోబరు 8న, అత్యంత అనుమానాస్పదమైన పరిస్థితుల్లో, హువా, పార్టీ కేంద్రకమిటీకి ఛైర్మన్‌గా మిలటరీ ఎఫైర్స్ కేంద్రకమిటీకి కూడా ఛైర్మన్‌గా తనని తానే "నియమించుకున్నాడు"— ప్రధానమంత్రి పదవిని కూడా ఎప్పటిలాగ వుంచుకుంటూనే. ఈ పదవుల్ని అలంకరించడం మాత్రమేగాక, మావో రచనల్ని ప్రింటు చెయ్యడానికీ, వాటిమీద వ్యాఖ్యానాలు రాయడానికీ, ఇంకా ఆ రకమైన సమస్తమైన విషయాలకీ మావో రచనలమీద హక్కులు తనకి మాత్రమే వుండేటట్లు ఆ గుత్తాధికారాన్ని (మోనోపలీ-ని) తనకి తనే ఇచ్చుకున్నాడు. ఈ నిర్ణయాలన్నీ కూడా పార్టీ కేంద్రకమిటీయే చేసినట్టు పార్టీ పేరుమీదే జరిగాయి. నిజానికి ఆ కేంద్రకమిటీ ఎన్నడూ కలవనే కలవలేదు. మహాఅయితే పొలిటికల్ బ్యూరో తాలూకు స్టాండింగ్ కమిటిలో ఒక సెక్షన్ కలిసి వుండొచ్చు. ఎన్నడూ కలవని కేంద్రకమిటీ హువాకి ఆ ఛైర్మన్ పదవులూ, మావో రచనలమీద హక్కులూ ఇచ్చింది. పార్టీ మీదా, మిలటరీ మీదా అధికారాలు హువా చేతిలోకి వచ్చాయి.

అక్టోబరు 10 నించీ ఒక కొత్త ప్రచార కార్యక్రమం ప్రారంభమైంది. 'నలుగురూ' రివిజనిస్టులనీ, వాళ్ళు కుట్రలూ కుహకాలూ చెయ్యబోతే సమయానికి దాన్ని పసిగట్టి తాము సోషలిజాన్ని రక్షించామనీనూ. ఈ ప్రచారంతోపాటే 'కార్మికులు క్రమశిక్షణతో మెలగాల'నే విజ్ఞప్తులు ప్రారంభమయ్యాయి.

పార్టీ కేంద్రకమిటీ, పార్టీ ఛైర్మన్ పదవిలో హువాని నియమించిందనే విషయం పత్రికలు చాలా గుంభనగా ప్రకటించాయి. హువా నియామకాన్ని జయజయధ్వానాలతో ప్రస్తుతించడానికీ, 'దుష్ట చతుష్టయాన్ని' నేలవేసి కాల రాయగలిగిన విజయోత్సాహం జరుపుకోడానికీ గొప్ప గొప్ప

---

78. "నలుగురి" మీద, 1980 చివరలో, రివిజనిస్టుల కోర్టులో "విచారణ" జరిగింది. దాని వివరాలు "అనువాదకుల చివరిమాట"లో చూడండి. ★

ప్రదర్శనలు జరగబోతున్నాయని మొట్టమొదటిసారి అక్టోబరు 21న మాత్రమే స్పష్టంగా ప్రకటించాయి పత్రికలు. ఆ తర్వాత, మావో, గతంనించీ కూడా 'నలుగురి ముఠా'కి వ్యతిరేకంగానే వుంటూ వచ్చాడని, ప్రకటించారు. కానీ, అది పూర్తిగా అబద్ధం. చారిత్రక వాస్తవానికి పూర్తిగా విరుద్ధం అది.

అక్టోబరు 28న, చాంగ్‌నీ, యావోనీ, వాంగ్‌నీ అంతవరకూ వారు నిర్వహిస్తున్న అన్ని విధుల నించీ తీసివేసినట్టు ప్రకటించారు. టెంగ్‌మీద విమర్శ, మొత్తంమీద, అధికారికంగా ఎజెండాలో మాత్రమే మిగిలింది. [పెకింగ్ రివ్యూ: నెం 43, 44: 1976][79]

అక్టోబరు 25 నాటి జెన్‌మిన్‌జీపావో, ఛీపాంగ్‌చున్‌పావో పత్రికల జాయింటు సంపాదకీయం- హువాని పార్టీ ఛైర్మన్‌గా నియమించడం అనేది, 1976 ఏప్రిల్ 30న మావో చేసిన నిర్ణయం ప్రకారమే జరిగిందని 'చూపించేందుకు' చాలా తంటాలు పడింది. ఈ రకంగా చెప్పుకోవడం హువా నియామకం సక్రమంగా జరగలేదనే సందేహాలు వున్నాయని తెలుపుతుంది. తనని నియమించడంలో పార్టీ కేంద్రకమిటీ అంతా హాజరు కాకపోయినా తన నియామకం సక్రమంగానే జరిగినట్టు ఒక చట్టబద్ధతని [లెజిటిమసీని] సృష్టించుకోవలసిన అవసరం కలిగింది హువాకి. అదే, మావోయే తనకీ పదవి ఇచ్చాడని చెప్పడం!

ఈ రకమైన లెజిటిమసీ కొన్ని రూల్స్‌తో నడవాల్సిన కమ్యూనిస్టు పార్టీకి పనికి రాదు. పైగా "మావో చెప్పాడు" అంటూ ఏ మాటలైతే పదే పదే చెపుతున్నారో ఆ మాటలు నిజమని నమ్మడానికి ఆధారాలేమీ లేవు. "నువ్వు బాధ్యత తీసుకుంటే నాకు తేలిగ్గా వుంటుంది" అన్నాడట మావో! ఈ మాటలు మావో అన్నాడా? ఎవరితో అన్నాడు? ఏ విషయం గురించి అన్నాడు? ఈ వివరాల్ని ఆ మాటలు ఇవ్వలేవు.

మొత్తానికి, హువా, అక్టోబరు చివరినించీ, మావోకి ఏకైక- చట్టబద్ధ వారసుడిగా తనని తను నియమించుకుని ఒక రకమైన "వ్యక్తి పూజ"ని మొదలు పెట్టించుకున్నాడు. అప్పటినించీ అతని ఫోటోలు ఎక్కడబడితే అక్కడ ప్రత్యక్షమవడం మొదలుపెట్టాయి. మావో సరసనే ఒకే ఫ్రేములో హువా ఫోటోలు!

[అక్టోబరు 29న, ఛీఫాంగ్ చున్ పావో పత్రిక- "కామ్రేడ్ హువాకువా ఫెంగు మన పార్టీకి నిరాకరించదగని ఛైర్మన్"- అన్న పేరుతో ఒక వ్యాసం ప్రచురించింది. అలాంటి ప్రకటన చెయ్యాల్సి వచ్చిందంటే, అతను ఛైర్మన్‌గా వుండడం అందరికీ అంగీకారమైన విషయం కాదని తెలుస్తోనేవుంది.]

ఇక తర్వాత, నవంబరు నించీ కార్మిక క్రమశిక్షణకు తరుచుగా పిలుపులు ప్రారంభమయ్యాయి. ఫ్యాక్టరీల్లో 'హేతుబద్ధమైన' నియమ నిబంధనల్ని మళ్ళీ ప్రవేశపెట్టడానికి నిర్ణయం జరిగినట్టు ప్రకటన వెలువడింది. అదే సమయంలో, 'నలుగురి'కీ వ్యతిరేకంగా ఒక ప్రచార కార్యక్రమం కూడా మొదలైంది. ఆ ప్రచారంలో విషయాలన్నీ పచ్చి అబద్ధాలనే సంగతి ఎంత స్పష్టం అంటే, అసలు వాటికి జవాబు లివ్వవలసిన అవసరమేలేదు. ఆ ప్రచారం చేసేవాళ్ళు అలాంటి ప్రచారం చేస్తోన్నందుకే అపఖ్యాతిపాలై పోతారు.

---

79. టెంగుమీద విమర్శ 'ఎజెండా'లో మాత్రమే మిగలడం అంటే- హువా, టెంగుకి లొంగుతున్నాడనీ, క్రమంగా టెంగుమీద విమర్శని వొదులుకుంటున్నాడనీ అర్థం. ★

నలుగురూ ఏయే పనులైతే చేశారని ప్రచారం చేస్తున్నారో అవే గనక నిజాలైతే అలాంటి పనులు చేసినవాళ్ళు నాయకులుగా వున్న పార్టీ ఎలాంటి పార్టీ అయివుండాలి? పార్టీలో ముఖ్యులు అంత చెడ్డపనులు చేస్తోంటే, మిగతా నాయకులు వాళ్ళ గురించి పట్టించుకోకుండానూ, వాళ్ళని విమర్శించకుండానూ అంతకాలం వున్న పార్టీ ఎలాంటి పార్టీ అయివుండాలి?

ఇక, నవంబరు చివరికి, టెంగ్‌ని విమర్శించడం అనేది పూర్తిగా ఆఖరయ్యింది. నవంబరు 24 న, మావో మసోలియానికి పునాదిరాయి వేసినప్పుడు హువా ఇచ్చిన వుపన్యాసంలో టెంగ్ మీద విమర్శ ఎంతమాత్రమూ లేదు![80]

డిసెంబర్లో, వుత్పత్తివాద నినాదాలు మరింత పెరిగాయి.

1977 జనవరిలో - టెంగ్‌కి తిరిగి పదవులు ఇవ్వాలని కోరుతూ అనేక ప్రదర్శనలు జరిగినట్టు పత్రికల్లో వార్తలు వెలువడ్డాయి.[81]

ఫిబ్రవరిలో - విదేశీ వ్యవహారాల శాఖా మంత్రి హువాంగ్ హువా, "తగిన సమయంలో టెంగ్ తిరిగివస్తాడు" అని ప్రకటించాడు.

మార్చిలో - కేంద్ర కమిటీ వర్కింగ్ సమావేశంలో 'టెంగ్‌కి మళ్ళీ బాధ్యతలు ఇవ్వాల'ని హువా సూచించాడు.

వ్యవసాయ రంగంలో యాంత్రీకరణని వేగవంతం చెయ్యాలనే ప్రకటనలతో పాటు "సోషలిస్టు అభివృద్ధి ప్రచారాలు" కూడా మొదలయ్యాయి. ఈ సమయంలోనే, టెంగు రాజకీయ కార్యకలాపాల్లోకి డైరెక్టుగా దిగినట్టు కనపడుతోంది.

1977 జూన్ ఆఖర్లో, జెన్‌మిన్‌జీపావో పత్రిక టెంగ్ భావాల్ని తెగపొగిడింది. (గతంలో వేటినైతే విమర్శించిందో వాటినే!). అంతేగాక, 'విప్లవపంథా'కి వ్యతిరేకంగా టెంగ్ చేసిన విమర్శల్ని కూడా సమర్థించింది.[82]

(ఇక ఇప్పటినించీ 'విప్లవపంథా'ని 'నలుగురి ముఠా'కి చెందిన పంథాగా మాట్లాడ్డం ప్రారంభించారు)

ఆ విధంగా, టెంగు తిరిగి తన రాజకీయ కార్యకలాపాలు బహిరంగంగా మొదలుపెట్టాడు.

1977 జూలైలో 16 నించీ 21 వరకూ జరిగిన కేంద్ర కమిటీ మూడవ సమావేశంలో హువాని పార్టీ ఛైర్మన్‌గా అధికారికంగా ఎన్నుకోవడం జరిగింది.

టెంగు కూడా తన పూర్వపు అధికారాలన్నీ తిరిగి వశం చేసుకున్నాడు.

1977 ఆగస్టులో, 2 నించీ 18 వరకూ జరిగిన పార్టీ 11వ మహా సభల ముగింపు వుపన్యాసం టెంగు ఇచ్చాడు. ఆ విధంగా అన్ని బాధ్యతలనించీ తొలగించిన 16 నెలల తర్వాత, టెంగు మళ్ళీ

---

80. మావో మసోలియం: మావో దేహాన్ని ప్రదర్శించే మందిరం. ★

81. టెంగు అప్పుడు పదవులన్నీ పోగొట్టుకున్న స్థితిలో వున్నాడు. సాంస్కృతిక విప్లవ కాలంలో అతన్ని అన్ని పదవులనించీ తీసేశారు. ఆ వివరాలు 83వ ఫుట్‌నోట్‌లో చూడండి. ★

82. అంటే ఆ పత్రిక నాయకత్వంలో విప్లవశక్తులు జైళ్ళపాలై ఆ స్థానం రివిజనిస్టు శక్తులు ఆక్రమించాయన్నమాట! ★

అన్ని పదవుల్నీ వశం చేసుకున్నాడు.[83]

అసలు ఈ పార్టీ వ్యవహారాల్లో ఏం జరిగిందనే దాన్ని గురించి చైనా ప్రజలకు సరైన వివరణ అందలేదు. టెంగుని తీసెయ్యడమూ, కొన్నాళ్ళకి మళ్ళీ పదవుల్లో పెట్టడమూ అనే పరస్పర విరుద్ధమైన రెండు నిర్ణయాల్ని పార్టీ ఏకగ్రీవంగా ఆమోదించిందన్న సంగతి వారికి తెలుసు. టెంగ్‌ని తీసేసినప్పుడు పార్టీ ఇలా ప్రకటించింది: "చైనా కమ్యూనిస్టు పార్టీ కేంద్ర కమిటీ పొలిటికల్ బ్యూరో టెంగ్ సియావో పింగ్‌ని పార్టీ లోపలా బైటా గల అన్ని బాధ్యతల నించీ తొలగించాలనీ ఏకగ్రీవంగా నిర్ణయిస్తోంది." (పెకింగ్ రివ్యూ, నెం. 15, 1976)

టెంగ్‌ని మళ్ళీ పదవుల్లోకి తీసుకొచ్చినప్పుడు పార్టీ ఇలా ప్రకటించింది: "చైనా కమ్యూనిస్టు పార్టీ కేంద్ర కమిటీ మూడో సమావేశం కామ్రేడ్ టెంగ్ సియావో పింగ్‌ని తిరిగి బాధ్యతల్లో నియమించాలన్న తీర్మానాన్ని ఏకగ్రీవంగా ఆమోదిస్తోంది." (పెకింగ్ రివ్యూ, నెం. 31, 1977)[84]

---

83. టెంగుని పార్టీనించి 2 సార్లు తీసేసి 2 సార్లు మళ్ళీ పెట్టారు. సాంస్కృతిక విప్లవకాలపు మొదటి సంవత్సరాలలో ఒకసారీ, చివరి సంవత్సరాలలో ఒకసారీ. 1968 అక్టోబరులో మొదటిసారి తీసేసే నాటికి అతను పొలిటికల్ బ్యూరో సభ్యుడిగానూ, జనరల్ సెక్రటరీగానూ వున్నాడు. పెట్టుబడిదారీ పంథాని తీసుకురావడానికి ప్రయత్నిస్తున్నాడనే విమర్శతో అతన్ని (లీషావోచీతో పాటు) తీసేశారు. — 1973 లో, 10వ మహాసభ నాటినించీ టెంగు మళ్ళీ కేంద్ర కమిటీలో సభ్యుడయ్యాడు. 1974 లో పొలిటికల్ బ్యూరోలో సభ్యుడు. 1975 లో కేంద్ర కమిటీకి వైస్ ఛైర్మన్. పొలిటికల్ బ్యూరో స్టాండింగ్ కమిటీలో కూడా సభ్యుడు. ప్రభుత్వంలో సీనియర్ మోస్ట్ వుప ప్రధానీ. ఎయిర్ ఫోర్సూ, నేవీ, ఆర్మీలతో కలిసిన మొత్తం సైన్యానికి అధ్యక్షుడూ. ఈ పదవులన్నిటినించీ 1976 ఏప్రిల్లో మళ్ళీ తీసేశారు. 1977 ఆగస్టులో పార్టీ మళ్ళీ టెంగుకి అన్ని పదవులూ ఇచ్చింది. టెంగు వ్యవహారం 'వైకుంఠపాళీ' ఆటలాగ కనిపిస్తుందిగానీ, టెంగ్‌ని తీసేసినప్పుడు పార్టీలో 'విప్లవపంథా' మెజారిటీగా వుందనీ, అతన్ని మళ్ళీ పదవుల్లోకి తీసుకొచ్చిన కాలాల్లో 'మితవాద పంథా' మెజారిటీగా వుందనీ అర్థం. ప్రస్తుతం చైనాలో నడుస్తోన్న రివిజనిస్టు పంథాకి ఈ టెంగే ప్రధాన ప్రతినిధి. ★

84. టెంగుని పదవులనించి తీసేసినప్పుడుగానీ, మళ్ళీ పదవుల్లో పెట్టినప్పుడుగానీ, ఎందుకు తీసేశారో, ఎందుకు పెట్టారో కమ్యూనిస్టు పార్టీ ప్రజలకు వివరించి చెప్పలేదు. టెంగుని తీసేసినప్పటి పార్టీకీ, మళ్ళీ పెట్టినప్పటి పార్టీకీ స్వభావంలో మార్పు జరిగిందనే విషయం ప్రజలకు తెలీదు. (రాజకీయ చైతన్యంతో పార్టీ విషయాలు సరిగా గ్రహించగల ఏ కొందరికో తప్ప). ఒకే పార్టీ ఒకసారి అలాగా, ఒకసారి ఇలాగా చేసిందేమిటనే సందేహాలతో కొట్టుకోవలసిందేగానీ మెజారిటీ ప్రజలకి అసలు సంగతి తెలుసుకునే మార్గంలేదు. టెంగు గురించి రివిజనిస్టులు ఎలాగూ ప్రజలకు వివరించి చెప్పరు. చెప్పినా, అన్నీ అబద్ధాలే చెపుతారు. ఆ పని విప్లవపంథా చెయ్యవలిసిందే. టెంగుని తీసేసినప్పుడు, అతను చేసిన తప్పులేమిటో చాలా స్పష్టంగా వివరించే రిపోర్టు (క్లుప్తమైన ప్రకటనలాంటిది గాక) ప్రజల ముందు పార్టీ పెట్టి వుంటే, మళ్ళీ అతన్ని పార్టీలోకి తెచ్చి పదవుల్లో కూర్చోబెట్టేప్పుడు ప్రజల ప్రతిఘటన ఏ కొంతైనా, ఏ రూపంలోనైనా వుండేది. కానీ, అలాంటిదేమీ జరగలేదు. పార్టీలో ఎలాంటి నిర్ణయం జరిగినా దాన్ని ప్రజలకు వివరించి చెప్పవలసిన బాధ్యతని పార్టీ విప్లవకరంగా వున్న సమయాల్లో కూడా తగినంతగా నిర్వర్తించలేదని బెతల్‌హామ్ విమర్శ. ఇలాంటి విమర్శలు చైనా పార్టీమీద (మావో నాటి పార్టీ మీద కూడా) అనేకం వున్నాయి. ★

పరిస్థితి అంతా తారుమారైంది. పదవులన్నీ పోగొట్టుకున్న టెంగు మళ్ళీ పదవుల్లోకి వచ్చాడు. ఈ మార్పు "శాంతియుతంగా" జరిగింది కాదు. తీవ్రమైన వర్గ పోరాటం ద్వారానే జరిగింది. ఈ పోరాటంలో, రివిజనిస్టు పంథాకి అనుకూలంగా 'రక్షణదళాలు' పెద్దపాత్ర నిర్వహించాయి. ఈ సందర్భంలో అనేక రకాల అణిచివేతలు జరిగాయి. అధికారికంగా అందిన సమాచారం చాలా తక్కువే అయినా, చైనాలో నివసించి వచ్చిన విదేశీయుల ద్వారా అందిన సమాచారంతో సహా అన్నిటినీ కలిపిచూస్తే 'అణిచివేత' పెద్ద ఎత్తునే జరిగిందనీ ఇంకా జరుగుతోనే వుందనీ స్పష్టమౌతోంది. అన్ని ప్రాంతాల్లోనూ అరెస్టులు మాత్రమేగాక మరణశిక్షలు కూడా అమలు జరిగాయి. మరణశిక్షలు చాలా ఎక్కువగానే జరిగినట్టు కనపడుతోంది.

[కొన్ని మరణశిక్షల గురించి రేడియోద్వారానో, అధికార్లు ప్రదర్శించిన పోస్టర్లద్వారానో అధికారికంగానే ప్రకటించారు. కొన్ని మరణశిక్షలు, ప్రజలు ప్రదర్శించే 'పెద్ద అక్షరాల పోస్టర్ల'ద్వారా బహిరంగంగా తెలిశాయి. మరణశిక్షల అట్టలు మెళ్ళల్లో వేళ్ళాడుతూ వున్న వ్యక్తుల్ని ట్రక్కుల్లో తీసుకుపోతూ వుండగా వాళ్ళని ప్రజలు చూడడంద్వారా కూడా కొన్ని మరణ శిక్షల సంగతులు బైటపడ్డాయి, 'మరణ శిక్షల్ని కొంతకాలం పాటు ఆపెయ్యడం మంచిద'ని అధికారికంగా ప్రకటించేదాకా వెళ్ళింది పరిస్థితి. గతంలో, మితవాదులకు వ్యతిరేకంగా సాగిన పోరాటాల్లో విప్లవ ప్రతీఘాతకుల పట్ల అమలు జరిగిన మరణ శిక్షల కంటే ఇవి ఎక్కువో తక్కువో నేను చెప్పలేను. గతంలో పదవులు పోగొట్టుకున్న మితవాదులందరూ ఇప్పుడు మళ్ళీ పదవుల్లోకి రావడంచూస్తే, గతంలో కేవలం పదవుల్లోంచి తీసెయ్యడం మాత్రమే చేశారు గానీ మరణ శిక్షలు వెయ్యలేదనే సంగతి స్పష్టమౌతోంది. అంతేగాదు, గతంలో విప్లవ వ్యతిరేకులకు కూడా మరణ శిక్షలు వెయ్యడానికి మావో పంథా వ్యతిరేకించింది. "ప్రధాన సంబంధాల..." రచనలో మావో ఇలా రాశాడు — "వాళ్ళల్లో ఎవరినీ చంపకపోతే మాత్రం నష్టమేమిటి? శ్రమచేసే శక్తి సామర్థ్యాలు గలవాళ్ళని పనుల్లో పెట్టాలి... వాళ్ళు ప్రజలకి ఒక విధమైన సేవ చేసేలా చెయ్యవచ్చును. అంతేగాక, ఈ మరణ శిక్షల పద్ధతివల్ల, ఏదైనా పొరపాటు జరిగి నేరం చెయ్యనివాళ్ళు కూడా మరణ శిక్షల వాత పడవచ్చును. ఒక తలని తెగగొట్టాక దాన్ని తిరిగి నిలబెట్టడం సాధ్యంకాదు... తర్వాత ఎంత అనుకున్నా తప్పు దిద్దుకోడం సాధ్యంకాదు... పార్టీనించీ ప్రభుత్వ శాఖలనించీ విప్లవ ప్రతీఘాతకుల్ని బహిష్కరిస్తోన్న సమయంలో, ఎవర్నీ చంపకపోవడం అంటే, ఆ విప్లవ ప్రతీఘాతకులతో స్ట్రిక్టుగా ప్రవర్తించకపోవడం అని అర్థంకాదు. అటువంటివాళ్ళతో స్ట్రిక్టుగా ప్రవర్తించకుండా వుండేలా, ఈ చంపకపోవడం, మనల్ని నిరోధించదు" (మావో టెక్ట్స్ 1949 - 58, పేజీ 186)]

చైనా రక్షణ దళాలు రివిజనిస్టు పంథాకి అనుకూలంగా నిర్వహించిన పాత్రని మెచ్చుకుంటూ రాశాయి చైనా పేపర్లు.

1977 అంతా పార్టీ సభ్యుల 'వడపోత' కార్యక్రమాలు సాగాయి. ఎంతమంది సభ్యుల్ని తీసేశారనే విషయం అంచనా కట్టడానికి తగిన సమాచారం లేదు. కానీ, చైనా నించి వచ్చిన కొందరు అందించిన సమాచారం ప్రకారం (వారు చైనా అధికారులతో మాట్లాడగలిగిన స్థాయిలో వున్నవారు) మూడోవంతు సభ్యుల్ని పార్టీ నించి తీసివేసినట్టు తెలుస్తోంది. ఈ వడపోతకు గురైన

వాళ్ళంతా ప్రధానంగా సాంస్కృతిక విప్లవ కాలంలో అభివృద్ధి చెందినవారు. ఇటువంటి సభ్యుల్ని తీసెయ్యడం మాత్రమే కాదు, సాంస్కృతిక విప్లవ కాలంలో తీసేసిన వాళ్ళందర్నీ మళ్ళీ పెద్ద ఎత్తున యథా స్థానాల్లోకి తీసుకొచ్చే కార్యక్రమం కూడా వెంట వెంటనే జరిగింది.

ఈ మార్పుల ఫలితంగా, 1977 చివరికి చైనా కమ్యూనిస్టు పార్టీ కార్యకర్తల స్వభావం (కాంపోజిషన్) 1976 అక్టోబరు నాటి స్థితిలా కాకుండా 1965 నాటి స్థితిలా తయారైంది. (మళ్ళీ ఆనాటి రివిజనిస్టు స్థితిలా)

మితవాదులు తిరిగి వచ్చే ఈ క్రమంలో టెంగ్ స్థానం పటిష్టమౌతూ వుండడం చూడొచ్చు. అతని అనుచరులు పార్టీలో అనేక పదవుల్లోకి వచ్చారు. మరీ ముఖ్యంగా కేంద్రకమిటీ నిర్మాణశాఖలో అనేక స్థానాల్లోకి వచ్చారు. ఈ డిపార్టుమెంటు - పార్టీకి సంబంధించిన అన్ని సంస్థల్లోనూ నియామకాల్నీ, బదిలీల్నీ, ప్రమోషన్లనీ, వుద్వాసనల్నీ నిర్ణయిస్తుంది.

[ఉదా॥ హుయావో పాంగ్ అనే వ్యక్తిగతంలో 'యంగ్ కమ్యూనిస్ట్ లీగ్'కి సెక్రటరీగా వుండేవాడు. అతని రివిజనిస్టు దృక్పథాల కారణంగా సాంస్కృతిక విప్లవంలో అతన్ని తీవ్రంగా విమర్శించారు. టెంగ్ తిరిగి పదవుల్లోకి వచ్చాక, ఈ హుయావోపాంగ్ 1977 డిసెంబర్లో కేంద్ర కమిటీ నిర్మాణశాఖకి అధికారి అయ్యాడు.][85]

ఇతర కేంద్ర డిపార్టుమెంట్లలోకీ, ఇంకా అనేక ప్రాంతాల పదవుల్లోకీ టెంగ్ అనుయాయులే వచ్చారు.

పదవుల నిండా రివిజనిస్టుల్ని నింపే ఈ కార్యక్రమంతోపాటు "వుత్పత్తిని పెంచాల"నే నినాదాలు అధికమయ్యాయి — వర్గ పోరాటాని కన్నా ప్రధానమైన స్థానం వుత్పత్తి పెంపకానికి ఇచ్చి!

'లీషావోచీనీ, లిన్‌పియావోనీ, నలుగురి ముఠానీ' విమర్శించడం అనేది క్రమంగా లీషావోచీ పేరుని వొదిలేసి మిగతా వారిని విమర్శించడంగా మారింది.[86]

---

85. ఈ హుయావోపాంగ్ ఇప్పుడు ఇంకా పెద్ద పదవిలోకి వచ్చాడు. 1982 సెప్టెంబరులో జరిగిన 12వ మహాసభనించీ పార్టీ కేంద్రకమిటీకి జనరల్ సెక్రటరీ అయ్యాడు. అంతకుముందు, 1980లో, పార్టీ ఛైర్మన్ పదవినించీ హువాని తీసేసినప్పుడు ఆ ఛైర్మన్ పదవిలోకి ఇతనే వచ్చాడు. ఇప్పుడు పార్టీలో ఛైర్మన్ పదవి లేదు. పార్టీ స్వరూపం కొంత మారింది. ఇప్పుడు పార్టీలో ఇతనే కేంద్ర కమిటీకి జనరల్ సెక్రటరీ. దాదాపు ఇది ఛైర్మన్ పదవిలాంటిదే. పేర్లు మాత్రమే తేడా. ★

86. హువా గ్రూపు అధికారంలోకి వచ్చిన మొదట్లో లీషావోచీనీ, లిన్‌పియావోనీ, 'నలుగురి'నీ కూడా విమర్శించింది. క్రమంగా టెంగు గ్రూపు బలపడడం ప్రారంభం కావడంతో లీషావోచీ మీద విమర్శని వొదిలేశారు. ఎందుకంటే, టెంగు, లీషావోచీ పంథావాడే. 1968లో, మొదటిసారి పదవులు పోగొట్టుకున్నప్పుడు, పెట్టుబడిదారీ పంథాని పునరుద్ధరిస్తున్నారంటూ పార్టీ విమర్శించిన వాళ్ళల్లో లీషావోచీ మొదటివాడు, టెంగు రెండో వాడూనూ. అందుకే, టెంగు, తన "గురువు"గారి మీద విమర్శని తీసేశాడు. అంతేగాక, ఆ గురువుగార్ని పునరుద్ధరించాడు కూడా. ఈ పునరుద్ధరణ కార్యంలో హువా కూడా కలిశాడు. 1980 ఫిబ్రవరిలో, 11వ కేంద్రకమిటీ 5వ సమావేశంలో కొన్ని రివిజనిస్టు నిర్ణయాలతోపాటు లీషావోచీని పునరుద్ధరించాలనే నిర్ణయం కూడా చేశారు. ఆ సమావేశం ఇలా ప్రకటించింది— "లీషావోచీని 'విప్లవద్రోహి' అనీ 'వంచకుడు' అనీ నిందారోపణలు చేసి, 1968లో పార్టీ ఆయన్ని అన్ని పదవులనించీ తీసివేసింది. ఆ విషయాన్ని తిరిగి పరిశీలించడానికి మేము ఒక కమీషన్‌ని నియమించాము. ఆ కమీషను ఒక సంవత్సరంపాటు సంపూర్ణంగా పరిశీలనచేసి లీషావోచీని పునరుద్ధరించాలని సూచిస్తూ వివరంగా ఒక రిపోర్టు ఇచ్చింది. ఆ రిపోర్టుని పొలిటికల్ బ్యూరో ఏకగ్రీవంగా ఆమోదిస్తూ లీషావోచీని →

"మనమిప్పుడు మితవాదులమీద దాడి చెయ్యడం మాత్రమే కాదు. "అతి వాదుల" మీద కూడా దాడి చెయ్యడం అవసరం"— అని చెప్పారు (జెన్ మిన్‌జీపావో, డిసెంబర్ 12, 1977). "అతివాదులు" అన్నమాటని వాళ్ళు కోట్స్‌లో పెట్టి చెప్పడానికి కారణం, అతివాదులని తాము అన్నవాళ్ళు నిజంగా 'అతివాదులు' కారని చెప్పాలనే. ఈ ప్రకటన, కొత్త రకం విమర్శని ప్రారంభించే వుద్దేశ్యంతో వున్నట్టు కనపడుతోంది.

అది ఇంకా ఇలా అంటోంది- "అసలైన విప్లవకారులెవరో, దొంగ విప్లవ కారులెవరో గుర్తించే పని చాలామంది చెయ్యలేకపోయారు."

1978 ప్రారంభంలో ఈ ప్రచారం ప్రధానంగా ఆర్మీ పేపర్లో సాగింది. ఆ పేపరు ఎవర్నీ పేరు పెట్టకుండా ఇలా దాడి చేసింది: 'గాలివాటం ఎటువుంటే అటు కొట్టుకుపోయేవాళ్ళు అవకాశవాదంలో మంచి నిపుణులు. 'నలుగురి ముఠా'ని విమర్శించడంతో బాధ్యత తీరిపోయిందని వీరు అసలు బాధ్యత నించి తప్పించుకోవాలని చూస్తారు'– అని. ఈ పేపరు ఏ దృక్పధాన్నయితే వ్యక్తం చేస్తోందో ఆ దృక్పధమే బలపడేటట్టయితే, పార్టీలో మళ్ళీ 'వడపోత' కార్యక్రమం తప్పనిసరి అయ్యేట్టు కనబడుతోంది. మొదట టెంగ్‌ని విమర్శించడంలో వుత్సాహం చూపించి, తర్వాత 'నలుగురి'నీ విమర్శించడంలో కూడా వుత్సాహం చూపినవారిని దెబ్బకొట్టే కార్యక్రమం ఇది.[87]

→ పునరుద్ధరించాలని ఒక తీర్మానం చేసింది. ఆ తీర్మానాన్ని ఈ సమావేశం సీరియస్‌గా చర్చించి, లీషావోచీకి 1968 లో 'ద్రోహి' అనీ 'వంచకుడు' అనీ పార్టీ పెట్టిన పేర్లను తీసివెయ్యడానికి ఏకగ్రీవంగా నిర్ణయించింది. 'లీషావోచీని పార్టీ లోపలా బైటా అన్ని పదవులనించీ తీసివేస్తున్నాము' అని గతంలో పార్టీ చేసిన నిర్ణయం తప్పుడు నిర్ణయం అని భావించి ఈ సమావేశం దాన్ని రద్దు చేస్తోంది. లీషావోచీని గొప్ప మార్క్సిస్టుగానూ, కార్మికవర్గ విప్లవకారుడిగానూ, ప్రముఖ నాయకుల్లో ఒకడిగానూ స్పష్టం చెయ్యాలని ఈ సమావేశం నిర్ణయించింది."— (న్యూస్ ఫ్రం చైనా- నెం.16, 1980)

ఆ తర్వాత, లీషావోచీకి ఇంకో 'వింత' గౌరవం కూడా జరిగింది. 1969 లో లీషావోచీ చచ్చిపోయినప్పుడు, అంత్యక్రియలు "ఘనంగా" జరగలేదు కాబట్టి ఆ వుత్సవం ఇప్పుడు చెయ్యదల్చుకున్నారు. లీషావోచీ అంత్యక్రియల కమిటీ ఒకటి 208 మంది సభ్యులతో ఏర్పడింది. దానికి ఛైర్మన్ హువాయే. 1980 మే 17 న ఆ వుత్సవం జరిగింది. విచార సూచకంగా జండాలను కిందకు దించడమూ, సంస్మరణ సభలు జరపడమూ వగైరాలు ఆ రోజు కార్యక్రమాలు. (న్యూస్ ఫ్రం చైనా- నెం.36; 1980)— ఈ రకంగా, టెంగు నాయకత్వంలో లీషావోచీ రివిజనిస్టు పంథా తిరిగి జీవం పోసుకుంది. మరింత బలపడింది. ★

87. హువా గ్రూపుని దృష్టిలో పెట్టుకుని టెంగు గ్రూపు విసిరే వ్యంగ్యోక్తులు అవి. హువా ఇంకా టెంగుకు లొంగని కాలంలో ప్రారంభమైన హెచ్చరికలు అవి. హువా గ్రూపుకీ, టెంగు గ్రూపుకీ వున్న వైరుధ్యాలు బూర్జువా గ్రూపుల మధ్య వుండే వైరుధ్యాల వంటివే. హువాని లొంగదీసే పని అంచెలంచెలుగా సాగి, చివరికి 1978 డిసెంబరులో జరిగిన 11వ కేంద్ర కమిటీ 3వ ప్లీనరీ సమావేశంలో పూర్తయినట్టు (ఆ సమావేశంలో హువాకి పార్టీలో పట్టుపోయినట్టు) కనపడుతోంది. (తర్వాత కూడా హువా కొన్నాళ్ళపాటు పదవుల్లో వున్నప్పటికీ). "ఈ సమావేశంతో పార్టీ కీలకమైన మలుపు తిరిగింది" అనీ, "1976 అక్టోబరు నించీ కుంటుతూ ముందుకు సాగుతోన్న పార్టీ పరిస్థితిని ఈ సమావేశం అంతం చేసింది" అనీ, "సాంస్కృతిక విప్లవపు అతివాద →

→ తప్పుల్నీ, అంతకు పూర్వపు తప్పుల్నీ సమగ్రంగా సరిదిద్దే పని ఈ సమావేశమే ప్రారంభించింది" అనీ,- 1981 జూన్‌నాటి "పార్టీ చరిత్ర తీర్మానం" వర్ణిస్తోంది. ఈ వర్ణన హువా గ్రూపుకి వర్తించేదే. 1976 అక్టోబరు నించీ అధికారంలోకి వచ్చింది హువాయే కాబట్టి, "1976 అక్టోబరునించీ కుంటుతూ సాగుతోన్న పార్టీ పరిస్థితి" అంటే అది హువా గ్రూపుని విమర్శించడమే. అలాగే, "సాంస్కృతిక విప్లవపు తప్పుల్ని సరిదిద్దే పని ఈ సమావేశమే ప్రారంభించింది" అంటే అంతవరకూ ఆ పని హువా సరిగా చెయ్యలేదని విమర్శ. హువా కూడా సాంస్కృతిక విప్లవాన్ని వ్యతిరేకిస్తోనే వున్నాడు. అయితే, అతను దాన్ని పూర్తిగా వ్యతిరేకించకుండా కొంత సమర్థించాడు. అదే టెంగు దృష్టిలో నేరం. సాంస్కృతిక విప్లవాన్ని పూర్తిగా తిరస్కరిస్తేనే ఆ తప్పుల్ని 'సమగ్రంగా' సరిదిద్దినట్టు. ఆ పని హువా గ్రూపు సరిగా చెయ్యలేదనీ, చాలా నెమ్మదిగా (కుంటుతూ) చేస్తోందనీ టెంగు గ్రూపు అసంతృప్తి. హువా గ్రూపుని మొత్తంగా తోసివెయ్యగల బలం టెంగు గ్రూపుకి 1978 డిసెంబరు సమావేశం నాటికి ఏర్పడినట్టే. ఆ తర్వాత, హువా క్రమక్రమంగా ఒక్కొక్క పదవీ పోగొట్టుకున్నాడు. మొదట ప్రభుత్వంలో "ప్రధాని" పదవి పోగొట్టుకున్నాడు. (పాపం!) (గతంలో, 1976 ఫిబ్రవరిలో, అంతవరకూ ప్రధానిగావున్న చౌఎన్‌లై పోయాక, ఏప్రిల్‌నించీ హువా ప్రధాని అయ్యాడు. తర్వాత, 1978 మార్చిలో జరిగిన 5వ ప్రజా ప్రతినిధుల మహాసభలో కూడా మళ్ళీ హువాయే ప్రధాని అయ్యాడు. కానీ, 1980 సెప్టెంబరు నాటికే అతను ఆ పదవిని వదలవలసి వచ్చింది). 1980 సెప్టెంబరు 10న ప్రజా ప్రతినిధుల 5వ మహాసభ తాలూకు 3వ ప్లీనరీ సమావేశంలో, ప్రధాని పదవినించి తాను తప్పుకుంటున్నట్టు హువా ప్రకటించాడు. ఎందుకు తప్పుకుంటున్నాడటా? ఒక వ్యక్తి ఒకే సమయంలో పార్టీలోనూ, ప్రభుత్వంలోనూ కూడా వుండకూడదని "చారిత్రక పాఠాలనించి" పార్టీ కొత్తగా గ్రహించిందట. హువాకి పార్టీలో రెండు పెద్ద పదవులు కూడా వున్నాయి కాబట్టి, ప్రభుత్వంలో ప్రధాని పదవిని వొదులుకుంటున్నాడట. ఈ మాటలన్నీ ఆ సమావేశంలో హువాయే ప్రకటించినట్టు 'నవ చైనా వార్తా సంస్థ' రాస్తోంది. (న్యూస్ ఫ్రం చైనా- నెం.79, 1980). ప్రధాని పదవిని వొదిలేస్తానని హువా పార్టీ కేంద్ర కమిటీ ముందు పెట్టాడట. అప్పుడు కేంద్ర కమిటీ హువా స్థానంలో జావోజియాంగ్‌ని నియమించాలని సిఫార్సు చేసిందట. జావోజియాంగ్ ప్రధాని పదవికి "తగిన వ్యక్తి" అనీ, "నమ్మదగ్గ వ్యక్తి" అనీ కేంద్ర కమిటీ భావించిందట. ఆ విధంగా జావోజియాంగ్ ఆ 5వ ప్రజా ప్రతినిధుల 3వ ప్లీనరీ సమావేశంలో, "రహస్య ఎన్నిక"లో ప్రధాని అయ్యాడట- "...ఈ సమావేశం ఇవ్వాళ (సెప్టెంబరు 10, 1980) హువా రాజీనామాను అంగీకరించి, రహస్య బ్యాలెట్ ద్వారా జావోని కొత్త ప్రధానిగా నిర్ణయించింది"- (న్యూస్ ఫ్రం చైనా- నెం.30, 1980). ప్రధాని పదవి ఎవరికి ఇవ్వాలో పార్టీ కేంద్ర కమిటీలో మొదటే నిర్ణయం జరిగాక ఇక రహస్య బ్యాలెట్ ఏమిటో?- ఈ విధంగా హువా, మొదట 'ప్రధాని' పదవి పోగొట్టుకుని, తర్వాత దశలో పార్టీలో వుండే 2 పదవులూ కూడా పోగొట్టుకున్నాడు. (అయ్యో పాపం!) ఒకటి- కేంద్రకమిటీ ఛైర్మన్ పదవీ, రెండోది- మిలటరీ కమిషన్ ఛైర్మన్ పదవీ. ఈ పరిణామం, 1981 జూన్‌లో, 11వ కేంద్ర కమిటీ 6వ ప్లీనరీ సమావేశం నాటికి జరిగింది. ఆ పదవులనించి కూడా తప్పుకుంటానని హువాయే "కోరిక" వెలిబుచ్చాడని నవ చైనా వార్తా సంస్థ కథనం. "పార్టీ కేంద్ర కమిటీ ఛైర్మన్ పదవికీ, మిలటరీ కమిషన్ ఛైర్మన్ పదవికీ రాజీనామా చేస్తానని హువా వెలిబుచ్చిన కోరికని నిన్న ముగిసిన 11వ కేంద్ర కమిటీ 6వ ప్లీనరీ సమావేశం ఏకగ్రీవంగా ఆమోదించింది. ఈ సమావేశం -హు యావోపాంగ్‌ని పార్టీ ఛైర్మన్‌గానూ; జావో జియాంగ్‌నీ, హువా కువాఫెంగ్‌నీ వైస్ ఛైర్మన్లుగానూ; టెంగ్ సియావో పింగ్‌ని మిలటరీ కమిషన్ ఛైర్మన్‌గానూ ఎన్నుకున్నది". (న్యూస్ ఫ్రం చైనా- నెం.44, 1981). అంటే, ఛైర్మన్ పదవినించీ వైస్ ఛైర్మన్ పదవిలోకి దిగిపోయాడన్నమాట హువా! అలా దిగిపోవాలని అతనికి ఎంత కోరిగ్గా వుందో! →

[1976 ఫిబ్రవరిలో, పార్టీ, హువాని ప్రభుత్వంలో తాత్కాలిక వుప ప్రధానిగా నియనించినప్పుడు - "టెంగ్‌ని విమర్శించడానికి పార్టీ నాయకత్వంలో ఒక ప్రచారోద్యమాన్ని ప్రారంభించాలి" అన్నాడు హువా. (1976 నవంబరు 8 నాటి ఆర్మీ డైలీ పేపరు ఈ విషయం పేర్కొంది.) కానీ, 11వ పార్టీ మహాసభలో టెంగ్‌ని విమర్శించే ప్రచారోద్యమం గురించి, హువా మళ్ళీ ఏమీ మాట్లాడలేదు.]

రివిజనిస్టులు చేసిన "కుట్ర"లో జరిగిన సంఘటల్ని సమీక్షించడం అనేది, ఆ కుట్రకు పూర్వం వున్న పరిస్థితుల్ని అర్థం చేసుకోడానికీ, కుట్ర ఫలితాల్ని కొంతవరకూ అర్థం చేసుకోడానికీ వుపకరిస్తుంది. ఆ సంఘటనలు ఎందుకు జరిగాయో, వర్గాల బలా బలాల్లో మార్పులు ఎందుకు జరిగాయో ఈ సమీక్ష వివరణ ఇవ్వదు. ఆ ప్రయత్నం నేను చివరి భాగంలో చేస్తాను.

వర్గాల బలాబలాల్లో మార్పులూ, రివిజనిస్టు పంథా విజయమూ:

దేశ ఆర్థిక పరిస్థితిని అభివృద్ధి చెయ్యడంలో కమ్యూనిస్టుపార్టీ అవలంబించిన 'పాత పంథా' విఫలమవడంచేతనే ఇప్పుడు 'కొత్త పంథా' అవసరమైందనే తరహా వాదానికి ఇంతకుముందే జవాబు చెప్పేశాను, ఆ వాదం పూర్తిగా తప్పని. 'పాత పంథా' వల్ల వుత్పత్తి తగ్గలేదని ఇంతకుముందే చూశాం. 1966 నించీ 76 వరకూ ఆర్థిక పరిస్థితికి సంబంధించిన బ్యాలెన్స్ షీట్ చాలా అనుకూలంగానే వుంది. అయినప్పటికీ ఆ కాలంలో వుత్పత్తిని ఇంకా పెంచి వుండవచ్చని ఎవరైనా భావిస్తే అందులో పొరపాటు లేదు. వుత్పత్తి పెంచడం కోసం విప్లవ పంథాని విడిచి పెట్టనక్కరలేదు. విప్లవ పంథాని విడిచి పెట్టకుండానే వుత్పత్తి పెంచవచ్చు. విప్లవ పంథాని

→ అతని కోరికమీదే అది జరిగిందట! "నేను ఛైర్మన్‌గా వుండను, వైస్ ఛైర్మన్‌గానే వుంటాను. సైన్యంమీద అధికారిగా కూడా వుండను. నా పదవులు ఎవరన్నా తీసేసుకొండి" అని హువా కోరాడన్నమాట. (ప్రజల గ్రహణశక్తిమీద బొత్తిగా నమ్మకమూ, గౌరవమూలేని రిపోర్టులే ఇవి. ఒక వ్యక్తి, ఏకకాలంలో పార్టీలోనూ, ప్రభుత్వంలోనూ వుండకూడదని 'చారిత్రక జ్ఞానం'తో పార్టీ విధించిన రూలు హువా గ్రూపుకేనా? టెంగు గ్రూపుకోసం కూడానా? ప్రభుత్వంలో ప్రధానిగా వున్న జావోజియాంగు, ఇప్పుడు పార్టీలో వైస్-ఛైర్మన్ కూడా ఎలా అయ్యాడు? ఈ రూలు హువాకి ఎందుకు వర్తించలేదు? హువాకి రానురానూ "వైరాగ్యం" పెరిగిపోయి సమస్త పదవులూ త్యజించాలనే వాంఛ మితిమీరి పోయినట్టుంది. అతను, త్వరలోనే ఆ వైస్ ఛైర్మన్ గిరీకూడా పోగొట్టుకున్నాడు. 1982 సెప్టెంబరులో జరిగిన పార్టీ మహాసభ ఛైర్మన్ పదవిని రద్దు చేసి జనరల్ సెక్రటరీ పదవి పెట్టింది. ఛైర్మన్ పదవి రద్దుతో వైస్ ఛైర్మన్ పదవులు కూడా రద్దయ్యాయి. అప్పటినించీ హువా కేంద్ర కమిటీ సభ్యుడిగా మాత్రమే వున్నాడు. కనీసం పొలిటికల్ బ్యూరోలో కూడా లేదు. 12వ మహాసభ డాక్యుమెంట్లలో పొలిటికల్ బ్యూరో సభ్యుల లిస్టులో హువా పేరులేదు. "పార్టీలో మళ్ళీ వడపోత కార్యక్రమం తప్పనిసరి అయ్యేట్టు కనపడుతోంది" అని బెతల్‌హామ్ తన వ్యాసంలో అంచనా వేసిన విషయం, ఈ రకంగా హువా గ్రూపు నిష్క్రమణతో రుజువైంది. హువా టెంగ్‌ల పదవుల కొట్లాటలు దొంగలూ దొంగలూ వూళ్ళు పంచుకోవడం లాంటివే. ఎవరి పక్షానా విచారించవలసిన పనిలేదు - వాళ్ళ బలాబలాల్ని గమనిస్తూ వుండడం తప్ప. ★

వొదిలేస్తేనేగానీ వుత్పత్తి పెంచలేమని చెప్పడానికి ఎలాంటి ఆధారమూ లేదు. అందుచేత, విప్లవ పంథాని విడిచిపెట్టడం అన్నది ఆర్థికావసరాల వల్ల జరిగినట్టు భావించడం పూర్తిగా తప్పు. అది, కేవలం వర్గాల బలా బలాలు తారుమారవడం మూలంగా మాత్రమే జరిగింది.

1966 - 76 సంవత్సరాల రాజకీయ విషయాలకు సంబంధించిన నిజమైన బ్యాలెన్స్ షీటు లేదు కాబట్టి, పూర్వపు పంథాని ఫలానా విధంగా సరిదిద్దాలనీ, సరిదిద్దగలమనీ భావించడం అర్థరహితమూ, అసాధ్యమూ కూడా. విప్లవపంథాని తీవ్రతరం చెయ్యడంలో, గతంలో, జరిగిన పొరపాట్లని విస్తృతమైన చర్చల ద్వారానూ, సామాజిక ప్రయోగాల ద్వారానూ మాత్రమే సరిదిద్దుకోవడం సాధ్యమై వుండేది. కానీ, అలాంటి చర్చలూ, ప్రయోగాలూ ఈనాడు జరగనేలేదు.

ఒక విషయం మాత్రం స్పష్టంగా వుంది. గతంలో, షాంగై మునిసిపాలిటీ ప్రాంతంలో 'విప్లవపంథా' చాలావరకూ సరైన పద్ధతిలో అమలు జరిగింది (ఆ పంథాని మాటల్లో సమర్థిస్తూ, చేతల్లో వ్యతిరేకించే శక్తులు కొన్ని వున్నప్పటికీ). అక్కడి ఆర్థిక ఫలితాలు బ్రహ్మాండంగా వున్నటు కనబడుతున్నాయి.

షాంగై ఫ్యాక్టరీల్లో పరిస్థితులు ఇతర చోట్లకంటే ఎంతో బాగుంటాయని షాంగై ప్రజలూ, ఇతర పట్టణాల ప్రజలూ కూడా అంటారు.

విప్లవ పంథా ఓటమి ఎక్కడినించో వచ్చింది కాదు. దాని వ్యతిరేకుల మోసాల వల్లా, నక్కజిత్తుల వల్లా, వారికి నీతి నిజాయితీలు లేకపోవడంవల్లా మాత్రమే విప్లవ పంథా ఓడిపోయిందని అనలేము. అవన్నీకూడా వాటి పాత్ర అవి నిర్వహించినప్పటికీ అవే ప్రధాన కారణాలు కావు.

విప్లవ పంథా ఓటమి పొందిందంటే, ఏదో ఒక విషయంలో అది సరిగా ప్రవర్తించలేదన్న మాట. ఈ ఓటమి స్వభావం ఏమిటో, దాని కారణాలు ఏమిటో తెలుసుకోడం చాలా ముఖ్యం. అందుకోసం 'వర్గ సంబంధాలు' అనే అంశంలో వెతకాలి. ఆ విషయంలోకి వెళ్ళాలి.

ఈ పరిశీలన, చైనా పరిస్థితులకు వుపయోగపడే జవాబులు మాత్రమేగాక, మరింత విశాలంగా వుపయోగపడే జవాబులు ఇవ్వాలి. మళ్ళీ ఒకసారి చెప్తున్నాను. ప్రస్తుతానికి మనం పాక్షికంగానూ, తాత్కాలికంగానూ వుండే జవాబులు మాత్రమే ఇవ్వగలం. ఈ ప్రయత్నం, ఇంకా విస్తృతమైన పరిశీలనకు మొదటి అడుగుగా వుపయోగ పడవచ్చును. ఆ విస్తృత పరిశీలన, ఈ మొదటి అడుగులో జరిగిన పొరపాట్ల మీద కూడా విమర్శ చేయగలుగుతుంది.

చైనా పరిస్థితిని గురించి, తగినంత సరైన జవాబులు ఇవ్వలేక పోవడానికి ప్రధానమైన కారణం, నూతన చైనాలో ఏ యే వర్గాలున్నాయో తెలుసుకునే 'వర్గ విశ్లేషణ' లేకపోవడమే. చైనా కమ్యూనిస్టు పార్టీ ప్రారంభం నించీ ఇప్పటివరకూ అలాంటి విశ్లేషణ జరపలేదు. **88** ఇది ఎంతో సీరియస్‌గా గుర్తించవలసిన వాస్తవం. ఈ లోపాన్ని పూరించడానికి 'నలుగురి'లో ఒకరిద్దరు ప్రయత్నించారు గానీ, వారి ప్రయత్నాలు విజయవంతం కాలేదు. సోషలిస్టు దశకు పరివర్తన చెందుతోన్న సమాజంలోని నూతన వర్గాలను గుర్తించడానికి అవసరమైన సిద్ధాంత పరిజ్ఞానం చాలినంతగా వారికి లేకపోవడమే వారి వైఫల్యానికి కారణం. పరివర్తనా దశలో వున్న సమాజంలో పెట్టుబడిదారీ వర్గాన్ని గుర్తించే పని, వుత్పత్తి సంబంధాల్లో దాని స్థానం ఎక్కడ వుందో ఆ పునాదిని అర్థం చేసుకోడం ద్వారా జరగలేదు. పెట్టుబడిదారీ తరహా ఆలోచనల్ని చూసీ, పెట్టుబడిదారీ రాజకీయ పంథాని చూసీ, మహా అయితే, 'పెట్టుబడిదారీ హక్కు' ఫలితంగా ఏర్పడే పంపిణీ

---

88. 'వర్గ విశ్లేషణ'కు సంబంధించిన విషయాలు కొన్ని 'అనువాదకుల ముందుమాట'లో చూడండి. ★

సంబంధాల్ని చూసీ- ఆ తరహా వాళ్ళంతా పెట్టుబడిదారీ వర్గీయులని భావించడం జరిగింది. పెట్టుబడిదారీ వర్గాన్ని గుర్తించే పని వుపరితలానికి సంబంధించిన అంశాల ద్వారా చెయ్యడమే 'వర్గ విశ్లేషణ'లో జరిగిన లోపం. పెట్టుబడిదారీ వర్గాన్నిగానీ, మరే వర్గాన్నిగానీ ఆర్థిక పునాదినించీ పుట్టుకొచ్చే విషయంగా గాక, వుపరితలం నించీ పుట్టుకొచ్చే విషయంగా భావించడమే ఇది.[89]

ఈ పొరపాటు జరగడానికి మూలం "సోషలిస్టు యాజమాన్యం" అనే విషయం గురించి సరైన అవగాహన లేకపోవడంలో వుంది. వుపరితలంలో జరిగిన మార్పు ప్రభావం ఆర్థిక పునాదిమీద పనిచేసిందని భావించారు. అదే 'సోషలిస్టు యాజమాన్యా'న్ని గురించిన పొరపాటు అవగాహన. ఇది మార్క్సిజానికి విరుద్ధమైనది.[90]

---

89. "భౌతిక పునాది" మీద ఆధారపడి వర్గ నిర్ణయం చెయ్యడం అంటే— ఒక వ్యక్తి గానీ, ఒక సెక్షన్‌గానీ "శ్రమ చెయ్యడం"లో ఎటువంటి స్థానంలో వున్నారు అనే అంశాన్ని చూసి, ఆ అంశాన్ని ఆధారం చేసుకుని నిర్ణయం చెయ్యడం. అలాగాక, ఆ వ్యక్తి మాట్లాడే మాటల్నిబట్టీ, వెలిబుచ్చే భావాల్ని బట్టీ, అతనికి వచ్చే జీతాన్నిబట్టీ 'ఇతను ఫలానా వర్గానికి చెందుతాడు' అని నిర్ణయిస్తే అది వుపరితల లక్షణాల్ని ఆధారం చేసుకుని వర్గ నిర్ణయం చెయ్యడం. ఈ రెండో పద్ధతి అనేక తప్పులకు దారితీస్తుంది. మాట్లాడేమాటల్ని బట్టీ, వెలిబుచ్చే భావాల్ని బట్టీ వర్గ నిర్ణయం చేసినప్పుడు కార్మికుల్ని బూర్జువాలుగానూ, బూర్జువాల్ని కార్మికులుగానూ అంచనా వెయ్యాల్సిన పరిస్థితి కూడా రావచ్చు. ఎలాగంటే, ఒక కార్మికుడు సరైన చైతన్యంలేక, బూర్జువా వర్గ ప్రభావంలోవుండి బూర్జువా రకం భావాలే వ్యక్తం చెయ్యవచ్చు. ఆ లక్షణాలే చూసి ఇతను బూర్జువా వర్గమే అని నిర్ణయించి, బూర్జువాలతో వ్యవహరించే తీరులోనే అతనితో వ్యవహరిస్తే? అలాగే, శ్రామిక వర్గాలకు అనుకూలమైన మాటలు మాట్లాడినంత మాత్రాన, ఆ మాటలే చూసి అలాంటి వాళ్ళంతా శ్రామిక వర్గమే అనుకుంటే? అసలు పునాదిమీద అధారపడిగాక, వుపరితల విషయాలమీద అధారపడే పద్ధతిలో వర్గ నిర్ణయం చెయ్యడమే ఈ తప్పులకు మూలం. జీతాలూ, బోనసులూ, ఇంకా ఆ రకం ఇతర సౌకర్యాలూ వంటి పంపిణీ విషయాల్ని చూసి వర్గ నిర్ణయం చెయ్యడంకూడా ఎందుకు తప్పంటే— పెద్ద జీతాలు వచ్చే వాళ్ళంతా బూర్జువా వర్గం వాళ్ళు కారు. కార్మికుల్లోకూడా కొన్ని ప్రత్యేక సెక్షన్లలో పెద్ద జీతాలు రావచ్చు. ఒక మేధావికో, టెక్నీషియన్‌కో వచ్చేంత జీతం స్కిల్డ్ లేబర్ చేసే కార్మికుల్లో ఒక సెక్షన్‌కి రావచ్చు. కొన్ని ప్రమాదకరమైన రంగాలలో పనులుచేసే కార్మికులకు ఆయా పనుల్నిబట్టి కొన్ని ఎక్కువ సౌకర్యాలు వుండవచ్చు. ఈ విషయాలేచూసి, ఆ రకం కార్మికుల్ని వుత్పత్తిలో ఎక్కువ భాగం పొందుతోన్న బూర్జువాలే అనుకుంటే, అది వుపరితల విషయాలమీద ఆధారపడి వర్గ నిర్ణయం చెయ్యడమే. 'శ్రమ సంబంధాల' ఫలితమే 'పంపిణీ సంబంధాలు' కాబట్టి, ఆ రెండింటిలోనూ పునాది విషయం 'శ్రమ సంబంధాలు' అనే అంశమే. ఆ పునాది విషయాన్ని అధారంగా చేసుకోవడమే "భౌతికవాద పద్ధతి". అలాకానిది భావవాద పద్ధతి. పరివర్తన చెందుతోన్న సోషలిస్టు సమాజంలో కొత్తవర్గాల్ని గుర్తించే పనిని విప్లవకారులు సరైన పద్ధతిలో చెయ్యలేకపోయారని బెతల్‌హేమ్ అంటున్నారు. ★

90. వుపరితలంలో జరిగిన మార్పు, అంటే, వుత్పత్తి సాధనాలమీద ప్రైవేటు హక్కు పోయి సమిష్టి హక్కూ, పబ్లిక్ హక్కూ ఏర్పడడం. ఆ మార్పునే 'సోషలిజం' అనీ, ఆ మార్పుతోనే ఆర్థిక పునాది మారిపోతుందనీ చైనా విప్లవ కారులు భావించారనీ; 'సోషలిస్టు యాజమాన్యం' అనే విషయంమీద విప్లవకారులకు సరైన మార్క్సిస్టు అవగాహన లేకపోవడంవల్లనే ఆ పొరపాటు జరిగిందనీ బెతల్‌హేమ్ అభిప్రాయం. ఈ విషయాలు 'అనువాదకుల ముందుమాట'లో మరికొంత వివరంగా చూడండి. ★

ఈ విధంగా సోషలిస్టు యాజమాన్యం గురించీ, పెట్టుబడిదారీ వర్గాన్ని గుర్తించడం గురించీ సరైన సిద్ధాంతజ్ఞానం లేకపోవడానికి అనేక కారణాలున్నాయి. వాటిలో ప్రధానమైనది, రెడీమేడ్ సూత్రాల పరిధిలో గాకుండా స్వేచ్ఛగా ఆలోచించడానికి వీలునిచ్చే విస్తృతమైన చర్చలు లేకపోవడం. వర్గ విశ్లేషణని అభివృద్ధి చెయ్యాలని ప్రారంభించిన ప్రయత్నాలకు విప్లవపంథా వ్యతిరేకులు అడ్డుకట్టలు వెయ్యడం కూడా ఒక కారణమే. పెట్టుబడిదారీ వర్గం తన రక్షణ తను చూసుకొంది.

"చైనాలో మళ్లీ కొత్తగా వర్గ విశ్లేషణ జరపాలనుకుంటున్నారు!" అని రివిజనిస్టులు 'నలుగురి'మీదా ఆరోపణ చెయ్యడం యాక్సిడెంటల్‌గా జరిగిందికాదు. మావో ఏనాడో చైనా వర్గాల గురించి విశ్లేషణ జరిపాడు కాబట్టి, ఆ పని ఇక అవసరం లేదని చెప్తూ, ఆ పని మళ్ళీ చెయ్యడాన్ని 'నేరం'గా పరిగణిస్తున్నారు ప్రస్తుత నాయకులు.

ప్రస్తుత చైనాలో వర్గవిశ్లేషణ లేకపోవడంవల్ల, ఇటీవలకాలంలో వర్గ సంబంధాలలో జరిగిన మార్పుల్ని పూర్తిగా అర్థంచేసుకోవడానికి వీలులేకుండా వుంది. 'విప్లవ పంథా' ఓటమికి గల అనేక కారణాలలో ఇది ప్రధానమైన కారణం.

ఒక సమాజంలో వున్న వర్గాలేమిటో, వాటి సంబంధాలేమిటో తెలియకుండా వాటిని (ఆ సంబంధాల్ని) విప్లవ పథంలోకి మార్చేపని ఎవ్వరూ చెయ్యలేరు. ఈ అవగాహనలేని ప్రస్తుత పాలకపార్టీ మహా అయితే తను వున్న స్థితిని నిలుపుకోవడం మాత్రమే చెయ్యగలుగుతుంది, ఆర్థిక రంగాన్ని ఆధునీకరించే ప్రయత్నాలద్వారా.

మారుతోన్న చైనాలో ఏర్పడిన కొత్తవర్గాలేమిటో; సామాజిక విభాగాలేమిటో; కార్మికవర్గంలోనూ, ప్రజా కమ్యూన్లలోనూ ఏర్పడ్డ విభజన లేమిటో తెలిపే విశ్లేషణాత్మకమైన పార్టీ డాక్యుమెంటు లేనప్పుడు, పరిస్థితి ఎలా మారుతోందో, ఎంత తీవ్రంగా మారుతోందో ఎవరూ మరీ ఖచ్చితంగా చెప్పలేరు.

[యాష్‌మోనిట్ తన వ్యాసంలో సరిగా ప్రశ్నించినట్టుగా - చైనాలో 8 గ్రేడ్ల జీతాల పద్ధతి వుందనే విషయమే మనకు తెలుసుగానీ, పంపిణీలో వ్యత్యాసాల గురించి అంతకన్నా ఎక్కువేం తెలుసు మనకి? స్కిల్డ్ లేబర్‌లో ఎన్ని తేడాలు పాటిస్తున్నారో, సీజనల్ కార్మికులు ఎలాంటి పాత్ర నిర్వహిస్తున్నారో, గ్రామీణ మధ్యతరహా చిన్నతరహా పరిశ్రమల కార్మికులకూ, నగరాల భారీ పరిశ్రమల కార్మికులకూ మధ్య సంబంధాలు ఎలావున్నాయో — ఇవన్నీ ఏం తెలుసు మనకి? ప్రజా కమ్యూన్లు ఏర్పడిన తర్వాత వుత్పత్తి క్రమాల్ని మార్చేందుకు గ్రామీణప్రాంతాల్లో సాగిన ప్రచారోద్యమాలు ఈ సామాజిక వ్యత్యాసాలమీద ఎలాంటి ప్రభావం చూపించాయో కూడా మనకేమీ తెలీదు. ('యాష్‌మోనిట్' వ్యాసం: "చైనాలో మేధావులకున్న ప్రత్యేక సౌకర్యాలు")]

కొత్త వర్గాల విశ్లేషణ లేకపోవడంవల్ల, పాత సమాజానికి సంబంధించిన వర్గాల పేర్లనే వాడడం జరుగుతూ వచ్చింది. దీనికి వుదాహరణలు బోలెడూ. ప్రజాకమ్యూన్లు స్థాపించి 20 సంవత్సరాల కంటే ఎక్కువే అయినా కమ్యూన్‌కి చెందిన రైతుల్ని ఇంకా 'పేదరైతులు' అనీ, 'ధనికరైతులు' అనీ, 'భూస్వాములు' అనీ ఆ పాతకాలానికి సంబంధించిన మాటలే ఇప్పటికీ వాడుతున్నారు.

[ఎప్పుడో పాతిక సంవత్సరాల కిందట, విప్లవ భూసంస్కరణలు జరగక ముందు,

సమాజంలో వున్న తారతమ్యాల్ని ఏ మాటలతో సూచించారో అవే మాటలతో ప్రజాకమ్యూన్లతో తారతమ్యాల్ని సూచిస్తున్నారు.][91]

కొత్త వర్గాలూ, కొత్త విభాగాలూ ఏర్పడివున్న నేటి పరిస్థితిలో, పాతవర్గాలకు సంబంధించిన 'భూస్వామీ', 'ధనికరైతూ', 'పేదరైతూ' లాంటి మాటలు వుత్త నవ్వులాటకి తప్ప ఇంకెందుకూ పనికిరావు.

కొత్త వర్గాల్ని పాత పేర్లతో పిలిచే తప్పు చేస్తోన్నట్టే, కొత్త పరిస్థితుల్లో ఏర్పడుతోన్న రాజకీయ పంథాల్ని పూర్వంనించీ సిద్ధంగా వున్న పాత పేర్లతోటే ('పెట్టుబడిదారీ పంథా'- వగైరా పేర్లతో) విమర్శించడం సాగుతోంది. ఒక పంథా సమర్థకులు దాని వ్యతిరేకులమీద ఏ నిందలైతే మోపుతారో, వారూ వీరిమీద అవే నిందలు మోపుతారు. ఈ విషయంలో ఒక టిపికల్ వుదాహరణ వుంది.

1976 లో, ఇంకా 'విప్లవపంథా' అమలులో వున్నకాలంలో, "గొప్ప విజయం" అన్న వ్యాసం (జెన్‌మిన్‌జీపావో, ఏప్రిల్ 10) టెంగ్ సియావోపింగ్ గురించి ఈ విధంగా ప్రకటించింది.

"టెంగ్ సియావో పింగ్ పంథాకి సామాజిక పునాది, పార్టీలోవున్న పెట్టుబడిదారీ మార్గీయులతో ఏర్పడింది. సమాజంలో వున్న పెట్టుబడిదారీ వర్గంతోనూ; మారని భూస్వాములతోనూ, ధనిక రైతులతోనూ, విప్లవ ప్రతీఘాతకులతోనూ, దుష్టశక్తులతోనూ, మితవాదులతోనూ సంబంధం కలిగివున్న పునాది అది."

1977 లో, హువాకువాఫెంగు, తన సరసన టెంగుని కూర్చోబెట్టుకుని 'నలుగురి'నీ విమర్శిస్తూ, 11 వ మహాసభల రిపోర్టులో ఇలా ప్రకటించాడు.

"ఈ నలుగురూ- భూస్వాములకూ, ధనికరైతులకూ, విప్లవ ప్రతీఘాతకులకూ, దుష్టశక్తులకూ, పాత కొత్త పెట్టుబడిదారీ శక్తులకూ మన పార్టీలోవున్న ప్రతినిధులు" (పెకింగ్ రివ్యూ, నెం. 35, 1977). ఈ రకం సూత్రీకరణలు దేనికి వుపయోగపడతాయి? ఏ పంథానైతే విమర్శిస్తున్నారో, దాన్ని గురించి ఖచ్చితమైన వర్గ విశ్లేషణని పార్టీముందూ ప్రజలముందూ పెట్టడంలో నాయకుల అశక్తతని బహిరంగంగా చూపించడానికి మాత్రమే వుపయోగపడతాయి. ఒకవేళ, కొత్త సమాజంలో 'వర్గ విశ్లేషణ' అంతా జరిగిందనీ, దాన్ని పార్టీ రహస్యంగా వుంచిందనీ అనేట్టయితే, అది, ప్రజలకు నాయకత్వం వహిస్తున్నానని చెప్పుకునే పార్టీ పనికిమాలినతనాన్ని మాత్రమే తెలియజేస్తుంది.[92]

---

91. సోషలిస్టు సమాజం అనగానే అందరికీ ఒకే రకం సంపాదన వుంటుంది అనుకోవడం పొరపాటు. ఒక సంస్థలో (ఫ్యాక్టరీలోగానీ, కమ్యూన్‌లోగానీ) పనిచేసే జనంలో వారుచేసే శ్రమల రకాల్నిబట్టీ, వారి శక్తి సామర్థ్యాల్ని బట్టీ వారి సంపాదనల్లో తేడాలు వుంటాయి. కొత్త సమాజ పరిస్థితుల్ని బట్టి వచ్చే ఈ తేడాలకు, ఆ కొత్త పరిస్థితుల్ని సూచించే పేర్లే పెట్టాలిగానీ పాత సమాజంలోలాగ భూస్వాములూ, ధనిక రైతులూ, పేద రైతులూ, బూర్జువాలూ, పెటీ బూర్జువాలూ లాంటి పేర్లతో వ్యవహరించడం తప్పు. కొత్త వర్గ విశ్లేషణ లేకపోబట్టే కొత్త పేర్లుకూడా ఇంకా ప్రారంభం కాలేదు. ★

92. 'వర్గ విశ్లేషణ' చెయ్యడం దాన్ని రహస్యంగా వుంచడానికి కాదు. వుత్పత్తి సంబంధాల్లో ఏ సెక్షన్ ఏ స్థానంలో వుందో, ఏ సెక్షన్‌కి ఏ వర్గ స్వభావంవుందో ఎప్పుడూ ప్రజలకి తెలుస్తూ వుండాలి. 'వర్గ విశ్లేషణ' పనిలో ప్రజలు పాల్గొనడం అనేది లేకుండా ఆ పనే సక్రమంగా నడవదు. వర్గాలమధ్యా వర్గవిభాగాలమధ్యా వున్న వైరుధ్యాలు ఏ కోవకు చెందినవో, వాటిని →

నిజానికి, చైనా కమ్యూనిస్టుపార్టీ నాయకత్వం, కొత్తసమాజం గురించి ఏ విధమైన మౌలిక విశ్లేషణా చెయ్యలేదు. అందుకే అరిగిపోయిన పాతపాటే మళ్ళీ మళ్ళీ వల్లించడం తప్ప దానికి గత్యంతరం లేదు.

[కార్యకర్తల్ని తప్పులు చేశారని నిందిస్తూ అధికారం నించి తీసివేసేటప్పుడు వారికి 'గూఢచారుల'నీ, 'రహస్య ఏజంట్ల'నీ గతంనించీ సిద్ధంగా వున్న పేర్లు (లేబుల్స్) తగిలించడం మామూలే. సాంస్కృతిక విప్లవకాలంలో అనేకమంది రచయితల మీదా, కళాకారుల మీదా, కార్యకర్తల మీదా, 'గూఢచారులు' అనే తరహా పేర్లతో చియాంగ్ చింగ్ నాయకత్వాన దాడులు జరిగాయి. ఇప్పుడు కొత్త నాయకులు అదే రకం పేర్లతో ఆమె మీద దాడి చేస్తున్నారు. ఒక సందర్భానికి నిజంగా తగిన సరైన విశ్లేషణ చెయ్యడానికి బదులు సిద్ధంగా వున్న ఏదో ఒక పేరు తగిలించేసి విమర్శించే పద్ధతి సాగిపోతోంది. అసలు పరిస్థితిని జనాలకు వివరించాలనే విషయాన్ని తిరస్కరిస్తున్నారు. ప్రజల స్వంత చరిత్ర ప్రజలకే తెలియక మరుగున పడింది. ప్రజల చారిత్రక జ్ఞాపకాల్ని నాశనం చెయ్యడానికీ, ఆ విధంగా వారిని నిరాయుధుల్ని చెయ్యడానికీ, దొంగగా సృష్టించిన పత్రాల ద్వారానూ, దొంగ ఫోటోల ద్వారానూ ప్రయత్నాలు జరిగాయి. ఇది "వర్గ విశ్లేషణ" లేనందువల్ల జరిగింది కాదు. ప్రజల్ని మోసం చెయ్యగలమనే దృష్టితో, ప్రజలంటే లెక్కలేనితనం వల్ల జరిగిందే.]

పార్టీలో జరిగిన ప్రస్తుత పోరాటాలు వర్గ విశ్లేషణల ఆధారంతో జరగలేదు - అనడం అంటే ఆ పోరాటాలు వర్గ భేదాల్ని బట్టి జరగనే లేదని అర్థం కాదు. ఖచ్చితమైన వర్గ విశ్లేషణ లేకపోయినా, సమాజంలో వున్న వర్గ భేదాల్ని మొత్తంమీద 'లోకజ్ఞానం' వంటి గ్రహింపు ద్వారా (ఇన్ట్యూటివ్‌గా) అర్థం చేసుకోబట్టే ఆ పోరాటాలు చేశారు. అయితే, ఖచ్చితమైన 'వర్గ విశ్లేషణ' లేకపోవడంవల్ల ఆ వర్గభేదాల్ని అర్థం చేసుకునే పని కొంత పైపైన జరిగిందేగానీ, అందులో లోతుపాతులన్నీ సరిగా తెలిసి అర్థం చేసుకోవడం కాదు అది. వర్గ విశ్లేషణలేని పరిస్థితుల్లో వర్గాల మధ్య విభజన రేఖల్ని కరెక్టుగా గుర్తించడం సాధ్యంకాదు. సెకండరీ స్థాయి వైరుధ్యాలతో ఎలా ప్రవర్తించవలసి వుంటుందో అలా ప్రవర్తించడమూ సాధ్యం కాదు. (ఏది ప్రధాన స్థాయి వైరుధ్యమో ఏది సెకండరీ స్థాయి వైరుధ్యమో తెలుసుకుని వాటితో తగిన విధంగా ప్రవర్తించక పోవడంవల్ల, సెకండరీ స్థాయి వైరుధ్యాలు కూడా శత్రు స్వభావాన్ని సంతరించుకునే ప్రమాదం వుంది.) సోషలిజంలోకి పరివర్తన చెందడం అనే పనిని సజావుగా సాధించడానికి ఏ యే వర్గాలతో ఐక్యత సాధించాలో, ఏ యే

→ పరిష్కరించే మార్గం ఏమిటో, వాటి విషయంలో ఎలాంటి అవగాహనతో వుండాలో ఎప్పుడూ ప్రజలకు తెలిసేట్టుగా పార్టీ చేస్తూ వుండాలి. వైరుధ్యాల్ని పరిష్కరించే పనిని ప్రజలతో కలిసి పార్టీ చెయ్యాలిగానీ, అది పార్టీకి రహస్యంగా చెయ్యాల్సిన "స్వంత" వ్యవహారం కాదు. ఉన్న సమాజంలో వైరుధ్యాల్ని పరిష్కరించుకుంటూ కొత్త సమాజాన్ని క్రమక్రమంగా సృష్టించుకోవలసిన అవసరం ప్రజలదే. ఆ అవసరాన్నీ ఆ బాధ్యతనీ ప్రజలు గుర్తించాలంటే పార్టీలో జరుగుతోన్న విషయాలన్నీ ప్రజలకు తెలుస్తూవుండాలి. ప్రతీ అడుగులోనూ వర్గపోరాట జ్ఞానం ప్రజలకు కలిగించడమూ, పోరాటాలకు ప్రజల్ని సంసిద్ధం చెయ్యడమూ అనే పనుల్ని పార్టీ సక్రమంగా చెయ్యగలగాలంటే పార్టీలో జరుగుతోన్న 'వర్గపోరాటం' బట్టబయలుగా ప్రజలముందు వుండాలి. నిజంగా ఏం జరుగుతోందో ఎప్పటికప్పుడు సరైన అవగాహనతో తెలుసుకోగలగడం అనేది ప్రజల చేతుల్లో బలమైన ఆయుధం అవుతుంది. ఆ ఆయుధాన్ని ప్రజలకు ఇవ్వలేని పార్టీ ప్రజల్ని ఆత్మరక్షణ చేసుకోలేని స్థితిలో వుంచుతోందన్న మాట. ★

వర్గాలతో ఎంతవరకూ రాజీలు చేసుకోవాలో ఇదంతా, సమాజంలో వున్న వర్గాలేమిటో తెలియకపోతే సాధ్యమే కాదు.

'సాంస్కృతిక విప్లవ' చరిత్ర చాలావరకూ అపారంగా జరిగిన ముందడుగుల చరిత్రే. ఈ అభివృద్ధి 1966 మే కీ 1967 ఫిబ్రవరికీ మధ్య జరిగింది.

[ఈ ముందడుగుల దశ 1966 వేసవి నించీ అభివృద్ధి అయింది. దీనికి ముందు విద్యార్థులూ, యువ కార్మికులూ అగ్రగామి పాత్ర నిర్వహించిన ఒక తీవ్రమైన సైద్ధాంతిక వర్గ పోరాటం జరిగింది. సాంస్కృతిక విప్లవం ప్రారంభమైన మొదటి రోజుల్లో ఎందరో కార్మికులు ఆ వుద్యమంతో తమ కేమీ సంబంధం లేనట్టు ప్రర్తించేవారు. 1967 వేసవిలో నేను చైనా వెళ్ళినప్పుడు అనేక ఫ్యాక్టరీలకు వెళ్ళి అనేకమంది కార్మికులతో మాట్లాడాను. వుద్యమ ప్రారంభంలో ఇతర కార్మికులూ, విద్యార్థులూ తమతో మాట్లాడడానికి తమ ఫ్యాక్టరీలకు వస్తే వారు చెప్పే దాని మీద ఏమీ శ్రద్ధ చూపక వారిని పంపించివేస్తూ వుండేవారమని ఎంతోమంది కార్మికులు నాతో ఒకటికి పదిసార్లు అన్నారు. కానీ, రాను రానూ జరిగిన తీవ్రమైన ప్రచారంవల్ల కార్మికులు కూడా క్రమక్రమంగా వుద్యమ కార్యక్రమాలలోకి రావడం ప్రారంభించారు. సాంస్కృతిక విప్లవం గురించి నేను గతంలో మరియా యాంటోనియెటా మకియాచీతో అన్నదాన్ని ఆమె సరిగా గ్రహించక పోవడంవల్ల నేను చెప్పిన దాన్నించీ ఆమె ఒక పొరపాటు అభిప్రాయం ఏర్పర్చుకుంది. నా దృష్టిలో సాంస్కృతిక విప్లవం నిజమైన ప్రజావుద్యమం కాదనీ, ప్రజల చొరవ లేకుండా పార్టీ తన సైద్ధాంతిక పంథాని రుద్దడానికి చేసిన ప్రయత్నమే అదనీ, దాని ఫలితంగా నిరంకుశాధికారాన్ని వ్యతిరేకించే ఒక కొత్త నిరంకుశాధికారం పుట్టిందనీ— ఈ విధంగా నేను భావించినట్టు మరియా తన "మార్క్స్ తర్వాత" అనే రచనలో వ్యక్తం చేసింది. కానీ, పార్టీయే "రుద్దడానికి" ప్రయత్నించి వుంటే సాంస్కృతిక విప్లవం లాంటి ప్రజా వుద్యమాన్ని వెలువరించడంలో అది ఎన్నటికీ విజయవంతమై వుండేది కాదు.][93]

సాంస్కృతిక విప్లవ ప్రారంభంలో పడిన ముందడుగుని, తర్వాత కాలంలో అనేకమైన వెనకడుగులూ కొత్త కొత్త ముందడుగులూ కూడా అనుసరించాయి. వెనకడుగులకు ప్రధానమైన కారణం- తప్పనిసరిగా చేసుకోవలసిన రాజీలనూ, వర్గ ఐక్యతలనూ చేసుకోలేని విప్లవపక్షపు అశక్తతే. ఏ వర్గాలతో ఐక్యత అవసరమో ఆ వర్గ ఐక్యతని సాధించలేని ఈ అశక్తత రాజకీయశక్తుల్నీ వర్గ సంబంధాల్నీ నెగిటివ్‌గా ప్రభావితం చేసి సాంస్కృతిక విప్లవంలో మొదటి వెనకడుగులకు కారణమైంది.

[ఆ కారణాల్ని కనిపెట్టాలంటే సాంస్కృతిక విప్లవకాలంలో జరిగిన ప్రతీ ఒక్క అంశం మీదా, ప్రతీ ఒక్క సంఘటన మీదా పరిశీలనలు జరగాలి. ఆ పని నేను చెయ్యలేను. ఆ కారణాలు తప్పనిసరిగా సామాజికమైనవీ, సిద్ధాంత పరమైనవీ, రాజకీయమైనవీ కూడా. వాటిలో కొన్ని విషయాలు మాత్రం తర్వాత ప్రస్తావిస్తాను. కొన్ని సందర్భాల్లో, ఆయా సంఘటనలకు బాధ్యులైన

---

93. ప్రజల చొరవ ద్వారానే సాంస్కృతిక విప్లవాన్ని వెలువడేలాగ చెయ్యడంలో మొదట్లో పార్టీ విజయవంతమైనప్పటికీ అదే ధోరణిలో (ప్రజల చొరవకే ప్రధాన స్థానం ఇచ్చే ధోరణిలో) వుద్యమాన్ని నడపడంలో తర్వాత కాలంలో పార్టీ విజయవంతం కాలేదు. ప్రజల చొరవకి అవకాశం ఇవ్వకుండా 'ఆదేశాల' ద్వారా వుద్యమాన్ని నడిపే ధోరణి ఒకటి బలంగా నడిచింది- పార్టీలో. ఈ విషయంకూడా వ్యాసంలో తర్వాత చూస్తాము. ★

వ్యక్తులు స్టాలిన్ కాలానికి చెందిన మార్క్సిస్టు వ్యతిరేక అవగాహనతో ప్రవర్తించడం వల్లనే, ఆ దృక్పథాన్ని వొదిలించుకోకపోవడంవల్లనే, పొరపాట్లు సంభవించాయి.]

ఈ విషయంలోనే, మావో — 'అవసరమైన రాజీలు లేని ఒంటెత్తువాదంతో తొందరపాటుగా వ్యవహరించకూడదు' - అని 'నలుగురి'ని హెచ్చరించాడు. మావో అన్న ఈ మాటల్ని, ప్రస్తుత నాయకులు సందర్భరహితంగా ప్రస్తావిస్తూ, వాటికి తమ వ్యాఖ్యానాలు చేర్చి - 'నలుగురి ముఠా'ని మావో గతంలోనే విమర్శించాడని ప్రచారం చేస్తున్నారు. నిజానికి, ఒంటెత్తువాదం అవలంబించవద్దనీ తొందరపాటుగా ప్రవర్తించవద్దనీ మావో 'నలుగురి'తో అన్నమాటలు సలహాలవంటివేగానీ, విమర్శలు కావు. లీషావోచీ, టెంగ్ సియావోపింగ్‌లవంటి రివిజనిస్టు పంథా సమర్థకుల్ని వుద్దేశించి మావో చేసిన విమర్శల్నీ, 'నలుగురి'కి ఇచ్చిన సలహాల్నీ ఒకేగాటిన కట్టకూడదు. వాటి మధ్య వున్న మౌలిక భేదాన్ని గుర్తించాలి.

'విప్లవ పంథా' ఓటమికి గల కారణాల్లో, ఏ వర్గంతో ఎలా ప్రవర్తించాలనే 'ఎత్తుగడల' సమస్య మాత్రమేగాక, ఇంకో ప్రధాన కారణం, మేధావులతోటీ పార్టీ కార్యకర్తలతోటీ సరైన పద్ధతిలో ప్రవర్తించలేకపోవడం కూడా. అలా ప్రవర్తించలేకపోవడంవల్ల జరిగిన ఫలితమేమిటంటే, నిర్మాణాత్మకమైన రాజకీయ పంథాని అమలుచేస్తోన్న వారిలా గాక ఎదటివారిపై తమ స్వంత ఇష్టాయిష్టాలు రుద్దేవారిలా 'నలుగురు' కనపడ్డారు.

కార్మిక జనాలకూ, మేధావులకూ మధ్య అనేక పద్ధతులద్వారా (మరీ ప్రత్యేకంగా 'ఒక బృందంలో ముగ్గురు సభ్యులు' వుండే పద్ధతిద్వారా) ఐక్యతని ఏర్పర్చడంలో విప్లవ పంథా సమర్థకులు సమర్థవంతంగా ప్రవర్తించాలని నిరూపించుకోగలిగినప్పటికీ, ఈ ఐక్యతలో తలెత్తే వైరుధ్యాల్ని వారు అన్ని సందర్భాల్లోనూ సరైన పద్ధతిలో పరిష్కరించలేకపోయారు. అలాంటి సందర్భాల్లో సరైన రాజకీయ నాయకత్వం ఇవ్వడానికి బదులు నిర్బంధంతో పని జరిపించాలని చూశారు. దానివల్ల, శతృత్వాలు అభివృద్ధి అయ్యాయి. కొన్ని సందర్భాల్లో విప్లవపంథా పక్షం వారు, శతృవులు కాని వారిని కూడా శతృవులేనని భావించి వారిని బెదిరించడమూ, ఇబ్బంది పెట్టడమూ, శతృవులపైన చేసే అణిచివేత చర్యలన్నీ వారిపై చెయ్యడమూ చేశారు. ఈ రకం చర్యలు ఎక్కువగా విప్లవ పంథా ముసుగులోవున్న విప్లవ వ్యతిరేకులవల్ల జరిగాయి. విప్లవ పంథా పేరుతో తమ స్వంత శతృత్వాల్ని తీర్చుకోవాలని చూసిన అవకాశవాదుల వల్ల కూడా ఈ రకం చర్యలు జరిగాయి.

కేవలం అవకాశవాదులవల్లనే గాక, విప్లవ పంథా నాయకులవల్ల కూడా కొన్ని సందర్భాల్లో ఈ రకం చర్యలు జరిగాయి. వారు సైంటిస్టులపట్లా, కళాకారులపట్లా ఒంటెత్తు (సెక్టేరియన్) ధోరణి ప్రదర్శించారు. శాస్త్రవిజ్ఞానమూ, టెక్నికల్ విజ్ఞానమూ, కళలూ, సాహిత్యమూ వంటివి అభివృద్ధి చెందే మార్గంలో ఆటంకాలు కల్పించారు. విదేశీపుస్తకాలూ, పత్రికలూ చదివే హక్కుని సంకుచితంగా కుదించివేశారు. (విప్లవ పంథా చుట్టూ సమీకృతులైన కొంత యాక్టివ్ కార్యకర్తలు, విదేశీయమైన ప్రతిదాన్నీ ద్వేషించే తరహా ఆలోచనా విధానంవల్లా, పాప్యులిస్టు ఆలోచనా విధానం వల్లా, పొరపాటు దృక్పథాలు ఏర్పర్చుకోవడాన్నే ఇది సూచిస్తుంది.)

పుస్తక ప్రచురణల మీదా; సాహిత్య, సినిమా, సిద్ధాంత కార్యకలాపాలమీదా; ఇంకా అటువంటి తరహావిషయాల మీదా గట్టి తనిఖీ అమలు చెయ్యడం అనే పేరుతో, కొత్తగా ప్రారంభం కాబోయేవాటిని ఆటంకపరిచారు. సైన్సు రంగంలో ప్రచురణల్ని చాలా ఎక్కువగా తగ్గించివేశారు. చాలా సైన్సు పత్రికలు కనపడడం మానేశాయి. లైబ్రరీ సౌకర్యాల్ని కూడా బాగా పరిమితం చేశారు.

ఇంతకుముందే నేను చెప్పినట్టు, ఈ చర్యల్లో కొన్ని విప్లవ వ్యతిరేకుల ద్వారా కూడా జరిగి వుండవచ్చు, విప్లవపంథాకి హాని కలిగించడమే వారి వుద్దేశ్యం కాబట్టి.

ఈ రకమైన చర్యలవల్ల టెక్నాలజీ రంగాలలోనూ, సాంస్కృతిక రంగాలలోనూ లెక్కలేనంత హాని జరిగింది. అంతేకాక, ఆయా రంగాలకు సంబంధించిన మేధావి వర్గాలవారు విప్లవ పంథా వారి గురించి, వారు తమమీద అధికారం నెరపుతున్నారని భావించడానికి వీలుగలిగింది. దీనివల్ల, చివరికి ఈ చర్యలన్నిటినీ ఒక సెక్షన్ ప్రజలు వ్యతిరేకించారు. మేధావుల్లో ఎక్కువమంది విప్లవ పంథాని సమర్థించకపోవడమో సమర్థిస్తోన్నట్టు పైపైకి మాత్రమే మాట్లాడడమో చేసేలాగ పరిస్థితి తయారయ్యింది.

మేధావులతో వైరుధ్యాలు ఏర్పడ్డానికి దారితీసిన పద్ధతుల్ని విప్లవ పంథా సమర్థకులు సరైన టైములో సరిదిద్దుకోలేదు. క్రమంగా నిర్బంధాలే, అణిచివేతలే వారి మీద అమలు జరిపారు. ఆ చర్యల్ని గురించే ఈనాడు అనేక రకాలుగా వర్ణిస్తున్నారు. ఈ వర్ణనల్లో చాలా అతిశయోక్తులు వున్నప్పటికీ, మేధావులపై దాడి చేసే మౌలిక స్వభావంగల పనులు ఆనాడు జరిగాయన్నదాంట్లో మాత్రం ఎంతో కొంత నిజం లేకపోలేదు. ఈ విషయాలన్నీ మొత్తంగా అర్థం చేసుకోడానికి - "బలప్రయోగం ద్వారా విప్లవీకరణం" అన్న వ్యాసంలో యాన్‌మోనిట్ వెలిబుచ్చిన అభిప్రాయంతో మనం ఏకీభవించవచ్చుననే నేననుకుంటున్నాను. "మేధావి వర్గాలకూ, శ్రామిక వర్గాలకూ మధ్య ఐక్యత తగినంతగా రూపొందలేదు. వారి మధ్య పరస్పరం అపనమ్మకాలూ, అవగాహనా లోపాలూ కూడా కొన్ని సందర్భాల్లో తీవ్రమవుతున్నాయి" అన్నాడు యాన్‌మోనిట్ ఆ వ్యాసంలో. ఏ యే వర్గాల మధ్యనైతే తప్పనిసరిగా ఐక్యత వుండి తీరాలో, అందులోనే నిర్బంధం ప్రవేశిస్తే ఇక అది అన్ని దిక్కులకీ మరింత విస్తరించడం మొదలుపెడుతుంది. చివరికి, ఈ నిర్బంధం అనేది ఒక తరగతి ప్రజల మీదకి కూడా వ్యాపించడంవల్ల వారిలో అసంతృప్తి తలెత్తింది. ఉదా॥ పట్టణాల యువతరం కొంతకాలంపాటు, గ్రామాలకు వెళ్ళి అక్కడి వుత్పత్తి కార్యక్రమాల్లో పాల్గొనాలని సాంస్కృతిక విప్లవకాలంలో ప్రారంభించిన కార్యక్రమంలో, కొన్ని సందర్భాల్లో యువకుల్ని బలవంతంగా పంపడం కూడా జరిగింది. ఆ పనికి వారు తగినంత సంసిద్ధం కాకుండానూ, వారిని పంపడానికి వారి కుటుంబాలు ఇష్టపడకుండానూ, గ్రామాలకు వెళ్ళడం ఎందుకు అవసరమో వారిని కన్విన్స్ చెయ్యకుండానూ, వారు వెళ్ళి తీరాలని నిర్బంధంగా పంపడం జరిగింది. [నిర్బంధం అంటే చట్టబద్ధమైన నిర్బంధం అనికాదు. ఈ నిర్బంధం చట్టబద్ధ రూపాన్ని తీసుకోలేదు. 'సామాజిక ఒత్తిడి' రూపంలో అది సాగింది. 'ఒత్తిడి' అంటే ప్రతీ ఒక్క సందర్భంలోనూ ఒత్తిడితోనే పని జరిగిందని కూడా కాదు. గ్రామాలకు వెళ్ళే వారు ఇష్టపడి వెళ్ళడం కూడా జరిగింది. కానీ, ఆ ఇష్టపడ్డంలో ఎక్కువ ఇష్టపడ్డం, తక్కువ ఇష్టపడ్డం లాంటి బోలెడు తేడాలు. ఈ 'ఒత్తిడి' చేసి పంపడం అనేది మేధావుల పిల్లల విషయంలోనే కాదు. కార్మికుల పిల్లల విషయంలో కూడా జరిగింది. మేధావులనే ప్రత్యేకంగా ఇబ్బంది పెట్టినట్టు అనుకోనక్కరలేదు]. ఇలాంటి చర్యలవల్ల ప్రజల ఐక్యత అభివృద్ధి చెందలేకపోయింది. ప్రజలే స్వయంగా తమ అభిప్రాయాల్ని వెల్లడించే పద్ధతుల్ని ప్రోత్సహించడం గాక, ప్రజలకు బదులు వుపన్యాసకులు బైల్దేరి వుపన్యాసాలిచ్చే పద్ధతుల్ని ప్రోత్సహించడం ప్రారంభమైంది. ఒక ప్రాంతంలో ఒక మీటింగ్ జరిగినప్పుడు అక్కడి ప్రజల్లోని వారే వచ్చి మాట్లాడడంగాక, బైటనించి వుపన్యాసకులు వచ్చి మాట్లాడి వెళ్ళేవారు. ఇలా జరిగినప్పుడల్లా ఫలితాలు ఏమీ అనుకూలంగా వుండేవికావు.

[10]

ఈ రకమైన పరిస్థితుల్లో- "లిబరలైజేషన్" ("స్వేచ్ఛ ఇవ్వడం") అనే పేరుతో రివిజనిస్టుల ఎదురుదాడికి రంగం సిద్ధమైంది.

ఆ కాలంలో వున్న వాస్తవ పరిస్థితిని చైనాలో నివసించని వారెవరూ చిత్రించలేకపోయినా, ఆ పోరాటాలకు సంబంధించిన లక్షణాన్ని గుర్తించవచ్చు. విప్లవ పంథా ఓటమితోపాటే చివరికి ఆ పోరాటాలు ఎలా అంతమయ్యాయో కూడా అర్థం చేసుకోవచ్చు.

విప్లవపంథా పోరాట లక్షణాల్లో ఒక లక్షణం ఒంటెత్తు ధోరణి. ఆ ఒంటెత్తు ధోరణికి కొంతకారణం- సమాజంలో నిజమైన వర్గ విశ్లేషణ లేకపోవడమూ, మరికొంత కారణం- మార్క్సిజంపట్ల యాంత్రికమైన (స్కీమేటిక్) అవగాహనతో వుండడమూనూ. దీనితోపాటు, రష్యాలో, 1930 లలో సిద్ధాంతపరంగా దిగజారుడు పద్ధతుల్లోకి మారిన బోల్షెవిక్ ఆలోచనా ప్రభావం— ఏదైతే మార్క్సిజాన్ని 'యాంటీ—మార్క్సిజం'గా మారేట్టు చేసిందో, ఆ సిద్ధాంతప్రభావం కూడా— చాలావరకూ కారణం. ["సోవియట్ రష్యాలో వర్గ పోరాటాలు" తాలూకు రెండో సంపుటి ఆఖరి భాగంలో - బోల్షెవిక్ ఆలోచన విధానంలోని పరివర్తనా క్రమాన్ని నేను విశ్లేషించాను. దాన్నిగురించి మళ్ళీ ఇక్కడ చర్చించడంలేదు.][94]

---

94. "సోవియట్ రష్యాలో వర్గ పోరాటాలు - 2" లో 4 వ భాగంలోని ఆఖరి చాప్టర్‌లో (500 - 587 పేజీల మధ్య) గల సమాచారం ఆధారంతో ఈ ఫుట్‌నోట్ ఇస్తున్నాము. 1929, 30 ప్రాంతాల నించీ బోల్షెవిక్ ఆలోచనా విధానంలో ఎలాంటి మార్పులు జరిగాయో ఇది తెలుపుతుంది.

1. వర్గ పోరాటాన్ని అప్రధానంచేసి వుత్పత్తి శక్తుల అభివృద్ధికే ప్రాధాన్యత ఇవ్వడం. సాంకేతికమైన (టెక్నలాజికల్) అభివృద్ధే బూర్జువా భావాల్ని మార్చగలదనే దృక్పథం ఏర్పడడం.

2. విప్లవకరమైన మార్పులనేవి ప్రజల చొరవతో జరగాల్సిన పనులుగాగాక, ప్రజల సపోర్టుతో ప్రభుత్వం చేసే పనులుగా భావించడం. (దీనివల్ల, ప్రజలు, తమ 'విముక్తి' కోసం తామే ప్రయత్నించే వారిగా గాక ఇతరులు చేసిపెట్టే దానికి కేవలం సపోర్టు ఇచ్చే వారిగా మాత్రమే వుంటారు. అసలు 'కర్తలు' ప్రజలు కాకుండా పోతారు.)

3. వుత్పత్తి సాధనాలపై యాజమాన్యం మారడాన్నే వుత్పత్తి సంబంధాలు మారడంగా, ఆ రెండిటినీ సమానం చెయ్యడం. ఆ రెండు విషయాలకీ వున్న తేడాని గమనించక పోవడం.

4. వుత్పత్తిలో డైరెక్టుగా పాల్గొనే డైరెక్టు శ్రామికుల చొరవకీ, చైతన్యానికీ ప్రాధాన్యత ఇవ్వడానికి బదులు, యంత్రాలకూ (నిర్జీవ శ్రమకు), 'పెట్టుబడి కూడిక'కూ ప్రాధాన్యత ఇవ్వడం. డబ్బూ, విలువా, వేతనాలూ, ప్రణాళికలూ- వంటి విషయాల్లో వైరుధ్యాల్ని సహజ ధోరణిలో పరిష్కరించే దృక్పధాన్ని తీసుకోకపోవడం.

5. 'వైరుధ్యంలో ఘర్షణపై ఐక్యతకు ప్రాధాన్యత'— అనే దృక్పధాన్ని తీసుకోవడం.

6. పార్టీ, రాజ్యాంగయంత్రమూ, కార్మికవర్గమూ- అనే 3 విషయాల్ని ఒక దానితో ఒకటి సమానం చెయ్యడం. (పార్టీ ఏం చేసినా అది కార్మికవర్గమే చేసినట్టూ, ప్రభుత్వం ఏం చేసినా అది కార్మికవర్గమే చేసినట్టూ- అలాగే మిగతా సంబంధాలలో కూడా. ఇలా భావించడం అంటే- ఆ 3 విషయాలలోనూ ప్రతీ 2 రెండు విషయాలమధ్యా వైరుధ్యాలు వుంటాయనే సంగతిని లక్ష్యపెట్టక పోవడమే.)

7. పార్టీని మార్క్సిస్టు సిద్ధాంతంతో సమానం చెయ్యడం. (పార్టీ ఏది మాట్లాడినా, ఏది చేసినా అదే మార్క్సిస్టు సిద్ధాంతం అయినట్టు భావించాలనడం.) ప్రజల అనుభవాలకీ, తర్కానికీ, భావాలకీ ఏమీ స్థానం ఇవ్వకుండా పార్టీనాయకులే ప్రజలకు ఆదేశాలివ్వగలవారని భావించడం. ఆ ధోరణిని వ్యతిరేకించేవారిని నిరంకుశ ధోరణితో అణిచివెయ్యడం. →

ఈ పతనమైన బోల్షివిక్ ప్రభావంలోకి వచ్చింది, చైనా విప్లవ పంథా ఒక్కటేకాదు, చైనా రివిజనిస్టు పంథాకూడా. అయితే, పతనమైన బోల్షివిక్ పంథా స్వభావానికీ చైనా రివిజనిస్టు పంథా స్వభావానికీ మధ్య ఘర్షణ లేదు. కానీ, విప్లవ పంథా విషయం అలా కాదు.

అది చేపట్టిన కార్యక్రమాల మధ్య పూర్తిగా సమన్వయం వుండే లాగ వాటిని అభివృద్ధి చేసుకోడానికి దానికి సరియైన సిద్ధాంతజ్ఞానం అవసరం. అలాంటి జ్ఞానం దానికి పతనమైన బోల్షివిక్ ఆలోచనా విధానం నించి అందలేదు. చైనా రివిజనిజానికైతే సరైన సిద్ధాంతజ్ఞానం అందకపోవడం వల్ల ఏమీ నష్టం జరగలేదు. పైగా, సరైన సిద్ధాంత జ్ఞానం లేని పరిస్థితులవల్ల దానికి ఇంకా లాభం జరిగింది. పిడివాద వైఖరినీ, ఎక్కడ ఏది తనకి అనుకూలంగా వుంటే దాన్ని తీసుకునే ఎక్‌లెక్టిక్ వైఖరినీ చక్కగా వుపయోగించుకో గలిగింది అది. ఈ ఎక్‌లెక్టిక్ వైఖరితో ప్రవర్తించే వారిపంథాయే (రివిజనిస్టుల పంథాయే) తక్కువ ఇబ్బందికరమైందిగా కనిపించింది జనాలకి. దానికి తగ్గట్టే, మావో మరణించగానే, రివిజనిస్టు పంథా సమర్థకులు కుట్రని విజయవంతం చేశారు. అంతవరకూ మేధావి వర్గాల్లో పేరుకున్న అసంతృప్తీ, శ్రామిక జనాలలోని అలసత్వమూ కలిసి, వారంతా రివిజనిస్టు పంథా వేపు మొగ్గడానికి దారితీసింది. (జనాలలో కొంతమంది అంతర్యుద్ధం వొస్తుందేమోనని భయపడ్డారు కూడా)**95**

→ 8. పార్టీ నియంతృత్వాన్నీ, కార్మికవర్గ నియంతృత్వాన్నీ సమానం చెయ్యడం. (పార్టీ పాటించే ప్రతీ నియంతృత్వ ధోరణినీ కార్మికవర్గ నియంతృత్వంగానే జమకట్టడం)

9. రైతాంగంపట్ల చిన్నచూపు. రైతులు ఎప్పుడూ "జంతుప్రాయమైన వెనక బాటుతనం"తో వుంటారనీ, వారికి బలవంతంగానైనా "నాగరికత" నేర్పవలసి వుంటుందనీ, వ్యవసాయ రంగంలో యంత్రాల్ని ప్రవేశపెట్టడమే నాగరికతకి చిహ్నమనీ భావించడం. కార్మిక - కర్షక ఐక్యతకు కావలసిన భౌతిక పునాదిని ఏర్పర్చాలనే దృక్పధాన్ని లక్ష్యపెట్టక పోవడం.

10. పార్టీలో సభ్యుల్ని చేర్చుకునే విషయంలో ('కేడర్ పాలసీ'లో) కార్మికవర్గ దృక్పధంతో ప్రవర్తించకపోవడం. పేద రైతుల్ని చేర్చుకోవాలనే విషయంమీద శ్రద్ధ చూపకపోవడం.

11. భారీ పరిశ్రమల అభివృద్ధిని ఏక పక్షంగా వేగవంతం చెయ్యాలనే దృక్పధంతో ప్రవర్తించడం. (చిన్నతరహా పరిశ్రమల అభివృద్ధితో సంబంధంలో పెట్టి చూడకుండా).

12. మేధాశ్రమకీ, శారీరక శ్రమకీగల వైరుధ్యాల్ని పరిష్కరించవలసిన అవసరాన్ని లక్ష్యపెట్టకపోవడం. ఆ విధంగా, మేధావులకు ప్రత్యేక స్థానాలు కల్పించడం.

13. రష్యాన్ జాతి అహంకారానికి వ్యతిరేకంగా పోరాటం లేకపోవడం.

– ఈ రకంగా, 'విప్లవకర స్వభావాన్ని' కోల్పోయిన దృక్పధాలవల్ల, సామాజిక వైరుధ్యాల్ని అధిగమించడానికీ, పెట్టుబడిదారీ విధానాలు అభివృద్ధి కాకుండా నిరోధించడానికీ ఎన్నటికీ సాధ్యంకాదు. ఈ దృక్పధాలన్నీ రష్యా పార్టీలో ఏర్పడ్డాయని రుజువు చెయ్యడానికి ఆ పార్టీ డాక్యుమెంట్లనించీ; స్టాలినూ తదితర నాయకుల రచనలనించీ; రష్యా చరిత్రలో జరిగిన సంఘటనలనించీ - ఈ అంశాల్లో ప్రతీ ఒక్క అంశం కిందా అనేక వుదాహరణలిస్తూ చర్చించారు బెతల్‌హామ్. అంతేగాక, ఈ అంశాలకు సంబంధించి, సరైన దృక్పధాలు ఎలావుండాలో వివరించిన మార్క్సు, ఎంగెల్స్, లెనిన్‌ల రచనలనించి కూడా అవసరమైన వుదాహరణలిచ్చారు. కమ్యూనిస్టు అన్నవాడికి, మార్గదర్శక సూత్రాల రూపంలో ఈ సిద్ధాంత జ్ఞానం అంతా అందుబాటులోనే వుంది. దాన్ని పాటిస్తున్నారా లేదా అన్నదే ప్రశ్న. ★

95. **అం**తర్యుద్ధం ప్రారంభించవలసినవాళ్ళే అది వొస్తుందేమోనని భయపడ్డారు. రివిజనిజం వల్ల హాని కలిగేది ప్రజలకే. అయినా, ఆ విషయం గ్రహించే స్థితిలో లేరు ఆ ప్రజలు. ★

విప్లవ పంథా ఓటమికి కారణాల్ని వివరించడంలో మనకి సహాయపడే ఇంకో అంశం, చివరి సంవత్సరాల పోరాటాలు సంతరించుకున్న "వ్యక్తిగత" అంశం (వ్యక్తిగత పద్ధతిలో మాట్లాడడానికి సంబంధించిన అంశం).

పోరాటాల్ని ఒక వ్యక్తి పేరుతో వ్యక్తీకరించడమన్నది "మావో పూజ" (మావోకల్ట్)తో వుచ్ఛస్థితికి చేరింది. ఈ "పూజ" చాలా కొద్దికాలం కొంత అనుకూల పాత్ర నిర్వహించి వుండవచ్చు. కానీ, అన్ని విషయాల్నీ దృష్టిలో పెట్టుకునిచూస్తే ఇది చాలా నష్టాలు కలిగించే వ్యతిరేకమైన విషయం. మావో తమ పట్ల నమ్మకం చూపాడని చెప్పుకోడానికీ, మావో పేరు కింద నిలబడి మాట్లాడడానికీ, మావో తర్వాత ఆ పదవుల్లోకి వచ్చే వారసులుగా తమని తాము ప్రకటించుకోడానికీ, లిన్ పియావో, హువాల లాంటి రివిజనిస్టు నాయకులకు ఈ మావో పూజ బాగా వుపయోగపడింది. వ్యక్తి పూజ ద్వారా లాభపడడం అనేది కేవలం వూహాగానం కాదని లిన్ పియావో, హువాల వుదాహరణలు చూపిస్తున్నాయి.[96]

పోరాటాలు వ్యక్తుల పేర్లతో సాగినప్పుడు, ఆ పోరాటాలు ఫలానా సిద్ధాంత సమస్యల్లా కనపడడానికి బదులు, వ్యక్తుల మధ్య పదవుల కోసమూ, అధికార స్థానాల కోసమూ జరిగే పోరాటాల్లా మాత్రమే కనపడతాయి. అవి వేరు వేరు పంథాల మధ్య పోరాటాలేనని ఎన్ని ప్రకటనలుచేసినా, అవి వ్యక్తుల పేర్లతో వుండడం వల్ల అక్కడ వ్యక్తుల వునికేగానీ పంథాల వునికి కనపడదు. ఈ విషయమే ప్రతీ స్థాయికీ వర్తిస్తుంది.

"రాజకీయాధికారాన్ని స్వాధీనం చేసుకోండి" అన్న నినాదం- కేవలం పదవుల్ని స్వాధీనం చేసుకునే పోరాటాలుగా మారడానికి దారితీసింది. రివిజనిస్టు సిద్ధాంతం మీద పోరాటం గాక, పదవుల్లో వున్న వారి మీద వ్యక్తిగత దాడులు చెయ్యడంగా రాజకీయ పోరాటాలు మారాయి. వర్గ సంబంధాల్ని మార్చడం కోసం సిద్ధాంత పోరాటాలు చెయ్యడానికి బదులు, వ్యక్తులమీద పోరాటాలు చెయ్యడంవల్ల, ఈ వ్యక్తులమీద పోరాటాలు ప్రజల జీవన పరిస్థితుల్నీ, పని పరిస్థితుల్నీ అభివృద్ధి చెయ్యలేవు గనక, చివరికి ప్రజలు సిద్ధాంతాలకు దూరమై వాటిపట్ల అనాసక్తంగానూ అలక్ష్యంగానూ తయారయ్యే పరిస్థితి ఏర్పడింది.[97]

---

96. ఈ "మావోపూజ" విషయంలో మేము బెతల్‌హామ్‌ని ఇలా అడిగాము — "లిన్‌పియావో, హువాల వంటి నాయకులు తమ స్వప్రయోజనాల కోసం ఆ "మావో పూజ"ని వుపయోగించుకున్నారనీ, దానిద్వారా వాళ్ళు లాభపడ్డారనీ మీరు వాళ్ళని విమర్శించారు. ఇందులో మావో బాధ్యత ఏమీ లేదా? ఈ 'పూజ'కు అనుకూలించిన మావోమీద కూడా ఈ సందర్భంలో విమర్శ వుండవలసిన అవసరం లేదా? ఈ అవసరం మీరు ఎందుకు గుర్తించలేదు?"— అని.

మా ప్రశ్నలకు బెతలహామ్ ఒక జవాబు ఇచ్చారు. ఆ జవాబు మాకు 'సరైనది'గా తోచడంలేదు. "మావో పూజ" గురించి తప్పనిసరిగా చర్చించవలసిన సమయం ఇది. ఈ విషయంలో పెద్ద ఫుట్‌నోట్ ఇస్తున్నాము. బెతల్‌హామ్ ఇచ్చిన జవాబు కూడా అందులోనే ఉంది.

పెద్ద ఫుట్‌నోట్ల చాప్టర్‌లో చూడండి. (పే.201) ★

97. 'వ్యక్తులమీద పోరాటాలు' వుండనే కూడదని దీని అర్థం కాదు. అవసరమైనప్పుడు వ్యక్తుల మీద విచారణలు జరపడమూ, సరైన శిక్షలు వెయ్యడమూ కూడా వుండవలిసిందే. అయితే, అదంతా 'వర్గ సంబంధాల్ని' మార్చడానికి జరిగే పోరాటంతో సంబంధించి వుండాలిగానీ ఆ సంబంధాల్ని మార్చే ప్రయత్నమే లేకండా రివిజనిస్టులనే కారణాలతో వ్యక్తుల్ని తిట్టడమూ, కొట్టడమూ, అవమానించడమూ చేసినంత మాత్రాన దానివల్ల ప్రజల జీవన పరిస్థితులూ, →

సిద్ధాంత విషయాల పట్ల ప్రజల ఈ అనాసక్తినీ, అలక్ష్యాన్నీ అధారం చేసుకుని రివిజనిస్టు నాయకులు దేశంలో 'ఆర్డర్'నీ 'శాంతి'నీ పునస్థాపించేవారిగా ముందుకొచ్చారు. నిజానికి, రివిజనిస్టులు అధికారాన్ని స్వాధీనం చేసుకున్న వెంటనే విప్లవ పంథా సమర్థకుల్ని అతినీచమైన పద్ధతుల్లో పీడించడాలలోనూ, పార్టీనించి తమ వ్యతిరేకుల్ని తొలగించడాలలోనూ, పదవుల వేటల్లోనూ మునిగి పోయారు. అయితే, ఈ పనులన్నీ వీలైనంతవరకూ ప్రజల వీపుల వెనక వారికి బహిరంగంగా తెలియని పద్ధతుల్లో చేశారు.

దీనికంతటికీ ఇంకో విషయాన్ని కూడా జతపర్చాలి. అదేమిటంటే- రాజకీయ సంఘర్షణల్లో మర్మంగా వుండే (హెర్మెటిక్) స్వభావాన్ని.

ఇక్కడ ఒక వుదాహరణ ఇస్తాను.

"పి-లిన్, పి-కుంగ్ వుద్యమం" (లిన్ పియావోనీ, కన్ ఫ్యూషియస్‌నీ విమర్శించే వుద్యమం) వేరువేరు సమయాల్లో వేరు వేరు రకాలుగా సాగింది.[98]

→ పని పరిస్థితులూ మెరుగు కావు కాబట్టి, ఈ పద్ధతులు ప్రజల్ని రాను రానూ వుద్యమాలనించి దూరం చేస్తాయి— అని చెప్పడమే ఇది. "పోరాటాల్ని వ్యక్తిగతీకరించడం" (పోరాటాల్ని పెర్సనలైజ్ చెయ్యడం) అంటే కూడా అర్థం ఇదే. రివిజనిస్టుల్ని పట్టుకుని "మీరంతా రివిజనిస్టులు" అంటూ కేకలేసి (వాళ్ళ రివిజనిజం ఏమిటో ప్రజలకు విశ్లేషణ దొరికేలాగ వివరించకుండా), రివిజనిస్టుల్ని పదవుల్లోంచి తీసివెయ్యడంతో 'రివిజనిజం' అనే సమస్య పరిష్కారమై పోతుందని భావించడమే ఇది. పార్టీలోనూ, ప్రభుత్వంలోనూ, అంతకన్నా ముఖ్యం సమాజంలోనూ రివిజనిజాన్ని (బూర్జువా పంథాని) పునరుత్పత్తి చేస్తోన్న మూల కారణాల్ని పట్టించుకోకుండా, వాటిని మార్చే దృష్టి లేకుండా, "రివిజనిజం నశించాలి" అనే ఆర్భాటంతో ఎన్ని వందల మంది వుద్యోగుల్ని పదవుల్లోంచి మార్చినా అదంతా పోరాటాన్ని "వ్యక్తిగత" స్థాయికి కుదించడమే. ఆ వ్యక్తులు నిర్వహించిన పదవులు ఎలాంటి సంబంధాల మధ్య వున్నాయి అన్నది అసలు సమస్య. బూర్జువా సంబంధాలమధ్యవున్న ఒక పదవినించీ ఒక వ్యక్తిని తీసేసి, ఇంకో వ్యక్తిని పెట్టినా అతను కూడా ఆ బూర్జువా సంబంధాలనే కొనసాగిస్తాడు. (సింహాసనం మీద నించి ఒక రాజుని తీసేసి ఇంకో రాజుని పెట్టినట్టు). అయితే, ఆ బూర్జువా సంబంధాల్ని కొనసాగించడంలో కూడా వ్యక్తుల మధ్య తేడాలు వుండడం సహజమే. అయినా, రివిజనిజం మీద పోరాటం చేసేప్పుడు వ్యక్తుల మధ్య తేడాల్ని సెకండరీ విషయంగా పరిగణించి, బూర్జువా సంబంధాలనే ప్రధాన విషయంగా పరిగణించాలి. ★

98. కన్‌ఫ్యూషియస్ = బానిస సమాజంనాటి చైనా తత్వవేత్త. ఇతని కాలం క్రీస్తుపూర్వం 557-479. బానిస యజమానుల పక్షాన్ని సమర్థించే భావాలు బోధించాడు. మనుషులు పుట్టుకతోనే వున్నతులుగానూ అధములుగానూ వుంటారనీ, సేవకులు ఎప్పుడూ యజమానులకు లొంగి వుండాలనీ, ఇంకా ఆ రకం స్వభావంగల బోధలు చేశాడు. ఆ కాలంలో సంస్కరణలు కోరిన వారిని పూర్తిగా వ్యతిరేకించాడు. ఇతని భావాలు కాలానుగుణంగా మార్పులు చెందుతూ ప్రతీ సమాజంలోనూ దోపిడీ వర్గాలకే అనుకూలించేవిగా వున్నాయి. అందుకే ఆ భావాల్ని తిరస్కరించాలని సాంస్కృతిక విప్లవంలో ప్రచారం చేశారు. కన్‌ఫ్యూషియస్ వ్యతిరేకోద్యమం 1972, 73, 74 సం॥ల్లో సాగింది. లిన్‌పియావో కూడా కన్‌ఫ్యూషియస్ రకం భావాలనే ప్రచారం చేశాడనీ, 'మేధావులే వున్నతులు' అనే తరహా సిద్ధాంతం తెచ్చి పెట్టాడనీ, అందుకే లిన్‌పియావోని కన్‌ఫ్యూషియస్‌తో కలిపి ఇద్దర్నీ వ్యతిరేకించే వుద్యమం నడిపారనీ చైనా విషయాలు రాసిన కొన్ని విదేశీ పుస్తకాలు తెలిసీ తెలీని సమాచారాన్నిచ్చే ధోరణిలో చెపుతున్నాయి. కన్‌ఫ్యూషియస్‌నీ, →

ఆ వుద్యమాన్ని నడిపే బాధ్యత ఏ సమయంలో, ఎవరు తీసుకుంటే వారిని బట్టి ఆ వుద్యమంలో విమర్శలు సాగాయి. ఆ విమర్శలు కేవలం లిన్‌సియావో మీదా, కన్ ఫ్యూషియస్ మీదా మాత్రమే కాదు, ఒకసారి చౌ- ఎన్- లై మీదా, ఒకసారి ఇప్పుడు 'నలుగురి'గా వున్నవారి మీదా, ఒకసారి టెంగుమీదా, ఇలా ఇంకా కొందరిమీదా కూడా సాగాయి. ఈ మొత్తం వుద్యమంలో కొద్దిమంది జనం మాత్రమే అసలా వుద్యమ లక్ష్యం ఏమిటో, ఆ చర్చల లక్ష్యం ఏమిటో గ్రహించగలిగారు. ఎక్కువమందికి ఆ చర్చల్లో పాల్గొనాలన్నా, వాటి లక్ష్యం గ్రహించాలన్నా అసాధ్యం అయింది. కొన్ని పోరాటాలు ఎంత అస్పష్టంగా, ఎంత మర్మంగా సాగాయో చూస్తోంటే, అవి ఎందుకు సాగాలో ప్రజలు నిజంగా అర్థం చేసుకునేలా చెయ్యడానికీ, వాటిల్లో ప్రజలు నిజంగా భాగం తీసుకునేలా చెయ్యడానికీ, వాటి నాయకులు ప్రయత్నించనే లేదని తెలిసిపోయేట్టేవుంది. ఈ పోరాటాలు నాయకుల మధ్యే జరిగాయి. (ఒక పంథా నాయకులకీ ఇంకో పంథా నాయకులకీ మధ్య పోరాటాలకు ప్రజల్ని దూరంగానే వుంచారు). ఆ నాయకులు ప్రజలకు విజ్ఞప్తులు చేశారు- పోరాటాలకు సమర్ధన ఇవ్వమని! ఏ విషయం ప్రమాదంలో పడిందో, దేనికి సమర్ధన ఇవ్వాలో ప్రజలకు స్పష్టంగా తెలియచెప్పే ప్రయత్నం మాత్రం చాలా తక్కువసార్లు జరిగింది.

వేరు వేరు స్వభావాలు గల రాజకీయ పంథాల వ్యక్తుల్ని విమర్శించడంలో ఒకే రకం మాటల్ని (లేబుల్స్‌ని) వుపయోగించడం అన్నది కూడా ఒక స్పష్టతని ఇవ్వని మార్మికవాద లక్షణమే. అన్ని సందర్భాలకీ ఒకేలాగా వుపయోగించుకుంటూవున్న లేబుల్స్‌తో 'విప్లవ పంథా' నాయకుల్ని నిందించడంవల్ల మాత్రమే వారు చెడ్డ రకం వ్యక్తులుగా కనపడి ఆగ్రహానికి గురిఅయ్యారు. కానీ, ప్రమాదంలో పడ్డ అంశమేమిటో ప్రజలకు వివరించడంవల్లనూ, ప్రజలే స్వయంగా రాజకీయ రంగంలోకి దిగి తమ స్థానాల్ని పటిష్టం చేసుకోవలసిన అవసరాన్ని గుర్తించేలాగ చెయ్యడం వల్లనూ కాదు, వారికి పూర్వపు నాయకులమీద ఆగ్రహం కలిగించింది. కేవలం ఆ నాయకుల్ని "పెట్టుబడిదారులు" అనీ, "భూస్వాములు" అనీ, కొన్ని పేర్లుపెట్టి నిందించడంద్వారా మాత్రమే.**99**

ఈ సందర్భంలో షాంగైకమ్యూన్ వుదంతాన్ని తప్పనిసరిగా తెలుసుకోవాలి.

→ లిన్‌పియావోనీ కలిపి ఒకే వుద్యమం ఎందుకు నిర్వహించారో, ఆ ఇద్దరికీగల సామ్యం ఏమిటో స్పష్టంగా వివరించిన చైనా పార్టీ డాక్యుమెంటు ఏదీలేదు. ఈ విషయం గురించి అధికారికమైన సాక్ష్యాధారాలతో తెలుసుకునే అవకాశంలేదు. ఈ రకం వుద్యమాల అస్పష్టతనీ, అవి నడిచిన తీరునీ కూడా బెతల్‌హామ్ విమర్శిస్తున్నారు. (చైనా రివిజనిస్టులు ఇప్పుడు కన్‌ఫ్యూషియస్‌ని పునరుద్ధరిస్తున్నారు. లిన్‌పియావో మీద మాత్రం వారి దృష్టి వ్యతిరేకంగానే వుంది. "నలుగురి" మీదా కోర్టులో కేసులు నడిపినప్పుడు లిన్‌పియావో అనుచరులమీద కూడా కేసులు నడిపారు.) ★

99. రాజకీయ పోరాటాల్ని (ముఖ్యంగా పార్టీలో జరిగే విషయాల్ని) ప్రజలకు అంతు పట్టనంత మర్మంగా (హెర్మెటిక్ స్వభావంతో) వుంచడం గురించి బెతల్‌హామ్ ఈ వ్యాసంలో కొన్ని సందర్భాల్లో విమర్శించారు. ఈ విమర్శ రివిజనిస్టుల మీదే కాదు, విప్లవకారుల మీద కూడా. రాజకీయాల్ని ప్రజలనించి దూరంగా వుంచడం అనేది రివిజనిస్టులకు ఎలాగూ అవసరమే. అదే పని విప్లవకారులు చేస్తే అది వాళ్ళ ఓటమికి మొట్టమొదటి కారణం అవుతుంది. చైనా పార్టీలో కనపడే హెర్మెటిక్ స్వభావం గురించి (గతం నించీకూడా) పెద్ద ఫుట్‌నోట్ల చాప్టరులో చూడండి.

(పే.221) ★

షాంగై కమ్యూన్: అది త్వరలో అంతర్ధానం కావడానికి సంబంధించిన సైద్ధాంతిక, ఆచరణాత్మక అంశాలు:

ఇక్కడ మనం గతంలోకి వెళ్ళాలి. అది చాలా అవసరం. ఎందుకంటే, షాంగై కమ్యూన్ రాజకీయ రూపం గతించి పోయినట్టు కనిపిస్తోన్నా సిద్ధాంత విషయంలోనూ, ఆచరణ విషయంలోనూ ఎంతో ప్రత్యేకంగా గుర్తించవలసినంత ప్రాముఖ్యత వుంది దానికి.[100]

మొదట, కొన్ని వాస్తవాలు గుర్తు చేస్తాను.

1966 నవంబరు నించీ షాంగైలో (ఇంకా కొన్ని పారిశ్రామిక పట్టణాల్లో కూడా, ముఖ్యంగా టీన్ట్‌సిన్ లోనూ, నార్త్‌ఈస్ట్‌లోని కొన్ని ప్రాంతాలలోనూ) సాంస్కృతిక విప్లవ లక్ష్యాలకు అంకితమైన ఫ్యాక్టరీ కమిటీల సంఖ్య పెరగడం ప్రారంభమైంది. ఈ కమిటీలు ఫ్యాక్టరీలలో "ద్వంద్వ అధికారాన్ని" స్థాపించాయి. సాంస్కృతిక విప్లవ కేంద్రం జారీ చేసిన 12 అంశాల వుత్తర్వువల్ల ఏర్పడిన పరిణామమే ఇది. షాంగై ఫ్యాక్టరీలలో సాంస్కృతిక విప్లవ కమిటీల అధికారం ఆ విధంగా ఏర్పడింది. అంతకు పూర్వంనించీ వున్న వుత్పత్తి గ్రూపుల పక్కనే. ప్రధానంగా పార్టీ కార్యకర్తలతో ఏర్పడి వున్న వుత్పత్తి గ్రూపుల పక్కన.[101]

---

100. '**క**మ్యూన్' అనే మాటకి ఆర్థిక అర్థం ఒకటీ, రాజకీయ అర్థం ఒకటీ వున్నాయి. ఆర్థిక అర్థంలో కమ్యూన్ అంటే - సమిష్టి పద్ధతిలో వుత్పత్తి జరిగే ప్రాంతం అని. రాజకీయ అర్థంలో కమ్యూన్ అంటే - పరిపాలనా వ్యవహారాలూ, రాజకీయ వ్యవహారాలూ నిర్వహించే సంస్థ అని. 'షాంగై కమ్యూన్' రాజకీయరూపం — అన్నప్పుడు 'షాంగై కమ్యూన్' పేరుతో ఏర్పడిన పరిపాలనా సంస్థ అని. ★

101. **సాం**స్కృతిక విప్లవం ప్రారంభమయ్యే నాటికి, ఫ్యాక్టరీలలో 'వుత్పత్తి గ్రూపులు' పని చేస్తూ వుండేవి. (ఆ ఫ్యాక్టరీ కార్మికులలోనే పార్టీ సభ్యులుగా చేరి కార్యకర్తలుగా పనిచేసే వారితోటీ, ఆ ఫ్యాక్టరీ విషయాలు నడపడానికి బైటనించి వచ్చే పార్టీ కార్యకర్తలతోటీ ఏర్పడిన గ్రూపులు అవి. వాటిలో పార్టీ కార్యకర్తలే ప్రధానంగా వుండడంవల్ల వాటికి 'పార్టీ సంఘాల' స్వభావమే గానీ 'ప్రజా సంఘాల' స్వభావం వుండదు. పార్టీలో సాధారణ సభ్యులైన కార్మికులూ, పార్టీ సభ్యులుగాని కార్మికులూ కూడా పాల్గొని వుత్పత్తి విషయాల్ని చర్చించే అవకాశం ఈ వుత్పత్తి గ్రూపుల్లో వుండదు.) పార్టీలో బూర్జువా లక్షణాలే, మెజారిటీగా వుండడంవల్ల ఈ 'వుత్పత్తి గ్రూపులు, వుత్పత్తి వ్యవహారాల్ని బూర్జువా పద్ధతుల్లోనే నిర్వహిస్తూ వుండేవి. ఈ వుత్పత్తి గ్రూపుల్ని పూర్తిగా తొలిగించి విప్లవకరంగా నడిచే వేరే రకం సంస్థల్ని స్థాపించాలని 'విప్లవ పంథా' ప్రయత్నం. సాంస్కృతిక విప్లవ ప్రారంభంలో విప్లవ భావాలతో ప్రభావితులైన కార్మికులు బూర్జువా పంథాలో నడిచే వుత్పత్తి గ్రూపుల్ని గుర్తించడానికి నిరాకరించి ఫ్యాక్టరీలలో 'విప్లవ కమిటీలు' స్థాపించుకోవడం ప్రారంభించారు. ఈ 'కొత్త కమిటీలు' కార్మికులనందర్నీ వుత్పత్తికి సంబంధించిన విషయాల్లో పాల్గొనేట్టు చేసేవి (కమిటీల్లో విప్లవ పంథా సమర్థకులైన కార్యకర్తలుకూడా వున్నప్పటికీ ప్రధానంగా వుండే వాళ్ళు 'పార్టీసభ్యులు కాని సాధారణ కార్మికులే' కాబట్టి ఇవి 'ప్రజా సంఘాలే'). ఒకే ఫ్యాక్టరీలో కొన్ని సెక్షన్లలో ఈ విప్లవ కమిటీల అధికారమూ, కొన్ని సెక్షన్లలో వుత్పత్తి గ్రూపుల అధికారమూ కూడా నడవడమే ఫ్యాక్టరీలో "ద్వంద్వాధికారం". ★

డిసెంబరు చివరికి, ఆ వుత్పత్తి గ్రూపులు అదృశ్యమయ్యాయి. ఫ్యాక్టరీ కమిటీలు 'ప్రజా విప్లవ సంఘాలు'గా అభివృద్ధి చెందాయి — 'హెడ్ క్వార్టర్స్' అనే పేరుతో.

ఈ 'విప్లవ సంఘాల' మధ్య కొన్ని అభిప్రాయభేదాలు వున్నప్పటికీ అవి అన్నీ కూడా మునిసిపల్ కౌన్సిల్ అధికారాన్ని 'రివిజనిజం' అంటూ అన్నీ ఒకే రకంగా ఆ అధికారాన్ని సవాల్ చేశాయి.[102] 1967 జనవరి మొదట్లో 10 లక్షలమంది కార్మికులకు పైగా హాజరైన మీటింగులు కొన్ని జరిగిన తర్వాత, మునిసిపల్ కౌన్సిల్ కూలిపోయింది.

జనవరి 9న, 32 విప్లవ సంఘాలు కలిసి వుమ్మడిగా "అర్జంట్ నోటీస్"అనే డాక్యుమెంటుని విడుదల చేశాయి. ఆ డాక్యుమెంటు కొన్ని రూల్స్‌ని ప్రవేశపెట్టింది. కొత్త తరహా పాలనాధికారానికి మార్గాన్ని స్పష్టం చేసింది.

చైనాలో అన్ని పేపర్లూ ఆ డాక్యుమెంటుని ప్రచురించాయి. మావోయే ఆ డాక్యుమెంటుని ఒక 'మోడల్'గా భావించాడు. జనవరి 22 నాటి జెన్‌మిన్‌జీపావో పత్రిక ఆ డాక్యుమెంటు గురించి ఇలా రాసింది.

"విప్లవ ప్రజానీకం ముందున్న అన్ని మార్గాలలోకీ, వారి గమ్యాన్ని వారి స్వంత చేతుల్లోకి తీసుకునేందుకు వుపకరించే ఒకే ఒక్క మార్గం అధికారాన్ని హస్తగతం చేసుకోవడమే. అధికారం వున్నవారికి అన్నీ వుంటాయి. అది లేనివారికి ఏమీ లేదు...

మనం- కార్మిక, కర్షక, సైనిక జనాలం, నూతన ప్రపంచానికి నిర్వివాదమైన యజమానులం!"

నగరం గోడల మీద "అధికారాలన్నీ కమ్యూన్లకే!" అన్న నినాదం ప్రత్యక్షమైంది.[103]

పరిణామాలు వాటికి కావలసిన టైము అవి తీసుకున్నాయి.

---

102. ఒకే ఫ్యాక్టరీలో వేరు వేరు సెక్షన్లలో వేరు వేరు 'సంఘాలు' వుంటాయి. వేరు వేరు ఫ్యాక్టరీలలో వేరు వేరు 'సంఘాలు' వుంటాయి. ఇవన్నీ 'ప్రజాసంఘాలే'. ఈ సంఘాలన్నిటి భౌతిక పరిస్థితులూ ఒకే రకంగా వుండవు. కార్మికులందరి చైతన్యమూ ఒకేరకంగా వుండదు. అంతేగాక, అన్ని సంఘాల నాయకత్వమూ విప్లవకర శక్తులచేతుల్లో వుండదు. ('విప్లవ పంథా' అనేది ఏ రూపంలో నూతన నిర్మాణం ప్రారంభించినా, ఆ రూపంలోకి 'బూర్జువా పంథా' జొరబడుతోనే వుంటుంది — అది ఇంకా సమాజ భౌతిక పరిస్థితుల్లో నిలిచేవున్నది గనక. బూర్జువా పంథాకి అనుకూలించే అంశాలు సమాజంలో వున్నంతకాలమూ దాని ప్రభావం ప్రజల మీద తప్పదు. ప్రజా సంఘాలలో జరిగే చర్చల్లోనూ, నిర్ణయాలలోనూ బూర్జువా పంథా తన పాత్ర తను నిర్వహిస్తూనే వుంటుంది. ప్రజలలో వున్న వెనకబడ్డ చైతన్యం రూపంలోనూ, బూర్జువా పంథాకి ఏజంట్లుగా పనిచేసే శక్తుల రూపంలోనూ ఆ పంథా తన ప్రభావం చూపిస్తుంది). ఈ కారణాలే ప్రజా సంఘాల్లో అభిప్రాయ భేదాలకు మూలం. అంటే, ఈ అభిప్రాయ భేదాలు నివారించలేనివని దీని అర్థం కాదు. ఆయా సమస్యల్ని బట్టి ప్రజలు సోషలిస్టు చైతన్యంతో ఎడ్యుకేట్ కావడమూ, ఆయా సందర్భాల్నిబట్టి అవసరమైన ఐక్యతలూ, రాజీలూ చేసుకోవడమూ — ఈ అభిప్రాయ భేదాల్ని నివారించుకోగల మార్గం. (బూర్జువా పంథాకి అనుకూలించే అంశాలు ఇంకా సమాజంలో వుండడం - అంటే ఏమిటో 'అనువాదకుల ముందుమాట'లో చూడండి.) ★

103. పరిపాలనా వ్యవహారాలు చూసే ప్రభుత్వ సంస్థలుగా అంతవరకూ మునిసిపల్ కౌన్సిళ్ళు వుంటున్నాయి. అవి రివిజనిస్టు పంథాలో నడుస్తున్నాయనీ, వాటి చేతుల్లో అధికారం వుండడానికి వీల్లేదనీ, 'కమ్యూన్ల' రూపంతో కొత్త అధికార సంస్థలు ఏర్పడాలనీ ఆ నినాదం అర్థం. ★

ఫిబ్రవరి 5 దాకా కమ్యూన్‌ని అధికారికంగా ప్రకటించలేదు. ఆ రోజున 10 లక్షలమంది కార్మికులు హాజరైన ఒక మీటింగులో ఇలా ప్రకటించారు.

"షాంగై సిటీ కౌన్సిలునీ, మున్సిపల్ పార్టీ కమిటీనీ తీసివేసి, కొత్త అధికార సంస్థని స్థాపించడం జరిగింది. ఈ కొత్త అధికార సంస్థ, మావో సిద్ధాంతాలకూ కార్మిక వర్గ నియంతృత్వ సూత్రాలకూ కట్టుబడి పనిచేస్తుంది."[104]

ఆ తర్వాత, తైయువాన్ వంటి ఇతర నగరాలలోకూడా కమ్యూన్లు ఏర్పడిన తర్వాత, కేంద్ర పత్రికలు, షాంగై కమ్యూన్ నిర్మాణాన్ని మెచ్చుకోవడం తగ్గించాయి. అధికారికంగా దాన్ని తిరస్కరించక పోయినప్పటికీ పార్టీ కేంద్రనాయకత్వం షాంగై కమ్యూన్‌ని గుర్తించలేదనే చెప్పాలి. దాదాపు 20 రోజుల తర్వాత కమ్యూను పనిచేయడం మానేసింది. దాని స్థానంలో "షాంగై విప్లవ కమిటీ" అనే మరో కొత్త సంస్థ వెలిసింది. ఈ కొత్త సంస్థ, సాంస్కృతిక విప్లవ కేంద్రం అందించిన సూచనలతోనే, అంతకుముందు కమ్యూను ఏర్పాటుకోసం ఏ సంఘాలైతే నడుం కట్టాయో ఆ పునాది సంఘాల ఆమోదంతోనే ఏర్పడింది.

కమ్యూన్ నిర్మాణంలో ప్రధానంగా పనిచేసిన చాంగ్ చుంగ్‌చియావో ఈ 'షాంగై విప్లవ కమిటీ'కి అధ్యక్షత వహించాడు.

ఈ విధంగా — షాంగైలోనూ, ఇతర పట్టణాలలోనూ 'కమ్యూన్' పద్ధతిలో తలఎత్తిన అధికార సంస్థల్ని వదిలివెయ్యడం జరిగింది. సాంస్కృతిక విప్లవ ప్రారంభంలో ఆ విప్లవాన్ని ఏ యే లక్ష్యాలతో నడపాలో వివరిస్తూ పార్టీ చేసిన 16 అంశాల తీర్మానంలో ఈ కమ్యూన్ తరహా అధికార సంస్థల్ని ఏర్పర్చాలనే అంశం ఒకటి వున్నప్పటికీ, స్థాపించిన కమ్యూన్‌నే వదిలివేసి (ఆ పద్ధతిని వదిలివేసి) దానికి బదులు "విప్లవ కమిటీ" పద్ధతిని ఏర్పర్చడం చేశారు.[105]

---

104. షాంగై కమ్యూన్ ఏర్పడినప్పటి పరిణామాన్ని గమనించండి. సిటీ కౌన్సిల్‌నీ, మునిసిపల్ పార్టీ కమిటీని తిరస్కరించడం అంటే ఆ ప్రాంతానికి సంబంధించిన పార్టీ అధికారాన్నీ, ప్రభుత్వాధికారాన్నీ తిరస్కరించడమే. ఆ రెండు అధికారాల్నీ తిరస్కరించి కమ్యూన్ పేరుతో కొత్త అధికార సంస్థని స్థాపించారు. (ఈ ప్రయత్నం చేసిన వాళ్ళలో అందరూ కార్మికులే కాదు. స్టూడెంట్సూ, ఇతర వుద్యోగులూ, కొందరు రైతులూ, రద్దు అయిన సంస్థలలోగల విప్లవకారులూ మొదలైన వారంతా వున్నారు). కొత్త అధికార సంస్థ మావో సిద్ధాంతాలతోనే పని చేస్తుందని ప్రకటించారు. దీనికి చాంగ్ చుంగ్ చియావో వంటి "విప్లవ పంథా" నాయకుల సమర్థన వున్నప్పటికీ, ఒక పార్టీ నాయకత్వం అనేది లేనట్టే లెక్క. ★

105. సాంస్కృతిక విప్లవం తాలూకు 16 అంశాల్లో 9వ అంశం చూడండి ('అనువాదకుల ముందు మాట'లో). కమ్యూన్ తరహాగా అధికార సంస్థల్ని ఏర్పర్చడం అంటే- ఏ ప్రజాసంఘానికైనా 'పారిస్ కమ్యూన్' తరహా ఎన్నికలు జరగాలని. (1871లో ఫ్రాన్స్‌లో కార్మికుల నాయకత్వాన 'పారిస్ కమ్యూన్' ఏర్పడినప్పుడు దాంట్లో ఎలాంటి పద్ధతిలో ఎన్నికలు జరిపారో అలాంటి పద్ధతిలో). ప్రజా సంఘాల్లో పనిచెయ్యవలసిన వారిని ఎంచుకునే హక్కూ, అవసరమైతే ఎప్పుడంటే అప్పుడు తీసేసే హక్కూ ప్రజలకే వుంటుంది. ప్రజలంటే- ఆ 'ప్రజా సంఘం' ఏ సంస్థలో ఏర్పడుతుందో ఆ సంస్థకు చెందిన జనాభా. ఫ్యాక్టరీలో అయితే, దాని జనాభా అంతా దాని ప్రజలు. స్కూల్లో అయితే, స్కూలు జనాభా అంతా. అలాగే ప్రతీచోటా. ఒక ప్రాంతానికంతటికీ సంబంధించిన 'అధికార సంస్థ'ని స్థాపించేప్పుడు ఆ ప్రాంతంలోవున్న జనాభా అంతా దాని ప్రజలు. (అయితే, 'కార్మిక నియంతృత్వ' సూత్రాల ప్రకారం జనాభాలో ఎవరెవరికైతే ఓటు హక్కు వుండదో వాళ్ళని తీసెయ్యాలి). సాంస్కృతిక విప్లవానికి ముందు, సంఘాల్లో సభ్యుల్ని ప్రజలే →

ఈ మార్పు ఎందుకు జరిగిందో, ఇలా ఎందుకు చెయ్యవలసి వచ్చిందో వివరిస్తూ సరైన జవాబు ఏదీ ముందుకురాలేదు. రకరకాల కారణాలైతే చెప్పారు గానీ, సరైన కారణం మాత్రం లేదు. ఈ విషయానికి సంబంధించి, ఫిబ్రవరి 24 న, చాంగ్ చున్ చియావో ఇచ్చిన వుపన్యాసం కొంత ముఖ్యమైనది. అందులో ఆయన, "షాంగై కమ్యూను మీద" మావో చేసిన వ్యాఖ్యల గురించి ప్రస్తావించాడు. చాంగ్ చెప్పినదాని ప్రకారం చూస్తే, మావో, 'కమ్యూన్' పద్ధతి పనికిరాదనలేదు. 'కమ్యూన్' రూపాన్ని ప్రశ్నించలేదు. కమ్యూన్ స్థాపించడంలో సరైన పద్ధతులు అవలంబించారా, లేదా అనే విషయంలోనే ప్రశ్నించాడు. 'పారిస్ కమ్యూన్'ని చూసి వుత్తేజం పొంది ఏర్పర్చిన ఈ కమ్యూన్ నిర్మాణం - చైనాలోకెల్లా ఎంతో అభివృద్ధి చెందిన కార్మికులకు సెంటర్ అయిన షాంగైలో సాధ్యం కావచ్చుగానీ, ఇతర పట్టణాల్లో కూడా సాధ్యం అవుతుందా — అని సందేహం వెలిబుచ్చాడు. చైనా అంతటా కమ్యూన్ పద్ధతిలోనే అధికార సంస్థల్ని ఏర్పర్చాలనే అభిప్రాయంతో "అధికారాలన్నీ కమ్యూన్లకే!" అనే ప్రకటన ఇవ్వడం గురించి మాట్లాడుతూ, ఈ దశలో చైనా అంతటా కమ్యూన్ల నిర్మాణం జరిగితే అంతర్జాతీయంగా తలెత్తే సమస్యల మాటేమిటని కూడా మావో ఆలోచించాడు. **106**

'షాంగై కమ్యూన్'ని 20 రోజులకే తీసెయ్యడానికి, మావో వ్యాఖ్యానాల్ని కారణంగా చెప్పడం ఏమంత కన్విన్సింగ్‌గా లేదు. మావో వ్యాఖ్యానాల అర్థం, కమ్యూన్ నిర్మాణం గురించి రక రకాలుగా ప్రశ్నించడమేగానీ, దాన్ని వొదిలెయ్యాలని చెప్పడం కాదు. తన ప్రశ్నల్లో మావో లేవనెత్తిన ప్రధాన సమస్య "పార్టీ" విషయమే.

కొంతమంది రెబెల్ కార్యకర్తలు "బాధ్యతాయుత స్థానాల్లో వున్న వాళ్ళనందరినీ

→ ఎంచుకునే పద్ధతి లేదు. అసలు ప్రజా సంఘాలే ఎక్కువగా వుండేవి కావు. వున్నవాటిల్లో కూడా ముఖ్య పదవుల్లో వుండవలసిన వాళ్ళని పార్టీయే నియమించే పద్ధతి సాగేది. ఆ సంఘాలు పార్టీ సంఘాలుగానే సాగేవి. అందుకే, సాంస్కృతిక విప్లవం, ప్రజా సంఘాల్ని విరివిగా తలెత్తనివ్వాలనీ, వాటి ఎన్నికల్లో కూడా ప్రజల నిర్ణయాలకే ప్రధాన స్థానం ఇవ్వాలనీ ఆశించింది. ★

106. ఇక్కడ మావో చర్చిస్తోన్న విషయం ఏమిటంటే — కమ్యూన్లు ఏర్పడ్డ ప్రతీ చోటా పార్టీనీ ప్రభుత్వాన్నీ తీసివేస్తున్నారు కదా? ఒక్కో ప్రాంతంలో ఒక్కో కమ్యూను స్వతంత్ర అధికార సంస్థగా ఏర్పడుతూ వుంటే, ఈ విడి విడి ప్రాంతీయ అధికార సంస్థల్ని కలిపే లింకుగా ఏది వుండాలి? ఆ సంస్థలన్నిటికీ సంబంధాలు దేనిద్వారా ఏర్పడాలి? వాటన్నిటినీ కలపగల నిర్మాణ పద్ధతి ఏమిటి? అలాంటి పద్ధతి ఏదో ఒకటి వుండవలసిందే కదా? అంటే, రివిజనిస్టు పార్టీని తీసేసి, దాని స్థానంలో విప్లవ పార్టీని పెట్టుకోవాలిగానీ పార్టీయే లేకుండా విడివిడి ప్రజాసంఘాలు పాలనాధికారాన్ని నిర్వహించడం అశాస్త్రీయం కాదా? కేంద్రం అనేదే లేకుండా పోయినప్పుడు చైనాని దేని ద్వారా గుర్తించాలి? విదేశాలు చైనాతో సంబంధాలు దేనిద్వారా పెట్టుకోవాలి? ఒక్కొక్క ప్రాంతంతోటీ వేరు వేరుగా పెట్టుకోవాలా? ప్రజా సంఘాలనేవి పాలనాధికారాన్ని నిర్వహించుకుంటూ వుంటే, పార్టీ అనేది వాటన్నిటికీ మార్గ దర్శకత్వం వహిస్తూ (పెత్తనం కాదు) అన్నిటినీ కలిపే లింకుగా వుండాలి. సాంస్కృతిక విప్లవ తీర్మానపు 9 వ అంశంలో చెప్పింది, ప్రజా సంఘాలు పార్టీ ఆధ్వర్యంలో పనిచెయ్యాలనేగానీ, పార్టీయే లేకుండా స్వతంత్ర సంస్థలుగా పని చెయ్యాలని కాదు. అందులోగల అశాస్త్రీయాంశాన్నే మావో చర్చించేది. ★

తీసెయ్యడానికి" చేసే ప్రయత్నాల గురించి, మావో చాలా ఆందోళన పడ్డట్టు కనపడుతోంది.[107]

"మనకి పార్టీ ఇంకా అవసరమేనా?" అనే ప్రశ్న లేవనెత్తి, దానికి తనే ఇలా జవాబు ఇచ్చాడు: "మనకి పార్టీ ఇంకా అవసరమే. మనం ఇంకా చాలా దూరం ప్రయాణం చెయ్యవలసి వుంది. ఆ ప్రయాణంలో మనల్ని మనం పటిష్టం చేసుకుంటూ వుండాలి. దానికోసం మనకో గట్టిపట్టు (హార్డ్‌కోర్) అవసరం. మనల్ని అలా తయారుచెయ్యడానికి మనకింకా హార్డ్‌కోర్‌గా పనిచేసే పార్టీ అవసరమే. దాన్ని ఏ పేరుతోనన్నా పిలవండి. కమ్యూనిస్టు పార్టీ అనండి, సోషలిస్టు పార్టీ అనండి, మీ కిష్టమైన ఏ పేరైనా పెట్టండి. మనకు మాత్రం ఇంకా పార్టీ వుండితీరాలి. ఆ సంగతి మరచిపోకూడదు."

ఇక్కడ ఒక ప్రశ్న తలెత్తుతుంది. షాంగై కమ్యూన్ నిర్మాణాన్ని మొదట్లో సమర్థించిన కమ్యూనిస్టు పార్టీ నాయకులే, తర్వాత, 'ఈ రాజకీయ రూపానికి చైనా అప్పుడే సిద్ధంగా లేద'ని కమ్యూన్ రూపాన్ని విడిచిపెట్టి ఎలా వెనక్కి వెళ్ళారు - అనే ప్రశ్న.[108] అలా వెనక్కి తిరిగిన తర్వాత ప్రారంభించిన కొత్త క్రమం అనేక వెనకడుగులకు దారి తీసింది. ఆ వెనకడుగులు పడకుండా అడ్డుకోడానికి కొంతవరకూ జరిగిన ప్రయత్నాలు క్రమక్రమంగా బలహీనపడ్డాయి.

---

107. పార్టీ కమిటీల్నీ, పార్టీ కార్యకర్తల్నీ రివిజనిస్టు పంథాలో నడుస్తున్నారనే కారణాలతో తీసివేసినప్పుడు, ఆ పనులు అన్ని చోట్లా సరైన పద్ధతుల్లో జరగలేదు. ప్రతీ విప్లవ సంఘమూ, ప్రతీ విప్లవ గ్రూపూ విప్లవపంథాకి కట్టుబడ్డవి కావు. విప్లవం ముసుగు వేసుకున్న అనేక రకాల అతివాద (అల్ట్రాలెఫ్ట్) గ్రూపులూ, మితవాద గ్రూపులూ అనేక రకాల పద్ధతుల్లో ప్రవర్తించాయి. గతంలో విప్లవకర పాత్ర నిర్వహించిన కార్యకర్తల్ని కూడా కొన్ని తప్పులు చేశారనే కారణంతో (సరిదిద్దుకునే అవకాశం ఇవ్వకుండా) పదవుల నించి తీసివెయ్యడమూ, కొత్త అధికార సంస్థల్లో చేర్చుకోకపోవడమూ, కొన్ని సందర్భాల్లో ఆ కార్యకర్తల మెళ్ళల్లో అట్టలు కట్టీ, టోపీలు పెట్టీ వూరేగించడమూ, కొట్టడమూ, బలవంతంగా తప్పులు ఒప్పించడమూ- వగైరా పనులెన్నో చేశారు. (వ్యక్తిగత కక్షలు తీర్చుకోడానికి కూడా ఈ అవకాశాలు వుపయోగించుకున్నారు). 'విప్లవ పంథా'కి హాని కలిగించే ఈ రకం పనుల్ని విమర్శిస్తూ పార్టీ కేంద్ర కమిటీ ప్రచార విభాగం రేడియోలద్వారా, పత్రికలద్వారా, పోస్టర్లద్వారా 'విప్లవ గ్రూపుల్ని' పదే పదే హెచ్చరించింది. "కార్యకర్తల్ని ఎలా జడ్జి చెయ్యాలో మనం తెలుసుకోవాలి. ఒక కార్యకర్త జీవితంలో కొద్ది కాలాన్నో, ఏదో ఒక సంఘటననో చూసి తీర్పు చెప్పేవిధంగా మన తీర్పు పరిమితం కాకూడదు. అతని పనినీ జీవితాన్నీ మొత్తంగా చూసి నిర్ణయించాలి". "బలమైన రుజువులు వున్నాయా లేదా, విచారణ సక్రమంగా జరిపామా లేదా, కేసుని న్యాయంగా స్టడీ చేశామా లేదా అనే విషయాలకు ప్రాధాన్యత ఇవ్వాలి. బలవంతంగా తప్పులు ఒప్పించకూడదు. తప్పులు చేసేవారు ఎడ్యుకేట్ కావడానికి మనం సహాయపడాలి" - అని ప్రచారం చేశారు. ఈ మాటలు మావోవి. (డాబియర్ పుస్తకం - 156 వ పేజీ; 95 వ పేజీ) ★

108. 'కమ్యూన్'ని తీసేసి 'విప్లవకమిటీ'ని ఎందుకు పెట్టారనే ప్రశ్న కన్నా ముందు, ఆ రెంటికీ తేడా ఏమిటనే ప్రశ్నకి జవాబు చూడాలి. ఆ రెంటికీ ఏదో తేడా వున్నట్టు తెలియడమేగానీ, ఆ తేడా ఏమిటో ఈ వ్యాసంలోకానీ, ఇతర పుస్తకాల్లోకానీ వివరంగా తెలియడంలేదు. ఆ తేడా ఏమిటో తెలీకుండా ఆ మార్పు ఎందుకు జరిగిందో తెలుసుకోడం సాధ్యంకాదు. పారిస్ కమ్యూన్ తరహా ఎన్నికలు జరగడమూ, జరగకపోవడమూ అన్నదే ఆ తేడా అయినట్టు కనపడుతోంది (అదీ అస్పష్టంగానే). 'సాంస్కృతిక విప్లవ' లక్ష్యాల తీర్మానం ప్రకారం ఏ రకం ప్రజా సంఘానికైనా, దాని సభ్యులందర్నీ దాని ప్రజలే ఎన్నుకోవాలి. కానీ, "విప్లవ కమిటీ" జరిగిన ఎన్నికల పద్ధతి చూస్తే, విప్లవ తీర్మానంలో ప్రకటించిన లక్ష్యం అమలు జరగలేదని తెలుస్తుంది. 'కమ్యూన్' పద్ధతి ఎన్నికలైతే- పార్టీ కార్యకర్తల నించీ, పార్టీలో సభ్యులుగాలేని నాన్-పార్టీ వారినించీ, ఎవరు విప్లవకారులనీ, ప్రజాహితులనీ, సమర్థులనీ ప్రజలు భావిస్తారో వారినే ఎంచుకోవచ్చు. →

సాంస్కృతిక విప్లవాన్ని స్పష్టంగా విశదీకరించాలంటే రెండు రకాల వాస్తవాల్ని పరిగణనలోకి తీసుకోవాలి. మొదటిది- షాంగైలోనూ, ఇతర చోట్లా వివిధ విప్లవ సంఘాలు ఐక్యంగా వుండలేకపోయాయి. అవి, తరుచుగా తగూలు పడేవి. చాలా తీవ్రంగా కూడా తగూలు పడేవి.

→ ఆ ప్రాంతంలో పనిచేసే పార్టీ కార్యకర్తల్లోనూ, సైన్యంలోనూ ఎవ్వరూ సరైనవాళ్ళు లేరని భావిస్తే అందర్నీ నాన్-పార్టీనించే ఎంచుకోవచ్చు. ఈ పద్ధతివల్ల, ఆ "ప్రజా సంఘం" మీద పార్టీకో, సైన్యానికో పట్టు ఏర్పడడానికి వీలువుండదు. ఈ ఎన్నికల పద్ధతి మితవాదులకు అనుకూలంగా వుండదు. పదవులమీదే దృష్టి పెట్టుకునే "విప్లవ" గ్రూపులకు కూడా అనుకూలంగా వుండదు. 'కమ్యూన్'ని స్థాపించిన విప్లవ సంఘాలన్నీ ఐక్యంగా లేకపోవడంవల్లా (తీసేసిన కార్యకర్తల విషయంలో ఎలా ప్రవర్తించాలీ, పాత సంస్థలనించి అధికారాన్ని ఎలా స్వాధీనం చేసుకోవాలీ, దాన్ని ఎలా నిర్వహించుకోవాలీ, కొత్త సంస్థలకు లీడర్స్‌గా ఏ గ్రూపులవాళ్ళు వుండాలీ — అనే విషయాల్లో విప్లవ సంఘాల మధ్య తగాదాలు వొస్తూవుండేవి), 'కమ్యూన్' కొనసాగింపుకి పార్టీలో మితవాదులు అనుకూలంగా లేకపోవడంవల్లా, ఆ ధోరణుల్ని ఓడించగల మెజారిటీబలం 'విప్లవ పంథా'కి లేకపోవడం వల్లా- కమ్యూన్‌ని ఎంతోకాలం నిలబెట్టడం సాధ్యంకాలేదు. ('కమ్యూన్'ని తీసేసే నాటికి, దానికింకా ఎన్నికలు జరగలేదు. దాన్ని నడపడానికి తాత్కాలికంగా ఒక సన్నాహక కమిటీ మాత్రమే ఏర్పడింది. కమ్యూన్‌కి ఎన్నికలు పారిస్ కమ్యూన్ పద్ధతిలో జరగడానికి పరిస్థితులు అనుకూలంగా లేకపోవడంవల్లనే, అది 'కమ్యూన్' పేరు పోగొట్టుకుని "విప్లవ కమిటీ" అయింది). "విప్లవ కమిటీ"కి వాటాల పద్ధతిమీద ఎన్నికలు జరిగాయి. దాని కార్యవర్గానికి కావలసిన సభ్యుల్లో ఒక భాగాన్ని పార్టీనించీ, ఒక భాగాన్ని సైన్యంనించీ, ఒక భాగాన్ని నాన్-పార్టీ నించీ ఎన్నుకునే పద్ధతిమీద జరిగాయి. మొదటి రెండు భాగాల్నీ ప్రజలే ఎన్నుకుంటారు. సైన్యం నించి వచ్చే భాగాన్ని పార్టీ నిర్ణయిస్తుంది. ఈ సభ్యులందర్నీ ఎప్పుడంటే అప్పుడు తీసేసే హక్కు ప్రజలకు వుంటుంది. కానీ, దానివల్ల పెద్ద ప్రయోజనం లేదు. ఎందుకంటే — ఒక పార్టీ కార్యకర్తని తీసేసినా, అతని స్థానంలో మళ్ళీ పార్టీనించే ఎన్నుకోవాలి. వ్యక్తుల మార్పేగానీ, ఆ విప్లవకమిటీ కార్యవర్గంలో — పార్టీ వాటా, సైన్యంవాటా ఎప్పుడూ ఒక్కలాగే వుంటాయి. అంటే, ఆ సంస్థమీద పార్టీ పట్టూ, సైన్యంమీద పార్టీ పట్టూ గట్టిగా వుండడానికే ఈ ఎన్నికల పద్ధతి తోడ్పడుతుంది. ఆ పార్టీ, మితవాదుల బలం మెజారిటీగా వున్న పార్టీ కాబట్టి, ఆ ప్రజా సంఘంమీద మితవాదుల పట్టే బలంగా వుండే ఏర్పాటు అది. (ఈ వివరాలకు ఆధారం: జైన్- పే.63, డాబియర్- పే.160, బ్రుగ్గర్ పే.304. ఈ వివరాల్ని చైనా నించి అధికారి కంగా సంపాయించినట్టు ఆ పుస్తకాలు చెప్పడంలేదు. అవి ఈ అవగాహనతో కూడా చెప్పలేదు. 'కమ్యూన్'కీ, 'విప్లవ కమిటీ'కీ తేడా ఏమిటో ఇలా అర్థం చేసుకోవడంలో ఏమైనా పొరపాటు వుంటే ఆ పొరపాటు మాదే. ఆ విషయాన్ని ఇంతకన్నా 'సరిగా' అర్థం చేసుకోడానికి మార్గం లేదు).

1968 సెప్టెంబరు నాటికి, 29 ప్రాంతీయ అధికార సంస్థలు ఏర్పడితే వాటిల్లో 22 సంస్థల ఛైర్మన్లూ, 20 సంస్థల వైస్ ఛైర్మన్లూ సైన్యం వాళ్ళే. 'వీళ్ళెవరూ బైట ప్రజలద్వారా గానీ, సైన్యంలోని సాధారణ సైనికుల ద్వారాగానీ ఎన్నికైన వాళ్ళు కారు. కమ్యూన్‌ని తీసేసిన తర్వాత జరిగిన హానికరమైన పరిణామమే ఇది. పార్టీ అధికారాన్నే తిరస్కరించిన కమ్యూన్‌ని తీసెయ్యక కొనసాగనిస్తే అది పొరపాటు కదా? — అనే ప్రశ్న రావచ్చు. విప్లవ పార్టీ అధ్వర్యాన వుండవలసిన అవసరాన్ని కమ్యూను గుర్తించేటట్టూ, పార్టీని విప్లవకరంగా మార్చుకునే దృక్పథంతో కమ్యూను వుంటేటట్టూ చెయ్యడమే దానికి మార్గంగానీ, విప్లవ సంఘాల చొరవతో ఏర్పడిన కమ్యూన్‌ని సాగనివ్వకుండా చెయ్యడం కాదు దానికి మార్గం. అయితే, 'విప్లవపంథా'కి కమ్యూన్‌ని నిలబెట్టేంత బలం లేకపోవడం వల్లనే ఈ వెనక అడుగు తప్పలేదు. ★

ఒకదాన్ని ఒకటి మించిపోవాలని ప్రయత్నించేవి. సంఘాలకే అంకితమై నిజాయితీతో పనిచేసే కార్యకర్తల్ని కూడా ఇబ్బందులు పెట్టడమూ, సంఘాలనించి తీసివెయ్యడమూ వంటి పనులు చేసే వారు నాయకులు. పరిస్థితి ఈ రకంగా వున్నట్టు 1967 జూలైలో మావోయే ఈ పరిస్థితిని వర్ణించాడు. సాంస్కృతిక విప్లవాన్ని గట్టిగా సమర్థించే మిలిటెంటు కార్యకర్తలు కూడా, తాము ఎవరితో తప్పనిసరిగా అంగీకారాలకు రావాలో వారితో రాలేకపోయారనీ; వారితో ఐక్యంగానూ, స్నేహంగానూ వుండడంలో అశక్తులయ్యారనీ వారిని మావో విమర్శించాడు.

రెండో రకం వాస్తవాలేమిటంటే — పార్టీలో అత్యున్నతస్థాయి సభ్యుల్లో ఎక్కువమంది, 1967 ప్రారంభంలో అభివృద్ధి అయిన రాజకీయపరిస్థితి పట్ల విముఖంగా వుండడం. ఈ రకం సభ్యులు విప్లవకరమైన దృక్పథం తీసుకోలేదు. సాంస్కృతిక విప్లవం పట్ల తమ విముఖతని స్పష్టంగా చెప్పకుండా దానికి రహస్య శత్రువులుగా తయారయ్యారు. ఆ రకం సభ్యులే పార్టీలో మెజారిటీగా వుండడం చేత "మరీ తీవ్రంగా పోకుండా మధ్యస్తంగా ప్రవర్తించాలి" అని వారు వెలిబుచ్చే అభిప్రాయాల్ని 'విప్లవపంథా' సమర్థకులు తప్పనిసరిగా చెవిని బెట్టాల్సి వచ్చింది. అలా చెయ్యకపోతే ఆనాడే అంతా ఆఖరై వుండేది. ఆ రకం వారితో ఐక్యతావుండేది కాదు, విప్లవ పార్టీ వునికీ వుండేది కాదు.

['విప్లవ పంథా'ను అత్యంత దృఢంగా అభివృద్ధి పరచినవారు, పార్టీలో మైనారిటీలో వుండడంవల్ల, వారు, వివిధ రకాలైనా సైద్ధాంతిక, రాజకీయ ధోరణులతో రాజీపడి, వాటిమీద ఆధారపడి తీరాల్సిన పరిస్థితి వచ్చింది. వాటిని అధిగమించడం అసాధ్యమైంది. 1966 జూలై 8 న చియాంగ్ చింగ్‌కి రాసిన ఒక వుత్తరంలో మావో, లిన్‌పియావోతో తనకు కొన్ని ప్రధాన విషయాలమీద భేదాభిప్రాయాలు వున్నప్పటికీ, ఈ పరిస్థితిలో, అతని మీద (తద్వారా ప్రజా విముక్తి సైన్యంమీద) ఆధారపడక తప్పడం లేదని అన్నాడు. ఇలా రాశాడు మావో: "నా మిత్రుడూ (లిన్‌పియావోని వ్యంగ్యంగా ప్రస్తావించడం) అతని సమర్థకులూ నా చేతులు కట్టేశారు. వారితో అంగీకరించడం తప్పితే వేరే విధంగా చెయ్యడం పూర్తిగా అసాధ్యమైపోయింది. నా జీవితంలో ఇదే మొదటిసారి, ఒక ప్రధాన సమస్యమీద నా అభిప్రాయానికి వ్యతిరేకంగా ఇతరులతో కలవడం. 'ఇష్టం లేకపోయినా తన దిశని మార్చుకోడం' అని దీన్నే అంటారు" ('లో మోంద్' పత్రిక, డిసెంబరు 2, 1972]. 'విప్లవపంథా' నాయకులు ఇలా మైనారిటీలో వుండే పరిస్థితి 1969 లో 9 వ పార్టీ మహాసభ నాటికి కూడా మారలేదు. 1971లో లిన్‌పియావో పతనంతో, విప్లవపంథా నాయకులు, సాంస్కృతిక విప్లవం పట్ల ఏమీ సుముఖంగా లేని సివిలియన్ (ప్రభుత్వరంగానికి చెందిన) కార్యకర్తలతో ఒప్పందాలకు రావలసి వచ్చింది. ఈ సివిలియన్ కార్యకర్తలే తర్వాత కాలంలో హువా కుట్రకి సామాజిక, రాజకీయ పునాదిగా వున్నారు. 'విప్లవపంథా'ని ఎంతో దృఢంగా సమర్థించేటటువంటీ, ప్రజల్లో ఎంతో గౌరవం పొందినటువంటీ నాయకులే ఇలా 'ఒంటరివాళ్ళు కావడానికి' సిద్ధాంత కారణాలేమిటో నేను తర్వాత విశ్లేషించే ప్రయత్నం చేస్తాను. ఈ పరిస్థితికి సామాజిక మూలం ఏమిటంటే — చైనాలో వున్న వర్గాల్లో కార్మిక వర్గానికి వున్న ప్రాధాన్యత తక్కువగా వుండడమే ననేది నిస్సందేహం. ఈ వర్గానికి చెందిన చురుకైన శక్తులు, ముఖ్యంగా యువకార్మికులు, విప్లవ పంథా సమర్థనకు మౌలిక పునాదిగా ఏర్పడ్డారు. (ఈ పునాది చివరిదాకా అలాగే వుంది). కానీ, ఈ పునాది సంఖ్యరీత్యా బలహీనమైనది. అందువల్లే, విప్లవపంథా సమర్థకులు ఎప్పటి కప్పుడు పెటీ బూర్జువా ధోరణులతో అనేక రకాలుగా అంగీకారాలకు రావలసి వచ్చింది. పెటీబూర్జువా ధోరణులతో తప్పనిసరిగా అంగీకారాలు చేసుకోవలసిన అవసరమూ, ఆ అంగీకారాలు కుదుర్చుకున్నప్పటి పరిస్థితులూ,

విప్లవపంథా సమర్ధకుల్ని మరింత విప్లవకరమైన సిద్ధాంత వైఖరుల్ని చేపట్టడానికి వీల్లేకుండా కొంత వరకూ ఆటంకపర్చాయి.)

సాంస్కృతిక విప్లవంలో పార్టీ కార్యకర్తల్ని తీసివెయ్యడాల గురించి, పాత తరం కార్యకర్తల వైఖరి ఏమిటో, 1967 జనవరిలో జరిగిన పొలిటికల్‌బ్యూరో సమావేశంలో టాన్ చెన్‌లిన్ అనే పాత తరం కార్యకర్త మాట్లాడిన దాన్నిబట్టి తెలుస్తుంది. అయన ఇలా అన్నాడు — "మీకు పార్టీ నాయకత్వం ఇక అవసరం లేదా? పాత కార్యకర్తలందర్నీ నాశనం చెయ్యదలచుకున్నారా? పాత తరం విప్లవ అనుభవజ్ఞు లందరి తరుపునా నేనిక్కడ మాట్లాడుతున్నాను. మన పాత కామ్రేడ్ల నెందర్నో అవమానాలు చేస్తూ వుంటే నిశ్శబ్దంగా చూస్తూ వుండడంకన్నా దీన్ని ఎదిరించి జైల్లో పడడమో, కత్తికి తల వదలడమో చెయ్యడానికి సిద్ధంగా వున్నాను."

పాత కార్యకర్తల ఈ ధోరణీ, పార్టీ ఐక్యతనీ వునికినీ కాపాడాలనే ఈ కోరికా, పొలిటికల్ బ్యూరో వైఖరిలో ఒక మార్పు జరిగేలాగ చేశాయి. దాడులు జరిగే రంగాన్ని సంకుచిత పరచేలాగానూ, 'దాడులకు వ్యక్తులు లక్ష్యాలుగా వుండేలాగానూ' జరిగిన మార్పు అది. (లీషావోచీ, టెంగ్ సియావోపింగ్, ఇంకా కొందరు అధికారులూ - వంటి 'వ్యక్తుల' మీద ఖండనలు జరిగేలాగ).

ఇంకో ఫలితం ఏమిటంటే, ప్రజావిముక్తి సైన్యానికీ, దాని అప్పటి నాయకుడైన లిన్‌పియావోకీ ఒక ప్రత్యేకమైన బాధ్యత ఇచ్చింది పార్టీ. "మావో ఆలోచనా విధానాన్ని" ప్రచారం చెయ్యడం కోసం ఏర్పడివున్న ప్రచార దళాలను నడిపిస్తూ, నిజమైన విప్లవ కమిటీలను గుర్తించి వాటిని ఐక్యపరిచి, వాటిని ఐక్య కార్యాచరణవేపు నడుపుతూ, వుద్యమంలో విప్లవ ధోరణిని అభివృద్ధి పరచడం ప్రజావిముక్తి సైన్యం చెయ్యవలసిన పని అన్నమాట. కానీ, ప్రజల ఉద్యమం తుడిచిపెట్టుకు పోవడానికీ; పార్టీ యంత్రాంగంలోనూ, ప్రభుత్వ యంత్రాంగంలోనూ, ప్రజా విముక్తి సైన్యం ప్రభావం పెరగడానికీ ఈ నిర్ణయాలు దారితీశాయి.[109]

[నిజానికి, చాలా ఏళ్ళపాటు ప్రజా విముక్తి సైన్యం నాయకులు పార్టీలో నిర్ణయాత్మకమైన రాజకీయ పాత్ర నిర్వహించారు. కొందరు కమాండర్లు నిస్సందేహంగా విప్లవ దృక్పథంతో విప్లవపంథాకే తోడ్పడ్డారు. కానీ, అలాంటివాళ్ళు మొత్తం సైన్యంలో మెజారిటీగా లేరు. ఈ 'ప్రజా విముక్తి సైన్యం' అతి తక్కువగా విప్లవీకరించబడిన యంత్రాంగాలలో ఒకటి. 1960 కీ 65 కీ మధ్య మార్క్సిజాన్ని అధ్యయనం చేసే వుద్యమం ఒకటి ఈ విముక్తి సైన్యంలో జరిగింది గానీ, ఆ అధ్యయనం, లిన్‌పియావో నాయకత్వంలో వుత్త యాంత్రిక పద్ధతిలోనూ, పడికట్టు పదజాలాల స్టీరియో టైపు పద్ధతిలోనూ మాత్రమే జరిగింది. ఆ అధ్యయనం, అనుకూల ఫలితాలకు బదులు,

---

109. పార్టీ, మంచి నిర్ణయాలే చేస్తే అవి చెడ్డ ఫలితాలెలా ఇచ్చాయనే ప్రశ్న వస్తుంది ఇక్కడ.

పార్టీలో ఐక్యతని నిలబెట్టడానికి ఏ నిర్ణయాలైతే తీసుకున్నారో అవి సరైనవి కావని వాటి ఫలితాలనిబట్టి అనుకోవలసివస్తోంది. అలాంటి నిర్ణయాలు ఎందుకు జరిగాయో, అలాంటి ఫలితాలు ఎందుకు వచ్చాయో ఖచ్చితంగా గ్రహించడానికి తగిన సమాచారం లేదుకాబట్టి, వాటి గురించి కొంత వూహాగానాలు చెయ్యక తప్పదు. మితవాదుల దృష్టికి ఆ నిర్ణయాలే సరైనవి కావచ్చు. విప్లవ పంథాకి ఆ నిర్ణయాల్లో తప్పు తెలిసినా అప్పటి పరస్థితుల్లో అంతకన్నా చెయ్యగలిగిందేమీ లేకపోయి వుండవచ్చు. లేదా, ఎవరికీ సరైన అవగాహన లేకపోయి వుండవచ్చు. ఒకవేళ ఆ నిర్ణయాలు సరైనవే అయినా, వాటిని ఆచరణలో పెట్టిన విధానం చాలా తప్పు కావచ్చు. మొత్తానికి, ఈ నిర్ణయాలు నెగిటివ్ ఫలితాలనే ఇచ్చాయి — అని గ్రహిస్తే ఈ విషయాన్ని అర్థం చేసుకోడంలో కొంత గందరగోళం తగ్గుతుంది. ★

చివరికి వ్యతిరేక ఫలితాలనే ఇచ్చింది. ఈ 'ప్రజావిముక్తి సైన్యాన్ని' విప్లవీకరించే పనిని తమ చేతిలోకి తీసుకుని, తమ సరియైన అవగాహనతో సైన్యాన్ని విప్లవీకరించే మెజారిటీ బలం విప్లవపంథాకు ఏనాడూ లేదు. ఈ ప్రజా విముక్తి సైన్యం, చివరికి సాంస్కృతిక విప్లవం ద్వారా నైనా తనని తను జ్ఞానవంతం చేసుకుంటుందని 1967లో కూడా మావో ఆశిస్తూనే వున్నాడు (జె. డాబియర్, 'హిస్టోయిర్' - 293 వ పేజీ). కానీ, మావో ఆశించినట్టు జరగలేదని వాస్తవం రుజువు చేసింది. చివరికి, ప్రజా విముక్తి సైన్యంలోని అత్యున్నతాధికారులు రివిజనిస్టు పంథానే సమర్థించారు.[110]

ఇంకో విషయం ఏమిటంటే — కార్మిక సైనిక దళాలను (వర్కర్స్ మిలీషియాను) అభివృద్ధి చెయ్యాలన్న 'విప్లవపంథా' ప్రయత్నం తగినంతగా స్థిరపడలేదు. ఈనాడు, రివిజనిస్టుల కుట్ర తర్వాత ఈ వర్కర్స్ మిలీషియాలనించి ఆయుధాలు తీసేసి, ఆ మిలీషియాలను ప్రజా విముక్తి సైన్యం అధికారం కింద వుంచారు.[111] ప్రజా విముక్తి సైన్యాన్నే "కార్మిక వర్గ నియంతృత్వానికి

---

110. కమ్యూనిస్టు పార్టీ అని చెప్పుకుంటూ అది శ్రామికులకు గాక బూర్జువాలకు తోడ్పడినట్టే, 'ప్రజా విముక్తి సైన్యం' అని చెప్పుకుంటూ అది ప్రజల విముక్తికి గాక బూర్జువాల విముక్తికి తోడ్పడింది. ★

111. **'మిలీషియా'** అంటే ప్రజల సాయుధ బలగం. అన్ని వృత్తుల ప్రజలూ స్త్రీ పురుష భేదం లేకుండా సైనిక శిక్షణ పొందాలన్నదే దీని వుద్దేశ్యం. తమ విముక్తిని తామే సాధించవలసిన ప్రజలకు సైనిక శిక్షణ పొందడం కూడా అవసరమే. శతృవు దాడిచేసినప్పుడు, దేశంలో ప్రజలంతా తమ రెగ్యులర్ సైన్యానికి తోడ్పడేవిధంగా ఎక్కడికక్కడ స్థానికంగా సంఘటితపడి ఆత్మరక్షణ చేసుకోడానికీ, శతృవుమీద దెబ్బ తీయడానికీ ఈ మిలీషియా శిక్షణ వుపయోగపడుతుంది. రెగ్యులర్ సైన్యంలోకి కొత్త సైనికులు కావలసి వచ్చినప్పుడు దానికి సైనికుల్ని పంపే రిజర్వుగా ఈ మిలీషియా సంఘాలు తోడ్పడతాయి. అంతేగాక, రెగ్యులర్ సైన్యంలో రివిజనిస్టు ధోరణులు పెచ్చుపెరిగి అది బూర్జువా తరహా 'కుట్ర'లకు తలపడే ప్రమాదం జరిగితే దాన్ని ఎదిరించి సోషలిస్టు సమాజాన్ని నిలబెట్టుకోడానికి ప్రజల చేతిలో వుండే సైనిక శిక్షణ తోడ్పడుతుంది. (హువా 'కుట్ర' జరిగినప్పుడు కొన్ని ప్రాంతాల్లో రెగ్యులర్ సైన్యంతో మిలీషియాలు పోరాడాయి. కానీ, అపజయం పొందాయి. 'కుట్ర' జరిగిననాడు పోరాటంలో చచ్చిపోయిన వారిలో మాసియావో అనే వ్యక్తి ఈ మిలీషియాకు చెందినవాడే. ఆయన పెకింగ్ వర్కర్స్ మిలీషియా లీడరు). ప్రజలు ఆ బాధ్యతని గుర్తించాలని 'విప్లవ పంథా' బోధిస్తుంది. రెగ్యులర్‌గా వుత్పత్తిలో పాల్గొంటూనే మిలీషియా శిక్షణ పొందాలి. ఈ మిలీషియా సంఘాలన్నీ పార్టీ నాయకత్వం కింద వుండాలి. 'విముక్తి'కి పూర్వం నించీ కూడా (1945 నించీ) చైనాలో ఈ మిలీషియాలను ఆర్గనైజ్ చెయ్యడం జరుగుతోంది. అన్ని వుద్యమాలలాగానే ఇది కూడా 'విప్లవ పంథా'కీ, రివిజనిస్టు పంథాకీ మధ్య ఒడిదుడుకులతోనే సాగుతోంది. "ప్రతీ వ్యక్తీ సైనికుడే" అన్న నినాదంతో 1958 ప్రాంతాల్లో ఇది కొంత అభివృద్ధికరంగా సాగింది. సాంస్కృతిక విప్లవ కాలంలో వర్కర్స్ మిలీషియాని అభివృద్ధి పర్చాలని విప్లవపంథా చేసిన ప్రయత్నాలు విజయవంతంగా సాగలేదు. ఈనాడు రివిజనిస్టులు ఈ మిలీషియాల్ని పార్టీకింద గాక, సైన్యం కింద వుంచారు. (ఆ పార్టీ కూడా రివిజనిస్టు పార్టీయే కాబట్టి, పార్టీ కింద వుంచినా, సైన్యం కింద వుంచినా ఒక్కటే అయినప్పటికీ, పార్టీ కింద వుంచకుండా సైన్యం కింద వుంచడం అంటే, రాజకీయాలకన్నా, సైనిక శక్తికే ప్రథమ స్థానం ఇవ్వడమే. అసలు రివిజనిస్టు పార్టీ ఈ మిలీషియాలనే ప్రోత్సహించదు. దాన్ని నామమాత్రంగా వుంచి, యాక్టివ్‌గా లేకుండా చెయ్యడానికి చూస్తుంది. ఇప్పుడు చైనా రివిజనిస్టు పంథాకి ఏ వ్యక్తి అయితే ప్రధాన ప్రతినిధిగా వున్నాడో ఆ వ్యక్తే (టెంగ్ ⟶

మూల స్తంభం"గా చూపే మార్క్సిస్టు వ్యతిరేక సూత్రీకరణ మళ్ళీ తలెత్తింది.][112]

1969లో, 9వ పార్టీ మహా సభలో ప్రజా విముక్తి సైన్యం నాయకులే ప్రధాన పాత్ర అయ్యారు. పొలిటికల్ బ్యూరోకి 25 మంది సభ్యుల్ని ఎన్నుకోవడం జరిగితే అందులో 14 మంది ఆ సైన్యంలో జనరల్సే.

సాంస్కృతిక విప్లవపు ప్రారంభ సంవత్సరాల్లో, ఆ వుద్యమంలో, ప్రజలు (మాసెస్) పాల్గొనడమే ప్రధాన లక్షణంగా వుండేది. అలాంటి మాస్ వుద్యమానికి బదులు రానురానూ పై స్థాయి నించి వచ్చినవారే విమర్శలూ ప్రచారాలూ నడిపే పద్ధతులు వచ్చాయి.

1971లో, లిన్‌పియావో నాయకత్వంలో గ్రూపు కట్టిన ప్రజా విముక్తి సైన్యం అధికారులు విప్లవపంథాకి ఎంత పెద్ద ప్రమాదం తలపెట్టారంటే, దానివల్ల లిన్‌పియావోని పార్టీ హఠాత్తుగా తొలగించింది.[113]

కానీ, ఈ పరిణామంతో పార్టీలో విప్లవ ధోరణే మెజారిటీ ధోరణిగా అవడం మాత్రం జరగలేదు. విప్లవపంథా ప్రతినిధులు పొలిటికల్ బ్యూరోలో మూడోవంతు మాత్రమే వున్నారు. అధిక సంఖ్యగా వున్న మితవాద, రివిజనిస్టు శక్తుల్ని తిరిగి రాకుండా చెయ్యగలిగేలాగ, విప్లవపంథా సమర్థకులు పార్టీలో తమ సంఖ్యని పెంచుకోలేకపోయారు.

చివరికి, కొన్ని సంవత్సరాలుగా సాగుతోన్న పరిణామం రాజకీయరంగంలో 1976 అక్టోబరు కుట్రగా (సైన్యంలో నాయకులూ, రక్షక దళాలూ ప్రధాన పాత్ర వహించిన కుట్రగా) ముగిసింది. అనేక రకాల ప్రజా సంఘాల ద్వారా ప్రజలు పాల్గొంటూ నడిచిన మాస్ వుద్యమానికి బదులు, పైనించి వచ్చిన పెద్దలు వుద్యమాన్ని నడిపే పరిస్థితి అనేది, ఈ 'కుట్ర' రూపొందే పరిణామ క్రమానికి బాగా వుపయోగపడింది. 'కమ్యూన్' రాజకీయ రూపాన్ని వొదిలి వెయ్యడానికీ దీనికీ సంబంధం వుంది.

పార్టీ, విప్లవపంథాకి తిలోదకాలివ్వడాన్ని వివరించాలన్నా, చివరికి విప్లవ పంథా పరాజయాన్ని వివరించాలన్నా, సంఘటనల్ని కేవలం విప్పి చెప్పడంతో చాలదు. ప్రజా సంఘాలతో పార్టీ సంబంధాలు ఎలా వుండేవనే విషయాన్ని అధ్యయనం చెయ్యాలి. మరీ

→ సియావోపింగ్) ఇప్పుడు సైన్యానికంతటికీ ప్రధానాధికారి. అంటే, అతనే ఈ పీపుల్స్ మిలీషియాకి అధికారి. ఇక ఈ మిలీషియా ఎంత అభివృద్ధి చెందుతుందో వూహించుకోవచ్చు. ★

112. కార్మికవర్గ నియంతృత్వానికి మూలస్తంభం కార్మికవర్గమే అవుతుంది. దాని ఆచరణే, దాని చైతన్యమే దాని నియంతృత్వానికి మూలం. దాని తర్వాతే సైన్యం పాత్ర. కార్మికవర్గం, రాజకీయంగా వెనకబడ్డ చైతన్యంతోటీ, వెనకబడ్డ ఆచరణతోటీ వుంటే, సమాజం నించి బూర్జువా సంబంధాల్నీ, బూర్జువా పంథానీ తీసేసే పోరాటంలో సైన్యం ఏమీ చెయ్యలేదు. తనని తను విముక్తి చేసుకోడానికి కార్మికవర్గమే సిద్ధంగా లేనప్పుడు ఆ పని సైన్యం ద్వారా జరగదు. అందుకే 'ప్రజల విముక్తి'లో ప్రజల పాత్రే ప్రధాన స్థానంలో వుంటుంది. కానీ, సైన్యానికే ప్రధాన స్థానం ఇవ్వడం అనే తప్పుడు అవగాహన 1969లో లిన్‌పియావో ద్వారా కూడా ఒకసారి తలెత్తింది. (1969లో జరిగిన పార్టీ 9వ మహాసభలో, రాజకీయ నివేదికలో, లిన్‌పియావో ప్రజావిముక్తి సైన్యాన్ని "కార్మికవర్గ నియంతృత్వానికి మూలస్తంభం" అన్నాడు. — జైన్ పుస్తకం - పే. 135). ఈ తప్పుడు దృక్పథం ఇప్పుడు "మళ్ళీ తలెత్తింది." ★

113. లిన్‌పియావో విషయం పెద్ద 'ఫుట్‌నోట్లు' చాప్టర్‌లో చూడండి. (పే.228) ★

ముఖ్యంగా, శ్రామిక ప్రజల అధికారంతో నడిచే ప్రజా సంఘాలతో పార్టీ సంబంధాలు ఎలా వుండేవనే విషయాన్ని!

పార్టీకీ, ప్రజా సంఘాలకీ వుండే సంబంధాల్లో వైరుధ్యంగల పరిస్థితి ఎంతో వుంది. శ్రామిక ప్రజలు అప్రయత్నంగా (స్పాంటేనియస్‌గా) ఐక్యం అయ్యే విషయంలోనూ యాక్టివ్‌గా వుండే విషయంలోనూ ఇంకా ఎంతో వెనకబడివున్నారు. ప్రజలమధ్య ఏర్పడివున్న వైరుధ్యాలలోనే ఈ పరిస్థితి వుంది.[114] ప్రజలమధ్య ఇలాంటి పరిస్థితి వుంది గనకే దాన్ని తొలగించడానికొక సిద్ధాంత పోరాటం అవసరమైంది. ఎలాంటి సిద్ధాంత పోరాటమంటే — ప్రజలలోని కార్మికవర్గ శక్తులూ, పురోగమన శక్తులూ గట్టి నాయకత్వం వహించవలసిన సిద్ధాంత పోరాటం.[115]

ప్రజల్లో వుండే వైరుధ్యాలు ఎలాంటివంటే — అవి, వారిని అనేక సెక్షన్లుగా చీల్చి, వారిలో వుండే సైద్ధాంతిక ధోరణుల్లోనూ, రాజకీయ ధోరణుల్లోనూ కూడా సంఘర్షణలు తేగలుగుతాయి. అంటే, ప్రజలందరికీ ఒకే సైద్ధాంతిక ధోరణీ, ఒకే రాజకీయ ధోరణీ వుండడానికి వీల్లేని పరిస్థితిని సృష్టిస్తాయి. ప్రజల్ని ఆ రకంగా విడదీసే వైరుధ్యాల విషయంలో పార్టీ ఎలాంటి పాత్ర నిర్వహించాలి — అనే ప్రశ్న ఇక్కడ తలెత్తుతుంది.

ప్రజలతో పార్టీకి వున్న వైరుధ్య పూరిత సంబంధాల వల్ల కూడా — 'ఇలాంటి సందర్భాల్లో పార్టీ ఎలా ప్రవర్తించాలీ' అనే ప్రశ్న పుట్టుకొస్తుంది.[116]

అధికారం ఎవరి చేతుల్లో వుంది? ప్రజల చేతుల్లోనూ, వారి సంఘాల చేతుల్లోనూ, వారిలో అభివృద్ధి చెందిన శక్తుల చేతుల్లోనూ వుందా? –లేక, పార్టీ చేతుల్లో వుందా?

ఈ విషయాన్ని ఇంకో రకంగా చెప్పాలంటే — అధికారాన్ని శ్రామిక ప్రజలే నిర్వహించుకుంటున్నారా? లేక, వారి "కోసం" ఇతరులు నిర్వహిస్తున్నారా?

అధికారాన్ని నిర్వహించే పార్టీ, శ్రామిక ప్రజల శక్తివంతమైన అజమాయిషీ కింద వుండి తీరాలి. ప్రజల అజమాయిషీ లేకపోయినా, పార్టీ, ప్రజలకు సేవ చెయ్యగలదనే వాదనతో ప్రజల అజమాయిషీ లేకుండానే పార్టీ పని చెయ్యడం అంటే, అది ప్రజల "కోసం" అధికారం చెయ్యడమే గానీ, ప్రజలే అధికారం చెయ్యడం కాదు.

---

114. 'ప్రజలు' అన్నప్పుడు ప్రజలందరి జీవన పరిస్థితులూ ఒకే రకంగా వుండవు. శ్రమలు చెయ్యడంలోనూ, శ్రమ ఫలితాన్ని పొందడంలోనూ వుండే తేడాలవల్లనే వైరుధ్యాలు పుడతాయి కాబట్టి, ప్రజల మధ్య కూడా ఆ తేడాలవల్లనే వైరుధ్యాలు వుంటాయి. ఈ వైరుధ్యాల్ని పరిష్కరించాలంటే ప్రజల జీవన పరిస్థితుల్లో తేడాల్ని తీసివెయ్యగలగాలి. దానికోసం సరైన డైరెక్షన్‌లో తగినంత బలంతో ప్రయత్నాలు సాగుతూ వున్నప్పుడే ప్రజలమధ్య ఐక్యత సాధ్యమవుతుంది. ప్రజలు ఐక్యం కాకుండా అనేక వైరుధ్యాలతో కొట్లాడుకుంటూ వుండడమే రివిజనిస్టు పంథాకి కావాలి. అందుకే, శ్రమలో పాల్గొనే విషయాల్లోనూ, జీతాల విషయాల్లోనూ ప్రజలు చీలిపోయి వుండేలాగే అది ప్రయత్నిస్తుంది. ★

115. "పాత" సిద్ధాంతంతో, "కొత్త" సిద్ధాంతం పోరాడినప్పుడే అది "సిద్ధాంత పోరాటం". ప్రజల మీద, పార్టీ - పెత్తందారీతనపు నాయకత్వం నెరపడమే పాత సిద్ధాంతంగా సాగుతోన్నప్పుడు, దానితో పోరాటానికి కొత్త సిద్ధాంతం అవసరమైంది. ప్రజలే నాయకత్వం వహించుకోవాలన్నదే ఆ కొత్త సిద్ధాంతం. ★

116. ప్రజలకీ ప్రజలకీ మధ్యవున్న వైరుధ్యాల్ని పరిష్కరించే విషయంలో పార్టీ ఎలా ప్రవర్తించాలి? ప్రజలకీ తనకీ మధ్య వున్న వైరుధ్యాల విషయంలో ఎలా ప్రవర్తించాలి? - అనేవి వేరు వేరు సమస్యలు. ★

"ఫ్రాన్స్‌లో అంతర్యుద్ధం" రచనలో మార్క్స్ చెప్పినదాని ప్రకారం — 'కమ్యూన్' అనేది అధికారాన్ని నిర్వహించే సంస్థ. 'కార్మిక వర్గ నియంతృత్వం' రాజకీయంగా ఏ రూపంలో వుండాలో ఆ రూపమే 'కమ్యూన్'.

"రాజ్యాంగ యంత్రమూ, విప్లవమూ" రచనలో లెనిన్ చెప్పినదాని ప్రకారం — "సోవియట్లు" శ్రామికప్రజల అధికార సంస్థలు.

ఈ రెండు రచనలలోనూ "నాయకత్వపాత్రని పార్టీ వహించడం" అనే విషయాన్ని ప్రస్తావించనైనాలేదు.

1919 లో, లెనిన్, సోవియట్లు వున్న తీరుని విమర్శిస్తూ— "సోవియట్లు ఎలావుండాలో అలా లేవు. శ్రామిక ప్రజలందరి చేతా నడపబడే అధికార సంస్థలుగా లేవు. కార్మికవర్గంలో అభివృద్ధి చెందిన సెక్షన్ మాత్రమే మిగతా శ్రామికప్రజల కోసం నడిపే అధికార సంస్థలుగా వున్నాయి — అన్నాడు. ఆ పరిస్థితి మారనే లేదు. **117** శ్రామికప్రజల చేతుల్లోంచి అధికారం పూర్తిగా పోవడానికి ఆ పరిస్థితి దారితీసింది.

---

117. అధికార నిర్వహణ విషయంలో, రష్యాలో ఎలాంటి పరిస్థితి వుందని 1919 లో లెనిన్ అన్నాడో ఆ పరిస్థితి తర్వాత కాలంలో కూడా మారలేదు. ప్రారంభ సంవత్సరాలలో ఆ పరిస్థితి మారకపోవడానికి బెతల్‌హేమ్ కొన్ని కారణాలు చెపుతున్నారు. (...రష్యాలో వర్గ పోరాటాలు - 1. పే. 329 - 343)

1. అర్జంటుగా నిర్వర్తించవలసిన కర్తవ్యాలు. (సోవియట్ అధికారాన్ని కూలదొయ్యడానికి విదేశాల జోక్యంతో 1918 లో ప్రారంభమైన అంతర్యుద్ధాన్నీ, కరువునీ ఎదుర్కోవలసి రావడంవల్ల, కొన్ని సంవత్సరాలపాటు ఆ విషయాల మీదే దృష్టి కేంద్రీకరించవలసి వచ్చింది).

2. గ్రామీణ ప్రాంతాలలో పార్టీకి వున్న చారిత్రక సంబంధాలు. (గ్రామీణ ప్రాంతాలలోనూ, మధ్యస్థాయి పట్టణాలలోనూ పార్టీకి గతం నించీ కూడా తగినంత పట్టులేదు. గ్రామాలలో విప్లవకర రైతు కమిటీలను పార్టీ శక్తివంతంగా నిర్మించలేకపోయింది. రైతులమీద గ్రామీణ బూర్జువాల పట్టే నిలిచివుంది. గ్రామీణ స్థాయి సోవియట్లలోనూ పాత ప్రభుత్వాధికారులే స్థానాలు సంపాదించగలిగారు. ఆనాటి పరిస్థితి గురించి లెనిన్- "గ్రామీణ ప్రాంతాలలోనూ, మిడిల్ టౌన్స్‌లోనూ పార్టీ సభ్యులు మహాసముద్రంలో నీటి బొట్టంత వున్నారు" అన్నాడు.)

3. సామాజిక సంబంధాల్ని సోషలిస్టు ఆచరణలోకి మార్చుకోవడంలో గత అనుభవాలేమీ లేకపోవడం. (సోషలిస్టు విప్లవం ప్రారంభించిన మొట్టమొదటి దేశానికి నూతన సమాజ నిర్మాణానికి కావలసిన అనుభవాలు దొరకవు కాబట్టి, అనేక విషయాలలో పరిమితులూ, లోపాలూ, నష్టాలూ తప్పవు. ఈ నూతనత్వంలోకి తర్వాత ప్రవేశించే దేశాల విషయంలో ఈ నష్టాలు క్రమక్రమంగా తగ్గిపోయే వీలుంది).

4. పార్టీకి వున్న సిద్ధాంతావగాహనలో కొన్ని లోపాలు. (పార్టీ అంటే లెనిన్ అని కాదు ఇక్కడ అర్థం. సోషలిస్టు పద్ధతిలో అధికారాన్ని నిర్వహించడం గురించి లెనిన్‌కి స్పష్టమైన అవగాహనే వుంది. శ్రామిక ప్రజలే అధికారాన్ని అజమాయిషీ చెయ్యాలని లెనిన్ అనేక సందర్భాల్లో చెప్పాడు.

వుదా॥ 1920 లో — "సోవియట్ ప్రభుత్వ కర్తవ్యం ఏమిటంటే, పాత రాజ్యాంగ యంత్రాన్ని పూర్తిగా ధ్వంసం చేసి సోవియట్లకు అధికారం బదిలీ చెయ్యాలి" (కలెక్టెడ్ వర్క్స్: నెం. 31, పే. 421)

1922 డిసెంబరులో — "ఈ ప్రభుత్వ యంత్రాంగాన్ని జారిజంనించి తీసుకున్నాం. దానికి సోవియట్ నూనె పూశాం, అంతే... నిజం చెప్పాలంటే మన రాజ్యాంగం అనేది మనది కానేకాదు. →

"ప్రజల అధికారం" అన్న సమస్యమీదే చైనా కమ్యూనిస్టు పార్టీ, సాంస్కృతిక విప్లవపు 16 అంశాల తీర్మానంలో ప్రస్తావించింది. అందులో, 'పారిస్ కమ్యూన్' పద్ధతిని వుదహరించారు. 'సాంస్కృతిక విప్లవం నించి పుట్టుకువస్తోన్న కొత్త కొత్త రూపాల ప్రజా సంఘాలే- ఈ విప్లవం తన అధికారాన్ని నిర్వహించే సాధనాలు' అన్నారు.

సాంస్కృతిక విప్లవంలో కొత్త ప్రజా సంఘాల ద్వారా ప్రజలే అధికారం నిర్వహించుకుంటున్నారని ఒక పక్క చెపుతూ, ఇంకో పక్క- "కమ్యూనిస్టు పార్టీ నాయకత్వం కింద, ప్రజలు తమని తాము చైతన్యవంతుల్ని చేసుకుంటున్నారు" అని కూడా చెప్పారు. ఈ రెండు విషయాలకీ వైరుధ్యం వుందా? (ప్రజలే అధికారం నిర్వహించడం అనే విషయానికీ, ప్రజలు పార్టీ నాయకత్వం కింద వుండడం అనే విషయానికీ). అధికారం నిజంగా ప్రజల చేతుల్లోనే వుండి, వారి సంఘాల ద్వారా వారే దాన్ని నిర్వహించుకుంటూ వుంటే ఆ అధికారం ఎలా నిర్వహించుకోవాలో, ఆ సంఘాల్ని ఎలా నడుపుకోవాలో పార్టీ తన కార్యకర్తల ద్వారా ప్రజలకు వివరించడమూ, నచ్చచెప్పడమూ వంటి కృషి చేస్తూ వుంటే (పెత్తనం చెయ్యడం ద్వారా గాక, సరైన పద్ధతుల్లో ప్రజల్ని ఎడ్యుకేట్ చేస్తూ వుంటే) ప్రజలు తమని తామే పరిపాలించుకోవడం అనే విషయానికీ, ప్రజా సంఘాలపై పార్టీ 'నాయకత్వం వహించడం' అనే విషయానికీ ఎంతమాత్రం వైరుధ్యం లేదు.

1966 ఆగస్టు 12 న చైనా కమ్యూనిస్టు పార్టీ కేంద్ర కమిటీ ఒక ప్రకటనలో ఇలా చెప్పింది.

"సాంస్కృతిక విప్లవం విజయవంతంగా నడవాలంటే అత్యవసరమైంది ఏమిటంటే— ప్రజల్లో విశ్వాసం కలిగి వుండాలి. వారిపై ఆధారపడాలి. వారే కార్యాచరణలోకి దిగేలాగ వారిని తయారుచెయ్యాలి. వారి చొరవను గౌరవించాలి........

ప్రజలకు నేర్పేముందు వారిని అధ్యయనం చేసి వారినించి నేర్చుకోండి. వారికి గురువులయ్యేముందు వారికి శిష్యులుగా వుండండి. పాత పద్ధతులు చెదిరిపోవడం చూసి భయపడకండి. ప్రజల చేతుల్ని కట్టివేసే ధోరణుల్ని వ్యతిరేకించండి"— ఈ రకంగా పార్టీ 1966 లో ఏ దృక్పథాన్నయితే ప్రకటించిందో, తర్వాత ఆ దృక్పథానికి తిలోదకాలిచ్చింది.

⟶ ఇది బూర్జువా, జారిస్టు కలగలుపు రాజ్యాంగం. దీన్ని వొదుల్చుకోడం గత 5 సంవత్సరాల్లో మనకు సాధ్యం కాలేదు... చాలాకాలం కరువు నివారణ పనుల్లోనూ, యుద్ధానికి సంబంధించిన పనుల్లోనూ వున్నాము". (కలెక్టెడ్ వర్క్స్: నెం. 36, పే. 605 - 606)

1922 లో — "మనకు ప్రభుత్వోద్యోగులు అసంఖ్యాకంగా వున్నారు. వారిని అజమాయిషీ చెయ్యడానికి విద్యావంతులైన కార్మికులు తక్కువగా వున్నారు. అందుచేత ఆచరణలో ఏమైపోతోందంటే- పై స్థాయిలో మనం రూపొందించే నిర్ణయాలకు కిందస్థాయిలో పాత ప్రభుత్వోద్యోగులు తెలిసీ తెలీకా వ్యతిరేకంగా పనిచేస్తున్నారు." (..........నెం. 33, పే. 428)

1923 లో — "మనం ఎలాంటి రాజ్యాంగాన్ని నిర్మించాలంటే, కార్మికులకే అధికారం వుండేలాగా, కార్మికులు రైతుల విశ్వాసాన్ని చూరగొనేలాగా చెయ్యగల రాజ్యాంగాన్ని. రాజ్యాంగ యంత్రంలో అట్టహాసాలూ ఆడంబరాలూ వుండకూడదు. "కార్మిక రైతు ఇన్‌స్పెక్షన్ శాఖ"లోకి చైతన్యవంతులైన కార్మికుల్నీ, రైతుల్నీ తీసుకురావాలి. "అన్ని రంగాలలోనూ వున్న ప్రభుత్వ సంస్థలపై ఈ శాఖ కంట్రోలు వుండాలి."- (...నెం. 33, పే. 487 - 502) పార్టీలో ఒక ప్రధాన నాయకుడికో, కొందరు నాయకులకో సరైన సిద్ధాంతావగాహన వున్నంతమాత్రానే పార్టీ అంతా ఆ స్థాయిలో నడవదు. చారిత్రకంగా అనేక అనుభవాలు పొందినమీదటగానీ మెజారిటీకి ఆ అవగాహన రాదు.) ★

షాంగైలో విప్లవకరంగా తలెత్తిన 'కమ్యూన్' రూపాన్ని వొదిలేసి విప్లవ కమిటీని స్థాపించడమూ, ఆ రకం కమిటీలలో ప్రతినిధుల్ని నియమించే పద్ధతీ, ప్రతినిధుల్ని ఎంచే విషయంలో విముక్తి సైన్యం నిర్వహించిన పాత్రా — ఇవన్నీ కూడా, సరైన దృక్పథానికి పార్టీ తిలోదకాలిచ్చిందన్న సంగతినే తెలియజేస్తున్నాయి.

పార్టీకి నాయకత్వం వహించే శక్తుల బలాబలాల్లో మార్పులు జరిగి పార్టీలో విప్లవపంథాకి వ్యతిరేక వాతావరణం ఏర్పడడానికీ, పార్టీ సరైన దృక్పథాన్ని వదిలెయ్యడానికీ సంబంధం వుంది.

[షాంగై కమ్యూన్ రాజకీయరూపాన్ని వదిలిపెట్టిన తర్వాత పార్టీ పాత్రకీ, ప్రజల పాత్రకీ మధ్య, అనేకసార్లు వుద్రిక్తతలు తలెత్తాయి. కానీ, వాటివల్ల పార్టీకీ ప్రజలకూ మధ్య సంబంధాలేమీ అభివృద్ధికరంగా మారలేదు. ఎందుకు మారలేదంటే, 1967 లో వున్న కారణాల వంటి కారణాల వల్లనే. అంటే ఆ సంబంధాల్ని విప్లవకరంగా మార్చగల దృక్పథం మెజారిటీగా లేకపోవటంవల్ల. ప్రజల శ్రమ పరిస్థితుల్ని విప్లవకరంగా మార్చే నిర్ణయాలు పార్టీ చెయ్యడంలేదు కాబట్టే, 1974 లో చాలామంది చైనా కార్మికులు — "మేము ప్రభుత్వానికీ ఫ్యాక్టరీలకూ యజమానులుగా వుండాలనుకుంటున్నాము గానీ, పనికీ వుత్పత్తికీ బానిసలుగా కాదు" - అనే నినాదం లేవదీశారు. ఆ సమయంలో వారు విప్లవపంథా ప్రచారకుల్ని సమర్థించారు. ఈనాడు, రివిజనిస్టు కుట్ర జరిగినప్పటినించీ ఆ నినాదాన్ని అభివృద్ధి నిరోధక నినాదంగా జమకడుతున్నారు.][118]

ప్రజా సంఘాల నాయకత్వాలు తమలో తాము ఐక్యంగా వుండలేకపోవడమూ, ఒంటెత్తు ధోరణులు వొదులుకోలేక పోవడమూ కార్యకర్తల విషయంలో తగినవిధంగా ప్రవర్తించలేక పోవడమూ - వగైరా అశక్తతల వల్ల కూడా సరైన పద్ధతులకు తిలోదకాలివ్వడం జరిగింది.

పార్టీ పాత్ర గురించి సరైన అవగాహన (పార్టీ భావాల్ని బలవంతంగా ప్రజలమీద రుద్దకూడదనే అవగాహన) లేకపోవడంవల్లనే ఈ పరిణామాలూ, ఈ పద్ధతులూ ఏర్పడ్డట్టు కనిపిస్తోంది. పోరాటాల్ని, వ్యక్తుల పేర్లతో వ్యక్తిగతీకరించడం అనే విషయాన్నిబట్టి కూడా ఈ పరిణామాలు సంభవించాయి. సోషలిజానికి పరివర్తనచెందే దశలో ఏర్పడే కొత్త సామాజిక సంబంధాలు ఏ స్వభావంతో వున్నాయో విశ్లేషణ లేకపోవడాన్ని బట్టి కూడా ఈ పరిణామాలు సంభవించాయి. అటువంటి విశ్లేషణ లేకుండానే సామాజిక సంబంధాలు "సోషలిస్టు"గా వున్నాయని ప్రకటించారు.[119]

---

118. కార్మికులు ప్రభుత్వానికీ, ఫ్యాక్టరీలకూ యజమానులుగా వుంటామనడం అభివృద్ధి నిరోధక నినాదమట! అవును, బూర్జువాలు యజమానులుగా వుంటేనేకదా అది "అభివృద్ధికర" నినాదం బూర్జువాలకి! ★

119. ఈ విమర్శ ప్రధానంగా 'విప్లవపంథా' మీదే. సమాజం సోషలిస్టుగా వుందని ప్రకటించాలీ అంటే వుత్పత్తి సాధనాలమీద ప్రజలు అధికారులుగానూ, అజమాయిషీదారులుగానూ వున్నారా లేదా అని పరిశీలించి, అలా వుంటేనే "ప్రజలు సరైన స్థానంలోనే వున్నారు, సమాజం సోషలిస్టుగానే వుంది" అని ప్రకటించాలి. వుత్పత్తి సంబంధాల్లో ఏ వర్గం ఏ స్థానంలో వుందో తెలుసుకోడానికి వర్గ విశ్లేషణ వుండాలి. అలాంటి విశ్లేషణ లేకుండానే, ఏ వర్గం ఏ స్థానంలో వుందో తెలుసుకోకుండానే సమాజం సోషలిస్టుగానే వుందని ప్రకటించడం అంటే - అసలు "సోషలిస్టుగా వుండడం" అనే విషయంమీదే సరైన అవగాహన లేకపోవడం అన్నమాట. అలాంటి అవగాహన లేకే గతంలో విప్లవ పంథా కూడా సమాజం సోషలిస్టుగానే వుందనే ప్రకటనలు చెయ్యగలిగింది. ★

[ఈ ముఖ్య సమస్య గురించి వివరంగా చర్చించడానికి నాకు ఇక్కడ అవకాశంలేదు. క్లుప్తంగా చెప్పాలంటే సామాజిక సంబంధాలెలా వున్నాయో గ్రహించే విశ్లేషణలు లేకపోవడానికి కారణం, 1930 లలో రష్యా కమ్యూనిస్టు పార్టీ రూపొందించిన మార్క్సిస్టు వ్యతిరేక అవగాహనల్ని ప్రశ్నించకుండా వాటినే చైనా కమ్యూనిస్టు పార్టీ అనుసరించడమే. రష్యా పార్టీ అవగాహన ప్రకారం — ప్రభుత్వ యాజమాన్యమూ, సమిష్టి వ్యవసాయక్షేత్ర యాజమాన్యమూ — 'సోషలిస్టు యాజమాన్యాని'కి రెండు రూపాలు. ఈ అవగాహన పూర్తిగా తప్పు. ఇది, వుత్పత్తి సంబంధాలలో మార్పుకి సంబంధించిన అవగాహన కానేకాదు. 1930 లలో రష్యా పార్టీ అభిప్రాయం — రష్యాలో పాలనాధికారం కార్మికవర్గ రాజకీయ సంబంధాలమీదే మౌలికంగా ఆధారపడి సాగుతోందనే. ఈ తప్పుడు అవగాహన అసలు నిజాన్ని చూడనివ్వకుండా చేసింది. నిజానికి, పరిపాలన చేస్తోన్న ప్రభుత్వం ప్రజలనించి విడిపోయి ప్రజలతో సంబంధం లేకుండా పనిచేస్తూ, ఎప్పటికప్పుడు అన్నివిధాలా పెట్టుబడిదారీ సంబంధాలనే పునరుత్పత్తి చేస్తోందనే నిజం మరుగున పడిపోయింది. మార్క్సిజానికి వ్యతిరేకమైన ఈ అవగాహనమీద ప్రశ్నలేకుండా, దీన్ని విమర్శించకుండా, ఈ తప్పుడు అవగాహనతోనే ముందుకు సాగినట్టయితే, ప్రజా వుద్యమాలు అసలు ఏ లక్ష్యాలు సాధించాలో, ఆ వుద్యమాల నిజమైన కర్తవ్యాలేమిటో ఎవరూ చెప్పలేరు.]

సామాజిక సంబంధాలు "సోషలిస్టు"గానే వున్నాయనే ప్రకటన, సామాజిక సంబంధాల్ని నిజంగా సోషలిస్టుగా మార్చడానికి దీర్ఘకాలంపాటు సాగవలసిన పోరాటాల్ని అభివృద్ధి కాకుండా చేస్తుంది. పైగా, ఆ పోరాటాలకు బదులు, వ్యక్తిగతస్థాయిలో పదవులకోసం జరిగే ఘర్షణల్ని సృష్టిస్తుంది.[120] వ్యక్తిగత ఘర్షణలకు అవకాశా లేర్పడడం వల్ల, పదవుల వేటలో ఆసక్తితో వుండే పెటీ బూర్జువా శక్తులు ఆ వ్యక్తిగత ఘర్షణల్లో చురుగ్గా పాల్గొని, రాజకీయ రంగంలో ముందుకు రాగలుగుతాయి. పదవులవేటలో ఆసక్తి వుండని కార్మికవర్గ మిలిటెంటు శక్తులు, ఆ వ్యక్తి గత ఘర్షణల్లో జోక్యం చేసుకోక రాజకీయరంగంలో వెనకబడిపోతాయి.

---

120. సామాజిక సంబంధాలు సోషలిస్టుగానే వున్నాయనే ప్రకటన "వ్యక్తిగత ఘర్షణలు" ఎందుకు సృష్టిస్తుందంటే — ఒక సమస్య నిజంగా పరిష్కారమై వుండనప్పుడు "ఇప్పుడా సమస్య లేదు, పరిష్కారమైపోయింది" అనుకున్నంతమాత్రాన అది లేకుండాపోదు. దాని ప్రభావం సమాజ జీవితం మీద పడకుండా కూడా పోదు. ఆ సమస్య ఇంకా ఎప్పటిలాగే వుంది కాబట్టి, అది ఎప్పటిలాగే నెగిటివ్ ఫలితాల్ని సృష్టిస్తూనే వుంటుంది. (నయం కాకుండా ఇంకా లోపల వున్న జబ్బు దాని ప్రభావం అది చూపిస్తోనే వున్నట్టు). ఆ సమస్య ఇక లేదనుకోవడంవల్ల దాని పరిష్కారానికి నిజంగా కావలసిన ప్రయత్నాలన్నీ ఆగిపోతాయి. కానీ, ఆ సమస్యవల్ల పుట్టుకొచ్చే నెగిటివ్ ఫలితాలు మాత్రం ఆగవు. వాటిని చూసేవాళ్ళు అవి పుట్టడానికి అసలు కారణం గ్రహించకుండా ఇంకేదో కారణం వున్నట్టు భావించే పరిస్థితి వస్తుంది. ఆ 'తప్పు కారణాన్ని' పరిష్కరించడానికి తప్పు మార్గాలే ప్రారంభమవుతాయి. జబ్బు నయమై పోయిందనుకుని దానికి కావలసిన మందు మానేస్తే జబ్బువల్ల వచ్చే బాధ తప్పదు. జబ్బు లేదనుకోవడంవల్ల ఆ బాధకి ఇంకేదో కారణం అనుకుని, అసలు బాధకి పనికి రాని ఇంకేదో మందు ప్రారంభిస్తాం). సామాజిక సంబంధాలు నిజంగా సోషలిస్టుగా లేనప్పుడు అవి సోషలిస్టుగానే వున్నాయని భావిస్తే, వాటిని సోషలిస్టుగా మార్చడానికి నిజంగా అవసరమైన 'వర్గపోరాటాన్ని' వొదిలేస్తాము. కానీ, సోషలిస్టుగా లేని సామాజిక పరిస్థితుల వల్ల పుట్టుకొచ్చే సమస్యల్ని పరిష్కరించడానికి అనేక పక్కదారులు వెతకవలసివస్తుంది. వ్యక్తిగత ఘర్షణలూ, పదవుల ఘర్షణలూ కూడా పరష్కార మార్గాలుగా కనపడతాయి. సమస్యని సరైన మార్గంలో గుర్తించనప్పుడు ఆ పరిస్థితి తప్పుడు పరిష్కారాలకు దారితీస్తూనే వుంటుంది. ★

ఇలాంటి పరిస్థితుల్లో — 'విప్లవ పంథా' సమర్ధకులు, కొన్నిసార్లు, పెటీబూర్జువా శక్తుల సపోర్టు వైపూ (ఈ పెటీ బూర్జువా శక్తులు విప్లవ పంథాకి ఒకసారి సమర్ధన ఇవ్వడం, ఒకసారి ఇవ్వకపోవడం అనే పద్ధతిలో ఎప్పుడూ అస్థిరంగానే వున్నాయి); మరికొన్ని సార్లు, ఈ పెటీ బూర్జువా శక్తులు సృష్టించే గందరగోళ పరిస్థితుల్ని నివారించడానికి ప్రజా విముక్తి సైన్యపు కార్యకర్తల వైపూ, సివిలియన్ (ప్రభుత్వరంగ) కార్యకర్తల వైపూ తిరగవలసి వచ్చింది.

చివరికి, ఇదంతా రివిజనిస్టు శక్తులకు అనుకూలంగానూ విప్లవ శక్తులకు వ్యతిరేకంగానూ ముగిసింది.

ఈ పరిస్థితులన్నీ — సాంస్కృతిక విప్లవం ఎలాంటి పరిమితుల్లో నడిచిందో ఆ వాస్తవాల్నీ, మావో తర్వాత జరిగిన విప్లవ పంథా ఓటమికి సంబంధించిన కారణాల్నీ చూపిస్తాయని నేను భావిస్తున్నాను.

సిద్ధాంత "వారసత్వమూ", దాని చురుకైన పాత్రా:

నేను ఇంతకుముందు చేసిన వ్యాఖ్యానాలు, కొంతవరకూ 1930 ల నించీ పతనమవడం ప్రారంభించిన బోల్షెవిక్ సిద్ధాంత వారసత్వానికి సంబంధించినవి. "పోరాటాల్ని వ్యక్తిగతీకరించడం" అనే విషయంలో అయితే, నా వ్యాఖ్యానాలు, బోల్షివిక్ సిద్ధాంత వారసత్వంతోపాటు, చైనా వేటికైతే ఇంకా వారసురాలిగా వుందో ఆ ఫ్యూడల్ భావజాలపు అవశేషాలకు కూడా సంబంధించినవి.

ఈ "వారసత్వాలు" ఇంకా ఎందుకు నిలిచి వుండగలుగుతున్నాయి - అనే ప్రశ్న వేసుకోవడం అవసరం. సామాజిక సంబంధాలలోనూ, సామాజిక ఆచరణలోనూ వున్న ఏ పరిస్థితులు వీటిని ఇంకా బతికి వుండేలాగ చెయ్యగలుగుతున్నాయి? బోల్షెవిక్ సిద్ధాంతంలో దిగజారుడు పద్ధతులమీద విమర్శలు పూర్తిగా ఎందుకు అభివృద్ధి కాలేదు? (మావో రచనల్లో కొన్నింటిలో ఈ విమర్శలు తగినంతగా ప్రారంభమైనప్పటికిన్నీ) 'ఆచరణ' ఎలా వుండాలని ఈ విమర్శ కోరుతోందో అలాంటి ఆచరణ ఎందుకు ప్రారంభం కాలేదు? — ఈ రకం విశాల పరిధిగల ప్రశ్నలకు సమాధానాలివ్వడం సులభం కాదు.

ఇక్కడ నేను కొన్ని ఆలోచనలు మాత్రమే సూచించ గలుగుతాను. ఇంకా ఖచ్చితంగా చెప్పాలంటే, అలాంటి ప్రశ్నలకు ఏ విధంగా సమాధానాలు ఇవ్వాలీ - అనే విషయం గురించి నా అరకొర ఆలోచనల్నే బైట పెట్టగలుగుతాను.

నేను గమనించిన విషయాలు చెప్పడం ఇలా ప్రారంభిస్తున్నాను.

ఏ సామాజిక సంబంధాలైతే, అవే తిరిగి తిరిగి పునరుత్పత్తి అవుతూ విప్లవ పంథాని అడ్డుకొన్నాయో; ఏ సామాజిక సంబంధాలైతే రివిజనిస్టు దాడిని సులభతరం చేశాయో - ఆ రకం సంబంధాలమీద క్రమబద్ధమైన విమర్శా, ఆచరణలో బలమైన దాడీ జరగలేదు.

ఆ సంబంధాల అయువుపట్టులో కొన్ని అంశాలు వున్నాయి.

1. పార్టీ యంత్రాంగంలోనూ ప్రభుత్వ యంత్రాంగంలోనూ అంతస్తులవారీగా వుండే (హైరార్కికల్) పద్ధతులు వుండడం. (ఇది పెట్టుబడిదారీ రాజకీయ సంబంధాల్లో వుండే విధానమే).

2. ప్రభుత్వ యంత్రాంగంలో వుండే భాగాల మధ్య ఒక సమన్వయం లేకుండా ఆ భాగాలనన్నిటినీ డిపార్టుమెంటలైజ్ చెయ్యడం.

3. పార్టీలో ప్రాథమిక స్థాయి సంస్థల్ని ఒకదానితో ఒకదానికి డైరెక్టుగా సంబంధాలు లేకుండా వాటిని విడివిడిగా వుంచడం. ఇలాంటి నిర్మాణంవల్ల అట్టడుగు సంస్థలు ఒకదానితో ఒకటి డైరెక్టుగా సంబంధాలతో వుండలేవు. పై స్థాయి కమిటీల ద్వారా మాత్రమే సంబంధంలో వుంటాయి. ఈ రకంగా కింది స్థాయి సంస్థల్ని ఎక్కడికక్కడ విడదియ్యడమూ డిపార్టుమెంటలైజ్ చెయ్యడమూ అనేది, పార్టీలోని వున్నత స్థాయి సంస్థలకు బలమైన అధికారం ఏర్పడేలాగ చేస్తుంది. ఈ విధానం, పెట్టుబడిదారీ యంత్రాంగాలకు సహజంగా వుండే పద్ధతుల్నే పునరుత్పత్తి చేస్తుంది. పార్టీలో పెట్టుబడిదారీ సంబంధాలు వున్నాయా లేవా అనే విషయాన్ని, 'అంతస్తుల' విధానాన్ని బట్టీ, పార్టీలో ఒక విభాగం విషయాలు ఇంకో విభాగానికి 'రహస్యంగా' వుంచే విధానాన్ని బట్టీ గుర్తించవచ్చును.[121]

---

121. అంతస్తుల విధానమూ, ఎక్కడి సమాచారాన్ని అక్కడ రహస్యంగా వుంచే విధానమూ పార్టీలో సాగుతూవుంటే ఆ పార్టీలో సంబంధాలు బూర్జువా పంథాలో వున్నట్టే. (1) అంతస్తుల విధానం ఎందుకు తప్పంటే— మేధా శ్రమచేస్తూ ఎక్కువ జీతాలు సంపాయించే వాళ్ళని పై అంతస్తులోనూ, శారీరక శ్రమచేస్తూ తక్కువ జీతాలు సంపాయించే వాళ్ళని కింద అంతస్తులోనూ వుంచడం అనేదే ఈ అంతస్తుల విధానానికి మూలం. ఇది, మనుషుల సంబంధాల్ని సహజమైన "శ్రమ సంబంధాలు"గా గాక, "డబ్బు సంబంధాలు"గా వుంచుతుంది. ఎలాగంటే - "అన్ని శ్రమలూ సమాజానికి అవసరమే; ఒకటి గొప్పదీ, ఒకటి తక్కువదీ కాదు; అన్నీ సమాజానికి కావలసినవే" అని, శ్రమలు ఇచ్చే వుపయోగాల్ని గుర్తించే దృష్టితో చూస్తే వేరువేరు శ్రమలు చేసే మనుషుల మధ్య ఎక్కువ తక్కువలు లేవు. అది, మనుషుల సంబంధాల్ని వుపయోగపు విలువల ద్వారా చూడడం అవుతుంది. మనుషుల సంబంధాల్ని, ఈ సహజమైన శ్రమ పునాదిద్వారా సమాజం గుర్తించినప్పుడు, ఆ శ్రమలు చేసేవారి మధ్య అంతస్తుల భేదాలకు అర్థమూ లేదు, వాటికి సహజమైన ఆధారమూ లేదు. అన్ని శ్రమలూ అందరికీ అవసరమై, ఒకరి శ్రమ మీద ఒకరు ఆధారపడి బతుకుతూ వున్నప్పుడు మనుషుల మధ్య ఎక్కువ తక్కువలకు సహజమైన పునాది ఎక్కడుంది? మనుషుల మధ్య అంతస్తుల భేదాలకు సహజమైన కారణం లేదు. కానీ, అంతస్తుల భేదాలు ఏర్పడుతూనే వున్నాయంటే అవి దేన్నిబట్టి ఏర్పడుతున్నాయి? ఆ మనుషులు చేసే శ్రమలకు గల మారకం విలువల తేడాల్ని బట్టి. అంతస్తుల భేదం గల రెండు పదవుల్ని వుదాహరణగా తీసుకుంటే, కింద పదవిలో చేసే పనికన్నా పైపదవిలో చేసే పనికి ఎక్కువ జీతం వస్తుంది. అంటే, ఎక్కువ మారకం విలువగల శ్రమ జరిగే స్థానంలో వుండడం చేతనే ఆ వ్యక్తి, పై అంతస్తులో వుంటాడు. తక్కువ మారకం విలువగల శ్రమ చేసే వ్యక్తి, కింద అంతస్తులో వుంటాడు. అంటే, ఈ భేదానికి, శ్రమలకు వుండే మారకం విలువల తేడాలే ఆధారం. ఎక్కువ విలువగల శ్రమలుచేసే వాళ్ళని పై అంతస్తులోనూ, తక్కువ విలువగల శ్రమలు చేసే వాళ్ళని కింద అంతస్తులోనూ పెట్టడం అంటే, మనుషుల సంబంధాల్ని మారకం విలువ పునాదిమీద (డబ్బు పునాదిమీద) నిర్మించడమే. కొన్ని వర్గాలతో ఎప్పుడూ విలువ తక్కువ శ్రమలే చేయించాలనీ; వారిని తక్కువ స్థాయిలో వుంచాలనీ భావించే దోపిడీ సమాజాలకే ఈ అంతస్తుల విధానం అవసరమవుతుంది. మనుషులంతా అన్నిరకాల శ్రమలూ చెయ్యాలనీ, వారి శ్రమల ఫలితాల మధ్య తేడాలను నిర్మూలించాలనీ భావించే సోషలిస్టు సమాజానికి ఈ విధానం పనికిరాదు. మనుషులు పొందే మారకం విలువల మధ్య తేడాలు నశించే వరకూ అంతస్తుల విధానాన్ని పాటించవచ్చునని భావించకూడదు. శ్రమలను వుపయోగపు విలువల దృష్టితో చూసినప్పుడు అంతస్తుల భేదాలకు ఆధారమే లేదు. మనుషులు పొందే మారకం విలువల మధ్య తేడాలు వున్నప్పటికీ, →

ఈ పద్ధతులన్నీ- ప్రజల్ని తమ ఇష్టప్రకారం ప్రవర్తించలేని వారిని చేస్తాయి. ప్రజలు తమ ఇష్టప్రకారం అధికారుల్ని నియమించడమూ, వారు సరిగా ప్రవర్తించనప్పుడు వారిని చెక్ చేసి తీసివేసి కొత్త వారిని నియమించడమూ— వంటి పనులు చెయ్యడానికి వీల్లేకుండా ఈ పెట్టుబడిదారి విధానాలు ప్రజల్ని అశక్తుల్ని చేస్తాయి.

ప్రజలమీద పెత్తనం చెయ్యడానికి అవకాశమిచ్చే నిర్మాణ పద్ధతుల్లో ఏర్పడ్డ యంత్రాంగంలో (పార్టీలోగానీ, ప్రభుత్వంలోగానీ) ప్రజలమీద పెత్తనం చెయ్యడానికి వీలయ్యే పద్ధతుల్లో దాని యంత్రాంగం ఏర్పడి వుంటే, అలాంటి దాంట్లో, పనిచేసే వుద్యోగులు ప్రజల అవసరాల్ని బట్టి పనిచేసే వారిగా వుండలేరు. ప్రజలకు సేవ చెయ్యలేని ఈ రకపు బూర్జువా రాజకీయ సంబంధాలకు కారణంగా వున్న ఆర్థిక పునాది ఏమిటంటే—బూర్జువా పద్ధతులలోనే సాగే వుత్పత్తి సంబంధాలే. అవి ఇంకా మారలేదు. బూర్జువా పద్ధతులతోనే సాగే వుత్పత్తి సంబంధాలు మళ్ళీ మళ్ళీ అదేరకం ఆర్థిక, సామాజిక పరిస్థితుల్ని పునరుత్పత్తి చేసుకుంటున్నాయి. అంటే, అవే మార్పు లేకుండా కొనసాగుతున్నాయి. ఈ రకం పరిస్థితి వుత్పత్తి సాధనాలమీద కంట్రోలుని కొద్దిమంది చేతుల్లోనే వుండేలాగ చేస్తుంది.

"పునరుత్పత్తి క్రమాన్ని మౌలికంగా పరివర్తన చెందించడం అనేది జరగకపోవడంవల్ల" సాంస్కృతిక విప్లవం "వుత్పత్తి క్రమం"లోకి తెచ్చిన పాక్షికమైన మార్పులు ముందుకు సాగడం అనేది ఆగిపోయింది. పునరుత్పత్తి క్రమానికి సంబంధించిన ప్రధాన విషయాలలో (పెట్టుబడి కూడిక రేట్లని నిర్ణయించడమూ, రంగాల మధ్య పెట్టుబడులను కేటాయించడమూ- వగైరా విషయాలలో) వుత్పత్తిదారుల కంట్రోలు లేకుండానే, పునరుత్పత్తి క్రమం కొనసాగింది. ఆ ఆర్థిక ప్రణాళికలకు (ప్లానులకు) సంబంధించిన అంశాలలో వుత్పత్తిదారుల్ని, మహా అయితే "సంప్రదించడం" మాత్రం చేశారు. అదైనా అన్ని అంశాల్లోనూ కాదు. ఇక్కడో అంశంలో, అక్కడో అంశంలో మాత్రమే. దీనివల్ల, వుత్పత్తిదారులు వుత్పత్తి సాధనాలనించి "దూరం అవడం" అనే పరిస్థితిని చాలా తక్కువ స్థాయిలో మాత్రమే అధిగమించగలిగారు. ఈ విధంగా- వుత్పత్తి క్రమంలో

→ అంతస్తుల భేదాల్ని పాటించవలసిన అవసరం లేదు. అంతస్తుల భేదాల్ని తీసేసే ప్రయత్నాలతోనే సోషలిస్టు సమాజం నడక వుండాలి. సోషలిజం అభివృద్ధి చెందుతోన్నకొద్దీ, బూర్జువా పంథాకి సంబంధించిన అంశాలు తగ్గిపోతూ వుండాలి. సోషలిస్టు సమాజంలో కూడా అంతస్తుల భేదాలు నిరాటంకంగా, నిరభ్యంతరంగా సాగిపోతూ వున్నప్పుడు (వాటి మీద ఎలాంటి వుద్యమాలూ పోరాటాలు లేనప్పుడు) అవి, ప్రజల రాజకీయ చైతన్య స్థాయిని బూర్జువా పంథాకి అనుకూలంగానే వుంచుతాయి. సోషలిస్టు చైతన్యాన్ని అభివృద్ధి కానివ్వకుండా చేస్తాయి.

(2) పార్టీలో ఏ విభాగంలో సమాచారాన్ని ఆ విభాగంలో రహస్యంగా వుంచడం ఎందుకు తప్పంటే— దానివల్ల, ఒక విషయంమీద పార్టీ అంతటిలోనూ, బయట ప్రజలలోనూ విస్తృతమైన చర్చలు జరగడానికి వీలువుండదు. శత్రువు దృష్టికి పోకూడని కొంత ప్రత్యేక సమాచారాన్ని పార్టీ రహస్యంగా కాపాడవలసిందే. కానీ, అన్ని విషయాలకీ రహస్యమే పార్టీ పాలసీ అయితే పార్టీ అనేది ఎవరికోసం? ఎవర్ని ఎడ్యుకేట్ చెయ్యడం కోసం? ఎక్కడి సమాచారాన్ని అక్కడ రహస్యంగా వుంచితే కార్యకర్తల్నీ, ప్రజల్నీ ఎలా ఎడ్యుకేట్ చెయ్యగలుగుతుంది పార్టీ? రాజకీయాల్ని కేవలం మంత్రులకు సంబంధించిన విషయాలుగా వుంచి, వాటిని ప్రజలకు దూరంగా కుట్ర పద్ధతుల్లో నడిపే బూర్జువా పంథాకి అది అవసరంగానీ, ఏ ప్రజల సిద్ధాంత జ్ఞానాన్నీ, రాజకీయ చైతన్యాన్నీ అభివృద్ధి చెయ్యడం ద్వారా అయితే కొత్త సమాజాన్ని నిర్మించవలసివుందో, ఆ ప్రజల నించి సమాచారాన్ని రహస్యంగా వుంచడం కమ్యూనిస్టు పార్టీకి ఎలా పనికి వస్తుంది? ★

యధాప్రకారంగా బూర్జువా సంబంధాలే, సరుకుల సంబంధాలే పునరుత్పత్తి అవడం కొనసాగింది.[122]

ఈ ఆర్థిక విషయంలో వున్న మరొక అంశం ఏమిటంటే, పంపిణీ సంబంధాలలోని అసమానత. ఈ అసమానత కార్మికుల జీతాలలో 8 గ్రేడ్ల పద్ధతిలోనూ, పార్టీ కార్యకర్తల జీతాలలో 30 గ్రేడ్ల హైరార్కీ పద్ధతిలోనూ వుంది.

అంతేగాక, పార్టీలోనూ ప్రభుత్వంలోనూ వుద్యోగులు వుద్యోగ హోదాలలో పైకి పోతోన్నకొద్దీ, పెరిగే హోదాలకు తగ్గట్టుగా 'ప్రత్యేక సౌకర్యాలు' ('ప్రివిలేజెస్') పొందడం అనే విషయం కూడా ఒకటి వుంది. ఈ ప్రత్యేక సౌకర్యాలు ఎలాంటివంటే - వుదా॥ కార్లు వాడుకోవడం, విశాలమైన సౌకర్యమైన ఇళ్ళూ, పెద్ద హోదాల వారికైతే ఇంకా పెద్ద భవంతులూ, ప్రత్యేకమైన షాపుల్లోకి వెళ్ళే అవకాశాలూ (బట్టలూ, రిఫ్రిజరేటర్లూ, రేడియోలూ, టీ.వీ.లూ, కెమేరాలూ,

---

122. "**ఉ**త్పత్తి క్రమం" అంటే ఏమిటి, "పునరుత్పత్తి క్రమం" అంటే ఏమిటి అనే ప్రశ్నలకు జవాబులు కావాలి ముందు. ఒక వుత్పత్తి సంస్థలో వుత్పత్తి జరగడానికి సంబంధించి ఎన్ని అంశాలైతే వుంటాయో (ఆర్థిక ప్లానులూ, పెట్టుబడి నిర్ణయాలూ, ధరల నిర్ణయాలూ ఆ సంస్థలో వుండవలసిన నియమ నిబంధనలూ, పని పరిస్థితులూ, వగైరా అంశాలు) వాటన్నిటినీ చర్చించి నిర్ణయించడంలో వుత్పత్తిదారులు చొరవగా పాల్గొనే పరిస్థితి వుందా, లేదా; వాటన్నిటి మీదా వారి కంట్రోలు వుందా, లేదా - అన్నది ప్రధానమైన విషయం. ఒక వుత్పత్తి క్రమం ఏ విధానాలతో అయితే నడుస్తోందో, ఆ విధానాలతోనే అది ప్రతీసారీ ప్రతీ ఏటా మళ్ళీ మళ్ళీ అలాగే సాగుతూ వుంటుంది — ఈలోగా అందులో ఇతర విధానాల జోక్యం బలంగా లేకపోతే. ఇతర విధానాలు బలంగా జోక్యం చేసుకుని మొదటి క్రమాన్ని మౌలికంగా మార్చగలిగితే ఇక అప్పటినించీ కొత్త క్రమమే ప్రారంభమవుతుంది. ఆ కొత్త క్రమం మీద మళ్ళీ పాత విధానాల జోక్యం బలంగా వుండి కొత్తదాన్ని ఓడిస్తే, అది మళ్ళీ పాత విధానాలతో తయారవుతుంది. వుత్పత్తిదారుల చేతిలో ఒక సమయంలో నడుస్తోన్న క్రమమే ప్రస్తుత ఉత్పత్తి క్రమం లేదా తక్షణ వుత్పత్తి క్రమం. దీనినే క్లుప్తంగా ఉత్పత్తిక్రమం అంటాము. తక్షణ వుత్పత్తి క్రమానికి ఏ స్వభావం వుందో అదే స్వభావంతో ఆ క్రమం తిరిగి తిరిగి నడవడమే పునరుత్పత్తి క్రమం. (వుత్పత్తి క్రమం అనేది - "భౌతిక వస్తువుల్ని మాత్రమే కాదు, సామాజిక ఆర్థిక సంబంధాల్ని కూడా వునరుత్పత్తి చేస్తుంది" — కాపిటల్-3 పే. 1011). తక్షణ వుత్పత్తి క్రమాన్ని మౌలికంగా మార్చి, ఆ మార్పుని దృఢంగా నిలబెట్టగలిగితే అది పునరుత్పత్తి క్రమం మౌలికంగా మారడమే. తక్షణ వుత్పత్తి క్రమాన్ని మౌలికంగా మార్చే ప్రయత్నాలు కూడా సాంస్కృతిక విప్లవంలో జరిగాయి. ("సాంస్కృతిక విప్లవమూ - పరిశ్రమల నిర్వహణా" పుస్తకంలో బెతల్‌హామ్ చెప్పింది అదే). అయితే, ఆ ప్రయత్నాలు తగినంత బలంగానూ, అవసరమైనంత స్థాయిలోనూ జరగకపోవడంవల్ల ఆ క్రమం మీద వుత్పత్తిదారుల కంట్రోలు ఏర్పడనే లేదు. ఏర్పడిన చోట్ల కూడా తగినన్ని అంశాలలో ఏర్పడలేదు. అంటే తక్షణ వుత్పత్తి క్రమం మౌలికంగా మారనేలేదు. ఇక, పునరుత్పత్తి క్రమం మౌలికంగా మారడం అన్న ప్రశ్నేలేదు. (నిజానికి ఈ తక్షణ వుత్పత్తి క్రమం, పునరుత్పత్తి క్రమం - అనేమాటల్లో పెద్ద తేడా ఏమీలేదు. వాటికి వేరు వేరు అర్థాలు వున్నాయని భావించనక్కరలేదు). వుత్పత్తి క్రమంలో సాంస్కృతిక విప్లవం ప్రవేశపెట్టిన పాక్షికమైన మార్పులైనా (కార్మికుల్ని 'సంప్రదించడం' లాంటి కొంత కొంత మార్పులైనా) అమలు జరగడం ఎందుకు ఆగిపోయిందంటే, వుత్పత్తి క్రమంలో మౌలికమైన మార్పు జరగలేదు గనకే. వుత్పత్తి క్రమం బూర్జువా పంథాలోనే నడుస్తూ వుండడంచేత, కొన్ని కొన్ని రంగాలలో సాంస్కృతిక విప్లవం తీసుకువచ్చిన మార్పులన్నీ కూడా ఆగిపోయాయి. ★

టేప్‌రికార్డర్లూ మొదలైన వాటికోసం సాధారణ ప్రజలకు అనుమతి లేని ప్రత్యేకమైన షాపులు వీరికోసం వుండడం); కేంద్ర నాయకత్వ స్థాయిలో వున్నవాళ్ళకైతే ఒక్కొక్కరికీ అనేక భవంతులూ, స్వంత ప్రయాణాలకోసం విమానాల్ని వుచితంగా వాడుకోవడమూ - వగైరా.[123]

[రోజేస్ విట్కే రాసిన చియాంగ్ చింగ్ జీవిత కథలో ఈ 'ప్రత్యేక సౌకర్యాల' గురించి చాలా వివరంగా చూడవచ్చును. (కామ్రేడ్ చియాంగ్ చింగ్: బోస్టన్: లిటిల్ బ్రౌన్, 1977). అయితే, ఈ 'ప్రత్యేక సౌకర్యాలు' కొందరి కోసమే వున్నవి కావు. ఒక రాంక్‌కి చెందిన నాయకులందరూ అనుభవించారు వాటిని. 'నలుగురు' మాత్రమే వాటిని అనుభవించినట్టు ప్రజల్ని నమ్మించాలని ప్రచారం చేస్తున్నారు ప్రస్తుత నాయకులు. ఈ ప్రచారం అసలు నిజానికి

---

123. 'ప్రత్యేక సౌకర్యాలు' పొందడం ఎందుకు తప్పంటే— మానవులందరూ సమానంగా వుండాలి కాబట్టో, నిరాడంబరంగా వుండడం మంచిది కాబట్టో కాదు. మార్క్సిస్టు "శ్రమ సిద్ధాంతం" ప్రకారం అది శాస్త్రీయంగానే తప్పు. ఎలాగంటే- ప్రత్యేక సౌకర్యాలు పొందే వ్యక్తి తనుచేసే శ్రమకు తగిన జీతం తీసుకుంటూనే, ఆపైన ఈ సౌకర్యాలు కూడా (కార్లూ, ఫోన్లూ, భవంతులూ, ఇతర వస్తువులూ వగైరా) అనుభవిస్తాడు. అంటే తను చేసే శ్రమకంటే ఎంతో ఎక్కువ ఫలితాన్ని పొందుతాడు. అది ఏ ఒకటి రెండు సందర్భాల్లోనో కాదు, జీవితమంతా ఆ ప్రత్యేకతలు పొందుతాడు. తన శ్రమ విలువకన్నా ఎప్పుడూ ఎక్కువ విలువని అనుభవిస్తున్నాడంటే, అతను ఇతరుల శ్రమని కూడా అనుభవిస్తున్నాడన్నమాట. అంటే, ఇతరులకెవరికో వారి శ్రమ అంతా వారికి దక్కడం లేదన్నమాట. ఇది దోపిడీగాక ఏమవుతుంది? దోపిడీని నిర్మూలించే ఏకైక మార్గం— ప్రతీ మనిషీ తన శ్రమని మాత్రమే తను అనుభవించడం. ఆ శ్రమని కూడా పూర్తిగా అనుభవించడానికి వీలులేదు. తన శ్రమనించి ప్రతీ మనిషీ కొంత భాగాన్ని సమాజావసరాలకి (శ్రమ చెయ్యలేని పిల్లల్నీ, వృద్ధుల్నీ, రోగుల్నీ పోషించడానికి) వొదిలి పెట్టాలి. ఎవరి శ్రమ వారే పూర్తిగా పొందడానికి వీలు లేనప్పుడు, ఇతరుల శ్రమని కూడా పొందే హక్కు ఎక్కణ్ణించి వొస్తుంది- దోపిడీనించి తప్ప? ఎంత పెద్ద వుద్యోగి అయినా సమాజానికంతటికీ సమిష్టిగా దొరికే సౌకర్యాల్ని మాత్రమే అనుభవించాలి. సమిష్టిగా సౌఖ్యపడే విధానాల్నీ, సమిష్టి సౌఖ్యాల్నీ అభివృద్ధి చేసుకోవాలి. (పని పరిస్థితుల్ని బట్టీ, ఆరోగ్య పరిస్థితుల్ని బట్టీ అవసరమైతే ప్రత్యేక సదుపాయాలు పొందవచ్చును. అవి అవసరాల కిందకే వస్తాయిగానీ, వ్యక్తిగతంగా పొందే ప్రత్యేక సౌఖ్యాల కిందకి రావు.) ఒక వర్గమో, కొన్ని సెక్షన్లో మాత్రమే ప్రత్యేక సౌకర్యాల్ని పొందడం అనేది దోపిడీకి అవకాశం ఇవ్వడమే కాబట్టి, సోషలిస్టు సమాజం ప్రత్యేక సౌకర్యాల్ని తీసెయ్యాలి. ప్రారంభంలోనే ఈ పని సాధించలేకపోయినా, అది ఎప్పటికి ఆ రకం పనులు చెయ్యగలుగుతుందో అప్పుడే ఆ సమాజానికి సోషలిస్టు స్వభావం ఏర్పడుతుంది. ('విలువ' రూపంలో బహుమతులు తీసుకోవడం కూడా తన శ్రమ కాని దాన్ని పొందడమే. ఒక వ్యక్తికి ఏ ప్రత్యేక ప్రతిభకోసమైతే బహుమతులు ఇస్తారో, ఆ ప్రతిభని బహుమతులు లేకుండానే గుర్తించవచ్చు. నిజమైన అవసరమే ప్రతిభని సృష్టించి ప్రోత్సహించే శక్తిగా వుండాలి. కానీ, డబ్బే ప్రతిభను ప్రోత్సహించే శక్తిగా వుంటూ వుండడంవల్ల, ఒక వ్యక్తి ప్రతిభకు దొరికే ప్రతిఫలం డబ్బు రూపంలోనే వుంటుంది. ప్రతీ విషయాన్నీ డబ్బుతో అంచనా కట్టడమే ఆచరణ అయిపోయిన సమాజంలో, ప్రతిఫలంగా డబ్బుతో అంచనా వేసే వికృత సత్కారమే దొరుకుతుంది. బహుమతులులాగా "బిరుదుల"నే వాటిలో ఇతరుల శ్రమని పొందడమే అనే అంశం లేకపోయినా, అది కూడా కృత్రిమమైన గౌరవాలు పొందడమే. ఏ బిరుదులూ లేకుండానే ఒక మనిషిని సంఘం గుర్తించగలిగితే, అదీ సహజ గౌరవం. ఇతరుల శ్రమమీదా, కృత్రిమ మర్యాదలమీదా ఆధారపడే అంశాలన్నీ బూర్జువా పంథాకు సహకరించేవే) ★

చాలా దూరం. టెంగు అయితే, తన బ్రిడ్జి ఆటకోసం, స్నేహితుల్ని విమానంలో పెకింగ్‌కి తెప్పించుకోడానికి కూడా వెనకాడలేదు.]

ఈ 'ప్రత్యేక సౌకర్యాల్ని' విమర్శిస్తూ 'పెద్ద పోస్టర్లు' వెలిశాయనీ ముఖ్యంగా ఈ చివరి 18 నెలల్లో మరీ ఎక్కువగా విమర్శిస్తూ. ఈ విమర్శలు 'నలుగురి'మీదే సాగి ఆగుతాయని ప్రస్తుత నాయకులు ఆశించారు గానీ, అలా జరగలేదు. ప్రత్యేక సౌకర్యాలు పొందే అందరి మీద సాగాయి అవి. మరీ విమర్శనాత్మకంగా వున్న పోస్టర్లని వెంట వెంటనే చింపి వెయ్యడం చేశారు.

[ఫ్యాక్టరీలూ, వర్క్‌షాపులూ, వగైరా సంస్థల్లో - "బూర్జువా హక్కు"ని పరిమితం చెయ్యడం గురించీ, 'పనిని బట్టే ప్రతిఫలం' సూత్రాన్ని అన్వయించడం గురించీ చర్చలు జరిగిన సాంస్కృతిక విప్లవ కాలంలో - ఆ చర్చల్లో ప్రధానంగా తీసుకున్న విషయాలు కార్మికుల మధ్య వున్న 8 గ్రేడ్ల జీతాల పద్ధతి గురించీ, బోనసులూ వగైరా సమస్యల గురించీ మాత్రమే గానీ, ప్రభుత్వాధికారులు పొందే అధిక వేతనాల గురించి కూడా చర్చించినట్లు మనకు తెలిసిన సమాచారంలో ఎక్కడా కనపడడంలేదు. పరిశ్రమల్లోకి కొత్తగా ప్రవేశించే కార్మికుడికి వచ్చే జీతంకన్నా, ప్రభుత్వాధికారికి వచ్చే జీతం 10 రెట్ల కన్నా ఎక్కువగా వుంది. కానీ, ఈ సమస్య మీద చర్చించినట్టు మాత్రం ఎక్కడా కనపడడం లేదు, ఆఖరికి చర్చలనేవి ఎంతో ఎక్కువగా జరిగిన సంవత్సరాల్లో కూడా.]

ప్రత్యేక సౌకర్యాల్ని విమర్శించే పోస్టర్లని అధికారులు ఎంత జాగ్రత్తగా చింపివేసినప్పటికీ, వాటివల్ల ఒక విషయం బట్టబయలవడానికి మాత్రం బాగా వీలయింది. పార్టీలోనూ, ప్రభుత్వంలోనూ వివిధ స్థాయిలకు చెందిన అధికారులూ కార్యకర్తలూ ఈ ప్రత్యేక సౌకర్యాల్ని "చట్టబద్ధంగా" పొందుతున్నారనీ, సామాన్య ప్రజల ప్రపంచానికి భిన్నమైన ఒక ప్రత్యేక ప్రపంచంలో వారు జీవిస్తున్నారనీ తెలుసుకోవడానికి వీలైంది. ప్రత్యేక సౌకర్యాల్ని 'చట్టబద్ధంగా' పొందగలిగే పరిస్థితే, కొన్ని ప్రత్యేక సౌకర్యాల్ని 'చట్ట విరుద్ధంగా' పొందడానికి కూడా మార్గం అయింది. ఆ చట్ట విరుద్ధ సౌకర్యాలేమిటంటే — చైనాలో అనేటట్టు "దొడ్డిదారిన" సాధించగలిగే ప్రతీదీనూ. ఒక భవంతిని చట్ట విరుద్ధంగా కట్టించుకోగలరు. తమ పిల్లల కోసం, ప్రత్యేక సదుపాయాలు చట్ట విరుద్ధంగా చేయించుకోగలరు. పిల్లలకు యూనివర్సిటీ సీట్లు సంపాయించుకోవడమూ, పిల్లల్ని గ్రామాలకు పంపేప్పుడు వాళ్ళమీద కష్టమైన పనులు పడకుండా చూసుకోవడమూ వగైరాలు. ఈ చట్ట విరుద్ధ సదుపాయాల్ని ఏర్పాటు చేయించుకోడం అనేది ఏ యే రకాలుగా జరుగుతోందో అంచనాలు వెయ్యడం అసాధ్యం. 'ప్రత్యేక సౌకర్యాలు' పొందడానికి కొందరికి చట్ట బద్ధమైన హక్కు వుండడమే, వారా సౌకర్యాల్ని ఇంకేమార్గంలో పొందాలని ఆశించడానికైనా మూలం. ఆ 'చట్ట బద్ధత' ఫలితమే ఈ 'చట్ట విరుద్ధత'.

చట్ట విరుద్ధంగా ప్రత్యేక సౌకర్యాల్ని పొందడం అనేది చాలా పెద్ద ఎత్తునే వున్నట్టు "పెద్ద పోస్టర్ల" ద్వారా తెలుస్తోంది.

ఈ రకం చట్ట విరుద్ధ చర్యల్ని 'అరికట్టడానికి' కొన్ని ప్రభుత్వ సంస్థలు వుండడం అయితే వున్నాయి. ఆ సంస్థలు ఈ రకం చర్యల్ని ఒక్కోసారి వ్యతిరేకించడమూ చేస్తాయి, ఒక్కోసారి చూసీ చూడనట్టు వొదిలి పెట్టడమూ చేస్తాయి. ఈ అవినీతి నిరోధక సంస్థల అధికారులే అవినీతికి పాల్పడతారు కదా? వారూ చట్ట విరుద్ధ సౌకర్యాలు పొందుతూనే వుంటారు కదా? అందుచేత, ఈ చర్యల మీద వారు చాలా తక్కువ స్థాయిలోనే దాడులు జరుపుతారు.

పెట్టుబడిదారీ రాజకీయ సంబంధాలూ, అధికారంలో పెద్ద ఎత్తున జరిగే కేంద్రీకరణా, రాజకీయ నాయకులు సర్వ స్వతంత్రులుగా తమకి తామే పదవులు ఇచ్చుకోడానికి వుపయోగపడతాయి. మరీ ముఖ్యంగా, "కేంద్రీకృత ప్రజాస్వామ్యం"లో "ప్రజాస్వామ్యం"

లోపించి, 'కేంద్రీకృతమే' మితిమీరి బరువైనప్పుడు.[124] తమకి తామే పదవులిచ్చుకోవడం అనేది, వుదాహరణకి — పార్టీ కేంద్రకమిటీలోకీ పొలిటికల్ బ్యూరోలోకీ సభ్యుల్ని కో-ఆప్ట్ చేసుకోవడంలో స్పష్టంగా కనపడింది.[125] ఈ పద్ధతి, 'బంధు ప్రీతి'కీ, ముఠాలు రూపొందడానికీ సులభంగా దారితీస్తుంది. 'కేంద్రీకృత ప్రజాస్వామ్యం'లో 'ప్రజాస్వామ్యం' మీద 'కేంద్రీకృతమే' ఆధికృత తీసుకో గలిగే టట్టయితే, అటువంటి పరిస్థితి తప్పనిసరిగా పార్టీలో భావ ప్రకటనా స్వాతంత్ర్యాన్ని (పార్టీ నిర్మాణానికీ రాజకీయాచరణకీ సంబంధించిన విషయాల్ని ప్రశ్నించే స్వాతంత్ర్యాన్ని) పూర్తిగా నిషేధించడానికి దారితీస్తుంది.

---

124. పార్టీలో, ఏ స్థాయి కమిటీ అయినా ఒక నిర్ణయం చెయ్యాల్సి వచ్చినప్పుడు ఆ కమిటీ సభ్యులందరూ ఆ విషయం మీద సుదీర్ఘంగా చర్చలు జరిపి, దాన్ని గురించి అనేక రకాలుగా ఆలోచించి, ఆ సభ్యుల్లో ఎవరే ఆర్గ్యుమెంటు చెపుతారో అన్నీ విని, ఒకరి తర్కంలో వున్న అవకతవకలు ఒకరు బయటికి తీసి, అన్ని విధాలుగా ఆ విషయాన్ని పరిశీలించిన తర్వాత, చివరికి ఆ విషయం మీద ఏ నిర్ణయానికి రావాలో మెజారిటి సభ్యుల అభిప్రాయాల్ని సేకరించి దాని ప్రకారం నడవడమే 'కేంద్రీకృత ప్రజాస్వామ్యం'. సభ్యులందరూ పాల్గొనే చర్చలు లేకుండానే, పైస్థాయి సభ్యులు మాత్రమే నిర్ణయాలు చెయ్యడమూ, ఒకవేళ సభ్యులంతా చర్చించినప్పటికీ ఆ చర్చ ఏదో ముక్కుబడిగా సాగడమూ — వంటి పద్ధతులవల్ల ఆ కమిటీలో 'ప్రజాస్వామ్య' అంశం లోపించి, 'కేంద్రీకృత' అంశం బలపడుతుంది. పార్టీ కమిటీ లన్నిటిలోనూ అదేపని జరిగితే ఆ పార్టీలోనే ప్రజాస్వామ్య అంశం లోపిస్తుంది. (పార్టీలో అన్ని స్థాయిలలోనూ సుదీర్ఘమైన చర్చలు జరిగినప్పుడే మైనారిటీ అభిప్రాయాలు కూడా అందరి ముందుకీ వస్తాయి). పార్టీలో కేంద్ర కమిటీ అంతా చర్చించవలసిన విషయాన్ని, ఆ నిబంధనకి తిలోదకాలిచ్చి పొలిట్ బ్యూరోలో మాత్రమే చర్చిస్తారనుకుందాం. లేదా, పొలిట్ బ్యూరోలో చర్చించవలసిన విషయాన్ని దాని స్టాండింగ్ కమిటీలో మాత్రమే చర్చిస్తారనుకుందాం. దాని ఫలితం ఏమిటి? ఆ విషయాన్ని నిర్ణయించే అధికారం ఎక్కువమంది చేతుల్లోంచి పోయి, తక్కువమంది చేతుల్లోకి రావడమే. 1976 అక్టోబరులో హువాని పార్టీ ఛైర్మన్‌గా ఎవరు నిర్ణయించారు? ఆ విషయం మీద కేంద్ర కమిటీ అంతా చర్చించి నిర్ణయించిందా? లేదు. పొలిటికల్ బ్యూరో నిర్ణయించిందా? లేదు. పొలిటికల్ బ్యూరో స్టాండింగ్ కమిటీ నిర్ణయించిందా? లేదు. "మహా అయితే పొలిటికల్ బ్యూరోలో ఒక సెక్షన్ కలిసి వుంటుంది". అంటే, ఇద్దరో ముగ్గురో ఆ విషయం నిర్ణయించారన్నమాట! అందులో ఒకడు హువాయే. మిగతా వాళ్ళు అతని బంట్లు. వాళ్ళ నిర్ణయాన్నే కేంద్రకమిటీ నిర్ణయంగా ప్రకటించారు. ఇందులో 'ప్రజాస్వామ్యం' బలంగా వున్నట్టా, 'కేంద్రీకృతం' బలంగా వున్నట్టా? అధికారంలో పెద్ద ఎత్తున 'కేంద్రీకరణ' జరగడం — అంటే కూడా ఇదే. ★

125. కో-ఆప్ట్ చేసుకోడం: ఒక సంఘంలో వెయ్యిమంది సభ్యులున్నారనుకుందాం. వాళ్ళు, తమలోంచి ఒక కమిటీ కోసం 20 మందిని ఎన్నుకోవాలనుకుందాం. ఆ వెయ్యిమందీ కలిసి ఆ 20 మందినీ ఎన్నుకోవడం సరైన పద్ధతి. అలాగాక, ఆ వెయ్యిమందీ 15 మందినో, 16 మందినో మాత్రమే ఎన్నుకుని తర్వాత కొన్నాళ్ళకి ఇంకా కావలసిన వాళ్ళని మొదట ఎన్నికైన వాళ్ళే తమ ఇష్టప్రకారం కలుపుకోవడమే — 'కో-ఆప్ట్' చేసుకోవడం. ఈ చివరి వాళ్ళ ఎన్నిక మొత్తం సభ్యుల నిర్ణయంద్వారా జరిగింది కాదు. వారిని వెయ్యి మందీ కలిసి ఎంచుకోడానికి బదులు 15 మందో, 16 మందో మాత్రమే ఎంచుకున్నారు. కమ్యూనిస్టు పార్టీ నిర్వహించే అనేక స్థాయిల ఎన్నికల్లో కూడా ఇలా కొందరు సభ్యుల్ని కో-ఆప్ట్ చేసుకుంటూ వుంటారు. ఎందుకలా చేస్తారంటే — అంత మంది సభ్యులూ అప్పుడే అవసరం లేకపోవడంచేత కొందర్ని ఎన్నుకోలేదనీ, రానురానూ →

ఇక్కడ ఒక విషయం ప్రస్తావించడం సందర్భోచితంగా వుంటుంది. 1921లో, రష్యా బోల్షెవిక్ పార్టీ 10 వ మహాసభలో ఒక తీర్మానం చేశారు. తర్వాత చాలా సంవత్సరాలకి, పార్టీ, ఆ 1921 నాటి తీర్మానం గురించి ఏకపక్షంగానూ, తప్పుగానూ అర్థాలు తీసి, ఆ తీర్మానాన్ని అడ్డం పెట్టుకుని భావ ప్రకటనపై ఒక నిషేధాన్ని ప్రవేశపెట్టింది. నిజానికి, 1921లో పార్టీ చేసిన తీర్మానం, భిన్నాభిప్రాయాల్ని వ్యక్తం చేసే స్వాతంత్ర్యాన్ని నిరోధించే వుద్దేశ్యంతో చేసింది కాదు. ఆ తీర్మానాన్ని ఆనాటి పరిస్థితుల్లో తాత్కాలికంగా సమర్థించడానికి మాత్రమే వీలవుతుంది.

[దీన్ని గురించి నేను రాసిన '...రష్యాలో వర్గ పోరాటాలు'- మొదటి దశ 1917-23లో 399 వ పేజీనించీ చూడవచ్చు.][126]

[పాలక పక్షంలోని విప్లవ స్వభావాన్ని 'సంరక్షించడం' అనే పేరుతో - ప్రజల భావ ప్రకటనా స్వాతంత్ర్యం మీదా, వారు పార్టీనించీ ప్రభుత్వంనించీ సమాచారాన్ని పొందే స్వాతంత్ర్యంమీదా, చర్చలు జరిపే స్వాతంత్ర్యం మీదా – విధించే ఆంక్షలు నిజానికి విప్లవ స్వభావాన్ని రక్షించడానికిగాక, చాలా తేలిగ్గా దాన్ని నాశనం చెయ్యడానికే వుపయోగపడతాయి. ఈ పరిస్థితి, ముఠాతత్వాలకీ, బంధుప్రీతికీ, లంచగొండితనానికీ దారితియ్యడమేగాక, అంతకన్నా తీవ్ర ఫలితాలకు దారితీస్తుంది. అదేమిటంటే అధికారాన్ని ప్రభుత్వ బూర్జువా వర్గం హస్తగతం చేసుకోడానికి! 'ప్రజా స్వామ్యం' మీద విధించే ఆంక్షలన్నీ విప్లవాన్ని రక్షించడానికిగాక, విప్లవాన్నీ విప్లవకారుల్నీ అణచడానికే వుపయోగపడతాయి. మొదట రష్యా అనుభవాల్నీ, తర్వాత చైనా అనుభవాల్నీ చూస్తే, ఈ విషయంలో ఇక ఎటువంటి సందేహాలూ వుండనక్కరలేదు.]

బోల్షెవిక్ సిద్ధాంత క్షీణరూపాలే పునరుత్పత్తి అవుతూ వుండడానికి ఒక ప్రధాన కారణం ఏమిటంటే- 'ప్రత్యేక సౌకర్యాల' పద్ధతితోపాటు పెట్టుబడిదారీ రాజకీయ సంబంధాలు కొనసాగుతూ వుండడమే.

(1930 లలో బోల్షెవిక్ సిద్ధాంతంలో పతనం ప్రారంభమవడంచేత, ఆ మారిన ఆలోచనా విధానం, రష్యాలో 'ప్రత్యేక సౌకర్యాల్ని' సమర్థించుకోడానికి వుపయోగపడింది.)

పెట్టుబడిదారీ రాజకీయ సంబంధాల్ని మౌలికంగా ప్రశ్నించే ప్రజా వుద్యమం అనేది లేకపోవడంవల్లనే, స్టాలిన్ చేసిన తప్పుల మీద చైనాలో జరిగిన విమర్శ కూడా ఎన్నడూ దృఢంగానూ, సిస్టమేటిక్ పద్ధతిలోనూ జరగలేదు.

→ వుద్యమావసరాలు ఎక్కువైనప్పుడు ఇంకా కొందర్ని తీసుకోవలసి వస్తుందనీ చెపుతారు. కమిటీలోకి కొత్త సభ్యులు కావలసి వచ్చినప్పుడల్లా వాళ్ళని ఎన్నుకోడానికి మొత్తం వెయ్యిమందీ కూడడం సాధ్యంకాదు కాబట్టి ఈ కో-ఆప్ట్ పద్ధతిని పాటిస్తామని చెపుతారు. నిజానికి ఇది, ఆ సంఘంలో బలంగా వున్న గ్రూపు, తన మనుషుల్ని అడ్డదారిన కమిటీలో చేర్చడానికి వేసే ఎత్తు తప్ప ఏమీకాదు. దీనికి సంఘంలో సభ్యులంతా ఎందుకు వొప్పుకుంటారనే ప్రశ్న వస్తే, దానికి జవాబు చాలా తేలికే. ప్రజలు తమ కళ్ళముందు అన్ని తప్పుడు పద్ధతుల్నీ ఎందుకు వొప్పుకుంటున్నారో ఇదీ అందుకే. వాళ్ళకి, ప్రజాస్వామ్య పద్ధతుల్లో తగినంత చైతన్యంలేకా, కో-ఆప్ట్ పద్ధతి కూడా మంచి పద్ధతే అనుకోడంవల్లా (బూర్జువా పద్ధతుల ప్రభావంలో వుండి) ఈ పద్ధతిని సాగనిస్తూ వుంటారు. ఇలాంటి తప్పుడు పద్ధతుల వల్లనే 'ప్రజాస్వామ్య' అంశం లోపించి, అధికారం కేంద్రీకృతం అవడానికి మార్గం సుగమం అవుతుంది. ★

126. **1921**లో, రష్యాలో పార్టీ 10 వ మహాసభ చేసిన తీర్మానం గురించీ, తర్వాత పెట్టిన నిషేధం గురించీ "పెద్ద ఫుట్‌నోట్ల" చాప్టర్‌లో చూడండి. (పే.256) ★

ఇక్కడ, ఇంతకుముందు వేసుకున్న ప్రశ్నలే మళ్ళీ వస్తాయి. అయితే, ఆ రూపంలో కాదు, ఇంకో రూపంలో.

పెట్టుబడిదారీ సంబంధాల్ని మౌలికంగా ప్రశ్నించే ఆ 'ప్రజావుద్యమం ఎందుకులేదు? ఈ పెట్టుబడిదారీ రాజకీయ వ్యవస్థ గురించి అనేక సందర్భాల్లో విస్తృతంగానే విమర్శలు జరిగినప్పటికీ, ఆ విమర్శలు ఒక 'ప్రజా వుద్యమం'గా ఎందుకు తయారు కాలేదు?

ఈ ప్రశ్నకి ఏదో ఒకే ఒక జవాబు లేదు. అనేక అంశాలతో కలిసిన జవాబు వుంది. ఆ అంశాల్లో ప్రధానమైనదేమిటంటే — ఈ పెట్టుబడిదారీ సంబంధాల వ్యవస్థ ఒక పనిని నిర్వహిస్తోంది. ఈ సంబంధాలు మళ్ళీ మళ్ళీ అదే స్వభావంతో పునరుత్పత్తి కావాలంటే, ఆ సంబంధాల్లో (ఆ వర్గ సంబంధాల్లో) ఒక రకం 'ఐక్యత' వుండాలి. ఆ ఐక్యతని ఈ వ్యవస్థ కొన్ని పరిమితుల్లోనైనా నిలపగలుగుతోంది. వర్గ సంబంధాల మధ్య ఐక్యతని నిలబెట్టే పనిని అది సాధించగలుగుతోంది.

ఈ పెట్టుబడిదారీ సంబంధాల్ని పునరుత్పత్తి చెయ్యడంలో ఏ ఐక్యత అయితే వుపయోగపడుతోందో, అలాంటి ఐక్యతని కొత్త సంబంధాల్ని పునరుత్పత్తి చెయ్యడంలో సాధించేవరకూ ఈ మొదటి సంబంధాలు నిజంగా నాశనం కావు. నాశనం చెయ్యవలసిన దాని స్థానంలో కొత్తదాన్ని నిర్మించకుండా మొదటిదాన్ని ఎవ్వరూ నాశనం చెయ్యలేరు. పాత ఐక్యత స్థానంలో కొత్త ఐక్యతని నిర్మించకుండా పాతదాన్ని నాశనం చెయ్యడం సాధ్యంకాదు.

అయితే, ఈ కొత్త ఐక్యత ఎలా ఏర్పడాలీ, దాని రూపం ఎలా వుండాలీ — అనే విషయాల్ని సమాజంలో జరిగే వుద్యమాలద్వారా మాత్రమే కనుక్కోగలం. ఈ కొత్త ఐక్యతా రూపం 'సిద్ధాంతం'లో వుండదు. సిద్ధాంత విమర్శతో కూడిన సామాజిక ప్రయోగాల ద్వారానే దాన్ని కనుక్కోవాలి. సిద్ధాంత విమర్శా, సామాజిక ప్రయోగమూ, ఒకదాన్నించి ఒకటి విడదియ్యరాని విషయాలు.[127]

సామూహికంగా జరిగే సామాజిక ప్రయోగాల మీద పరిమితులు విధించడంవల్ల, కొత్త ఐక్యతా రూపాల్ని కనుక్కొనే మార్గం మూతబడిపోయింది. సామూహికంగా సామాజిక ప్రయోగాలు జరిగే మార్గమే ప్రజాసంఘాలకు బలమైన పాత్రని ఇవ్వగల మార్గం.

---

127. "కొత్త ఐక్యతా రూపం సిద్ధాంతంలో వుండదు" అనడం అంటే, సమాజం పరివర్తన చెందుతోన్న క్రమంలో నేర్చుకోవలసిన కొత్త విషయాలన్నీ సిద్ధాంతంలో రెడీమేడ్‌గా వుండవు అని అర్థమేగానీ, కొత్త విషయాల్ని కనిపెట్టడానికి ఆ సిద్ధాంతం ఏమీ సహాయపడదని అర్థంకాదు. "మార్క్సిస్టు సిద్ధాంతం" ఇచ్చే మౌలిక సూత్రాలు మానవ సమాజంలో ప్రతీ కొత్త మార్పుకీ "మార్గదర్శకంగా" వుంటూనే వుంటాయి. మార్క్సిస్టు సూత్రాల జ్ఞానాన్ని ఆధారం చేసుకుని, నూతన సామాజిక ప్రయోగాలతో ఎప్పటికప్పుడు కొత్త విషయాలు గ్రహించుకుంటూ, సిద్ధాంత జ్ఞానాన్ని అభివృద్ధి చేసుకుంటూ ఆయా సమయాలకు కావలసిన కొత్త విషయాల్ని రూపొందించుకుంటూ వుండాలి. ప్రజలకు స్వేచ్ఛా, నూతన ప్రయోగాలకు అవకాశమూ లేకపోతే, నూతన సమాజానికి కావలసిన సిద్ధాంత జ్ఞానం దొరకనే దొరకదు. గత సిద్ధాంత సూత్రాల ఆధారం లేకపోతే నూతన ప్రయోగాలకు పునాదీ వుండదు. నూతన ప్రయోగాలు లేకపోతే సిద్ధాంతానికి అభివృద్ధీ వుండదు. అందుకే సిద్ధాంత విమర్శా, సామాజిక ప్రయోగమూ ఒకదాన్నించి ఒకటి విడదియ్యరాని విషయాలు.

★

ప్రజా సంఘాలకు బలమైన పాత్రని ఇవ్వడం అంటే పార్టీ నాయకత్వాన్ని తీసివెయ్యడం కాదు. సామాజిక ప్రయోగాలకు అనుగుణంగా ఎప్పటికప్పుడు మార్పులు చెందుతూ, పునర్నిర్మితమవుతూ, సిద్ధాంత నాయకత్వాన్ని అందించగల పాత్రను పార్టీకి వుంచుతూనే, ప్రజాసంఘాలకు బలమైన పాత్రని ఇవ్వగలిగే మార్గం అది.

అటువంటి మార్గం మూతపడింది.

ఇంకో అంశం ఏమిటంటే — తమ ముందు వునికిలో వున్న సంబంధాల ఐక్యత నాశనమవుతుందేమోనని ప్రజలు భయపడడమే, ఆ సంబంధాల్ని మౌలికంగా తిరస్కరించకుండా వుండడానికి దోహదం చేసింది.[128] అందుకే, షాంగైకమ్యూన్‌ని కొనసాగించనూలేదు, కనీసం దాన్ని ఒక మోడల్‌గా ఆచరించి చూడవచ్చుననైనా భావించనూలేదు. దాన్ని వొదిలివేసినందుకు ప్రజలనించి ఏ రకమైన నిరసనాలేదు.

కమ్యూన్‌ని వొదిలివేసిన తర్వాత ఏర్పడ్డ విప్లవ కమిటీలు నిజానికి పెట్టుబడిదారీ సంబంధాలతోనే వున్నాయి (కొత్త రూపంలోకి మారిన పెట్టుబడిదారీ సంబంధాలతో). ఆ విప్లవ కమిటీలు, పెట్టుబడిదారీ దృక్పథంతో జరిగే వర్గ పోరాటాల ఒత్తిడితోనూ, దానికి అనుగుణమైన ఆచరణల పునరుత్పత్తితోనూ సాగుతున్నాయి.

నిజమైన "ప్రజల ప్రజాస్వామ్యాన్ని" (మాస్ డెమాక్రసీని) అభివృద్ధి చెయ్యకుండా, దానికి వ్యతిరేకంగా ప్రవర్తిస్తోన్న నాయకత్వపు విధానాలు కూడా ఒక ప్రత్యేక సమస్య. ప్రజలు స్వేచ్ఛగా అభిప్రాయాలు వ్యక్తంచేసే స్వాతంత్ర్యాన్నిగానీ, వారు అనేక రూపాల్లో ప్రజా సంఘాల్ని నిర్మించుకునే స్వాతంత్ర్యాన్నిగానీ ఆటంక పరచవలసిన అవసరం 'ప్రజల - ప్రజాస్వామ్యానికి' లేదు.

సాంస్కృతిక విప్లవపు మొదటి దశలో, అనేక 'తిరుగుబాటు సంఘాల్ని' స్థాపించడమూ, 'పెద్ద పోస్టర్ల' ద్వారా రకరకాల అభిప్రాయాల్ని వెల్లడించడమూ, సెన్సార్ చెయ్యకుండానే తిరుగుబాటు సంఘాలు అనేక పుస్తకాలు ప్రచురించడమూ — వగైరా పనులద్వారా శ్రామిక

---

128. ఉనికిలో వున్న సంబంధాలలో ఐక్యత నాశనమవుతుందేమోనని ప్రజలు భయపడ్డారంటే అర్థం — "వునికిలో వున్న సంబంధాలు" అనీ, "ఐక్యత" అనీ ఆ విషయాల్ని అవే మాటలతో ఆలోచించారని కాదు. ఆ విషయాల గురించి ప్రజలకు నిత్యజీవితంలో ఎలాంటి అవగాహన వుంటుందో ఆ అవగాహనతోనే, తమకు అలవాటుగా వున్న మాటలతోనే ఆలోచిస్తారు. "ఎప్పట్నించి వొస్తోందో! ఈ లోకాన్ని మార్చగలమా?" అనే ప్రజల భావాన్ని మార్క్సిస్టు దృక్పథంలో అర్థం చేసుకుంటే — తమ కళ్ళముందు వున్న సామాజిక సంబంధాల్ని నాశనంచేసి కొత్త సంబంధాల్ని నిర్మించగలమనీ, అది సాధ్యమనీ, ఈ సమాజంకన్నా ఆ సమాజం ఎక్కువ సుఖప్రదమనీ, ప్రతీ మార్పూ తమ విముక్తికే అవసరమనీ ప్రజలు ఇంకా అవగాహన చేసుకోలేదు — అని అర్థం చేసుకోవలసి వస్తుంది. కొత్త సమాజం గురించీ, మార్పుల గురించీ కొంత తెలిసినప్పటికీ, ఆ మార్పులమీద కన్నా పాత సంబంధాలలోనే ఏదో భద్రత వుందనే విశ్వాసమూ, పాత సంబంధాలు ఛిన్నాభిన్నం అవుతాయేమోననే భయమూ ప్రజలలో ఇంకా సాగుతుంది. దీనికి కారణం — నూతన సమాజం ఇచ్చే రక్షణనీ విముక్తినీ గ్రహించే స్థాయికి చేరడానికి వీలుగా ప్రజల చొరవకీ, ఆచరణకీ అవకాశాలు లేకపోవడం. (ఈ అవకాశాలు ఏర్పర్చుకోవలసిన బాధ్యత ప్రజలదే. ప్రజలు ఆ బాధ్యతని గుర్తించుకునేట్టుగా పార్టీ చెయ్యాలి. పార్టీ ద్వారా ఆ పని జరగడం లేదనే ఈ విమర్శ). ★

ప్రజలు స్వతంత్రమైన చొరవతో ప్రవర్తించారు. కానీ, ఆ విధంగా వుద్యమంలో ప్రజలు ప్రవర్తించడం మీద పార్టీ కార్యకర్తలు హద్దులూ, ఆంక్షలూ విధించారు. ఆ కార్యకర్తలు సాంస్కృతిక విప్లవంనించీ తయారైన వారే. ప్రజలే తమ అభిప్రాయాల్ని వ్యక్తం చెయ్యడాన్ని ప్రోత్సహించడానికి బదులు, ప్రజల 'ప్రతినిధుల్ని' వుంచారు కార్యకర్తలు. ఈ ప్రతినిధులు క్రమంగా ఆయా స్థానాల్లో స్థిరపడి అధికార యంత్రాంగంలో కలిసిపోయారు. ప్రజల ప్రతినిధులుగా ప్రారంభమైన వీరు తమ పునాదినించీ దూరం అయిపోయారు. పార్టీ కార్యకర్తలు అదేరకం పాత పద్ధతులు అవలంబిస్తూ శ్రామిక ప్రజల చొరవనీ, భావ వ్యక్తీకరణనీ నిరోధించారు.

నాయకత్వం అవలంబించే ఈ రకం పద్ధతులు సోషలిజం వేపుసాగే పురోగమనానికి వ్యతిరేకమైనవి. సోషలిజంవేపు పురోగమించాలంటే సంపూర్ణమైన ప్రజల ప్రజాస్వామ్యం అవసరం.

పునరుత్పత్తి క్రమంలో వున్న పాత ఐక్యత చెదిరి పోతుందనే భయంవల్లా, కొత్త ఐక్యత అనిశ్చితంగా వుండడం వల్లా, కార్యకర్తల్లో ఈ రకం పద్ధతులు బలపడ్డాయి. కార్యకర్తలకు 'ప్రత్యేక సౌకర్యాలు' అనుభవించే అవకాశాలు వుండడంవల్ల కూడా వారు ప్రజాస్వామ్యాన్ని అభివృద్ధి చెయ్యలేని పద్ధతులు బలపడ్డాయి. ప్రత్యేక సౌకర్యాల వల్ల లాభపడే కార్యకర్తల్లో కొందరు ఆ సౌకర్యాల పద్ధతిని అలాగే వుంచడానికి ప్రయత్నించారు కూడా.

ప్రజాస్వామ్య వ్యతిరేక పద్ధతుల్ని రుద్దడం అనేది, నిజమైన విప్లవ పంథా ఆచరణకు వ్యతిరేకం. "విప్లవ ప్రతిఘాతకులకు వ్యతిరేకంగా తిరగబడడమే సరైనది" అనీ, "ప్రవాహానికి ఎదురీదడం మార్క్సిస్టు లెనినిస్టు సూత్రం" అనీ మావో అన్న మాటలకు కూడా వ్యతిరేకం అది.

1964 లో, మావో, చైనా కమ్యూనిస్టు పార్టీ గురించి— "స్వభావంలో అది ఇక ఏ ఇతర పార్టీల కన్నా ఎంత మాత్రమూ విప్లవకరంగా లేదు" అన్నాడు. అంటే, కమ్యూనిస్టు పార్టీ ఒకప్పుడు విప్లవకరంగా వున్నప్పటికీ కూడా, అది విప్లవ వ్యతిరేకిగానూ ఫాసిస్టుగానూ మారే అవకాశం ఎప్పుడూ వుందని దీని అర్థం.

కమ్యూనిస్టుపార్టీ, ఇతర ప్రజాతంత్ర రాజకీయపార్టీలపై తన నాయకత్వ పాత్రని ఎలా నిలుపుకోవాలంటే— వాటిని నిర్బంధంగా అణిచి వెయ్యడం ద్వారా కాదు, వాటిని వునికిలో వుండనిస్తూనే వాటితో సిద్ధాంత పోరాటాలు చెయ్యడం ద్వారా నిలుపుకోవాలి.

[1957 లో, మావో, "ప్రజల మధ్య వైరుధ్యాల్ని సరిగా పరిష్కరించడం గురించి" అనే రచనలో— తప్పుడు భావాలు వెలిబుచ్చడంపై నిషేధం పెట్టడం నిరుపయోగమనీ; ఎందుకంటే నిషేధంవల్ల ఆ తప్పు భావాలు బైటపడక పోవచ్చు గానీ అవి ఇంకా ఎక్కడ పుట్టాయో అక్కడ మారకుండానే వుంటాయనీ; మార్క్సిస్టు సిద్ధాంతం అనేది ఎదటి పక్షాన్ని నిర్బంధాలతో అణచడం ద్వారా గాక, పోరాటం ద్వారానే అభివృద్ధి చెందుతుందనీ— అన్నాడు. ఆయన ఇంకా ఆ రచనలో— "ఒక వ్యక్తికిలాగానే ఒక పార్టీ కూడా తన అభిప్రాయాలనించీ భిన్నమైన అభిప్రాయాల్ని వినాల్సిన అవసరం చాలా వుంది" అనీ, "వివిధ పార్టీల మధ్య పరస్పర పర్యవేక్షణ" చాలా అవసరమనీ; "ఇతర ప్రజాతంత్ర పార్టీలు కమ్యూనిస్టు పార్టీ మీద పర్యవేక్షణ జరపాల"నీ - అన్నాడు.[129] (మావో, "నూతన ప్రజాస్వామ్యం గురించి"- పెకింగ్; విదేశీ భాషా ప్రచురణాలయం - 1967; 151 - 158 పేజీలు]

---

129. 'ప్రజాతంత్ర పార్టీ'లన్నీ ప్రజలలో వేరువేరు వర్గాలకు సంబంధించిన పార్టీలు. ఏ వర్గ పార్టీ ఆ వర్గ ప్రయోజనాల్ని కాపాడడానికి ప్రయత్నిస్తుంది. ప్రజల మధ్య వేరువేరు భౌతిక పరిస్థితులు→

అందుచేత, ఈ కారణాలన్నిటివల్లా విప్లవ పురోగమనానికి ప్రజాస్వామ్య వ్యతిరేక పద్ధతులేవీ పనికిరావు. శ్రామిక ప్రజలు వారి విముక్తిని వారే సాధించుకోవలసి వున్నప్పుడు, ఆ శ్రామిక ప్రజల కార్యక్రమాల పురోగమనాన్ని ఆటంకపరచడమంటే విప్లవ పురోగమనాన్ని ఆటంకపరచడమే. శ్రామిక ప్రజల నిర్మాణ స్వాతంత్ర్యాన్ని ఆటంకపరిచినా; పార్టీ సభ్యులమీదా, ప్రజలమీదా ఒక ఆలోచనని బలవంతంగా రుద్దాలని ప్రయత్నించినా; భిన్నంగా ఆలోచించేవారిని శిక్షించడాలూ; అణిచివెయ్యడాలూ చేసినా; పేరుకి మాత్రమే చర్చలనేవి జరుపుతూ, అందులో నిజమైన 'చర్చ'కు అవకాశం లేకుండా చేసి, ఒక సందర్భంలో కరెక్టు అని భావించినదాన్నే ఎల్లకాలం కరెక్టని భావించే రకం చర్చలు సాగించినా — ఈ రకమైన తప్పుడు పద్ధతులవల్ల మాత్రం విప్లవం పురోగమించదు.

పార్టీకీ ప్రభుత్వానికీ సంబంధించిన సమాచారాన్ని ప్రజలకు తెలియనివ్వకుండా దానిమీద గుత్తాధికారం నెలకొల్పి సమాచారాన్ని రహస్యంగా వుంచినా, చారిత్రక సత్యాల్ని వక్రీకరించి ప్రజల ముందు పెట్టినా — వీటివల్ల విప్లవ కృషి అసాధ్యమవుతుంది. అసలు జరుగుతోన్నదేమిటో ప్రజలకు తెలియకపోవడంవల్లా; వారి చరిత్ర వారికి అందకపోవడంవల్లా; ఏ పరిస్థితిలో ఎలా ప్రవర్తించాలో తెలుసుకోలేక వారు జ్ఞానవంతంగా ప్రవర్తించడానికి అవకాశం వుండదు. — ఈ రకమైన అనేక ఆటంకాలవల్ల, ప్రజల విముక్తి కోసమూ, సామాజిక ప్రయోగాభివృద్ధి కోసమూ, శాస్త్రీయ సిద్ధాంత జ్ఞానాభివృద్ధి కోసమూ (ఏ జ్ఞానం మీదనైతే పట్టు సంపాయించి, దానితో రాజకీయ

⟶ లేకుండా చెయ్యడానికీ, ప్రజలందరికీ వర్గాలకు సంబంధించిన జ్ఞానం (వర్గ చైతన్యం) కలిగించడానికీ తగిన ప్రయత్నాలు జరిగే క్రమంలో ఈ పార్టీలు క్రమంగా సన్నగిల్లడం ప్రారంభిస్తాయి. ఈ పార్టీలు వున్నంత కాలమూ కమ్యూనిస్టు పార్టీ వాటితో ఆయా సందర్భాల్ని బట్టి సహకారమూ, విమర్శనా సూత్రంతో వుండాలి. ఈ "స్నేహం" ప్రజాతంత్ర పార్టీల విషయంలోనేగానీ, బూర్జువా పార్టీల విషయంలో కాదు. (కార్మిక నియంతృత్వ సూత్రాల ప్రకారం, బూర్జువా పార్టీల్ని వుండనివ్వడమూ, వాటితో సహకారమూ అనే ప్రశ్నే లేదు). జాతీయ బూర్జువా పార్టీల సంగతి వేరు. చైనా విప్లవ స్వభావాన్నిబట్టి కొంతకాలం వరకూ జాతీయ బూర్జువా పార్టీలు కూడా ప్రజాతంత్ర పార్టీలే. జాతీయ బూర్జువాల ఆస్తుల్ని సోషలిస్టు ప్రభుత్వం స్వాధీనం చేసుకున్న తర్వాత నించీ ఆ వర్గం చేసే పోరాట రూపం మారుతుంది కాబట్టి, ఆ పార్టీల విషయం కూడా మారుతుంది. మేధావులూ, జాతీయ బూర్జువాలూ, తమ వర్గాల పేర్లతో డైరెక్టుగా పార్టీల్ని నిర్మించుకునే పద్ధతి వొదులుకుని రాజకీయాధికారాన్ని నిర్వహించే కమ్యూనిస్టు పార్టీలోనే భాగం అవడానికి ప్రయత్నిస్తారు. అంతేగాక, "ప్రజా సంఘాల"లోనూ, ప్రభుత్వోద్యోగాల నిర్వహణలోనూ కూడా వారికి చోటు వుంటూనే వుంటుంది. వర్గాల రూపాలు మారిన కొద్దీ, గతంలో ఆ వర్గాలకు సంబంధించిన పాత రకం పార్టీలు సన్నగిల్లిపోతూ వుంటాయి (వర్గాల రూపాలు మారడమేగాక, వాటి ప్రత్యేకతలు సహజంగా నశించిపోయినప్పుడు వాటికి సంబంధించిన పార్టీలు తిరిగి తలఎత్తే ప్రశ్నే వుండదు).

"తప్పుడు భావాలు వెలిబుచ్చడం మీద నిషేధం పెట్టడం అనవసరం" అన్న మాటల్లో అర్థం — "సరైన అవగాహన లేక తప్పుడు భావాలు వెలిబుచ్చడం సహజమే. అలాంటి పరిస్థితిలో నిషేధంవల్ల ప్రయోజనం వుండదు. సరైన అవగాహన లేనివాళ్ళకి అది కలిగించడమే సరైన మార్గం. అంటే, ఎడ్యుకేట్ చేసే పద్ధతి అవసరమవుతుంది. దానివల్ల, ఆ తప్పు భావాలు వెలిబుచ్చే వ్యక్తులూ, ఆ భావాలవల్ల ప్రభావితులయ్యే ప్రజలూ కూడా సరైన అవగాహనలోకి రాగలుగుతారు. కానీ, ప్రజల్ని తప్పుదారికి మళ్ళించాలన్నదే లక్ష్యంగా పెట్టుకున్న బూర్జువా పంథా సమర్థకులు తప్పుడు భావాల్ని ప్రచారం చేస్తోంటే, ఆ పరిస్థితుల్లో, ఆ భావాల్లో వున్న తప్పుల్ని గ్రహించేలాగ ప్రజల్ని ఎడ్యుకేట్ చేసే విధానమూ అవసరమే, ఆ కాన్షియస్ ప్రచారాల మీద నిషేధమూ అవసరమే. ★

[12]

కార్యాచరణ నిర్వహించాలో ఆ జ్ఞానాభివృద్ధి కోసం) జరిగే పోరాటాలలో, చివరికి అపజయాలే ఎదురవుతాయి.

[ఈ రకమైన పరిస్థితులు - 'కాపిటల్' ముందుమాటలో మార్క్సు చెప్పే "స్వేచ్ఛగా జరగాల్సిన శాస్త్రీయ పరిశోధనల" మార్గానికి కూడా అడ్డుగా నిలబడతాయి.]

ప్రజల ప్రజాస్వామ్యాన్ని నిలబెట్టడానికి సంబంధించిన అవసరాల్ని గుర్తించని విప్లవ పంథాగానీ, గుర్తించినా వాటిని అమలు జరిగేలాగ చెయ్యలేని విప్లవపంథా గానీ, తనలోని వివిధాంశాల మధ్య పూర్తి సమన్వయం కలది కాదు. ఆ విప్లవ పంథాకి చివరికి అపజయం తప్పదు.

చైనాలో, 'విప్లవ పంథా' అపజయమే — దొంగ స్వేచ్ఛా ప్రేలాపనలూ, మోసపూరిత ఆర్థిక వాగ్దానాలూ చేసే రివిజనిస్టు పంథా సమర్థకుల ద్వారా "కుట్ర" రూపం దాల్చింది.

ప్రస్తుత పంథా పరిస్థితీ, దాని ముందు వున్న భవిష్యత్తూ :

ప్రస్తుత పరిస్థితిలో ఆర్థికవాదమూ, వుత్పత్తివాదమూ మాత్రమే కాదు, దొంగ స్వేచ్ఛా ప్రకటనలు కూడా సాగుతున్నాయి. ప్రజలమీదా, విప్లవకారుల మీదా నిర్బంధాలు పెద్ద ఎత్తునే నడుస్తోన్నప్పటికీ, మాటల్లో మాత్రం 'వంద పుష్పాలు' వికసించడాలూ, వెయ్యి పుష్పాలు వికసించడాలూనూ. ఈ 'పుష్పాలు వికసించడాలు' ప్రధానంగా మేధావుల కోసం వుద్దేశించినవే. అయితే ఒక షరతు మీద! పార్టీ ఏం చెప్తే దాన్నే అంగీకరించి, దాన్నే వల్లెవేసే షరతు మీద!

['వంద పుష్పాల' మాటలు పూర్తిగా ఒక దగా మాత్రమే. కొన్ని కొన్ని రాయితీలు (కన్సెషన్స్) ఇచ్చి మేధావుల్ని తమకు అనుకూలం చేసుకోవాలనే లక్ష్యంతో మాట్లాడే మాటలు ఇవి. మేధావులకిచ్చే రాయితీలు సైంటిఫిక్ అభివృద్ధికీ, టెక్నలాజికల్ అభివృద్ధికీ కావలసిన అవసరాలకు సంబంధించినవి. ఈ రాయితీల్ని ఆచరణలో సాధించగలమనే భావిస్తుంది రివిజనిస్టు నాయకత్వం. కానీ, నిజానికి ఆ పని చాలా పరిమితంగా మాత్రమే సాధ్యమవుతుంది. ఎందుకంటే — పార్టీ అధికారంపట్లా, అంతస్తులవారీ వ్యవస్థపట్లా, వినయ విధేయతలూ, గౌరవమూ చూపాలని శాసించే రివిజనిస్టు పంథా దృక్పథానికీ; మేధావులకిచ్చిన రాయితీల స్వభావానికీ పొసగదు. వాటి మధ్య ఘర్షణ తప్పదు. అంతేగాక, 'లిబరల్ కన్సెషన్స్' పేరుతో కూడా మేధావులకు మరికొన్ని రాయితీలు ఇస్తున్నారు. వీటి సంగతి కూడా అంతే. శ్రామిక జనాలమీదా, గతంలో చేసింది తప్పు అని ఒప్పుకోడానికి ఇష్టపడని కార్యకర్తలమీదా రివిజనిస్టు నాయకులు అమలుజరిపే నిర్బంధాలకీ, మేధావులకిచ్చే ఈ లిబరల్ రాయితీలకీ కూడా పొసగదు. అందుచేత, ఈ రాయితీలేవీ ఆచరణలో అభివృద్ధి చెందలేవు. 1978 ఫిబ్రవరి 13 నాటి జెన్‌విన్ జీపావో - 'నలుగురి ముఠా'కీ వ్యతిరేకంగా దృఢవైఖరి తీసుకోని కార్యకర్తలందర్నీ తప్పులు వొప్పుకుని ఆత్మవిమర్శ చేసుకునేలాగ చెయ్యాల'ని పిలుపు ఇచ్చింది. తప్పులు ఒప్పుకోని కార్యకర్తలు, రాజకీయంగా తమకు అనుకూలమైన పరిస్థితి ఏర్పడినప్పుడు, తప్పకుండా తిరగబాట్లని రెచ్చగొట్టేలా మారతారేమోననే భయం వెలిబుచ్చిందా పత్రిక.]

"పార్టీ నాయకత్వంపట్ల వినయ విధేయతలతో వుండడం కార్మిక వర్గ విజయానికి అత్యవసరం"- అని పదే పదే చెపుతున్నారు. కార్మిక వర్గ విజయానికి కావలసిందేదో చెపుతోన్నట్టుగా కనపడే ఈ మాటల్లో - పార్టీ, రివిజనిస్టు చేతుల్లోకి వెళ్ళిందనే విషయం మాత్రం మరుగున పడింది.

ప్రస్తుత నాయకత్వం, శవప్రాయంగావున్న ఇతర రాజకీయ పార్టీల్ని (సభ్యుల్ని చేర్చుకోకుండానూ, ఇంకెంతమాత్రమూ దేనికీ ప్రాతినిధ్యం వహించకుండానూ శవప్రాయపు స్థితిలో వున్న పార్టీల్ని) మళ్ళీ బతికించాలని చూస్తోంది. చాలా ఏళ్ళ తర్వాత, 1977 డిసెంబరు 27న మళ్ళీ కొత్తగా 'చైనా ప్రజా రాజకీయ సంప్రదింపుల సంఘం' 4వ జాతీయ మహాసభ జరిపింది. దాని స్టాండింగ్ కమిటీ తాలూకు విస్తృత సమావేశంలో, దేశంలో అవసాన దశలో వున్న "ప్రజాతంత్ర పార్టీలు" పాల్గొన్నాయి. (పెకింగ్ రివ్యూ, నెం. 1, 1978).

'రాజకీయ పార్టీలు ఒకదాన్నొకటి సూపర్ వైజ్ చేసుకుంటూ వుండాల'ని మావో చెప్పినదాన్ని పాటిస్తోన్నట్లు కనిపించాలని ఇదో ప్రయత్నం. నిజానికి, ఈ పార్టీలు గతంలో ఎవరికి ప్రాతినిధ్యం వహించేవో ఆ మేధావులకీ, ఆ బూర్జువాలకీ, ఆ రకం 'గ్రూపుల'కీ మళ్ళీ అభయం ఇవ్వడానికే ప్రధానంగా ఈ ప్రయత్నం.[130]

ఒక పక్క మేధావులకూ, పూర్వపు పెట్టుబడిదారులకూ అభయం ఇస్తూ ఇంకోపక్క మాత్రం ఫ్యాక్టరీల్లోనూ, ప్రజా కమ్యూన్లలోనూ కార్మిక క్రమశిక్షణని మరింత అధికం చేస్తున్నారు. కార్మికుల పిల్లలూ, రైతుల పిల్లలూ పై చదువులకు పోయే అవకాశాలు కుదించివేస్తున్నారు. ఇదంతా 'ఆర్థికాభివృద్ధి' పేరుతో జరుపుతున్నారు. దేని పెట్టుబడి సమకూర్చడానికైతే విపరీతమైన కృషి అవసరమో అటువంటి 'ఆధునిక' వుత్పత్తి సాధనాలతోనూ, సంక్లిష్టమైన సాధనాలతోనూ వుత్పత్తి త్వరగా పెరుగుతుందనీ, దాని ఫలితాలు తాము త్వరలోనే అనుభవిస్తామనీ కార్మికులు ఆశపడేలాగ చేస్తూ — ఇదంతా జరుపుతున్నారు. ఈ ఆర్థికాభివృద్ధినించీ దొరికే పిడికెడు మెతుకులతోపాటు నిజానికి కార్మికులకు ప్రధానంగా దొరికే ఫలితాలు — శ్రమతీవ్రతా; పార్టీ కార్యకర్తల కిందా, టెక్నిషియన్ల కిందా, స్పెషలిస్టుల కిందా మరింత ఎక్కువగా లొంగివుండవలసి రావడమూనూ. అంటే, 'ప్రభుత్వ పెట్టుబడిదారీ వర్గ నియంతృత్వాన్ని' పటిష్టపరచడం అన్నమాట ఇదంతా.

చైనా కమ్యూనిస్టు పార్టీ ప్రస్తుత నాయకత్వపు నిజమైన స్వభావం, దాని 'అంతర్జాతీయ విధానం'లో కూడా బహిర్గతమయ్యింది. టెంగ్ సియావో పింగ్ రూపొందించిన "మూడు ప్రపంచాల సిద్ధాంతం" మును ముందుకు సాగిపోతోంది.

[ఇక్కడ నేను ప్రశ్నించేది "మూడు ప్రపంచాల సిద్ధాంతం" అనేదాన్నే. దీన్నిగురించి చర్చించాలంటే చాలా చోటు తీసుకుంటుంది. అయినప్పటికీ ఈ సిద్ధాంత బూటకత్వాన్ని ఇక్కడ చెప్పితీరాలి.[131] ఈ సిద్ధాంతానికి శాస్త్రీయ పునాది లేనే లేదు. వాస్తవిక విషయాలతో సంబంధంలేని సిద్ధాంతం ఇది.

---

130. ప్రైవేటు ఆస్తులన్నీ ప్రభుత్వాధీనంలోకో సమిష్టి ఆధీనంలోకో వచ్చేసినతర్వాత ఈ దశలో మళ్ళీ తలెత్తే ఈ పార్టీలకు ఒకప్పటి ప్రజాతంత్ర స్వభావం వుంటుందనుకోకూడదు. ఒకప్పుడు జాతీయ బూర్జువాల కోసమూ, మేధావుల కోసమూ పనిచేసిన పార్టీలు ఇప్పుడు మళ్ళీ తలెత్తవలసిన అవసరమేమిటి? ఇవి సోషలిజాన్ని సమర్థించేవే అయితే, ఆ సోషలిజం కోసమే ప్రయత్నాలు జరుగుతోన్న సమాజంలో ఈ పాత పార్టీల అవసరమేమిటి? తమ వర్గాల ప్రత్యేకతని ఏదో ఒక రూపంలో (పాత రూపం సాధ్యంకాదు కాబట్టి కొత్త రూపంలో) నిలబెట్టుకోడానికి ప్రయత్నించడమే ఈ పార్టీల కర్తవ్యం. అంటే, ఇవి తప్పనిసరిగా సోషలిజానికి శత్రువులుగా (సోషలిజానికి అవసరమైన మార్పుల్ని ఆటంకపరుస్తూ) పనిచేస్తాయి — "ప్రజాతంత్ర పార్టీలు" అనే ముసుగుతో. ఈ దశలో ఇవి ప్రజాతంత్ర పార్టీలు కానేకావు. రివిజనిస్టులు వీటిని లేవనెత్తడం చాలా సహజమే. ★

131. చైనా పార్టీ చెప్పే మూడు ప్రపంచాల సిద్ధాంతం ఎలా తప్పో బెతల్‌హామ్ →

→ తర్వాత పేరాలో వివరించారు. కాని అసలు సిద్ధాంతం ఏమిటో ఆయన ఇక్కడ చెప్పలేదు. ముందు ఆ సిద్ధాంతం గురించి కొన్ని విషయాలు తెలుసుకుంటేనేగానీ తర్వాత దానిమీద చదవబోయే విమర్శ అర్థంకాదు. ఈనాడు ప్రపంచం 3 ప్రపంచాలుగా (3 విధాలుగా) వుందని ఈ సిద్ధాంతం చెబుతుంది. (1) అగ్రరాజ్యాలైన అమెరికా రష్యాలు మొదటి ప్రపంచం. ఇవి ప్రపంచాధిపత్యం కోసం పోటీ పడుతున్నాయి. రష్యాయే వీటిలో ఎక్కువ ప్రమాదకారి. (2) బ్రిటన్ ఫ్రాన్స్, పశ్చిమ జర్మనీ, జపాన్, కెనడా వగైరా రెండవ స్థాయి పెట్టుబడిదారీ దేశాలు రెండో ప్రపంచం. ఇవి కూడా అగ్రరాజ్యాల బెదిరింపులకు గురి అవుతున్నాయి. అగ్రరాజ్యాల ఆధిపత్యాన్ని ప్రతిఘటించడంలో ఈ రెండో ప్రపంచం కూడా కలుస్తుంది. (3) అగ్రరాజ్యాల ఆధిపత్యవాదాన్ని ప్రతిఘటించడంలో ప్రధాన శక్తిగా వుండే దేశాలన్నీ మూడో ప్రపంచం. జపాన్ తప్ప మిగతా ఆసియా దేశాలూ, ఆఫ్రికా దేశాలూ, లాటిన్ అమెరికా దేశాలూ, మూడో ప్రపంచంలోకి వస్తాయి. — ఈ మూడో ప్రపంచం రెండో ప్రపంచంతో కల్సి "విస్తృత ప్రాతిపదికమీద ఐక్య సంఘటన నిర్మించుకుని" మొదటి ప్రపంచానికి వ్యతిరేకంగా పోరాడాలి. — ఇదీ క్లుప్తంగా మూడు ప్రపంచాల సిద్ధాంతం. (మొదటి ప్రపంచాన్ని ఓడించాక, రెండో ప్రపంచాన్ని కూడా ఓడించాలా, లేక దానితో శాంతియుత పద్ధతుల్లో ప్రవర్తించాలా, ఏం చెయ్యాలో ఈ సిద్ధాంతం చెప్పదు). ఈ సిద్ధాంతాన్ని చైనా పార్టీ 1977 అక్టోబరు 31న "పీపుల్స్ డైలీ" పత్రికద్వారా బైట పెట్టింది. ఈ సిద్ధాంతాన్ని మావోయే రూపొందించాడంటూ ఆ వ్యాసం ఇలా చెపుతోంది — "ఛైర్మన్ మావో రూపొందించిన మూడు ప్రపంచాల సిద్ధాంతం ప్రపంచంలో నేటి వర్గపోరాట భౌతిక వాస్తవాలను శాస్త్రీయంగా క్లుప్తీకరిస్తుంది. ఈ సిద్ధాంతంలో ఆయన మార్క్సిస్టు లెనినిస్టు ప్రాథమిక సూత్రాలను కాపాడి అభివృద్ధి పరిచారు. 1974 ఫిబ్రవరిలో, ఒక మూడో ప్రపంచ దేశానికి చెందిన నాయకునితో మాట్లాడుతూ ఛైర్మన్ మావో ఇలా అన్నారు. — "నా దృష్టిలో అమెరికా, సోవియట్ యూనియన్‌లు మొదటి ప్రపంచం. జపాన్, యూరప్, కెనడా, మధ్యతరగతి రాజ్యాలు. ఇవి రెండో ప్రపంచానికి చెందుతాయి. మనది మూడో ప్రపంచం". "మూడో ప్రపంచంలో జన సంఖ్య అత్యధికం. జపాన్ మినహా ఆసియా ఖండమూ, ఆఫ్రికా, లాటిన్ అమెరికాలు మూడో ప్రపంచానికి చెందుతాయి" ("మావో మూడు ప్రపంచాల సిద్ధాంతం" — పే. 4)

మావో ఇంకా ఇలా కూడా అన్నట్టుగా ఆ వ్యాసం చెపుతోంది — "చైనా మూడో ప్రపంచానికి చెందుతుంది. ఎందుకంటే, రాజకీయంగా ఆర్థికంగా తదితరంగా ధనవంతమైన లేదా శక్తివంతమైన దేశాలతో అది పోల్చుకోదు. వాటితో పోల్చి చూసుకున్నప్పుడు బీద దేశాల సమూహంలో మాత్రమే అది వుంటుంది" (పే. 52) — "వారు (అమెరికా, రష్యాలు) కొన్ని ఒడంబడికలకు రావచ్చు. అయితే అవి పటిష్టవంతమైనవని నేననుకోవడం లేదు. ఇది తాత్కాలికమే కాక మోసపూరితం కూడా. శతృత్వమే ప్రాథమికాంశం" (పే. 67)

మావోయే 3 ప్రపంచాల సిద్ధాంతం రూపొందించాడనటానికి చైనా పార్టీ చూపించే ఆధారం అంతా ఇదే. ఈ మాటలు మావో నిజంగా చెప్పాడా? చెప్పినా, ప్రపంచవ్యాప్తంగా ప్రజలకు కొత్త కార్యక్రమాన్ని ఇచ్చే అర్థం ఈ మాటల్లో వుందా? ఆ కార్యక్రమానికి మార్క్సిస్టు స్వభావం వుందా? — అన్నవి ఈ విషయంలో ప్రధానమైన ప్రశ్నలు. "ఒక మూడో ప్రపంచదేశానికి చెందిన నాయకుడితో" అన్నాడట మావో ఈ మాటలు. ఆ దేశం పేరేమిటి? ఆ నాయకుడి పేరేమిటి? (ఆ దేశమూ, ఆ నాయకుడూ అప్పటికింకా పేర్లు పెట్టుకోలేదు కాబోలు). ఆ నాయకుడితో మావో మాట్లాడింది ఏ తారీఖున? ఆ మర్నాటి చైనా పేపర్లలోగానీ, ఆ నాయకుడి దేశానికి సంబంధించిన పేపర్లలో గానీ ఈ విషయం రిపోర్టయిందా? ఈ వివరాలేవీ ఆ వ్యాసంలో లేవు. ఎవరితోనో మావో ఈ మాటలు అన్నాడని హఠాత్తుగా చైనా పార్టీ ప్రకటించగానే ప్రపంచ ప్రజలంతా దాన్ని →

→ నమ్మేసి కొత్త ఐక్యసంఘటనా కార్యక్రమం ప్రారంభించాలన్నమాట! 74 ఫిబ్రవరిలో చెప్పిన మాటల్ని (చెప్పటం నిజమే అనుకుందాం) మొట్టమొదటిసారి 77 అక్టోబరులో ప్రకటించారు! అంటే, 3 సంవత్సరాల 8 నెలలకి! అది కూడా ఏమీ వివరాలు లేకుండా!

ఒక సీనియర్ చైనా అధికారి, లండన్‌లోని "చైనా నౌ" పత్రిక్కి ఇచ్చిన ఇంటర్వ్యూలో (1977 నవంబర్-డిసెంబర్ నెలల సంచికలో) ఒక ప్రశ్నకి జవాబుగా ఆ మూడో ప్రపంచ దేశ నాయకుడు "జాంబియా ప్రెసిడెంట్ కెన్నెత్ కౌండా" అని చెప్పాడు. (యహూదా పుస్తకం - పే. 266). ఇంటర్వ్యూ చేసిన వాళ్ళు ఆ ప్రశ్న అడక్కపోతే అప్పటికి కూడా ఆ వివరం చెప్పవలసిన అవసర చైనా పెద్దలకు బోధపడేదికాదు. వారు చెప్పే ప్రకారం చూసినా ఆ విషయం అంతకు ముందూ మాట్లాడలేదు, ఆ తర్వాతా మళ్ళీ మాట్లాడలేదు! ఆ ఒక్కసారి కూడా ఆ నూతన సిద్ధాంతం చెప్పడానికి తన పార్టీ వాళ్ళనెవ్వర్నీ గాక, కౌండాని ఒక్కణ్ణే ఎంచుకున్నాడు మావో. ఆ కౌండా కమ్యూనిస్టన్నా కాడు కనీసం. కౌండాచెవిలో తప్ప ఇంకెక్కడా చెప్పలేదు ఆ రహస్యం. (టెంగ్ చెవిలో ఎందుకు చెప్పలేదో!) "మావో నీతో ఈ విషయం చెప్పడం నిజమేనా కౌండా?" అని కౌండాని అడిగితే, "ఆఁ నిజమే, చెప్పాడు మావో" అని కౌండా వొప్పుకుంటాడనే మనం భావించాలి. కౌండా మీద అలాంటి "నమ్మకం" ఏదో లేకపోతే చైనా పెద్దలు ఈ విషయంలో అతని పేరు ఇరికించి వుండరు. (అసలు విషయం ఏమిటని కౌండాని ఒక్క ప్రశ్న అడిగితే కొన్ని సందేహాలు తీరవచ్చు. కానీ, ఈ విషయం మీద పరిశీలనలు చేసి వ్యాసాలు రాసిన రచయిత లెవ్వరూ ఈ విషయం గురించి కౌండాని అడిగినట్టు రాయలేదు. కౌండా అయినా, ఈ వార్త నిజమనో, అబద్ధమనో తనకై తను ఏ స్టేట్‌మెంటూ ఇవ్వలేదు). కౌండా, మావోని కలిసిన కాలంలో చైనా పేపర్లలోనూ, జాంబియా పేపర్లలోనూ ఆ నాయకులిద్దరూ కలిశారన్న వార్త మాత్రమే వచ్చింది గానీ, ప్రపంచ విభజన గురించి మావో ఒక అభిప్రాయం వెలిబుచ్చారన్న విషయం మాత్రం రాలేదు. (వస్తే ఈ విషయం ఆనాడే వెల్లడయ్యేది). ఇంత ముఖ్యమైన వార్త ఆనాడు చైనా పేపర్లలోనైనా రాకపోవడానికి కారణం ఏమిటి?

కౌండాతో నిజంగానే ఆ మాటలు మావో మాట్లాడి వుంటే, ఆ మాటలు ఇంకేదో అర్థంతో మాట్లాడిన మాటలు అవుతాయిగానీ (అది ఏం అర్థం అనేది ఆ సంభాషణ అంతా తెలిస్తేనేగానీ చెప్పలేము) మూడు ప్రపంచాల సిద్ధాంతాన్ని రూపొందించే అర్థం మాత్రం వాటిల్లో లేదు. ఎందుకంటే, ఏ రకం వర్గ వైరుధ్యాల ప్రసక్తీ వాటిలో లేదు. 'ఐక్యసంఘటన' వంటి మాట కూడా వాటిలోలేదు. కౌండాతో మాట్లాడిన మాటల్ని "సిద్ధాంతం"గా ప్రతిపాదించడమే మావో అభిప్రాయం అయితే, కౌండాతో మాట్లాడిన తర్వాతైనా ఆ విషయం తన పార్టీ మనుషుల ముందు ప్రస్తావించడా? తను చచ్చిపోయేలోగా ఆ విషయం మళ్ళీ ఒక్కసారి కూడా ఎత్తడా? తన అభిప్రాయాన్ని పార్టీలో చర్చించడానికి పెట్టడా? ఒక అభిప్రాయం "సిద్ధాంతం" అనదగ్గ స్థాయిలో వుండాలంటే, మొట్టమొదట అది ఒక డాక్యుమెంటుగా తయారవ్వాలి. తర్వాత దాన్ని పార్టీలో చర్చించాలి. పార్టీ దాన్ని ఆమోదించడమో, తిరస్కరించడమో, ఏదో ఒకటి చేసిందని చివరికి ప్రకటించాలి. వీటిల్లో ఏ ఒక్క పనీ కూడా మావో వుండగాగానీ, తర్వాతగానీ జరగలేదు. ఒక నాయకుడి సాధారణ సంభాషణే ఒక సిద్ధాంతం అవదు. ఒక పత్రికలో వచ్చే వ్యాసమే ఒక సిద్ధాంతం అవదు. అయినా, మావో "మూడు ప్రపంచాల సిద్ధాంతాన్ని" రూపొందించేశాడని చైనా పార్టీ ప్రచారం చేసింది.

'మావో కౌండాతో మాట్లాడినదాంట్లో మూడు ప్రపంచాల ప్రసక్తి వుందా? వుంటే, అది ఏ సందర్భంలో వచ్చింది? ఈ విషయం అనాటి మీ జాంబియా పేపర్లలో వచ్చిందా?'- అని మేము జాంబియానించి వివరణ కోరుతూ ప్రెసిడెంట్ కౌండాకీ, జాంబియా ప్రభుత్వ సమాచార కేంద్రానికీ, ఢిల్లీలోని జాంబియా రాయబార కార్యాలయానికీ రాశాము. ఇప్పటికి జాంబియా సమాచార →

→ కేంద్రంనించి మాత్రమే ఒక జవాబు వచ్చింది - ఇలా:

మీరడిగిన విషయం — "ఆసక్తికరంగా వుంది" (గిప్స్‌యాన్ ఇంటరెస్టింగ్ రీడింగ్). కానీ, ఈ విషయంలో మీకు తోడ్పడ్డానికి మేము అంగీకారంగా వుండినా, 1974 ఫిబ్రవరి 22న, మా ప్రెసిడెంట్ డా॥ కెన్నెత్ కౌండా ఛైర్మన్ మావోకి అతిథిగా వుండినారనే విషయం మీరు గమనించి అర్థం చేసుకోగలరు (రియలైజ్ అండ్ ఎప్రిషియేట్). కాబట్టి, నార్మల్ దౌత్య సాంప్రదాయాల ననుసరించి (అండర్ నార్మల్ ప్రొటోకోల్), మీకు వుపయోగపడే మార్గాలకోసం మీ దేశంలోనే వున్న చైనా రాయబార కార్యాలయాన్ని సూచిస్తున్నాం. మీ దేశంలో చైనా రాయబార కార్యాలయం లేకపోతే -

1) చైనా ప్రభుత్వ సమాచార కేంద్రానికి రాసి మరింత సమాచారం పంపమనో, వీలైతే ఆ వుపన్యాసం కాపీని పంపమనో అడుగుతూ రాయండి. లేదా,

2) ప్రెసిడెంట్ కౌండాకీ, ఛైర్మన్ మావోకీ పెకింగ్‌లో ఫిబ్రవరి 22న జరిగిన సమావేశానికి సంబంధించిన బ్యాగ్రౌండ్ ఇన్‌ఫర్మేషన్ కోసం చైనాలోని 'పీపుల్స్ డైలీ' పత్రిక్కి రాయండి. లేదా,

3) 1977 నవంబరు-డిసెంబరు సంచికలో చైనా అధికారితో జరిపిన ఆ ఇంటర్‌వ్యూకి సంబంధించిన మరింత సమాచారం పంపమని "చైనా నౌ" పత్రికని అడగండి. లేదా,

4) "చైనా నౌ" పత్రికలో ప్రచురించిన ఆ కథనానికి (స్టోరీకి) వున్న ఆధారానికి (అథారిటీకి) వున్న రుజువులు (ఎవిడెన్స్) ఏమిటో ఇవ్వమని ఆ పత్రిక నిర్వహణా సంస్థని అడగండి. వారు ఛైర్మన్ మావో వుపన్యాసానికి సంబంధించిన కాపీ మీకు పంపవచ్చు కూడా.

ఈ 4 మార్గాల్లో ఏదో ఒక మార్గం మీరు కోరిన ఫలితాలు ఇవ్వగలదని నమ్ముతున్నాను.

ఫర్ డైరెక్టర్
జాంబియా ప్రభుత్వ సమాచార కేంద్రం

— ఇదీ జాంబియా వారి జవాబు! నిజం చెప్పడానికి వీరికి దౌత్యనీతి అడ్డం వొచ్చింది. బూర్జువాలకి బూర్జువానీతి అడ్డంవొస్తే, రివిజనిస్టులకు రివిజనిస్టు నీతి అడ్డం వొస్తుంది. ఇక సమాచారం బైట పడేది ఎలాగ? - వున్న సమాచారాన్ని వుపయోగించుకోవడమే కమ్యూనిస్టు నీతి.

ఈ జాంబియావారు చైనాకి అనుకూలంగా చెప్పేటట్టయితే దౌత్యనీతి మాత్రం ఎందుకు అడ్డం వొస్తుంది? 'చైనా నాయకులు చెప్పేదంతా అబద్ధం' అని చెప్పవలసి వొస్తేనే కదా దౌత్యనీతి అడ్డం వొచ్చేది? 'మా ప్రెసిడెంటు ఆ రోజున మావోకి అతిథి కదా? ఆ సంగతి మేమెలా చెప్పగలం?' అనా వాళ్ళ మాటల అర్థం? మావోకి అతిథి కాబట్టే, మావో వ్యతిరేకుల రహస్యం బైట పెట్టవచ్చు. మావో తిండితిని మావో శత్రువులకి మర్యాద చూపితే అదేం నీతి?

'చైనా నాయకులు చెప్పేది అబద్ధం' అని వీరు డైరెక్టుగా చెప్పడం లేదు గానీ, ఇన్‌డైరెక్టుగా అదే అర్థం. వీరి దౌత్యనీతి తాబేలుని చంపడానికి ఇన్‌డైరెక్టుగా మార్గం చెప్పిన రుషిగారి కథని గుర్తు తెస్తోంది. కొందరు బాటసారులు తాబేలుని చంపడానికి దాని డిప్పమీద ఎన్ని దెబ్బలు వేసినా, అది లోపలికి ముడుచుకుంటోందే గాని చావడం లేదు. ఒక రుషిగారు ఆ దారినే పోతూ, ఆ దృశ్యం కాసేపు చూసి, "అలాకాదు కొట్టడం" అన్నాడు.

"మరి ఎలా కొట్టాలో చెప్పండి స్వామీ!"

"నేను రుషిని కదా? నేనెలా చెపుతాను? ఇంకెక్కడన్నా కొట్టొచ్చేమో ఆలోచించండి. వెనక్కి తిప్పి కొట్టొచ్చేమో ఆలోచించండి. నేను రుషిని కదా? నేను చెప్పను" అంటూ వెళ్ళిపోయాడు. బాటసారులికి వుపాయం దొరికి తాబేలుని వెనక్కి తిప్పారనుకోండి.) ఇక, ఈ సిద్ధాంతంలో వున్న అవకతవకలేమిటో బెతల్‌హామ్ విమర్శలో చూడండి. ★

"రెండో" ప్రపంచానికీ, "మూడో" ప్రపంచానికీ వైరుధ్యం వున్నప్పటికీ, ఆ వైరుధ్యంలో 'ఘర్షణ కన్నా 'ఐక్యత'కే ఆధిక్యత వుంటుందని ఈ సిద్ధాంతం చెప్పేది పూర్తిగా తప్పు. వెనకటి చరిత్రా నేటి చరిత్రా మనకు నేర్పేదానికీ, ఈ అభిప్రాయానికీ పూర్తిగా విరుద్ధం. "రెండో" ప్రపంచం అని చెప్తోన్నదాంట్లో అనేక దేశాల్నీ; "మూడో" ప్రపంచంలో అనేక దేశాల్నీ ఒకదానినొకటి శత్రువులుగా మార్చిన సంఘటన లెన్నిటినో చరిత్ర చూపించింది. అంతేగాక, 'మూడో' ప్రపంచంలో వున్న దేశాల మధ్య కూడా తీవ్రమైన ఘర్షణలున్నాయి. గత చరిత్రా, ప్రస్తుత వాస్తవాలూ కూడా ఇంకా మనకేం చూపిస్తున్నాయంటే — "మొదటి" ప్రపంచం అని పిలిచే రష్యా, అమెరికా అగ్రరాజ్యాల్లో దేనికో ఒకదానికి, "మూడో" ప్రపంచ దేశాల ప్రభుత్వాల్ని కట్టివేసే పరాధీనతా సంబంధాలు ఎంత ఎక్కువగానో వున్నాయి. ఈ 'మూడు ప్రపంచాల సిద్ధాంతం' మావో చెప్పిందేనని చెప్తూ దీనికి ఒక "అథారిటీ"ని కల్పించాలని చూస్తున్నారు.

ఈ 'అథారిటీ వాదం' ఒక తప్పుడు సిద్ధాంతానికి (ఏదైతే వర్గపోరాటాన్ని మరుగుపరుస్తోందో; ఏదైతే దేశాలమధ్య వైరుధ్యాల్ని చెప్పడంలేదో— అలాంటి తప్పుడు సిద్ధాంతానికి) శాస్త్రీయ విలువని తెచ్చిపెట్టజాలదు. ఈ 'మూడు ప్రపంచాల సిద్ధాంతం' మావోదేనని చెప్పడమేగానీ, దీన్ని చర్చించిన మావో రచన ఏదీలేదు. ఈ సిద్ధాంతం మొట్టమొదట అధికారికంగా ఐక్యరాజ్యసమితిలో టెంగ్ సియావో పింగ్ ఇచ్చిన వుపన్యాసంలో కనపడింది.]132

---

132. 1974 ఏప్రిల్ 9న న్యూయార్క్ ఐక్యరాజ్య సమితి జనరల్ అసెంబ్లీ సమావేశంలో, చైనా ప్రతినిధిగా టెంగ్‌సియావో పింగ్ ఒక వుపన్యాసం ఇచ్చాడు. దాన్ని చైనాలో "పెకింగ్ రివ్యూ" పత్రిక ఏప్రిల్ 12న ప్రచురించింది. (టెంగ్ వుపన్యాసం - 5-10-74, జనశక్తి) 'మూడు ప్రపంచాల విభజన' అనేది ఈ వుపన్యాసంతోనే మొట్టమెదట ప్రపంచానికి వెల్లడైంది. అందులో టెంగ్ ఇలా అంటాడు. "అంతర్జాతీయ సంబంధాలలోని మార్పుల్ని జాగ్రత్తగా పరిశీలించి చెప్పాలంటే ప్రపంచంలో ఈనాడు మూడు భాగాలున్నాయి. లేదా మూడు ప్రపంచాలున్నాయి. వాటిమధ్య పరస్పర సంబంధమూ వైరుధ్యమూ వున్నాయి. అమెరికా, సోవియట్ యూనియన్లు మొదటి ప్రపంచం. ఆసియా, ఆఫ్రికా, లాటిన్ అమెరికాలలోనూ, ఇతర ప్రాంతాలలోనూ వున్న అభివృద్ధి చెందుతోన్న దేశాలు మూడవ ప్రపంచం. ఈ రెంటికీ మధ్య వున్న అభివృద్ధి చెందిన దేశాలు రెండవ ప్రపంచం." — ఈ విభజనతోపాటు, 'మూడో ప్రపంచంతో ఐక్య సంఘటన కట్టాలి' అనే వ్యూహం తాలూకు ఛాయలు కూడా ఈ వ్యాసంలో వున్నాయి. "...సామ్రాజ్యవాదుల గుత్తాధిపత్యం బద్దలు కొట్టి తమ స్వంత ఆర్థిక హక్కులనూ ప్రయోజనాలనూ కాపాడుకోవడానికై అభివృద్ధి చెందుతోన్న దేశాలు ఎందుకు సంఘటిత పడకూడదూ?" లాంటి ఒకటి రెండు ప్రశ్నలు ఈ వ్యాసంలో కనపడతాయి. అయితే. ఈ 'విభజన' గురించి గానీ, ఈ వ్యూహం గురించిగానీ మావో రూపొందించినట్టు ఆ వుపన్యాసంలో ఎక్కడా లేదు. "ఛైర్మన్ మావో బోధించినట్టు..." అంటూ మావో పేరు ఈ వుపన్యాసంలోనే ఇతర సందర్భాల్లో ఎత్తాడుగానీ, ఈ 'ప్రపంచ విభజన' సందర్భంలో ఎత్తలేదు. "ఒక మూడో ప్రపంచ దేశ నాయకుడితో" మావో మాట్లాడింది 74 ఫిబ్రవరిలోనే అయినప్పుడు, అదే విషయం ఏప్రిల్లో టెంగ్ మాట్లాడేప్పుడు అందులో మావో ప్రస్తావన కనీసంగానైనా ఎందుకు రాలేదు? అది మావో విభజనే అయితే "ఛైర్మన్ మావో చెప్పినట్టు......" అనే మాటలు టెంగు, ప్రపంచ విభజనకు చేర్చకుండా వుంటాడా? ఇవ్వాళ "ఇది మావో విభజన" అని చెప్తోన్న వాళ్ళు ఆ మాట ఆనాడే ఎందుకు చెప్పలేదు?

"ఇది టెంగ్ విభజనే. ఈ విభజన మీదా, ఈ కార్యక్రమం మీదా టెంగ్‌కి ఆనాటినించీ దృష్టి వుంది" అని నిర్ణయించుకోడానికి కొన్ని ప్రశ్నలు అడ్డం వస్తాయి. టెంగ్ ఈ వుపన్యాసం ⟶

'మూడు ప్రపంచాల సిద్ధాంతం' మునుముందుకు సాగిపోతోంది అనడానికి కొన్ని వుదాహరణలు చూడొచ్చు. ఆఫ్రికాలో ఫ్రెంచి సామ్రాజ్యవాదుల జోక్యానికి మద్దతు ఇవ్వడంలోనూ; మొబుతు, బొకాస్సా, ఈదీ అమీను లాంటి అత్యంత విప్లవ వ్యతిరేక ప్రభుత్వాలకు

→ ఇచ్చింది మావో జీవించి వున్న కాలంలోనే కదా? సాంస్కృతిక విప్లవ నాయకులైన "నలుగురూ" పార్టీలో వున్న కాలంలోనే కదా? ఈ విభజన తప్పయితే ఆనాడు ఆ విధంగా మాట్లాడడం టెంగ్‌కి ఎలా సాధ్యమైంది? - అనే ప్రశ్నలు. కానీ, మావో వున్న కాలంలోనే ఇలాంటి విషయాలు లక్ష జరిగాయి. (విప్లవ పంథాకి మెజారిటీ లేకపోవడమో, ఇంకొకటో అసలు కారణాలు ఏవైనా కానివ్వండి, మావో వున్నకాలంలో కూడా పార్టీలో తప్పుడు విషయాలు బోలెడు జరిగాయి). లిన్‌పియావోని వారసుడిగా ప్రకటించడం మావో వున్న కాలంలో కాదా? అమెరికాతో సంబంధాల ప్రారంభం మావో వున్న కాలంలో కాదా? 'మావో పూజ' జరిగిందంతా మావో వున్న కాలంలో కాదా? మావో వున్నాడు కాబట్టి పార్టీలో ప్రతి అంశమూ సరైన పద్ధతిలోనే నడిచిందా? అలాగే ఈ 'విభజన' విషయం కూడా కావచ్చు. ఈ విభజన మావోది అనడానికన్నా టెంగ్‌ది అనడానికే బలమైన ఆధారాలున్నాయి. ఐక్యరాజ్యసమితి వుపన్యాసంలో టెంగు ఏ అవగాహననైతే బీజ రూపంలో వ్యక్తం చేశాడో దాన్నే 1977 అక్టోబరు నాటికి ఒక సిద్ధాంత రూపంలో ప్రకటించగలిగాడు.

ఈ సిద్ధాంతం వల్ల రివిజనిస్టులకు వచ్చే లాభమేమిటో తెలిస్తే ఇది ఎవరి సిద్ధాంతమో తేలిగ్గా అర్థమవుతుంది. మూడో ప్రపంచం రెండో ప్రపంచంతో కలిసి ఐక్య సంఘటన నిర్మించుకోవాలన్నది కదా ఈ సిద్ధాంతం చెప్పే కార్యక్రమం? ఐక్యసంఘటన అనేది ఆ రెండు ప్రపంచాల ప్రజలూ చేసుకోవాలనా? ఆ ప్రపంచదేశాల ప్రభుత్వాలు చేసుకోవాలనా? ఐక్య సంఘటన, ప్రజలు చేసుకోవలసిందే అయితే, అందులో మొదటి ప్రంపంచ ప్రజలు కూడా కలవొచ్చు కదా? అప్పుడు, మొదటి ప్రపంచం అనీ, రెండో ప్రపంచం అనీ, మూడో ప్రపంచం అనీ తేడాలు ఎందుకు? ప్రపంచ ప్రజలంతా కలవవలిసిందే. ఆ సిద్ధాంతం ఎప్పుడూ వుంది. దాని కోసం కొత్త విభజన అక్కరలేదు. ఈ కొత్త సిద్ధాంతం చెప్పేది ప్రజల ఐక్య సంఘటన కాదనీ, ప్రభుత్వాల ఐక్యసంఘటన అనీ వేరే చెప్పనక్కరలేదు. మూడో ప్రపంచ దేశ ప్రభుత్వాలు రెండో ప్రపంచ దేశ ప్రభుత్వాలతో కలిసి ఒక కార్యక్రమం నిర్ణయించుకోవాలి. మరి, ఈ ప్రభుత్వాలకీ; వాటి ప్రజలకీ వుండే వైరుధ్యాల మాటేమిటి? ఒక దేశంలో విప్లవ పోరాటం జరుగుతోన్నప్పుడు ఆ ప్రజల్ని సమర్ధించాలా? ఆ పోరాటాన్ని వ్యతిరేకించే ప్రభుత్వాన్ని సమర్థించాలా? ఈ సిద్ధాంతం ప్రకారం ప్రభుత్వాలతో ఐక్య సంఘటనే ముఖ్యం కాబట్టి, ఆ ప్రభుత్వాల మీద జరిగే విప్లవ పోరాటాల్ని వ్యతిరేకించి, ప్రభుత్వాలనే సమర్థించాలి. అగ్రరాజ్యాల్ని దెబ్బకొట్టే పేరుతో ఈ సిద్ధాంతం చెప్పే దేమిటంటే— ఎక్కడికక్కడ ప్రజలు తమ ప్రభుత్వాలతో రాజీలు పడాలనే. చివరికి ఇది చేసేపని ప్రజల పోరాటాల మీద దెబ్బకొట్టడమే. రివిజనిస్టుల అవసరాలకు సరిపోయే సిద్ధాంతమే ఇది.

ప్రపంచ విప్లవ శక్తుల్ని నిజంగా ఏకం చేసేందుకూ, ఆర్గనైజ్ చేసేందుకూ సరైన ఏకైక మార్గం— మళ్ళీ కమ్యూనిస్టు ఇంటర్నేషనల్ స్థాపించుకుని దాన్ని విప్లవకరంగా నడుపుకోడమే. దోపిడీ పీడల్ని వ్యతిరేకించే ఏ శక్తులైనా అక్కడే కలుస్తాయి. ప్రతి దేశంలోనూ, ప్రజలు, తమ సామాజిక దశల్ని బట్టి వర్గపోరాటాలు చెయ్యడమూ, వాటికి ప్రపంచ ప్రజలు సహకారం ఇవ్వడమూ- అనే కార్యక్రమాల ద్వారా మాత్రమే ప్రజలు సామ్రాజ్యవాదాన్ని గానీ, ఆధిపత్య వాదాన్నిగానీ, యుద్ధాల్ని గానీ, మరిదేన్నిగానీ ప్రతిఘటించగలుగుతారు.

("మూడు ప్రంపంచాల సిద్ధాంతం" గురించి ఇప్పుడు చైనా పార్టీ దృక్పథం ఎలా వుందో "అనువాదకుల చివరిమాట"లో చూడండి).

★

మద్దతు ఇవ్వడంలోనూ; లాటిన్ అమెరికాలో పినోకెట్ ప్రభుత్వానికి మద్దతు ఇవ్వడంలోనూ — 'మూడు ప్రపంచాల సిద్ధాంత' ఫలితాలు కనపడుతున్నాయి.[133]

---

133. **ఆఫ్రికాలో ఫ్రెంచి సామ్రాజ్యవాదుల జోక్యం**: ఆఫ్రికా ఖండంలో అనేక దేశాలు గతంలో ఫ్రాన్స్ వలసలే. ఆ దేశాలు వర్గ సామరస్య ధోరణిలోనే "స్వతంత్ర" దేశాలయ్యాయి. ఇప్పటికీ ఆ దేశాల మీద ఫ్రాన్స్ పట్టు (నయా వలస విధానం) బలంగా వుంది. ఆ దేశాలలో ఆర్థిక వ్యవస్థనంతటినీ ఫ్రెంచి బ్యాంకులూ, ఫ్రెంచి కంపెనీలూ కంట్రోల్ చేస్తాయి. కొన్ని దేశాల్లో ఫ్రెంచి సైన్యాలు కూడా వున్నాయి. కొన్ని దేశాలతో సైనిక ఒప్పందాలు వున్నాయి. ఏ దేశ ప్రభుత్వమైనా ఫ్రెంచి విధానాన్ని వ్యతిరేకిస్తే కుట్రద్వారా ఆ ప్రభుత్వాన్ని కూలదోసి తమకు అనుకూలంగా నడిచే ప్రభుత్వాన్ని పెడతారు. ప్రజల జాతీయోద్యమాల్ని అణచడంలోనూ, నయావలస విధానాలు సాగించడంలోనూ, ఫ్రాన్స్‌కీ, అమెరికాకీ ఏమీ తేడా లేదు. ఇలాంటి ఫ్రాన్స్, "మూడు ప్రపంచాల సిద్ధాంతం" ప్రకారం రెండో ప్రపంచానికి చెందుతుంది. దానితో సఖ్యంగా వుండాలి కాబట్టి, చైనా రివిజనిస్టులు దానికి మద్దతు ఇస్తున్నారు. వుదా॥ జైర్ సంఘటనలో (ఈ వివరాల కోసం 7 వ నెంబరు ఫుట్‌నోట్ చూడండి) ఒక పక్షాన్ని అమెరికా ఫ్రాన్స్‌లు తీసుకుంటే, ఇంకో పక్షాన్ని రష్యా క్యూబాలు తీసుకున్నాయి. చైనా రివిజనిస్టులు, రష్యా పక్షాన్ని మాత్రమే విమర్శించి అమెరికా పక్షాన్ని సమర్థించారు. ఇందులో ప్రధానంగా రెండో ప్రపంచ దేశమైన ఫ్రాన్స్‌ని సమర్థించాలనే దృష్టితో, (సమర్థించడం అనేదీ, మద్దతు లివ్వడం అనేదీ అనేక పద్ధతుల్లో వుంటుంది. తప్పుచేసే వాళ్ళని విమర్శించకుండా వూరుకున్నా, లేదా ఏదో ఫార్మల్‌గా మాత్రమే విమర్శించినా, లేదా అనుకూలంగా ఏదో ఒక మాట అన్నా — ఇలాంటి పనులు సమర్థించడాలే. మద్దతు లివ్వడాలే). ఆఫ్రికా దేశాల్లో జరుగుతోన్న ఘోరాల్ని సమర్థించడం మూడు ప్రపంచాల సిద్ధాంత ఫలితమే.

మొబుతు: జైర్ ప్రెసిడెంటు. సైనిక నియంత. వీడు ఫ్రాన్స్ బంటు.

బొకాస్సా: సెంట్రల్ ఆఫ్రికా దేశానికి ప్రెసిడెంటు. సైనిక నియంత. వీడు కూడా ఫ్రాన్స్‌కి బంటు. వీడు, 1972లో ఆ దేశానికి తనని తనే శాశ్విత ప్రెసిడెంటుగా ప్రకటించుకున్నాడు. 77లో చక్రవర్తిగా కూడా ప్రకటించుకుని పట్టాభిషేక మహోత్సవం చేసుకున్నాడు. ప్రజల మీద ఘోరమైన అత్యాచారాలు చేశాడు. వీడి ప్రభుత్వంలో మానవ హక్కుల పట్ల ఘోరమైన వుల్లంఘన జరిగిందని ప్రపంచం ఘోషించింది. వీడి సైన్యంలోనే ఒక గ్రూపు 1979లో, తిరగబాటు చేసి ఈ శాశ్విత ప్రెసిడెంటైన చక్రవర్తిని సింహాసనం మీదనించి తోసి పారేశారు. (ఈ నియంతకి చైనా రివిజనిస్టులు ఇచ్చిన మద్దతేమిటో మాకు వివరాలు దొరకలేదు. పట్టాభిషేక మహోత్సవానికి హాజరై వుంటారు, ఏదో 'రాజకీయ' బహుమతి పట్టుకుని).

ఈదీ అమీన్: ఉగాండాకి (ఆఫ్రికా దేశమే) ప్రెసిడెంటు. సైనిక నియంత. 1971లో కుట్రతో అధికారంలోకి వచ్చి, 79లో ఒక తిరగబాటుతో పదవి పోగొట్టుకుని లిబియాలో తలదాచుకున్నాడు. రాజకీయ ప్రత్యర్థుల్ని భయంకరమైన చిత్రహింసలు పెట్టి చంపడంలోనూ, ప్రజలను విచారణ లేకుండా పెద్ద ఎత్తున కుట్ర పద్ధతుల్లో చంపడంలోనూ ప్రపంచ ప్రఖ్యాతిగాంచాడు. తన అభిమాన నాయకుడు హిట్లర్ అని చెప్పుకున్నాడు వీడు. (చైనా రివిజనిస్టులు ఇతనికి ఇచ్చిన మద్దతు వివరాలు కూడా మాకు దొరకలేదు).

పినోకెట్: చిలీకి (అమెరికా ఖండం) ప్రెసిడెంటు. సైనిక నియంత. అమెరికా సామ్రాజ్యవాదుల బంటు. కొంత అభివృద్ధికరంగా నడుస్తోన్న అలెండీ ప్రభుత్వాన్ని, 1973లో, అమెరికా సాయంతో కూలదోసి అధికారంలోకి వచ్చాడు వీడు. రాగానే రాజకీయ పార్టీలన్నిటినీ నిషేధించాడు. పెద్ద ఎత్తున అరెస్టులూ, మరణ శిక్షలూ అమలు చేశాడు. ఈ పినోకెట్ ప్రభుత్వాన్ని చైనా →

[1977 అక్టోబరు 21న, 'చిలీ' దేశంలోని చైనా రాయబారి - చిలీ ప్రభుత్వం గురించీ, దాని అధినేత పినోకెట్ గురించీ తన అభిప్రాయాన్ని "ఎక్సలెంట్" అని ప్రకటించాడు.]

ఈ మద్దతు లివ్వడాన్ని వర్గ దృష్టితో చూసినప్పుడు, ఇది చాలా పెద్ద విషయం. ఒక జాతిగా చైనాజాతి ప్రయోజనాలకు కూడా ఇది పూర్తి విరుద్ధం. 'ప్రజాస్వామ్య భావాల్నీ, జాతీయ వాంఛల్నీ పూర్తిగా నిర్లక్ష్యం చెయ్యడమే ఇది' - అని ప్రజలు భావించేలా వుంది ఇది.

ఇప్పుడు చైనా కూడా ఇలాంటి పనులు చెయ్యడంవల్ల, ఇంతకుపూర్వం అతి నైపుణ్యమైన జిత్తులతో అవే రకం పనులు చేస్తోన్న సోషల్ సామ్రాజ్యవాదులు సరిగానే ప్రవర్తిస్తున్నారనే భావం కలిగించి, వారి ప్రతిష్టను పెంచడానికే ఇది వుపయోగపడుతుంది. ఒగాడెన్‌లోని సోమాలీల జాతీయ విముక్తి పోరాటాలనూ, ఇథియోపియాలోని ఎరిట్రియన్ ప్రజల విముక్తి పోరాటాలనూ అణిచెయ్యడానికి ఇథియోపియా వలసవాదులు ప్రయత్నిస్తోంటే, రష్యా కూడా వారికి అనుకూలంగా వారితో ప్రవర్తిస్తోంది.[134]

అయినా కూడా రష్యా సరైన పనే చేస్తోందని ప్రపంచ ప్రజలు భావించడానికే చైనా అంతర్జాతీయ విధానం వుపయోగపడుతుంది. చైనా అనుసరిస్తోన్న విదేశీ విధానంవల్ల ఎంత వ్యతిరేక ఫలితాలు కలిగాయో చూడాలంటే, మూడో ప్రపంచానికి సంబంధించిన ప్రజల అభిప్రాయాలు చూడాలి. ఈనాడు ప్రపంచ శ్రామిక ప్రజలలో చైనా ప్రతిష్ట అతి నీచ స్థానానికి దిగజారిపోయింది.

→ రాయబారి (రివిజనిస్టు చైనా రాయబారి) "ఎక్సలెంట్" అన్నాడన్న వార్త బెతల్‌హామ్ వ్యాసంలోనే వుంది. ★

134. ఎరిట్రియా: ఇది ఆఫ్రికాలో ఒక ప్రాంతం. 3 సముద్రాలను కలిపే కీలకమైన ప్రాంతం.

రెండో ప్రపంచ యుద్ధానికి ముందు ఇది ఇటలీ వలసగా వుండేది. ఆ యుద్ధంలో ఇది బ్రిటన్ వలసగా అయింది.

ఇథియోపియా: ఇది కూడా ఆఫ్రికా దేశం. ఇదికూడా ఇటలీ వలసగా వుండేదల్లా, రెండో ప్రపంచ యుద్ధంలో బ్రిటన్ వలసగా అయింది. బ్రిటిష్‌వాళ్ళు 1952లో, ఎరిట్రియాని ఇథియోపియాలో చేర్చి "ఇథియోపియా సమాఖ్య"ని ఏర్పరిచారు. ఎరిట్రియా తాలూకు రక్షణా విదేశీ వ్యాపారమూ ఇథియోపియా చూసేటట్టూ, మిగతా విషయాలలో ఎరిట్రియా స్వయంపాలిత ప్రాంతంగా వుండేటట్టూ. కానీ, 10 సంవత్సరాలు గడిచేసరికి ఇథియోపియా ఎరిట్రియాని పూర్తిగా మింగేసింది. దాని పరిశ్రమలన్నిటినీ ఇథియోపియాకి తరలించి, దాని రాజకీయ పార్టీల్ని నిషేధించి, దాని పార్లమెంటుని మూసేసి, దాన్ని తనలో (ఇథియోపియాలో) ఒక రాష్ట్రంగా ప్రకటించేసింది.

బ్రిటిష్‌వాళ్ళు — ఇథియోపియానీ, ఎరిట్రియానీ ఒక సమాఖ్యగా ఏర్పరిచినప్పటి నించీ కూడా ఎరిట్రియా ప్రజలు స్వతంత్రం కోసం పోరాడుతూనే వున్నారు.

ఒగాడెన్‌లోని సోమాలీలు: సోమాలియా ఆఫ్రికాదేశం. ఒగాడెన్ ఒకప్పుడు సోమాలియాలోని భాగం. రెండో ప్రపంచ యుద్ధంలో బ్రిటిష్‌వాళ్ళు ఒగాడెన్‌ని ఆక్రమించి, తర్వాత దాన్ని ఇథియోపియాలో కలిపేశారు. అప్పటినించీ ఒగాడెన్ ప్రజలు కూడా 'స్వతంత్రం' కోసం ఇథియోపియా ప్రభుత్వంతో పోరాడుతున్నారు. (ఇథియోపియా ప్రభుత్వంతో ఒక పక్క ఎరిట్రియా ప్రజలూ, ఒక పక్క ఒగాడెన్ ప్రజలు కూడా పోరాడుతున్నారు) ఒగాడెన్‌లో వున్నవాళ్ళు సోమాలీ జాతీయులే. అందుచేత, సోమాలియాదేశం ఒగాడెన్ పోరాటానికి సహాయం చేస్తోంది. (సోమాలీయాకి అమెరికా సమర్ధన వుంది). ఎరిట్రియానీ, ఒగాడెన్‌నీ అణిచివెయ్యడంలో ఇథియోపియాకి రష్యా మద్దతు నిస్తోంది. ★

చైనా విదేశీ వర్తక విధానం - చైనాని, ప్రపంచ మార్కెట్‌కి మరింత దగ్గిరగా కట్టివేయాలని చూస్తోంది.[135]

[ఒక దేశం తన స్వంత వనరులపై ఆధారపడడం ద్వారానే అభివృద్ధి చెందవచ్చును — అనడానికి చైనా ఒకప్పుడు వుదాహరణగా వుండేది. కానీ, ఇప్పుడా స్థానాన్ని చైనా క్రమంగా పోగొట్టుకుంటోంది]. చైనా అవలంబించే విధానాలవల్ల, చైనాలో వుత్పత్తిశక్తులు అభివృద్ధి చెందే స్థాయి కూడా రానురానూ మరింత ఎక్కువగా ప్రపంచ మార్కెట్‌లో సంభవించే ఒడిదుడుకుల మీద ఆధారపడి తీరాల్సివస్తుంది. ఈ విధంగా 'పెట్టుబడి'ని సమకూర్చే నడకని తీవ్రతరం చెయ్యడంలో ఇమిడివున్న సంక్షోభ కారణాలకు, ఇతర కారణాలు కూడా తోడవుతున్నాయి.

ప్రస్తుత చైనా కమ్యూనిస్టు పార్టీ నాయకత్వాన్ని చరిత్ర ఖండిస్తోంది.

రాబోయే దీర్ఘకాలంలో ఈ పార్టీ అపజయాలే చవిచూస్తుంది. రివిజనిస్టు చరిత్ర అంతా ఈ సంగతే రుజువు చేస్తోంది. రివిజనిజం, తన నిజస్వరూపాన్ని బైట పెట్టుకోక తప్పనివిధంగా రోజురోజుకీ దానిమీద ఒత్తిడి పెరుగుతోంది. దాని నిజ స్వరూపాన్ని ఈనాడు చూడనివాళ్ళకూ, చూడలేనివాళ్ళకూ ఆ సంగతి ముందు కాలంలో తప్పకుండా స్పష్టమౌతుంది. నిజానికి, ఈ రివిజనిస్టు నాయకత్వం, రగిలే అగ్నిపర్వతం మీద కూర్చుని వుంది. తన వాగ్దానాల్ని తనే నమ్మినా, వాటి బూటకత్వం ఏమిటో, ఇంకా సోషలిస్టు పంథానే నడుపుతోందనీ, అది తమకు చేసే వాగ్దానాల్ని తప్పక నిలబెట్టుకోగలుగుతుందనీ మెజారిటీ చైనా ప్రజలు నమ్ముతూ వుండవచ్చు. 'నలుగురు' చేసిన తప్పులవల్ల చికాకులు అనుభవించిన ఒక సెక్షన్ ప్రజలు - ఈ ప్రస్తుత నాయకత్వానికి ఒక రకమైన వుపశాంతితోనూ, కొన్ని సందర్భాల్లో కొంత ఎక్కువ ఆసక్తితోనూ కూడా స్వాగతం పలికారు. అయినప్పటికీ, ఈ నాయకత్వం చేసే వాగ్దానాల బండారం బైటపడ్డప్పుడు పరిస్థితి మారక తప్పదు. అప్పుడు ఈ చైనా ప్రజలే — ఎవరైతే సోషలిజం కోసం సుదీర్ఘమైన పోరాటాలు చేశారో, ఎవరైతే సాంస్కృతిక విప్లవాన్ని అనుభవించారో, ఎవరైతే ఆ విప్లవంలో సరియైన రాజకీయ సామాజికాంశాల్ని ఆచరణలో చూశారో, ఎవరైతే బూర్జువా పాలనాధికారాన్ని ప్రశ్నించడం నేర్చుకున్నారో — ఆ ప్రజలు, అనేకమైన అనుభవాల్ని ఎరిగివున్న ప్రజలు — తమ పురోగమనాన్ని తిరిగి కొనసాగిస్తారు.

ఇది, ఎలా ఎప్పటికి జరుగుతుందో ఇప్పుడు చెప్పలేము. ఈ లోగా పార్టీ నాయకత్వంలో, కొత్త చీలికలు జరగడం వంటి అనేక గందరగోళాలు జరగవచ్చు. టెంగుకి సంబంధించిన క్లాసికల్

---

135. ప్రపంచ మార్కెట్‌కి దగ్గిరిగా కట్టుబడిపోవడం అంటే ఆ మార్కెట్ షరతులకు లోబడి పోవడమే. తమ సరుకుల్ని అమ్మడానికి ప్రపంచవ్యాప్తంగా ఎక్కువ మార్కెట్‌ని సంపాయించాలనీ; తమ అమ్మకాలనించీ కొనుగోళ్ళనించీ ఎక్కువ లాభాలు మిగుల్చుకోవాలనీ; ప్రపంచ మార్కెట్ పోటీలో తామే ప్రథమ స్థాయిలో నిలబడాలనీ బూర్జువా దేశాలన్నీ ఎలాంటి నీచస్థాయి పనులు చేస్తాయో, శ్రమచేసే వారిని ఎంత క్రూరంగా దోస్తాయో, అవే పనులు ప్రపంచమార్కెట్‌కి కట్టుబడే ఏ దేశమైనా చెయ్యవలసిందే. చివరికి బూర్జువా దేశాలు, యుద్ధాల్ని కూడా తమ మార్కెట్ సమస్యలకు పరిష్కారమార్గాలుగా భావిస్తాయి. చైనా విదేశీ వర్తకం ఇప్పుడు సాగుతోన్న తీరులోనే ఇంకా కొంతకాలం సాగితే, ఆ కోణంలో చైనాకి వచ్చే మార్కెట్ సమస్యలు బూర్జువా దేశాలకు వచ్చే సమస్యల్లాంటివే అవుతాయి. ★

రివిజనిస్టు పంథాకీ; సాంస్కృతిక విప్లవం తాలూకు కొన్ని అంశాల్ని నిలపాలని కనపడుతోన్న హువా రివిజనిస్టు పంథాకీ మధ్య ఒక చీలిక పెరుగుతోన్నట్టు కనపడుతోంది.[136]

రివిజనిస్టు నాయకుల బలాబలాల మధ్య జరిగే ఎగుడు దిగుళ్ళన్నీ సెకండరీ విషయాలే. అసలు ప్రధాన నిర్ణయశక్తి చైనా ప్రజలే. కమ్యూనిస్టు పార్టీలో విప్లవ దృక్పథం గల శక్తులు కూడా తప్పనిసరిగా వుంటాయి.[137]

మొత్తంమీద —

ఈ పరిస్థితుల్లో- చైనా విదేశీ మిత్రులు, చైనా ప్రజల పక్షాన, ఏనాడూ లేనంత దృఢంగా నిలబడవలసివుంది. చైనాని మహా విపత్తులోకి ఈడుస్తోన్న నాయకత్వానికి సహకరించే పని ఏదీ కూడా చెయ్యకుండా వుండడం చాలా ముఖ్యం.

సోషలిజం పట్ల దురభిప్రాయం కలిగించడానికి, ఎవరు ఎందుకు ప్రయత్నిస్తారో అర్థం చేసుకోకుండా సాంస్కృతిక విప్లవం ఓడిపోవడం చూసి ప్రపంచ ప్రజలు నిరాశచెంది వున్న ఈ పరిస్థితుల్లో, ఒక రివిజనిస్టు పంథా తాత్కాలికంగా ఎలా ఎందుకు విజయం పొందిందో వివరించడానికి, చైనా మిత్రులు తప్పకుండా ప్రయత్నించాలి. 'విప్లవపంథా' సమర్థకులు చేసిన తప్పులకు మూలకారణాలేమిటో ఆ వివరణ చూపించగలుగుతుంది.

సోషలిజం కోసం పోరాడవలసిన వారందరికీ ఈ విజ్ఞానం అత్యవసరం. దానివల్ల, తమ దేశంలోగానీ, మరెక్కడ గానీ ఇదే ప్రమాదం మళ్ళీ జరగకుండా చేసుకోగలుగుతారు. ఈ విషయాన్ని వివరించే క్రమం ఎంతో దీర్ఘమైనదీ, సంక్లిష్టమైనదీ (కాంప్లెక్స్) కూడా. ఈ వివరణ క్రమాన్ని చివరి భాగాల్లోనే ప్రారంభించడానికి ప్రయత్నించాను.

సుదీర్ఘమైన ఆలోచనా క్రమంలో నా ప్రయత్నం మొదటి అడుగు మాత్రమే. ఈ ప్రయత్నం విజయవంతం కావాలంటే, ఇందులో ఇంకా ఎందరో భాగం తీసుకోవాలి.

చివరికి — థాంక్యూ, డియర్ నీల్‌బర్టన్, మీ వుత్తరం ద్వారా నన్నీ జవాబు ఇచ్చేలా చేశారు. ఈ విధంగా, నేనీ విషయాలు కొన్ని కాయితంమీద పెట్టగలిగాను.

— చార్లెస్ బెతల్‌హేమ్

---

136. ఆ చీలిక పెరగడమూ, హువాకి వుద్వాసన జరగడమూ ఇంతకు ముందు చూశాం. చైనా రాజకీయాల్ని పరిశీలిస్తూ 1978 లో బెతల్‌హేమ్ వూహించిన విషయం సరైనదేనని తర్వాత జరిగిన పరిణామాలు రుజువు చేశాయి. ★

137. విప్లవ పార్టీలో రివిజనిస్టు శక్తులు వున్నట్టే రివిజనిస్టు పార్టీలో విప్లవశక్తులు కూడా వుంటాయి. ఒక పార్టీలో 'ప్రకటించే పంథా'కీ 'అమలు జరిగే పంథా'కీ తేడా వుండడం అనే విషయం రివిజనిస్టు పార్టీకి కూడా వర్తిస్తుంది. ఆ పార్టీ, ఎంత రివిజనిజాన్ని అమలు జరపాలనుకుంటుందో, వాస్తవంలో అదంతా అమలు జరగదు. సమాజంలో విప్లవశక్తులు కూడా వున్నాయి కాబట్టి, అవి తప్పనిసరిగా తమ ప్రయోజనాల కోసం పోరాడతాయి. సమాజంలో శత్రు వైరుధ్యాలనేవి ఎంతకాలం వుంటాయో అంతకాలమూ ఈ పోరాటం తప్పదు. రివిజనిజం శాశ్వితంగా పీఠంమీద కూర్చోడం సాధ్యంగాదు. బలాబలాలు, ఎట్నించి ఎటు ఎన్నిసార్లు మారినా, చివరికి, జనాభాలో ఎక్కువ మందికి ఎటువంటి మార్పులు నిజమైన సుఖశాంతులనిస్తాయో అవే గెలిచి నిలుస్తాయి. ★

పెద్ద ఫుట్‌నోట్లు

ఎంగెల్సు చెప్పిన "అధికారం" ఎలాంటిది?

(**29** వ నంబరు ఫుట్‌నోట్‌కి సంబంధించిన విషయం ఇది)

ఎంగెల్సు 1873లో "అధికారం గురించి" (ఆన్ అథారిటీ) అనే వ్యాసం రాశాడు. (మార్క్స్ - ఎంగెల్స్: సెలెక్టెడ్ వర్క్స్, వాల్యూం నెం - 2; పే. 376 - 79). సమాజంలో ఎలాంటి అధికారమూ వుండకూడదని వాదించే బకూనిన్ వాదులకు జవాబుగా, ఎంగెల్స్ ఈ వ్యాసంలో ప్రధానంగా వుత్పత్తి సంస్థలకు సంబంధించిన అధికారం గురించి చర్చించాడు.

"అధికారం" అంటే - వుత్పత్తి పనిలో పాల్గొనే ప్రతి వ్యక్తి మీదా, అతని స్వంత ఇష్టంతో, స్వంత స్వేచ్ఛతో సంబంధం లేకుండా అతనిమీద ఏదో ఒక ఆజ్ఞని విధించడం. బూర్జువా సమాజాలవరకూ నడిచిన చరిత్రలో శ్రామికులమీద ఈ "అధికారం" ఏ పద్ధతుల్లో అమలు జరిగిందో, అమలు జరుగుతోందో వేరే చెప్పక్కరలేదు. సోషలిస్టు సమాజంలో అయితే ఈ అధికారం ఎలా వుంటుంది - అనే విషయం గురించే ఈ చర్చ.

విప్లవకరంగా నడిచే సోషలిస్టు సమాజాన్నే దృష్టిలో పెట్టుకోవాలి. బూర్జువా పరిపాలన కూలదోసి శ్రామికవర్గాలే వుత్పత్తి సాధనాలను స్వాధీనం చేసుకుని పరిపాలన ప్రారంభించాయనుకుందాం. అప్పటినించీ వుత్పత్తి సంస్థల్లో "అధికారం" అనేది పూర్తిగా లేకుండా పోతుందా? ఏమైనా మారుతుందా? మారితే ఎలా మారుతుంది? - అన్నవి ఇక్కడ ఎంగెల్సు చర్చించిన ప్రశ్నలు.

ఈ వ్యాసంలో ఎంగెల్సు చెప్పిన విషయాలు కొన్ని చూద్దాం.

"ఈ మధ్య చాలామంది సోషలిస్టులు 'అధికార సూత్రం' అని వాళ్ళు దేన్నయితే అంటున్నారో దానికి వ్యతిరేకంగా రెగ్యులర్ పోరాటం ప్రారంభించారు."

"అధికారం అనే మాటని ఇక్కడ నేను ఏ అర్థంతో వాడుతున్నానంటే- ఇతరుల ఇష్టాన్ని ('విల్'ని) మనమీద విధించడం అనే అర్థంతో. ఇంకోరకంగా చెప్పాలంటే, 'లోబడి వుండడం' అనేది వున్నప్పుడే 'అధికారం' అనేది వుంటుంది. ఈ 'అధికారమూ', 'లోబడి వుండడమూ' అనే మాటలు వినసొంపైన మాటలు కావు. ఈ రెండు విషయాలతోటీ ఏర్పడే సంబంధంలో 'లోబడి' వుండవలసిన పక్షం వాళ్ళకి ఆ సంబంధం ఇష్టంగా వుండదు. కాబట్టి ఇక్కడ ప్రశ్నేమిటంటే అధికారానికి ఎటువంటి అవకాశమూ లేకుండా, అది అదృశ్యమైపోయేలాగ చేసే మరో సమాజాన్ని సృష్టించలేమా అన్నది."

ఈనాటి బూర్జువా సమాజానికి పునాదిగా వున్న ఆర్థిక, పారిశ్రామిక, వ్యవసాయక పరిస్థితుల్ని పరిశీలించినప్పుడు — వ్యక్తులు విడివిడిగా చేసే వుత్పత్తి చర్యలు సమిష్టి చర్యలుగా మారుతున్నాయి — అనే విషయం కనిపిస్తుంది. నీటిఆవిరితో నడిచే సంక్లిష్టమైన యంత్రాల్ని వందలాదిమంది పనివారు సూపర్‌వైజ్ చేసే ఆధునిక పరిశ్రమ తన పెద్ద పెద్ద ఫ్యాక్టరీలతోనూ, మిల్లులతోనూ వేరువేరు వుత్పత్తిదారుల చిన్న చిన్న వర్క్‌షాపుల్ని అధిగమించింది."

"విడి విడి వ్యక్తుల ద్వారా జరిగే వ్యక్తిగత చర్యలకు బదులు, వుత్పత్తిదారులు ఒకరిపై

ఒకరు ఆధారపడవలసిన సంక్లిష్ట క్రమాలతో సాగే సమిష్టి చర్యలు జరుగుతున్నాయి. 'సమిష్టి చర్య' అనేదాన్ని గురించి ఎవరు మాట్లాడినా దాన్ని 'నిర్వహించడం' (ఆర్గనైజేషన్) గురించి మాట్లాడక తప్పదు. అలాంటప్పుడు 'అధికారం' అనేది లేకుండా, 'నిర్వహణ' వుండడం సాధ్యమేనా?"

"వుదాహరణకి - దూది వడికే మిల్లుని చూద్దాం. ఈ దూది, ఒకదాని వెంట ఒకటి జరిగే 6 రకాల పనుల ద్వారా దారంగా మారుతుంది. ఈ 6 పనులూ 6 చోట్ల వేరు వేరుగా జరుగుతాయి. యంత్రాలు ఎప్పుడూ నడుస్తూవుండేలా స్టీమ్ ఇంజన్‌ని చూడడానికి ఇంజనీర్ వుండాలి. ఎప్పటికప్పుడు రిపేర్లు చెయ్యడానికి మెకానిక్కులు వుండాలి. సరుకుల్ని ఒకచోటనించి ఇంకోచోటికి మార్చడానికి ఇతర పనివాళ్ళు వుండాలి. ఈ మొత్తం పనివాళ్ళు అందరూ - మొగవాళ్ళూ, ఆడవాళ్ళూ, పిల్లలూ అందరూ - ఆవిరి అధికారం (అథారిటీ ఆఫ్ స్టీమ్)ద్వారా నిర్ణయమయ్యే పని గంటలలోనే తమ పనులు ప్రారంభించడమూ, ముగించడమూ చేసి తీరాలి. మానవుల వ్యక్తిగత స్వేచ్ఛల్ని ఈ ఆవిరి ఎంత మాత్రమూ లక్ష్యపెట్టదు. కాబట్టి, పని వాళ్ళందరూ పని గంటల విషయంలో మొట్టమొదటే ఒక అవగాహనకు వచ్చి తీరాలి. ఈ పని గంటల్ని ఒక పద్ధతిలో ఒకసారి నిర్ణయించుకున్నాక వాటిని తప్పనిసరిగా పాటించాలి. వుత్పత్తి జరిగే ఆ 6 స్థలాలలో, ప్రతీచోటా ప్రతీ క్షణమూ వచ్చే సమస్యల్ని, వుత్పత్తిని ఆపవలసిన అవసరం లేకుండానే పరిష్కరించాలి. ఆ పరిష్కారం అనేది – ఏ శ్రమ విభాగంలో ఎవర్ని అధికారిగా (హెడ్‌గా) నిర్ణయించుకున్నారో ఆ అధికారి నిర్ణయం ద్వారా నైనా జరగవచ్చు, లేదా, మెజారిటీ పనివారి నిర్ణయం ద్వారా నైనా జరగవచ్చు. ఎలా జరిగినా ఆ వుత్పత్తిలో పాల్గొనే ఒక వ్యక్తి ఇష్టం అనేది 'ఒకదానికి లోబడి' వుండవలసిందే. అంటే, సమస్యలనేవి 'అధికారిక పద్ధతి'లో (అథారీటేరియన్ వే లో) పరిష్కారమవుతున్నాయన్న మాట."

"మానవుడు తన విజ్ఞానబలంతోనూ కొత్తవాటిని కనిపెట్టగలిగే మేధావితనంతోనూ ప్రకృతిశక్తుల్ని లొంగదీస్తున్నాడంటే, ఆ ప్రకృతిశక్తులు సామాజిక వ్యవస్థతో ఎలాంటి సంబంధమూ లేకుండా, స్వతంత్రంగా తమ నిజమైన నిరంకుశత్వంతో మానవుడిపై పగ తీర్చుకుంటాయి. మానవుడు తమని ఎంతవరకూ పనిలో నియమిస్తాడో అంతవరకూ అవి మానవుణ్ణి తమకు లొంగదీసుకుంటాయి. భారీ పరిశ్రమల్లో అధికారాన్ని (అథారిటీని) తొలగించడం అనేది మొత్తం పరిశ్రమనే తొలగించడంతో సమానం. మర మగ్గాన్ని నాశనం చేసుకుని చేనేత మగ్గం దశకి తిరిగి చేరడంతో సమానం."

"ఇంకో వుదాహరణ - రైల్వేల గురించి. ఇక్కడ కూడా అసంఖ్యాకమైన వ్యక్తుల సహకారం తప్పనిసరిగా అవసరం— ప్రమాదాలేమీ జరగకుండా వుండాలంటే. అంతకుపూర్వం నిర్ణయించుకున్న గంటలలోనే ఈ సహకారాన్ని ఎక్కడికక్కడ ఎగుడుదిగుళ్ళు లేకుండా సరిగ్గా ఆచరణలో పెట్టాలి. ఇక్కడ కూడా, ఈ పనిలో మొట్టమొదటి షరతేమిటంటే అన్ని సబార్డినేట్ సమస్యల్నీ పరిష్కరించడానికి ఒక డామినెంట్ విల్ (ఆధిక్యతగల శక్తి) వుండాలి. ఈ విల్‌ని నిర్వహించేది ఒకే ప్రతినిధి అయినా కావచ్చు, మెజారిటీ నిర్ణయాలను అమలుజరిపే కమిటీ అయినా కావచ్చు. ఆ విల్‌ని ఏ పద్ధతిలో నిర్వహించినా సరే, ఆధిక్యతతో పనిచేసే ఆ విల్ అనేది మాత్రం అవసరం. ఆ విల్ ఏ పద్ధతి ద్వారా అమలుజరిగినా, ఇక్కడ చాలా స్పష్టంగా కనపడేది అధికారమే."

"నేనిలాంటి ఆర్గ్యుమెంట్లు చూపించినప్పుడు 'అధికార వ్యతిరేకులు' నాకు ఒకే ఒక జవాబు ఇవ్వగలిగారు - "అవును, అది నిజమే, కానీ, ఇక్కడ మన ప్రతినిధులకు ఇస్తున్నది 'అధికారం' కాదు. ఒక 'బాధ్యత'ని మాత్రమే అప్పగిస్తున్నాము" అన్నారు. ఈ పెద్ద మనుషులు ఏమనుకుంటున్నారంటే - విషయాల పేర్లు

మార్చి, ఆ విషయాలనే మార్చేశాం అనుకుంటున్నారు."

('అధికారం' అన్నా అదే. 'బాధ్యత నిర్వహించడం' అన్నా అదే. పేర్ల మార్పేగానీ అసలు జరిగే విషయం ఒకటే. బాధ్యత నిర్వహించే కమిటీకైనా, వ్యక్తికైనా మిగతావాళ్ళు లోబడివుండవలసిందే కదా? - అని ఎంగెల్స్ అర్థం)

"ఈ విధంగా మనం ఏం చూశామంటే — ఒక రకం అధికారాన్ని నిర్వహించడం అనేది ఒక వైపూ (అది ఎలా ఎవరికి అప్పగించబడినప్పటికీ), 'లోబడి వుండడం' అనేది రెండో వైపు — ఈ రెండు విషయాలూ అన్ని సామాజిక నిర్మాణాలకూ అతీతంగా మనమీద విధించబడ్డాయి. మనం, వుత్పత్తీ, సరుకుల చెలామణీ ఏ భౌతిక పరిస్థితుల్లో అయితే చేస్తామో, ఆ పరిస్థితులతోపాటే ఈ విషయాలు మనమీద విధించబడ్డాయి."

'అధికారం - అనేది అబ్సల్యూట్‌గా (దేనితోటీ సంబంధం లేకుండా దానికదే విడిగా) చెడ్డది' అనిగానీ, 'స్వేచ్ఛ - అనేది అబ్సల్యూట్‌గా మంచిది' అనిగానీ భావించడం అర్థంలేని విషయం. అధికారమూ, స్వేచ్ఛా - అనేవి రెలిటివ్ విషయాలు (ఇతర పరిస్థితులతో సంబంధాల్నిబట్టి వుండే విషయాలు). వీటి పరిధులు, సమాజాభివృద్ధిలో వివిధ దశలతోపాటు మారుతూ వుంటాయి."

"వుత్పత్తిని నిర్వహించడానికి కనీసం ఎంత అధికారం తప్పనిసరి అవుతుందో అంత అధికారం మాత్రమే వుండేలాగ భవిష్యత్ సమాజం అధికారాన్ని పరిమితం చేస్తుంది - అనిగాని స్వేచ్ఛావాదులు అనేట్లయితే, మనం ఒకరి అభిప్రాయాలు ఒకరు సరిగా అర్థం చేసుకోవచ్చు. కానీ, వీరు 'అధికారాన్ని' తప్పనిసరి అవసరంగా చేస్తోన్న వాస్తవాలన్నిటికీ కళ్ళు మూసుకుని ఈ "అధికారం" అనే మాట గురించే వుద్రేకంగా పోట్లాడుతున్నారు."

— ఇవీ "అధికారం" గురించి ఎంగెల్స్ చెప్పిన ప్రధానమైన విషయాలు. ఇవి చాలా స్పష్టంగానే తెలుస్తోన్నా, అధికారం గురించి చెప్పడంలో ఎంగెల్సు పొరపాటు చేశాడనే అభిప్రాయానికి రావడం అంటే, ఆ వ్యక్తులు ఎంగెల్సు అభిప్రాయాల్ని తగినంత స్పష్టంగా అర్థం చేసుకోలేదనే అనాలి.

"కార్మికులు తమ కోసం తామే పని చేసుకునే సోషలిస్టు సమాజంలో ఈ క్రమశిక్షణ (డిసిప్లిన్) అనవసరమైపోతుంది" అని మార్క్సు అన్నాడనీ, ఆ విషయం సరిగా గ్రహించకుండా ఎంగెల్సు ఫ్యాక్టరీలలో ఎప్పుడూ అధికారం వుండాలని అంటున్నాడనీ- ఎంగెల్సు మీద బెతల్‌హామ్ విమర్శ. (హేరీ బ్రేవర్‌మన్ విమర్శ కూడా ఇదే. ఈయన అమెరికన్ మార్క్సిస్టు).

"ఈ క్రమశిక్షణ అనవసరమైపోతుంది" - అని మార్క్సు అన్నది ఏ క్రమశిక్షణ గురించి? - బూర్జువా క్రమశిక్షణ గురించి. ఆ బూర్జువా క్రమశిక్షణే అవసరమని ఎంగెల్సు అంటున్నాడా? కార్మికులతో మితిమీరిన పనిచేయించడం కోసం బూర్జువాలు కార్మికులమీద ఏ రీజన్ లేని నిబంధనలైతే పెడతారో, ఎలాంటి అధికారమైతే చలాయిస్తారో అవన్నీ అలాగే, అలాంటి అధికారమే కొనసాగాలని ఎంగెల్స్ అంటున్నాడా?

బూర్జువా క్రమశిక్షణ వుండకూడదని మార్క్సు అన్నాడంటే - దాని అర్థం ఫ్యాక్టరీలలో 'సోషలిస్టు క్రమశిక్షణ' కూడా వుండనక్కరలేదనా? 'క్రమశిక్షణ' అనే విషయమే అనవసరమై పోతుందనా?

బూర్జువా అంశం నశించవలసిన ప్రతీచోటా సోషలిస్టు అంశం ఏర్పడక తప్పదు. బూర్జువా నీతికి బదులు సోషలిస్టు నీతీ, బూర్జువా న్యాయానికి బదులు సోషలిస్టు న్యాయం, బూర్జువా క్రమశిక్షణకు బదులు సోషలిస్టు క్రమశిక్షణా, బూర్జువా సంబంధాలకు బదులు సోషలిస్టు సంబంధాలూ, అలాగే బూర్జువా అధికార నిర్వహణకు బదులు సోషలిస్టు అధికార నిర్వహణా. ఎంగెల్సు చెప్పిందంతా ఈ 'సోషలిస్టు

అధికార నిర్వహణ' గురించే. (దాన్ని 'అధికారం' అనడం బాగుండకపోతే 'పర్యవేక్షణ చెయ్యడం' అనండి, 'క్రమశిక్షణ అమలుజరిగేలాగ చూడడం' అనండి, అదే అర్థం గల ఇంకో మాట ఏదైనా అనండి. ఎంగెల్సు వాడింది పాతమాటేగానీ, దాన్ని పాత అర్థంతో మాత్రం వాడలేదు. ఎంగెల్సు చెప్పే అధికారం శ్రమలో పాల్గొనే వాళ్ళని పీడించడానికో, తలెత్తకుండా అణిచెయ్యడానికో కాదు. వుత్పత్తి కార్యక్రమాలు ప్రకృతిశక్తులతో నడిచే భారీయంత్రాల ద్వారానూ, వుత్పత్తిదారుల సమిష్టి చర్యల ద్వారానూ జరుగుతాయి కాబట్టి, ఆ రెండు విషయాలనుబట్టి వుత్పత్తి జరిగేచోట ఎలాంటి నియమ నిబంధనలు అవసరమవుతాయో అలాంటి నియమ నిబంధనల్ని వుత్పత్తిలో పాల్గొనే వాళ్ళంతా సక్రమంగా పాటించేట్టు చూడడం కోసమే ఈ సోషలిస్టు అధికారం వుంటుంది. ఈ అధికారానికి లోబడవలసింది ఏదో ఒక సెక్షనే కాదు (కార్మికులు మాత్రమే కాదు), వుత్పత్తి క్రమంలో పాల్గొనే సమస్త జనమూనూ. ఈ అధికారాన్ని నిర్వహించేది శత్రువర్గాలు కావు. వుత్పత్తిలో పాల్గొనేవాళ్ళే ఒక సమిష్టి అవగాహనతో, అక్కడ వున్న పరిస్థితుల్నిబట్టి, ఆ సంస్థలో ఏ స్థాయి అధికార నిర్వహణ తప్పనిసరిగా అవసరమో చర్చించుకుని ఆ బాధ్యతని ఒక వ్యక్తికో, ఒక కమిటీకో అప్పగిస్తారు. ఆ వ్యక్తిగానీ, ఆ కమిటీగానీ, ఆ అధికార నిర్వహణ పనిలో ఎల్లకాలం వుండరు. అలావుంటే, ఎప్పుడూ ఒకే వ్యక్తి (లేదా ఒకే కమిటీ) అధికారం చెయ్యడమూ, మిగతా వారంతా దానికి ఎప్పుడూ లోబడి వుండవలసిరావడమూ జరుగుతుంది. అందుచేత, ఆ అధికార నిర్వహణాబాధ్యత వంతులవారీగా వుత్పత్తిదారులందరికీ మారుతుంది. ఆ బాధ్యత నిర్వహించే ఏ వ్యక్తి అయినా తప్పుగా ప్రవర్తిస్తే, ఆ వ్యక్తిని చెక్ చెయ్యడానికీ, అవసరమైతే తీసివెయ్యడానికీ మిగతావారికి హక్కు వుంటుంది. (ఇదంతా, సోషలిస్టు సమాజం సరైన మార్గంలో నడుస్తోన్నప్పుడు జరిగే సంగతి. సరైన సోషలిస్టు సమాజాన్నే దృష్టిలో పెట్టుకోవాలని మొదటే అనుకున్నాం కదా?)

ఒక సమిష్టి చర్య మీద ఇలాంటి అధికార బాధ్యతని నిర్వహించే అంగం ఒకటి లేకపోతే ఆ చర్య, ఆ సమిష్టి స్వభావాన్ని కోల్పోతుంది. ఎలాగంటే - 6 విభాగాలలో జరిగే దూది వడికే పనిలో ఏ విభాగానికి కావలసిన స్వేచ్ఛ ఆ విభాగానికి వున్నప్పటికీ, అన్ని విభాగాల స్వేచ్ఛల మధ్యా వైరుధ్యాలు రాకుండా, ఆ స్వేచ్ఛల్ని ఒక లక్ష్యం కోసం (వుత్పత్తి కోసం) అజమాయిషీ చేసే అధికారాంగం లేకపోతే, ఆ విభాగాలన్నీ సమిష్టి పర్యవేక్షణలేని, దేనికీ లోబడి వుండనక్కరలేని విడి విడి విభాగాలైపోతాయి. అందుకే, వాటిని కలిపే అంగం వుండాలి. అంటే, ఈ సోషలిస్టు అధికారం అనేది అతి సహజమైన కారణాలవల్ల మాత్రమే వుండగలుగుతుందన్నమాట. ఈ సహజమైన అధికారాన్ని నిర్వహించకుండా వుత్పత్తిని నిర్వహించడం సాధ్యం కాదు అని ఎంగెల్సు చెపుతున్నాడు. 'అధికారాన్ని నిర్వహించడమూ', 'దానికి లోబడి వుండడమూ' అనే రెండు విషయాల స్వభావాల్నీ క్రమక్రమంగా మరింత మరింత సరైనవిగా అభివృద్ధి చెయ్యగలం గానీ, ఆ విషయాలనేవే లేకుండా చెయ్యలేము. ఈ 'అధికారం' అనేది పెత్తనం చలాయించడంలాంటిదీ కాదు, ఈ 'లోబడి వుండడం' అనేది అణిగి మణిగి పడి వుండడం లాంటిదీ కాదు. బూర్జువా అధికారానికి లోబడేటప్పుడు, ఆ లోబడే వాళ్ళకి ఆ విషయం బాధాకరంగా వుంటుంది గానీ, ఇక్కడ 'లోబడడం' అలాంటిది కాదు. వుత్పత్తి క్రమానికి అది తప్పనిసరి అనీ, అది తమ బాధ్యత అనీ, ఈ లోబడడం ఆటలో నియమాలకు లోబడడం లాంటిది అనీ గ్రహించగలిగినప్పుడు, ఇది ఒక సహజ ధర్మంగా అయిపోతుంది.

"........ఈ రెండు విషయాలూ అన్ని సామాజిక నిర్మాణాలకూ అతీతంగా మన మీద విధించబడ్డాయి"- అన్న మాటల్లో అర్థం -

'అధికారం నిర్వహించడమూ' 'లోబడడమూ' అనేవి ఏ సమాజంలోనైనా తప్పనిసరి అని.

కానీ, ఏ సమాజంలోనైనా అవి ఒకే స్వభావాలతో వుంటాయని కాదు. అధికార నిర్వహణ అనేది, బూర్జువా సమాజం వరకూ శ్రామికులమీద 'పెత్తనం' చెయ్యడంలా వుంటుంది. సోషలిస్టు సమాజంలో అది ఒక 'బాధ్యత నిర్వహించడం'లా వుంటుంది. దాని స్వభావంలో ఎంతో గుణాత్మకమైన మార్పు జరుగుతుంది. అలాగే 'లోబడడం' అనే అంశం కూడా. సోషలిస్టు సమాజంలో, ఈ రెండు అంశాల స్వభావాలూ మారిపోతాయిగానీ, అసలా అంశాలే లేకుండా నశించవు. ఏ సమాజంలోనైనా ఆ అంశాలు వుంటాయి అనే కోణంలో చూస్తే, అవి సమాజ నిర్మాణానికి అతీతమైన విషయాలు.

"అధికారమూ, స్వేచ్ఛా అనేవి రెలిటివ్ విషయాలు. వీటి పరిధులు సమాజాభివృద్ధిలో వివిధ దశలతోపాటు మారుతూ వుంటాయి"- అన్న మాటల్లో, ఆ రెండు అంశాలూ 'వివిధ దశలతోపాటు మారతాయి' అన్నదే ఎంగెల్సు చెప్పిందిగానీ ఆ విషయాలు ఎప్పుడూ బూర్జువా సమాజంలోలాగే వుంటాయని ఎంగెల్సు అర్థం కాదు. ఈ మాటల్ని కొంచెం సరిగ్గా గ్రహించుకుంటే, సమాజం సరైన మార్గంలో అభివృద్ధి చెందుతోన్నకొద్దీ 'అధికారాంశం' తగ్గి, 'స్వేచ్ఛ' అంశం పెరుగుతూ వుంటుందని తెలుస్తుంది. అధికారాంశం ఎంత తగ్గినా, ఒకనాటికి అది సంపూర్ణంగా అదృశ్య మయ్యేంతగా మాత్రం తగ్గదు (వుత్పత్తి క్రమం మీద అధికార నిర్వహణే అవసరం లేని పరిస్థితి వుండదు, ఆ వుత్పత్తిక్రమాన్నే వొదిలేస్తే తప్ప). అలాగే, వుత్పత్తిదారుల స్వేచ్ఛ అంశం ఎంత పెరిగినా, సమిష్టిచర్య జరగడానికి అవసరమైన కనీసపు క్రమశిక్షణకు కూడా లోబడనక్కరలేనంత విశాలమైన స్థాయికి మాత్రం అది పెరగదు. వుత్పత్తిదారుడికి సంపూర్ణమైన స్వేచ్ఛ ఎన్నటికీ సాధ్య కాదంటే అర్థం, అతనిమీద కనీస స్థాయిలోనైనా అధికారం వుంటుందనే. అది సోషలిస్టు సమాజంలో సోషలిస్టు స్వభావంతోటీ, కమ్యూనిస్టు సమాజంలో కమ్యూనిస్టు స్వభావంతోటీ వుంటుంది.

అధికారానికి సంబంధించిన ఈ విషయాలు అర్థం చేసుకుంటే, ఒక సోషలిస్టు సమాజం ఏ స్థాయిలో వుందో (ప్రకృతిశక్తుల్ని వుపయోగించుకోవడంలోనూ, వుత్పత్తిదారుల చైతన్యంలోనూ) ఆ స్థాయిని బట్టి, కొంత ఎక్కువో తక్కువో అధికారం వారిమీద అవసరమవుతుందని తెలుస్తుంది. (ఆ అధికార స్వభావం సోషలిస్టుగానే వుంటుందని మళ్ళీ చెప్పనక్కరలేదు).

"ప్రకృతిశక్తులు, సామాజిక వ్యవస్థతో ఎటువంటి సంబంధమూ లేకుండా తమ నిజమైన నిరంకుశత్వంతో మానవుడిపై అధికారం చేస్తాయి -" అన్న మాటల్లో ఎంగెల్సు చెప్పే నిరంకుశత్వం ప్రకృతిశక్తులదే. ఈ నిరంకుశత్వాన్ని "సమాజాతీతమైన నిరంకుశత్వం" అనడంలో ఏమీ తప్పులేదు. ప్రకృతిశక్తులికి బూర్జువాలయినా ఒకటే, కమ్యూనిస్టులైనా ఒకటే. అందరూ వాటి ధర్మాలకు లోబడి నడవవలిసిందే. ఆ లోబడేది ఎంతవరకూ? ఆ శక్తుల్ని ఏ స్థాయివరకూ పనిలో ఉపయోగించుకుంటామో ఆ స్థాయి వరకూ. ఎన్ని విషయాల్లో వుపయోగించుకుంటామో అన్ని విషయాలవరకూ. అంటే, ప్రకృతిశక్తుల్ని మరింత ఎక్కువగా వుపయోగించడం నేర్చుకునేకొద్దీ, పర్యవేక్షణ చేసుకోవలసిన రంగాల పరిధి మరింతగా పెరుగుతుంది. మానవుడు అసలు ప్రకృతిశక్తుల జోలికి పోకుండావుంటే, వాటి ధర్మాలకు లోబడే ప్రసక్తీ, ఉత్పత్తి క్రమాలమీద ఖచ్చితమైన పర్యవేక్షణ ప్రసక్తీ వుండనే వుండదు. ఒకవేపు భారీస్థాయిలో ప్రకృతిశక్తుల్ని వుపయోగించుకుంటూ, దానికి తగిన అధికార నిర్వహణ మాత్రం అక్కరలేదనుకుంటే, అది భారీ పరిశ్రమనే వొదులుకోవడం అవుతుంది. భారీ పరిశ్రమల్ని నిర్వహించుకోలేనప్పుడు, మళ్ళీ వెనకటి కాలానికి పోవలసి వస్తుంది. మర మగ్గం కాలంనించీ చేనేతమగ్గం కాలానికి. (మరమగ్గం

కాలంలో వుత్పత్తిదారులకు ఎంత క్రమశిక్షణా, వుత్పత్తిక్రమం మీద ఎంత పర్యవేక్షణా అవసరమో, అదంతా చేనేత మగ్గం కాలంలో అవసరంలేదు). అధికారమే వుండకూడదనే వాదంతో, 'సోషలిస్టు అధికారాన్ని' కూడా వొదులుకున్నప్పుడు మనం వెళ్ళగలిగేది ముందుకు కాదు, వెనక్కే.

(ప్రకృతిశక్తులు మానవుడిమీద "పగ తీర్చుకుంటాయి" అన్న మాట కవిత్వ ధోరణిలో అన్నదేగానీ, అందులో "పగ తీర్చుకోడం" ఏమీ వుండదు. మానవుడు వాటిని లొంగదీసుకున్నాడు కాబట్టి, అవి కూడా మానవుణ్ణి లొంగదీస్తాయి - అని చెప్పడం).

'అధికారం' వుండవలసిన అవసరం ఏమిటో ఇలా చెప్పిన ఎంగెల్సుని — అధికారం గురించి పొరపాటుగా చెప్పాడనీ, అందుకే చైనా రివిజనిస్టులు ఎంగెల్సు మాటల్ని సహాయంగా తెచ్చుకోగలుగుతున్నారనీ బెతల్‌హామ్ అన్నారు.

మనం, ఎంగెల్సు అభిప్రాయాల్ని సరిగా అర్థం చేసుకోవడంగానీ జరిగితే, ఎంగెల్సుని విమర్శించడంగాక, అతను బూర్జువా అధికారాన్నంతటినీ సమర్థించాడనే ధోరణిలో మాట్లాడే చైనా రివిజనిస్టుల్ని మాత్రమే విమర్శిస్తాం. (వాళ్ళు ఇలా అంటున్నారు — "ఆధునిక భారీ పారిశ్రామిక వుత్పత్తి ఏ క్లిష్ట క్రమాలతో జరుగుతుందో ఆ క్రమాలు కొన్ని భౌతిక సూత్రాలపై ఆధారపడి వుంటాయి. ఆ భౌతిక సూత్రాలకు ప్రతిబింబంగానే ఫ్యాక్టరీ నిబంధనలు వుంటాయి." — ఈ మాటలు విడిగా చూస్తే ఎంతో కరక్టే. కానీ, చైనా ఫ్యాక్టరీలలో ఈ సూత్రమే నడుస్తోందా? భారీ పరిశ్రమల భౌతిక సూత్రాలకు ప్రతిబింబాలైనంత సహజమైన నిబంధనలు మాత్రమే వున్నాయా చైనా ఫ్యాక్టరీలలో? బూర్జువా పెత్తనానికి సంబంధించిన అంశాలు ఏమీలేవా ఆ నిబంధనల్లో? "నియమ నిబంధనల్ని ఎన్నడూ తొలగించడానికి వీలులేదు" అంటున్నారు వాళ్ళు. నిజమే, నియమనిబంధనల్ని ఎన్నడూ తొలగించడానికి వీలు వుండదు. కానీ, ఏ రకం నియమ నిబంధనల్ని ఎన్నడూ తొలగించకుండా వుంచవలిసింది? ఏ రకం నియమ నిబంధనల్ని తొలగిస్తే యంత్రాలు ఆగిపోతాయో ఆ రకం వాటిని మాత్రమే. ఆ రకం వాటిని మాత్రమే ఎప్పుడూ వుంచాలి. ఇప్పుడు చైనా వుత్పత్తి సంస్థల్లో పాటిస్తోన్నవన్నీ ఆ రకం మాత్రమేనా? ఒక కార్మికుడు 'ఒకటి'కో, 'రెంటి'కో వెళ్ళేప్పుడు సూపర్‌వైజర్‌గారి అనుమతి తీసుకోకుండా వెళ్తే యంత్రం ఆగిపోతుందా? ఆ యంత్రానికి సంబంధించిన బాధ్యత ఆ కార్మికుడే ఇంకో కార్మికుడికి అప్పజెప్పి వెళ్తే యంత్రం ఆగిపోతుందా? కార్మికుల జీతాల్లో 'కోత' పెట్టకపోతే యంత్రం ఆగిపోతుందా? కార్మికులు పనిలో హాజరు వేసుకోకపోతే యంత్రం ఆగిపోతుందా? చైనా రివిజనిస్టులు, బూర్జువా నియమ నిబంధనల్నే అమలుపరుస్తూ భారీ పరిశ్రమలకు అత్యవసరంగా కావలసిన సోషలిస్టు నియమ నిబంధనల్ని మాత్రమే అమలు పరుస్తోన్నట్టు ఫోజు పెడుతున్నారు. పైగా, "ఎంగెల్సు కూడా నియమ నిబంధనలు వుండి తీరాలన్నాడు" అని ఎంగెల్స్ అభిప్రాయాల్ని పూర్తిగా వక్రీకరించి తమకు సపోర్టుగా తెచ్చుకుంటున్నారు. రివిజనిస్టులు పని నిబంధనలన్నిటినీ ఎలా మార్చారో వ్యాసంలో చూస్తాము. రివిజనిస్టులు మాట్లాడే మాటలు కూడా కొన్నిసార్లు కరెక్టుగా వున్నట్టే కనపడతాయి. ఆ మాటల్ని చూసి "వీళ్ళు చాలా కరెక్టుగానే వున్నారే" అనుకోకూడదు. ఆ కరెక్టుగా వుండడం, ఆ 'మాటల' వరకే. అందుకే, ఎవరి విషయంలోనైనా ఏం మాట్లాడుతున్నారన్నది కాదు ముఖ్యం. ఏం చేస్తున్నారన్నదే ముఖ్యం).

"అధికారం" గురించి ఎంగెల్స్ రాసిన విషయాలు ఎలా సరైనవో మా అభిప్రాయాలన్నీ బెతల్‌హామ్‌కి రాసినప్పుడు, దానికి జవాబుగా ఆయన ఇలా రాశారు - "మీదే రైటు. నాది తప్పు. 'అధికారం' గురించి ఎంగెల్స్ రాసినదాన్ని హేరీ బ్రేవర్‌మన్‌లాగ నేను కూడా పొరపాటుగా అర్థం చేసుకున్నాను."

★

రష్యాలో వ్యవసాయ సమిష్టీకరణ ఎలా ప్రారంభమైంది?

(42 వ ఫుట్‌నోట్‌కి సంబంధించిన విషయం ఇది.)

వ్యవసాయ సమిష్టీకరణ అంటే — రైతులు, విడి విడిగా సాగుచేసుకుంటూ వున్న భూముల్ని ఒకటిగా కలిపేసుకుని 'సమిష్టిగా' సాగు చేసుకోవడం. 1917 లో జరిగిన విప్లవంలో భూస్వాముల ఎస్టేట్లని గ్రామీణ పేద ప్రజలకు పంచినప్పటినించీ 1929 వరకూ రైతులంతా ఎవరి భూమి వారే సాగుచేసుకుంటూ వున్నారు. విప్లవంలో, ధనిక రైతుల భూముల్నీ, మధ్య తరగతి రైతుల భూముల్నీ తీసుకోలేదు. వాళ్ళ భూములు వాళ్ళకే వుండనిచ్చారు. ఈ రకంగా, విప్లవం తర్వాత కూడా ధనిక రైతులూ, మధ్య తరగతి రైతులూ వున్నారు. (మొదట అందరి భూమినీ సమిష్టీకరణలోకి తీసుకురాగలిగితే, వ్యవసాయ ప్రజలు 'సమిష్టి వ్యవసాయ క్షేత్రాల'లో పనిచేస్తూ శ్రమకు తగిన జీతాలు తీసుకోవడం ప్రారంభిస్తారు. ఆ జీతాల మధ్య ఎక్కువ తేడాలు లేకుండా చేస్తూ, క్రమంగా జీతాలనే తీసేసినప్పటినించీ "ప్రతి వ్యక్తీ శక్తికొద్దీ పనిచేసి అవసరం కొద్దీ తీసుకోవడం" అనే కమ్యూనిస్టు సూత్రం అమలు జరగడం ప్రారంభమవుతుంది. ఈ 'సమిష్టీకరణ'ని ప్రారంభించే కమ్యూనిస్టు పార్టీ ముందు ఇంత భవిష్యత్ కార్యక్రమం వుంది).

సమిష్టిగా వ్యవసాయం చేసుకోడానికి ధనిక రైతులకన్నా, మొట్టమొదట పేద రైతులూ తర్వాత మధ్య తరగతి రైతులూ సుముఖంగా వుంటారు. అది కూడా, సమిష్టీకరణ ఎందుకో వాళ్ళకి సరిగా బోధపరిస్తేనే. లేకపోతే సమిష్టీకరణని పేద రైతులు కూడా వ్యతిరేకిస్తారు. ఈ సమిష్టీకరణ రైతుల (వ్యవసాయ ప్రజల) సంసిద్ధతని బట్టీ, సమిష్టీకరణ అవసరాల్ని వారు గ్రహించడాన్నిబట్టీ ప్రారంభమవ్వాలి. మొదట్లో 20, 30 రైతు కుటుంబాలు తమ భూములన్నిటినీ కలిపేసుకుని సమిష్టి వ్యవసాయం ప్రారంభించవచ్చు. రానురానూ, గ్రామాలకు గ్రామాలే ఒకే వ్యవసాయ క్షేత్రంగా కలిసిపోవచ్చు. ఈ మార్పు ఎందుకు జరగాలో వ్యవసాయ ప్రజలకు స్పష్టంగా అర్థమై, ఆ మార్పువల్ల గతంలో లేని వుపయోగాలు ఏమైనా కనపడుతూ వుంటేనే ఈ సమిష్టీకరణ త్వరత్వరగా అభివృద్ధి చెందుతూ, సమిష్టీకరణలో చేరే భూమి ఎక్కువవుతూ వుంటుంది.

రైతులు, ఎవరికి వారు విడి విడిగా కొంత కొంత భూమి సాగు చేసుకుంటూ బతకడం అంటే, ఆ వ్యక్తులు ఎవరికి వారు ఏకాకితనంతో జీవిస్తున్నారన్నమాట. అలాంటప్పుడు ఎవరి సమస్యలు వారే పరిష్కరించుకోవలసి వుంటుంది. ఒక కుటుంబం తాలూకు భూమి ఏమీ పండకపోయినా, చాలా తక్కువగా పండినా ఆ కుటుంబం మొత్తం పస్తులతో బతకవలసి వొస్తుంది. ఆ కుటుంబాన్ని ఆదుకునే శక్తి ఇతర రైతులికీ వుండదు, సమాజానికీ వుండదు. ఒకవేళ ఆదుకునే శక్తి వున్నా ఆదుకోవలసిన బాధ్యత వుండదు. (ఎంతో కొంత దానధర్మాలు చెయ్యడంతో ఆ బాధ్యత తీరిపోతుంది). ఎవరి భూమిని వారే సాగు చేసుకోవడం అనే భౌతిక పరిస్థితుల్లో, ఒక రైతు కుటుంబం సుఖంగా బతకడం అనేది నిత్యమూ గ్యారంటీగా జరిగే విషయంగా వుండదు. ఏ సంవత్సరం ఎలా జరుగుతుందో చెప్పలేని అనిశ్చిత పరిస్థితిలో రైతు జీవితం కొట్టుమిట్టాడుతూ వుంటుంది. భూమిని సమిష్టిగా సాగు చేసుకోగలిగినప్పుడు వ్యవసాయ జనాభాలో ప్రతీ కుటుంబానికీ, ప్రతీ వ్యక్తికీ మొట్టమొదట 'ఆర్థిక రక్షణ' ఏర్పడుతుంది. సమిష్టీకరణలో చేరడానికి రైతుని మొదట వుత్సాహపరిచే విషయం ఇదే. కానీ, ఇది ఆర్థిక దృష్టి మాత్రమే. ఇంతకన్నా ప్రధానంగా ఏర్పడవలసినది 'సమిష్టీకరణవల్ల సమిష్టి జీవితం

ప్రారంభమవుతుంది' అనే దృష్టి. సమిష్టీకరణవల్ల సమస్యల్ని సమిష్టిగా ఎదుర్కోవడం ప్రారంభమవుతుంది. శ్రమ శక్తిని సమిష్టిగా వుపయోగించుకోవడంవల్ల, విడి విడి రైతులు చెయ్యలేని నిర్మాణ కార్యక్రమాలనేకం చెయ్యడం సాధ్యమవుతుంది. (విస్తృతమైన నీటి పారుదల ఏర్పాట్లు చేసుకోవడమూ, వరదల్ని నివారించుకోవడమూ, భారీ స్థాయిలో నీటిని నిల్వ చేసుకోవడమూ, తిండి పదార్థాలు నిల్వ చేసుకోవడమూ, ఏ ప్రాంతంలో ఏ పంట వెయ్యాలీ ఏ పంటకి ఎంత భూమి కేటాయించాలీ అనే ప్లానింగ్‌ని నిర్వహించడమూ, వ్యవసాయంలో కొత్త రకం ప్రయోగాలతో వుత్పత్తిని పెంచడమూ — వగైరా సమిష్టి కార్యక్రమాలతో, రైతులు తమ పాత రకం ఒంటరి జీవితాన్ని సమూలంగా మార్చివేసుకోవడం సాధ్యమవుతుంది. ఈ కార్యక్రమాల్ని సక్రమంగా నిర్వహిస్తోన్నకొద్దీ రైతుల సమిష్టి చైతన్యం పెరుగుతూ వుంటుంది). ఈ సమిష్టీకరణ స్థిరపడినకొద్దీ ఇది వ్యవసాయరంగంలో కూడా "స్వంత ఆస్తి" విధానాన్ని నిర్మూలించి, సోషలిస్టు సమాజ నిర్మాణాన్ని ప్రారంభిస్తుంది. వర్గ సమాజ సమస్యల్ని సరిగా పరిష్కరించడానికి ఎలాంటి మార్పులు అవసరమో, ఆ మార్పులవేపు వ్యవసాయ ప్రజల్ని తిప్పడం కోసమే వ్యవసాయ సమిష్టీకరణ (కలెక్టివైజేషన్) ప్రారంభం కావడం అవసరం. వ్యవసాయరంగంలో ధనిక రైతు ప్రాబల్యాన్ని దెబ్బ కొట్టడానికీ, 'స్వంత ఆస్తి' విధానాన్నే శాశ్వితంగా వుంచాలని చూసే పెట్టుబడిదారీ పంథాని అధిగమించడానికీ జరిగే వర్గ పోరాటమే ఈ వ్యవసాయ సమిష్టీకరణ అంటే. "సమిష్టీకరణలో చేరితే మీకు ఎక్కువ డబ్బు మిగులుతుంది" అని చెప్పడం మాత్రమే కాదు, వర్గ పోరాటానికి సంబంధించిన జ్ఞానమే ప్రధానంగా ఇవ్వాలి. సమిష్టీకరణ అంతా వ్యవసాయ ప్రజల చొరవతోటీ, సంసిద్ధతతోటీ జరగాలి. ఆ ప్రజలు ఆ విషయాల్ని కనీసంగానైనా గ్రహించేట్టు పార్టీ చెయ్యగలగాలి.

ఈ సమిష్టీకరణ విషయంలో రష్యా పార్టీ ఎలా ప్రవర్తించిందో ఇక్కడ చూస్తాము. ("రష్యాలో వర్గ పోరాటాలు - 2" లో 430 - 472 పేజీల మధ్య ఇచ్చిన సమాచారం సహాయంతో ఈ ఫుట్‌నోట్ ఇస్తున్నాము.)

వ్యవసాయ సమిష్టీకరణ ప్రారంభించాలనే ప్రతిపాదన రష్యాలో 1929 ఏప్రిల్లో ప్రారంభమైంది. వ్యవసాయ ప్రజల జీవన పరిస్థితుల్నీ, చైతన్యాన్నీ అభివృద్ధి పరచడం కోసం సమిష్టీకరణ అవసరం- అనే దృష్టి ఈ ప్రతిపాదనకు లేదు. వ్యవసాయోత్పత్తుల్ని పెంచాలనీ, ఆ వుత్పత్తుల్ని పరిశ్రమల అభివృద్ధికి వుపయోగించాలనీ, వ్యవసాయరంగంలో యంత్ర పరికరాల్ని వుపయోగించడం విశాలమైన ప్రాంతాల్ని ఏక ఖండంగా సాగుచేసినప్పుడే సాధ్యమవుతుంది కాబట్టి సమిష్టీకరణ ప్రారంభించాలనీ — వగైరా అభిప్రాయాలతో ఈ ప్రతిపాదన ప్రారంభమైంది.

సమిష్టీకరణని తొందరపాటు లేకుండా దశలవారీగా సాధించాలని ఏప్రిల్‌లో జరిగిన పార్టీ సమావేశం నిర్ణయించింది. అప్పటినించీ సమిష్టీకరణ ప్రయత్నాలు ప్రారంభమయ్యాయి. ఈ కార్యక్రమాలు 1929 జూన్ నించీ అక్టోబరు వరకూ మొదటి దశగానూ, నవంబరు నించీ 1930 మార్చి వరకూ రెండో దశగానూ జరిగాయి. ఈ సమిష్టీకరణ ఎందుకో రైతులకు బోధించే మాస్ వర్క్ లాంటిది ఏమీ జరగలేదు. మొదటి దశలో రైతుల ఇష్టాయిష్టాల్ని కొంత లెక్కలోకి తీసుకున్నారు. సమిష్టీకరణలో చేరడానికి అంగీకరించిన వాళ్ళతోనే సమిష్టిక్షేత్రాల ఏర్పాట్లు ప్రారంభించారు. కానీ, అలా చేరిన రైతులు చాలా తక్కువ. నూటికి 5 వంతుల భూమి మాత్రమే సమిష్టీకరణలోకి వచ్చింది. రైతులమీద కొన్ని బెదిరింపులూ, ఒత్తిడులూ కూడా ఒక స్థాయిలో సాగినప్పటికీ ఈ దశ కొంత సామరస్యంతోనే నడిచింది. 1929 సెప్టెంబరులో, పార్టీ నాయకులు 'ప్రాంతాలకు ప్రాంతాలనే సమిష్టీకరణలోకి తీసుకురావాలి' అని ఆర్డర్లు జారీ

చెయ్యడం ప్రారంభించారు. అంత పెద్ద ఎత్తున సమిష్టీకరణ జరగాలంటే, అది అప్పటి పరిస్థితులతోటీ, రైతుల చైతన్యంతోటీ బొత్తిగా పొంతన కుదరని విషయం. పార్టీ, ఆర్డర్లు జారీ చేసింది కాబట్టి, ఇక అప్పటినించీ రైతులమీద దండింపుల పంథా ప్రారంభమైంది. "సమిష్టీకరణలో చేరకుండా విడిగా సాగుచేసుకునే వాళ్ళకి విత్తనాలు ఇవ్వం. ఎరువులు ఇవ్వం. పనిముట్లు ఇవ్వం. తక్షణం సమిష్టీకరణలో చేరండి"- అని స్థానిక కార్యకర్తలూ, అధికారులూ రైతుల్ని ఆజ్ఞాపించడం ప్రారంభించారు. ఈ ఒత్తిడి నవంబరు నెలనించీ మరీ పెరిగిపోయింది. ఎందుకంటే, నవంబరు 7 న స్టాలిన్ "గొప్ప మార్పు గల సంవత్సరం" అనే పేరుతో ఒక వ్యాసం రాశాడు. "రైతులు విడివిడిగా కాదు, జిల్లాలకు జిల్లాలే సమిష్టీకరణలో చేరిపోతున్నారు. సోవియట్ ప్రభుత్వం సాధించిన ఘన విజయాల్లో ఇది ఒకటి" అని ఆ వ్యాసంలో. సమిష్టీకరణని తెగ పొగిడాడు. నిజానికి, ఆ వ్యాసంలో విషయాలు ఏమీ నిజం కావు. అప్పటికి గుప్పెడు మంది రైతులు మాత్రమే సమిష్టీకరణలో చేరారు. (డిసెంబరులో వ్యవసాయ నిపుణుల బృందంతో మాట్లాడుతూ స్టాలిన్- "సమిష్టీకరణ చాలా ఈజీగా జరిగిపోతోంది" అని కూడా అన్నాడు). 1932, 33 సంవత్సరాలనాటికి ఫలానా ఇంత భూమి సమిష్టీకరణలోకి రావాలని ఏప్రిల్ నెలలో పార్టీ ఒక లెక్క ఇచ్చింది. కానీ, ఆ లెక్కని మించిపోయి అంతకన్నా ఎక్కువ భూమి అప్పటికి సమిష్టీకరణలోకి రావాలని నవంబరు వ్యాసంలో కొత్త లెక్క ఒకటి ఇచ్చాడు స్టాలిన్. "సమిష్టీకరణ దశలవారీగా క్రమంగా జరగాలి" అని ఏప్రిల్ నెలలో పార్టీ చేసిన నిర్ణయాల్ని వొదిలివెయ్యడమే ఇది. నవంబరు వ్యాసం వచ్చిన వెంటనే ప్రభుత్వ మంత్రివర్గం, 1930 చివరికి ఏ ప్రాంతంలో ఎంత భూమిని సమిష్టీకరణలోకి తీసుకురావాలో టార్గెట్లు నిర్ణయించి, దాన్ని సాధించి తీరాలని స్థానిక కార్యకర్తలందరికీ తాఖీదులు పంపింది. ఇక అప్పటినించీ వ్యవసాయ ప్రజలమీద భయంకరమైన ఒత్తిడి ప్రారంభమైంది. "వారం రోజులు టైమిస్తున్నాం, ఆలోచించుకోండి!" అనే సాధారణ బెదిరింపులతో ప్రారంభించి, సమిష్టీకరణలో చేరడానికి ఇష్టపడని వాళ్ళకి పెద్ద ఎత్తున జరిమానాలు చెయ్యడం, ఓటు హక్కు తీసెయ్యడం, ఆ కుటుంబాల్ని వెలివెయ్యడం, వాళ్ళకి ప్రభుత్వ దుకాణాలనించి సరుకులు అమ్మకపోవడం, వాళ్ళ పిల్లల్ని స్కూళ్ళల్లోనించి తీసెయ్యడం, వాళ్ళు స్వంత సాగు చేసుకోడానికి అవకాశం లేకుండా వాళ్ళ ఇళ్ళల్లో జొరబడి విత్తనాలూ వ్యవసాయపు పనిముట్లూ తీసుకుపోవడం — లాంటి పనులెన్నో చేశారు. ఆ పనులతోటే సరిపెట్టలేదు. రైతుల భూముల్ని తమ ఇష్టానుసారం సమిష్టీకరణలో చేర్చేసి, వాళ్ళకి గ్రామాలకు దూరంగా పనికిమాలిన భూములు ఇచ్చి అక్కడికి పొమ్మనేవారు. రైతుల ఆస్తిపాస్తుల్నీ ఇళ్ళనీ వుచితంగా స్వాధీనం చేసుకునేవారు. లేదా, రోత పుట్టించేంత తక్కువ ధరలు నిర్ణయించి కొనేసేవారు. వుదా॥ ఒక ఇంటిని ఒక రూబుల్‌కి! (ఒక రూపాయి అనుకోండి). అవుని 15 కోపెక్కులకి! (15 పైసలు). సమిష్టీకరణలో చేరనన్న ప్రతీ రైతుకీ "కులక్కు" (ధనిక రైతు) అని పేరు పెట్టి, అరెస్టులు చేసేసి వాళ్ళ భూములు తీసేసుకోడం! "కులక్కుల నిర్మూలన" అనే పేరుతో ఈ పద్ధతులన్నీ పెద్ద ఎత్తున సాగించారు. (కులక్కుల "వర్గాన్ని" తీసేసే పనులు పేదరైతులు చెయ్యాలి. వర్గ దృక్పథంతో పేద రైతుల్ని ఆర్గనైజ్ చేసే కార్యక్రమమే లేదు ఇక్కడ. ఈ కార్యక్రమాలన్నీ పార్టీ కార్యకర్తలే చేశారు. పైగా, పేదరైతుల మీద కూడా చేశారు!) పార్టీకి సంబంధించిన పై శాఖల అధికారులూ, పట్టణాల కార్యకర్తలూ గ్రామాలలోకి వచ్చి, గ్రామ పరిస్థితులు తెలుసుకోకుండానే సమిష్టీకరణకి మార్గాలు సూచించేవారు. ఎవరు కులక్కో ఎవరు కాదో వాళ్ళే నిర్ణయించేవారు.

సమిష్టీకరణలో చేరనివాళ్ళని 3 రకాలుగా నిర్ణయించి శిక్షలు విధించారు. మొదటి రకాన్ని అరెస్టులు చేసి జైళ్ళల్లో పెట్టారు. (52 వేల మందిని ఇలా చేశారు). రెండో రకాన్ని గ్రామాలనించి బహిష్కరించి సైబీరియా లాంటి ప్రదేశాలకు పంపేశారు. (1 లక్షా 50 వేల మందిని ఇలా చేశారు). మూడో రకాన్ని అక్కడే వుండనిచ్చి, గ్రామాలకు దూరంగా తక్కువ రకం భూములు ఇచ్చి, తక్కువ సామానులు ఇచ్చి, ఎక్కువ పన్నులు వేశారు. (ఈ రకం ఎంతమందో వివరం లేదు). 6 లక్షల 50 వేల మందికి ఓటు హక్కు తీసేశారు. కొన్ని సందర్భాల్లో, మగవాళ్ళని జైళ్ళల్లో పెట్టి ఆడవాళ్ళనీ పిల్లల్నీ బహిష్కరించారు. కొన్ని సందర్భాలలో పెద్దవాళ్ళనందర్నీ జైళ్ళల్లో పెడితే పిల్లలు అనాధలుగా తిరిగేవారు.

బహిష్కరణకి గురియైన వ్యవసాయ ప్రజలతో ట్రైన్‌లు కిక్కిరిసి వెళ్ళిపోతూ వుండేవి. దారిలోనే అనేక వందల, వేల మంది చలితో, ఆకలితో, రోగాలతో చచ్చిపోయేవారు. రైతులు ఈ ట్రైన్లని "చావుబళ్ళు" అనేవారు. అన్నాలూయియీ స్ట్రాంగ్ అనే రచయిత్రి — "సోవియట్స్ కాంక్వర్ ది వీట్" అనే పుస్తకంలో "నేను అనేకసార్లు అలాంటి ట్రైన్లు చూశాను. హృదయ విదారకమైన దృశ్యాలు అవి" అని రాసింది. (మైకేల్ షోలకోవ్ "బీళ్ళు దున్నేరు" నవలలో కూడా ఒక భూస్వామి కుటుంబాన్ని పిల్లాజెల్లాతో సహా గ్రామంనించి బహిష్కరించే ఘట్టం వుంటుంది. భూస్వాముల్నీ, ధనిక రైతుల్నీ అయినా ఈ రకంగా బహిష్కరించడం తప్పు పద్ధతే. భూస్వామికి వున్న భూమిలో నించీ కొంత భూమిని ఆ కుటుంబానికి వదిలి మిగిలిన భూమిని స్వాధీనం చేసుకోవాలి. అది సరైన పద్ధతి. ఈ భూస్వాములికీ, రైతులికీ సైబీరియాలో మళ్ళీ భూమి ఇస్తారా, వాళ్ళు అక్కడ ఎలా బతుకుతారు - అనే వివరాలు ఎక్కడా లేవు. బెతల్‌హామ్ పుస్తకంలో కూడా లేవు).

సమిష్టీకరణ కోసం టార్గెట్లు ఇవ్వడం ఎంత ఆశ్చర్యకరమైన పద్ధతుల్లో సాగిందంటే - ఉదా॥ సోస్నోవిస్కీ తాలూకా అధికారులు, కింద స్థాయి కార్యకర్తల్ని "5 రోజుల్లో సమిష్టీకరణ అయిపోవాలి" అని ఆజ్ఞాపించారు. "ఫిబ్రవరి 20 ఉదయం 9 గంటలకు వచ్చి మీ రిపోర్టులు ఇవ్వాలి. మీ టార్గెట్లని మీరు సాధించకపోతే మిమ్మల్ని క్షమించేది లేదు. 24 గంటల్లో మీమీద విచారణ జరుగుతుంది" అని హెచ్చరికలు కూడా చేశారు.

సమిష్టీకరణ కోసం ఇలాంటి ఒత్తిడి సరైనది కాదని, గ్రామ జీవితాలెరిగిన స్థానిక కార్యకర్తలు అభిప్రాయపడ్డా ఆ విషయం పై అధికారులముందు పెట్టడానికి సాహసించలేక పోయేవారు. సాహసించి ఈ ఒత్తిడిని వ్యతిరేకించినవాళ్ళకి జరిమానాలూ, ఇతర శిక్షలూ పడ్డాయి. గ్రామ సోవియట్లకి చైర్మన్‌లుగా వున్నవాళ్ళని కొందర్ని పదవుల్లోంచి తీసేశారు. అధికారుల భయంవల్లా, శిక్షలు పడతాయనే భయంవల్లా, 'పనిలో నేనే వెనకబడి పోతున్నానేమో' అనే సందేహాలవల్లా కార్యకర్తలు ఎక్కడికక్కడ పోటీలు పడి ఎవరి టార్గెట్లు వాళ్ళు పూర్తి చెయ్యడానికి ఈ సమిష్టీకరణ వ్యవహారం అతి నిరంకుశంగా సాగించారు. (గ్రామాల పరిస్థితుల గురించి పార్టీ అధికారులు స్థానిక కార్యకర్తలతో చర్చించడం అన్నది మచ్చుకైనా జరగలేదు).

"సమిష్టీకరణ దిగ్విజయంగా పురోగమిస్తోంది" అనీ, "మధ్యతరగతి రైతులు కూడా సమిష్టీకరణలో పెద్ద ఎత్తున చేరిపోతున్నారు" అనీ పత్రికలు వున్నవీ లేనివీ కల్పించి రాసేస్తున్నాయి, అసలు నిజాలు తొక్కిపట్టి. దిగ్విజయంగా పురోగమిస్తోంది సమిష్టీకరణ కాదు, రైతుల బహిష్కరణే. ఇది ఎంత భయంకరంగా తయారైందంటే, దాన్ని ఆపమని స్టాలిన్ మళ్ళీ ఒక వ్యాసం రాశాడు. "విజయంతో తల దిమ్మెక్కింది" అనే పేరుతో 1930 మార్చి 15 న, "ప్రావ్దా"లో వచ్చింది ఆ వ్యాసం. "సమిష్టీకరణ వుద్యమంలో

పార్టీ పంథాని వక్రీకరించిన కార్యకర్తలకు వ్యతిరేకంగా పోరాటం చెయ్యమని" చెప్పింది ఆ వ్యాసం. కొందరు కార్యకర్తల్లో ప్రమాదకరమైన ధోరణ వుందట. రైతుల మీద బలప్రయోగం చెయ్యకూడదనే సూత్రాన్ని వాళ్ళు వుల్లంఘించారట. భిన్న ప్రాంతాలలో గల భిన్న పరిస్థితుల్ని వాళ్ళు పరిగణనలోకి తీసుకోలేదట. మాస్ వర్క్ ఏమీ చెయ్యకుండా వాళ్ళు రైతులమీద పెత్తందారీ పద్ధతుల్లో ప్రవర్తించారట. తుర్కెస్థాన్ ప్రాంతంలో సమిష్టీకరణలో చేరనన్న వాళ్ళమీద సాయుధ బలగాల్ని ప్రయోగిస్తామనీ, పొలాలకు నీరూ సరుకులూ అందనివ్వం అనీ స్తానికాధికారులు రైతుల్ని బెదిరించారన్న విషయం కూడా స్టాలిన్ తన వ్యాసంలో ప్రస్తావించి, ఇలాంటి ప్రమాదకర ధోరణులన్నిటినీ తను వ్యతిరేకిస్తున్నానన్నాడు. ఇదంతా ఎందుకిలా జరిగిందో చివరికి ఒక కారణం కూడా చెప్పాడు. "సమిష్టి వ్యవసాయ క్షేత్ర వుద్యమ ప్రారంభంలో పొందిన విజయాలు మన కామ్రేడ్లకు కొందరికి మత్తెక్కించాయి. అందుకే లెనిన్ సూచనల్నీ, కేంద్ర కమిటీ సూచనల్నీ వారు మరిచిపోయారు" అన్నాడు. అదీ ఈ తప్పులన్నిటికీ మూల కారణం! మొత్తం దేశాన్నే అల్లకల్లోలం చేసిన విషయాన్ని కొందరు కార్యకర్తలు మత్తెక్కి మరిచిపోవడం వల్ల జరిగిన విషయంగా తేల్చేశాడు పార్టీ నాయకుడు. "కామ్రేడ్లు మరిచిపోయారు" అనే మాట స్టాలిన్ ఆ వ్యాసంలో 9 సార్లు అన్నాడు.

వ్యాసం నిండా చెప్పదల్చుకున్నదంతా ఆ ఒక్క మాటే.

కొందరు కార్యకర్తలు సరైన సూత్రాలు మరిచిపోయి ఈ దురాగతాలన్నీ చేస్తోంటే, మరి పార్టీ నాయకులు ఏం చేస్తోన్నట్టు? రైతుల అరెస్టులూ, బహిష్కరణలూ, భూమి స్వాధీనాలూ వగైరా పనులన్నీ ఎవరి ఆమోదంతో జరిగినట్టు? దేశంలో ఈ భీభత్సాన్నంతా పార్టీ నాయకులు అనేక నెలలపాటు ఎందుకు సాగనిచ్చినట్టు?

ఈ గందరగోళమంతా పార్టీ నాయకులకు తెలియదనుకుందామా? సమిష్టీకరణ వివరాలు అన్ని నెలలపాటు తెలుసుకోకుండా ఆ నాయకులు ఏ రాజ ప్రాసాదాల్లో వున్నట్టు?

తప్పులు చేసిన కార్యకర్తలు ఆ తప్పులన్నీ ఎందుకు చేశారు? వాళ్ళకి టార్గెట్లు ఇచ్చి, వాటిని సాధించకపోతే శిక్షలు వుంటాయని బెదిరించడం వల్ల కాదా?

ఈ తప్పులన్నీ ఒక రాజకీయ పంథానించీ, ఒక నాయకత్వ పద్ధతి నించీ పుట్టుకొచ్చినవే. ఆ పంథాకీ, ఆ పద్ధతికీ ఫలితాలే ఇవి. ఇవి నూటికి నూరుపాళ్ళూ బూర్జువా ఆచరణలు (బూర్జువా ప్రాక్టీసెస్). ఇలాంటి ఆచరణలు జరిపిన పార్టీకి రైతాంగ ప్రజల కష్టసుఖాలపట్ల ఏమీ లక్ష్యం లేదన్నమాట. పరిశ్రమల్ని అభివృద్ధి చెయ్యడానికి వ్యవసాయోత్పత్తుల్ని వినియోగించుకోవాలనే ప్లానుతో సమిష్టీకరణకి పూనుకుంది కాబట్టి, ఆ సమిష్టీకరణని అన్ని నెలలపాటు అలా సాగనిచ్చింది. (ఈ పార్టీ ఆచరించిందే సోషలిజం అయితే, ఈ సోషలిజం మీద ప్రజలందరికీ ఘోరమైన విముఖత కలగకుండా వుంటుందా? ఈ పార్టీ చెప్పే 'కమ్యూనిజం' మీద విశ్వాసం సడలిపోకుండా వుంటుందా? కమ్యూనిజానికి మొదటి శతృవులు బూర్జువాలు కారు, బూర్జువా పంథాలో నడిచే కమ్యూనిస్టులే!). బలవంతపు సమిష్టీకరణ ఆగిపోవాలని కేంద్రకమిటీ ఎప్పుడు నోరు విప్పిందంటే, అది నిర్ణయించుకున్న టార్గెట్లన్నీ పూర్తి అయ్యాకే. అప్పుడు రైతుల కంటినీరు తుడవడం కోసం తప్పంతా కార్యకర్తల మీదకి తోసి "సమిష్టీకరణలో బలవంతం పనికిరాదు" అని శాంతి వచనాలు పల్కింది. సమిష్టీకరణలోకి వచ్చిన రైతులు తిరిగి వెనక్కి వెళ్ళరని దాని ధీమా.

ఆ నవంబరు వ్యాసం కార్యకర్తల్లో పెద్ద గందరగోళం సృష్టించింది. ఇలాంటి హెచ్చరికలు ఇన్ని నెలలనించీ ఎన్నడూ లేవే! మాస్ వర్క్ చెయ్యమన్నమాటే ఎన్నడూ లేదే! ఈ వ్యాసం

అసలు స్టాలిన్ రాసిందేనా — అన్న సందేహాలు పెద్దఎత్తున లేచాయి. ఫోర్జరీ వ్యాసమే అనుకున్నారు దాన్ని. ప్రాంతీయ పేపర్లలో దాన్ని రీప్రింట్లు చెయ్యకుండా ఆపేశారు. రైతుల ఇళ్ళల్లో జొరబడి ఆ వ్యాసం వున్న 'ప్రావ్దా' పత్రికలన్నీ సోదాచేసి తీసుకుపోయారు. రైతులమీద బలప్రయోగాలు వెంటనే తగ్గలేదు. ఆ వ్యాసం వచ్చిన తర్వాత కొంతమంది స్టాలిన్‌కి వుత్తరాలు రాశారు, (తమ ఎడ్రస్‌లు ఇవ్వకుండా) — రైతులమీద ఇంత దౌర్జన్యం ఎందుకు జరిగిందని అడుగుతూ. ఆ వుత్తరాలకు కూడా స్టాలిన్ మళ్లీ పాతజవాబే చెప్పాడు. 'రైతులు సమిష్టీకరణలోకి స్వచ్ఛందంగా రావాలనీ, అన్ని ప్రాంతాలలోనూ ఒకే స్థాయిలో సమిష్టీకరణ జరగదనీ, లెనిన్ చెప్పిన 'ప్రజా పంథా' సూత్రాన్ని నిర్లక్ష్యం చెయ్యకూడదనీ, ఈ సంగతులన్నీ కొందరు కార్యకర్తలు మరిచిపోయారు —' అనీ జవాబు ఇచ్చాడు. అది "మరిచిపోవడమే" అయితే, అలా మరిచిపోయింది కొందరు కార్యకర్తలు కాదు, అందరూను. పార్టీ నాయకులే దాన్ని "మరిచిపోయారు." కేంద్రకమిటీ తరుపున స్టాలిన్ రాసిన ఆ వ్యాసంతోటీ, ఈ జవాబుతోటీ రైతులు కొంత తేలిగ్గా వూపిరి పీల్చుకున్నారు. "సమిష్టీకరణలో మమ్మల్ని బలవంతంగా చేర్చారు. బలవంతం చెయ్యకూడదని పార్టీ రాసింది" అనే వాదంతో రైతులు సమిష్టీకరణలోంచి బైటపడడం మొదలు పెట్టారు. 59% సమిష్టీకరణలోకి వెళ్ళిన భూమి 21.7%కు తగ్గిపోయింది. మాస్కో ప్రాంతంలో అయితే 1930 మార్చిలో 73% భూమి సమిష్టీకరణలో వుండేదల్లా, జూన్ నాటికి 7% అయింది. ఆ మిగిలిన భూమిలో ఏర్పడ్డ సమిష్టి క్షేత్రాల పని కూడా రైతుల నిరుత్సాహంతో ప్రారంభమైంది. సమిష్టి ఆస్తుల్ని దొంగిలించడమూ, పాడుచెయ్యడమూ, పశువుల్ని రహస్యంగా చంపెయ్యడమూ వంటి పనులెన్నో జరిగాయి. వుత్పత్తి బాగా దెబ్బతింది. సమిష్టీకరణలో నిలిచిన రైతులు కూడా కొంత కొంత భూమిని ప్రైవేటుగా సాగుచేసుకోవచ్చునని అనుమతి ఇచ్చేశారు. ప్రైవేట్ ప్లాట్స్ విధానం రష్యాలో ఇప్పటికీ సాగుతోంది. (ఈనాడు ఎంత భూమి సమిష్టీకరణలో వుందీ, ఎంత భూమి ప్రైవేట్ ప్లాట్స్‌గా వుందీ - అనే వివరాలు తెలీవు)

రష్యా వ్యవసాయ సమిష్టీకరణ ప్రారంభంలో ఇంత అపజయానికి కారణం ఏమిటి? దౌర్జన్యపు మిలటరీచర్యలు ప్రయోగించడమే. ("మనుషుల్ని లాఠీలతో స్వర్గంలోకి తోలాలని మేము కోరం" అంటాడు లెనిన్ ఒక సందర్భంలో, నిర్బంధం ఎంత తప్పో చెప్పడానికి. (నిర్బంధ అధికారికభాష అవసరమా - పే. 50) కానీ, "స్వర్గం"లోకి పంపాలన్నదే తోలేవాళ్ళ లక్ష్యం అయితే, ఆ నిర్బంధానికి కొంతైనా విలువ వుంటుంది. ఈ నిర్బంధానికి ఆ విలువ కూడా లేదు. వ్యవసాయ ప్రజల జీవితాల్ని బాగుచెయ్యాలన్నదే కాదు ఈ సమిష్టీకరణ లక్ష్యం). వ్యవసాయ ప్రజలు స్వంత చొరవతో, వుత్సాహంతో, వర్గ చైతన్యంతో, దశలవారీగా చెయ్యవలసిన పనిని, పార్టీ అధికారులు తమ ఆజ్ఞలద్వారా సాధించాలని చూశారు. రైతులు అరెస్టులకీ బహిష్కరణలకీ అయినా తలలు వొంచారుగానీ బలవంతపు సమిష్టీకరణకి లోబడలేదు. చైనా రివిజనిస్టులు కూడా ఈనాడు రైతాంగ సమస్యలపట్ల ఇదే ధోరణితో ప్రవర్తిస్తున్నారని బెతల్‌హామ్ విమర్శ.

(రైతులు - ప్రైవేట్ ప్లాట్స్ వుంచుకునే విధానం కూడా పూర్తిగా వొదులుకుని భూమిని పూర్తి సమిష్టీకరణలోకి ఎప్పటికి మార్చుతారో అప్పటినించీ వాళ్ళు 'రైతువర్గం'గా వుండడం పోయి, 'కార్మిక వర్గం'గా అవుతారు. రైతుల్ని కార్మికవర్గంగా మార్చడానికి, సోషలిస్టు సిద్ధాంతంతోటీ సోషలిస్టు ఆచరణతోటీ పార్టీ పనిచేసినప్పుడే అది జరుగుతుంది). ★

"వ్యక్తి పూజ" విప్లవానికి అవసరమా?

(96 వ ఫుట్‌నోట్‌కి సంబంధించిన విషయం ఇది)

చైనాలో, మావో విషయంలో జరిగిన "వ్యక్తి పూజ"ని (పెర్సనాలిటీ కల్ట్‌ని) విమర్శిస్తూ బెతల్‌హామ్ — అది విప్లవ పంథాకి నష్టమే కలిగించిందన్నారు. అయితే, ఆ తప్పులోకి లిన్‌పియావో, హువాల వంటి వాళ్ళనే చేర్చారు గానీ, మావోని చేర్చలేదు. మావోని తప్పుపట్టలేదు. "ఇందులో మావో బాధ్యతేమీ లేదా?" అని మేము అడిగిన దానికి జవాబుగా ఆయన ఇలా రాశారు- "వ్యక్తి పూజని అరికట్టడానికి మావో నిజంగా ప్రయత్నించాడని నేననుకోను. దాన్ని ఒక అవసరంగా ఆయన భావించాడని నా అభిప్రాయం. ఎన్నో విచ్ఛిన్నకర శక్తులు వున్న పరిస్థితిలో ప్రజల ఐక్యతని కాపాడుకోవడానికి వ్యక్తిపూజని ఒక మార్గంగా ఆయన భావించాడు —" అని.

అంటే, లిన్‌పియావో లాంటి వాళ్ళు మావో కీర్తి నీడన తాము బలపడాలనే స్వార్థంతో "మావోపూజ" సాగిస్తే, మావో మాత్రం "మావో పూజ"ని ఒక విప్లవ అవసరంగా భావించాడని దీని అర్థం. ఈ పూజ గురించి అనుకూలంగా మాట్లాడే ప్రతి ఒక్కరూ చెప్పే కారణం ఇదే! ఎడ్గార్‌స్నోకి ఇచ్చిన ఇంటర్వ్యూల్లో మావో చెప్పింది కూడా ఇదే! 'తన పూజ' చాలా అవసరమని భావించామని! ఆ ఒక్క కారణమే గట్టిగా చెప్పాడా అంటే — లేదు. ప్రజలు సాంస్కృతికంగా వెనకబాటుతనంతో వుండి, ఈ వ్యక్తి పూజని పెద్ద ఎత్తున చేశారన్న కారణం కూడా ఒకటి చెపుతాడు. ఈ రెండు అంశాలూ ఒకదానికొకటి పొసగవు.

అసలు ఈ 'వ్యక్తి పూజ' విప్లవానికి అవసరమా? దీన్ని ప్రజలు చేశారా, విప్లవకారులు చేశారా? – అని చర్చించే ముందు అసలు ఈ పూజ కోసం ఎలాంటి పనులు జరిగాయో తెలుసుకోవాలి.

1 — మావో గురించి ఏం మాట్లాడాలన్నా, ఏం రాయాలన్నా ఆ పేరుముందు నాలుగు మహత్తరమైన విశేషణాలు (ఫోర్ గ్రేట్స్) చేరుస్తూ వుండాలి.

1) మహోపాధ్యాయుడు (గ్రేట్ టీచర్)
2) మహానాయకుడు (గ్రేట్ లీడర్)
3) మహోన్నత కమాండరు (గ్రేట్ సుప్రీమ్ కమాండర్)
4) విప్లవనావను నడిపే మహానావికుడు (గ్రేట్ హెల్మ్స్‌మన్)

తన గురించి ఈ రకం విశేషణాలు వాడుతున్నారని ఈ మాటలు స్నోతో మావో స్వయంగా చెప్పినవే. చైనా విప్లవం కోసం చేసిన కృషికి మావో ఇంతకన్నా గొప్ప విశేషణాలకు అర్హుడే. అంతమాత్రాన, ఆ విశేషణాలన్నిటినీ ఆ వ్యక్తి పేరుతో చేరుస్తూ వుండవలిసిందేనా? ఆ వ్యక్తి ఎలాంటివాడో ఈ పద్ధతిలో చాటుతూ వుండవలిసిందేనా? "కేంద్రకమిటీ ఒక తీర్మానం చేసింది" అని చెప్పవలసివస్తే, ఆ విషయం అంత సింపుల్‌గా చెప్పరు. ఆ కేంద్రకమిటీ ఎలాంటిది? — పార్టీ ఆధ్వర్యాన నడిచేది. ఆ పార్టీ ఎలాంటిది? — ఒక మహా ఛైర్మన్ నాయకత్వాన నడిచేది. ఆ మహా ఛైర్మన్ — ఎలాంటివాడు? — మహోపాధ్యాయుడూ, మహోన్నత కమాండరూ, మహానావికుడూ, మహా నాయకుడూ అయినవాడు. అందుచేత, కేంద్రకమిటీ ఒక తీర్మానం చేసిందని చెప్పాలంటే — "మన మహోపాధ్యాయుడూ, మహా నాయకుడూ, మహోన్నత కమాండరూ, మనల్ని నడిపే మహానావికుడూ అయిన మన ఛైర్మన్ మావో మహత్తర నాయకత్వాన గల పార్టీ కేంద్ర కమిటీ ఒక తీర్మానం చేసింది" అంటారు. పార్టీ గురించి మాట్లాడినా, కేంద్ర కమిటీ గురించి మాట్లాడినా, నాయకత్వం గురించి మాట్లాడినా, మావో పేరు

ఎత్తవలసిన ప్రతీ చోటా ఈ మాటలన్నీ రైలుపెట్టెల్లాగ వరసగా వుండవలిసిందే. ఒక పేరాలో ఇలా చెప్పడం అయ్యాక, రెండో పేరాలో మళ్ళీ మావో పేరు అవసరమైతే ఇదంతా మళ్ళీ మొదలు! చైనా పత్రికల్లోనూ, పుస్తకాల్లోనూ (మన విప్లవ పత్రికల్లో కూడా) ఇలాంటి వాక్యాలు వందలూ, వేలూ దొరుకుతాయి. (రాజధిరాజ మార్తాండతేజ....... లాంటి వర్ణనలకీ, దీనికీ ఏమిటి తేడా? రాజుగారి లక్షణాలైతే అన్నీ అబద్ధాలే గానీ మావో లక్షణాలు నిజమైనవే కదా? - అంటారా? అన్నీ అంత నిజమైనవే ఈ పూజలో వుండడంలేదు. ఒకవేళ నిజమైనవే అయినా, వాటిని అలా చాటే పద్ధతిలో ఏమీ అసహజత్వం లేదా?)

2 — పేరుకి ముందు ఇలాంటి విశేషణాలెన్నో చేర్చడమేగాక, మనిషినే కీర్తనలతో ముంచెత్తడం మరో లక్షణం ఈ 'పూజ'కి.

"ప్రపంచాన్ని వెలిగించే సూర్యుడు మావో. మానవజాతి చరిత్రలోనే పోలిక లేని మహాజీనియస్ మావో. మావోకి సమస్తమూ తెలుసు. మావో సమస్తమూ చేశాడు"! (హోక్సా: రిఫ్లెక్షన్స్ ఆన్ చైనా - 1: పే. 224)

"సోషలిజంనించి కమ్యూనిజానికి వెళ్ళడానికి ఒక షార్ట్‌కట్‌గా వుండే ప్రత్యేక మార్గాన్ని కనుగొన్న మార్క్సిస్టు లెనినిస్టు సిద్ధాంతవేత్త మావో"! (రైస్, పే. 164)

"ఎక్కడ వుంటే అక్కడ వెలుగునిచ్చే సూర్యుడులాంటివాడు ఛైర్మన్ మావో. ఆయన ఆలోచనా విధానం ఆత్మ త్యాగ దృష్టిని సృష్టించే అద్భుతశక్తి కలది. ఆ ఆత్మత్యాగం తిరిగి గొప్ప భౌతిక శక్తిని సృష్టిస్తుంది" (ఆ పుస్తకమే, ఆ పేజీయే)

"నిజానికి ఈనాడు మావో యుగంలో స్వర్గం అనేది భూమి మీదే వుంది... ఛైర్మన్ మహత్తర ప్రవక్త....... ఛైర్మన్ మావో చెప్పినదంతా నిజం అయింది. అలా గతంలోనూ జరిగింది, ఇప్పుడూ జరుగుతోంది." (ఆ పుస్తకమే, ఆ పేజీయే)

1969లో, ఒక ఫోమ్ రబ్బర్ ఫ్యాక్టరీలో తయారైన, మావోని తలపింపజేసే హృదయాకారపు బొమ్మలమీద ఇలా రాసి వుంది: "మహత్తర సత్యము. ఉదయారుణ కాంతి. మానవజాతి రక్షకుడు. ప్రపంచ ఆశాజ్యోతి. ప్రపంచ ప్రజల హృదయాలలో ఎర్రెర్రని సూర్యుడు" (ఆ పుస్తకమే, పే. 497)

9వ పార్టీ మహాసభ రిపోర్టులో ఇలా చెప్పారని స్నో రాస్తున్నాడు: "మావో ఆలోచనా విధానాన్ని ఎవరు, ఏ టైములో, ఏ పరిస్థితుల్లో వ్యతిరేకించినా వాళ్ళు పార్టీచేతా, దేశంచేతా తీవ్రంగా విమర్శించబడతారు. కఠినంగా శిక్షించబడతారు." (స్నో - పే. 21)

'కార్యకర్తల్ని పరిశీలించేప్పుడు వారికి 3 లక్షణాలు వున్నాయా, లేవా అని చూడాలి. దీనికి ఛైర్మన్ మావో కూడా అంగీకరించాడు. ఆ లక్షణాల్లో మొదటిది - మావో ఆలోచనా విధానం అనే ఎర్ర పతాకాన్ని సమున్నతంగా నిలబెట్టాడా లేదా అన్నది. అలా చెయ్యని వాళ్ళని పదవులనించి తీసెయ్యాలి." (లిన్‌పియావో, పే. 12)

"ఛైర్మన్ మావో ఆదేశాలు మనకు అర్థమైనా కాకపోయినా వాటిని కృత నిశ్చయంతో పాటించి తీరాలి" (..... పే. 13)

"మన కేడర్ పాలసీ ఎలా వుండాలంటే, ఎవరైతే ఛైర్మన్ మావోని వ్యతిరేకిస్తారో వాళ్ళని తీసెయ్యాలి" (........ పే. 16)

"ఛైర్మన్ మావో — మార్క్స్, ఎంగెల్స్, లెనిన్, స్టాలిన్‌లకంటే వున్నత స్థాయిలో నిలబడతాడు. ఈనాడు ప్రపంచంలో ఎవ్వరూ కూడా ఛైర్మన్ మావో చేరిన స్థాయికి చేరలేదు. అన్ని సిద్ధాంతాలకీ 'కేపిటల్' గ్రంథమే పునాది అని కొంతమంది అంటూ వుంటారు. కానీ, 'కేపిటలు' పెట్టుబడిదారీ సమాజాల నియమాల్నీ, సమస్యల్నీ మాత్రమే ముందుకు తెస్తుంది. మన దేశంలో మనం ఇప్పటికే పెట్టుబడిదారీ విధానాల్ని కూల్చివేశాం. మనం ఇప్పుడు సోషలిస్టు సమాజపు నియమాల్నీ, సమస్యల్నీ ముందుకు

తెస్తున్నాం. సామ్రాజ్య వాదాన్నీ, ఆధునిక రివిజనిజాన్నీ, వివిధ దేశాల అభివృద్ధి నిరోధకుల్నీ నిరోధించడానికి మనం మావో ఆలోచనా విధానం మీద ఆధారపడి తీరాలి. మార్క్సిజం - లెనినిజాల అత్యున్నత స్థాయే మావో ఆలోచనా విధానం"

(...... పే. 31)

"మావోలాంటి జీనియస్ ప్రపంచంలో కొన్ని వందల సంవత్సరాలకు ఒకసారి మాత్రమే వస్తాడు. చైనాలో అయితే కొన్ని వేల సంవత్సరాలకు ఒకసారి"- (...... పే. 32)

— ఈ రకం వాక్యాల్ని వుదహరించటం మొదలుపెడితే దీనికి అంతం వుండదు. ఒక వ్యక్తి కృషినీ, శక్తి సామర్థ్యాలనీ గుర్తించి ప్రశంసించడం లాంటిది కాదు ఇది. ఆ రకం సహజ స్థాయిని దాటిపోయింది ఇదంతా. మావోని మార్క్సుకన్నా గొప్ప అన్నారు కాబట్టి మావో గొప్పా, మార్క్సు గొప్పా తేల్చాలన్నదికాదు ఇక్కడ సమస్య. మావోని వ్యతిరేకిస్తే పార్టీనించి తీసెయ్యాలంటూ, మావో అధికారాన్ని ప్రశ్నించరాని అధికారంగా చేసి, పార్టీలో చర్చలకే తావులేకుండా చెయ్యాలని చూడడమూ; సోషలిస్టు సమాజ సమస్యల విషయంలో 'కాపిటల్' పనికిరాదనటమూ - మావో ఆలోచనా విధానం మార్క్సిజానికి అత్యున్నత స్థాయి అనడమూ - లాంటి అభిప్రాయాలన్నీ, సిద్ధాంత విషయంగా చూసినా, రాజకీయ విషయంగా చూసినా ఘోరమైన తప్పులు. మావో పూజ, మావో అంగీకారంతో రాజకీయమైన తప్పులికీ, సిద్ధాంతపరమైన తప్పులికీ కూడా ఈ రకంగా దారి తీసిందన్నమాట.

3 — మావో ఫోటోలు విపరీతంగా పెట్టడం కూడా ఈ 'పూజ'లో ఒక భాగం. ఆఫీసుల్లోనూ, బహిరంగ ప్రదేశాల్లోనూ, థియేటర్లలోనూ మావో ఫోటోలూ, చిత్రాలూ, విగ్రహాలూ పెట్టాలి. ఎవరు ఎక్కడ మావో చిత్రాల్ని వుంచకపోతే వాళ్ళని మావో వ్యతిరేకులుగా రెడ్‌గార్డులు జమకట్టేవారని మావోయే స్నోతో అంటాడు. ఆ విషయం చెప్పడం రెడ్‌గార్డులపట్ల విమర్శగా కాదు, స్నోకి ఒక సమాచారం ఇస్తోన్నట్టు మాత్రమే. వార్తా పత్రికల్లో రోజూ ఒక పేజీలో మావో ఫోటో వెయ్యడం కూడా.

4 — కిండర్ గార్టెన్ స్కూళ్ళ పిల్లలతో "మావోకి 10 వేల సంవత్సరాల జీవితం వుండుగాక!" అని అరిపించడం! (సరిపోతాయా 10 వేల సంవత్సరాలు? 11 వేల సంవత్సరాలు ఎందుకు వుండకూడదూ?)

కార్మికులు ఎక్కువసేపు పనిచేసి, "ఈ పనంతా మన తెలివైన ఛైర్మన్ గౌరవార్థం చేశాం" అనడం! (అమిత్ రాయ్ - పే. 81)

సైనికుల సమావేశాలలోనూ, రెడ్ గార్డుల సమావేశాలలోనూ, "రివిజనిస్టులు చావాలి! ఛైర్మన్ మావోకి శాశ్విత జీవితం వుండాలి!" అని నినాదాలు! ("దీర్ఘాయుష్మాన్ భవ." "దీర్ఘాయుష్మ సిద్ధిరస్తు!"లకీ, దీనికీ ఏమిటి తేడా?)

"వుదయం పూట పనులు ప్రారంభించే ముందు మావో కొటేషన్లు బిగ్గరగా చదవడం. ఏ మీటింగు జరిగినా ముందు మావో ఎక్కువ కాలం బతకాలనీ, ఎక్కువ ఆరోగ్యంతో వుండాలనీ ఆశించే నినాదాలివ్వడం! ఇలా, సాంప్రదాయాన్ని వ్యతిరేకించడానికి సాంప్రదాయంనించే తెచ్చుకున్న ఫార్మాలిటీ విధానం వుంది"- (డాబియర్, పే. 264)

"(మావో పూజ గురించి) ఈ రకంగా దేశవ్యాప్త ప్రచారానికి ప్రధానంగా రూపకల్పన చేసినవాడు లిన్‌పియావో అనే విషయం కాదనలేం. అయితే, ఇందులో 'భావవాదం' వుందంటారు. అది నిజమా? అలా చెప్పడం కష్టం." (అమిత్‌రాయ్, పే. 81). మావో కొటేషన్ల పుస్తకాలు చేతుల్లో పెట్టుకు తిరగడమూ, ఆ కొటేషన్లు గడగడా మంత్రాల్లాగా అప్పజెప్పడమూ, మావో ఫోటోలు చొక్కాలకీ బటన్లకీ తగిలించుకోవడమూ (వుంగరాలలో కూడా పెట్టుకున్నారో లేదో!) వగైరా చేష్టలన్నీ మావో పూజలో భాగమే.

'కార్మికులూ, రైతులూ, సైనికులూ పనికి వెళ్ళేముందు మావో ఫోటో ముందో, బొమ్మ ముందో నిలబడి పని గురించి చెప్పడం' ఇంకా వున్నత రూపం ఈ పూజకి.

5 — 'మావో పూజ' కోసం జరిగిన ఇంకోపని: కమ్యూనిస్టులందరూ పాడుకునే 'అంతర్జాతీయ శ్రామిక గీతం' నించీ ఒక చరణం తీసివెయ్యడం. ఎందుకంటే, ఆ చరణంలో 'మనల్ని పైనించి రక్షించే మహా రక్షకుడు లేడు. మనల్ని విముక్తి చేసేది దేవుడు కాదు, రాజు కాదు నాయకుడు కాదు' అనే మాటలు వున్నాయి. 'ప్రజలు వాళ్ళ విముక్తి వాళ్ళే చేసుకోవాలి. దేవుడో, రాజో, ఒక రక్షకుడో వచ్చి రక్షిస్తారని భావించకూడదు. కేవలం నాయకుడి వల్లనే ఆ పని జరుగుతుందని కూడా భావించకూడదు — అనే అర్థాన్నిచ్చే చరణం అది. మావో పూజ కోసం ఆ చరణం తీసేసి, అంతర్జాతీయ గీతం పాడినప్పుడల్లా మిగతా చరణాలు మాత్రమే పాడారు. ఎందుకూ? చైనాలో 'ప్రజల రక్షకుడూ, ప్రజల విముక్తిప్రదాతా' వున్నాడుకదా? అందుకూ! మావో ఒక 'రక్షకుడి' స్థాయిలో 'మహానుభావుడి' స్థాయిలో నించున్నాడు కాబట్టి, రక్షకుడు లేడని చెప్పే చరణం కూడా ప్రచారంలో వుంటే ప్రజల్లో అనేక సందేహాలు తలెత్తవచ్చుకదా? అందుకే ఆ చరణం తీసేశారు. 1970 నించీ మళ్ళీ ఆ చరణం కూడా కలిపి పాడడం మొదలుపెట్టారు. (డాబియర్, పే. 277)

6 - 'మావో పూజ' కోసం చేసిన ఇంకో మార్పు మార్క్స్, ఎంగెల్స్, లెనిన్, స్టాలిన్‌ల రచనల ప్రచురణ ఆపెయ్యడం, లేదా బాగా తగ్గించడం. ఎందుకంటే, ప్రజల దృష్టి - మార్క్స్, ఎంగెల్స్, లెనిన్, స్టాలిన్‌ల మీద వుండకుండా మావో మీద మాత్రమే వుండడానికి! కొన్ని సంవత్సరాల తర్వాతే ఆ రచనల్ని మళ్ళీ ప్రింటు చెయ్యడం మొదలుపెట్టారు.

"ఇప్పుడు మార్క్స్, ఎంగెల్స్, లెనిన్, స్టాలిన్‌ల ప్రముఖ రచనల కొత్త ముద్రణలు పెద్దఎత్తున మొదలయ్యాయి. మావో రచనల ప్రచురణల విపరీతమైన పెరుగుదల కారణంగా వాటి ప్రచురణ గణనీయంగా దెబ్బతిన్నది." (వాన్ జినెకెన్ - పే. 228)

— 'మావో పూజ' ఇంకా ఎన్ని పద్ధతుల్లో సాగిందో పూర్తిగా తెలుసుకోవడానికి తగినంత సమాచారం లేదు. అందుబాటులో వున్నంతవరకూ తెలిసిందిమాత్రం ఇదీ. ఈ పూజ 1965 లో ప్రారంభమైనట్టు కనపడుతోంది. కానీ, 1958 నించీ కూడా మావోని ఇదే ధోరణిలో కీర్తించే వుదాహరణలు కొన్ని కనపడుతున్నాయి. ఇది సరిగ్గా ఎప్పుడు ప్రారంభమైందో తెలుసుకోడానికి సమాచారం లేదు.

ఈ పూజ ఎందుకు ప్రారంభించవలసి వచ్చిందో మావోయే తనకు చెప్పినట్టు స్నో రాస్తాడు. ఈ పూజ అవసరాన్ని గ్రహించడానికి స్నో పుస్తకం ఒక్కటే ప్రపంచానికి ఆధారం. (మావోతో మాట్లాడిన విషయాల్ని, స్నో, 'సంభాషణ పద్ధతిలోగానీ, కోట్స్‌లో చెప్పే పద్ధతిలోగానీ రాయలేదు. చాలాసార్లు ఆ సంభాషణల సారాంశాన్ని మాత్రమే రాశాడు. ఒక్కో చోట మావో మాటల్ని తను తిరిగి చెప్పే పద్ధతిలో ఇన్‌డైరెక్ట్‌గా రాశాడు. అందుచేత, ఈ విషయాల్ని కొటేషన్స్‌లో పెట్టి ఇవ్వడానికి కొన్ని చోట్ల వీలు కావడంలేదు).

స్థానిక పార్టీ కమిటీలలోనూ, ముఖ్యంగా పెకింగ్ మునిసిపల్ పార్టీ కమిటీలోనూ అధికారం తన కంట్రోల్‌లో లేకుండా పోయిందనీ, అందుకే తన వ్యక్తిపూజ (పెర్సనాలిటీ కల్టు) అవసరమయిందనీ మావో తనతో 1965 లో అన్నాడని — స్నో రాస్తాడు. పార్టీలో నిరంకుశత్వాన్ని దెబ్బ తీసేలా ప్రజల్ని ప్రోత్సహించడానికి ఈ మావో పూజ అవసరమైందని మావో అభిప్రాయపడ్డట్టుగా స్నో రాస్తాడు (స్నో, పే. 169). ఇదట కారణం మావో పూజ జరపటానికి! మావోకి అధికారం లేకపోవడం అంటే పార్టీలో మావో పంథాకి మెజారిటీ లేకపోవడం. మావోకి మెజారిటీ వుండడం లేదు కాబట్టి, దాన్ని సంపాయించడానికి కార్యకర్తల్లోనూ, ప్రజల్లోనూ

మావోపట్ల భక్తీ ఆరాధనా కలిగించి ఆ రకంగా వారిని మావో వేపు (మావో పంథావేపు) తీసుకు రాదల్చినట్టు ఈ పూజ సిద్ధాంతం చెపుతోంది. స్థానిక పార్టీ కమిటీలలో మెజారిటీ లేకపోతే, ఆ మెజారిటీ లేని ప్రాంతాలలో ఈ పూజని పాటించడం ఎలా సాధ్యమైంది? మావో పంథా సమర్ధకులు కొందరు వ్యక్తిగత ప్రయత్నాలతోనే దీన్ని ప్రారంభించారనుకున్నా, తమ ప్రాంతాలలో దీన్ని సాగనివ్వడానికి ఆ మెజారిటీ లేని కమిటీలు ఎలా అంగీకరించాయి? ఏ ప్రాంతాల్లో మెజారిటీ లేదో ఆ ప్రాంతాల్లోనే దీన్ని చెయ్యక, దేశమంతా ఎందుకు చెయ్యవలసి వచ్చింది? విప్లవకారులు, తమ మెజారిటీ కోసమే ఈ పని చేస్తున్నామని చెపుతోంటే, దాన్ని రివిజనిస్టులు ఎందుకు సాగనిస్తారు? — ఇలాంటి ప్రశ్నలకి సమాధానాలాశించి లాభం లేదు. సరైన సమాధానం ఏదీ దొరకదు. ఇంతకన్నా ప్రధానంగా చర్చించవలసిన అంశాలున్నాయి.

విప్లవ పంథాకి మెజారిటీ లేకపోతే దాన్ని సాధించడానికి మార్గం ఆ పంథా నాయకుడి పూజ ప్రారంభించడమేనా? (మార్క్సు రచనలు తగ్గించేసి, ప్రజల దృష్టి మార్క్సు మీద లేకుండా చెయ్యడం కూడా విప్లవ పంథాకి మెజారిటీని సాధించే మార్గమేనని మావోతో సహా చైనా విప్లవకారులు భావించారన్నమాట!)

– ఈ "వ్యక్తి పూజ" మంచిదా, చెడ్డదా అన్న విషయం చూసే ముందు, దీన్ని గురించి చైనాలో లేచిన ఒక వింత ప్రశ్నని పరిశీలించాలి. ఈ మావో పూజని ఎవరు నిర్వహించాలి? మితవాదులా, విప్లవకారులా? దీని మీద ఎవరికి కంట్రోల్ వుండాలి? — అనే ప్రశ్న ఒకటి చర్చనీయాంశం అయినట్టు స్నో రాస్తాడు.

"మావో అంగీకరించిన ఈ వ్యక్తిపూజ గురించి, ఒక రకంగా చెప్పాలంటే - దీన్ని ఎవరు నిర్వహించాలీ, దీనిమీద ఎవరికి కంట్రోల్ వుండాలీ, ముఖ్యంగా దీన్ని ఎవరి కోసం వుపయోగించాలీ - అన్నదే స్ట్రగుల్ అంతా. మావోని, రోడ్డుమీద వుత్సవవిగ్రహంలా నించోబెట్టి పార్టీలో అధికారులు తమ స్వార్థ ప్రయోజనాలకోసం ఈ వ్యక్తి పూజ మీద గుత్తాధికారం పొందడమా? లేక, అభివృద్ధి నిరోధకులుగానూ, ఆఖరికి విప్లవ ప్రతీఘాతకులుగానూ వున్నవాళ్ళు అధికారాన్ని చేజిక్కించుకోకుండా, వారికి వ్యతిరేకంగా ప్రజలు రాజకీయంగా ప్రవర్తించేలా చెయ్యడానికి, మావో, అతని నిజమైన అనుచరులూ కలిసి ఈ వ్యక్తి పూజని వుపయోగించాలా? — అన్నదే ప్రశ్న".

(స్నో, పే. 66)

చైనా విప్లవకారుల్ని పట్టుకున్న ప్రశ్న మావో పూజ ఎవరిద్వారా ఎవరి కంట్రోల్‌లో జరగాలి అన్నదేగానీ, అసలు వ్యక్తిపూజ మంచిదా, చెడ్డదా? అన్నది కాదు. వ్యక్తి పూజ జరగవలిసిందేనని వారి గట్టి అభిప్రాయం. ఎటొచ్చీ దానిమీద కంట్రోలు తమకే వుండాలి. మితవాదులికి వుండకూడదు — ఇదీ ఈ విషయంలో మితవాదులికీ విప్లవకారులికీ మధ్య జరిగే పోరాటం! ఇంత హాస్యాస్పదమైన వర్గ పోరాటం ఇంకోటేదైనా వుంటుందా? 'మావో'ని వుత్సవ విగ్రహంలా నించోబెట్టాలా, వద్దా? అన్న ప్రశ్న ఏమిటి? వుత్సవ విగ్రహంలా నించోబెట్టాలంటే నించోబెట్టగలరా మావోని? ఎవరి కంట్రోల్‌లోకైనా వెళ్ళే పరిస్థితిలో వుంటాడా మావో? 'వ్యక్తిపూజ' అనే దాంట్లో ఆ వ్యక్తికి వుత్సవ విగ్రహంలా నించోబెట్టగల లక్షణం వుందన్నమాట! అందుకే, ఆ పని మీద ఎవరికి కంట్రోల్ వుండాలీ అన్న ప్రశ్న. ఈ పోరాటం ద్వారా ఒక విషయం కొంత అర్థమయ్యే అవకాశం వుంది. మావో రాజకీయ పంథాకి వ్యతిరేకులైన మితవాదులు కూడా 'మావో పూజ'కి అనుకూలమేనన్నమాట. ఆ పనిలో వాళ్ళకి ఏదో 'లాభం' కనపడుతోందన్నమాట! ఆ లాభమే లేకపోతే ఆ పూజ జరపడానికి ఎందుకు పోటీ పడతారు?

మావో పూజ ద్వారా ఒకవేపు విప్లవకారులూ, ఒకవేపు మితవాదులూ (రివిజనిస్టులూ) కూడా లాభపడాలని

చూస్తున్నారంటే, 'వ్యక్తిపూజ'కి రెండు వర్గాలకీ వుపయోగపడే స్వభావం వున్నట్టా?

— 'వ్యక్తిపూజ' విప్లవ మెజారిటీని సాధిస్తుందని మావో భావించాడు కాబట్టి, అది ఎంత సరైన విషయమో కొంచెం చూద్దాం.

ప్రజలకు మొదట మావో మీద భక్తీ, ఆరాధనా లాంటివి కలిగించి, తర్వాత, వారు మావో రాజకీయాల్ని అనుసరించేలా చెయ్యడమే ఈ పూజ వుద్దేశ్యం. (మావో వ్యక్తపరిచిన వుద్దేశ్యమే ఇది).

భక్తి కలిగించడానికి చేసే ఆ ప్రయత్నాలెన్నో మొదటినించీ రాజకీయాలు నేర్పడానికే చెయ్యరాదా? —అని ప్రశ్నించేవాళ్ళకి 'పూజ' వాదులు ఇచ్చే జవాబేమిటంటే— 'ముందు ఆ వ్యక్తి మీద భక్తి వుంటేనే ఆ వ్యక్తిని అనుసరిస్తారు' అని! అంటే ఈ సిద్ధాంతం ప్రకారం, ఒక వ్యక్తి మీద భక్తీ ఆరాధనాలాంటి లక్షణాలు ముందే కలగాలి. అలా కలిగాకే, ఆ వ్యక్తి చెప్పే సామాజిక విషయాలు నేర్చుకుంటారు.

ఒక వ్యక్తిమీద ముందే భక్తి కలగాలంటే, ఎందుకు కలగాలి అది? ఏ కారణంచేత కలగాలి? అది కలగడానికి పునాది ఏమిటి? ఈ పూజ సిద్ధాంతం ప్రకారం అలాంటి పునాది ఏమీ వుండదు. పునాది లేకుండానే భక్తి కలగాలి.

"మావో మీద భక్తి కలగడానికి పునాది లేకపోవడమేమిటి? అప్పటికే 40 సంవత్సరాలుగా విప్లవ కృషి చేస్తూ వున్న నాయకుడు మావో. ఆ కారణం చాలదా భక్తి కలగడానికి? ఆ చరిత్ర పునాదిగా వుండదా మావో మీద భక్తికి?" అంటారా? (అలాంటప్పుడు మళ్ళీ భక్తి కలిగించే ప్రయత్నాలెందుకు — అనే ప్రశ్నని అలావుంచండి). ఆ కారణం ద్వారా భక్తి కలిగితే, అది 'మొదటే భక్తి కలగడం' కాదు. మావో కృషి ఏమిటో, గత విప్లవ చరిత్ర ఏమిటో తెలియడం అనే పని మొదట జరిగి, నాయకుడి మీద భక్తి కలగడం అనే పని తర్వాత జరుగుతోంది. "మొదటే భక్తి కలగాలి" అనే వ్యక్తి పూజ సూత్రానికి ఇది వ్యతిరేకం. నాయకుడు చేసిన మంచి పనులు ఏమిటో తెలిశాకే ఆ వ్యక్తిమీద సదభిప్రాయం కలగడమూ, ఆ వ్యక్తిని అనుసరించడమూ జరుగుతాయి. ఇలా జరగడం అంటే, వ్యక్తిమీద కలిగే ఆ సదభిప్రాయానికీ, ఆ వ్యక్తిని అనుసరించడానికీ ఒక కారణం వున్నట్టు అవుతుంది. మొదటే భక్తి కలగాలి అనే సూత్రం మాత్రం ఏ కారణమూ లేని, పునాదిలేని అసహజ విషయం అవుతుంది.

"మావో పూజ అంటే కూడా మావో చేసిన కృషినీ, విప్లవ చరిత్రలో మావో పాత్రనీ చెప్పడమే. అవన్నీ చెప్పడం ద్వారానే మావోమీద భక్తి కలిగించడానికి ఈ పూజ చూస్తుంది" అనడానికి వీలులేదు. 'మావోపూజ' అనే మాటకి 'విప్లవ రాజకీయాలు నేర్పడం' అనే అర్థం ఎక్కడా లేదు. 'మావో పూజ' ఆ లక్షణాలతో జరగలేదు కూడా. కేవలం భక్తి కలిగించడమే వ్యక్తిపూజ. మావో కూడా 'కల్ట్' అంటే తనని 'వ్యక్తిగతంగా ఆరాధించడమే' అన్న అర్థంతోనే మాట్లాడతాడు. "పెర్సనల్ కల్ట్ ఇప్పటిదాకా అవసరమైంది. ఇక అవసరంలేదు. దీన్ని తగ్గించాలి" అంటాడు — 1970 లో స్నో కిచ్చిన ఇంటర్వ్యూలో, మావో పంథానీ, మావో కృషినీ వివరించి చెప్పడమే మావో కల్ట్ అయితే, ఆ పని కొంత కాలానికి ఎందుకు ఆపెయ్యాలి? విప్లవ చరిత్రని ప్రతీ తరానికీ చెపుతూనే వుండాలి కదా? సోషలిస్టు సమాజంలో కూడా ఎంతోకాలం దాకా వర్గ పోరాటాలు అవసరమై వుండగా, విప్లవ రాజకీయాలు నేర్పే పనిని 1970 నాటికే ఆపెయ్యవలసి వస్తుందా? "దీన్ని ఇక ఆపెయ్యాలి" అని మావో అన్నది రాజకీయాలతో సంబంధం లేని వ్యక్తిపూజ గురించే. రాజకీయాలతోనే కాదు, 'వ్యక్తిపూజ'కి ఏ సామాజిక విషయాలతోటీ సంబంధం వుండదు. ఏ సామాజిక విషయాలూ దానికి పునాదిగా వుండవు. ఏ భౌతిక ఆధారమూ లేకుండా మొదటే భక్తి కలగాలనే ఈ భక్తి సిద్ధాంతం "భావవాదం'

గాక మరేమవుతుంది? "మావో పూజ" వల్ల విప్లవ రాజకీయాలు లేకపోవడమేకాక, ప్రపంచ ప్రజలకు దొరికిన "విప్లవ" లాభం చివరికి 'భావవాదం' అన్నమాట! (రాజకీయాలు నేర్పని "వ్యక్తిపూజ" ద్వారా విప్లవ రాజకీయాలకు మెజారిటీని సాధించదలిచారన్నమాట! ఇంద్రుడూ, చంద్రుడూ అని కీర్తనలు గుప్పించి నాయకుడి చుట్టూ ఒక కాంతి వలయం సృష్టించి ప్రజల కళ్ళు మిరుమిట్లు కొల్పదలచారన్నమాట! ఎక్కడ వుంటే అక్కడ వెలుగులు జిమ్మే సూర్యుడు పార్టీలో ఎందుకు జిమ్మలేకపోయాడనే ప్రశ్న ప్రజలకు రాదన్న ధైర్యంతోటే ఈ దారి తొక్కారన్నమాట!).

— ప్రజలకు విప్లవ చైతన్యం కలిగించే పనిలో 'వ్యక్తిపూజ' అనే ప్రక్రియకి ఎంతమాత్రం స్థానం వుండదు — అది ఎంత గొప్ప నాయకుడి పూజ అయినా సరే. గతంలో జరిగిన విప్లవంగానీ, ఇంకా జరగవలసిన విప్లవంగానీ, నాయకుడొక్కడివల్లే జరుగుతుందా? ఇతర నాయకుల మాటేమిటి? విప్లవంలో వారి పాత్ర ఏమీ వుండదా? విప్లవం కోసం అపారమైన త్యాగాలుచేసే ప్రజల మాటేమిటి? సైనికుల మాటేమిటి? సామాన్య కార్యకర్తల మాటేమిటి? ఎన్నివేల, లక్షలమంది ఎన్ని రంగాలలో ఎంత తీవ్రమైన కృషిచేస్తే, ఎన్ని అద్భుత త్యాగాలు చేస్తే, ఎంత నిస్వార్థంగా ఎంత సాహసోపేతంగా ప్రవర్తిస్తే ఒక విప్లవం విజయవంతమవుతుంది! విప్లవానికి ఇంత 'సమిష్టి కృషి' అవసరమైనప్పుడు, ఇందులో ఎవరి వ్యక్తి పూజకి స్థానం వుంటుంది? బ్రహ్మాండమైన జనం సమిష్టిగా సాధించిన ఒక ఫలితానికి నాయకుడు ఒక్కడే కారకుడవుతాడా? (ఇది నాయకుడి ప్రత్యేకతని గుర్తించకపోవడం కాదు. ప్రత్యేకతలు గుర్తించవలసి వొస్తే, విప్లవంలో చిత్తశుద్ధితో పాల్గొనే ప్రతీ వ్యక్తికీ ఏదో ఒక ప్రత్యేకత తప్పనిసరిగా వుంటుంది). చైనా విప్లవ కీర్తికంతటికీ మావో ఒక్కడే అర్హుడవుతాడా? ఎవరి పేరూ లేకుండా, 'మన నాయకుడు ఇంత చేశాడు, అంత చేశాడు' అనే కీర్తనలతో నాయకుడొక్కడే పూజలందుకోవడం అంటే, ఎన్నో వేల మందికీ లక్షల మందికీ చెందవలసిన కీర్తినంతటినీ నాయకుడొక్కడే స్వాధీనం చేసుకోవడంకాదా? తన పేరుతోనే, తన మీద భక్తి కలిగించడంతోనే, విప్లవాన్ని నిలబెడతాననుకోవడం అంటే, ఇతరులు చేసే సమస్త కృషినీ తోసిపుచ్చడం కాదా? మహత్తరమైన సమిష్టి కార్యాన్ని, వ్యక్తి మాత్రమే నిర్వహించగల 'వ్యక్తి కార్యం'గా వ్యక్తి స్థాయికి దిగజార్చడం కాదా? గతంలో జరిగిన విప్లవం గురించి చెప్పినా, జరగబోయే విప్లవాల గురించి చెప్పినా, అందులో 'వ్యక్తి పూజ'కి ఎలా స్థానం వుంటుంది? విప్లవం కోసం అపారమైన కృషిచేసిన ఎంతో మంది సామాన్య ప్రజల, సైనికుల, కార్యకర్తల చర్యలు సేకరించి, ముద్రించి, ప్రపంచం ముందు పెట్టాలి. అటువంటి వారందరి జ్ఞానాలూ, త్యాగాలూ, సాహసాలూ ఎన్ని విధాల వీలైతే అన్ని విధాల రికార్డుచేసి ప్రపంచానికి అందించాలి. ఆ రకం పనులైతే ఎన్ని చేసినా విప్లవ రక్షణకి తోడ్పడతాయిగానీ, దేశంలో వుండే సమస్తశక్తులూ, సమస్త యంత్రాంగాలూ నాయకుడి పూజకే మోకరిల్లడంవల్ల ప్రయోజనం ఏమీ వుండదు.

'మావోపూజ' పేరుతో జరిగిన ఒక్క పని కూడా విప్లవానికి సహకరించే స్వభావం కలది కాదు. పార్టీలో గందరగోళ పరిస్థితి వున్నా, లేకపోయినా, తప్పుడు లక్షణాలతోసాగే వ్యక్తిపూజ ఏ సందర్భానికీ వుపకరించదు. వర్గ దృక్పథంతోసాగే సమిష్టి చర్యలద్వారా తప్ప, వ్యక్తివాదాన్ని సృష్టించే అడ్డదారులద్వారా విప్లవాన్ని రక్షించడం ఎన్నడూ ఎవ్వరికీ సాధ్యం కాదు. 'ప్రజలకు సేవ చెయ్యడం' అంటే, తను సరైన మార్గంలో నడుస్తూ తన శక్తిసామర్థ్యాలకు సాధ్యం అయినంత వరకూ చిత్తశుద్ధితో ప్రయత్నించడం అనేగానీ, ఆ 'సేవ' కోసం ఏ అడ్డదారైనా తొక్కవచ్చు అని కాదు. (తొక్కినా అది ఏమీ వుపయోగపడదన్నది వేరే సంగతి). జనాల్ని

మేల్కొలేపే పనులు సరైన మార్గంలో చెయ్యడం వరకే నాయకుల బాధ్యత. మేల్కోవడం, మేల్కోకపోవడం అన్నది జనం బాధ్యత. సరైన దారులు వదిలి, అడ్డదారులు పట్టి అయినా (మావో పూజలో జరిగిన పనులన్నీ అడ్డదారులే) విప్లవ పంథాని నిలబెట్టాలనుకోవడం 'విప్లవ రంధి' అవుతుందిగానీ, 'విప్లవ లక్ష్యం' అవదు.

—'కల్ట్'ని వర్ణిస్తూ, స్నో తన పుస్తకంలో ఒకచోట ఇలా రాస్తాడు: "1965 లో నేను చైనా వెళ్ళినప్పుడు వీధుల్లో పెద్ద పెద్ద మావో చిత్రాలున్నాయి. భవనాల్లో ప్రతీచోటా మావో విగ్రహాలున్నాయి. అతని పుస్తకాలూ ఫోటోలూ ప్రదర్శనకు పెట్టారు. లీషావోచీ, చౌఎన్‌లై, టెంగ్ సియావోపింగ్‌ల ఫొటోలు లేవని కాదు. వున్నాయి కానీ, ధోరణి మాత్రం మావో కల్టు వేపే వుంది. 2 వేల మంది పాత్రలు వున్న "తూర్పు ఎర్రగా వుంది" అనే నృత్య నాటికలో, క్లైమాక్స్ సీన్‌లో, 30 అడుగుల ఎత్తుగల మావో చిత్రాన్ని ప్రదర్శించారు. 4 గంటలు నడిచిన ఆ నాటకంలో మావో ఒక్కడే హీరో!...... ఆ 30 అడుగుల మావో చిత్రాన్ని చూసినప్పుడు నాకు రకరకాల ఫీలింగ్స్ కలిగాయి. (1936 లో స్నో తీసిన ఫోటోనించే దాన్ని తయారుచేశారట). ఆ చిత్రం కళాత్మకంగానూ అనిపించింది, రెండో ప్రపంచ యుద్ధకాలంలో స్టాలిన్‌కి జరిగిన అట్టహాసం అంతా గుర్తొచ్చి చాలా చికాకుగానూ అనిపించింది. ఈ కల్టు ఎలా తయారైందంటే, రాజప్రాసాదాల్లో జరిగే కలహాల్లా బైటవాళ్ళకి కనిపించేట్టుగా తయారైంది" (స్నో, పే. 66 - 69)

— ఈ స్నో మార్క్సిస్టు కాకపోయినా సోషలిజానికీ మావోకీ వ్యతిరేకి మాత్రం కాడు. చైనా విప్లవాన్ని పడమటి దేశాల్లో ప్రచారం చేసిన జర్నలిస్టుల్లో ఎంతో ముఖ్యుడు ఈయన. (అమెరికన్ జర్నలిస్టు ఈయన). చైనాలో జరుగుతున్న మావో కల్టు అంతా చూసి "ఏమిటీ ధోరణి" అని చాలా ఆశ్చర్యపడ్డాడు.

1970 లో, చైనాలో ఒకసారి, విదేశాంగ మంత్రుల విందులో ఒక మంత్రిని ఇలా అడిగాడట స్నో: "కల్టుని ఇంత ఎక్కువగా పాటించడం నాకు ఆశ్చర్యం కలిగిస్తోంది. ఛైర్మన్‌కి శత్రువులున్నారా? విప్లవానికి ప్రధాన నాయకుడు ఇతనేననీ, ఇంత అతిశయంగా ఇతన్ని ఎత్తవలసిన అవసరం లేదనీ అందరికీ తెలుసు కదా? ఇంత కల్టు అవసరమా?" అని అడిగాడట.

స్నో ప్రశ్నకి ఆ విందులో వున్న ఒక విద్యార్థిని నవ్వుతూ, "అక్టోబరు వుత్సవాలప్పుడైతే రైతులు మావోకి సాష్టాంగపడేవారు. రైతులు అలా చెయ్యకుండా చూడడానికి గైడ్లని పెట్టవలసి వచ్చేది." అన్నదట. (ఈ కల్టు అంతా ప్రజలే చేస్తున్నారని చెప్పడం అది).

"మావో అంటే ప్రజలకి అంత ఆరాధనే వుంటే, పార్టీలో మావోకి ఈ మైనారిటీ పరిస్థితేమిటమ్మాయీ?" అని స్నో ఆ అమ్మాయిని అడగలేదు. 'అలాగా' అని అప్పటికి నవ్వి వూరుకున్నాడు. కానీ, ఈ కల్టు ప్రశ్న స్నోని వదిలిపెట్టినట్టు లేదు. ఆ అక్టోబరులోనే మావోని కలిసినప్పుడు ఈ విషయంమీద మళ్ళీ తన సందేహాలు కొన్ని అడిగాడు. 1965 లోనూ, 70 లోనూ మావోతో జరిపిన రెండు ఇంటర్వ్యూల విశేషాల్నీ, 1971 లో ప్రచురించిన తన "లాంగ్ రెవల్యూషన్" పుస్తకంలో రాశాడు స్నో.

"చైనాలో 'వ్యక్తిపూజ'ని ప్రోత్సహిస్తున్నారని రష్యాలో ఒక విమర్శ వుంది. దానికేమైనా ఆధారం వుందా?" అని స్నో, మావోని 1965 లో అడిగాడు.

"కావచ్చు, కొంత వుంది. స్టాలిన్‌కీ వ్యక్తిపూజ వుంది. కృశ్చేవ్‌కి లేదు. వ్యక్తిపూజ బొత్తిగా లేకే కృశ్చేవ్ పడిపోయి వుండొచ్చు" - అని మావో జవాబు! (స్నో, పే. 70, పే. 205)

కల్టు గురించి 1965 లో మావో చెప్పిన సంగతి ఒకటి స్నో మరిచిపోతే, దాన్ని 70 లో మావోయే స్నోకి గుర్తుచేశాడట. — "1965 లో నేను మీతో ఒకసారి అన్నాను చూడండి. మా దగ్గిర

'వ్యక్తి ఆరాధన' (ఇండివిడ్యువల్ వర్షిప్) వుంది గానీ అది చాలదు, ఇంకా కావాలి అన్నాను, గుర్తుందా?'' అని 65 నాటి సంగతి మావో తనకి గుర్తు చేస్తూ మాట్లాడాడని స్నో రాస్తాడు.

'కల్టు' గురించి ఇంకో జవాబుగా మావో ఇలా అంటాడు.- 'అమెరికాలో మాత్రం పెర్సనల్ కల్టు లేదూ? అక్కడ గవర్నర్లూ, ప్రెసిడెంట్లూ, కాబినెట్ మెంబర్లూ తమని వర్షిప్ చేసేవాళ్ళు లేకుండా ఎలా వుండగలుగుతున్నారు? ఎప్పుడూ కూడా వర్షిప్ చేయించుకోవాలనే కోరికా వుంటుంది, చెయ్యాలనే కోరికా వుంటుంది'' (...పే. 170).

స్నో — పచ్చి అబద్ధాలు రాశాడనుకుంటే తప్ప, ఈ జవాబులిచ్చిన మావో పరువు కాపాడ్డం నరమానవుడన్నవాడికి సాధ్యం కాదు. కానీ, స్నో రాసినవి అబద్ధాలు కావు. వాటిని చైనా విప్లవకారులెవ్వరూ తిరస్కరించలేదు. పైగా, మావో స్నోకిచ్చిన జవాబుల్ని చైనా పత్రికల్లో ప్రచురించుకున్నారు. (1970 డిసెంబరు 26, 'పీపుల్స్ డైలీ' ఈ ఇంటర్వ్యూ ప్రచురించింది).

''వర్షిప్ చేయించుకోవాలనే కోరికా వుంటుంది. చెయ్యాలనే కోరికా వుంటుంది'' అన్న తర్వాత మావో స్నోని ఇలా ప్రశ్నిస్తాడు. — ''మీ పుస్తకాలూ, వ్యాసాలూ, ఎవ్వరూ చదవకపోతే మీకు సంతోషంగా వుంటుందా?'' —అంటాడు. 'మావో కల్ట్' అంటే మావో పుస్తకాలూ, వ్యాసాలూ చదివించడమే అయినట్టు! మావో రచనలు చదివించే పనికి ''విప్లవ రచనల అధ్యయనం'' అనో, ''విప్లవ రాజకీయాల అధ్యయనం'' అనో పేరు రావాలిగానీ ''మావో కల్ట్'' అనే పేరు ఎందుకు వచ్చింది? (''కల్ట్'', ''వర్షిప్'' అన్న పేర్లు మావో వాడినవే) ఒకరి రచనలు చదివించాలంటే ఆ ఒకరి కల్ట్ ప్రారంభించవలసిందేనా? మార్క్సు రచనలు చదివించడానికి మార్క్సు కల్టూ, ఎంగెల్సు రచనల కోసం ఎంగెల్స్ కల్టూ, లెనిన్ రచనల కోసం లెనిన్ కల్టూ — ఈ రకంగా, విప్లవకారులు మొట్టమొదట కల్టుల వుద్యమాలు ప్రారంభించాలా? (పైగా ఈ వుద్యమాలు కలిసి చెయ్యడానికి వీలులేదు. విడివిడిగానే చెయ్యాలి. కల్ట్ అంటే ఒక్క వ్యక్తివేపే ప్రజల్ని ఆకర్షించడం కాబట్టి, మావో కల్ట్‌లో మార్క్సు వగైరాల్ని చేరనివ్వడానికి వీలులేదు. మార్క్సు కల్ట్‌లో లెనినూ వగైరాల్నీ, లెనిన్ కల్టులో మావో వగైరాల్నీ — ఇలా ఒకరితో ఒకర్ని చేరనివ్వనేకూడదు. ఒకళ్ళ పుస్తకాలసరసకి ఇంకోళ్ళ పుస్తకాలు రానివ్వకూడదు — ఇలా సాగాలి కల్టుల వుద్యమాలు!)

ఒక విప్లవ నాయకుడి పుస్తకాలు ప్రజలు చదువుతోంటే ఆ నాయకుడు ఎందుకు సంతోషిస్తాడు? (ఎందుకు సంతోషించాలి?) ఆ పుస్తకాల వల్ల ప్రజలు నూతన జ్ఞానం నేర్చుకుని, తమని అణిచిపెట్టే వాళ్ళమీద తిరగబాటు చెయ్యగల దృక్పథం అలవర్చుకుంటారనీ, సమాజాన్ని మార్చుకుంటారనీ గానీ ''నా పుస్తకాలు చదివి నన్ను గొప్ప వ్యక్తి అనుకుంటారు'' అనా? ఒక సమిష్టి లక్ష్యం పెట్టుకున్న ఏ వ్యక్తికైనా ''నా పుస్తకాలే ప్రజలు చదవాలి. కనీసం కొంత కాలమైనా ఇతరుల పుస్తకాలు చదవకూడదు'' అనే దృష్టి వుండడంలో అర్థం వుండదు. ఆ వ్యక్తి తన పుస్తకాల్లో ఏ విషయాలైతే చెపుతాడో, ఆ విషయాల్నే చెప్పే ఏ పుస్తకాలు, ఎవరి పుస్తకాలు, ఎన్ని పుస్తకాలు ప్రజలు చదివినా అది ఆ వ్యక్తికి సంతోషించదగ్గ విషయమే. ప్రజలు ఆ రకం పుస్తకాలు ఎంత ఎక్కువగా చదివితే అంత ఎక్కువ సంతోషించదగ్గ విషయం అది. అతను చెప్పే లక్ష్యాన్ని ఆ పుస్తకాలన్నీ కలిసి, మరింత తొందరగానూ, మరింత శక్తివంతంగానూ సాధిస్తాయి గనకే ఆ సంతోషం. ప్రజలు మావో రచనలు చదువుతోంటే మావోకి సంతోషంగానే వుండవచ్చును. అందులో తప్పులేదు. వాళ్ళు మార్క్సు రచనలు కూడా చదివితే మావోకి సంతోషంగా వుండకూడదా? మావో రచనల్ని పెద్ద ఎత్తున అందుబాటులో వుంచడం ప్రజలకు

విప్లవ రాజకీయాలు నేర్పడంకోసమే అయితే, ఆ పని మార్క్సు రచనల ద్వారా కూడా జరగదా? ఇతరుల రచనల ద్వారా ఆ పని జరగకూడదా? విప్లవ శక్తుల్ని ఐక్యపరిచి రివిజనిస్టులతో పోరాటం చెయ్యడానికే మావో కల్టు పాటిస్తున్నాం — అని చెపుతూ మార్క్స్, ఎంగెల్స్, లెనిన్, స్టాలిన్‌ల రచనలు ప్రజలకు అందనివ్వకుండానూ, అవన్నీ చదవాలని ప్రజల్ని ప్రోత్సహించకుండానూ చెయ్యడం — అంటే విప్లవ భావాలకు ప్రజల్ని దూరం చెయ్యడం కాదా? దాని ద్వారా రివిజనిజానికి సహాయపడడం కాదా?

కల్ట్ గురించి మావో ఇంకో జవాబు ఇలా చెపుతాడు: "చక్రవర్తుల్ని ఆరాధించే 3 వేల సంవత్సరాల నాటి అలవాట్లని అధిగమించడం జనాలకి కష్టం" అని (...పే. 169). ఈ కల్ట్ అంతా జనమే చేస్తున్నారనీ, వాళ్ళింకా పాతకాలపు అలవాట్లలోపడి వున్నారనీ చెప్పడం ఇది. విప్లవానికి అవసరం కావడం వల్లనే వ్యక్తి పూజని ప్రారంభించామనీ, అది ఇంకా ఎక్కువగా సాగాలనీ ఒక పక్క చెపుతూ, దీని కంతటికీ జనంలో వెనకబడ్డ అలవాట్లే కారణమని ఇంకోపక్క చెప్పడం! కల్ట్‌ని పెద్ద ఎత్తున సాగించిన లిన్‌పియావోలూ, చెన్‌పోటాలూ, కల్ట్ ఇంకా కావాలన్న మావోలూ, పార్టీ పత్రికలూ, పార్టీ మహాసభ రిపోర్టులూ, కల్టుని సమర్థిస్తూ మాట్లాడిన కమ్యూనిస్టు రచయితలూ అందరూ 'వెనకబడ్డ' జనంకిందకే వస్తారా? మార్క్సు వగైరాల రచనల ప్రచురణ తగ్గించడమూ, అంతర్జాతీయ గీతాన్ని కుదించడమూ, కొత్తరకం కేడర్ పాలసీని విధించడమూ — వంటి పనులన్నీ జనం చేసిన పనుల కిందకే వస్తాయా? ఎవరివల్ల జరిగాయి ఆ పనులన్నీ? సామాన్య జనం వల్లనా, సామాన్య కార్యకర్తల వల్లనా, పార్టీ అధికారుల వల్లనా?

జనం 3 వేల సంవత్సరాలపాటు చక్రవర్తుల్ని పూజించారంటే — అదంతా ఘోరమైన భయంతోటీ, అజ్ఞానంతోటీ చేశారు గానీ హృదయపూర్వకమైన అంగీకారంతోటీ, ఆనందంతోటీ చేశారా? (చక్రవర్తుల్ని పూజించే అలవాటుతోనే మావోని పూజిస్తున్నారంటే ఆ రకం భయంతోటే, అజ్ఞానంతోటే ఆ పని చేస్తున్నారని ఒప్పుకోవలిసిందే కదా? నిజమైన ప్రేమతోటీ, జ్ఞానవంతమైన ఆలోచనతోటీ మాత్రం ఆ పని చేస్తోన్నట్టు కాదు కదా?) జనాలకి చక్రవర్తులమీద ఎంత 'ఆరాధనా', ఎన్ని భయభక్తులూ వున్నా ఆ చక్రవర్తులమీదే తిరగబాట్లు చెయ్యడం మానారా? తిరగబాట్లు చేసి చక్రవర్తుల్ని కూలదోసి సోషలిస్టు సమాజం దాకా వచ్చారంటే, జనాలు చక్రవర్తుల ఆరాధన నించి రాజకీయంగానూ, సాంస్కృతికంగానూ ఎంతో ముందుకు వచ్చారనే కదా అర్థం? 3 వేల సంవత్సరాల నించీ జనాలు ఏమీ మారకుండా వ్యక్తిపూజా సాంప్రదాయంలో చెక్కు చెదరకుండానే వుంటే, చక్రవర్తుల్ని నాశనం చేసిన తిరగబాట్లు ఎలా జరిగాయి? ఎవరి వల్ల జరిగాయి? జనం అలవాట్లలో ఇంకా 'కొన్ని రకాల' అజ్ఞానం 'కొంత వరకూ' వుండిపోతే, దాన్ని కమ్యూనిస్టు నాయకులు తగ్గించడానికి ప్రయత్నించాలా, ఇంకా పెంచి పోషించడానికి ప్రయత్నించాలా? 3 వేల సంవత్సరాల నాటి సంస్కృతితో ఈ పని జనాలు చేసే పనే అయితే, 'వ్యక్తిపూజలు చెయ్యకూడదు' అని పార్టీ ఎన్నడైనా ఒక్క తీర్మానం అయినా చేసిందా? 3 వేల సంవత్సరాల నించీ వ్యక్తిపూజా మూర్ఖత్వంలో పడివున్న జనాల్ని, సోషలిజంలోనైనా బైటికి రానివ్వకుండా, వాళ్ళని ఇంకా అందులోనే పడేసి వుంచడమా సోషలిస్టు పంథాకి అవసరం? ఆ అజ్ఞానంమీద బతకదల్చుకుందా సోషలిస్టు పంథా? జనం ఇంకా అజ్ఞానంలో వుంటేనే 'జనం విప్లవం' జయిస్తుందా? అజ్ఞానమైన పనిని కొనసాగిస్తూ వుంటేనే 'విప్లవ పంథా'కి మెజారిటీ దొరుకుతుందా? వ్యక్తిపూజకీ 'విప్లవ మెజారిటీ'కీ ఎలాంటి సంబంధం? పాజిటివ్ సంబంధమా? నెగిటివ్ సంబంధమా? (ప్రజలు మావో పూజని తిరస్కరించలేదంటే వాళ్ళింకా పూజలు చేసే అజ్ఞానంలో వున్నారన్నది నిజమే. కానీ, అంతకన్నా

ముఖ్య విషయం వాళ్ళ నాయకుడు కూడా 3 వేల సంవత్సరాలనాటి 'పూజలందుకొనే' చక్రవర్తుల దర్పంతో వున్నాడు అనేదే! ప్రజలు "పూజలు చేసే" స్థాయిలో వుండడంలో ఆశ్చర్యంలేదు. వాళ్ళు సోషలిస్టు ఆచరణలూ కమ్యూనిస్టు ఆచరణలూ సరిగా తెలిసినవాళ్ళు కారు. వాళ్ళు పూజలు చేసే స్థాయిలోనే వున్నారు కాబట్టి, కమ్యూనిస్టు నాయకుడు కూడా 'పూజ లందుకొనే' స్థాయిలోనే వుండడం ప్రపంచ వింతల్లో పెద్ద వింత! "వర్షిప్ చేయించుకోవాలనే కోరికా వుంటుంది, చెయ్యాలనే కోరికా వుంటుంది" అని ఆయన అన్నమాటల్లో అర్థం — ఆ రెండు కోరికలూ ఒకరికే వుంటాయని కాదు. వర్షిప్ చేయించుకోవాలనే కోరిక చక్రవర్తులకూ, నాయకులకూ వుంటుంది. చెయ్యాలనే కోరిక కింద వాళ్ళకీ సామాన్య జనాలకీ వుంటుంది. మావోని ఈ స్థాయిలో దర్శించడం దుర్భరంగానే వుంటుందిగానీ, ఎంత దుర్భరమైనా సత్యం సత్యమే. కల్టు జరగడమే నిజమైతే దానికి ప్రధాన కారకుడైన మావో ఈ స్థాయిలో వున్నాడన్న విషయం కూడా నిజం కావలిసిందే. మావో వ్యతిరేకులు మావోని "పార్టీ చక్రవర్తి" అని వెటకారాలు చేశారంటే, దానికి ఆయన అర్హుడు కావలిసిందే కదా?

— 'మావోకల్ట్' మీద ప్రపంచమంతటా అనేక ప్రశ్నలు (చాలా సహజమైన ప్రశ్నలు) ఎప్పటినించో వున్నాయి. విప్లవకారులనేవాళ్ళు మాత్రం ఈ కల్ట్‌ని సమర్థిస్తూ ఒకదానికొకటి పొసగని మాటలు వల్లిస్తారు. కమ్యునిస్టు రచయితలూ, కమ్యూనిజం పట్ల సానుభూతి గల రచయితలూ కూడా ఈ సమస్యని ప్రస్తావించి ఒకటో అరో విమర్శ చేసి, చివరికి 'ఇది మావోకి అవసరమైంద'ని తేలుస్తూ కుంటి సమర్థనలు చేస్తారు. (డాబియర్, హాన్‌సుయిన్, మరియా - వగైరాలంతా ఇదే వరస).

"డైలీ లైఫ్ ఇన్ రెవల్యూషనరీ చైనా" పుస్తకం రాసిన మరియా (ఈమె ఇటలీ దేశస్తురాలు) ఈ కల్ట్ విషయం తన పుస్తకంలో కొంత ఎక్కువగానే ప్రస్తావించింది. 'మావోని పూజించే పద్ధతులన్నీ వ్యక్తిపూజే కదా?' అని పాశ్చాత్య దేశాల్లో అంటారని చెపుతూ ఈ విమర్శకి చైనా ప్రజలు చెప్పే జవాబులే సరైనవి — అనే ధోరణిలో మాట్లాడుతుంది. 1970 లో ఈమె చైనా వెళ్ళినప్పుడు ఈ కల్టు విషయం మీద చైనా ప్రజలతో మాట్లాడిందట.

"మీ దేశాల్లో మాత్రం లేదా ఇది?" అన్నారట చైనా ప్రజలు.

'చైనా ప్రజలు ఎంత సరైన ప్రశ్న వేశారూ' అనే పద్ధతిలో ఈమె సంతోషిస్తుంది. "మా దేశం అయితే బూర్జువా దేశం. బూర్జువా దేశాల్లో వున్నవన్నీ సోషలిస్టు దేశాల్లో వుండవచ్చునా?" అని అడగదు ఈమె. బూర్జువా సమాజానికీ సోషలిస్టు సమాజానికీ వుండవలసిన తేడా తెలీదు ఈమెకి.

చైనా ప్రజలు మరియా భర్తతో ఇంకో మాట కూడా అన్నారట (ఆయన కూడా రచయితే. ఆయన కూడా ఆమెతోపాటు వున్నాడు). "మీమీద కల్టు వుంటేనే మీ రచనలు చదువుతారు" అన్నారట. ముందు రచనలు చదివి, అవి నచ్చితే ఇష్టం కలగడం కాదు, ముందే ఇష్టం కలిగితే తర్వాత రచనలు చదువుతారట! ముందే ఇష్టం ఎక్కణ్ణించి రావాలి? చైనా ప్రజల్ని ఇంత తల్లకిందులుగా నించోబెట్టిన సిద్ధాంతం ఏమిటంటారు? వారి నాయకుల్ని నించోబెట్టిన సిద్ధాంతమే అది. (ముందు రచనలు చదివి అవి నచ్చితే ఏర్పడే ఇష్టాన్ని అయినా, కల్టు అనకూడదు. అది కల్టు అవదు. కల్టు అంటే అకారణంగా ఏర్పడే మూఢభక్తి. అందులో నిజమైన ప్రేమ వుండదు. రచనలు చదివాక, అవి నచ్చితే కలిగే ఇష్టంలో మూఢత్వమూ, అబద్ధమూ వుండవు. మావో రచనలు చదివిన తర్వాత మావో మీద ఇష్టం కలిగితే, అది మావో కల్టుగా మారదు. ఒక వ్యక్తిమీద సరైన కారణంతోనే గొప్ప ప్రేమ ఏర్పడినా, ఆ వ్యక్తి చేసే పనుల్ని పరిశీలించే హక్కునీ, జ్ఞానాన్నీ వొదిలేసే కల్టు స్థాయికి ఆ ప్రేమ మారకూడదు. మారితే అది మూర్ఖపు

లొంగుబాటే అవుతుందిగానీ, ప్రేమ అవదు. తను ఇతరుల విషయంలోనూ మూఢభక్తితో వుండకూడదు, ఇతరులు తన విషయంలో అలా వుండడానికీ అవకాశం ఇవ్వకూడదు).

"మీ నాయకులపట్ల మీకు మాత్రం కల్టు లేదూ? చర్చిల్ అన్నా, డీగాల్ అన్నా, రూజ్వెల్టు అన్నా మీకు కల్టు లేదూ?" అని కూడా అడిగారట చైనా ప్రజలు. మావోని బూర్జువా నాయకులతో సమానం చేశారన్నమాట వారు! సహజమే అది. బూర్జువా నాయకులు చేసే పనే తమ నాయకుడూ చేసినప్పుడు, ఆ నాయకుడు ఇతర దేశాల నాయకులనించీ వేరుగా కనపడడం ఎలా సాధ్యమవుతుంది?

కల్టు మీద చైనా ప్రజల జవాబులే సరైనవని భావించి మరియా, 'ఈ కల్టు చెయ్యడమూ, చేయించుకోవడమూ మానవ స్వభావంలో ఎప్పుడూ వుండేదే' అనే అభిప్రాయానికి వొస్తుంది — "ప్రపంచమంతటా, మానవులకు సంబంధించిన సత్యమే ఇది (హ్యూమన్ ఫ్యాక్టర్)" అంటుంది. "ఇది సాంస్కృతిక విప్లవకాలంలో అవసరమైంది. ఇప్పుడు అవసరం లేదు" అని చివరికి ఒక ముక్తాయింపు చరణం వల్లిస్తుంది. "స్టాలిన్‌ది కల్టుగానీ, మావోది కల్టు కాదు. స్టాలిన్ కల్టుని బలవంతంగా రుద్దారుగానీ ఇది అలాంటిది కాదు" అని తెలుస్తుంది మరీ చివరికి. (మకియాచీ - పే. 479 - 481)

'లీషావోచీ, పెంగ్‌చెన్ ముఠాల్ని దెబ్బ తియ్యడంకోసం జనాలకు నేరుగా విజ్ఞప్తి చెయ్యడానికి ఇది అవసరమైంది. ఇప్పుడు, పార్టీ, విప్లవకర చోదకశక్తిని సాధించింది. ఇక ఇది అవసరం లేదు' (డాబియర్, పే. 278)

(విప్లవకర చోదకశక్తిని సాధించే పని కొన్నాళ్ళే అవసరం కాబోలు!)

'1970లో మావో తన వ్యక్తి పూజని తగ్గించడం తనే ప్రారంభించాడు. తన అధికారాన్ని తిరిగి పొందడం కోసం, ప్రజలలో తనకున్న పలుకుబడినీ గౌరవాన్నీ ఒక సాధనంగా వుపయోగించుకున్నాడు.' (హాన్‌సుయన్, పే. 340)

(అధికారం కోసం! పలుకుబడులూ, గౌరవాలూ వుపయోగించడం! తన వ్యక్తి పూజని తనే ఎక్కువ చేసుకోడం, తనే తక్కువ చేసుకోడం! ఈ రకం మాటల్లో ఏమీ అపసవ్యం కనపడ్డంలేదు ఒక్కరికీ. అవే మాటలు తిరిగి తిరిగి వల్లించడం!)

ఈ కల్టువాదులు మాట్లాడేదంతా ఈ రకం మాటలే.

"మీ దేశాల్లో మాత్రం కల్టు లేదా?" అనీ, మీ కల్టు వుంటేనే మీ రచనలు చదువుతారు" అనీ, చైనా ప్రజలు మరియాకి ఇచ్చిన జవాబులు ఎక్కడివి? కల్టుని సమర్థించే నాయకుల జవాబులే అవి. 'వ్యక్తిపూజ' ఆచరించడానికి ఇవి బ్రహ్మాండమైన కారణాలు అయినట్టు నాయకుల జవాబుల్నే వాళ్ళు చిలక పలుకుల్లా వల్లె వేస్తున్నారు. కొన్ని విషయాల్ని ఒకటే వూదర కొట్టే పద్ధతిలో కొంతకాలంపాటు వింటూ వుంటే మంచి చెడ్డల విచక్షణ నశించిపోయే పరిస్థితి కూడా వొస్తుంది. (మరియాతో మాట్లాడిన వాళ్ళ అభిప్రాయాలే చైనా ప్రజలందరి అభిప్రాయాలు — అనుకోకూడదు. ఈ కల్టు చూసి అసహ్య పడ్డ వాళ్ళు కూడా తప్పకుండా వుండి వుంటారు).

1970 నించీ కల్టుని కొంత తగ్గించే ప్రయత్నాలు ప్రారంభించారట. అది ఎంత తగ్గిందో ఒకటి రెండు వుదాహరణలు చూస్తే తెలుస్తుంది. 1970 అక్టోబరు 1న జరిగే రిపబ్లిక్ దినోత్సవాల నాటికి ఒక నినాదం కొత్తగా తయారైంది. ఇది, తర్వాత అక్టోబరు 9న 'పెకింగ్ రివ్యూ' పత్రికలో వచ్చింది.

"మన దేశంలోని అన్ని జాతుల ప్రజలకూ గొప్ప నాయకుడైన ఛైర్మన్ మావో మొత్తం దేశానికీ, మొత్తం సైన్యానికీ కమాండరు" (రైస్, పే. 503)

ఆ వుత్సవాలకు సంబంధించిందే ఇంకో వుదాహరణ. ఆ వుత్సవాల్లో మావోతో పాటు స్నో కూడా వేదికమీద వున్నాడట.

ఆ వుత్సవంలో ఇలా నినాదాలిచ్చారు.

"ఛైర్మన్ మావో - 10 వేల సంవత్సరాలు జీవించుగాక!

ఛైర్మన్ మావో - 10 వేల 10 వేల సంవత్సరాలు జీవించుగాక!

ఛైర్మన్ మావో - 10 వేల 10 వేల 10 వేల సంవత్సరాలు జీవించుగాక"

(ఇదీ భౌతిక వాదం! తార్కిక భౌతిక వాదం! గతి తార్కిక భౌతిక వాదం!)

ఈ నినాదాలు విన్నవెంటనే స్నో, మావోని "ఇది మీకెలా అనిపిస్తోంది?" అని అడిగాడట ('అలా అడగకుండా వుండలేకపోయాను' అంటాడు స్నో). స్నో ప్రశ్నకి మావో బాధగా తల పంకిస్తూ - "ఇంకా ఇది చాలా నయం" అన్నాడట. "ఇది నాకు సంతృప్తికరంగా లేదు" అని కూడా అన్నాడట - 'ఇది ఇంకా తగ్గాలి' అనే అర్థంతో. ('ఈ కల్టు చాలదు, ఇంకా వుండాలి' అని 1965 లో అన్నాడు. 'ఇంత అక్కరలేదు, కొంత తగ్గాలి' అని ఇప్పుడు అంటున్నాడు. ఎంత తగ్గాలి అది? 10 వేల 10 వేల 10 వేల — ఇలా 3 పదివేలల సంవత్సరాలనించి ఒక్క పదివేలకి తగ్గాలా? "మావో ఒక వెయ్యి సంవత్సరాలు జీవించాలి" అనే నినాదాలైతే కల్టు సమంజసంగా సాగుతోన్నట్టే కావచ్చా? కల్టు వల్ల విప్లవ పంథాకి వుపయోగం వున్నప్పుడు అది తగ్గడం ఎందుకూ? విప్లవానికీ, ప్రజల ఐక్యతకీ తోడ్పడే ప్రతీదీ ఎంత ఎక్కువగా జరిగితే అంత మంచిదికదా? ఎందుకు కొంత తగ్గాలి? అందులో ఏదో నష్టం వుంది కాబట్టా? నష్టంవున్న పని కొంతమాత్రం ఎందుకు సాగాలి? ఇందులో గొప్ప వింత ఏమిటంటే — మావోని "బాధ" పెట్టేట్టుగా మావో భక్తి ప్రదర్శించడం మావో చెప్పినా ఎవ్వరూ వినడంలేదనీ, ప్రజలు మావో మీద అంత వెర్రిభక్తి చూపిస్తున్నారనీ అర్థాలు చెప్పడం!

మావో మీద ఎంత భక్తి అంటే మావో మాటే లక్ష్యపెట్టనంత! మావో మీద ఎంత ఆరాధన అంటే మావో బాధని తోసిపారేసేంత! మావోకి బాధ కలిగించేంత!

మావో పూజని మావో అరికట్టలేక పోయాడని ప్రపంచం నిజంగా నమ్ముతుందని మావో భావించాడా? బాధగా మొహం పెడితే లాభంలేదు. ఆ బాధాకరమైన విషయాన్ని అరికట్టడానికి ఆయన ఏం చర్యలు చేశాడన్నది కావాలి ప్రపంచానికి. "ఇది ఇంకా తగ్గాలి" లాంటి సంజాయిషీలన్నీ కంటితుడుపు మాటలే సుమండీ. "ఈ నినాదాలు వింటే నీకు ఎలా వుంది?" అని ఒక మనిషి, ఎదటపడి అడిగినప్పుడు, ఎవరైతే మాత్రం "నాకు నచ్చలేదు" అనకపోతే ఇంకేమంటారు? ఒక బూర్జువా నాయకుడైతే మాత్రం "ఈ నినాదాలు నాకు భలే నచ్చాయి. నన్ను శాశ్వితంగా బతకమనడం నాకు భలేగా వుంది" అంటాడా? "మా ప్రజలు నామీద ప్రేమకొద్దీ ఇదంతా చేస్తున్నారు. ఏమిటో వాళ్ళ వెర్రి, వొద్దన్నా వినరు" అంటాడు. ప్రజలోకళ్ళు దొరుకుతారు కదా అన్నిటికీ. మావో కూడా ఆ పద్ధతిలోనే నూటికి నూరుపాళ్ళూ ఫ్యూడల్-బూర్జువా ఫార్మల్ జవాబు ఇచ్చాడు. కల్టుకి ఆయన వ్యతిరేకి కాడు. కల్టుని అరికట్టాలని ఆయన ఎన్నడూ ప్రయత్నించలేదు. అరికట్టడం ఏమిటి, దాన్ని ఆయనే కోరితే? కల్టుని కోరేవాళ్ళు అది తగ్గితే బాధపడతారు గానీ, ఎక్కువైతే బాధ పడరు.

— మార్క్స్ రచనల ముద్రణ తిరిగి ప్రారంభించడమూ, అంతర్జాతీయ గీతంలో ఆ తీసేసిన చరణం తిరిగి పెట్టడమూ, మావో ఫోటోల ప్రదర్శన కొంత తగ్గించడమూ — లాంటి రెండు పనులేవో జరిగాయి కాబట్టి కల్టుని తగ్గించే ప్రయత్నాలు చేశారనే అనుకోవచ్చు. ఆ కల్టు వాళ్ళకే రానురానూ ఎబ్బెట్టుగా కనపడిందో, దానిమీద ప్రపంచ వ్యాప్తంగా వినపడే రకరకాల విమర్శల్ని తట్టుకోవడం కష్టం అయిందో, అంతకన్నా ముఖ్యమైన రాజకీయ కారణం ఏమైనా వుందో! మొత్తానికి దాంట్లో చిట్టి పొట్టి మార్పులేవో చేశారు. చేసి "కల్టు ఇక అవసరంలేదు" అనడం ప్రారంభించారు. దాన్ని

కేవలం ఒక అవసరానికే పెట్టినట్టూ, అవసరం తీరగానే తీసేసినట్టూ చెప్పడానికి.

కల్టు ఇక అవసరం లేదంటే అర్థమేమిటి? పార్టీలో మావో పంథాయే మెజారిటీ సాధించ గలుగుతోందనే కదా? ప్రజలూ, పార్టీ సభ్యులూ, కార్యకర్తలూ రాజకీయంగా చైతన్యవంతు లయ్యారనే కదా? మావో నాయకత్వం మీద అందరికీ భక్తి కుదిరిందనే కదా? అంత సత్ఫలితాలిచ్చే దాన్ని ఎందుకు తీసెయ్యాలనే విషయం అలా వుంచుదాం. ఇంతలోనే ఈ రివిజనిజం ఏమిటి? మావోనీ, మావో పంథానీ, మావో పంథా ప్రారంభించిన సాంస్కృతిక విప్లవాన్నీ వెయ్యి ఆమడల దూరానికి విసిరి వెయ్యగలిగిన ఈ వుపద్రవం ఏమిటి? ఈ వుపద్రవానికి (మావో వ్యతిరేకతకి) ప్రజల సపోర్టు ఏమిటి? కల్టు లేకే కృశ్చేవ్ పడిపోయి వుంటే, అంతకాలం పాటు అంత ఎత్తున కల్టు పొందిన మావో ఎందుకు పడిపోయాడు? విప్లవావసరంగా పనికి రావలసిన కల్టు విప్లవాన్ని ఎందుకు నిలబెట్టలేక పోయింది? — ఇవన్నీ చర్చించి తీరవలసిన ప్రశ్నలు.

వ్యక్తిపూజ - మంచిదా, చెడ్డదా?

వ్యక్తిపూజ — సోషలిస్టు ఆచరణా, ఫ్యూడల్ (లేదా, బూర్జువా) ఆచరణా?

వ్యక్తిపూజ — విప్లవకారులకు సహాయ పడుతుందా, రివిజనిస్టులకు సహాయ పడుతుందా? — అన్న విషయాల్ని సాక్ష్యాధారాలతో సహా చర్చించడానికి 1976 అక్టోబరు తర్వాత కాలమే సరైన కాలం. ఎందుకంటే, దాని ఫలితాలు అప్పటికి స్పష్టమయ్యాయి. కల్టులో మూఢత్వం మాత్రమే వుంటుందా; రాజకీయ జ్ఞానమూ, వర్గ చైతన్యమూ, నాయకుడి ఆశయాల్ని నిజమైన ప్రేమతో అనుసరించడమూ వగైరా లక్షణాలు కూడా వుంటాయా — అనేది అప్పటికి రుజువయింది.

'వ్యక్తి పూజని ఇంత పెద్ద ఎత్తున ఆచరించవలసిన అవసరంలేదు. ఇది ఇక అవసరంలేదు' — అని 1970 లో అనుకున్నప్పుడు, మొత్తం ఈ సమస్యమీద అప్పటికైనా ఒక వివరణ ఇవ్వవలసిన అవసరం లేదా "విప్లవ పంథా"కి? "వ్యక్తిపూజ మంచిదే. పార్టీలో మెజారిటీ తగ్గినప్పుడల్లా విప్లవ పంథా దీన్ని ఆచరించవచ్చు" అనిగానీ, "వ్యక్తి పూజ మంచిది కాదు, ఇన్నాళ్ళూ పొరపాటు అవగాహనవల్ల దీన్ని ఆచరించాం. విప్లవకారులు ఎప్పుడూ దీన్ని అనుసరించకూడదు" అని గానీ, దానిమీద ఏ అభిప్రాయం ఏర్పడితే ఆ అభిప్రాయం (ఆ అభిప్రాయం ఎందుకు ఏర్పడిందో కారణాలతో సహా, ప్రజలముందు పెట్టవలసిన అవసరం లేదా? — పార్టీ అలా చెయ్యకపోతే, వ్యక్తిపూజ అనేది మంచిదో, చెడ్డదో; సోషలిస్టు భావాలవేపు నడిచే ప్రజలు ఈ విషయంలో ఎలాంటి అవగాహన ఏర్పర్చుకోవాలో నిర్ణయించుకోడానికి ప్రజలకు ఎడ్యుకేషన్ ఎలా దొరకాలి? ఈ విషయంలో ప్రజలకు వుండే రకరకాల సందేహాలు ఎలా తీరాలి? — కానీ, ఈ విషయంమీద పార్టీ గానీ, మావోగానీ అధికారికంగా ఇచ్చిన డాక్యుమెంటు ఏదీలేదు — మావో, స్నోకి ఇచ్చిన ఇంటర్వ్యూల్లో చెప్పింది తప్ప! ఆ ఇంటర్వ్యూల్లో మావో చెప్పిందానికి (ఈ విషయంమీద) విప్లవకారుడన్నవాడు తల ఎత్తుకోలేడు.

— తన పేరు ముందు 'ఫోర్ గ్రేట్స్' వాడుతున్నారని స్నోతో చెప్పినప్పుడు మావో — 'ఇకనించీ ఫోర్‌గ్రేట్స్ వాడక్కరలేదు. టీచర్ అన్నది ఒక్కటే చాలు' అంటాడు. ఏదో ఒక విశేషణాన్ని నిర్ణయించడం అన్నది కూడా సరైన పద్ధతి కాదు. అలా నిర్ణయించినప్పుడు అందరూ ఒక నిబంధనలాగ దాన్ని వాడవలసి వస్తుంది. నాయకుడి గురించి మాట్లాడే వాళ్ళు ఎవరు ఎప్పుడు ఎలా ఫీలైతే అలా మాట్లాడే స్వేచ్ఛ వుండాలి. (భౌతిక దృక్పధానికి లోబడే మాట్లాడాలని వేరే చెప్పనక్కరలేదు). 'మన

ఉపాధ్యాయుడైన మావో' అని మాత్రమే అనాలనీ, ఇతర మాటలు వాడడం బాగుండదనీ నిర్ణయించడం కూడా ప్రజల స్వంత చొరవనీ, స్వంత ఆవేశాల్నీ, స్వంత ఆలోచనల్నీ శాసించే పద్ధతే. "మావో గొప్ప జీనియస్!" అని ఎవరికైనా అనాలని వుంటే అనవలిసిందే. దాన్ని అరికట్టే విధంగా "ఆ మాట కాదు, ఈ మాటే అనాలి" అని ఒక మాటని నిర్ణయించడం చాలా పొరపాటు. పైగా, ఆ నాయకుడే 'నన్ను ఇలా అనండి' అని ఆ మాటని సూచించడం అంతకన్నా పొరపాటు.

'వ్యక్తిపూజ పూర్తిగా తప్పు' అని దాన్ని ఎంతో స్పష్టంగా ఖండించిన బెతల్‌హామ్ కూడా "విచ్ఛిన్నకర శక్తులున్న పరిస్థితుల్లో ప్రజల ఐక్యతని కాపాడడానికి మావో దాన్ని ఒక అవసరంగా భావించాడు" అన్నారు. మావో అభిప్రాయాన్నే తిరిగి చెప్పడం ఎందుకు? ఆ అభిప్రాయం సరైనదా, కాదా అన్న సంగతే విమర్శకులు చర్చించాలిగానీ, "మావో అలా భావించాడు" అనడంవల్ల అలా భావించడం తప్పో ఒప్పో పరిశీలించినట్టు అవుతుందా? తెలిసిగానీ, తెలియకగానీ తప్పులు చేసేవాళ్ళంతా ఆ పనులు అవసరం అనుకునే చేస్తారు. 'అవసరం అనుకునే చేశాం' అంటారు. వాటి మంచి చెడ్డలు చర్చించే వాళ్ళు చెయ్యవలిసింది తప్పులు చేసిన వాళ్ళ జవాబుల్నే తిరిగి చెప్పడంకాదు. ఆ జవాబు సరైందో కాదో పరిశీలించి, సరైందైతే దాన్నే అనుసరించాలి. కాకపోతే దాన్ని తిరస్కరించాలి. వ్యక్తిపూజని తిరస్కరించడంలో బెతల్‌హామ్ ఏమీ లోపం చెయ్యలేదు. మావోని కూడా విమర్శించడంలోనే ఆయన లోపం చేశారు. (మా అభిప్రాయాలు ఆయన ముందు మళ్ళీ ఒకసారి పెడితే, ఈ విషయం కూడా ఆయన అంగీకరించవచ్చని మా నమ్మకం. ఇతర విషయాల్లో కొన్నిటిలో అలాగే జరిగింది. ఈ విషయంలో మా అభిప్రాయాలు మళ్ళీ ఆయన పరిశీలనకు పంపే పని ఇంకా చెయ్యలేదు).

— 'వ్యక్తిపూజ' భావవాదం అనీ, అది మార్క్సిస్టు స్వభావం కలది కాదనీ, దాన్ని అనుసరించడం మంచిది కాదనీ, దాని గురించి కొన్ని మంచి అభిప్రాయాలు వ్యక్తం చేసిన హోక్సా (అల్బేనియా కమ్యూనిస్టు పార్టీ సెక్రటరీ), ఆ అభిప్రాయాల మీదే స్థిరంగా వుండకుండా మళ్ళీ వ్యక్తిపూజతోనే రాజీపడతాడు. చైనా పార్టీలో వున్న గందరగోళ పరిస్థితుల్లో మావోకి ఆ కల్ట్‌ని అనుసరించక తప్పలేదు — అన్న ధోరణిలో మాట్లాడతాడు.

"ఇంత మితిమీరిన కల్టుని మావో ఎందుకు అంగీకరిస్తున్నాడు? బహుశా, చైనాలో గడ్డు పరిస్థితుల వల్లా, చైనా పార్టీ రివిజనిస్టుల చేతుల్లో వుండడంవల్లా సరైన విప్లవ శక్తుల్ని సమీకరించడానికి తన పేరునీ, అధికారాన్నీ ఇంత మితిమీరి వుపయోగించుకునేలాగ మావోని ఆ పరిస్థితులు నడిపి వుంటాయి. లేకపోతే చైనా దెబ్బతిని పోయేదే. అయితే, ఇంత పెద్ద ఎత్తున వ్యక్తిపూజ జరపడం ఎంత సమర్థనీయమో నాకు తెలీదుగానీ, ఏది ఏమైనా, ఏ పరిస్థితుల్లో అయినప్పటికీ ఈ మితిమీరిన వ్యక్తిపూజలో మార్క్సిస్టు అంశం ఏమీ లేదు". (హోక్సా: రిఫ్లెక్షన్స్ ఆన్ చైనా - 1: పే. 408)

"ఇందులో 'కల్టు'ని వ్యతిరేకించే లక్షణం ఏమీలేదు. "మితిమీరిన" కల్టుని మాత్రమే వ్యతిరేకిస్తున్నాడు ఈయన. పార్టీ, రివిజనిస్టుల చేతుల్లో వుండడంవల్ల కల్ట్ అవసరమై వుంటుందనీ, కల్ట్ ద్వారా విప్లవ శక్తుల్ని సమీకరించగలరనీ, అలా చెయ్యకపోతే చైనా దెబ్బతిని పోయేదేననీ — కల్టుకి ఎంతో పాజిటివ్ స్వభావం వున్నట్టు మాట్లాడుతున్నాడు. (ఈ విషయాలన్నీ ఎలా తప్పో మనం మళ్ళీ చూడనక్కరలేదు). హోక్సా దృష్టిలో కల్టుని 'పెద్ద ఎత్తున' జరపడం మాత్రమే సమర్థనీయం కాదు. మితిమీరిన కల్టులో మార్క్సిస్టు అంశం వుండదు. కొంచెం మధ్య స్థాయిలో కల్టు నడిస్తే అది సత్ఫలితాలిస్తుందనే ఈయన అభిప్రాయం. కల్టు మితిమీరకుండా మితిలోనే జరగాలంటే ఏమిటి

దానికి కొలత? మావోకి ఎన్ని పొగడ్తలు మాత్రమే వుంచాలి? ఎన్ని ఆశీస్సులు మాత్రమే ఇవ్వాలి? సూర్యచంద్రుల్లో ఎవరితో మాత్రమే పోల్చాలి? సూర్యుడితో మాత్రమేనా, చంద్రుడితో మాత్రమేనా? లేకపోతే ఇంద్రుడితో మాత్రమేనా? కల్టుని మితిలో వుంచడానికి ఏమిటి హద్దు?

— "ఇంత కల్టుని మావో ఎందుకు అనుమతించాడు?" అన్న ప్రశ్న మావో విషయంలో వేసినట్టుగా, స్టాలిన్ విషయంలో వెయ్యలేదు హోక్సా. స్టాలిన్ విషయంలో అయితే హోక్సాకి ఆ మాత్రపు ప్రశ్న కూడా రాలేదు. స్టాలిన్ స్వయంగా ఎన్ని డజన్ల "హీరో" బిరుదులు తీసుకున్నా ("సోవియట్ రష్యా హీరో" రకం బిరుదులు బోలెడున్నాయి స్టాలిన్‌కి), ఎన్ని డజన్ల మెడల్స్ తీసుకున్నా, వినడానికి చెవులు సిగ్గుపడేంత పొగడ్తలెన్ని స్వీకరించినా — అందులో స్టాలిన్ తప్పు కనపడనేలేదు. అంతా స్టాలిన్ శతృవులదే తప్పు! అంతా కృశ్చేవ్ లాంటి రివిజనిస్టులదే తప్పు! రివిజనిస్టులు తమ స్వార్థం కోసం "భవిష్యత్తులో స్టాలిన్‌ని చాలా తేలిగ్గా కూల్చివేయడానికి స్టాలిన్ కల్టుని ఆకాశాన్నంటే విధంగా తయారుచేశారు." "స్టాలిన్ కల్టు అనే గగ్గోలు ఏదైతే వుందో అదంతా అబద్ధం. స్టాలిన్ చాలా నమ్రతగల వ్యక్తి. అతని కల్టుకి కారణం అతను కాదు. ఫాసిజం మీద విజయం పొందిన తర్వాత, స్టాలిన్ పట్ల సోవియట్ ప్రజలకున్న ప్రేమని ఎక్స్‌ప్లాయిట్ చేసి, పార్టీలోనూ ప్రభుత్వం లోనూ రివిజనిస్టులు స్టాలిన్‌ని తొందరగా పడగొట్టడానికి నడిపిందే ఈ కల్టు అంతా. స్టాలిన్ బతికివున్నంత కాలం, కృశ్చేవ్ తదితరులు స్టాలిన్‌మీద ఉత్త కపటపు, హద్దూపద్దూ లేని పొగడ్తలు కురిపించారు. స్టాలిన్‌ని ప్రజలనించి విడగొట్టడానికి దుర్మార్గంగా ఇదంతా చేశారు..." - ఇదీ ధోరణి! ("ది కృశ్చేవైట్స్". పే. 46 - 50)

స్టాలిన్‌కి సంబంధించిన ఏ తప్పు గురించి ఎత్తుకున్నా — "స్టాలిన్ అలా చెప్పివుండడు. రివిజనిస్టులే అతని పేరుకింద దాక్కుని అలా చేశారు" అనడం!

రివిజనిస్టుల్ని తన పేరుకింద ఎందుకు దాక్కోనివ్వాలి ఈ మనిషి? వాళ్ళు దాక్కున్నారని ఈయనకి తెలియదా? రివిజనిస్టులు ఎందులో జొరబడతారో, ఎందులో దాక్కుంటారో తెలుసుకోలేకపోతే అది ఆ నాయకుడి తప్పే కదా? ఒకళ్ళ పేరుకింద ఒకళ్ళు దాక్కోడాలకి అవకాశం ఇచ్చే పద్ధతులెందుకు పాటించాలి? ఎదటివాళ్ళు హద్దూపద్దూలేని కపటపు పొగడ్తలు గుప్పిస్తోంటే ఈ మనిషి ఎందుకు వూరుకోవాలి? వాటిని ఒకనాడు వ్యతిరేకిస్తే రెండవనాడు మళ్ళీ పొగడ్డానికి ఎవ్వడూ సాహసించడు కదా? - ఈ ప్రశ్నలేవీ రావా మన కమ్యూనిస్టులికి?

("మా పిల్లాణ్ణి వాడి స్నేహితులంతా చేరి చెడగొట్టారు" అంటారే కొందరు తల్లిదండ్రులు! ఆ రకం మాటలే ఇవన్నీ).

— 'మావో పంథా, 'మావో ఆలోచనా విధానం' అన్న మాటల్ని మావోయే సభ్యుడిగా వున్న పార్టీ (చైనా పార్టీ) వుపయోగించడం కూడా 'మావో కల్టు'లో భాగమే. ఎందుకంటే, ఒక సభ్యుడి పంథాయే పార్టీ పంథా ఎలా అవుతుంది? "మావో పంథాయే మా పంథా. మావో ఆలోచనా విధానమే మా దృక్పథం" అని మావో కూడా సభ్యుడిగా వున్న పార్టీ రాసుకుంటుంద నుకుందాం. ఆ పార్టీలో ఒక విషయం ఏదైనా నిర్ణయించవలసి వచ్చినప్పుడు — మావో పంథాయే వాళ్ళ పంథా కాబట్టీ, మావో ఆలోచనే వాళ్ళ దృక్పథం కాబట్టీ. ఆ విషయంమీద మావో ఎలా చెప్తే అలా విని తీరాలి. "ఈ విషయంలో ఇలా చెయ్యాలి" అని మావో అన్నప్పుడు ఆ ఆలోచనని అనుసరించవలసిందే. ఆ విషయం సరైనదా, కాదా అని చర్చించడానికీ; భిన్నాభిప్రాయాలు ప్రకటించడానికీ అవకాశం ఎలా వుంటుంది? ఎవరి పంథానైతే తన పంథా అని పార్టీ భావిస్తోందో, ఆ వ్యక్తే స్వయంగా ఆ విషయంలో ఏం చెయ్యాలో చెపుతూ వుంటే భిన్నాభిప్రాయం ఎందుకు వుండాలి? మావో చెప్పేదే మావో పంథా. మావో ఆలోచించిన

విధానమే మావో దృక్పథం. మావో చెప్పేదాన్ని కాదని, ఇంకో సభ్యుడు ఇంకో అభిప్రాయం చెప్తే అది మావో పంథాని వ్యతిరేకించే అభిప్రాయమే అవుతుంది కదా? ఈ విధంగా ఒక సభ్యుడి పంథానే తన పంథాగా పార్టీ భావిస్తే, పార్టీలో భిన్నాభిప్రాయాలకీ, చర్చలకీ అవకాశం లేకుండా చేసినట్టవడంలేదా? ఒకవేళ, పార్టీ, చర్చలు జరుపుతుందే అనుకుందాం. ("మావో పంథాయే మా పంథా" అన్న పార్టీ, మావో చెప్పేది వినకుండా చర్చ జరపడమే తప్పు. ఒకవేళ జరిపితే ఏం జరుగుతుందో చూద్దాం). మావో అభిప్రాయాల్ని ఎక్కువమంది వొప్పుకోరను కుందాం. ఇంకో అభిప్రాయానికే మెజారిటీ వస్తుందనుకుందాం. అప్పుడు మావో మైనారిటీలో పడతాడు (అలా ఎన్నోసార్లు మావో మైనారిటీలో వున్నాడు). మెజారిటీ అభిప్రాయాన్నే పార్టీ అమలు చెయ్యాల్సి వొస్తుంది. అంటే, ఆ పార్టీ, మావో పంథాని అనుసరిస్తోన్నట్టా? దాని వ్యతిరేక పంథాని అనుసరిస్తోన్నట్టా? మావో వ్యతిరేక పంథానే అనుసరిస్తూ "మావో పంథాయే మా పంథా" అని చెప్పుకుంటూనే వుంటుంది ఆ పార్టీ. ఈ వైరుధ్యాన్ని ఎలా పరిష్కరించగలరు ఎవరైనా? దానికి రెండే మార్గాలు. పార్టీలో మావో కూడా సభ్యుడిగా వుండకపోవడమైనా జరగాలి; ఒక సభ్యుడి పంథాని పార్టీ పంథాగా నిర్ణయించక పోవడమైనా జరగాలి. ఇందులో ఏది సరైనదో వేరే చెప్పనక్కరలేదు.

ఒక సభ్యుడి పంథానే తన పంథాగా పార్టీ పెట్టుకోకూడదంటే, ఆ సభ్యుడి దృక్పథం గురించి పార్టీ ఆలోచించకూడదనీ, దాన్ని అనుసరించ కూడదనీ కాదు. మావో రచనలు ఒక విప్లవకారుడి రచనలుగా, ఒక సిద్ధాంతవేత్త రచనలుగా బయట వుంటూనే వుంటాయి. వాటిని అందరూ చదువుతారు. వాటివల్ల ప్రభావితులైనవాళ్ళు, ఆ దృక్పథంతోటే పార్టీలో పనిచెయ్యడానికి ప్రయత్నిస్తారు. ఆ దృక్పథానికే మెజారిటీ సంపాయించడానికి ప్రయత్నిస్తారు. ఆ రకం అభిప్రాయాలుగల బృందానికే మావో కేంద్రంగా వుంటాడు. ఇప్పుడు పార్టీలో భిన్నాభిప్రాయాలు వుండడానికీ, చర్చలు జరగడానికీ పూర్తిగా అవకాశం వుంటుంది. ఒక సందర్భంలో మావో బృందానికి మెజారిటీ రాకపోయినా ఏది మెజారిటీ అయితే దాన్నే అనుసరించడంలో పార్టీ పొరపాటు వుండదు.

'మావో కల్టు' కాలంలో— "మావో అథారిటీ ఆబ్సల్యూట్ అథారిటీ" (తిరుగులేని, ప్రశ్నించరాని అధికారం) అనే ధోరణి ప్రచారమైందంటే దానికి కారణం ఏమిటి? మావో పంథానే తన పంథాగా మావోని సభ్యుడిగాగల పార్టీ వుంచుకోవడమే. మావో పంథానే తన పంథాగా పార్టీ వుంచుకున్నప్పుడు, పార్టీ అంతా మావో చెప్పేదాన్ని ఎదురుప్రశ్న లేకుండా అనుసరించి తీరాలి. ఈ పునాదినించి పుట్టుకొచ్చిన నిరంకుశ ధోరణే "మావో అధికారం ఆబ్సల్యూట్ అధికారం' అనే ధోరణీ, మావోని వ్యతిరేకిస్తే "పార్టీనించి డిస్మిస్ చేస్తాం" అనే ధోరణీనూ! "మావోని ఎందుకు వ్యతిరేకించ కూడదు? మావో చెప్పేదాన్ని చర్చించకుండా ఎలా అంగీకరిస్తాం?" అనే ప్రశ్నలకు చోటే లేదు.

ఈ విషయమే బెతల్‌హామ్ ఇంకో కోణంనించీ కూడా చర్చించారు వ్యాసంలో.

పార్టీ పంథా అనేది ఒక వున్నత నాయకుడి పేరుతో వుండడంవల్ల, ఒక సమస్య వచ్చినప్పుడు, పార్టీలో కొందరు (పార్టీలోనే కాదు, బయట కూడా) ఆ పంథాకి భిన్నంగా ఆలోచించడానికే జంకుతారు. మరి కొందరు — ఆ పంథా ఏది చెప్పినా కరెక్టేననీ, దాన్ని గురించి ఆలోచించే పనే లేదనీ, ఆ విషయంమీద ప్రశ్నే లేకుండా దాన్ని అనుసరించడానికి ప్రయత్నిస్తారు. దీనివల్ల, ఆ పంథాలో వున్న పొరపాట్లనీ, అసమగ్రతల్నీ సరిదిద్దుకునే ప్రయత్నమే లేక, ఆ పంథా మరింత అభివృద్ధి అయ్యే అవకాశమే లేకుండా పోతుంది. అది సమిష్టి పంథాగాగాక, వ్యక్తి పంథాగా మారి ఆ నాయకుడు వున్నంతకాలం మాత్రమే అది నిలబడగలుగు తుంది. దాన్ని రక్షించే అవకాశం ఎవరికైనా

వుండాలంటే, ముందు దాని మంచి చెడ్డల్ని చర్చించే అవకాశం వాళ్ళకి వుండాలి.

నాయకుడి పంథానీ, నాయకుడి చర్యల్నీ చర్చించడం అనే సోషలిస్టు పద్ధతి లేకపోవడం వల్లనే, ఒక విషయంలో ఒకసారి జరిగిన తప్పే మళ్ళీ మళ్ళీ జరుగుతూ వుంటుంది. కల్టు విషయం చూస్తే స్టాలిన్ చేసిన తప్పే మావో చేశాడు. స్టాలిన్‌ని విమర్శించి, కల్టు ఎలా తప్పో ప్రకటించవలసింది పోయి, ఆ పని తనే చేశాడు. కనీసం స్టాలిన్‌ని విమర్శించకపోయినా, ఆ పని తను చెయ్యకపోతే, అదైనా కొంత మంచి పని అయ్యేది. ఆ రెండు మంచి మార్గాలూ వొదిలేసి స్టాలిన్ చేసిన తప్పే తనూ చేశాడు. ఈ ఇద్దరు నాయకులూ చేసిన తప్పే తర్వాత వాళ్ళు చేసే అవకాశం వుంది, నాయకుల చర్యల్ని పరిశీలించే దృక్పథం లేకపోతే.

— 1943 లో పార్టీ ఛైర్మన్ పదవిలోకి వచ్చిన మావో, 1976 లో మరణించేవరకూ ఆ పదవిలో వున్నాడు. 33 సంవత్సరాలపాటు! ఒక నాయకుడు ఎంత సమర్థుడు అయినా మరణంతో తప్ప వదలనంత దీర్ఘకాలం పదవిని అంటి పెట్టుకుని వుండవలసిందేనా? వృద్ధాప్యంలో కూడా పదవి కార్యక్రమాలు సక్రమంగా నిర్వహించగలడా? పార్టీలో ఇంకో సమర్థుడు వుండడా? నిజంగా ఇంకో సమర్థుడు వుండకపోతే, రెండో నాయకుణ్ణయినా తయారు చెయ్యలేని పార్టీ ఏం పార్టీ? అలాంటి పార్టీ విప్లవాన్ని రక్షించడానికి నాయకుల్నీ జనాల్నీ ఎలా తయారు చెయ్యగలుగుతుంది? జబ్బుచేసో, మరణించో ఈ మొదటి నాయకుడు లేకుండాపోతే, పార్టీలో రెండో సమర్థుడు లేక పార్టీ కుప్పకూలి పోవలసిందేనన్నమాట!

మావో, ఒక పక్క పార్టీకి ఛైర్మన్‌గా వుంటూనే ప్రభుత్వాధ్యక్ష పదవి కూడా కొన్నేళ్ళు నిర్వహించాడు. మిలటరీ కమాండరు పదవి కూడా. ఒక్కొక్క నాయకుడూ రెండేసి, మూడేసి, నాలుగేసి అత్యున్నత పదవులు తీసుకోకపోతే, ఏ పదవులూ లేని వాళ్ళు వాటిని నిర్వహించ కూడదా? ఒక మనిషికి ఎన్ని రంగాల విషయాల్ని పరిశీలించగల సమర్థత (టాలెంట్) వున్నా, అనేక పదవుల పనుల్ని శక్తివంతంగా నిర్వహించడం అనేది ఒక మానవ శరీరానికి సాధ్యమవుతుందా? పదవిని నిర్వహించడం అంటే కేవలం సంతకాలు పెట్టడమే అయితే, ఎన్ని డజన్ల పదవులైనా ఒక శరీరానికి భారం కాకపోవచ్చుగానీ, ఒక పదవికి సంబంధించిన అనేక సమస్యల్ని నిజంగా పరిశీలించుకుంటూ, వాటిపట్ల సరైన జ్ఞానం ఏర్పర్చుకుంటూ, ప్రతీ అంశాన్నీ దృష్టిలోకి తీసుకుంటూ, నూతన సమాజ నిర్మాణానికి అనుకూలించేలాగ ప్రతీ పదవినీ ప్రయోజన కరంగా నిర్వహించాలంటే రెండేసి మూడేసి అత్యున్నత పదవుల నిర్వహణ ఒక శరీరానికి సాధ్యమా? సాధ్యమైనా నిర్వహించకూడదు. ప్రతీ విషయంలోనూ అనేక మంది సమర్థులుగా తయారవ్వాలంటే, అత్యున్నత పదవుల నిర్వహణలో అందరికీ అవకాశం వుండే పద్ధతులు పాటించాలి. ఒక వ్యక్తి ఒక్క పదవికన్నా ఎక్కువ పదవులు నిర్వహించకూడదు. ఒక పదవికన్నా ఇంకా ఎక్కువ రంగాలలో పనిచేసే సమర్థత వుంటే, పదవి లేకుండానే ఆ పనులు కూడా చెయ్యకూడదా? శక్తిసామర్థ్యాల్ని పదవి వుంటేనే వుపయోగించగలమనీ, లేకపోతే అవి నిరుపయోగమై పోతాయనీ అనగలమా? ప్రధాన నాయకుడే అనేక అత్యున్నత పదవులు నిర్వహించాలనే దృష్టి కూడా ఒక రకమైన కల్టులో భాగమే.

ప్రతీసారీ పేరుముందు 'ఛైర్మన్' అంటూ వుండడం కూడా కల్టులో భాగమే. పదవి పేరు, మనిషి పేరు ముందు ఎందుకు? ఇతరులెవ్వరికీ వాళ్ళ పదవులు వాళ్ళ పేర్ల ముందు వుండడం లేదే!

బూర్జువా నాయకులు తమ పదవుల్నీ, డిగ్రీల్నీ, పేర్ల చుట్టూ ఇంత పొడుగున పెట్టుకుని, 'నేనెంత గొప్పవాణ్ణో చూడండి' అని ప్రజల ముందు ఆర్భాటం ప్రదర్శిస్తారు.

ఆ ఆర్భాటంతోనే ప్రజల్ని భయభక్తుల్లో వుంచగలుగుతారు. ఏ నాయకుడైనా "నేను ప్రజలకన్నా గొప్ప వ్యక్తిని" అనే ఆర్భాటం ప్రదర్శించకూడదు. లెనిన్ ఎన్నడూ అలాంటి ఆర్భాటాలు ప్రదర్శించలేదు.

"ఛైర్మన్ మావో ఏం బోధించాడంటే..." అన్న మాటేగానీ, "పార్టీ ఏం బోధించిందంటే..." అన్న మాటే లేదు — చైనా పార్టీలో. మావోయే తప్ప పార్టీ అనేది కనపడదు.

పార్టీ అనేది సమిష్టి శక్తి. నాయకుడు ఎంత శక్తివంతుడైనా ఆ సమిష్టి శక్తిలో భాగమే.

(పార్టీలో మిగతా వారికన్నా నాయకుడు అధికమైన శక్తిసామర్థ్యాలు గలవాడిగా వుంటాడు కాబట్టే అతను నాయకుడవుతాడు. నాయకుడి శక్తిసామర్థ్యాల్ని మిగతావారు గుర్తించడమూ, మిగతా వారితో కలిసినప్పుడు మాత్రమే ఏర్పడే సమిష్టి శక్తిని నాయకుడు గుర్తించడమూ — ఈ రెండూ అత్యవసరాలు. ఇందులో దేని పాత్రని ఎవరు తిరస్కరించినా, మొత్తం ఆ నిర్మాణమే నిరుపయోగం అవుతుంది).

పార్టీలో ఒక భాగంగా మాత్రమే వుండవలసిన నాయకుణ్ణి పార్టీతో సమానంగా (పార్టీకి ప్రత్యామ్నాయంగా) చేసే పద్ధతుల రూపకల్పనే నాయకుడి వ్యక్తిపూజ.

విప్లవ నాయకుడి వ్యక్తిపూజ వల్ల కలిగే నష్టాల్లో అతి ప్రధానమైనవి:

1. భావ వాదాన్ని ప్రోత్సహిస్తుంది.
   (భౌతిక దృక్పథాన్ని నాశనం చేస్తుందని వేరే చెప్పాలా?).
2. వ్యక్తివాదం తెచ్చి పెడుతుంది.
   (ఎలాంటి కార్యాలైనా ఒక గొప్ప వ్యక్తిద్వారా మాత్రమే జరుగుతాయనే దృష్టిని కలిగించి, ఒక్క వ్యక్తినే గొప్పచేస్తూ, అర్హతగల ఇతరులెవ్వరినీ గుర్తించకపోవడంవల్ల సమిష్టి దృష్టిని నాశనం చేస్తుంది).
3. ముఠాతత్వాలకు దారి తీస్తుంది.
   (ఇతర నాయకులలో అసూయ కలిగించి, వారు కూడా తమకు సాధ్యమైనంత వరకూ ఏదో ఒక స్థాయిలో తమ కల్టులు ప్రారంభించుకునేలా చేసి టీమ్‌వర్క్‌ని నాశనం చేస్తుంది).
4. నాయకుణ్ణి ప్రజలనించి దూరం చేస్తుంది.
   (ప్రజల జీవన పరిస్థితుల్ని అధ్యయనం చేస్తూ, నూతన సామాజిక విషయాల నించి నేర్చుకునే వ్యక్తిగా గాక, నాయకుణ్ణి సమస్తమూ తెలిసిన మహిమాన్వితుణ్ణిగా చేసి ఆకాశం మీద పెడుతుంది. ఆ స్థాయికి చేరిన నాయకుడు, సామాజిక పరిస్థితుల్లో వుంటూ ప్రజలకు నాయకత్వం వహించే అర్హత కోల్పోతాడు).
5. రివిజనిస్టులకు తోడ్పడుతుంది.
   (ప్రజల జ్ఞానాభివృద్ధికేమీ తోడ్పడక పోవడమే గాక, అజ్ఞానమూ, వగైరా లక్షణాలతో విప్లవ పంథాని బలహీన పరుస్తుంది. ఆ విధంగా రివిజనిజాన్ని శక్తివంతం చేస్తుంది).

చైనా లాంటి "సోషలిస్టు" దేశంలో, విప్లవ పంథా ఆధ్వర్యంలో కూడా నాయకుడి వ్యక్తిపూజ అనేది కొన్ని సంవత్సరాల పాటు పెద్ద ఎత్తున ప్రతిఘటన లేకుండా సాగడానికి కారణాలు:

1. సమాజ పునాదిలో ఇంకా బూర్జువా సంబంధాలే కొనసాగుతూ వుండడం.
   (బూర్జువా సంబంధాలు బూర్జువా ఆచరణలకీ, ఫ్యూడల్ ఆచరణలకీ అవకాశం ఇస్తాయి).
2. రష్యా "వారసత్వం".
   (మొదటి "సోషలిస్టు" దేశంలో కూడా 'కల్టు' పెద్ద ఎత్తున జరగడం వల్ల అది సరైందేనని భావించడం. దీనిపట్ల సరైన సిద్ధాంతావగాహన లేకపోవడం).
3. చైనాకు వున్న దీర్ఘమైన ఫ్యూడల్ గతం.
4. నాయకుడి వ్యక్తిగత బలహీనత.
   (వర్షిప్‌కి లొంగుబాటు).

— ఈ కారణాల్లో చివరి కారణం ఒక్కటీ

లేకపోతే, పరిస్థితి వేరుగా వుంటుంది. కల్టు నడవదు. ఎలాగంటే — ఒక నాయకుడు కల్టుకి అనుకూలంగా వున్నప్పుడు, ఆ మొదటి కారణాలు అతనికి సహకరిస్తాయి గానీ, ఆ పని వద్దనుకున్నప్పుడు ఆ కారణాలు అతనికి ఆటంకంగా వుండవు. "నువ్వు కల్టు జరిపించుకు తీరాలి" అని ఆ కారణాలు అతన్ని బలవంతపెట్టవు. కల్టుని 'జరిపించుకోవడం' అనేది వ్యక్తి చేతిలో మాత్రమే వుండదుగానీ (దాన్ని జరిపేవాళ్ళు కూడా కావాలి కాబట్టి), దాన్ని 'మానడం' అన్నది మాత్రం వ్యక్తి చేతిలోనే వుంటుంది. సమాజం సోషలిస్టుగా నిజంగా మారినప్పుడు, కల్టుకి అనుకూలించే పునాది పోతుంది కాబట్టి (కల్టునిచేసే వాళ్ళుండరు కాబట్టి) దాన్ని పొందాలనే కోరికా వుండదు. వున్నా పొందడం సాధ్యమూ కాదు. అంటే, నిజమైన సోషలిస్టు సమాజంలో కల్టు 'జరక్క పోవడానికి' సమాజ పునాదే ప్రధాన కారణంగా వుంటుంది. కానీ, ఇంకా సోషలిస్టుగా మారని సమాజంలో కల్టు జరక్కపోడానికి వ్యక్తి విముఖతే ప్రధాన కారణం అవుతుంది.

స్టాలిన్ కల్టుకి స్టాలిన్ బలహీనతా, మావో కల్టుకి మావో బలహీనతా మాత్రమే ప్రధానమైన కారణాలవుతాయి. దీనికి వుదాహరణ లెనినే. లెనిన్ కూడా వ్యక్తిపూజకి అనుకూలమైన సమాజంలోనే వున్నాడు. లెనిన్ కూడా పార్టీలో కొన్నిసార్లు మైనారిటీలోనే వున్నాడు. లెనిన్ కూడా రివిజనిజం మధ్యా, భయంకరమైన అంతర్యుద్ధం మధ్యా వున్నాడు. కానీ, ఏ సమస్యకీ పరిష్కారంగా ఆయన వ్యక్తిపూజని వూహించలేదు. పుట్టిన రోజులు చేసుకోవడం లాంటి విషయాల్ని కూడా ఆయన తీవ్రంగా అసహ్యించుకున్నాడు. స్టాలిన్‌గానీ, మావో గానీ, అలాంటి సోషలిస్టు ఆచరణతోటే ప్రవర్తించి వుంటే కల్టుల వ్యవహారం నడిచేదే కాదు. ఈ విషయంలో వాళ్ళు తప్పే చేశారని ఈనాటి విప్లవకారులు ఒక నిర్ధారణకు రాలేకపోతే, ఈనాటి విప్లవకారులంతా తప్పు చేశారని భవిష్యత్ విప్లవకారులైనా ఒక నిర్ధారణకు వచ్చితీరతారు. చరిత్ర ఏ తప్పుల్నీ, ఎవరి తప్పుల్నీ క్షమించదు. అది, తప్పుల్ని తిరస్కరించి ఒప్పుల్ని మాత్రమే స్వీకరిస్తుంది. ఒప్పులికి మాత్రమే భవిష్యత్తులోకి నడిచే అర్హత వుంటుంది.

— ఒక నాయకుణ్ణి, ఒక విషయంలో విమర్శించడం అంటే, ఆయన్ని మొత్తంగా సంపూర్ణంగా తిరస్కరిస్తోన్నట్టూ, ఆయన కృషినంతా నిరాకరిస్తోన్నట్టూ అర్థం కాదు. నాయకుణ్ణి ప్రశ్నించడమూ, విమర్శించడమూ నేరం కాదు.

నాయకుడు మరణించిన తర్వాత, ఆయన మంచి చెడ్డలన్నిటికీ ఆయన అనుచరులే బాధ్యులవుతారు. మన నాయకుడి తప్పుల్నీ పొరపాట్లనీ మనవిగానే స్వంత పరుచుకుని ఆత్మ విమర్శ చేసుకోకపోతే, ఆ తప్పుల్ని బైట పెట్టేపని మన శత్రువులే చేస్తారు. శత్రువు కన్నా ముందు, మొక్కుబడిగా తప్పులు వొప్పుకోవడానికి కాదు ఆత్మ విమర్శ. నిజమైన పరిశీలన తోటీ, అంగీకారం తోటీ ఆ పని జరగాలి.

నాయకుల్ని విమర్శించుకోవడం వల్ల శత్రువుల ముందు బలహీనం అవుతామేమోనని ఏనాడూ భయపడక్కరలేదు. బలహీనం అవం సరికదా, ఆ పనివల్ల బలిష్టం కూడా అవుతాం. తప్పుల్ని గ్రహించుకుని సరిదిద్దుకోవడం వల్ల ఒక మార్గం మరింత పటిష్టం అవుతుంది. విప్లవకారులు, పొరపాటు మార్గంలోంచి సరైన మార్గంలోకి రావడం అనేది శత్రు పంథాకి హాని కలిగించే విషయంగానే పరిణమిస్తుంది. విప్లవకారుల 'జ్ఞానం' పెరుగుతోన్నకొద్దీ రివిజనిస్టుల బలం సన్నగిల్లుతుంది. శత్రువు ముందు తేలిక అవుతామనే అపోహలతో ప్రజలకు సిద్ధాంత జ్ఞానం అందనివ్వకుండా చెయ్యడం విప్లవానికి ఘోరమైన నష్టం కలిగిస్తుంది.

మావో కల్టుని విమర్శించే పని చైనా రివిజనిస్టులు ఏనాడో మొదలుపెట్టారు. కల్టు

సాకు చూపించి, మావో రాజకీయాలనే దెబ్బ కొట్టాలని వాళ్ళ వుద్దేశ్యం. మన వుద్దేశ్యం అది కాదు. గతంలో జరిగిన తప్పులు మళ్ళీ జరగకుండా చూసి మావో రాజకీయాల్ని మరింత సరిగా అనుసరించాలన్నది మన వుద్దేశ్యం. రివిజనిస్టుల విమర్శా, విప్లవకారుల విమర్శా ఏ విషయం మీదా ఎప్పుడూ ఒకే లక్ష్యంతో వుండవు.

— విప్లవ పంథాని మరింత సరైనదిగా చేసుకోవడానికి విప్లవకారులు ప్రతీ సమస్యమీదా ప్రయత్నిస్తూనే వుండాలి. ఒక చర్చనీయాంశంగా ముందుకు వచ్చిన ఈ "వ్యక్తి పూజ" విషయంలో మార్క్సు ఏమన్నాడో చూడడం చాలా జ్ఞానదాయకంగా వుంటుంది.

'విల్ హెల్మ్ బ్లాస్' అనే వ్యక్తికి రాసిన వుత్తరంలో — ఎంగెల్స్ గురించీ, తన గురించీ మార్క్సు ఇలా అంటాడు. (మార్క్సు, ఏంగెల్స్: సెలెక్టడ్ కొరెస్పాండెన్స్ - పే. 291)

"మాలో ఎవ్వరం పాప్యులారిటీకి గడ్డి పరకంత విలువైనా ఇవ్వం. పెర్సనాలిటీ కల్టు ఏ రకమైందైనా మాకు విముఖతే. అనేక దేశాల నించీ వచ్చే ఎన్నో రకాల పొగడ్తల వుత్తరాలు బహిరంగం కావడానికి నేను ఎన్నడూ ఒప్పుకోలేదు. ఇంటర్నేషనల్ వున్నంత కాలం ఆ వుత్తరాలు నన్ను మహా చికాకు పెట్టేవి. వాటికి నేను ఎన్నడూ జవాబే ఇవ్వలేదు - ఎప్పుడైనా ఓసారి తప్ప. అదైనా వాటిని వ్యతిరేకిస్తున్నానని గట్టిగా చెప్పడానికే.

ఎంగెల్సూ, నేనూ మొట్టమొదట రహస్య కమ్యూనిస్టు సంఘంలో చేరినప్పుడు, 'అధికారం' గురించి మూఢ విశ్వాసాన్ని ప్రోత్సహించే ప్రతీ అంశాన్నీ నిబంధనావళి నించి తీసెయ్యాలని షరతు పెట్టాం." ★

చైనా రాజకీయాల్లో "మార్మిక" పద్ధతులు

(99 వ ఫుట్‌నోట్‌కి సంబంధించిన విషయం ఇది.)

ప్రజలు, రాజకీయ సమాచారం తెలుసుకోడానికీ, ఎప్పటికప్పుడు రాజకీయంగా ప్రవర్తించడానికీ ఆటంకమయ్యే ప్రతీదీ 'మార్మికత్వం' కిందకి రావలిసిందే. ప్రజలు రాజకీయాలు తెలుసుకోవడం అంటే, వాళ్ళ స్వంత జీవిత సమస్యల్ని వాళ్ళు తెలుసుకోవడమే. ప్రజల పంథాకీ ప్రజా వ్యతిరేకుల పంథాకీ ఏ విషయంలో, ఎలాంటి సమస్య తలెత్తుతోందో ప్రజలకు స్పష్టంగా తెలిసేలాగా కమ్యూనిస్టు పార్టీ ఎప్పటికప్పుడు పార్టీ వ్యవహారాల్నీ ప్రభుత్వ వ్యవహారాల్నీ బహిరంగం చేస్తూ వుండాలి. ఒక దేశపు కమ్యూనిస్టు పార్టీ తన దేశ ప్రజలనే కాదు, ప్రపంచ ప్రజల్ని కూడా దృష్టిలో పెట్టుకుని, తన దేశ రాజకీయ సమాచారం వివిధ పద్ధతుల్లో ప్రపంచ ప్రజలకు అందిస్తూ వుండాలి. ఇలా జరక్కపోతే ఎప్పుడు ఎలా ప్రవర్తించాలో తెలియక, ఒక దేశ విప్లవ పంథాని రక్షించే అవకాశం ప్రజలకు వుండదు.

ఈ దృష్టితో చూస్తే, చైనా పార్టీ, గతం నించీ కూడా, ప్రజలకు రాజకీయాలు అందడానికి ఆటంకమయ్యే మార్మిక స్వభావం గల ఆచరణలు చాలా చేసినట్టు కనపడుతుంది. ఈ తప్పులకు కారణాలేమిటో అర్థం చేసుకోవడం — అనేకసార్లు చైనా వెళ్ళి, అనేక నెలలూ సంవత్సరాలూ అక్కడి రాజకీయాలు పరిశీలించిన వాళ్ళకే సాధ్యం కాలేదు. అవసరమైన సమాచారం దొరకనప్పుడు ఒక విషయాన్ని పరిశీలించడం ఎక్కడ వున్నా అసాధ్యమే.

రాజకీయాల్లో మార్మికత్వం అనేది అనేక పద్ధతుల్లో వుంటుంది. ఈ పద్ధతులన్నీ చైనా పార్టీలో వున్నాయి.

1. అనేక ప్రధానమైన విషయాలమీద పార్టీ

అధికారికంగా ఇచ్చే డాక్యుమెంట్లు వుండవు. వున్నా అవి చాలా అస్పష్టంగా, వాళ్ళే ఒక నిర్ధారణ కొచ్చేసి దాని సారాంశం మాత్రం చెప్పే 'ఎస్సర్షన్' పద్ధతిలో వుంటాయి గానీ, ఆ విషయాలు ఎలా కరెక్టో, ఎందుకు కరెక్టో రుజువులతో వివరించే 'డెమాన్‌స్ట్రేషన్' పద్ధతిలో వుండవు. ఎస్సర్షన్-పద్ధతి డాక్యుమెంట్ల వల్ల అసలు విషయాలు సరిగా తెలియవు కాబట్టి, అవి ప్రజల్ని రాజకీయంగా ప్రభావితం చెయ్యలేవు. (చైనా పార్టీ గురించి గానీ, ఆ ప్రభుత్వం గురించి గానీ తెలుసుకోవాలంటే, ఇతర దేశాల రచయితలు రాసే పుస్తకాల మీద ఎక్కువగా ఆధారపడవలసి వొస్తుంది. ఆ రచయితలకు కూడా చాలాసార్లు అధికారికమైన సమాచారం లేకపోవడంవల్ల, ఒక్కో సంఘటనలో ఒకరు చెప్పేదానికీ ఇంకోరు చెప్పేదానికీ పొసగదు. సమాచారాన్ని ఈ రకం పద్ధతుల్లో తెలుసుకోవడంవల్ల ప్రపంచ ప్రజలు కూడా గందరగోళంలో పడతారు).

2. పార్టీ మహాసభలుగానీ, కేంద్ర కమిటీ సమావేశాలు గానీ, పొలిట్ బ్యూరో సమావేశాలు గానీ ఖచ్చితమైన కాల పరిమితుల్లో జరిగినట్టు కనపడదు. వుదా॥ పార్టీ 8 వ మహాసభ 1956 సెప్టెంబర్‌లో జరిగితే, 9 వ మహాసభ 1969 ఏప్రిల్‌లో జరిగింది. అంటే దాదాపు 13 సం॥లకి! 9 వ మహాసభ తాలూకు కేంద్ర కమిటీ మొదటి సమావేశం 69 ఏప్రిల్‌లో జరిగితే, రెండో సమావేశం 70 ఆగస్టులో జరిగింది. 16 నెలలకి! 8 వ మహాసభ తర్వాత, కేంద్ర కమిటీ 10 వ సమావేశానికీ 11 వ సమావేశానికీ 4 సంవత్సరాల దూరం వుంది! 4 సంవత్సరాలపాటు కేంద్ర కమిటీ కలవనే లేదు. మరి పార్టీ వ్యవహారాలన్నీ ఎలా జరిగాయి? పొలిట్ బ్యూరో మాత్రమే కలుస్తూ వుంటుంది. ఒక్కోసారి దాని టైము ప్రకారం అదీ కలవదు. దాని స్టాండింగ్ కమిటీ మాత్రమే కలుస్తుంది. అంటే, కేంద్ర కమిటీ ద్వారా కొన్ని వందల మంది చర్చించి నిర్ణయించ వలసిన విషయాల్ని ఐదుగురో ఆరుగురో నిర్ణయిస్తారన్న మాట! పదమూడేళ్ళపాటు మహాసభ జరక్కపోడానికీ, నాలుగేళ్ళపాటు కేంద్ర కమిటీ కలవకపోవడానికీ, ఇంకా ఇలాంటి అనేక సందర్భాలకీ కారణాలేమిటి? క్రమశిక్షణా సూత్రాల్ని ఇంత దారుణంగా తోసిపుచ్చ వలసిన కారణాలా అవి? ఆ కారణాలేమిటో, చైనా ప్రజలకీ, ప్రపంచ ప్రజలకీ తెలుసా? ఆ కారణాలు వివరిస్తూ పార్టీ ఎప్పటికప్పుడు వివరమైన సమాచారం ఇచ్చిందా? — అలాంటిదేమీ జరగలేదు. ఆ పార్టీ క్రమశిక్షణతో నడవక పోవడానికి కారణం ఏమిటో సరైన సమాచారం ప్రజలకు తెలీదు.

లెనిన్ కాలంలో పార్టీ మహాసభలు ప్రతి ఏటా జరిగాయి. ఆ క్రమశిక్షణకి లెనిన్ ఒక్కడే కారకుడనే దృష్టితో చెప్పడం కాదు ఇది. దాదాపు 10 విదేశాలతోటీ, దేశం లోపలి శతృవులతోటీ $3\frac{1}{2}$ సంవత్సరాలపాటు యుద్ధంలో నిమగ్నమై వున్నప్పుడు కూడా పార్టీ మహాసభలు ప్రతియేటా జరిగాయంటే, ఆ క్రమశిక్షణని వాళ్ళు ఎంత అత్యవసరంగా భావించారో అర్థం చేసుకోవచ్చు. ఒకవేళ, ఏ కారణంచేతైనా ఒక పనిలో పార్టీ తాత్కాలికంగా వెనకడుగు వెయ్యవలసి వస్తే, ఆ విషయం బహిరంగంగా ప్రజల ముందు పెట్టాలంటాడు లెనిన్. 'నూతన ఆర్థిక విధానం' విషయంలోనూ, ఇతర సందర్భాలలోనూ బోల్షెవిక్ పార్టీ అలాగే చేసింది. అలా చెయ్యబట్టే ఆ విషయాల్లో మంచి చెడ్డలు ప్రపంచానికి తెలిశాయి. "ఈ కారణం చేత ఈ పని చెయ్యవలసి వచ్చింది. ప్రస్తుతానికి ఇంతకన్నా గత్యంతరంలేదు. ఈ పరిస్థితిని త్వరగా అధిగమించడానికి ప్రయత్నించాలి" అని పార్టీ, తన ప్రజలకు చెప్పినప్పుడు కదా ప్రజలు ఆ పరిస్థితిని మార్చే దృష్టితో ప్రయత్నించేది? మహాసభలు ఎందుకు జరగవో, కేంద్రకమిటీలు ఎందుకు కలవవో ప్రజలకే తెలీనప్పుడు ఆ విషయంలో రాజకీయంగా వాళ్ళు చెయ్యగలిగే దేముంటుంది? ప్రజలు రాజకీయాలకు దూరంగా వుండే ఆ పరిస్థితి దేనికి వుపయోగ పడుతుంది?

3. పార్టీ నిర్మాణం ఎలా వుంటుందో, దాని ఫంక్షనింగు (పని చేసే విధానం) ఎలా వుంటుందో ప్రజలు చెప్పలేరు. బూర్జువా సమాజాల్లో- పార్లమెంటూలూ, అసెంబ్లీలూ, కౌన్సిళ్ళూ, కార్పొరేషన్లూ ఏ యే విభాగాలతో వుంటాయో, ఎలా పనిచేస్తాయో ప్రజలకు తెలీనట్టే, సోషలిస్టు సమాజంలో కూడా పార్టీ విషయాలూ, ప్రభుత్వ విషయాలూ ప్రజలకు తెలీవు. వున్న నిర్మాణమే తెలియనప్పుడు, దాన్ని అభివృద్ధిపరిచే పాత్ర ప్రజలు నిర్వహించగలరని వూహించనక్కరలేదు.

4. కేంద్ర కమిటీ సమావేశాలూ, పొలిట్‌బ్యూరో సమావేశాలూ కొన్నిసార్లు "రహస్యంగా" జరుగుతాయి. ఈ రహస్యం ఎవరినించి? బూర్జువా సమాజంలో అయితే, కమ్యూనిస్టు పార్టీ సమావేశాలకు 'రహస్యం' అవసరమే. ప్రభుత్వాన్ని తమ ఆధీనంలోనే వుంచుకున్న 'సోషలిస్టు' దేశంలో, పార్టీ సమావేశం రహస్యంగా జరగడం అంటే— ఎవరినించి ఈ రహస్యం? ప్రజలనించే అనుకోవాలి. అసలు, ఒక కేంద్ర కమిటీ సమావేశం జరగబోయే ముందు, అందులో ఈసారి ఏ యే విషయాలు చర్చించబోతున్నారో కొన్ని రోజుల ముందే ప్రజలకు తెలిసి వుండాలి. ఆ విషయాలమీద ప్రజల్లో చర్చలు జరగాలి. సమాజ పరిస్థితుల మీద ఆధారపడ్డ అనుభవాలతో ఆ చర్చలు జరుగుతాయి. ఆ అనుభవాల ద్వారానే పార్టీ తన చర్చల్లో కొత్త నిర్ణయాలు చెయ్యవలసి వుంటుంది. ఇంత జరగవలసి వుండగా కేంద్ర కమిటీ సమావేశాలు రహస్యంగా జరగవలసిన అవసరమేమిటి? సమావేశం జరగబోతోందనీ, అందులో ఫలానా విషయాలు చర్చిస్తారనీ బయటికి తెలియకుండా వుంచవలసిన అవసరమేమిటి? ఏదైనా ప్రత్యేక కారణంవల్ల అలా చెయ్యవలసి వొస్తే, ఆ కారణం ఏమిటో చెప్పరు.

1970 లో, 9 వ కేంద్ర కమిటీ 2 వ సమావేశం ఆగస్ట్ చివరినించీ సెప్టెంబరు 6 వరకూ 14 రోజులపాటు కంప్లీట్ సీక్రెట్‌గా జరిగింది. అది పూర్తయ్యాక దాని విషయాలు 9 న పేపర్లు ప్రచురించాయి. అది కూడా అస్పష్టంగా. (అమిత్ రాయ్, పే. 17)

5. పార్టీ నిర్మాణాన్నీ ప్రభుత్వ నిర్మాణాన్నీ మార్చినప్పుడు ఆ మార్పులు ఎందుకవసరమయ్యాయో వివరించరు. ఛైర్మన్ పదవి తీసేసి జనరల్ సెక్రటరీ పదవి పెడతారు. జనరల్ సెక్రటరీ పదవి తీసేసి ఛైర్మన్ పదవి పెడతారు. ప్రభుత్వంలో అధ్యక్ష పదవి కొన్నాళ్ళు వుంచుతారు, కొన్నాళ్ళు తీసేస్తారు. పార్టీకి ఎక్కువమంది వైస్ ఛైర్మన్లు వుండాలని ఒక మహాసభ నిర్ణయిస్తే ఒకే వైస్ ఛైర్మన్ వుండాలని ఇంకో మహాసభ నిర్ణయిస్తుంది. మార్పు జరిగినప్పుడల్లా అది ఎందుకు అవసరమైందో; పాత దానికన్నా ఇదే సరైందని పార్టీ ఎందుకు భావించిందో వివరించరు. పార్టీ ఎప్పుడే మార్పు చేస్తే దానికి ప్రజలు తలవూపి వూరుకోవలసిందే. చెప్పాలంటే, 'తలవూపే' పాత్ర కూడా వాళ్ళకి వుండదు. అసలు అలాంటి మార్పు జరిగిందని మెజారిటీ ప్రజలకు తెలీదు. తెలిసినా, దాని సంగతి వాళ్ళకి పట్టదు. అదేదో 'పార్టీ పెద్దల' వ్యవహారంలాగ వుంటుంది. ఆ మార్పు గురించి చర్చించడంలో ప్రజలు పాల్గొనేటట్టు చేస్తే కదా, ఆ సంగతి వాళ్ళు ఆలోచించడానికి? నాయకులే ఆ మార్పులేవో చేసేసి, "ప్రజలు, వారిని వారే పరిపాలించుకుంటున్నారు" అని ప్రకటిస్తూ వుంటారు.

6. ఒక నాయకుడు చాలా తక్కువ కాలంలో అంచెలంచెలుగా పైకి వస్తాడు. పార్టీ ఛైర్మన్‌కి పర్సనల్ సెక్రటరీయో, "వారసుడో" అయ్యేంత పైకి! ఒకరోజున, అతను హఠాత్తుగా కుట్రదారుడవుతాడు! 'ఇతను పాతికేళ్ళనించీ కుట్రలు చేస్తోనే వున్నాడు —' అంటారు అప్పుడు. అలాంటివాడు 'అంత ప్రధానమైన బాధ్యతల్లోకి ఎలా రాగలిగాడు?' అన్న ప్రశ్నకి జవాబు వుండదు.

'రక్షణ మంత్రిగావున్న పెంగ్ తుహాయ్‌ని తీసివెయ్యడం పెద్ద మిస్టరీగా వుంది. దీనికి

సంబంధించిన విషయాలేమిటో ఎన్నడూ కూడా సంతృప్తికరంగా వివరించనే లేదు' (బ్రుగ్గర్, పే. 200)

'చెన్ పోటా గొప్ప సిద్ధాంతవేత్త అనీ, మావోకీ లిన్‌పియావోకీ సన్నిహితుడనీ, జాగరూకత గల (విజిలెంట్) కామ్రేడ్ అనీ, మావోకి పర్సనల్ సెక్రటరీ అనీ ఒకప్పుడు చెప్పారు. అలాంటివాణ్ణి హఠాత్తుగా తీసేశారు. అతను ఇలాంటివాడని మాకు తెలీలేదు అంటున్నారు ఇప్పుడు. ఇదేం కేడర్ పాలసీ?' (హాక్సా: రిఫ్లెక్షన్స్ ఆన్ చైనా - 1: పే. 523)

లిన్ పియావో విషయం అయితే చెప్పనే అక్కర్లేదు. (దీని మీద వేరే ఫుట్‌నోట్ వుంది).

ఒక నాయకుడు తారాజువ్వలా పైకి లేవడమూ, రాలే నక్షత్రంలా జారిపోవడమూ పిల్లల సినిమాలా తమాషాగానే వుంటుందిగానీ, అది 'వర్గ పోరాట'మన్నా, రెండు పంథాల మధ్య పోరాట ఫలిత'మన్నా ఒప్పుకోవడానికి వీలుగా (కన్విన్సింగ్‌గా) వుండదు. అలా ఒప్పించగల లక్షణం ఆ సంఘటనకు వుండదు.

7. పార్టీ రిపోర్టులు ఏ పరిస్థితినీ వున్నది వున్నట్టు చెప్పవు. ఒక 'చెడ్డ' విషయంమీద ప్రజల్లో కాస్త ఆందోళన లాంటిది జరిగితే పత్రికలన్నీ ఆ విషయాన్ని అతిశయోక్తులతో ముంచెత్తడం ప్రారంభిస్తాయి. 'వుద్యమం ముందుకు సాగి పోతోంది. శరవేగంతో దూసుకుపోతోంది. ప్రజలు మహోత్సాహంతో శత్రుపంథాని తిప్పికొడుతున్నారు' అని వర్ణనలు గుప్పించేస్తాయి. ఆ వుద్యమం ఏ ప్రాంతంలో దూసుకుపోతోందని రాస్తారో ఆ ప్రాంతం ప్రజలు ఆ పేపర్లు చూసి తెల్లబోవడం మొదలుపెడతారు. 'మన వూళ్ళో వుద్యమం వుందని రాశారు. మీ పేటలో ఏమన్నా వుందా?' అని ఒకాయన ఇంకో ఆయన్ని ఏ సందు మొగలోనో పట్టుకొని అడిగితే, 'అదే, నేనూ పేపరు చూసి మీ పేటవేపు వొస్తున్నాను. అయితే అక్కడా లేదా?' అని రెండో ఆయన నీరసపడిపోతాడు. ఈ లోగా అక్కడికి చేరినవాళ్ళు పేపర్లో వార్త ఏదో అచ్చు తప్పని తేలుస్తారు. కొందరు అతివాదులైతే 'పేపర్ల'ను నమ్మడమంత బుద్ధి తక్కువపని వుండదనికూడా తేలుస్తారు. వుత్సాహం వురకలువేసే ఒకరిద్దరు కుర్రాళ్ళు పార్టీ ఆఫీసువేపు పరుగుతీస్తారు — వుద్యమం ఎటు దూసుకుపోయిందో తెలుసుకుందామని. పార్టీ కార్యకర్తతో రెండు గంటలు తర్జన భర్జన జరిగాక, ఆయన అసలు సంగతి నెమ్మదిగా బయట పెడతాడు — నాలుగు రోజుల కిందట, కో-ఆపరేటివ్ బిల్డింగ్ పక్క పొలంలో నలుగురు రైతులు వుత్సాహంగా మూడు ఎలకల్ని చంపడం చూశాననీ, ఎలకలతో ఇబ్బందిగా వుందని వాళ్ళు విసుక్కుంటున్నారనీ, ఇది తప్పకుండా వుద్యమరూపం తీసుకోదా అని తను ముందే వూహించి ఆ వార్త పంపాననీ, చెపుతాడు. అదంతా వివరించి, 'అయినా మీరు ఎలకల నివారణోద్యమం ఎందుకు ప్రారంభించరు? పేపర్లో ఎలాగూ వార్త వొచ్చేసింది. వుద్యమం ప్రారంభించెయ్యండి. సాయంత్రానికి 2 వేల ఎలకలనన్నా చంపి ఆఫీసుదగ్గిరకి పట్టుకురండి. నేను జిల్లా ఆఫీసుకి పోతున్నా'అని ఆయన ఐదు నిమిషాల్లో మాయం అయిపోతాడు — ఈ పద్ధతిలో సాగుతాయి పార్టీ రిపోర్టులు.

పై అధికారుల్ని ఆనందపెట్టడంకోసం కిందస్థాయి కార్యకర్తలు వున్నవీ లేనివీ కల్పించి అవాకులూ చవాకులూ పోగేసి రిపోర్టులు పంపిస్తారు. వాటిని చూసి పై అధికారులు - "ఆహా! ఎంత వుద్యమం నడుపుతున్నాం" అని, దాన్ని వాళ్ళే లాగుతోన్నట్టు గర్వపడతారు. దేశంలో ఏ ప్రాంతంలో ఎలాంటి పరిస్థితి వుందో, ఏ ప్రాంతంలో ఏ సమస్యమీద పని జరుగుతోందో, ఇతర ప్రాంతాల ప్రజలకి దాదాపుగా తెలీదు. తెలిస్తే, ఇదుగో ఈ పద్ధతిలోనే తెలుస్తుంది. జరిగేది ఒకటైతే తెలిసేది ఒకటీ! అసలు - నిజం ఏమిటి? పోరాటంలో ఎంతవరకూ వచ్చాం? ఏ దశలో వున్నాం? — అనే విషయాలు ఆలోచించగల రాజకీయ దృష్టి ప్రజలకు కలిగించేలాగ వుండనే వుండవు పార్టీ రిపోర్టులు.

8. ఒక నాయకుణ్ణి తీసెయ్య

దల్చుకున్నప్పుడు (పదవి నించి గానీ, పార్టీ నించి గానీ) నెమ్మదిగా అతన్ని గురించి డొంకతిరుగుడు వ్యాఖ్యానాలు చెయ్యడం మొదలుపెడతారు. మనిషి పేరు ప్రస్తావించకుండా 'ఈ మధ్య కొందరు నాయకులు తమ చర్యలే సరైనవని గర్వపడుతున్నారు' అనో, అంతకుముందే రివిజనిస్టులుగా పేరుబడిపోయిన వాళ్ళ పేరెత్తి 'ఆ రకంవాళ్ళని ప్రతిఘటించాలి' అనో పిల్లి మీదా ఎలక మీదా పెట్టి పత్రికల్లో రాయడాలూ, వుపన్యాసాలలో చెప్పడాలూ సాగిస్తారు. ఈ డొంకతిరుగుళ్ళు వాళ్ళలో వాళ్ళకే అర్థమవుతాయి గానీ, ఆ గొడవలేమీ తెలీనివాళ్ళకి బొత్తిగా అర్థం కావు. ఒక పార్టీ వ్యక్తి ఏమైనా తప్పు చేస్తే అతనిమీద డైరెక్టుగా పార్టీ కమిటీలో చర్చించడమూ, క్రమశిక్షణ నియమాల ప్రకారమో, సిద్ధాంతం ప్రకారమో తగిన చర్యలు తీసుకోవడమూ నిక్షేపంలా చెయ్యవచ్చు. అతని తప్పులమీద వెంటనే ఒక డాక్యుమెంటు ప్రచురించి ఆ విషయాలు బహిరంగ పరచవచ్చు. కానీ, ఆ రకం పద్ధతుల్లో చెయ్యరు. ముందు డొంకతిరుగుడు వ్యాఖ్యానాలూ,గుసగుసల ప్రచారాలూ కొంతకాలం అయ్యాక, ఎప్పటికో అసలు సంగతి బైటికి తీస్తారు. తప్పుచేసిన వ్యక్తి పేరు బయటకింకా చెప్పలేని పరిస్థితుల్లో వున్నప్పుడు, అతనిమీద బహిరంగ వ్యాఖ్యానాలు మొదలుపెట్టడంమాత్రం ఎందుకు? అలాంటి పోరాటంలో ప్రజలు పాల్గొనే అవకాశం ఎక్కడ వుంటుంది. విమర్శలు ఎవరిమీద జరుగుతున్నాయో కూడా వాళ్ళకి అర్థం కానప్పుడు అందులో వాళ్ళ పాత్ర ఏం వుంటుంది?

9. ఆత్మ విమర్శల తతంగం ఒకటి, మొక్కుబళ్ళ పద్ధతిలో సాగిపోతూ వుంటుంది. తప్పు చేసిన వ్యక్తి, తన పని ఎందుకు తప్పో గ్రహించుకోవడమూ, నిజంగా పశ్చాత్తాప పడడమూ వుండదు. ఆ తప్పు మీద కొన్ని విమర్శలు వస్తాయి కాబట్టి (వాటిని తోసి పారెయ్యడం కుదరదు కాబట్టి) 'ఆత్మవిమర్శ' ఆయుధం బైటికి తీస్తాడు. ఒక కాయితంమీద పార్టీ భాషలో, తనకు మరీ పరువునష్టం కాని పదాలు వుపయోగిస్తూ, 'ఒంటెత్తు వాదానికి లోనయ్యాను' 'పార్టీ క్రమశిక్షణని వుల్లంఘించాను' అంటూ తన 'సంతాపం' ఎక్కించేసి, గవర్నమెంటు ఆఫీసులో అప్లికేషన్ పడేసినట్టు పార్టీముందు పడేసి పవిత్రుడై పోతాడు. 'ఒంటెత్తు వాదానికి ఎందుకు లోనయ్యావు?... ఎందుకు వుల్లంఘించావు?' అన్న చర్చేలేదు. 'ఒంటెత్తువాదానికి లోనవ్వ రాదనీ, క్రమశిక్షణని వుల్లంఘించరాదనీ మొదటే తెలుసు కదయ్యా? తెలిసిన విషయాల్లోనే తప్పెందుకు చేశావు?' అని అడిగితే 'ఆఁ, తప్పులు అందరం చేస్తాం. తప్పు చెయ్యని మానవుడే వుండడు. తప్పులు జరక్కుండా వుండాలంటే చేతులే లేకుండా వుండాలి' అంటూ, చేతులు వుండడం తప్పులు చెయ్యడానికే, అయినట్టు దబాయింపులు మొదలుపెడతాడు. (తప్పులు చెయ్యడమే పనిగా పెట్టుకునే చేతులు లేకుండా వుండడమే మంచిది కదా?) — తప్పుల పట్ల ఆ వ్యక్తి పశ్చాత్తాపం ఈ తీరులో వుంటుంది. ఎప్పుడో వందేళ్ళ కిందట సెటిలైపోయి ప్రపంచానికంతటికీ తెలిసిన విషయాల్లోకూడా తప్పులు చేసేసి ఆత్మవిమర్శ కాయితం పడేస్తే, ఆ తప్పుల్ని క్షమించెయ్యడానికి పార్టీ సిద్ధంగా వుంటుంది. ఆయన పదవులూ, హోదాలూ మళ్ళీ ఆయనకి వస్తాయి. "ఈయన మళ్ళీ ఈ పనిలో కొచ్చాడేందయ్యా?" అని ఏ 'తెలివితక్కువ' రైతో అందుబాటులో దొరికిన కార్యకర్తని పట్టుకు అడిగితే, "ఆయన ఆత్మవిమర్శ చేసుకున్నాడుగా?" అని ఆ కార్యకర్త తిరుగులేని జవాబిస్తాడు. "అట్టనా?" అని మన రైతు అదేదో తనకి బోధపడని పెద్దోళ్ళ వ్యవహారం అనుకుని లోపల సందేహం చావకపోయినా మాట్లాడకుండా వూరుకుంటాడు. ఆ నాయకుడు చేసిన తప్పేమిటో, అతని పశ్చాత్తాప ప్రకటన ఏమిటో ప్రజల దాకా రానే రావు. ఆ పశ్చాత్తాప ప్రకటన సరైందో కాదో దాన్ని అందరూ పరిశీలించి ప్రశ్నించే అవకాశం వుండనే వుండదు. నాయకులు పదవుల్లోకి రావడాలూ పోవడాలూ

ప్రజలతో సంబంధం లేకుండానే జరిగిపోతూ వుంటుంది.

10. పార్టీలో చాలాసార్లు ఏకగ్రీవ నిర్ణయాలు జరుగుతూ వుంటాయి. సమాజంలో ఎన్ని వేరు వేరు వర్గాలూ, వేరు వేరు సెక్షన్లూ వున్నా పార్టీలో మాత్రం ఏకగ్రీవం (ఒకే కంఠం) రాజ్యం చేస్తూ వుంటుంది. ఒక పక్క ఏకగ్రీవం రాజ్యం చేస్తూనే వుంటుంది, ఇంకో పక్క అధికారం మాత్రం ఆ పక్షానికీ ఈ పక్షానికీ చేతులు మారిపోతూనే వుంటుంది. పార్టీలో ఎంత 'ప్రశాంత' పరిస్థితి వున్నా, బొత్తిగా రెండో అభిప్రాయం లేకుండా ఏకగ్రీవం ఎలా సాధ్యమౌతుందో జవాబు దొరకదు.

11. చైనా విప్లవ పార్టీ చరిత్రని చెప్పే అధికారిక గ్రంథం ఏదీ ఇంతవరకూ లేదంటే నమ్మలేనంత ఆశ్చర్యంగా వుండదూ? విప్లవ చరిత్ర రాసి ప్రజల ముందు పెట్టవలసిన అవసరాన్ని చైనా పార్టీ గుర్తించ లేదనుకోవాలా? విప్లవంలో ఎంత రాజకీయ చైతన్యంతో, ఎంత చిత్తశుద్ధితో ప్రవర్తించే విప్లవకారుడైనా, విప్లవం కోసం తను నిర్వహించిన అతి చిన్న భాగాన్నే తెలుసుకోగలడుగానీ, అనేక ప్రాంతాలకు సంబంధించిన విప్లవాంశాల్నీ; పార్టీ చేసిన సుదీర్ఘమైన కృషినీ, కేవలం తన జ్ఞానంతోటే తెలుసుకోలేడు. జనంలో ప్రతీ తరానికీ విప్లవ చరిత్రని తెలియజెయ్యటానికీ, వాళ్ళకు మార్గదర్శకంగా వుండడానికీ ఎప్పటికప్పుడు విప్లవ చరిత్రని గ్రంథస్తం చేసి ప్రజల ముందు పెట్టవలసి వుంటుంది. తన దేశ ప్రజలకే గాక, ప్రపంచ ప్రజలకు కూడా విప్లవ రాజకీయాలు బోధించే కర్తవ్యం నిర్వహించవలసిన కమ్యూనిస్టు పార్టీ, తన దేశ విప్లవ చరిత్రని అందుబాటులో వుండేట్టు చెయ్యకపోతే అది ప్రపంచ ప్రజల్ని రాజకీయంగా ఘోరమైన వెనకబాటుతనంలో వుంచుతుంది.

12. విదేశాలతో వ్యవహారాలు కూడా కొన్నిసార్లు రహస్య పద్ధతుల్లోనూ, అడ్డదారుల్లోనూ జరిగినట్టు కనపడతాయి. 1970 లో, పాకిస్తాన్ ప్రెసిడెంట్ యాహ్యాఖాన్ చైనా వస్తూ, అమెరికా ప్రెసిడెంట్ నిక్సన్ వుత్తరం తనతోపాటు తెస్తాడు. 'తను చైనా వస్తాననీ, మొదట తన దూత వస్తాడనీ నిక్సన్ రాసిన విషయం వుంది అందులో. (స్నో, పే. 12). నిక్సన్ చైనా రాదల్చుకుంటే ఆ విషయం (తన రాయబారి ద్వారా) డైరెక్టుగా అడగాలి. దానికి చైనా డైరెక్టుగా జవాబు ఇచ్చుకోవాలి. మధ్యలో ఇంకో దేశం వ్యక్తి ద్వారా మధ్యవర్తిత్వం ఎందుకు? ఈ రకం పద్ధతులు బూర్జువా దేశాలకు సహజం కావచ్చు గానీ, వీటిని చైనా ఎందుకు అంగీకరించాలి?

ఈ రకం పద్ధతుల్ని లెనిన్ అనేక సందర్భాల్లో తీవ్రంగా వ్యతిరేకిస్తాడు. ఇతర దేశాల వ్యవహారాలు రహస్యంగా జరపడాన్ని వ్యతిరేకిస్తూ ఇలా అంటాడు — "రహస్య దౌత్యనీతికి మన ప్రభుత్వం స్వస్తి చెపుతోంది. అన్ని సంప్రదింపులూ, బహిరంగంగా సర్వ ప్రజల ఎదుటా జరపడమే తన కృత నిశ్చయమని మన ప్రభుత్వం ప్రకటిస్తోంది............................ తన మనస్సులో వున్నదాన్నంతా ఏ ప్రభుత్వమూ బైటికి చెప్పదు. కానీ, మనం మాత్రం రహస్య దౌత్యనీతికి వ్యతిరేకులం. మనం బహిరంగంగా ప్రజలందరి ఎదుటా వ్యవహరిస్తాం!" (లెనిన్: శాంతిపై నివేదిక. పే. 28, 30)

13. మావో ఛైర్మన్‌గా వున్న పార్టీలో ఈ రకం విషయాలు జరగడం చాలా ఆశ్చర్యం కలిగిస్తుంది. ఒక పార్టీ స్వభావానికీ, ఆచరణకీ దాని ప్రధాన నాయకుడే బాధ్యుడు కాకపోయినా, ఇటువంటి విషయాల్ని మావో వ్యతిరేకించినట్టూ, వీటితో పోరాడినట్టూ తగిన సమాచారం లేకపోవడంవల్ల, ప్రతీ తప్పు విషయంమీదా 'ఇలా జరుగుతోంటే మావో ఏం చేస్తున్నాడు?' అనే ప్రశ్న తప్పనిసరిగా తలెత్తుతూ వుంటుంది. చైనా పార్టీ విషయాలు అనేకం అర్థం కానట్టే, పార్టీలో మావో పాత్ర ఏమిటో కూడా అర్థం కాదు. సాంస్కృతిక విప్లవ కాలంనించీ మావో పాత్ర పెద్ద ప్రశ్నార్థకంగా వుంటుంది. లిన్‌పియావోని మావో వారసుడిగా

ప్రకటించడంలాంటి విషయాల్లో మావో పాత్ర 'ఆశ్చర్యం' కలిగిస్తుంది. అలాంటి విషయాలమీద మావో పోరాడాడనో, లేదనో కూడా తెలియకపోవడం వల్ల అనేక ప్రశ్నలకు జవాబులు దొరకవు. విషయాలు స్పష్టంగా తెలియనప్పుడు మంచి విషయాలు కూడా సందేహాస్పదంగా తయారవుతాయి.

'1971 రిపబ్లిక్ వుత్సవాల్లో మావో లేడు. 1972 మేడే వుత్సవాల్లో కూడా లేడు. 71 తర్వాత మావో ఇచ్చిన పబ్లిక్ వుపన్యాసం ఏదీ లేదు. 73 లో 10 వ మహాసభలో వేదికమీదనించి చెయ్యివూపి వూరుకున్నాడుగానీ, ఆ సభలో కూడా ఏమీ మాట్లాడలేదు' (అమిత్‌రాయ్, పే. 71, 72)

ఏమిటిదంతా? 'మావోకి ఆరోగ్యం బాగా లేద'నే జవాబు ప్రతీ సందేహానికీ సంతృప్తి నివ్వదు. పార్టీలో ఏదో గందరగోళం జరుగుతున్నట్టు తెలుస్తుందిగానీ, అది ఏ విషయంలో జరుగుతోందో అర్థం కాదు. అది గందరగోళంలాగే కనపడుతుందిగానీ, 'వర్గపోరాటం'లాగ కనపడదు. అసలు వర్గపోరాటం జరగవలిసింది సమాజంలో. వర్గపోరాటం చెయ్యవలసింది కోట్లమంది ప్రజలు. ఆ ప్రజలకే పార్టీ రాజకీయాలు అర్థం కాకపోతే, పార్టీలో వుండే పిడికెడుమంది విప్లవకారులు (వాళ్ళు నిజంగా ప్రజల పక్షాన్నే పోరాడినా) వర్గపోరాటం చెయ్యగలరనుకోడం కేవలం భ్రమ.

పార్టీ ద్వారా జరిగే ఈ రకం తప్పులన్నీ మితవాదులు చేసేవా, విప్లవకారులు చేసేవా; తెలిసి చేసేవా, తెలియక చేసేవా— అన్న ప్రశ్నలకన్నా ముందు గమనించవలసింది, 'కమ్యూనిస్టు' పార్టీ అనేది ప్రజల్ని రాజకీయాల్లో పాల్గొనేట్టు చెయ్యలేని పద్ధతులే అవలంబిస్తోంది— అన్నది. ఈ విషయం గమనిస్తే, ఈ తప్పులు ఎవరుచేసినా ప్రశ్నించే శక్తి వస్తుంది ప్రజలకి. ఈనాడు ఆ శక్తి లేదు కాబట్టే, సమస్త విషయాలూ తారుమారైనా వాళ్ళకి పట్టలేదు.

'విప్లవ వ్యతిరేకి' అనీ, 'రివిజనిస్టు' అనీ ఏనాడో రుజువైపోయిన లీషావోచీని మళ్ళీ లేవనెత్తి, విప్లవకారుణ్ణి చేసి, విప్లవ పీఠం మీద కూర్చోబెడితే వూరుకున్నారు జనం. లీషావోచీ రివిజనిజం ఏమిటో ప్రజలు గ్రహించివుంటే ఈనాడు మళ్ళీ అతన్ని విప్లవ పీఠం మీదకి తీసుకురావడం ఎలా సాధ్యమయ్యేది? మావోని విప్లవ పీఠంమీద నించి తోసేసినా కూడా ప్రజలు ఏమీ పట్టని అనాసక్తతతో వూరుకున్నారు. ఈ రెండు సంఘటనలూ చూస్తే ప్రజల తిరగబాటు శక్తిమీద ఇంకా నమ్మకం నిలుస్తుందా? చైనా ప్రజలు (ప్రపంచ ప్రజలు కూడా) సిద్ధాంతపరంగానూ, రాజకీయంగానూ ఇంకా ఎంతో వెనకబడి వున్నారన్న వాస్తవాన్నే ఆ సంఘటనలు చూపిస్తాయి. ప్రజలకు వర్గ పోరాట రాజకీయాల్ని బోధించగల మార్గంలో విప్లవకారులు నడవకపోతే, చరిత్ర ఇదే రివిజనిస్టు చరిత్రని పునరుత్పత్తి చేస్తూ వుంటుంది.

"గత కాలపు చరిత్ర అంతా వర్గ పోరాటాల చరిత్రే" అయినప్పుడు, ప్రజలకు తమకాలపు చరిత్ర ఒక్కటే తెలిసినా సరిపోదు. బానిస సమాజం నించీ జరిగిన పోరాటాల గురించి కూడా వారికి అవగాహన వుండాలి. గతంనించీ సమాజంలో ఏ యే వర్గాలు ఏ యే వర్గాలుగా మారుతూ వచ్చాయి అన్నది తెలియకపోతే, ప్రస్తుతంలోనూ భవిష్యత్తులోనూ జరిగే వర్గపోరాటంలో ప్రజలు నిస్సహాయులుగా నిలబడి తమని అణచగల వర్గాలకే అధికారం అప్పజెపుతూ వుంటారు. చరిత్ర నడక ఎప్పుడూ ముందుకే అయినా, ఒక దశ పరివర్తనకు కావలసిన ప్రయత్నాలలో లోపం జరుగుతూ వున్నప్పుడు, ఆ పరివర్తన దీర్ఘకాలం తీసుకుంటుంది.

చైనా పార్టీ, ప్రతీ సందర్భంలోనూ మార్మిక పద్ధతుల్లోనే ప్రవర్తించిందని చెప్పడం కాదు దీని అర్థమంతా. అది ఎప్పుడూ అలాగే చేసివుంటే, 'లాంగ్ మార్చ్' లాంటి బృహత్తర కార్యక్రమంతో, 'నూతన ప్రజాతంత్ర విప్లవా'న్ని విజయవంతం చేసి, సమాజాన్ని కమ్యూన్ల స్థాయికి తెచ్చి,

సాంస్కృతిక విప్లవాన్ని ప్రారంభించగలిగేది కాదు. సోషలిస్టు స్వభావం గల విప్లవపంథా ఒకటి ఆ పార్టీలో పనిచేసింది కాబట్టి (దాంట్లో కూడా లక్ష తప్పులువున్నా) ఈ మంచి మార్పులన్నీ సాధ్యమయ్యాయి. అయినా, విప్లవ పంథా లోపాన్ని పరిశీలించుకునేప్పుడు, ఈ మార్మిక స్వభావం గల బూర్జువా ఆచరణల్ని పెద్ద తప్పుగా పరిగణలోకి తీసుకోవాలి.

★

లిన్‌పియావో చేసిన "కుట్ర" ఏమిటి?

(113 వ ఫుట్‌నోట్‌కి సంబంధించిన విషయం ఇది.)

లిన్‌పియావో, చైనా కమ్యూనిస్టు పార్టీలో పై స్థాయి నాయకుడు. దాదాపు మావో స్థాయి వాడని అందరూ అనుకున్న నాయకుడు. చైనా విప్లవానికి పూర్వం'లాంగ్‌మార్చ్' దశకన్నా వెనకటి కాలంనించీ కూడా పార్టీలో వున్నాడు. 1940 లో, 4 వ ఫీల్డు ఆర్మీ కమాండరు. 50 నించీ 54 వరకూ, మధ్య దక్షిణ ప్రాంత మిలటరీ పాలనా కమిటీ ఛైర్మన్. 54 లో ప్రభుత్వంలో వుప ప్రధాని. 55 లో పార్టీ పొలిట్ బ్యూరో సభ్యుడు. 58 లో పార్టీకి వైస్ ఛైర్మన్. (ఇంకా కొందరు వైస్ ఛైర్మన్‌లతోపాటు ఇతను కూడా ఒక వైస్ ఛైర్మన్ అయ్యాడు మొదట. తర్వాత కాలంలో, మిగతా వైస్ ఛైర్మన్లని తీసేసి లిన్‌పియావోని ఒక్కణ్ణే ఏకైక వైస్ ఛైర్మన్‌గా వుంచారు. అంత స్థాయికి వెళ్ళాడు ఇతను). 59 నించీ రక్షణ మంత్రి. 66 నించీ ఛైర్మన్ మావోకి 'అత్యంత సన్నిహితుడు' అనే పదవి. 69 లో ఇంకో విచిత్రమైన పదవి. (దాన్ని తర్వాత చూస్తారు). మొత్తంమీద, లిన్‌పియావో అంటే, సైన్యానికి సంబంధించినవాడనీ, రక్షణమంత్రి అనీ, పార్టీలో ఏకైక వైస్ ఛైర్మన్ అనీ గుర్తు పెట్టుకోవాలి.

"మావో కల్టు' ద్వారా లిన్‌పియావో పేరు కొంత ప్రముఖంగా వినపడడం ప్రారంభమైంది.

సాంస్కృతిక విప్లవ కాలంలో, 1967 లో, 'విప్లవ కమిటీల' పేర్లతో ప్రారంభమైన ప్రజల అధికార సంఘాలు, స్థానికంగా వుండే పార్టీ కమిటీల్నీ, పార్టీ అధికారాన్నీ తోసివేసి, వాటిలో వాటికి ఐక్యత లేకుండా ఘర్షణలు పడడం ప్రారంభించినప్పుడు, ఆ ప్రజా సంఘాలన్నిటినీ, అంటే విప్లవ కమిటీలన్నిటినీ పరిశీలించి, వాటితో తగినవిధంగా ప్రవర్తించే బాధ్యతని, పార్టీ కేంద్ర కమిటీ, సైన్యానికి అప్పగించింది. ఆ విధంగా లిన్‌పియావో, సైన్యంలో ఒక వున్నతాధికారిగా, సాంస్కృతిక విప్లవంలో, ప్రధానమైన పాత్ర నిర్వహించగల స్థానంలోకి వచ్చాడు. ప్రజా సంఘాల్ని పర్యవేక్షణ చేసే బాధ్యత సైన్యం తీసుకున్నాక, ఆ ప్రజా సంఘాలను నడిపే కార్యవర్గాల్లో సైన్యం వాళ్ళే బలపడడం ప్రారంభించారు. సైన్యంనించి వచ్చే 3 వ వంతు వాటా సభ్యుల్ని ప్రజలు ఎన్నుకోకుండా పార్టీయే నియమించడంవల్ల, అవసరమైతే వాళ్ళను తీసివేసే శక్తి ప్రజలకు లేకుండా పోయింది. (ఈ విషయంలో 108 వ ఫుట్‌నోట్ చూడండి). 29 విప్లవ కమిటీలలో 22 కమిటీలకు ఛైర్మన్లుగా సైన్యాధికారులే వున్నారు. 20 కమిటీలలో వైస్ ఛైర్మన్లుగా వున్నారు. ప్రజల సంఘాల్లో ప్రజాస్వామ్యం పోవడానికి ఈ మార్పు దారి తీసింది. పొలిట్ బ్యూరోలో కూడా సైన్యాధికారులే మెజారిటీ అవడం ప్రారంభమయింది. ప్రజా సంఘాల కొట్లాటలతో అరాచకత్వం ఏర్పడ్డ పరిస్థితుల్లో, సైన్యం, ప్రారంభంలో తప్పనిసరిగా కొంత ప్రయోజనకరమైన పాత్రనే నిర్వహించింది. కానీ, క్రమంగా ఆ పరిస్థితి, ప్రజా సంఘాలపై సైన్యం పట్టు బలపడడానికే దారితీసింది. ఇదంతా 1967 నాటి సంగతి. 1970 చివరికి, ప్రజా సంఘాలు పోయి మళ్ళీ ఎప్పటిలా పాత పద్ధతిలో

పార్టీ కమిటీలు రావడం ప్రారంభమైంది. ప్రజా సంఘాల్లో (అంటే విప్లవ కమిటీల్లో) అయితే, ప్రజల ప్రతినిధులు కొందరైనా వుంటారుగానీ, పార్టీ కమిటీలలో ప్రజల ప్రతినిధులు వుండడం అన్న సమస్యే వుండదు — పార్టీ కమిటీలో వుండవలసిన కార్యవర్గ సభ్యుల్ని పైనించీ పార్టీయే నియమించడం చేస్తోంది కాబట్టి. కమ్యూన్లు పోయి, విప్లవ కమిటీలు రావడమే వెనకడుగు అయితే, అవి కూడా పోయి, మళ్ళీ పాత రకం పార్టీ కమిటీలు రావడం మరింత వెనకడుగు. సాంస్కృతిక విప్లవ ప్రారంభంలో పార్టీ కమిటీలనించీ తీసేసిన నాయకుల్ని మళ్ళీ తెచ్చి పార్టీలో పెట్టడం చేశారు. ఆ పార్టీ కమిటీలలో విప్లవ పంథా సమర్థకులు కూడా వున్నప్పటికీ, క్రమంగా మితవాదులే మెజారిటీ అయ్యారు. (పార్టీ కమిటీలు ఏర్పడినా ప్రజా సంఘాలు పోవలసిన అవసరంలేదు. కానీ, 'పరిపాలన' అనేది ప్రజా సంఘాల చొరవతో జరగడం ఇష్టంలేని శక్తులే పార్టీలో మెజారిటీగా వున్నాయి కాబట్టి, అవి ప్రజా సంఘాల్ని నాశనంచేసి, పరిపాలనాధికారాన్ని మళ్ళీ తమ చేతుల్లోకి తీసుకోగలిగాయి).

(విప్లవం ద్వారా రాజ్యాధికారాన్ని తీసుకున్న తర్వాత, వుత్పత్తి సంబంధాలలో బూర్జువా స్వభావాన్ని తీసివెయ్యగల డైరెక్షన్‌లో, సోషలిస్టు పద్ధతుల్లో నడిచే "వర్కర్స్ మేనేజిమెంటు" ప్రారంభమై వుంటే, ప్రజా సంఘాలలో వచ్చే ఏ ఘర్షణలనైనా వర్కర్స్ మేనేజిమెంటు నిర్వహించుకోగలుగుతోంది. అలాంటి పునాది లేదు,) పైగా, కొందరు నాయకుల్ని 'వ్యక్తిగతంగా విమర్శించండి' అని (వాళ్ళు బూర్జువా పద్ధతుల్లో ప్రవర్తించారని) కేంద్ర కమిటీయే 1967 ఆగస్టులో కొందరు నాయకుల పేర్ల లిస్టు తయారుచేసి ఇచ్చింది. విప్లవోత్సాహం గల రెడ్‌గార్డులు, ఆ లిస్టు ఆధారంతోటి (ఆధారం లేకుండానూ కూడా) నాయకులపై వ్యక్తిగత దాడులు చెయ్యడమే ప్రధాన కర్తవ్యంగా నిర్వహించారు. 'పునాదిని మార్చడం' వేపు ప్రధానంగా దృష్టి తిప్పని ఈ పోరాటం బూర్జువా రకం పోరాటంగా తయారయింది.

సమాజంలో ఎటుచూస్తే అటు బూర్జువా పద్ధతులే. కమ్యూనిస్టు పార్టీ నాయకుల్లో కూడా అంతస్తుల భేదాలూ, ప్రత్యేక సౌకర్యాలూ, జీతాలలో మితిమీరిన తేడాలూ, నాయకుల్లో కూడా పదవుల కీచులాటలూ, ఎవరి ప్రత్యేకత కోసం వారికి తహతహలూ- వగైరాలన్నీ ఎప్పటిలాగే వుండగా, 'ప్రజా సంఘాల్ని' మాత్రం ఘర్షణలు లేకుండా గొప్ప సమిష్టి చైతన్యంతో ప్రవర్తించమంటే, భౌతిక పునాదితో సంబంధం లేని ఆదర్శవాదమే అది. పరిస్థితులన్నీ ఎప్పటిలాగే వుంచి, ప్రజల్ని ఏ రాజకీయ చర్చల్లోనూ వేలు పెట్టనివ్వకుండా చేసి, వాళ్ళ మీద అప్పుడప్పుడూ ఒక్కో ఎర్రెర్ర నినాదమూ, ఒక్కో వీరోచిత వుపన్యాసమూ వొదిలినంత మాత్రాన లాభం వుండదు. పునాదిలో జరిగిన తప్పువల్లనే ప్రజాసంఘాలు ఐక్యం కాలేక పోవడమూ, వాటితో వ్యవహరించ డానికి ఇంకో మార్గం కనపడక సైన్యాధికారుల్ని దించడమూ వగైరా నెగిటివ్ పరిణామాలన్నీ ఒకదాని వెంట ఒకటి జరిగిపోయాయి. ఆ బాధ్యతని సైన్యానికి అప్పజెప్పినా, అది ఆ బాధ్యతని ఎలా నిర్వహిస్తోందో తరుచుగా పరిశీలించే పని పార్టీ చెయ్యలేకపోయినప్పుడు, సైన్యాధికారులే పెత్తందారులుగా తయారవ్వడంలో ఆశ్చర్యంలేదు).

— పార్టీలో లిన్‌పియావో ఎంత ఆధిక్యతలోకి వచ్చాడో, పార్టీ ఎంత పతన స్థితిలోకి వెళ్ళిందో చూడాలంటే, ఒక్క విషయం చూస్తే చాలు. 1969 ఏప్రిల్లో జరిగిన 9వ మహాసభ (13 సంవత్సరాలకి జరిగిన మహాసభ ఇదే) — "లిన్‌పియావో మావోకి అత్యంత సన్నిహితుడూ, వారసుడూనూ -" అని తన 'నిబంధనావళి'లో ప్రకటించింది. (స్నో, 251). ఈ 'కమ్యూనిస్టు వారసత్వమే' లిన్‌పియావోకి దొరికిన చివరి పదవి.

ఈ వారసత్వ ప్రకటనతో లిన్‌పియావో మరింత ప్రముఖుడిగానూ, మావో తర్వాత

పార్టీలో ఛైర్మన్ కాబోయే వాడిగానూ చైనా ప్రజల దృష్టిలోకీ, మొత్తం ప్రపంచం దృష్టిలోకీ వచ్చాడు.

మావో కల్టుతోపాటు లిన్‌పియావో కల్టూ, లిన్‌పియావో కొడుకైన లిన్ లికూవా కల్టూ కూడా (మనవడు లేడు కాబోలు!) ప్రారంభమయ్యాయి. లిన్-లికూవా ఎయిర్ ఫోర్స్‌లో పెద్ద డైరెక్టరు. ఆయన "పిన్న వయసునందే" పెద్ద డైరెక్టరయ్యాడని కూడా ఆయన మీద కీర్తనలున్నాయి. (వాళ్ళ నాన్న రక్షణ మంత్రి అయితే అతను డైరెక్టరవడూ మరి? అతను అవక ఒక రైతు కొడుకో కార్మికుడికొడుకో అవుతాడా?). లిన్ లికూవా 'జీనియస్' అనీ, 'హీరోయిక్' అనీ పత్రికలు అతన్ని పొగిడిన సందర్భాలెన్నో వున్నాయి. (చైనాలో జీనియస్‌ల వంశం చాలా విస్తృతంగానే వున్నట్టుంది! చైనా పార్టీని 'కమ్యూనిస్టు పార్టీ' అనడం కన్నా 'జీనియస్‌ల పార్టీ' అనడం ఎక్కువ న్యాయంగా వుంటుంది!).

లిన్‌పియావో పేరుని మావో పేరుతో చేర్చి — "మావో ఛైర్మన్‌గానూ, లిన్‌పియావో వైస్ ఛైర్మన్‌గానూ వున్న పార్టీ చుట్టూ సమీకృతులు కండి!"; "ఛైర్మన్ మావో, ఆయనకు అత్యంత సన్నిహిత సహచరుడైన వైస్-ఛైర్మన్ లిన్‌పియావో చిరకాలం జీవించుగాక!" లాంటి నినాదాలు పెద్ద ఎత్తున సాగాయి. (మంచిదే. ఒక కల్టు వల్ల వుపయోగం వుంటే, రెండు కల్టుల వల్ల రెండు వుపయోగాలుంటాయి! మూడు కల్టుల వల్ల మూడూ!)

"ప్రజా విముక్తి సైన్యాన్ని మన గొప్ప నాయకుడైన ఛైర్మన్ మావో స్థాపించి నాయకత్వం వహిస్తే, దాన్ని వైస్-ఛైర్మన్ లిన్‌పియావో ప్రత్యక్షంగా నడుపుతున్నాడు" - అని లిన్‌పియావో కోసం ప్రచారమయ్యే నినాదం చూసి మావో — "స్థాపించినవాడే సైన్యాన్ని నడపలేకపోయాడు కాబోలు!" అని వ్యాఖ్యానించాడట. కానీ ఈయన లిన్‌పియావోతో 'నీ కల్టు చేసుకోకు, నా కల్టు మాత్రమే చెయ్యి' అని ఎలా చెప్పగలడు? చెప్పినా అది జరిగే పనికాదు. అందుకని అన్నిటినీ భరించవలిసిందే.

మావో కొటెషన్లతో "చిన్న ఎర్ర పుస్తకం" అనేది ప్రచారంలోకి వచ్చినట్టే, లిన్‌పియావో కొటేషన్లతో 'రెండో చిన్న ఎర్ర పుస్తకం' (సెకండ్ లిటిల్ రెడ్ బుక్) కూడా ప్రచారంలోకి వచ్చింది. (హన్ సుయిన్, పే. 341)

(లిన్ లికూవాగారి మూడో ఎర్ర పుస్తకం రానందుకు సంతోషించాలి. కొంపదీసి అదీ వొచ్చిందా? సమాచారం సరిగా దొరికి చావదు కదా తెలియడానికి!)

రాజకీయాల్లో — లిన్ పియావో దృక్పథమూ, మావో దృక్పథమూ ఒకటే అన్నట్టు పైకి చలామణీ అవుతోన్నా, ఇద్దరి దృక్పథాలకూ చాలా తేడా వున్నట్టు కొన్ని విషయాల్ని బట్టి కనపడుతోంది. 1969 లో 9 వ మహాసభ కోసం లిన్‌పియావో తను తయారుచేసిన ఒక రాజకీయ నివేదికలో, 'సాంస్కృతిక విప్లవం తన లక్ష్యాల్ని సాధించింది. ఇక, ఆర్థిక రంగాన్ని ముందుకు తీసుకుపోయే కర్తవ్యమే ప్రధానమైనది' అన్నాడు. అంటే, వర్గ పోరాటాన్ని వొదిలిపెట్టి, వుత్పత్తి శక్తుల సిద్ధాంతాన్ని ముందుకు తేవడమే ఇది. మావో దీన్ని వ్యతిరేకించాడు. 'సాంస్కృతిక విప్లవం ఇంకా కొనసాగుతూ వుండవలిసిందే'నని వాదించాడు (సాంస్కృతిక విప్లవం ఎందుకు కొనసాగాలన్నాడో, ఏం కారణాలు చెప్పాడో వివరాలు లేవు). లిన్‌పియావో నివేదికని మార్చి, మావో ప్రకారం మళ్ళీ రాశారు (లౌతా - పే. 3).

— దేశ పాలనా వ్యవహారాల్లో సైన్యానికే ఎక్కువ పాత్ర వుండాలని లిన్ పియావో వాదిస్తే, పార్టీని పునర్నిర్మించి సైన్యాన్ని పార్టీ నాయకత్వం కింద వుంచాలని మావో వాదించాడు. (లౌతా - పే. 3)

4 వ పంచవర్ష ప్రణాళికలో — వ్యవసాయ రంగాన్ని అభివృద్ధి చేసే పని మొదటి కర్తవ్యంగా చూడాలన్నది మావో అభిప్రాయమైతే, సైన్యాన్ని ఆధునికం చెయ్యడమే మొదటి కర్తవ్యం అని ఇతర, సైనికాధికారులతోపాటు లిన్‌పియావో అభిప్రాయం. దీన్నే 'ట్రాక్టర్ - టాంక్

వివాదం' అంటారు. (జైన్ - పే. 68).

1969 ప్రారంభంలో, చైనాకీ రష్యాకీ సరిహద్దు గొడవల్లో యుద్ధ సూచనలు ప్రారంభమైనప్పుడు, భారీ యుద్ధ సామాగ్రిని తయారు చేసుకోవాలన్నది లిన్ పియావో వాదం. రాజకీయ చైతన్యానికే ప్రాధాన్యత ఇచ్చి, ఆ సమస్యలో ప్రజలు పాల్గొనేట్టు చెయ్యాలనీ, భారీ యుద్ధ సామాగ్రి మీదే ఆధారపడితే వుత్పత్తిలో ఎక్కువ భాగం యుద్ధానికే పెట్టవలసి వస్తుందనీ, దానివల్ల దేశంలో అసమాన పరిస్థితులు ఏర్పడతాయనీ మావో వాదం (వాన్ జినెకెన్ - పే. 189).

— పార్టీ కార్యకర్తలు కూడా వుత్పత్తిలో పాల్గొనాలనే విషయాన్ని లిన్ పియావో వ్యతిరేకించాడు. దాన్ని 'బలవంతపు శ్రమ సంస్కరణ' అన్నాడు. యువకుల్ని గ్రామాలకు పంపడాన్ని కూడా అతను వ్యతిరేకించాడు. దాన్ని 'మారువేషంలో వున్న నిరుద్యోగం' అన్నాడు — వుద్యోగాలు ఇవ్వలేక ఈ మార్గం అవలంబిస్తున్నారనే అర్థంతో. (లౌతా - పే. 4). (మావోని వ్యతిరేకించే వాళ్ళని పార్టీలోంచి తీసెయ్యాలనీ, మావో భావాలు అర్థమైనా కాకపోయినా వాటినే పాటించాలనీ ప్రచారం చేసిన వ్యక్తి ఇతనేనా? 'మావో చెప్పినట్టే నడవాలని నువ్వే అన్నావు కదా?' అని అడిగితే ఏమంటాడు?).

అమెరికాతో సంబంధాలు ఏర్పర్చుకోవాలనే దృక్పధం పార్టీలో బలంగా వుంటే, లిన్‌పియావో గ్రూపు దాన్ని వ్యతిరేకించినట్టు కనపడుతోంది. 1971 జులైలో అమెరికా విదేశాంగమంత్రి అయిన కిసింజర్ చైనా వచ్చి నిక్సన్ పర్యటన గురించి మాట్లాడాడు. ఆగస్ట్ 1న, లిన్‌పియావో గ్రూపు వాడైన హువాంగు (సైన్యాధ్యక్షుడు) - "అమెరికా — ఇండో చైనా నించీ, తైవాన్ నించీ మాత్రమే గాక; జపాన్, దక్షిణ కొరియా, ఫిలిప్పైన్‌ల నించీ కూడా తన సైన్యాల్ని వుపసంహరించుకోవాలి' అని ఒక ప్రకటన చేశాడు. (రైస్ - పే. 506).

చైనా, ఐక్యరాజ్యసమితిలో చేరడం గురించి కూడా పార్టీలో విభేదాలున్నాయి. ఒకప్పుడు చైనా, ఐక్యరాజ్యసమితిలో చేరడానికి 2 షరతులు పెట్టింది. సమితికి సంబంధించిన నిబంధనల్ని కొన్నిటిని మార్చాలనీ, కొరియాకి చైనా చేసిన సహాయాన్ని విమర్శిస్తూ ఐక్యరాజ్యసమితి గతంలో చేసిన తీర్మానాన్ని వుపసంహరించుకోవాలనీనూ. ఇప్పుడా షరతులు లేకుండానే చైనా, 'సమితి'లో చేరడానికి సిద్ధపడుతోంటే, లిన్‌పియావో దాన్ని వ్యతిరేకించాడు. (అమిత్ రాయ్, పే. 6).

1971లో, బంగ్లాదేశ్‌లో, పాకిస్తాన్ సైన్యాలు మూకుమ్మడిగా హత్యలు చేశాయి. శ్రీలంకలో, వామపక్ష తిరుగుబాటుని ఆ ప్రభుత్వం కౄరంగా అణిచేసింది. ఆ రెండు సంఘటనలకీ చౌఎన్‌లై సమర్థన ఇచ్చాడు. ఆ రెంటినీ లిన్‌పియావో వ్యతిరేకించాడు. (అమిత్ రాయ్ - పే. 6).

ఈ విధంగా, లిన్‌పియావో కొన్ని విషయాల్లో కరెక్టుగానూ, కొన్ని విషయాల్లో తప్పుగానూ వున్నట్టు కనపడుతోంది. ఈ విషయాలు ఎంతవరకూ నిజం? మొత్తంగా అతను ఎలాంటివాడు? అనే విషయాలు తెలుసుకోవడానికి ఈ రకం పొడి పొడి ముక్కలు చాలవు.

ప్రతీ అంశంమీదా అతని అభిప్రాయాల్ని వివరంగా చెప్పగల సమాచారం కావాలి. అలాంటి సమాచారం ఈ పుస్తకాల్లో లేదు. అందుబాటులో వున్నదాన్నిబట్టి ఆలోచిస్తే, అతను కొన్ని విషయాల్లో కరెక్టుగానూ, కొన్ని విషయాల్లో తప్పుగానూ వున్నట్టు అర్థం చేసుకోవడం న్యాయంగా వుంటుంది.

లిన్‌పియావో కూడా మితవాదుల లాగానే 'వుత్పత్తి శక్తుల' సిద్ధాంతమే మాట్లాడినప్పటికీ, మితవాదులికీ, ఇతనికీ ఏదో తేడా కూడా వున్నట్టు కనపడుతోంది. మితవాదుల పనులకు ఇతను కొంత 'తలనొప్పి'గా వున్నట్టున్నాడు. తీవ్రమైన

అతివాద పదజాలం వుపయోగించడమే ఇతనికీ మితవాదులకీ తేడా అని కొందరు పరిశీలకుల అభిప్రాయం.

'అతివాద' (అల్ట్రాలెఫ్ట్) ధోరణి అనే ఒక తప్పు ధోరణి సాంస్కృతిక విప్లవంలో ఒక పెద్ద ధోరణిగా వుంది. అతివాద తప్పులు చేసినందుకు కొందరు కార్యకర్తల్ని పార్టీనించి తీసివెయ్యడాలు కూడా కొన్ని దఫాలు చేశారు. అయితే లిన్‌పియావోని అతివాద పంథావాడని అప్పట్లో ఎవ్వరూ అనలేదు.

లిన్‌పియావో ప్రముఖంగా వున్న కాలంలో, పార్టీలో 3 రకాల గ్రూపులు ప్రధానంగా వున్నట్టు కనపడుతున్నాయి. మావో గ్రూపూ, లిన్‌పియావో గ్రూపూ, చౌఎన్‌లై ప్రధాన ప్రతినిధిగా గల మితవాదుల గ్రూపూ. లిన్‌పియావో ఆధిక్యతని తగ్గించడమే మిగతా గ్రూపులకి ప్రధాన సమస్య అయింది. మావో గ్రూపు మితవాదుల గ్రూపుతో కలిసి లిన్‌పియావో గ్రూపుని అరికట్టే ప్రయత్నాలు ప్రారంభించింది. (మావో గ్రూపు మితవాదులతో కలవడం ఎందుకు? లిన్‌పియావో గ్రూపుతోనే కలిసి మితవాదుల ఆధిక్యత తగ్గించవచ్చుకదా? —అన్న ప్రశ్న వస్తుందిగానీ మనకి జవాబు దొరకదు. అసలు ఇదంతా చెర్లోగేదెని పెట్టి కొమ్ములు చూసి బేరం చెయ్యడం లాంటి వ్యవహారం. ఎవరు ఎవరితో కలిశారో, ఎందుకు కలిశారో వూహాగానాలేగానీ, అసలు నిజం తెలిస్తేకదా ప్రశ్నలూ, జవాబులూనూ).

మొత్తానికి లిన్‌పియావో గ్రూపుని అరికట్టే ప్రయత్నాలు జరిగాయన్నది మాత్రం నిర్వివాదాంశం.

లిన్ గ్రూపుకి చెందిన చెన్-పోటాని 'విప్లవద్రోహి'గా విమర్శించడంతో లిన్ గ్రూపుమీద దాడి ప్రారంభమైంది.

(చెన్-పోటా మీద ప్రధానంగా వచ్చిన ఆరోపణ 'అధ్యక్షపదవి'కి సంబంధించినది. 1958 డిసెంబరు వరకూ మావోయే పార్టీ ఛైర్మన్‌గా వుంటూ, ప్రభుత్వంలో అధ్యక్షుడిగా కూడా వున్నాడు. 1956 లో జరిగిన 8 వ మహాసభనాటికి లీషావోచీ గ్రూపు ఆధిక్యతలోకి వచ్చింది. మావోని తగ్గించాలనే దృష్టితో "ఛైర్మన్‌గానూ, అధ్యక్షుడిగానూ ఒకరే వుండకూడదు" అనే నిర్ణయం 8 వ మహాసభలో చేశారు. అయినా, వెంటనే మావో అధ్యక్షపదవి నించి తప్పుకోలేదు. ఎందుకు తప్పుకోలేదో, సరిగా తెలియదు. 1958 డిసెంబరునించి మాత్రం మావో అధ్యక్షపదవిని వొదిలేశాడు. అప్పటినించీ ఆ పదవిలోకి లీషావోచీ వచ్చాడు. 1968 వరకూ అతనే వున్నాడు. సాంస్కృతిక విప్లవ వెల్లువలో లీషావోచీని తీసేశారు. తర్వాత ఆ పదవిలో ఎవ్వరూ లేరు. ప్రభుత్వంలో అధ్యక్షపదవే వుండకూడదని మావో ఒక ప్రతిపాదన పెట్టడమూ, దాన్ని కేంద్రకమిటీ ఆమోదించడమూ కూడా జరిగింది. ఆ సంగతి చెన్‌పోటాకి తెలిసిందే. అయినా అతను, 1970 ఆగస్టులో జరిగిన కేంద్రకమిటీ సమావేశంలో 'ప్రభుత్వంలో మళ్ళీ అధ్యక్షపదవిని వుంచాలనీ, దాన్ని మావో నిర్వహించాలనీ' ఒక ప్రతిపాదన పెట్టాడు. కానీ, తను అధ్యక్షుడిగా వుండడానికి మావో ఒప్పుకోలేదు. మావో అధ్యక్షుడైతే లిన్‌పియావో వుపాధ్యక్షుడై, మావో తర్వాత అధ్యక్షుడు కూడా కాగలుగుతాడనే దృష్టితోనే, చెన్‌పోటా, అధ్యక్షపదవి సంగతి ఎత్తాడని, అతన్ని అనుమానించి, ఆ సంగతి మాత్రం అప్పట్లో పైకి అనకుండా అతనిమీద ఎప్పటెప్పటి నేరాలో పెట్టి విమర్శించారు. ఆ విమర్శ అతన్ని 'విప్లవ ద్రోహి'గా చిత్రించడంతో ముగిసింది. (వాన్ జినెకెన్ - పే. 214 - 216).

చెన్‌పోటాని పార్టీలో గట్టిగా ఖండించినట్టుగా చైనా పార్టీ ఇతర కమ్యూనిస్టు పార్టీలకు కూడా తర్వాత తెలియజేసింది. ఈ వార్త గురించి అల్బేనియా పార్టీ సెక్రటరీ హోక్సా ఇలా రాశాడు. (1971 ఫిబ్రవరి 17 న, తన డైరీలో).

"చైనా పార్టీ కామ్రేడ్స్ మనకు అధికారికంగా సమాచారం అందజేశారు — చెన్‌పోటాని 'విప్లవద్రోహి'గా ప్రకటించామని. అతని నేరాలేమిటో వారు ఈ రకంగా యాకరువు

పెట్టారు........" అంటూ హోక్సా రాసిందాన్ని క్లుప్తంగా చెప్తే ఆ నేరాలు ఇలా వుంటాయి — చెన్‌పోటా 1925 వ సంవత్సరంనించీ తప్పులు చేస్తూ వున్నాడు. (చిన్నప్పుడు మట్టి కూడా తినే వుంటాడు!) మొదట్లో కొమింగ్‌టాంగ్ పార్టీలో వుండేవాడు. అప్పుడు కమ్యూనిస్టు పార్టీ మీద వ్యతిరేకంగా వ్యాసాలు రాశాడు. 1950 లో మావోతో పాటు ఇతను కూడా మాస్కో వెళ్ళినప్పుడు అక్కడ 3 రోజుల పాటు ఇతను ఏమైపోయాడో, ఎటు తిరిగాడో మావోకి తెలియదు. తను ఏం చేస్తున్నదీ మావోకి చెప్పనేలేదు. 'అధికారం తుపాకీ గొట్టం ద్వారా వస్తుంది' అన్న మావో సూత్రాన్ని ఇతను వ్యతిరేకించాడు ఒకప్పుడు. అంతేగాక, 'మావో కల్టు'ని తీవ్రంగా పెంచేశాడు (హోక్సా: రిఫ్లెక్షన్స్ ఆన్ చైనా -1: పే. 523).

'చైనా కామ్రేడ్స్ చెన్‌పోటా మీద ఎలాంటి ఆరోపణలు పెట్టారో చూడండి' - అన్నట్టు హోక్సా ఈ ఆరోపణలమీద తన విమర్శలు రాస్తూ, 'మావో కల్టుని చెన్‌పోటా పెంచుతూ వుంటే మిగతా వాళ్ళంతా ఏం చేస్తున్నారు? నిద్రపోతున్నారా?' (పే. 543) అని కూడా ఒక ప్రశ్న అడుగుతున్నాడు — స్టాలిన్ కల్టు గురించి తను చెప్పిందేమిటో మరిచిపోయి! ("స్టాలిన్ కల్టుని కృశ్చెవ్ పెంచుతోంటే స్టాలినేం చేస్తున్నాడు? నిద్రపోతున్నాడా?" అని హోక్సాని అడిగి ఆయనేం చెపుతాడో వినాలని సరదాగా లేదూ?)

(చెన్‌పోటాని 'విప్లవద్రోహి'గా నిర్ణయించ డానికి అతనిమీద పెట్టిన ఆరోపణల లిస్టు మావో చూసి వుండడనీ, మావోకి తెలియకుండా అదంతా జరిగిందనీ, పార్టీ ఛైర్మన్‌కి సంబంధం లేకుండానే ఒక కేంద్ర కమిటీ సభ్యుణ్ణి విప్లవద్రోహిగా నిర్ణయిస్తారనీ మనం అనుకోవాలా? ఆ ఆరోపణలు మావో చూసే వుంటే, అవి మావోకి 'సబబు'గానే తోచాయా?)

లిన్‌పియావో గ్రూపుని వ్యతిరేకించ డానికి ఇంకా కొన్ని చర్యలు తీసుకున్నారు.

- 1971 జనవరిలో, పెకింగ్ మిలటరీ ప్రాంతాన్ని పునర్విభజించి, ఒక కమాండర్‌నీ, ఒక రాజకీయ సలహాదారునీ, ఒక మంత్రినీ ట్రాన్స్‌ఫర్లు చేశారు (లిన్‌పియావో గ్రూపు వాళ్ళు అన్న అనుమానంతో) (రైస్ - పే. 504).

—1971 ఏప్రిల్‌లో కేంద్ర కమిటీ వర్కింగ్ సమావేశం జరిగినప్పుడు, అందులో కొందరు సభ్యులు (వాళ్ళు పొలిట్ బ్యూరో సభ్యులు కూడా), తాము గతంలో లిన్‌పియావోకి సపోర్టు ఇచ్చినందుకు పశ్చాత్తాపం చెందుతున్నామని ఆత్మవిమర్శలు చేసుకున్నారు. ఆ సంగతి తర్వాత చౌఎన్‌లై ప్రకటించాడు (రైస్ - పే. 505).

— 1970 లో, ఎడ్గార్ స్నో, ఒక ఫ్రెంచి పత్రిక్కి రాసిన వుత్తరంలో 'రాబోయే సంవత్సరంలో చైనాలో అసాధారణమైన మార్పులు జరగపోతున్నాయి- అని నాకు తెలిసింది' అని రాశాడు. (వాన్‌జినెకెన్ - పే. 231.)

- 1971 ఆగస్ట్ మధ్య నించీ సెప్టెంబరులో 10 రోజుల వరకూ మావో పెకింగ్ వదిలి ఇతర ప్రాంతాలు పర్యటించి వచ్చాడు. ఆ పర్యటన ఒక ప్రత్యేకమైన వుద్దేశ్యంతో జరిగింది. ఆ పర్యటనలో అక్కడక్కడా కొందరు పార్టీ నాయకులతో సంభాషిస్తూ మావో అన్నమాటలు — "ఈ మధ్య ఒక పార్టీ వ్యక్తి ప్రభుత్వంలో అధ్యక్షుడిగా అవ్వాలనీ, పార్టీని చీల్చాలనీ, అధికారం చేజిక్కించుకోవాలనీ తహతహలాడుతున్నాడు." (ష్రామ్, పే. 293)

— ఈ రకంగా లిన్‌పియావోని కూలదొయ్యడానికి కొంత బ్యాగ్రౌండ్ వర్క్ జరిగాక, ఒక హఠాత్ సంఘటనతో అసలు కథ ప్రారంభమవుతుంది. (ఈ విషయాలు ప్రధానంగా 'వాన్ జినెకెన్' పుస్తకం నించి తీసుకున్నాము).

1971 సెప్టెంబరు 12 న, పెకింగ్‌లో, పార్టీ నాయకుల హఠాత్ సమావేశం ఒకటి జరిగింది. ఆ సమావేశం అంత హఠాత్తుగా ఎందుకు జరిగిందో, అందులో ఏం చర్చించారో, అందులో లిన్‌పియావో వున్నాడో లేడో - వగైరా విషయాలు

దేవుడనే వాడుంటే వాడికొక్కడికే తెలుస్తాయి.

13 న, చైనాలో విమాన ప్రయాణాలన్నిటినీ రద్దుచేశారు. సెలవుల మీద వెళ్ళిన మిలటరీ వాళ్ళనందర్నీ వెనక్కి రమ్మని ఆర్డర్లు జారీ చేశారు. ఎయిర్ ఫోర్స్‌లోనూ నేవీలోనూ కొందరు వున్నతాధికారుల్నీ, సైన్యాధ్యక్షుణ్ణీ, లాజెస్టిక్ డిపార్టుమెంటు హెడ్‌నీ అరెస్టులు చేశారు. యుద్ధానికి సిద్ధమయ్యే జాగ్రత్తలన్నీ ప్రారంభించారు. ఇదంతా ఎందుకు జరుగుతోందో అత్యున్నత స్థాయి నాయకులకు తప్ప దేశంలో ఎవ్వరికీ తెలీదు.

"చైనాలో విమాన ప్రయాణాలు రద్దు చేశారు. సైన్యాధ్యక్షుడైన లిన్‌పియావో పరారీ అయ్యాడంటున్నారు" అని ప్రపంచ వార్తా సంస్థలు ఒక వార్త విడుదల చేశాయి.

లిన్‌పియావో దేశంలో కనపడడంలేదనే వార్త ఇతర దేశాలలో పొక్కిందిగానీ, చైనా ప్రజలకు తెలీదు. ఆ వార్తని చైనా పేపర్లు ఇవ్వలేదు. లిన్‌పియావోతో పాటు అతని భార్యా, కొడుకూ కూడా దేశంలో లేరన్నది మాత్రం నిజం. వాళ్ళు ఏమయ్యారు? ఎక్కడికి వెళ్ళారు? తైవాన్ వెళ్ళారా? రష్యా వెళ్ళారా? వాళ్ళకై వాళ్ళే వెళ్ళారా? ఇంకేదైనా జరిగిందా?

అక్టోబరు 1న పెకింగ్‌లో జరగవలసిన రిపబ్లిక్ దినోత్సవాల్ని రద్దుచేస్తున్నట్టుగా సెప్టెంబరు 20 న ప్రకటించారు. వాటిని అట్టహాసంగా చెయ్యకూడదనీ, నిరాడంబరంగా జరుపుకోవాలనీ ప్రకటించారు. ప్రతీ సంవత్సరంలా ఈ సంవత్సరం ఎందుకు చెయ్యడంలేదో కారణాలు చెప్పలేదు.

ఇలాంటి పరిస్థితుల్లో ఆ నెలాఖరుదాకా గడిచింది.

ఆ నెలాఖరున, 30 న, మంగోలియా నించి ఒక పత్రిక ఇలా రాసింది — "బ్రిటన్‌లో తయారైన చైనా విమానం ఒకటి మా సరిహద్దుల్లో కూలిపోయింది. 13 వ తారీకు రాత్రి 1.50 నిముషాలకు. ఇప్పటికి 17 రోజులైంది." (17 రోజులకా చెప్పడం?)

రష్యా పేపర్లలో కూడా ఒక వార్త వచ్చింది — "ఈ ప్రమాదానికి కారణం తెలియలేదు. సగం కాలిన 9 శవాలూ, ఆయుధాలూ, డాక్యుమెంట్లూ ఉన్నాయి. చైనా ఎయిర్‌ఫోర్స్ విమానంలాగా వుంది" అని.

సెప్టెంబరు 30 న, మంగోలియా ప్రభుత్వం, తన దేశంలోని చైనా రాయబారిని "మీ మిలటరీ విమానం మా దేశంలోకి ఎందుకు వచ్చింది?" అని అడిగింది.

చైనా రాయబారి ఆ ప్రశ్నని చైనాకి పంపించాడు. లిన్‌పియావో విమానం 17 రోజులక్రితం మంగోలియాలో పడిపోయిందన్న సంగతి 30 రాత్రికి తెలిసింది చైనా నాయకులికి.

అక్టోబరు 3 న, చైనా, మంగోలియాకి జవాబు ఇచ్చింది — "అది మిలటరీ విమానం కాదులెండి. సివిల్ విమానమే. అది అట్టా దారి తప్పి కొంచెం అటు వెళ్ళింది, అంతే" అని.

ఆ జవాబుని మంగోలియా ఒప్పుకోలేదు. "అది సివిల్ ఎయిర్ పోర్టునించి బయల్దేరింది కాదు. మీ సివిల్ ఎయిర్‌పోర్టు మాకు ఎంతో దూరాన వుంది. మీ మిలటరీ ఎయిర్‌పోర్టే మాకు దగ్గర్లో వుంది. మీ విమానం మా రాకెట్ బేస్ దగ్గర పడింది. అది గూఢచారి చర్యల కోసమే వచ్చిందని మేమెందుకు అనుకోకూడదు? మాకు సంతృప్తికరమైన జవాబు దొరికేవరకూ మీ రాయబారిని బహిష్కరిస్తాం" అంది మంగోలియా ప్రభుత్వం.

ఈ తగువుని, రాయబారి మళ్ళీ చైనాకి పంపించాడు. రాయబారీ, చైనా మంత్రీ ఫోనుల్లో పోట్లాడుకున్నారు. 2 నెలల వరకూ రెండు ప్రభుత్వాల మధ్యా చర్చలు నడుస్తోనే వున్నాయి. చివరికి, మంగోలియా ప్రభుత్వం ఏ జవాబుతో సంతృప్తి చెందిందోగానీ, ప్రమాదం జరిగిన రెండు నెలల తర్వాత, చైనా రాయబారిని ఆ విమాన శిథిలాలు చూడడానికి అనుమతించింది.

(రాయబారి ఆ విమానం చూశాడా? ఆ శవాలు కనపడ్డాయా? వాటిని అప్పటికే తీసేశారా?

వాటి వ్యవహారం మంగోలియా ప్రభుత్వమే చూసిందా? వాటిని పరీక్షించారా? ఆ విమానంలో డాక్యుమెంట్లు దొరికిన మాట నిజమేనా? — వగైరా విషయాల గురించి ఏ పుస్తకాలలోనూ సమాచారం లేదు).

ఇక, చైనాలో సంగతి: సెప్టెంబరు 13 నించీ లిన్‌పియాహో కనపడకపోయినా ఆ వార్త పత్రికల్లో ఇవ్వలేదు. 30 నాటికి లిన్‌పియాహో విమాన ప్రమాదంలో చచ్చిపోయినట్టు నాయకులకు తెలిసినా అప్పుడు కూడా ఆ విషయం ప్రకటించలేదు. మొదట కొన్నాళ్ళు పై అధికారుల స్థాయిలో మాత్రమే ప్రస్తావించుకున్నారు. తర్వాత, మధ్యస్థాయి కార్యకర్తల్లో అందజేశారు.

నవంబరు నించీ మాత్రం చాలా గుంభనగా, లిన్‌పియాహో పేరు లేకుండా, ఆ వ్యక్తి మీద కొన్ని వ్యాఖ్యలు పత్రికల్లో ప్రచురించడం మొదలుపెట్టారు.

"కొంతమంది చక్రవర్తులూ, సైన్యాధికారులూ, యువరాజులూ, ప్రవక్తలూ, యోగులూ, చరిత్ర చక్రాన్ని వెనక్కి తిప్పాలని చూశారు" అంటూ నవంబరు 7 న, 'పీపుల్స్ డైలీ' పత్రిక రాసింది. అదేరోజు, చెకియాంగ్ ప్రాంతీయ రేడియో - "లీషావోచీ రకం మోసగాడు ఒకడు.. ..." అంటూ ఎవరి గురించి చెపుతున్నారో ప్రజలకు అర్థంకాని పద్ధతిలో గుంభనగా దుయ్యబట్టింది.

అదే సంవత్సరం చివరిలో, 'రెడ్‌ఫ్లాగ్'లో ఒక వ్యాసం - "విప్లవ ప్రతీఘాతక రెండు నాల్కల వాళ్ళు ఎంత మరుగున దాక్కున్నా, తమ నిజ స్వరూపాన్ని కప్పి పుచ్చుకోవాలని ఎంత ప్రయత్నించినా, ఛైర్మన్ మావో చేసే దూరదృష్టిగల చొచ్చుకుపోయే పరిశీలననించీ, ఛైర్మన్ మావో ఆలోచనా విధానంతో సాయుధులైన కోట్లాది విప్లవ ప్రజానీకపు సమగ్ర సమిష్టి చర్యలనించీ అంతిమంగా ఎన్నటికీ తప్పించు కోలేరు" అంటూ వుపన్యాసం ఇచ్చింది (వాన్ జినెకెన్ - పే. 279.)

"9 వ మహాసభ తర్వాత, చైనా పత్రికల్లో చాలా వ్యాసాలు వచ్చాయి. అవన్నీ లిన్‌పియాహోని విమర్శించే దృష్టితో వున్నాయి — అతని పేరు లేకుండా. చైనా వ్యవహారాల నిపుణులూ (సైనాలజిస్టులూ), ఎక్స్‌పర్టులూ కూడా ఆ వ్యాసాల్లో టార్గెట్లు ఎవరో తెలుసుకోవడం చాలా కష్టం". (హన్‌సుయిన్, పే. 336.)

ప్రచారం ఎంత గుంభనగా జరిగినా, అసలు సంగతి అందరికీ తెలిసింది. కానీ, సరైన పద్ధతిలో కాదు, గుస గుసల పద్ధతిలో. ఇంకా తెలియని ప్రాంతాలు కొన్ని వుండవచ్చు. (వాళ్ళ దేశంలో సంగతి వాళ్ళ పత్రికల ద్వారా గాక, ఇతర దేశాల పత్రికల ద్వారా తెలియడం వాళ్ళకి అవమానం కాదూ? విదేశీ యాత్రికులెవరైనా చైనాలో తిరుగుతూ వీళ్ళని పలకరించి - 'మీ రక్షణ మంత్రి ఎందుకలా పారిపోయాడు? ఆ సంగతులేమైనా బయట పడ్డాయా?'- అని అడిగితే, 'మా రక్షణ మంత్రి పారిపోయాడా? ఎప్పుడూ?' అని వీళ్ళు తెల్ల మొహం వెయ్యాల్సి వొస్తే అది ఎంత సిగ్గుచేటు వీళ్ళకి! ఒకవేళ, వీళ్ళు 'గడుస్తనంగా' — "ఆ సంగతులేమీ బయట పడలేదు" అంటారనుకుందాం. అది కూడా 'కపటంగా' ప్రవర్తించడమే కదా? అలాంటి పరిస్థితిలో దేశ ప్రజలు ఎందుకు వుండాలి? ఆ విదేశీ యాత్రికులు వాళ్ళ దేశాలు వెళ్ళిపోయి "చైనా ప్రజలు ఎలా వున్నారంటే వుత్త గొర్రెల్లా వున్నారు. దేశంలో ఏం జరుగుతోందో కూడా వాళ్ళకి తెలీదు. కమ్యూనిజం అంటే ఇలా ఏడుస్తుంది కాబోలు!" అనుకుంటే దానికి ఎవరు బాధ్యులు?)

దేశంలో గుంభనగా జరుగుతున్న ప్రచారం అంతా లిన్‌పియాహోమీదేనని క్రమంగా బయట పడుతోంటే లిన్‌పియాహో మీద ఇంత వ్యతిరేకతేమిటో ప్రజలకు అర్థం కావడంలేదు. 5 సంవత్సరాలనించీ అతనిమీద ఒకటే పొగడ్తలు సాగాయి పేపర్లనిండా, రేడియోల నిండా. రెండేళ్ళ కిందటే అతన్ని మావోకి "వారసుడు" అని కూడా అన్నారు. ఎప్పటినించో మావోకి "అత్యంత సన్నిహితుడు" అంటున్నారు. అలాంటివాడి మీద

ఈ ప్రచారం ఏమిటి? అతను ఏం చేశాడని ఈ ప్రచారం? — ప్రజలు, స్థానిక కార్యకర్తల్నే అడుగుతారు ఈ ప్రశ్నలన్నీ. వాళ్ళేం జవాబు చెపుతారు? అసలు వాళ్ళకే కన్విన్సింగ్‌గా లేదు ఇదంతా. లిన్‌పియావోకి వ్యతిరేకంగా ప్రజల్లో ప్రచారం చెయ్యడానికి కిందస్థాయి కార్యకర్తలు చాలా విముఖంగా వున్నారు. యూనాన్ రాష్ట్ర రాజధానిలో, 1972 ఫిబ్రవరిలో, ఈ విషయాన్ని కార్యకర్తలకు బోధించడం కోసం ఒక మిలటరీ కమాండర్ నాయకత్వాన కొన్ని ప్రయత్నాలు జరిగాయి. కొందరు కార్యకర్తలు లిన్‌పియావోని ఖండించడం ఏమిటని భయపడ్డారు. కొందరు ఈ అభిప్రాయాలు ప్రజలతో చెప్పడానికే ఇష్టపడలేకపోయారు. ఈ విషయం ప్రజల్లో ప్రచారం చేస్తే ఇతర నష్టాలు కూడా జరగవచ్చని కొందరు సందేహించారు. కొందరైతే దీన్ని చర్చించదగ్గ విషయంగానే తీసుకోలేదు.

'సాంస్కృతిక విప్లవం ద్వారా వర్గ పోరాటం చేస్తూనే వున్నాము. విజయాలు పొందుతున్నాము. ఇంత హఠాత్తుగా రివిజనిస్టు పంథా ఎలా తలెత్తింది? ఇదంతా మాకు అయోమయంగా వుంది' — అని క్వాంగ్‌టంగ్‌లో ఒక కార్యకర్త అడిగాడు. జుచువాన్‌లో కొందరు - 'లిన్‌పియావో ఇంత రివిజనిస్టు అయితే ఈ చీడపురుగుని గతంలోనే ఎందుకు ఏరి పారెయ్యలేదు?' అని అడిగారు (వాన్ జినెకెన్, పే. 284 - 85).

లిన్‌పియావో గురించి మొదట ఇతర కమ్యూనిస్టు దేశాలకు కొన్ని వార్తలు అందజేసింది చైనా ప్రభుత్వం. చైనాలోని అల్బేనియా రాయబారి తన దేశానికి ఇలా ఒక వార్త పంపాడు — "10 రోజుల్లో మనం ఒక సంచలనాత్మకమైన వార్త వింటామట! ఒక చైనా కామ్రేడ్ నాకు చెప్పాడు" అని! 10 రోజులు అయిన తర్వాత మళ్ళీ ఇలా చెప్పాడు — "చైనా పార్టీలో ప్రధాన నాయకత్వంలో చీలిక వచ్చింది. సాంస్కృతిక విప్లవంలో ఒకటి చెప్పి ఒకటి చేసినవాళ్ళకు వ్యతిరేకంగా చర్యలు తీసుకుంటున్నారట. అలాంటివాళ్ళకు లిన్‌పియావో నాయకుడట" (హోక్సా: రిఫ్లెక్షన్స్ ఆన్ చైనా - 1: పే. 612)

'1972 ఫిబ్రవరిలో, చైనా అత్యున్నతాధికారి, లిన్‌పియావో విషయాన్ని ఫ్రెంచి పార్లమెంటరీ ప్రతినిధుల బృందానికి తెలిపాడు'. (డాబియర్, పే. 268.)

'అల్జీర్స్‌లోని చైనా రాయబార కార్యాలయం, 1972 జూలై 28 న, ఈ వార్త విడుదల చేసింది — 'లిన్‌పియావో చాలా కాలంనించీ తప్పులు చేస్తూ వచ్చాడు. అతన్ని తప్పులు సరిదిద్దుకోమని మావో చాలాసార్లు చెప్పాడు. (మావో చెప్పాడు, పార్టీ కాదు!) అయినా అతను తప్పులు మానుకోలేదు. పైగా, మావోని చంపడానికి కుట్రలు చేశాడు. కుట్ర విఫలమై 1971 సెప్టెంబరు 12 న, సోవియట్ వైపు పారిపోతోండగా విమానం కూలిపోయింది" (మిల్టన్........ పే. 380).

లిన్‌పియావో వార్త ఇతర దేశాల్లో ఇంత స్పష్టంగానే తెలిసింది. కానీ, ఇంకా దేశంలో మాత్రం ప్రకటించలేదు. ఈ రకంగా, కొంతకాలం, దేశం లోపలా బైటా రకరకాల పద్ధతుల్లో ప్రచారాలు చేశాక, ఇక లిన్‌పియావో "పారిపోయిన" సంగతి ప్రజల ముందు పెట్టడానికి నిశ్చయించారు. (దొంగలు పడ్డ ఆర్నెల్లకి కుక్కలు మొరిగాయి - అన్న సామెత ఇక పనికిరాదు. దానికి కాలం చెల్లింది. 'దొంగలు పడ్డ పదహారు నెల్లకి కుక్కలు మొరిగాయి' అని దాన్ని మార్చుకోవాలి).

1972 సెప్టెంబరు 22 న, 'పీపుల్స్ డైలీ' పత్రికలో, లిన్‌పియావో విషయం బహిరంగంగా ప్రచురించారు. ఏమని ప్రచురించాలో ఈ పుస్తకాల రచయితలు వివరాలు ఇవ్వలేదు గానీ, ఆ వార్త ఏమైవుంటుందో తేలిగ్గానే వూహించవచ్చు. "లిన్‌పియావో మొదటినించీ కుట్రలు చేస్తోనే వున్నాడు. మావో ఎన్నిసార్లు చెప్పినా తప్పులు మానలేదు. ఇప్పుడు మావోని చంపడానికి కుట్రపన్ని, అది బయటపడడంతో

భయపడి, రష్యాకి పారిపోతుండగా దారిలో విమానం కూలి చచ్చిపోయాడు" అని ఆ వార్త చెప్పి వుంటుంది.

అంటే, దేశంలో రక్షణమంత్రీ, పార్టీలో అత్యున్నత స్థాయి నాయకుడూ 1971 సెప్టెంబరు 13 నించీ కనపడకుండాపోతే, ఆ సంగతి 1972 సెప్టెంబరు 22న అధికారికంగా మొట్ట మొదటిసారి బైట పెట్టారు. సంవత్సరం తర్వాత!

(ఈ వార్త ప్రజలకు చెప్పడానికి ఇంత ఆలశ్యం ఎందుకు చేశారు? ఎంత "గొప్ప" కారణమైనా దీనికి జవాబుగా నిలవగలుగు తుందా? లిన్‌పియావో, విదేశాలకు పారిపోయి వాళ్ళ సహాయంతో యుద్ధం తీసుకురావడమే జరిగితే, ఆ యుద్ధం చెయ్యవలిసింది ఎవరు? లిన్‌పియావో పారిపోయాడని తెలియగానే, మిలటరీ సెలవలు రద్దు చేసీ, కొందర్ని అరెస్టులు చేసీ, యుద్ధప్రయత్నాలు చెయ్యడమే మొదటి అవసరంగా కనపడింది గానీ, అసలు సంగతి ప్రజలకు చెప్పి, వాళ్ళ విప్లవాన్ని వాళ్ళు రక్షించుకునేట్టు చెయ్యడం మొదటి అవసరంగా కనపడలేదు. మొదటి అవసరమే కాదు, అసలు 'అవసరం'గానే కనపడలేదు. "మన రక్షణమంత్రి పరారీ అయ్యాడు. అతను మన మీదికి యుద్ధం కూడా తీసుకురావచ్చు. లేదా, దేశంలో ఏదో ఒక పక్క రివిజనిస్టు తిరుగుబాటు తీసుకురావచ్చు. ఈ ప్రమాదాన్ని మనం ఎదుర్కోవాలి" అని ప్రజలకి అసలు సంగతి చెపితేనే కదా, ప్రజలు దానికి సంసిద్ధంగా వుండి దేశాన్నీ విప్లవాన్నీ రక్షించుకోగలిగేది? చైనా విప్లవానికి లిన్‌పియావో ఎంత ప్రమాదం తలపెట్టాడో ప్రపంచ ప్రజలకు కూడా తెలిస్తేనే కదా, విదేశంలో అతను చేసే ప్రయత్నాల్ని ఆ దేశ ప్రజలు ఎదుర్కోగలిగేది? లిన్‌పియావోకి సహాయం చెయ్యడానికి వీల్లేదని ఆ దేశ ప్రజలు తమ ప్రభుత్వం మీద ఒత్తిడి తేగలిగేది? దేశ ప్రజలతోటీ ప్రపంచ ప్రజలతోటీ సంబంధం లేకుండానే పిడికెడు మంది పార్టీ పెద్దలే విప్లవాన్ని రక్షించగలుగుతారా? లిన్‌పియావో విషయాన్ని ఒక సంవత్సరంపాటు బహిరంగంగా ప్రకటించకుండా వుండడానికి చైనా పార్టీకి వున్న కారణం ఏమిటి? లిన్‌పియావోని ఎదుర్కోవడం పార్టీలో అన్ని గ్రూపులకూ అవసరమేకదా? ఎంత పచ్చి మితవాదులకైనా ఇందులో అభ్యంతరం ఏం వుంటుంది? ఈ సమస్యమీద, ప్రజలు, పార్టీ గురించి ఏమనుకుంటారన్న ఖాతరే లేదు పార్టీకి. "ప్రజల్ని విశ్వసించండి. ప్రజలమీద ఆధారపడండి" అని మాటలు గుప్పించడమే గానీ ప్రజలమీద ఆధారపడ్డ వ్యవహారం ఏమీ లేదిక్కడ. దేశంలో జరిగిన బ్రహ్మాండమైన విషయాన్ని ప్రజలకు చెప్పకుండానే, "ఛైర్మన్ మావో ఆలోచనా విధానంతో సాయుధులైన కోట్లాది ప్రజానీకం..." అంటూ మంత్రాలు వల్లించారు. ఆ కోట్లాది ప్రజానీకం, రాబోయే ప్రమాదాన్ని ఎదుర్కోడానికి ఎంత సాయుధులై వున్నారంటే, వాళ్ళ శత్రువెవరో వాళ్ళకి తెలీనంత!

నిజంగా యుద్ధం లాంటిదే వొస్తే ఇక అప్పుడు మొదలుపెడతారు పిలుపులు — "రండి, రండి; నిద్రలేవండి, సాగండి. నడుం బిగించండి; రక్షించండి దేశాన్ని" అంటూ. ఈ పిచ్చి ప్రజలు నిజంగానే ముందు కురికి, నిస్వార్థంగా త్యాగాలు చేసి, అద్భుత సాహసాలు చేసి ఆ మహత్తర కార్యం ఏదో సాధించాక మన పెద్దలు మళ్ళీ ముందుకొచ్చి ప్రజల్ని వెనక్కి తోసి "మళ్ళీ యుద్ధం వొచ్చేదాకా నిద్రపోండి. అప్పటిదాకా మీతో పనేం లేదు. రాజకీయాలూ అవీ మీకేం తెలుస్తాయి? అవన్నీ మేం చూసుకుంటాం" అని కొత్త పదవులికి ఏం పేర్లు పెట్టాలా, ఎవరెవరు వాటిని అలంకరించాలా అని దీర్ఘ చర్చల్లో మునిగిపోతారు. ప్రజలపట్ల ఇంత ఖాతరులేని దృక్పథంలో మునిగి తేలుతూ వుండబట్టే చైనా పార్టీ లిన్‌పియావో సమస్యలో ప్రజలతో అలా ప్రవర్తించగలిగింది. లేకపోతే ఇంకో కారణం ఏదైనా చెప్పగలరా అలా ప్రవర్తించడానికి?)

1972 అక్టోబరు నించీ లిన్‌పియావో మీద

విమర్శ డైరెక్టుగా సాగడం మొదలైంది. 'అతివాద తప్పులకూ, సాంస్కృతిక విప్లవంలో జరిగిన అరాచక నేరాలకూ లిన్‌పియావోకీ సంబంధాలున్నట్టు అతనిమీద విమర్శలు మొదలయ్యాయి. (లిన్‌పియావో అల్ట్రాలెఫ్ట్ ధోరణితో ప్రవర్తించడం కూడా నిజమే. కానీ, ఆ మాట గతంలో ఎన్నడూ అనలేదు. ఇప్పుడంటున్నారు).

—"లిన్‌పియావో ఇంత హఠాత్తుగా ఎందుకు పారిపోవలసివచ్చింది?" అనే ప్రశ్నకి "అతని కుట్ర బైట పడిపోయింది కాబట్టి" అని జవాబు చెపుతున్నారు.

"ఏం కుట్ర అది?" అనే ప్రశ్నకి జవాబుగా పార్టీ కథలు రకరకాలుగా బైల్దేరాయి. (ఇప్పుడు వినబోయే కథలు చైనా పార్టీ ఒకచోట రాసింది కాదు. ఇక్కడో ముక్కా, అక్కడో ముక్కా సంపాయించాము. కొంతమంది రచయితలు (బుర్ఛెట్, వాన్ జినెకెన్, హోక్సా) రాసిన ముక్కల కలగలపు ఇది).

లిన్‌పియావో, పార్టీకి వైస్ ఛైర్మన్‌గా వున్నాడు కదా? మావోని చంపేస్తే అతనికి వారసుడూ, వైస్ ఛైర్మనూ తనే కాబట్టి, తను తొందరగా ఛైర్మన్ కాగలుగుతానని ఆలోచించాడట. (తెలివైన ఆలోచనే అది! కాదనలేం. వారసత్వపు సాంప్రదాయాలు పాటించిన చక్రవర్తుల చరిత్రలన్నీ గతంలో ఏమయ్యాయి? వృద్ధరాజు ఎన్నాళ్ళకీ సింహాసనం వదలకపోతే, యువరాజు ఎన్నాళ్ళు పిట్టల్ని కొట్టుకుంటూ, గుర్రపు స్వారీలు చేస్తూ కాలక్షేపం చెయ్యగలడు? అతనికి కూడా నలభై ఏళ్ళో, యాభై ఏళ్ళో వొచ్చేస్తూ వుంటాయి. సింహాసనం ఎక్కి పరిపాలించెయ్యాలనే వాంఛ మితిమీరిపోతూ వుంటుంది. పాపం అతని కష్టాలు అతనివి కదా? కొడుకులు తండ్రుల్నీ తమ్ములు అన్నల్నీ ఏ "వారసత్వ" హక్కుతో అయితే చంపుతారో, అదే హక్కు లిన్‌పియావో చేతిలో వున్నప్పుడు అతను దాన్ని వుపయోగించుకోడంలో తప్పేముంది? 'కమ్యూనిస్టు పార్టీ'ని 'ఫ్యూడల్ చక్రవర్తుల వంశపారంపర్య శాసనావళి'గా మార్చేసినప్పుడు దానివల్ల సంభవించే ఫలితాల్ని కూడా అనుభవించవలిసిందే కదా?)

ఛైర్మన్ కావాలనే తహతహతో లిన్‌పియావో ఇద్దరు మిలటరీ ఆఫీసర్లని పిలిచి, "ఇదుగో, ఆఫీసర్లూ! ఆఫీసర్లూ! ఇవ్వాళ మన మహా నాయకుడైన ఛైర్మన్ మావో ఈ రైల్లో ఇటే వెళ్తాడు. ఒకరేమో ఒకచోటా, ఇంకోరేమో ఇంకో చోటా ఆ రైలు కింద బాంబులు పెట్టెయ్యండి, ఏం, తెలిసిందా? వెళ్ళండి" అన్నాడు.

ఆ ఆఫీసర్లలో ఒకాయన హృదయం చాలా మెత్తన. వెన్నపూస అన్నమాట! రెండో ఆయన హృదయం సంగతి తెలీదుగానీ, మొదటాయన మాత్రం 'ఛైర్మన్‌ని చంపాలా?' అని దీర్ఘ విచారంలో మునిగిపోయి, ఇంటికి వెళ్ళి మంచం ఎక్కి ముసుగెట్టుకు పడుకున్నాడు. "ఏమండీ! జొరం వచ్చిందా?" అని ఆయన భార్య విసిగించడం మొదలెట్టింది. ఆయన కాస్సేపు చూసి చూసి, "ఒసే! ఇలా రా, మాట!" అని పిల్చి "ఇదీ సంగతి!" అని అంతా చెప్పేసి, "ఏదన్నా వుపాయం చెప్పవే" అన్నాడు. ఆవిడ డాక్టరులెండి. అంచేత, కాస్సేపు ఆలోచించి ("ఇలాంటి పనికి ఎలా వొప్పుకున్నావు?" అని మొగుణ్ణి తిట్టకుండా) "మీరేం బాధపడకండి. నేనో వుపాయం చెపుతాను" అని అతనికి జబ్బు చేసే లాగ ఒక ఇంజెక్షన్ ఇచ్చింది. దానితో అతనికి తాత్కాలిక అంధత్వం వచ్చింది. కళ్ళు కనపడకపోతే రైలుపట్టాలమీద బాంబు పెట్టాలంటే పట్టాలు కనపడవు కదా? అంచేత, ఆయన సంతోషిస్తూ ముసుగు తియ్యకుండా పడుకున్నాడు. అప్పుడా డాక్టర్ పతివ్రత ఏం చేసిందంటే — ఎవరికో ఫోను చేసి, - "ఛైర్మన్ మావోగారి రైలుకి సంభవించవలసిన ఒక ప్రమాదం అయితే మా వారి వెన్న హృదయంవల్ల తప్పింది. ఇంకో చోట కూడా మావోకి ప్రమాదం రాబోతోంది ఫలానా చోట" అని ఆ వివరాలన్నీ చెప్పింది. అప్పుడు మావోని వెంటనే ఆ రైల్లోంచి దింపేశారు. ఆ విధంగా లిన్‌పియావో చేసిన కుట్ర బయట పడిపోయింది.

ఇది ఇలా వుండగా ఇంకో పక్కనించీ ఇంకో కథ కూడా జరిగింది. లిన్‌పియావోగారి పెద్ద భార్య కూతురు చౌఎన్‌లై కి ఫోనుచేసి, "మా నాన్నా వాళ్ళు ఇవ్వాళ ఎక్కడికో పారిపోతున్నారు" అని చెప్పింది. చౌఎన్‌లై వెంటనే లిన్‌పియావో ఇంటికి (పెకింగ్‌కి కొన్ని వందల మైళ్ళ దూరాన సముద్ర తీరంలో వున్న గ్రామ ప్రాంతపు ఇంటికి) ఫోన్ చేశాడు. లిన్‌పియావో భార్య 'ఏచున్' ఫోన్ తీసి 'లిన్‌పియావో ఇంట్లో లేడనీ, డాన్స్ ప్రోగ్రామ్‌కి వెళ్ళాడ'నీ చెప్పింది. చౌఎన్‌లై ఫోన్ పెట్టెయ్యగానే ఆమె తన భర్తకి ఫోన్ చేసింది. ఏం మాట్లాడుకున్నారోగానీ, 5 నిమిషాల్లో అందరూ కారులో వేగంగా పైతాహో ఎయిర్ పోర్టు వేపు బయలుదేరారు. కారు డ్రైవర్‌కి అనుమానం వచ్చింది. 'నేను డ్రైవ్ చెయ్యను' అన్నాడు. లిన్ లికూవా అతన్ని వెంటనే పిస్టల్‌తో షూట్ చేసేసి కార్లోంచి బైటికి గెంటేశాడు. అతనే డ్రైవ్ చేస్తూ స్పీడ్‌గా ఎయిర్‌పోర్ట్‌కి చేరారు. అక్కడికి చేరేసరికి విమానాలన్నిటినీ ఆపెయ్యమని చౌఎన్‌లై ఆజ్ఞాపించినట్టు తెలిసింది. కానీ, లిన్‌పియావో కంట్రోల్ టవర్ వాళ్ళతో ఎలాగో మేనేజ్ చెయ్యగలిగాడు. విమానం సిద్ధమైంది. పెట్రోల్ నింపుతోంటే లిన్ లికూవా ఒకటే ఆతృతతో వాచీ చూసుకోవడం మొదలుపెట్టాడు. అక్కడవున్న ఒక ఆఫీసర్‌కి అనుమానం వచ్చింది. విమానం తొందరగా వెళ్ళకుండా రన్‌వే మీద పెద్ద ఆయిల్ టాంకర్‌ని అడ్డం పెట్టించాడు. విమానం సరిగా పరిగెత్తటానికి వీలులేక తిన్నగా పైకే లేచింది. లిన్‌పియావో ఆ విమానం ఎంత కంగారుగా ఎక్కాడంటే, మెట్లు ఎక్కకుండా ఎగిరి కిటికీలోంచి లోపలికి దూకాడు. టోపీ కూడా వొదిలేశాడు. విమానంలో ఆయిల్ సరిపోతుందో లేదో చూసుకోలేదు.

ఇక్కడ ఇంకో చిన్న పిట్ట కథ. ముందు లిన్‌పియావో విమానం ఎగిరి వెళ్ళిపోయిం తర్వాత, అతని అనుచరులతో ఇంకో హెలికాప్టర్ కూడా ఎగిరింది. తీరా అది పైకి లేచాక దాని పైలెట్‌కి అనుమానం వచ్చింది. 'నేను రాను సార్' అన్నాడు. వెంటనే ఒక ఆఫీసరు పిస్టల్ తీసి అతన్ని షూట్ చేశాడు. హెలికాప్టర్ కింద పడింది. ఇద్దరు అధికారులూ వాళ్ళని వాళ్ళు కాల్చుకుని ఆత్మహత్యలు చేసుకున్నారు. ఒక్క అధికారి మాత్రమే ప్రాణాలతో దొరికి కథంతా చెప్పాడు. ఆ రకంగా లిన్‌పియావో కుట్రంతా బయటపడింది.

ఈ కథని హోక్సా "గొప్ప డిటెక్టివ్ కథ" అన్నాడుగానీ, డిటెక్టివ్ కథలు ఇంత చచ్చుగా వుంటే ఒక్క పుస్తకం అన్నా అమ్ముడు పోతుందా? కమ్యూనిస్టులు డిటెక్టివ్ కథలు రాయలేరన్న అపకీర్తి తెచ్చుకోడానికి తప్ప ఎందుకు పనికొస్తాయి ఇలాంటి వెర్రి మొర్రి కథలు? ఈ కథలు, 'తెలివితక్కువ' గ్రామ ప్రజలు అల్లినవి కావు. పెకింగ్ కార్యకర్తలు అల్లినవే. పార్టీ కార్యకర్తల ద్వారానే ఇలాంటి కథలు తెలిశాయని ఈ పుస్తకాల రచయితలు రాశారు.

దేశంలో ఇన్ని రకాల కట్టు కథలు నడుస్తున్నాయని పార్టీకి తెలుసు. "అసలు జరిగింది ఇదీ" అని అసలు నిజం చెప్పి, తప్పుడు కథలన్నిటినీ ఖండించి, ప్రజలందరూ ఈ విషయంమీద ఒకే అవగాహనతో వుండేలాగ చెయ్యలేదు పార్టీ. లిన్‌పియావో, ఫలానా సమయంలో, ఫలానా విమానంలో, ఫలానా ఎయిర్‌పోర్టు నించి వెళ్ళాడని వివరంగా చెప్పిన రిపోర్టు ఒక్కటైనా లేదు.

చైనా పార్టీ, లిన్‌పియావో విషయంమీద, పార్టీ స్థాయిలో ఇతర దేశాల కమ్యూనిస్టు పార్టీలకు మరికొంత వివరంగా ఎలా చెప్పిందో తెలుసుకోడానికి అల్బేనియా పార్టీ సెక్రటరీ ద్వారా చూడొచ్చు. 1972, జూలై 22 నాటి డైరీలో, హోక్సా, 'లిన్‌పియావో పథకం' అనే పేరుతో చైనా పార్టీ చెప్పిందాన్ని నోట్ చేశాడు. (ఆయన ఈ రిపోర్టు చెప్పేటప్పుడు ఎక్కువ భాగం ఇన్‌డైరెక్టు పద్ధతిలో చెపుతూ, చాలా తక్కువసార్లు మాత్రమే కోట్స్‌లో చెపుతాడు. దాన్ని యధాతథంగా ఇవ్వడంగాక, చైనా పార్టీ రిపోర్టుని చైనా వారు చెప్తోన్న డైరెక్టు పద్ధతిలోకే మార్చి ఇస్తున్నాము. చైనా పార్టీ, అల్బేనియా పార్టీకి ఈ రిపోర్టు

ఇచ్చేనాటికి (జూలై నాటికి) లిన్‌పియావో విషయాన్ని ఇంకా తన స్వంత ప్రజలముందు పెట్టలేదన్న సంగతి గుర్తు పెట్టుకోవాలి. ప్రజల పాత్ర లేకుండానే వారు ఈ ప్రమాదంలో ఎంత వీరోచిత పోరాటం చేశారో, ఆ సంగతి ఇంకా బహిరంగంగా ఎందుకు చెప్పలేదో చెపుతున్నారు వారు).

"చివరికి, లిన్‌పియావో సంగతి, 11 నెలల తర్వాత, చైనా పార్టీ కామ్రేడ్స్ పెకింగ్‌లోని మన (అల్బేనియా) రాయబారి ద్వారా అధికారికంగా ఇలా తెలియజేశారు. —"మా పార్టీలో అల్ట్రాలెఫ్టని బట్టబయలు చేశాం. వాళ్ళల్లో ప్రధానమైనవాడు లిన్‌పియావో. అతను మావో పతాకాన్ని మావోకే వ్యతిరేకంగా ఎత్తాడు. సాంస్కృతిక విప్లవంలో అతను, రూపంలో విప్లవకరంగానూ ('లెఫ్ట్'గానూ) స్వభావంలో మితవాదంగానూ ('రైట్'గానూ) వున్న పంథానీ సృష్టించాడు. కార్మికవర్గ నియంతృత్వాన్ని కూలదోసి పెట్టుబడిదారీ నియంతృత్వాన్ని పునరుద్ధరించాలని కోరుకున్నాడు, గతంలో లీషావోచీకి కూడా ఇలాంటి వుద్దేశ్యమే వుండేది. పార్టీ, అతని స్వాధీనంలో వుండడం వల్ల అతను పెట్టుబడిదారీ విధానాన్ని పునరుద్ధరిస్తూ వుండేవాడు. అలాగే, లిన్‌పియావో సాంస్కృతిక విప్లవం ద్వారా అధికారం చేజిక్కించుకుని పెట్టుబడిదారీ విధానం స్థాపించాలనుకున్నాడు. లిన్‌పియావో రెండు నాల్కలవాడు (డబుల్ డీలర్). గతంలో వాంగ్‌మింగ్ కాలంలో లిన్‌పియావో అతన్ని సపోర్టు చేశాడు. అప్పుడు లిన్‌పియావో యువకుడు. అపరిపక్వదశలో చేసిన పొరపాటుగా దాన్ని పరిగణించడం జరిగింది. తర్వాత, అతను ఛైర్మన్ మావోతో కలిసి, లాంగ్ మార్చిలో పాల్గొని కొన్ని మంచి పనులే చేశాడు. అయితే, ఆ పనులు చేసేప్పుడు అతను కొన్ని తప్పులు కూడా చేశాడు, వాటిని కరెక్టు కూడా చేసుకున్నాడు. కొరియా యుద్ధానికి చైనా సహాయం చెయ్యడాన్ని లిన్‌పియావో వ్యతిరేకించాడు. తన తప్పుల్ని ఒప్పుకున్నట్టుగా పైకి కనిపించాడు. పార్టీ ప్రయోజనాలకు విలువ ఇవ్వలేదు. ఛైర్మన్ మావో సాంస్కృతిక విప్లవం ప్రారంభించినప్పుడు లిన్‌పియావో మావో పతకాన్నే పట్టుకున్నాడుగానీ, నిజానికి ఆ పని తన స్వార్థానికే చేసుకున్నాడు. మావో భావాల గురించీ, మావో రచనల గురించీ లిన్‌పియావో వేసిన అంచనాలతోనూ, పొగడ్తలతోనూ ఛైర్మన్ మావో అంగీకరించలేదు. ఛైర్మన్ మావోని ఆకాశానికెత్తేసిన పొగడ్తలన్నీ మార్క్సిస్టు వ్యతిరేకమైనవి. ఛైర్మన్ మావోని మార్క్సిజంకన్నా లెనినిజంకన్నా పైన పెట్టినై ఆ పొగడ్తలు. సైనికులూ, అధికారులూ వాళ్ళ మెడల చుట్టూ ఛైర్మన్ మావో బొమ్మలు పెట్టుకున్నారు. ప్రతి వుదయమూ ఛైర్మన్ మావో ఫోటో ముందు మోకరిల్లి ఆత్మవిమర్శలు చేసుకున్నారు. "మావో ఆలోచనా విధానం — మార్క్సిజం, లెనినిజంల అత్యున్నత దశ" అనీ, "మావో - మన కాలంలో మహత్తర మార్క్సిస్టు - లెనినిస్టు" అనీ లిన్ చేసిన అంచనాలు భావవాదంతో కూడుకున్నవి. దీన్ని గురించి లిన్‌పియావోని ఛైర్మన్ మావో గతంలోనే విమర్శించాడు. దానికి లిన్‌పియావో అంగీకరించాడు కూడా. కానీ, మళ్ళీ అదే పని సాగించాడు. ఎందుకంటే, ఛైర్మన్ మావోకి అత్యంత విశ్వాస పాత్రుణ్ణని చూపుకోవాలని. నిజానికి, మావోని చంపాలని లిన్‌పియావో 3 సందర్భాల్లో ప్రయత్నించాడు. (ఇక్కడ, హోక్సా - 'మూడు సందర్భాలు అన్నారేగానీ మాకు ఒక్క సందర్భమే చెప్పారు' అంటాడు). సాంస్కృతిక విప్లవంలో, లిన్‌పియావో, పార్టీకి వ్యతిరేకంగా విద్రోహుల్నీ, సైన్యంలో ఘర్షణల్నీ రెచ్చగొట్టాడు. తన ఇమేజ్ పెంచుకోడానికి తన చుట్టూ అనుచరుల్ని కూడగట్టుకున్నాడు. ఛైర్మన్ మావో అతని చర్యల్ని చూస్తూనే వున్నాడు. కానీ, అతని కుట్రలు గమనించలేదు. అతని కుట్ర పూరితమైన చర్యలు క్రమంగా వెలుగులోకి వచ్చాయి. ముఖ్యంగా 9వ మహాసభ తర్వాత. ఈ మహాసభలోనే లిన్‌పియావోని ఛైర్మన్ మావోకి వారసుడిగా అంగీకరించడం జరిగింది. (ఈ

'వారసత్వ' విషయాన్ని మేము గతంలోనే విమర్శించాము - అంటాడు హోక్సా, ఇక్కడ) ఛైర్మన్ మావో మంచి ఆరోగ్యంతో వుండడం చూసి ఇక అధికారం తనకు అందదని, ఎంత తొందరగా వీలైతే అంత తొందరగా అధికారం చేజిక్కించుకోవాలని లిన్‌పియావో కుట్ర చేశాడు. తన చర్యలన్నీ మావో గ్రహించేస్తాడని లిన్‌పియావో అనుకున్నాడు. 1970 లో, 9 వ కేంద్ర కమిటీ 2 వ సమావేశంలో, తన గ్రూపు వాళ్ళందర్నీ కుట్ర పన్నడం కోసం సమావేశపరిచాడు. (కేంద్ర కమిటీ సమావేశాల్లోనే కుట్రల గురించి ఆలోచించుకోవచ్చన్నమాట! అదే మంచి స్థలం కాబోలు!) అదే సమయంలో 'వుసురీ' దగ్గిర సోవియట్ వాళ్ళు రెచ్చగొట్టే చర్యలు చేశారు. చైనా సరిహద్దుల్లో మంగోలియాకి 3 లక్షల సైనికుల్ని దించారు. ఇక్కడ లిన్‌పియావో కుట్రా, బైట రష్యా వాళ్ళ కుట్రా ఒకదానికొకటి సంబంధం వున్న పనులే. చెన్‌పోటా కూడా ఈ కుట్రలో వున్నాడు. ఛైర్మన్ మావో వాళ్ళని బట్టబయలు చేసి కుట్రని ఆపేశాడు. కాని, లిన్‌పియావోకి వ్యతిరేకంగా చర్యలేం తీసుకోలేదు. అతన్ని రక్షించాలనే మావో చూశాడు. నిజానికి, అతన్ని కనిపెట్టలేదు. అతన్ని అనేక తప్పులికి విమర్శించడం జరిగింది. అతను, ఒకవేపు నించీ సాయుధ తిరగబాటు తేవడానికి తన మనుషుల్ని కూడగట్టడం కొనసాగిస్తూనే వున్నాడు. అతని పథకాన్ని ఎప్పుడైతే కనుగొన్నామో అప్పుడు, 1971 సెప్టెంబరు 13 వుదయాన, సోవియట్ దిశగా విమానంలో పారిపోయాడు. కానీ, ఆ విమానం మంగోలియాలో కూలిపోయింది. ఆ విమానం వెళ్ళబోయే దానికి 5 గంటలముందు, లిన్‌పియావో కూతురు 'మా నాన్న పారిపోతున్నాడ'ని చౌఎన్‌లై కి తెలియజేసింది. ఆ సంగతి తెలిసి ఛైర్మన్ మావో 'పారిపోతే పారిపోనీ (లెట్ హిమ్ ఫ్లీ)' అన్నాడు. హువాంగ్ యింగ్ షెంగు కూడా కుట్ర దారుడే అయినా, తన సంగతి కప్పిపుచ్చుకోవడం కోసం 'ఆ విమానాన్ని రాకెట్స్‌తో కూల్చేద్దాం' అన్నాడు. మావో దానికి ఒప్పుకోలేదు — అతన్ని హత్య చేశామని తమని నిందిస్తారని. అదీగాక, లిన్‌పియావో మీద నేరారోపణ చెయ్యడానికి మాకు తగిన ఆధారాలు లేవు (నో ఫాక్ట్స్). విమానంలో వెళ్ళిన వాళ్ళలో లిన్‌పియావో, అతని భార్యా, కొడుకూ, పైలెట్లూ, ఏమీ ప్రాముఖ్యత లేని మరి కొందరూ వున్నారు. రేడియో ఆపరేటర్‌గానీ, నేవిగేటర్‌గానీ లేరు. మొత్తం 8, 9 మంది వున్నారు. కుట్ర బయటపడిపోయిన తర్వాత, లిన్‌పియావో రష్యా వెళ్ళిపోవాలను కున్నాడు. ఆ విధంగా తనను తనే బట్టబయలు చేసుకున్నాడు. విమానం ఎందుకు కూలిపోయిందంటే, ఇంధనం అయిపోవడం వల్ల. అల్ట్రాలెఫ్ట్ పంథాని పెంచి పోషించింది లిన్‌పియావోయేననీ; చౌఎన్‌లై నీ, చెన్‌ఈ నీ, ఏచియన్‌ఈ నీ పడగొట్టాలని నినాదాలు తయారుచేసింది కూడా అతనేననీ రుజువైంది. ...లీషావోచీనీ, లిన్‌పియావోనీ, ఇంకా ఇతర కుట్ర దారుల్నీ బట్టబయలు చేశాక పార్టీలో ప్రక్షాళనం జరిగింది. పార్టీ మరింత బలపడి పైకొచ్చింది. రెండు పంథాల మధ్యా జరిగిన వర్గపోరాటంలో ఒక వున్నతమైన చైతన్యస్థాయిలో పార్టీ బలపడింది. అరెస్టులు చేయబడిన హువాంగ్‌యింగ్ షెంగూ, లీ హువో ఫెంగూ, వూ ఫాన్ హిసియనూ, సిన్‌హుయితేలు - లిన్‌పియావోకి నమ్మకమైన అనుచరులే. లిన్‌పియావో విషయంమీద మేము బహిరంగంగా ఏమీ ప్రకటించలేదు. ఇతర విషయాలలో లాగానే ఈ విషయంలో కూడా సోవియట్ ఏం చెపుతుందో చూద్దామని ఎదురు చూస్తున్నాం. మా దేశంలో ప్రతి ఒక్కరికీ దీన్ని గురించి తెలుసు. దీన్ని గురించి స్పష్టత వుంది. మేము బయటికి ఏమీ చెప్పలేదు. మా పార్టీలో, రెండు పంథాల మధ్య పోరాటాలకు సంబంధించి 10 సందర్భాల్లో ప్రమాదకరమన పరిస్థితులు వచ్చాయి. కానీ, ఈ పరిస్థితి మాత్రం అత్యంత ప్రమాదకరమైనదీ, అత్యంత సీరియస్ అయినదీనూ. ఇప్పుడు అల్ట్రాలెఫ్ట్ పంథాని సంపూర్ణంగా బహిరంగపరిచాం. లిన్‌పియావో

విద్రోహం వల్లనే సాంస్కృతిక విప్లవాన్ని ఇంకా కొనసాగించవలసి వచ్చింది. ("...ది కల్చరల్ రెవల్యూషన్ వజ్ ప్రొట్రాక్టెడ్, బికాజ్ ఆఫ్ ది శాబటేజ్ ఆఫ్ లిన్‌పియావో" - అంటే సాంస్కృతిక విప్లవంలో లిన్‌పియావో విద్రోహం లేకపోతే, దాని లక్ష్యాలు ఎప్పుడో నెరవేరిపోయేవి, ఆ విప్లవాన్ని ఇంతకాలం కొనసాగించవలసిన అవసరమే వుండేది కాదు - అని అర్థం.) ఇప్పుడు ఇవ్వబోయే సమాచారాన్ని సరిగా అర్థం చేసుకోవడం సాధ్యం కాదు. అయినప్పటికీ, దీన్ని హోక్సా పుస్తకంనించీ అనువాదం చేసి ఇస్తున్నాము. ఎంత సాధ్యమైతే అంత అర్థం చేసుకోడానికి ప్రయత్నించాలి. 516 సంస్థని విప్లవ ప్రతీఘాతక సంస్థ అని ఎందుకు అన్నామంటే- 1966 మే 16 న, సాంస్కృతిక విప్లవం గురించి మావో డ్రాఫ్ట్ చేసి, కేంద్రకమిటీ పంపిణీ చేసిన డాక్యుమెంటు లీషావోచీని తోసి వెయ్యడానికి పిలుపు నిచ్చింది గనక. అయితే, లిన్‌పియావో, లీషావోచీని పడగొట్టడానికి బాణాలు ఎక్కుపెట్టడంతో పాటు కేంద్రకమిటీని కూల్చివెయ్యడానికి కూడా బాణాలు ఎక్కుపెట్టాడు. (రెండు చేతులా బాణాలు వెయ్యగల కమ్యూనిస్టు అర్జునుడన్న మాట లిన్‌పియావో). సాంస్కృతిక విప్లవ కాలంలోనే ఇవన్నీ జరిగాయి. వాటిని మేమే అర్థం చేసుకోలేకపోయాం. ఛైర్మన్ మావో బోధనల్ని అన్వయించలేకపోయాం. (మరి మావో ఏం చేస్తున్నాడు? తన బోధనల్ని తనూ అన్వయించలేకపోయాడా?). ఎందుకంటే, 516 సంస్థ విప్లవ ప్రతీఘాతుకమైనది కాబట్టి. 1966 మే 16 డాక్యుమెంటుని పార్టీ లోపల చర్చించాం. ప్రజలు దాన్ని సమగ్రంగా అధ్యయనం చేయడం కోసం, దాన్ని, 1967 మే 16 న ప్రచురించాం. ('సంవత్సరం తర్వాతా?' అంటాడు హోక్సా ఇక్కడ.— ఇది చాలా ప్రత్యేక శ్రద్ధతో గమనించవలసిన వార్త. సాంస్కృతిక విప్లవంలో మొదటి విజయాలు 1967 ఫిబ్రవరి నాటికే ముగిసిపోయాయి. తర్వాత కాలంలో అది ఒడిదుడుకులతోనే సాగింది. సాంస్కృతిక విప్లవ లక్ష్యాలేమిటో ప్రజలకు తెలియడం అనేది 1967 మే 16 తర్వాత జరిగింది! ఆ డాక్యుమెంటుని ప్రజల ముందు అంత ఆలశ్యంగా పెట్టడానికి కారణం ఏమిటి? ముందు పార్టీయే దాన్ని సెటిల్ చేసి బయటికి వొదిలితే, ప్రజలు దాన్ని 'అధ్యయనం' చెయ్యాలి! ఆ అంశాల్ని చర్చించడంలో ప్రజల పాత్ర అక్కరలేదు! పార్టీలో చర్చించిన ఆ సంవత్సర కాలంలోనే ప్రజల్లో కూడా చర్చించకూడదూ?)

లిన్‌పియావోని బట్టబయలు చెయ్యడం తక్కువ తక్కువగానే జరిగింది. ఎందుకంటే అతను చాలా రహస్యంగా చేశాడు అన్నీ. (కుట్రలు చేసేవాళ్ళు రహస్యంగా చెయ్యక పబ్లిక్‌గా చేస్తారా? 'వ్రతం చేస్తున్నాం, రండి చూద్దురుగాని' అని పిలిచినట్టు, 'కుట్ర చేస్తున్నాం, రండి చూద్దురుగాని' అని పిలిచి చేస్తారా?). మా విదేశీ సంబంధాల్లో చాలా పెద్దయెత్తున విద్రోహం జరిగింది. మా విదేశాంగ మంత్రిత్వశాఖలో 516 సంస్థ భావాల ప్రభావం గల గ్రూపులు వుండినాయి. ఛైర్మన్ మావో, మేమూ కూడా లిన్‌పియావో వుద్దేశ్యాలు అర్థం చేసుకున్నాం. కానీ, అతను ఇంత స్పష్టమైన పథకం (ఓపెన్ ప్లాట్)లో పాల్గొంటాడని భావించలేదు. పైకి ఎక్కువగా మాట్లాడకుండా అంతా రహస్యంగా చేశాడు.

9వ మహాసభలో, లిన్‌పియావో కేవలం రిపోర్టుని చదవడం మాత్రమే చేశాడు ('చాలా ఆశ్చర్యం! పార్టీకి వైస్ ఛైర్మన్‌గా వున్న వ్యక్తి కేవలం ఒక గ్రామఫోను రికార్డా? అంటాడు హోక్సా ఇక్కడ.) — చివరికి హోక్సా ఇలా అంటున్నాడు: "ఇదీ లిన్‌పియావో పథకానికి సంబంధించిన మొత్తం కథ. దీన్ని దాదాపు సంవత్సరంనాటికి చైనా కామ్రేడ్లు చాలా అయిష్టంగా మాతో చెప్పారు" (రిఫ్లెక్షన్స్ ఆన్ చైనా - 1, పే. 733 - 744).

ఈ రిపోర్టు అంతా చెప్పిన తర్వాత హోక్సా, కొన్ని మంచి ప్రశ్నలే అడిగాడు. 'మావో ఆదేశాలు అమలు జరపలేదు' అంటున్నారు. ఎవరూ అమలు జరపవలసింది? కుట్రదారులా?

వాళ్ళెలాగూ అమలు జరపరు కదా? 'పార్టీలో 10 సార్లు విద్రోహాలు జరిగాయి' అంటున్నారు. ఆ విద్రోహాలనించి ఏం పాఠాలు తీసుకున్నారు? నాయకత్వ గ్రూపులు ఒకదాన్నొకటి పడగొట్టుకుంటున్నాయి. ఒకటి పడితే ఒకటి లేస్తోంది. అందరికీ మావో ఒక పతాకంగా వున్నాడు. అన్ని గ్రూపులకూ ఉపయోగ పడుతున్నాడు. పార్టీ బేనర్‌తో మాత్రం ఏదీ జరగడంలేదు. 'లిన్‌పియావో మహా జిత్తులమారి' అని చెబుతున్నారుగానీ, అతని పథకం చూస్తే అందులో అతని తెలివితేటలేమీ కనబడటం లేదు. విమానంలో ఇంధనం కూడా చూసుకోకుండా వెళ్తాడా తెలివైనవాడు? లిన్‌పియావో మొదటినించీ తప్పులు చేస్తోన్నవాడైతే, అతను రక్షణమంత్రిగా, వైస్ ఛైర్మన్‌గా ఎలా అవగలిగాడు? ఇదంతా మింగుడు పడడం సాధ్యంకాదు—" అంటూ హోక్సా లిన్‌పియావో విషయం ఇంకా ఇలా చెపుతాడు — "అతని గురించి ఇంకో కథనం కూడా వినపడుతోంది. చైనా పార్టీలో, మిగతా గ్రూపుల విదేశాంగ విధానంతో లిన్‌పియావో ఏకీభవించలేదనీ, అతన్ని దారిలోంచి తప్పించ డానికే మిగతావాళ్ళు నిర్ణయించారనీ, ఒక రోజున పెకింగ్‌కి అర్జంటుగా రమ్మని కబురుపంపి అతని విమానాన్ని మంగోలియా వేపు తీసుకుపోయారనీ, విమానంలో కాల్పులు జరిగిన గుర్తులు కూడా వున్నట్టు దాన్ని తణిఖీ చేసిన ఎక్స్‌పర్టులు చెప్పారనీ— ఈ కథంతా కూడా ఒకటి వినపడుతోంది. సరే, ఏది ఏమైనా మనం అధికారికంగా చైనావారు చెప్పేదంతా అంగీకరిస్తాం. ("అఫీషియల్లీ వియ్ యాక్సెప్ ఆల్ దట్ ది చైనాస్ సే"). కానీ, ప్రతీ విషయాన్నీ కాలమే స్పష్టం చేస్తుంది" —అంటూ, ఆ చాప్టర్ ముగిస్తాడు హోక్సా. దేన్ని ప్రశ్నించాడో దానితోనే రాజీపడుతూ, మానవ చరిత్రలో తప్పొప్పులు బహిర్గతపరిచే బాధ్యతని 'కాల దేవత'కు అప్పజెపుతూ ఆ చివర చేసిన వ్యాఖ్యానాలతో, ఆ విషయం మీద హోక్సా చేసిన చర్చంతా బూడిదలోపోసిన పన్నీరైపోయింది. చివరికి తప్పులతోటే రాజీ పడేవాళ్ళు, ఆ తప్పుల్ని గురించి మొదట్లో ఎంతెంత గాఢమైన, విస్తృతమైన, గంభీరమైన, అద్భుతమైన విమర్శలు చేసినా వాటివల్ల ఆ తప్పులు చేసినవాళ్ళకి కించిత్తు కూడా ఇబ్బంది వుండదు. వాళ్ళు చిరునవ్వుతో నీవేపు చూసి — 'మా మీద ఎన్ని విమర్శలన్నా చేసుకో. అది నీ ఓపిక. చివరికి నువ్వు మాతో రాజీ పడేవాడివేగా!' అంటారు. ఏమిటి నీ విమర్శల ప్రయోజనం? వాటిమీద నువ్వే నిలబడలేనప్పుడు ఎవరికోసం ఆ విమర్శలు? ఆ సమస్యమీద అన్ని సందేహాలు వున్నప్పుడు "చైనావారు చెప్పిందంతా" ఒప్పుకుతీరవలసిన అవసర మేమిటి? కమ్యూనిస్టన్నవాడికి 'అధికారికం' ఏమిటి? 'అనధికారికం' ఏమిటి? చైనా చెప్పిందాన్ని 'అధికారికంగా' ఒప్పుకుని, దాన్నే తమ పార్టీలో ప్రచారానికి పెట్టి, 'అనధికారికంగా' మాత్రం 'చైనావాళ్ళు చెప్పిందంతా అబద్ధం, నిజం చెప్పడంలేదు వాళ్ళు' అని గుసగుసల ప్రచారం సాగించమని చెప్పడం కాదా అది? "అధికారికంగా దీన్ని ఒప్పుకుందాం" అని నిర్ణయించడానికి నువ్వెవరు? అసలు నువ్వు చెయ్యవలసింది ఏమిటంటే —"చైనా వారు ఇలా చెపుతున్నారు" అని ఆ రిపోర్టుని నీ ప్రజల్లో పంపిణీ చెయ్యి! వాళ్ళ మీటింగుల్లో, పత్రికల్లో ఎన్ని పద్ధతులు వీలైతే అన్ని పద్ధతుల్లో చర్చించుకుంటారు. వాళ్ళ అభిప్రాయాలన్నీ మీ పార్టీ కమిటీలద్వారా సేకరించు! అవన్నీ చూసి మీ పార్టీలో ఒక జవాబు తయారుచేసి — "మీరిచ్చిన లిన్‌పియావో రిపోర్టుమీద మా ప్రజలూ, మా పార్టీ ఇలా అభిప్రాయ పడుతున్నారు" అని దాన్ని చైనా పార్టీకి పంపించు! మీ పత్రికలో వేసుకో! ప్రపంచ వార్తా సంస్థలకు అందజెయ్యి! చైనా రిపోర్టు కరెక్టుగా వుందా, అల్బేనియా జవాబు కరెక్టుగా వుందా అని ప్రపంచం ఆలోచిస్తుంది — ఇంత జరగవలసి వుండగా, పార్టీ సెక్రటరీగారు కాయితం, కలం ముందేసుకు కూర్చుని "సరే, అధికారికంగా వొప్పుకుందాం" అని రాసేసుకుంటే అది పార్టీ

అభిప్రాయం అవుతుందా? దేశం అభిప్రాయం అవుతుందా?

— హోక్సాని వొదిలిపెట్టి, లిన్‌పియావో సమస్యమీద చైనా పార్టీ చెప్పిన అంశాలు కొన్ని మళ్ళీ ఒకసారి చూడాలి.

లిన్‌పియావో చేసిన కుట్ర ఏమిటని చైనా పార్టీ చెప్పిందీ? సాయుధ తిరగబాటు చెయ్యబోయాడని! ఆ పని ఏ రోజున చెయ్యబోయాడో దానికోసం ఎలాంటి ప్రయత్నాలు చేశాడో, వాటిని వీళ్ళు ఎలా కనిపెట్టారో ఏమైనా వివరాలున్నాయా ఆ రిపోర్టులో? 'కుట్ర చెయ్యబోయాడు'; 'పథకం పన్నాడు'; 'పెట్టుబడిదారీ విధానం స్థాపించాలనుకున్నాడు' — అని నేరారోపణలు! అతని పథకాన్ని బట్టబయలు చేశాం — అని ఒక పక్క చెపుతూ, 'అతనిమీద నేరారోపణ చెయ్యడానికి మా దగ్గిర ఫాక్ట్స్ లేవు' అని ఇంకో పక్క అనడం! 'అతని పథకాన్ని ఎప్పుడైతే కనిపెట్టామో......' అంటున్నారు. ఏమిటా కనిపెట్టిందీ? అతని పథకాన్ని 1971 సెప్టెంబరు 12, 13 తారీకుల్లో కనిపెడితే, 1970 నించే అతనిమీద వ్యతిరేక ప్రచారం ఎందుకు ప్రారంభించారూ? విమానం ఎగరడానికి 5 గంటలముందే ఆ వార్త తెలిస్తే, అంత 'విప్లవ ద్రోహి'ని ఎలా వెళ్ళనిచ్చారు? ఎయిర్ లైన్స్‌ని రద్దు చెయ్యడానికి 5 గంటల టైము చాలలేదా? అతనికి అందుబాటులో వున్న ఎయిర్ పోర్టులమీద నిఘా పెట్టవలసిన అవసరం కనపడలేదా? ప్రజలమీదకి ఒక యుద్ధం తెచ్చి రుద్దుదామని సరదా వేసిందా? ఈ రిపోర్టు ఇచ్చేనాటికి లిన్‌పియావో సంగతి ప్రజలకు చెప్పనే లేదు కదా, 'రెండు పంథాల మధ్య జరిగిన ఈ వర్గ పోరాటంతో ఒక వున్నతమైన చైతన్య స్థాయితో పార్టీ బలపడింది, బలపడి మరింత పైకొచ్చింది' అంటున్నారు. ఎవరు చేశారు ఆ వర్గ పోరాటం? ఎవరు లాగారు పార్టీని మరింత పైకి! రెండు ముఠాలూ కుమ్ములాడుకుని, ఒక ముఠాని కూలదోసి రెండో ముఠా చేతులు దులుపుకుంటూ 'హమ్మయ్య! వర్గ పోరాటంలో నెగ్గాం' అని ప్రచారం చేసుకుంటారన్నమాట! చైనా కామ్రేడ్లూ! అది వర్గపోరాటం అవదు. ముఠా తగాదా మాత్రమే అవుతుంది. ఈ తగాదాల సంగతి ప్రపంచానికి వెయ్యి తరాలనించీ తెలుసు. ఎటొచ్చీ మీరు దాన్ని కమ్యూనిస్టు పేరుతో చేస్తున్నారు. నిజంగానే మీరు వర్గపోరాటం చేస్తున్నారని ప్రపంచం మీ వేపు సంభ్రమంతో చూసింది. ఎన్నాళ్ళు చూస్తుంది అది? అక్కడ ఏమైనా కనపడితే కదా? కనపడ్డవన్నీ ఈ రకం 'అత్యద్భుత' విశేషాలే. 'మావో కల్టు'ని తగ్గించాలనే నినాదం 1970 నించీ ఎందుకు ప్రారంభించారో గ్రహించడానికి మీ రిపోర్టు అద్భుతమైన క్లూ ఇచ్చింది. లిన్‌పియావో మీద వ్యతిరేక ప్రచారం 1970 నించీ ప్రారంభించారు కాబట్టి, అతని మీద తప్పుల లిస్టు కావాలి మీకు. కల్టు నేరాన్నంతా అతని గ్రూపు మీదకి గెంటదల్చుకున్నారు. 'లిన్‌పియావోయే ఇదంతా చేశాడు, మావోకి ఇష్టమే లేదు' అనాలంటే, ముందు 'కల్టు అక్కరలేదు' అనడం మొదలుపెట్టాలి. (మావో కల్టుకి లిన్‌పియావో కూడా బాధ్యుడే. దానికి అతన్ని విమర్శించవలసిందే. కానీ, అతన్ని విమర్శించే పని ఆనాడు చెయ్యకుండా ఈనాడు చెయ్యడంలో రహస్యమేమిటన్నది మనకు ముఖ్యం). మావో మీద కురిపించిన పొగడ్తలన్నీ మార్క్సిస్టు వ్యతిరేకమైనవనీ, కల్టు కోసం జరిగిన పనులు భావవాదమనీ, మావో గతంలోనే లిన్‌పియావోని విమర్శించాడని కొత్తపాట మొదలుపెట్టారు. (ఈ మాటలు చూపించి, 'కల్ట్‌ని మావో వ్యతిరేకించాడుగా' అంటూ వుంటారు).

మావో, గతంలోనే లిన్‌పియావో పనుల్ని విమర్శించినట్టు ఏ పార్టీ డాక్యుమెంటైనా నిరూపించగలదా? 'తప్పులు చెయ్యకోయ్ లిన్‌పియావో' అని వ్యక్తిగత స్థాయిలో 'కూక లెయ్యడానికి' ఇదేం బావ మర్దుల వ్యవహారమా? కల్టులో భావవాదాలూ, మార్క్సిస్టు వ్యతిరేకతలూ వున్నాయన్న మాటలు గతంలో ఎన్నడూ వినపడలేదేం? కల్ట్‌లో పొగడ్తలేవీ మావోకి ఇష్టం

లేకపోతే మావో స్నోకిచ్చిన ఇంటర్వ్యూ గురించి ఏం జవాబు చెపుతుంది ఈ రిపోర్టు? తప్పంతా లిన్‌పియావో మీదకి తోసి అతన్నొక్కణ్ణీ విమర్శిస్తే సరిపోతుందా? "ఈ విషయంలో నేనూ తప్పు చేశాను" అని తనని తను విమర్శించుకున్నాడా మావో? మొదటి తప్పు తనదే. తన బొమ్మలు మెళ్ళల్లో వేసుకునే వాళ్ళనీ, వాటికి పూజలు చేస్తోన్న వాళ్ళనీ, ఇంకా అనేక తప్పుడు పద్ధతుల్లో ప్రవర్తిస్తోన్న వాళ్ళనీ వుద్దేశించి ఆ పనుల్ని వ్యతిరేకిస్తూ ఎన్నడైనా ఒక వ్యాసం రాశాడా మావో? 'నా మీద ప్రేమని ఈ పద్ధతుల్లో ప్రదర్శించడం నన్ను ఘోరంగా అవమానం చెయ్యడమే. మూఢభక్తికి లోబడే వాడిగా నన్ను జమ కడుతున్నారన్నమాట. నాకు గానీ, మీకు గానీ కావలసింది ఈ రకం మూఢ పద్ధతులు కావు. వ్యక్తి పూజల్ని ఎవరు ప్రోత్సహించినా వాళ్ళని వ్యతిరేకించండి! మనకు కావలిసింది వ్యక్తి పూజలు కావు. సమిష్టి ఆచరణ! సోషలిస్టు ఆచరణ!' అని ఏనాడైనా పత్రికల్లో, రేడియోల్లో దేశానికీ ప్రపంచానికీ బోధించాడా మావో? కల్టు అన్ని సంవత్సరాలపాటు అంత పెద్ద ఎత్తున జరుగుతోంటే సంతోషిస్తూ వూరుకుని, దాన్ని తనే కోరుకుని, ఈనాడు లిన్‌పియావోతో "ఏవో" గొడవలు వచ్చి, కల్టు నేరం అంతా అతని మీదకి తోసేస్తే, దాన్ని గుడ్డిగా నమ్మేవాళ్ళు కోట్ల కొద్దీ వున్న మాట నిజమేగానీ, ఆ కోట్లమందీ, ఎల్లకాలమూ, అంత గుడ్డిగానూ వుండిపోతారని చైనా పార్టీ భావిస్తే అది దాని అజ్ఞానమే.

— ఇతర దేశాల కమ్యూనిస్టు పార్టీలకు (అన్ని దేశాలకీ కాదు) లిన్‌పియావో మీద ఒక తప్పుల తడకల రిపోర్టు ఇచ్చాక, 1972 సెప్టెంబరు 22న తమ స్వంత ప్రజల కోసం ఒక వార్త ప్రచురించారు కదా? ఆ వార్త గాక, పార్టీ డాక్యుమెంటు కూడా ఏదో ఒకటి విడుదల చెయ్యాలి కాబట్టి, 1972 ఆఖరుకి లిన్‌పియావో మీద 10 ప్రధాన ఆరోపణలు పెడుతూ ఒక పత్రం విడుదల చేశారు — ఈ విధంగా:

1. లిన్‌పియావో, పార్టీ నాయకత్వాన్ని చేజిక్కించుకోడానికి కుట్ర పన్నాడు. వ్యక్తిని పార్టీకంటే పై స్థానంలో పెట్టడమూ, పార్టీ నిబంధనావళిలో తనని వారసుడిగా పెట్టమని (1969 ఏప్రిల్లో) ఆదేశించడమూ చేశాడు.
2. ఛైర్మన్ మావో చెప్పిన సరైన పంథాకి వ్యతిరేకంగా, 1966 నించీ 71 వరకూ తన అవకాశవాద పంథాని అమలు పరిచాడు.
3. కేంద్రీకృత ప్రజాస్వామ్యాన్ని తక్కువ చెయ్యడమూ, పార్టీని సైన్యమే నడపాలి అని వాదించడమూ 1969 నించీ 70 వరకూ చేశాడు.
4. సాంస్కృతిక విప్లవం ప్రారంభించినప్పటి నించీ కూడా, 1966 కీ 71 కీ మధ్య మావోని చంపడానికి అనేక ప్రయత్నాలు చేశాడు.
5. పెంగూ, హువాంగూల పార్టీ వ్యతిరేక ముఠాని పార్టీ విమర్శించినప్పుడు, దాన్ని అవకాశంగా తీసుకుని లూషాన్ సమావేశానికి ముందూ తర్వాతా మిలటరీ నాయకత్వాన్ని చేజిక్కించుకోవాలని 1958 - 59 లలో ప్రయత్నించాడు.
6. పార్టీ క్రమశిక్షణను పట్టించుకోకుండా నిర్లక్ష్యం చేశాడు. ముఠాలు కట్టాడు. తన అనుచరుల్ని మాత్రమే నమ్మడమూ, మిలటరీలోకి ద్రోహుల్ని రిక్రూట్ చెయ్యడమూ చేశాడు.
7. ఎర్రజెండాని వ్యతిరేకించడం కోసం 'మావో రచనల అధ్యయనం' అనే ఎర్రజెండాని మితిమీరిన ఎత్తుకి ఎత్తేశాడు. తన స్వలాభానికి రాజకీయ జిత్తులు చేశాడు 1969 నించీ.
8. సాంస్కృతిక విప్లవ కాలంలో, 1967 - 68 మధ్య, పార్టీ కార్యకర్తల మీద విచక్షణ లేకుండా దాడులు చేసి, అనేకమంది నాయకత్వ కార్యకర్తల్నీ, మన కామ్రేడ్లనీ, తొలగించకూడని వాళ్ళని తొలగించాడు. కార్యకర్తలమీద దురుద్దేశపూర్వకంగా దాడులు చేశాడు.
9. ఛైర్మన్ మావో చెప్పిన సరైన విదేశాంగ

విధానాన్ని వ్యతిరేకించాడు — 1970 - 71ల మధ్య.

10. 1971లో విదేశాలతో చట్ట విరుద్ధ (ఇల్లిసిట్) సంబంధాలు జరిపాడు. (వాన్ జినెకెన్, పే. 287)

— 1958 నించీ అతను కుట్ర పద్ధతుల్లోనే నడుస్తోన్నట్టు చూపిస్తున్నాయి ఈ ఆరోపణలు. అలాంటి వ్యక్తిని 71 దాకా ఎలా వుపేక్షించారు? అతను గతంలోనే క్షమాపణ చెప్పుకునివుంటే వాటి సంగతి ఇప్పుడు మళ్ళీ ఎందుకు ఎత్తుతున్నారు?

— ఈ 10 అంశాల్లో కొన్నిటిని ('మావోని చంపడానికి ప్రయత్నించాడు' లాంటి వాటిని) ఏమీ లక్ష్యపెట్టకుండా తీసి పారెయ్యవచ్చు, అవి నిజమైనా సరే. వాటికి తగిన రుజువులు వాళ్ళే ఇవ్వలేదు కాబట్టి.

'సైన్యమే పార్టీని నడపాలని వాదించాడు' లాంటి వాటిని నేరాలుగా పరిగణించడానికి ఎవరికీ హక్కు వుండదు. అతని అవగాహన ప్రకారం అతను వాదిస్తాడు. లేదా, అతని వర్గ స్వభావం ప్రకారం అతను వాదిస్తాడు. ఒక సభ్యుడి వాదమే పార్టీ నిర్ణయం అయిపోదు. అది తప్పు వాదమే అయితే, సరైన వాదాన్నే పార్టీ సభ్యులూ ప్రజలూ గ్రహించేలా చేసి తప్పు వాదాన్ని ఓడించాలేగానీ, 'అలా వాదించాడు, ఇలా వాదించాడు' అని దాన్ని ఒక ఆరోపణగా చెయ్యడానికి హక్కు వుండదు. అలాగైతే అది 'చర్చలు జరిపే అవకాశాన్నే' తీసివేస్తుంది.

'లిన్‌పియావో తప్పు చేశాడు' అని స్పష్టంగా చెప్పగల తప్పు - పార్టీ నిబంధనావళిలో తన వారసత్వాన్ని పెట్టించుకోవడం. ఈ అంశాన్నిబట్టి, లిన్‌పియావోకి సరైన కమ్యూనిస్టు దృక్పధం లేదని అనుకోవలిసిందే. అయితే, కమ్యూనిస్టు దృక్పధం 'సరిగా' లేకపోవడమే నేరం కాదు — ఆ సరిగా లేని దృక్పధంతో ఇతరులకు హాని కలిగించకుండా వుంటే. ఈ వారసత్వ విషయంలో ఆ హాని కూడా జరిగింది. కోట్లాది ప్రజల శ్రేయస్సు దృష్టితో, సమిష్టి ప్రయోజనాలు నిర్వహించవలసిన పార్టీని, లిన్‌పియావో తన స్వార్థానికి వుపయోగించుకున్నాడు. ఆ రకంగా అతను కోట్లాదిప్రజలకు హాని కలిగించేపని చేశాడు.

అయితే, వారసత్వ విషయాన్ని ఆనాడు పార్టీలో మిగతావాళ్ళు కూడా ఒప్పుకున్నారంటే (మెజారిటీ ఒప్పుకుంటేనే ఆ పని జరిగింది) ఆ తప్పుకి వాళ్ళూ బాధ్యులే. "మెజారిటీ వాళ్ళదే తప్పు, మైనారిటీ వాళ్ళది తప్పులేదు. వాళ్ళు ఆ విషయాన్ని వ్యతిరేకించిన వాళ్ళే కాబట్టి" అనడానికి వీలులేదు. అసలు 'మెజారిటీ - మైనారిటీ పద్ధతికి విలువ ఇవ్వడం అనేది — మౌలిక లక్ష్యాలకు హాని లేకుండా నడుస్తూ వున్నంత వరకే. మౌలిక విషయాల్లోనే ద్రోహం జరిగిపోతూ వుంటే 'మెజారిటీ - మైనారిటీ క్రమశిక్షణ రూలు' అర్థరహితం అయిపోతుంది. 'మళ్ళీ బూర్జువా సమాజం స్థాపిద్దాం. ఎవరి ఆస్తులు వాళ్ళకి ఇచ్చేద్దాం. లేకపోతే, రాజవంశం వాళ్ళని తీసుకొచ్చి చక్రవర్తుల పరిపాలన మొదలెడదాం' అని ఒక సభ్యుడు అంటే, దానిమీద పార్టీలో ఓటింగు జరిపి మెజారిటీ - మైనారిటీ సూత్రం ప్రకారం నడుస్తారా? అలాంటి పరిస్థితుల్లో ఓటింగ్ పోరాటం పనికొస్తుందా? ఏనాడో సెటిలైపోయి, అభివృద్ధి నిరోధక విషయాలుగా నిర్ణయమైపోయిన విషయాలమీద ఓటింగ్ సూత్రం పనికిరాదు. రాజ్యాధికారం వారసత్వంగా సంక్రమించాలనే విషయం చక్రవర్తుల కాలంనాటి విషయం. (ఇది ఆస్తి వారసత్వం కాదు. పదవిలో వారసత్వం. ఇది బూర్జువా విషయం కూడా కాదు. అంతకన్నా వెనకటి కాలానిది). చక్రవర్తుల కాలంనాటి వారసత్వ హక్కు కావాలని కమ్యూనిస్టు పార్టీలో వైస్ ఛైర్మన్‌గా వున్న వ్యక్తి కోరి, దాన్ని జరిపించుకోగలిగాడంటే ఆ కమ్యూనిస్టు పార్టీ ఎంత ఫ్యూడల్ కంపుతో నిండిపోయిందో వూహకు కూడా అందని విషయం. చక్రవర్తుల కాలంనాటి హక్కు కావాలని ఒక నాయకుడు కోరినప్పుడు —

'దానికి వ్యతిరేకంగా పోరాడాముగానీ, మైనారిటీలో వున్నాం, ఏం చేస్తాం?' అని చెప్పే సంజాయిషీలు చెల్లవు. దాన్నిబట్టి, 'మైనారిటీ వాళ్ళది తప్పులేదు' అనే వాదం కూడా చెల్లదు. వారసత్వానికి అనుకూలంగా వున్న మెజారిటీదీ తప్పే. ఆ మెజారిటీకి లోబడిన మైనారిటీదీ తప్పే. ఆ రకంగా పార్టీ అంతటిదీ తప్పే. పార్టీ అంతా, ఘోరమైన, ప్రజావ్యతిరేకమైన పని చేసింది.

అయినప్పటికీ, ఈ పనిలో లిన్‌పియావోకీ, మిగతా పార్టీకీ ఒక తేడా వుంది. లిన్‌పియావో తన వ్యక్తిగత స్వార్థం కోసం ఈ పని చేశాడు. మిగతావాళ్ళు, వాళ్ళ వ్యక్తిగత స్వార్థాల కోసం కాదు, బయట పరిస్థితికి లొంగిపోయి చేశారు. (దీన్ని ఆపే పరిస్థితి వాళ్ళల్లో విడివిడిగా ఎవరి చేతుల్లోనూ వుండదు. లిన్‌పియావో చేతిలో వుంది. అతను ఒక్కడూ వ్యతిరేకిస్తే ఆ పని జరగదు). ఈ రకంగా, ఈ విషయానికి వున్న ప్రత్యేక స్వభావాన్ని బట్టి, లిన్‌పియావోనీ, మిగతావాళ్ళనీ ఒకే రకంగా జమ కట్టడానికి వీలువుండదు.

అయితే, ఆ మిగతా వాళ్ళంతా, లిన్‌పియావోకి లొంగిపోయే ముందు ఏమైనా వ్యతిరేకత చూపించారా, దాన్ని ఆపడానికి ప్రయత్నించారా — అన్నది ప్రశ్న. ఆ ప్రశ్నకి ఒక జవాబు సిద్ధంగానే వుంది — 'వర్గ బలా బలాల మధ్య తప్పనిసరి అవడంవల్లే దానికి లొంగారు' అని! పార్టీలో రివిజనిస్టు శక్తులు ఇంత బలపడడం చూసి, మావో — మళ్ళీ అండర్ గ్రౌండ్‌కి వెళ్ళి ప్రజల్ని కూడగట్టి రివిజనిస్టులతో పోరాడాలనుకున్నాడనీ, కానీ, పార్టీని పూర్తిగా రివిజనిస్టులకే వొదిలేసి వెళ్ళడం కన్నా ఇంకా కొంతకాలం అందులోనే వుండి మరికొన్ని ప్రయత్నాలు చెయ్యదల్చుకోవడంవల్ల, అప్పటికి లిన్‌పియావోకి లొంగాడనీ చెప్పే కథనాలు వున్నాయి. ఇదే నిజమైతే, లిన్‌పియావో పోయింతర్వాత అసలు విషయం అంతా బైట పెట్టడానికి అభ్యంతరం వుండక్కరలేదు కదా? అలా చేసిందా పార్టీ లిన్‌పియావో పోగానే? పోనీ తర్వాతైనా చేసిందా? 'ఆనాడు వర్గ బలా బలాల మధ్య పార్టీ వెనకడుగువేసి వారసత్వాన్ని అంగీకరించింది. తప్పనిసరై ఆ పని చెయ్యవలసి వచ్చింది' అని, అసలు సంగతంతా వివరించే పత్రం ఏదైనా ప్రజల ముందుకు తెచ్చిందా? అలాంటి పనేదీ జరగలేదని వేరేచెప్పాలా? ఆనాడు నిజంగా 'వేరే మార్గం లేకే' ఒత్తిడికి లొంగి వుంటే, ఆ ఒత్తిడి పోగానే అసలు నిజం బైటికి రావద్దా? అసలు నిజాన్ని ప్రపంచం ముందు ఎప్పుడెప్పుడు పెడదామా అనే తహ తహే వాళ్ళకి వుంటే, అవకాశం దొరకగానే ఆ పని ఎందుకు చెయ్యలేదు? ఆ తప్పుకి లిన్‌పియావోని విమర్శించారేగానీ, పార్టీ, తనను తను ఒక్కమాటైనా అనుకోలేదు — ఎక్కడెక్కడో అస్పష్టంగా అంటీముట్టని పద్ధతిలో పొడి పొడి ముక్కలు తప్ప. ఒకసారి చౌఎన్‌లై విదేశీ రాయబారులతో మాట్లాడుతూ ఇలా అన్నాడు - "లిన్‌పియావో, అతని మిలటరీ ముఠా కలిసి, విముఖంగా వున్న మావోని లిన్‌పియావోని తన వారసుడిగా ప్రతిపాదించమని ఒత్తిడి చేశారు. దాంతోనే మావోకీ లిన్‌పియావోకీ అభిప్రాయభేదాలు మొదలయ్యాయి" - (ఓ-లియరీ వ్యాసం - పే. 155). (ఈ మాటల్లో 'పార్టీ' అనేది ఒకటి వున్న జాడలే లేవు. విముఖంగా వున్న మావోని ఒత్తిడి చేశారట! దానివల్లే వాళ్ళిద్దరి మధ్యా అభిప్రాయభేదాలట! ఇదంతా వ్యక్తుల మధ్య జరిగిన వ్యవహారంగా వుందిగానీ... పార్టీ నిర్మాణం మాత్రం కనపడ్డంలేదు. 'పార్టీని పూర్తిగా తీసేశారా' అంటే అదీ లేదు. వారసత్వ ప్రకటన జరిగింది పార్టీ మహాసభలోనే. నిర్ణయాలు జరిగేది వ్యక్తుల మధ్యానూ, ప్రకటనలు జరిగేది పార్టీలోనూ అనుకోవాలా?)

ఇంకో సందర్భంలో కూడా చౌఎన్‌లై ఇలా అంటాడు — "లిన్‌పియావో వారసత్వంవల్ల సోదర కమ్యూనిస్టు పార్టీలు మమ్మల్ని పరిహసించాయి. 'చైనా పార్టీ నిబంధనావళికి ఫ్యూడల్ రంగు వుంది; వారసుడని

నిబంధనావళిలో రాయడం అంటే కమ్యూనిస్టు వ్యతిరేకులికి తగినన్ని వీళ్ళు చూపించినట్టే' అన్నారు వాళ్ళు" (వాన్ జినెకెన్ - పే. 255). ఎవరో 'తప్పు' అన్నారని చెప్పడమేగానీ, అది తప్పని వీరు గ్రహించిన లక్షణాలేమీ లేవు. ఈ విషయంమీద మావో అభిప్రాయం ఏమిటో ఎక్కడా దొరకదు. ఈ తప్పు గురించి, ఈ రకం పొడి పొడి ముక్కలకన్నా పార్టీ ఇచ్చే వివరణ ఏదీ లేదు. అనాడు, ఈ వారసత్వ ప్రకటన ఎంతో అయిష్టంగా చేసివుంటే అవకాశం దొరకగానే ఆ విషయం బైట పెట్టకుండా వుండగలుగుతారా? దీన్నిబట్టి, ఈ తప్పులో పార్టీ పాత్ర గురించి ఎలాంటి అవగాహనకు రావాలి ఎవరైనా? ఆనాడు ఈ విషయం మీద ఎంతో పోరాటం చేసినట్టు రుజువైతేనే, మిగతావాళ్ళకీ లిన్‌పియావోకీ తేడా వుంటుంది. లేకపోతే అందరూ ఒకటే. వారసత్వం విషయంలో అలాంటి పోరాటం ఏదీ లేదు. లిన్‌పియావో ఎంత నేరస్తుడో మిగతావాళ్ళూ అంత నేరస్తులే. అలాంటప్పుడు, అతనిమీదే ఆ నేరం పెట్టడానికి మిగతావాళ్ళకి హక్కెలా వుంటుంది? అందరూ వారసత్వాన్ని భరించగల దృక్పథంతో వున్నారు కాబట్టే దాన్ని వుంచగలిగారు.

'ఛైర్మన్‌కి ఫలానా వ్యక్తి అత్యంత సన్నిహిత సహచరుడు' అని రాయడంవల్ల కూడా చైనా పార్టీకి వున్న స్వభావం ఏమిటో తెలుస్తుంది. విప్లవకారులకు అభ్యంతరంగా వుండవలసింది 'వారసుడ'న్న ఒక్క మాటే కాదు. "ఛైర్మన్ మావోకి లిన్‌పియావో అత్యంత సన్నిహిత సహచరుడు" అనడంలో మాత్రం అర్థమేమిటి? అవసరమైనప్పుడు ఛైర్మన్ పదవిలోకి ఆ 'అత్యంత సన్నిహిత సహచరుడు' రాకపోతే ఇంకెవరొస్తారు? ఛైర్మన్‌కి, పార్టీ అంతటిలోనూ ఒక్క వ్యక్తేనా అత్యంత సన్నిహితుడు? ఆ వ్యక్తికీ మావోకీ వ్యక్తిగత స్నేహం ఐతే, అది వ్యక్తిగతస్థాయిలోనే వుండాలి. 'నాకు ఫలానా వ్యక్తి అంటే అందరికన్నా ఇష్టం' అని మావో తన వ్యక్తిగత వుత్తరాల్లో రాసుకోవచ్చు. 'ఫలానా వ్యక్తి నా సన్నిహితుడు' అని పార్టీ పత్రాల్లో రాయడానికి ఛైర్మన్‌కి ఎలా హక్కు వుంటుంది? ఛైర్మన్‌కి ఎవడు సన్నిహితుడో పార్టీ నిబంధనావళిలో చెప్పడం అంటే, సమిష్టి నియమాల్ని వుల్లంఘించి, ఆ వ్యక్తికీ ఛైర్మన్‌కీ ప్రత్యేక స్థానాలు ఇవ్వడం అవదా? గతంలో లీషావోచీని కూడా మావోకి 'అత్యంత సన్నిహిత సహచరుడు' అన్నారు. (రైస్, పే. 167). ఒక్క వ్యక్తికి మాత్రమే ప్రత్యేకత ఇవ్వడం అనే తప్పుడు పద్ధతులు మొదటినించీ వుండడంవల్లే అది 'వారసత్వ' ప్రకటనదాకా దారితీసింది. 'చీఫ్‌పెన్‌జన్' (వారసుడు) అనే చైనా మాటకి 'బాధ్యతలు నిర్వహించేవాడ'న్న అర్థం మాత్రమే వుందనీ, ఆ అర్థంతోనే దాన్ని వాడారనీ చెప్పే వాదం ఒకటి వుంది. 'ఈ వ్యక్తే నా బాధ్యతలు నిర్వహిస్తాడు' అని చెప్పడంలో మాత్రం అర్థం ఏమిటి? ఒక్క వ్యక్తికే ప్రత్యేకత ఇచ్చి పార్టీ పత్రాల్లో చెప్పడంలో ఏమీ తప్పు లేదా? తప్పులేదని వాదించేవాళ్ళు, లిన్‌పియావోమీద పార్టీ పెట్టిన నేరారోపణల్లో 'వారసత్వాన్ని పెట్టించు కున్నాడ'న్నది కూడా ఒక ఆరోపణగా వుందని గుర్తొచ్చి చాలా ఇరుకున పడవలసి వొస్తుంది. పార్టీలో ఒక వ్యక్తిని 'ఛైర్మన్‌కి అత్యంత సన్నిహితుడు' అనడానికి అభ్యంతరం లేకపోతే, 'ఛైర్మన్‌కి వారసుడు' అనడానికి కూడా అభ్యంతరం వుండనక్కరలేదు. రెండూ ఒకటే. కొన్ని అంశాలలో విప్లవకరంగా వున్న పార్టీ కూడా, కొన్ని అంశాలలో అనేక దశల వెనకబాటుతనం తోనే వుంది. చైనా పార్టీ విప్లవకరమైన పనులేమీ చెయ్యలేదని అనగలమా? టెంగుని రెండోసారి (1976 ఏప్రిల్‌లో) తీసివెయ్యగలిగినప్పుడు కూడా అది రాజకీయంగా మరొక విప్లవకరమైన పని చెయ్యగలిగింది. రివిజనిస్టు శక్తుల్ని మరొకసారి ఓడించగలగడమే అది. అలాంటి పార్టీ, వారసత్వ ప్రకటనని అపలేకపోయిందా? ఆపాలనే దృష్టిలేదు దానికి. అనేక ఫ్యూడల్ అంశాల్ని ఇముడ్చుకోగల స్థాయిలో వుండడం వల్లనే, ఆ పార్టీలో అలాంటి ప్రకటన చెయ్యడం సాధ్యమైంది. ఆనాడు (1969 లో) ఈ వారసత్వం

విషయం, దానికి పెద్ద అభ్యంతరకర విషయంగా లేదు. లిన్‌పియావోతో తర్వాత వచ్చిన గొడవల వల్ల 'వారసత్వం' కూడా ఒక సాకుగా దొరికింది. 'ఆనాడు వారసత్వం కూడా పెట్టించుకున్నాడు' అని ఒక ఆరోపణ చెయ్యడానికి అవకాశం వుందని దాన్ని వుపయోగించారు. ఈ అవగాహనతో చూస్తే, వారసత్వాన్ని లిన్‌పియావోమీద ఒక ఆరోపణగా పెట్టడాన్ని ఏమీ సమర్థించనక్కర లేదు. ఈ విధంగా, లిన్‌పియావో మీద పెట్టిన నేరాల్లో వరసగా 8 నేరాలు ఎగిరిపోతాయి. ఇక, చివరి రెండూ మిగులుతాయి. అవే, ఈ అయోమయాన్నంతా సృష్టించిన నేరాలు కావచ్చు, బహుశా.

చైనా విదేశాంగ విధానంలో లిన్‌పియావోకీ మిగతా పార్టీకీ ఏవో తేడాలు వచ్చాయన్నది మాత్రం స్పష్టమే. (అవి ఒక రకం అభిప్రాయభేదాలా, వర్గ పోరాటాలా?) ఆ విషయంమీద పెట్టిందే 9 వ నేరం. హోక్సా ద్వారా చూసిన రిపోర్టులో కూడా 'సాంస్కృతిక విప్లవంలో మా విదేశాంగ విషయాల్లో పెద్ద విద్రోహం జరిగింది' అని శోకాలు పెట్టారుగానీ, ఆ విద్రోహమేమిటో వివరించలేదు. కారణం చెప్పకుండా శోకాలు తీసేవాళ్ళని ఎవరు మాత్రం ఓదార్చగలరు? లిన్‌పియావో ఎలాగూ పోయాడు కాబట్టీ, మనం ఏంచేసినా అతను మనల్ని అడగబోడు కాబట్టీ, చైనా పార్టీ పాపం దుఃఖపడుతోంది కాబట్టీ — 'సరే, లిన్‌పియావోదే తప్పులే' అంటామా? అమెరికా-చైనా సంబంధాల విషయంలో లిన్‌పియావో గ్రూపు, పార్టీకి వ్యతిరేకంగా వున్నట్టు ఇంతకుముందే చూశాం. లిన్‌పియావో మరణం తర్వాత తొందర్లోనే నిక్సన్ చైనా వచ్చాడు — 1972 ఫిబ్రవరిలో. 'అమెరికన్ దురాక్రమణదారుల్ని ఓడించండి' అని 1970 మే 20న ఒక వుపన్యాసంలో అన్న మావో (వాన్ జినెకెన్, పే. 243), 72 ప్రారంభం నాటికి నిక్సన్‌ని సాదరంగా ఆహ్వానించాడు! అంతకుపూర్వం కిసింజర్‌తో చౌఎన్‌లై మంతనాలూ, అమెరికన్ టేబుల్ టెన్నిస్ ఆటగాళ్ళని చౌఎన్‌లై స్వయంగా ఎదురేగి ఆహ్వానించడమూ వగైరా పనులన్నీ జరిగాకే ఈ నిక్సన్ ఆగమనం! ఒకవేపు, కంపూచియా, వియత్నాం, లావోస్ వగైరా దేశాల్లో అమెరికా దురాక్రమణలు జరుగుతూ వుండగానే, "71 ప్రారంభంనించీ అమెరికాపట్ల చైనా వైఖరిలో ఒక అస్పష్టత ప్రారంభమైంది. అంతకుముందు దానికి అమెరికాపట్ల తీవ్రమైన వ్యతిరేకత వుండేది" (వాన్ జినెకెన్, పే. 244).

'సరైన విదేశాంగ విధానాన్ని లిన్‌పియావో వ్యతిరేకించాడు' అంటూ, అతని వాదం ఏమిటో తెలియనివ్వకుండా, అతని వ్యతిరేకత ఏ దేశానికి సంబంధించిందో ఆ దేశం పేరైనా చెప్పకుండా, అతనిమీద ఆరోపణ చేస్తే దానికి విలువ ఇవ్వవలసిన అవసరం ఎవరికీ వుండదు. (అతను 'అమెరికాతో' సంబంధాలు వ్యతిరేకించాడు — అని వీరు ఇక్కడ డైరెక్టుగా అనరు).

10 వ ఆరోపణ కూడా సరిగ్గా ఇలాంటిదే. 1971లో విదేశాలతో 'ఇల్లిసిట్' సంబంధాలు జరిపాడు అని! ఏ దేశాలు అవి? 'ఇల్లిసిట్' సంబంధాలు జరపడం అంటే ఏంటి చేశాడు? నిజంగా అవి 'ఇల్లిసిట్' పనులే అయినా, వాటి గురించి ఎన్నో సాక్ష్యాధారాలతో వివరణ ఇవ్వకపోతే, మావో ఛైర్మన్‌గా గల చైనా పార్టీ ఈ ఆరోపణ చేసింది కాబట్టి దాన్ని ఒప్పుకోవలిసిందేనా? అలా ఒప్పుకుంటే ఇది కూడా మావో కల్టు అవదా? (లిన్‌పియావో 'రష్యాతో' రహస్య సంబంధాల్లో వున్నాడు - అన్నది వీరి మనసుల్లో వుద్దేశ్యం).

లిన్‌పియావో మీద పెట్టిన 10 నేరాల్లో - 'అవును, ఇది నేరమే' అని ఒప్పుకోగలిగిన విషయం ఒకటైనా వుందా? 'లిన్‌పియావో 9 వ మహాసభ నాటికి పెద్ద మెజారిటీలో వుండడం వల్ల ఈ వారసత్వాన్ని పెట్టించుకోగలిగాడు' - అని ఒకపక్క చెపుతూ — ఇంకో పక్క, '9 వ మహాసభలో లిన్‌పియావో పాత్రేమీ లేదు, మావో రూపొందించిన రాజకీయ నివేదికను అయిష్టంగా చదవడం తప్ప' అంటున్నారు.

(ఒక్కొక్కళ్ళకీ ఎన్నేసి నాలికలున్నా ఫర్వాలేదుగానీ, అసలు అవి నాలికలా, తాటిపట్టెలా అని!)

— 1974 - 75 సంవత్సరాల్లో — చౌఎన్‌లై, టెంగ్ సియావోపింగ్‌ల నాయకత్వాన లిన్‌పియావోని వ్యతిరేకిస్తూ రాసిన 20 వ్యాసాల్ని 2 సంపుటాలుగా ప్రచురించారు (అమిత్‌రాయ్, పే. 69). లిన్‌పియావో మీద ఆ వ్యాసాల్లో వున్న ఆరోపణలు మరింత వెకిలితనంగా వున్నాయి. 'రష్యా గొడుగు నీడన సింహాసనం ఎక్కదలిచాడు' అన్నది ఒక ఆరోపణ. చైనా పార్టీలో సింహాసనం ఎలాగూ వుంది! దాన్ని ఎక్కడానికి ఏ గుమ్మంలోంచి వెళ్ళాలో ఆ గుమ్మం తాళం లిన్‌పియావో చేతిలోనే వుంది! ఎటొచ్చీ అతను సింహాసనం కొంచెం తొందరగా ఎక్కాలని సరదా పడ్డాడేమే, బహుశా! 'పిచ్చోడా! అంత తొందరెందుకూ? ఎటొచ్చీ సింహాసనం నీదే కదా?' అని కూకలేస్తే కూక లెయ్యగలంగానీ అంతకన్నా అతన్నేమీ అనలేం.

"లిన్‌పియావో, పుస్తకాలు చదివేవాడు కాదు. డాక్యుమెంట్లు చదివేవాడు కాడు" అన్నది కూడా ఆ వ్యాసాల్లో ఒక ఆరోపణ! పుస్తకాలూ, డాక్యుమెంట్లూ చదవనివాడే వైస్ ఛైర్మన్‌గా రాణిస్తాడనుకున్నారా మొదట? తీరా అతను అవన్నీ చదవడం మొదలెట్టి ఆ పదవికి అనర్హుడయ్యాడా తర్వాత?

"చైనా నాయకులు లిన్‌పియావో మీద విదేశస్తులకు ఆరోపణలు చెప్పినప్పుడు వివరాలేమీ ఇవ్వలేదు" అంటున్నాడు, విదేశస్తుడైన 'డాబియర్' (పే. 227) - (చైనాలో టీచరుగానూ, "పెకింగ్ రివ్యూ" పత్రికలో అనువాదకుడుగానూ పనిచేశాడు డాబియర్). విదేశస్తుల కేమిటి, స్వదేశస్తులకేం వివరాలు ఇచ్చారు? 'మావాళ్ళకంతా తెలుసు. వాళ్ళకి స్పష్టత వుంది, మేం బైటికేం చెప్పనక్కరలేదు'- అని నాయకులు అంటున్నారంటే — నాయకుల వ్యవహారాల్లో ప్రజలు జోక్యం చేసుకోరని వారి నమ్మకం చూసి అబ్బురపడాలి. నాయకుల కొట్లాటలకు ప్రజలు ఎంత దూరంగా వున్నారంటే, సింహాసనం మీద ఎవరు వున్నా ఒకటే వాళ్ళకి. లిన్‌పియావో గ్రూపే గెలిచి, నిలిచి వుంటే 'ఓహో! నువ్వా?' అని ఒకసారి అటు చూసి వాళ్ళ పనుల్లో వాళ్ళు మునిగిపోయేవారే. ఇవ్వాళ టెంగ్ గ్రూపు లేచి, మావో గ్రూపుని తోసేస్తే ప్రజలు ఎంత కలగజేసుకున్నారు? ఎటొచ్చీ ఎప్పుడన్నా ఓ వుద్యమపు అల లేస్తే, చిన్నపిల్లలు సర్కస్‌డేరా దగ్గిరికి చేరినట్టు ప్రజలు కాస్సేపు వుత్సాహంగా ఆ వుద్యమం చుట్టూ చేర్తారు. తెలిసీ తెలీని రాజకీయ జ్ఞానంతో ఏదో కాస్త హడావుడి చెయ్యబోతారు. వాళ్ళ అనుభవజ్ఞానం కూడా వాళ్ళకి మార్గదర్శకమైందే కాబట్టి, ఇటూ అటూ ఏదో సర్దబోతారు. అంతలో, సర్కస్ డేరాలోంచి మేనేజర్ బైటికి వొచ్చి 'అల్లరి చేస్తున్నారా, పొండి పొండి' అని పిల్లల్ని తరిమేసినట్టు, నాయకులు, ప్రజల్ని వుద్యమంలోంచి తరిమేస్తారు. వుత్సాహం తీరని ప్రజలు మొదట్లో ఎదురు తిరిగి నాలుగు కేకలు వేసి, అలిసి ఇళ్ళకి పోతారు. తర్వాత, సింహాసనం మీద ఎవరు ఎక్కారో ఎవరు దిగారో వాళ్ళకి పట్టదు మళ్ళీ ఎలాగో వాళ్ళకి 'రాజకీయ కోపం' పుట్టే వరకూ. నిరంతరంగా రాజకీయ ఆచరణలలో పాల్గొనే అవకాశం లేకపోవడం వల్ల, ప్రజలు ఎక్కడికక్కడ మన్నుదిన్న పాముల్లా పడి వుంటారు.

బెతల్‌హామ్, తన వ్యాసంలో ఈ విషయం ఎంతో గట్టిగా నొక్కి చెప్పారు. చైనాలో జరిగిన కొన్ని వుద్యమాలైతే ప్రజలకు అర్థమే కాని పరిస్థితుల్లో సాగాయనీ, నాయకులే పోరాటాలు చేసుకుంటూ ప్రజల్ని తమకు సమర్థన ఇవ్వమని విజ్ఞప్తులు మాత్రమే చేశారనీ — అంటారు. నాయకులు చేసింది 'వర్గ పోరాటమే' అయితే, అది 'వర్గాల'తో సంబంధం లేని వర్గ పోరాటం! వర్గాలు పాల్గొనని వర్గ పోరాటం!

— లిన్‌పియావో విషయాలు పరిశీలించేవాళ్ళు, మావో రాసిన ఒక వుత్తరం మీద కూడా దృష్టి పెట్టవలసి వుంటుంది. చియాంగ్‌చింగ్‌కి (భార్యకి) 1966 జూలై 8 న,

మావో రాసిన వుత్తరం అది. ముందు వుత్తరం చూద్దాం.

"హాంగ్ చౌ నించి వెళ్ళాక నేను 10 రోజులు ఒక కేవ్‌లో (గుహలో) వున్నాను. ఇప్పుడు చాంగ్షాలో వున్నాను. ఇది తెల్లని మబ్బులతో, పసుపుపచ్చ కొంగలతో వుండే ప్రదేశం. బొత్తిగా సమాచారం లేని ఈ 10 రోజుల తర్వాత నీ వుత్తరం చాలా కొత్త సంగతులతో ఆసక్తికరంగా వుంది. ...కేంద్ర కమిటీ నాయకత్వ సంస్థ (సెంట్రల్ కమిటీ లీడింగ్ ఆర్గన్) ఈ మధ్య జరిగిన విషయాల కాయితాలు నా అంగీకారం కోసం పంపడానికి చాలా ఆతృత పడింది. వాటిని ఆమోదిస్తాను. నా మిత్రుడు కుట్ర గురించి ఒక రిపోర్టు ఇచ్చాడు. ఆ సమస్య గురించి ఒక విశ్లేషణ చేశాడు. అతను చేసినట్టు ఇంతవరకూ ఎవరూ చెయ్యలేదు. అతని అభిప్రాయాలు నన్ను లోతుగా ఆలోచింపజేశాయి. వర్రీ కూడా చేశాయి. నా పుస్తకాలకు అంత అద్భుతాలు చేసే శక్తి వుందని నాకెప్పుడూ అనిపించలేదు (నెవర్ అక్కర్డ్ టు మీ). వెంటనే కొన్ని సామెతలు గుర్తొచ్చాయి. 'విశాలంగా పరిచి పెట్టేదాన్ని తేలిగ్గా విరగ్గొట్టొచ్చు'; 'ఎంత ఎత్తు పైకెగురుతావో అంత బలంగా కింద పడతావు'; 'కీర్తి పెరిగినకొద్దీ దానికి తగినవిధంగా వుండడం మరింత కష్టమైపోతుంది' - లాంటి సామెతలు. కొంతమంది కోరికని నెరవేర్చడానికి పరిస్థితులు నన్ను బలవంతపెట్టాయి. ...నా స్వంత ఇష్టానికి వ్యతిరేకమైనదాన్ని ఒప్పుకోవడమూ, నా 'విల్'కి వ్యతిరేకంగా పనిచెయ్యడమూ ఇదే మొదటిసారి. ఇప్పుడు నాకు పులి లక్షణాలూ, కోతి లక్షణాలూ రెండూ వున్నాయి. ఎక్కువగా పులి లక్షణా లున్నాయి. అది ప్రధానమైనదీ, ముఖ్యమైన దీనూ. నేను నీకో సూచన ఇస్తున్నాను. కీర్తివల్ల మోసపోకు. జాగ్రత్తగా వుండు. కామ్రేడ్స్..., చెన్‌ల సలహాలు పాటించు.

ఇప్పుడు నేను రాజైన కోతిని. పర్వతంలో పులి లేదు మరి. హీరోలు లేని మన కాలంలో వుత్త అప్రాముఖ్యుణ్ణి. నన్ను ఎంతో ఎత్తుకి ఎత్తేశారు. హీరోలు లేరుకాబట్టే నేను హీరోని. ఈ విషయాలు నువ్వు ఎవ్వరితోటీ అనకు. ఎందుకంటే ఇవి మితవాదుల చెడ్డ మాటల్లాగే కనపడతాయి. (దే కోయిన్‌సైడ్ విత్ ది ఈవిల్ సేయింగ్స్) ఆఫ్ రైటిస్టు). మితవాదులకు అనుకూలంగా వున్న ఈ మాటలవల్ల, విప్లవకారులకు తలలమీద చన్నీళ్ళు దిమ్మరించి నట్టయిపోతుంది. ఈ మాటలు విప్లవకారులకూ, ప్రజలకూ నచ్చవు. మితవాదుల్ని తొలిగించిన తర్వాత, ఇంకోసారి కూడా తొలగింపులు చెయ్యాలి. నిజానికి ఎన్నోసార్లు చెయ్యాలి. ఏడెనిమిదేళ్ళకోసారి ప్రపంచంలో ఒక వూపు (షేకప్) వొస్తూ వుంటుంది. అలాంటి వూపులు వొచ్చినప్పుడల్లా చెడు (ఈవిల్) పైకి తేలుతుంది. బహుశా నేను చచ్చిపోయిం తర్వాత నా మాటలన్నీ బయటికి తెలిసిపోతాయి. వీటిని మితవాదులు వాళ్ళ ప్రయోజనాలకోసం వుపయోగించుకుంటారు. కానీ, విప్లవకారులు కూడా నేను చెప్పిన ఇతర మాటల్ని వుపయోగించుకుని సంఘటితపడి మితవాదుల్ని ఓడించడమూ వగైరా పనులు చేస్తారు. చాంగ్కై షేక్‌లాగా మితవాదులు ఓడిపోతారు."— (హోక్సా : రిఫ్లెక్షన్స్ ఆన్ చైనా-2 : పే. 46-50).

ఈ వుత్తరం మావో చేతిరాతతోనే వుంది. ఈ వుత్తరాన్ని చైనా పార్టీ, 1972 చివరినించీ పార్టీలో ప్రచారానికి పెట్టింది. తర్వాత కాలంలో, విదేశీ పార్టీలకు కూడా ఇచ్చింది. ఎందుకూ? 'లిన్‌పియావో చేసిన ఘోరాలు' ఈ వుత్తరంవల్ల బయట పడతాయని! 1973 మార్చి 8న, పెకింగ్‌లో, చౌఎన్‌లై, చైనాలో పనిచేస్తోన్న విదేశీ నిపుణుల బృందంతో మాట్లాడుతూ (అందులో అల్బేనియా వ్యక్తికూడా వున్నాడు) ఈ వుత్తరం కాపీలు ఇచ్చాడు. దీన్ని 7 భాషల్లోకి అనువాదం చేసి ఇచ్చారు. ఈ వుత్తరం ఇస్తూ చౌఎన్‌లై ఇలా అన్నాడు - "లిన్‌పియావోని బట్టబయలు చెయ్యడానికి సంబంధించిన కొన్ని పార్టీ డాక్యుమెంట్లు చదివి వినిపిస్తాను" (హోక్సా పుస్తకంలో ఈ వుత్తరం వున్న మొదటి పేజీ).

చైనా పార్టీ ఈ ఉత్తరాన్ని 'పార్టీ డాక్యుమెంటు'గా ఇచ్చింది. మొట్టమొదటి ప్రశ్న - మావో, తన భార్యకు రాసిన ఈ వుత్తరం పార్టీ డాక్యుమెంటు అవుతుందా? (ఇతర డాక్యుమెంట్లేవీ ఇవ్వలేదు వాళ్ళు).

'పులి లేదు కాబట్టి కోతే రాజైంది, హీరోలు లేక నేనే హీరోనయ్యాను' లాంటి మాటలు హాస్యానికి అన్న మాటలుగా తీసుకోవలసినవే. 'నాలో పులి లక్షణాలే అధికం' అంటూనే 'పులి లేక కోతి రాజైంది' అనడం. 'ప్రాముఖ్యత లేనివాణ్ణి' అంటూనే నేనే హీరోనయ్యాను' అనడం - వగైరా అవకతవకలన్నీ ఆ హాస్యాల్లో చేరేవే. సరదాకీ, హాస్యానికీ మాట్లాడే మాటల్లో ఒకదానికొకటి పొంతన వుండదు. వుండనక్కర లేదు. ఆ వుత్తరంలో ఈ మాటల్ని అలా తీసుకోడానికి ఎవరికీ అభ్యంతరం వుండదు. కానీ, 'ఈ మాటలు ఎవరితోటీ అనకు, ఇవి మితవాదానికి సహాయం చేస్తాయి, విప్లవకారుల్ని నిరుత్సాహపరుస్తాయి' అని, ఆ మాటలకేదో రాజకీయ స్వభావం వున్నట్టు వుత్తరమంతా ఆ విషయంమీదే మాట్లాడడం చాలా వింతగా వుంది. ఆ మాటల్లో మితవాదులికి వుపయోగపడే స్వభావమే వుంటే, ఆ సంగతి తెలిసి ఆ మాటలు మాట్లాడడం ఎందుకు? మావో మాటల్లోనే కొన్నిటిని మితవాదులూ, కొన్నిటిని విప్లవ కారులూ వుపయోగించుకుంటారట! ఇద్దరికీ ఉపయోగపడే మాటలు మాట్లాడతాడు కాబోలు తెలిసే! సరైన అనుభవాలు లేని కాలంలో మాట్లాడిన మాటలేమైనావుంటే, అనుభవాలు పొందిన తర్వాత మాట్లాడే మాటలు పాత మాటల్ని ఎలాగూ కేన్సిల్ చేసేస్తాయి. అయినా, ఆ విషయం ప్రస్తావించవలసిన అవసరం ఈ వుత్తరంలో ఏ సందర్భంలో వుంది? 'పులీ, కోతీ' మాటలనేనా మితవాదులు వుపయోగించు కునేది? వుత్తరంలో ప్రధాన భాగమంతా అయోమయమే (విప్లవ నాయకుల్లో మార్మికత్వం, పెళ్ళాలకు రాసే వుత్తరాలదాకా వెళ్ళిపోయింది!)

ఇంతకీ ఈ వుత్తరంద్వారా చైనా పార్టీ సాధించదలిచిందేమిటి? లిన్‌పియావోని 'బట్టబయలు' చెయ్యడానికి ఇందులో ఏం వుంది? - ఒకటికాదు, రెండు మూడు అంశాల గురించి రకరకాల ప్రచారాలున్నాయి.

'నా ఇష్టానికి వ్యతిరేకంగా నడవడం ఇదే మొదటిసారి' అని మావో అన్నమాటలు లిన్‌పియావో గురించేనని వీరు చెప్పేది. మావోని ఇబ్బంది పెట్టిన ఆ విషయం ఏమిటి? వారసత్వ సమస్య అనుకుందామా అంటే ఈ వుత్తరం రాసింది 1966 లో. కాబట్టి, ఆ సమస్య కాదు. మావోని బాధించిన సమస్య ఏమిటో వివరం చెప్పరు. కానీ లిన్‌పియావోయే మావోని విసిగించాడని అందరూ అనుకోవాలి.

ఈ వుత్తరంలో ఇంకో అంశం - 'నా మిత్రుడు కుట్ర గురించి, ఒక రిపోర్టు ఇచ్చాడు' అన్న వాక్యం. ఇక్కడ మావో లిన్‌పియావో గురించే మాట్లాడుతున్నాడు. లిన్‌పియావో, 1966 మే 18 న పొలిట్ బ్యూరో సమావేశంలో కొన్ని విషయాలు మాట్లాడాడు. అందులో 'కుట్రలు' సాధారణంగా ఎలా జరుగుతాయి - అనే విషయంమీద మాట్లాడాడు. లీషావోచీ రివిజనిస్టు పంథాని దృష్టిలో పెట్టుకుని మాట్లాడే మాటలు ఇవి. 'విప్లవాన్ని నిలుపుకోవడంలో ప్రధాన సమస్య రాజకీయాధికారాన్ని నిలుపుకోవడమే. విప్లవ ప్రతీఘాతకమైన కుట్రల్ని నివారించుకోవడానికి మెలుకువతో ప్రవర్తించాలి. ఆసియా, ఆఫ్రికా, లాటిన్ అమెరికా దేశాల్లో 1960 నించీ 61 కుట్రలు జరిగి రాజకీయాధికారాలు తారుమారయ్యాయి. మన పార్టీలోకి కూడా పెట్టుబడిదారీ వర్గం ప్రవేశించి ఐడియలాజికల్ రంగంతో సహా (పత్రికలూ వగైరా) అన్ని రంగాల్నీ ఆక్రమించింది. గత 16 సంవత్సరాలుగా మనం ఐడియలాజికల్ రంగాన్ని ఆక్రమించుకోలేక పోయామని ఛైర్మన్ మావో అన్నాడు. కుట్ర అనేది తుపాకులమీదా, పత్రికలమీదా ఆధారపడుతుంది. ఆ రెండింటినీ స్వాధీనపర్చుకోగలిగితే కుట్ర తేలిగ్గా జరిగిపోతుంది. ప్రకృతి వైపరీత్యాలు

సంభవించిన కాలాల్లోనూ, యుద్ధకాలాల్లోనూ, ప్రధాన నాయకుడు చచ్చిపోయినప్పుడూ కుట్రలకు అవకాశాలు చిక్కుతాయి. ఈ విషయాలన్నీ మనం జాగ్రత్తగా అర్థం చేసుకోకపోతే రాజకీయాధికారాన్ని నిలుపుకోవడం అసాధ్యమవుతుంది'- అని తను పరిశీలించిన విషయాలు చెప్పాడు లిన్‌పియావో ఆ సమావేశంలో - (వాన్ జినెకెన్ - పే. 56 - 62).

ఈ పొలిట్ బ్యూరో సమావేశానికి సంబంధించిన కాయితాలే మావో చూసి - 'నా మిత్రుడు కుట్ర మీద మంచి విశ్లేషణ చేశాడు. అతని అభిప్రాయాలు నన్ను ఆలోచింపచేశాయి' అని రాశాడు ఆ వుత్తరంలో. కానీ, ఇప్పుడు, ఈ విషయాన్నే లిన్‌పియావోకి వ్యతిరేకంగా వుపయోగిస్తున్నారు. 'కుట్ర చెయ్యడంమీద లిన్‌పియావోకి మొదటినించీ దృష్టి వుంది' అని చెపుతున్నారు ఈ వుత్తరం చూపించి. ప్రధానంగా ఈ విషయం కోసమే దీన్ని ప్రచారంలో పెట్టడం. లిన్‌పియావో, కుట్ర మీద మాట్లాడడం పొలిట్ బ్యూరోలోనే జరిగింది. అది అందరికీ ఆనాడే తెలుసు.

ఇంకో అంశం - "కామ్రేడ్స్..., చెన్‌ల సలహాలు పాటించు" అన్న వాక్యంలో - మావో - మొదట, "కామ్రేడ్స్ లిన్‌పియావో, చెన్ పోటాల సలహాలు పాటించు" అని రాశాడు. ఆ పేర్లు ఎప్పటిలాగే వుంచి ఆ వుత్తరాన్ని ప్రచారం చేస్తే లాభం వుండదు కాబట్టి, ఒక పేరు పూర్తిగా తీసేసి, ఒక పేరు సగం తగ్గించారు. (వాళ్ళు చేసిన పనినిబట్టే ఆ పేర్లు లిన్‌పియావో, చెన్ పోటాల పేర్లని తేలిగ్గా అర్థం చేసుకోవచ్చు. ఇంకొకరి పేర్లయితే వాటిని తీసెయ్యవలసిన అవసరంలేదు). ఈ వుత్తరం కాపీలు విదేశస్తులకు చూపించినప్పుడు వాళ్ళు "చైనా కామ్రేడ్ల"ని — "ఈ చెన్ ఎవరు? ఇక్కడ ఖాళీలో వుండవలసిన ఇంకో పేరు ఏమిటి?" అని అడిగారు. "మాకు తెలీదు" అని "చైనా కామ్రేడ్లు" జవాబు! చిన్న పిల్లలకి చెప్పినట్టు! వుత్తరంలో విషయాలు పూర్తిగా తెలీకుండానే దాన్ని ప్రచారంలో ఎలా పెట్టారు? "వుత్తరంలో ఈ ఖాళీ ఎందుకు వుంది? మావోయే ఈ ఖాళీ వుంచాడా? ఎందుకు వుంచాడు?" అని అడగరా ఎదటివాళ్ళు? ఆ ఖాళీలో వుండవలసిన పేరేమిటో తెలుసుకోకుండా ఎలా వున్నారు పార్టీ కామ్రేడ్లు? ఇతర దేశస్తులకే ఆ పేరేమిటో తెలుసుకోవాలని ఆసక్తి కలిగింది కదా, చైనా కామ్రేడ్లకి మాత్రం తమ పార్టీ డాక్యుమెంటులో సమాచారం తెలుసుకోవాలనే ఆసక్తి లేదన్నమాట! సమాచారం తెలియకుండానే అది 'పార్టీ పత్రం' అయిపోయింది! పోనీ వారికి తెలియకపోతే ఆ సమాచారం చౌఎన్‌లైకీ తెలీదా? చియాంగ్ చింగ్‌కి తెలుసుగా ఏ కామ్రేడ్స్ గురించి మావో తనకి చెపుతున్నాడో! ఆమెని అడిగి ఆ పేర్లు ఎందుకు తెలుసుకోలేదు? ఆమెకీ తెలీదా? అయితే, అసలు వ్యక్తినే అడగరాదూ? అసలు వ్యక్తినే అడిగి ఆ ఖాళీ పూరించరాదూ? (ఖాళీ చేసిందే వాళ్ళయితే, దాన్ని పూరించే ప్రశ్నేముంటుంది? ఖాళీ చేసినవాళ్ళే దానిమీద రాబోయే ప్రశ్నలన్నిటికీ జవాబులు వెతుక్కుని వుంచుకోవాలి కదా? 'తెలీదు' అని చెప్పెయ్యొచ్చని కాబోలు వాళ్ళ ధీమా!). ఒక వ్యక్తికి వ్యతిరేకంగా ఒక సమాచారం బయట పెడుతోన్నప్పుడు దానిమీద వచ్చే సందేహాలన్నీ తీర్చకపోతే ఆ సమాచారానికి విలువేముంటుంది? పైగా, అది తప్పుడు సమాచారం అని సుబ్బరంగా రుజువయిపోతుంది. 'లిన్‌పియావోని బట్టబయలు చేసే డాక్యుమెంటు ఇస్తాను' అని ఈ తలాతోకా లేని కాయితం ముక్క బైట పెడితే, దాన్ని చూసి 'లిన్‌పియావో ఎంత కుట్ర చేశాడో!' అనుకోవాలా? 'మా సందేహాలు తీర్చలేనప్పుడు ఈ సమాచారం మా ముందెందుకు పెట్టారు? లిన్‌పియావో కుట్రని ఇది ఏం చూపిస్తోంది?" అని అడిగితే ఏమిటి జవాబు? రాజకీయాల్లో కుట్రని రుజువు చెయ్యడానికి ఆ వుత్తరం ముక్కే కావలసి వచ్చిందా? నేరం అనేది నిజంగా జరిగి వుంటే, దాన్ని రుజువు చెయ్యడానికి పార్టీకి మార్గాలే వుండవా?

ఈ ప్రశ్నలన్నిటికన్నా ముఖ్యమైన ప్రశ్న - ఆ వుత్తరాన్ని లిన్‌పియావోకీ వ్యతిరేకంగా తిప్పడానికి మావో ఎలా వొప్పుకున్నాడు - అన్నది. 'చియాంగ్ చింగ్‌ని ఇద్దరి సలహాలు వినమన్నావు. ఎవరా ఇద్దరూ? -' అని మావోని అడిగితే — మావో ఏం పేర్లు చెపుతాడు? లిన్‌పియావో, చెన్‌పోటాల పేర్లు చెప్పక తప్పదు కదా? ఆనాడు లిన్‌పియావో మీద అంత సదభిప్రాయంతో వున్న వుత్తరాన్ని ఈనాడు అతనికి వ్యతిరేకంగా పెట్టడానికి ఎలా ఒప్పుకున్నాడు మావో? అతనికి తెలీకుండా ఇదంతా జరిగింది అనుకోవాలా? (అలా జరిగితే, అప్పుడు దానికి తగ్గ ప్రశ్నలన్నీ అడగవలసి వొస్తుంది.)

ఎప్పుడో ఏడెనిమిదేళ్ళ కిందటి వుత్తరం బైటికి తీశారు. దాంట్లో ఏ మాటా అర్థం కాదు. దేనికీ వివరం చెప్పరు. 'లిన్‌పియావోని బట్టబయలు చేసే వుత్తరం' అంటూ దాన్ని ప్రచారం చేస్తున్నారు. దానివల్ల బట్టబయలయ్యేది లిన్‌పియావో కాదు, ముందు మావో, తర్వాత చౌఎన్‌లై, ఆ తర్వాత పార్టీ అంతా. చియాంగ్ చింగూ, మిగతా నాయకులూ, ఈ వుత్తరం ప్రచారం చెయ్యడానికి ఎందుకు వొప్పుకోవాలి? అది చియాంగ్ చింగ్ పెర్సనల్ లెటర్ కాబట్టి, ఆమె ఒప్పుకోకపోతే దాన్ని బయట పెట్టడం ఎవ్వరికీ సాధ్యం కాదు. అతి సామాన్యులూ, అనాగరికులూ, మూర్ఖులూ అయినవాళ్ళు కూడా ఇంత అధమస్థాయి పనులకు తలపడరు. (మావో స్థాయి కమ్యూనిస్టు నాయకులు కూడా ఇంత ఆదర్శహీనంగా ప్రవర్తిస్తే, ప్రపంచం కమ్యూనిజాన్ని చూసి చీదర పడడంలో ఆశ్చర్యమేముంటుంది? ఇలాంటి సంఘటనలే కమ్యూనిస్టు వ్యతిరేకులికి మరింత బలం ఇస్తాయి. కమ్యూనిజాన్ని దూరంనించి చూసే వాళ్ళని బెదరగొట్టి, మరింత దూరం చేస్తాయి).

—— లిన్‌పియావో కుట్ర చేశాడని తన నోటితో తనే ప్రచారం చేసిన చౌఎన్‌లై ఇంకో సందర్భంలో ఏమన్నాడో చూడండి. 1972, అక్టోబరు 7 న, అమెరికా నించి వచ్చిన పత్రికా సంపాదకుల ప్రతినిధి వర్గంతో ఇలా అన్నాడు — "సాయుధ కుట్ర చెయ్యాలనీ, మావోని చంపాలనీ లిన్‌పియావో నిజంగా ప్రయత్నించలేదు. కానీ, అతనికో పథకం మాత్రం వుంది. అది బయట పడిపోయిందని అతను అనుకోగానే పారిపోయాడు. ఆ పథకాన్ని ఆచరణలో పెట్టడానికి అతను సాహసించలేక పోయాడు. చాలా కొద్దిమంది పథకమే అది" - (రైస్, పే. 508)

అమెరిన్లని చూడగానే, చౌఎన్‌లైకి హృదయం పొంగి నిజం బైట పడ్డట్టుంది. 'ఇన్నాళ్ళూ ఇంత ప్రచారం చేశామే! ఇప్పుడు అతను కుట్ర చెయ్యలేదంటే జరిగిన దానికంతటికీ సంజాయిషీ చెప్పుకోవాలి కదా?' అన్న భయమే లేదు. విమర్శ వొస్తుందన్న ఖాతరే లేదు. వాళ్ళు దేన్నీ లెక్కచెయ్యరు మరి! లిన్‌పియావోని ఇన్నాళ్ళూ అంత అపఖ్యాతి పాలుచేసి, ఇప్పుడు మళ్ళీ ఏదో ఆటలాగ - 'కుట్ర చెయ్యలేదుగానీ...' అనడం! కుట్ర చెయ్యలేదు కాబట్టే, కుట్రని రుజువు చెయ్యడానికి ఏమీ మార్గాలు దొరక్క డొంక తిరుగుళ్ళు తిరిగారు.

"1973 లో జరిగిన 10 వ మహాసభలో లిన్‌పియావోనీ, చెన్‌పోటానీ పార్టీ నించి బహిష్కరించారు" - (రైస్, పే. 510)

చచ్చిపోయినవాణ్ణి పార్టీ నించి బహిష్కరించడం! దీన్ని భౌతికవాదమే అంటారా?

విప్లవకారుడిగా చలామణీ అయ్యే ఒక వ్యక్తి నిజంగా విప్లవ ద్రోహం చేస్తే, ఆ ద్రోహం ఏమిటో వివరంగా బయటపెడితే సరిపోతుంది. అతను ద్రోహం చేశాడని అందరికీ అభిప్రాయం కలిగితే, అతన్ని విప్లవకారుడిగా గుర్తించడం సహజంగానే మానేస్తారు. చచ్చిపోయిన వ్యక్తిని పార్టీనించి తీసేశామని ప్రకటించడం అంటే - ఆటవిక కాలపు వికృత పద్ధతుల్లో పగదీర్చుకోవడమే. వర్గ పోరాటానికి సంబంధించిన ఏ ఔన్నత్యమూ అందులో లేదు.

—టెంగ్ సియావో పింగ్‌గారి ఆధ్వర్యాన నడుస్తోన్న ఇప్పటి చైనా పార్టీ, 1980 లో 'నలుగురి'మీదా విచారణలు జరిపినప్పుడు లిన్‌పియావో గ్రూపుమీద కూడా విచారణ జరిపింది. (చెన్ పోటా ఇప్పటికీ జైల్లో వున్నాడు). ఈ పార్టీ, లిన్‌పియావో చేసిన కుట్రని ఇలా వర్ణిస్తోంది — 'లిన్‌పియావో 1970 లో, అధ్యక్ష పదవి గురించి ప్రయత్నం చేశాడు. తన కొడుకుని ఎయిర్‌ఫోర్స్‌లో పెట్టాడు. తన వెంట ఒక గ్రూపుని తయారుచేసుకున్నాడు. 1971 ఫిబ్రవరిలో లిన్‌పియావో, అతని భార్యా, కొడుకూ కలిసి ఒక పథకం తయారుచేశారు. 71 మార్చి 21న, లిన్‌పియావో కొడుకు, రహస్య సమావేశంలో, వివరమైన పథకం సిద్ధం చేశాడు. దాన్ని 571 పథకం అన్నారు. సాయుధ తిరగబాటుకి అది కోడ్ పేరు. 1971 మార్చి 31న ఒక ఆఫీసర్ని రహస్య సమావేశానికి పిలిచారు. 71 ఆగస్టులో, మావో దక్షిణ చైనా వెళ్ళి – వూహాన్‌లో, చాంగ్షాలో, నాంచాంగ్‌లో స్థానిక కార్యకర్తల్ని కలిసి లూషాన్ సమావేశం వివరాలు చెప్పాడు. (ఆ సమావేశం జరిగి అప్పటికి సంవత్సరం అయింది. దాని వివరాలు ఇప్పుడూ చెప్పడం!).

ఈ పర్యటనలో మావో ఏం మాట్లాడుతున్నాడో ఒక రహస్య నివేదిక, లిన్‌పియావో అనుచరులద్వారా లిన్‌పియావోకి అందింది. వెంటనే అతను, ఛైర్మన్ మావోని ఈ పర్యటనలో వుండగానే చంపడానికి అప్పటికప్పుడు నిర్ణయించుకున్నాడు. 71 సెప్టెంబరు 8 న, లిన్‌పియావో తెల్లకాయితం మీద ఎర్రపెన్సిల్‌తో సాయుధ కుట్ర కోసం ఒక ఆజ్ఞ జారీ చేశాడు. అది తీసుకుని లిన్‌పియావో కొడుకు సైన్యాధికారి దగ్గిరికి వెళ్ళాడు. లిన్ కొడుకూ, అతని అనుచరులూ పెకింగ్‌లో కుట్ర పన్నారు – మావో ట్రైన్‌ని పడగొట్టెయ్యాలని. ఆ సమయంలో మావో హాంగ్‌జో ప్రాంతంలో వున్నాడు. సెప్టెంబరు 10 న మావో రైలు షాంగై చేరింది. మావో షాంగైలో చాలా రోజులుంటాడని కుట్రదారులు అనుకున్నారు. కానీ, మావో ఆ మర్నాడే బయల్దేరి సెప్టెంబరు 12 కి పెకింగ్ చేరాడు. పథకం అమలులో పెట్టడం కుదరలేదు, కుట్ర విఫలమై పోయింతర్వాత, లిన్‌పియావో దక్షిణాదికి వెళ్ళిపోయి ఇంకో కేంద్రకమిటీని పెట్టాలనుకున్నాడు. ఈ నిర్ణయం 'బెయ్‌దహే'లో జరిగింది. అక్కడ వున్న రక్షణ యూనిట్ల వాళ్ళు ఇదంతా చౌఎన్‌లైకి తెలియజేశారు. 'జాగ్రత్తగా కనిపెట్టి వుండండి' అని చౌఎన్‌లై వాళ్ళకి చెప్పాడు. విషయం అంతా చౌఎన్‌లైకి తెలిసిపోయిందనుకున్న లిన్‌పియావో వుత్తరాదికి వెళ్ళిపోవాలనుకున్నాడు. సెప్టెంబరు 13 న అర్ధరాత్రి 0.32 నిముషాలకు (అంటే, 12 వ తారీకు గడిచిన తర్వాత, 32 నిముషాలకు) లిన్‌పియావో విమానం కదిలిపోయింది. 256 నెంబరు ట్రైడెంట్ విమానం. లిన్‌పియావో, అతని భార్యా, కొడుకూ మరి కొద్దిమందీ వున్నారు. మంగోలియాలో 'వుందుర్‌ఖాన్'లో కూలిపోయింది విమానం. ఎవ్వరూ బతకలేదు' — (ఎ గ్రేట్ ట్రయల్ ఇన్ చైనీస్ హిస్టరీ – పే. 189-192).

మావో, తన పర్యటన ముగించుకుని పెకింగ్‌కి 12నే తిరిగి వచ్చాడు. ఆ రాత్రే లిన్‌పియావో అదృశ్యం! ఈ రెండు సంఘటనలకీ ఏదో తప్పనిసరి సంబంధం వుంది.

"1971 లో, లిన్‌పియావో నాయకత్వంలో గ్రూపు కట్టిన ప్రజా విముక్తి సైన్యం అధికారులు విప్లవ పంథాకి ఎంత పెద్ద ప్రమాదం తలపెట్టారంటే, దానివల్ల లిన్‌పియావోని పార్టీ హఠాత్తుగా తొలగించింది" – అని బెతల్‌హామ్ రాసింది చూసి, లిన్‌పియావో కుట్ర ఏమిటో తెలుసుకోడానికి ఎంత ప్రయత్నించినా అది మాకు సాధ్యం కాలేదు. మేము బెతల్‌హామ్‌ని ఇలా అడిగాము:

"లిన్‌పియావో కుట్ర ఏమిటో తెలుసుకోడానికి తగిన సమాచారం మాకు దొరకలేదు. మీ దృష్టిలోవున్న సమాచారం ఏమిటో చెప్పండి. లీషావోచీని తీసివేసేప్పుడు అతనిమీద కొన్ని చర్చలు నడిచినట్టు కనపడుతుందిగానీ, లిన్‌పియావో విషయంలో అలాంటిదేమీ లేదు.

సాంస్కృతిక విప్లవంలో లిన్‌పియావో పాత్ర ఎలాంటిదని మీరు భావిస్తున్నారు?" అని! దానికి ఆయన ఇలా జవాబు రాశారు.

"సాంస్కృతిక విప్లవం ముందుకు తెచ్చిన ప్రజల చొరవని నిరోధించడానికి ప్రయత్నించిన కన్జర్వేటివ్ (సంకుచిత) శక్తులుగా లిన్‌పియావో, ప్రజా సైన్యం జనరల్సూ కనిపించారు నాకు. ఆ విషయమే చెప్పదలిచాను నేను - 'షాంగై కమ్యూన్' చాప్టర్‌లో. లిన్‌పియావో పతనం చెందే సమయం వరకూ ఈ శక్తులు 'విప్లవ కమిటీల'లో పెద్ద సంఖ్యలో వుండినాయి. లిన్‌పియావో అదృశ్యం అయిన తర్వాత, సాంస్కృతిక విప్లవం ప్రత్యేకించి ఒక రూపంలో కొత్త అభివృద్ధిని సాధించింది. 'వర్గ విశ్లేషణ'ను తీవ్రంగా జరపడం కోసం జరిగిన ప్రయత్నాల రూపంలో (అవి విజయం పొందలేదు). లిన్‌పియావో చేసిన కుట్రకు సంబంధించి, జనరల్‌గా ప్రచారంలో వున్నదానికన్నా ఎక్కువగా నాకేమీ తెలీదు. ప్రచారంలో వున్న సమాచారం మాత్రం కన్విన్సింగ్‌గా లేదు. లిన్‌పియావో, అతని భార్యా విమానంలో పారిపోయారనీ, ఆ విమానం కూలిపోయిందనీ అంటున్నారు. ఈ విషయం మీద, 'లో మోండ్' పత్రికలో (ఫ్రెంచి దినపత్రిక), పెకింగ్‌లోని విలేఖరి ఎలైన్ జాకోబ్ రాసిన వ్యాసం వుంది. మీరన్నది రైటే. లీషావోచీని, కొన్ని సమావేశాలలో సుదీర్ఘంగా విమర్శలు జరిపిన తర్వాత తొలగించడానికీ, ఎటువంటి వివరణా లేకుండా లిన్‌పియావో హఠాత్తుగా అదృశ్యం కావడానికీ పెద్ద తేడా వుంది నా వుద్దేశ్యంలో. ఈ తేడా 'లిన్‌పియావో పారిపోవడం' అనే వాస్తవం వల్లనే పుట్టుకొచ్చింది."

లిన్‌పియావో పారిపోకుండా వుంటే అతనిమీద కూడా కొంతకాలంపాటు విమర్శలు సాగేవి - అని దీని అర్థం.

'లిన్‌పియావోయే పారిపోబోయాడు' - అని ఒప్పుకున్నా, అలాంటి పరిస్థితి ఎందుకు వచ్చింది అన్నది కదా ప్రధానమైన ప్రశ్న? పార్టీలో ఏ ఏ అంశాలమీద విభేదాలు వచ్చాయి అన్నది తర్వాత కాలంలోనైనా, ప్రపంచానికి తెలియాలి. అతని 'పారిపోవడం' గురించి కూడా చాలా స్పష్టత కావాలి (ఈ విషయాలు ఇప్పుడున్న చైనా నాయకులికీ, జైళ్ళలో వున్న నాయకులికీ కూడా తెలిసినవే).

"సాంస్కృతిక విప్లవం టైములో ఐక్యంగా వున్న ఈ 5 గురూ (మావో, చౌఎన్‌లై, కాంగ్‌షెంగ్, లిన్‌పియావో, చెన్‌పోటాలు). 71లో ఎందుకు విడిపోయారో వివరించడం కష్టం" (డాబియర్ - పే. 269).

"అల్ట్రాలెఫ్ట్ గురించిన సమాచారంలో ఇప్పటికీ విచారకరమైనంత కొరత వుంది. ఈ విషయం ఎంతో ప్రాధాన్యత కలదీ, అంతర్జాతీయంగా ఎంతో ప్రభావం చూప గలదీనూ" (...... - పే. 221).

"చైనా నాయకులు ఈ విషయం గురించి చాలా కొద్దిగానే బైట పెట్టారు..... ఎప్పటికైనా ఇది మొత్తంగా స్పష్టం అవుతుందా?" (...పే. 225)

"చైనా, తన రహస్య పత్రాల భాండాగారం తెరిచి — లిన్‌పియావో కుట్రకి సాక్ష్యాధారాలు చూపించేవరకూ అతని విషయం మిస్టరీగానే వుండిపోతుంది. పరిశీలకులు అప్పటివరకూ వూహాగానాలు చెయ్యవలిసిందే." (...పే. 228)

★

రష్యా పార్టీ 1921లో చేసిన "ఐక్యతా తీర్మానం"

[ఇది **126** వ ఫుట్‌నోట్‌కి సంబంధించిన విషయం].

1921 మార్చిలో, రష్యాలో, 'క్రాన్‌స్టాట్' ప్రాంతంలో, సోషలిస్టు ప్రభుత్వానికి వ్యతిరేకంగా ఒక తిరగబాటు జరిగింది. (తిరగబాటుదారులు ఆ ప్రాంతంలో తమ అధికారం స్థాపించారు. సోవియట్ ప్రభుత్వం దాన్ని 15 రోజుల్లో అణచగలిగింది). అలాంటి "ప్రమాదకర

పరిస్థితి"లో, పార్టీని 'ఐక్యంగా' వుంచడం కోసం, 1921 మార్చిలో జరిగిన పార్టీ 10 వ మహాసభ, ఒక "ఐక్యతా తీర్మానం" చేసింది. ఆ తీర్మానం ఎందుకు చెయ్యవలసి వచ్చిందంటే - అప్పటికి పార్టీలో వేరు వేరు గ్రూపులు (వేదికలు) వుండేవి. 'వర్కర్స్ అపోజిషన్ గ్రూపు', 'డెమొక్రటిక్ సెంట్రలిజం గ్రూపు' వంటి పేర్లతో వుండేవి ఆ గ్రూపులు. పార్టీ 10 వ మహాసభ జరిగేనాటికి ఇలాంటి గ్రూపులు పార్టీలో 7 వున్నాయి.

ఈ రకమైన ప్రత్యేక పరిస్థితిని బట్టి, ఆ మహాసభ, పార్టీలో గ్రూపుల పద్ధతిని నిషేధిస్తూ ఆ 'ఐక్యతా తీర్మానం' చేసింది. (గ్రూపుల పద్ధతిని నిషేధించడానికి పార్టీలో మెజారిటీ సభ్యులు అంగీకరించారన్నమాట). ఆ తీర్మానానికి కట్టుబడకుండా, ఇంకా గ్రూపు పద్ధతుల్లో నడిచే వారిని పార్టీనించి తీసివేసే హక్కు మహాసభ కేంద్రకమిటీకి ఇచ్చింది (మహాసభ తరుచుగా కలవదు కాబట్టి). మహాసభకు మాత్రమే వుండవలసిన "సభ్యుల్ని తీసివేసే" హక్కుని కేంద్రకమిటీకి ఇవ్వడం అనేది అసాధారణమైన విషయమనీ, ప్రత్యేక పరిస్థితులవల్ల అది తాత్కాలికంగా చేస్తోన్న నిర్ణయమనీ, మహాసభ స్పష్టం చేసింది. గ్రూపుల పద్ధతిని నిషేధించడాన్ని కూడా అసాధారణమైన గడ్డు పరిస్థితుల్లో మాత్రమే సమర్ధించవలసిన తాత్కాలిక చర్యగా భావిస్తూ పార్టీ ఆ తీర్మానం చేసింది (ఆ నిషేధం తాత్కాలికమే అయితే, పార్టీలో గ్రూపులు వుండవచ్చా? - అనే ప్రశ్నకి జవాబు తర్వాత). అలాంటి "తాత్కాలిక చర్య"ని కొంత కాలానికి వదిలివేయవలసి వుండగా, తర్వాత కాలంలో పార్టీ అలా చెయ్యకపోగా, సభ్యుల భావ ప్రకటనా స్వాతంత్ర్యాన్ని కూడా నిషేధించింది. 'ఐక్యతా తీర్మానం'లో వున్న నిషేధం - గ్రూపుల పద్ధతి మీదే గానీ, సభ్యుల భావ ప్రకటనమీద కాదు. ఐక్యతా తీర్మానంలోనే ఒక అంశం ఈ సారాంశాన్ని చెపుతుంది — 'పార్టీ లోపాలమీద విమర్శ వుండవలిసిందే. ఆ విమర్శ చేసే సభ్యులు, ఆలస్యం లేకుండా ఖచ్చితమైన విమర్శని ఎప్పటికప్పుడు పార్టీ కమిటీలకు తెలియపరుస్తూ వుండాలి. పార్టీకి వున్న జనరల్ పంథాకు సంబంధించి విమర్శ వుండవచ్చు. దాని ఆచరణల ద్వారా దొరికే అనుభవాలను అంచనా వేసుకోవడానికి సంబంధించి విమర్శ వుండవచ్చు. అది గతంలో చేసిన నిర్ణయాలను ఎంత పరిపూర్తి చెయ్యగలిగిందో పరిశీలించడానికి సంబంధించి విమర్శ వుండవచ్చు. తప్పుల్ని దిద్దుకునే పద్ధతులకు సంబంధించి విమర్శ వుండవచ్చు. సమిష్టి చర్యల అభివృద్ధికి సంబంధించిన ప్రతీ అంశంమీదా విమర్శ వుండవచ్చు. పార్టీ తప్పుల మీదా, పార్టీలోని వ్యక్తుల తప్పులమీదా కూడా విమర్శ వుండవచ్చు. విమర్శలు చేసే సభ్యులు - పార్టీ పనుల్లోనూ, సోవియట్ల పనుల్లోనూ పాల్గొంటూ పార్టీ తప్పుల్నీ, వ్యక్తుల తప్పుల్నీ సరిదిద్దవచ్చునా అని చూడాలి. అయితే విమర్శకులు - ప్రస్తుత పరిస్థితినీ, పార్టీ చుట్టూ వున్న శత్రు వలయాన్నీ దృష్టిలో వుంచుకుని మరీ విమర్శలు చెయ్యవలసి వుంటుంది. ఏ తప్పులనైతే విమర్శిస్తారో వాటిని ఆచరణలో ఎలా సరిదిద్దాలో కూడా వారు తమ సూచనలు ఇవ్వాలి. పార్టీ- చర్చల ప్రత్యేక సంచికలు (డిస్కషన్ బులిటెన్లు) ప్రచురించాలి. చర్చలూ, ప్రత్యేక గోష్టులూ నిర్వహించాలి. 'గ్రూపుల పద్ధతిని తిరస్కరించమ'ని సభ్యులకు బోధిస్తూనే ఆ గ్రూపులు పార్టీ ముందుకు తెచ్చే సమస్యల్ని పరిశీలించడానికి తప్పనిసరిగా శ్రద్ధ వహించాలి'— సభ్యుల విమర్శనా స్వేచ్ఛనీ, అభిప్రాయాలు ప్రకటించగల స్వేచ్ఛనీ ఇంత స్పష్టంగా ఐక్యతా తీర్మానం సమర్ధిస్తే, తర్వాత కాలంలో, పార్టీ, ఆ స్వేచ్ఛనే నిషేధించింది. (ఈ నిషేధం ఏ సంవత్సరంలో, ఏ సందర్భంలో జరిగిందో బెతల్‌హామ్ వ్యాసంలో వివరాలు లేవు. కానీ, '...రష్యాలో వర్గపోరాటాలు - 2', పే. 426లో — 1929 లో పార్టీ పెట్టిన నిషేధం ఒకటి కనపడుతోంది). బుఖారిన్, రైకోవ్, టామ్‌స్కీ - అనే ముగ్గురు కేంద్ర కమిటీ సభ్యులమీద పెట్టిన నిషేధం అది. పార్టీ

విషయాలమీద వ్యతిరేకంగా మాట్లాడడానికీ (అనుకూలంగా మాట్లాడవచ్చు), చర్చించడానికీ ఆ ముగ్గురికీ హక్కు వుండదు. ఆ నిషేధాన్ని వుల్లంఘిస్తే వాళ్ళు శిక్షార్హులవుతారు. ఆ ముగ్గురూ ఎలాంటి వాళ్ళో, ఏం తప్పులు చేశారో, సోషలిజానికి వాళ్ళు సమర్థకులో వ్యతిరేకులో వగైరా విషయాలతో ఇక్కడ సంబంధం లేదు. వాళ్ళు పార్టీలో వుండడం అంటూ జరుగుతోన్నప్పుడు, వాళ్ళకి పార్టీ విషయాలమీద చర్చించే హక్కు వుండి తీరాలి. ఆ వ్యక్తులు, పార్టీ విషయాలమీద మాట్లాడే అర్హత లేనంత అభివృద్ధి నిరోధకులే అయితే, ఆ విషయం రుజువు చెయ్యడానికి పార్టీ ముందు ఆధారాలే వుంటే, ఆ వ్యక్తుల్ని పార్టీ నించి పూర్తిగా బహిష్కరిస్తే అది వేరే విషయం. పార్టీలో వుండనిచ్చి, మాట్లాడే హక్కు మాత్రం తీసివెయ్యడం అంటే, అది ఏ విధంగానూ సమర్థనీయం అవదు.

ఆ నిషేధం అధికారికంగా ఆ ముగ్గురిమీదే అయినా, అనధికారికంగా అది సభ్యులందరి మీదా వున్నట్టే. "పార్టీ విషయాల్ని విమర్శించారంటే మీ పనీ అలాగే అవుతుంది" అని చెప్పక చెప్పడమే అది. అప్పటికి అసలే సంకుచిత పరిధిలో సాగుతోన్న సభ్యుల స్వేచ్ఛ ఈ నిషేధంతో పూర్తిగా అంతర్ధానమైంది.

పార్టీ 10వ మహాసభ తర్వాతనించీ ఈ పరిస్థితి ప్రారంభమైంది. కేంద్రకమిటీ సమావేశాలు 2 నెలలదాకా జరక్కపోవడమూ (అంతకుముందు అంతకన్నా త్వరగా జరిగేవని అర్థం), కేంద్రకమిటీ నిర్వహించవలసిన అధికారాలను పొలిట్ బ్యూరోకి బదిలీ చెయ్యడమూ క్రమంగా ఎక్కువయింది. ఆ పొలిట్ బ్యూరోలో కూడా ప్రబలమైన స్థానాన్ని సెక్రటేరియట్ ఆక్రమించింది. అధికారమంతా సెక్రటేరియట్‌లో వుండే ఒకరిద్దరు వ్యక్తుల చేతుల్లో కేంద్రీకృతం కావడానికి దారితీసే మార్గం ఇది. పార్టీలో కింద స్థాయినించీ పై స్థాయి వరకూ ప్రజాస్వామ్య పద్ధతుల్ని అమలు చెయ్యకపోవడమూ, ఎక్కువమంది సభ్యులు గల కేంద్రకమిటీ చెయ్యవలసిన నిర్ణయాల్ని ఎంతో తక్కువమంది సభ్యులు వుండే పొలిట్ బ్యూరోకి వదలడమూ - వంటి పనులు ప్రారంభం కావడం అంటే, పార్టీలో నిరంకుశ ధోరణులు (ఇంకో మాటలో చెప్పాలంటే బూర్జువా ధోరణులు) ప్రారంభం కావడమే. ఈ నిరంకుశత్వం 'ప్రజల - ప్రజాస్వామ్యానికి' అవకాశం ఇవ్వని 'బూర్జువా నిరంకుశత్వమే' గానీ 'కేంద్రీకృత ప్రజాస్వామ్య' నిబంధనలతో సాగవలసిన "కార్మికవర్గ నియంతృత్వం" కాదు. బూర్జువా నిరంకుశ ధోరణులతో నడిచే కమ్యూనిస్టు పార్టీలు, తమ నిరంకుశత్వాన్ని "కార్మిక వర్గ నియంతృత్వమే" అని ప్రచారం చేసుకుంటాయి. ప్రజలు రాజకీయంగా వెనకబడి వుండడంవల్లా, వారిలో మెజారిటీకి మార్క్సిస్టు సిద్ధాంతజ్ఞానం లేకపోవడంవల్లా, పార్టీ ధోరణుల్ని గ్రహించి ప్రశ్నించలేని స్థితిలో వుంటారు. ప్రపంచవ్యాప్తంగా కమ్యూనిస్టు పార్టీల సభ్యుల్లో మెజారిటీ సభ్యులు అలా వుండబట్టే, పార్టీల నాయకులు చెప్పేదంతా కరెక్టే అయినట్టు చలామణీ అవుతూ వుంటుంది. పార్టీ సభ్యులకు, పార్టీ నడకమీద కొన్ని సందేహాలు వున్నా, వాటిని సరైన పద్ధతుల్లో విమర్శించడానికి తగిన అవగాహన లేక, తమ సందేహాల్ని బైటపెట్టలేక సతమతమవుతూ వుంటారు. సభ్యులు అటువంటి అస్పష్ట చైతన్యంతో వుండడం అంటే, అది - పార్టీలో చర్చలు లేనితనానికీ, ప్రజాస్వామ్య పద్ధతులు లేనితనానికీ నిదర్శనమే.

కేంద్రకమిటీ చేసే నిర్ణయాల్ని, కేవలం అమలుజరిపే విభాగంగా మాత్రమే వుండవలసిన పొలిట్ బ్యూరో క్రమక్రమంగా పార్టీ నిర్ణయాలన్నీ చేసే అత్యున్నత కమిటీగా తయారైంది (..."రష్యాలో వర్గ పోరాటాలు" - 1, పే. 400).

'పార్టీలో గ్రూపులు వుండవచ్చునా?' - అనే ప్రశ్న గురించి ఇప్పుడు చూద్దాం. 1921లో జరిగిన 'ఐక్యతా తీర్మానం', పార్టీలో గ్రూపుల (వేరు వేరు వేదికల) పద్ధతిని 'తాత్కాలికంగా'

మాత్రమే నిషేధించిందంటే, ఆ పద్ధతి పార్టీలో వుండవచ్చుననే అది చెపుతోందా? గ్రూపుల పద్ధతి ఏ పరిస్థితుల్లో అయినా, పార్టీలో ఐక్యతకి అవరోధమే కదా? దాన్ని శాశ్వితంగా ఎందుకు నిషేధించలేదు? — అన్న ప్రశ్నలకు లెనిన్ చెప్పే జవాబేమిటంటే — 'పార్టీలో ఐక్యత కోసమే ఎప్పుడూ ప్రయత్నించాలి. పార్టీ సభ్యులు, గ్రూపులుగా వుండడం అనేది ముఠా తత్వానికి కూడా దారితీస్తుంది కాబట్టీ, అది నిజమైన టీమ్ వర్క్‌ని బలహీనపరుస్తుంది కాబట్టీ — ఆ విషయాలన్నీ పార్టీ సభ్యులకు అనేక పద్ధతుల్లో బోధించాలి. కానీ, ఎంత ప్రయత్నించినా, ఇంకా ఒక స్థాయిలో గ్రూపులు వుంటూనే వుంటే దాన్ని బలవంతంగా నిషేధించడంకన్నా కొనసాగనివ్వడమే మంచిది. శాశ్విత నిషేధాల ద్వారానే శాశ్వితమైన ఐక్యత ఏర్పడుతుందనుకోకూడదు.' — అని. ఆ నిషేధాన్ని పార్టీ తాత్కాలికంగా చెయ్యడంలో అర్థమే అది. ఈ విషయం మీద లెనిన్ మాటలు కొన్ని చూసేముందు, ఈ విషయం మరికొంత అర్థం చేసుకోవాలి.

పార్టీలో ఒక పరిస్థితిని ఎదుర్కొనేటప్పుడూ, ఒక సమస్యని చర్చించేటప్పుడూ — ఆ విషయంమీద సభ్యులందరి అవగాహనా, అభిప్రాయాలూ, అవసరాలూ ఒకేవిధంగా వుండవు. (ఆ సభ్యులు - ఎన్నో సెక్షన్లకూ, వర్గ విభాగాలకూ చెందినవారుగా వుంటారు కాబట్టి). అందుకే, చర్చనీయాంశంగా వచ్చిన విషయాన్ని అర్థం చేసుకునే విధంలోనూ, పరిష్కారాలు కోరే విధంలోనూ పార్టీలో వేరు వేరు మార్గాలు వ్యక్తమవుతూ వుంటాయి (అవి అన్నీ కరెక్టుగా వుంటాయని అర్థం కాదు. ఏదో ఒక్కటే కరెక్టుగా వుంటుంది. ఒక్కోసారి ఏదీ కరెక్టుగా వుండకపోవచ్చు కూడా). సభ్యుల్లో వేరు వేరు అభిప్రాయాలు వుండక తప్పదు. అది, పార్టీలో వేరు వేరు గ్రూపులు వుండడమే. వేరు వేరు గ్రూపులకు మూలకారణం — సభ్యులకు వుండే వేరు వేరు అవసరాలే, వాటినిబట్టి ఏర్పడే వేరు వేరు అభిప్రాయాలే! ఆ గ్రూపులకు వేరు వేరు పేర్లు పెట్టుకోవడంవల్లే పార్టీలో వేరు వేరు గ్రూపులు వున్నట్లు కనపడుతున్నాయి. కానీ, ఆ పేర్లు తీసేసినా పార్టీలో వేరు వేరు గ్రూపులు వున్నట్టే. (ఈగలకు 'ఈగల'నే పేరు తీసేస్తే, ప్రపంచంలో ఈగలు లేనట్టా? - పేర్లు తీసేస్తే కాదు ఈగలు పోయేది. వాటి గుడ్లతోసహా నాశనం చేసెయ్యగలిగితేనే ఈగలు పోయేది. అలాగే, గ్రూపులు ఏర్పడ్డానికి కారణమయ్యే పరిస్థితుల్ని తీసేస్తేనే పార్టీలో గ్రూపులు పోయేది).

పార్టీలో ప్రతీ ఒక్క సభ్యుడికీ తన అభిప్రాయాలు పార్టీ ముందు పెట్టడానికి హక్కు వుంటుంది. ఒక సమస్యమీద ఒక సభ్యుడు ఎలా అభిప్రాయపడుతున్నాడో అలాగే ఇంకో 10 మంది కూడా అభిప్రాయపడుతున్నా రనుకుందాం. అప్పుడు, ఆ 11 మందీ కలిసి "ఈ విషయంమీద మా అభిప్రాయం ఇలా వుంది" అని 11 సంతకాలతో ఒక డాక్యుమెంటు పార్టీ ముందు (వాళ్ళకు సంబంధించిన పార్టీ కమిటీ ముందు) పెడతారు. అలాగే, ఇంకో 8 మందో, 9 మందో ఇంకోరకం అభిప్రాయంగల పత్రం పార్టీ ముందు పెట్టొచ్చు. అలా మొత్తం ఆ విషయంమీద ఏడెనిమిది రకాల అభిప్రాయాలు గల డాక్యుమెంట్లు పార్టీ ముందుకు వచ్చాయనుకుందాం. దీని అర్థమేమిటి? ఆ విషయంమీద పార్టీ ఏడెనిమిది గ్రూపులుగా వుందన్నమాట. (ఆ విషయంమీద మాత్రమే ఏడెనిమిది గ్రూపులుగా వున్నట్టు. పార్టీ, ఎప్పుడూ ఏడెనిమిది గ్రూపులుగా వున్నట్టు కాదు. ఇంకో విషయంమీద అంతకన్నా తక్కువ గ్రూపులుగా వుండొచ్చు. అంతకన్నా ఎక్కువ గ్రూపులుగా కూడా వుండొచ్చు). ఆ ఏడెనిమిది డాక్యుమెంట్లూ చెప్పే అభిప్రాయాల్లో ఏది సరైన అభిప్రాయమో తేల్చడానికి పార్టీలో చర్చ జరుగుతుంది. (సరైన అభిప్రాయం అంటే — ఆ విషయాన్ని ఎలా పరిష్కరిస్తే సమాజంలో వున్న ఎక్కువ ప్రజలకు ప్రయోజనం కలుగుతుందో ఆ మార్గాన్ని ఇవ్వగల అభిప్రాయం). ఆ చర్చ జరిగేటప్పుడు, ఆ

డాక్యుమెంట్లని ఏ ఏ పేర్లతో ప్రస్తావించాలి? "11 మంది డాక్యుమెంటు ఏమంటోందంటే..." అనీ, "8 మంది డాక్యుమెంటు ఏమంటోందంటే..." అనీ మాట్లాడవలసి వుంటుంది. లేదా, వాటిలో వుండే సారాంశాన్ని బట్టయినా మాట్లాడవలసి వుంటుంది. ఎలా మాట్లాడినా, ఆ తేడాలే "11 మంది గ్రూపు"గానూ, "8 మంది గ్రూపు" గానూ, లేదా ఇంకోరకం పేర్లు గల గ్రూపులు గానూ ఏర్పడుతున్నాయి. "డాక్యుమెంట్లని ఇద్దరేసీ, ముగ్గురేసీ కలిసి పెట్టకూడదు. అది గ్రూపు తత్వానికి దారితీస్తుంది. ఎవరి అభిప్రాయాలు వాళ్ళు విడివిడిగానే పెట్టాలి" అనే షరతు పెట్టుకుంటారనుకుందాం. అప్పుడేం జరుగుతుంది? 11 సంతకాలతో ఒకే డాక్యుమెంటు పెట్టినవాళ్ళు ఇప్పుడు 11 విడివిడి డాక్యుమెంట్లు పెడతారు. కానీ, ఆ 11 మంది అభిప్రాయాలూ ఒక్కలాగే వుంటాయి. అంటే, ఆ 11 మందీ ఒకే అభిప్రాయంతో వుండడం అనే అసలు విషయం మాత్రం మారదు. ఒకే అభిప్రాయంతో వుండడమే ఒక గ్రూపుగా వుండడం (వాళ్ళు విడివిడిగానే వున్నప్పటికీ). ఆ విధమైన ఒకే అభిప్రాయంతో పోరాడే గ్రూపు ఒకటి పార్టీలో వుందన్నమాట. ఒక విషయంమీద ఎన్ని వేరు వేరు అభిప్రాయాలైతే సభ్యుల్లో వుంటాయో అన్ని వేరు వేరు గ్రూపులు పార్టీలో వున్నాయన్నమాట. అన్ని రకాల వేరు వేరు అభిప్రాయాలు లేకుండా చెయ్యడానికి మార్గం, ఆ విషయంమీద చర్చలు జరపడమే. (చర్చలంటే — వుత్త యాంత్రికమైన పద్ధతిలో, ఎదటి వాదంలో నిజం వున్నప్పటికీ గ్రహించకుండా మోసపూరితంగా జరిపే చర్చలని అర్థం కాదు. అలాంటి చర్చలు ఎన్ని సంవత్సరాలు జరిపినా ఒకటే). వేరు వేరు అభిప్రాయాల మధ్య జరిగే చర్చలు, ఆ వేరు వేరు వాదాలలోని అనుకూలాంశాల్నీ, వ్యతిరేకాంశాల్నీ వివరంగా పరిశీలించినప్పుడు, చివరికి మంచివాదం ఏదైనా వుంటే అది చర్చల్లో నిలుస్తుంది. ఏదీ సరైంది లేకపోతే అన్ని వాదాలలోనూ వున్న మంచి అంశాలతో ఒక కొత్త వాదం తయారవుతుంది. (అందరూ దాన్ని అనుసరించవలసి వుంటుంది). ఒకవేళ, మంచివాదం వున్నప్పటికీ, దాన్ని ఎక్కువమంది ఇష్టపడక, పొరపాటు అవగాహన గల వాదానికే మొగ్గితే, అప్పటికిక చేసేదేమీ లేదు. అందరూ ఆ పొరపాటుని గుర్తించేట్టుగా ఈ మంచివాదం తన ప్రయత్నం తను చేస్తూ వుంటుంది. వేరు వేరు గ్రూపుల మధ్యవున్న తేడాల్ని, చర్చలు ఎంతవరకూ తగ్గించగలుగుతాయి అనేది - ఆ పార్టీ సభ్యుల సిద్ధాంతావగాహనను బట్టీ, ఆ ప్రత్యేక దశలో వున్న సామాజికావసరాల్ని బట్టీ, భౌతిక పరిస్థితుల్ని చక్కదిద్దడానికి సమాజంలో జరుగుతోన్న కృషిని బట్టీ, వర్గాల బలాబలాల్ని బట్టీ వుంటుంది.

సరైన వాదాన్నే ఎక్కువమంది అంగీకరించి, తమ పొరపాటు వాదాలు వొదులుకున్నప్పటికీ, అభిప్రాయభేదాలన్నీ పూర్తిగా నశించాయనీ, పార్టీలో పూర్తి ఐక్యత ఏర్పడిందనీ అర్థం కాదు. మైనారిటీలో వున్న వాళ్ళంతా ఇంకా వేరే అభిప్రాయాలతో వున్నవాళ్ళే. (పైగా, మైనారిటీ అంతా ఒకే అభిప్రాయంతో వున్నట్టు కాదు. మెజారిటీ అంతా ఒకే అభిప్రాయంతో వుంటుందిగానీ, మైనారిటీ అంతా ఒకే అభిప్రాయంతో వుందని చెప్పలేం. ఒకే అభిప్రాయమైనా కావచ్చు, వేరు వేరు అభిప్రాయాలైనా కావచ్చు). మైనారిటీ నంతటినీ ఒకే అభిప్రాయంగా భావిస్తే, ఒక విషయంమీద చర్చలు జరిగిన తర్వాత కూడా, పార్టీలో కనీసం రెండు అభిప్రాయాలైనా వుంటాయి (మెజారిటీ, మైనారిటీలు). అంతకన్నా ఎక్కువే వున్న పరిస్థితిని చర్చలద్వారా కనీసం రెండు వుండే పరిస్థితికి తీసుకొస్తున్నామన్నమాట. మైనారిటీలో వున్న తేడాల్ని కూడా కలుపుకుంటే పార్టీలో ఎప్పుడూ రెండుకన్నా ఎక్కువ అభిప్రాయాలే వుంటాయి. ఈ వాస్తవాన్ని అర్థం చేసుకుంటే, పార్టీలో గ్రూపులు ఏర్పడడం సహజమేనని అర్థమవుతుంది. (భౌతిక పరిస్థితుల్లో వైరుధ్యాలు

లేకుండా చెయ్యగలిగేవరకూ పార్టీలో గ్రూపులు ఏర్పడడం సహజంగా జరిగిపోతూనే వుంటుంది).

అయితే, ఒక సమస్య వచ్చినప్పుడు ఆ విషయాన్నిబట్టి సభ్యులు తాత్కాలికంగా వేరు వేరవడానికీ, ఎప్పుడూ వేరు వేరు గ్రూపులుగానే వుండడానికీ చాలా తేడా వుంది. మొదటిది అభివృద్ధికరమైన విషయం అయితే, రెండోది అభివృద్ధి నిరోధక విషయం.

ఒక సమస్య వచ్చినప్పుడు మాత్రమే వేరయ్యే వాళ్ళు, ఆ సమస్య తీరిపోగానే ఏ భేదాలూ లేనివాళ్ళుగా (పార్టీ సభ్యులుగా వుండడం అనే సమిష్టి లక్ష్యమే వున్నవాళ్ళుగా) ఒకటైపోతారు. వాళ్ళ వేరు వేరు గ్రూపులు అంతర్ధానమైపోతాయి. అంటే, వాళ్ళ అభిప్రాయభేదాలు అంతర్ధానమైపోతాయి. మళ్ళీ ఒక కొత్త సమస్య వచ్చినప్పుడు మళ్ళీ కొత్త గ్రూపులు ఏర్పడతాయి.

ఒక సమస్యమీద 11 మంది సభ్యులు ఒక గ్రూపుగా ఏర్పడ్డారంటే, ఇంకో సమస్య వచ్చినప్పుడు మళ్ళీ ఈ 11 మందే ఒక గ్రూపు అవరు. మొదటి సమస్యమీద ఒకే అభిప్రాయం వుండడంవల్ల వాళ్ళంతా ఒక గ్రూపు అయ్యారుగానీ, ప్రతీ సమస్యమీదా వాళ్ళకి ఒకే అభిప్రాయం వుండదు. ఒకవేళ ఇంకో సమస్య మీద కూడా ఆ 11 మందికీ ఒకే అభిప్రాయం వున్నా, పార్టీలో ఇంకో వ్యక్తికి కూడా అలాంటి అభిప్రాయం వుండకుండా వుండదు.

ఆ 11 మందితో ఇంకొక్క వ్యక్తి కలిసినా, లేదా ఆ 11 మందే మళ్ళీ కలిసినా ఆ గ్రూపు పాత గ్రూపు అవదు. అది కొత్త అవసరం కోసం ఏర్పడ్డ కొత్త గ్రూపే అవుతుంది — ఈ విధంగా, ఒక సహజమైన అవసరం కోసం, 'ఏకాభిప్రాయం' అనే పునాదిమీద ఎన్ని వేరు వేరు గ్రూపులు ఏర్పడ్డా, అవి ఆ సమస్యని అనేక కోణాల నించి చూపించడానికీ, దాని అంశాల్ని రకరకాలుగా చర్చించడానికీ తోడ్పడి, ఆ సమస్యమీద సరైన అభిప్రాయం దొరకగానే, వాటి అవసరం తీరి అదృశ్యమైపోతాయి. దీనివల్ల, ఒకే గ్రూపు ఎప్పుడూ వుండడం అనేదీ జరగదు, ఒక సభ్యుడు ఎప్పుడూ ఒకే గ్రూపులో వుండడం అనేదీ జరగదు.

ఇక, రెండో రకపు గ్రూపుల్ని చూస్తే, పార్టీలో కొందరు సభ్యులు ఎప్పుడూ ఒక (పేరు గల) గ్రూపుగా వుంటారనుకుందాం. ఆ సభ్యులు పార్టీ క్రమశిక్షణనేగాక, తమ గ్రూపు క్రమశిక్షణని కూడా పాటించాలి. అంటే, పార్టీలో చర్చించబోయే ప్రతీ విషయాన్నీ ముందు తమ గ్రూపులో చర్చించుకుని, ఒక విషయంమీద ఎలాంటి అభిప్రాయంతో వుండాలని ఆ గ్రూపులో ఎక్కువమంది నిర్ణయిస్తారో, ఆ అభిప్రాయంతోటే ఆ గ్రూపు సభ్యులంతా పార్టీతో వ్యవహరించాలి. ఒక విషయంమీద ఆ గ్రూపులో మెజారిటీ చేసిన నిర్ణయం ఒక సభ్యుడికి నచ్చదనుకుందాం. తన అభిప్రాయమే చాలా సరైనదని ఆ సభ్యుడు భావిస్తాడనుకుందాం. కానీ, అతని అభిప్రాయం మైనారిటీ అభిప్రాయంగా ఆ గ్రూపులోనే వుండిపోతుందిగానీ, పార్టీలో మొత్తం సభ్యుల ముందుకి వెళ్ళదు. అలాగే, ఇతర గ్రూపుల్లో మైనారిటీ సభ్యుల పరిస్థితి కూడా. ఒక గ్రూపులో మైనారిటీ సభ్యుడు తన అభిప్రాయాల్ని తన గ్రూపులో మాత్రమే పెట్టగలుగుతాడుగానీ, పార్టీ అంతటి ముందూ పెట్టలేడు. పార్టీలో వుంటూ తన అభిప్రాయాల్ని పార్టీలో పెట్టలేని పరిస్థితి అతనికి ఎందుకు సంభవిస్తోంది? ఎందుకంటే — ఒక విషయంమీద తన అభిప్రాయం తను వుంచుకుంటూనే, దానికి వ్యతిరేకమైన అభిప్రాయంతో కలిశాడు గనక! అంతేగాక, పార్టీ సభ్యుడుగా నిర్వర్తించవలసిన కర్తవ్యం కన్నా గ్రూపు సభ్యుడిగా నిర్వర్తించవలసిన కర్తవ్యానికే ప్రథమ స్థానం ఇచ్చాడు గనక!

పార్టీ సభ్యుడి కర్తవ్యం, తన అభిప్రాయాల్ని పార్టీ ముందుకు తీసుకురావడమే. కానీ, ఇతను తన అభిప్రాయాల్ని గ్రూపు ముందుకు తీసుకువచ్చి, తన మీద గ్రూపునే నిర్ణయాధికారిగా పెట్టుకున్నాడు. అక్కడ అవకాశం దొరకలేదు కాబట్టి, పార్టీ ముందుకు రావడం

మానుకున్నాడు. అంటే, ఒక పార్టీలో వుంటూ, ఇంకో పార్టీకి (ఆ గ్రూపే ఇంకో పార్టీ) మొదటి స్థానం ఇస్తున్నాడు కాబట్టి, మొదటి పార్టీ ముందుకు వచ్చే అవకాశాన్ని పోగొట్టుకుంటున్నాడు.

అతను ఇప్పుడు ఏ గ్రూపులో వున్నాడో, ఆ గ్రూపుతో అతను కలవడం అనేది ఏ కారణంచేత జరుగుతోంది? ఆ కలయికకు పునాది ఏమిటి? ఏకాభిప్రాయమా? — కాదు. గతంలో ఇంకో సమస్యమీద అతనికి ఆ గ్రూపుతో ఏకాభిప్రాయం వుంటే వుండవచ్చు. ఈ సమస్యమీద మాత్రం ఏకాభిప్రాయం లేదు. అయినా, ఇప్పుడు కూడా ఆ గ్రూపుతో కలిసి ఎందుకు వున్నాడు? ఆ కలయికకి కారణం ఏమిటి? 'నేనీ గ్రూపులో వుండాలి' అన్నదే ఆ కారణం. ఎందుకు వుండాలీ – అన్న ప్రశ్నకి 'ఏకాభిప్రాయం వల్ల' అనే జవాబు రాదు. భౌతిక కారణం లేని, అర్థరహితమైన, కలయిక అది. సహజమైన వునాదిలేని కలయిక అది. అందుకే అతను, పార్టీలో వుంటూ కూడా పార్టీ ముందుకురాలేని వైరుధ్యంలో పడ్డాడు. 'ఎప్పుడూ ఒక గ్రూపులో వుండడం' అనే తప్పుడు పునాదిమీద నిలబడకుండా వుంటే, ఒక సభ్యుడి అభిప్రాయాలు పార్టీ ముందుకు రావడానికి ఏదీ ఆటంకంగా వుండదు. ఏకాభిప్రాయాల ద్వారా ఏర్పడే కలయికలో మైనారిటీ ప్రశ్నే వుండదు. ఏ సభ్యుడి అభిప్రాయమూ మరుగున పడిపోదు.

ఈ విధంగా — పార్టీలో గ్రూపులు, రెండు పద్ధతుల్లో ఏర్పడే అవకాశం వుంది. 'ఏకాభిప్రాయం' అనే పునాది ద్వారా తాత్కాలికంగా ఏర్పడే గ్రూపుల్ని ఆటంకపరచవలసిన అవసరంలేదు. వాటిని ఆటంకపరచడం అంటే, భిన్నాభిప్రాయాల్ని ఆటంకపరచడమే. చర్చలు జరపడం మానేసి, నాయకత్వమే నిరంకుశంగా తమ అభిప్రాయాల్ని ప్రచారం చెయ్యడమే. అందుచేత, మొదటి రకం గ్రూపుల్ని ఏర్పడకుండా చెయ్యవలసిన అవసరమూ లేదు, అది సాధ్యమూ కాదు.

విమర్శలకూ, నిషేధాలకూ గురి అయ్యేది రెండో పద్ధతి గ్రూపులే. కమ్యూనిస్టు పార్టీలో వుంటూకూడా అవి మళ్ళీ వేరు వేరు గ్రూపులుగా కొందరేసి సభ్యుల్నీ, వేరు వేరు నాయకుల్నీ పెట్టుకుని వుండడం అంటే ఒకే పార్టీలో వేరు వేరు పార్టీలు వున్నట్టే. ఈ గ్రూపుల పద్ధతి లేకుండానే పార్టీ సభ్యులు తమ ప్రయోజనాల కోసం పోరాడవచ్చు. అందుకే, 'ఐక్యతా తీర్మానం'లో — ఒక సభ్యుడు ఏదైనా విషయం పార్టీ ముందు పెట్టదల్చుకుంటే, దాన్ని మొదట తమ గ్రూపులోనే పెట్టడం అనే పద్ధతిని పాటించకూడదనీ, పార్టీ అంతటిముందూ పెట్టాలనీ — అన్నారు. అంటే 'గ్రూపుల క్రమశిక్షణని పాటించవద్దు, అన్ని అభిప్రాయాలూ పార్టీ ముందుకు రానివ్వాలి' అని చెప్పడం. అయితే, ఈ గ్రూపుల పద్ధతిని శాశ్వితంగా ఎందుకు నిషేధించలేదు? — అన్నదే ప్రశ్న. ఎందుకంటే, గ్రూపుల పద్ధతిని శాశ్వితంగా పరిష్కరించే మార్గం నిషేధం కాదు కాబట్టి. 'గ్రూపుల్ని శాశ్వితంగా నిషేధిస్తున్నాం' అని ఒక తీర్మానం చేసెయ్యడం తేలికే. కానీ, అది 'వాస్తవికత'తో సంబంధం లేని విషయంగా వుంటుంది. పార్టీ సభ్యులందరికీ తగిన రాజకీయ చైతన్యం కలిగితేనేగానీ, లేకపోతే రహస్య పద్ధతుల్లోనైనా గ్రూపులు ఏర్పడుతూనే వుంటాయి. కొందరు సభ్యులు ఒక నాయకుడి చుట్టూ చేరడమూ, ఆ నాయకుడి ఆదేశాల ప్రకారమే నడుస్తూ వుండడమూ, తమ స్వతంత్రాలోచన లేకుండానే నాయకుడికి మద్దతుదార్లుగా వుండడమూ, రహస్య పద్ధతుల్లో జరిగిపోతోనే వుంటుంది. దీన్ని మార్చగల మార్గం — దానిలోని నష్టాలు చెప్పడం ద్వారా సభ్యుల్ని ఎడ్యుకేట్ చెయ్యడమే గానీ, నిషేధం ద్వారా దాన్ని అరికట్టడం ఎన్నటికీ సాధ్యం కాదు. (నిషేధం వల్ల గ్రూపులపేర్లు బహిరంగంగా కనపడకుండా పోవడం ఒక్కటే జరుగుతుంది. నిజంగా కావలిసింది ఆ ఒక్క మార్పే కాదు).

అయితే తాత్కాలిక నిషేధం మాత్రం ఎందుకు? ఎందుకంటే — సోషలిస్టు

రాజ్యాధికారానికే ప్రమాదం ముంచుకొచ్చిన ప్రత్యేక పరిస్థితుల్లో పార్టీ తప్పనిసరిగా ఐక్యంగా వుండాలి కాబట్టి. "మన కలహాలూ, అభిప్రాయభేదాలూ అన్నీ కొన్నాళ్ళు ఆపుదాం. ప్రస్తుతం మన అధికారానికే ప్రమాదం వచ్చింది. ఈ ప్రమాదం తప్పి మళ్ళీ ఎప్పటి పరిస్థితులు ఏర్పడే వరకూ అందరం మన రాజ్యాధికారాన్ని నిలుపుకోవడమే మొదటి కర్తవ్యంగా పెట్టుకుని పని చేద్దాం. మన శతృవుని తరిమేశాక మన తేడాల సంగతి మళ్ళీ తర్వాత చూసుకుందాం" — అని చెప్తోందన్నమాట నాయకత్వం. అందుకే ఇది తాత్కాలిక నిషేధం. కొంతకాలానికి మళ్ళీ ఒక ప్రమాదకర పరిస్థితి వచ్చినప్పుడు మళ్ళీ ఒక తాత్కాలిక నిషేధం వొస్తే రావచ్చును. లేదా, అప్పటికి సభ్యులకు సోషలిస్టు చైతన్యం పెరగడం జరిగితే, తాత్కాలిక నిషేధం కూడా అవసరం లేకపోవచ్చును.

1921లో, 10వ మహాసభకు ముందు (గ్రూపులమీద తాత్కాలిక నిషేధం జరిగే ముందు) 'ట్రేడ్ యూనియన్లపై అధికారం ఎలా నిర్వహించాలి?' అనే అంశం మీద గ్రూపులన్నిటి మధ్యా జరిగిన చర్చలు చూస్తే, ఆ చర్చల విధానంవల్ల, ఆ గ్రూపుల సంకుచితత్వాన్ని కూడా అధిగమించినట్టు కనపడుతుంది. అప్పుడు, పార్టీలో, 'ట్రేడ్ యూనియన్లపై అధికార సమస్య'ని వర్కర్స్ అపోజిషన్ గ్రూపు లేవనెత్తింది. 'ట్రేడ్ యూనియన్లు, పార్టీతోగానీ ప్రభుత్వంతోగానీ సంబంధాల్లో లేకుండా స్వతంత్ర సంస్థలుగా వుండాల'ని ఆ గ్రూపు వాదించింది. ట్రేడ్ యూనియన్లు ప్రభుత్వాధికారంకింద వుండాలని ట్రాట్స్కీ గ్రూపు వాదించింది. ఆ రెండూ తప్పనీ, ట్రేడ్ యూనియన్లు పార్టీ ఆధ్వర్యాన వుండాలని లెనిన్ వాదించాడు. ఈ సమస్య మీద 10వ మహాసభకి ముందు 2 నెలలపాటు బహిరంగ పద్ధతుల్లో సుదీర్ఘమైన చర్చలు జరిగాయి. అన్ని గ్రూపుల నాయకులూ పెద్ద పెద్ద బహిరంగ సభల్లో మాట్లాడారు. అన్ని గ్రూపుల వాదనలూ రెగ్యులర్‌గా పత్రికల్లో ప్రజల ముందుకు వచ్చాయి. అన్ని గ్రూపులూ తమ వాదనల్ని కరపత్రాల రూపంలో ప్రజల్లో పంచాయి. చివరికి, మహాసభలో లెనిన్ వాదానికే మెజారిటీ వచ్చింది. ఇంకో వాదానికి మెజారిటీ వచ్చినా ఫర్వాలేదు. అది తప్పు వాదం అయితే, వాస్తవ పరిస్థితుల ద్వారా వచ్చే అనుభవాలే ఆ తప్పుని రుజువు చేస్తాయి. ఆ అంశంలో సరైన జ్ఞానం దొరికేవరకూ, అది చర్చనీయాంశంగా వుంటూనే వుంటుంది). ఇక్కడ కనపడుతోన్న అద్భుతమైన అంశం, కేంద్ర కమిటీ చర్చలు బహిరంగ పద్ధతుల్లో ప్రజల ముందు జరగడం. దానివల్ల, ఆ అంశంమీద ప్రజలంతా ఆలోచించగలుగుతారు. ఈ మహాసభ గ్రూపుల పద్ధతిని నిషేధించిందంటే, అది చర్చలనే నిషేధించడం కాదు. వేరు వేరు పేర్లతో కనపడే గ్రూపులు లేనంత మాత్రాన పార్టీలో ఐక్యత వున్నట్టు అర్థం కాదు. (కానీ, రష్యా పార్టీ తర్వాత కాలంలో భిన్నాభిప్రాయాలకే అవకాశం లేకుండా చేసింది).

పార్టీలో గ్రూపుల పద్ధతిని తీవ్రంగా వ్యతిరేకిస్తూనే లెనిన్, పార్టీలో అనేక ధోరణులకు అవకాశం కల్పించాలంటాడు. ఆఖరికి, మౌలిక (ఫండమెంటల్) విషయాలమీద కూడా అవసరమైతే మళ్ళీ మళ్ళీ చర్చించడానికి అవకాశం వుండాలంటాడు.

10వ మహాసభ చేసిన తీర్మానపు చిత్తు ప్రతి (డ్రాఫ్ట్) నించి కొన్ని భాగాలు ఇవి- (లెనిన్: యేరిన రచనలు - 4 : పే. 155 - 158).

"ముఠా తత్వం ఎలాంటిదైనా హానికరమనీ, అనుమతించరాదనీ వర్గ చైతన్యం గల కార్మికులంతా గుర్తించాలి. ఎందుకంటే, విడివిడి బృందాల సభ్యులు పార్టీ ఐక్యతను కాపాడాలని ఎంత కాంక్షించినా, ఆచరణలో

ముఠాతత్వం అనేది తప్పనిసరిగా టీమ్‌వర్క్‌ని బలహీనపర్చడానికీ; పాలకపార్టీలోని దారి మరల్చుకొని వచ్చిన పార్టీ శత్రువులు చీలికను మరింత పెద్దది చేయడానికీ; దానిని విప్లవ ప్రతీఘాత ప్రయోజనాలకు వుపయోగించు కోవడానికై పదే పదే తీవ్ర ప్రయత్నాలు చెయ్యడానికీ దారితీస్తుంది. పూర్తిగా స్థిరమైన కమ్యూనిస్టు పంథానించి వైదొలిగే ప్రతీ మార్గభ్రంశాన్నీ శత్రువులు ఎలా వినియోగించు కుంటారో క్రాన్‌స్టాట్ తిరుగుబాటులో బహుశా అన్నిటికంటే బాగా రుజువయింది."

"...పార్టీ సాధారణ పంథామీద విమర్శలూ, దాని ఆచరణాత్మక అనుభవపు అంచనాలూ, దాని నిర్ణయాల పరిపూర్తిమీద తనిఖీలూ, తప్పులను దిద్దుకొనే పద్ధతుల అధ్యయనాలూ - వగైరాలను ఏదో ఒక 'వేదిక' పునాదిమీద ఏర్పడ్డ బృందాలకు మొదటి చర్చలకొరకు ఎలాంటి పరిస్థితుల్లోనూ సమర్పించకూడదు. ఎటువంటి పరిస్థితుల్లోనైనా, వాటిని చర్చల కొరకు నేరుగా పార్టీ సభ్యులందరికీ సమర్పించాలి."

"ఏదో ఒక వేదిక ప్రాతిపదికమీద నిర్మాణమయ్యే బృందాలన్నీ రద్దయినాయని మహాసభ ప్రకటిస్తూ, ఆ బృందాలను వెంటనే రద్దుకావాలని మహాసభ ఆదేశిస్తున్నది."

ఈ 10వ మహాసభలో జరిగిన ఎన్నికలలోనే, 'వర్కర్స్ అపోజిషన్ గ్రూపు' నించి ఒక సభ్యుణ్ణి పార్టీ కేంద్రకమిటీలోకి తీసుకుంటారు. "వర్కర్స్ అపోజిషన్ నించి ఒక కామ్రేడ్‌ని కేంద్ర కమిటీలోకి తీసుకోవడం జరిగిందంటే, అది కామ్రేడ్ల మధ్యగల సదవగాహనకు ఒక వ్యక్తీకరణ" అంటాడు లెనిన్.

'రాబోయే మహాసభనించీ వేదికల పద్ధతిమీద ఎన్నికలు జరగకూడదు' అంటాడు రైజనోవ్. (వేదికల పద్ధతిమీద ఎన్నికలు జరగడం అంటే అవి ఎలా జరుగుతాయో వివరంగా తెలియడంలేదు). రైజనోవ్ అభిప్రాయం పొరపాటని వాదిస్తూ లెనిన్ ఇలా అంటాడు (లెనిన్: కలెక్టడ్ వర్క్స్: నెం. 32, పే. 261). — "కామ్రేడ్ రైజనోవ్ సూచన ఆచరణ సాధ్యమైనది కాదని నేను భావిస్తున్నాను. మౌలికమైన విషయాలమీద భిన్నాభిప్రాయాలు తలెత్తి నప్పుడు, వాటినన్నిటినీ పార్టీ ముందూ, కేంద్ర కమిటీ ముందూ పెట్టే హక్కు లేకుండా మనం ఎలా చెయ్యగలమో నేను వూహించలేక పోతున్నాను. రాబోయే మహాసభకు జరిగే ఎన్నికల విధానాన్ని ఇప్పటి మహాసభ ఏ విధంగానూ నిర్దేశించలేదు. బ్రస్టు శాంతి ఒడంబడికను ముగించడం అనే సమస్య వచ్చిందనుకుందాం. ఆ సమస్య ఇక రాదని మీరు గ్యారంటీ ఇవ్వగలరా? - ఇవ్వలేరు. అలాంటి పరిస్థితుల్లో వేదికల ప్రాతిపదికగా ఎన్నికలు జరగవలసి వస్తుంది. ("ఒక్క సమస్యమీదే" - రైజనోవ్) అవును, ఒక్క సమస్య మీదైనా, కానీ, మీ సూచన - వేదికల ప్రకారం ఎన్నికలు జరగకూడదని చెపుతోంది. దీన్ని నిషేధించే అధికారం మనకు వుందని నేననుకోవడంలేదు. ఐక్యతమీద మనం చేసిన తీర్మానానికే మనం ఐక్యంగావుంటే వేదికల పద్ధతిలో ఎన్నికలు జరగనే జరగవు. ...కానీ, పరిస్థితులు గనక, మౌలికమైన భిన్నాభిప్రాయాలకు దారితీస్తే, వాటిని పార్టీ ముందుకు తీర్పుకోసం రాకుండా నిషేధించగలమా? లేదు, ఆ పని ఎంతమాత్రం చెయ్యలేము. అది అత్యాశ. ఆచరణీయం కానిది. ఈ సూచనను తిరస్కరించవలిసిందిగా నేను ప్రతిపాదిస్తున్నాను." ★

మొదటి ముద్రణకు, అనువాదకుల 'చివరి మాట'

చైనాలో, వెనక్కి పెద్ద పెద్ద గంతులు

చైనాలో మార్పులకు సంబంధించిన సమాచారం, బెతల్‌హేమ్ వ్యాసాలలో, 1978 ఫిబ్రవరి వరకేవుంది. ఆ తర్వాత సమాచారం – 1983 సెప్టెంబరు వరకూ - ఇక్కడ ఇస్తున్నాము. అతి ప్రధానమైన విషయాలు మాత్రమే ఇస్తున్నాము. ఈ వివరాలన్నిటికీ ఆధారం, 'న్యూస్ ఫ్రం చైనా' పత్రికలూ, 'బీజింగ్ రివ్యూ' పత్రికలూ, 'కీసింగ్స్ కాన్ టెంపరరీ ఆర్కైవ్స్' పత్రికలూ, 'ఫార్ ఈస్టర్న్ ఎకనామిక్ రివ్యూ' పత్రికలూ, 1981లో చైనా పార్టీ 'పార్టీ చరిత్ర మీద చేసిన తీర్మానమూ', పార్టీ 12వ మహాసభ డాక్యుమెంట్లూ, 5వ జాతీయ ప్రజాప్రతినిధుల మహాసభ డాక్యుమెంట్లూ, 'నలుగురి' మీదా చేసిన నేర విచారణల గురించి చైనా ప్రచురించిన పుస్తకమూ, బ్రుగ్గర్ ఎడిట్ చేసిన 'చైనా సిన్స్ ది గాంగ్ఆఫ్ ఫోర్' పుస్తకమూ – వగైరాలు. ఈ వివరాలు ఇచ్చేటప్పుడు ప్రతీచోటా పత్రికల్ని కోట్ చెయ్యడం సాధ్యంకాదు కాబట్టి ఆ పని చెయ్యడంలేదు.

'ఆర్థిక రంగం'లో మార్పులు:

— 1978 ఫిబ్రవరి 26న హువా, 10 సంవత్సరాల్లో చైనాని ఆధునికం చెయ్యాలని 'ప్రజా ప్రతినిధుల మహాసభ'లో (ఇది ప్రభుత్వ సభ) ఒక ప్రతిపాదన చేశాడు. విదేశీ ప్రభుత్వాలనించీ, విదేశీ బ్యాంకులనించీ అప్పులు తీసుకోవాలనే ప్రతిపాదన ఇది. (విదేశాలనించీ అప్పులు తీసుకోవడం అంటే, ఆ అప్పులమీద వడ్డీలు కట్టాలి. ఆ వడ్డీలు చైనా కార్మికుల అదనపు విలువే. అంటే, చైనా కార్మికులని దోచే అవకాశాన్ని విదేశీ పెట్టుబడిదారులకి ఇవ్వడమే. పైగా, వాళ్ళ షరతుల ప్రకారమే!) దేశంలో వున్న స్వంత వనరులమీదే ఆధారపడి, స్వయం పోషకత్వ సూత్రంతో ఆర్థికరంగాన్ని అభివృద్ధి చేసుకోవాలనే గత దృక్పథాన్ని తిరస్కరించింది ఇది.

1978 సెప్టెంబరు నాటికి జపాన్‌తో వర్తక ఒప్పందం. డిసెంబరులో, ఫ్రాన్స్‌తో 7 సం॥ల ఒప్పందం. 1979 మార్చిలో బ్రిటన్‌తో 5 సం॥ల ఒప్పందం. బ్రిటన్, ఫ్రాన్స్ బ్యాంకుల నించి అనేక కోట్ల డాలర్ల అప్పులు. 1978 లోనూ, 79 లోనూ – జపాన్, పశ్చిమ జర్మనీ, బ్రిటన్, ఫ్రాన్స్ వంటి దేశాలతో భారీ పరిశ్రమలకు అవసరమైన యంత్రాలూ, సాంకేతిక సామాగ్రీ వగైరాల కోసం 7 వందల కోట్ల డాలర్ల విలువగల కాంట్రాక్టులు.

1979 మార్చి నాటికి, భారీ పరిశ్రమల నిర్మాణానికి కొంత వ్యతిరేకత ప్రారంభమైంది. (భారీ పరిశ్రమల కోసం హువా గ్రూపు ప్రయత్నిస్తోంటే, టెంగ్ గ్రూపు దాన్ని వ్యతిరేకించి క్రమంగా పై చెయ్యి అయింది. టెంగ్ గ్రూపు ఏం చేసిందో తర్వాత చూడండి).

—తన ప్లానులు తను అనుకున్నవిధంగా నడవకపోవడంతో, హువాయే భారీ పరిశ్రమల నిర్మాణాన్ని ఆపడానికి ఇలా కారణం చెపుతున్నాడు — 1979 జూన్ 18 నాటి ప్రభుత్వ

నివేదికలో — '10 ఏళ్ళపాటు లిన్‌పియావో, నలుగురి ముఠా ఆర్థికరంగంలో చేసిన విద్రోహాన్ని పరిగణలోకి తీసుకోకుండా మనం తీసుకున్న నిర్ణయాలు సమర్ధవంతంగాసాగే పరిస్థితులు లేవు. ఇంకో 3 ఏళ్ళపాటు ఆగితేనేగానీ వీలులేదు' (3 ఏళ్ళలో తను మళ్ళీ టెంగ్ గ్రూపుని తోసివెయ్యగలుగుతానని ఆశపడతున్నాడు).

— 1978 నవంబర్‌లో – బ్రిటన్, ఫ్రాన్స్, జపాన్ దేశాల బూర్జువాలు కొందరు చైనా వచ్చినప్పుడు, ఒక చైనా ప్రభుత్వాధికారి వాళ్ళతో – 'చైనాలో విదేశస్తులు డైరెక్టుగా పెట్టుబడులు పెట్టుకోడానికి మేము అనుమతిస్తాం' అన్నాడు. అప్పటికే 'అంతర్జాతీయ హోటళ్ళ సంస్థ'తోనూ; హాంకాంగ్‌లోనూ, మకావోలోనూ వున్న కంపెనీలతోనూ ఒప్పందాలు అయిపోయాయి.

— 1979 జూలై 1న, చైనా ప్రభుత్వం వుమ్మడి 'వుత్పత్తి సంస్థల' విషయంలో ఒక మార్పు ప్రవేశపెడుతూ ఒక శాసనం చేసింది. విదేశీ కంపెనీల పెట్టుబడుల్ని ఆ సంస్థలు తీసుకోవచ్చునీ, పెట్టుబడి – వాటాలను బట్టి లాభాలు పంచుకోవాలనీ, మొదట్లో కొన్నాళ్ళపాటు విదేశీ పెట్టుబడిదారులకు ఎక్కువ రాయితీలు ఇవ్వాలనీ – వగైరా షరతులతో.

— 1979 జులై 17 న అమెరికా బూర్జువాల ప్రతినిధివర్గంతో, ఒక వుపప్రధాని - 'విదేశీ కంపెనీలు 49 శాతం మాత్రమే పెట్టుబడి పెట్టాలనే అంతర్జాతీయ షరతు – పాటించం మేము. అంతకన్నా ఎక్కువశాతం పెట్టుబడులు పెట్టినా మేము అనుమతి ఇస్తాం,' అని చెప్పాడు. (ఒక దేశపు సంస్థల్లో విదేశస్తులు పెట్టుబడులు పెట్టేటప్పుడు, నూటికి 51 వంతులు స్వదేశస్తుల పెట్టుబడీ, 49 వంతులు విదేశస్తుల పెట్టుబడీ వుండాలనీ; దీనివల్ల ఆ సంస్థ స్వదేశస్తుల అధీనంలోనే వుండడానికి వీలవుతుందనీ అంతర్జాతీయంగా ఒక పద్ధతి. స్వదేశస్తుల చేతిలో 2 శాతం పెట్టుబడి ఎక్కువగా వుంటే విదేశీ పెట్టుబడులవల్ల వచ్చే హాని సమసిపోతుందని దీని వుద్దేశ్యం. ఇంకో దేశంనించి పెట్టుబడులు తీసుకునేలా ఒకళ్ళు వుంటే, ఇంకో దేశానికి వెళ్ళి పెట్టుబడులు పెట్టేలా ఇంకోళ్ళు వున్నారు. ఈ తేడానే దృష్టిలోకి రానివ్వకుండా 2 శాతం ఎక్కువ పెట్టుబడి స్వదేశస్తుల చేతుల్లో వుంటే సంస్థల్ని స్వాధీనంలో వుంచుకోవచ్చని ఈ వాదం చెప్తుంది. బూర్జువాలు చెప్పే ఈమాత్రపు జాగ్రత్తలు తీసుకోడానికి కూడా చైనా రివిజనిస్టులు ఇష్టంగా లేరు. విదేశస్తులు వచ్చి చైనా నిండా పెట్టుబడులు పెట్టెయ్యాలనీ, కమ్యూనిజం నోట్లో పడడంకన్నా, విదేశీ బూర్జువాలతో కలవడమే మంచిదని చైనా బూర్జువాలు భావిస్తున్నారు. విదేశీ బూర్జువాల దోపిడీని తిరస్కరించాలని ఒకప్పుడు చైనా జాతీయ బూర్జువాలకు వున్న 'విప్లవ' స్వభావం కూడా ఇప్పుడు పోయింది — కొంతకాలంపాటు "సోషలిస్టు ప్రమాదాన్ని" స్వయంగా అనుభవించడంవల్ల! ఫ్రాన్స్‌లో, 1792 నాటి బూర్జువా విప్లవంలో ఫ్యూడల్ వర్గాలమీద విప్లవకరంగా ప్రవర్తించిన బూర్జువా వర్గం, క్రమంగా కార్మికవర్గంలో తలెత్తిన విప్లవకర ధోరణులు చూసి, తన విప్లవ దృక్పధాన్ని వదులుకుని అప్పటివరకూ విప్లవకరంగా చేసిన మార్పులన్నిటినీ వెనక్కి తిప్పుకుని చారిత్రకంగా అది (బూర్జువా వర్గం) విప్లవ స్వభావాన్ని కోల్పోయిన వర్గంగా తయారైపోయింది. అలాగే, చైనాలో, ఒక దశలో విదేశీ పెట్టుబడిదారుల్ని వెళ్ళగొట్టడంలో విప్లవకర పాత్ర నిర్వహించిన జాతీయ బూర్జువా వర్గం, 'సోషలిస్టు ఆపద' అనుభవించిన తర్వాత, సామ్రాజ్యవాదులతో రాజీ పడడమే తెలివైన పని అని గ్రహించి, ప్రపంచంలో ఎవరైనా తమ దేశంలో పెట్టుబడులు పెట్టుకోవచ్చని ప్రకటించింది. రేపు మళ్ళీ చైనాలో విప్లవం తలెత్తినప్పుడు, దాన్ని అణిచి, తమ పెట్టుబడుల్ని రక్షించుకోవడానికి విదేశాలుకూడా 'పోరాటం'లోకి వస్తాయి. దేశంలో సోషలిస్టు నిర్మాణాన్నంతా త్వరత్వరగా ఛిన్నాభిన్నం చేసి వీలైనంత తొందరగా బూర్జువా మార్పులు చేసేసి స్థిరపడిపోవాలని చైనా బూర్జువావర్గం ఆరాటపడుతోంది).

— 1979 జూలై 21న, 'లిబరేషన్ ఆర్మీడైలీ' పత్రిక, విదేశీ కంపెనీలతో కలవడంలో ఏమీ తప్పు లేదని చెప్పాలని తంటాలు పడింది. 1918 లో లెనిన్ కూడా విదేశీ పెట్టుబడుల్నీ టెక్నాలజీనీ వుపయోగించుకోవచ్చన్నాడనీ, విదేశస్తులు వచ్చి పెట్టుబడులు పెట్టడంవల్ల చైనా నించి కొన్ని లాభాలు బైటికి పోయినప్పటికీ విదేశస్తుల ద్వారా చైనాకి ఆధునిక టెక్నాలజీ, యంత్రాలూ, పెట్టుబడులూ దొరుకుతాయనీ (పెట్టుబడుల కోసం పెట్టుబడులు!), విదేశాలు పెట్టుబడులు పెట్టినంత మాత్రాన్నే దేశ స్వాతంత్ర్యానికి భంగం వాటిల్లదనీ — ఆ పత్రిక వ్యాసం వాదించింది.

—విదేశీ పెట్టుబడులకు సంబంధించిన లావాదేవీలన్నీ చూడడానికి, చైనా ప్రభుత్వం - 'చైనా ఇంటర్నేషనల్ ట్రస్ట్ అండ్ ఇన్వెస్ట్‌మెంట్ కార్పొరేషన్' అనే పేరుతో 1979 అక్టోబర్ 4 న, ఒక సంస్థని ఏర్పాటు చేసింది. ఆ సంస్థ ఛైర్మన్ చైనాలో పాత బూర్జువాల్లో మహా ధనవంతుడైన వ్యక్తి. దాని డైరెక్టర్ల బోర్డులో, హాంకాంగ్‌కీ మకావోకీ చెందిన పెట్టుబడిదారులు కూడా వున్నారు. ఈ సంస్థ- శాన్ ఫ్రాన్సిస్కోలో (అమెరికాలో) వున్న ఒక పెద్ద సంస్థతో వెంటనే ఒక ఒప్పందం చేసుకుంది. శాన్ ఫ్రాన్సిస్కో సంస్థ చైనాలో 3 ఏళ్ళపాటు ఏడాదికి 5 కోట్ల డాలర్లు పెట్టుబడి పెట్టాలని ఆ ఒప్పందం.

—1979 చివర్లో, చైనా ప్రభుత్వం, 'ప్రత్యేక ఆర్థిక ప్రాంతాలు' (స్పెషల్ ఎకనామిక్ జోన్స్) అనే పేరుతో ఒక కొత్త పద్ధతి ప్రారంభించింది. ఈ ప్రత్యేక పద్ధతి మొదట 4 ప్రాంతాల్లో ప్రారంభమైంది. విదేశీ పెట్టుబడుల్ని ఆహ్వానించి, వాటితో తమ ఇష్టప్రకారం ఒప్పందాలు కుదుర్చుకోడానికి కావలసిన విస్తృతాధికారాల్ని ఈ 4 ప్రాంతాలకూ చైనా కేంద్ర ప్రభుత్వం 1979 డిసెంబరులో ఇచ్చేసింది. ఈ ప్రాంతాలలో విదేశీ కంపెనీలను స్థాపించవచ్చు. ఓడరేవులూ, జాతీయ రహదారులూ, నీటి పారుదల ప్రాజెక్టులూ, రైల్వేలూ, విమానాశ్రయాలూ — వగైరా ప్రాథమిక సదుపాయాల పనిని కూడా ఈ ప్రాంతాల్లో విదేశీ నిర్మాణ సంస్థలకు అప్పగిస్తారు. చైనా ప్రభుత్వం, విదేశీ కంపెనీలకు కావలసిన స్థలాలనూ, కార్మికులనూ ఇస్తుంది. ఈ కంపెనీలు చైనా కార్మికులకు శిక్షణ ఇవ్వడమూ, తమ టెక్నాలజీని ఇవ్వడమూ చేస్తాయి. ఈ ప్రత్యేక ప్రాంతాలలో మేనేజిమెంటు హక్కులన్నీ పూర్తిగా విదేశీ కంపెనీలవే. కార్మికుల్నీ, ఇతర శాఖల వుద్యోగుల్నీ పెట్టుకోవడానికైనా తీసెయ్యడానికైనా విదేశీ కంపెనీలకే సర్వహక్కులూ వుంటాయి. తమకు ఎలాంటి అర్హతలు గల కార్మికులూ వుద్యోగులూ కావాలో ఈ విదేశీ కంపెనీలు, 'కార్మికుల్ని సప్లై చేసే' చైనా సంస్థల్ని అడుగుతాయి. "సంతృప్తికరంగా" పనిచెయ్యని వాళ్ళని "డిస్‌మిస్" చేసే హక్కు ఈ కంపెనీలకు వుంటుంది. ఈ ప్రత్యేక ఆర్థిక ప్రాంతాల్లో పెట్టుబడులు పెట్టడానికి విదేశీ పెట్టుబడిదారులు చాలా ఆసక్తి చూపుతున్నారు. ముఖ్యంగా, 'షెంజెన్' ప్రాంతంమీద. ఇక్కడ భూమీ, కార్మికులూ మిగతా ప్రాంతాలకన్నా చాలా తక్కువ ధరలో దొరుకుతారు. 'చైనాలో మిగతా ప్రాంతాలకన్నా మా ప్రాంతంలో ఆదాయం పన్ను చాలా తక్కువగా వుంచుతాం' (చైనా అంతా ఆదాయం పన్ను 35% అయితే, ఇక్కడ 15%) అని షెంజెన్ ప్రాంత ప్రభుత్వం విదేశీ పెట్టుబడిదారుల్ని ఆకర్షిస్తోంది. హాంకాంగ్ దేశంలోకన్నా చైనాలోని 'షెంజెన్' ప్రాంతంలో కార్మికుల జీతాలు 40% తక్కువ వుంటాయి. అందుకని, హాంకాంగ్ కంపెనీలు అనేకం ఈ ప్రాంతంమీద ప్రత్యేకాసక్తి చూపుతున్నాయి. కెమికల్సూ, ఎలక్ట్రానిక్సూ, టెక్స్టైల్సూ వగైరా నైపుణ్యంగల శ్రమలు అవసరమయ్యే రంగాల్లో పరిశ్రమలు స్థాపిస్తున్నాయి విదేశీ కంపెనీలు. వ్యవసాయ సంబంధమైన కంపెనీలకు 20 ఏళ్ళ పాటూ; పరిశ్రమల్లో 30 ఏళ్ళపాటూ; ఇళ్ళూ, ఆస్పత్రులూ వగైరా కట్టడాల పనిచేసే కంపెనీలకు 50 ఏళ్ళపాటూ, భూమిని లీజుకిస్తున్నాయి ఈ ప్రత్యేక ఆర్థిక ప్రాంతాల

ప్రభుత్వాలు. షెంజెన్ ప్రాంత ప్రభుత్వం, నైపుణ్యం గల వేరు వేరు క్వాలిటీల కార్మికుల్ని తమ ప్రాంతానికి ఆకర్షించడానికి — 1982 ఆగస్టులో, 'ఫలానా ఫలానా క్వాలిటీల కార్మికులు ఈ ప్రాంత విదేశీ కంపెనీల్లో చేరేటట్టయితే, వాళ్ళకు ఇల్లూ, వంటగ్యాసూ, వైద్యం, వాళ్ళ కుటుంబసభ్యుల్లో మరికొందరికి వుద్యోగాలూ - వగైరా విషయాల్లో ప్రత్యేక ప్రాధాన్యతలు ఇస్తాం – అని ప్రకటించింది (అంటే, ఆ సదుపాయాలన్నీ కార్మికులకు ఎక్కడవున్నా గ్యారంటీగా దొరికే పరిస్థితి లేదన్నమాట! కుటుంబంలో అందరికీ వుద్యోగాలు దొరికే గ్యారంటీ కూడా లేదన్నమాట!) జీతాలు పీస్-రేట్ ప్రకారమే! ఓవర్ టైమూ, బోనస్‌లూ వుంటాయి. ఈ ప్రత్యేక ఆర్థిక ప్రాంతాల్లో 50 లక్షల డాలర్లకన్నా ఎక్కువ పెట్టుబడి పెట్టే కంపెనీలకు పన్నుల్లో తగ్గింపూ, ఇతర రాయితీలు వుంటాయి. పెట్టుబడి రేటు ఎక్కువైనకొద్దీ, దాని కాలపరిమితి ఎక్కువైనకొద్దీ కూడా ప్రత్యేక రాయితీలు వుంటాయి. ఈ ప్రత్యేక ప్రాంతాల పద్ధతి ఎందుకంటే - చైనా అభివృద్ధికి! ప్రజల అభివృద్ధికి! - 1980 డిసెంబరు నాటికి విదేశీ కంపెనీలతో 300 ఒప్పందాలు జరిగినట్టు ఒక చైనా అధికారి ప్రకటించాడు. (విదేశీ పెట్టుబడుల కోసం చైనా రివిజనిస్టులు ఇంత తంటాలు పడవలసివస్తోందంటే, చైనాలో పెట్టుబడులు పెట్టడానికి విదేశీ బూర్జువాలు ఇంకా జంకుతోన్నట్టు కనపడుతోంది. చైనా పరిస్థితులు మళ్ళీ తారుమారై తమ పెట్టుబడులకు ముప్పు వొస్తుందేమోనని వాళ్ళ భయం!).

—1978 సెప్టెంబరు 12 న, 'పీపుల్స్‌డైలీ' ఒక పెద్ద వ్యాసంలో —మేనేజిమెంటు పద్ధతులు బాగా మారాలని రాసింది. 'తక్కువ శ్రమశక్తిని వినియోగించి ఎక్కువ ఆర్థిక ఫలితాలు సాధించడాని'కి తగిన మేనేజిమెంటు వుండాలని రాసింది. (కార్మికుల్ని తగ్గించేసి, తక్కువ మందితో ఎక్కువ పని చేయించి ఎక్కువ లాభం సంపాయించే మేనేజిమెంటు!) కార్మికుల్లోనూ, వారి నాయకుల్లోనూ వుత్పత్తిని పెంచాలనే ఆసక్తి కలిగించడంలో పూర్తి బాధ్యత వహించాలి మేనేజిమెంటు. శ్రమ ఖర్చుల్ని తగ్గించడానికీ (జీతాలు తగ్గించడానికి) వుత్పాదకతను పెంచడానికీ (కార్మికులతో ఎక్కువ పని చేయించడానికి) సంపూర్ణమైన స్వేచ్ఛ వుండాలి మేనేజిమెంటుకి. (చైనా సంస్థల మేనేజిమెంటంతా అప్పటికే బూర్జువా పద్ధతిలో వుంది. అయితే, అది కొంచెం పార్టీ కమిటీల ఆధ్వర్యంలో వుండడంవల్ల అది కూడా ఇబ్బందిగానే వుంది ఈ బూర్జువాలకి. మేనేజిమెంటు — పార్టీ కమిటీల కింద వున్నప్పుడు, ఆ కమిటీ నాయకులు కొంచెం 'విప్లవకరం'గా వుంటే, దానివల్ల కూడా ఇబ్బందులు వస్తాయి. కాబట్టి, అంతకన్నా కూడా 'మేలైన' మేనేజిమెంటు కావాలి. అంటే, పూర్తిగా బూర్జువా మేనేజిమెంటు కావాలని ఈ ఘోషంతా). ఇబ్బందులేవీ లేకుండా నడిచి (సమ్మెలవీ లేకుండా అని) మంచి ఆర్థిక ఫలితాలు (లాభాలు) సాధించే సంస్థలకు భౌతిక సదుపాయాలు (మెటీరియల్ బెనిఫిట్స్) సమకూర్చేలాగా; అలాకాని సంస్థలకు మెటీరియల్ పనిష్మెంట్లు ఇచ్చేలాగా చూసే మేనేజిమెంటు వుండాలి – అని, ఆ వ్యాసం, ఆదర్శవంతమైన మేనేజిమెంటు ఏమేం కార్యాలు నిర్వర్తించేట్టు వుండాలో వివరించింది.

—1980 సెప్టెంబరు 2 న, ప్రభుత్వం, ఒక ఆర్థిక నివేదికను ఆమోదించింది. ఆ నివేదికలో ప్రధాన విషయం- వుత్పత్తి సంస్థల లాభనష్టాలతో ప్రభుత్వానికి సంబంధం లేకుండా చెయ్యడం. గతంలో, వుత్పత్తి సంస్థల బాధ్యతంతా ప్రభుత్వానిదిగా వుండేది. వుత్పత్తి అంతా ప్రభుత్వానిదే. జీతాలు ఇచ్చే బాధ్యత ప్రభుత్వానిదే. సంస్థల లాభనష్టాలన్నీ ప్రభుత్వానివే. (కార్మిక మేనేజిమెంటు లేకుండా కేవలం అధికారుల కింద నడిచే ప్రభుత్వ మేనేజిమెంటులో కూడా అనేక వైరుధ్యాలు వుంటాయి. ఇప్పుడు ఆమాత్రపు జాగ్రత్తల పద్ధతి కూడా మార్చేశారు). ఇప్పుడు సంస్థల

లాభనష్టాలతో ప్రభుత్వానికేమీ సంబంధం వుండదు. వుత్పత్తిలో కొంత భాగం ప్రభుత్వానికి పన్నుల రూపంలో చెల్లించి మిగతా భాగం ఆ సంస్థ ఎలా వాడుకున్నా ప్రభుత్వానికి అభ్యంతరం లేదు. ఆ సంస్థలో పనిచేసే వాళ్ళకి జీతాలిచ్చుకునే బాధ్యతంతా ఆ సంస్థదే. దాని మేనేజిమెంటే ఆ వ్యవహారాలు చూసుకోవాలి. మిగిలిన వుత్పత్తిని దేశంలో ఎక్కడ అమ్ముకున్నా, విదేశాల్లో అమ్ముకున్నా, అది ఆ సంస్థ మేనేజిమెంటు ఇష్టం. 1980 లో, ప్రతి ప్రాంతానికీ కొన్ని సంస్థల్లోనూ, 81 లో విస్తృతంగానూ ఈ పద్ధతిని పాటించమని ఆదేశాలు జారీ అయ్యాయి. (ఒక ప్రభుత్వ సంస్థ తను చేసే వుత్పత్తిలోంచి కొంత భాగం ప్రభుత్వానికి చెల్లించి, మిగతాదాన్ని తన ఇష్టం వచ్చినట్టు చేసుకోవచ్చు. అంటే- ఆ సంస్థని ప్రైవేటు సంస్థగా మార్చడమే ఇది. ట్రేడ్ యూనియన్ల నాయకులూ, పార్టీ నాయకులూ, ఆ సంస్థ మేనేజర్లూ మాత్రమే ఆ సంస్థ వ్యవహారాలన్నీ చూసే వాళ్ళవుతారు. వాళ్ళ నిర్ణయాల కింద కార్మికులూ, ఇతర చిన్న తరహా వుద్యోగులూ వుంటారు. ఆ సంస్థ పూర్తిగా ప్రభుత్వ యాజమాన్యం కింద వున్నప్పుడు దొరికే కనీసపు రక్షణ కూడా ఇప్పుడు పోతుంది. 'వుత్పత్తి పెరగాలంటే సంస్థలకు స్వతంత్రం ఇవ్వాలి' అనే వాదంతో ఈ మార్పు చేశారు. ఈ స్వతంత్రం ఎవరికి వచ్చినట్టు?)

— 1981 జనవరి 1న చైనా వార్తాసంస్థ, ఇలాంటి విస్తృతాధికారాలు 1979 లో దాదాపు 4 వేల సంస్థలకు ఇచ్చినట్టూ, అది 1980 లో 6 వేల సంస్థలకు పెరిగినట్టూ రాసింది.

— లాభనష్టాల బాధ్యత సంస్థలకే అప్పగించిన తర్వాత సంస్థలన్నీ తమ సరుకుల ధరలు పెంచేశాయి. సరుకుల్ని ప్రభుత్వం నిర్ణయించిన ధరలకే అమ్మాలనీ, అందుకోసం ప్రభుత్వం తణిఖీ బృందాల్ని ఏర్పాటు చేస్తుందనీ చైనా వార్తాసంస్థ 1981 జనవరి 8 న ప్రకటించింది (ధరలు పెంచడానికి అవకాశాలిచ్చేసి, తర్వాత బృందాల్ని పెట్టడం! 'ధరలు పెంచకుండా తణిఖీలు చేస్తోనే వున్నాం' అని చెప్పకోడానికి ఇది వుపయోగపడుతోంది. ఆ తణిఖీ బృందాలు లంచాలు తినేస్తూ వుంటాయి).

— 'సాంస్కృతిక విప్లవ' కాలంలో విమర్శలకు గురై అనేక ప్రాంతాలలో లేకుండా పోయిన పీస్-వేజ్ పద్ధతులూ, బోనస్‌లూ, ఓవర్‌టైమ్‌లూ అన్నీ 1978 నించే సర్వసాధారణమైపోయాయి. 1979 జనవరి 25 న, 'పీపుల్సు డైలీ' వుత్పత్తినీ, నాణ్యతనీ పెంచని కార్మికులకు బోనసులూ వగైరాలేవీ ఇవ్వకూడదని హెచ్చరించింది.

—'లాభనష్టాల బాధ్యత సంస్థలదే' అనే పద్ధతిని ఒక్కో ప్రాంతంలో ఒక్కో రకంగా ప్రవేశపెట్టారు, ఆ ప్రాంత కార్మికుల చైతన్యాన్ని బట్టి. షాంగైలో అయితే కొంత జీతం ఇవ్వడంతోపాటు (కొంత టైమ్-వేజ్‌తోపాటు) పీస్-వేజ్ పద్ధతీ వుంది, లాభాలలో వాటా ఇచ్చే పద్ధతీ వుంది.

— నిరుద్యోగ సమస్య తీవ్రరూపం దాలుస్తోన్నట్టు చైనా పత్రికలు చెప్పుకుంటున్నాయి. దానికి కారణం 'జనాభా పెరుగుదలే' అని వాపోతున్నాయి. 1980 ఆగస్టు 19 న, 'పీపుల్స్ డైలీ', గత 30 ఏళ్ళుగా జనాభా పెరుగుదల రేటు పెరుగుతోందనీ, ఆర్థిక పెరుగుదల దానితో సమానంగా లేదనీ రాసింది.

నిరుద్యోగాన్ని తగ్గించడానికి చైనా ప్రభుత్వం సూచిస్తోన్న మార్గాలు ఇలా వున్నాయి. (1) వయసు పెరిగిన కార్మికులూ, వుద్యోగులూ త్వరగా రిటైరైతే ఎక్కువ పెన్షన్ ఇవ్వడం (అసలు ఒక సోషలిస్టు దేశం, మనుషులకు వృద్ధాప్యంలో కూడా ఏదో ఒక పని చూపించే దృక్పథంతో వుండాలి. తను నిరుపయోగం అయిపోయానని ఒక మనిషి బాధపడకుండా చెయ్యాలి. శ్రమ చెయ్యడానికి మనిషి ఇంకా సిద్ధంగా వున్నప్పుడు దానికి తగిన అవకాశాలు ఇవ్వగలిగేదే సోషలిజం. ఈ చైనా రివిజనిస్టులు, నడివయస్సులోనే

మనుషుల్ని 'వృద్ధాప్యపు చెత్తకుండీ'లోకి తోసేసే మార్గాలు తిరిగి ప్రవేశపెడుతున్నారు). (2)స్వయం వుపాధి పథకం. అంటే, ప్రభుత్వమే వుద్యోగాలివ్వాలని ఆశించకుండా ఎవరికి వారు స్వయంగా చిన్న చిన్న వ్యాపారాలు చేసుకోవడం. హోటళ్ళు నడపడం, క్షౌరశాలలూ, లాండ్రీలూ, బట్టలపై అద్దకాల వంటి వ్యాపారాలూ, చేసుకోవాలంటున్నారు. స్వంత వ్యాపారాన్ని పెట్టుబడిదారీ విధానంగా సాంస్కృతిక విప్లవకాలంలో విమర్శించారు. అది అప్పట్లో ఆగిపోయింది. దాన్ని ఇప్పుడు పూర్తిగా ప్రోత్సహిస్తున్నారు. "స్వయం వుపాధి"ని పెట్టుబడిదారీ విధానం అనుకోకూడదని పత్రికలు నొక్కి చెప్తున్నాయి. 'స్వయం వుపాధి' పథకం కింద ప్రైవేటు వ్యాపారం చేసుకోదల్చిన వాళ్ళకి 'చైనా బ్యాంకు' అప్పులివ్వడం 1956 తర్వాత మళ్ళీ ఇప్పుడు ప్రారంభించిందని చైనా వార్తాసంస్థ 1980 ఆగస్టు 13 న ప్రకటించింది. పెకింగ్‌లో 900 కుటుంబాలు 48 రకాల వృత్తులలో తమ కింద 'పనివాళ్ళను' పెట్టుకుని స్వంత పరిశ్రమలు పెట్టుకున్నారనీ, 1980 నించీ షాంగైలో కూడా ప్రైవేటు షాపులు తెరిచారనీ, 1980 ఆగస్టు 4 న 17 వందల చిన్న షాపులకు లైసెన్సులు ఇవ్వడం జరిగిందనీ కూడా వార్తా సంస్థ ఆ ప్రకటనలో తెలిపింది. (వేరే కుటుంబాల కింద పనిచేసే ఈ పనివాళ్ళు నిరుద్యోగులైనా అయివుంటారు, లేకపోతే తమ అవసరాలకు జీతాలు చాలక ఈ పనుల్లోకి కూడా వచ్చేవాళ్ళయినా అయివుంటారు. దేశంలో వున్న మొత్తం 'శ్రమశక్తి'ని వివిధ రంగాలలో ఆర్గనైజ్ చేసుకునే పని ఒక ప్లాన్ ప్రకారం జరగాలి సోషలిస్టు సమాజంలో. కేంద్ర ప్రభుత్వాల ప్లానులకూ, ప్రాంతీయ ప్రభుత్వాల ప్లానులకూ ఒక సమన్వయం వుండాలంటే — అందులో ప్రైవేటు వ్యాపారానికి స్థానమే వుండదు. అలా వున్నన్నాళ్ళూ అది వైరుధ్యాల్ని సృష్టిస్తూనే వుంటుంది).

— ప్రజలందరికీ దేశంలో వుద్యోగాలివ్వలేక చైనా ప్రభుత్వం 'లేబర్ సర్వీస్ సంస్థల' ద్వారా తన ప్రజల్ని విదేశీ పెట్టుబడిదారుల సేవకు సప్లై చేస్తోంది. 1979 ఆగస్టు 6 న ఈ విషయంలో, ఇటలీతో ఒక ఒప్పందం కుదుర్చుకుంది. తన కార్మికుల్ని, ముఖ్యంగా సివిల్ ఇంజనీరింగ్ ప్రాజెక్టుల్లో పనిచెయ్యడానికి కొన్ని విదేశాలకు పంపింది (ఏ ఏ దేశాలకు పంపిందో వివరాలు దొరకలేదు).

ఆర్థిక ప్లానులమధ్య సమన్వయం లేకపోవడం అనేది ఏనాడో ప్రారంభమైంది. 1981 జనవరి 1 న పీపుల్స్ డైలీ సంపాదకీయం — విదేశీ పెట్టుబడుల్ని వుపయోగించుకోవడంలోనూ, ఇతర నిర్ణయాలలోనూ ఏమీ పొరపాటులేదని చెప్పుకుంటూ, ప్రభుత్వాదాయానికీ ఖర్చుకీ మధ్య బ్యాలెన్స్ లేకపోవడంవల్లా, సంస్థల మేనేజిమెంటుకి సంబంధించిన కొన్ని కారణాలవల్లా ధరలు పెరిగాయని, ఒక సాధారణ విషయాన్ని ప్రస్తావించినట్టు ప్రస్తావించిందా సంగతి.

జపాన్, పశ్చిమ జర్మనీ, అమెరికాలతో జరిగిన వ్యాపారంలో 1978 - 80 ల మధ్య చైనా యువాన్ (చైనా రూపాయి) విలువ తగ్గిపోయింది.

— గతంలో 'కమ్యూన్'కి సోషలిస్టు ఆర్థిక సంస్థ' అనే నిర్వచనం వుండేది. వ్యవసాయమూ, అటవీ సంపద పెంపకమూ, పశుపోషణా, చేపల పెంపకమూ, వర్తకమూ, పరిశ్రమల నిర్వహణా, పరిపాలనా - వగైరా పనులన్నీ కలిపిచేసే సంస్థ ఇది. ప్రజలందరి 'సమిష్టి యాజమాన్యం' కిందా వుండేది ఇది. ఒక కమ్యూను కొన్ని బ్రిగేడ్లుగానూ, ఒక బ్రిగేడు కొన్ని టీములుగానూ వుండేది. టీము దాదాపు ఒక గ్రామం అంత. టీముకన్నా చిన్న యూనిట్ లేదు. అకౌంటింగ్‌కి సంబంధించిన విషయాల్లో టీమే ప్రాథమిక యూనిట్‌గా వుండేది. వ్యవసాయ వుత్పత్తి బాధ్యతలు ఈ టీముల స్థాయిలో వుండేవి. పరిశ్రమలూ, భారీ నీటిపారుదల ప్రాజెక్టులూ బ్రిగేడ్ల ఆధ్వర్యాన వుండేవి. వ్యవసాయ యంత్రాల్ని (ట్రాక్టర్ల వంటి వాటిని) టీములకు

పంపే బాధ్యత కూడా బ్రిగేడ్లు చూసేవి. సాంస్కృతిక విప్లవకాలంలో టీముని ప్రాథమిక యూనిట్‌గా తీసేసి కొన్నిచోట్ల బ్రిగేడ్లనే ప్రాథమిక యూనిట్లుగా పెట్టారు. పని లెక్కలూ జీతాలూ వగైరా ఎకౌంటింగ్ వ్యవహారాలు టీమ్ స్థాయిలోగాక, బ్రిగేడ్ స్థాయిలో జరగడంవల్ల అనేక టీముల మధ్య సమిష్టితనం ఏర్పడుతుంది. కొన్నిచోట్ల కమ్యూన్‌నే ప్రాథమిక యూనిట్‌గా పెట్టారు. ఈ కమ్యూన్‌ని క్రమంగా సమిష్టి యాజమాన్యం నించి 'ప్రభుత్వ యాజమాన్యం'లోకి తీసుకురావాలన్నది సాంస్కృతిక విప్లవ లక్ష్యం. ఇంకా ఆ పని అది సాధించలేదు. 1978 నించీ కమ్యూన్లలో జరిగిన గత మార్పుల్ని వెనక్కి తిప్పే కార్యక్రమం ప్రారంభమైంది. 1978 సెప్టెంబరు 12 న 'పీపుల్స్ డైలీ' - "భౌతిక ప్రోత్సాహకాలు లేకపోతే వుత్పత్తి పెంచాలనే వుత్సాహం వుండదు రైతులికి. తమ కిష్టమైన నిర్ణయాలు చేసుకోడానికి వుత్పత్తి టీములకే హక్కు వుండాలి" అని రాసింది. (పని లెక్కలూ, జీతాల నిర్ణయాలూ అన్నీ కమ్యూన్‌లోనూ, బ్రిగేడ్‌లోనూ గాక, టీములలోనే వేరు వేరుగా జరగాలీ అని. టీము స్థాయిలో లెక్కలుకడితే ఒక టీములో ఒక రకం జీతాలూ, ఇంకో టీములో ఇంకోరకం జీతాలూ ఏర్పడతాయి. ఇది శ్రామికుల్ని కమ్యూన్ స్థాయిలో వుండే సమిష్టితనం నించి విభజించివేస్తుంది.)

1978 డిసెంబరులో జరిగిన పార్టీ కేంద్ర కమిటీ 3వ ప్లీనమ్, కమ్యూన్ విధానంలో మార్పులు చెయ్యడానికి నిర్ణయించింది. ఆ తర్వాత నించీ ఈ కొత్తమార్పుల్ని పత్రికల్లో, రేడియోల్లో ప్రచారం చెయ్యడం మొదలుపెట్టారు.

— 1979 ఏప్రిల్‌లో ఒక ప్రాంతీయ రేడియో ఇలా ప్రసారం చేసింది: 'కొన్ని వుత్పత్తి టీములు, చిన్న చిన్న 'పనిజట్లు'గా (జాబ్ గ్రూపులుగా) విడిపోవడానికి నిశ్చయించాయి. ఒక టీములో వున్న భూమినీ, శ్రమశక్తినీ, పశువుల్నీ, పనిముట్లనీ పనిజట్లన్నీ పంచుకుంటాయి. పనిజట్టే తన వంతు వుత్పత్తిని తన బాధ్యతతో ప్రభుత్వానికి కడుతుంది. టీమ్ స్థానంలో ఈ జాబ్ గ్రూపు రావడం ఏమీ తప్పు కాదు'- అంది ఆ రేడియో ప్రసంగం. ఈ మార్పుకి 'కొత్త వుత్పత్తి బాధ్యతా విధానం' అని పేరు పెట్టారు. 'పనిజట్టు' అన్నదానికి ఇంకా వివరంగా అర్థంచూస్తే, ఒక కుటుంబం అంతా ఒక పనిజట్టు కావచ్చు. కొంత వుత్పత్తి పనినిగానీ, పశువుల పెంపకం పనినిగానీ, కట్టడాల పనినిగానీ (అంతకు ముందు టీముల ద్వారానూ, బ్రిగేడ్లద్వారానూ ఏ ఏ పనులైతే సమిష్టి బాధ్యతమీద జరిగేవో ఆ పనులన్నిటినీ) అన్ని రకాల పనుల్నీ విడివిడి వ్యక్తులూ, వేరు వేరు కుటుంబాలూ స్వంత బాధ్యతల మీద కాంట్రాక్టుకి తీసేసుకోవచ్చు. అన్ని పనుల్నీ కాంట్రాక్టుల పద్ధతిమీద ఇచ్చేస్తారు. ఈ కాంట్రాక్టులు తీసుకున్నవాళ్ళు ఆ ప్రాంత ప్రభుత్వానికి కొంత పన్ను చెల్లిస్తే చాలు. (ఈ మార్పుల 'స్వభావం' ఏమిటి అనేది గమనించండి. సోషలిస్టు దృక్పధంతో జరిగే మార్పులైతే ఎలా వుంటాయి, బూర్జువా దృక్పధంతో జరిగే మార్పులైతే ఎలా వుంటాయి - అనే విషయం గమనించండి).

— కాంట్రాక్టు పద్ధతిమీద భూమిని తీసుకున్నవాళ్ళూ, ఇతర పనులు తీసుకున్నవాళ్ళూ కూలి మనుషుల్ని (సీజనల్ వర్కర్స్‌ని) పెట్టుకోవచ్చు. ట్రాక్టర్లూ, పడవలూ, లారీలూ, బస్సులూ వంటివి తమ స్వంతానికి కొనుక్కుని అద్దెలకు తిప్పుకోవచ్చు.

—1979 మార్చి 6న 'క్వాంగ్ మింగ్ డైలీ' ఇలా రాసింది: వ్యవసాయ రంగంలో తథాయ్‌కున్న పురోగామి అనుభవాలను మనం నేర్చుకోవచ్చుగానీ, 'పెట్టుబడిదారీ మార్గాన్ని మూసివేసింద'ని చెప్పబడే అనుభవాలను మాత్రం ఎట్టి పరిస్థితుల్లోనూ నేర్చుకోకూడదు. దానివల్ల చాలా నష్టాలు సంభవిస్తాయి.

అటువంటి అనుభవాలను అనుసరించి నట్లయితే, అనుబంధంగా సాగే (సైడ్ లైన్) వుత్పత్తిని నిషేధిస్తాం; 'శ్రమని బట్టే ప్రతిఫలం' సూత్రానికి విరుద్ధంగా వెళ్తాం. ప్రైవేట్ ప్లాట్స్‌ని లేకుండా చేస్తాం. గ్రామాల్లో సంతల్ని అంతం చేస్తాం. – ఈ విధంగా, గ్రామీణ ఆర్థిక వ్యవస్థను ఛిన్నాభిన్నంచేసే తఛాయ్ అనుభవాలను ఎన్నటికీ అనుసరించరాదు.

— 1980 జూలైలో, 'తఛాయ్ నించి నేర్చుకోండి' అనే నినాదాల బోర్డుల్ని చైనా అంతటా బహిరంగ ప్రదేశాలనించి తీసేశారు!

— 1980 జనవరి 2 న సిచువాన్ ప్రాంత కమ్యూనిస్టు పార్టీ - తన ప్రాంతంలో ఒక రాయితీ కల్పించింది — టీములు, తమ ప్రాంతాలకు దూరంగావున్న భూముల్ని కూడా కాంట్రాక్టు పద్ధతిమీద ఇవ్వవచ్చును — అని.

— 1980 నవంబరు 5 న, 'పీపుల్స్ డైలీ', 'కుటుంబాలు తమ కిచ్చిన భూమిలో వుత్పత్తి చెయ్యడం అంటే అది వ్యక్తిగత వ్యవసాయం అవదు' అని రాసింది.

— 1981 నవంబరు 30 పెకింగ్ రివ్యూ పత్రికలో, వ్యవసాయశాఖకి బాధ్యుడైన ఒక మంత్రి రాసిన విషయం: రైతులికి సమిష్టి భూమి నించి వచ్చే రాబడి కన్నా ప్రైవేట్ ప్లాట్స్ ద్వారా వచ్చే రాబడి చాలా రెట్లు ఎక్కువగా వుంది. ఈ రైతులు సోషలిస్టు పంథాని వొదుల్చుకోదల్చుకోవడం లేదుకానీ, దుర్భరమైన సమానత్వ భారాన్ని వొదుల్చుకోదల్చుకున్నారు.' (రాబడిలో ఎక్కువ తేడాలు లేకుండా వుండడం అనే సమానత్వం ఈ రైతులకు దుర్భరంగా వుంది! వారికి సోషలిజమే కావాలిగానీ రాబడిలో సమానత్వం వుండకూడదు!)

— 'వుత్పత్తి బాధ్యత పద్ధతి' మొదట సిచువాన్‌లో ప్రారంభమైంది. (ప్రభుత్వంలో కొత్త ప్రధాని కాబోయే జావోజియాంగ్‌కి మెజారిటీ వున్న ప్రాంతం అది) ఈ కాంట్రాక్టుల పద్ధతిని ఆ ప్రాంతంలో మొదట అమలు జరిపారు. తర్వాత దీన్ని దేశం అంతటా అమలు జరపమని 1981 మార్చిలో, పార్టీ కేంద్రకమిటీ, ప్రభుత్వమూ ఒక సర్క్యులర్ జారీ చేశాయి. ఈ సర్క్యులర్ జారీ అయ్యాక కొన్ని ప్రాంతాల్లో దీనికి కొంత వ్యతిరేకత వచ్చింది. ఆ వ్యతిరేకతని విమర్శిస్తూ 1981 జూన్ 5 న, పీపుల్స్ డైలీ ఇలా రాసింది: 'పార్టీ కేంద్రకమిటీ యొక్క వ్యవసాయ విధానాన్ని కొందరు కామ్రేడ్లు సరిగా అర్థం చేసుకోవడంలేదు. వారు ఇంకా అతివాద ధోరణుల ప్రభావంలోనే వున్నారు' (ఈ వ్యతిరేకత చూపేది హువా పంథావాళ్ళే. పరిశ్రమల్నీ, వ్యవసాయాన్నీ కేంద్రీకృతంగానే వుంచి ఆధునికంచేసి, దోపిడీ వర్గాలు దానిద్వారా స్థిరపడాలన్నది హువా పంథా. ప్రైవేట్ పెట్టుబడిదారుల్ని పునరుద్ధరించాలన్నది టెంగ్ పంథా. హువా గ్రూపు కూడా టెంగ్ గ్రూపు దృష్టిలో అతివాదులే. హువా గ్రూపుని కాబట్టే కొంచెం మందలింపులతో సరిపెడుతోంది టెంగ్ గ్రూపు) — గ్రామీణ ప్రాంతాలలో ఈ కొత్త మార్పులు ప్రారంభమయ్యాక, కొన్ని జిల్లాల్లో పాత భూస్వాములు, తమ పాత భూముల్ని తిరిగి స్వాధీనం చేసుకున్న సంఘటనలు జరిగాయని 1981 ఆగస్టులో కాంటన్‌నించి వెలువడే నాన్ ఫాంగ్ డైలీ రాసింది.

— 1981 అక్టోబరు 30 న 'పీపుల్స్ డైలీ' ప్రచురించిన ఒక వ్యాసంలో సమాచారం: 'ఒక్కొక్క కుటుంబానికీ కొంత భూమిని కేటాయించి, కొంత వుత్పత్తి బాధ్యతను ఇవ్వడాన్ని భూమిని కుటుంబాలకు పూర్తిగా ఇచ్చివేస్తోన్నట్టుగా రైతులు పొరపాటుగా అర్థం చేసుకుంటున్నారు. భూమిని అమ్ముకోవడమూ, కౌలు కిచ్చుకోవడమూ, అందులో ఇళ్ళు కట్టుకోవడమూ, సమాధులు నిర్మించుకోవడమూ చేస్తున్నారు. సమిష్టి భూమిలో చేసే ఈ చట్ట విరుద్ధ చర్యలన్నిటినీ వెంటనే ఆపివెయ్యాలి. కాంట్రాక్టు పద్ధతిమీద కొంత సమిష్టి భూమిని ఒక కుటుంబం తీసుకున్నప్పుడు, ఆ కాంట్రాక్టు ముగిసేవరకూ ఆ భూమిలో వుత్పత్తి చెయ్యడానికే హక్కు వుంటుందిగానీ, దాన్ని

స్వంత పరుచుకునే హక్కు వుండదని గ్రహించాలి. రైతుల దృష్టి వ్యక్తిగత వ్యవసాయం వేపు మళ్ళడానికి కారణం కొందరు వ్యతిరేకులు చేసే ప్రచారమే. భూమిని వ్యక్తిగతంగా ఇచ్చివేస్తోన్నట్టు వారు ప్రచారం చేస్తున్నారు. అటువంటి పుకార్లు నమ్మకూడదు'— (భూమి ఇంకా లీగల్‌గా ప్రభుత్వంకిందా, సమిష్టి హక్కు కిందా వుంది కాబట్టి 'సోషలిజం' చెక్కుచెదరలేదనీ, భూమిని వ్యక్తులకూ, కుటుంబాలకూ ఇవ్వడాన్ని వ్యక్తి ఆస్తి పునరుద్ధరణగా భావించరాదనీ రివిజనిస్టుల వాదం. వాస్తవంలో ఎలా జరుగుతోన్నా సరే, లీగల్‌గా సమిష్టి హక్కే కాయితాల్లో వున్నంతవరకూ అది సమిష్టి సమాజమే వారి ప్రకారం. ఇది సమిష్టి సమాజం కాదన్నదాంట్లో ఎలాగూ సందేహం లేదు. అయితే ఇది వ్యక్తి ఆస్తి గల సమాజం కూడా కాదు. అంతకన్నా నీచమైన (ప్రజలకు మరీ ఎక్కువ బాధలు కలిగించే) సమాజం ఇది. నాలుగెకరాలు స్వంత ఆస్తి గల రైతుకి, తన భూమిని ఏ క్షణంలో ఎవరు లాక్కుంటారోనన్న బాధ వుండదు. ఈ కాంట్రాక్టుల సమాజంలో, వచ్చే దఫా తన కాంట్రాక్టు నిలుస్తుందో లేదోనని ఎప్పటికప్పుడు ఆందోళనే— ఆ భూమిమీద తనకు హక్కు లేకపోబట్టి. కాంట్రాక్టుల్ని నిలుపుకోడానికి ప్రతీసారీ లంచాలివ్వడాలూ, అధికార్ల బెదిరింపులకు లొంగడాలూ కొత్త కష్టాలవుతాయి. ఈ కాంట్రాక్టు ద్వారా మిగుల్చుకున్నదే ఆ రైతు సంపాదన అవుతుందిగానీ, సోషలిస్టు ప్రభుత్వంనించి వచ్చే ప్రయోజనం ఇంకేమీ వుండదు. స్వంత భూమీ పోయింది, సోషలిస్టు జీవితమూ రాలేదు. రెంటికీ చెడ్డ రేవళ్ళయ్యారు చైనా రైతులు. (రివిజనిజాన్ని భరిస్తూ కూర్చోవడంవల్ల). ఈ రైతులు గతంలో భూస్వాముల భూముల్ని కౌళ్ళకు తీసుకున్నట్టే ఇప్పుడు ప్రభుత్వం భూమిని కౌలుకి తీసుకుంటున్నారు. ఇప్పుడు చైనా ప్రభుత్వం— పెద్ద పెట్టుబడిదారూ, పెద్ద భూస్వామీ, పెద్ద కాంట్రాక్టులిచ్చే యజమానీ, విదేశీ పెట్టుబడిదారులకు శ్రామికుల్ని లొంగదీసి ఇచ్చే దళారీ వగైరా అన్నీ!).

— కమ్యూన్లని రద్దుచేసి వెయ్యాలని హెనన్ ప్రాంత పార్టీ నాయకుడు ఒక ప్రతిపాదన చేశాడని, 1981 ఆగస్టు 25 న, చైనా వార్తాసంస్థ ప్రకటించింది. కమ్యూన్లని రద్దు చెయ్యడం ఎందుకంటే, వుత్పత్తితో సంబంధం లేకుండావున్న పరిపాలనా శాఖల వుద్యోగుల్ని రైతులే పోషించవలసివస్తోంది కాబట్టి అట. ఆ పరిపాలనా శాఖల పనుల్ని పై జిల్లాలకూ, టౌన్‌షిప్పులకూ అప్పగించాలని ఆ నాయకుడు ఆ ప్రతిపాదనలో సూచించాడు. (అంటే ఈ వుద్యోగుల్ని అక్కడికి మార్చాలని. అప్పుడు మాత్రం వాళ్ళని రైతులే పోషిస్తోన్నట్టు కాదా? వుత్పత్తిలోకి రాని పనుల వాళ్ళని వుత్పత్తిలోకి తీసుకొస్తే సమస్య తీరిపోతుంది కదా? కమ్యూన్ల సమిష్టితనాన్ని నాశనం చెయ్యాలంటే, దాని రాజకీయ విభాగాన్ని ఒక పక్కకీ, వుత్పత్తి విభాగాన్ని ఒక పక్కకీ చీల్చివెయ్యాలి. అది చెయ్యడానికే ఈ ప్రయత్నాలు.)

— 1981 డిసెంబరులో జరిగిన ఒక ప్రభుత్వ సమావేశం, 10 సూత్రాలతో ఒక ఆర్థిక నివేదిక విడుదల చేసింది. అందులో కొన్ని విషయాలు: గనుల తవ్వకానికి విదేశీ కంపెనీలనించి టెండర్లు కోరాలి. వుత్పత్తిసంస్థలు తమ నిధుల్ని చాలా స్ట్రిక్టుగా పొదుపు పాటించడంద్వారా పెంచుకోవాలి. దిగుమతి చేసుకున్న యంత్రాల్నిచూసి కొత్త యంత్రాల్ని తయారుచేసుకునే విధానం మాని, కావలసిన యంత్రాలన్నీ దిగుమతి చేసుకోవాలి. ఎంత వీలైతే అంత విదేశీ పెట్టుబడిని ఆహ్వానించాలి.

—ఈ నివేదిక, చైనాలో ఆర్థిక సంస్థలు 4 రకాలుగా వున్నట్టు చెప్పింది. (1) ప్రభుత్వ ప్లాను ప్రకారం వుత్పత్తిచేసే సంస్థలు. (2) మార్కెట్ అవసరాలకు అనుగుణంగా వుత్పత్తిచేసే వ్యక్తిగత బాధ్యతగల సంస్థలు. (3) ప్రభుత్వ ప్లానింగు ఎక్కువభాగంలో వుండి తక్కువభాగంలో లేని

సంస్థలు. ఉదా॥ ప్లానింగు 90 శాతంలో వుండి, 10 శాతంలో లేని సంస్థలు. (4) ప్రభుత్వ ప్లానింగు తక్కువభాగంలో వుండి, ఎక్కువభాగంలో లేని సంస్థలు. ఉదా॥ ప్లానింగు 10 శాతంలో వుండి, 90 శాతంలో లేని సంస్థలు. ఈ ప్రకారం చూస్తే 50% వుత్పత్తికి ప్రభుత్వ ప్లానింగ్ లేదు. ఈ రకమైన 10 సూత్రాలతో త్వరలో ప్రభుత్వం 6వ పంచవర్ష ప్రణాళిక ప్రవేశపెడుతుందని ఆ నివేదిక చెప్పింది. కొన్ని ప్రాంతాల్లో లంచగొండితనం, నిధుల దుర్వినియోగం, ధరలు విపరీతంగా పెంచెయ్యడం, దొంగరవాణా, పన్నుల ఎగవేతా వంటి నేరాలు ఎక్కువైపోయాయని వాటిని నివారించడానికి కోర్టుల్ని వివిధ స్థాయిల్లో ఏర్పాటు చేస్తామనీ కూడా ఆ నివేదిక చెప్పింది.

— 1982 ఆగస్టులో, సిచువాన్, అన్హ్వాయ్ ప్రాంతాల్లో ఒక 100 కమ్యూన్లను మొత్తంగా తీసేసి పరిపాలనా వ్యవహారాలు టౌన్‌షిప్పులకు అప్పగించే ప్రయోగాలు మొదలయ్యాయి. (1965కి పూర్వం దశకి వెళ్ళారు).

— 1983 ఫిబ్రవరిలో పీపుల్స్ డైలీ - 'ప్రైవేటురంగాన్ని పునరుద్ధరించడాన్ని కొందరు వెనక నడక అనుకుంటున్నారుగానీ ఇది వెనక నడక ఎంతమాత్రం కాదు. ఈ మార్పులు వ్యవసాయరంగంలో విజయాలు చేకూర్చాయి. "చైనా లక్షణాలతో కూడిన సోషలిస్టు నిర్మాణానికి" వున్న శక్తిని ఇది తెలుపుతుంది— అని రాసింది.

— 1983 మార్చిలో, ఒక కార్మికమంత్రి, కాంట్రాక్టు పద్ధతిమీద వుద్యోగాలివ్వడాన్ని పద్ధతిని అన్ని ప్రభుత్వ సంస్థలకూ, వుమ్మడి సంస్థలకూ విస్తరిస్తామని ప్రకటించాడు. కార్మికుడి పని 'సంతృప్తికరంగా' లేకపోతే అతన్ని పనిలోంచి డిస్మిస్ చెయ్యవచ్చు. కాంట్రాక్టు పొడిగించకుండా ఆపవచ్చు. అది సూపర్‌వైజర్లమీద ఆధారపడి వుంటుంది. 'కాంట్రాక్టు పద్ధతంటే వేతనశ్రమకు తిరిగి చేరడమే'ననే విమర్శలకు జవాబు చెపుతూ పెకింగ్‌నించి వెలువడే 'ఫోర్ట్‌నైట్‌లీ డిస్కషన్స్' పత్రిక ఇలా రాసింది: 'వుత్పత్తి సాధనాలమీద ప్రైవేట్ యాజమాన్యం వున్నప్పుడు కాంట్రాక్టు పద్ధతి శ్రమదోపిడీ అవుతుందిగానీ, ఈ వ్యవస్థ పూర్తిగా భిన్నమైనది.' 'గ్వాంగ్ జౌనాన్ ఫంగ్ రివాబో' పత్రిక - 'కొత్తగా భాగ్యవంతులవుతోన్న కుటుంబాలను చూసి సాదాజనం బాధపడడం లేదు గానీ, కొన్ని పదవుల్లో వున్న పార్టీ కార్యకర్తలే అసూయ చెందుతున్నారు. వీళ్ళకి ఏళ్ళతరబడి బీదరికం బాగా అలవాటయ్యింది. పేదతనమే వీళ్ళకి సోషలిస్టు బ్యాడ్జి' అని కార్యకర్తల్ని తిడుతూ రాసింది.

1983 సెప్టెంబరు 5న, 'పెకింగ్ రివ్యూ', 'గ్రామీణ ఆర్థికవ్యవస్థలో నూతన విజయాలు' అనే పేరుతో ఒక రిపోర్టు వేసింది. కమ్యూన్లకు చెందిన భూమిని కాంట్రాక్టు పద్ధతిమీద సాగుకి ఇవ్వడం అనేది చైనా గ్రామాల్లో ప్రధానమైన ఆర్థికరూపంగా వుంది — అని చెప్పింది ఆ రిపోర్టు. (అంటే: చైనాలో వున్నది ఇప్పుడు కాంట్రాక్టు సోషలిజం!) ప్రధానమైన పంటల వుత్పత్తి కాకుండా సైడ్ లైన్ వుత్పత్తుల మీదే దృష్టి నిలుపుతున్న స్పెషలైజ్డ్ కుటుంబాలు అనేకం పెరుగుతున్నాయి. గ్రామాలకు గ్రామాలే ఒకే రకం పనిలో స్పెషలైజ్ అవుతున్నాయి. వ్యక్తిగతంగానూ, కొందరు కలసి వుమ్మడిగానూ వ్యాపారం చేసే గ్రామీణ వర్తకవిధానం పెరిగింది. వ్యవసాయంలో రైతులు యంత్రాల్ని వుపయోగించుకోవడంమీదే ఎక్కువ దృష్టి నిల్పుతున్నారు. (ఇప్పుడు చైనాలో, ప్రభుత్వ బూర్జువా వర్గమూ, ప్రైవేటు బూర్జువా వర్గమూ, ధనిక రైతు వర్గమూ, పేదరైతు వర్గమూ, వేతన శ్రామికుల వర్గమూ - వగైరా సమస్త వర్గాలూ వున్నాయి. కానీ, అది ఇంకా సోషలిస్టు దేశం! వుత్పత్తి సాధనాలపై వ్యక్తి యాజమాన్యం లేదు!)

రాజకీయరంగంలో మార్పులు:

— గతంలో అమెరికాకూ, తైవాన్‌కూ రాజకీయమైన రహస్యాలు అందజేసినట్టు నేరాలు రుజువై పదవులు పోగొట్టుకున్న వాళ్ళని 1978 డిసెంబర్‌లో తిరిగి పదవుల్లోకి తీసుకువచ్చారు. 'బూర్జువా మితవాదులు'గా విమర్శలకు గురి అయిన వాళ్ళ నందర్నీ విప్లవకారులుగా గుర్తించాలని ప్రకటించి వాళ్ళకు గౌరవస్థానాలు ఇచ్చారు.

— 'సత్యాన్ని గ్రహించే మార్గం ఆచరణేగానీ మార్క్సిజమూ, లెనినిజమూ, మావో ఆలోచనా విధానమూ కాదు'- అనే సిద్ధాంతం ఒకటి ప్రారంభించారు. (ఇది టెంగు సిద్ధాంతం!)

— 1978 జూన్, జూలైల నించీ 'మావో తప్పులు చేశాడ'నే విమర్శ ప్రారంభించారు.

— సాంస్కృతిక విప్లవకాలంలోగానీ, అంతకు పూర్వంగానీ ఏ యే విషయాల్నీ, ఏ యే సంఘటనల్నీ విప్లవ వ్యతిరేకమైనవని పార్టీ విమర్శించిందో వాటన్నిటినీ విప్లవకరమైన విషయాలుగా ప్రకటించారు.

— 1978 నవంబర్‌నించీ మావోని విమర్శిస్తూ, టెంగ్‌ని పొగుడుతూ పోస్టర్లు ప్రారంభమయ్యాయి. 'టెంగే బతికివున్న చౌ-ఎన్-లై' అనీ, మావో సిద్ధాంతాలు మార్క్సిస్టువి కావనీ, జాతికి వినాశనం తెచ్చే సాంస్కృతిక విప్లవాన్ని మావో ప్రారంభించి తప్పు చేశాడనీ పోస్టర్లు!

— 1978 డిసెంబరులో జరిగిన కేంద్రకమిటీ 3వ ప్లీనమ్‌లో చెన్‌యున్‌నీ, చౌఎన్‌లై భార్య టెంగ్ ఇంగ్ చావోనీ (ఈమె టెంగ్ సియావోపింగ్ చెల్లెలేనట), హూయావోబాంగ్‌నీ, వాంగ్‌చెన్‌నీ పొలిట్ బ్యూరో సభ్యులుగా తీసుకున్నారు. వీళ్ళంతా టెంగుకి రాజకీయ సమర్థకులే! (పొలిట్ బ్యూరో అంతా టెంగ్ మనుషులే అయ్యారు).

—1978 డిసెంబరు 26న, మావో 85వ జన్మదినాన్ని పాటిస్తూ, 1958 లో మావో ఇచ్చిన ఒక వుపన్యాసాన్ని పత్రికలన్నీ వేశాయి. అందులో మావో "సాంకేతిక విప్లవం మీదకి మనం దృష్టి మళ్ళించాలి" అన్నాడు. ('సాంకేతిక విప్లవం మీదకి దృష్టి మళ్ళించడం' అనే మాటలు వీళ్ళకి కావాలి!). ఆ రోజునే పీపుల్స్ డైలీ మావోని విమర్శిస్తూ, 1958 తర్వాత మావో ఆలోచనావిధానాన్ని సరిగా అన్వయించలేదనీ, సాంస్కృతిక విప్లవాన్ని నడిపిన 10 ఏళ్ళూ వృధా అయిపోయాయనీ రాసింది.

— 1979 జనవరి 22న ఒక పొలిట్ బ్యూరో సభ్యుడు 'సాంస్కృతిక విప్లవ కాలంలో' జాతీయ బూర్జువాల దగ్గిర్నించి స్వాధీనం చేసుకున్న ఆస్తుల్ని తిరిగి ఇచ్చేస్తామని ప్రకటించాడు. సాంస్కృతిక విప్లవకాలంలో, గతంలో పెట్టుబడిదారులుగా వున్న వాళ్ళ బ్యాంక్ ఎక్కౌంట్లు స్వాధీనం చేసుకుని ప్రభుత్వ నిధుల్లో కలిపేశారు. ఆ పెట్టుబడిదారులకు వున్న పెద్ద పెద్ద భవంతులు స్వాధీనం చేసుకున్నారు. ఫ్యాక్టరీలలో మేనేజర్లుగానూ, ఆఫీసర్లుగానూ వున్న ఆ పెట్టుబడిదారుల్ని ఆ పదవులనించి మార్చి శారీరక శ్రమలు చేసే వుద్యోగాల్లో పెట్టారు. సాంస్కృతిక విప్లవకాలంలో జరిగిన ఈ చర్యలన్నిటినీ వుపసంహరించాలని కేంద్రకమిటీ నిశ్చయించినట్టు ఆ సభ్యుడు ప్రకటించాడు. పెట్టుబడిదారుల బ్యాంకు ఎక్కౌంట్లన్నీ వడ్డీలతో సహా తిరిగి ఇవ్వడం, భవనాలు తిరిగి ఇవ్వడం, మేనేజర్లవంటి వుద్యోగాలనించి తీసేసినందుకుగాను వాళ్ళకు తగ్గిపోయిన జీతాలన్నిటినీ ఎరియర్స్‌తో సహా ఇవ్వటం, వాళ్ళ పెట్టుబడులమీద వడ్డీల్ని (1966 నించీ ఇవ్వడం మానేసిన వాటిని) తిరిగి ప్రారంభించడం — ఈ మార్పులన్నీ జరుగుతాయని ఆ సభ్యుడు ప్రకటించాడు. (తర్వాత ఆ మార్పులన్నీ జరిగాయి).

— 1979 జనవరిలో, మసోలియంనించి మావో దేహాన్ని తీసెయ్యాలనీ, రష్యా, చైనాలకు స్నేహ సంబంధాలుండాలనీ, హువా మనుషుల్ని పదవులనించి తీసెయ్యాలనీ, మావోని తిరిగి అంచనా వెయ్యాలనీ పోస్టర్లు! 'జనం అభిప్రాయాలు చెప్పనివ్వండి. మిన్ను విరిగి మీద పడదు' అని రాసింది జనవరి 3 పీపుల్స్ డైలీ. ఆ సమయంలో అమెరికా వెళ్ళిన టెంగు అక్కడ పార్లమెంటు సభ్యులతో, 'మా దేశంలో తరతరాలకూ వాక్ స్వాతంత్ర్యాన్ని అనుమతిస్తాం' అన్నాడు.

— 1979 ఫిబ్రవరిలో ప్రభుత్వ మంత్రివర్గంలో చాలా మార్పులు జరిగి టెంగు అనుచరులే ఆ పదవుల్లోకి వచ్చారు.

— 'హైజూయీని పదవి నించి తీసేశారు' అనే విప్లవ వ్యతిరేక స్వభావంగల నాటకాన్ని 1979 ఫిబ్రవరి నించీ తిరిగి ప్రదర్శించడం ప్రారంభించారు. ఆ నాటక రచయిత అయిన వూహాన్‌నీ, ఇంకో ఇద్దరు రచయితల్నీ గౌరవంగా పాత పదవుల్లోకి తీసుకొచ్చారు.

— 1979 జూన్ చివరలో జరిగిన ప్రభుత్వ సమావేశాల్లో హువా- 'ఇక మన దేశంలో వర్గపోరాటం అవసరంలేదు. సోషలిస్టు ఆధునికీకరణ మీదే దృష్టి నిల్పాలి' అన్నాడు.

— 1979 సెప్టెంబర్ చివర్లో జరిగిన ప్రభుత్వ మహాసభ 30 వ వార్షికోత్సవంలో కార్యవర్గ అధ్యక్షుడి ప్రసంగంలో కొన్ని విషయాలు: '1956 వరకూ జరిగిన మార్పులు చాలా గొప్పవి. పెట్టుబడిదారీ వ్యవస్థ శాంతియుతంగా సోషలిస్టుగా మారింది.' మావో రచనల్లో ఆ కాలపు రచనలు మనకు ఆదర్శం. ముఖ్యంగా '10 ప్రధాన సంబంధాలు', 'ప్రజల మధ్య వైరుధ్యాల్ని పరిష్కరించడం' అనే రచనలు. లిన్‌పియావో, నలుగురి ముఠా విధానాలు చాలా చెడ్డవి. సోషలిస్టు యాజమాన్యం ఏర్పడ్డాక కూడా వర్గపోరాటం వుంటుందన్నారు వాళ్ళు. వర్గ సంబంధాల్లో కొత్త మార్పులు జరిగాయనే వాదం తీసుకొచ్చారు. పార్టీలోనే బూర్జువా వర్గం వుంటుందని అరిచారు. వుత్పత్తి శక్తుల అభివృద్ధికి వాళ్ళు వ్యతిరేకులు. వాటి స్థానంలో వర్గపోరాటాన్ని తెచ్చిపెట్టారు. 4 ఆధునీకరణల్ని 'బూర్జువా దేశాల అనుకరణ' అనీ, 'బూర్జువా పరివర్తన' అనీ చిత్రించారు. మార్క్స్ చెప్పిన 'బూర్జువా హక్కు'ని వక్రీకరించి అది పనికిరాదనీ, జీతాల్లో సమానత్వం వుండాలనీ వాదించారు — అంటూ, ఆ అధ్యక్షుడు సాంస్కృతిక విప్లవంలో రాజకీయంగా ఎంత ఘోరం జరిగిందో యాకరువు పెట్టాడు.

— బూర్జువా దేశాల్లో వుండే 'క్రిమినల్ లా'ని ప్రవేశపెట్టారు. గతంలో రూపుమాసిపోయిన కోర్టుల్ని నెలకొల్పారు. లాయర్లు పెద్దఎత్తున కావలసి వచ్చారు. 1949 నించీ 66 వరకూ పెకింగ్ యూనివర్సిటీలో లా చదివినవాళ్ళు వెయ్యిమంది మాత్రమే. సాంస్కృతిక విప్లవంలో లా కాలేజీలు మూసేశారు. పెద్దనగరాలలో మళ్ళీ లా కాలేజీలు తెరుస్తోన్నట్టు 1979 అక్టోబరులో ప్రకటించారు. లా కాలేజీలూ కోర్టులూ ఎంతో అవసరమని ప్రజలు భావించేటట్టుగా, నేరాలకు సంబంధించిన వార్తల్ని - పత్రికల్లో, రేడియోల్లో, టీ.వీ.ల్లో ప్రచారం చెయ్యడం ప్రారంభించారు. (నేరాలకు ప్రైవేటు ఆస్తే మూలం. ప్రైవేటు ఆస్తి రాగానే నేరాలు ప్రారంభమయ్యాయి.)

— 1979 సెప్టెంబరులో, పెకింగ్ నగరంలో మావో కొటేషన్లు వుండే బోర్డులమీద పెయింట్ పూసి, రోడ్లమీద నడిచేటప్పుడు తీసుకోవలసిన జాగ్రత్తల గురించి రాశారు.

—గతంలో వుండే బూర్జువా పార్టీల్ని మళ్ళీ నెలకొల్పారు. 9 పాత పార్టీలు 20 ఏళ్ళ తర్వాత, 1979 అక్టోబరులో కొత్తగా మహాసభలు జరుపుకున్నాయి. (ఎప్పుడో పని చెయ్యడం మానేసిన పార్టీలు ఇవన్నీ). వాటిలో ఒక పార్టీ పేరు 'చైనా ప్రజాస్వామిక జాతీయ నిర్మాణ పార్టీ'. వ్యాపారులూ మేధావులూ కలిసి పెట్టుకున్న పార్టీ ఇది. మొదట 1945 లో ఏర్పడింది ఇది. ఇప్పుడు దీని ఛైర్మన్ గతంలో పెద్ద పరిశ్రమల అధిపతి.

ఇప్పుడు అతని వయసు 84 సం॥లు. 'అఖిల చైనా పార్టీ శ్రామిక, వాణిజ్య సమాఖ్య' అనే ఇంకో పార్టీ పాత బూర్జువాలది. దానికి కూడా ఒక పాత బూర్జువా ఛైర్మన్ అయ్యాడు. వయసు 82 సం॥లు. (చైనాలో వర్గాలు లేవనీ, ప్రైవేటు ఆస్తి లేదనీ పార్టీ నాయకులు అంటున్నారు కదా? ఎప్పుడో వర్గాలు వున్నకాలంలో, విప్లవం కూడా రాని కాలంలో బూర్జువాలు పెట్టుకున్న పార్టీల్ని ఇప్పుడు ఎందుకు పునరుద్ధరించవలసి వచ్చింది? వర్గాలు లేని సమాజంలో వాటి అవసరమేమిటి?)

— 1980 ఫిబ్రవరిలో, పార్టీ కేంద్ర 5వ సమావేశంలో, జావో జియాంగూ, హూయావో బాంగు (టెంగు తర్వాత వీళ్ళిద్దరూ ముఖ్యులు) పొలిటికల్ బ్యూరో స్టాండింగ్ కమిటీలో సభ్యులయ్యారు. హువా గ్రూపు వాళ్ళని చాలా పదవుల నించి తీసేస్తూ నిర్ణయాలు చేశారు. సాంస్కృతిక విప్లవంలో తీసేసిన సెక్రటేరియట్‌ని మళ్ళీ స్థాపించారు. హూయావో బాంగు దాంట్లో జనరల్ సెక్రటరీ కూడా అయ్యాడు.

—1980 మే లో లీషావోచీ పునరుద్ధరణ!

—1980 జూన్ లో, పార్టీ జనరల్ సెక్రటరీ హూయావోబాంగ్ యుగోస్లావియా పత్రికా విలేఖర్లతో 'మావో మొదట్లో చైనా విప్లవానికి దోహదం చేసినా, చివర్లో చైనా ప్రజలకు పెద్ద ఆపద తెచ్చిపెట్టాడు. చివరికాలంలో సోషలిస్టు నిర్మాణం గురించి మావో రాసిన సిద్ధాంతాలేవీ అంత మంచివికావు' అన్నాడు.

— 1980 ఆగస్టులో, పెకింగ్ నగరంలో వుండే మావో బొమ్మలూ, చిత్రాలూ తీసేశారు, టియననమన్ స్క్వేర్ దగ్గిర తప్ప. ఆగస్ట 21న టియననమన్ స్క్వేర్‌లో మార్క్స్, ఎంగెల్స్, లెనిన్, స్టాలిన్‌ల ఫోటోలు తీసేశారు.

—1980 ఆగస్టులో ప్రభుత్వ సమావేశంలో హువా, ప్రధాని పదవికి రాజీనామా ఇచ్చాడు. జావోజియాంగ్ కొత్త ప్రధాని అయ్యాడు. సిచువాన్ ప్రాంతంలో ప్రైవేట్ ప్లాట్స్‌ని పెంచడంలోనూ, కమ్యూన్ పద్ధతులు మార్చడంలోనూ చాలా 'కృషి' చేసినందుకే జావో 1980 ఫిబ్రవరిలో పొలిట్‌బ్యూరో వుప ప్రధానీ, సెప్టెంబర్‌లో ప్రధానీ అయ్యాడు. పోస్టర్లు పెట్టే హక్కునీ, చర్చలు జరుపుకునే హక్కునీ ఈ సమావేశం నిషేధించింది. ('వాక్ స్వాతంత్ర్యాన్ని తరతరాలూ వుంచుతాం' అని టెంగ్ గతంలో అనేక సార్లన్నాడు).

— 1980 నవంబరు నించీ 81 జనవరి వరకూ 'నలుగురి'మీదా, లిన్‌పియావో అనుచరుల మీదా నేరవిచారణలు జరిపారు.

ఈ విచారణల కోసం స్పెషల్ కోర్టుని ఏర్పరిచారు. నిందితులు మొత్తం 10 మంది (నలుగురూ + లిన్‌పియావో అనుచరులు 6 గురూ. లిన్‌పియావో బృందంలో చెన్‌పోటా ముఖ్యుడు. లిన్‌తోపాటు చచ్చిపోయిన ఇంకో 5 గురి మీద విచారణలు. వీరు గాక ఇంకో 57 మంది మీద కూడా. ఆ 57 మందినీ ఇతర కోర్టుల్లో విచారిస్తామన్నారు). ఈ విచారణలు జరిపింది 35 మంది జడ్జీలు. జనంలో కొందర్ని మాత్రమే సెలక్ట్‌చేసి విచారణలు చూడడానికి కోర్టులోకి వెళ్ళనిచ్చారు. విదేశస్థులెవ్వరినీ కోర్టులోకి అనుమతించలేదు. విచారణల్లో కొన్ని భాగాల్ని టీ.వీ.లో చూపించారు. ఈ 10 మందీ చేసిన మొత్తం నేరాలు 48. వాటిని 4 రకాలుగా విభజించారు. ఈ నిందితులందరూ —కార్మిక వర్గ నియంతృత్వ ప్రభుత్వాన్ని కూలదొయ్యడానికి ప్రయత్నించారనీ; పార్టీలోనూ, ప్రభుత్వంలోనూ ముఖ్యనాయకుల్ని అసత్యమైన ఆరోపణలతో శిక్షించారనీ; సాంస్కృతిక విప్లవకాలంలో అనేకమంది కార్యకర్తలమీదా, ప్రజలమీదా దుర్మార్గంగా ప్రవర్తించారనీ; లిన్ మనుషులు మావోని చంపడానికి కుట్రపన్నారనీ; చాంగూ, యావో, వాంగూ షాంగైలో సాయుధ తిరగబాటుకి పథకం వేశారనీ - వగైరా నేరాలు. ఈ విచారణలో వాంగూ, యావోలు ('నలుగురి'లో ఇద్దరు) లొంగిపోయారు. తప్పుచేశామని ఒప్పుకున్నారు. వాంగు-చియాంగ్ చింగ్‌కి వ్యతిరేకంగా సాక్ష్యం చెప్పాడు. '1974 అక్టోబరులో మావో, టెంగ్‌ని వుపప్రధానిగా పెట్టాలని ప్రతిపాదించినప్పుడు,

నేను మావోతో టెంగ్‌కీ, చౌఎన్‌లైకీ వ్యతిరేకంగా చెప్పడం నిజమే. వాళ్ళు అధికారం కోసం కుట్రలు పన్నుతున్నారు, వుపప్రధానిగా టెంగ్‌ని ప్రతిపాదించవద్దు - అని మావోతో చెప్పడం నిజమే. కానీ చియాంగ్‌చింగ్ ప్రోత్సాహంతోనే అలా చెప్పాను' అన్నాడు వాంగు. 'చియాంగ్‌తో ముఠాలు కట్టకు' అని మావో తనని కోప్పడ్డాడని కూడా చెప్పాడు. తన సాక్ష్యంలో చాంగుకి కూడా వ్యతిరేకంగా చెప్పాడు ఇతను. 'రివిజనిస్టులు అధికారంలోకి వచ్చే పక్షంలో మనం సాయుధంగా పోరాడాల'ని చాంగు అన్నాడనీ, తను కూడా దానికి సిద్ధపడ్డాననీ, తను తప్పే చేశాననీ వాంగు ఒప్పుకున్నాడు.

యావో కూడా తనవల్ల తప్పులు జరిగాయన్నాడు. తను పత్రికా సంపాదకుడిగా వున్నకాలంలో పార్టీ మితవాదంగా ప్రవర్తిస్తోందనే వ్యాసాలు వేసి నాయకుల్ని అపఖ్యాతిపాలు చేశానన్నాడు. తను తప్పులు చేసినా కార్మిక నియంతృత్వాన్ని కూలదోసే ప్రయత్నాలు చేశాననడం నిజం కాదన్నాడు.

చెన్‌పోటా కూడా, తనవల్ల తప్పులు జరిగాయన్నాడు. కొన్ని విషయాల్లో చియాంగ్‌చింగ్‌కి వ్యతిరేకంగా చెప్పాడు.

చియాంగ్‌చింగు —కొన్ని ప్రశ్నలకు 'నాకు తెలీదు' అనీ; కొన్ని ప్రశ్నలకు 'నేను తప్పే చెయ్యలేదు' అనీ చెప్పింది. కొన్నిసార్లు జడ్జీల్ని "మీరు ఫాసిస్టులు! కొమింటాంగులు!" అని తిట్టింది. డిసెంబరు 24న తన వాదం చెప్పుకోడానికి 2 గంటలు మాట్లాడింది — 'సాంస్కృతిక విప్లవకాలంలో నేను చేసిన ప్రతీదీ మావో సూచనల ప్రకారమే చేశాను. నన్ను అరెస్టు చేసి విచారించడం అంటే మావోని విచారించడమే. మావోని అపఖ్యాతిపాలు చెయ్యడమే' అంది. (నిజానికి ఆ కోర్టులో మావోని కూడా విచారించారు. సాంస్కృతిక విప్లవంలో మావో ఘోరమైన తప్పులు చేశాడనీ, చైనా ప్రజలు ఆ ఆపద మర్చిపోరనీ కోర్టులో లాయర్లు అనేక సందర్భాల్లో అన్నారు). చియాంగ్ చింగ్ మీద నడిపిన విచారణలో మావో ఆమెని ఎప్పుడూ వ్యతిరేకించేవాడనే అర్థాన్నిచ్చే సాక్ష్యాలు తయారుచేశారు. అంతేగాక, చియాంగ్‌చింగు, 'నీతి లేని మనిషి' అనీ, 'బజారు మనిషి' (స్ట్రీట్ వాకర్) అనీ, 'తిరుగుబోతు' అనీ అర్థాలు వచ్చేలా సాక్ష్యాలు ఇప్పించారు. ఒక పాత సినిమా తార చియాంగ్‌కి వ్యతిరేకంగా సాక్ష్యం ఇస్తూ 'నీ సంగతులన్నీ నాకు తెలుసుగా' అంది కోర్టులో ఆమె వేపు చెయ్యి వూపుతూ. (స్త్రీని అపఖ్యాతిపాలు చేసే మార్గం ఆమెని తిరుగుబోతు అని చిత్రించడమే. ఆ మాట ఇంకో స్త్రీ అన్నప్పుడు దాని ప్రభావం ఇంకా ఎక్కువగా వుంటుంది).

ఇక, చాంగు సంగతి. ఇతను నోరు విప్పి ఒక్క మాటైనా మాట్లాడలేదు. కోర్టు ఇచ్చిన ఆరోపణల కాయితాలు తీసుకోవడంగానీ, జవాబులు చెప్పడంగానీ చెయ్యలేదు. 'నువ్వేం చెప్పుకుంటావు?' అని జడ్జీలు అడిగినప్పుడు వాళ్ళ మొహాల వేపు కూడా చూడలేదు చాంగు. 'ఇతను చాలా పొగరుబోతుగా ప్రవర్తిస్తున్నాడు' అని ఏడిశారు రివిజనిస్టు జడ్జీలు (వాళ్ళల్లో చాలామంది సాంస్కృతిక విప్లవంలో రకరకాల విమర్శలకు గురైన వాళ్ళే!).

ఆ విచారణల తతంగం దాదాపు 3 నెలలపాటు నడిచింది. 1981 జనవరి 25న తీర్పులు చెప్పారు. చియాంగ్‌చింగుకీ, చాంగుకీ మరణశిక్షలూ, శాశ్వితంగా రాజకీయ హక్కుల తొలగింపూ! వాంగుకి యావజ్జీవ కారాగారం, 5 సం॥ల వరకూ రాజకీయ హక్కుల తొలగింపూ. (శిక్ష ఎలాగూ తప్పించుకోలేకపోయాడు. రివిజనిస్టుల పాదాల ముందు మోకరిల్లి తలకాయని మాత్రం నిలబెట్టుకోగలిగాడు). యావోకి 20 ఏళ్ళు, చెన్‌పోటాకి 18. మిగతా వాళ్ళందరికీ ఇదేరకం. (మరణశిక్షలూ, జన్మఖైదులూ వెయ్యాల్సింత నేరాలేమీ రుజువు కాలేదు ఈ విచారణల్లో). చియాంగ్ చింగ్‌కీ, చాంగ్‌కీ వేసిన మరణశిక్షల్ని వెంటనే అమలు పరచడంలేదనీ, 2 ఏళ్ళ పాటు వాళ్ళ నడవడిని

చూస్తామనీ ప్రకటించారు. ఆ కాలం కూడా గడిచింది గానీ ఇంకా మరణశిక్షలు అమలు చెయ్యలేదు. రివిజనిస్టులు ఇంకా రాజకీయంగా బలహీనంగా వున్నారా? 'జాలిపడి' మరణశిక్షలు ఆపారని మాత్రం అనుకోకూడదు. రివిజనిస్టులు – మావోమీదా, 'నలుగురి'మీదా చూపించినంత కక్షని, లిన్‌పియావో మీద కూడా చూపిస్తున్నారంటే, లిన్‌పియావో కూడా సాంస్కృతిక విప్లవానికి కృషిచేశాడనే అవగాహనకు రావలసినట్టు కనపడుతోంది. మావోని అపకీర్తిపాలు చేస్తోన్న విప్లవకారులకు మరణశిక్షలు వేస్తోన్నా వాళ్ళను రక్షించగల స్థితిలో చైనా శ్రామిక వర్గాలు లేవు).

— 1981 జూన్‌లో జరిగిన కేంద్రకమిటీ సమావేశంలో, హువాని పార్టీ ఛైర్మన్‌గా తీసేశారు. హుయావోబాంగ్ ఛైర్మన్ అయ్యాడు. 1980 ఫిబ్రవరినించీ ఇతను పార్టీకి సెక్రటరీ జనరల్‌గా కూడా వుంటున్నాడు. (తర్వాత మళ్ళీ ఛైర్మన్ పదవే పూర్తిగా తీసేశారు). ఈ సమావేశంలో - 'నలుగురి ముఠాని అరెస్టు చెయ్యడంలో హువా చేసిన కృషి'ని ప్రశంసించారు. ఈ సమావేశంలోనే, అంతవరకూ గడిచిన పార్టీ చరిత్రమీద ఒక అంచనా ప్రకటించారు. పార్టీ చరిత్రలో 1966 వరకూ పరిస్థితి అభివృద్ధికరంగా వుందనీ, తర్వాత అభివృద్ధి నిరోధకంగా తయారైందనీ, సాంస్కృతిక విప్లవకాలం అంతా ఒక 'కల్లోల దశాబ్దం' అనీ, దానివల్లే సోషలిజానికి ముప్పు వాటిల్లిందనీ అంతా ఎప్పటిపాటే.

— 1982 జనవరిలో రెడ్‌ఫ్లాగ్ పత్రిక, 'నలుగురి ముఠాకి శిక్షలు వేసి సంవత్సరం దాటినా - ఇంకా వాళ్ళ అనుచరులూ అతివాదులూ పార్టీలో అధికార స్థానాల్లో వున్నారు. వాళ్ళని తీసెయ్యాలి' అని రాసింది.

—1982 జనవరిలో 'లీషావోచీ రచనలు' ప్రచురించారు. ఆ రచనలు 'చైనా ప్రజల గొప్ప భాండాగారం' అన్నారు.

— 'అతివాదులకు' శిక్షలు వెయ్యడం 1982లో కూడా సాగింది.

— 1982 సెప్టెంబరులో పార్టీ 12వ మహాసభ జరిగింది. 'నలుగురి'నీ అరెస్టులు చేశాక జరిగిన 11వ మహాసభలా దీన్ని రహస్యంగా జరపలేదు. దీనికి చాలా ప్రచారం ఇచ్చారు. (1981 చివరికి పార్టీలో మొత్తం సభ్యులు - 3 కోట్ల, 96 లక్షల, 50 వేలు). 12వ మహాసభలో ప్రారంభోపన్యాసం ఇస్తూ టెంగు, '1945 తర్వాత అత్యంత ప్రాధాన్యతగల మహాసభ ఇది. 8వ మహాసభ (లీషావోచీ మెజారిటీ కలది) సరైన పంథానే పెట్టిందిగానీ, దాన్ని సరిగా అమల్లో పెట్టలేకపోయాం. 1956 తర్వాత 20 ఏళ్ళపాటు చాలా కష్టనష్టా లెదుర్కొంది మన సోషలిస్టు విప్లవం. ఇప్పుడు మళ్ళీ సరైన పంథాని ముందుకు తెచ్చాం' అన్నాడు.

—11వ మహాసభలో, '2 అగ్ర రాజ్యాలకూ వ్యతిరేకంగా పోరాటం' అంటూ ప్రారంభించిన 'మూడు ప్రపంచాల సిద్ధాంతాన్ని' ఈ 12వ మహాసభనాటికి పూర్తిగా వొదిలేశారు. ఆ సిద్ధాంతం పెట్టినప్పటినించీ ఏనాడూ 3వ ప్రపంచ దేశాలతో సరైన సంబంధాలు పెట్టుకోలేదు. ఆధునిక యంత్రాలకోసం రెండో ప్రపంచ దేశాలతో మాత్రమే మొదట సంబంధాలు నడిపారు. క్రమంగా అమెరికాతో వ్యాపారం మొదలుపెట్టి 'రష్యాతో పోరాటంలో అమెరికాని కలుపుకోవాలి' అన్నారు. ఇంకా తర్వాత, రష్యాతో కూడా సంబంధాలు మొదలుపెట్టి 3 ప్రపంచాల సిద్ధాంతం మాటే వొదిలేశారు.

— 1983 జూలైలో 'టెంగు రచనలు' విడుదలయ్యాయి. 1 కోటీ, 41 లక్షల కాపీలు వేశారు! (ఇవి చైనా ప్రజల రెండో భాండాగారం!)

— చైనా పార్టీ సిద్ధాంత పతనాన్ని కొలవడానికి ఈనాడున్న ఏ కొలబద్దలూ పనికిరావు. 1979 మే 9న, పీపుల్స్ డైలీ — 'ఖచ్చితమైన సోషలిజం అనేది చైనా గుత్త సొమ్మేమీకాదు. ఏ సోషలిస్టు దేశానికైనా తన స్వంత పాలసీని అనుసరించే హక్కు వుంది. ఏ దేశాన్నీ 'సోషలిస్టు' అనో, 'రివిజనిస్టు' అనో, 'కాపిటలిస్టు' అనో మాట్లాడకూడదు' అంది.

—1980 ఏప్రిల్ 2 పీపుల్స్ డైలీ - గతంలో

రష్యా రివిజనిజాన్ని విమర్శిస్తూ చైనా పార్టీ ప్రకటించిన 9 వ్యాసాల్నీ (నైన్ కామెంట్స్) ఖండించుకున్నట్టు రాసింది. 'ఆ వ్యాసాల్లో రివిజనిస్టు లక్షణాల్ని తప్పుగా చిత్రించడం జరిగింది. వుత్పత్తి శక్తుల అభివృద్ధికే అంకితం కావడం రివిజనిస్టు దృష్టి అని ఆ వ్యాసాల్లో తప్పుగా చెప్పడం జరిగింది' అని రాసిందా పత్రిక. రష్యాని 'సోషల్ సామ్రాజ్యవాద దేశం' అనడం పూర్తిగా మానేశారు.

— గతంలో రివిజనిస్టు పార్టీలుగా రుజువైపోయిన ప్రపంచ రివిజనిస్టు పార్టీ లన్నిటితోటీ చైనా పార్టీ సత్సంబంధాలు ప్రారంభించింది — 1977 నించీ. గత చైనా పార్టీ యుగోస్లావియా పార్టీని పూర్తి రివిజనిస్టుగా భావిస్తే, ఇప్పుడు వీరు ఆ పార్టీని ఆహ్వానించి టిటో మార్క్సిజానికి గొప్ప సేవ చేశాడనీ, తన స్థానిక పరిస్థితులకు మార్క్సిజాన్ని గొప్పగా అన్వయించాడనీ, టిటో పార్టీ నించీ నేర్చుకోవాల్సింది ఎంతో వుంద'నీ కీర్తించారు. యూరో కమ్యూనిజంతో కూడా ఇదే రకం సంబంధాలు. (స్పెయిన్, ఫ్రాన్స్, ఇటలీ దేశాల కమ్యూనిస్టు పార్టీల సిద్ధాంతాన్ని 'యూరో కమ్యూనిజం' అంటారు. ఇవి మార్క్సిజం గురించి మాట్లాడతాయేగానీ దాని సూత్రాల్ని ఒప్పుకోవు. వర్గపోరాటం లేకుండానే, పార్లమెంటరీ విధానంద్వారా శాంతియుతంగా సోషలిస్టు పరివర్తన జరుగుతుందనీ, కార్మికవర్గ నియంతృత్వం అక్కరలేదనీ ఈ పార్టీలు, తమ ప్రణాళికల్లో బహిరంగంగానే ప్రకటించాయి. వాటిని రివిజనిస్టు పార్టీలుగా చైనా పార్టీ గతంనించీ భావిస్తోంది. మావో పోయినప్పుడు ఇటలీ కమ్యూనిస్టు పార్టీ చైనాకి సంతాప సందేశం పంపితే, అప్పుడు విప్లవపంథా ఇంకా అధికారంలో వుండడంచేత, ఆ సందేశాన్ని తిరస్కరించింది పార్టీ). 1966 లోనే తెగిపోయిన ఇటలీ, స్పెయిన్ పార్టీలతో సంబంధాల్ని 1980 నించీ మళ్ళీ పునరుద్ధరించుకొంది చైనా. 'సంపూర్ణ సమానత్వం, స్వాతంత్ర్యం, పరస్పర గౌరవం' ప్రాతిపదికమీద తమ సంబంధాలు ఏర్పర్చుకుందామని వుభయ రివిజనిస్టులూ నిశ్చయించారు. 1980 ఏప్రిల్‌లో ఇటలీ పార్టీ వాళ్ళు చైనా వచ్చినప్పుడు టెంగు, యూరో కమ్యూనిజం గురించి — 'మేము యూరప్‌కి దూరంగా ఎక్కడో ఆసియాలో వున్నాం. కొత్త విషయాలు పరిశీలించడంలో మాకు ఆసక్తి వుంది. ప్రతీదీ ఆచరణలోనే తేలుతుంది' అన్నాడు. ఆ సంవత్సరమే మే 31న కొందరు కేంద్రకమిటీ సభ్యులతో మాట్లాడుతూ టెంగు, సిద్ధాంత విషయాల గురించి ఇలా అన్నాడు - 'ఒక దేశంలో ఒక పార్టీ అనుసరించే పంథా కరెక్టా కాదా అన్నది ఆ దేశ ప్రజలూ, ఆ పార్టీ తేల్చుకోవాలిగానీ, ఇతర దేశాలు అందులో కలగజేసుకోకూడదు. ఒక దేశ ఆంతరంగిక వ్యవహారాల్లో ఇతరులు జోక్యం చేసుకోకూడదు. యూరో కమ్యూనిజం గురించైనా, అది కరెక్టా కాదా అని ఇతరులు జడ్జి చెయ్యకూడదు. వ్యాసాలు రాసి దాన్ని సమర్థించడమో విమర్శించడమో చెయ్యకూడదు. ఏది కరెక్టు అనేది అంతిమంగా ఆచరణే నిర్ణయిస్తుంది. ఎవరి దేశంలో వాళ్ళు తమ పరిస్థితులకు తగ్గట్టుగా ప్రయోగాలు చేసుకుంటున్నప్పుడు ఇతరులు జోక్యం చేసుకోకూడదు'— (బూర్జువా వర్గం రకరకాల ముసుగులు వేసుకుంటుంది అని ఇంతకుముందు అనుకున్నాంగానీ, చైనా బూర్జువా వర్గానికి ఆ ముసుగులు కూడా లేవు. బూర్జువా సమాజంలోనే వర్గపోరాటం అక్కరలేదని చెప్పే యూరో కమ్యూనిజం ఇంకా 'ప్రయోగదశ'లోనే వుంది వీరి దృష్టికి! వర్గపోరాటం అక్కరలేదనడం యూరో కమ్యూనిస్టుల ఆంతరంగిక విషయమూ, సోషల్ సామ్రాజ్యవాదం రష్యా కమ్యూనిస్టుల ఆంతరంగిక విషయమూ, కాంట్రాక్టు సోషలిజం చైనా కమ్యూనిస్టుల ఆంతరంగిక విషయమూనూ. ఎవరి కమ్యూనిజం వాళ్ళ ఆంతరంగిక విషయమైతే, రివిజనిజం గురించి 'మనం' ఎప్పుడు మాట్లాడాలి? భారతదేశానికి

రివిజనిజం వచ్చినప్పుడా? 'మార్క్సిజం' అనేది అంతర్జాతీయ సిద్ధాంతం అన్న కనీసపు ఇంగిత జ్ఞానం కూడా వున్నట్టు లేదు ఈ రివిజనిస్టు ముఠాకి. ఆ సంగతి తెలిస్తే కనీసం ఇంకో రకంగానన్నా మాట్లాడివుందురు. ప్రతీదీ ఆచరణలో తేలుతుంది! ఆచరణకు దిగే మనిషికి ఏదో ఒక దృక్పథం వుంటుందా, వుండదా? బూర్జువా దృక్పథంగానీ, సోషలిస్టు దృక్పథంగానీ, మరొకటిగానీ. ఏదో ఒక దృక్పథంతోనే ఆచరణలోకి దిగుతాడు మనిషి. చైనా రివిజనిస్టులు ఆ 'దృక్పథం' సంగతి ఎత్తరు. అంతా ఆచరణలో తేలుతుంది!)

— చైనా రివిజనిస్టులు 1983 లో భారత సి.పి.యం. పార్టీతో కూడా సంబంధాలు నెలకొల్పుకున్నారు. (భారత సి.పి.యం. పార్టీకి వున్న విప్లవ దృక్పథమూ, దాని కార్యక్రమమూ అందరికీ తెలిసిందే. ఒకవేళ తెలియకపోతే, టెంగు పార్టీతో సంబంధాలకు అర్హత పొందడాన్ని బట్టయినా దాని విప్లవత్వం గ్రహించుకోవచ్చు)

1983 జూలై లో, ఇందిరా కాంగ్రెస్‌కు సంబంధించిన యువజన సంఘ ప్రతినిధుల్ని చైనాకి ఆహ్వానించి — 'భారత' దేశపు యువజనులూ, చైనా దేశపు యువజనులూ తమ తమ దేశాలలో నూతన నిర్మాణంకోసం కృషి చేస్తున్నారని వారిని ప్రశంసించారు (ఆఖరికి ఇందిరా కాంగ్రెస్ స్థాయిలోకి దిగింది టెంగు సోషలిజం! దానికి భారత సి.పి.యమ్మూ ఒకటే, భారత ఇందిరా కాంగ్రెస్సూ ఒకటే).

సాంస్కృతిక రంగంలో మార్పులు :

— విద్యారంగంలో, **5** ఏళ్ళు నడిచే యూనివర్సిటీ కోర్సు పద్ధతిని (సాంస్కృతిక విప్లవంలో తగ్గించిన దాన్ని) తిరిగి ప్రారంభించారు. 1978 నించీ పరీక్షల పద్ధతిని కూడా తిరిగి ప్రారంభించారు.

— యూనివర్సిటీలో 'ప్రొఫెసర్', 'అస్సోసియేట్ ప్రొఫెసర్' అనే రాంక్స్ తిరిగి ప్రారంభించారు.

— 1978 జూన్‌లో ఒక విద్యామంత్రి ప్రకటన: 'టీచర్లకు కూడా నిర్ణీతమైన కాలపరిమితినిబట్టి పరీక్షలు నిర్వహించే పద్ధతిని తిరిగి ప్రవేశపెట్టాలి. అలాగే బిరుదులూ, ప్రమోషన్లూ కూడా. ప్రమోషన్లు ప్రతిభని పట్టి ఇవ్వాలిగానీ సీనియారిటీని బట్టి కాదు. ప్రైమరీ స్కూళ్ళలోనూ, సెకండరీ స్కూళ్ళలోనూ బాగా పనిచేసేవాళ్ళకి 'స్పెషల్ గ్రేడ్ టీచర్లు' అని బిరుదులివ్వాలి. బాగా పైకి పోయేవాళ్ళకి ప్రశంసాపత్రాలు ఇవ్వాలి. మరీ విశిష్టమైన వాళ్ళకి 'మోడల్ టీచర్లు' అనీ 'మోడల్ విద్యావేత్తలు' అనీ బిరుదు లివ్వాలి. మెడల్సూ, డబ్బురూపేణా బహుమతులూ కూడా ఇవ్వాలి. (తక్కువగా చదువుకుని టీచర్లు అయిన పేద వర్గాల టీచర్లకి ఎన్ని బిరుదులూ, బహుమతులూ వస్తాయో వేరే చెప్పనక్కరలేదు).

1981లో, ప్రభుత్వం పేద వర్గాలపట్ల 'దయ'తో ఒక ప్రకటన చేసింది. తక్కువ స్థాయి చదువులతో వుండిపోయిన కార్మికులూ, ఇతర చిన్న తరహా వుద్యోగులూ 1985 నాటికల్లా తమ విద్యార్హతల్ని అభివృద్ధి పరుచుకోవాలని ప్రోత్సహించింది — ఆ ప్రకటన (ఎలా అభివృద్ధి పరుచుకుంటారు? మార్గాలేవీ? ఒక కార్మికుడు ఒక గ్రాడ్యుయెట్ స్థాయికి వెళ్ళినా, దానివల్ల - దోపిడీవుత్పత్తి సంబంధాలలో అతని స్థానంలో జరిగే అభివృద్ధి ఏమీ వుండదు. ఈ బూర్జువా డిగ్రీలు అతన్ని వుద్ధరించవు)

— పరీక్షలవల్ల, ముఖ్యంగా ఎంట్రెన్స్

పరీక్షలవల్ల విద్యార్థులలో మానసికాందోళనలూ, వారి కుటుంబాలలో నిరాశా నిస్పృహలూ ప్రారంభమయ్యాయి. పరీక్షలు తప్పిన విద్యార్థుల ఆత్మహత్యలు మరీ అరుదైన విషయం మాత్రం కాదు (జరుగుతూనే వున్నాయి.)

— 1979 జనవరి 27న 'వసంతకాల వుత్సవం' (మతానికి సంబంధించిన పండగ) సందర్భంగా ప్రభుత్వం అధికారికంగా వుత్సవం జరిపినప్పుడు బాల్‌రూమ్ డ్యాన్సులూ, బ్రిడ్జి ఆటలపోటీలూ నిర్వహించారు. వీటిని సాంస్కృతిక విప్లవంలో బూర్జువా క్రీడలుగా భావించి తగ్గించేశారు. బాల్‌రూమ్ డాన్సుల్నీ, మర్దనశాలల్నీ (మెసాజ్ పార్లర్స్‌నీ) తిరిగి అనుమతిస్తోన్నట్టు 1979 అక్టోబరు 30న ప్రకటించారు.

— వెస్టర్న్ స్టయిల్‌లో వుండే బట్టల వుత్పత్తి పెంచాలని నవంబరు 20న ప్రకటించారు.

— ఆర్థిక ప్రమాణాలు పెరగడంవల్ల, చైనా ప్రజలు మెరుగైన బట్టలతో తయారైన స్టయిలిష్ దుస్తులమీద ఆసక్తి చూపుతున్నారు - అని 1983 జూలై 18 పెకింగ్‌రివ్యూ రాసింది. (ప్రైవేటు వుత్పత్తి విధానంవల్లా, ప్రైవేటు వ్యాపారం చేసుకునే అవకాశాలవల్లా, చైనా ప్రజల ఆర్థిక పరిస్థితులు మెరుగయ్యాయని వేరే సందర్భాల్లో చాలాసార్లు చెప్పారు.)

— 1983 మేలో పెకింగ్‌లో జరిగిన ఒక ఎగ్జిబిషన్‌లో వివిధ ప్రాంతాలనించీ వచ్చిన బట్టలూ, బూట్లూ అమ్మకానికి పెట్టారు. ఆ ఎగ్జిబిషన్‌లో 'ఫేషన్ పెరేడ్' కూడా జరిపారు. 185 రకాల దుస్తుల్ని ప్రదర్శిస్తూ పెరేడ్ జరిగింది. ఎక్కువగా వెస్టర్న్ స్టయిల్ దుస్తులూ, మిగతావి పాత సాంప్రదాయక దుస్తులూ. ఒకప్పుడు బట్టల ఫ్యాక్టరీలో కార్మికురాలిగా వుండి, ప్రస్తుతం కేంద్రకమిటీ సభ్యురాలైన హావో అనే ఆమె ఆ ఎగ్జిబిషన్ నిర్వాహకులతో 'మగవాళ్ళు వెస్టర్న్ సూట్లూ స్పోర్ట్స్ జాకెట్లూ ధరించేలాగానూ; ఆడవాళ్ళు వెస్టర్న్ స్టయిల్ సూట్లూ, స్కర్ట్‌లూ ధరించే లాగానూ ప్రోత్సహించాలి. మన బట్టల వ్యాపారంలో వుద్యోగుల బుర్రలు ఇంకా పాతకాలపు భావాలనించి విముక్తి కావాలి' అంది. ఆ ఎగ్జిబిషన్‌లో యువకుల్నీ, పిల్లల్నీ ఆకర్షించే బట్టలు మాత్రమే వున్నాయనీ; మధ్య వయస్కులకూ, వృద్ధులకూ కొత్తస్టయిల్‌ని చూపడంలో ఈ ఎగ్జిబిషన్ తగినంత అభివృద్ధి సాధించలేకపోయిందనీ 'పెకింగ్‌రివ్యూ' విలేఖరి వాపోయాడు. (వెస్టర్న్ స్టయిల్ బట్టలు వేసుకోవడంలో ప్రజలు ఇంకా వెనకబడి వున్నారేమోగానీ, పార్టీ నాయకులు మాత్రం పెద్ద పెద్ద ముందడుగులు వేస్తున్నారు. యూనిఫారాల పద్ధతి పూర్తిగా వదిలేసి సూట్లూ, టైలూ ప్రారంభించారు పార్టీ నాయకులు. స్టయిలిష్ బట్టలు వేసుకునే హక్కు తమకే వుంచుకో దల్చినట్టున్నారు నాయకులు. ప్రజలు అలాంటి బట్టలు వేసుకోకూడదనీ, జుట్లు విరబోసుకోకూడదనీ కూడా అప్పుడప్పుడూ హెచ్చరికలు ప్రకటిస్తున్నారు. ఆ హెచ్చరికలు పనిచెయ్యాలనీ, ప్రజలు వాటిని పాటించాలనీ నాయకులు నిజంగా కోరుతున్నారని కాదు దాని అర్థం. అది ఒక నాటకం. 'నువ్వు ఫలానారకంగానే బట్టలు వేసుకో, జుట్టు ఫలానా రకంగానే వుంచుకో' అని ఒక మనిషిని శాసించడానికి ఎవరికి హక్కు వుంటుంది? పార్టీకీ ప్రభుత్వానికీ వుంటుందా? సాంస్కృతిక చైతన్యంతో జరగాల్సిన పనులు అవి. వెస్టర్న్ స్టయిల్ బట్టల్ని పెద్దఎత్తున వుత్పత్తి చేస్తూ, ఆ బట్టలు వేసుకోవద్దంటే అర్థమేమిటి? రివిజనిస్టు సమాజంలో సోషలిస్టు డిగ్నిటీ ఎక్కణ్ణించి వస్తుంది?)

— 1983 ఆగస్టు 1న "సైనిక దినోత్సవం"నాడు, సైన్యంలోని ఒక సెక్షన్‌కి, కొత్త రకం యూనిఫారాలూ, కొత్త రకం టోపీలూ, భుజాల దగ్గర బ్యాడ్జీలూ ప్రారంభించారు.

— ఒక మూలపడి వుండే స్థితికి వెళ్ళిపోయిన 'మతం' మళ్ళీ వుత్సాహంగా విహరించడం ప్రారంభించింది. సాంస్కృతిక విప్లవకాలంలో గోడౌన్‌గా మార్చిన ఒక పాతకాలపు చర్చిని (పెకింగ్‌లో) 1980 డిసెంబరులో మళ్ళీ చర్చిగా మార్చారు.

— 1981 ఏప్రిల్ 7న హాంగ్‌కాంగ్ సమావేశంలో పాల్గొన్న ఒక చైనా బిషప్పు, చైనాలో గత సంవత్సరంన్నరలో 100 చర్చిల్ని తిరిగి తెరిచారనీ, ఇంకా తెరవబోతున్నారనీ, 1980 లో బైబిల్ కాపీలు 1 లక్షా 30 వేలు వేశారనీ చెప్పాడు.

— మతం పండగలకు ప్రభుత్వ శెలవు లివ్వడం 1980 నించీ ప్రారంభించారు.

— 1980 డిసెంబరు 16న చైనా బౌద్ధ సంఘం వాళ్ళు ఒక బహిరంగసభ జరుపుకున్నారు. 1962 తర్వాత జరిగిన మొదటి బహిరంగ సభ ఇది.

— 1981 మార్చి 1 రెడ్‌ఫ్లాగ్ పత్రిక మతాన్ని సమర్థిస్తూ — 'అంతర్జాతీయ రాజకీయరంగంలో మతం ఒక శక్తిగా వుంది. ప్రపంచ జనాభాలో 61 శాతం మత నమ్మకాలున్నవాళ్ళే. మతానికి స్వేచ్ఛ ఇవ్వడంవల్ల మనం ఇతర దేశాలతో సంబంధాలు బలపర్చుకుని ఆధిపత్యవాదాన్ని దెబ్బకొట్టి ప్రపంచశాంతిని కాపాడగలం' అని రాసింది.

— జ్యోతిష్యాలూ, చిలక జ్యోస్యాలూ లాంటి వృత్తులు కూడా 1982 నించీ సాగుతున్నాయనీ, కుస్తీ పోటీలూ, ముష్టి యుద్ధాలూ, కత్తి యుద్ధాలూ వంటి ఆటవిక కాలపు వ్యక్తి వీరత్వ విద్యలు (మార్షల్ ఆర్ట్స్) 1982 నించీ తరుచుగా కనిపిస్తున్నాయనీ 'డేవిడ్ బొనావియా' అనే పెకింగ్ విలేఖరి రాశాడు.

— జనాభా సమస్యని దౌర్జన్య పద్ధతులలో పరిష్కరించాలని చూస్తున్నారు. ఒకే పిల్లని కన్నవాళ్ళకి ప్రత్యేక అలవెన్సులూ, లేనివాళ్ళకి ఫైన్లూ, జీతంలో కటింగులూ నడుస్తున్నాయి. స్థానిక ప్రభుత్వాలు ఎక్కడికక్కడ వేరు వేరు నిబంధనలు పెడుతున్నాయి. కుటుంబ నియంత్రణ విషయంలో త్వరలో ఒక శాసనం రూపొందిస్తారని 1983 ఆగస్ట్ 29 పెకింగ్ రివ్యూ రాసింది.

— స్త్రీల పరిస్థితి మళ్ళీ దుర్భరం కావడం మొదలైంది. ప్రైవేటు ఆస్తితో పాటే స్త్రీలు కుటుంబాలకీ, పురుషులికీ బానిసలు కావడం ప్రారంభమవుతుంది. ఏ బూర్జువా దేశాలలోనూ లేనంత జుగుప్సాకరంగా చైనాలో ఆడపిల్లల హత్యలు జరుగుతున్నాయి. మళ్ళీ స్వంత సాగు ప్రారంభం కావడంవల్ల, పొలంలో పని చెయ్యడానికీ, వృద్ధాప్యంలో ఆదుకోడానికీ మొగపిల్లలే కావాలనే ఆలోచనలు బలపడుతున్నాయి.

1982 లో గ్వాంగ్‌డోంగ్ ప్రాంతంలో 210 మంది ఆడ శిశువుల్ని పుట్టగానే చంపివేసినట్టు '83 ఫిబ్రవరిలో నాన్‌ఫాంగ్‌డైలీ రాసింది. 'ప్రసవిస్తోన్న తల్లి పక్కన ఒక నీళ్ళ బకెట్టు సిద్ధంగా వుంచుతారు. పుట్టినబిడ్డ ఆడశిశువు అని తెలియగానే, శిశువుని ఆ బకెట్టులో పడేస్తారు' అని రాసిందా పత్రిక.

★

జల్లెడకి ఎన్ని చిల్లులో అన్ని చిల్లులు

['చైనాలో ఏం జరుగుతోంది?' పుస్తకం గురించి కె. బాలగోపాల్ చేసిన 'సమీక్ష' మీద చర్చా వ్యాసం ఇది.]

ముందు మాట

(మొదటి ముద్రణకు రాసినది)

'చైనాలో ఏం జరుగుతోంది?' పుస్తకం వచ్చి ఇప్పటికి **5** సంవత్సరాలు దాటింది. చార్లెస్ బెతల్‌హామ్ అనే ఫ్రెంచి మార్క్సిస్టు, 1978 లో "మావో తర్వాత చైనా" అనే పేరుతో రాసిన వ్యాసాన్ని ఉదయ్‌కుమార్, గాంధీ, నేనూ కలిసి 'చైనాలో ఏం జరుగుతోంది?' పేరుతో తెలుగులోకి తెచ్చాము. అది 1983 అక్టోబర్‌లో, 'జార్జిరెడ్డి పబ్లికేషన్స్ (హైదరాబాదు)' ద్వారా ప్రింటు అయింది.

ఈ పుస్తకం గురించి కె. బాలగోపాల్‌గారు 1984 సెప్టెంబరు "సృజన" పత్రికలో, "శ్రామికవర్గ సాంస్కృతిక విప్లవం" అనే పేరుతో సమీక్ష రాశారు. ఈ సమీక్షలోవున్న విషయాలేవీ అంగీకరించదగ్గవిగా లేకపోవడంచేత, ఆ సమీక్ష గురించి చర్చిస్తూ నేను ఒక వ్యాసం రాసి 'సృజన'కి పంపాను.

సాధారణంగా, కథల మీద గానీ నవలల మీద గానీ 'సమీక్షలు' వచ్చినప్పుడు, ఆ సమీక్షలు ఎలావున్నా, రచయితలు వాటిగురించి మళ్ళీ వ్యాసాలు రాయరు. కానీ, బెతల్‌హామ్ పుస్తకం కథో, నవలో కాదు. మార్క్సిస్టు సిద్ధాంతానికీ, ఆచరణలకీ సంబంధించిన పుస్తకం అది. 'సోషలిస్టు'గా నిర్మాణమవుతూవున్న ఒక దేశం పొందిన అపజయాన్ని పరిశీలించిన పుస్తకం అది. ఆ పుస్తకంలోవున్న విషయాలమీద వచ్చిన సమీక్ష పాఠకులకు చాలా పొరపాటు అవగాహన ఇస్తోందని మేము భావించడంవల్లనే, ఆ సమీక్ష గురించి నేనా వ్యాసం రాశాను. ఆ వ్యాసాన్ని, 'సృజన'కి **84** చివరలో పంపించాను. ఆ వ్యాసానికి, "సమీక్షా వ్యాసాన్ని సమీక్షించండి!" అని పేరు పెట్టాను. ఆ వ్యాసం గురించి ఒక సంవత్సరం వరకూ ఆ పత్రికనించీ ఏ సమాచారమూ లేదు. ఈలోగా "సృజన"వారు, బాలగోపాల్ సమీక్షా వ్యాసాన్ని పుస్తకంగా కూడా వేసి ప్రచారం ప్రారంభించారుగానీ, ఆ సమీక్షని చర్చించే వ్యాసాన్ని మాత్రం అంత త్వరగా ఇవ్వదల్చుకోలేదు.

ఇది ఇలా వుండగా, 1984 డిసెంబరు 'సృజన'లో, "చైనాలో ఏం జరుగుతోంది?'— సమీక్షా వ్యాసంపై సందేహాలు" అనే పేరుతో, పి. రామకృష్ణారెడ్డిగారు రాసిన వుత్తరం ఒకటి వచ్చింది. ఈ వుత్తరంలో విమర్శలకు, బాలగోపాల్ ఇచ్చిన జవాబు కూడా ఆ సంచికలోనే వచ్చింది.

ఆ తర్వాత, 1985 జూన్ 'సృజన' సంచికలో, "శ్రామికవర్గ సాంస్కృతిక విప్లవం: సమీక్షా వ్యాసంలో కొన్ని సూత్రీకరణలు సరియైనవేనా?" అనే పేరుతో, జీవన్‌గారు రాసిన వ్యాసం వచ్చింది.

తర్వాత, 1986 ప్రారంభంలో, 'సృజన' పత్రిక ఆగిపోయాక, వరవరరావుగారు వేరే ఒక విషయం గురించి నాకు రాస్తూ, ఆ వుత్తరంలో నా వ్యాసం విషయం ప్రస్తావించారు. బాలగోపాల్‌గారి రూమ్‌మీద పోలీసులదాడి జరిగిందనీ, ఆ దాడిలో నా వ్యాసం పోయివుంటుందనీ! ఈ మాట చెప్పింది నేను వ్యాసం పంపిన యాడాది తర్వాత!

నేను దానికి జవాబు రాశాను — 'ఫర్వాలేదు లెండి. నా దగ్గిర దాని రఫ్ కాపీ వుంది. నేనా వ్యాసం మళ్ళీ తయారు చేసుకోగలను' అని!

కానీ, ఆ తర్వాత మళ్ళీ వెంటనే నేనా వ్యాసం పని పెట్టుకోలేదు. ఎందుకంటే, ఆ వ్యాసాన్ని విడిగా పుస్తకంగా తేవడంగాక, అప్పటికి మా దృష్టిలో వున్న ఇంకో పుస్తకంతో కలిపి తేవాలనే అభిప్రాయం కలిగింది. బెతల్‌హామ్ రాసినదే ఇంకో పుస్తకం వుంది — "చైనాలో సాంస్కృతిక విప్లవమూ, పరిశ్రమల నిర్వహణా" అనే పుస్తకం. దాన్ని కూడా తెలుగులోకి తెచ్చే అభిప్రాయంతో వున్నాం. దాని అనువాదం పని కూడా చాలావరకు జరిగింది. దాన్ని తెలుగులోకి తెచ్చేటప్పుడు, ఆ పుస్తకం చివర 'అనుబంధం'గా ఈ వ్యాసాన్ని చేర్చాలని అనుకున్నాం.

అయితే, ఆ ".....పరిశ్రమల నిర్వహణ" పుస్తకం తేవాలంటే, దానికన్నా ముందు "కాపిటల్ పరిచయం" పని పూర్తి కావాలి. ఎందుకంటే, "....పరిశ్రమల నిర్వహణ" పుస్తకంలో వున్న సిద్ధాంతపరమైన విషయాలు సరిగా అర్థం కావాలంటే, అది "కాపిటల్"ని పూర్తిగా చదివిన తర్వాతే సాధ్యమవుతుంది. "....పరిశ్రమల నిర్వహణ" పుస్తకంలో, ప్రధానంగా 'కార్మిక నిర్వహణ'నీ, 'పెట్టుబడిదారీ శ్రమవిభజన'లో మార్పునీ చైనా విప్లవకారులు ఎలా ప్రారంభించారో చెపుతారు రచయిత. ఈ పనులన్నీ తప్పుడు పనులని రివిజనిస్టులు చిత్రిస్తున్నారు. ఈ మార్పులు సరైనవో కావో అర్థం చేసుకోవాలంటే, మొదట "కాపిటల్" ద్వారా 'సరుకు విలువ' గురించీ, 'శ్రమ శక్తి విలువ' గురించీ తెలిసి వుండాలి. ఆ విషయాలు తెలియకపోతే, 'పెట్టుబడిదారీ శ్రమవిభజన'ని ఎందుకు మార్చాలో ఏ మాత్రమూ అర్థం కాదు. కాబట్టి, మొదట 'కాపిటల్ పరిచయాన్ని' త్వరగా పూర్తిచేసి, దాని తర్వాతే ".....పరిశ్రమల నిర్వహణ" పుస్తకాన్ని తేవాలనీ, బాలగోపాల్ సమీక్షమీద వ్యాసాన్ని అప్పటికి తయారుచేస్తే సరిపోతుందనీ, ఇదంతా చాలా త్వరగానే చెయ్యగలుగుతాననీ అనుకున్నాను. అందుచేత, ఆ వ్యాసాన్ని మళ్ళీ తయారుచేసేపని అప్పుడు చెయ్యకుండా వూరుకున్నాను. కానీ, 'కాపిటల్ పరిచయం' పని నేననుకున్న కాలంలో పూర్తికాలేదు. 'కాపిటల్' పని పూర్తికాకుండా "....పరిశ్రమల నిర్వహణ" పుస్తకాన్ని తెచ్చే వుద్దేశ్యంలేదు. బాలగోపాల్ సమీక్ష వచ్చినప్పటినించీ ఆ సమీక్షలో విషయాల గురించీ నా అభిప్రాయాలు చెప్పమని అప్పుడప్పుడూ పాఠకులు నన్ను అడుగుతూనే వున్నారు. "నా వ్యాసం 'సృజన'లో రావచ్చు, చదవండి" అని మొదట్లో కొన్ని నెలల వరకూ చెప్పాను. తర్వాత, "ఆ వ్యాసం ఇప్పట్లో రావటంలేదు. కొన్నాళ్ళు ఆగండి" అని తర్వాత కాలంలో చెపుతూ వచ్చాను. చివరికి కొన్నాళ్ళ కిందట, ఈ వ్యాసం విషయంలో ఇంకా ఆలస్యం చెయ్యడం ఇష్టంలేక, నా దగ్గిర వుండిన రఫ్ కాపీ సహాయంతో దీన్ని

మళ్ళీ రాశాను. ఇది మొదట రాసిన వ్యాసం కన్నా కొంత పెద్దది అయింది. ఈ వ్యాసానికి మొదట పెట్టిన పేరు తీసేసి ఇప్పుడు ఈ పేరు పెట్టాను.

1984 సెప్టెంబరులో వచ్చిన బాలగోపాల్ సమీక్షకి, కనీసం 6 నెలలలోగా రావలసిన వ్యాసం ఇది. కానీ, చాలా ఆలస్యం అయింది. దాదాపు మూడున్నర సంవత్సరాల ఆలస్యం!

బాలగోపాల్‌గారి సమీక్ష మీద రామకృష్ణారెడ్డిగారి సందేహాలూ దానికి బాలగోపాల్‌గారి జవాబూకూడా నా వ్యాసం తర్వాత ఇచ్చాను. జీవన్‌గారి వ్యాసం నించీ కొన్ని పేరాలు కూడా.

ఇంత ఆలస్యం కాకుండా ఈ పని ఏనాడో చేసి వుండవలసింది.

రంగనాయకమ్మ
24-1-1989

జల్లెడకి ఎన్ని చిల్లులో అన్ని చిల్లులు!

"చైనాలో ఏం జరుగుతోంది?" పుస్తకం గురించి, 1984 సెప్టెంబరు 'సృజన'లో, "శ్రామికవర్గ సాంస్కృతిక విప్లవం" అనే పేరుతో కె.బాలగోపాల్ గారు చేసిన 'సమీక్ష,' వాస్తవాలను పట్టించుకోని ధోరణిలో వుంది. చైనా గురించి బెతల్‌హేమ్ చాలా శ్రద్ధతో గమనించి చెప్పిన విషయాల్ని ఆయన అసలు గమనించనే లేదన్నట్టూ; ఆ పుస్తకానికి కొన్ని 'చేర్పులు' చేర్చిన నేను చైనా ప్రత్యేక పరిస్థితుల్ని దృష్టిలోకే తీసుకోలేదన్నట్టూ; ఆ పుస్తకంలో కనపడే అవగాహన ఏ అంశంలోనూ సరైంది కాదన్నట్టూ — చెప్పే ధోరణిలోనే బాలగోపాల్ గారి సమీక్షంతా సాగింది.

మళ్ళీ మళ్ళీ మళ్ళీ!

ఈ సమీక్షాంశాల్లో కనీసం కొన్నిటినైనా మళ్ళీ మళ్ళీ చర్చించడం అవసరం. ఎందుకంటే, కొంతకాలంపాటు 'విప్లవపంథా'లో నడిచిన ఒక దేశంలో, ఆ పంథా ఓడిపోయి దాని శత్రువైన 'పెట్టుబడిదారీ పంథా' జయించడమనే తీవ్ర పరిణామానికి దారితీసిన పరిస్థితులేమిటో మళ్ళీ మళ్ళీ చర్చించుకోవడంవల్ల, విషయాల్ని కొంతైనా సరిగా అర్థం చేసుకోడానికి వీలవుతుంది. ఒక దేశ 'విప్లవ పంథా' పొందిన జయాపజయాల్ని గ్రహించడానికి ప్రజలు (ఏ దేశ ప్రజలైనా) ఎంత ఎక్కువ ప్రయత్నాలు చేస్తే అంత మంచిది. ఆ విప్లవ పంథా ఎందుకు ఓడిపోయి వుంటుందో గ్రహించగలిగితే, ఆ అనుభవాలతో ఆ దేశ ప్రజలూ, ప్రపంచ ప్రజలూ భవిష్యత్తులో విప్లవాలను ఎక్కువ అపజయాలు లేకుండా అభివృద్ధి పరుచుకోగలుగుతారు. ఈ అభిప్రాయంతోనే నేను మళ్ళీ ఇక్కడ కొన్ని విషయాలు ప్రస్తావిస్తున్నాను. బాలగోపాల్‌గారి సమీక్షనే ఆధారం చేసుకుంటున్నాను.

ఇంగ్లీషులో చదివితే ఉత్సాహం! తెలుగులో నిరాశా నిస్పృహా!

"ఇంగ్లీషులో బెతల్‌హామ్ వ్యాసం చదివినవారికి నిరాశగాని, నిస్పృహగాని కలగదు. కొత్త ఆలోచనలు మొలకెత్తుతాయి. పాత అభిప్రాయాలను కొత్తకోణాలనుండి చూసే ఆసక్తి కలుగుతుంది. కాని, తెలుగులో ఈ అనువాదం వచ్చినప్పటినుండి దాన్ని చదివితే మానవ భవితవ్యాన్ని గురించి నిరుత్సాహం కలుగుతుందని పాఠకులు చాలామంది భయపడుతున్నట్టు అనిపిస్తుంది" ('సృజన' పత్రికలో, పే.64). ఇవి, బాలగోపాల్‌గారి సమీక్షలో చిట్టచివరి పేరాలో మాటలు.

బెతల్‌హామ్ రాసిన ఇంగ్లీషు వ్యాసానికీ, మేము తయారుచేసిన తెలుగు పుస్తకానికీ తేడా అనేదేమైనా వుంటే, అది మా 'చేర్పుల'వల్ల వచ్చినదే. అంటే, బాలగోపాల్ మాటల అర్థం — బెతల్‌హామ్ వ్యాసానికి మేము చేర్చిన 'ముందుమాటా', 'చివరిమాటా', 'ఫుట్ నోట్లూ' వంటివేమీ చేర్చకుండా ఆ వ్యాసాన్ని మాత్రమే తెలుగులో ఇచ్చి వూరుకోవలసింది– అని. నిజంగా మేము అలాగే చేసివుంటే, అప్పుడా వ్యాసాన్ని తెలుగు పాఠకుల్లో నూటికి 90 మంది ఏమీ అర్థం చేసుకోలేకపోయేవారని చాలా గట్టిగా చెప్పవచ్చు. ఎందుకంటే, మొదట మేము కూడా అదే ఇబ్బందిలో పడ్డాంగనక. ఆ వ్యాసానికి మేము ఎన్ని చేర్పులైతే చేర్చామో, ఆ సమాచారం సంపాయించకముందు, ఆ వ్యాసంలో ఎన్నో విషయాలు మేము అర్థం చేసుకోలేకపోయాం. తెలుగు పాఠకుల్లో అనేకమంది మా స్థితిలోనే వుంటారని మా అభిప్రాయం. బెతల్‌హామ్ వ్యాసానికి మేము ఏ చేర్పులూ చేర్చకుండా ఆ వ్యాసాన్ని మాత్రమే ఇచ్చివుంటే, దాన్ని పాఠకుల్లో ఎక్కువమంది అర్థం చేసుకోగలిగేవారో లేదో తెలియాలంటే ఆ విషయం మీద కనీసం ఒక 100 మంది పాఠకుల అభిప్రాయాలు సేకరిస్తే, నిజానిజాలు తెలిసిపోతాయి.

"చేర్పులు వుండకూడదని నేననడంలేదు. అవి నిరాశా నిస్పృహలు కలిగించేలా వుండకూడదనే నేనంటున్నాను" అంటారా బాలగోపాల్‌గారు? దీనికి నా జవాబేమిటంటే, బెతల్‌హామ్ చెప్పిన విషయాలకీ, మా చేర్పులకీ 'సారాంశం'లో ఏమీ తేడాలేదు అని. బెతల్‌హామ్ అవగాహనతో మేము ఏకీభవించి, ఆ అవగాహననే ఆ 'ముందు మాటా', 'ఫుట్ నోట్లూ' వగైరాల్లో వ్యక్తం చేశాంగానీ, బెతల్‌హామ్ అవగాహనకు భిన్నమైనదాన్ని మేము ఎక్కడా ఇవ్వలేదు. బెతల్‌హామ్ క్లుప్తంగా చెప్పిన విషయాల్ని మేము 'కొంత వివరంగా' చెప్పే పని చేశామేగానీ, ఆయన 'చెప్పనిదాన్ని' మేము ఎక్కడా చెప్పలేదు. వుదా॥ బెతల్‌హామ్, 'మావోపూజ'ని విమర్శిస్తూ, ఆ విషయంలో చైనా విప్లవపంథా పొరపాటుగా ప్రవర్తించిందన్నారు. మేము, ఆ అభిప్రాయాన్నే వివరంగా చెప్పాం. 'వ్యక్తిపూజ' అంటే ఏమిటో, 'మావోపూజ' కాలంలో చైనా విప్లవకారులు ఎలాంటి పనులు చేశారో, మావోయే తన పూజని స్వయంగా ఎలా సమర్థించాడో — వగైరా విషయాలు మొదట్లో మాకేమీ తెలియవు. ఆ వివరాలేవీ బెతల్‌హామ్ వ్యాసంలో లేవు. 'వ్యక్తిపూజ' మీద బెతల్‌హామ్ విమర్శని మేము సరిగా అర్థం చేసుకోవాలంటే, అసలు మావోపూజ ఎలా జరిగిందో, దాన్ని గురించి మావో ఎలాంటి అభిప్రాయంతో వున్నాడో తెలుసుకోవాలని అనేక పుస్తకాలు వెతికాం. ఆ వివరాలు రకరకాల పుస్తకాల నించీ సేకరిస్తూ, నిజానిజాలు తెలుస్తోన్నకొద్దీ నిర్ఘాంతపోతూ వచ్చాం. అవన్నీ చైనాలో బహిరంగంగా జరిగిన విషయాలే. అవే మేము తెలుగు పాఠకులకు కూడా ఇచ్చాం. ఇది బెతల్‌హామ్ చెప్పిన అభిప్రాయానికి భిన్నమైందికాదు. అలాగే, విప్లవ పంథాలో కూడా 'మార్మిక ధోరణులు' వుండడం గురించి బెతల్‌హామ్ విమర్శిస్తే, దాన్ని అర్థం

చేసుకోవడం కూడా మొదట్లో మాకు చాలా కష్టమయింది. దానిమీద కూడా వివరాలు సేకరిస్తూ వాటిని చూసి కూడా ఆశ్చర్యపడ్డాం. ఆ వివరాలే తెలుగు పాఠకులకు ఇచ్చాం. అలాగే, లిన్‌పియావో విషయంకూడా బెతల్‌హేమ్ ప్రస్తావించినదే. ఇది ఆనాటికీ, ఈనాటికీ చైనా ప్రజలకుకూడా 'అంతుపట్టని రహస్యం.' ఇది ప్రపంచ ప్రజలందరికీ సిగ్గుచేటైన విషయం. ఈ రహస్యానికి సంబంధించి కనీస వివరాలు సేకరించడానికి కూడా మాకు అనేక నెలలు పట్టింది. అప్పటికి కూడా దాన్ని పూర్తిగా అర్థం చేసుకోవడం సాధ్యం కాలేదు. అలాగే, రష్యాలో స్టాలిన్ నాయకత్వంలో పరమ దౌర్జన్యంగా, పరమ అప్రజాస్వామికంగా, జరిగిన 'వ్యవసాయ సమిష్టీకరణల' విషయం. ఇది కూడా బెతల్‌హేమ్ ప్రస్తావించిందే. ఈ సమిష్టీకరణ వ్యవహారం ఎంత నిరంకుశంగా జరిగిందో అప్పటికి మాకు కూడా తెలీదు. దీన్ని అర్థం చేసుకోవడానికి కూడా చాలా వివరాలు సేకరించవలసి వచ్చింది! ఆ వివరాలే పాఠకులకు ఇచ్చాం. ఇలాగే ఇంకా అనేక విషయాలు. ప్రతీ ఒక్క విషయమూ బెతల్‌హేమ్ ప్రస్తావించిందే. తెలుగు పుస్తకంలోవున్న మా చేర్పుల్లో ఏ ఒక్కటీ కూడా బెతల్‌హేమ్ అభిప్రాయాలకు భిన్నమైనది కాదు. అవన్నీ ఆయన అభిప్రాయాలతో ఏకీభవిస్తూ వాటిని వివరించేవి మాత్రమే.

బాలగోపాల్ ప్రకారం 'ఈ వివరించడమే' మేము చేసిన తప్పు! ఈ వివరాలన్నీ పాఠకులకు అందడం బాలగోపాల్‌కి ఇష్టంలేదు. కానీ చైనా పార్టీలో జరిగిన ప్రతీ విషయమూ పాఠకులకు అందించాలనీ, వారు దాని మంచిచెడ్డలు గ్రహించాలనీ మా అభిప్రాయం. అదే బాలగోపాల్ దృష్టిలో నేరం. ఆ 'చేర్పులలో' వివరంగా చర్చించడాన్నే బాలగోపాల్ 'చిలవలూ పలవలూ అల్లడం'గా జమకట్టారు. ఈ అభిప్రాయాన్నే ఆయన అనేకచోట్ల ప్రకటించారు — ఈ "పుస్తకాన్ని సమీక్షించడంలో కొన్ని ఇబ్బందులున్నాయి. ఇందులో బెతల్‌హేమ్ రచనకంటే, రంగనాయకమ్మగారి రచనే ఎక్కువగా వుంది" (పేజీ. 41). "సాంస్కృతిక విప్లవం ఓడిపోవడానికి గల కారణాల గురించి బెతల్‌హేమ్ కొన్ని అభిప్రాయాలు వెలిబుచ్చారు. వాటికి రంగనాయకమ్మగారు చిలవలూ పలవలూ అల్లి ఒక ఆభార చిత్రాన్ని ఇచ్చారు" (పే. 60) అంటూ, మేము ఆ వివరాలు ఇవ్వడంమీదా, ఇచ్చిన వివరాలమీదా, బాలగోపాల్ చాలా అయిష్టత ప్రకటించారు. 'చిలవలూ పలవలూ అల్లడం' అనే మాటలు సాధారణంగా, ఎవరైనా ఎప్పుడు వుపయోగిస్తారు? ఎదటివాళ్ళు అబద్ధాలూ అతిశయోక్తులూ మాట్లాడుతున్నప్పుడు వుపయోగిస్తారు. కానీ, మేము యిచ్చిన వివరాల్లో ఒక్క అబద్ధంగానీ, ఒక్క అతిశయోక్తిగానీ లేవు. ఒరిజినల్ రచనలో బెతల్‌హేమ్ ప్రస్తావించిన అంశాల్నిబట్టే, ఆ ఫుట్‌నోట్లు ఇచ్చాం. ఆ వివరాల్లో ప్రతిచోటా వాటిని ఎక్కడనించీ సేకరించామో కూడా చెప్పాం. చైనా విప్లవమార్గంలో కనిపించగా ఏరిన ఈ 'చిలవల్నీ పలవల్నీ' చైనా చరిత్రలో కనపడే వాస్తవాలుగా గ్రహించకుండా, వాటిని సేకరించిన వాళ్ళమీద ఆగ్రహిస్తే ఏమిటి లాభం?

'బెతల్‌హేమ్ రచనకన్నా రంగనాయకమ్మ రచనే ఎక్కువగా వుంద'ని మొదటి ఆరోపణ! ఎక్కువయితే ఏం? అనువాదాన్ని చదివే పాఠకులకు కావలసిన వివరాలన్నీ ఒరిజినల్ రచనలోనే వున్నప్పుడు అనువాదకులు ఏ ఫుట్‌నోట్లూ చేర్చవలసిన అవసరం వుండదు. కానీ, ఆ వివరాలన్నీ ఒరిజినల్ రచనలో లేనప్పుడు, వాటిని అనువాదకులు ఇవ్వడంవల్ల రచన పెద్దదయితే అవుతుంది. అయితే ఏమిటి నష్టం? దానివల్ల ఆ పుస్తకాన్ని సమీక్షించడం 'ఇబ్బంది' అవుతుందా? ఒరిజినల్ రచయిత అభిప్రాయాలూ, అనువాదకుల అభిప్రాయాలూ ఒకే రకంగా లేకపోతే సమీక్షకుడికి ఇబ్బంది అవుతుందిగాని, అలా కాని పుస్తకాన్ని సమీక్షించడంలో ఏమిటి ఇబ్బంది? ఒరిజినల్ రచయిత అభిప్రాయాలూ అనువాదకుల

అభిప్రాయాలూ ఒకే రకంగా వున్నాయా లేవా అన్నదే అసలు ప్రశ్నగానీ, అనువాదకుల చేర్పులు, మూలరచనకన్నా ఎక్కువగా వున్నాయా--- తక్కువగా వున్నాయా అన్నదా అసలు ప్రశ్న?

ఒక పుస్తకాన్ని 'అనువాదం చెయ్యడం' అంటే ఒరిజినల్ పాఠాన్ని ఒక భాషలోనించీ ఇంకో భాషలోకి మార్చే పని మాత్రమే చేసి వూరుకోవాలనీ; అంతకన్నా ఎక్కువేమీ అనువాదకులు చెయ్యకూడదనీ ఎవరైనా అంటే ఆ వాదానికి విలువ వుండదు. ఒక అనువాదాన్ని ఏ పాఠకులు చదవవలసి వుంటుందో ఆ పాఠకుల స్థాయిని బట్టి, ఒరిజినల్ రచయిత అవగాహనకు భిన్నం గాకుండా, అనువాదకులు ఫుట్‌నోట్ల రూపంలో ఏ చేర్పులైనా చేర్చవచ్చు. 'చేర్చవచ్చు' కాదు. అవసరమైనవన్నీ చేర్చాలికూడా. లేకపోతే ఆ అనువాదంవల్ల ప్రయోజనం వుండదు. మేము చేసింది అదే.

మేము ఈ అనువాదం పని మొదలు పెట్టిన దగ్గిరనించీ, మాకు అర్థంకాని విషయాల గురించి వివరాలు అడుగుతూ బెతల్‌హామ్‌కి వుత్తరాలు రాస్తూనే వున్నాము. 'అనువాదం'లో మేము చేర్చదల్చుకున్న చేర్పుల గురించి ఆయనకి చెపుతూనే వున్నాము. అన్నిటికీ ఆయన అంగీకరించారు. మా పనిని పూర్తిగా సమర్థించారు. "మీరు చాలా చొరవతో చాలా కరెక్టయిన పని చేస్తున్నారు" అని జవాబులు రాశారు. ఈ మార్పులూ చేర్పులూ మేము ఎందుకు చేస్తున్నామో అర్థం చేసుకుని, ఒరిజినల్ రచయిత, మా పనిని సమర్థించారేగానీ, 'నా వ్యాసానికి మీరేమీ చేర్చకండి. నా వ్యాసం మీ పాఠకులకు ఎంత అర్థమైతే అంతే అవుతుంది. నా వ్యాసం ఒక్కటే ఇవ్వండి" అనలేదు. మా చొరవతో మేము చేసిన దానికి ఆయన చాలా సంతోషించారు. ★

★ బెతల్‌హామ్ రాసిన వుత్తరాల్లో కొన్ని విషయాల్ని 'చైనాలో ఏం జరుగుతోంది?' పుస్తకంలో కొన్ని సందర్భాల్లో ప్రస్తావించాము. ఇక్కడ ఇంకో వుత్తరంలో 2 పేరాలు ఇస్తున్నాము.

"పుస్తకం పేరు మార్చే విషయంలో మీరు చాలా మంచిపని చేశారు. చాలా మంచి చొరవతో చేశారు. 'ముందు మాట'తోనూ, కొన్ని కాన్‌సెప్ట్‌ని వివరంగా చెప్పే వివిధ ఫుట్‌నోట్స్‌తోనూ పుస్తకాన్ని సమగ్రం చెయ్యడంలో మీరు మంచిపని చేశారు.......... మీ వుత్తరంలోని 8,9,10 పేరాలలో మీరు డెవలప్ చేసిన అభిప్రాయాలు చాలా కరెక్టు. వాటిని మీరు ఫుట్‌నోట్స్‌గా ఇవ్వడంలో సరైనపని చేశారు."

బెతల్‌హామ్ వుదహరించిన ఆ 8వ పేరాలో 'సాంస్కృతిక విప్లవం పరిమితుల' గురించీ, 9వ పేరాలో 'మావోపూజ' గురించీ, 10వ పేరాలో 'లిన్‌పియావో' విషయంలో పార్టీ ప్రవర్తించిన తీరు గురించీ మా అభిప్రాయాలు రాశాము.

బెతల్‌హామ్ వుత్తరంలో వాక్యాల్ని తెలుగులో చూస్తే బాలగోపాల్ వంటి వారికి నిరాశా నిస్పృహలు కలగవచ్చు. కాబట్టి అలాంటివారు వాటిని ఇంగ్లీషులో కూడా చూడడం మంచిది. బెతల్‌హామ్ ఫ్రెంచిలో రాసిన వుత్తరాల్ని ఇంగ్లీషులోకి అనువాదం చేసినవారు ఎ.డి.భోగ్లే (ఫ్రెంచి డిపార్ట్‌మెంటు, ఉస్మానియా యూనివర్శిటీ.)

"You have done well to change the title, i.e. an excellent initiative. Similarly you have done well to complete this book with a preface and various notes which render certain concepts explicit... ... The ideas which you have developed in paras 8,9, 10 of your letter are perfectly correct and you are right in presenting them in a note." ★

[19]

చైనాలో 'విప్లవపంథ' ఓడిపోయిందని ఇప్పుడు విప్లవకారులందరికీ తెలుసు. ఈ విప్లవపంథా ఓటమికి కారణాలేమిటో తన అభిప్రాయాల్ని బెతల్‌హామ్ తన వ్యాసంలో వివరించారు. ఆ అభిప్రాయాలతో బాలగోపాల్ ఎక్కడా ఏకీభవించలేదు. వాటిలో ప్రతీదాన్నీ వ్యతిరేకిస్తూ తిరస్కరిస్తూ వచ్చారు. అంటే, బాలగోపాల్‌కి బెతల్‌హామ్ రాసిన ఒరిజినల్ వ్యాసంమీద కూడా ఏమీ సదభిప్రాయం లేదు. కానీ, ఆయన "ఇంగ్లీషులో బెతల్‌హామ్ వ్యాసం చదివినవారికి నిరాశగాని నిస్పృహగాని కలగదు. కొత్త ఆలోచనలు మొలకెత్తుతాయి. పాత అభిప్రాయాలను కొత్తకోణం నుండి చూసే ఆసక్తి కలుగుతుంది" (పే. 64) అంటూ చాలా ప్రశంస చేశారు. ఆ వ్యాసంలో ఏ విషయాన్నీ అంగీకరించకపోయినా ఆ ప్రశంస ఎందుకు చేసినట్టు? ఎందుకంటే 'ఈ వ్యాసం తెలుగులో చదివితే చాలా నిరుత్సాహం కలుగుతుంది' అని చెప్పడానికి! 'తెలుగులో బాగోలేదు' అని చెప్పడానికే, 'ఇది ఇంగ్లీషులో అయితే చాలా బాగుంటుంది' అనడం! ఒరిజినల్ వ్యాసానికీ, మా చేర్పులకీ స్వభావంలో ఏమీ తేడా లేనప్పుడు, ఒకే స్వభావంగల పుస్తకం ఇంగ్లీషులో చదివితే కొత్త ఆలోచనలు మొలకెత్తించి, తెలుగులో చదివితే నిరాశా నిస్పృహలు కలిగిస్తుందా? ఇంగ్లీషు వ్యాసంలో లేని చాలా వివరాలు తెలుగు పుస్తకంలో వున్న మాట నిజమే. ఆ వివరాల ద్వారా రష్యాలోనూ, చైనాలోనూ కమ్యూనిస్టు పార్టీలూ, నాయకులూ చేసిన తప్పొప్పుల గురించి తెలుగు పాఠకులు ఎంతో కొంత తెలుసుకుని ఆశ్చర్యపోతే అది నిరుత్సాహమా?

ఏ దేశ విప్లవ పంథాకి సంబంధించిన జయాపజయాలైనా, తప్పొప్పులైనా ప్రపంచ ప్రజలందరికీ తప్పనిసరిగా అంది తీరాలి. ఆ అనుభవాలనించే ప్రపంచ ప్రజలు గుణపాఠాలు తీసుకోవాలి. ఇది బెతల్‌హామ్ అభిప్రాయమూ, మా అభిప్రాయమూ కూడా. కానీ నిజానిజాలు ప్రజలకు అందించడమే బాలగోపాల్ దృష్టిలో నేరం. లేకపోతే ఆయన, ఒరిజినల్ వ్యాసాన్ని మెచ్చుకుని తెలుగు పుస్తకంమీద అంత విముఖత ప్రకటించవలసిన అవసరంలేదు.

సమీక్ష ప్రారంభంలో బాలగోపాల్— "వ్యాసాన్ని రంగనాయకమ్మగారూ, ఆమె మిత్రులూ చాలా సరళంగా అనువదించి వివరమయిన వ్యాఖ్యలతో తెలుగు పాఠకుడికి అందించారు" అని కాస్త మెచ్చుకోలు ప్రకటించి, సమీక్ష చివరలో—"....తెలుగులో ఈ అనువాదం వచ్చినప్పటినుండి........ పాఠకులు చాలామంది భయపడుతున్నట్టు అనిపిస్తుంది" అని తేల్చడం చూస్తే, 'నోటితో మెచ్చుకుని నొసలుతో వెక్కిరించడం'లాగ వుంది. తెలుగు అనువాదం చదివి పాఠకులు చాలామంది భయపడుతున్నట్టు 'అనిపిస్తుంద'ట! బాలగోపాల్‌కి "అనిపించే" దానికి మేము చెప్పగల సమాధానం ఏముంటుంది? తనకు 'అనిపించే' దాన్ని గురించి ఆయన, పాఠకుల్నీ రంగనాయకమ్మనీ చెరో పక్కా తప్పు పడుతూ "దీనికి పాఠకుల మానసిక జడత్వాన్ని ఎంతగా తప్పుపట్టాలో, రంగనాయకమ్మగారిని కూడా అంతగా తప్పుపట్టాలి" (పే. 64) అన్నారు. ఈ "తప్పు పట్టడాలు" ఎందుకటా? పాఠకులకు 'మానసిక జడత్వమ'ట! దీని అర్థమేమిటో మాకు అందలేదు. రంగనాయకమ్మ విషయం అయితే, ఆ వివరాలన్నీ పాఠకులకు ఇచ్చినందుకే ఆమెని 'తప్పు పట్టడం'! అదీ అనువాదకుల నేరం!

రంగనాయకమ్మకి 'సాహసం' వుంది! కానీ, ఏం లాభం? 'బాధ్యత' లేదు!

ఆ పుస్తకంలో, రంగనాయకమ్మ తన అభిప్రాయాల్ని "నిర్భయంగా" చెప్పినందుకు అభ్యంతరం లేదట! "కానీ సాహసం వున్నచోట దానితోపాటు వుండవలసిన బాధ్యత కొన్నిచోట్ల,

ముఖ్యంగా చివరి పేజీలలో లోపించినట్టు అనిపిస్తుంది'' అట! రంగనాయకమ్మ, అంత 'బాధ్యత లేని పని' ఏం చేసిందో తెలుసుకోవాలంటే బాలగోపాల్ ప్రకారం, "ముఖ్యంగా చివరి పేజీలలో'' చూడాలి. ఏం వుంది ఆ చివరి పేజీల్లో? చైనాలో రివిజనిస్టులు చకచకా చేస్తోన్న మార్పుల్ని వర్ణించే "చివరి మాట'' వుంది. రివిజనిస్టుల పనుల్ని చెప్పినందుకైతే బాలగోపాల్‌గారు మమ్మల్ని తప్పుపట్టరు కదా? మరి, ఇంకా ఏమున్నాయి ఆ చివరి పేజీల్లో? మావోపూజ మీదా, లిన్‌పియావో అంతర్థానం మీదా, స్టాలిన్ చేసిన సమిష్టీకరణల మీదా, కమ్యూనిస్టుపార్టీలు అవలంబించే మార్మిక పద్ధతులమీదా ఫుట్‌నోట్లు కూడా వున్నాయి ఆ చివరిపేజీల్లో. ఇవి ఇవ్వడమే బాలగోపాల్‌కి అభ్యంతరకరమై వుండాలి. అంతకన్నా ఇంకేమీలేవు ఆ చివరి పేజీల్లో. ఈ ఫుట్‌నోట్లు ఇవ్వడమే ఈ సమీక్షకుడి దృష్టిలో, రంగనాయకమ్మకి 'బాధ్యత లోపించడం'.

'చైనా విప్లవ ఓటమి' గురించి విప్లవకారుల్లో అనేకమంది, రివిజనిస్టుల చర్యల్ని విమర్శించడంతోటే సరిపెడతారుగానీ, 'విప్లవపంథాలో వున్న లోపాల్ని' పట్టించుకోరు. కానీ, బెతల్‌హామ్ మాత్రం, రివిజనిస్టుల చర్యల్ని విమర్శించడంతోపాటు విప్లవపంథా లోపాల్ని కూడా పరిశీలిస్తూ, ఆ 2 కోణాల్నీ కూడా చర్చించారు. రివిజనిస్టుల్ని మాత్రమే విమర్శించి వూరుకోక, కొన్నిసార్లు విప్లవ నాయకుల్ని కూడా విమర్శించడమే ఈ వ్యాసంలో బాలగోపాల్‌కి నచ్చని విషయం. ఆయనకి, బెతల్‌హామ్ అభిప్రాయాలమీద వున్న ఈ వ్యతిరేకత, ఆ అభిప్రాయాల్ని మరింత వివరంగా యిచ్చిన మా తెలుగు పుస్తకంమీద ఇంకా ఎక్కువైంది. దాని ఫలితమే 'రంగనాయకమ్మకి బాధ్యత లోపించింద'నే తీవ్ర విమర్శ.

పాఠకులు కూడా ఈ మాటే అంటారా? "ఈ వివరాలన్నీ మా కెందుకు అందనిచ్చారు? ఈ విషయాలు మాకు తెలియనివ్వకుండా వుండవలసింది. రంగనాయకమ్మ ఇంత బాధ్యతలేని పని చేసిందేమిటి?'' అని పాఠకులు కూడా బాలగోపాల్ ధోరణిలోనే నన్ను విమర్శిస్తారా?

'పార్టీ'లో విప్లవపంథా అనేది ఒకటీ, పెట్టుబడిదారీ పంథా అనేది ఒకటీ వుంటాయనీ; ఏది మెజారిటీగా వుంటే దాని ప్రభావమే పార్టీ కార్యక్రమాలమీద వుంటుందనీ అర్థం చేసుకుంటేనే పార్టీ కార్యక్రమాల స్వభావం అర్థమవుతూ వుంటుంది. 'విప్లవపంథా' కూడా తగినంత సోషలిస్టు చైతన్యంతో లేకపోతే, అది పెట్టుబడిదారీ పంథాకన్నా కొంత మెరుగుగా వున్నా, దానిద్వారా కూడా పొరపాట్లూ, తప్పులూ జరుగుతూ వుంటాయి. ఎప్పటికప్పుడు గత అనుభవాలనించీ సరైన గుణపాఠాలు తీసుకుంటూ వుంటేనే విప్లవపంథా అభివృద్ధి చెందుతూ వుంటుంది.

ఒకవేళ 'విప్లవపంథా'లో జరిగిన తప్పొప్పుల్ని ప్రజల ముందు చర్చిస్తే, ప్రజలు భయపడతారనీ, నిరుత్సాహ పడతారనీ ఎవరైనా భావిస్తే అది చాలా పొరపాటు అభిప్రాయం. గతంలో చేసిన పనుల్లో ఏది తప్పో, ఏది ఒప్పో బహిరంగంగా చర్చించుకున్నప్పుడే, ఆ తప్పులు మళ్ళీ చెయ్యకుండానూ, తప్పుల్ని సమర్థించకుండానూ వుండే జ్ఞానం ప్రజలు పెంచుకుంటారు. అసలు ఈ విషయాలన్నీ తెలుసుకోవలిసిందే ప్రజలు — ఎందుకంటే, మార్పులు చేసుకోవలిసింది ప్రజలే గనక!

ఒక దేశ విప్లవపంథా, సరైన విప్లవ చైతన్యంతో, సమాజంలో, నూతనమైన మార్పులు సాధిస్తూ అభివృద్ధి చెందుతూవుంటే అది ఆ దేశ ప్రజలకే గాక, ప్రపంచ శ్రామిక ప్రజలందరికీ విజయమే. లేదా, ఆ విప్లవపంథా, అనేక బలహీనతలతో అనేక తప్పులు చేస్తూ, సాధించిన చిన్న చిన్న విజయాల్ని కూడా నిలబెట్టుకోకుండా ఒక అడుగు ముందుకీ రెండడుగులు వెనక్కీ వేస్తూ వెనక్కి పోతూ వుంటే, అది ఆ దేశ ప్రజలకేగాక ప్రపంచ ప్రజలందరికీ

అపజయం. ఒక దేశ విప్లవ పంథా మంచి చెడ్డలు, ప్రపంచ శ్రామిక ప్రజలందరికీ సంబంధించిన మంచి చెడ్డలు. ఒక దేశ విప్లవపంథా పొందిన ఓటమి గురించి ఆ దేశంలోనూ బయట ప్రపంచంలోనూ ప్రజలు ఆశ్చర్యపోతూ, బాధపడుతూ, చర్చిస్తున్నారంటే అది ఆ ప్రజలు రాజకీయంగా ఆలోచిస్తున్నారనడానికే గుర్తు. విప్లవపంథా ఓటమిని చూసి బాధపడే ప్రజలు విప్లవకరమైన మార్పులే కోరుతున్నారనీ, అవి నాశనమవుతున్నందుకు బాధపడుతున్నారనీ అర్థం.

బాధ అనేది తాత్కాలికంగా నిరాశగానూ వుంటుంది, నిరుత్సాహంగానూ వుంటుంది. అంతమాత్రాన అదే శాశ్విత లక్షణంగా వుండదు. 'ఫలానా ఫలానా తప్పులు విప్లవానికి చాలా హాని చేశాయి. ఆ రకం తప్పులు మనం ఎన్నడూ చెయ్యకూడదు' అని ప్రజలు గ్రహిస్తే అది వారి సిద్ధాంత జ్ఞానాన్ని ఎంతో పెంచుతుంది. పాత అనుభవాల నించీ గ్రహించిన నిజమైన జ్ఞానం 'బలం'గా మారుతుంది. ఇదే నిజం కాకపోతే ప్రతీ ఆత్మవిమర్శా పనికిరానిదై పోవాలి. బాధ కలుగుతుందనో, నిరాశ కలుగుతుందనో, గడిచిన చరిత్రలో మంచి చెడ్డల్నీ, తప్పొప్పుల్నీ పరిశీలించుకునే పని మానుకోలేము. మానుకో కూడదు. ప్రజలకు నిరాశ కలుగుతుందేమోనని, జరిగిన తప్పుల్ని ప్రజల మధ్య చర్చించకుండా, వాటిని ప్రజలకు తెలియనివ్వకుండా దాచిపెడితే, ప్రజలు సిద్ధాంతపరంగా అజ్ఞానంలో వుండిపోతారు. ఏ ప్రజలైతే విప్లవకరమైన భావాలు అలవర్చుకుని, సమాజంలో విప్లవకరమైన మార్పులు ప్రారంభించడమూ, వాటిని స్థిరంగా నిలబెట్టుకోవడమూ చెయ్యాలో, ఆ ప్రజలే తప్పొప్పులు గ్రహించలేని అజ్ఞానంలో పడివుంటే, అది 'దోపిడీ' వర్గానికే మేలు చేస్తుందిగానీ, ఆ ప్రజలకేమీ మేలు చెయ్యదు. కాబట్టి, ఏ దేశానికి సంబంధించిన కమ్యూనిస్టు పార్టీల గురించైనా, ఏ నాయకుల ఆచరణ గురించైనా, మంచినీ చెడ్డనీ సమస్తాన్నీ ప్రపంచ ప్రజల ముందు చర్చించి తీరాలి. మంచిని సమర్థించి, చెడ్డని ఖండించి తీరాలి. విప్లవ చర్చల్లో ప్రజలకు 'నిరాశ'ని మించిన 'ఆశ' కలుగుతుంది. విప్లవం ఎందుకు ఓడిపోతున్నదో, రివిజనిజం ఎందుకు బలపడుతున్నదో సరిగా గ్రహించగలిగినప్పుడు, 'ఇకమీదట ఈ రకమైన తప్పులు జరగనివ్వ కూడదు' అనే నూతనమైన పట్టుదలా, నిరాశని పటాపంచలు చేసే ఆశా, వుత్సాహమూ కలుగుతాయి. చర్చల ద్వారానే ప్రజలు సిద్ధాంతపరంగానూ, ఆచరణ పరంగానూ గతంలో కన్న అభివృద్ధి చెందుతూ వుంటారు. ఈ రకంగా, విప్లవపంథా జయాపజయాల్ని గురించీ తప్పొప్పుల్ని గురించీ నిజాయితీగా చర్చించుకోవడం అనేది ఆశకే దారితీస్తుంది గానీ, నిరాశ శాశ్వితంగా వుండిపోదు.

'విప్లవపంథా'లో జరిగే తప్పొప్పులకు సంబంధించిన చర్చలన్నీ 'పెద్ద పెద్ద' నాయకులూ, 'గొప్ప గొప్ప' మేధావులూ మాత్రమే చాలా రహస్యంగా, చాలా మర్యాదగా, చాలా నాజూకుగా మాట్లాడుకోవడం ద్వారా జరగాలనీ; అవి 'సాధారణ' ప్రజలదాకా పోకూడదనీ; సాధారణ ప్రజలు ఎప్పుడూ 'మానసిక జడత్వం'లో పడి వుంటారనీ; ఆ ప్రజలకి మంచి చెడ్డల్ని గ్రహించే శక్తి వుండదనీ — ఎవరైనా భావిస్తే, అంతకన్నా ప్రజావ్యతిరేక దృక్పథం ఏదీ వుండదు. ఇది నూటికి నూరుపాళ్ళూ దోపిడీ వర్గాల దృష్టే. ఇది, కమ్యూనిస్టు పార్టీలోకి స్టాలిన్ కాలం నించీ ప్రవేశించింది. అంతవరకూ కమ్యూనిస్టు పార్టీలో సాగుతూ వున్న ప్రజాస్వామ్య పద్ధతులూ, శ్రామిక ప్రజల పాత్రా క్రమక్రమంగా నాశనమవుతూ వచ్చాయి. (ఈ విషయాలు కూడా 'చైనాలో ఏం జరుగుతోంది?' పుస్తకంలో కొంతవరకూ వున్నాయి).

బెతల్‌హామ్ దృక్పథం ఆ రకమైంది కాదు. విప్లవ భావాలనేవి ఏ వర్గానికైతే అవసరమో, విప్లవాన్ని సాధించి స్థిరపరచుకోవడానికి ఏ వర్గమైతే నిరంతరంగా కృషి చెయ్యవలసి వుంటుందో ఆ వర్గ ప్రజలతో విప్లవానికి

సంబంధించిన మంచి చెడ్డల్ని చర్చించాలనే బాధ్యతతోనే, బెతల్‌హేమ్ తన వ్యాసంలో, చైనా 'విప్లవపంథా'లో మంచి చెడ్డల్ని చర్చించారు. మేము కూడా ఆ బాధ్యతతోనే, బెతల్‌హేమ్ వ్యాసాన్ని తేలిగ్గా అర్థం చేసుకోవటానికి కావలసిన వివరాలన్నీ పాఠకులకు ఇచ్చాము. అంటే, ఆ వ్యాసానికి మేము చేర్చిన చేర్పుల్లో చర్చించిందంతా ఖచ్చితంగా 'బాధ్యత'ని ఎరిగి చేసిందేగానీ, అందులో బాధ్యతారహితంగా చేసిందేమీలేదు. కానీ, అది బాలగోపాల్‌గారికి చాలా బాధ్యతారహితమైన చర్యగా కనపడింది. ప్రజలకు నిరాశా నిస్పృహలు కలిగించే పని మేము చేసినట్టు కనపడింది.

మా పుస్తకం నిరుత్సాహానికే దారి తీస్తుందని, బాలగోపాల్ ఆ పుస్తకంలో దేని ఆధారంతో చెప్పగలిగారు? "మార్క్సిజం అనేది ఆచరణలో నిలబడే సిద్ధాంతం కాదు. అది ఓడిపోక తప్పదు. చూడండి, ఇప్పుడు చైనా విప్లవం కూడా ఓడిపోయింది. కాబట్టి, పెట్టుబడిదారీ వర్గాన్నే సేవించుకుంటూ బతకడంకన్నా శ్రామికవర్గానికి మంచి భవిష్యత్తు సాధ్యంకాదు" అని మా పుస్తకం బోధించిందా? అది, అలాంటి ధోరణితో రాసివుంటే, దానివల్ల మానవ భవిష్యత్తు గురించి కొందరు పాఠకులకైనా నిరుత్సాహం కలుగుతుందనే మాట నిజమే. కానీ, మా పుస్తకం ఆ రకం తప్పుడు పనేదీ చెయ్యలేదు. అది, ఏం చెప్పిందంటే — 'విప్లవపంథా కూడా అనేక కోణాలలో దోపిడీవర్గ ప్రభావాలలోనే పడివుంటున్నది. అది కొన్ని విప్లవ కార్యక్రమాలు సాధించినా, సోషలిజం అంటే ఏమిటో అది ఇంకా సరిగా గ్రహించడంలేదు. ఈ ధోరణే ప్రతీచోటా విప్లవ పంథా ఓటమికి దారితీస్తోంది. ఈ అంశాన్ని గ్రహించుకుని, అది వెనకటి అనుభవాలతో తన ఆచరణని దిద్దుకోవాలి. పార్టీలే, నాయకులే విప్లవకరంగా లేకపోతే, అలాంటి మార్గాలనించీ ప్రజలు విప్లవ భావాలు నేర్చుకోలేరు. ఆ ప్రజలు, ఒక దశలో సాధించిన మార్పుల్ని కూడా ఎంతో కాలం నిలబెట్టుకోలేరు. వెనకటి పార్టీలూ, నాయకులూ చేసే తప్పొప్పుల్ని విమర్శ లేకుండా స్వీకరించకూడదు. నాయకులు ఏ తప్పు చేస్తే ఆ తప్పుకి వంత పాడకూడదు. నాయకుల్ని ప్రేమించడం అంటే, వారిని వారి విప్లవ వ్యతిరేక లక్షణాలతో సహా స్వీకరించడం కాదు. విప్లవ కార్యక్రమాలలో ప్రజల పాత్ర లేనప్పుడే, మెజారిటీ ప్రజలకు విప్లవ చైతన్యం ఇవ్వలేకపోయినప్పుడే విప్లవ పంథా బలహీనపడి, దాని వ్యతిరేక పంథా బలపడుతుంది' — అనే విమర్శనా ధోరణితోనే మా పుస్తకం చెప్పింది. ఇది మానవ భవిష్యత్తుని అభివృద్ధిపరచుకోవాలనే దృష్టితో వుందా, భవిష్యత్తుని అంధకారమయంగా చిత్రించే దృష్టితో వుందా?

మా పుస్తకం చదివిన పాఠకులెవరైనా బాలగోపాల్‌తో — "రష్యాలో విప్లవం ఓడింది. మన దేశంలో విప్లవం సాధిస్తే అది మాత్రం నిలుస్తుందా? లాభంలేదు. దోపిడీ అవనీ, ఇంకేమైనా అవనీ, దానికి ఎదురు తిరగడం దండగ. ఎక్కడో అక్కడ చిన్న వుద్యోగం చేసుకుంటూ, తినో తినకో బతికెయ్యడం మంచిది. ఆ పుస్తకం చదివినప్పటినించీ నాకు అదే అనిపిస్తోంది" అంటాడనుకుందాం.

అప్పుడు బాలగోపాల్ చెప్పవలసిందేమిటంటే — "ఆ పుస్తకాన్ని నువ్వు తప్పుగా అర్థం చేసుకున్నావు. విప్లవం అనేది తప్పనిసరిగా ఓడి తీరుతుందని ఆ పుస్తకం చెప్పడంలేదు. విప్లవానికి నాయకత్వం వహించే కమ్యూనిస్టు పార్టీకి ఇంకా సరైన అవగాహన లేకపోవడంవల్లా, దాని తప్పులవల్లా, అది ఓడిపోతూ వుందనీ; ఆ తప్పొప్పుల్ని సరిగా అర్థం చేసుకుని, అది తనలోవున్న దోపిడీవర్గ ధోరణులన్నిటినీ వొదిలేసినప్పుడే మనం జయిస్తామనీ ఆ పుస్తకం చెపుతోంది. అంతేగానీ పోరాటాలన్నీ దండగ అని ఆ పుస్తకం చెప్పడంలేదు" అని చెప్పాలి. కానీ, బాలగోపాల్, తనముందు 'భయపడ్డ' పాఠకులతో అలా ఎందుకు చెప్పలేకపోయారంటే, ఆ పుస్తకం మీద,

ఆయనకే సదభిప్రాయం లేదుగనక. ఆ పుస్తకంలోవున్న విమర్శలతో ఆయనే ఏకీభవించడంలేదు గనక. ఆయన ఏకీభవించకపోతే ఏకీభవించకపోవచ్చు. ఏకీభవించి తీరాలని రూలేమీలేదు. తను ఏకీభవించకపోయినా, 'ఈ పుస్తకం భయం కలిగిస్తోంది' అనే అర్థానికి రావడానికి మాత్రం ఆయనకి ఏ ఆధారమూ లేదు.

ఆ పుస్తకంలో మేము చెప్పిందేమిటో పట్టించుకోకుండా తమ కిష్టమైనట్టు వూహించుకునేవాళ్ళకి, 'భయం' కలిగితే కలుగుతుంది. అజ్ఞానమే భయం. ఎవరికి ఏ విషయం సరిగా అర్థంకాదో అది వాళ్ళకి భయం కలిగిస్తుంది. కొందరికి 'దెయ్యాల' భయం. కొందరికి 'రాజకీయాల' భయం. కొందరికి 'విమర్శల' భయం. కొందరికి 'చర్చల' భయం. మా పుస్తకం చదివి నిజంగానే ఎవరైనా 'విప్లవాలు నిలబడవు' అని భయపడితే, నిరుత్సాహపడితే, ఆ లోపం వాళ్ళదేగానీ, దానికి మా బాధ్యతేమీ లేదు. పాఠకుల్ని నిరుత్సాహపరిచే అంశం మా పుస్తకంలో ఏమీ లేదు. ఈ విషయం బాలగోపాల్ అర్థం చేసుకోకపోతే, దానికి కూడా మా బాధ్యతేమీ లేదు.

రంగనాయకమ్మ చేసిన పనిని 'బాధ్యతలేని పని'గా ఒక్కపక్క తప్పుపట్టిన బాలగోపాల్ మళ్ళీ ఆ పనినే 'సాహసకార్యం'గా కూడా ప్రశంసించారు! మాటల్లో ఈ పొంతనలేనితనాన్ని అలా వుంచితే, ఒక దేశ 'విప్లవ పంథా' గురించిగానీ, దాని నాయకుల ఆచరణల గురించిగానీ చర్చించడం అనేది సాహసమో, వీరత్వమో అవదు. అది, విప్లవకారుల కనీస బాధ్యత. విప్లవకారులు చెయ్యవలసింది విప్లవ సిద్ధాంతాన్నీ, దాని విప్లవ ఆచరణల్నీ నిలబెట్టడానికి ప్రయత్నించడమేగానీ, నాయకుల 'కీర్తిప్రతిష్టల్ని' నిలబెట్టడానికి ప్రయత్నించడం కాదు. 'కీర్తి' అనే మాటనే ఉపయోగించవలసివస్తే, విప్లవ సిద్ధాంతాన్ని నిలబెట్టుకుంటూ దాన్నే అనుసరిస్తూ వుండడమే విప్లవకారులకు నిజమైన 'కీర్తి'. దానికి వ్యతిరేకమైనదంతా వారికి అపకీర్తే. కాబట్టి, విప్లవ సిద్ధాంత చర్చల్లో సాహసమనే మాట అర్థరహితమైన మాట. పార్టీలను విమర్శించడం అనేది నిజంగా 'సాహసం' అనదగ్గ కార్యంగా వున్నదంటే, కమ్యూనిస్టు పార్టీలలో 'విమర్శకి తావులేనంత 'నిరంకుశత్వం' రాజ్యమేలుతున్న దన్న మాట! కమ్యూనిస్టుల తలకాయలు నిరంకుశ దృక్పధాలతో నిండిపోయినప్పుడు మాత్రమే, విమర్శ అనేది సాహసకార్యం అవుతుంది. లేకపోతే మాత్రం విమర్శలూ, ఆత్మవిమర్శలూ కమ్యూనిస్టుల కనీస బాధ్యతలు.

చైనాలో 'విప్లవపంథా' ఎందుకు ఓడిపోయింది?

'చైనాలో, విప్లవపంథా ఎందుకు ఓడిపోయింద'నే ప్రశ్నమీద బెతల్‌హామ్ పుస్తకం అవగాహన క్లుప్తంగా ఇదీ: 'సోషలిస్టు సమాజాన్ని నిర్మించడం' అనే విషయం గురించి చైనా విప్లవ నాయకులకు సాంస్కృతిక విప్లవకాలంలో కూడా తగినంత సరైన అవగాహన లేదు. చైనా విప్లవపంథా, కొన్ని విషయాల్లో రివిజనిస్టు రష్యా ప్రభావాన్ని వొదిలించుకున్నప్పటికీ, ఇంకా చాలా అంశాల్లో ఆ ప్రభావాలలోనే వుండిపోయింది. పార్టీ నిర్మాణమూ, ప్రభుత్వ నిర్మాణమూ పెట్టుబడిదారీ పద్ధతుల్లోనే వున్నాయి. పార్టీలోకి సభ్యుల్ని చేర్చుకునే విధానం కూడా విప్లవ వర్గ చైతన్యం లేకుండానే సాగింది. రాజకీయాధికారాన్ని చేపట్టిన తర్వాత నూతన 'వర్గ విశ్లేషణ' లేకపోవడంవల్ల, వర్గపోరాటాల్లో ఖచ్చితమైన లక్ష్యాలూ, స్పష్టతలూ లేకుండాపోయాయి. పోరాటాలు, 'బూర్జువా ఆర్థిక సంబంధాల' మీద గాక, 'పదవుల్లోవున్న వ్యక్తులమీద' పోరాటాలుగా

సాగాయి. పార్టీలోనూ, ప్రభుత్వంలోనూ 'అంతస్తుల' విధానాన్నీ, 'ప్రత్యేక సౌకర్యాల' విధానాన్నీ కదపకుండానే వుంచారు. విప్లవ నాయకులు కూడా బూర్జువా పద్ధతుల్లోనే ప్రత్యేక సౌకర్యాల్నీ, పెద్ద పెద్ద జీతాల్నీ అనుభవించారు. ఈ రకమైన లోపాలన్నీ వున్నప్పటికీ, విప్లవపంథా ఒక వుద్యమం తర్వాత ఒక వుద్యమం చేపట్టింది. ప్రజలకు ఎంతోకొంత వర్గ చైతన్యం కలిగించడానికి ప్రయత్నించింది. అయితే అది తనలో అనేక అశక్తతలతో, అనేక పరిమితులతో, అనేక లోపాలతో వుండడంవల్ల అది ప్రజలకు వర్గచైతన్యం కలిగించే పనిని శక్తివంతంగా చెయ్యలేకపోయింది. తను చేపట్టిన వుద్యమాలను అది ఒకటి రెండు అడుగులన్నా ముందుకి తీసుకుపోలేకపోయింది. 'సోషలిస్టు పునాది' గురించి దానికే స్పష్టత లేకపోవడంవల్ల, ఆ పునాదికి సంబంధించిన జ్ఞానాన్ని అది ప్రజలకు బోధించలేకపోయింది. ఏది సోషలిజమో, ఏది కాదో గ్రహించుకోలేని ప్రజలు, అప్పుడప్పుడూ సాంస్కృతిక అంశాలమీద కాసిన్ని వుద్యమాలలో పాల్గొన్నా, 'పెట్టుబడిదారీ వుత్పత్తి సంబంధాల' స్వభావాన్ని మార్చెయ్యాలనే మౌలిక విషయాన్ని అర్థంచేసుకోలేని స్థితిలోనే వుండిపోయారు. 'విప్లవ పంథా'ని ఓడించడానికి రివిజనిస్టు పంథా (పెట్టుబడిదారీ పంథా) ఎప్పుడూ కాచుకునే వుంటుంది కాబట్టి, అది ముఖ్య విప్లవ నాయకుడి మరణం తర్వాతనించీ తన ప్రయత్నాలు తీవ్రం చేసింది. విప్లవకారులనించి దానికి కొన్ని తిరుగుబాట్లు ఎదురైనప్పటికీ, విప్లవ సిద్ధాంత జ్ఞానంలేని 'మెజారిటీ ప్రజలు' రివిజనిజాన్ని తిరస్కరించకపోవడమే దానికి నిజమైన బలం అయింది. వెనకటి కాలంనించీ కూడా విప్లవ పంథాకి వ్యతిరేకంగా తన ప్రయత్నాలు తను చేస్తూ వస్తూవున్న రివిజనిజం, మావో మరణం తర్వాత మరింత బలంగా స్థిరపడగలిగింది. సోషలిస్టు మార్పులతో సమాజాన్ని పునర్నిర్మించుకోవలసిన ప్రజలకు ఆ జ్ఞానం తగినంతగా లేకపోవడమే సోషలిస్టు వ్యతిరేక పంథా విజయానికి మూలం. కాబట్టి, విప్లవపంథాకి 'సోషలిస్టు సమాజాన్ని' నిర్మించుకోవడం గురించి ఎప్పటికైతే సరైన అవగాహన ఏర్పడుతుందో, అది ఎప్పటికైతే ప్రజల్ని సరైన పద్ధతుల్లో సమీకరించ గలుగుతుందో, అప్పటికి మాత్రమే అది విప్లవాన్ని స్థిరంగా నిలబెట్టగలుగుతుంది. చైనా, మళ్ళీ ఎప్పటికి విప్లవ మార్గానికి మళ్ళుతుందో చెప్పలేము. అది ప్రధానంగా ఆ దేశ ప్రజల విప్లవ పోరాటాలమీదే ఆధారపడి వుంటుంది. అంటే, ఆ దేశ విప్లవ పంథా, సరైన అవగాహనతో చేసే కృషిమీద!

రివిజనిజం అనేది తన తప్పుడు చర్యలతో (దోపిడీని కొనసాగించే చర్యలతో) వర్గ వైరుధ్యాల్ని తప్పనిసరిగా పరిపక్వ దశకు తెస్తుంది కాబట్టీ, అది ప్రజల జీవితాలను సమస్యల మయం చేస్తుంది కాబట్టీ — ప్రజలు క్రమక్రమంగా సోషలిస్టు ముసుగులో వున్న దోపిడీ పంథాని తప్పనిసరిగా గుర్తించడమూ, ఆ క్రమంలో వారి విప్లవ చైతన్యం పెరగడమూ, ఆ చైతన్యంతో వారు విప్లవ పోరాటాలకు తలపడడమూ — వంటి మార్పులన్నీ తప్పనిసరిగా జరిగేవే. ప్రస్తుతానికైతే చైనాలో విప్లవపంథా ఓడిపోయి పెట్టుబడిదారీ పంథా నిలదొక్కుకుని వుంది — ఇదీ క్లుప్తంగా బెతల్‌హామ్ వ్యాస సారాంశం!

ఇందులో, 'విప్లవ పంథా ఓడిపోయింది, పెట్టుబడిదారీ పంథా గెలిచింది' అనే అభిప్రాయాన్నయితే బాలగోపాల్ వ్యతిరేకించరు. ఆయన అభిప్రాయం కూడా అదే. అయితే, విప్లవపంథా ఎందుకు ఓడిపోయిందో బెతల్‌హామ్ వివరించిన 'కారణాల' మీదే బాలగోపాల్ అభ్యంతరం అంతా. చైనా విప్లవపంథాలో బలహీనతలుగా, తప్పులుగా, బెతల్‌హామ్ ఏయే అంశాలనైతే పేర్కొన్నారో వాటిలో ఒక్కదానితో కూడా బాలగోపాల్ ఏకీభవించలేదు. అయితే, చైనా విప్లవం ఎందుకు ఓడిపోయిందో తన అభిప్రాయం చెప్పాలి కాబట్టి, దానికోసం బాలగోపాల్ 2 కారణాలు చెప్పారు. వాటిలో

మొదటిదేమిటంటే — "ఆనాడు వీళ్ళకు కావలసింది విప్లవానికి దారి చూపగల పార్టీ. అటువంటి విప్లవ పార్టీని నిర్మించుకోలేకపోవడం సాంస్కృతిక విప్లవ వైఫల్యానికి ముఖ్య కారణం. ఈ విషయం బెతల్‌హామ్‌కిగానీ, రంగనాయకమ్మగారికి కానీ అందలేదు. విప్లవ పోరాటానికి విప్లవ పార్టీ కావాలన్నది తప్ప వాళ్ళకు తక్కిన లోపాలన్నీ కన్పించాయి" (పే. 63). ఇదీ ఒక ముఖ్యకారణం.

ఈ మాటల అర్థమేమిటి? 'విప్లవ పోరాటానికి విప్లవ పార్టీ కావాలి. చైనాలో అది లేదు. ఇదే అసలు లోపం. ఈ అసలైన లోపాన్ని తప్ప బెతల్‌హామ్ తక్కిన లోపాలన్నీ చూస్తున్నాడు. విప్లవ పార్టీని నిర్మించుకోలేక పోవడంవల్లనే, సాంస్కృతిక విప్లవం విఫలమైంది —అని, అంటే, చైనాలో విప్లవ పార్టీయే లేదని బాలగోపాల్ మాటల అర్థం! మరి చైనాలో వుద్యమాలన్నీ ఎలా జరిగాయి? బాలగోపాల్ మాట్లాడే 'సాంస్కృతిక విప్లవం' సంగతే తీసుకుంటే, విప్లవపార్టీ లేకుండానే ఆ విప్లవం నడిచిందని అర్థమా? చైనా కమ్యూనిస్టు పార్టీ కేంద్ర కమిటీయే 16 అంశాలతో సాంస్కృతిక విప్లవాన్ని ప్రారంభించింది కదా? ఆ విప్లవాన్ని ప్రారంభించిన 'మావో పంథా'ని 'విప్లవపంథా'గానూ, మావో నాయకత్వాన్ని 'విప్లవ నాయకత్వం'గానూ బాలగోపాల్ గుర్తించడంలేదా? మావో చేసిన ప్రతీ పనినీ (తప్పుల్ని కూడా) విప్లవం కోసమే చేశాడని ఒక పక్క చెపుతూ, మావో నాయకత్వం వుండగానే విప్లవ పార్టీ లేదనడంలో బాలగోపాల్ అర్థమేమిటి? బెతల్‌హామ్‌కి అందకుండా ఈయనకి 'అందిన' ఆ గొప్పసత్యం 'చైనాలో విప్లవ పార్టీ లేద'నే సత్యమేనా? ఈ వాదంతో ఎవరైనా ఏకీభవిస్తారా లేదా అనే దానికన్నా ముందు అసలు ఈ వాదం ఎవరికన్నా అర్థమైందా అనేదే అసలు ప్రశ్న! ముందు అర్థమైతేగదా, ఏకీభవించేది? 'విప్లవ పార్టీని నిర్మించుకోలేకపోవడం' అనే మాటల అర్థమేమిటో బాలగోపాల్ వివరించేదాకా ఆ మాటలమీద ఇంతకన్నా ప్రశ్నించడం సాధ్యం కాదు. ఈ విషయాన్ని ప్రస్తుతానికి వదిలి వెయ్యవలసిందే.

చైనా విప్లవ ఓటమికి బాలగోపాల్ చెప్పే రెండో "ముఖ్య కారణం," అంతర్జాతీయంగా విప్లవం 'మందగొడిగా వుంది' అనేది. దాన్ని బాలగోపాల్ ఇలా వివరిస్తున్నారు: "బెతల్‌హామ్ వ్యాసంలోగానీ రంగనాయకమ్మగారి వ్యాఖ్యల్లో గానీ ప్రస్తావనకు రాని మరొక్క విషయం వుంది. సామ్రాజ్యవాదయుగంలో, సామ్రాజ్యవాదపు గొలుసు బలహీనంగా వున్నచోటే విప్లవం బద్ధలవుతుందని లెనిన్ చెప్పాడు. అయితే, ప్రపంచవ్యాప్తంగా విప్లవం వచ్చేవరకూ అది సంపూర్ణంగా విజయవంతం కాదు. ఒక దేశంలో మొదలైన విప్లవ పరిణామం నిరంతరాయంగా పోరాటం చేసుకుంటూ విప్లవ సమాజ నిర్మాణాన్ని ముందుకు తీసుకునిపోతూనే వుంటుంది. అయితే ప్రపంచంలో ఇంకా సామ్రాజ్యవాదం ఒక బలమయిన శక్తిగా వుండగా ఆ పోరాటం ఆ ఒక్క దేశంలోనే (ఎన్ని ముందడుగులు వేసినా) సమగ్రమయిన విజయాన్ని సాధించదు. ఈ వాస్తవాన్ని ట్రాట్స్కీయిస్టులు గతితార్కికంగా అర్థం చేసుకోక పిడివాదపు పద్ధతిలో ఒక 'బ్రహ్మముడి'గా తయారుచేయబట్టి పాశ్చాత్య మార్క్సిస్టులు ఈ వాస్తవాన్ని గుర్తించడానికే వెనకాడుతున్నారు. అది పొరపాటు. అంతర్జాతీయంగా విప్లవం మందగొడిగా వుండడం, చైనాలో సాంస్కృతిక విప్లవం ఓటమికిగల ముఖ్య కారణాల్లో ఒకటి" (పే. 64).

ఈ "ముఖ్య కారణాలు" ఇంకా చాలా వున్నాయనుకోకండి. చైనా విప్లవ ఓటమిని గురించి బాలగోపాల్ చెప్పిన 'ముఖ్య కారణాలు' ఈ రెండే. మొదటి ముఖ్య కారణం – చైనాలో 'విప్లవ పార్టీ లేదు' అనేది. దాని గురించి చూశాం. రెండో ముఖ్య కారణం – 'అంతర్జాతీయంగా విప్లవం చురుగ్గా లేదు గనక (మందగొడిగా వుంది గనక) చైనాలో విప్లవం ఓడింది!'

'అంతర్జాతీయం'గా అంటే 'చైనాకి బయట దేశాల్లో' అనేకదా? బైట దేశాల్లో విప్లవం

చురుగ్గా లేదుగనక, చైనాలో విప్లవం ఓడింది! ఈ ప్రకారం చూస్తే చైనాలో సాంస్కృతిక విప్లవం ప్రారంభం అవడానికి బైట దేశాల విప్లవాల చురుకుదనాలే కారణం అవ్వాలి. ఏ బైట దేశాల విప్లవ చురుకుదనాలు చైనా సాంస్కృతిక విప్లవానికి కారణమయ్యాయో చెపుతారా బాలగోపాల్‌గారు? చైనాలో విప్లవాలు రావడానికీ, పోవడానికీ ఆ దేశపు వర్గాల బలాబలాలూ, ఆ దేశపు వర్గ వైరుధ్యాలూ, ఆ దేశపు పార్టీ శక్తిసామర్థ్యాలూ, ఆ దేశ ప్రజల రాజకీయ చైతన్యాలూ, 'ముఖ్య' కారణాలు కాకుండా, ఇతర దేశాల విప్లవాల చురుకుదనాలూ, మందగొడితనాలూ "ముఖ్య" కారణం అవుతాయా? చైనా విప్లవ ఓటమికి అంతర్జాతీయ విప్లవాల మందగొడితనమే కారణమైతే, ఆ అంతర్జాతీయ విప్లవాల మందగొడితనానికి ఏమిటి కారణం? దానికి చైనాయే ముఖ్య కారణం అవ్వాలి! ఎందుకంటే, ఆ దేశాలన్నిటికీ అంతర్జాతీయ దేశం చైనాయే కదా? కాబట్టి చైనాలో విప్లవం మందగొడిగా వుండడంవల్లే బైట దేశాల్లో విప్లవాలు మందగొడిగా వున్నాయి! బైట మందగొడిగా వుండడంవల్ల చైనాలో మందగొడిగా వున్నాయి! అయితే ఇప్పుడేం జరగాలి? బైట దేశాల్లో విప్లవాలు చురుగ్గా అవ్వాలంటే వాటికి అంతర్జాతీయ దేశమైన చైనాలో విప్లవం మొదట చురుగ్గా అవ్వాలి! చైనాలో అవ్వాలంటే, ముందు బైట దేశాల్లో! బైట అవ్వాలంటే, ముందు చైనాలో!– ఇదీ బాలగోపాల్‌గారికి 'అందిన' విప్లవ సిద్ధాంతం! బెతల్‌హామ్‌కి కూడా 'అందలేద'ని బాలగోపాల్ గట్టిగా చెప్పిన 'ముఖ్య కారణం!'

'ఒక దేశ విప్లవానికి అంతర్జాతీయ విప్లవ పరిస్థితులు కూడా తోడ్పడాలనేది నిజమే. అది కూడా అవసరమే. అయితే, అది 'సెకండరీ' అవసరం. అదే ప్రధానమైన అవసరం కాదు. సెకండరీ అంశాన్ని ప్రధానమైన అంశంగా భావించడంవల్లనే బాలగోపాల్ చెప్పిన జవాబు ఒక అపహాస్య పరిస్థితిని సృష్టించింది. చైనా విప్లవ ఓటమికి ముఖ్య కారణాలేమిటో చైనా పరిస్థితులలోనే వెతికితే ఈ ఇబ్బందుల్లో పడేవాళ్ళం కాదు. ఏ దేశ విప్లవానికి ఆ దేశ పరిస్థితులే ప్రధాన కారణం. అందులోనూ, ఆ దేశ కమ్యూనిస్టు పార్టీయే ప్రధాన కారణం. ఇంకా అందులోనూ, ఆ పార్టీలో వున్న విప్లవ పంథాయే ప్రధాన కారణం. ప్రతీ కమ్యూనిస్టు పార్టీలోనూ విప్లవ పంథాతోపాటు పెట్టుబడిదారీ పంథా (పెట్టుబడిదారీ ఆలోచనావిధానం) కూడా వుంటూనే వుంటుంది. అది విప్లవాన్ని నాశనం చెయ్యడానికి ప్రయత్నిస్తూనే వుంటుంది. దానితో పోరాడేదే విప్లవ పంథా. ఆ విప్లవ పంథా, మార్క్సిజాన్ని గ్రహించిన తీరూ, సిద్ధాంతాచరణల్లో దాని విప్లవ జ్ఞానమూ, ప్రజలకు జ్ఞానాన్ని ఇవ్వడంలో దాని శక్తిసామర్థ్యాలూ, విప్లవ పంథా నాయకులలో వ్యక్తిగత విప్లవాచరణా, చిత్తశుద్ధీ — అనే లక్షణాలే దాని ముఖ్యమైన ఆయుధాలు. ఒక ప్రాంతంలో (దేశంలో) వుండే ఈ 'అంతర్గత పరిస్థితులు', ఆ సమాజం ఏ దశలో వుందో ఆ దశకి అనుగుణంగా ఎంత సవ్యంగా (విప్లవకరంగా) వుందో అంత సవ్యంగా వున్నప్పుడే, బైట పరిస్థితులు దానికి తోడ్పడతాయి. ఆ బైట పరిస్థితులు కూడా ఎంత సవ్యంగా వుండాలో అంత సవ్యంగా వున్నప్పుడే అవి ఇంకో ప్రాంత విప్లవానికి సహాయపడ గలుగుతాయి. ఒక ప్రాంతపు అంతర్గత పరిస్థితులే సవ్యంగా లేకపోతే, బైటనించీ ఎంత సహాయం అందినా, అది ఎంత సవ్యంగా వున్నా, అదంతా వృథా అవుతుంది. లేదా, అది ఇవ్వవలసినంత ఫలితాన్ని ఇవ్వలేకపోతుంది. ఒకచోట అంతర్గత పరిస్థితులు విప్లవకరంగా వుండి, బయట పరిస్థితులు తగినంత సరిగా లేకపోతే దానివల్ల మొదటిచోట విప్లవం త్వరగా అభివృద్ధి చెందకపోవచ్చుగానీ, అది రివిజనిజంగా మాత్రం మారదు. కాబట్టి బైట పరిస్థితి అనేది ఎప్పుడూ సెకండరీ స్థానంలో వుండేదేగానీ, అదే

ముఖ్య స్థానంలో వుండదు. అదే ముఖ్య కారణంగా వుండదు.

ఒక విప్లవ ఓటమికి అంతర్గత పరిస్థితులనే ముఖ్య కారణంగా చెప్పి, బాహ్య పరిస్థితుల్ని సెకండరీ కారణాలుగా చెప్తే, అది సరిపోతుంది. అంతేగానీ, అంతర్గత పరిస్థితులు ఒక ముఖ్య కారణంగానూ, బాహ్య పరిస్థితులు ఇంకో ముఖ్య కారణంగానూ వుండవు. వాటిలో మళ్ళీ ఏది అసలైన ముఖ్య కారణమో తేల్చవలసివస్తుంది. కాబట్టి ముఖ్య కారణం ఒక్కటే వుంటుంది.

"ప్రపంచంలో సామ్రాజ్యవాదం ఇంకా బలంగా వున్నప్పుడు ఒక దేశంలో విప్లవం సమగ్రమైన సంపూర్ణమైన విజయం సాధించదు" అంటున్నారు. 'సమగ్రమైన' 'సంపూర్ణమైన' విజయం సాధించలేదేమని ఇక్కడ ఎవరూ ప్రశ్నించడంలేదు. అసమగ్రంగానో, అసంపూర్ణంగానో అది గతంలోవున్న స్థితిలోనైనా వుండక, ఆ స్థితినించీ కూడా ఎందుకు ఓడిపోయిందన్నదే ఇక్కడ ప్రశ్న. స్పష్టంగావున్న ప్రశ్నని తప్పించేసి, ఎవరూ అడగని ప్రశ్నల్ని తీసుకురావడం ఎందుకు? చైనా విప్లవం ఇంకా 'సంపూర్ణం కాలేదేమ'ని ఇక్కడ ఎవరైనా అడుగుతున్నారా? ఎదటివాళ్ళు ఏ పాయింటుని చర్చిస్తున్నారో దానినే పట్టించుకుని దానికే జవాబుచెప్పే ధోరణి బాలగోపాల్‌లో ఎక్కడాలేదు. ఎదటివాళ్ళు చర్చించే అంశం ఒకటైతే ఆయన జవాబుచెప్పే అంశం ఇంకొకటీ! ఈ పద్ధతి ఒక్కచోట కాదు; ప్రతీచోటా అదే.

మొదట 'పై అంతస్థు' కడదాం, 'పునాది' సంగతి అటెనక!

చైనాలో 'పెట్టుబడిదారీ పంథా' స్థిరపడి, 'ఇదే సోషలిజం' అని అది ప్రకటిస్తున్నప్పుడు 'అసలు సోషలిజం అంటే ఏమిటి?' అనే ప్రశ్న ప్రపంచమంతటా మళ్ళీ కొత్తగా తలెత్తింది. బెతల్‌హేమ్ వ్యాసం ప్రధానంగా ఈ మౌలికమైన ప్రశ్ననే చర్చించింది. ఆ వ్యాసం, సాంస్కృతిక విప్లవానికి ముందుకాలాన్నీ, వెనకకాలాన్నీ కూడా కలుపుకుని, చైనా పార్టీలో విప్లవ పంథానీ, రివిజనిస్టు పంథానీ కూడా పరిశీలించే పనిచేసింది.

'ఉత్పత్తి సాధనాల' మీద 'యాజమాన్యాన్ని' ఒక ప్రాంతపు సమిష్టి సంస్థ కిందకో, ప్రభుత్వం కిందకో లీగల్‌గా మార్చడమే సోషలిజం కాదు. పార్టీ నాయకులూ, ప్రభుత్వాధికారులూ, వుత్పత్తి సంస్థల డైరెక్టర్లూ, మేనేజర్లూ కలిసి వుత్పత్తి సంస్థల్ని నిర్వహించడమే శ్రామికవర్గ నిర్వహణ కాదు. ఏ మార్పు అయినా, కేవలం లీగల్ మార్పుగా మాత్రమే గాక; లీగల్ మార్పుగానూ, సోషల్ మార్పుగానూ (అంటే నిజ జీవితంలో మార్పుగానూ) కూడా జరగాలి. లేకపోతే అది మార్పు జరిగిన దానితో సమానం కాదు.

'శ్రామిక వర్గం' మీద గతంలో, పెట్టుబడిదారీ వర్గం గానీ, ఇంకో దోపిడీ వర్గంగానీ పెత్తనం చేసినట్టే, ఇప్పుడు సోషలిజం పేరుతో, కమ్యూనిస్టుపార్టీ నాయకులూ, ప్రభుత్వాధికారులూ, వుత్పత్తి సంస్థల అధికారులూ కలిసిన వర్గం, పెత్తనం చేస్తే, అది, పెత్తనం చేసే వర్గానికి 'రూపం మారడమే' అవుతుందిగానీ 'స్వభావం మారడం' అవదు. వుత్పత్తి సంస్థల్ని నిర్వహించే పనిలో, సమాజంలోవున్న కోట్లాది జనాల పాత్ర ఏమీ లేకుండా గుప్పెడు మంది 'పెద్దల' ద్వారానే ఆ పని సాగుతూ వుంటే, అది, 'శ్రామికవర్గ పరిపాలన' ప్రారంభమైనట్టు కాదు. కాబట్టి, సమాజంలో 'దోపిడీ పునాది'ని మార్చడం అంటే, ఆ మార్పులు, లీగల్‌గానూ సోషల్‌గానూ కూడా ప్రారంభం కావాలి. శ్రమ చేసే వారందరూ వుత్పత్తి సాధనాలకు 'పరాయివారిగా వుండని విధంగా'

వుత్పత్తి సాధనాల్ని నిర్వహించుకునే పద్ధతులూ; పెట్టుబడిదారీ శ్రమ విభజనని మార్చే పద్ధతులూ; మేధాశ్రమల జీతాలకూ శారీరక శ్రమల జీతాలకూ అనేక రెట్ల తేడాలు లేకుండా తగ్గించే పద్ధతులూ; మేధావి సెక్షన్లకీ, పార్టీ నాయకులకీ ప్రత్యేక సౌకర్యాల్ని క్రమంగా తగ్గించే పద్ధతులూ —వంటి పద్ధతులన్నీ ప్రారంభమై సాగుతూవుంటేనే, సమాజ పునాది 'సోషలిస్టు పునాది'గానూ, వుత్పత్తి సంబంధాలు సోషలిస్టు సంబంధాలుగానూ మారడం ప్రారంభమైందని భావించడానికి అవకాశం వుంటుంది. అప్పటికీ కూడా ఆ మార్పుని 'ప్రారంభమైంది' అనవలసిందేగానీ, 'పునాది మార్పు అంతా పూర్తి అయిపోయింది' అనడానికి వీలులేదు. 'పునాది మార్పు' గురించి ఇంత స్పష్టమైన అవగాహనతోటీ, ఇంతకన్నా కూడా స్పష్టమైన అవగాహనతోటీ వుండాలి.

చైనాలో 'సాంస్కృతిక విప్లవం' ప్రారంభమయ్యే నాటికి (1966 నాటికి) సమాజంలో వుత్పత్తి సంస్థల యాజమాన్యాలలో కొన్ని రకాల లీగల్ మార్పులు మాత్రమే జరిగాయి. 'పునాది'కి సంబంధించిన సోషల్ మార్పులేవీ ప్రారంభం కాలేదు. వుత్పత్తి సంస్థలలో నిర్వహణ పద్ధతులూ, జీతాల పద్ధతులూ, ప్రత్యేక సౌకర్యాల పద్ధతులూ అన్నీ — వెనకటి దోపిడీ సమాజాల స్వభావాలతోనే వున్నాయి. అలాంటి పరిస్థితుల్లోనే సమాజం వుండగా, 'సాంస్కృతిక విప్లవ తీర్మానం'లో కమ్యూనిస్టుపార్టీ — 'మన సమాజంలో సోషలిస్టు పునాది ఏర్పడిపోయింది. ఇక, ఆ పునాదికి తగినట్టుగా వుపరితలాన్ని సోషలిస్టుగా మార్చేపని మాత్రమే మిగిలివుంది' అని ప్రకటించింది. వుపరితలాన్ని మార్చడానికి ఏ యే పనులు జరగాలని చెప్పారో అందులోనైనా సంస్థల నిర్వహణా పద్ధతుల్ని మార్చాలనిగానీ, 'పెట్టుబడిదారీ శ్రమ విభజన' మార్చాలనిగానీ, ప్రత్యేక సౌకర్యాల్ని మార్చాలనిగానీ — ఆ రకం సూచనలు ఆ తీర్మానంలో మచ్చుకైనా లేవు. "....సమాజపు మానసిక దృక్పథాన్ని మార్చాలి" అనీ, "ప్రస్తుత మన లక్ష్యం బూర్జువా మార్గాన్ని అనుసరించే అధికారుల్ని అణిచివెయ్యడమే" అనీ, "...బూర్జువా భావాలు గల అధికారుల్ని డిస్‌మిస్‌చేసి ఆ స్థానాలలోకి కార్మికవర్గ విప్లవకారులు రావాలి" అనీ– ఈ రకంగా, బూర్జువా ఆర్థిక సంబంధాలమీద సాగవలసిన వర్గ పోరాటాన్ని బూర్జువా భావాలు గల అధికారుల్ని వుద్యోగాలనించి తీసివేసే పోరాటంగా మాత్రమే ఆ తీర్మానంలో చిత్రించారు.

'పునాది'కి సంబంధించి ఏ యే సోషల్ మార్పులు ప్రారంభం కావాలో అవి ప్రారంభం కాకుండానే, పార్టీ, 'సోషలిస్టు పునాది ఏర్పడి పోయింద'ని ఎందుకు ప్రకటించింది? – అని ప్రశ్నించుకుంటే 2 రకాల జవాబులు వస్తాయి. (1) ప్రజల్ని మోసం చెయ్యడానికిగానీ (2) 'సోషలిస్టు మార్పుల' విషయంలో పార్టీకి తగినంత స్పష్టత లేకపోవడంవల్ల గానీ.

ఇక్కడ, మనం, పార్టీలోవున్న రివిజనిస్టు పంథా గురించిగాక విప్లవ పంథా గురించి చూస్తున్నాం. ఈ విప్లవ పంథా, సాంస్కృతిక విప్లవం జరుగుతూ వుండగా కార్మికుల మేనేజిమెంటునీ, పెట్టుబడిదారీ శ్రమవిభజనలో మార్పునీ ప్రవేశపెట్టడానికి పోరాడిన పంథా. కాబట్టి, ఆ పంథా, ప్రజల్ని మోసం చెయ్యడానికే మొదట అలా ప్రకటించిందనే అభిప్రాయానికి రావడానికి వీలులేదు. కాబట్టి ఇక ఇక్కడ మనం ఎలాంటి అభిప్రాయానికి రావచ్చంటే — సాంస్కృతిక విప్లవ తీర్మానం రూపొందించేనాటికి, పార్టీలోవున్న విప్లవ పంథాకి కూడా, 'సోషలిస్టు పునాది' గురించి 'తగినంత స్పష్టత' లేకనే, మొదట, అలా, 'సోషలిస్టు పునాది ఏర్పడిపోయింది' అని ప్రకటించి వుంటుందనే – అభిప్రాయానికి రావచ్చు. బెతల్‌హామ్ అభిప్రాయం అదే. సాంస్కృతిక విప్లవానుభవాలు పొందేవరకూ 'సోషలిస్టు పునాది' ప్రశ్నని విప్లవపంథా కూడా తగినంత స్పష్టతతో ఎరగదని బెతల్‌హామ్ అభిప్రాయం. (తను కూడా చైనా సాంస్కృతిక విప్లవం తర్వాతే 'సోషలిస్టు పునాది' ప్రశ్నని గతంలో కన్నా ఎక్కువగా అర్థం

చేసుకోగలిగానని "రష్యాలో వర్గపోరాటాలు-1" పుస్తకంలో బెతల్‌హామ్ చెప్పుకున్నారు.)

'సోషలిస్టు పునాది'ని గ్రహించడంలో మావో రచనల్లో, సాంస్కృతిక విప్లవం కన్నా వెనకటి రచనలకీ, తర్వాత రచనలకీ తేడా వుందనీ; అందుకే చైనా రివిజనిస్టులు, మావో రచనల్లో వెనకటి కాలం వాటినే గొప్పచేస్తూ తర్వాతకాలపు రచనల్లో మావో చాలా తప్పులు చేశాడని ప్రచారం చేస్తున్నారని బెతల్‌హామ్ వివరించారు. రివిజనిస్టులు, మావో రచనల్లో సాంస్కృతిక విప్లవంకన్నా వెనకటి కాలపు రచనల్ని మాత్రమే సమర్థిస్తూ, తర్వాత కాలపు రచనల్లో మావో తప్పులు చేసినట్టు ప్రచారం చేస్తున్నారంటే, మావోకి వున్న సోషలిస్టు అవగాహన వెనకటి కాలంలో కన్నా సాంస్కృతిక విప్లవానుభవాల తర్వాతే ఎక్కువగా అభివృద్ధి చెందిందనే అర్థానికి మనం నిస్సంకోచంగా రావచ్చు.

అయితే, ఈ అభిప్రాయంతో బాలగోపాల్ ఏకీభవించలేదు. సాంస్కృతిక విప్లవానికి ఆరేడు సంవత్సరాలకు పూర్వమే మావో సోషలిస్టు పునాది ప్రశ్నని స్పష్టంగా గుర్తించాడనీ; పునాది ఆర్థిక సంబంధాలు ఇంకా ఎంతగానో మారితే తప్ప అవి సోషలిస్టు సంబంధాలు కావని గ్రహించాడనీ; ఇంకా మారవలసిన మార్గాన్ని సూచిస్తూ మావో "క్రిటీక్ ఆఫ్ సోవియట్ ఎకనామిక్స్" అనే పుస్తకంలో, 68 వ పేజీలో, కార్మిక మేనేజిమెంటూ వగైరాల గురించి ప్రస్తావించాడనీ; ఆ రచనని పార్టీలో చర్చకై వుద్దేశించారు కాబట్టి సోషలిస్టు పునాదికి సంబంధించిన సరైన అవగాహన ఇతర విప్లవ నాయకులకు కూడా వుండే వుంటుందనీ; కాబట్టి సాంస్కృతిక విప్లవ కాలంలోనే వారికి ఆ అవగాహన ఏర్పడి వుంటుందని మనం భావించడం పొరపాటవుతుందనీ — బాలగోపాల్ అంటున్నారు.

బాలగోపాల్ చూపించిన 'క్రిటీక్'లోని 68 వ పేజీలో మావో "టూ పార్టిసిపేషన్స్" గురించీ, "త్రీ కాంబినేషన్స్" గురించీ ప్రస్తావించిన మాట నిజమే. ఈ మాటల కోసమైతే అంతదూరం వెళ్ళనక్కరలేదు. ఈ సంగతులు మేము, "చైనాలో ఏం జరుగుతోంది?"లోని 16 వ ఫుట్‌నోట్‌లోనే ప్రస్తావించాము. 'మావో, 1960 లో - ఆన్‌షాన్‌లో ఇచ్చిన ఒక వుపన్యాసంలో కొన్ని సోషలిస్టు భావాలు ప్రకటించాడు' అని చెపుతూ — "పొలిటిక్స్ ఇన్ కమాండ్" గురించీ, "టూ పార్టిసిపేషన్స్" గురించీ, "త్రీ కాంబినేషన్స్" గురించీ, మావో గతంలోనే ప్రస్తావించినట్టు చెప్పాము. అయితే, ఈ సోషలిస్టు భావాలన్నీ ఇంకా తగినంత స్పష్టతని ఇవ్వని భావాలుగానే మనం అనుకోవలసి వుంటుందని మా అభిప్రాయం. విప్లవపంథా, 'సోషలిస్టు పునాది' గురించి తగినంత స్పష్టతలేకనే, సోషలిస్టు పునాది ఏర్పడిపోయినట్టు భావించిందనీ, ఆ అభిప్రాయాన్నే తీర్మానంలో చెప్పిందనీ మనం అనుకోవలసి వుంటుందని మా అభిప్రాయం.

కానీ, ఈ అభిప్రాయంతో ఏకీభవించని బాలగోపాల్, చైనా విప్లవ పంథాకి 'సోషలిస్టు పునాది' గురించి ఎప్పుడూ కావలసినంత స్పష్టత వుందనీ, సమాజంలో ఇంకా సోషలిస్టు పునాది ఏర్పడలేదనే సంగతి దానికి మొదటినించీ తెలుసుననీ, అయినా సోషలిస్టు పునాది ఏర్పడిపోయినట్టు సాంస్కృతిక విప్లవ తీర్మానంలో ఎందుకు రాశారో తెలుసుకోవాలంటే రంగనాయకమ్మ చేసే 'శుద్ధతర్కాన్ని' వొదిలేసి చూడాలనీ— అంటున్నారు. విప్లవపంథా ఎందుకలా చేసిందో బాలగోపాల్ ఇలా వివరిస్తున్నారు. "1966 లో సాంస్కృతిక విప్లవాన్ని ఆవిష్కరిస్తూ పార్టీ కేంద్ర కమిటీ తీర్మానించిన 16 అంశాలలో మొదటిది ఈ విధంగా వుంది – 'విద్య, సంస్కృతి, కళలు, వుపరితలానికి చెందిన అన్ని ఇతర భాగాలలో ఏవయితే సోషలిస్టు ఆర్థిక పునాదికి తగినవిధంగా లేవో, వాటిని మార్చాలి; ఉపరితలాన్ని, 'పునాది'కి అనుగుణంగా మార్చే సాంస్కృతిక పోరాటమే సాంస్కృతిక విప్లవం – అనే అవగాహన ఇది. అయితే,

రంగనాయకమ్మగారు గుర్తించినట్టు, 'సాంస్కృతిక విప్లవంలో ఉపరితలాన్ని మార్చడానికి చేసిన ప్రయత్నాలు పునాది దాకా దారితీశాయి.' ఈ విషయాన్ని చైనా కమ్యూనిస్టు పార్టీ వూహించకపోవడం, ఉపరితలాన్ని ప్రక్షాళనం చెయ్యడం మాత్రమేకాదు పునాదినే సోషలిస్టుగా మార్చాల్సి వుందని గుర్తించకపోవడం, వాళ్ళ 'సిద్ధాంత అవగాహనలో పొరపాటు'గా రంగనాయకమ్మగారు అభిప్రాయపడ్డారు. శుద్ధ తర్కాన్ని వదిలిపెట్టి చారిత్రకంగా చూస్తే ఇది వేరేవిధంగా కనిపిస్తుంది. చైనా కమ్యూనిస్టుపార్టీ అవలంబించిన ప్రజాపంథాకు ముందునుండి కూడా ఒక గతి తార్కిక లక్షణం వుంది. పార్టీ ఎప్పుడూ కూడా ప్రజలకు చాలా కనీస అవగాహనను, కనీస కార్యక్రమాన్ని ఇచ్చింది. దాన్ని ప్రజలు అందుకుని ఆ అవగాహననూ, కార్యక్రమాన్నీ దాటి ముందుకు పోతే, అప్పుడు కేంద్ర కమిటీ సమావేశమై ప్రజలమీద అవిశ్వాస తీర్మానం జారీచేయకుండా, తమ కార్యక్రమాన్నే అభివృద్ధి చేసుకునేవారు. చైనాలో భూ సంస్కరణల అమలు మొత్తం (ప్రాథమిక సమిష్టీకరణ నుండి కమ్యూన్ల వరకు) ఈ విధంగానే సాగింది.... ప్రజల సంసిద్ధతతో సంబంధం లేకుండా, పార్టీ, తన అవగాహనా పరిపక్వతను ప్రదర్శించుకోవడం ప్రజాపంథా అనిపించుకోదు... అయితే, ప్రజల సంసిద్ధత పేరు చెప్పి, ఎప్పటికీ వెనకబడే వుండిపోకుండా, ప్రజలకు తమ సంసిద్ధతను అభివృద్ధి చేసుకునే అవకాశాన్నీ, ప్రోత్సాహాన్నీ ఇవ్వాలి. ఆ అభివృద్ధిని ఆధారం చేసుకుని పార్టీ తన కార్యక్రమాన్ని పరిపుష్టం చేసుకోవాలి. ఈ విషయంలో చైనా కమ్యూనిస్టు పార్టీని తప్పుపట్టడం కష్టం... సాంస్కృతిక విప్లవానికి కనీసం ఆరేడు సంవత్సరాలు పూర్వం (1956-60 కాలంలో) మావో చేసిన ఒక రచనలో ('క్రిటిక్ ఆఫ్ సోవియట్ ఎకనామిక్స్' అనే పేరుతో ఇది ప్రచురించబడింది) సాంస్కృతిక విప్లవం లేవదీసిన ఎన్నో ప్రశ్నలను స్పష్టంగా గుర్తించాడు. పునాది ఆర్థిక సంబంధాలు ఇంకా ఎంతగానో మారితే తప్ప అవి సోషలిస్టు సంబంధాలు కావని గుర్తించాడు –" (పే. 43-44). ఇదీ బాలగోపాల్ జవాబు.

ఈ జవాబు ప్రకారం – సాంస్కృతిక విప్లవం లేవదీసిన ఎన్నో ప్రశ్నల్ని విప్లవపంథా, ఆ విప్లవం కన్నా పూర్వమే గుర్తించింది. 'పునాది ఆర్థిక సంబంధాలు ఇంకా ఎంతగానో మారితేనేగానీ అవి సోషలిస్టు సంబంధాలు కావ'నీ, తమ సమాజంలో ఇంకా సోషలిస్టు పునాది ఏర్పడలేదనీ కూడా విప్లవపంథా గతంలోనే గ్రహించింది. అంతా గ్రహించి కూడా ఆ విప్లవపంథా, "మన దేశంలో సోషలిస్టు పునాది ఏర్పడిపోయింది. ఇక మనం వుపరితలాన్ని మాత్రమే సోషలిస్టుగా మార్చాలి" అని ఎందుకు చెప్పిందో తెలుసుకోవాలంటే రంగనాయకమ్మ రకం శుద్ధతర్కాన్ని వొదిలెయ్యాలి. సరే, బాలగోపాల్ రకం పరిశీలనతోనే చూద్దాం. అందులో ఏం కారణం కనిపించింది? 'పార్టీ ఎప్పుడూ ప్రజలకు చాలా కనీస అవగాహనను, కనీస కార్యక్రమాన్ని ఇచ్చింది. ప్రజలు, ఆ కార్యక్రమాన్ని పూర్తిచేసి అంతకన్నా ముందుకుపోతే అప్పుడు పార్టీ, తను ఇచ్చే కార్యక్రమాన్ని కూడా అభివృద్ధి చేస్తుంది. ప్రజల సంసిద్ధతతో సంబంధం లేకుండా పార్టీ, తన అవగాహనా పరిపక్వతను ప్రదర్శించుకోవడం ప్రజాపంథా అనిపించుకోదు' – అనే మాటల్లో బాలగోపాల్ చెప్పే 'కారణం' వుంది. ఈ మాటల అర్థం ఏమిటంటే – 'చైనా పార్టీ, ప్రజల సంసిద్ధతకు తగిన కార్యక్రమాలే ఇస్తూ వచ్చింది. చైనా ప్రజలు మొదట పునాదిని మార్చుకోవడానికి సంసిద్ధంగా లేరు. మొదట వుపరితలాన్ని మార్చుకోవడానికే సంసిద్ధంగా వున్నారు. ప్రజలు దేనికి సంసిద్ధంగా వుంటే ఆ కార్యక్రమాలే పార్టీ ఇవ్వాలి కదా? కాబట్టి, ప్రజల సంసిద్ధతని బట్టే చైనా పార్టీ మొదట వుపరితలాన్ని మార్చుకునే కార్యక్రమాన్ని ఇచ్చింది. ప్రజలు ఆ కార్యక్రమాన్ని పూర్తి చేశాక, అప్పుడు పునాదిని మార్చుకునే కార్యక్రమం

ఇస్తుంది. ఈ రకంగా చైనా పార్టీ, ప్రజల సంసిద్ధతని బట్టి నడిపించిందేగానీ తమ సమాజంలో ఇంకా సోషలిస్టు పునాది ఏర్పడలేదనే సంగతి పార్టీ నాయకులకు తెలియకేమీ కాదు' – ఇదీ, బాలగోపాల్ తన 'చారిత్రక పరిశీలన'తో వివరించిన కారణం!

ఈ జవాబుని అనేక వేపులనించీ అనేక ప్రశ్నలు చుట్టుముడతాయి. ఈ జవాబుమీద కనీసం 100 ప్రశ్నలైనా అడగవచ్చు.

చైనా ప్రజలు, మొదట 'పునాది'ని సోషలిస్టుగా మార్చుకోవడానికి సంసిద్ధంగా లేరట! మొదట వుపరితలాన్ని సోషలిస్టుగా మార్చుకోవడానికే సంసిద్ధంగా వున్నారట! సరే, ప్రజలకు సరైన సిద్ధాంత జ్ఞానం లేక అలా వున్నారనే అనుకుందాం. అప్పుడు నాయకులు చెయ్యవలసింది ఏమిటి? బాలగోపాల్ ప్రకారం ఆ నాయకులు సోషలిస్టు మార్పుల గురించి అన్ని విషయాలూ చక్కగా తెలిసినవారే కదా? అలాంటి నాయకులు ఈ పరిస్థితిలో చెయ్యవలసింది ఏమిటి? "మన సమాజంలో పునాది మార్పులే ఇంకా కొన్ని ప్రారంభం కాలేదు. ఇప్పటివరకూ మనం లీగల్ మార్పుల్ని మాత్రమే కొంతవరకూ సాధించాము. ఇంకా సోషల్ మార్పుల్ని ప్రారంభించనేలేదు. 'సోషలిస్టు పునాది ఏర్పడింద'నే మాట ఇప్పుడు మనం కేవలం లీగల్ అర్థంలో మాత్రమే అనగలము. కానీ, అది ఇంకా నిజమైన మార్పు కాదు. పునాదిలో మార్పు లేకుండానే వుపరితలంలో మార్పు ప్రారంభించడం సాధ్యమూకాదు, దానివల్ల ఫలితమూ వుండదు. కాబట్టి, ఇప్పుడు మనం పునాదిలో ఇంకా జరగవలసిన మార్పులనే ప్రారంభిద్దాం. వాటితోపాటే వుపరితలంలో మార్పుల్ని కూడా కలిసి చెయ్యవచ్చు" అని నాయకులు ఇంకా జరగవలసిన మార్పుల క్రమాన్ని ప్రజలకు బోధించి, ప్రజలు తమ పొరపాట్లని గ్రహించుకుని సరిదిద్దుకునేలాగ వారి జ్ఞానాన్ని పెంచుతూ, సమాజాన్ని మార్చడానికి అవసరమయ్యే సరైన కార్యక్రమాల్ని రూపొందించాలా; లేకపోతే, ప్రజల అవగాహన పొరపాటుగా వుందని తెలిసినా కూడా, వారి పొరపాటేమిటో వారికి వివరించకుండా, నాయకులు, ప్రజల పొరపాటునే అనుసరించాలా? బాలగోపాల్ వివరణ ప్రకారం అయితే, చైనా విప్లవ నాయకులు ఈ రెండో పద్ధతిలోనే నడిచారనే అర్థానికి రావలసివస్తుంది. ఈ నాయకులు, సోషలిస్టు మార్పుల గురించి ఎంతో చక్కగా తెలిసినవారే కాబట్టి 'పునాది మార్పు' లేకుండానే వుపరితలాన్ని మార్చబోవడం పొరపాటని వారికి తెలుసు. కానీ, ప్రజలు ఆ పొరపాటు అవగాహనతోనే వున్నారు కాబట్టి, నాయకులు, ప్రజల పొరపాటేమిటో ప్రజలకు వివరించకుండా, 'ప్రజలు దేనికి సిద్ధంగావుంటే దాని ప్రకారమే కార్యక్రమాలు తీసుకోవాలి' అనే సూత్రాన్ని చైనా నాయకులు పరమ యాంత్రికంగా అర్థం చేసుకున్నారన్నమాట! ప్రజల పొరపాట్లని సరిదిద్దడంగాక, ఆ తప్పుల్నే అనుసరిస్తూ నాయకులు "ప్రజలు మొదట పై అంతస్థు కడదామంటున్నారు. అలాగే చేద్దాం. పునాది సంగతి అటెనకా!" అనుకున్నారన్నమాట! ఇలాంటి నాయకులకు, 'సోషలిస్టు మార్పుల గురించి చక్కగా తెలుసు', అని బాలగోపాల్ రకం మేధావులు తప్ప సామాన్యులెవరైనా అనగలరా?

బాలగోపాల్ 'వివరణ'లో, చైనా ప్రజలు "చైనాలో భూసంస్కరణల అమలు మొత్తం, ప్రాథమిక సమిష్టీకరణల నుండి కమ్యూన్లవరకూ" మార్పు చేసుకున్నారని తెలుస్తూనే వుంది. యాజమాన్యాన్ని లీగల్‌గా మార్చుకున్న ప్రజలు, "ఆ సంస్థల నిర్వహణలో కూడా తమ పాత్ర వుండడం" అనే సోషల్ మార్పుకి మాత్రం సంసిద్ధంగా లేరా? సోషల్ మార్పుల గురించి నాయకులు బోధించినా ప్రజలు ఇష్టపడలేదా? "ఇయ్యన్నీ మాకెందుకులే సార్! మా మొహం, మాకేం తెలుస్తుందిలే సార్! ఆ నిర్వహణలేవో మీరే జెయ్యండి సార్! మీ ఆర్డర్ల ప్రకారం నడవడం కన్నా మాకేం గావల్లె సార్!" అన్నారన్నమాట ప్రజలు!

సరే, 'పునాది ప్రశ్న'ని తీసుకుంటే, చైనాలో సోషలిస్టు పునాది ఏర్పడలేదని బాలగోపాల్ కూడా అంగీకరిస్తున్నదే. 'పునాది ఆర్థిక సంబంధాలు ఇంకా ఎంతగానో మారితేనేగానీ అవి సోషలిస్టు సంబంధాలు కావనే సంగతి చైనా నాయకులకు తెలుసని కూడా బాలగోపాల్ అంటున్నదే. మరి ఆ నాయకులే, 'సాంస్కృతిక విప్లవ తీర్మానం'లో "మన దేశంలో సోషలిస్టు పునాది ఏర్పడిపోయింది. ఆ పునాదికి తగినట్టుగా వుపరితలాన్ని సోషలిస్టుగా మార్చుకునే పని మాత్రమే మిగిలివుంది" అని ఎందుకు ప్రకటించారు? అన్నీ తెలిసినవాళ్ళు జరగనిదాన్ని జరిగినట్టుగా చెప్పడానికి కారణం ఏమిటో బాలగోపాల్‌గారి 'చారిత్రక పరిశీలన' పాఠకులకేమైనా వివరించగలిగిందా?

బాలగోపాల్ ప్రకారం అయితే చైనా విప్లవ నాయకుల పరిస్థితి 'పిచ్చి వ్యవహారమో', 'అబద్ధాలకోరు వ్యవహారమో' అయ్యే గతికి పోతుంది. ఈ నాయకులు ప్రజలతో మొదట "కామ్రేడ్స్, మన దేశంలో సోషలిస్టు పునాది ఏర్పడిపోయింది" అని చెపుతారు. కొంతకాలం తర్వాత మళ్ళీ ఆ నాయకులే "కామ్రేడ్స్! మన దేశంలో సోషలిస్టు పునాది ఇంకా ఏర్పడలేదు. పునాది ఆర్థిక సంబంధాలు ఇంకా ఎంతగానో మారితేనేగానీ వాటిని సోషలిస్టు సంబంధాలుగా మనం భావించకూడదు. ఈ సంగతి మాకు ఎన్నో సంవత్సరాల కిందటే తెలుసు. కానీ, అప్పుడు మీకు చెప్పలేదు. ఇప్పుడు చెపుతున్నాం. ఇప్పుడు మనం పునాది వ్యవహారంలో ఇంకా మిగిలిపోయివున్న పనులు ప్రారంభించాలి. తెలిసిందా కామ్రేడ్స్!" అంటారన్నమాట! ఈ 'అద్భుత ప్రజాపంథా'కి ప్రజలు ముగ్ధులైపోయి నోరెత్తకుండా ఆ నూతన కార్యక్రమాన్ని చేపడతారన్నమాట! ప్రజలకు కాళ్ళూ చేతులేగాక, తలకాయలూ, మెదళ్ళూ కూడా వుంటాయని బాలగోపాల్‌కి అంచనా లేనట్టుంది. తలకాయల్ని 'నాయకుల ఖజానా'లో తాకట్టు పెట్టనివాడు ప్రజల్లో నూటికి ఒక్కడైనా వుంటాడని మనం అనుకుంటే — అలాంటివాడెవడో ఆ నాయకుల్ని ఒక ప్రశ్న అడుగుతాడు — "సోషలిస్టు పునాది ఇంకా ఏర్పడలేదని ఇప్పుడు చెపుతున్నారు. ఈ సంగతి మీకు ఎప్పటినించో తెలుసంటున్నారు. మీకు తెలిసిన సంగతి ఆనాడే మాకెందుకు చెప్పలేదు? పోనీ, చెప్పకపోతే చెప్పకపోయారు. దానికి విరుద్ధంగా కూడా ఎందుకు చెప్పారు? 'సోషలిస్టు పునాది ఏర్పడిపోయింది. ఇక వుపరితలాన్ని మార్చే పని మాత్రమే మిగిలివుంది' అని ఆనాడు అన్నారు. ఇప్పుడేమో మళ్ళీ పునాది మారలేదా? 'పునాది ఆర్థిక సంబంధాలు ఎంతగానో మారితేనేగానీ అవి సోషలిస్టు సంబంధాలు కావ'ని ఇప్పుడు డైలాగులా? పునాది ఆర్థిక సంబంధాలు 'ఎంతగానో' మారవలసి వుండగానే వుపరితలాన్ని సోషలిస్టుగా మార్చుకోగలమని ఎలా అనుకున్నారు? ఇదేవన్నా సోషలిస్టు సమాజ నిర్మాణ పథకమా, లేకపోతే ఏదన్నా చవకబారు హాస్యనాటకానికి రిహార్సలా?" అని అడుగుతాడనుకుందాం.

అప్పుడు, బాలగోపాల్ ప్రకారం, చైనా నాయకులకు ఏం సమాధానం వుంటుంది? బహుశా ఆ నాయకులు కాస్సేపు తలలు వాలేసి నించుంటారనుకుంటాను. కానీ, మళ్ళీ అంతలోనే వుత్సాహంగా తలలెత్తి, ధైర్యంగా "కామ్రేడ్ బాలగోపాల్‌ని అడుగు, కామ్రేడ్! మేము అలా ఎందుకు చేశామో కామ్రేడ్ బాలగోపాల్ చారిత్రకంగా పరిశీలించి, అసలు విషయం నీకు విశ్లేషిస్తాడు కామ్రేడ్!" అని చిరునవ్వులతో జవాబు చెపుతారనుకుంటాను.

అప్పుడు ఆ జవాబు చెప్పవలసిన భారం బాలగోపాల్‌మీద పడుతుంది. ఆయన ఏం జవాబు చెప్పగలరో నేనైతే వూహించలేను. ఎందుకంటే, నా ఆలోచనా విధానం పనికిమాలిన 'శుద్ధతర్కం' కదా? 'అశుద్ధ తర్కం' వాళ్ళు ఎలా ఆలోచిస్తారో శుద్ధతర్కం వాళ్ళకి తెలియదుకదా? అంచేత బాలగోపాల్ జవాబేమిటో ఆయన చెప్తేనేగానీ నేను వూహించలేను. కానీ, నా శుద్ధతర్కంతోటే ఎలాగో ఒకలా ఆలోచించమంటే

మాత్రం నేనో జవాబు వూహించగలను. బహుశా, బాలగోపాల్, ఆ 'కోపిష్టి కామ్రేడ్'తో ఇలా అంటారనుకుంటాను. "కామ్రేడ్! ప్రపంచ ప్రజలు నిజాన్ని వినడానికి సిద్ధంగా లేరు. అబద్ధాలు వినడానికే సిద్ధంగా వున్నారు. ప్రజలు దేనికి సిద్ధంగా వుంటే దాన్నిబట్టే నాయకులు ప్రవర్తించాలికదా కామ్రేడ్! అందుకే, మీ నాయకులు మీకూ ప్రపంచానికీ కూడా అబద్ధం చెప్పారు. వారికి నిజాలన్నీ తెలుసు కామ్రేడ్! కానీ ప్రజలు అబద్ధాలు వినడానికే సంసిద్ధంగా వున్నప్పుడు నాయకులేం చేస్తారు కామ్రేడ్?" అంటారనుకుంటున్నాను. బాలగోపాల్ జవాబు ఇలా వుండ వచ్చని నేనెందుకు వూహిస్తున్నానంటే – చైనా ప్రజలు, మొదట పునాదిని మార్చుకోడానికి సంసిద్ధంగా లేరనీ, మొదట వుపరితలాన్ని మార్చుకోడానికే సిద్ధంగా వున్నారనీ, అందుకే చైనా నాయకులు మొదట వుపరితలాన్ని మార్చే కార్యక్రమం తీసుకున్నారనీ బాలగోపాల్ విశ్లేషించారు కదా? ఆ బాణీలోనే ఆయన ఈ అంశాన్ని కూడా విశ్లేషిస్తారని నేను వూహించానన్నమాట! బాలగోపాల్, ఇలాంటి జవాబు చెప్తే, ఈ జవాబుమీద, ఆ కోపిష్టి కామ్రేడ్ ఇంకా కోపంగా ఇంకా చాలా ప్రశ్నలు అడుగుతాడనుకోండి! ఇక అవన్నీ బాలగోపాలే చూసుకోవాలి మరి! ఆయన దగ్గిర చాలా గొప్ప 'అశుద్ధతర్కం' వుంది. కాబట్టి ఆయనకేం ఫర్వాలేదు. దేనికైనా ఆయన వైరుధ్యాలు రాకుండా విశ్లేషించగలరు!

ఈ రకంగా బాలగోపాల్‌గారి చారిత్రక విశ్లేషణ, చైనా విప్లవ నాయకుల్ని మూర్ఖులుగానో అవకాశవాదులుగానో నిలబెట్టడానికీ, నవ్వులపాలు చెయ్యడానికీ మాత్రం చక్కగా పనిచేసింది.

ఆ నాయకులు 'పునాది మారిపోయింద'ని అనుకోవడంవల్లనే, ఆ అభిప్రాయమే విప్లవ తీర్మానంలో చెప్పారనీ; పునాది మారిపోయిందని భావించారు కాబట్టే, వుపరితలంలో మార్పుల కోసం కార్యక్రమాలు రూపొందించాలనీ — అర్థం చేసుకుంటే దానిమీద ఏ ప్రశ్నలూ రావు. అయితే, అప్పుడు ఆ నాయకులకు 'పునాది ప్రశ్న' ఇంకా తగినంత స్పష్టంగా అర్థంకాలేదని మాత్రం అనుకోవలసి వస్తుంది.

ఒక పార్టీకిగానీ, ఒక నాయకుడికిగానీ ఒకనాటికి ఒక విషయం తగినంత స్పష్టతతో అర్థంకాలేదంటే, అది ఆ పార్టీకీ ఆ నాయకుడికీ అపకీర్తేమీ కాదు. తర్వాతకాలపు ప్రజలు, తమకు ఎదురయ్యే అనుభవాలతో, విషయాల్ని గతంలో కన్నా ఎక్కువ స్పష్టతతో చూడగలిగితే, ఆ ప్రజలు వెనకటి వారికన్నా గొప్పవారని అర్థంకాదు.

పునాదీ, వుపరితలమూ అనే విషయాల్ని ఎంత విభజించి మాట్లాడినా, అవి పరస్పర సంబంధాలతోనే వుంటాయి. వుత్పత్తి సంస్థలలో సోషలిస్టు నిర్వహణా పద్ధతుల్ని ప్రారంభిస్తూ, దాని అవసరాన్ని పాఠ్యాంశాలద్వారా విద్యారంగంలో బోధించవచ్చు. అదే మార్పుని కళల రంగంలో అనేక కళారూపాల ద్వారా ప్రకటించవచ్చు. విద్యా, కళారంగాలు నేర్పే చైతన్యం పునాదిలో మార్పుని త్వరితం చేస్తుంది. అలాగే, ప్రతీ వ్యక్తీ ఒక శారీరకశ్రమా, ఒక మేధాశ్రమా చెయ్యడానికి కావలసిన మార్పులు వుత్పత్తి రంగంలో జరుగుతూ వుండగా అదే విషయం విద్యారంగంలోకీ, కళల రంగంలోకీ కూడా ప్రవేశించవచ్చు. పునాది సంబంధాలలో ఒక మార్పు ప్రారంభం కాగానే, దానికి అనుగుణమైన మార్పు వుపరితలంలో కూడా వెంటనే ప్రారంభమవుతుంది. ఈ రకంగా పునాదీ, వుపరితలమూ కూడా పరస్పర సంబంధాలతో వెంట వెంటనే మారుతూ వుండవచ్చు.

'సాంస్కృతిక విప్లవం అనవసరమ'ని మా పుస్తకంలో అన్నామా?

సాంస్కృతిక రంగంలో కూడా విప్లవం జరగాలని లెనిన్ కాలం నించీ కమ్యూనిస్టులు అభిప్రాయపడ్డారనీ, ఆ ప్రకారమే చైనాలో సాంస్కృతిక విప్లవాన్ని ప్రారంభించారనీ, కాబట్టి సాంస్కృతిక విప్లవాన్ని ప్రారంభించడంలోనైనా విప్లవ నాయకుల పొరపాటేమీ లేదనీ వాదించే ధోరణిలో బాలగోపాల్ ఇలా చెప్పుకొచ్చారు: "సోషలిస్టు విప్లవం రాజ్యాధికారంలోనూ ఆర్థిక సంబంధాలలోనూ విప్లవాత్మకమైన మార్పులు తెస్తుందనీ, వాటికి అనుగుణంగా ఇతర (సాంస్కృతిక) రంగాలలో విప్లవాత్మకమైన మార్పులను సాధించాల్సి వుంటుందని, లెనిన్ కాలం నుండి కమ్యూనిస్టులు అభిప్రాయపడ్డారు. ఈ పోరాటానికి సాంస్కృతిక విప్లవం అన్న పేరు కూడా ప్రయోగించారు. చైనాలో సాంస్కృతిక విప్లవాన్ని చైనా పార్టీ ప్రారంభించినప్పుడు ఆ అభిప్రాయాన్నే ప్రకటించింది" (పే. 43).

సాంస్కృతిక విప్లవాన్ని ఎందుకు ప్రారంభించారో వివరించే ఈ మాటలు బాలగోపాల్ ఎందుకు చెప్పినట్టు? సాంస్కృతిక విప్లవం అనవసరమని వాదించే రివిజనిస్టులకు చెప్పవలసిన జవాబు మా విషయంలో ఎందుకు చెప్పినట్టు? ఆ విప్లవం అనవసరమని గానీ, దాన్ని ప్రారంభించి వుండకూడదనిగానీ మా పుస్తకంలో అన్నామా? 'సాంస్కృతిక రంగంలో పోరాటం జరగాలని లెనిన్ కాలం నించీ కమ్యూనిస్టులు అభిప్రాయపడ్డారు' అంటున్నారు! లెనిన్ కాలంలో అభిప్రాయపడకపోతే ఆ విప్లవం అక్కరలేదా? లెనిన్ కాలంలో చెప్పని విషయాలు లక్ష వుంటాయి. అవసరమైతే, ఆ చెప్పని వాటి గురించి స్వతంత్రంగా ఆలోచించుకోమా? లెనిన్ కాలంలో చెప్పలేదని, వాటిని ప్రారంభించకుండా వుంటామా? సాంస్కృతిక విప్లవం ఎందుకని మేము ప్రశ్నించలేదు. ఇక్కడ ప్రశ్న 'సోషలిస్టు' మార్పుల గురించి ఆ విప్లవ తీర్మానం ఏం చెప్పిందీ — అన్నదేగానీ, ఆ విప్లవం అవసరమా కాదా అన్నదికాదు. అసలు విషయంతో సంబంధం లేకుండా — 'ఆ విప్లవం అవసరమని లెనిన్ కాలంలో కూడా చెప్పారు. దాన్నిబట్టే చైనా నాయకులు చేశారు' — అని మాట్లాడడం ఇక్కడ పూర్తిగా అసందర్భం. పోనీ, అసందర్భంగానే మాట్లాడినా, అందులో ఏమైనా మంచి పాయింటు వుందా అంటే అదీలేదు. వెనకటి విప్లవకారులు చెప్పకపోయినా నూతన సమాజ నిర్మాణానికి ఎప్పటికేవుద్యమం అవసరమో దాన్ని ప్రారంభించవలసిందే. సమాజాన్ని సోషలిస్టుగా మార్చాలనుకునే విప్లవకారులు, వెనకటి సిద్ధాంత జ్ఞానానికి తమ అనుభవాన్ని జోడించుకుని స్వతంత్రంగా ఆలోచించుకోగలగాలిగానీ, ప్రతీ మార్పునీ వెనకటి నాయకులే బోధించాలని చూడనక్కరలేదు.

రష్యాలోగానీ, చైనాలోగానీ సోషలిస్టు మార్పులు ప్రారంభించిన 'విప్లవపంథా'కి ఆ మార్పుల గురించి చాలా స్పష్టత వుండి వుంటే, అది ప్రజలకు ఇలా చెప్పగలిగేది – "మన దేశంలో సోషలిస్టు పునాది ఏర్పడడం అనేది, కేవలం లీగల్ అర్థంలో మాత్రమే జరిగింది. వుత్పత్తి సాధనాలపై స్వంత యాజమాన్యాన్ని సమిష్టి యాజమాన్యంగా మార్చే పనిని ఇప్పటికి మనం లీగల్ కోణంలో మాత్రమే సాధించాము. ఈ మార్పుని ఇంకా నిజమైన కోణంలో, అంటే నిజజీవితంలో, సాధించవలసి వుంది. సమాజాన్ని వర్గాలులేని సమాజంగా చెయ్యాలంటే, అంటే మనుషుల సామాజిక పరిస్థితుల్ని 'సమానంగా' చెయ్యాలంటే, వుత్పత్తి సంబంధాలలో ఏ యే మార్పులు చెయ్యడం అవసరమో, ఆ మార్పుల్ని ప్రారంభించి, కొంత స్థిరపరచుకోగలిగేవరకూ, సమాజంలో 'నిజమైన' సోషలిస్టు పునాది ఏర్పడినట్టు భావించకూడదు. కాబట్టి, ఈ

అర్థంలో ఈ పునాది ఇంకా సోషలిస్టు పునాది కాదు. ఈ సమాజం ఇంకా సోషలిస్టు సమాజం కాదు. అయినప్పటికీ, ఈ సమాజాన్ని 'సోషలిస్టు' సమాజంగా ఎందుకు ప్రస్తావిస్తున్నామంటే, సోషలిస్టు సమాజాన్ని స్థాపించే లక్ష్యంతోనే, పెట్టుబడిదారీ వర్గంనించీ మనం రాజ్యాధికారాన్ని గెలుచుకుని, సోషలిజం కోసమే ప్రయత్నాలు ప్రారంభించాం గనక. అందుకే దీనిని సోషలిజం అంటాం. కానీ, ఇది 'ప్రారంభం' మాత్రమే. ఈ ప్రారంభ చర్యలు జరగగానే సోషలిస్టు పునాది ఏర్పడిందనీ, వెనకటి పెట్టుబడిదారీ సమాజం సోషలిస్టు సమాజంగా మారిపోయిందనీ భావించకూడదు. ఇంత స్పష్టమైన అవగాహనతో మనం ఈ నూతన సమాజ నిర్మాణాన్ని కొనసాగించాలి" అని చెప్పగలిగేది. కానీ పార్టీలు ఆ పద్ధతిలో ప్రకటించలేదంటే, దానికి కారణం, ఆ పార్టీలలో విప్లవపంథాలు కూడా సోషలిస్టు మార్పుల విషయాన్ని తగినంత స్పష్టతతో గ్రహించలేదనే అర్థానికి రావడం తప్ప, అంతకన్నా ఇంకే అర్థమూ వుండదు.

రష్యా చైనాల్లో అస్తులపై యాజమాన్యాలు లీగల్‌గా మారడం తప్ప మరే నిజమైన సోషలిస్టు మార్పులూ జరగకపోయినప్పటికీ, అనేకమంది ప్రపంచ ప్రజలు ఆ దేశాల్ని సోషలిస్టు దేశాలుగానే భావించడానికి కారణం ఏమిటంటే, 'వుత్పత్తి సాధనాలపై యాజమాన్యాల మార్పే సోషలిజం' అని భావించడమే.

'సోషలిస్టు విప్లవాలు'గా ప్రారంభమైన ఆ దేశాల విప్లవాలు, లీగల్ మార్పుల్ని సాధించేవరకూ విప్లవకరంగానే సాగాయి. ఆ పని ముగిసిన తర్వాత 'పునాది మారిపోయింది' అనే అవగాహనతో (తెలిసిగానీ, తెలియకగానీ) 'పునాది ప్రశ్న'ని వదిలివేశారు. పునాదికి సంబంధించే ఇంకా జరగవలసిన మార్పులు జరగకుండా ఆగిపోవడంవల్ల, లీగల్ మార్పులతోనే విప్లవాలు ముగిసిపోయాయి. అంతవరకూ సాగిన విప్లవాలు క్రమంగా తమ విప్లవ స్వభావాన్ని కోల్పోయి, ప్రభుత్వ 'పెట్టుబడిదారీ సమాజాలు'గా అంటే, 'రూపం మారిన పెట్టిబడిదారీ సమాజాలు'గా తయారయ్యాయి. అంటే, ఈ సోషలిస్టు సమాజాలలో, దోపిడీ వర్గానికి రూపం మారిందేగానీ, దాన్ని నాశనంచేసే నిజమైన ప్రయత్నాలు జరగలేదు. అందుచేత, సోషలిస్టు విప్లవాలు ఒక స్థాయికన్నా అభివృద్ధి చెందలేకపోయాయి.

"సోషలిస్టు విప్లవం — రాజ్యాధికారంలోనూ, ఆర్థిక సంబంధాలలోనూ విప్లవాత్మకమైన మార్పులు తెస్తుందనీ, వాటికి అనుగుణంగా ఇతర (సాంస్కృతిక) రంగాలలో విప్లవాత్మకమైన మార్పులను సాధించాల్సి వుంటుందనీ లెనిన్ కాలం నుండి కమ్యూనిస్టులు అభిప్రాయపడ్డారు" అన్న బాలగోపాల్ మాటల్ని ఇప్పుడు మళ్ళీ ఒకసారి చూస్తే ఆ మాటల్లోవున్న 'యాంత్రికత్వం' బాగా అర్థమవుతుంది. రష్యాలో సోషలిస్టు విప్లవం, రాజ్యాధికారంలో ఇంకా విప్లవాత్మకమైన మార్పులు తేలేదని లెనిన్, 1923 లో రాసిన "సహకారం గురించి" అనే వ్యాసంలో చాలా స్పష్టంగానే చెప్పాడు. ఆ మార్పులు ఆ తర్వాత కాలంలో జరిగాయేమో అనడానికి అసలే వీలులేదు. స్టాలిన్ కాలం నించీ పార్టీలో అప్రజాస్వామిక ధోరణులతో అంతవరకూ వున్న విప్లవత్వం కూడా నశించిందేగానీ, కొత్త విప్లవత్వం ఏమీ ఏర్పడలేదు. రాజ్యాధికారంలో గానీ, ఆర్థిక సంబంధాలలోగానీ కొత్త మార్పులేమీ జరగలేదు. అలాగే, చైనాలో సోషలిస్టు విప్లవం, ఆర్థిక సంబంధాలలో ఇంకా విప్లవాత్మకమైన మార్పులు తేలేదని బాలగోపాల్ స్వయంగా అంగీకరించిందే. ఈ రకంగా సోషలిస్టు విప్లవాలు, రాజ్యాధికారంలోనూ, ఆర్థిక సంబంధాలలోనూ ఇంకా విప్లవాత్మకమైన మార్పులు తేకుండానే, వాటికి "అనుగుణంగా" సాంస్కృతిక రంగాలలో విప్లవాత్మకమైన మార్పులు సాధించడం ఏమిటి? జరగని పునాది మార్పులకు 'అనుగుణం'గా వుండాలంటే, దానికోసం జరగని వుపరితలం మార్పులే కదా

అవసరం? అంటే, ఏ మార్పులూ జరగనక్కర్లేదు. వాస్తవంలోవున్న పరిస్థితి కూడా అదే. పునాదిలోనూ వుపరితలంలోనూ ఏ మార్పులూ లేవు. ఏ మార్పులైనా వుంటే, అవి రూపాలు మారిన సారాంశాలే.

ఒక విప్లవ ప్రారంభాన్ని 'సోషలిస్టు విప్లవం' అనే పేరుతో పిలవగానే, అది ఆ 'పేరు' వల్లనే విప్లవాత్మకమైన మార్పులు తీసుకురాదు. అది నిజంగా సోషలిస్టు స్వభావంతో, సోషలిస్టు మార్గంలో సాగుతూవుంటేనే ఆ మార్పులు తీసుకొస్తుంది. కాబట్టి, విప్లవకారులు 'సోషలిస్టు పురోహితుల్లాగ' సోషలిస్టు మంత్రాలు గడగడా వల్లిస్తే లాభంలేదు. 'సోషలిస్టు చరిత్ర'లో మొదటినించీ జరిగిన బ్రహ్మాండమైన తప్పుల్ని ఎప్పటికైనా గ్రహించుకోవాలి.

చైనా విప్లవకారులకు, సోషలిస్టు మార్పుల గురించి ఏనాటినించో ఎంతో వివరంగా తెలుసని అనేక సందర్భాల్లో వాదించిన బాలగోపాల్, మళ్ళీ ఇంకోచోట 'అసలు ఈ సోషలిస్టు అవగాహన అనేది ప్రపంచ విప్లవకారులకు 'ఇప్పుడిప్పుడే' ఏర్పడుతోందనే అర్థంతో మాట్లాడతారు. ఆయన ఒకచోట — "విప్లవానంతర సమాజంలో కొత్త బూర్జువా వర్గాలు పుట్టుకొస్తున్నాయనీ, ఆ వర్గాలు కార్మికవర్గం చేతికి అధికారం అందనివ్వకుండా తామే చేజిక్కించుకునే ప్రయత్నం తీవ్రంగా చేస్తున్నాయనీ ఇప్పుడిప్పుడే స్పష్టమవుతోంది" (పే. 42). ఇందులో "ఇప్పుడిప్పుడే" అనే మాటకి ఏ కాలాన్ని చెప్పుకోవచ్చు? 'చైనాలో రివిజనిజం జయించాక' అని చెప్పుకోవచ్చు. నిజానికి ఈ విషయాలన్నీ రష్యా రివిజనిజం నించే గ్రహించవచ్చు. గ్రహించడానికి తగిన పరిస్థితులన్నీ వున్నాయి. కానీ, ఆ పరిస్థితులనించీ సరిగా గ్రహించలేకపోయారు. చైనాలో కూడా ఓటమి కనపడ్డ తర్వాతే "సోషలిజం అంటే ఏమిటి?" అనే ప్రశ్న పెద్ద ఎత్తున ముందుకొచ్చింది. సోషలిజాన్ని నిర్మించడంలో ఏదో లోపం జరుగుతోందనే సంగతి బయటపడింది. దోపిడీ వర్గాలు కూలిపోయాయని కాయితాలమీద ఎంత పెద్ద అక్షరాలతో రాసుకున్నా వాస్తవ జీవితాల్లో అవి కూలిపోలేదని "ఇప్పుడిప్పుడే" స్పష్టపడింది. ఇంత ప్రధానమైన విషయాన్ని 'ఇప్పుడిప్పుడే' గ్రహించామంటే, ఈ విషయాన్ని ఇంతకుముందు గ్రహించలేదనేకదా అర్థం? 'విప్లవానంతర సమాజంలో, ఫలానా రకపు పరిస్థితుల్ని మార్చనప్పుడు ఆ పరిస్థితులనించీ కొత్త బూర్జువా వర్గం తలెత్తుతుంది' అని గ్రహించకపోతే, అలాంటి అవగాహన, ఇంకా సరైన సోషలిస్టు అవగాహన కానట్టే కదా? కొత్త బూర్జువావర్గం తలెత్తుతోందనే విషయం ఇప్పుడిప్పుడే స్పష్టమవుతోందని ఒక పక్క చెపుతూ, చైనా విప్లవపంథాకి సరైన సోషలిస్టు అవగాహన ఏనాటినించో వుందని ఇంకోపక్క వాదించడంలో అర్థమేమిటి?

ఈ 'సరైన అవగాహన'కి కళ్ళు తెరవడం అనేది ఏనాటినించో జరగలేదు. సాంస్కృతిక విప్లవంలో 'సోషలిస్టు నిర్వహణ'కీ 'సోషలిస్టు శ్రమవిభజన'కీ సంబంధించిన ప్రశ్నలు బయటపడ్డప్పటినించే జరిగింది. ఈ ప్రయత్నాలు చైనాలో వెనకటి వుద్యమాలలో కూడా ప్రారంభమైనా ('చైనాలో ఏం జరుగుతోంది?' పుస్తకంలో చూడండి) అవి అప్పటికి ఇంకా చాలా అస్పష్టతలోనే వుండి, సాంస్కృతిక విప్లవంలోనే కొంత అభివృద్ధి చెందాయి. అదే సాంస్కృతిక విప్లవం శ్రామికవర్గానికి ఇచ్చిన సత్ఫలితం.

చైనాలో 'విప్లవపార్టీ' లేదా, వుందా?

చైనాలో విప్లవ పార్టీ లేదనీ, విప్లవ పార్టీని నిర్మించుకోలేకపోవడమే సాంస్కృతిక విప్లవ వైఫల్యానికి కారణమనీ బాలగోపాల్ అన్నారు కదా? కానీ, 'సోషలిస్టు పునాది' ప్రశ్నకోసం ఆయన ఇచ్చిన జవాబులో 'ఎంతో కరెక్టుగా నడిచిన' విప్లవ పార్టీ కనపడుతుంది. బాలగోపాల్ వివరణ ప్రకారమే చూస్తే — ఈ పార్టీ మొదటి నించీ కూడా కరక్టయిన ప్రజాపంథా అవలంబించింది.

ఈ ప్రజాపంథాకి ఎంతో కరక్టయిన గతి తార్కిక లక్షణం వుంది. ఈ పార్టీ ఎప్పుడూ కూడా ప్రజల చైతన్యానికి తగిన కార్యక్రమాలే ఇస్తూ, ప్రజల్ని అభివృద్ధి పరుస్తూ వుండేది. చైనాలో భూ సంస్కరణల అమలు మొత్తం ఈ సరియైన పద్ధతుల ద్వారానే జరిగింది. ప్రజల సంసిద్ధతతో సంబంధం లేకుండా పార్టీ నాయకులు ఎప్పుడూ తమ అవగాహనా పరిపక్వతను ప్రదర్శించుకోలేదు. అలా అని ప్రజల్ని ఎప్పుడూ వెనకబడి వుండిపోయేలాగ కూడా ఆ పార్టీ చెయ్యలేదు. కరక్టయిన కార్యక్రమాలతో, కరక్టయిన పద్ధతిలో ప్రజలకు సోషలిస్టు చైతన్యం కలిగిస్తూ ప్రజల్ని ఎంతో అభివృద్ధి చేసింది పార్టీ. ఆ పార్టీని తప్పు పట్టటమే కష్టం — ఈ మాటలన్నీ బాలగోపాల్ అన్నవే. ఆయన మాటల్లో ఇంత కరక్టయిన విప్లవపార్టీ కనపడుతుంది. మరి, చైనాలో విప్లవ పార్టీ లేదనీ, విప్లవపార్టీ లేకనే సాంస్కృతిక విప్లవం విఫలమైందనీ, చైనాలో విప్లవ పార్టీ లేదనే ప్రధానమైన లోపాన్ని బెతల్‌హామ్ చూడలేకపోయాడనీ, బాలగోపాల్ ఇంకోచోట అన్నదానికి అర్థమేమిటి? ఈ 'అద్భుత తర్కం' ఎవరికైనా అర్థమైందా?

సరే, చైనా పార్టీ గురించి బాలగోపాల్ ఇచ్చిన కితాబుపై ఇంకో ప్రశ్న. చైనా పార్టీ ఎప్పుడూ ప్రజల సంసిద్ధత ప్రకారమే నడిచిందనీ, అదిఎన్నడూ ప్రజలపై 'అవిశ్వాసం' ప్రకటించలేదనీ బాలగోపాల్ వర్ణించారు కాబట్టి, చైనా వుద్యమ చరిత్ర నించే ఒక ప్రశ్న అడగాలి. 32 విప్లవ సంఘాల కార్మికులు కలిసి సమిష్టి చొరవతో ఏర్పాటు చేసుకున్న 'షాంగై-కమ్యూన్'ని పార్టీ నాయకులు ఎందుకు రద్దు చేశారు? ప్రజల సంసిద్ధతని లక్ష్యపెట్టకుండా ఆ కమ్యూన్‌ని 'విప్లవ కమిటీ' స్థాయికి ఎందుకు దిగజార్చారు? (పాఠకులకు ఈ సంఘటన వివరాలు కావాలంటే, "చైనాలో ఏం జరుగుతోంది?" పుస్తకంలో, "షాంగై కమ్యూన్: అది త్వరలో అంతర్థానం కావడానికి సంబంధించిన సైద్ధాంతిక, ఆచరణాత్మక అంశాలు" అనే సెక్షన్ చూడవచ్చు.

ప్రజలంతా చైతన్యవంతులే! కానీ, రివిజనిజం!

'పార్టీ నాయకుల మధ్య జరిగిన పోరాటాలకు ప్రజలు చాలా దూరంగా వున్నారు. వర్గ పోరాటాలలోకి ప్రజల్ని సమీకరించే పని చాలా సందర్భాల్లో సవ్యమైన పద్ధతుల్లో జరగలేదు. ప్రజలకు సోషలిస్టు భావాలు తగినంతగా అందలేదు' అనే బెతల్‌హామ్ అభిప్రాయాన్ని బాలగోపాల్ ఏ సందర్భంలోనూ అంగీకరించలేదు. "నిత్యం వర్గ పోరాటాలలో పాల్గొంటూ విప్లవాత్మకమైన వ్యవస్థ నిర్మాణంలో భాగం పంచుకుంటున్న ప్రజలకు ఆ వర్గ పోరాటాల యొక్క రాజకీయాలు అర్థం కాకపోవడం ఏమిటి?" (పే.62) అని ప్రశ్నిస్తున్నారు.

బెతల్‌హామ్, అనేక సందర్భాలలో చైనా వెళ్ళి (1953, 64, 67 71, 75 సం॥లలో), అక్కడి పరిస్థితులు స్వయంగా చూసి, మార్క్సిస్టు దృక్పథంతోనే వాటిని అవగాహన చేసుకోవడానికి ప్రయత్నించిన వ్యక్తి. సాంస్కృతిక విప్లవ ప్రారంభంలో కార్యక్రమాలలోకి ప్రజల్ని చొరవతో పాల్గొనేటట్టు చేసే సరైన పద్ధతులు కొన్ని వుండేవనీ, రాను రానూ ఆ పద్ధతులన్నీ పోయి, పార్టీ నాయకుల గొడవలు ప్రజలకు అయోమయంగా తయారయ్యాయనీ, బెతల్‌హామ్ తన వ్యాసంలో వివరంగానే చెప్పారు. ఆ వాస్తవాలేమీ పట్టించుకోకుండా బాలగోపాల్, అక్కడి ప్రజలు 'వర్గ పోరాటాలలో నిత్యం పాల్గొన్నార'నీ, 'విప్లవ వ్యవస్థ నిర్మాణంలో భాగం పంచుకొన్నార'నీ, అలాంటి ప్రజలకు వర్గ రాజకీయాలు అర్థంకాక పోవడమేమిటనీ — ప్రశ్నించారు. 'విప్లవ పార్టీయే లేనిచోట ప్రజల్ని

వర్గ పోరాటాలకు సమీకరించిందెవర'నే ప్రశ్నని అలా వుంచి, చైనా ప్రజల రాజకీయ చైతన్యం గురించి బాలగోపాల్ అభిప్రాయమే నిజమనుకుందాం.

నిత్యం వర్గ పోరాటాల్లో పాల్గొంటూ, వర్గ రాజకీయాల్ని అర్థం చేసుకుంటూ, నూతన వ్యవస్థని నిర్మించుకుంటోన్న ప్రజలు – ఒక నాయకుడు పోగానే, ఆ నూతన వ్యవస్థకే వ్యతిరేకమైన మార్పులు ఎలా ప్రారంభించారనే ప్రశ్నకి జవాబేమిటి? ఆ ప్రజలు, సరియైన సోషలిస్టు చైతన్యం కలిగినవారే అయితే, రివిజనిస్టు మార్పుల్ని ఎందుకు జరగనిస్తున్నారనే ప్రశ్నకి జవాబేమిటి? రివిజనిస్టు నాయకుల ప్రయత్నాలకు మెజారిటీ ప్రజల అంగీకారం వున్నట్టా, లేనట్టా? — ఇలాంటి సందేహాలకి బాలగోపాల్ సమీక్షలో జవాబులు దొరకవు.

ప్రతీ ఒక్క విషయాన్నీ పదాడంబరంతో, అతిశయోక్తులతో గోరంతలు కొండంతలు చేస్తూ వర్ణించుకోవడం దోపిడీ సమాజాల లక్షణం. కమ్యూనిస్టులు కూడా అలాంటి మార్మిక పద్ధతులనే పాటించడంవల్ల ఒక దేశపు వాస్తవాలు ఇతర దేశాలకు నిజమైన అర్థంతో అందలేదు. మావో మరణం వరకూ, 'చైనా ప్రజల రాజకీయ చైతన్యం ఇంతా అంతా కాద'నే అభిప్రాయంతోనే ప్రపంచమంతా వుండేది. రివిజనిజం అనే రక్కసి, ప్రపంచంలో ఇంకెక్కడైనా అడుగు పెట్టగలదేమో గానీ చైనాలో మాత్రం దానికి చోటు వుండదనీ, చైనా ప్రజలు సోషలిస్టు భావాలతో అంత అభివృద్ధి చెంది పోయారనీ ప్రపంచ విప్లవకారులంతా విశ్వసించారు. చైనాని, ప్రపంచ పెట్టుబడిదారీ వర్గం ఒక 'పీడకల'గానూ, ప్రపంచ శ్రామిక వర్గం ఒక 'ఆశాజ్యోతి'గానూ ఇంకా గట్టిగా నమ్ముతూ వుండగానే, చైనాలో రివిజనిస్టు మార్పులన్నీ శరవేగంతో ప్రారంభమయ్యాయి. ఆ మార్పుల్ని అక్కడి ప్రజలు ఎంతమాత్రం సహించరనీ, ప్రజల తిరుగుబాట్లతో చైనా అంతా పెద్ద రణరంగమై తీరుతుందనీ కలలుగంటూ వున్నవారికి, త్వరత్వరగానే చాలా ఆశాభంగాలు ఎదురయ్యాయి. మెజారిటీ చైనా ప్రజలు రివిజనిస్టు మార్పుల్ని చాలా శాంతంగానే స్వీకరించారు. వేరే మాటల్లో చెప్పాలంటే, మెజారిటీ ప్రజలు, ఎదురు తిరగకుండా స్వీకరించకపోతే రివిజనిస్టు మార్పులు జరగడం సాధ్యమయ్యేది కాదు. మెజారిటీ ప్రజలు రివిజనిస్టు మార్పుల్ని ఎందుకు స్వీకరించారంటే, వారికి తగినంత సోషలిస్టు చైతన్యం లేకనే. కాబట్టి, ఆనాటితో ఒక విషయం ప్రపంచానికి బాహాటంగా రుజువయ్యింది. — ఏమిటంటే, అప్పటిదాకా చైనా ప్రజల సోషలిస్టు చైతన్యాన్ని అతిగా అంచనా వెయ్యడం జరిగిందని! అవతల సర్వనాశనం జరిగిపోయినా, ఇంకా గత వైభవ భ్రమల్ని వదలని బాలగోపాల్ "నిత్యం వర్గ పోరాటాలలో పాల్గొంటూ నూతన వ్యవస్థ నిర్మాణంలో భాగం పంచుకుంటున్న ప్రజలకు ఆ వర్గ పోరాట రాజకీయాలు అర్థంకాక పోవడమేమిట"నే ప్రశ్నని వదలలేదు.

కమ్యూనిస్టు పార్టీ, కనీసం 'మునిసిపల్ కార్పొరేషన్' లాంటిది కూడా కాదా?

కమ్యూనిస్టు పార్టీలలో 'మార్మిక పద్ధతుల్ని' బెతల్‌హేమ్ విమర్శించారు. ఆ విమర్శని వివరిస్తూ నేను ఒక ఫుట్‌నోట్‌లో (99 వ నంబరు ఫుట్‌నోట్‌లో) కొన్ని వివరాలు ఇచ్చాను. అందులో ఒక విషయం ఏమిటంటే — చైనా కమ్యూనిస్టుపార్టీ ఒకప్పుడు (మావో కాలంలోనే) 13 సం॥లపాటు మహాసభ జరపలేదు. 4 సం॥ల పాటు కేంద్ర కమిటీ కలవలేదు. నిర్ణయాలన్నీ పొలిట్‌బ్యూరో చేస్తూవుండేది. అది కూడా కలవనప్పుడు స్టాండింగ్ కమిటీ చేస్తూవుండేది. దేశంలో నలుమూలలనించీ వచ్చే వందలాది ప్రజా ప్రతినిధులు సంవత్సరానికి ఒకసారి

మహాసభలో చర్చించి నిర్ణయించవలసిన విషయాల్నీ, కనీసం నెలకొకసారి కార్యవర్గం చర్చించవలసిన విషయాల్నీ, మహాసభలూ, కార్యవర్గ సభలూ లేకుండా నలుగురైదుగురు నాయకులే నిర్ణయిస్తూ వుండేవారు. మహాసభని ఎందుకు జరపడంలేదో ఆ కాలంలోగానీ, తర్వాత కాలంలోగానీ తమ ప్రజలకీ, ప్రపంచ ప్రజలకీ పార్టీ చెప్పలేదు – అని నేను విమర్శించాను. ఈ విమర్శని, బాలగోపాల్, 'అర్థంలేని విమర్శ'గా కొట్టివేశారు.

నా విమర్శనాపద్ధతి హేతువాద ధోరణిలో వుంటుందని చెపుతూ, దానికి వుదాహరణగా, 'చైనా పార్టీ 13 సం॥లపాటు మహాసభ జరపకపోవడం' గురించి నేను ఎలా గతితార్కికంగా అర్థం చేసుకోలేకపోయానో వివరించడంకోసం బాలగోపాల్ ఇలా జవాబు చెప్పారు.

"...(రంగనాయకమ్మ) 'మార్మికత' గురించి చర్చిస్తూ, చైనా కమ్యూనిస్టు పార్టీ ఏటేటా మహాసభలు జరపలేదనీ, అన్ని నిర్ణయాలూ పొలిట్‌బ్యూరో తీసుకునేదనీ, ఆ నిర్ణయాలకు గల కారణాలేమిటో చైనా ప్రజలకు పార్టీ చెప్పలేదని విమర్శించారు. 8 వ పార్టీ మహాసభ 1956 లో జరగగా, 9 వ పార్టీ మహాసభ 1969 లో జరిగిందని వుదాహరణగా చూపించారు. పార్టీ మహాసభలు క్రమబద్ధంగా జరగవలసిందేనన్న దాన్ని గురించి అభిప్రాయభేదాలు వుండవు. సంఘటనల ఒత్తిడిని కారణంగా చూపించి ప్రజాస్వామిక పద్ధతులను నిర్మూలించడం తప్పని కూడా మావో విమర్శించాడు. ఇదంతా నిజమే. అయినప్పటికీ కమ్యూనిస్టుపార్టీ అనేది మునిసిపల్ కార్పొరేషన్ లాంటిది కాదు. దాని ప్రధాన కర్తవ్యం — సంవత్సరానికొకసారి సమావేశమై బడ్జెట్‌ని ఆమోదించడం కాదు. దాని కర్తవ్యం, విప్లవం నడపడం. ఆ విప్లవ పోరాటంలో ప్రజల్ని విలీనం చేయడం. ఏటేటా జరిగే మహాసభలు ఇందుకు వుపకరణం మాత్రమే. సరిగ్గా 1956 నుండి 1969 వరకూ చైనాలో అపూర్వమైన విప్లవ పోరాటాల వెల్లువ ముందుకు వచ్చింది. ప్రపంచంలో వేరే ఏ దేశ చరిత్రలోనూ ఈ 13 సంవత్సరాలతో పోల్చదగిన విప్లవదశ లేదు. ఫ్రెంచి విప్లవంలో లేదు. బోల్షివిక్ విప్లవంలోనూ లేదు. వ్యవసాయ సమిష్టీకరణ, గ్రేట్ లీప్ ఫార్వర్డ్, సాంస్కృతిక విప్లవం, ఒక్కొక్కటీ ఒక మహత్తర విప్లవ పోరాటం, ఒక దాని తర్వాత ఒకటి ఈ 13 ఏళ్ళలో జరిగాయి. ప్రజలు కోట్ల సంఖ్యలో చైతన్యవంతంగా ఈ పోరాటాల్లో పాల్గొన్నారు. అయినా ఈ 13 ఏళ్ళలో పార్టీ మహాసభ జరగలేదు కాబట్టి ప్రజలకు పార్టీ రాజకీయాలు తెలియలేదని రంగనాయకమ్మగారు మనల్ని నమ్మమంటున్నారు" (పే. 60 - 61). ఇదీ బాలగోపాల్‌గారి వివరణ! 13 సం॥లపాటు మహాసభ జరగలేదనే సంగతి ఆయన కూడా ఒప్పుకుంటున్నారు. కానీ అది లెక్క చెయ్యవలసిన విషయం కాదని ఆయన వివరణ!

అసలు, మహాసభలూ, కార్యవర్గ సమావేశాలూ ఎందుకు జరగవలసి వుంటుందో నేను ఇచ్చిన ఆ ఫుట్‌నోట్‌లోనే చాలా వివరంగా వుంది. ఆ ఫుట్‌నోట్‌లో లేకపోయినా బాలగోపాల్‌కి ఆ విషయాలు తెలిసే వుండాలి కానీ, తెలిసినట్టు కనపడడంలేదు.

దేశంలోని పార్టీ సభ్యుల ప్రతినిధు లందరూ ఒకచోట కలిసే మార్గమే 'మహాసభ'. పార్టీ, కిందటి మహాసభలో చేసిన నిర్ణయాలు ఆ సంవత్సర కాలంలో దేశంలో ఎలా అమలు జరిగాయో ప్రతినిధులు ఈ మహాసభలో కలిసి చర్చిస్తారు. జరగబోయే సంవత్సరానికి ఎలాంటి నిర్ణయాలు అవసరమో కూడా వారా సభలో చర్చిస్తారు. ఈ చర్చల ద్వారానే, గత అనుభవాల్ని గ్రహించుకుని కొత్త కార్యక్రమాల్ని నిర్ణయించుకోవడం సాధ్యమవుతుంది. కమ్యూనిస్టుపార్టీ అంటే 'కార్మికవర్గ పార్టీ'లాగ (అంటే, ఒకే వర్గపార్టీ లాగ) పైకి కనపడినప్పటికీ, ఆ కార్మికవర్గంలోనే అనేక సెక్షన్ల ప్రతినిధులు వుండడమూ; వారంతా తమ సెక్షన్ల ప్రయోజనాలకే అనుగుణమైన అవగాహనలతో వుండడమూ; అంతేగాక,

కమ్యూనిస్టు పార్టీలోనే 'నూతన పెట్టుబడిదారీ వర్గ' ప్రతినిధులు కూడా వుండడమూ; వారు పూర్తిగా పెట్టుబడిదారీ అవగాహనలతో వుండడమూ – జరుగుతుంది కాబట్టి, మహాసభలో పాల్గొన్న ప్రతినిధుల మధ్య చర్చలు జరిగినప్పుడు, ఆ వర్గాల, సెక్షన్ల అవసరాలూ, ప్రయోజనాలూ, వారి వాదనల్లో ప్రతిబింబిస్తాయి. 'మహాసభ'లో ప్రతినిధుల్ని క్లుప్తంగా 2 వర్గాలుగా అనుకుంటే ఆ వర్గాల భావాలు ప్రతిబింబించే ఏకైక మార్గం — పార్టీ మహాసభ. సమాజంలో, మారుతోన్న వర్గాల పరిస్థితుల్నీ, వాటి మధ్య వైరుధ్యాల్నీ పరిశీలించే అవకాశం మహాసభ ద్వారానే కలుగుతుంది కాబట్టి, మహాసభే లేకపోతే సమాజంలో వున్న వర్గాల, సెక్షన్ల స్థితిగతుల్ని అర్థం చేసుకోగలిగే అవకాశమే పార్టీకి వుండదు. పార్టీలో విప్లవ పంథా ప్రతినిధులూ, పెట్టుబడిదారీ పంథా ప్రతినిధులూ కూడా వున్నప్పటికీ, విప్లవకారులైన వాళ్ళు, 'విప్లవ పంథా' నిర్వహించవలసిన కర్తవ్యాన్నే దృష్టిలో పెట్టుకుంటే, ఈ విప్లవ పంథా, మహాసభలు లేకుండా, సమాజ వాస్తవాల్ని ఎప్పటికప్పుడు ఎలా గ్రహించగలుగుతుంది? వర్గాల భావాలనూ, వేరు వేరు సెక్షన్ల భావాలనూ ప్రతిబింబించే ప్రతినిధుల వాదోపవాదాల ద్వారా వర్గ పోరాట ఫలితాలను ఎప్పటికప్పుడు గ్రహించే మార్గమే లేకపోతే, విప్లవపంథా అనేది, ఏ అనుభవజ్ఞానంతో వర్గపోరాటాలకు నాయకత్వం ఇవ్వగలుగుతుంది? నాయకత్వం ఇవ్వడానికి కావలసిన అనుభవాలు పార్టీకి ఏ మార్గం నించి అందుతూ వుంటాయి? ఎప్పటికప్పుడు మారే వర్గపోరాట ఫలితాల్నీ, నూతన సమస్యల్నీ పరిశీలించే అవకాశం లేకుండానే పార్టీ, వర్గ పోరాటానికి కావలసిన నూతన కార్యక్రమాన్ని ఎలా రూపొందించగలుగుతుంది? — ఇదంతా బాలగోపాల్ దృష్టిలో 'శుద్ధ దండగ' వ్యవహారమేనా?

మహాసభలు లేకపోవడమేకాదు, కనీసం పార్టీ కార్యవర్గం అయినా కలవడం లేదంటే, పార్టీ నిర్ణయాన్ని కనీసం కార్యవర్గ సభ్యులు కూడా చర్చించడంలేదన్నమాట! అయితే, పార్టీ నిర్ణయాలు చేసేదెవరు? పొలిట్‌బ్యూరోలో వున్న పిడికెడు మంది పెద్దలే! ఆ పొలిట్‌బ్యూరో కూడా కలవనప్పుడు స్టాండింగ్ కమిటీ మాత్రమే కలుస్తుంది కాబట్టి, ఆ పిడికెడు మంది పెద్దలు కూడా వుండరు. 3 వేళ్ళతో పైకి ఎత్తితే ఎంతమంది పెద్దలు వస్తారో, అంతమంది మాత్రమే వుంటారు. ఒక్క మాటలో చెప్పాలంటే, ఆ నిర్ణయాలు చేసేదంతా ఎవరో ఒక 'కమ్యూనిస్టు రాజుగారు' కావచ్చు! మహా అయితే, ఆయనకి ఇటూ అటూ ఒక కమ్యూనిస్టు యువరాజుగారూ, ఒక కమ్యూనిస్టు మంత్రిగారూ వుండొచ్చు. వీరే నిర్ణయాలు చేస్తారు. అదండీ కమ్యూనిస్టుపార్టీ! అదీ కార్మికవర్గ పరిపాలన! ఈ పద్ధతిలోనే, 13 సం॥లపాటు ప్రజా ప్రతినిధులతో సంబంధం లేకుండానే, పొలిట్ బ్యూరో ద్వారానో, స్టాండింగ్ కమిటీ ద్వారానో, సెక్రటేరియట్ ద్వారానో, పేర్లు ఏవైతేనేం, ఇద్దరు ముగ్గురు పెద్దల ద్వారానే నిర్ణయాలు జరిగాయంటే, ఆ నిరంకుశత్వంలో మన విప్లవ బాలగోపాల్‌కి తప్పేమీ కనపడలేదు. పైగా, ఆయన ఆ 13 సం॥ల కాలంలో, మహత్తర విప్లవాలు జరిగాయని ఒక 'విప్లవాల పట్టిక' చదివారు. ఈ మహత్తర విప్లవాలన్నీ మహాసభలు లేకుండా జరిగిన విప్లవాలేనన్నమాట! అంటే, ప్రజాప్రతినిధులతో సంబంధం లేకుండా పైస్థాయి నాయకుల నిర్ణయాల ద్వారా జరిగిన విప్లవాలేనన్నమాట! "ఎవరు నిర్ణయిస్తేనేం? వుద్యమాలు జరిగాయి కదా?" అంటారు బాలగోపాల్‌గారు. "అందుకే అవి అంత సొగసుగా ముగిశాయి" అని మా జవాబు! "ప్రజలు కోట్ల సంఖ్యలో చైతన్యవంతంగా ఈ పోరాటాలలో పాల్గొన్నారు" అని బాలగోపాల్ వర్ణించిన ఆ వుద్యమాలు, ఆ తర్వాత 5, 6 సం॥లలోనే కుప్పకూలాయని అందరికీ తెలుసు. ఏమయ్యారు ఆ కోట్ల సంఖ్యలో 'చైతన్యవంతులైన' ప్రజలు? ప్రజలు ఎప్పటిలాగే వున్నారు. వాళ్ళ పోరాట చైతన్యమే ఇగిరిపోయింది. ఆ చైతన్యం వారికి సిద్ధాంతాచరణలకు సంబంధించిన చర్చలద్వారా

గాక నాయకుల ఆజ్ఞల ద్వారా సరఫరా అయిన చైతన్యం కాబట్టి, అది ఇగిరిపోవడానికి ఎంతో కాలం పట్టలేదు. పార్టీలో ఒక రకం నాయకులు పోయి ఇంకోరకం నాయకులు వచ్చి, ఆ కొత్త నాయకులు, వెనకటి వుద్యమాల్ని తప్పు పట్టడం ప్రారంభించగానే, సిద్ధాంత జ్ఞానం లేకుండా నాయకుల్ని అనుసరించడం మాత్రమే తెలిసిన ఆ కోట్ల సంఖ్య ప్రజలు, నిజంగానే కోట్ల సంఖ్యలో రివిజనిజాన్ని ఆహ్వానించి, క్రమక్రమంగా దాన్ని స్థిరపరిచారు. ఇలాంటి వాస్తవాన్ని చూసిన తర్వాత ఏ విప్లవకారుడైనా వెనకటి చరిత్రలో జరిగిన తప్పుల్ని గ్రహించుకోవాలి. కానీ, ఈ సందర్భంలో కూడా బాలగోపాల్ పార్టీలో మహాసభలు జరగకపోతే తప్పేమిటి? — అనే ధోరణిని వదలలేదు.

రష్యాలో, లెనిన్ నాయకత్వంలో, పది శతృదేశాలతో యుద్ధం జరుగుతోన్న కాలంలో కూడా పార్టీ మహాసభలూ, కార్యవర్గ సమావేశాలూ రెగ్యులర్‌గా జరిగాయి. ఎందుకు జరిగాయి? 'సరదాకోసం' జరిగాయా?

పెట్టుబడిదారీ పార్టీలు తమ మహాసభల్నీ, కార్యవర్గ సమావేశాల్నీ కేవలం 'సాంప్రదాయాలు' గానో, 'ఫంక్షన్స్'గానో జరుపుతాయి కాబట్టి, అలాంటి పార్టీ మహాసభలు జరిగినా జరగకపోయినా ఒకటే అవుతుంది. అలాంటి పార్టీ మహాసభ జరగడం అంటే, ఒక ఫంక్షన్ జరగడంతో సమానం అవుతుంది. కానీ, పెట్టుబడిదారీ సమాజాన్ని కూలదోసి నూతన సమాజ నిర్మాణానికి మార్గదర్శకంగా వుండవలసిన కమ్యూనిస్టు పార్టీ జరిపే సభలు విప్లవ నిర్మాణానికి అవసరమైన పద్ధతిలో వుండాలనీ, వుంటాయనీ భావిస్తే, అలాంటి సభలు కేవలం ఫంక్షన్లు కావు. "మహాసభ అంటే అదో ఫంక్షనే కదా?" అనే దృష్టితో వున్నవాళ్ళే "అది జరగకపోతే మాత్రం ఏం పోయింది?" అనే వాదన చెయ్యగలుగుతారు. అందుకే, 13 సం॥లు మహాసభ లేకుండా వుద్యమాలు నడపడంలో కూడా బాలగోపాల్‌కి ఏమీ తప్పుగానీ, క్రమ శిక్షణారాహిత్యంగానీ, అప్రజాస్వామ్యంగానీ, కనపడలేదు.

చైనా పార్టీ, ఏ ప్రత్యేక పరిస్థితులవల్ల అన్ని సంవత్సరాలపాటు మహాసభలు జరపలేక పోయిందో బాలగోపాల్ కారణాలేమీ చెప్పలేదు. ఆయన ప్రకారం చూస్తే ఆ కాలంలో ప్రజలు వుప్పొంగే విప్లవ చైతన్యంతో మహత్తర పోరాటాలు చేస్తున్నారు కాబట్టి, వారు మహాసభల్ని వ్యతిరేకించే పరిస్థితేమీ వుండదుకదా? ఆ సంవత్సరాలలో చైనాకి విదేశాలతో యుద్ధాలు లేవుకదా? ఆ కాలంలో కమ్యూనిస్టుపార్టీ, తన కార్యక్రమాల్ని, క్రమబద్ధంగా నిర్వహించలేని 'రహస్య పార్టీ'గా లేదు గదా? (రహస్య పార్టీ కూడా అన్నేసి సంవత్సరాలు ప్రజాస్వామిక పద్ధతుల్ని పాటించకుండా వుండడానికి వీలులేదు). మరి అన్ని సంవత్సరాలపాటు మహాసభల్ని నిర్వహించలేకపోయిన కారణం ఏమిటి? అలాంటి కారణం ఏదీ బాలగోపాల్ వివరించలేదు. 'పార్టీ మహాసభలు క్రమబద్ధంగా జరగవలసిందేనన్న దాన్ని గురించి అభిప్రాయభేదాలు వుండనక్కరలేదే'ట! 'సంఘటనల ఒత్తిడిని కారణంగా చూపించి ప్రజాస్వామిక పద్ధతుల్ని నిర్మూలించడం తప్పని మావో కూడా చెప్పాడ'ట! 'అదంతా నిజమే'నట! కానీ, మహాసభలు జరక్కపోయినా కొంపమునగ దన్నట్టు సమర్థింపు! మహాసభలు క్రమబద్ధంగా జరగాలనే దానితో అభిప్రాయభేదం వుండనక్కర లేదంటూనే దానితో అభిప్రాయభేదం! 'సంఘటనల ఒత్తిడిని కారణంగా చూపించి ప్రజాస్వామ్య పద్ధతుల్ని నిర్మూలించ రాదం'టూనే ఏదో సంఘటనల్ని చెప్పి ప్రజాస్వామ్య పద్ధతుల్ని నిర్మూలించడాన్ని సమర్థించడం!

"(పార్టీ) కర్తవ్యం, విప్లవం నడవడం, ఆ విప్లవ పోరాటంలో ప్రజల్ని విలీనం చెయ్యడం. ఏటేటా జరిగే మహాసభలు ఇందుకు ఉపకరణం మాత్రమే" అన్నారు. విప్లవ పోరాటాలలోకి ప్రజల్ని విలీనం చెయ్యడానికి ఏ వుపకరణమైతే కావాలో, ఆ వుపకరణం అనేక సంవత్సరాలపాటు

లేకుండానే పోరాటాలలో ప్రజలు విలీనమయ్యారని ఎలా అనుకోవాలి? ఆ వుపకరణాన్ని 13 సం॥లు వదిలేసినా ఫర్వాలేకపోతే, మరి దాన్ని అప్పుడు మాత్రం చేపట్టడం ఎందుకు? దాన్ని ఎప్పటికీ ఎందుకు వదిలెయ్యకూడదు? ప్రజాస్వామ్య పద్ధతుల్లో నడుస్తూ వున్నట్టు అప్పుడప్పుడూ ప్రజల్ని భ్రమల్లో పెట్టడానికా? ఒక కమ్యూనిస్టుపార్టీ అంతకాలం పాటు అలా ప్రవర్తించినందుకు ఆ పార్టీమీద విమర్శ లేకపోగా, దాని తప్పుడు పద్ధతులకే సమర్థింపా? పోనీ అలా ప్రవర్తించడానికి కారణాలేమిటో చెప్పాలా, అదీ లేదు. అంటే వీరు చెప్పే సూత్రాలన్నిటినీ, చెప్పేవాళ్ళుగాక, వినేవాళ్ళే పాటించాలన్నమాట. "ప్రజాస్వామ్య పద్ధతుల్ని మేము నిర్మూలిస్తే నిర్మూలిస్తాంగానీ మీరు మాత్రం నిర్మూలించకండి" అని ఎదటివాళ్ళకి చెప్పడమన్నమాట ఇది! దీనికే రాజకీయ భాషలో ముచ్చటగొలిపే పేర్లు వున్నాయి — 'అవకాశవాదం' అనీ, 'నిరంకుశత్వం' అనీ, ఇంకా ఆ రకమైనదేదో అనీ! ప్రజాస్వామ్య పద్ధతుల్ని నిర్మూలించకూడదంటూనే దానికి వంతపాడే బాలగోపాల్ జవాబుతో కమ్యూనిజం ముసుగు వేసుకున్న అవకాశవాదమే దర్శనమిస్తుంది.

"కమ్యూనిస్టుపార్టీ మునిసిపల్ కార్పొరేషన్ లాంటిది కాదు. దాని ప్రధాన కర్తవ్యం సంవత్సరానికొకసారి సమావేశమై బడ్జెట్ని ఆమోదించడం కాదు" అనే మాటల్లో వున్న అవకాశవాదానికైతే ఆ ముసుగు కూడా లేదు. అది ఇక్కడ మరీ సిగ్గు ఎగ్గులు వొదిలేసింది. ఇలాంటి విచిత్రమైన జవాబులు చెప్పిన మనిషికి కమ్యూనిస్టు పార్టీ మహాసభల లక్ష్యం ఏమిటో కనీసంగా కూడా తెలియదనే అర్థానికి నిస్సందేహంగా రావచ్చు. ఈ జవాబు ప్రకారం చూస్తే, కమ్యూనిస్టు పార్టీకి, కనీసం మునిసిపల్ కార్పొరేషన్కి వుండే క్రమశిక్షణా నియమాలూ, ప్రజాస్వామ్య పద్ధతులూ కూడా అక్కరలేదు.

కమ్యూనిస్టుపార్టీ అనేది ఏ ఇతర సంఘాలకన్నా గొప్పది అయితే, దానికి ఇతర సంఘాలకు వుండే నియమాలకన్నా గొప్ప నియమాలు వుండాలి. ఒక సాధారణ సంఘం, ఎప్పుడైనా ఖచ్చితమైన క్రమశిక్షణని పాటించకపోయినా దానివల్ల వచ్చే నష్టాలు మరీ తీవ్రంగా వుండవు. కానీ, సమాజాన్ని మార్చుకోవడానికి నాయకత్వం వహించవలసిన కమ్యూనిస్టుపార్టీ, క్రమశిక్షణని పాటించకపోతే (అందులోనూ ఒక్క నెల కాదు, రెండు నెలలు కాదు. 13 సంవత్సరాలు!) దానివల్ల వచ్చే నష్టం వూహాతీతమైన స్థాయిలో వుంటుంది. ప్రజాస్వామ్య పద్ధతులు లేని కమ్యూనిస్టుపార్టీ, ప్రజాస్వామ్య పద్ధతులు గల మునిసిపల్ కార్పొరేషన్ కన్నా గొప్పది కాలేదు సరికదా, దానితో సమానమైనది కూడా కాలేదు; దానికన్నా పనికిమాలిన సంఘం అవుతుంది. ఏ సంఘానికి అయినా 'గొప్పతనం' అనేది, దానికి వుండే 'పేరు'తో రాదు; దానికి వుండే 'ప్రవర్తన'తో వస్తుంది. ఒక మనిషికి వర్తించేదే ఒక సంఘానికీ వర్తిస్తుంది. పార్టీలో వుండవలసిన ప్రజాస్వామ్య పద్ధతుల గురించీ, క్రమశిక్షణ గురించీ నేను మాట్లాడితే, అది బాలగోపాల్ దృష్టిలో, పరిస్థితుల్ని చారిత్రకంగా అర్థం చేసుకోకపోవడం అయింది!

ఈ రకంగా వాదించే బాలగోపాల్ లాంటి నాయకులే పార్టీలో ఎక్కువగా వుంటారనుకుందాం. ఈ మహాసభ లేమిటో, కార్యవర్గాలేమిటో, పొలిట్‌బ్యూరో లేమిటో, ఈ గొడవలన్నీ మెజారిటీ ప్రజలకు ఎలాగూ తెలియవుకాబట్టి, వారు ఈ విషయాలేమీ పట్టించుకోరు. నాయకులేదో చెపుతూ వుంటే, ప్రజలు చేస్తూ వుంటారు. నాయకులు చెప్పే పనులు, ప్రజలకు కాస్త వుపయోగపడే పనులైతే ప్రజలు వాటిని ఉత్సాహంగానే చేస్తూ వుంటారు. ప్రజలు చైతన్యంతో వుప్పొంగి పోతున్నట్టు ఆ కాస్సేపూ కనపడుతుంది. 'వుద్యమాన్ని చక్కగానే నడుపుతున్నాం కదా' అని నాయకులు తమ పద్ధతి చాలా కరెక్టుగా వుందనుకుంటారు. ఇదంతా పార్టీలో వున్న రివిజనిస్టు పంథా బలపడడానికి క్రమక్రమంగా పనిచేస్తూ వుంటుంది. చివరికి, ఒక

దశలో, రివిజనిస్టు పంథాకి మెజారిటీ చిక్కగానే, పార్టీలో నాయకులూ, అప్పటివరకూ వుద్యమాలూ అన్నీ మారిపోతాయి. కొత్త నాయకుల బోధనలు ఇంకో రకంగా ప్రారంభమవుతాయి. "ఇన్నాళ్ళూ వున్న నాయకులు చాలా తప్పుడు వుద్యమాలు నడిపారు. ఇన్నాళ్ళూ మేము ఆ నాయకులతో పార్టీలో పోరాటం చేస్తూనే వున్నాము. ఇప్పటికి విజయం సాధించాము. ఇన్నాళ్ళూ జరిగిన తప్పుడు వుద్యమాల్ని ఇకనించీ ఆపెయ్యాలి" అని వాళ్ళు చెప్పుకొస్తారు. ప్రజలు అయోమయంలో పడిపోతారు. ఏది తప్పుడో, ఏది ఒప్పుడో వాళ్ళకేం తెలుసు? వాళ్ళేనాడన్నా సోషలిస్టు మార్పుల గురించి వాదోపవాదాలు చేస్తేకదా? పై స్థాయి నాయకుల చర్చలూ, వారి అంతర్గత పోరాటాలూ ప్రజల ద్వారా జరిగితే కదా? నాయకులేం చెప్తే అది వినడం అలవాటైన ప్రజలు, ఆనాడు పాత నాయకులు చెప్తే విన్నారు, ఈనాడు కొత్త నాయకులు చెప్తే వింటారు. 'మీరు చెపుతున్నదంతా తప్పు, ఈ వుద్యమాల్ని ఆపడానికి వీలులేదు' అని ఎదురు తిరగాలంటే, దానికి తగిన వర్గజ్ఞానమూ, రాజకీయ సంసిద్ధతా ప్రజల్లో అంతకుపూర్వం నించే వుండాలి కదా? అలాంటిదేమీ తెలియని ప్రజలు, ఏవో చిన్న చిన్న నిరసనలూ, ఖండనలూ చేసినా, అంతకన్నా విప్లవకరంగా తిరగబడే చైతన్యం లేక, గతంలో వుండే వుత్సాహం కూడా క్రమక్రమంగా ఇగిరిపోయి, పూర్తిగా నిరాసక్తంగా తయారవుతారు. అంటే, అంతవరకూ 'తప్పొప్పులతో సాగే పంథా'కి బదులుగా 'పూర్తిగా తప్పులతో సాగే పంథా' రాజ్యమేలడం ప్రారంభిస్తుంది. ఇదంతా విప్లవ పంథా అనుసరించిన అప్రజాస్వామ్య పద్ధతుల ఫలితం. చైనాలో పూర్తిగా ఇదే జరిగింది.

మావో నాయకత్వంలో ఒకప్పుడు 'వుత్సాహంగానే' జరిగిన సాంస్కృతిక విప్లవం, టెంగు నాయకత్వంలో పూర్తిగా తప్పుడు వుద్యమంగా ప్రచారమై అణిగిపోయింది. బాలగోపాల్ వర్ణన ప్రకారం, 'కోట్ల సంఖ్యలో చైతన్యవంతంగా పాల్గొని మహత్తర విప్లవాలు చేసిన' ఆ కోట్ల ప్రజలు సాంస్కృతిక విప్లవాన్ని చాలా తేలిగ్గా వొదిలేసి వూరుకున్నారు. సాంస్కృతిక విప్లవాన్ని రూపొందించిన నాయకుల్ని కొత్త నాయకులు జైళ్ళపాలు చేస్తే, బాలగోపాల్ ప్రకారం – ప్రపంచంలో ఎక్కడాలేని మహత్తర విప్లవాన్ని ఒకసారి తర్వాత ఒకటిగా చైతన్యవంతంగా అనేక సంవత్సరాలపాటు చేపట్టిన కోట్ల కోట్ల చైనా ప్రజలు, తమకా సమస్యే పట్టనట్టు మౌనం వహించారు! ఆనాటి నించీ ఈనాటివరకూ విప్లవ నాయకుల్ని కనీసం జైళ్ళనించీ విడిపించే తిరుగుబాట్లయినా జరగలేదు సరిగదా, ఆ నాయకుల్ని 'నలుగురి ముఠా' అనే పేరుతో అవమానించే, దూషించే కార్యక్రమాలన్నీ దిగ్విజయంగా సాగి ముగిశాయి. జైళ్ళలో నాయకులు జైళ్ళలోనే మరణిస్తున్నారు.

ఇదంతా 'చారిత్రక పరిశోధకుడైన' బాలగోపాల్‌కేమీ పట్టలేదు. "ప్రజలు కోట్ల సంఖ్యలో చైతన్యవంతంగా ఆ పోరాటాలలో పాల్గొన్నారు. అయినా, ఆ 13 ఏళ్ళలో పార్టీ మహాసభ జరగలేదు కాబట్టి, ప్రజలకు పార్టీ రాజకీయాలు తెలియవని రంగనాయకమ్మగారు మనల్ని నమ్మమంటున్నారు"— అంటూ ఆయన రంగనాయకమ్మగారి 'అబద్ధాల్ని' బట్ట బయలు చెయ్యగలిగాననుకుంటున్నారు. నేను ఏదీ ఎవర్నీ "నమ్మమనడం" లేదు. దేన్నీ మూఢంగా "నమ్మ వద్దనే" అంటున్నాను. విషయాల్ని గాఢంగా చర్చించి ప్రశ్నించమనే అంటున్నాను. ఆ సరైన పద్ధతికి విరుద్ధంగా బాలగోపాలే చైనా విప్లవ పంథా చేసిన తప్పులకు కూడా వంతపాడుతూ, అది చేసిన ప్రతీ తప్పునీ సమర్థించాలని తంటాలు పడుతూ, అది చేసిన ప్రతీ పనీ సరిగానే వుందని నమ్ముతున్నారు. ఆ 'నమ్మకం'తోనే ఆయన, ఇవ్వాళ చైనా ప్రజల 'రాజకీయ నిరాసక్తత'కి కారణం చెప్పకుండా, మాటిమాటికీ 'గత వైభవాన్ని' కీర్తిస్తూ 'అంతా సరిగానే జరిగింది' అని పాఠకుల్ని నమ్మించాలని ప్రయత్నించారు.

వార్తా పత్రిక లెందుకు? పార్టీ గుసగుసలు చాలవా?

చైనా పార్టీలో 'మార్మికత్వాన్ని' వివరిస్తూ, ఒక వుదాహరణగా లిన్‌పియావో వుదంతాన్ని 113 వ ఫుట్‌నోట్‌లో ఇచ్చాము. 'లిన్‌పియావో ఏదో ఘోరమైన విప్లవద్రోహం చేశాడ'ని అనడమేగానీ, ఆ ద్రోహం ఏమిటో ఆనాటికీ ఈనాటికీ ప్రపంచ ప్రజలందరికీ అందలేదు'– అని ఆ ఫుట్‌నోట్‌లో మేము విమర్శిస్తే, బాలగోపాల్, ఆ విమర్శని కూడా వ్యతిరేకిస్తూ ఇలా అంటున్నారు — "లిన్‌పియావో ఎందుకు పైకి వచ్చాడో, ఎందుకు పడిపోయాడో ప్రజలకు తెలియజెప్పలేదని ఆరోపణ. ఇది వాస్తవమనే అనుకుందాం. కాని, ఆ విషయం తెలియనంత మాత్రాన, ప్రజల నుండి పార్టీ రాజకీయాలు మర్మంగా వుంచబడ్డట్టేనా? పార్టీ రాజకీయాలంటే లీషావోచీ, లిన్‌పియావోల పుట్టుపూర్వోత్తరాలు కాదు గదా?" (పే. 62).

'లిన్‌పియావో ఎందుకు పైకి వచ్చాడో ఎందుకు పడిపోయాడో, ప్రజలకు తెలియజెప్పలేదని ఆరోపణ' అని మొదటి వాక్యంలో అన్న వ్యక్తి, 3 వ వాక్యంలోకి వచ్చేసరికి 'పార్టీ రాజకీయాలంటే లీషావోచీ, లిన్‌పియావో పుట్టుపూర్వోత్తరాలు కాదుగదా' అంటున్నారు. బాలగోపాల్ ప్రకారమే చూస్తే, మా 'ఆరోపణ' దేన్ని గురించి? 'లిన్‌పియావో పార్టీలో ఎందుకు పైకి వచ్చాడో, ఎందుకు పడిపోయాడో ప్రజలకు తెలియజెప్పలేదని' కదా? లిన్‌పియావో పుట్టుపూర్వోత్తరాలు చెప్పలేదని కాదుకదా? మరి, 'పార్టీ రాజకీయాలంటే లీషావోచీ, లిన్‌పియావోల పుట్టుపూర్వోత్తరాలు కాదుగదా' అనే మాటలు ఎందుకు అనవలసివచ్చింది? ఆ నాయకుల పుట్టుపూర్వోత్తరాలు చెప్పలేదనీ, అవి చెప్పకపోవడమంటే పార్టీ రాజకీయాలు చెప్పకపోవడమేననీ ఎవరు అన్నారు? లీషావోచీ, లిన్‌పియావోలు ఏయే జిల్లాల్లో, ఏయే గ్రామాల్లో, ఏయే సమయాల్లో జన్మించారో, చిన్నప్పుడు ఏయే చెట్లమీద కోతికొమ్మచ్చులాడారో చైనా ప్రజలకి చెప్పలేదన్నదా మా ఆరోపణకి అర్థం? ఒక నాయకుడు పార్టీలో ఎందుకు పైకి వచ్చాడో, ఎందుకు పడిపోయాడో ప్రజలకు తెలియడం అనేది, 'పుట్టుపూర్వోత్తరాలు తెలియడం' లాంటి విషయమేనా?

ఒక నాయకుడి పుట్టుపూర్వోత్తరాలు కూడా ప్రజలకు తప్పనిసరిగా తెలియవలసిన అవసరం వుంటుంది. ఒక వ్యక్తి 'నాయకుడు' అయ్యాడంటే, అతను తన రాజకీయ జీవితంలో కొంత కృషి చెయ్యడంవల్లనే నాయకుడు అవుతాడు కాబట్టి అతని జీవిత విశేషాలు తెలుసుకోవడంవల్ల, ప్రజలు ప్రభావితులవుతారు. ఆ నాయకుడి చిన్ననాటి కుటుంబ పరిస్థితులూ; ఆ ప్రాంతపు, ఆ కాలపు పరిస్థితులూ; అతన్ని ప్రభావితం చేసిన సంఘటనలూ, వ్యక్తులూ, పుస్తకాలూ; అతని రాజకీయ అవగాహన అభివృద్ధి చెందిన క్రమమూ; వుద్యమాలలో అతను చేసిన కృషీ — వగైరా విషయాలతో కూడిన నాయకుడి పుట్టుపూర్వోత్తరాలు ప్రజలకు తప్పనిసరిగా తెలియాలి. అది ప్రజల్ని అనేక కోణాలలో ప్రభావితం చేస్తుంది. నాయకుల జీవిత విశేషాల్ని వివరించేటప్పుడు, అబద్ధాలూ, అతిశయాలూ, నాయకుడి భజనలూ లేకుండా, నాయకుడి జీవిత సంఘటనల్నీ అతని వ్యక్తిగత ప్రవర్తననీ వివరించడం ద్వారా ప్రజలకు మంచి విషయాలు బోధించడం కూడా పార్టీ కర్తవ్యమే. అయినప్పటికీ, మా ఆరోపణ ఇక్కడ, లిన్‌పియావో పుట్టుపూర్వోత్తరాలు చెప్పలేదని కాదు; అతను చేసిన 'కుట్ర' ఏమిటో చెప్పలేదనే.

లిన్‌పియావో విషయాలకు సంబంధించిన ప్రశ్నలన్నిటినీ 'పుట్టుపూర్వోత్తరాలు చెప్పడం' అనే అర్థానికి తీసుకొచ్చారు, బాలగోపాల్‌గారు. ఆయన 'చాకచక్యాన్ని' చూసి అందరూ చాలా ముచ్చటపడవచ్చు గానీ,

ఇలాంటి ముచ్చట్లు పడడాలతో అసలు ప్రశ్నలు మాయమైపోవు.

"ఆ విషయం తెలియనంతమాత్రాన ప్రజలనుండి పార్టీ రాజకీయాలు మర్మంగా వుంచబడ్డట్టేనా?" అట! 'ఆ విషయం' అంటే ఏ విషయం? లిన్‌పియావో, 'కుట్ర' విషయం. లిన్‌పియావో కుట్ర విషయం తెలియకపోయినా, ప్రజలకు, పార్టీ రాజకీయాలన్నీ తెలిసినట్టే అనడం అంటే, లిన్‌పియావో కుట్ర, పార్టీ రాజకీయం కాదు – అనడమే. దీన్ని చూసి, మళ్ళీ ముచ్చటపడాలో, నిర్ఘాంతపడాలో, రెండూ పడాలో ఎవరికి వారే నిర్ణయించుకుని, ఎవరికి వారే ఏదో ఒకటో, రెండో పడండి!

మావో 'విప్లవ పంథా'కి ప్రధానమైన శతృవులు — లీషావోచీ నాయకత్వంగల మితవాదపంథా, లిన్‌పియావో నాయకత్వంగల అతివాద పంథాలే అని భావిస్తున్నప్పుడు (లిన్‌పియావో విషయం ఇంకా ప్రశ్నగానే వున్నప్పటికీ ప్రస్తుతానికి అతన్ని అతివాద పంథా నాయకుడిగానే చర్చిద్దాం), ఆ ఇద్దరు నాయకుల భావాలలోగల తప్పులేమిటో, ఆ రెండు మార్గాలూ ప్రజలకు ఎలా హానిచేస్తాయో 'తెలియకుండానే', ప్రజలు ఆ 'మితవాద' 'అతివాద' పంథాలతో పోరాడి 'విప్లవపంథా'ని రక్షించగలరన్నమాట! బాలగోపాల్ ప్రకారం, లీషావోచీ విషయమూ పార్టీ రాజకీయం కాదు, లిన్‌పియావో విషయమూ పార్టీ రాజకీయం కాదు. ఆయన ప్రకారం, పార్టీ రాజకీయం అంటే ఏమిటంటే, ఆ పార్టీలో ఆయనకి ఇష్టమైన నాయకులు ఏది చెప్తే, ఎప్పుడు చెప్తే, ఏ పద్ధతిలో చెప్తే, ఎంత వరకూ చెప్తే, అవే పార్టీ రాజకీయాలు. అవే ప్రజలకు అందాలి. ఆ నాయకులు చెప్పనివేవీ పార్టీ రాజకీయాలు కావు. అయితే మితవాద, అతివాద పంథాలతో పోరాటం చెయ్యవలసింది ప్రజలు కూడానా, నాయకులు మాత్రమేనా? 'నాయకులు మాత్రమే' అని భావించేవాళ్ళే 'ప్రజలకు ఈ విషయం తెలియనంత మాత్రాన....' అనీ, 'ఆ విషయం తెలియనంత మాత్రాన....' అనీ, ప్రతీ విషయం మీదనించీ పెద్ద పెద్ద 'దాట్లు' వేస్తారు. అసలు 'ఈ విషయం' 'ఆ విషయం' అనే విభజన లేకుండా, నాయకులకు తెలిసిన ఏ విషయమైనా ప్రజలకు తెలియకుండా ఎందుకు వుండాలి? ఈ విషయం ప్రజలకు తెలియనంత మాత్రాన పార్టీ రాజకీయాలు మర్మంగా వుంచబడ్డట్టేనా?' అనే ప్రశ్నకేమైనా అర్థం వుందా? ప్రజలకు తెలియనివ్వకుండా వుంచిన ఏ విషయమైనా ప్రజలనించీ "మర్మంగా వుంచబడ్డట్టు" కాదూ? అందులో ఇంకో మహోన్నతార్థమేదైనా వుందా? దీనికి సరైన జవాబు కావాలంటే 'అసలు లిన్‌పియావో విషయం పార్టీ రాజకీయమా కాదా?' అనే ప్రశ్న వేసుకుంటే సరిపోతుంది. అది 'పార్టీ రాజకీయమే' అయితే అది తెలియకపోవడం పార్టీ రాజకీయం తెలియకపోవడమే అవుతుంది. కాబట్టి లిన్‌పియావో విషయం పార్టీ రాజకీయమా, కాదా అనేదే అసలు ప్రశ్న.

లిన్‌పియావో 1940 నించీ పార్టీలో నిర్వహించిన అనేక పదవుల వివరాలు వదిలేసి, అతను కనపడకుండా పోయేనాటికి అతని పొజిషన్ ఏమిటని చూస్తే, అప్పటికి అతను పార్టీలో అత్యున్నతస్థాయి నాయకుడు. 1958 నించీ పార్టీలో ఏకైక వైస్ ఛైర్మన్! 1959 నించీ ప్రభుత్వంలో రక్షణమంత్రి! తర్వాత కాలంలో 'ఛైర్మన్ మావోకి సన్నిహితుడు' అనీ, 'ఛైర్మన్ మావోకి వారసుడు' అనీ పార్టీ ప్రకటించిన వ్యక్తి! అంటే, మావో తర్వాత ఛైర్మన్ కాబోయేటంత ప్రముఖ నాయకుడు! అంత ప్రముఖ నాయకుడు ఒకరోజునించీ హఠాత్తుగా మాయమైపోతే, ఆ వ్యక్తి గురించి ఏ వార్తా కూడా ప్రభుత్వం ప్రజలకు ఒక సంవత్సరం దాకా చెప్పలేదు! లిన్‌పియావో కనపడకుండా పోయింది 1971 సెప్టెంబరు 13 నించీ అయితే, ఆ విషయాన్ని ప్రభుత్వం ప్రజలకు మొట్టమొదటిసారి అధికారికంగా పేపరు ద్వారా ప్రకటించింది — 1972 సెప్టెంబరు 22 న. అంటే సంవత్సరం తర్వాత! 'మిలటరీ పాలన' అనేదాంట్లో కూడా ఎన్నడూ జరగనంత

అసహ్యమైన, క్రూరమైన, అప్రజాస్వామికమైన సంఘటన ఇది. చైనా పార్టీ తన దేశ ప్రజలతోటీ, ప్రపంచ ప్రజలతోటీ ఇంత రోతగా, ఇంత భయంకరంగా ప్రవర్తిస్తే, ఇందులో కూడా విప్లవ బాలగోపాల్‌కి ఏమీ తప్పు కనపడలేదు. ప్రజలకు సమాచారం పొందే హక్కు వుంటుందని ఈ విప్లవకారుడికి అర్థం కాలేదు. 'లిన్‌పియావో విషయం ప్రజలకు చెప్పకపోతే ఏమిటి, అదేమన్నా పార్టీ రాజకీయమా' అని వాదించడానికే ఆయన తంటాలు పడ్డాడు. ఆయన, ఆ వాదంమీదే వున్నాడా అంటే అదీలేదు. ఆయన ఇంకా చైనా పార్టీకి చాలా విచిత్రమైన సమర్థన ఇచ్చాడు, ఈ విధంగా –"...పార్టీ రాజకీయాలంటే లీషావోచీ, లిన్‌పియావో పుట్టుపూర్వోత్తరాలు కావుగదా? నిత్యం వర్గ పోరాటాలలో పాల్గొంటూ విప్లవాత్మకమైన వ్యవస్థ నిర్మాణంలో భాగం పంచుకుంటున్న ప్రజలకు ఆ వర్గ పోరాటం యొక్క రాజకీయాలు అర్థం కాకపోవడమేమిటి? ప్రజలూ, కేడర్, వివిధ స్థాయిలలోని నాయకులూ నిత్యం కలిసే పోరాటంలో పాల్గొన్నప్పుడు ఎన్నో విషయాలు చర్చకు రాక తప్పదు. వాటికి స్పష్టంగా సమాధానం ఇవ్వకా తప్పదు. ఆ చర్చలన్నీ డాక్యుమెంట్ల రూపం తీసుకోకపోవచ్చు. చైనా విప్లవ చరిత్ర రాయదల్చుకున్నవాళ్ళకు కావలసిన కాయితాలు దొరక్కపోవచ్చు. అసలు ఒక విప్లవ పోరాటాన్ని పార్టీ తీర్మానాల సహాయంతో అర్థం చేసుకోవాలని ప్రయత్నించడమే ఒక రకమయిన మార్మికత" (పే. 62).

'లిన్‌పియావో అంతర్ధానం గురించి, ప్రజలకు సంవత్సరందాకా చెప్పలేద'నే విమర్శకి ఇదీ సమాధానం! ప్రజలూ, కార్యకర్తలూ నిత్యం కలుస్తూనే వుంటారు కాబట్టి, అలా కలుసుకున్నప్పుడు వారి మధ్య రక రకాల సంభాషణలు జరిగే వుంటాయట! వాటిలో ఈ సంగతి కూడా కార్యకర్తలు ప్రజలకు చెప్పేవుంటారట! ఆ చర్చలన్నీ డాక్యుమెంట్ల రూపం తీసుకోకపోవచ్చునట! చరిత్ర రాయదల్చుకున్న వాళ్ళకి 'కాయితాలు' దొరక్కపోవచ్చునట! అంటే, దీని అర్థం 'పార్టీ కార్యకర్తలు, లిన్‌పియావో విషయాల్ని ప్రజలకు అక్కడక్కడా 'గుసగుసల' ద్వారా చెప్పేవుంటారు' అని! కమ్యూనిస్టు పరిపాలకులు, ప్రజలకు ప్రకటించవలసిన ఒక వార్తని పత్రికలలో ప్రకటించకుండా గుసగుసల ద్వారా అందించే ప్రచార పద్ధతులు చేపట్టవలసిందేనా? అందరికీ అందించే ఆ 'గుసగుసల్ని' పత్రికల ద్వారానే ఎందుకు ప్రకటించకూడదు? దేశ ప్రజలకోసం గుసగుసల ప్రచారాలు చేస్తే, విదేశాల ప్రజల మాటేమిటి? ఒక 'సోషలిస్టు దేశం' తన వార్తల్ని విదేశాల ప్రజలకు కూడా గుసగుసల ద్వారా పంపవలసిందేనా?

'చైనా విప్లవ చరిత్ర రాయదల్చుకున్న వాళ్ళకి కావలసిన కాయితాలు దొరికివుండక పోవచ్చున'ట! 'అసలు ఒక విప్లవ పోరాటాన్ని పార్టీ తీర్మానాల సహాయంతో అర్థం చేసుకోవాలని ప్రయత్నించడమే 'మార్మికత' అట కూడా! ఇక్కడ, 'చైనా విప్లవ చరిత్ర' గురించీ, 'పార్టీ తీర్మానాల' గురించీ ఎవరు అడిగారు? లిన్‌పియావో అంతర్ధానం గురించి ఆ మర్నాడే ఎందుకు ప్రకటించలేదనీ; అతను విప్లవ పంథాకి చేసిన ద్రోహం ఏమిటో, ప్రజలకు, ప్రభుత్వం ఎందుకు వివరించలేదనీ అడిగితే, పార్టీ తీర్మానాల ప్రసక్తి ఎందుకు? పార్టీ అనేది ప్రజల్ని నడిపే మార్గదర్శి అయితే ఏ సమస్యలోనైనా ఆ మార్గదర్శి తన అవగాహనని ప్రజలకు ఇవ్వడం మార్మికతా? ప్రజలు, ఒక సమస్యని, విప్లవపార్టీ చేసే విప్లవ తీర్మానాల ద్వారా అర్థం చేసుకోవడానికి ప్రయత్నించడం మార్మికతా? బాలగోపాల్ వాదనలో ఏ ఒక్క అంశమైనా ఆశ్చర్యం గొల్పకుండా వుందా?

ఏదన్నా ఒక విషయం గురించి మాట్లాడేటప్పుడు, కొంతమంది మాటలు వింటూవుంటే, ఒక్కో క్షణంలో ఏమనిపిస్తుందంటే 'అసలు ఈ మనిషి (స్త్రీగానీ, పురుషుడుగానీ) స్పృహలో వుండే మాట్లాడుతున్నాడా? ఈ మనిషికి

ఆరోగ్యం సరిగానే వుందా?' అని సందేహం కలుగుతుంది. అంతేకాదు, ఎదటి మనిషి మాటలు వూహాతీతమైనంత అయోమయంగా వున్నప్పుడు, ఒక్కోసారి 'ఈ మనిషి మాటలు మనం సరిగ్గానే విన్నామా? మన తలకాయలేమీ చెడలేదుకదా? మన ఆరోగ్యం సరిగా వుందా?' అనైనా అనిపిస్తుంది. అలాగే, ఇక్కడ, బాలగోపాల్ మాటలు చదువుతూ వుంటే రకరకాల సందేహాలు పుట్టుకొస్తున్నాయి.

చైనా పార్టీలో, వెనకటి కాలంలో కూడా అప్రజాస్వామికమైన వ్యవహారాలెన్నో జరగడం చూసిన తర్వాతే బెతల్‌హామ్ — "ప్రజల చరిత్ర ప్రజలకు తెలియకుండాపోయింది" అనగలిగారు. ఇంత 'ప్రజాహితమైన' విమర్శని కూడా తిరస్కరించి, ప్రజలకు జరిగిన అవమానాన్ని సమర్థించడానికే, విప్లవకారుడైన బాలగోపాల్ నడుం కట్టాడు.

గాంధీపూజా, మావోపూజా రెండూ తప్పులే! రెండూ 'గాడిదలే'!:

చైనా విప్లవకారులు, కొన్ని సంవత్సరాలపాటు జరిగిన 'మావో పూజ'ని బెతల్‌హామ్, "నెగెటివ్ పాత్ర నిర్వహించింది" అని విమర్శించారు. ఆ 'పూజ'ని చైనాలో ఏ పద్ధతుల్లో జరిపారో ఆ వివరాలు మేము అనేక పుస్తకాలనించీ సేకరించి "వ్యక్తిపూజ విప్లవానికి అవసరమా?" అనే పేరుతో ఒక పెద్ద ఫుట్‌నోట్ (96 వ నంబరు ఫుట్‌నోట్) ఇచ్చాము.

ఆ పుస్తకంలో వున్న ప్రతీ విమర్శనీ తిరస్కరించినట్టే, బాలగోపాల్ యధావిధిగా 'మావో పూజ'పై విమర్శని కూడా తిరస్కరించి, 'చైనాలో ఫలానా నిర్దిష్ట పరిస్థితుల్లో మావోపూజ అవసరమైంది' అనే వాదంతో మావోపూజని సమర్థించుకు రావడానికి ప్రయత్నించారు.

గత 20 ఏళ్ళనించీ 'మావోపూజ'ని సమర్థించిన వాళ్ళంతా పదే పదే పాడిన పాటే ఇది! ఈ పాచిపాట, బాలగోపాల్ కన్నా ముందు అనేకమంది పాడి వున్నారు కాబట్టి, ఆ పాచిపాటమీదే నేను ఆ ఫుట్‌నోట్‌లో అనేక ప్రశ్నలు అడిగాను. మళ్ళీ ఆ పాచిపాటే పాడదల్చుకున్న మనిషి, ఆ పాట మీదే అంతకుముందే వున్న ప్రశ్నలకు జవాబులు చెప్పాకే తన పాట తను ఎత్తుకోవాలి. కానీ బాలగోపాల్ ఆ ప్రశ్నల్లో ఒక్కదానికి కూడా జవాబు చెప్పకుండా, మళ్ళీ "ఈ నిర్దుష్టమైన నేపథ్యాన్ని అర్థం చేసుకోకపోతే....." అంటూ, అంతకుముందు నూట పదిహేనుమంది పాడేసిన ఆ పాటని, నూటపదహారో గాయకుడిగా గానం చేశారు. మావో పూజని సమర్థిస్తూ బాలగోపాల్ యిచ్చిన జవాబు ఏమిటో, ఆ జవాబులో వున్న నిర్దుష్ట నేపథ్యం ఏమిటో చూసేముందు, అసలు 'మావోపూజ' కోసం ఎలాంటి పనులు చేశారో ఇక్కడ క్లుప్తంగా ఒకసారి గుర్తు చేసుకుంటే, ఆ నిర్దుష్ట పరిస్థితుల్లోనే కాదు, అసలు ఎలాంటి పరిస్థితుల్లోనైనా ప్రజలకు ఈ పనులు అవసరమవుతాయా అనేది చూడవచ్చు.

మావోపూజ, 1965 నించీ 71 వరకూ 'ముమ్మరంగా' సాగింది. 71లో 'లిన్‌పియావో అంతర్థానం అవడం' అనే గొడవతోటీ; మావో పూజ మీద ప్రపంచవ్యాప్తంగా అనేక ప్రశ్నలూ, విమర్శలూ, మావోని 'పార్టీ చక్రవర్తి' అని వెటకారం చెయ్యడాలూ సాగడంతోటీ; అంతకన్నా ముఖ్యంగా పార్టీలో రివిజనిస్టు పంథా మరింత మరింత బలపడుతూ రావడంతోటీ; పాపం మావో సరదా ఎంతోకాలం తీరకుండానే ఆ పూజా కార్యక్రమాలు తగ్గుముఖం పట్టి, టెంగు

'హయాం'లో పూర్తిగా ఆగాయి. (ఈ విషయాలన్నీ ఆ ఫుట్‌నోట్‌లో వివరంగా వున్నాయి.)

ఎడ్గార్గ్‌స్నో అనే అమెరికన్ జర్నలిస్టు మావోతో, 65లో ఒకసారీ, 70లో ఒకసారీ ఇంటర్వ్యూలు చేసి ప్రచురించాడు. ఆ ఇంటర్వ్యూల్ని చైనా పత్రిక కూడా ప్రచురించింది. అంటే, 'మావోపూజ' గురించి స్నో ఏమైనా అబద్ధాలు రాశాడేమో అని సందేహించడానికి వీలులేదు.

'మావోపూజ'కి సంబంధించి మేము ఆ ఫుట్‌నోట్‌లో ఇచ్చిన కొన్ని విషయాలు ఇక్కడ క్లుప్తంగా చూడండి.

— మావో పేరుని పార్టీ పత్రాల్లో గానీ, సభల్లో గానీ, పత్రికా రచనల్లోగానీ, మరెక్కడైనాగానీ రాయాలన్నా పలకాలన్నా ఆ పేరు ముందు (1) మహోపాధ్యాయుడూ (2) మహానాయకుడూ (3) మహోన్నత కమాండరూ (4) విప్లవ నావను నడిపే మహా నావికుడూ – అనే 'ఫోర్ గ్రేట్స్ (నాలుగు గొప్పలు) చేరుస్తూ వుండాలి. ఈ విషయం మావోయే స్నోతో చెప్పాడు.

—మావో గురించి సాగిన కొన్ని పొగడ్తలు ఇలా వున్నాయి. "ప్రపంచాన్ని వెలిగించే సూర్యుడు మావో! మానవజాతి చరిత్రలోనే పోలికలేని మహా జీనియస్ మావో! మావోకి సమస్తమూ తెలుసు! మావో సమస్తమూ చేశాడు!"

"సోషలిజం గురించి కమ్యూనిజానికి వెళ్ళడానికి ఒక షార్టుకట్ మార్గాన్ని కనిపెట్టిన మార్క్సిస్టు-లెనినిస్టు సిద్ధాంతవేత్త మావో"

"ఎక్కడ వుంటే అక్కడ వెలుగులు జిమ్మే సూర్యుడు మావో"

"ఛైర్మన్ మావో మహత్తర ప్రవక్త".

"మావో యుగంలో స్వర్గం భూమిమీదే వుంది"

"ఛైర్మన్ మావో– మార్క్స్, ఎంగెల్స్, లెనిన్, స్టాలిన్‌ల కంటే వున్నత స్థాయిలో నిలబడతాడు."

"మావోలాంటి జీనియస్ ప్రపంచంలో కొన్ని వందల సంవత్సరాలకు ఒకసారి మాత్రమే వస్తాడు. చైనాలో అయితే కొన్నివేల సంవత్సరాలకు ఒకసారి" – ఈ కాసిన్ని పొగడ్తలు, మొత్తం 'పొగడ్తలనిధి' నించి తీసిన అతి చిన్న భాగం మాత్రమే.

— మావో బొమ్మల్ని తయారుచేసి వాటిమీద – "మహత్తర సత్యము, మానవజాతి రక్షకుడు" అని ముద్రించడం!

1969 ఏప్రిల్‌లో జరిగిన 9వ పార్టీ మహాసభలో ఒక "కొత్త కేడర్ పోలసీ" ప్రవేశపెట్టారు. ఆ పోలసీ ఏమిటంటే – "ఛైర్మన్ మావో ఆలోచనా విధానాన్ని ఎవరు, ఏ టైములో, ఏ పరిస్థితుల్లో వ్యతిరేకించినా, వాళ్ళు, పార్టీ చేతా, దేశం చేతా తీవ్రంగా విమర్శించబడతారు. కఠినంగా శిక్షించబడతారు."

"ఛైర్మన్ మావో ఆదేశాలు మనకు అర్థమైనా, కాకపోయినా, వాటిని కృతనిశ్చయంతో పాటించి తీరవలసిందే"

"మన కేడర్ పోలసీ ఎలా వుండాలంటే, ఎవరైతే ఛైర్మన్ మావోని వ్యతిరేకిస్తారో, వారిని పదవులనించీ, పార్టీనించీ తీసివెయ్యాలి."

"మావో పంథాయే పార్టీ పంథా. మావో అథారిటీ ఎబ్సల్యూట్ అథారిటీ. మావోని వ్యతిరేకించే వాళ్ళని పదవులనించీ డిస్‌మిస్ చెయ్యాలి"

— ఈ 'మహాసభ' ప్రత్యేకతేమిటో తెలుసా? 1956 నుంచీ 69 వరకూ 13 సం॥ల పాటు మహాసభ జరగలేదని ఇంతకుముందు చూశామే! అలా, లేకలేక 13 సం॥ల తర్వాత జరిగిన మహాసభ ఇది! ఈ మహాసభలోనే మావోపూజకి సంబంధించిన 'నూతన కేడర్ పోలసీ'ని ప్రవేశపెట్టడమూ, లిన్‌పియావోని మావోకి 'వారసుడి'గా ప్రకటించడమూ జరిగాయి.

— వార్తా పత్రికల్లో రోజూ ఒక పేజీలో తప్పనిసరిగా మావో ఫోటో వెయ్యడం! పబ్లిక్ స్థలాలలో మావో ఫోటోలు అధిక సంఖ్యలో పెట్టడం!

— స్కూలు పిల్లలతో రోజూ, "మావో 10 వేల సంవత్సరాలు జీవించుగాక!" అని అరిపించడం!

— కార్మికులు ఎక్కువసేపు పనిచేసి, "ఈ పనంతా మన తెలివైన ఛైర్మన్ గౌరవార్థం చేశాం" అని అరవడం!

— పార్టీ మీటింగుల్లో "రివిజనిస్టులు చావాలి! మావో సుదీర్ఘంగా జీవించాలి" అని కేకలెయ్యడం!

— కార్మికులూ, సైనికులూ, రైతులూ పనికి వెళ్ళేముందు మావో చిత్రాల ముందు మోకరిల్లడం!

— నాటకాలలో కథానాయకుడు మావోయే. క్లయిమాక్స్ సీనులో 32 అడుగుల ఎత్తుగల మావో చిత్రాలు ప్రదర్శించడం!

—'అంతర్జాతీయ శ్రామిక గీతం'లో నించీ 'ప్రజలు, తమ రక్షణ తామే చేసుకోవాలి, ప్రజల్ని రక్షించే నాధుడెవడూ వుండడు' అనే అర్థం గల ఒక చరణాన్ని తీసివేసి మిగిలిన గీతాన్నే పాడడం. ఎందుకంటే, చైనా ప్రజలకు 'నాధుడు' వున్నాడు గదా మరి!

— ప్రజల దృష్టి మావోమీద మాత్రమే వుండడంకోసం మార్క్స్, ఎంగెల్స్, లెనిన్, స్టాలిన్‌ల రచనల ప్రచురణ ఆపివెయ్యడం, లేదా బాగా తగ్గించివెయ్యడం.

— స్థానిక పార్టీ కమిటీలూ, ముఖ్యంగా పెకింగ్ మునిసిపల్ పార్టీ కమిటీ, తన కంట్రోలులో లేకపోవడంవల్ల, తన వ్యక్తి పూజ అవసరమయిందని మావో అన్నాడని స్నో రాశాడు.

—మొదట ఒక వ్యక్తిమీద 'భక్తి' కలిగితే, తర్వాత ఆ వ్యక్తి చెప్పేదాన్ని అనుసరిస్తారట! అందుకేనట 'మావోపూజ'.

— 'మావోపూజ'ని నడిపే అధికారం పార్టీలో ఏ గ్రూపుకి వుండాలీ – అనే దాని కోసం గ్రూపులమధ్య 'కుమ్ములాటలు'!

— 'వ్యక్తిపూజ' గురించి మావోని స్నో ప్రశ్నించినప్పుడు – "కావచ్చు, స్టాలిన్‌కి వ్యక్తి పూజ వుంది. కృశ్చెవ్‌కి లేదు. వ్యక్తి పూజ లేకనే కృశ్చెవ్ పడిపోయివుంటాడు' – అని మావో జవాబు!

— 1965 లో మావో స్నోతో "మా దగ్గిర ఇప్పుడున్న వర్షిప్ చాలదు. ఇంకా కావాలి" అనటం!

— మావో, స్నోతో — "అమెరికాలో మాత్రం పర్సనల్ కల్ట్‌లేదూ? అక్కడ గవర్నర్లూ, మినిస్టర్లూ, కల్ట్ లేకుండా వుంటున్నారా? కల్ట్ చెయ్యాలనీ వుంటుంది, చేయించుకోవాలనీ వుంటుంది!"

— మావో, స్నోతో — "చక్రవర్తుల్ని ఆరాధించే 3 వేల సం॥ల నాటి అలవాట్లని అధిగమించడం జనాలకి కష్టం!"

— 1970 అక్టోబరు 1న జరిగిన రిపబ్లిక్ వుత్సవంలో మావోతో పాటు స్నో కూడా వేదికమీద వున్నాడు. ఆ వుత్సవంలో "మన దేశంలోని అన్ని జాతుల ప్రజలకూ గొప్ప నాయకుడైన ఛైర్మన్ మావో మొత్తం దేశానికీ, మొత్తం సైన్యానికీ కమాండరు! ఛైర్మన్ మావో 10వేల 10వేల 10వేల సంవత్సరాలు జీవించుగాక" అని నినాదాలు!

ఈ రకంగా సాగిందా పూజ. ఈ పనులన్నీ పార్టీ ఆదేశాలతోనే జరిగాయి. మావోకి పార్టీలో మెజారిటీ లేకపోతే, కొత్త కేడర్ పోలసీని ప్రవేశపెట్టడం లాంటి పనులేవీ సాధ్యమయ్యేవి కావు. అంటే, మావో గ్రూపుకి, పార్టీ కేంద్ర కమిటీలో మెజారిటీ వున్నప్పటికీ కొన్ని స్థానిక పార్టీ కమిటీలలో మెజారిటీ లేనందువల్ల ఆ మెజారిటీ కోసం 'మావో పూజ'ని ప్రారంభించారన్నమాట! అంటే, పార్టీ కేంద్ర కమిటీ తన కింద కమిటీలకు 'మావోపూజ చెయ్యండి' అని ఆజ్ఞలు జారీ చేసిందన్నమాట! మావో భక్తులు ఆ పూజని కొన్నిచోట్ల ఎక్కువగా చేశారు. కొన్నిచోట్ల తక్కువగా చేశారు. బహిరంగ స్థలాల్లోనూ, ఆఫీసుల్లోనూ మావో ఫొటోలు విరివిగా పెట్టడంలాంటి కొన్ని తప్పించుకోలేని పనుల్ని అన్ని చోట్లా చేశారు. మొత్తంమీద మావో పూజ పార్టీ ఆజ్ఞలతోనే జరిగింది.

'ఫలానా నిర్దుష్ట పరిస్థితుల్లో మావోపూజ

అవసరమయింది' అని విప్లవకారులు చెప్పే 'నిర్దుష్ట' పరిస్థితులేమిటంటే, కొన్ని పార్టీ కమిటీలు మావో ఆధీనంలోనే లేకపోవడమట! విప్లవకారులు చెప్పే ఈ జవాబు, మావో స్నోతో చెప్పిన జవాబే. 'కొన్ని కమిటీలు నా ఆధీనంలో లేవని నా పూజ ప్రారంభించాం' అని జవాబు చెప్పిన నాయకుడి కెంత సిగ్గులేదో! ఆ జవాబునే వల్లించే ఈ విప్లవ బానిసలకెంత సిగ్గులేదో! పార్టీ అంటే అన్నిచోట్లా ఒక్క నాయకుడి పంథాయే మెజారిటీలో వుంటుందా? మావో ఎక్కడైతే మెజారిటీలో వుంటాడో, అక్కడ ఇతర గ్రూపుల నాయకులు మైనారిటీలో వున్నట్టే కదా? మరి అక్కడ ఆ నాయకులు కూడా తమ వ్యక్తి పూజలు ప్రారంభించుకోవచ్చునా? ఆ పద్ధతికి మావో పంథా అంగీకరిస్తుందా? అయితే, లీషావోచీ, టెంగూ, చౌఎన్‌లై, లిన్‌పియావో వంటి నాయకులందరూ కూడా తమకు మెజారిటీలు లేనిచోట్ల తమ వ్యక్తి పూజలు ప్రారంభించుకోవచ్చునని పార్టీ ప్రకటించి వుండవలసింది. అలా ఎందుకు చెయ్యలేదు?

విప్లవపంథా అనేది, తనకు ప్రజలలో మెజారిటీ లేకపోతే ప్రజలకు సరైన వర్గ చైతన్యం కలిగించే మార్గంలో మెజారిటీని సాధించాలా; లేకపోతే, నాయకుణ్ని ఇంద్రుడూ, చంద్రుడూ, ప్రవక్తా, దేవదూతా అని బాజాలు వాయించి, ఆ నాయకుడి చుట్టూ అట్టలతోటీ మేకులతోటీ బిగించిన మోసకారి కాంతివలయంతో, ప్రజల్ని హిప్నాటైజ్ చేసి, మతులు పోగొట్టి, వాళ్ళా మత్తులో నాయకుణ్ని అనుసరించేలాగ చెయ్యాలా; ఏది సరైన వర్గ చైతన్యాన్ని ఇవ్వగలుగుతుంది — అనే ప్రశ్నలేవీ ఈ విప్లవకారులకు లేవు.

పూజలు చేయించుకునే మనిషి తన పూజల్ని సమర్థించుకోవడానికి ఏదో ఒక తప్పుడు కారణం చెపుతాడు. అలాగే మావో కూడా చెప్పాడు. "ఈ పూజ ఏమిటి? అని ఒక జర్నలిస్టు అడిగినప్పుడు ఏదో ఒక జవాబు ఇవ్వాలి కాబట్టి, 'విప్లవ అవసరంగానే ఈ పూజ జరుగుతోంది సుమా' అన్నట్టు, కొన్ని కమిటీలు తన కంట్రోలులో లేకపోవడంవల్ల తన పూజ అవసరమైందని చెప్పాడు. దానిమీద ఆ జర్నలిస్టు, లక్ష ప్రశ్నలు అడగవచ్చు. కానీ, మహా కమ్యూనిస్టు నాయకుడికే లేని ప్రశ్నలు బూర్జువా జర్నలిస్టులకేం వుంటాయి? పూజలు చేయించుకుంటున్న నాయకులు చెప్పిన జవాబునే విప్లవకారులమని చెప్పుకునే 'మంద' అంతా కొంచెమైనా జ్ఞానం లేకుండా అదేదో గొప్ప జవాబు అయినట్టు నెత్తిన పెట్టుకున్నారు. "ఆ నిర్దుష్ట పరిస్థితుల్లో మావోపూజ ఎంత అవసరమంటే...." అంటూ ఈ కమ్యూనిస్టు పూజారులు, నాయకుడికి బంట్లుగా మారి, సిగ్గూ ఎగ్గూ లేకుండా, నాయకుడి జవాబునే చిలకపలుకుల్లాగ వల్లించారు.

'ఎక్కడ వుంటే అక్కడ వెలుగులు జిమ్మే మావో సూర్యుడు' తనకు మెజారిటీలేని కమిటీలలో 'వెలుగులు ఎందుకు జిమ్మలేకపోయాడో' ఈ మంద చెప్పలేరు. అక్కడ కూడా కాసిన్ని వెలుగులు జిమ్మితే సమస్య తీరిపోయేదే కదా అనే ప్రశ్న ఈ కమ్యూనిస్టు మూర్ఖులకు లేదు.

'నిర్దుష్ట పరిస్థితుల వాదం'తో మావోపూజని సమర్థించిన బాలగోపాల్, అదే వాదంమీద నేను అడిగిన ఏ ప్రశ్ననీ ముట్టుకోలేదు.

లెనిన్ కాలంలో లెనిన్ పంథా పార్టీలో ఎన్నడూ ఎక్కడా మైనారిటీలో లేదా? ఆ కారణంతో లెనిన్ తన పూజని ప్రారంభించలేదేం? ఆ పని మావో ఎందుకు చెయ్యవలసి వచ్చింది? – అనే ప్రశ్నని కూడా బాలగోపాల్ ముట్టుకోలేదు.

చైనాలో, 'సోషలిస్టు విప్లవం' అనే పేరుతో జరిగిన మార్పులకు మావో ఒక్కడే కారకుడా? ప్రజలూ, అనేక స్థాయిల కార్యకర్తలూ, ఇతర నాయకులూ కలిసి చేసిన సమిష్టి కృషిని మావో కృషిగా వర్ణించడం ఘోరమైన అక్రమం కాదా? 'మావో సమస్తమూ చేశాడు' లాంటి పొగడ్తలు విని వుప్పొంగుతూ, 'అవును, నేనే సమస్తమూ చేశాను' అని 'గీత'లో కృష్ణుడి ఫోజులో ప్రవచిస్తూ, "ఈ వర్షిప్ చాలదు. ఇంకా కావాలి" అని,

'జంతుబలి'ని కోరే క్షుద్రదేవతల స్థాయిలో అమాయక ప్రజలనించి ఇంకా ఇంకా వర్షిప్‌ని కోరడం — కీర్తి దాహంతో కళ్ళు మూసుకుపోవడం కాదా? ప్రజలెందరో అసంఖ్యాకమైన త్యాగాలతో చేసిన సమిష్టి కృషిని, ఒక నాయకుడి కృషిగా వర్ణిస్తూ, ఆ నాయకుణ్ణి దేవదూత స్థాయికి ఎత్తడం ఘోరమైన ప్రజా వ్యతిరేక కార్యం కాదా? – అని అడిగితే, మావో పూజలో బాకా వూదే పనికి నడుం కట్టిన బాలగోపాల్ నించీ సమాధానం లేదు.

"మావో ఆదేశాలు అర్థమైనా కాకపోయినా వాటిని పాటించి తీరాలి. మావోని వ్యతిరేకించేవారు కఠినంగా శిక్షించబడతారు" లాంటి ఆజ్ఞల్ని జారీచేసే పార్టీని, ప్రజాస్వామ్య పద్ధతులలో పనిచేసే పార్టీ అని ఎవరైనా అనగలరా? — అని అడిగాను. 'మావోపూజ'కి బాకా వూదుతూనే, డప్పు కూడా కొట్టే పనితో చాలా శ్రమించిన బాలగోపాల్ నించీ సమాధానం లేదు. పైగా, చైనా విప్లవపంథా గొప్ప 'ప్రజాపంథా'గా పనిచేసిందనీ, దాన్ని తప్పు పట్టడం కష్టమనీ దానికి ఆయన గొప్ప గొప్ప కితాబులు ఇచ్చాడు.

మావోని కీర్తించిన కీర్తనలన్నిటినీ భౌతికవాదమే అంటారా – అని అడిగాను. దానికీ జవాబులేదు. "మావో 10 వేల 10 వేల 10 వేల సంవత్సరాలు జీవించుగాక!' 'మావో మన రక్షకుడు' 'మావో మహాప్రవక్త' లాంటి కీర్తనలేనా బాలగోపాల్ ప్రకారం గతి తార్కిక భౌతికవాదం? ఈ కీర్తనలేనా ఆ 'ఫలానా నిర్దుష్ట పరిస్థితుల్లో అవసరమైన నినాదాలు? ప్రజలలో లోపించిన వర్గచైతన్యాన్ని పూరించడానికేనా ఈ తాళాలూ మేళాలూ?

ప్రజలకు విప్లవ భావాలు కలిగించడం కోసం, మావో రచనలే గానీ మార్క్స్ ఎంగెల్సుల రచనలు పనికిరావా? — వాటి ప్రచురణలు ఎందుకు ఆపవలసి వచ్చింది? — అనే ప్రశ్నకి కూడా జవాబులేదు. మార్క్స్ రచనల్ని తోసివేశారని తెలిసి కూడా ఆ పనికే బాలగోపాల్ సమర్థన! ఈ విప్లవకారుడికి ఆ పనే ఎంతో 'అవసరంగా' కనపడింది!

"కల్ట్ లేకపోవడం వల్లనే కృశ్చేవ్ పడిపోయాడు" అని మావో అన్నదాన్ని గురించి – "మరి అన్ని సంవత్సరాలపాటు అంత పెద్ద ఎత్తున కల్ట్ నడిపించుకున్న మావో ఎందుకు పడిపోయాడు?" అని అడిగాను. జవాబులేదు.

మావో, ఇంకో సందర్భంలో, "కల్ట్‌ని తగ్గించాలి" అన్న మాటల గురించి – "మావో కల్ట్ ప్రజలకు విప్లవభావాలు కలిగించేదే అయితే దాన్ని తగ్గించడం ఎందుకు? దాన్ని ఎంత ఎక్కువగా చేస్తే అంతమంచిదే కదా?" అని అడిగాను, జవాబులేదు.

'మావోపూజ విప్లవానికి అవసరం' – అని చెప్పిన మావోయే, ఆ పూజ జరపడం ప్రజల తప్పు అయినట్టు ఆ నేరాన్ని ప్రజలమీదకి గెంటాడు. "చక్రవర్తుల్ని ఆరాధించే 3 వేల సంవత్సరాల నాటి అలవాట్లని అధిగమించడం జనాలకి కష్టం" అని జనాలే మూర్ఖత్వంతో ఆ పని చేస్తున్నట్లు మాట్లాడాడు. 'కల్ట్ ఎంతో అవసరం' అని తనే చెప్పినదాని మాటేమిటి? జనాలు మూర్ఖులే అనుకుందాం. వాళ్ళే మావోపూజ జరుపుతున్నారనుకుందాం. దాన్ని అరికట్టడానికి మావో ఏమైనా ప్రయత్నించాడా? వ్యక్తిపూజ ఎందుచేత తప్పో, ప్రజలు దాన్ని ఎందుకు చెయ్యకూడదో మావో గానీ, ఇతర విప్లవ నాయకులుగానీ ఏమైనా రాశారా? అలాంటిదేమీ లేకపోగా, మావో పూజని ఏ యే రకాలుగా చెయ్యాలో వారు బోధించారు. ఫోర్ గ్రేట్స్, న్యూ కేడర్ పోలసీ, అంతర్జాతీయ గీతం కుదింపూ వగైరాల్ని నిర్ణయించింది సాధారణ ప్రజలా, పార్టీ విప్లవకారులా? 'కల్ట్ లేకే కృశ్చేవ్ పడిపోయాడు' లాంటి అవాకులూ చవాకులూ నాయకుడే వల్లించాడు. ఒకవేపున ఇంత చేస్తూ 'ప్రజలు 3 వేల సంవత్సరాలనాటి, అలవాట్లని అధిగమించడం కష్టం!' అని తప్పంతా ప్రజలమీదకి గెంటాడు. ఈ ప్రశ్నలన్నీ కూడా ఆ ఫుట్‌నోట్‌లో అడిగాను. జవాబుల్లేవు.

మావోపూజ జరిగిందంతా విప్లవావసరాల కోసమే అయితే ఆ మర్నాడే రివిజనిజం ఎలా

తయారయ్యింది? ప్రజలు మావో పంథాని వొదిలేసి రివిజనిజాన్ని ఎలా సమర్ధించారు? అంతకాలం పాటు జరిగిన మావోపూజ విప్లవాన్ని ఎందుకు నిలబెట్టలేకపోయింది? – అనే ప్రశ్నలకు కూడా జవాబుల్లేవు.

మావో పూజలోనే బ్రహ్మాండమైన రివిజనిజం వుంది. 'మావో పూజ' కోసం జరిగిన పనులన్నీ రివిజనిజాన్ని 'తొందరగా రమ్మ'ని రెండు చేతులతోటీ, ఆహ్వానించిన పనులే!

'వ్యక్తిపూజ' గురించి మార్క్స్ ఏమన్నాడో ఆ ఫుట్‌నోట్‌లో ఇచ్చాను. దాన్ని చూసి కూడా బాలగోపాల్‌కి కళ్ళు తెరుచుకోలేదు. మార్క్స్, తన గురించీ, ఎంగెల్స్ గురించీ చెప్తూ ఇలా అంటాడు – "మాలో ఎవ్వరమూ పాపులారిటీకి గడ్డి పరకంత విలువైనా ఇవ్వం. 'వ్యక్తిపూజ' (పర్సనాలిటీ కల్ట్) ఏ రకమైనదైనా మాకు విముఖతే. మాకు అనేక దేశాలనించీ వచ్చే ఎన్నో పొగడ్తల వుత్తరాలు బహిరంగం కావడానికి నేను ఎన్నడూ ఒప్పుకోలేదు. ఇంటర్నేషనల్ వున్నంతకాలం ఆ వుత్తరాలు నన్ను మహా చికాకు పెట్టేవి. వాటికి నేను ఎన్నడూ జవాబే ఇవ్వలేదు – ఎప్పుడో ఒకసారి తప్ప. అదైనా వాటిని వ్యతిరేకిస్తున్నానని, గట్టిగా చెప్పడానికే. ఎంగెల్సూ, నేనూ మొట్టమొదటి రహస్య కమ్యూనిస్టుపార్టీలో చేరినప్పుడు, 'అధికారం' గురించి మూఢ విశ్వాసాన్ని ప్రోత్సహించే ప్రతీ అంశాన్నీ 'నిబంధనావళి' నించీ తీసివెయ్యాలని షరతు పెట్టాం."

ఇంత విజ్ఞానవంతమైన మాటలు కూడా బాలగోపాల్‌ని ప్రభావితం చెయ్యలేదు. 'వ్యక్తిపూజకి సంబంధించిన పొగడ్తల్నీ, కీర్తిదాహాన్నీ సమర్ధించరాదనే సంస్కారాన్ని మార్క్స్ మాటలనించీ పొందడానికి బదులు, వ్యక్తి పూజ పెద్ద ఎత్తున చేయించుకున్న వ్యక్తి చెప్పిన ఒక తప్పుడు కారణమే బాలగోపాల్‌కి గొప్ప శాస్త్రీయమైన జవాబుగా కనపడింది.

రంగనాయకమ్మ ఏ విషయాన్నీ సరిగా అర్థం చేసుకోదనీ, అలాగే వ్యక్తి పూజ విషయం కూడా సరిగా అర్థం చేసుకోలేదనీ అంటూ బాలగోపాల్ మావో పూజని సమర్థిస్తూ చెప్పిన జవాబేమిటో ఇప్పుడు చూడండి –

"'వ్యక్తిపూజ' విషయం కూడా ఇంతే. కమ్యూనిస్టులు వ్యక్తి పూజను ఒప్పుకోరు. ఒక గొప్ప నాయకుడిని గౌరవించడంలో తప్పేముంది అనడం సరయిన సమాధానం కాదు. గౌరవించడం వేరు. 'పూజ' (CULT) వేరు. చైనాలో మావోకు సంబంధించి వ్యక్తి పూజ చాలా ఎక్కువగా జరిగిన మాట కూడా వాస్తవమే. గౌరవించడమే ఉద్దేశ్యమయితే పది నిలువుల ఎత్తు చిత్రపటాలు నిలబెట్టాల్సిన అవసరంలేదు. కాని, దీనిని కూడా వర్గ పోరాటం నుండి వేరుచేసి చూడకూడదు. మన దేశంలో కాంగ్రెస్ నాయకులు గాంధీ పూజను వోట్లు సంపాదించుకోవడం కోసం వాడుకున్నారు. ప్రజలలో జాతీయోద్యమ క్రమంలో గాంధీ పట్ల ఏర్పడ్డ గౌరవభావాన్ని ఆయన చనిపోయిన తరువాత విగ్రహ ప్రతిష్ఠాపన ద్వారా భక్తిభావంగా మార్చి వోట్ల రూపంలో సొమ్ము చేసుకున్నారు. చైనాలో కూడా సాంస్కృతిక విప్లవకాలంలో మావో తన ప్రత్యర్థులను ఎదుర్కోవడం కోసం తన 'పూజ'ను వాడుకున్నాడన్న ఆరోపణ మావోమీద వుంది. ఇది చాలా పాక్షికమైన వాస్తవం. మావో పూజకు అత్యధికంగా బాధ్యులయిన రెడ్‌గార్డ్సను మావో సృష్టించలేదు. వాళ్ళంతట వాళ్ళే పుట్టుకొచ్చారు. వందా రెండు వందలు కాదు, కోట్ల సంఖ్యలో పుట్టుకొచ్చారు. రివిజనిజం బలపడుతూన్న సమయంలో దానికి వ్యతిరేకంగా విప్లవ ప్రజావెల్లువగా ముందుకొచ్చారు. సాంస్కృతిక విప్లవ సైన్యంగా తమంతట తామే ఏర్పడ్డారు. ఇలా ఏర్పడ్డ వాళ్ళకు ఉత్సాహం, ఆవేశం, చారిత్రక ఉత్తేజం ఉన్నంతగా సిద్ధాంత నాయకత్వం లేదు. వాళ్ళలో వాళ్ళు ఏది రివిజనిజం — ఏది విప్లవం అని గందరగోళంగా పోట్లాడుకున్నారు, చంపుకున్నారు. కొందరు ఈ గందరగోళంలో విప్లవం అనుకొని రివిజనిజానికే సాధనాలుగా ఉపయోగపడ్డారు. ఆనాడు వాళ్ళకు కావలిసింది

విప్లవానికి దారిచూపగల పార్టీ. అటువంటి విప్లవ పార్టీ నిర్మించుకోలేక పోవడం సాంస్కృతిక విప్లవం వైఫల్యానికి గల ముఖ్య కారణం. ఈ విషయం బెతల్‌హేమ్‌కు గాని రంగనాయకమ్మగారికి గాని అందలేదు. విప్లవ పోరాటానికి విప్లవ పార్టీ కావాలి అన్నది తప్ప వాళ్ళకు తక్కిన లోపాలన్నీ కనిపించాయి. అయితే ఒక వెల్లువగా, ఎవరి నిర్ణయంలేకుండా, ముంచెత్తిన రెడ్‌గార్డ్స్ ప్రవాహం ఎవ్వరికీ అంతటి తీరికను ఇవ్వలేదు. మరొక రకంగా చెప్పాలంటే రెడ్‌గార్డ్స్ యొక్క అంతఃకలహం విప్లవ పార్టీ ఏర్పాటు కోసం జరిగిన తొలి ఘర్షణ. అది పూర్తి కాకముందే సాంస్కృతిక విప్లవం ఓడిపోయింది. ఆ లోటును భర్తీచేసే ప్రయత్నం చేసింది, 'మావో పూజ'. విప్లవ పార్టీ గనక వుంటే ఏ పాత్రను (నిర్మాణాత్మకంగా, కేంద్రీకృత ప్రజాస్వామ్య పద్ధతిలో) నిర్వహించి ఉండేదో దానిని తన పరపతితో నిర్వహించాలని మావో ప్రయత్నించినట్టు ఎడ్గార్ స్నో రచనలను బట్టి అనిపిస్తుంది. 'మావోపూజ' విప్లవ పార్టీ యొక్క అభావరూపం. విప్లవ పార్టీ ఏర్పాటుకు అవసరమయిన పోరాట క్రమంలో తొలిదశ. ఈ నిర్దిష్టమయిన నేపథ్యాన్ని (తీవ్రమైన స్పాంటేనియస్ వర్గపోరాట నేపథ్యాన్ని) అర్థం చేసుకోకపోతే 'వ్యక్తిపూజ తప్పు' అని ఎన్నిసార్లు ప్రకటించినా మనకు ఏమీ అర్థం కాదు. చైనా కమ్యూనిస్టు పార్టీనిగాని, మావోనుగాని విమర్శించవద్దని ఎవరూ అనరు. కాని మార్క్సిస్టు విమర్శ నిర్దిష్టమయిన వర్గపోరాట విశ్లేషణ నుండి పుట్టాలి. నైరూప్య (abstract) సూత్రాల నుండి కాదు. అటువంటి సూత్రాలవల్ల గణిత సమీకరణాలు తప్ప ప్రపంచంలో వేరే ఏమీ అర్థంకావు. 'వ్యక్తిపూజ' అనేది నైరూప్యంగా వుండదు. నిర్దిష్టంగా వుంటుంది. మావో పూజకూ, స్టాలిన్ పూజకూ, కిం ఇల్‌సుంగ్ పూజకూ, గాంధీ పూజకూ చాలా తేడాలున్నాయి. రంగనాయకమ్మగారి విమర్శ చైనా విప్లవం యొక్క నిర్దిష్టమైన చారిత్రక పోరాటక్రమం నుండి కాక, నిర్మాణ సూత్రాల తార్కిక క్రమం నుండి పుట్టింది. సూత్రం ప్రకారం ఇలా వుండాలి, అలా లేదు, అని ప్రవర్తనా నియమావళి లాగ అభ్యంతరం తెలపడమే గాని ఆ సూత్రం ఏ అనుభవం నుండి పుట్టింది, ఆ అనుభవాన్ని విశ్లేషించడానికి అనుగుణ్యమయిన సూత్రం ఏమిటి అన్న ఆలోచన లేదు. సామాజిక మార్పును రివిజనిస్టు పద్ధతులలో కాక విప్లవ పద్ధతులలో సాధించాలి అనే ఆరాటం చైనా విప్లవాన్ని నడిపిన ఆదర్శాలలో ఒకటి. దీనికి కావలసిన నూతన నిర్మాణం కోసం సాంస్కృతిక విప్లవ కాలంలో చైనా విప్లవం అన్వేషించింది. ఈ అన్వేషణ విఫలమయింది. చైనా విప్లవాన్ని విశ్లేషించేటప్పుడు మన దృష్టికి కేంద్ర స్థానంలో ఉండవలసింది ఈ విషయమేగాని సార్వత్రికంగా ఏర్పరచుకున్న నిర్మాణ నియమావళి కాదు. రంగనాయకమ్మగారు చైనా విప్లవాన్ని విశ్లేషించలేదు. ఆడిట్ చేశారు." (పే. 63)

ఈ జవాబులో అనేక విషయాలు ఒకదాని కొకటి పొంతన లేకుండా, పరమ దాటవేతలతో, అర్థం చేసుకోవడానికి సాధ్యం కానంత గందరగోళంగా వున్నాయి. అయినప్పటికీ, ఈ జవాబునే ఆధారం చేసుకుని మాట్లాడాలి.

"కమ్యూనిస్టులు వ్యక్తి పూజను ఒప్పుకోరు" అట, "చైనాలో మావోకు సంబంధించి, వ్యక్తిపూజ చాలా ఎక్కువగా జరిగిన మాట కూడా వాస్తవమే" నట! "కాని, దీనిని కూడా వర్గ పోరాటం నుండి వేరుచేసి చూడకూడదు" అట! ఇక్కడ మావో పూజని, వర్గపోరాటం నించి 'వేరుచేసి' ఎవరు చూశారటా? మావో పూజ గురించి ఆ ఫుట్‌నోట్‌లో అడిగిన ప్రశ్నలన్నీ వర్గ పోరాటానికి సంబంధించిన ప్రశ్నలు కావటా? ఆ ఫుట్‌నోట్ పేరులో "వ్యక్తిపూజ విప్లవానికి అవసరమా?" అనే ప్రశ్నే వ్యక్తిపూజకీ, వర్గ పోరాటానికీ వుండే సంబంధాన్ని పరిశీలించే ప్రశ్న. వ్యక్తిపూజ అనేది ఏ పరిస్థితుల్లో జరిగినా, అది వర్గ పోరాటానికి హాని చేస్తుందనేదే నా ఫుట్‌నోట్‌లో చర్చించిందంతా.

మావోపూజ కోసం జరిగిన పనులన్నీ

ప్రజలలో (1) మూఢనమ్మకాల్నీ భావవాదాన్నీ ప్రోత్సహిస్తాయనీ (2) సమిష్టి కృషికి విరుద్ధంగా వ్యక్తివాదాన్ని తెచ్చి పెడతాయనీ (3) మతా తత్వాలకు దారి తీస్తాయనీ (4) నాయకుణ్ని మహిమాన్వితుడిగా భ్రమ కల్పించి, ప్రజలనించీ నాయకుణ్ణి దూరం చేస్తాయనీ (5) ప్రజల్ని వెనకటికాలపు మూఢత్వంలోనే వుంచి, దోపిడీ విధానాలకే తోడ్పడతాయనీ— ఈ రకంగా, వ్యక్తిపూజ ప్రజలకు ఎలా హాని చేస్తుందో నా అభిప్రాయాలు ఆ ఫుట్‌నోట్‌లో వివరించాను.

అంతేగాక, అసలు చైనాలాంటి "సోషలిస్టు దేశం"లో 'విప్లవ పంథా' ఆధ్వర్యంలో కూడా వ్యక్తిపూజ సాగడానికి కారణాలేమిటో ఇలా చెప్పాను. (1) సమాజ పునాదిలో ఇంకా బూర్జువా సంబంధాలే కొనసాగుతూ వుండడం : బూర్జువా సంబంధాలు, బూర్జువా ఆచరణలకీ, ఫ్యూడల్ ఆచరణలకీ అవకాశం ఇస్తాయి. (2) రష్యా "వారసత్వం": మొదటి "సోషలిస్టు" దేశం అయిన రష్యాలో 'స్టాలిన్ కల్ట్' పెద్ద ఎత్తున జరగడంవల్ల అది సరైందేనని భావించడం. దీనిపట్ల సరైన సిద్ధాంత అవగాహన లేకపోవడం. (3) చైనాకు వున్న దీర్ఘమైన ఫ్యూడల్ గతం. (4) నాయకుడి బలహీనత : అంటే, నాయకుడు 'కల్ట్' విషయంలో సోషలిస్టుగా లేడు. మొదటి 3 కారణాలూ సమాజంలో వున్నా 4వ కారణం లేకపోతే కల్ట్ జరగదు. ఈ విషయం అంతా అక్కడ వివరించాను. ఇదంతా, మావో పూజని వర్గ పోరాటంతో సంబంధంలో పెట్టి చూడటంకాదా?

'మావోపూజని సమర్థించే బాలగోపాల్, 'వర్గపోరాటం' 'వర్గపోరాటం' అని వుత్తుత్తి కబుర్లు వల్లించడంగాక, ఆ పూజకోసం జరిగిన పనులు ప్రజల వర్గ పోరాటానికి ఎలా సహకరిస్తాయో, చైనా చరిత్రలో అవి ఎలా సహకరించాయో వివరించి వుండవలసింది. ఆ పనులు ప్రజలకు భౌతికవాద దృక్పథం ఎలా కలిగిస్తాయో, ఆ పనులు వ్యక్తివాదాన్ని గాక సమిష్టి కృషినే ఎలా ప్రోత్సహిస్తాయో, ఆ పనులన్నీ ప్రజల సోషలిస్టు చైతన్యానికి ఎలా తోడ్పడతాయో, ప్రతీ ఒక్క పనినీ తీసుకుని, 'ఇదిగో, ఈ పని ఇందుకు పనికి వస్తుంది' అని వివరించి వుండవలసింది. కానీ, ఆయన అలాంటిదేమీ చెయ్యలేదు.

'మావోపూజ'ని వర్గ పోరాటంతో సంబంధంలో పెట్టి బాలగోపాల్ చేసిన విశ్లేషణ ఏమిటో కొంచెం వివరంగా చూడవలసి వుంది.

"మన దేశంలో కాంగ్రెస్ నాయకులు గాంధీ పూజను వోట్లు సంపాదించడం కోసం వాడుకున్నారు."

"....మావో కూడా తన ప్రత్యర్థులను ఎదుర్కోవడం కోసం తన 'పూజ'ను వాడుకున్నాడన్న ఆరోపణ మావోమీద వుంది. ఇది చాలా పాక్షికమైన వాస్తవం. మావో పూజకు అత్యధికంగా బాధ్యులయిన రెడ్‌గార్డ్సును మావో సృష్టించలేదు."

"....(విప్లవ పార్టీ లేని) లోటుని భర్తీచేసే ప్రయత్నం చేసింది మావోపూజ."

గాంధీ పూజని 'ఓట్లకోసం' వుపయోగించారుగానీ, మావో పూజ అందుకోసం కాదనీ; మావోపూజ జరిగింది ప్రత్యర్థుల్ని ఎదుర్కోవడం కోసం గాక ఇంకేవో మహత్తర కార్యం కోసం అనీ; విప్లవ పార్టీ లేకపోవడంవల్లనే దానికి బదులుగా మావో తన పూజని వుపయోగించాడనీ; దాన్ని రెడ్‌గార్డ్‌లే అతిగా చేశారనీ, దానికి మావో బాధ్యత లేదనీ ఈ రకంగా సాగింది బాలగోపాల్ విశ్లేషణ! దీని సారాంశం, మావో, తన పూజని ఒక విప్లవ అవసరంగా ప్రారంభించాడనే!

ఆ పూజలో ఏ యే పనులు జరగాలని నిర్ణయించారో ఆ పనులేమిటో బాలగోపాల్‌కి తెలుసా? విప్లవపార్టీ ఏ పాత్ర నిర్వహిస్తుందో ఆ పాత్రని ఆ పనులు నిర్వహిస్తాయని బాలగోపాల్ వివరించగలిగాడా? విప్లవ పార్టీ లేని లోటుని భర్తీ చెయ్యడానికి మావో ఒక కార్యక్రమం ప్రారంభించినప్పుడు, ఆ కార్యక్రమాన్ని రెడ్‌గార్డులు ఎక్కువ వుత్సాహంతో ఎక్కువ స్థాయిలో చేస్తే తప్పేమిటి? వర్గ పోరాటానికి సహకరించే ఆ పూజా కార్యక్రమం, తక్కువ

స్థాయిలో జరిగినప్పుడు జరిగే పనులకీ, ఎక్కువ స్థాయిలో జరిగినప్పుడు జరిగే పనులకీ తేడా వుంటుందా? రెడ్‌గార్డులు, మావో పూజని అతిగా చేస్తున్నప్పుడు, దాన్ని వారిస్తూ మావో గానీ, ఇతర విప్లవకారులుగానీ ఏమైనా ప్రకటించారా? మావోయే స్నోతో స్వయంగా 'ఈ వర్షిప్ చాలదు, ఇంకా జరగాలి' అన్నాడే, దాని మాటేమిటి?

తప్పంతా రెడ్‌గార్డుల మీదకి తోసెయ్యాలని బాలగోపాల్ తాపత్రయం. వ్యక్తి పూజని ప్రారంభించడం తప్పు కాకపోయినప్పుడు, దాన్ని ఎక్కువగా చెయ్యడం తప్పు అయిందా? వర్గ పోరాటానికి తోడ్పడే ఏ పనికైనా ఎంత ఎక్కువ వుత్సాహంతోచేస్తే అంత మంచిదే కదా? మావో ప్రారంభించిన పనికి సంబంధించిన మంచి చెడ్డలకి మావో బాధ్యత లేదా? స్టాలిన్ పూజ నేరాన్ని కృశ్చేవ్ మీదకి తొయ్యాలని హోక్సా చూశాడు. (అల్బేనియా కమ్యూనిస్టు నాయకుడు). మావోపూజ నేరాన్ని లిన్‌పియావో మీదకి తొయ్యాలని చాలామంది చూశారు. ఇప్పుడు, ఆ నేరాన్ని రెడ్‌గార్డుల మీదకి తొయ్యాలని మన బాలగోపాల్ నూతన యత్నం. చాలామంది లాగే ఈయన ఈ చమత్కారాన్ని మావో నించే స్వీకరించాడు. మావో, ఒక పక్క, తన పూజ ఎంతో అవసరమనీ, అది ఇంకా పెద్దఎత్తున జరగాలనీ చెప్పుకుంటూనే, ఇంకో పక్క 'చక్రవర్తుల్ని ఆరాధించే 3 వేల సంవత్సరాల అలవాట్లని అధిగమించడం జనాలకి కష్టం' అని, వాపోయాడే, సరిగ్గా ఆ పాఠమే బాలగోపాల్‌గారు కంఠతా పట్టి అప్పగించాడు. తన పూజని జనాలే మూర్ఖత్వంతో చేశారని మావో అంటే, 'అవును కోట్ల కోట్ల రెడ్‌గార్డులే పరమ వుత్సాహంతో అదంతా చేశారు' అని బాలగోపాల్ వంతపాట! ఆ పూజ ఎంత అవసరమో తామే వర్ణించిన సందర్భాల్ని ఇద్దరూ దాట వేసేశారు.

ఒకే విషయంమీద బాలగోపాల్ అభిప్రాయాలు ఎంత గందరగోళంగా వున్నాయో చూడండి. రెడ్‌గార్డులు, "రివిజనిజం బలపడుతూ వున్న సమయంలో దానికి వ్యతిరేకంగా విప్లవ ప్రజావెల్లువగా ముందుకొచ్చారు" అని ఒక వాక్యంలో చెప్పి, అదే పేరాలో తర్వాత, "వాళ్ళల్లో వాళ్ళు ఏది రివిజనిజం, ఏది విప్లవం అని గందరగోళంగా పోట్లాడుకున్నారు, చంపుకున్నారు" అన్నారు. ఏది రివిజనిజమో, ఏది విప్లవమో తెలియనివాళ్ళు, రివిజనిజానికి వ్యతిరేకంగా విప్లవ వెల్లువగా ఎలా రాగలిగారు? ఒక వాక్యానికీ, ఇంకో వాక్యానికీ ఎక్కడా పొసగదు. వాక్యాలదాకా పోనక్కరలేదు. ఒక మాటకీ, ఇంకో మాటకీ కూడా ఎక్కడా పొసగదు. ఈ రకం మేధావులకు ఎంత అహంకారమంటే, జనం అనే వాళ్ళకి తలకాయలు వుండవనీ, వాళ్ళు దేనినీ గ్రహించరనీ (ఈ మేధావులు గ్రహించరు కదా మరి! అలాగే జనం కూడా గ్రహించరని!) తాము ఎప్పుడే అవాకులూ చవాకులూ మాట్లాడినా, రాసినా, అవన్నీ జనం దగ్గిర చెల్లిపోతాయనీ నమ్మేటంత అహంకారం. ఆ నమ్మకంతోనే వీరు ఈ రకం దాటవేతల మేధావితనాన్ని ప్రదర్శిస్తూ వుంటారు.

'వ్యక్తిపూజల వర్గీకరణ'లో బాలగోపాల్ మేధావితనం ఇంకా చాలా వెర్రితలలు వేసింది. కాంగ్రెస్ నాయకులు గాంధీపూజని ఓట్లకోసం వాడుకుంటే, మావోపూజ మాత్రం ప్రత్యర్థుల్ని ఎదుర్కోవడానికి గాక ఇంకేదో మహత్తర కార్యం కోసమని ప్రవచించారు! పార్టీ కమిటీలలో కంట్రోలు సంపాదించడం అంటే, లేదా మెజారిటీ సంపాదించడం అంటే, ఓట్లు సంపాదించడం కాదా? 'కంట్రోలు' వచ్చేదీ, 'మెజారిటీ' వచ్చేదీ మెజారిటీ ఓట్లతో కాదా? అంటే, గాంధీపూజలాగే మావోపూజ కూడా ఓట్లు సంపాదించడానికి కాదా? మావోపూజ, ఓట్లతో ప్రత్యర్థుల్ని ఎదుర్కోవడం కోసం కాకపోతే ఇంకెందు కోసమో బాలగోపాల్ వివరించవలసింది. నిజం చెప్పుకోవాలంటే, మావోపూజ, పూజ చేయించుకోవాలనే 3 వేల సంవత్సరాలనాటి చక్రవర్తుల అహంకారపు కోరికని సంతృప్తిపరుచుకోవడానికే అనుకోండీ!

పైకి చెప్పిన కారణం మాత్రం స్థానిక కమిటీలలో కంట్రోలు లేదనేది. కంట్రోలు లేదనేదీ నిజమే కావచ్చు. తన పూజ మోతతో జనాల మతులు పోగొట్టి, నాలుగు ఓట్లు సంపాదించగలిగితే, కంట్రోలులేని కమిటీలలో కంట్రోలూ రావచ్చు. అది వచ్చినా రాకపోయినా ఆ వంకతో తన పూజ కోరిక మాత్రం తీరుతుంది. "కల్ట్ చెయ్యాలనీ వుంటుంది, చేయించుకోవాలనీ వుంటుంది" అని ఆయనే అన్నాడు కదా? చెయ్యాలని ప్రజలకి వుండదుగానీ, చేయించుకోవాలని పీఠాలుమీద ఎక్కిన వాళ్ళకి మాత్రం వుంటుంది. వాళ్ళ ఆజ్ఞల్ని ప్రజలు మూర్ఖంగానో, అమాయకంగానో, అయిష్టంగానో ఎలాగో ఒకలా పాటిస్తారు. వెనకటి చక్రవర్తుల పూజలన్నీ ప్రజలు ప్రేమతో చేశారా? భయంతో చేశారు. అలాగే ఆ ధోరణిలోనే మావోపూజ కూడా చేశారు. పార్టీ కార్యకర్తలు రుద్దిన రుద్దుడే అదంతా. ప్రజల చైతన్యం, వెనకటి స్థాయిలోనే వుండడంవల్ల, వారిమీద ఆ రుద్దుడంతా పనిచేసింది. కానీ ప్రజలు ఎల్లకాలమూ అదే స్థాయిలో వుండరు కదా? చరిత్రలో ఫ్యూడల్ చక్రవర్తుల పూజలన్నిటికీ ఏ గతి పట్టిందో, కమ్యూనిస్టు చక్రవర్తుల పూజలకీ, వారి పూజార్లకీ కూడా అదే గతి పడుతుంది.

'గాంధీపూజ' అని ఒక మాటని తయారుచెయ్యడమేగానీ, మావో పూజతో పోలిస్తే గాంధీపూజ కూడా ఒక పూజేనా? గాంధీని 'మహాత్మాగాంధీ', 'పూజ్య బాపూజీ', 'జాతిపిత' అని పిలవడమూ; గాంధీ చచ్చిపోయిన తర్వాత గాంధీ బొమ్మలు పెట్టడమూ; గాంధీమీద కొన్ని పాటలు రాయడమూ మాత్రమే గాంధీపూజలో జరిగిన పనులు. గాంధీయే 'నా పూజ జరగాలి. అది చాలా ఎక్కువగా జరగాలి' అని చెప్పుకోలేదు. మన కమ్యూనిస్టు నాయకుడు మాత్రం తన పూజా కార్యక్రమాల్ని తన ఆధ్వర్యంలోనే రూపొందించుకున్నాడు. తన 30 అడుగుల చిత్రపటాల్ని తనే చూసుకుని ఆనందించాడు.

బాలగోపాల్ ప్రకారం, మావోని భక్తితో అనుసరించడానికి కోట్ల కోట్ల ప్రజలూ, అందులోనూ విప్లవ చైతన్యంతో వూగిపోతోన్న కోట్ల కోట్ల రెడ్‌గార్డులూ వున్నారు. కానీ, వారికి ఏది విప్లవమో, ఏది రివిజనిజమో చెప్పే సిద్ధాంత నాయకత్వం లేకపోయింది! మావో వుండగానే మావో అనుచరులకు సిద్ధాంత నాయకత్వం లేదు! విప్లవ పార్టీ లేదు!

ఈ 'విప్లవ పార్టీ లేద'నే వాదం ఎవరికి ఎలా అర్థమైందోగానీ, మాకైతే ఏ మాత్రమూ అర్థం కాలేదు. మావోపూజ ప్రారంభించినప్పుడు మావో పంథా కేంద్ర కమిటీలో సుబ్బరంగా మెజారిటీలో వుందనే సంగతి మాత్రం మాకు అర్థమైంది. సరే, విప్లవపార్టీ లేకపోతే, విప్లవ వెల్లువగా పుప్పొంగిపోయే కోట్ల కోట్ల అనుచరులు గల మావో, విప్లవ పార్టీని నిర్మించే పనులే ప్రారంభించరాదా? అన్ని సంవత్సరాలపాటు పూజ జరిగిన కాలాన్ని విప్లవపార్టీ నిర్మాణానికే వినియోగించరాదా — అన్నది మొదటి ప్రశ్న. విప్లవపార్టీ అనేది నిర్మాణాత్మకంగానూ, కేంద్రీకృత ప్రజాస్వామ్య పద్ధతిలోనూ పనిచేస్తుందని బాలగోపాల్ వివరించారు కాబట్టి, అలాంటి విప్లవపార్టీ నిర్వహించే పాత్రని ఒక నాయకుడి వ్యక్తిపూజ (ఆ వ్యక్తిపూజ కోసం ఏం పనులు జరిగాయో, ఆ పనులు) నిర్వహిస్తుందా? — అన్నది రెండో ప్రశ్న. విప్లవపార్టీ నిర్వహించే పాత్రని, వ్యక్తిపూజ చెయ్యగలదని ఒక విప్లవకారుడు భావించాడంటే, (ఆ విప్లవకారుడు మావోకానీ, బాలగోపాల్‌గానీ, ఎవరైనాగానీ), ఆ విప్లవకారుడి సోషలిస్టు చైతన్యం ఏ స్థాయిలో వున్నట్టు భావించవచ్చు? — అనేది మూడో ప్రశ్న. విప్లవపార్టీ చెయ్యగలిగే పనిని నాయకుడి వ్యక్తిపూజే చెయ్యగలిగితే, మార్క్స్ చెప్పిన నూతన సమాజాన్ని నిర్మించడానికి విప్లవపార్టీ నిర్మాణాలు మానివేసి, ప్రతీ దేశంలోనూ నాయకుల వ్యక్తిపూజలే ప్రారంభించరాదూ, కమ్యూనిస్టు పార్టీ నిర్మాణాలెందుకూ? — అనేది నాలుగో ప్రశ్న. ఇలా అడుగుతూపోతే, బాలగోపాల్ విశ్లేషణ మీద

ఎన్ని ప్రశ్నలైనా అనంతంగా పుట్టుకొస్తాయి.

బాలగోపాల్ విశ్లేషణ అప్పుడే అయిపోలేదు. అందులో ఒక 'నూతన సిద్ధాంతం' వుంది. "వ్యక్తిపూజ అనేది నైరూప్యంగా వుండదు. నిర్దిష్టంగా వుంటుంది. మావోపూజకూ, స్టాలిన్ పూజకూ, కింఇల్‌సుంగ్ పూజకూ, గాంధీపూజకూ, చాలా తేడాలున్నాయి" — అంటూ బాలగోపాల్, అన్ని వ్యక్తిపూజల్నీ ఒకే గాటిన కట్టకూడదు అనే నూతన సిద్ధాంతం ప్రతిపాదించారు. 4 గురు నాయకుల పేర్లు చెప్పి, వాళ్ళ పూజలకు 'చాలా తేడాలున్నాయి' అంటే అర్థమేమిటి?

స్టాలినూ, మావో, కింఇల్‌సుంగ్‌లు సోషలిస్టు నాయకులూ; గాంధీ దోపిడీ వర్గాల నాయకుడూ కాబట్టి సోషలిస్టు నాయకుల పూజలు మంచివనీ, దోపిడీవర్గ నాయకుల పూజలు చెడ్డవనీ బాలగోపాల్ ప్రతిపాదనలో మొదటి అర్థం. సోషలిస్టు నాయకుల్నే తీసుకుంటే, మళ్ళీ అందులో కింఇల్‌సుంగ్ (ఉత్తరకొరియా కమ్యూనిస్టు నాయకుడు) పూజకన్నా స్టాలిన్ పూజ మంచిదనీ, స్టాలిన్ పూజకన్నా మావోపూజ ఇంకా మంచిదనీ — రెండో అర్థం. ఆ పూజల్లో 'చాలా తేడాలున్నాయి' అనే మాటల అర్థం ఇదే.

కానీ, ఇదంతా శుద్ధ తప్పని బాలగోపాల్ వుదహరించిన 4 గురు నాయకుల పూజలనే పరిశీలించి రుజువు చేసుకోవచ్చు. వ్యక్తిపూజల్లో వ్యక్తుల తేడాలేగానీ, పూజలకు వుండే లక్షణాల్లోనూ, అవి సాధించే ఫలితాల్లోనూ తేడాలేమీ వుండవు. స్టాలిన్‌పూజా, మావోపూజా, కింఇల్‌సుంగ్ పూజా, గాంధీపూజా, ఏ యే పద్ధతుల్లో జరిగాయో వాటికోసం ఎలాంటి పనులు చేశారో సేకరించండి. ఆ పనుల్లో తేడాలేమైనా కనపడుతున్నాయేమో పరిశీలించండి. ఈ 4 పూజల్లో, గాంధీపూజే పాపం చాలా తక్కువ మోతతో వుంటుంది. మోత ఎక్కువైనా తక్కువైనా అన్ని మోతల సారాంశమూ ఒకటేననే సత్యం మన పరిశీలనలో బయట పడుతుంది.

'వ్యక్తిపూజ' అనేది, అది ఏ నాయకుడిది అయినా, ప్రజల సమిష్టి కృషిని, నాయకుడి ఒక్కడి కృషిగా మాత్రమే, అంటే బ్రహ్మాండమైన అబద్ధంగా, మార్చివేస్తుంది. (భారతదేశానికి గాంధీగారే స్వాతంత్ర్యం తెచ్చారుకదా! అలాగే, చైనాదేశాన్ని మావోగారే విముక్తి చేశారు! ఈ విధంగా). ప్రజలు, తమ సమిష్టి పోరాటాల ద్వారా తమ సమస్యల్ని తామే పరిష్కరించుకోగలరనీ, పరిష్కరించుకునే మార్గం వుందనీ, నాయకుడు ప్రజలలో భాగమనీ — ప్రజలకు బోధించకుండా, వ్యక్తిపూజ, ప్రజల్ని ఒక 'రక్షకుడి' కిందికి తోలుతుంది. నాయకుడు కూడా, 'వుత్పత్తి సంబంధాలలో మార్పులకోసం జరిగే పోరాటాల ద్వారా' అనుభవాలు నేర్చుకోవలసినవాడే అయినా, వ్యక్తిపూజ, నాయకుణ్ణి ఆ విధంగా చూపించకుండా, నాయకుణ్ణి మహిమాన్వితమైన వ్యక్తిగానూ, సమస్తమూ తెలిసిన జ్ఞానిగానూ చిత్రించి ప్రజల్ని భ్రమల్లో వుంచుతుంది. వ్యక్తిపూజ, నాయకుణ్ణి 'దైవాంశ సంభూతుడు'గా చేసి, ఈ నాయకుడి వంటి నాయకుడు ఏ వందల వేల సంవత్సరాలకో ఒక్కసారి జన్మిస్తాడనే ప్రచారంతో, వందల వేల సంవత్సరాల వరకూ వొదుల్చుకోలేనంత మూర్ఖత్వాన్ని ప్రజలలో పాతుతుంది. వ్యక్తిపూజ, ప్రజలకు దోపిడీ సంబంధాల్ని మార్చుకునే జ్ఞానాన్ని ఇవ్వకుండా, ప్రజలు ఆ సంబంధాల్ని ప్రశ్నించకుండా, అందులోనే పడివుండే బానిసత్వాన్ని బోధిస్తుంది. మొత్తంమీద వ్యక్తి పూజ ద్వారా, ఆర్థిక రాజకీయ సాంస్కృతిక తాత్విక రంగాలకు సంబంధించి ప్రజలకు అందే భావాలన్నీ పూర్తిగా అబద్ధాలతో నిండివుంటాయి.

శ్రమచేసే ప్రజలు ఎప్పుడూ ఒక రక్షకుడివేపు చూస్తూ అన్ని రకాల మూఢ నమ్మకాల లోనూ, బానిసత్వం లోనూ పడివుండడం దోపిడీ వర్గాలకు కావాలి. ప్రజలు ఆ స్థితిలో వుంటేనే దోపిడీ వర్గాలు వారిని తేలిగ్గా దోపిడీ చెయ్యగలుగుతూ సుఖంగా వుంటాయి. కాబట్టి దోపిడీ వర్గాలు తమ వర్గ ప్రయోజనాల కోసం ప్రజల్ని మభ్యపెట్టే అనేక సాధనాలలో ఒక

సాధనంగా నాయకుల 'వ్యక్తిపూజ'ని వుపయోగిస్తాయి. ఇదే లక్షణాన్ని కమ్యూనిస్టు నాయకులు కూడా చేపడితే, వాళ్ళు దోపిడీ వర్గ నాయకులకన్నా ఏ విధంగా భిన్నమైనవాళ్ళు అవుతారు?

కమ్యూనిస్టు సిద్ధాంతం ప్రకారం, కమ్యూనిస్టులు ప్రజలకు అన్ని కోణాలలోనూ దోపిడీని వ్యతిరేకించే జ్ఞానం నేర్పాలి. ఆర్థిక కోణంలో దోపిడీని వ్యతిరేకించే జ్ఞానం, రాజకీయ కోణంలో దోపిడీని వ్యతిరేకించే జ్ఞానం, సాంస్కృతిక కోణంలో దోపిడీని వ్యతిరేకించే జ్ఞానం, తాత్విక కోణంలో దోపిడీని వ్యతిరేకించే జ్ఞానం, ఇలా అన్ని రకాల దోపిడీని వ్యతిరేకించి ఏ కోణంలోనూ దోపిడీకి అవకాశం ఏర్పడని పద్ధతిలో నూతన సమాజాన్ని నిర్మించుకునే జ్ఞానం నేర్పాలి. అలాంటి బాధ్యత నిర్వహించవలసిన కమ్యూనిస్టు నాయకుడు — "నేను మీ నాధుడిని, మీ రక్షకుడిని. నన్ను విశ్వసించండి. నన్ను పూజించండి. నేను సుదీర్ఘంగా జీవించాలని ప్రార్థించండి. నా విగ్రహాలు చెక్కండి. నా చిత్రాలు గియ్యండి. నా మీద కవిత్వాలు కట్టండి. నా మహిమలతో పాటలు పాడండి. నా చిత్రాలూ, విగ్రహాలూ ఎంతెంతెత్తు వుండాలంటే, ప్రపంచంలో ఇప్పటికి వున్న విగ్రహాలన్నిటికన్నా ఎత్తయిన ఎత్తు వుండాలి. నన్ను పూజించే మార్గంలోనే మీ కష్టాలు గట్టెక్కుతాయి' అనే ప్రేలాపనలతో తన పూజనే 'విప్లవ కార్యం'గా చేసి, అదే ప్రజలు పాటించవలసిన విప్లవ కార్యక్రమంగా బోధిస్తే, ఆ కమ్యూనిస్టు నాయకుడు దోపిడీవర్గ నాయకుడి కన్నా భిన్నమైనవాడు అవుతాడా?

'గాంధీపూజ'ని తీసుకుంటే, అది శ్రామిక ప్రజల్ని మూర్ఖత్వంలో వుంచి దోపిడీ వర్గానికి మేలు చేస్తుందని కమ్యూనిస్టులు అంటారు. 'మావోపూజ' కూడా ప్రజల్ని మూర్ఖత్వంలో వుంచే పనే చేస్తే, అది గాంధీపూజ కన్నా భిన్నమైనది అవుతుందా, రెండూ ఒకటే అవుతాయా?

పోనీ 'మావోపూజ'ని 'మంచి పనులతో' చేస్తే బాగుండేదా – అని ఆలోచిద్దాం. ప్రజల ప్రయోజనాల్ని దృష్టిలో పెట్టుకుని చూస్తే 'మంచి పనులం'టే ఏమిటి? 'శ్రమదోపిడీ' నించి విముక్తి చెందడానికి అవసరమైన పనులే మంచిపనులు. మావోపూజ కోసం ఏం పనులైతే జరిగాయో ఆ పనుల్ని తిరగేస్తే, అవే మంచిపనులు. అంటే, ప్రజల సమిష్టి కృషినే (అందులో నాయకుడి కృషి కూడా ఒక భాగం) ప్రధాన స్థానంలో వుంచడమూ; శ్రమదోపిడీని 'అదనపు విలువ' సిద్ధాంతం ద్వారా శాస్త్రీయంగా వివరించిన మార్క్స్ రచనల్ని ప్రజలకు బోధపరచడమూ; అన్ని రంగాలలోనూ దోపిడీ పరిస్థితుల్ని నిర్మూలిస్తూ నూతన కార్యక్రమాల్ని రూపొందించడమూ — అనేవే మంచిపనులు. ఈ మంచిపనుల్లో ఎవరి వ్యక్తిపూజకీ స్థానం వుండదు. ఈ మంచి పనుల్లో నాయకుల ప్రత్యేకతలకు స్థానం వుంటుందిగానీ, నాయకుల పూజలకు స్థానం వుండదు. ఈ మంచిపనులతో మావో పూజ జరపడం ఎలా సాధ్యం? మంచి మనికీ, వ్యక్తిపూజకీ పొసగదు. వ్యక్తిపూజని సంపూర్ణంగా తిరస్కరించడమే మంచి పని! కాబట్టి మంచి పనులతోనే మావోపూజ జరగడం అనేమాటే అర్థం లేనిది.

అంటే, గాంధీపూజా మావోపూజా ఒక్కలాంటివే. గాంధీపూజ శ్రామిక వర్గానికి హానిచేసి, దోపిడీ వర్గానికి మేలు చేసినట్టే, మావో పూజ కూడా శ్రామిక వర్గానికి హానిచేసి దోపిడీ వర్గానికే మేలు చేస్తుంది. ప్రజల్ని మూఢత్వంలోనే వుంచే ఒక పనిని, ప్రజలతో దోపిడీదారులు చేయించినా ప్రజలకు నష్టమే; విప్లవకారులు చేయించినా ప్రజలకు నష్టమే. అంటే గాంధీపూజకు ఏ స్వభావం వుందో, మావోపూజకు కూడా ఆ స్వభావమే వుంది. ప్రజల కోణం నించి చూస్తే రెండు పూజలూ చెడ్డవే; ప్రజావ్యతిరేకుల కోణం నించీ చూస్తే రెండూ పూజలూ మంచివే. ఈ రెండు పూజలే కాదు. ఏ 'వ్యక్తిపూజ' అయినా ఇంతే. స్టాలిన్ పూజ అయినా, కింఇల్‌సుంగ్ పూజ అయినా, 'షిబ్‌దాస్‌ఘోష్' పూజ అయినా, చారూమజుందార్ పూజ అయినా, రేపు

బాలగోపాల్ పూజ అయినా ఇంతే. మార్క్స్ పూజా, లెనిన్ పూజా జరగలేదుగానీ, జరిగితే అవి కూడా ప్రజల ప్రయోజనాలకు వ్యతిరేకమైనవే.

"వ్యక్తిపూజ నైరూప్యంగా వుండదు, నిర్దిష్టంగా వుంటుంది" అన్న బాలగోపాల్ మాటల అర్థం ఏమిటంటే – 'వ్యక్తిపూజ మంచిదా చెడ్డదా' – అని, దాని మంచి చెడ్డల్ని జనరల్‌గా (నైరూప్యంగా) చూడకూడదు. ఆ మంచి చెడ్డలు పూజ జరిగే వ్యక్తిని బట్టి వుంటాయి. 'గాంధీపూజ మంచిదా, చెడ్డదా'; 'మావోపూజ మంచిదా చెడ్డదా'; 'స్టాలిన్ పూజ మంచిదా, చెడ్డదా'; 'కింఇల్‌సుంగ్ పూజ మంచిదా, 'చెడ్డదా'; అని ఇలా, ఆ పూజని, ఆ వ్యక్తిని బట్టి నిర్దిష్టంగా చూడాలి. 'అలా చూస్తేనే' ఆ వ్యక్తి పూజ మంచిదో, చెడ్డదో తెలుస్తుంది. అంతేగానీ, ఏ వ్యక్తి పేరూ తీసుకోకుండా 'వ్యక్తిపూజ మంచిదా చెడ్డదా' అని జనరల్‌గా చూసి దాని మంచి చెడ్డల్ని 'నిర్ణయించకూడదు' అని! ఈ దృష్టితోనే బాలగోపాల్, కొందరు నాయకుల పేర్లు చెప్పి, 'వాళ్ళ పూజల మధ్య చాలా తేడాలు వున్నాయి' — అన్నారు. అంటే, బాలగోపాల్ ప్రకారం 'దోపిడీ వర్గ' నాయకుల పూజలు చెడ్డవీ, కమ్యూనిస్టు నాయకుల పూజలు మంచివీ. ఈ 'మంచీ' 'చెడ్డా' ఎవరికి? —'ప్రజలకి' అనే కదా? అంటే దోపిడీవర్గ నాయకుల పూజలు ప్రజలకు చెడ్డవి అనీ, కమ్యూనిస్టు నాయకుల పూజలు ప్రజలకు మంచివి అనీ బాలగోపాల్ అర్థం. మళ్ళీ ఆ మంచి పూజల్ని తీసుకుంటే వాటిలో కూడా తక్కువ మంచీ, ఎక్కువ మంచీ అనే చిన్న చిన్న తేడాలువున్నా, మొత్తంమీద కమ్యూనిస్టు నాయకుల పూజలన్నీ ప్రజలకు మంచివి —అని బాలగోపాల్ అర్థం. ఇదీ వ్యక్తి పూజకు సంబంధించి బాలగోపాల్ చేసిన శాస్త్రీయ విశ్లేషణ! ఇందులో ఎంత శాస్త్రీయత వుందో మళ్ళీ చెప్పాలా?

'వ్యక్తిపూజ మంచిదా, చెడ్డదా? అని ప్రశ్నించుకునేటప్పుడు బాలగోపాల్ పద్ధతిలో, 'ఎవరి వ్యక్తిపూజ మంచిది, ఎవరి వ్యక్తిపూజ చెడ్డది?' అని, 'వ్యక్తి ప్రత్యేకత'ని చూడడం కాదు, 'వ్యక్తిపూజ ఏ వర్గానికి చెడ్డది?' అని 'వర్గ ప్రత్యేకత'ని చూడాలి. వ్యక్తిపూజ ఏ వర్గ నాయకుడిది అయినా, అది ఏ పరిస్థితుల్లో జరిగినా, అది ప్రజలకు చెడ్డదీ, ప్రజా వ్యతిరేకులకు మంచిదీ కాబట్టి, 'వ్యక్తి పూజ చెడ్డది' — అనేది, ప్రజలకు శాశ్వత జనరల్ సూత్రం! ఆ వర్గానికి ఆ సూత్రం ఎప్పుడూ మారదు. అలాగే, 'వ్యక్తిపూజ మంచిది' అనేది, ప్రజా వ్యతిరేకులకు కూడా శాశ్వత జనరల్ సూత్రం! ఆ వర్గానికి కూడా ఆ సూత్రం ఎప్పుడూ మారదు. వ్యక్తిపూజ, ప్రజలకు ఎప్పుడైనా మంచిది అవడంగానీ, ప్రజా వ్యతిరేకులకు ఎప్పుడైనా చెడ్డది అవడంగానీ ఎన్నడూ జరగదు. ఈ రకంగా, 'వ్యక్తిపూజ' విషయంలో, రెండు వర్గాలకూ జనరల్ సూత్రాలేగానీ, ప్రత్యేక సూత్రాలు వుండవు.

హత్యలూ, యుద్ధాలూ లాంటి కొన్ని 'చెడ్డపనులకు' కూడా జనరల్ సూత్రాలూ, ప్రత్యేక సూత్రాలూ వుంటాయి గానీ, 'వ్యక్తిపూజ' అనే చెడ్డ పనికి మాత్రం జనరల్ సూత్రాలేగానీ, ప్రత్యేక సూత్రాలు వుండవు.

'హత్య' అనే పనిని తీసుకుంటే, ఒక మనిషి, ఇంకో మనిషిని చంపడం జనరల్‌గా చూస్తే చాలా చెడ్డదే. కానీ, స్వార్థం కోసం జరిగిన హత్యనీ, ఆత్మరక్షణ కోసం జరిగిన హత్యనీ ఒకేరకంగా చూడడానికి వీలులేదు. అంటే, 'హత్య'కి కూడా ప్రత్యేక పరిస్థితులు వుంటాయి.

అలాగే, యుద్ధం విషయం కూడా. 'యుద్ధం' అనేది జనరల్‌గా చూస్తే, చాలా దుర్మార్గమైనదే. కానీ, దురాక్రమణ యుద్ధాన్నీ, ఆత్మరక్షణ యుద్ధాన్నీ ఒకేరకంగా చూడడానికి వీలులేదు. ఈ రకంగా హత్యలూ, యుద్ధాలూ వంటి 'చెడ్డ పనుల' విషయంలో ప్రత్యేక పరిస్థితుల్ని పరిగణనలోకి తీసుకున్నట్టుగా, 'వ్యక్తిపూజ' అనే చెడ్డ పని విషయంలో కూడా ప్రత్యేక పరిస్థితుల్ని పరిగణనలోకి తీసుకోవాలనే సూత్రానికి అవకాశంలేదు.

ఆత్మరక్షణకోసం జరిగిన హత్య, ఆ హత్య చేసిన మనిషికి 'ఆత్మరక్షణ' అనే సత్ఫలితాన్ని ఇస్తుంది. అలాగే, ఆత్మరక్షణ కోసం జరిగిన యుద్ధం కూడా ఆ యుద్ధం చేసిన మనుషులకు ఆత్మరక్షణ అనే సత్ఫలితాన్ని ఇస్తుంది. ఒకవేళ, ఆ మనుషులు ఆ యుద్ధంలో మరణిస్తే, ఆత్మరక్షణ అనే న్యాయమైన కారణంకోసం పోరాడి మరణించినట్టు అవుతుంది. అది కూడా సత్ఫలితమే. కానీ, వ్యక్తి పూజవల్ల, ఆ పూజ చేసిన మనుషులకు అలాంటి సత్ఫలితాలేవీ వుండవు. వ్యక్తిపూజ, తనను పాటించే మనుషుల వ్యక్తిత్వాల్నీ, స్వంత శక్తిసామర్థ్యాల్నీ, ఆలోచనాశక్తినీ ధ్వంసంచేసి, వారిని మూర్ఖుల్నీ బానిసల్నీ చేస్తుంది, కాబట్టి, 'వ్యక్తిపూజ, ప్రజలకు చెడ్డది' అనే విషయం ఇంకే ప్రత్యేక పరిస్థితులవల్లా మారదు.

గాంధీ సిద్ధాంతానికీ, మావో సిద్ధాంతానికీ చాలా తేడా వుంటుంది గనక, 'గాంధీపూజకీ, మావోపూజకీ చాలా తేడా వుంటుంద'ని భావించవచ్చునా? ప్రజా ప్రయోజనాల దృష్టితో చూసినప్పుడు, గాంధీ సిద్ధాంతం చెడ్డదీ, మావో సిద్ధాంతం మంచిదీ గనక, గాంధీపూజ చెడ్డదీ, మావోపూజ మంచిదీ అనే అర్థానికి రావచ్చునా? ఇది శుద్ధతప్పు. "గాంధీపూజకీ, మావోపూజకీ చాలా తేడా వుంది" అనే అభిప్రాయం ప్రకటించడంలో బాలగోపాల్ అర్థం ఇదే. గాంధీ సిద్ధాంతానికీ, మావో సిద్ధాంతానికీ తేడా వుంటుంది కాబట్టి, 'గాంధీపూజకీ మావోపూజకీ తేడా వుంటుంద'ని ఆయన అర్థం.

కానీ, గాంధీకి జరిగిన పూజే మావోకి కూడా జరిగితే, వాళ్ళ సిద్ధాంతాలలో తేడా ఆ కోణంలో నశించినట్టే లెక్క. ఆ తేడా ఎలా నశించిందంటే, గాంధీ సిద్ధాంతం, మావో సిద్ధాంతంగా మారడం ద్వారా కాదు, మావో సిద్ధాంతమే గాంధీ సిద్ధాంతంగా మారడం ద్వారా ఆ సిద్ధాంతాల తేడా నశిస్తుంది. ఆ రకంగా, 'పూజ' విషయంలో ఇద్దరి సిద్ధాంతాలూ ఒకటే అయ్యాయి.

'గాంధీపూజకీ, మావోపూజకీ చాలా తేడా వుంది'– అనడంలో బాలగోపాల్ అర్థం ఏమిటంటే — 'అన్ని వ్యక్తిపూజల్నీ ఒకే గాటిన కట్టకూడదు'– అని! నిజమే. ఒకటి గుర్రమూ, ఒకటి గాడిదా అయితే, ఆ రెంటినీ ఒకే గాటిన కట్టకూడదు. కానీ, రెండూ గాడిదలే అయితే? లేదా, రెండూ గుర్రాలే అయితే? రెండూ ఒకటే అయితే, రెంటినీ ఒకే గాటిన కట్టవచ్చు. అయితే, 'గాంధీపూజా మావోపూజా రెండూ గుర్రాలే' అని బాలగోపాల్ ఒప్పుకోరు. ఆయన ప్రకారం, మావోపూజ మాత్రమే గుర్రం. గాంధీపూజ – గాడిదే. కానీ, ప్రజాప్రయోజనాల దృష్టితో చూస్తే, రెండు పూజలూ గాడిదలే. ఆ రెండేకాదు, అన్ని వ్యక్తిపూజలూ గాడిదలే. కాబట్టి, ఆ గాడిదలన్నిటినీ ఒకే గాటిన కట్టవచ్చు. మనం కట్టినా కట్టకపోయినా, వాటి స్వభావంలో అవి ఒకే గాటికి చేరతాయి.

దోపిడీవర్గ సాంస్కృతిక భావాలు కలవాళ్ళు ఏ వ్యక్తి పూజనైనా సమర్థిస్తారు. దోపిడీ వ్యతిరేక భావాలు గలవాళ్ళు, ఏ వ్యక్తి పూజనైనా తిరస్కరిస్తారు. కానీ, బాలగోపాల్ మాత్రం ఇటూకాదు, అటూకాదు. ఆయన ప్రకారం కొందరి వ్యక్తిపూజలు మంచివీ, కొందరి వ్యక్తిపూజలు చెడ్డవీ. లేదా, కొన్ని పరిస్థితుల్లో జరిగే వ్యక్తిపూజలు మంచివీ, కొన్ని పరిస్థితుల్లో జరిగే వ్యక్తిపూజలు చెడ్డవీ. ఇదే, వ్యక్తిపూజలకు సంబంధించి బాలగోపాల్ ఇచ్చే నూతన సిద్ధాంతం.

'వ్యక్తిపూజ' మంచి చెడ్డల్ని ప్రశ్నించుకునేటప్పుడు 'ఎవరి పూజ మంచిది, ఎవరి పూజ చెడ్డది' అని గాక, 'వ్యక్తిపూజ ఏ వర్గానికి మంచిది, ఏ వర్గానికి చెడ్డది' అని చూడాలి కదా? అలాగే, ఒక వ్యక్తి పూజకి సంబంధించిన ప్రత్యేక పరిస్థితుల్ని పరిశీలించాలనుకుంటే (నిజానికి, ఈ పరిశీలన అవసరంలేదు. ఎందుకు అవసరంలేదో ఇంకొంచెం ముందుకుపోతే తెలుస్తుంది), "ఈ వ్యక్తిపూజ ఏ పరిస్థితుల్లో తల ఎత్తింది, ఏ పరిస్థితుల్లో ముందుకొచ్చింది?" అని చూడడం

కాదు. ఇలా చూడడం అంటే, ఆ వ్యక్తిపూజ ఆ పరిస్థితుల్లో తప్పనిసరై తలెత్తిందని భావిస్తూ, ఆ పరిస్థితులేమిటో పరిశీలించడం అవుతుంది. నాయకుడికి, తన వ్యక్తిపూజ మీద వ్యతిరేకతే వుంటే, అది ఏ పరిస్థితుల్లోనూ తలెత్తదు. ఏ పరిస్థితుల్లోనూ ముందుకురాదు. నాయకుడు, పార్టీలో జరిగే ఇతర నిర్ణయాల్ని తనకి ఇష్టంలేకపోయినా ఆపలేడుగానీ తన వ్యక్తిపూజని మాత్రం తనకి ఇష్టంలేకపోతే ఆపగలడు. నాయకుడి ఇష్టాయిష్టాలతో సంబంధం లేకుండా తలెత్తే 'అనివార్య' పరిస్థితి, ఇతర విషయాలలో వున్నట్టుగా, అతని వ్యక్తిపూజ విషయంలో వుండదు. కాబట్టి "అది ఏ పరిస్థితుల్లో తలెత్తింది" అని ప్రశ్నించుకోవడంగాక, "నాయకుడు, తన పూజని ఏ పరిస్థితుల్లో చేయించుకోగలిగాడు? ఆ 'తప్పుడు' కోరికకు ఏ పరిస్థితులు అనుకూలించాయి?" అని ప్రశ్నించుకోవాలి. అవే, ఆ పూజకి సంబంధించిన నిర్దిష్ట పరిస్థితులు.

మావో, 'వ్యక్తిపూజ చేయించుకోవా'లనే కోరిక కలవాడే. ఆ విషయంలో ఆ నాయకుడు, ఫ్యూడల్ చక్రవర్తే. అయితే, ఆ నాయకుడు చాలా కాలం పదవిలో వున్నాడు కదా, ఆ కాలమంతా పూజ జరగడం ఆ వ్యక్తికి ఇష్టమేకదా, కానీ ఆ పూజ కొంతకాలమే జరిగిందే, ఆ కాలంలో, ఆ వ్యక్తికి అనుకూలించిన పరిస్థితులేమిటి? — అనేదే ఇక్కడ ప్రశ్న.

మావో, 1943 నించీ 76 వరకూ 33 సం.లు పార్టీ ఛైర్మన్‌గా వున్నాడు (33 సం.ల పదవి!). మావోపూజ ఈ కాలమంతా జరగలేదు. 33 సం.లు కుర్చీ దిగకుండా వుండడమే అన్నిటికన్నా పెద్ద పూజ అనుకోండీ! ఆ పూజ ప్రధానంగా, 1965 ప్రాంతాల్లో ప్రారంభమైంది. ఒక నాటకంలో 30 అడుగుల మావో చిత్రాన్ని ప్రదర్శించింది 65లోనే. ఆ పూజ 71లో లిన్‌పియావో అంతర్ధానానికి పూర్వం కొంత తగ్గుముఖం పట్టి, తర్వాత మళ్ళీ పెరిగింది. మావో మరణం తర్వాత పార్టీ ఛైర్మన్‌గా హువా అయినప్పుడు కూడా మావో ఫోటోల ప్రదర్శన (హువా ఫోటోల ప్రదర్శన కూడా) కొంతకాలంపాటు జరిగి, తర్వాత టెంగు గ్రూపు ఆధిక్యతతో, పాత నాయకుల పూజలు ముగిశాయి. అంటే, మావో జీవించి వున్న కాలంలో, మావోపూజ జరిగిన కాలం 65 నించీ 76 వరకూ. 10 సం.ల పైన. అందులో, ఆ పూజ ఉధృతంగా జరిగిన కాలం 65 నించీ 71 వరకూ సాంస్కృతిక విప్లవకాలంలో. ఈ కాలంలోనే ఈ పూజ ఎక్కువగా ఎందుకు జరిగింది — అనే ప్రశ్నకే జవాబు కావాలి.

ఏ నాయకుడైనా పీఠం ఎక్కగానే "నాకు పూజలు చెయ్యండి" అనడు. అలాగే, మావో కూడా ప్రారంభకాలంలోనే కల్టని బహిరంగంగా కోరుకోలేదు. పార్టీలో మొదటినించీ మావో పంథా ఎప్పుడూ బొటాబొటీ మెజారిటీలోనే వుంది. మనకు అందుబాటులోవున్న సమాచారం ప్రకారం, మావోపూజ ప్రారంభమైన కాలంలో, పార్టీలో మావో గ్రూపూ, లిన్‌పియావో గ్రూపూ, చౌఎన్‌లై గ్రూపూ (ఇదే లీషావోచీ, టెంగుల గ్రూపు కూడా) — అనే 3 గ్రూపులున్నాయి. ఈ గ్రూపుల మధ్య పోరాటం ప్రజాస్వామ్య పద్ధతుల్లో జరిగే పోరాటంగా గాక, కేవలం బూర్జువా పార్టీలలో లాగానే కుట్రల పద్ధతుల్లో సాగింది. మావో గ్రూపూ, లిన్‌పియావో గ్రూపూ కలిసి ఆధిక్యతలోవున్న కాలంలోనే మావోపూజ ప్రారంభమైంది. ఈ గ్రూపులు, వ్యక్తిపూజ గురించి ఫ్యూడల్ అవగాహనతోనే వున్నాయిగనక, ఇవి, 'మావోపూజ' ద్వారా శాశ్వితమైన ఆధిక్యతని సంపాదించగలవని భావించాయి. అగ్నికి ఆజ్యం తోడైనట్టు, వ్యక్తిపూజ కోరికగల మావోకి, మావో తర్వాత తనే ఛైర్మన్ కావాలనే కోరికగల లిన్‌పియావో కలిశాడు. ఈ గ్రూపులదే కేంద్ర కమిటీలో మెజారిటీ గనక, ఈ నాయకులు మావో పూజనీ, సాంస్కృతిక విప్లవాన్నీ ప్రారంభించారు. 69లో జరిగిన మహాసభలో మావోపూజకి సంబంధించిన 'న్యూ కేడర్ పోలసీ'నీ, 'లిన్‌పియావో వారసత్వా'న్నీ ప్రకటించారు. మావోపూజతో పాటు,

లిన్‌పియావో పూజ కూడా ప్రారంభమైంది. ఈ నాయకులు, ఎవరి పూజల మైకంలో వారు వుండగా, సాంస్కృతిక విప్లవ తీర్మానంలో వున్న కొన్ని మంచి అంశాల్ని ఆధారం చేసుకుని, కొంత సోషలిస్టు చైతన్యంగల కార్మికులు, వుత్పత్తి సంస్థలలో విప్లవకరమైన మార్పుల కోసం ప్రయత్నాలు ప్రారంభించారు. ఆ ప్రయత్నాలే, అవి ఎంత కొద్ది కాలం మాత్రమే జరిగినా, సాంస్కృతిక విప్లవ సారాంశంగా మనకు కనపడుతున్న వున్నత విషయాలు. 'సాంస్కృతిక విప్లవ తీర్మానం'లోనే వున్న "బూర్జువా ఆలోచనలు గల అధికారుల్ని పదవులనించీ తీసివెయ్యాలి" లాంటి తప్పుడు సూత్రాలు కేవలం వ్యక్తులమీద పోరాటాలకు దారితీసి అరాచక పరిస్థితుల్ని సృష్టించాయి. (ఈ విషయాలన్నీ 'చైనాలో ఏం జరుగుతోంది?" పుస్తకం ద్వారానే అర్థం చేసుకోవడం మంచిది. 'బూర్జువా భావాలు గల అధికారుల్ని పదవుల నించీ తీసివెయ్యాలి' అనే సూత్రాన్ని ఆనాడు నిజంగా మొట్టమొదట అమలు చెయ్యవలసింది మావోమీదా, తర్వాత లిన్‌పియావో మీదా. తర్వాతే మిగిలినవాళ్ళ మీద!).

మావోపూజా, సాంస్కృతిక విప్లవమూ చెట్టాపట్టాలేసుకుని నడుస్తూ వున్న కాలంలో, మావో గ్రూపుకీ లిన్‌పియావో గ్రూపుకీ కూడా 'గొడవలు' ప్రారంభమయ్యాయి. 'మావో పూజంతా లిన్‌పియావో చేయిస్తున్నాడు' అని ఆ తప్పుని లిన్‌పియావో మీదకి తోసేసి (మావోని ఏమీ అనకుండా) లిన్‌పియావోని నిందిస్తూ, మావోపూజని తగ్గించే ప్రయత్నాలు చేశారు. ఇంతలో లిన్‌పియావో అంతర్థానం జరిగింది. తర్వాత మళ్ళీ మావోపూజ యథాప్రకారంగానే సాగింది. తర్వాత మావో మరణం, హువా ఆగమనం. వ్యక్తిపూజ మీద హువాకి ఎంత కోరిగ్గా వుందోగానీ పదవిలోకి వచ్చీరాగానే తన ఫొటోనీ, మావో ఫొటోనీ ఒకే ఫ్రేములో బిగించి ప్రదర్శించడం ప్రారంభించాడు. (ఈ కమ్యూనిస్టు, తన ఫొటోలు దేశం నిండా పరుచుకోవాలని పాపం ఎన్నాళ్ళనించీ కలలు కంటున్నాడో!) ఈ సమాచారన్నంతా ముందు పెట్టుకుంటే మావోపూజ, సాంస్కృతిక విప్లవ కాలంలో వుధృతంగా జరగడానికి ఏం కారణం కనిపిస్తోందంటే — మావో గ్రూపూ, లిన్‌పియావో గ్రూపూ కలిసి మెజారిటీగా వుండడమూ, ఆ మెజారిటీని నిలుపుకోవడం కోసం తమ వ్యతిరేక గ్రూపుతో (లేదా గ్రూపులతో) పోరాడడానికి సోషలిస్టు పద్ధతుల్ని గాక, బూర్జువా కుట్ర పద్ధతుల్ని వుపయోగిస్తూ, అందులో ఒక అంశంగానే మావోపూజని ప్రారంభించడమూ కనిపిస్తోంది. మావోకి, తన పూజ కోసం 'చిరకాలవాంఛ' వుంది. కాబట్టి (కల్ట్ గురించి మావో, స్నోతో చెప్పిన మాటలన్నీ చూడండి) ఆ 'వాంఛ'ని ఈ కాలంలో తీర్చుకోగలిగాడు. ఇక్కడ, ఒక విషయం మళ్ళీ మళ్ళీ అర్థం చేసుకోవాలి. మావో గనక, వ్యక్తి పూజకి వ్యతిరేకి అయితే, ఆ పూజ ఆ కాలంలో కూడా జరగేదికాదు. అది అసలు ప్రారంభమయ్యేది కాదు. లెనిన్‌కి ఆ 'తుచ్ఛమైన కోరిక' లేదు గనకే, రష్యా విప్లవం బ్రహ్మాండమైన ఆపదలో పడిన యుద్ధకాలంలో కూడా లెనిన్‌పూజ జరగలేదు.

ఒక కమ్యూనిస్టు నాయకుడి వ్యక్తిపూజ సంగతి చెవినపడగానే, మనం రెండో ఆలోచన లేకుండా, కళ్ళు మూసుకుని ఒక అభిప్రాయానికి వచ్చెయ్యవచ్చు. ఏమిటంటే — (1) ఆ కమ్యూనిస్టు పార్టీలో ప్రజాస్వామ్య పద్ధతులు లేవనీ, (2) ఆ నాయకుడు ఆ కోణంలో, ఫ్యూడల్ చక్రవర్తిగానే వున్నాడనీ, (3) ఆ కాలంలో అతని గ్రూపుకి పార్టీలో మెజారిటీ వుందనీ, (4) ఆ సమాజంలో ప్రజలు ఇంకా చాలా అజ్ఞానంలోనే వున్నారనీ. ఈ 4 అంశాలూ కలిసిన పరిస్థితి వున్నప్పుడే నాయకుడి వ్యక్తిపూజ జరుగుతుంది.

"ఏ పరిస్థితుల్లో ఈ వ్యక్తిపూజ జరిగింది?" అని మనం ప్రత్యేక పరిస్థితుల పరిశీలన ప్రారంభిస్తే ఆ పరిశీలనలో మనకు ఏ పరిస్థితులైతే కనపడతాయో, ఆ పరిస్థితుల్ని మనం, ఆ పరిశీలన లేకుండానే కామన్‌సెన్స్‌తోటే గ్రహించవచ్చు. 'వ్యక్తిపూజ'కి తప్ప, ఏ ఇతర

విషయాలకైనా ప్రత్యేక పరిస్థితుల పరిశీలన అవసరమే. వ్యక్తి పూజకి మాత్రం అది అవసరంలేదు. ఎందుకంటే, ఆ పరిశీలన లేకుండానే జనరల్ అవగాహనతో గ్రహించగలిగే విషయాలూ, ఆ పరిశీలనలో తేలే విషయాలూ ఒకటే అవుతాయి. ఏ వ్యక్తిపూజ అయినా ఏ పరిస్థితుల్లో జరిగి వుంటుందో గ్రహించడానికి సాధారణ జ్ఞానమే (కామన్‌సెన్స్) సరిపోతుంది. కాబట్టి ప్రత్యేక పరిస్థితుల పరిశీలన అవసరంలేదు.

'మావోపూజ' గురించి, నిర్దిష్ట పరిస్థితుల పరిశీలన చేసి బాలగోపాల్ గ్రహించిన విశ్లేషణ సారాంశం అంతా ఒక్క వాక్యంలో వుంది— "విప్లవ పార్టీ గనక వుంటే, అది ఏ పాత్రని నిర్వహిస్తుందో, దానిని తన పరపతితో నిర్వహించాలని మావో ప్రయత్నించినట్టు స్నో రచనలను బట్టి అనిపిస్తుంది"–అనే వాక్యంలో! ఆ కాలంలో విప్లవ పార్టీ లేదనీ, తన పూజనే విప్లవ పార్టీగా వుపయోగించడంకోసం మావో తన పూజని ప్రవేశపెట్టి వుంటాడనీ బాలగోపాల్ అభిప్రాయం. దీనినే ఆయన విశ్లేషణగా చెప్పుకున్నాడు. 'విప్లవ పార్టీ లేకపోవడం' అంటే ఏమిటో అర్థం కాకపోయినా, బాలగోపాల్ ప్రకారమే అప్పుడు విప్లవ పార్టీ లేదనే అనుకుందాం. 'మావో తన పూజని ఫలానా అభిప్రాయంతో చేయించాడని నాకనిపించింది' అని చెప్పడమేనా విశ్లేషణ అంటే? ఒక కమ్యూనిస్టు చేసిన పనిని ఇంకో కమ్యూనిస్టు విశ్లేషించేటప్పుడు 'ఆయన అలా అభిప్రాయపడ్డాడు' అంటే సరిపోతుందా?- సరిపోదు. ఆ నిర్దిష్ట పరిస్థితుల్లో కూడా ఆ పని చెయ్యడం సరైనదో కాదో ఆ విశ్లేషణ, పాఠకులకు ఒక అభిప్రాయం ఇవ్వాలి.

బాలగోపాల్‌ని ఎవరైనా— "కమ్యూనిస్టులు వ్యక్తిపూజని ఒప్పుకోరని మీరన్నారు కదా? మావోపూజ వ్యక్తిపూజ అవుతుందా, అవదా?" అని అడిగితే దానికి బాలగోపాల్ "కాదని ఎవరన్నారు? వ్యక్తిపూజే అవుతుంది" అంటాడు.

"మరి, దాన్ని కమ్యూనిస్టులు రెండో అభిప్రాయం లేకుండా తిరస్కరించాలికదా?"

"అలా కాదు. అది ఎందుకు జరిగిందో ఆ నిర్దిష్ట పరిస్థితులు చూడాలంటాను."

"సరే, ఆ నిర్దిష్ట పరిస్థితులే చూస్తాం. మీ ప్రకారం, ఆ పరిస్థితి విప్లవ పార్టీ లేని పరిస్థితి. అలాంటి పరిస్థితిలో అయితే కమ్యూనిస్టులు వ్యక్తిపూజ జరపవచ్చా? ఆ విషయం సూటిగా చెప్పండి. 'అలాంటి పరిస్థితుల్లో కమ్యూనిస్టులైనా వ్యక్తిపూజ జరపవచ్చు' అనో, లేదా, 'ఎలాంటి పరిస్థితుల్లోనూ కమ్యూనిస్టులు వ్యక్తిపూజ జరపకూడదు' అనో మనం, అంటే కమ్యూనిస్టులం, ఏదో ఒక అభిప్రాయానికి రావాలి కదా? ఆ అభిప్రాయాన్నిబట్టే రేపు మనం మన పార్టీలలో ప్రవర్తించవలసి వుంటుంది. 'విప్లవ పార్టీ లేని పరిస్థితుల్లో నాయకుడి వ్యక్తిపూజ జరపవచ్చు'— అనేటట్టయితే, వ్యక్తిపూజని కూడా విప్లవ సాధనంగా వుపయోగించే మార్గం చూపించిన మావోని అభినందించాలి. అంతేకాదు, "కమ్యూనిస్టులు వ్యక్తిపూజని ఒప్పుకోరు" అనే సూత్రాన్ని మార్చేసి 'కమ్యూనిస్టులు కూడా వ్యక్తి పూజని ఒప్పుకుంటారు. వ్యక్తిపూజ కూడా విప్లవానికి తోడ్పడుతుంది'— అనే సూత్రం పెట్టుకోవలసి వుంటుంది. లేదా, ఇదంతా తప్పనుకుంటే, అంటే, కమ్యూనిస్టులు ఎట్టి పరిస్థితుల్లోనూ వ్యక్తిపూజ చెయ్యకూడదు'— అనేటట్టయితే, వ్యక్తిపూజ విషయంలో నిర్దిష్ట పరిస్థితుల పరిశీలనే అనవసరమవుతుంది. ఏ పరిస్థితుల్లోనూ ఆ పని చెయ్యకూడదన్నప్పుడు, ఇక 'నిర్దిష్ట పరిస్థితుల పరిశీలన' ఎందుకు? అలాంటప్పుడు, గతంలో వ్యక్తిపూజలు చేయించుకున్న కమ్యూనిస్టు నాయకులందర్నీ విమర్శించవలసివుంటుంది. కాబట్టి, కేవలం 'నిర్దిష్ట పరిస్థితులు' 'ఆ నేపధ్యం' అని మాటలు వల్లించడం కాకుండా, 'కొన్ని నిర్దిష్ట పరిస్థితుల్లో కమ్యూనిస్టులు కూడా వ్యక్తిపూజలు ప్రారంభించవచ్చో లేదో చెప్పాలి. ఆ పరిస్థితుల్లో

మావో చేసిన పని సరైనదేనంటారా? ఆ పరిస్థితుల్లోనైనా ఆ పని చెయ్యవచ్చునంటారా?" అని, ఇంత వివరంగానూ అడగండి.

"ఆ పని సరైనదా కాదా అన్నది కాదు ప్రశ్న. ఆ పని మావో ఎందుకు చేశాడో చెప్పానంతే"

"ఎందుకు చేశాడో చెప్పటానికే అయితే స్నో పుస్తకం చాలదూ? వ్యక్తిపూజ చేయించుకున్న మనిషి చెప్పే అభిప్రాయాన్ని తిరిగి చెప్పడానికి సాధారణ జర్నలిస్టు చాలడూ, కమ్యూనిస్టు విశ్లేషకుడు కావాలా? మావో అభిప్రాయం ఏమిటో చెప్పారు, సరే. ఆ అభిప్రాయం గురించి మీ అభిప్రాయం ఏమిటి?"

"నా అభిప్రాయం ఎందుకు?"

"మీరు మావో పనికి విశ్లేషకుడు కదా? ఆ పని గురించి మీ విశ్లేషణ పాఠకులకు ఏదో ఒక అభిప్రాయాన్ని ఇవ్వాలి కదా?"

ఎన్ని ప్రశ్నలు అడిగినా "నా అభిప్రాయం ఇదీ" అని బాలగోపాల్ తేల్చి చెప్పడు. అదేకదామరి కమ్యూనిస్టుల మార్మికత. కానీ, ఆయన తేల్చి చెప్పకపోయినా ఆయన వాదనల్లో ఆయన అభిప్రాయం కనపడుతూనే వుంది.

ఆయన, గాంధీపూజని వ్యతిరేకించి, 'గాంధీపూజకీ మావోపూజకీ తేడా వుంది' అనడంలోనే వుంది ఆ అభిప్రాయం. 'గాంధీపూజ చెడ్డదిగానీ, మావోపూజ మంచిది' అన్నదే ఆ అభిప్రాయం. "విప్లవ పార్టీ చేసే పనిని వ్యక్తిపూజ చేస్తుందా? కమ్యూనిస్టు అనేవాడు వ్యక్తి పూజని ప్రారంభించవచ్చునా?" అని, దాన్ని అసహ్యించుకోకపోవడంలోనే వుంది ఆ అభిప్రాయం. ఈ రకంగా బాలగోపాల్, మావోపూజకి పూర్తిగా సమర్థన ఇచ్చాడు.

'కమ్యూనిస్టు చరిత్ర'లోకి కూడా వ్యక్తిపూజ అనే దోపిడీ వర్గ సాంస్కృతిక లక్షణాల్ని వదలకుండా తెచ్చుకున్న కమ్యూనిస్టు నాయకులకు గడ్డి పెట్టకుండా మన కమ్యూనిస్టు బాలగోపాల్, పైకి మాత్రం 'కమ్యూనిస్టులు వ్యక్తిపూజని ఒప్పుకోరు' అని మొట్టమొదట ఒక విప్లవ శంఖారావం పూరించి, వెనువెంటనే మావోపూజ ఏ పరిస్థితుల్లో 'అవసరమైందో' వివరణ ఇచ్చాడు.

కమ్యూనిస్టులు వ్యక్తిపూజల్ని ఒప్పుకోరు. కానీ, ఒక దేశంలో స్టాలిన్ పూజని ఒప్పుకుంటారు! అది నిర్దిష్ట పరిస్థితుల్లో తలెత్తింది మరి!

ఇంకో దేశంలో మావోపూజని ఒప్పుకుంటారు! ఆ నిర్దిష్ట పరిస్థితుల్లో అది కూడా ముందు కొచ్చింది మరి!

ఇంకో దేశంలో చారుబాబు పూజని ఒప్పుకుంటారు! అక్కడ అది అన్నిటికన్నా మరింత అవసరం మరి!

—ఇంకోచోట కింఇల్ సుంగ్ పూజనీ,

—మరోచోట శిబ్‌దాస్‌ఘోష్ పూజనీ,

—నూరోచోట బాలగోపాల్ పూజనీ,

—నూట పదహారో చోట ఇంకో కామ్రేడ్ చక్రవర్తి పూజనీ. ఈ రకంగా, కమ్యూనిస్టులు ప్రతీచోటా తమ నాయకుల పూజల్ని ఒప్పుకుంటూనే వుంటారు. అవన్నీ వారికి చాలా అవసరాలు మరి! కానీ, మాటల్లోనూ రాతల్లోనూ మాత్రం "కమ్యూనిస్టులు వ్యక్తి పూజని ఒప్పుకోరు" అని భీకర నినాదాలు!

'కమ్యూనిస్టులు వ్యక్తిపూజని ఒప్పుకోరు' అనడంలో బాలగోపాల్ అర్థం ఏమిటంటే— 'కమ్యూనిస్టులు ఇతరుల వ్యక్తిపూజల్ని ఒప్పుకోరు' అని! అంటే, 'కమ్యూనిస్టులు, తమ వ్యక్తిపూజల్నే ఒప్పుకుంటారుగానీ, ఇతరుల వ్యక్తిపూజల్ని ఒప్పుకోరు" అని! బాలగోపాల్ చెప్పింది అదే. 'గాంధీపూజని ఒప్పుకోకూడదు, మావోపూజని ఒప్పుకుందాం' అని! ఇదీ కమ్యూనిస్టు బాలగోపాల్ విశ్లేషణ!

కమ్యూనిస్టుల మహత్తర విశ్లేషణల్ని పరిశీలిస్తే వాటిలో కమ్యూనిస్టులు ఒప్పుకోని లక్షణాలు ఇంకా చాలా కనపడతాయి. కమ్యూనిస్టులు సిగ్గుఎగ్గుల్ని కూడా ఒప్పుకోరు! కమ్యూనిస్టులు స్వంత బుర్రలు వుపయోగించడాన్ని కూడా ఒప్పుకోరు! కమ్యూనిస్టులు, పార్టీ నాయకులకు బంటు గిరీనీ,

బానిస గిరీనీ, తొత్తు గిరీనీ తప్ప, ఇంకే ఇతర స్వతంత్ర లక్షణాల్నీ ఒప్పుకోరు! ఈ రకంగా స్టాలిన్ కాలం నించీ, మావో కాలం వరకూ కమ్యూనిస్టులు చాలా 'చిత్తశుద్ధి'నీ, 'వుత్తమ సంస్కారా'న్నీ ప్రజల ప్రయోజనాలపట్ల చలించని దృష్టినీ అలవర్చుకున్నారు! అందుకే కమ్యూనిస్టులు ఈనాడు ఇంత కీర్తివంతులై, ఇంత శక్తివంతులై, ఇంత అభివృద్ధి చెంది వున్నారు!

'కమ్యూనిస్టులు వ్యక్తిపూజని ఒప్పుకోరు' అనే మాట ఏ కమ్యూనిస్టు అయినా ఎప్పుడు చెప్పగలడంటే, కమ్యూనిస్టులు నిజంగా వ్యక్తిపూజల సంస్కృతిని తిరస్కరించ గలిగినప్పుడు! మావో అనే నాయకుడిలో ఇతర అంశాలలో కొన్ని విప్లవ లక్షణాలు వున్నాయి కాబట్టి, అతను ఏం చేసి వుండవలసిందంటే, స్టాలిన్ పూజమీద తన వ్యతిరేకతని ప్రకటించి వుండవలసింది. కానీ, ఆ కమ్యూనిస్టు ఆ పని చెయ్యకపోగా, తనే ఆ అహంకారపు దోవపట్టాడు. అప్పుడు, ఇతర కమ్యూనిస్టులు ఏం చేసి వుండవలసిందంటే, స్టాలిన్ పూజనీ, మావో పూజనీ కూడా విమర్శించి వుండవలసింది. కానీ, మన కమ్యూనిస్టు పార్టీ లేవీ ఆ పని చెయ్యలేదు. ఎవడికి వాడికే ఆశ, రాబోయే రోజుల్లో తమ వ్యక్తిపూజ ప్రారంభం కాబోదా అని! అందుకే వీళ్ళకి, వ్యక్తిపూజల్లోనూ తప్పు కనపడదు, వారసత్వ ప్రకటనల్లాంటి ప్రజా ద్రోహకరమైన పనుల్లోనూ తప్పు కనపడదు. ఇంకెంత దుర్మార్గంలోనూ కూడా తప్పు కనపడదు. వీళ్ళకి తెలిసింది ఒక్కటే— కమ్యూనిస్టు పోజుతో, దోపిడీదార్ల బతుకులు బతకటం!

బాలగోపాల్ విశ్లేషణ నించీ ఇంకో వివరణ కూడా కావాలి. 'విప్లవ పార్టీ లేకపోవడం' అనే పరిస్థితుల్లో నాయకుడి వ్యక్తిపూజ జరగవచ్చునని ఆయన సందేశం కదా? ఇప్పుడు ప్రపంచంలో అనేక దేశాలలో విప్లవ పార్టీలు లేవు. ఒక దేశంలో ఒక విప్లవపార్టీని స్థాపించినా, అందులో విప్లవ పంథా, ఎన్నోసార్లు మైనారిటీలో పడుతూనే వుంటుంది. కాబట్టి కమ్యూనిస్టులకు వ్యక్తిపూజల సంరంభం చాలా పెద్ద ఎత్తునే అవసరమవుతుందన్నమాట! పార్టీల్లో మైనారిటీలో వున్న గ్రూపులన్నీ తమ నాయకుల వ్యక్తిపూజలు మొదలుపెట్టాలన్నమాట! మరి విప్లవపార్టీ నిర్మాణం ఎలా జరగాలి? సరే, ఎలాగో జరగాలి! మొత్తానికి భవిష్యత్తులో కమ్యూనిస్టు పార్టీలన్నీ, రకరకాల నాయకుల వ్యక్తిపూజలతో కలకల్లాడవలసి వుంటుందన్నమాట! ఇదంతా చాలా వుత్సాహభరితంగానే వుండేటట్టుంది!

ప్రపంచంలో 'వ్యక్తి పూజ'లకు సంబంధించిన క్షుద్రచరిత్రలో, క్షుద్రత్వంలో పరాకాష్ఠకు చేరిన లక్షణాలు కొన్ని వున్నాయి. డాక్టర్ కోవూర్ వివరించిన ప్రకారం, టిబెట్ దేశంలో మతాచార్యుడైన దలైలామా తన భక్తుల కోసం చాలా దయగా ఒక బకెట్టులో 'దొడ్డికి' కూర్చునేవాడు. దాన్ని పిండితో కలిపి, పిసికి, మాత్రలు చేసి భక్తులకు ఇచ్చేవారు. 'బాబాల' 'అమ్మల' పూజల్లో వాళ్ళ ఎంగిళ్ళని నాకేవాళ్ళూ, వాళ్ళు స్నానాలు చేసిన నీళ్ళని తాగేవాళ్ళూ వున్నారు! ఇవన్నీ మానవుల వ్యక్తిపూజల్లో పరాకాష్ఠకు చేరిన లక్షణాలు.

కొంచెం జంకుతూ వ్యక్తిపూజకు దిగిన కమ్యూనిస్టు నాయకులు, తమ పనిని సమర్థించే కమ్యూనిస్టు మేధావులు దొరుకుతారనుకుంటే, తమ పూజ కూడా దలైలామాకి జరిగిన స్థాయిలో జరగాలని కోరుకోరని చెప్పడానికి వీలులేదు. కమ్యూనిస్టుల వ్యక్తి పూజల చరిత్ర ఇంకా ఇంకా ఇలాగే కొనసాగుతూపోతే, భవిష్యత్ నాయకులు ఆ రకం వ్యక్తిపూజలు కూడా ప్రారంభిస్తారు. అప్పుడు కూడా బాలగోపాల్ వంటి కమ్యూనిస్టు పూజారులు దాన్ని సమర్థించే సూత్రాలు రూపొందిస్తారు. "దలైలామా దొడ్డికి ఫ్యూడల్ దొడ్డికి. మన నాయకుడి దొడ్డికి కమ్యూనిస్టు దొడ్డికి. కాబట్టి, ఆ దొడ్డికి మాత్రలకీ ఈ దొడ్డికి మాత్రలకీ చాలా తేడా వుంది! దొడ్డికి మాత్రల్నీ, వుమ్ముల్నీ నైరూప్యంగా చూడకూడదు, నిర్దిష్టంగా చూడాలి" అని వారు ప్రజలకు బోధపరుస్తారు. ఇలా జరుగుతుందని ఎలా చెప్పగలమంటే, వ్యక్తి

పూజని సమర్థించడానికి బాలగోపాల్ ఏ సూత్రం ఇచ్చాడో ఆ సూత్రం ఆధారంగా! ఆ సూత్రమే వ్యక్తిపూజలో ఏ లక్షణానికైనా వర్తిస్తుంది.

తన పూజని తనే ప్రోత్సహించుకోవడంలో వున్న అసహ్యాన్ని గ్రహించే కనీసస్థాయి గ్రహణశక్తి కూడా పోయినవాళ్ళే వ్యక్తిపూజల గురించి సమర్థనలకు దిగుతారు. కొన్ని విషయాల్ని మంచివనో, చెడ్డవనో తక్షణమే గ్రహించడానికి అతి సాధారణ లోకజ్ఞానం చాలు. దానికి ఏ సిద్ధాంతాలూ అక్కరలేదు. కమ్యూనిస్టుల వ్యక్తిపూజ చాలా తప్పని గ్రహించడానికి, దానిమీద ఇంత చర్చ జరగాలా? కమ్యూనిస్టులు, చర్చించవలసిన సిద్ధాంత విషయాలు ఎన్నెన్నో వున్నాయి. 'వుత్పత్తి సంస్థల్లో కార్మిక నిర్వహణ' గురించో, శ్రమ విభజనలో మార్పు గురించో, విలువని తీసివెయ్యడం గురించో, ఇంకా ఆ రకం పెద్ద పెద్ద సమస్యల గురించి, ఎవరెంత పొరపాటుగా అర్థం చేసుకున్నా; అలాంటి సమస్యల విషయంలో ఎవరెంత తప్పుగా మాట్లాడినా, దానికి అర్థం వుంటుంది. కానీ, కమ్యూనిస్టుల వ్యక్తిపూజ గురించి ఇంత చర్చా? స్టాలిన్ పూజ నాడే కమ్యూనిస్టులందరూ రెండో ఆలోచన లేకుండా దాన్ని అసహ్యించుకుని తిరస్కరించవద్దా? చైనాలో మావోపూజ కోసం ఎలాంటి పనులు చేశారో తెలియనప్పుడైతే విప్లవకారులు ఏదో తెలిసీ తెలియని అస్పష్టతతో వున్నారనుకోవచ్చు. ఆ వివరాలన్నీ ఒక పుస్తకంలో అంత స్పష్టంగా అన్ని ఆధారాలతో తెలిసిన తర్వాత కూడా ఇంకా ఆ పూజని "అది ఏ నిర్దిష్ట పరిస్థితుల్లో.... ఆ నేపధ్యాన్ని........" అంటూ మంత్రాలా? అదా విశ్లేషణ?

కమ్యూనిస్టు అనేవాడు ఏ పని అయితే ఎన్నడూ చెయ్యకూడదో ఆ పని విషయంలో 'నిర్దిష్ట పరిస్థితి' ఏమిటి?

'గతితర్కం' 'చారిత్రక పరిశీలన' అనే మాటలు కమ్యూనిస్టు తత్వశాస్త్రంలో ప్రారంభమైన తర్వాత, కమ్యూనిస్టులకు ఆ మాటలు కేవలం 'మంత్రాల్లాగ' అలవాటయి పోయాయి. ప్రతీదానికీ 'గతితార్కికంగా చూడాలి', 'ఆ నిర్దిష్ట పరిస్థితుల్ని చూడాలి?" అని ప్రతీచోటా అదే మాటల వల్లింపు. 'నిర్దిష్ట పరిస్థితుల్ని దృష్టిలోకి తీసుకోవాలి' అని ఇతర సమస్యల్లో చెప్పుకునే సూత్రాన్ని మన విశ్లేషకుడు, 'కమ్యూనిస్టుల వ్యక్తిపూజ'కి కూడా అన్వయించి, తను నిర్దిష్ట పరిస్థితుల్ని దృష్టిలోకి తీసుకుని 'వ్యక్తిపూజ'ని గతితార్కికంగా పరిశీలించానని సంతృప్తిపడ్డాడు. కానీ, 'కమ్యూనిస్టుల వ్యక్తిపూజ'కీ, ఇంకా ఆ రకం విషయాలకీ ఏ నిర్దిష్ట పరిస్థితుల పరిశీలనలూ వర్తించవని ఆయన గ్రహించలేదు. ఇంత చిన్న విషయాన్ని గ్రహించడానికి గొప్ప గొప్ప జ్ఞానాలేమీ అవసరం లేదు. 'కమ్యూనిస్టులకు వ్యక్తిపూజ ఏమిటీ' అనే కనీసపు కామన్‌సెన్స్ గల ప్రశ్న చాలు. కానీ లోపించింది అదే.

'స్టాలిన్‌పూజ తప్పు కాదా?', 'మావో పూజ తప్పు కాదా?' అని సాధారణ ప్రజలు ఒక కమ్యూనిస్టు కార్యకర్తని అడుగుతారనుకుందాం. ఆ కార్యకర్త వెంటనే, ఎటువంటి తటపటాయింపులూ లేకుండా, "అవును, అవి తప్పులే. చాలా తప్పులు. ఆ పూజలకోసం చేసిన ప్రతీ పనీ తప్పుడుపనే. ఆ పనుల్ని మనం పూర్తిగా తిరస్కరించవలసిందే. ఆ పార్టీనించీ, ఆ నాయకులనించీ ప్రజానుకూలమైన విషయాల్ని మాత్రమే తీసుకుని, ప్రజా వ్యతిరేకమైన విషయాల్ని తిరస్కరించాలి" అని చెప్తే, ఆ సాధారణ ప్రజలు ఆ వాదంలోవున్న నిజాన్ని గ్రహిస్తారు. కానీ, ఆ కార్యకర్త "అబ్బే, అలా తప్పనీ ఒప్పనీ ఖచ్చితంగా తేల్చెయ్యలేము" అనో, "అవి ఎందుకు జరిగాయో ఆనాటి పరిస్థితుల్ని దృష్టిలో పెట్టుకుని విశ్లేషించాలి. ఆనాటి పరిస్థితుల్లో అవి తప్పులుకావు" అనో బోధించడం ప్రారంభిస్తే, ఆ వాదంలో నిజంలేదు గనక, అది అనేక సందేహాలకు దారితీసి, అది ప్రజలకు అంగీకారంగా వుండదు. 'ఏదో నాయకులు చెప్తున్నారు కాబట్టి వినాలి' అని వింటారు.

ఆ ప్రజల దృష్టిలో, వ్యక్తిపూజలు చేసే ఇతర పార్టీలకీ, కమ్యూనిస్టులకీ తేడా కనపడదు. ఆ రకంగా, కమ్యూనిస్టులు తమ తప్పుడు పనులవల్ల, ప్రజలకు సరైన భావాలు బోధించలేక, ప్రజల్ని బలహీనపరిచి, వారి శత్రువుల్ని బలపరచడానికి తోడ్పడతారు.

"రంగనాయకమ్మగారి విమర్శ చైనా విప్లవం యొక్క నిర్దిష్టమైన చారిత్రక పోరాట క్రమం నుండి గాక, నిర్మాణ సూత్రాల తార్కిక క్రమం నుండి పుట్టింది. 'సూత్రం ప్రకారం ఇలా వుండాలి, అలాలేదు' అని ప్రవర్తనా నియమావళిలాగ అభ్యంతరం తెలపడమేగానీ, ఆ సూత్రం ఏ అనుభవం నుండి పుట్టింది, ఆ అనుభవాల్ని విశ్లేషించడానికి అనుగుణ్యమైన సూత్రం ఏమిటి– అన్న ఆలోచన లేదు"– అంటూ బాలగోపాల్, పదాల పటాటోపంతో, మావోపూజకి రక్షకుడిగా నిలవడం కోసం, కమ్యూనిస్టులు 'ప్రవర్తనా నియమావళి'ని పాటించనక్కరలేదనే స్థాయికి కూడా ప్రయాణం కట్టాడు. కమ్యూనిస్టులు 'ప్రవర్తనా నియమావళి'ని ఎందుకు పెట్టుకుంటారు? ఆ నియమాల్ని ప్రవర్తనలో 'ఆచరించడానికా', కాయితాలమీద రాసి పార్టీ అలమార్లలో దాచెయ్యడానికా? పెట్టుబడిదారీ పార్టీలలో అయితే అలాగే చేస్తారు. ప్రతీదాన్ని కాయితాల మీదకి ఎక్కించడంతో వాళ్ళ బాధ్యత తీరిపోతుంది. 'ఆచరణా' 'ప్రవర్తనా' అనే విషయాలు వున్నాయన్న సంగతే వాళ్ళకి పట్టదు. కమ్యూనిస్టులు కూడా అలాగే, తమ వ్యక్తిగత ప్రయోజనాలకు అవసరమైనప్పుడల్లా, ప్రత్యేక పరిస్థితుల సాకుతో, ఆ 'నియమావళి' మీద నించీ పెద్ద పెద్ద దాట్లు వెయ్యవచ్చని బాలగోపాల్‌గారు సందేశం ఇచ్చారు. కానీ, ఈ సందేశాలేవీ కూడా 'కమ్యూనిస్టుల వ్యక్తి పూజల్ని' రక్షించలేవు. ప్రజల అమాయకత్వాన్నీ, అజ్ఞానాన్నీ ఆధారం చేసుకుని యుగాల తరబడీ పూజలందిన చక్రవర్తులు ఎలాంటి 'కీర్తి' సంపాదించారో, ఆ చక్రవర్తులలాగే ప్రవర్తించే కమ్యూనిస్టు నాయకులు కూడా అలాంటి కీర్తే సంపాదిస్తారు. వారి కీర్తిలో కొన్ని వాటాలు వారి సమర్థకులకు కూడా దక్కుతాయి.

బాలగోపాల్‌కి, 'సాంస్కృతిక విప్లవం' గురించి తెలిసినట్టా, తెలియనట్టా, తెలిసీ తెలియనట్టా?

'సాంస్కృతిక విప్లవం' గురించి తనకి పూర్తిగా అవగాహన అయినట్టుగానే, బాలగోపాల్, తనసమీక్షలో కొన్నిచోట్ల, ఆ విప్లవం గురించి చాలా వివరాలు చెప్పుకొచ్చారు. తన సమీక్షకి కూడా 'శ్రామిక వర్గ సాంస్కృతిక విప్లవం' అని పేరు పెట్టారు. 'మావో పూజ'కి రెడ్‌గార్డులే బాధ్యులని చెప్పిన సందర్భంలో, సాంస్కృతిక విప్లవ వివరాలన్నీ ఎంతో తెలిసినట్టుగానే వర్ణించారు– "...సాంస్కృతిక విప్లవకాలంలో.... మావోపూజకి అత్యధికంగా బాధ్యులయిన రెడ్‌గార్డ్సును మావో సృష్టించలేదు. వాళ్ళంతట వాళ్ళే పుట్టుకొచ్చారు. వందా రెండు వందలూకాదు, కోట్ల సంఖ్యల్లో పుట్టుకొచ్చారు. సాంస్కృతిక విప్లవ సైన్యంగా తమంతట తామే ఏర్పడ్డారు. ఇలా ఏర్పడ వాళ్ళకి వుత్సాహం, ఆవేశం, చారిత్రక వుత్తేజం వున్నంతగా సిద్ధాంత నాయకత్వం లేదు. వాళ్లల్లో వాళ్ళు ఏది రివిజనిజం, ఏది విప్లవం అని గందరగోళంగా పోట్లాడుకున్నారు. చంపుకున్నారు. కొందరు ఈ గందరగోళంలో విప్లవం అనుకొని రివిజనిజానికే సాధనాలుగా వుపయోగపడ్డారు."

"1956 నుండి 1969 వరకూ చైనాలో అపూర్వమైన విప్లవ పోరాటాల వెల్లువ ముందుకు వచ్చింది... ప్రజలు కోట్ల సంఖ్యలో

చైతన్యవంతంగా ఈ పోరాటాలలో పాల్గొన్నారు."

"సాంస్కృతిక విప్లవం ముట్టుకోని ముఖ్యమైన ఆర్థిక సంబంధాలు రెండున్నాయి. ఒకటి సరుకుల వుత్పత్తి, రెండవది—పునరుత్పత్తి క్రమం. ఇవి రెండూ కూడా ఒకంతట పరిష్కారమయ్యే సమస్యలు కావు. కాబట్టి వీటిని సాంస్కృతిక విప్లవం పట్టించుకోకపోవడంలో వింతలేదు" (పే.49). ఇలా, ఇంకా చాలా సందర్భాల్లో కూడా ఇతర వుద్యమాల గురించీ, సాంస్కృతిక విప్లవం గురించీ కూడా తనకి ఎంతో స్పష్టత వున్నట్టుగా వివరించారు. సాంస్కృతిక విప్లవం ఏ యే అంశాల్ని పట్టించుకుందో, ఏ యే అంశాల్ని పట్టించుకోలేదో వుదాహరణ లిచ్చారు. అనేక సందర్భాల్లో ఇలా మాట్లాడిన వ్యక్తి, మళ్ళీ ఇంకో సందర్భంలో— "సాంస్కృతిక విప్లవకాలంలో చైనాలో నిజంగా ఏం జరిగిందో మనకు ఇప్పటిదాకా తెలియదు. ఆ విప్లవ దశలో సొంతం పాల్గొన్న వాళ్ళెవరైనా పాక్షికంగా కాకుండా సమగ్రమంగా ఆనాటి చరిత్రని చెప్పే దాకా తెలిసే అవకాశం లేదు" (పే.45) అంటున్నారు.

అంతేగాక, ఇంకోచోట– "చైనాలో పర్యటించిన పాశ్చాత్యులు చాలామంది సాంస్కృతిక విప్లవం మీద పుస్తకాలు రాశారు. వాళ్ళలో ఎడ్గార్‌స్నో వంటి వుదారవాదుల నుండి బెతల్‌హామ్ వంటి మార్క్సిస్టుల దాకా చాలా రకాలు వున్నారు. అందరూ గూడా మనకు ఎంతో వుత్తేజకరమైన చిత్రాన్ని ఇచ్చారు. ఆ చిత్రం ఎంతవరకు వాస్తవమో, ఎంతవరకు ఆ నూతన సాంప్రదాయాల మైకంలో తమ ఆశలకూ, ఆశయాలకూ ఆయా రచయితలు ఇచ్చుకున్న కాల్పనిక వ్యక్తీకరణో మనకు తెలీదు. ఎందుకంటే, సాంస్కృతిక విప్లవాన్ని వ్యతిరేకించేవాళ్ళు అంతకు సమంగా వికారమైన చిత్రాన్ని ఇస్తున్నారు కాబట్టి" (పే.45) అని కూడా అంటున్నారు.

ఈ రకంగా, బాలగోపాల్, సాంస్కృతిక విప్లవం వివరాలు తనకు చాలా స్పష్టంగా తెలిసినట్టు కొన్నిచోట్లా, ఏమీ తెలియనట్టు కొన్నిచోట్లా, తెలిసీ తెలియనట్టు కొన్నిచోట్లా, ఒక్కో సందర్భంలో ఒక్కో రకంగా చెప్పుకొచ్చారు. ఈ రకరకాల అభిప్రాయాల మధ్య 'ఏం విశ్లేషణ' వుందో గ్రహించడం అసాధ్యం కాబట్టి, దానికోసం ప్రయత్నాలు మానేసి, ఈ అభిప్రాయాల్ని విడివిడిగానే చూద్దాం.

సాంస్కృతిక విప్లవం గురించీ, అందులో పాల్గొన్నవాళ్ళకి తప్ప, ఆ దేశ ప్రజలకీ, ప్రపంచ ప్రజలకీ ఏమీ తెలియకపోవడమే నిజమైతే, ప్రజల్ని ఇంత అయోమయంలో వుంచడాన్ని పార్టీలో మార్మిక పద్ధతులు అంటారా, ఇంకేమన్నా అంటారా? ఒక కమ్యూనిస్టు పార్టీ తను నిర్వహిస్తోన్న వుద్యమాల గురించి, ఎప్పటికప్పుడు తన 'ప్రచార సాధనాల' ద్వారా ప్రపంచ ప్రజలందరికీ వివరిస్తూ వుండవలసిన అవసరంలేదా? ఆ విప్లవదశలో ఏం జరిగిందో వివరించకుండా ప్రపంచ ప్రజల్ని ఇంత అయోమయంలో పెట్టిన చైనా పార్టీమీద బాలగోపాల్‌కి కించిత్తయినా విమర్శ లేదు.

ఆ విప్లవ దశలో పూర్తిగా పాల్గొన్న వాళ్ళెవరో వచ్చి ఆనాటి చరిత్ర చెప్పాలట! చరిత్రని తెలుసుకోవడానికి ఆయన వ్యక్తులమీద ఆధారపడదల్చారుగానీ, ఆనాటి పార్టీమీద ఆధారపడలేదు. ఈ బాలగోపాల్ లిన్‌పియావో సమస్య విషయంలో 'చరిత్ర రాయదల్చుకున్నవాళ్ళకి కాయితాలు దొరికి వుండకపోవచ్చు' అన్నారుకదా? అలాగే ఇప్పుడు ఈ విషయంలో 'వారికి సిరా దొరికి వుండకపోవచ్చు' అంటారు. పార్టీకి పాపం కాయితాలూ, సిరాలూ వుండవు కాబట్టి, సాంస్కృతిక విప్లవంలో నిజంగా ఏం జరిగిందో చెప్పే పని ఎవరైనా అక్కడికి పోయివచ్చిన 'గంధర్వుడు' చెయ్యాలి!

"సాంస్కృతిక విప్లవ కాలంలో చైనాలో నిజంగా ఏం జరిగిందో మనకి ఇప్పటిదాకా తెలియదు" అన్న వ్యక్తి చైనా పార్టీని కూడా వుద్దేశించి, "తమ వుద్యమాలకు సంబంధించిన వివరాల్ని ప్రపంచ ప్రజలకు అందించడం కూడా

కమ్యూనిస్టు పార్టీ బాధ్యత. చైనా పార్టీ అలా చేసివుంటే, మనం ఈనాడు ఈ తెలియని పరిస్థితిలో వుండేవాళ్ళం కాదు" అని కూడా అనాలి కదా? అలాంటిదేమీ లేదు. చైనా పార్టీ మీద ఈగలు వాలకుండా చూసే బాధ్యత తీసుకుని "ఆ విప్లవ దశలో సొంతం పాల్గొన్న వాళ్ళెవరైనా సమగ్రంగా ఆనాటి చరిత్రని చెప్పేదాకా తెలిసే అవకాశం లేదు" అంటూ, 'రాబోయే దేవదూత కోసం ఎదురు చూడడం తప్ప ఇక చేసేదేమీలేదు' అని తేల్చారు! ఈ విషయంలో ఆ పార్టీ మీద మాత్రం విమర్శ లేదు.

బాలగోపాల్ మాటల్లో చెప్తే 'ఎడ్గార్‌స్నో వంటి వుదారవాదుల నుండి, బెతల్‌హామ్ వంటి మార్క్సిస్టులదాకా' చాలామంది చైనాకి పోయి వచ్చి పుస్తకాలు రాశారు. బెతల్‌హామ్ అయితే, సాంస్కృతిక విప్లవ కాలంలో చాలాసార్లు చైనాలో వుండి, 'సాంస్కృతిక విప్లవంలో కార్మికులే పరిశ్రమల్ని ఎలా నిర్వహించడం ప్రారంభించారో "చైనాలో సాంస్కృతిక విప్లవమూ— పరిశ్రమల నిర్వహణా" అనే పుస్తకం కూడా రాశారు. కానీ, బాలగోపాల్‌కి ఇలాంటి వారి పుస్తకాలేవీ పనికి రాలేదు. ఎందుకంటే, స్నో పుస్తకాన్ని తీసుకుంటే అందులో మావో పూజ మీద మావో మాట్లాడిన అవకతవకలన్నీ బయటపడుతున్నాయి. బెతల్‌హామ్ పుస్తకాలు తీసుకుంటే, అందులో చైనా విప్లవ పంథా చేసిన తప్పుల మీద విమర్శలు వున్నాయి. కాబట్టి, ఈ పుస్తకాలేవీ లేకుండా, ఇంకెవరో ఎప్పుడో చెప్పేవి కావాలి. ఇప్పటికే సాంస్కృతిక విప్లవం జరిగి దాదాపు 20 ఏళ్ళు అయింది. ఇప్పటిదాకా ఆ విషయాలు బయటపెట్టని ఆ రహస్య విప్లవకారుడెవరో ఇంకెప్పుడో ఆ వివరాలన్నీ "పాక్షికంగా కాకుండా సమగ్రంగా చెప్పేదాకా ఆ వివరాలేవీ తెలిసే అవకాశంలేదు!" నిజంగానే రేపు ఎప్పుడైనా ఒక చైనా విప్లవకారుడు వచ్చి "సాంస్కృతిక విప్లవం గురించి పూర్తిగా నాకు తెలుసు. ఆనాడు మావోపూజ జరగడం చాలా తప్పని ఇప్పుడు నేను అభిప్రాయపడుతున్నాను" అంటే, దాన్ని బాలగోపాల్ అంగీకరించడు— 'నువ్వు హేతువాద పద్ధతిలో ఆలోచిస్తున్నావుగానీ, గతితార్కికంగా ఆలోచించడంలేదు కామ్రేడ్!' అంటాడు. లేదా, ఆ చైనా సాక్షి "ఆనాడు అంతా అద్భుతంగా గొప్పగా జరిగింది. అంతా విప్లవకరంగా జరిగింది. రివిజనిజం రావడానికి ఇంకేదో కారణమై వుండాలిగానీ, ఆనాటి పార్టీని తప్పు పట్టడం కష్టం" అంటే, దానికి బాలగోపాల్ చాలా మెచ్చుకుని "ఇంతకాలం నించీ నీ కోసమే చూస్తున్నాను కామ్రేడ్! నా విశ్లేషణా నీ విశ్లేషణా ఒకటే అయ్యాయి" అంటాడు. అంటే, ఎప్పుడో ఎవరో వచ్చి చెప్పే సమాచారం కూడా బాలగోపాల్‌కి అనుకూలంగా వుంటేనే అది సరైన సమాచారం అవుతుంది. లేకపోతే, అదంతా పనికిమాలినదే.

చైనా వుద్యమాల గురించి ఏనాటినించో మనకి అందుబాటులో వున్న అనేక పుస్తకాల నించీ అనేక విషయాలు తీసుకుని, వాటిలో అనుకూల విషయాల్నీ వ్యతిరేక విషయాల్నీ మన మార్క్సిస్టు దృక్పథంతో పరిశీలించి, అక్కడ ఏం జరిగి వుంటుందో ఒక 'వాస్తవ చిత్రాన్ని' తప్పనిసరిగా తయారుచేసుకోవచ్చు. అందులో చిన్న చిన్న తేడాలు వుంటే వుండవచ్చుగానీ, అన్ని పుస్తకాల సమాచారాన్నీ ముందు పెట్టుకున్న తర్వాత కూడా 'ఏమీ తెలియకపోవడం' అనేది మాత్రం వుండదు.

చైనా ప్రజల వర్గ పోరాటాన్నీ, విప్లవ ప్రజా వెల్లువగా వుప్పొంగుతూ వారు చేసిన వుద్యమాల్నీ అంతంత గొప్ప మాటలతో వర్ణించిన బాలగోపాల్, మరు క్షణంలోనే చాలా విచిత్రంగా— "అసలు సాంస్కృతిక విప్లవం అనేది ఎంత వాస్తవమో, ఎంత కల్పనో" అనే సందేహంలో పడడం చూస్తే, ఆయన విశ్లేషణని ఎలా అర్థం చేసుకోవాలో అర్థం కాదు. సాంస్కృతిక విప్లవంలో జరిగిన అనుకూలాంశాల గురించి బాలగోపాల్ ఇంత సందేహంలో పడిపోవడానికి కారణం 'ఆ విప్లవాన్ని వ్యతిరేకించేవాళ్ళు దాన్నిగురించి వికారమైన

చిత్రాన్ని ఇస్తున్నారు కాబట్టి' అట! ఒక 'విప్లవాన్ని' వ్యతిరేకించేవాళ్ళు, దాన్ని గురించి వికార చిత్రాన్ని ఇవ్వక సుందర చిత్రాన్ని ఇస్తారా? సాంస్కృతిక విప్లవం అనేది, కొన్ని విప్లవకరమైన మార్పులకు ప్రారంభ ప్రయత్నాలు చేసిందనే అవగాహనే ఒక విప్లవకారుడికి వుంటే, ఆ విప్లవాన్ని వ్యతిరేకించేవాళ్ళు దాన్ని గురించి వికార చిత్రం ఎందుకు ఇస్తున్నారో గ్రహించడం కష్టమా? పెట్టుబడిదారీ దృష్టి గల వాళ్ళకి విప్లవకరమైన మార్పులేవీ ఇష్టం వుండవు కాబట్టి, వాళ్ళు ఆ మార్పుల గురించి వికార చిత్రాన్నే ఇస్తారు. అది గ్రహించడం పెద్ద సమస్యా? సాంస్కృతిక విప్లవంలో జరిగిన పనుల గురించి కొందరు చాలా అనుకూలంగా ప్రశంసిస్తూనూ, మరికొందరు ఆ పనుల గురించే చాలా వ్యతిరేకంగా దూషిస్తూనూ చెబుతారనుకుందాం. లేదా ఒకరు చెప్పనివి ఒకరు, అనేకం చెపుతారనుకుందాం. ఇవీ అవీ కూడా వినే మనిషి మార్క్సిస్టు అవగాహన కలిగిన వాడైతే, ఆ అనుకూల, వ్యతిరేక సమాచారం అంతా విని, ఆ విప్లవంలో జరిగిన పనుల్లో ఏది సుందరమో, ఏది వికృతమో అర్థం చేసుకోలేడూ? అలా అర్థం చేసుకున్న తర్వాత, తను 'సుందరం'గా భావించేదానిని స్వీకరించి, 'వికృతం'గా భావించేదానిని తీసివెయ్యలేడూ? అలా గాకుండా, వికృత చిత్రానికి కూడా సుందర చిత్రం సరసన సమానమైన స్థానం ఇచ్చి 'కొందరు ఇలా చిత్రిస్తున్నారు. కొందరు అలా చిత్రిస్తున్నారు. ఇందులో ఏది వాస్తవం, ఏది కల్పన? ఏది సుందరం, ఏది వికృతం?'— అని, ఇన్ని సందేహాలలో మునగడం అంటే, ఆ మనిషికి, అసలు సుందరమైనదానికీ వికృతమైనదానికీ మధ్య తేడాని గుర్తించే సహజ జ్ఞానమే లోపించిందన్నమాట! ఏది సుందరమో, ఏది వికృతమో గ్రహించగలిగే మనిషికి, దేన్ని తిరస్కరించి దేన్ని స్వీకరించాలో కూడా తెలుస్తుంది.

సాంస్కృతిక విప్లవం గురించి అనుకూలంగా రాసిన రచయితలు కూడా 'నిజం చెప్పారా, లేదా' అని బాలగోపాల్‌కి సందేహం ఎందుకంటే, ఆ రచయితలు 'నూతన సాంప్రదాయాల మైకంలో పడి' అలా రాసి వుంటారేమోనని అట! ఆ రచయితలలో అందరూ మార్క్సిస్టులు కారని బాలగోపాల్ చెప్పిందే. మార్క్సిస్టులు కానివాళ్ళు సాంస్కృతిక విప్లవాన్ని చూసి, 'వుత్తేజకరమైన' చిత్రం' ఇచ్చారా? "అందరూ గూడ మనకు ఎంతో వుత్తేజకరమైన చిత్రాన్ని ఇచ్చారు. ఆ చిత్రం ఎంతవరకూ వాస్తవమో, ఎంతవరకూ ఆ నూతన సాంప్రదాయాల మైకంలో తమ ఆశలకూ, ఆశయాలకూ ఆయా రచయితలు ఇచ్చుకున్న కాల్పనిక వ్యక్తీకరణో మనకు తెలీదు." మార్క్సిస్టులు కాని రచయితలు, చైనాలో సోషలిస్టు మార్పుల కోసం జరిగే ప్రయత్నాల్ని చూసి, 'నూతన సాంప్రదాయాల మైకం'లో పడిపోయారా? తమ ఆశలూ, ఆశయాలూ ఇక్కడ ఈ మార్పులద్వారా వ్యక్తమైనట్టుగా తన్మయత్వం చెందారా? ఆ రచయితలంతా, ఒక మైకంతో, తమ ఆశలూ ఆశయాలు నెరవేరుతున్నాయనే ఆనందంతో అంత అతిశయంగా చెప్పారేమోనని బాలగోపాల్‌కి సందేహమా? సాంస్కృతిక విప్లవం గురించి అనుకూలంగా రాసిన పుస్తకాల మీద కూడా తనకి ఇన్ని సందేహాలుండగా, మరి ఆ విప్లవం ఎంతో గొప్పగా జరిగినట్టు వర్ణించడంలో బాలగోపాల్ వుద్దేశ్యమేమిటి?

చైనా గురించి రాసిన బెతల్‌హేమ్‌నే తీసుకుంటే, "చైనాలో... పరిశ్రమల నిర్వహణ" పుస్తకంలోగానీ, మేము అనువాదం చేసిన పుస్తకానికి మూలం అయిన వ్యాసంలోగానీ, ఆయన సాంస్కృతిక విప్లవాన్ని 'కాల్పనిక స్థాయి'లో వర్ణించలేదు. అందులో, ఆయన వ్యక్తిగత వుత్సాహాల, నిరుత్సాహాల, ఆశల, ఆశయాల ప్రసక్తేలేదు. (ఆ విప్లవాన్ని చూసి ఆయన ఆనందించలేదని దీని అర్థంకాదు). ఆ కాలంలో జరిగిన సోషలిస్టు ప్రయత్నాల్నీ, విప్లవపంథా ద్వారానే జరిగిన సోషలిస్టు వ్యతిరేక

చర్యల్నీ కూడా ఆయన ఎంతో స్పష్టమైన వుదాహరణలతో చర్చించారు. అదంతా వాస్తవాలమీద ఆధారపడ్డదే. "పరిశ్రమల నిర్వహణ" పుస్తకంలో సాంస్కృతిక విప్లవంలో ప్రారంభమైన సోషలిస్టు మార్పులు, వుత్పత్తి సంబంధాలలోని వైరుధ్యాల్ని ఎలా పరిష్కరించగలుగుతాయో సిద్ధాంత స్థాయిలో చర్చించారు. సాంస్కృతిక విప్లవంలో వాస్తవంగా లేనిదాన్నో, ఏ కాస్తో వున్న దాన్నో చూసి, దాన్ని అతిగా వూహించుకుని, ఒక మైకంతో చిత్రించిన కాల్పనిక ధోరణే బెతల్‌హామ్‌లో వుంటే, అలాంటి మనిషి, విప్లవపంథాలో లోపాల్ని పరిశీలించలేడు.

బాలగోపాల్ వాదనలో వున్న 'విచిత్రం' ఏమిటంటే— సాంస్కృతిక విప్లవాన్ని ఏమీ విమర్శించకుండా దాన్ని కీర్తిస్తూ రాస్తే ఆ రచయితల మీదా సందేహమే! సాంస్కృతిక విప్లవాన్ని పూర్తిగా వ్యతిరేకిస్తూ రాస్తే ఆ రచయితల మీదా సందేహమే! అంతకన్నా విచిత్రం ఏమిటంటే, సాంస్కృతిక విప్లవంలో కొన్ని విషయాల్ని మెచ్చుకుంటూ, కొన్ని విషయాల్ని విమర్శిస్తూ రాసిన బెతల్‌హామ్ పరిశీలన మీద కూడా పూర్తిగా వ్యతిరేకమే! ఆ విప్లవం గురించి అనుకూలంగా చెప్పినవాళ్ళనీ ఒప్పుకోక, వ్యతిరేకంగా చెప్పినవాళ్ళనీ ఒప్పుకోక, ఆ విప్లవంలో రెండు రకాల లక్షణాలూవున్నాయని చెప్పినవాళ్ళనీ ఒప్పుకోక, దేన్నీ ఒప్పుకోకుండా బాలగోపాల్ జరిపిన 'విశ్లేషణ'లో శాస్త్రీయతని ఎలా అర్థం చేసుకోవలసి వుంటుంది?

ఇంతకీ, బాలగోపాల్‌కి సాంస్కృతిక విప్లవం గురించి తెలిసినట్టా, తెలియనట్టా, తెలిసీ తెలియనట్టా? ఈ మూడూ కాని స్థితి ఇంకేమైనా వుందా? బాలగోపాల్ ఏ స్థితిలో వున్నట్టు?

బాలగోపాల్ ప్రకారం — హేతువాద పరిశీలనా పద్ధతీ, గతి తార్కిక పరిశీలనా పద్ధతీ!

బెతల్‌హామ్ చర్చించిన విషయాల మీద గానీ, వాటినే వివరిస్తూ నేను చర్చించిన విషయాలమీద గానీ—ఒక్క విషయంలో కూడా బాలగోపాల్ సదభిప్రాయం ప్రకటించలేదు. మరీ ముఖ్యంగా నా చర్చలూ, నా ప్రశ్నలూ నా పరిశీలనా పద్ధతే తప్పనే అభిప్రాయానికి ఆయన వచ్చాడు — "...రంగనాయకమ్మగారి విశ్లేషణా పద్ధతితో నాకు మౌలికమైన విభేదం వుంది. ఆమె హేతువాదులతో పోట్లాడుతారుగానీ ఆమె విశ్లేషించే పద్ధతి హేతువాదులదే. ఒక విషయాన్ని అర్థం చేసుకోవాలంటే, దాన్ని పదునయిన తర్కంతో నిర్దయగా తరుక్కుంటూ పోవడమే మార్గమని హేతువాదులు నమ్ముతారు. గతి తార్కిక భౌతికవాద జ్ఞాన సిద్ధాంతానికి ఇది చాలా దూరం" (పే.43) అంటూ, బాలగోపాల్ రంగనాయకమ్మ పరిశీలనా పద్ధతి 'గతితార్కిక పద్ధతి' కాదనీ, 'హేతువాద పద్ధతి' అనీ నిర్ధారించుకున్నాడు. 'ఒక విషయాన్ని అర్థం చేసుకోవాలంటే దాన్ని పదునైన తర్కంతో నిర్దయగా ('దయ' ఎవరి మీద చూపాలి?) నరుక్కుంటూ పోవడం' అనే లక్షణాన్ని తప్పు లక్షణంగా భావించి, ఆ లక్షణంగల పరిశీలనా పద్ధతిని 'హేతువాద పరిశీలనా' పద్ధతిగా నిర్వచించాడు. హేతువాద పరిశీలనకి 'పదునైన తర్కం' వుంటే, బాలగోపాల్ ప్రకారం హేతువాద పరిశీలనా పద్ధతితో మౌలిక విభేదంగల గతితార్కిక పరిశీలనా పద్ధతికి 'మొద్దు తర్కం' వుంటుందని అనుకోవాలా? ఇలా ప్రశ్నించడమే బాలగోపాల్ ప్రకారం గతితార్కిక పద్ధతి కాకపోవడం.

తర్కాన్ని పదునుగా వుండడమూ, మొద్దుగా వుండడమూ—అని రెండు రకాలుగా అనుకుంటే, పదునైన తర్కన్నే సరైన తర్కం అనుకోవలసివస్తుంది కదా? అలాంటి సరైన తర్కం, అంటే, పదునైన తర్కం, హేతువాద

పరిశీలనలో సాధ్యంకాదు. ఎందుకంటే, హేతువాదులు, ఒక సామాజిక సమస్యని పరిశీలించేటప్పుడు ఈ సమాజాన్ని వర్గభేదాలు గల సమాజంగా చూడరు. సమాజంలో మనుషులు దోపిడీ చెయ్యడమూ, దోపిడీకి గురి అవడమూ అనే విరుద్ధ పరిస్థితుల్లో వున్నారనీ, సామాజిక సమస్యలన్నీ దోపిడీవల్లనే పుట్టుకొస్తున్నాయనీ గ్రహించకుండా; అంటే, మనుషుల మధ్య సంబంధాల్ని వర్గ దృష్టితో చూడకుండా, సమస్యల్ని పరిశీలిస్తారు. సమస్యల మూలాన్ని గ్రహించకుండా చేసే ఆ రకం పరిశీలన తప్పనిసరిగా లోపాలతో వుండక తప్పదు. అలాంటి పరిశీలన 'పదునుగా' వుండడం సాధ్యమవుతుందా?—ఎప్పటికీ సాధ్యం కాదు. ఆ పరిశీలనలో తర్కం అనేకచోట్ల కుంటుపడి తీరుతుంది. అనేకచోట్ల అది ముక్కలు ముక్కలుగా తెగిపోతుంది. ఆ ముక్కలన్నీ ఏ సంబంధాల వల్ల అతుక్కుంటాయో హేతువాదులు గ్రహించలేరు. అలాంటి పరిశీలనా పద్ధతికే పదునైన తర్కం వుంటుందని బాలగోపాల్ అభివర్ణిస్తున్నాడు. నిజానికి, 'పదునైన తర్కం, సాధ్యమయ్యేది 'వర్గదృక్పథం'తో, 'గతితార్కిక పద్ధతి'లో జరిగే పరిశీలనకే. అలాంటి పరిశీలనే సమస్యల్ని వివిధ కోణాలనించీ గ్రహించ గలుగుతుంది. అలాంటి పరిశీలనతోసాగే తర్కానికే అసంబద్ధతలూ, అవకతవకలూ, వైరుధ్యాలూలేని 'పదునుతనం' వస్తుంది. అంటే, ఏ చర్చలోనైనా మనకు పదునైన తర్కం కనపడిందంటే, అది సరైన తర్కమని అర్థం. అంతేగానీ, బాలగోపాల్ వర్ణించినట్టు 'పదునైనదే' తప్పు తర్కమని అర్థం కాదు. తప్పు తర్కానికి పదునుతనం రాదు. దానికి రుజువు బాలగోపాల్ తర్కమే. ఆయన విశ్లేషణ అంతా తప్పుగా వుండడంవల్లనే ఆయన తర్కానికి ఎక్కడా పదునుతనం రాలేదు.

'చర్చ', 'వాదం', 'పరిశీలన', 'విశ్లేషణ'— అనే మాటల్లో ఏ మాటని తీసుకున్నా దానికి వర్గదృక్పథంతో సాగే తర్కం వుండాలి. ఒక సమస్యని పరిశీలించేటప్పుడు (1) వర్గదృక్పథం లేకపోయినా, (2) తర్కం లేకపోయినా— ఆ సమస్యలో నిజానిజాల్ని అర్థం చేసుకోవడం సాధ్యం కాదు.

కానీ, బాలగోపాల్ దృష్టిలో 'తర్కం' అనే మాటే తప్పు మాట అయినట్టుగా వుంది. ఆ 'తర్కం' వర్గదృక్పథంతో వుందా లేదా అని చూడడం గాకుండా, అసలు తర్కించడమే తప్పనీ; తర్కించడమూ, ప్రశ్నించడమూ అనేదంతా హేతువాద పద్ధతి అనీ; గతితార్కిక పద్ధతి అంటే అందులో తర్కించడమే వుండకూడదనీ బాలగోపాల్ భావిస్తున్నట్టు కనపడుతోంది. అందుకే ఆయన, తన 'విశ్లేషణ'లో ఒక అభిప్రాయానికీ ఇంకో అభిప్రాయానికీ పొంతన వుందో లేదో కనీసంగా కూడా చూసుకోలేదు. అంటే, ఆయన, తర్కంమీద ఆధారపడలేదు. తర్కంలేనిదే గతితార్కిక పద్ధతి అనీ, ఎంత అస్తవ్యస్తంగా మాట్లాడితే అంత గతి తర్కమనీ బాలగోపాల్ అభిప్రాయపడుతున్నట్టుగా వుంది. లేకపోతే ఆయన పదునైన తర్కాన్ని హేతువాద లక్షణంగా వర్గీకరించగలిగేవాడు కాదు.

గతితర్క పద్ధతి కూడా పూర్తిగా తర్కంతో సాగేదే. 'తర్కం' లేనిచోట ఆలోచనాక్రమమే నశిస్తుంది. తర్కం లేనిచోట ఎంత చిన్న విషయాన్ని గ్రహించడం కూడా అసాధ్యమైపోతుంది. తర్కం లేనిచోట, 'చర్చ', 'విశ్లేషణ', 'శాస్త్రం' అనే మాటలకే అర్థం లేకుండా పోతుంది.

మార్క్స్, ఎంగెల్సులు అనేకచోట్ల, అనేక విషయాల్ని చర్చిస్తూ— "ఇది ఎంతో హేతుబద్ధంగా వుంది. ఇది ఎంతో తార్కికంగా వుంది. ఈ విషయం పూర్తిగా రేషనల్‌గా వుంది" అనీ; "ఇది తార్కికంగా లేదు. ఏమీ సహేతుకంగా లేదు. రేషనల్‌గా లేదు" అనీ అంటూ వుంటారు. దీని అర్థం— విషయాలూ, పరిస్థితులూ 'తర్కబద్ధంగా' వుండాలనే. మన మాటలూ, చర్చలూ, ప్రవర్తనలూ, సిద్ధాంతాలూ

ఒకదానికొకటి పొంతనగల పద్ధతిలో హేతుబద్ధంగానే వుండాలి. "హేతువాదం" మీద వ్యతిరేకత 'తర్కం'మీద వ్యతిరేకతగా వుండకూడదు. బాలగోపాల్, తర్కంమీద విముఖతవల్లనే, అందులోనూ 'పదునైన' తర్కంమీద విముఖతవల్లనే కాబోలు తన సమీక్షలో చాలాచోట్ల మొద్దు తర్కాన్నే ఆసరా చేసుకున్నాడు. కొన్నిచోట్ల తర్కమే లేని అయోమయాన్ని ఆశ్రయించాడు.

విషయాల్ని చర్చించడంలో హేతువాద పద్ధతి అంటే ఏమిటో, గతితార్కిక పద్ధతి అంటే ఏమిటో పాఠకులు చాలా తేలిగ్గా అర్థం చేసుకోవడానికి బాలగోపాల్ తన సమీక్షలో చక్కని అవకాశం కల్పించాడు. గతితార్కిక పద్ధతి అంటే, బాలగోపాల్ విశ్లేషణల్లో పాఠకులు దేన్నయితే చూశారో అదే. ఇక, హేతువాద పద్ధతి అంటే, బాలగోపాల్ ప్రకారం, రంగనాయకమ్మ చర్చించిన పద్ధతి. ఈ రకంగా, ఈ 2 పద్ధతుల్నీ ఇక్కడ చాలా తేలిగ్గా అర్థం చేసుకోవచ్చు.

"రంగనాయకమ్మగారు చైనా విప్లవాన్ని విశ్లేషించలేదు, ఆడిట్ చేశారు" (పే.61). ఆడిట్ చెయ్యడం అంటే యాంత్రికంగా లెక్కలు తనిఖీ చెయ్యడమనీ, రంగనాయకమ్మ చేసినపని అదేననీ బాలగోపాల్ అర్థం. అసలు, ఆ పుస్తకంలో వున్నది విశ్లేషణ అయినా, ఆడిటింగ్ అయినా అది ఒరిజినల్‌గా బెతల్‌హేమ్‌ది. దానితో మేము ఏకీభవించాం కాబట్టి అది మాది కూడా. కానీ, బాలగోపాల్ చాలా సందర్భాల్లో బెతల్‌హేమ్‌ని మరిచిపోయారు. ఆ పుస్తకానికి కారణం రంగనాయకమ్మే అయినట్టు విమర్శనంతా ఆ పేరుమీదే కేంద్రీకరించారు. ఇక, అది విశ్లేషణా, ఆడిటింగా అనేదాన్ని ఇక్కడ మళ్ళీ చర్చించనక్కరలేదు. దాన్ని గురించి ఇప్పటికే చాలా చెప్పాను కాబట్టి దాన్ని వదిలేస్తాను.

అపజయం నించీ పాఠాలు నేర్చుకోమా?

"ఇంగ్లీషులో బెతల్‌హేమ్ వ్యాసం చదివినవారికి కొత్త ఆలోచనలు మొలకెత్తుతాయి. పాత అభిప్రాయాలను కొత్త కోణం నుండి చూసే ఆసక్తి కలుగుతుంది" (పే.64) అన్న బాలగోపాల్, ఆ కొత్త ఆలోచనలు మొలకెత్తేది ఏ అంశంలోనో సమీక్ష మొత్తంలో ఎక్కడా చెప్పలేదు. ఏ పాత అభిప్రాయాల్ని కొత్త కోణం నించి చూడవచ్చో మచ్చుకి ఒక్కచోటయినా వివరించలేదు. బెతల్‌హేమ్ ఎంతో జ్ఞానవంతంగా చర్చించిన విషయాలమీద కనీసమైన శ్రద్ధకూడా చూపకుండా బాలగోపాల్ ఎక్కడికక్కడ అర్థరహితమైన వ్యతిరేకతే ప్రదర్శించారు.

కమ్యూనిస్టు పార్టీలు బూర్జువా పార్టీల పద్ధతుల్లోనే వుంటున్నాయనీ, ఆ విధంగా వుండరాదనీ బెతల్‌హేమ్ విమర్శిస్తే ఆ విషయం బాలగోపాల్‌కి ఎలా కనపడిందంటే—'అసలు పార్టీ అనేదే వుండనక్కరలేదు' అని చెప్తోన్నట్టు కనపడింది. "...పార్టీకి వుండే అగ్రగామి కర్తవ్యాన్ని బెతల్‌హేమ్ లెక్కలోకే తీసుకున్నట్టు కనపడదు' (పే.59) అని విమర్శ! ఆ 'అగ్రగామి కర్తవ్యం' పెత్తనం చేసే పద్ధతిలో వుండకూడదని చెప్తే అది అగ్రగామి కర్తవ్యాన్నే లెక్కలోకే తీసుకోక పోవడమట! ప్రతీ విషయంలోనూ ఇదే ధోరణి! బెతల్‌హేమ్ ఎంతో శ్రద్ధతో చర్చించిన ఎన్నో విషయాల్ని తనే పట్టించుకోకుండా, పైగా 'బెతల్‌హేమ్ ఈ విషయం పట్టించుకోలేదు, ఆ విషయం పట్టించుకోలేదు'—అంటూ తన సమీక్ష పొడుగునా ఒక డజన్ ఫిర్యాదులు చేశాడు. వాటన్నిటినీ ఇక్కడ వివరంగా ప్రస్తావిస్తే ప్రతీ అంశంలోనూ బాలగోపాలే తప్పుగా వున్నట్టు తేలుతుంది.

బాలగోపాల్ సమీక్షంతా, 'గతితార్కిక పద్ధతి' 'పేరుతోనూ, 'నిర్దిష్ట పరిస్థితుల' పేరుతోనూ, ఎక్కడికక్కడ దబాయింపు

ధోరణిలోనే సాగింది. 'కమ్యూనిస్టులు వ్యక్తిపూజలు ఒప్పుకోరు' అంటూనే 'మావోపూజని' సమర్థించుకురావడం ఒక దబాయింపు! 'లిన్‌పియావో విషయం ప్రజలకు చెప్పకపోవడం వాస్తవమే కావచ్చు' అంటూనే 'అంతమాత్రాన ప్రజలకు పార్టీ రాజకీయాలు తెలియనట్టేనా?' అనడం ఒక దబాయింపు! 'పార్టీ సభలు క్రమబద్ధంగా జరగవలసిందే, ఆ మాట మావో కూడా చెప్పాడు' అంటూనే 'కమ్యూనిస్టు పార్టీ అంటే అదేవన్నా మునిసిపాలిటీయా అస్తమానూ కలవడానికి?' అనడం ఒక దబాయింపు! 'నిత్యం వర్గ పోరాటాలలో పాల్గొంటూ విప్లవాత్మకమైన వ్యవస్థ నిర్మాణంలో భాగం పంచుకుంటున్న ప్రజలకు ఆ వర్గ పోరాటం యొక్క రాజకీయాలు అర్థం కాకపోవడమేమిటి? ప్రజలూ, కేడర్, విభిన్న స్థాయిలలోని నాయకులూ, నిత్యం కలిసి పోరాటంలో పాల్గొంటున్నప్పుడు..." (పే.62) అంటూ ఒక పేరాలో తెగ వర్ణించేసి, తర్వాత పేరాలోనే "...(వారికి) సిద్ధాంత నాయకత్వం లేదు" (పే.62) అని ప్లేటు ఫిరాయించడం ఒక దబాయింపు!

'సాంస్కృతిక విప్లవం'లో ఏం జరిగిందో, ప్రజలు ఎలా వుప్పొంగుతూ ఆ వుద్యమం నడిపారో అనేకచోట్ల వర్ణించి, సాంస్కృతిక విప్లవంలో నిజంగా ఏం జరిగిందో మనకి తెలీదు' అనడం ఒక దబాయింపు!

"ఇది నేను కేవలం చైనా పార్టీనీ, మావోను కాపాడడం కోసం అంటున్నది కాదు" (పే.44) అంటూనే, అదే పనికి తలపడడం ఒక దబాయింపు! "చైనా కమ్యూనిస్టు పార్టీనిగానీ మావోని గానీ విమర్శించవద్దని ఎవరూ అనరు" (పే.63) అంటూనే, మా విమర్శలలో వున్న నిజానిజాల్ని పట్టించుకోకపోవడం ఒక దబాయింపు! ఇలాగ, ఆ సమీక్షలో అడుగడుగునా దబాయింపులే ఎదురవుతాయి. కానీ, ఈ దబాయింపులన్నీ కలిసికూడా చైనా విప్లవ ఓటమిని గురించి పాఠకులు ఎంతో కొంత ఆలోచించగలిగే సమాచారాన్ని మాత్రం ఇవ్వలేకపోయాయి.

బాలగోపాల్ విశ్లేషణ ప్రకారం, వెనకటి చైనా పార్టీ ఎప్పుడూ సరైన మార్క్సిస్టు పద్ధతులలోనే నడిచింది. నాయకులంతా ఎప్పుడూ గొప్ప సోషలిస్టు అవగాహనతోనే వున్నారు. ప్రజలు చొరవతో పోరాటాల్లో పాల్గొనే లాగ నాయకులు ప్రజల్ని నడిపించారు. ప్రజలు కోట్ల కోట్ల సంఖ్యలో అలలు అలలుగా వుప్పొంగి సోషలిస్టు చైతన్యంతో వర్గ పోరాటాల్లో పాల్గొన్నారు. నూతన సమాజాన్ని నిర్మించుకున్నారు. రివిజనిజాన్ని పారద్రోలారు. దోపిడీ వర్గాన్ని కూలదోశారు. బూర్జువా సంబంధాల్ని పటాపంచలు చేశారు.

మరి, ఇప్పుడు రివిజనిస్టు పంథా ఎలా వచ్చిందయ్యా అంటే–అక్కడ విప్లవ పార్టీ లేదు! అంతర్జాతీయ విప్లవం చురుగ్గాలేదు. ఇదీ బాలగోపాల్ గతితార్కిక విశ్లేషణ! ఈ విశ్లేషణలో ఒకదానికొకటి పొంతన వుండే జవాబు లేమీ దొరకవు గానీ, ఒకదానికొకటి పొసగనివీ, ఒకదాన్ని ఒకటి రద్దుచేసుకునేవీ అయితే ఎన్ని జవాబులైనా దొరుకుతాయి. ఈ విశ్లేషణ ఇంత అస్తవ్యస్తంగా తయారై ఇందులో ఎక్కడా హేతుబద్ధత లేకుండా ఎందుకు పోయిందంటే, బెతల్‌హామ్ చేసిన ప్రతీ కరక్టయిన విమర్శకీ ఏదో ఒక వ్యతిరేక విమర్శ చెయ్యడానికి ప్రయత్నించడంవల్ల! చైనా విప్లవ ఓటమి గురించి బెతల్‌హామ్ చర్చించినదేమిటో బాధ్యతగా గ్రహించి, దానితోపాటు రంగనాయకమ్మ చేపట్టిన ఆ పనికిమాలిన 'శుద్ధతర్కాన్నే' నేర్చుకుని, తన అశుద్ధ తర్కాన్ని వదిలేసివుంటే, బాలగోపాల్ విశ్లేషణ ఎక్కడికక్కడ ఇంత అధ్వాన్నంగా తయారయ్యేది కాదు.

కొందరు విప్లవకారులు, నూతన సమాజ నిర్మాణానికి వెన్నెముక అయిన 'మార్క్సిస్టు సిద్ధాంతాని'కి అనుచరులుగా గాక, ఒక 'కమ్యూనిస్టు పార్టీ'కి 'విశ్వాస పాత్రులు'గా (బంట్లుగా) వుండడం ప్రారంభిస్తారు. ఇంకా సరిగా చెప్పాలంటే, ఆ పార్టీలో వుండే ప్రముఖ

నాయకులకు బంట్లుగా! అందుకే ఆ పార్టీలూ, ఆ నాయకులూ చేసే ఒప్పుల్నీ తప్పుల్నీ కూడా విచక్షణారహితంగా గల గల మోగే విప్లవ పదజాలంతో కీర్తించడమే తమ విప్లవాదర్శంగా ఎంచుకుంటారు. వీరు ఎన్నడూ ఒక తప్పునించీ, ఒక అపజం నించీ పాఠాలు నేర్చుకునే దృష్టిని ప్రదర్శించరు. దాని పర్యవసానమే ఈ రకం విశ్లేషణలు!

పి. రామకృష్ణారెడ్డిగారి సందేహాలు:

బాలగోపాల్ సమీక్షా వ్యాసం 1984 సెప్టెంబరు 'సృజన'లో వచ్చిన తర్వాత, ఆ వ్యాసంలో కొన్ని అంశాల్ని సందేహిస్తూ '84 డిసెంబరు సంచికలో పి.రామకృష్ణారెడ్డిగారు ఒక వుత్తరం రాశారు. "చైనాలో ఏం జరుగుతోంది?—సమీక్షా వ్యాసంపై సందేహాలు" అనే పేరుతో ఆ వుత్తరం వచ్చింది. ఆ వుత్తరంలో సందేహాలకు బాలగోపాల్‌గారి జవాబు కూడా ఆ సంచికలోనే వచ్చింది.

రామకృష్ణారెడ్డిగారు మొదట, "బాలగోపాల్‌గారి సమీక్షా వ్యాసం చదివాక నాకు కొన్ని సందేహాలు కల్గుతున్నాయి. ఆయన నుంచిగాని, పాఠకుల నుంచిగాని వీటికి సమాధానాలు దొరుకుతాయేమోనని రాస్తున్నాను" అని ప్రారంభించారు.

"చైనాలో ఏం జరుగుతోంది? అన్న ప్రశ్న తన ప్రాముఖ్యతను చాలావరకు కోల్పోయింది. చైనాలో ఏం జరుగుతోందో అందరికీ తెలుసు" అన్న బాలగోపాల్‌గారి అభిప్రాయం గురించి, రామకృష్ణారెడ్డిగారు చర్చిస్తూ— చైనాలో రివిజనిజం వుందని అందరికీ తెలుసని బాలగోపాల్ అంటున్నారుకదా? ఈ బాలగోపాలే చైనాలో సాంస్కృతిక విప్లవం ఎంత వాస్తవమైనదో, ఎంత కాల్పనికమైనదో తెలియదన్నారు కదా? సాంస్కృతిక విప్లవం గురించి ఇంకా తెలియని దశలోనే వుంటే, దానితో దగ్గిర సంబంధమున్న రివిజనిజం మాత్రం అందరికీ తెలిసింది అవుతుందా? సాంస్కృతిక విప్లవం గురించి అనుకూల, వ్యతిరేక అభిప్రాయాలు వుండడంవల్లే దాన్ని తెలుసుకోలేకపోతే, రివిజనిజం మీద కూడా రెండు రకాల అభిప్రాయాలు వున్నాయికదా, దాన్ని తెలుసుకోవడం ఎలా సాధ్యమవుతుంది?'— అని ప్రశ్నించారు.

తర్వాత, 'మావోపూజ' గురించీ, ఇంకా కొన్ని విషయాల గురించీ రామకృష్ణారెడ్డిగారు ఇలా ప్రశ్నించారు.

"...'వ్యక్తిపూజ'ను గురించి ఆమె చేసిన ఆలోచన అంత తోసివేయతగింది కాదు. వ్యక్తిపూజను ఎవరు ప్రోత్సహిస్తారు? ఎవరికి లాభిస్తుంది- అని ఆలోచించినా; చైనాలో జరిగిన వ్యక్తిపూజ దుష్ఫలితం భారత విప్లవకారుల్లో కూడా ప్రవేశించి 'మావో మా అధ్యక్షుడు' అనే అశాస్త్రీయ ధోరణికి దారితీసిందన్నది గుర్తుచేసుకున్నా; దాన్ని సమర్థించకూడదని గ్రహించవచ్చు. 'గతితార్కిక' దృష్టితో 'వ్యక్తిపూజ' కూడా ఒక దశలో విప్లవ పురోగమనానికి తోడ్పడివుంటే, ఆ ఫలితం ఇవ్వాళ కూడా మనం స్పష్టంగా గుర్తించగలిగేట్టు వుండాలి. అలాకాక, గాంధీపూజకీ, మావోపూజకీ తేడా వుందనో, దాన్ని గురించి కొంత అతిశయ ప్రచారం జరిగి వుండవచ్చునో చెప్పడం 'గతితార్కికం' కాదు. 'వెరైటీ' వుంది కనుక 'వ్యక్తిపూజ' తప్పు కాదనడంకన్నా, దానివల్ల విప్లవానికి నిజంగా మేలు జరిగిందా, హాని జరిగిందా అని పరిశీలించాలి."

"ఇవాళ రివిజనిస్టులు దాన్నే ప్రధాన ఆయుధంగా తీసుకోవడంవల్ల సహజంగా 'వ్యక్తిపూజ' సామాజిక వాదానికి అనుకూలం కాదు కనక, అది విప్లవానికి హాని కల్గించిందనే (విప్లవం... ఎన్నికల్లో గెలవడం లాంటిదికాదు కనుక) నిర్ణయించుకోక తప్పదు. మేలు జరిగిందంటే దాన్ని నిరూపించడం, అన్నవాళ్ళ బాధ్యత."

"చైనా కమ్యూనిస్టు పార్టీకి 'గతితర్కం' వుందని వివరించారు. ప్రజలకు కనీస కార్యక్రమాన్ని ఇచ్చి, వాళ్ళు దాన్ని అందుకుని ముందుకు వెళితే, అప్పుడు పార్టీ తన కార్యక్రమాన్ని మరింత అభివృద్ధి చేసుకునే విధానాన్ని అనుసరించిందని, ఈ విషయంలో పార్టీని తప్పు పట్టడానికి వీల్లేదనీ అన్నారు. అంటే, ప్రతి దశలోను కేవలం నాయకులు మాత్రమే కాక, కార్యక్రమంలో ప్రజల్ని పాల్గొనేట్టు పార్టీ పనిచేస్తూ వచ్చిందన్నమాట. మరి 'సాంస్కృతిక విప్లవం' ఎందుకు విజయవంతం కాలేదు? ఇందుకు పార్టీని తప్పు పట్టకపోతే ప్రజలను తప్పుపట్టాలా? బాలగోపాల్‌గారు చెప్పిన 'గతితర్కం' ప్రకారం ప్రజలు ఆ కార్యక్రమాన్ని అందుకుని ముందుకువెళ్ళే సందర్భంలో మాత్రమే ముందటి కార్యక్రమాన్ని పార్టీ తీసుకుంటుంది కనక ఈ రివిజనిజం పరిస్థితే వుండకూడదు. ఇది వుంది కనక, సిద్ధాంత అవగాహనలో పొరపాటు జరిగిందనుకోక మరేమనుకోవాలి?"

"సాంస్కృతిక విప్లవం వైఫల్యం చెందడానిక్కారణం విప్లవ పార్టీని నిర్మించుకోలేక పోవడం. ఈ విషయం బెతల్‌హామ్‌కిగాని, రంగనాయకమ్మగారికిగాని అందలేదు — అనడం చాలా ఆశ్చర్యం కలిగిస్తుంది. వాళ్ళిద్దరికీ ఆ సంగతి అర్థమయిందా లేదా అన్నది అలా వుంచుదాం. నాకూ నాలాంటి వారెందరికో బాలగోపాల్‌గారు చెబుతున్నది ఏమాత్రం అర్థం కాలేదనే అనుకుంటున్నాను. విప్లవపార్టీ నిర్మాణమే కాకపోతే విప్లవం ఎలా సాధ్యమైనట్టు? అంతకుముందు ఆయన వివరించిన 'గతితర్కం' గతేమయినట్టు? 'చైనా విప్లవంలోని ప్రత్యేకత ఏమంటే ప్రజా ఉద్యమం ద్వారా ముందుకు రావడం. రెగ్యులారిటీ ప్రకారం నడవడానికి కమ్యూనిస్టు పార్టీ మునిసిపల్ కార్పొరేషన్ లాంటిదికాదు. దాని కర్తవ్యం విప్లవం నడపడం, విప్లవంలో ప్రజల్ని పాల్గొనేట్టు చేయడం..." అన్నారే! ఇదంతా విప్లవ పార్టీ నిర్మాణం కాకుండానే జరిగిందా? తను ముందు చెప్పిందేమిటో తనే విస్మరించి, దిగ్భ్రాంతిని కల్గించే కారణం చెప్పి, బెతల్‌హామ్, రంగనాయకమ్మగార్లు గ్రహించలేకపోయారని ఆక్షేపించడమేమిటి?"

"బాలగోపాల్‌గారి విజ్ఞత, విచక్షణల మీద విశ్వాసం వున్న నాకు ఈ సమీక్షా వ్యాసం చాలా ఆశ్చర్యం కల్గిస్తున్నది."

బాలగోపాల్ జవాబు :

"రామకృష్ణారెడ్డిగారి లేఖలో విషయాలకు సమాధానం చెప్పాల్సిన అవసరం వుంది.

"సాంస్కృతిక విప్లవాన్ని గురించి తెలుసుకుంటేకాని దాన్ని వ్యతిరేకిస్తున్న రివిజనిజం స్వరూపాన్ని పూర్తిగా తెలుసుకున్నట్టుకాదు' అన్నారు. ఇక్కడ పూర్తిగా తెలుసుకోవడం తెలుసుకోకపోవడం అనేది సమస్య కాదు. దాన్ని రివిజనిజంగా గుర్తించడానికి సాంస్కృతిక విప్లవాన్ని గురించి ఒక అంతిమ నిర్ణయానికి రావలసిన అవసరంలేదు. నేను ఈ విషయాన్ని నా సమీక్షలో వివరించాననే అనుకున్నాను. సోషలిస్టు దశలో వర్గ పోరాటాలకు తావులేదనడం, ఉత్పత్తి శక్తులను అభివృద్ధి చేయడమే ప్రధాన కర్తవ్యం అనడం, వర్గ స్వభావంతో ప్రమేయంలేని ఆధునికీకరణను ప్రధాన లక్ష్యంగా ముందుకు తేవడం, పాశ్చాత్య దేశాల నుండి పెట్టుబడినీ సాంకేతిక పరిజ్ఞానాన్నీ పెద్ద ఎత్తున దిగుమతి చేసుకోవడం, సామ్రాజ్యవాద సోషల్ సామ్రాజ్యవాద దేశాలతో శాంతియుత సహజీవనం కోసం పాకులాడడం— ఇవన్నీ రివిజనిస్టు లక్షణాలే. ఒకవేళ సాంస్కృతిక విప్లవంలో, జరిగినవి అన్నీ తప్పులే అయినా ఇవి రివిజనిస్టు లక్షణాలు కాకుండా పోవు."

"వ్యక్తిపూజను కమ్యూనిస్టులు అంగీకరించరని, దాని గురించి రెండు అభిప్రాయాలకు తావులేదని స్పష్టంగానే చెప్పాను.

అయితే దీన్ని గూడ అచారిత్రకం (ahistorical)గా చూడకూడదు అన్న అభిప్రాయంతో, సాంస్కృతిక విప్లవంలో అది ఏ సందర్భంలో ముందుకొచ్చిందో (నాకు అర్థమయిన మేరకు) వివరించే ప్రయత్నం చేశాను. వ్యక్తిపూజ తప్పుకాదని నేను అనలేదు. అది నా అభిప్రాయం కాదు."

"1949లో విప్లవం సాధించిన నాటికి, ఆ తరువాత చాలాకాలం వరకు, చైనా కమ్యూనిస్టు పార్టీ విప్లవపార్టీయే. కాని సాంస్కృతిక విప్లవ కాలానికి పార్టీ కేంద్రంలోనే రివిజనిజం బలపడింది. దాన్ని పారదోలడానికి అంతర్గత పోరాటం చాలకనే మావో పార్టీమీదికే తిరగబడమని ప్రజలకు పిలుపిచ్చాడు. ఆ తిరుగుబాటుకు నాయకత్వం వహించడానికి (అంటే కొత్త బూర్జువా వర్గంతో వర్గ పోరాటం నడపడానికి) ఒక (కొత్త) విప్లవ పార్టీ అవసరం. దాన్ని నిర్మించుకోలేకపోవడం సాంస్కృతిక విప్లవం వైఫల్యానికి గల ముఖ్య కారణాలలో ఒకటి. ఈ విషయాన్ని రంగనాయకమ్మగారు, బెతల్‌హామ్ గుర్తించలేదని అన్నాను. ఇందులో అర్థం కాకపోవ డానికి ఏముందో నాకు అర్థం కావడంలేదు.

మిగిలినవి (ఏమయినా వుంటే) అభిప్రాయభేదాలు. నా అభిప్రాయాలు సమీక్షలో తెలిపాను."

ఇదీ బాలగోపాల్ ఇచ్చిన జవాబు.

రామకృష్ణారెడ్డిగారి సందేహాలకు సరైన జవాబులు చెప్పగలిగానని బాలగోపాల్‌గారు అభిప్రాయపడ్డట్టున్నాడు. కానీ, ఆయన జవాబులో కొత్త విషయాలేమీ లేవు. రామకృష్ణారెడ్డిగారి ప్రశ్నల్ని పరిశీలించి, తన తప్పుల్ని గ్రహించిన ధోరణేమీలేదు. అంతా పాతపాటే. బాలగోపాల్, ఏ విషయంలోనైనా "ఈ విషయంలో నాది పొరపాటే" అని తన పొరపాటుని గ్రహించివుంటే, అలాంటి విషయాల్ని ఇప్పటి నా వ్యాసంలో మళ్ళీ ప్రస్తావించేదాన్ని కాదు. కానీ, రామకృష్ణారెడ్డిగారి ప్రశ్నల తర్వాత కూడా బాలగోపాల్ ఏ విషయాన్నీ తిరిగి పరిశీలించుకోలేదు.

బాలగోపాల్ 'జవాబు'లో మొదట 'విప్లవ పార్టీ' విషయం చూద్దాం. బాలగోపాల్ ప్రకారం 'మావోపూజ' కూడా విప్లవ పార్టీతోనే సంబంధించి వుంది కాబట్టి మొదట విప్లవ పార్టీ గురించి చూడడమే అవసరం. 'చైనాలో విప్లవ పార్టీ లేద'ని తన సమీక్షలో అన్నదాన్ని గురించి బాలగోపాల్ ఏం చెబుతున్నాడంటే— "1949లో విప్లవం సాధించే నాటికీ, ఆ తరువాత చాలాకాలం వరకూ చైనా కమ్యూనిస్టు పార్టీ విప్లవ పార్టీయే. కాని సాంస్కృతిక విప్లవ కాలానికి పార్టీ కేంద్రంలోనే రివిజనిజం బలపడింది" అన్నారు.

'సాంస్కృతిక విప్లవ కాలానికి' అంటే, ఆ విప్లవం ప్రారంభించిన కాలమా, మధ్య కాలమా, చివరి కాలమా— అనే వివరంలేదు. 'విప్లవ కాలానికి' అన్నప్పుడు సాధారణంగా 'ఆ విప్లవం ప్రారంభమయ్యేనాటికి' అనే అర్థం వస్తుంది. ఆ అర్థాన్నే తీసుకుంటే, 'ఆ కాలానికి రివిజనిస్టు పంథా బలంగా వుంటే, ఆ విప్లవం ఎలా ప్రారంభమయ్యిందనే' ప్రశ్న వస్తుంది. 'సాంస్కృతిక విప్లవ కాలానికి' అంటే, ఏ కాలాన్ని తీసుకోవాలో అర్థం కావడంలేదు. సాంస్కృతిక విప్లవ కాలానికి పార్టీలో రివిజనిజం బలపడిందనీ, సాంస్కృతిక విప్లవ వైఫల్యాలకు గల ముఖ్య కారణాలలో విప్లవ పార్టీ లేకపోవడం ఒక కారణమనీ, చెప్పిన బాలగోపాల్, '13 సం.ల పాటు మహాసభ లేకపోతే ఏం పోయిందని, వాదించినచోట, చైనా విప్లవ పార్టీ, ఆ కాలంలో అనేక వుద్యమాలతోపాటు సాంస్కృతిక విప్లవాన్ని ఎలా నడిపిందో తన సమీక్షలో వర్ణించిన వాక్యాల్ని ఇక్కడ మళ్ళీ ఒకసారి చూసి తరించండి!

"సరిగా 1956 నుండి 1969 వరకూ చైనాలో అపూర్వమైన విప్లవ పోరాటాల వెల్లువ ముందుకు వచ్చింది. ప్రపంచంలో వేరే ఏ దేశ చరిత్రలోనూ ఈ 13 సంవత్సరాలతో పోల్చదగ్గ విప్లవ దశ లేదు. ఫ్రెంచి విప్లవంలో లేదు. బోల్షెవిక్ విప్లవంలోనూ లేదు. వ్యవసాయ సమిష్టీకరణ, గ్రేట్ లీప్‌ఫార్వర్డ్, సాంస్కృతిక విప్లవం, ఒక్కొక్కటి ఒక మహత్తర విప్లవ

పోరాటం, ఒకదాని తరువాత ఒకటి ఈ 13 ఏళ్ళలో జరిగాయి. ప్రజలు కోట్ల సంఖ్యలో చైతన్య వంతంగా ఈ పోరాటాలలో పాల్గొన్నారు. అయినా ఈ 13 ఏళ్ళలో పార్టీ మహాసభ జరగలేదు కాబట్టి ప్రజలకు పార్టీ రాజకీయాలు తెలియలేదని రంగనాయకమ్మగారు మనల్ని నమ్మమంటున్నారు." (పే.61)

ఇప్పుడు చెప్పండి 'సాంస్కృతిక విప్లవ కాలానికి' పార్టీ వున్నట్టా, లేనట్టా? బాలగోపాల్ చేతిలో ఏదో మంత్రదండం వుంది. ఆయనకి కావలసినప్పుడల్లా విప్లవ పార్టీ ప్రత్యక్షమై, ఆయనకి అక్కర లేనప్పుడల్లా అది మాయమైపోతుంది. రష్యా, చైనా పరిస్థితుల్ని ఎంతో కాలం పాటు పరిశీలించి రాసిన బెతల్‌హామ్‌ని కూడా అడుగడుగునా వ్యతిరేకిస్తూ ఈ మేధావి చేసిన చారిత్రక విశ్లేషణ ఇది!

చైనా పార్టీ చాలా కాలం వరకూ విప్లవ పార్టీగా వుందని బాలగోపాల్ చెప్పే అభిప్రాయం మీద కూడా "ఆ కాలంలో లీషావోచీ నాయకత్వానగల రివిజనిస్టు పంథా మాటేమిటి?" అనే ప్రశ్న వస్తుంది. ఆ రివిజనిస్టు పంథా మెజారిటీలో వున్న కాలాలు కూడా వున్నాయికదా? కాబట్టి, ఒక కమ్యూనిస్టు పార్టీని, ఏ కాలంలో కూడా "ఇది విప్లవ పార్టీ" అనడం పూర్తిగా కరక్టుగా వుండదు. "విప్లవ పంథా మెజారిటీగా వున్న పార్టీనే విప్లవ పార్టీ అంటున్నాము" అనే అర్థంతో మాత్రమే ఆ మాట అనవచ్చు, (ఆ 'విప్లవ పంథా'లో కూడా అనేక తప్పుడు ధోరణులు వుంటాయనీ, ఆ ధోరణులు పూర్తిగా ఫ్యూడల్, పెట్టుబడిదారీ లక్షణాలతో వున్నప్పుడు ఆ విప్లవ పంథా కూడా తగినంత విప్లవశక్తిగా వుండలేకపోతుందనీ అర్థం. దాని తప్పుడు లక్షణాలవల్లే అది విమర్శలకు గురి అవుతుంది.)

ఇక, 'మావోపూజ' విషయంలో, బాలగోపాల్ జవాబు, మళ్ళీ అదే. "వ్యక్తిపూజ గురించి రెండు అభిప్రాయాలకు తావులేదని స్పష్టంగానే చెప్పాను" అంటూ, "దాన్ని గూడ అచారిత్రకంగా చూడకూడదు. సాంస్కృతిక విప్లవంలో అది ఏ పరిస్థితుల్లో ముందుకొచ్చిందో, వివరించా"నంటున్నాడు. బాలగోపాల్ 'చారిత్రకంగా' చేసిన పరిశీలన ఏమిటో ఈ వ్యాసంలో తెలుసు. "విప్లవ పార్టీ లేని లోటుని తన పూజ ద్వారా భర్తీ చేయడానికి మావో ప్రయత్నించాడని" చెప్పడమే ఆ 'చారిత్రక' పరిశీలన. మావోపూజ ప్రారంభమైంది ఎప్పుడు? 1965లో. బాలగోపాల్ ప్రకారం 1965లో విప్లవ పార్టీ వుందా, లేదా? 1956 నించీ 1969 వరకూ చైనా విప్లవ పార్టీ ఎంతెంత వుద్యమాలు నడిపిందో, అది సాంస్కృతిక విప్లవాన్ని కూడా ఎలా నడిపిందో ఆయనే వర్ణించారుకదా? అంటే, 1965లో విప్లవ పార్టీ వుందని అర్థం. 'విప్లవ పార్టీ లేకపోవడంవల్లనే దానికి బదులుగా మావో తన పూజని ప్రారంభించాడ"నే విశ్లేషణకి ఇప్పుడేం గతి పట్టింది? బాలగోపాల్ ప్రకారమే చూస్తే, మావోపూజ ప్రారంభమయ్యేనాటికీ, తర్వాత కొన్ని సంవత్సరాలవరకూ కూడా విప్లవ పార్టీ వుంది కాబట్టి మావోపూజ గురించి బాలగోపాల్ విశ్లేషణ అంతా తప్పు అయిపోయింది. "విప్లవ పార్టీ లేకనే మావో తన వ్యక్తిపూజని ప్రారంభించాడు" అని వాదిస్తూ వచ్చిన బాలగోపాల్, మావోపూజ ఎందుకు ప్రారంభమైనట్టు చెపుతాడు ఇప్పుడు? వ్యక్తిపూజ విషయంలో మావో, చెయ్యరాని పని చేశాడనీ, "మావోపూజని సమర్థించడంలో నేను కూడా చాలా తప్పు చేశాన"నీ అంగీకరించే శక్తి వుందా బాలగోపాల్‌కి? ఈ రకంగా, విప్లవపార్టీ గురించీ, మావోపూజ గురించీ రామకృష్ణారెడ్డిగారికి ఇచ్చిన జవాబులతో బాలగోపాల్ విశ్లేషణ ఎప్పటికీ లేవలేని వూబిలో కూరుకుపోయింది.

రామకృష్ణారెడ్డిగారు — "వ్యక్తిపూజ ఒక దశలో విప్లవ పురోగమనానికి తోడ్పడి వుంటే, ఆ ఫలితం ఇవ్వాళ కూడా మనం స్పష్టంగా గుర్తించగలిగేటట్టు వుండాలి" అన్నారు. అంతేగాక, "వ్యక్తిపూజ విప్లవానికి హాని చేసిందనే నిర్ణయించుకోవచ్చును. మేలు జరిగిందంటే, దాన్ని నిరూపించడం, అన్న వాళ్ళ బాధ్యత" అని

కూడా అన్నారు. మావోపూజ వల్ల చైనా విప్లవానికీ, ప్రపంచ విప్లవానికీ మేలు జరిగిందనీ లేదా హాని జరగలేదనీ బాలగోపాల్ వివరించాడా? లేదు. 'వ్యక్తిపూజ' కూడా విప్లవ పార్టీ నిర్వహించే పాత్రనే నిర్వహించి వుంటే, అది సాధించిన సత్ఫలితం మనకు ఎందుకు కనపడడంలేదు—వ్యక్తిపూజ అనేది ఏ విప్లవ పార్టీకీ సమానం కాజాలదనే సంగతిని చరిత్ర చాలా త్వరగానే రుజువు చేసింది.

బాలగోపాల్, కేవలం మాటల్లో మాత్రం "వ్యక్తిపూజ మీద రెండు అభిప్రాయాలు లేవు. వ్యక్తిపూజ తప్పుకాదని నేను అనలేదు" అంటూ, నిజానికి, 'గాంధీపూజ వేరు, మావోపూజ వేరు' అనే విశ్లేషణతో, రెండు అభిప్రాయాలకీ దారి తీశారు. ఈ ఒక్క విషయంలోనే కాదు. ఆయన విశ్లేషణలో వైరుధ్యం లేని అంశం ఏదీలేదు! ఆశ్చర్యం కలిగించేటన్ని అవకతవకలు! జల్లెడకి ఎన్ని చిల్లులో అన్ని చిల్లులు! ఇదంతా ఎందుకు ప్రాప్తించిందంటే, ప్రతిచోటా సరైనదాన్ని తిరస్కరిస్తూ పోవడం వల్ల!

'జీవన్'గారి 'చర్చ':

బాలగోపాల్‌గారి సమీక్షా వ్యాసం మీద (84 సెప్టెంబరు వ్యాసం మీద), 85 జూన్ నెల 'సృజన' సంచికలో, 'చర్చ' శీర్షికలో జీవన్‌గారు "శ్రామిక వర్గ సాంస్కృతిక విప్లవం' సమీక్షా వ్యాసంలో కొన్ని సూత్రీకరణలు సరియైనవేనా? అనే పేరుతో ఒక వ్యాసం రాశారు. అది, 17 పేజీల వ్యాసం.

"...కె.బాలగోపాల్‌గారు రాసిన సమీక్షా వ్యాసంలో సాంస్కృతిక విప్లవానికి సంబంధించి కొన్ని సూత్రీకరణలు సరియైనవి కావని నేను భావిస్తున్నందుకు పాఠకుల దృష్టికి తీసుకు రావడం భావ్యమని అభిప్రాయపడుతున్నాను" అంటూ ప్రారంభించి జీవన్‌గారు ప్రధానంగా 4 విషయాలమీద చర్చించారు. ఆ విషయాలన్నిటినీ నేనిక్కడ వుదహరించడంలేదు. వాటిలో కొన్ని అంశాలమీద మా అభిప్రాయాలు కొంత తేడాగా వున్నాయి. కాబట్టి, ఆ చర్చంతా ఇక్కడ చెయ్యడంలేదు. జీవన్‌గారు చర్చించిన చివరి అంశంలో ముఖ్యమైన భాగం ఇక్కడ పాఠకుల దృష్టికి తేవడం అవసరం.

"అంతర్జాతీయంగా విప్లవం మందకొడిగా ఉండడం చైనాలో సాంస్కృతిక విప్లవం ఓటమికిగల ముఖ్య కారణాలలో ఒకటి" అని బాలగోపాల్ ఆఖరి పేజీలో వివరించారు. అలా కాకుండా ప్రధాన కారణమేమిటో వివరిస్తే పాఠకులకు మరింత ఉపయోగకరంగా వుండేది. ఈ సమస్యలపట్ల సమగ్రమైన అవగాహన పెంపొందించుకోవడానికి అది ఎంతో అవసరం. ఒక దేశంలో విప్లవం ఓటమికయినా, పెట్టుబడిదారీ పునరుద్ధరణకయినా ఆ దేశంలో అంతర్గత పరిస్థితులే ప్రధాన కారణమవుతాయి. బాహ్య కారణాలు ఒక క్రమాన్ని త్వరితం చేయటమో, వెనక్కు నెట్టడమో మాత్రమే చేస్తాయి. 'క్రిటిక్ ఆఫ్ సోవియట్ ఎకనామిక్స్'లో మావో, అభివృద్ధి చెందిన సోషలిస్టు దేశాల సహాయంవల్లనే పెట్టుబడిదారీ విధానం ముందునాటి ఆర్థిక వ్యవస్థలున్న దేశాలు సోషలిస్టు విప్లవాన్ని కొనసాగించగలిగాయని చెప్పటం అసమగ్రమే అవుతుందంటూ "అంతర్గత కారణాలే ప్రధానమయినవి. సోషలిజం జయప్రదమయిన దేశాల నుండి మనం అందుకునే సహాయం ఒక ముఖ్యమైన ఆవశ్యకమే అయినప్పటికీ మనం సోషలిస్టు విప్లవాన్ని అవలంబించడమా,

అవలంబించకపోవడమా అనే సమస్యను ఇది పరిష్కరించజాలదు. మనం ఆ మార్గాన్ని చేపట్టిన తర్వాత మన పురోగమన తీవ్రతను మాత్రమే అది ప్రభావితం చేస్తుంది. సహాయం అందుకోగలిగితే మనం చాలా త్వరితగతిన పురోగమించ గలుగుతాం. లేకుంటే అలాగాక నెమ్మదిగా పురోగమిస్తాం. సహాయమంటే, ఆర్థిక సహాయంతో పాటు, సహాయం చేస్తున్న దేశం విజయాలకూ, వైఫల్యాలకూ సంబంధించిన అనుకూల, అననుకూల అనుభవాలను దృఢంగా అన్వయించడం కూడా దానిలో ఇమిడి ఉంటుంది'' — అన్నారు (పే.60-61).

మావో నించి ఇచ్చిన ఈ కొటేషన్‌తో, ఈ విషయంలో బాలగోపాల్‌కి ఏమైనా కొంచమైనా అర్థమవుతుందా?

కొసమెరుపు :

రామకృష్ణారెడ్డిగారు, తన ఉత్తరాన్ని ఒక కొసమెరుపుతో ముగించారు. బాలగోపాల్‌గారి వాదనకంతటికీ అదే, క్లుప్తంగా సరైన సమాధానం. అదేమిటో చూడండి!

“ఇంక— తెలుగులో వచ్చిన ఈ పుస్తకం చదివిన దగ్గర్నుంచి చాలామంది పాఠకులు మానవ భవితవ్యం గురించి భయపడటం... సంగతి. బెతల్‌హామ్ పుస్తకానికీ, రంగనాయకమ్మగారి పుస్తకానికీ వున్న తేడా నాకు తెలీదు కానీ, ఒక దేశంలో విప్లవం విజయవంతమైనా, అక్కడ పార్టీలోను, నాయకుల్లోను, దేశం లోపల పరిస్థితుల్లోను, విప్లవానుకూల పరిస్థితులు లేకపోతే విప్లవం నిల్వదని చెప్పే ‘శుద్ధ తర్కం’ కన్నా; పార్టీలో నాయకుల్లో ఎటువంటి లోపాలు లేకపోయినా, దేశం లోపల పరిస్థితితో పనిలేకుండా, ప్రపంచవ్యాప్తంగా విప్లవ పరిస్థితి లేకపోతే మాత్రం అక్కడ విప్లవం నిల్వదని చెప్పే ‘గతి తర్కమే’ ఎక్కువ భయాన్నీ అవిశ్వాసాన్నీ

కలిగిస్తుందనుకుంటున్నాను. అందుకు 'గతి తర్కం' లోపం కాదనీ, ఇలా చెప్పడం 'గతితర్కం'గా అన్వయించడంలోనే లోపముందనీ అనుకుంటున్నాను."

అద్భుతంగా లేదూ? ఇది, 'రంగనాయకమ్మ పుస్తకం భయం కొల్పుతోంది' అనే అభిప్రాయానికి సరైన జవాబు. 'బాలగోపాల్ చెప్పే విశ్లేషణే, గతితర్కాన్ని అన్వయించిన తీరే భయం గొల్పుతోంది' అనడం ఎంతో సరిగా వుంది.

— కమ్యూనిస్టులనేవాళ్ళు ఎక్కడికక్కడ తమ నాయకులచుట్టూ, మేధావుల చుట్టూ చిన్న చిన్న ముఠాగా చేరడమూ, చిన్నా పెద్దా వ్యక్తిపూజ చెయ్యడమూ లేకుండా ఏ విషయంమీదైనా నిస్సంకోచంగా చర్చలు చేసుకో గలిగినప్పుడు, 'మానవ భవిష్యత్తు'ని అద్భుతంగా తీర్చిదిద్దుకోగల సిద్ధాంతాన్ని ఉన్నతస్థాయికి అభివృద్ధి పరుచుకోగలుగుతారు. అయితే కావలసిందంతా, కమ్యూనిస్టులు కమ్యూనిస్టులుగా వుండడమే!

★

2 వ ముద్రణకు, అనువాదకుల 'కొత్త చివరి మాట'

'చైనా తరహా సోషలిజం' పేరుతో చైనా తరహా దోపిడీ!

'మావో తర్వాత చైనా' పుస్తకంలో చైనా గురించి బెతల్‌హామ్ ఇచ్చిన సమాచారం 1978 వరకే వుంది. దాని తర్వాత మేము 1983 వరకూ సమాచారం సేకరించి, మొదటి ముద్రణకు రాసిన 'అనువాదకుల చివరి మాట'లో ఇచ్చాము.

ఇప్పుడు, ఈ 2వ ముద్రణ సమయంలో, 1983 నించీ 2002 వరకూ దొరికిన సమాచారం ఇక్కడ ఇస్తున్నాము.

ఈ సమాచారానికి ఆధారం గత 'చివరి మాట'లో చెప్పిన రకం పత్రికలూ పుస్తకాలే.

పత్రికలు : బీజింగ్ రివ్యూ, కీసింగ్స్ రికార్డ్ ఆఫ్ వరల్డ్ ఈవెంట్స్, ది చైనా క్వార్టర్లీ, ది ఫార్ ఈస్టర్న్ ఎకనామిక్ రివ్యూ.

పుస్తకాలు : 'చైనా: ఫాక్ట్స్ అండ్ ఫిగర్స్-2002', 'చైనా బేసిక్ సిరీస్' పేరుతో వేసినవీ — వగైరాలు.

ఈ వివరాలు ఇచ్చేటప్పుడు, చాలాచోట్ల, అనేక పేజీల నించి తీసిన సారాంశాన్ని ఇచ్చాము కాబట్టి ఆ పేజీల నంబర్లన్నీ ఇవ్వడం సాధ్యం కాదు. అలా ఇవ్వలేదు.

బెతల్‌హామ్ చూపించిన 'చైనా రివిజనిజం'లో ఎలాంటి మార్పులు కనపడ్డాయో వాటి కొనసాగింపే ఇదంతా. అదే ఇంకా ఇంకా పతన రూపాల్లో ఇక్కడ ప్రత్యక్షమవుతుంది.

1976 వరకూ (మావో మరణం వరకూ) వున్న చైనా కమ్యూనిస్టు పార్టీ, ఆనాటికి ఇంకా అద్భుతమైన మార్పులు సాధించలేకపోయినా, అది అనేక తప్పులు చేస్తూనే సాగినా, మార్క్సిజం గురించి దానికి ఇంకా తగినంత స్పష్టత లేకపోయినా, ఆ పార్టీలో విప్లవపంథాని అనుసరించే గ్రూపు ఒకటి వుండేది. శ్రామికవర్గ విముక్తి కోసం దోపిడీ వర్గంతో పోరాటమే దాని లక్ష్యంగా వుండేది. ఆ విప్లవపంథా, ఎన్ని తప్పులతో అయినా సోషలిస్టు మార్పుల దిక్కుగా సాగుతూ వుండేది. ప్రతీ రంగంలోనూ అది చిన్నా పెద్దా సోషలిస్టు మార్పులు ప్రారంభించింది.

ఆ సోషలిస్టు మార్పులన్నిటినీ, అవి ఏ స్థితిలో వుంటే ఆ స్థితి నించీ వెనక్కి తిప్పడమే రివిజనిస్టులు ప్రారంభించిన పని! కానీ వాళ్ళు 'సోషలిజం' అనే మాటని వదిలిపెట్టరు. వాళ్ళు ఆధారపడదల్చినదంతా ఆ మాటమీదే. గతంలో విప్లవపంథా సోషలిజంలో చాలా తప్పులు చేసిందనీ, వాటినన్నిటినీ ఇప్పుడు తాము సంస్కరిస్తున్నామనీ, తాము అనుసరిస్తున్నదే అసలైన

సోషలిస్టు మార్గం అనీ, వాళ్ళు పదే పదే వల్లిస్తూ వుంటారు. పెట్టుబడిదారీ పదజాలం ముందు 'సోషలిస్టు' విశేషణం చేర్చి, ఆ మాటల్ని 'పవిత్రం' చెయ్యడానికి చూస్తారు. 'మార్కెట్టు'ని 'సోషలిస్టు మార్కెట్టు' అనడం! 'పోటీ'ని 'సోషలిస్టు పోటీ' అనడం! 'ధరల పెరుగుదల'ని 'సోషలిస్టు ధరల పెరుగుదల'! 'లాభాల్ని' 'సోషలిస్టు లాభాలు'! ఇలాగే అన్నీ! ప్రతీచోటా!

రివిజనిస్టులు ఇంత గుండెలు తీసిన రకపు తప్పుడు సూత్రాల్ని సోషలిజంగా ఎలా చెప్పగలుగుతున్నారంటే, అసలు సోషలిజం అంటే ఏమిటో శ్రామిక జనాలకు చక్కగా తెలీదు గనక. ఏమీ తెలీని జనాల దగ్గిర ఏ తప్పుడు సూత్రం అయినా నిరాటంకంగా చలామణీ అయిపోతుంది.

సమస్యల్లో వున్న మనుషులకు ఏ జ్ఞానం తెలియాలో అది తెలిస్తే, ఆ జ్ఞానం ఒక మహాశక్తిగా మారిపోతుంది. అది జరిగేదాకా ఆ మనుషులు శక్తిహీనులుగానే పడివుంటారు. సోషలిస్టు నూతనత్వాన్ని ఏ కొంచెమో చూడగలిగిన చైనా శ్రామికవర్గం కూడా ఇంకా సిద్ధాంతజ్ఞానానికి దూరంగానే, నిస్సహాయంగానే వుంది. ఇతర దేశాల శ్రామిక వర్గాల గురించి చెప్పే పనే లేదు.

చైనాలో ఈనాడు కనపడుతోన్న కమ్యూనిస్టు పార్టీ, ఏనాడో కేపిటలిస్టు పార్టీగా మారిపోయిందని గతంలో చూసిన నిజాన్నే ఇక్కడ మళ్ళీ మళ్ళీ చూస్తాం. అంతేకాదు; ఆ మారిపోవడంలో దాని ఆరాటం, దాని ఆతృతా, దాని వేగం — అవన్నీ కూడా చూస్తాం.

చైనా విప్లవపంథా ప్రారంభించిన సోషలిజాన్ని, అది ఎంత అల్పస్థాయిలో వున్నా, దాన్ని కూడా వీలైనంత త్వరగా, ఎంత త్వరగా వీలైతే అంత త్వరగా, ధ్వంసం చేసెయ్యడానికి, చైనా రివిజనిస్టులకు విదేశీ పెట్టుబడిదారుల చేయూత కావలసివచ్చింది. దేశ దేశాల దోపిడీదారులందరూ కలిసి ఉమ్మడిగా సాధించవలసిన కార్యం — ఒక దేశంలో తలెత్తిన పిడికెడు సోషలిస్టు మార్పుల్ని రూపుమాపెయ్యడం! — ఈ సర్వనాశనాన్నే ఇక్కడ చూస్తాం.

ఏ సమాజంలో అయినా ఆర్థిక, రాజకీయ, సాంస్కృతిక సంబంధాలన్నీ పరస్పరం పెనవేసుకునే వుంటాయి. వాటిని విడదియ్యడం అసాధ్యంగా వుంటుంది. అయినప్పటికీ, వీలైనంతవరకూ ఆ రంగాల్ని వేరువేరుగా అర్థం చేసుకోవడానికే ప్రయత్నించాలి.

ఏ సమాజానికైనా 'ఆర్థిక రంగం' అనేది ఎంత 'మౌలికశక్తి'గా వుంటుందో, ఆ శక్తి రాజకీయ, సాంస్కృతికరంగాల్ని ఎలా ప్రభావితం చేస్తుందో చూడడానికి, చైనాలో మార్పులు, గతంలోనూ ఇప్పుడూ కూడా, అద్భుతమైన ఉదాహరణలుగా నిలుస్తాయి.

ఈ అనుభవాలు ప్రపంచ శ్రామికవర్గానికి తప్పనిసరిగా కొత్త శక్తిని ఇస్తాయి.

మొదట, 'ఆర్థికరంగాన్ని' చూద్దాం

ఆర్థిక రంగంలో :

1980 ల చివర్లో కమ్యూనిస్టు పార్టీలో 2 రకాల ధోరణులు కన్పించాయి. మార్కెట్‌కి ప్రాముఖ్యత వుండాలనేది ఒక వాదం. దీని నాయకుడు టెంగు. కేంద్రీకృత ప్లానింగుమీద ఆధారపడాలనేది రెండో వాదం — దీని నాయకుడు చెన్‌యున్. టెంగు గ్రూపుకే మెజారిటీ వుంటూ వచ్చింది.

1983 నించీ చైనా ఆర్థికరంగంలో ఎక్కువ స్థాయిలో జరిగిన మార్పు — విదేశీ కంపెనీలు, చైనాలోకి, ఎక్కువ స్వేచ్ఛగా రాగలగడం.

1983 అక్టోబరు 11 న, బీజింగులో, 'చైనా-ఐరోపా వ్యాపారుల సదస్సు' జరిగింది. అందులో, 'చైనా ఆర్థిక నియంత్రణా, విదేశీ వర్తకాల శాఖ' ఉపమంత్రి మాట్లాడుతూ ఇలా అన్నాడు: 'విదేశీ పెట్టుబడిదారులు, చైనాలోని కోస్తాప్రాంతాల్లో వారి పెట్టుబడులతో వారి స్వంత కంపెనీలు ప్రారంభించుకోవచ్చు. వారి సరుకుల్ని చైనా మార్కెట్‌లోనే వీలైనంత ఎక్కువగా అమ్ముకోవచ్చు.

1983 నవంబరు నాటికి 902 కౌంటీలలో (జిల్లాలలో) వుండిన 9,028 కమ్యూన్లను కేవలం ఆర్థిక కార్యకలాపాలకే పరిమితం చేసి, పరిపాలనా సంబంధమైన విధుల్ని విడగొట్టి, ఆ విధుల్ని 12,786 టౌన్‌షిప్పులకు అప్పగించారు.

కమ్యూన్లను ఇలా మార్చే పని 1984 చివరికల్లా పూర్తి కావాలని కేంద్ర ప్రభుత్వం ఆదేశించింది.

1983 డిసెంబరులో, 'చైనా ఫైనాన్స్' పత్రిక ప్రకారం: 1983 సెప్టెంబరు నాటికి చైనాకి వున్న విదేశీ రుణాలు 3,000 మిలియన్ల డాలర్లని అంచనా. వీటిని, అంతర్జాతీయ ద్రవ్యనిధీ, ప్రపంచ బ్యాంకూ, జపాను బ్యాంకులూ ఇచ్చాయి. ఇవిగాక స్వల్పకాలిక రుణాలు 2000 మిలియన్ల డాలర్లవరకూ వుండవచ్చని అంచనా.

1984 జనవరి 10 న, చైనా ప్రభుత్వ ప్రధాని ఝూవో ఝియాంగ్, అమెరికా పెట్టుబడిదారులతో మాట్లాడుతూ ఇలా హామీ ఇచ్చాడు — "విదేశాల కోసం చైనా తన తలుపులు తెరిచేసింది. ఇక, వాటిని ఎప్పటికీ ముయ్యదు."

1984 మార్చి 6 నాటి ఒక ప్రభుత్వ రిపోర్టు: 'నియంత్రిత పెట్టుబడిదారీ విధానం (కంట్రోల్డ్ కేపిటలిజం) విస్తరించింది.'

('దేశంలో కేపిటలిజం వున్నా, దాన్ని కంట్రోల్లో వుంచుతున్నాము' అని చెప్పడం. కంట్రోల్‌లో వుంటూనే అది విస్తరిస్తోంది!)

1982 లో — 26,00,000 ప్రైవేటు సంస్థలు వుండగా, 1983 నాటికి అవి 58,00,000 అయ్యాయి.

1984 ఏప్రిల్ 2 న, చైనాకి, ప్రపంచబ్యాంకు, 220,000,000 మిలియన్ డాలర్ల అప్పు ఇచ్చే ఒప్పందం జరిగింది. 20 సంవత్సరాల్లో తిరిగి చెల్లించేలాగ (వడ్డీతో). హెనాన్, షాన్‌డంగ్ రాష్ట్రాల్లో రైలుమార్గాల్ని విస్తరించడానికి ఈ అప్పు. (ఈ డబ్బుతో చైనా ఆ రైలు మార్గాల కోసం కావలసిన సరుకులన్నిటినీ అమెరికా లాంటి విదేశీ కంపెనీలనించే కొనవలసి వుంటుంది. ఆ కంపెనీల సరుకులకు, వాళ్ళు చెప్పే ధరలతోనే బేరాలు దొరికినట్టు అర్థం. ఆ అప్పుని తీర్చాలంటే, చైనా, తన సరుకుల్ని ఇవ్వాలి. 'అసలు'కీ, 'వడ్డీ'కీ సరిపోయేటన్ని సరుకుల్ని! అప్పుడు కూడా విదేశీ కంపెనీలు నిర్ణయించే ధరలతోనే! ఇలాంటి సందర్భాల్లో షరతులన్నీ అప్పులిచ్చే వాళ్ళ ప్రకారమే వుంటాయి. ఈ మొత్తం వ్యవహారంలో, ప్రపంచబ్యాంకు, చైనా నించి 'వడ్డీలు' సంపాదిస్తుంది. 'అప్పు' అన్నప్పుడల్లా దానితోపాటు 'వడ్డీ'ని కూడా గుర్తు పెట్టుకోవాలి.)

1984 ఏప్రిల్ 16 నాటి 'బీజింగ్ రివ్యూ' పత్రిక: విదేశీ పెట్టుబడుల కోసం చైనా ప్రభుత్వం, మరో 14 కోస్తా నగరాల్లో అనుమతిస్తోంది. విదేశీ కంపెనీలు విడిగా గానీ, చైనా కంపెనీలతో కలిసి జాయింటుగా గానీ వ్యాపారం చెయ్యదలిస్తే, ఆ నగరాల్లో స్థలాలు కూడా కేటాయించడానికి ప్రభుత్వం హామీ ఇస్తోంది.

1984 ఏప్రిల్ 27 న, చైనా వచ్చిన అప్పటి అమెరికా అధ్యక్షుడు రీగన్, అక్కడ జరుగుతోన్న మార్పుల్ని చాలా ప్రశంసించాడు, దిగీ దిగగానే, ఇలా: 'మీరు రైతులకు కాంట్రాక్టు పద్ధతిమీద భూములిచ్చి ప్రోత్సహిస్తున్నారు. 'కంపెనీల్ని నిర్వహించే బాధ్యత మేనేజర్లదే' అనే క్రమశిక్షణని ప్రవేశపెట్టారు. ప్రపంచబ్యాంకులోనూ అంతర్జాతీయ ద్రవ్య సంస్థలోనూ సభ్యత్వం తీసుకున్నారు. మీ దగ్గిర విదేశీయులు కూడా

స్వేచ్ఛగా వ్యాపారాలు చేసుకోవడానికి అనుమతిస్తున్నారు. ఇన్ని రకాల మార్పులు చేస్తున్న "మీ ధైర్యానికి మా శాల్యూట్!"

నా రాక సందర్భంగా మీకో విషయం తెలియజేయడానికి సంతోషిస్తున్నాను — చైనా కంపెనీల మేనేజర్లకు శిక్షణ ఇవ్వడానికి మా న్యూయార్క్ ప్రభుత్వ యూనివర్సిటీలో 3 సంవత్సరాల ఎం.బి.ఎ. కోర్సు ఒకటి ప్రారంభించబోతున్నాము.

ఆ మర్నాడు, ఏప్రిల్ 28న, చైనా పార్టీ "అగ్ర నాయకుడు" టెంగు, రీగన్‌ని కలిసి — అమెరికానించీ చైనాలోకి ప్రవహిస్తున్న టెక్నాలజీ ప్రవాహంపట్ల తను చాలా సంతృప్తికరంగా (రీజనబులీ శాటిస్‌ఫైడ్) వున్నట్టూ, ఆ టెక్నాలజీ ప్రవాహం మరింత వేగవంతం అవుతుందని ఆశిస్తున్నట్టూ చెప్పాడు.

1984 మేలో, ప్రధాని ఝావో, పార్లమెంటులో ఇలా ప్రకటించాడు — 'విదేశాలకు తలుపులు తెరిచే విధానాన్ని (ఓపెన్ డోర్ పోలసీని) ఖచ్చితంగా అమలుపరచాలి. దాని ద్వారా విదేశీ పెట్టుబడుల్ని ఉపయోగించుకోవడమూ, వారి అభివృద్ధి చెందిన టెక్నాలజీని దిగుమతి చేసుకోవడమూ పెద్ద పెద్ద అంగలతో సాగాలి. దీనికోసం హియామెన్ ప్రత్యేక ఆర్థిక ప్రాంతాన్ని గతం కన్నా విస్తరిస్తున్నాము. అలాగే, షాంగైతో సహా 14 కోస్తా నగరాలను ప్రత్యేక ఆర్థిక ప్రాంతాలుగా విదేశాల కోసం తెరుస్తున్నాము.

(మొదట్లో కొన్ని తక్కువ ప్రాంతాల్లోనే విదేశీ కంపెనీల్ని అనుమతించారు, అది చాలా 'స్వల్పమైన మార్పే' అన్నట్టు! క్రమంగా, ఆ అనుమతిని ఎక్కువ ప్రాంతాలకు పెంచుతున్నారు. దీన్ని, 'ఓపెన్ డోర్ పోలసీ' అంటున్నారు.)

1984 జూన్ 4 నాటి 'బీజింగ్ రివ్యూ' పత్రిక — 'విదేశీ పెట్టుబడిదారుల కోసం చైనాలో తలుపులు తెరిచే విధానం ఖచ్చితంగా అమలులో వుంటుంది' అని మళ్ళీ హామీ ఇచ్చింది. స్థానిక పెట్టుబడిదారులకన్నా విదేశీ పెట్టుబడిదారులకు మరిన్ని రాయితీలు ఇస్తామని ప్రకటించింది. ఆదాయం పన్నుల్ని చాలావరకూ తగ్గించడంగానీ పూర్తిగా తీసివెయ్యడంగానీ చేస్తామనీ; విదేశీ కంపెనీలు, తమ లాభాల్ని తమ దేశాలకే పంపుకోవచ్చుననీ — ఆ రాయితీల్ని వివరించింది.

1984 ఆగస్టులో, ప్రధాని ఝావో, యూరోపియన్ కమిషన్ అధ్యక్షుడితో మాట్లాడుతూ — "ఇప్పటికే తెరుచుకున్న చైనా తలుపులు ఇంకా కూడా బార్లాగా తెరుచుకుంటాయి. చైనా, ఇక తన తలుపుల్ని ఎప్పటికీ మూయ్యదు" అని మళ్ళీ హామీ ఇచ్చాడు.

(ఎప్పుడూ తెరుచుకునే వుండేటట్టయితే, ఇక ఆ తలుపులు వుండడం ఎందుకు ఝావో? అనవసరంగా అడ్డం! వాటిని వూడగొట్టి అవతల పడెయ్యరాదూ? 'చైనాకి తలుపులే వూడగొట్టేశాం' అని ప్రకటించరాదూ? 'ఓపెన్ డోర్ పోలసీ' కాదు; 'డోర్‌లెస్ పోలసీ' అని పెట్టుకోవాలి, ఝావో! టెంగు అంత పెద్ద మేధావికి ఇంత చిన్న ఆలోచన రాలేదా?)

1984 ఆగస్టు 13 'బీజింగ్ రివ్యూ' — సాంస్కృతిక విప్లవకాలంలో ప్రైవేటు వ్యాపారాన్ని పెట్టుబడిదారీ విధానంగా నిరసించారనీ, 1978 తర్వాత తమ సోషలిజంలో ప్రైవేటు వ్యాపారాలెన్నో అభివృద్ధి చెందుతున్నాయనీ వివరించింది.

1984 అక్టోబరు 22న పార్టీ 'అగ్ర నాయకుడు' టెంగు, పార్టీ కేంద్ర కమిటీ సమావేశంలో మాట్లాడినదాన్ని పార్టీ పత్రిక 'రెడ్ ఫ్లాగ్' ప్రచురించింది. "చైనాలో సోషలిస్టు ఉత్పాదకశక్తుల అభివృద్ధికి ఏదో ఒక రకం పెట్టుబడిదారీ విధానం (సమ్ కేపిటలిజం) అవసరం."

(సోషలిజం అభివృద్ధికి పెట్టుబడిదారీ విధానం!)

'సంస్కరణల' పేరుతో అమలవుతోన్న

చర్యలన్నిటినీ టెంగు చాలా మెచ్చుకున్నాడు. వాటిగురించి పాత తరం (ఓల్డ్) కామ్రేడ్లు ఆందోళన పడుతున్నారనీ, అది అనవసరమనీ చెప్పుకొచ్చాడు. "ప్రాథమిక ఉత్పత్తి సాధనాలన్నీ ప్రభుత్వం చేతుల్లోనే వుంటాయి. కొత్త బూర్జువావర్గం అంటూ ఏదీ వుండదు" అన్నాడు. 1984 అక్టోబరులో చెప్పిన దీన్ని, 1985 జనవరి 1న ప్రచురించారు.

1985 మార్చి 8 న ప్రచురించిన ఇంకో ఉపన్యాసంలో టెంగు: "ఆర్థిక సంస్కరణల లక్ష్యం — పెట్టుబడిదారీ విధానాల్ని పునరుద్ధరించడం కాదు. సోషలిజాన్నీ కమ్యూనిజాన్నీ సాధించాలనే అంతిమ లక్ష్యాన్ని బలపర్చడమే."

1985 నించీ ప్రైవేటు వడ్డీ వ్యాపారం చేసుకోవడానికి వ్యక్తుల్నీ సంస్థల్నీ అనుమతించారు.

1986 లో, 6 వ పార్లమెంటులో ప్రధాని ఝావో — సరళీకరణా, వికేంద్రీకరణా విధానాలు ఖచ్చితంగా కొనసాగుతాయని ప్రకటించాడు. 'కొందరు త్వరగా, సంపన్నులయ్యేలా ప్రోత్సహించే విధానంవల్ల చైనా సంపద వృద్ధి చెందింది' — అన్నాడు. 'అతి కఠినంగా రాయిగా వుండే గత ఆర్థిక నిర్మాణం స్థానంలో ఇప్పుడు సరుకు ఆర్థిక వ్యవస్థ ఏర్పడేవిధంగా సంస్కరణలు వీలునిస్తాయి' అన్నాడు.

చైనా రివిజనిస్టులు, విదేశీ పెట్టుబడిదారులకు ఎన్ని హామీలూ అభయాలూ ఇచ్చినా, చైనాలోకి విదేశీ పెట్టుబడుల ప్రవాహం రివిజనిస్టులు ఆశించినంత ఉత్సాహంగా సాగడంలేదు. విదేశీ కంపెనీలకు చైనాలోకి దిగడానికి ధైర్యం చాలడంలేదు. "ఏమో బాబూ, చైనాని నమ్మలేం. రేపేదన్నా జరిగితే మన పెట్టుబడులన్నీ ఎగిరిపోతాయి" అని వాళ్ళు ఊగిసలాడుతూనే వున్నారు. అందుకే చైనా రివిజనిస్టులు, విదేశీ కంపెనీల కోసం ఎప్పటికప్పుడు కొత్త కొత్త రాయితీలు ప్రకటిస్తూ వుంటారు.

1986 అక్టోబరు 11 న, విదేశీ పెట్టుబడులకు ఉత్సాహం కలిగించడం కోసం, 22 కొత్త రాయితీలు ప్రకటించారు. విదేశీ సంస్థలకు పన్నురేట్ల తగ్గింపులో ప్రాధాన్యతా, సంస్థల నిర్వహణలో ఎక్కువ స్వేచ్ఛా, ప్రభుత్వానికి చెల్లించే ఇతర ఛార్జీల్లో తగ్గింపూ — వంటి విషయాలకు సంబంధించి ఈ రాయితీలు వున్నాయి.

1988 ఏప్రిల్‌లో, చైనా పార్లమెంటులో, విదేశీ కంపెనీల కోసం ఒక చట్టం చేశారు. దీనిప్రకారం — విదేశీ కంపెనీలూ, విదేశీ పెట్టుబడులతో కలిసిన చైనా జాయింట్ కంపెనీలూ తమ మేనేజిమెంటుకి సంబంధించిన నిర్ణయాలన్నీ తమ ఇష్టప్రకారమే చేసుకోవచ్చు. దీనిపై చైనా ప్రభుత్వ జోక్యం వుండదు. ఈ కంపెనీలు కార్మికులతో ఎలా వ్యవహరించినా ప్రభుత్వం జోక్యం చేసుకోదు.

1995 నవంబరు 19 న, విదేశీ వర్తకాన్ని గతంలోకన్నా 'సరళం' చేస్తూ కొన్ని కొత్త ఉత్తర్వులు జారీ అయ్యాయి. విదేశాలనించీ చైనాలోకి దిగుమతి అయ్యే సరుకుల్లో 4 వేల రకాల సరుకుల మీద అప్పటిదాకా వున్న సుంకాల్లో 30% తగ్గించారు. ఇంకో 170 రకాల సరుకుల్ని దిగుమతి చేసుకోవడంపై వున్న ఆంక్షల్ని పూర్తిగా రద్దు చేశారు. షాంగైలోనూ, ఇతర నగరాల్లోనూ చైనా — విదేశీ ఉమ్మడి కంపెనీల్ని ఏర్పరిచారు. రీటేల్ వ్యాపారంలో కూడా విదేశీ కంపెనీలతో కలిసి ఉమ్మడి వ్యాపారాల్ని విస్తృతపరిచారు.

2002 జూన్ 17 న, 'ది ఫైనాన్షియల్ టైమ్స్' అనే విదేశీ పత్రిక ఇచ్చిన వార్త ప్రకారం: చైనాలోకి విదేశీ కంపెనీలు స్వేచ్ఛగా ప్రవేశించడానికి వీలుగా నియమాలను అసాధారణంగా సరళం

చేశారు. చైనా — 'ప్రపంచ వాణిజ్య సంస్థ'లోకి ప్రవేశించాక, గతంలో విదేశీ వర్తకం కోసం చేసిన సరళీకరణను మించిపోయి ఈ కొత్త సరళీకరణ మరీ ముందుకు సాగింది.

విదేశీ పెట్టుబడులు, చైనా కీలకరంగాలలోకి కూడా ప్రవేశించడానికి, షాంఘైతో సహా అన్ని ముఖ్య ప్రాంతాలలోనూ అనుమతించారు. ఈ సరళీకరణ, గతంలో ఇచ్చిన గడువుకన్నా చాలా ముందే జరిగిందని ఆ పత్రిక వివరణ ఇచ్చింది.

2002 అక్టోబరు నాటికి చైనా —అమెరికా, జపాన్, ఇంగ్లండు వంటి విదేశాల పెట్టుబడిదారులకు అతి చవక కూలీల్ని సమకూర్చే వనరులా తయారైంది.

ఉదాహరణకి, అమెరికన్ ఫిలిప్స్ కంపెనీ, చైనాలో ఈనాడు 23 కంపెనీల్ని నడుపుతోంది. ఏటా 5 బిలియన్ డాలర్ల విలువగల సరుకుల్ని చైనా కార్మికులతో ఉత్పత్తి చేయిస్తోంది. చైనా నించీ విదేశాలకు వెళ్ళే ఎగుమతుల్లో మూడింట రెండు వంతుల (66%) ఎగుమతులు ఈ కంపెనీవే.

ఈ కంపెనీ తాలూకు ఆసియా వ్యవహారాల అధికారి 'ఫార్‌ఈస్టర్న్ ఎకనామిక్ రివ్యూ' పత్రిక విలేఖరితో మాట్లాడుతూ, "అసలు మొదట మా సరుకుల్ని మా దేశంలోనే ప్రొడ్యూస్ చేసి చైనాకి తెచ్చి అమ్మాలనుకున్నాం. కానీ, తర్వాత ఇలా జరిగింది" అన్నాడు.

(అంటే, కంపెనీల్నే చైనాలో పెట్టి, సరుకుల్ని ఇక్కడే తయారుచేయిస్తే, ఇక్కడ కార్మికులు చాలా చవక కాబట్టి, సరుకులు చాలా చవకగా తయారవుతాయి. ఇతర కంపెనీలతో పోటీలో ఈ సరుకుల్ని తేలిగ్గా అమ్ముకోగలుగుతారు. కాబట్టి, 'కంపెనీలనే చైనాలోకి తీసుకురావడం చాలా లాభసాటి వ్యాపారం'గా వుందని చెపుతున్నాడు.)

ఫిలిప్స్ కంపెనీలాగే జనరల్ ఎలక్ట్రిక్, శామ్‌సంగ్, తోషిబా వంటి పెద్ద పెద్ద కంపెనీలు కూడా అదే దారిపట్టాయి. తమ దేశాల్లో తయారుచేసిన సరుకుల్ని చైనాలో అమ్మడంకన్నా, తమ కంపెనీల శాఖల్ని చైనాలోనే పెట్టడం ఎక్కువ లాభదాయకమని అవి భావించాయి — కార్మికులు చవక కాబట్టీ, అక్కడ అనేక రాయితీలు దొరుకుతాయి కాబట్టీనూ.

ఈ వార్తలన్నీ రాసిన 'ఫార్ ఈస్టర్న్...' పత్రిక — 'త్వరలోనే అమెరికానించీ ఇంకో పెద్ద కంపెనీ చైనాకి మారబోతోంది' అని కూడా రాసింది.

గ్రామాల్లో వ్యవసాయభూములు, 'కోఆపరేటివ్‌లు'గానూ, 'కమ్యూన్లు'గానూ వున్నకాలంలో, భూమి సమిష్టిగా వుండేది. వ్యవసాయ ప్రజలు, సమిష్టి వ్యవసాయ క్షేత్రాల్లో పని చేసేవారు. భూమి, ఎవరికీ స్వంత ఆస్తిగా వుండేదికాదు. అందరికీ పని భద్రత వుండేది — ('అందరూ పని చెయ్యాలనే' మార్పు ఇంకా సవ్యంగా జరగకపోయినా)

కానీ, చైనా రివిజనిస్టులు సమిష్టి వ్యవసాయాన్ని నాశనంచేసే మార్గం అనుసరించారు. సమిష్టిక్షేత్రాల్ని ముక్కలుగా విడగొట్టి, గ్రామాల్లో ప్రైవేటు వ్యక్తులకూ బృందాలకూ సంస్థలకూ కాంట్రాక్టులు ఇవ్వడం ప్రారంభించారు. ఇది ఎప్పుడోనే ప్రారంభమైపోయింది.

1983 నాటికి, గ్రామాల్లో కొన్ని రైతు కుటుంబాలకు స్వంత ట్రాక్టర్లూ, ట్రక్కులూ వంటి వ్యవసాయ పనిముట్లు కొంత తక్కువస్థాయిలో వుండేవి. స్వంత వ్యవసాయ పనిముట్ల సంఖ్య క్రమంగా పెరిగిపోవడం మొదలైంది.

విప్లవ పూర్వంనించీ చైనాని పరిశీలిస్తూ చైనా గురించి రాస్తూవచ్చిన 'విలియమ్ హింటన్' అనే అమెరికన్ రచయిత 1983 మార్చిలో చైనాని చూసి "ఈ వ్యాపార స్వేచ్ఛ వర్తక యువరాజుల్ని సృష్టించే ప్రమాదం వుంది" అని రాశాడు.

1984 మే 15న, ప్రధాని ఝూవో, పార్లమెంటులో ఇలా ప్రకటించాడు:

— కాంట్రాక్టుల్ని పబ్లిక్ వేలం ద్వారా ఇచ్చే పద్ధతిమీద ఆర్థికరంగంలో అనేక చర్యలు తీసుకోవాలి. ప్రతీదీ వ్యక్తులకూ సంస్థలకూ కాంట్రాక్టులు ఇవ్వడమే. కానీ, టెండర్లు పిలిచి! ఈ విధంగా పోటీని ప్రోత్సహించాలి!

— పట్టణ ప్రాంతాల్లో స్థలాల్ని ప్లాట్లుగా విభజించి, వాటిని అమ్మే స్థలాల వ్యాపారాన్ని (రియల్ ఎస్టేట్ బిజినెస్) అభివృద్ధి పరచాలి.

— ప్రత్యేక ఆర్థిక ప్రాంతాలు విజయవంతంగా సాగేలాగ చూడాలి. మరిన్ని ప్రాంతాల్ని విదేశీ పెట్టుబడులకోసం తెరిచి, విదేశాలతో ఆర్థిక, సాంకేతిక సంబంధాలను మరింత విస్తృతపరుచుకోవాలి. (దీన్ని 'స్వతంత్ర విదేశాంగ విధానం' అని చెపుతున్నారు!)

— గ్రామాల్లో, వ్యవసాయభూముల్నీ ఇతర ఉత్పత్తిసంస్థల్నీ ప్రైవేటు కాంట్రాక్టులుగా ఇచ్చే విధానాన్ని మరింత దృఢంగా అనుసరించాలి.

— సంస్థ సంపాదించే లాభంలో కొంత శాతాన్ని ప్రభుత్వానికి చెల్లించే పద్ధతికన్నా, సంస్థకు వచ్చే లాభ పరిమాణంతో సంబంధం లేకుండా, ఫలానా కొంత పన్ను కట్టే పద్ధతే ఎక్కువ ప్రయోజనకరం. పన్ను కట్టిన తర్వాత మిగిలిన లాభం ఆ ప్రైవేటు సంస్థకే (లేదా వ్యక్తికే).

— ప్రభుత్వరంగ సంస్థల్లో చిన్నస్థాయి వాటిని కూడా ఈ కాంట్రాక్టు పద్ధతిలో ప్రైవేటుగా ఇవ్వవచ్చును.

ఇదే సమావేశంలో, ఝూవో, కార్మికుల్ని కూడా 'కాంట్రాక్టు పద్ధతుల'మీదే నియమించాలని చెప్తూ ఇలా వివరించాడు:

— పర్మనెంట్ వర్కర్ల సంఖ్యని క్రమంగా తగ్గిస్తూ, టెంపరరీ వర్కర్లనీ, సీజనల్ వర్కర్లనీ ఎక్కువ సంఖ్యలో నియమించే 'లేబర్ కాంట్రాక్టు విధానాన్ని' ప్రవేశపెట్టాలి.

— ఒక కంపెనీ తక్కువ లాభాలు సంపాదించినట్టయితే, అలాంటి సందర్భాల్లో కార్మికులకు బోనస్‌లు తగ్గించడంగానీ, పూర్తిగా ఆపివెయ్యడంగానీ చెయ్యాలి. ఆఖరికి, జీతాలలో కొంత భాగాన్ని చెల్లించకుండా కూడా వుంచవచ్చు, లాభాలు పెరిగేదాకా.

(కార్మికులు ఇంకా ఎక్కువగా పనిచేసి, ఎక్కువ ఉత్పత్తిని ఇచ్చి, ఎక్కువ లాభం వచ్చేలాగ చెయ్యాలన్నమాట! అలా చెయ్యకపోతే జీతాలు పూర్తిగా ఇవ్వవద్దని ప్రధానమంత్రిగారు పెట్టుబడిదారులకు బోధిస్తున్నాడు!)

అదే సమావేశంలో ప్రధాని ఝూవో ఉపన్యాసంలో కొంత భాగాన్ని ఫ్రెంచి పత్రిక 'లో-మోంద్' మే 24న, ప్రచురించింది. ప్రభుత్వ సంస్థల్లో నిర్ణయాలు చేసే అధికారాలన్నీ మేనేజర్లవీ, డైరెక్టర్లవే. ఈ అధికారాల్ని 10 అంశాలకు విస్తరించారు.

ఆ అంశాలు ఇవీ:

(1) ఉత్పత్తి ప్లానింగు (2) ఉత్పత్తుల అమ్మకం (3) ధరల నిర్ణయం (4) ముడిపదార్థాలూ వగైరాల ఎంపికా, కొనుగోలూ (5) నిధుల వినియోగం (6) సంస్థ ఆస్తుల నిర్వహణ (7) స్ట్రక్చరల్ ఎస్టాబ్లిష్‌మెంట్ (8) సంస్థలో కార్మికులకూ, ఇతర ఉద్యోగులకూ సంబంధించిన వ్యవహారాలు (9) వేతనాలూ, బోనసులూ (10) ఇతర ప్రభుత్వ, ప్రభుత్వేతర సంస్థలతో సంబంధాలు.

(అంటే, ఈ అంశాలన్నీ మేనేజర్లూ డైరెక్టర్లే నిర్ణయిస్తారు. కార్మికులు చెయ్యవలసిందంతా టైమ్ ప్రకారం ఫ్యాక్టరీకి వచ్చి ఎక్కువ పనిచేసి ఇళ్ళకు వెళ్ళిపోవడమే. ఏ నిర్ణయంలోనూ వాళ్ళ పాత్ర వుండకూడదు.

ఈ నిబంధనలన్నీ ఎందుకు పెడుతున్నారంటే —సాంస్కృతిక విప్లవకాలంలో జరిగినదాన్ని రూపుమాపడానికి. ఆ విప్లవకాలంలో, సంస్థల్ని కార్మికులే నిర్వహించుకోవడం గురించి బ్రహ్మాండమైన మార్పులు ప్రారంభించారు. "సాంస్కృతిక విప్లవమూ, పరిశ్రమల నిర్వహణా" పుస్తకంలో, ఈ విషయాలు చాలా వివరంగా వున్నాయి.

సాంస్కృతిక విప్లవం, అలాంటి మార్పులు ప్రారంభించింది కాబట్టే, రివిజనిస్టులకు ఆ విప్లవం అంటే అంత కక్ష! ఆ విధానాల్ని రూపుమాపడానికే ఈ నిబంధనలన్నీ!)

1984 జూన్ 18 నాటి 'బీజింగ్ రివ్యూ' పత్రికలో, దాని ఎకనామిక్ ఎడిటరు, ఉత్పత్తిసంస్థల డైరెక్టర్లకు వుండే అధికారాల గురించి ఇలా చెపుతున్నాడు: ఉత్పత్తి ప్లానింగూ; ఉత్పత్తుల అమ్మకమూ; ముడిపదార్థాల కొనుగోలూ; సంస్థని సాంకేతికంగా మార్చడమూ; కార్మికుల్నీ ఇతర ఉద్యోగుల్నీ నియమించడం గానీ, బదిలీ చెయ్యడంగానీ, తీసివెయ్యడంగానీ; కార్మికులకు బహుమతులివ్వడంగానీ, పెనాల్టీలు విధించడం గానీ— ఈ నిర్ణయాలన్నీ ఉన్నతాధికారులవే.

(సంస్థల నిర్వహణలో కార్మికుల పాత్ర లేదనే సంగతి అలా వుంచితే, ఈ అధికారాలన్నీ డైరెక్టర్లకు వుండడంవల్ల జరిగే హాని ఏమిటంటే— వాళ్ళల్లో విపరీతమైన అవినీతి పెరుగుతుంది. ముడిపదార్థాల్ని కొనేటప్పుడూ, కొత్త సరుకుని అమ్మేటప్పుడూ, కార్మికులకు ఉద్యోగాలు ఇచ్చేటప్పుడూ— ఇలా ప్రతీ అంశంలోనూ 'లంచాలు' తినడానికి అవకాశాలు ఏర్పడతాయి. అంటే, ఇలాంటి మేనేజిమెంటు నిర్మాణమే సంస్థల్లో అవినీతిని పెంచి పోషిస్తుంది. ఈ నిర్ణయాల్లో కార్మికుల జోక్యం వుంటే, అప్పుడు ఈ నిర్ణయాలు ఒకరిద్దరు అధికారుల పెత్తనంకింద వుండవు. రహస్యంగా లంచాలు తినడానికి అప్పుడు ఎవరికీ అవకాశం వుండదు.)

1984 జూలై 23 'బీజింగ్ రివ్యూ'— మధ్యస్థాయి భారీస్థాయి సంస్థల్ని కాంట్రాక్టులకు ఇవ్వడం, వేలంపాటల ద్వారా (టెండర్లు పిలిచి) చెయ్యబోతున్నట్టు రాసింది! కానీ, అప్పటికే 123 భారీస్థాయి నిర్మాణాలకు టెండర్లు లేకుండా కాంట్రాక్టులు ఇచ్చినట్టు కూడా చెప్పింది. (అంటే, వాటి కాంట్రాక్టుల్ని అధికారులే లంచాలు తినేసి ఇచ్చారన్నమాట!)

ఇంకో వారం రోజుల తర్వాత, జూలై 30 నాటి అదే పత్రికలో, ఎకనామిక్ ఎడిటరు, ఇలా వాదిస్తున్నాడు— 'ఈ వేలంపాటలూ, కాంట్రాక్టులూ ఇవన్నీ, పెట్టుబడిదారీదేశాల్లో వుండే విధానమనీ, ప్రణాళికాబద్ధంగా (ప్లాన్డ్‌గా) సాగవలసిన సోషలిస్టు వ్యవస్థతో ఇది పొసగదనీ కొందరు కామ్రేడ్లు అభిప్రాయపడుతున్నారు. కానీ, అది తప్పు. కాంట్రాక్టు అనేది భౌతికసూత్రమే (ఆబ్జెక్టివ్-లా!). అది సమాజ స్వభావానికి అతీతమైన సూత్రం. ఈ సూత్రాన్ని ఏ సమాజంలో అయినా అనుసరించవచ్చునని మన అనుభవం రుజువుచేస్తోంది.'

(వీళ్ళు, రివిజనిజాన్ని తేలిగ్గానే తీసుకురాగలిగారు కాబట్టి, అదే వీళ్ళ 'అనుభవం'! కాంట్రాక్టులకివ్వడం— భౌతిక సూత్రమట! అంటే, ఏ తుక్కు పనికి అయినా ఒక విలువ కలిగించాలంటే, దానికి ముందు 'భౌతిక' 'తార్కిక' 'హేతుబద్ధ' 'సోషలిస్టు'— లాంటి మాటలు చేర్చాలి. ఈ ఎత్తుగడనే వీళ్ళు పాటిస్తున్నారు.)

కేంద్ర కమిటీ, ఒక డాక్యుమెంటులో, వ్యవసాయరంగంలో ప్రైవేటు యాజమాన్యానికి సంబంధించి కొన్ని విధానాలు ప్రకటించింది.— వ్యవసాయభూముల్ని రైతులు ప్రభుత్వం నించీ కౌలుకి తీసుకునే విధానం అప్పటికే వుంది. ('కౌలు' అన్నా, 'లీజు' అన్నా, 'కాంట్రాక్టు' అన్నా, అన్నీ ఒకటే.) ఇప్పుడు, కౌలు కాలాన్ని 15 ఏళ్ళుగానీ, ఇంకా ఎక్కువగా గానీ వుండవచ్చుని పొడిగించారు. ఒక రైతు కుటుంబం, తన ఆధీనంలోవున్న భూమిని వదిలివెయ్యదలిస్తే, దాన్ని ప్రభుత్వానికి అప్పజెప్పనవసరంలేదు. ఆ కుటుంబమే ఆ భూమిని ఇంకో కుటుంబానికి బదలాయించవచ్చు. రెండో కుటుంబమే ప్రభుత్వానికి కౌలు చెల్లిస్తుంది. ఈ బదలాయింపు హక్కువల్ల, భూమి, వ్యవసాయం చెయ్యడంలో ఎక్కువ ఆసక్తి వున్నవాళ్ళ దగ్గిరికి చేరుతుందనీ, ఇది చాలా మంచి విధానమనీ, వర్ణించారు.

(కానీ, ఈ భూమి — బదలాయింపుల్లో, మొదటి కుటుంబం రెండో కుటుంబంనించీ కొంత లంచం సంపాదించే అవకాశం బాగా వుంటుంది.)

ఆ వ్యవసాయ విధానాల్లో ఇంకో విషయం — రైతులు తమ సరుకుల ధరల్ని తమకిష్టమైనట్టు పెట్టుకోవచ్చు — అనేది.

ఇలాంటి విధానాలన్నిటినీ 'వ్యవసాయ సంస్కరణలు' అన్నారు. (నిజానికి ఇవి స్వంత ఆస్తి హక్కుల్ని బలపరిచే, దోపిడీకి దారితీసే చర్యలు.)

ఈ విధానాలమీద జరిగిన ఒక జాతీయ సెమినార్‌లో, భూమిని కాంట్రాక్టుకి ఇచ్చే కాలాన్ని ఇంకా కూడా పెంచాలని సూచించారు. ఎందుకంటే, రైతు చేతిలో భూమి ఎక్కువకాలం వుంటే, ఆ రైతు ఆ భూమిమీద ఎక్కువ నమ్మకంతో ఎక్కువ పెట్టుబడి పెట్టగలుగుతాడనీ, కాబట్టి 'దీర్ఘకాలిక కాంట్రాక్టు విధానం' వుండాలనీ వాదించారు. (అంటే, ఆ భూమి, ఆ వ్యక్తికో, ఆ కుటుంబానికో, స్వంత ఆస్తిగా అయిపోవడమే ఇది!)

ఇదేకాలంలో, గ్రామీణ విధానాల పరిశోధనా కేంద్రం డైరెక్టరు — 'రైతు కుటుంబాలు 7 మంది కూలీల్ని పెట్టుకోటానికి భవిష్యత్తులో అనుమతిస్తాం' అని ప్రకటించాడు. (అప్పటికి 7 కన్నా తక్కువమంది కూలీల్నే పెట్టుకోడానికి అనుమతి వుందన్నమాట. ఇప్పుడు కూలీల సంఖ్యని పెంచుతున్నారు.)

కానీ, నిజానికి ఈ నిబంధనలేవీ పనిచెయ్యవు. కావలసినంత మంది కూలీల్ని పెట్టుకుని, ఎంతమందిని పెట్టుకోడానికి అనుమతి వుంటుందో అంత సంఖ్యనే లెక్కల్లో చూపిస్తారు. 'కూలీల్ని పెట్టుకోవడం' అనే విధానం వున్న తర్వాత, మిగిలిన నిబంధనలన్నీ వృథా అయిపోతాయి.

సమిష్టి వుత్పత్తి విధానం పోయిందంటే, అక్కడ వుద్యోగాలు చేసే అవకాశాలు పోయాయని అర్థం. భూమిని కాంట్రాక్టులకు ఇచ్చే విధానం వచ్చినప్పుడు, భూమిని తీసుకున్న కుటుంబం, (1) కూలీలు లేకుండాగానీ, (2) కూలీలతో పాటు తాము కూడా పనిచేస్తూ గానీ, (3) పూర్తిగా కూలీల ద్వారానే గానీ — ఈ 3 మార్గాలలోనూ భూమిని సాగుచెయ్యడం జరగవచ్చు.

కానీ, భూమి అనేది క్రమంగా ధనిక కుటుంబాల ఆధీనంలోకే వెళ్ళిపోతుంది. వ్యవసాయ శ్రమలన్నిటినీ కూలీలతో చేయించే విధానమే స్థిరపడుతుంది.

సమిష్టి వ్యవసాయం పోయిన తర్వాత, భూమిని కాంట్రాక్టులకు తీసుకోలేనివాళ్ళూ, తీసుకున్నా దాన్ని నిలుపుకోలేనివాళ్ళూ, వ్యవసాయ కూలీలుగా మారి తీరతారు.

అదే డైరెక్టరు, గ్రామీణ జనాభా సంపన్నులు కావడం గురించి ఇలా వివరిస్తున్నాడు: 'జనాభాలో ప్రస్తుతం కొందరు త్వరత్వరగానూ, కొందరు కొంత ఆలస్యంగానూ సంపన్నులవుతున్నారు. కొందరు, ఇంకా సంపన్నులు కావడంలేదు. అందరూ భాగ్యవంతులవ్వాలంటే, అందరూ ఒకేసారి అవరు. మొదట కొందరే అవుతారు. క్రమంగా అందరూ భాగ్యవంతులవుతారు'.

అంటే, భూముల్ని కాంట్రాక్టులకు తీసుకుని శ్రామికులతో శ్రమలు చేయించే యజమానులు మొదట భాగ్యవంతులయ్యాక, అటెనక ఆ శ్రామికులు కూడా భాగ్యవంతులవుతారన్నమాట! కొంతకాలానికి అందరూ భాగ్యవంతులైపోతారు! దీన్ని 'పిచ్చివాగుడు' అంటే తప్ప, ఇంకెలా అన్నా దీనికి సరిపోదు. గ్రామీణ వ్యవహారాల పరిశోధనా కేంద్రం డైరెక్టరు ఇంత పిచ్చిగా వాగుతున్నాడు — అందులో తప్పేమిటో శ్రామికులు తెలుసుకోలేరని! 'డైరెక్టరుగారు చెప్పినట్టు కొంతకాలానికి మనం కూడా భాగ్యవంతులం అవుతాం కాబోలు' అని శ్రామికులు సంతోషిస్తారని!

'భాగ్యవంతులవడం' అంటే ఏమిటో

తెలియకపోతే ఈ పిచ్చివాగుడుకి శ్రామికులు నిజంగానే సంతోషిస్తారు. 'భాగ్యవంతులవడం' అంటే, శ్రామికుల శ్రమలో ఎంతో భాగాన్ని దోచుకుంటేనే అది జరుగుతుంది. యజమాని కుటుంబాలన్నీ ధనం సంపాదిస్తే, శ్రామిక కుటుంబాలన్నీ పేదగా వుండితీరతాయి. అందరూ ధనవంతులవడం ఎప్పటికీ జరగదు. అందరూ శ్రమ చేస్తున్నట్టూ, యజమానివర్గమే లేనట్టూ, దోపిడీయే లేనట్టూ, వూహిస్తే, అప్పుడు అందరూ సుఖంగానే వుంటారు. కానీ, దోపిడీ సమాజాల్లో వుండే రకం భాగ్యవంతుల్లా మాత్రం ఎవరూ వుండరు.

గ్రామాల్లో వ్యవసాయభూముల్ని ప్రైవేటు వ్యక్తులకు కాంట్రాక్టులకివ్వడమూ, కార్మికుల్ని పెట్టుకోడానికి అనుమతించడమూ వంటి మార్పులతో, గ్రామాల్లో పెట్టుబడిదారీ విధానం ప్రారంభమైంది.

1984 అక్టోబరులో, పార్టీ కేంద్రకమిటీ "సోషలిస్టు ఆర్థిక వ్యవస్థలో ప్రైవేటు పెట్టుబడిదారీ సంస్థలు కూడా తప్పనిసరే" అని ఒక తీర్మానం చేసింది.

'7 మంది కార్మికుల్ని పెట్టుకోవడానికి అనుమతిస్తాం' అని మొదట చెప్పి, తర్వాత 'ఆ పరిమితిని తొలగిస్తున్నట్టు' కూడా తీర్మానం చేశారు. అంటే, 'ఎంతమందినైనా పెట్టుకోవచ్చు' — అని!

(కానీ, వాళ్ళ ప్రకారం ఇదంతా సోషలిస్టు సమాజమే!)

1984 చివరినాటికి, గ్రామీణ జనాభాలో, 25 మిలియన్ల కుటుంబాలు, వ్యవసాయభూముల్ని ఇతర కుటుంబాలకు బదలాయించి, వర్క్‌షాపులూ చిన్న ఫ్యాక్టరీలూ నడిపే వ్యాపారాలలోకి దిగాయి. శ్రామికుల్ని పెట్టుకునే యజమానులందరూ గ్రామీణ పెట్టుబడిదారీ బృందాలుగా తయారయ్యారు. చైనాలో వీళ్ళని 'సంపన్న కుటుంబాలు' (ప్రోస్పరస్ హౌస్ హోల్డ్స్) అంటారు.

1987 నాటి ఒక చైనా అధికార రిపోర్టు ఇలా చెపుతోంది: చైనా గ్రామీణ ప్రాంతాల్లో దాదాపు 100 మినియన్ల (10 కోట్ల) జనం, దుర్భర దారిద్ర్యంలో (ఎక్స్‌ట్రీమ్ పావర్టీ) వున్నారు. వీరందరూ రైతు కుటుంబాల జనం. వీరు, ప్రభుత్వంనించీ కాంట్రాక్టులకు తీసుకున్న భూముల్ని ఎంతోకాలం నిలుపుకోలేక పోయారు. వ్యవసాయం చెయ్యడానికి తగిన వనరులు సమకూర్చుకోలేక ఆ భూముల్ని ధనికరైతు కుటుంబాలకు బదలాయించి, గ్రామాల్లో బతకలేని వాళ్ళందరూ వ్యవసాయాలు వదిలి, సమీప చిన్నా పెద్దా పట్టణాలకు వలసలు వెళ్ళడం ప్రారంభించారు.

(ఆ భూముల్ని ఆ కుటుంబాల జనాభా అంతా సమిష్టిగా సాగుచేసినట్టయితే, వ్యవసాయానికి వనరుల్ని సమకూర్చుకోవలసిన బాధ్యత సమిష్టిగానే వుంటుంది. ఆ బాధ్యత ఏ విడికుటుంబం మీదా వుండదు. సమిష్టిగా వున్నప్పుడు, యజమానులు వుండరు కాబట్టీ, 'అదనపు విలువ' అనేది, యజమానులకు పోవడం జరగదు కాబట్టీ ఆ భాగం కూడా సమిష్టి బృందానికే వుండిపోతుంది. ఆ బృందం, ఉత్పత్తి స్థలంలో కావలసిన అన్ని వనరులూ తేలిగ్గా సమకూర్చుకోగలుగుతుంది. అప్పుడు, ఉత్పత్తిదారులకు 'బతుకుదెరువు లేని' సమస్యే తలెత్తదు.)

1988 మార్చిలో ప్రారంభమైన పార్లమెంటు చేసిన కొన్ని నిర్ణయాలు: మేనేజర్లకు ఎక్కువ స్వేచ్ఛ. పార్టీ కమిటీల జోక్యం రద్దు. ప్రైవేటురంగాన్ని విస్తరించే చట్టాలు. భూముల అమ్మకాలూ కొనుగోళ్ళూ చట్టబద్ధం.

గ్రామాల్లో 'సమిష్టి వ్యవసాయక్షేత్రాల విధానం' వున్నప్పుడు, స్త్రీలు కూడా ఆ క్షేత్రాల్లో పనిచేసేవారు. వారి ఆదాయాలు వారికి వుండేవి. అవే భూములు, ప్రైవేటు కుటుంబాల కిందకు చేరినప్పుడు, ఒక కుటుంబంలో స్త్రీలు, తమ కాంట్రాక్టు భూమిలో పని చేసినా, వాళ్ళ

ఆదాయాలు వాళ్ళకు ప్రత్యేకంగా వుండవు. మొత్తం ఆదాయం అంతా పురుషుడిచేతిలో వుంటుంది. ఆ రకంగా, ఈ ప్రైవేటు కాంట్రాక్టుల పరిస్థితి స్త్రీలను అస్వంతంత్రులుగా మారుస్తుంది.

1985 మే 28 న, పార్టీ కేంద్రకమిటీ 'విద్యారంగంలో సంస్కరణలు' అనే పేరుతో ఒక డాక్యుమెంటు విడుదలచేసింది. దాని సారాంశం: "ఇకనించీ ఉన్నత విద్యనభ్యసించే విద్యార్థులు, ట్యూషన్ ఫీజులూ, హాస్టలు ఖర్చులూ (లివింగ్ ఎక్స్‌పెన్సెస్), కట్టవలసి వుంటుంది. విద్యార్థులకు స్కాలర్‌షిప్పులు ఇవ్వడం ఇకమీదట వారి ఎకడమిక్ పెర్‌ఫార్మెన్స్‌నిబట్టే వుంటుంది. 'కడు పేద' కుటుంబాలవారికీ, టీచరు ట్రయినింగ్ కోర్సులు చదివేవారికీ మాత్రమే ఫీజులనించీ మినహాయింపు వుంటుంది.

1985 అక్టోబరు 1 నించీ, ఆస్తి వారసత్వపు హక్కులకు సంబంధించిన చట్టం అమలులోకి వచ్చింది. ఈ చట్టం ప్రకారం — భార్యాభర్తల్లో ఒకరు చచ్చిపోతే, ఆస్తిలో సగభాగం రెండోవ్యక్తికీ, రెండోసగం చచ్చిపోయిన వ్యక్తి కుటుంబ సభ్యులందరికీ, చెందుతుంది.

(స్వంత ఆస్తి లేని సమాజంలో అయితే, ఆస్తి అనేది, ఎప్పుడూ సమిష్టి నిర్మాణాలకే చెంది వుంటుంది.)

1986 సెప్టెంబరు 26 న, షాంఘై నగరంలో, మొట్టమొదటిసారిగా 'స్టాక్ ఎక్ఛేంజీ'ని ఏర్పాటుచేశారు. 1949 లో కమ్యూనిస్టు పార్టీ పాలన ప్రారంభమయ్యాక ఇప్పటిదాకా ఇలాంటి పని ఎన్నడూ జరగలేదు. అంతకుముందు ఆగస్టు 5 న, షెన్‌యాంగ్ అనేచోట, బాండ్ల అమ్మకాల కోసం ఒక మార్కెట్‌ని ఏర్పాటుచేసినా, షేర్ల అమ్మకాలకోసం స్టాక్ ఎక్ఛేంజిని ఏర్పాటుచెయ్యడం మాత్రం ఇదే మొదలు.

ఇలా స్టాక్ ఎక్ఛేంజి ఏర్పాటు గురించి 'ఎకనామిక్ డైలీ' అనే అధికార పత్రిక, అక్టోబరు 14 న ఇలా రాసింది — 'మన దేశంలో పెట్టుబడి కొరతను తీర్చడానికీ, ఉత్పత్తిని పెంచడానికీ, కంపెనీల అభివృద్ధి గురించి కార్మికులు కూడా పట్టించుకునేలాగ చెయ్యడానికీ — ఈ పరిణామం ఉపకరిస్తుంది'.

(కార్మికులు కూడా షేర్లు కొంటే కంపెనీలకు ఎక్కువ లాభాలు రావడంకోసం కార్మికులు ఎక్కువగా పనిచేస్తారని దీని అర్థం. ఆర్థిక విషయాల గురించి కార్మికులు ఏమీ తెలియని పరిస్థితుల్లో వున్నప్పుడు, ఎన్ని తప్పుడు వాదాలైనా గొప్ప సూత్రాల్లాగా చలామణీ అయిపోతూ వుంటాయి.)

1986 అక్టోబరు 1 నించీ, కార్మికుల్ని కాంట్రాక్టు పద్ధతిమీద తీసుకునే 'లేబర్ కాంట్రాక్టు'కి సంబంధించిన చట్టం వచ్చింది. సంస్థల్ని నడిపే అధికారులు, ఆ సంస్థల్లో హేతుబద్ధమైన, సాంకేతికమైన మార్పులు చెయ్యడానికి కార్మికుల్ని తీసివెయ్యదలిస్తే, ఆ అధికారం వాళ్ళకు వుంటుంది. (ఇలాంటి మార్పులన్నిటినీ 'హేతుబద్ధమైన మార్పులు' అంటున్నారు. వాళ్ళ దృష్టికి అది 'హేతుబద్ధతే'!)

1987 మార్చి 25 న, పార్లమెంటులో ప్రధాని ఝావో: 'దేశంలో ధరల విధానంలో కూడా సంస్కరణలు జరగాలి'.

('ధరల్లో సంస్కరణ' అంటే, పెట్టుబడిదారులందరూ తమ సరుకుల ధరల్ని తమ అంచనాల ప్రకారం పెట్టుకోవచ్చని అర్థం. ఈ సంస్కరణ ఎందుకంటే, సాంస్కృతిక విప్లవకాలంలో, ఇష్టమొచ్చిన ధరల్ని పెట్టుకునే హక్కు సమిష్టిసంస్థలకు కూడా వుండేదికాదు. ధరల నిర్ణయాలమీద ప్రభుత్వ జోక్యం వుండేది. ఆ ప్రభావాల్ని పూర్తిగా తీసివెయ్యడానికే మళ్ళీ మళ్ళీ ఈ సంస్కరణలూ, హామీలూ!)

ఈ సంస్కరణ గురించి ఇంకా ఏం

చెప్పారంటే: 'ఈ ధరల సంస్కరణ సంపూర్ణ సోషలిస్టు మార్కెట్టు విధానాన్ని నిర్మించడానికీ, సంపూర్ణ సోషలిస్టు ఆర్థిక వ్యవస్థని అభివృద్ధి చెయ్యడానికీ తప్పనిసరి'.

('మార్కెట్టు'కి ముందు 'సోషలిస్టు'! 'సోషలిస్టు'కి ముందు 'సంపూర్ణ!' — సంపూర్ణ సోషలిస్టు మార్కెట్టు! దానికోసం, పెట్టుబడిదారులు తమకిష్టమైన ధరలు పెట్టుకునే 'ధరల సంస్కరణ!')

1987 అక్టోబరు 25 న జరిగిన పార్టీ 13 వ మహాసభలో ప్రధాని ఝావో: 'పెట్టుబడీ, సరుకులూ, శ్రామికులూ — వీటికిచెందిన మార్కెట్లు పెట్టుబడిదారీ విధానానికే సంబంధించినవి కావు. ఈ మార్కెట్లని సోషలిజం కూడా ఉపయోగించుకోవచ్చు. సోషలిస్టు ప్లానింగుని సోషలిస్టు మార్కెట్‌తో కలపాలి. ఇదంతా పెట్టుబడిదారీ విధానానికి తిరిగి వెళ్ళడం కాదు. ఎందుకంటే, ఆస్తులమీద యాజమాన్యం ప్రభుత్వానిదే కాబట్టి. ఇది సోషలిజమే'.

1988 మార్చి 25. పార్లమెంటులో తాత్కాలిక ప్రధాని లీపెంగ్ — దేశ ఆర్థిక వ్యవస్థ చక్కగా వుందని చెపుతూ, 'ద్రవ్యోల్బణం పెద్ద సమస్యగా తయారైంద'న్నాడు. ధరల పెరుగుదల జనాల జీవితాల్ని దెబ్బ తీస్తోందన్నాడు.

1989 నాటికి, స్టాకు మార్కెట్లూ, బాండ్ల వ్యాపారమూ, ప్రైవేట్ వ్యక్తులకు భూముల అమ్మకమూ — ఇలాంటి విధానాలన్నిటినీ సమర్థించుకోవడానికి, చైనా పార్టీ నాయకులు, చైనా ఆర్థిక వ్యవస్థకి, 'సోషలిజానికి ప్రాథమిక దశ'గా కొత్త నిర్వచనం ఇచ్చారు. అంటే, 'ఇది ప్రాథమిక దశ కాబట్టి, ఇక్కడ ఈ విధానాలన్నీ తప్పవు' అన్నట్టు! ఈ దశ 50 ఏళ్ళు సాగుతుందనీ, ఈ దశలో ఈ పద్ధతులు కొనసాగుతాయనీ అన్నారు. (ఆ తర్వాత ఈ 'సోషలిస్టు ముసుగు' ఇక అక్కరలేదన్నమాట! దాన్ని తీసేస్తారన్నమాట!)

'ఈ మార్కెట్ విధానమూ, ఈ స్టాక్ ఎక్ఛేంజి విధానమూ, ఇవి, వర్తకం (కామర్స్) కిందకే వస్తాయిగానీ, ఇవి సోషలిజమూ కాదు, కేపిటలిజమూ కాదు. వీటిని ఏ సమాజం అయినా ఉపయోగించుకోవచ్చు' అని కూడా అన్నారు.

(ఈ విధానాల్ని ఏ సమాజంలో అయినా ఉపయోగించవచ్చు — అనేటట్టయితే, ఈ విధానాల్ని ఉపయోగించే దశని 'ప్రాథమిక దశ' అనీ, 'ఈ దశలో ఇవి తప్పవు' అనీ, ఎందుకు చెప్పారు? ఎందుకంటే, వాళ్ళని అడిగేవాళ్ళెవరూ లేరు గనక, ఆ వాగేదేదో కొంచెం జాగ్రత్తగా ఆలోచించి వాగవలసిన అవసరం కూడా వాళ్ళకి కనపడలేదు.)

1990 డిసెంబరులో షాంఘైలోనూ, 1991 జూలై 3 న షెన్‌జెన్‌లోనూ కూడా స్టాక్ ఎక్ఛేంజీలు తెరిచారు.

1992 ఆగస్టు 9-11 తేదీల్లో, షెన్‌జెన్ స్టాక్ ఎక్ఛేంజీలో త్వరలో విడుదల కాబోయే షేర్ల అప్లికేషన్ ఫారాలు కొనుక్కోవడం కోసం, చైనా అంతటినించీ దాదాపు 10 లక్షలమంది చేరుకున్నారు. షేర్లు కావలసిన జనం, 2 రోజులపాటు క్యూల్లో నిలబడి 50 లక్షల ఫారాలు కొన్నారు. ఒక్కొక్కరూ 14 కంపెనీల్లో వెయ్యి షేర్లు కొనవచ్చు. షేరు ఫారాల ధరల్ని 8 రెట్లు పెంచి అమ్మారనీ, అధికారులు తమ బంధుమిత్రుల కోసం ఫారాల్ని రిజర్వ్ చేసి వుంచుకున్నారనీ, నిరసనలు వినపడ్డాయి. క్యూల్లో వాళ్ళు పోలీసులమీద కూడా తిరగబడ్డారు. ఒక వాహనానికి నిప్పంటించారు. "అవినీతి నశించాలి!" అని నినాదాలిచ్చారు.

పోలీసులు, లాఠీలూ భాష్పవాయువూ కూడా ప్రయోగించారు. అరెస్టులూ, గాయాలూ, ఒకరిద్దరి మరణాలూ కూడా జరిగాయి. ఆ మర్నాటి చైనా పత్రికలు "అం ... అప్లికేషన్ల పంపిణీలో ఏదో చిన్న గొడవ జరిగిందంతే!" అని రాశాయి.

1993 నవంబరు 10-14 మధ్య పార్టీ కేంద్రకమిటీ సమావేశాల్లో, 'సోషలిస్టు మార్కెట్

అనే పేరుతో ఒక డాక్యుమెంటు విడుదల చేశారు. 'మార్కెట్ ఆర్థిక వ్యవస్థ అభివృద్ధి చెందడానికి కావలసిన మెరుగైన పరిస్థితుల్నే కొనసాగించాల'ని డాక్యుమెంటు చెప్పింది. (అంటే, 'సోషలిస్టు ప్లానింగు' అనేది లేకుండా, 'పోటీ' మీద ఆధారపడే మెరుగైన విధానాల్ని అభివృద్ధి పరచాలని!)

1994 మార్చి 10-22 మధ్య పార్లమెంటు సమావేశాల్లో లీపెంగ్ — ద్రవ్యోల్బణం, ధరల పెరుగుదలా, వాటి ఫలితంగా తలెత్తిన శాంతి భద్రతల సమస్యల గురించి ఆందోళన వ్యక్తం చేశాడు.

1994 జూన్‌లో వెలువడిన అధికార లెక్కల ప్రకారం — నగరాల్లో జీవన వ్యయం, 23% పెరిగింది. ఆహార పదార్థాల ధరలు విపరీతంగా పెరిగాయి. అదే నెలలో 'ధరల నియంత్రణ'మీద జరిగిన జాతీయ సదస్సులో, ప్రభుత్వాధికారులు ప్రైవేటు సంస్థల మేనేజర్లని 'ధరల్ని అనధికారికంగా పెంచితే ఒప్పుకునేది లేద'ని హెచ్చరించారు.

('మీ ధరలు మీ ఇష్టం! పోటీలు పడండి! లాభాలు సంపాదించండి! అది సంస్కరణ' అని చెప్పిందీ ప్రభుత్వమే! ఇప్పుడు, వాళ్ళని బెదిరిస్తున్నదీ ప్రభుత్వమే! ఇందులో మొదటిదే నిజం. రెండోది అబద్ధం. అది జనాలకోసం నాటకం!)

1997 సెప్టెంబరులో, 'ప్రభుత్వరంగ సంస్థల్లో సంస్కరణలు' అనే విషయంమీద మాట్లాడుతూ ఒక ప్రభుత్వాధికారి, సంస్కరణలు అంటే ఏమిటో ఇలా వివరించాడు: 'ప్రభుత్వరంగ సంస్థల్ని అవసరమైతే పునర్విభజించడమూ, లేదా విలీనం చెయ్యడమూ, లీజుకి ఇచ్చెయ్యడమూ, కాంట్రాక్టు పద్ధతిమీద నడపడమూ, స్టాకులు అమ్మడంద్వారా పెట్టుబడులు సేకరించడమూ, ప్రైవేటు వ్యక్తులకూ సంస్థలకూ అమ్మివేయడమూ — ఇవన్నీ సంస్కరణల కిందకే వస్తాయి!'

ఈ అధికారి ఇంకా కొన్ని గొప్ప మాటలు కూడా అన్నాడు, ఇలా — 'కార్మికుల్ని తొలగించడం' అనేది కూడా ఈ సంస్కరణల్లో భాగమే. ఇది అనివార్యం. దీర్ఘకాలికంగా చూస్తే, కార్మికుల్ని తగ్గించడం అనేది, కార్మిక ప్రయోజనాలకూ, ఆర్థిక ప్రయోజనాలకూ మేలు చేస్తుంది.'

('కార్మికుల్ని తొలగించడం' కార్మికులకే మేలుచేస్తుందట! ఒకరకంగా అది నిజమే. కార్మికులకు బాధలు ఎక్కువైపోయి, తిరగబడి, ఆ అధికారుల్ని పీఠాలమీద నించి లాగగలిగితే అది కార్మికులకు మేలేకదా? ఈ అధికారిది చాలా దూరదృష్టే!)

2002 జూన్ నాటికి చైనాలో పరిస్థితి ఏమిటంటే — గ్రామాల్లోగానీ పట్టణాల్లోగానీ భూముల్నీ ఇతర ఉత్పత్తిసంస్థల్నీ, 'లీజు' 'కాంట్రాక్టు' పేర్లతో అమ్మెయ్యడం జరుగుతోంది. ఏ పెట్టుబడిదారుడైనా భూమిని 70 ఏళ్ళకు తీసుకుని, అందులో బిల్డింగులు కట్టి అమ్ముకోవచ్చు. పరిశ్రమల వాళ్ళయితే 50 సంవత్సరాలకు. ఇతర రకాల సంస్థలవాళ్ళు 40 సంవత్సరాలకు. కాంట్రాక్టు కాలం ముగిసిన తర్వాత కొత్త కాంట్రాక్టులు తీసుకోవచ్చు. భూమినిగానీ, ఇతర సంస్థల్నిగానీ ఆ యజమానులు ఎప్పటికీ వదిలిపెట్టవలసిన అవసరం రాదు! వాళ్ళకి అక్కరలేకపోతే అమ్మెయ్యవచ్చు.

(ఇదంతా సోషలిజమే — అని చెపుతున్నారు! 'ఈ ఆస్తులు ప్రైవేటువాళ్ళ చేతుల్లో తాత్కాలికంగా 50 ఏళ్ళదాకానో, 70 ఏళ్ళదాకానో, వుంటాయిగానీ, ఈ ఆస్తులమీద అసలైన హక్కులైతే ప్రభుత్వానివే కదా? అంటే, ప్రజలవే కదా? కాబట్టి ఇది సోషలిజమే' అని చెపుతున్నారు! కానీ, 70 ఏళ్ళ తర్వాత కాంట్రాక్టుని పొడిగిస్తే ఇంకో 70 ఏళ్ళు ఆ ఆస్తి ఆ ప్రైవేటు వాడి చేతుల్లోనే వుంటుంది. లేదా, దాన్ని ఇంకొకరికి బదలాయిస్తే, అది ఇంకొకరి చేతుల్లో వుంటుంది.

దాని ద్వారా ప్రభుత్వానికి కొంత 'పన్ను' రావడం మాత్రమే జరుగుతూ వుంటుంది. కార్మికులు, ప్రైవేటు యజమానుల దగ్గిరే వుండాలి ఎప్పుడూ! అయినా 'ఉత్పత్తి సాధనాలన్నీ ప్రజలవే' అని చెపుతున్నారు!)

1993 ఆగస్టు 16 న, కార్మిక మంత్రిత్వశాఖ ప్రకటించిన లెక్కల ప్రకారం — ఆ సంవత్సరాంతానికి నిరుద్యోగులు 50 లక్షలు అవుతారని అంచనా. (ఇవి నిజం లెక్కలని నమ్మకూడదు. నిరుద్యోగుల సంఖ్య ఎన్నోరెట్లు ఎక్కువగా వుండి వుంటుంది.)

ఈ నిరుద్యోగానికి ఆ శాఖ చెప్పిన కారణం — ప్రభుత్వరంగ సంస్థలనించీ కార్మికుల్ని తగ్గించడం — అని! (ఈ తగ్గింపులు, ప్రైవేటు సంస్థల్లో ఇంకా ఎక్కువగా జరుగుతాయి.)

1994 జనవరి 7 న, ప్రభుత్వ ప్రకటన: అన్ని సంస్థలూ, కార్మికులకు కనీస వేతనాలు చెల్లించాలి. దీని ప్రకారం, ఒక ప్రాంతంలో వుండే సగటు వేతనంలో కనీసం సగం అయినా చెల్లించాలి.

('కనీస వేతనం' అంటే అర్థం — 'సగటు వేతనంలో సగం' అట! అది అయినా చెల్లించమని ప్రభుత్వం చెపుతోందంటే, యజమానులు అది కూడా చెల్లించడం లేదన్నమాట!)

1994 జులై 5 న, కార్మికుల సంక్షేమం కోసం పార్లమెంటులో కొన్ని చట్టాలు చేశారు. వీటికోసం 15 సంవత్సరాలు చర్చించారట! 30 సార్లు డ్రాఫ్టులు తయారుచేశారట! చివరికి ఇప్పుడు ఆమోదించారు. ఈ చట్టాలు 1995 జనవరి 1 నించీ అమలులోకి వస్తాయని ప్రకటించారు!

ఇంతకీ ఆ చట్టాలు ఏమిటంటే: కార్మికులకు కనీస వేతనాలు ఇవ్వాలి. బాల కార్మిక వ్యవస్థ రద్దు. 8 గంటలు మాత్రమే పని. స్త్రీ-కార్మికులకు ప్రసూతి సెలవు. పని స్థలాల్లో భద్రతాచర్యల మెరుగుదలా! — ఇవీ!

కొండని తవ్వి ఎలకని పట్టినట్టు, 15 సంవత్సరాలు చర్చించి కనిపెట్టింది ఇదన్నమాట! అంటే, వీటికోసం చట్టాలు ఇప్పుడు చెయ్యడం అంటే, ఇవన్నీ ఇప్పటిదాకా లేవన్నమాట! ఈ సోషలిస్టు దేశంలో, కనీస వేతనాల కోసం, వాళ్ళ పరిపాలన వచ్చాక చట్టం చెయ్యడానికి 50 ఏళ్ళు పట్టింది! అప్పటికైనా ఆ చట్టాలు అమలు జరుగుతాయని అనుకోనక్కరలేదు. పార్లమెంటులో కూర్చునేవాళ్ళు ఏవో నాటకాలాడుతూ వుండాలి కాబట్టి, అప్పుడప్పుడూ 'కార్మిక సంక్షేమం' అనే నాటకాలు కూడా ఆడుతూ వుంటారు!

కార్మికులు తమ దుస్థితి గురించి ఎంత బాధపడతారో అంత ప్రతిఘటన చూపించలేరు. ఎందుకంటే, ఆ ప్రతిఘటన ఎవరిమీద వుండాలో, ఎలా వుండాలో, ఎందుకు వుండాలో, తెలీదు గనక. దాన్ని వారికి కమ్యూనిస్టు పార్టీ నేర్పాలి. అదే జరగనప్పుడు, కార్మికుల పోరాటాలు, శక్తివంతంగా వుండవు. సమస్యలు ఎన్ని రకాలుగా వున్నా, ఆ మనుషులు ఎక్కడికక్కడ సర్దుకుపోవడానికే ప్రయత్నిస్తారు.

అయినప్పటికీ, ఆ అజ్ఞానంలోనే కొన్ని పోరాటాలు కూడా కనపడుతున్నాయి.

1997 లో, సిచువాన్ ప్రాంతంలో, కార్మికుల ప్రదర్శనలు అనేకం జరిగాయి. ప్రభుత్వ సంస్థలనించీ ఉద్యోగాలు పోయిన 600 మంది ట్రక్కు డ్రైవర్లు 'మాకు ఇద్యోగాలు ఇవ్వండి' అని ప్రభుత్వాఫీసుల ముందు ప్రదర్శనలు చేశారు.

జిగాంగ్ అనే ప్రాంతంలో, 300 మంది కార్మికులు, తమ జీతాల బకాయిలు చెల్లించాలని ప్రదర్శనలు జరిపారు. పోలీసులు ఆ ప్రదర్శనల్ని విచ్ఛిన్నం చేశారు. (నిరసన ప్రదర్శన జరిగిన ప్రతిచోటా పోలీసులు వుంటారని, మళ్ళీ మళ్ళీ చెప్పకుండానే ఊహించాలి).

1997 సెప్టెంబరులో జరిగిన పార్టీ 15 వ మహాసభలో, అధ్యక్షుడు జియాంగ్, ప్రభుత్వసంస్థల్లో ఆర్థిక సంస్కరణలు వేగవంతంగా జరగాలని ఆదేశించాడు. దాని ఫలితంగా, లక్షలాదిమంది కార్మికులకు ఉద్యోగాలు పోయాయి.

1997 అక్టోబరులో, 'పీపుల్స్ డైలీ' వార్త: ఈ సంవత్సరంలో, మొదటి 6 నెలల్లో, ప్రభుత్వరంగ సంస్థలనించీ 50 వేలమంది కార్మికులకు ఉద్యోగాలు పోయాయి.

1997 డిసెంబరు 5 నాటి 'ది ఇండిపెండెంట్' పత్రిక వార్త: ప్రత్యేక ఆర్థిక ప్రాంతం అయిన సిచువాన్ రాష్ట్రంలోని జిగాంగ్ నగరంలో, వందలాదిమంది కార్మికులు, 2 వ నంబరు రేడియో ఫ్యాక్టరీలో, ఎంతకాలంనించో ఆపివుంచిన జీతాలకోసం నిరసన సమ్మె చేశారు. వీరితోపాటు, అప్పటికే దివాళాతీసినట్టు ప్రకటించిన ప్రభుత్వ ఫ్యాక్టరీల కార్మికులు కూడా కలిశారు.

అన్హాయ్ రాష్ట్ర రాజధాని హెఫెయ్‌లో, బట్టల ఫ్యాక్టరీలో ఉద్యోగాలు పోయిన 400 మంది కార్మికులు డిసెంబరు 8 న, నిరసన ప్రదర్శనలు జరిపారు.

ఇలాంటి ప్రదర్శనలు ఇంకా కొన్ని జరిగాయి.

ఈ సమయంలో, ప్రభుత్వ ప్రచార సాధనాలన్నీ ఒక వార్తని ప్రచారం చేశాయి — 'దేశాధ్యక్షుడు జియాంగ్ జెమీన్, పోలీసులకు ఒక విజ్ఞప్తి చేశాడు' అని. ఆ విజ్ఞప్తి ఏమిటంటే — 'కార్మిక అశాంతి పెరిగిపోతోన్న ఈ దశలో, పోలీసులు, సామాజిక స్థిరత్వాన్ని కాపాడడంకోసం తమ ప్రయత్నాల్ని ముమ్మరం చెయ్యాలి' అని!

(కార్మిక అశాంతిని తుపాకులతో అణిచివెయ్యమని సోషలిస్టు దేశాధ్యక్షుడు పోలీసుల్ని కోరుతున్నాడు!)

1999 లో జరిగిన పార్టీ వ్యవస్థాపక దినోత్సవంలో (పార్టీ పుట్టినరోజు) దేశాధ్యక్షుడు జియాంగ్ జెమీన్ — — 'సంపూర్ణమైన ప్రైవేటీకరణను ఎంచుకునే ప్రసక్తి ఎప్పటికీ లేదు అన్నాడు.

(అది పార్టీ పుట్టినరోజు సభ కాబట్టి, అలా మాట్లాడాలికదా?)

"కొంత మంది అధికారులు, 'సంస్కరణలు అంటే ప్రభుత్వ సంస్థల్ని పూర్తిగా ప్రైవేటుపరం చేయాల'ని మాట్లాడుతున్నారు. కొందరు అధికారులైతే ప్రభుత్వ ఆస్తుల్ని అమ్మివేసి సంపన్నులయ్యారు" అంటూ అలాంటివాళ్ళని విమర్శించాడు.

ఉపన్యాసంలో చివరికి — "మార్క్సిస్టు దృక్పథాన్ని నిలుపుకోండి! 'పెట్టుబడిదారీ విధానంమీద కమ్యూనిజం అంతిమంగా జయిస్తుంది' అనే నమ్మకాన్ని వీడకండి!" అని పార్టీ సభ్యులకు హితోపదేశం కూడా చేశాడు.

2000 మార్చి 7 న, కార్మిక మంత్రి తన ఉపన్యాసంలో: 'ప్రభుత్వసంస్థల్లో పనిచేసే దాదాపు 50 లక్షలమందిని, ఈ 2000 వ సంవత్సరంలో, ఉద్యోగాల నించీ తొలగించవలసి వుంటుంది. గతంలో ఉద్యోగాలు కోల్పోయిన 65 లక్షలమందికి, ఈ సంఖ్య కూడా కలిసి 11.5 మిలియన్లు (1 కోటీ 15 లక్షలు) అవుతుంది'.

2000 మే 15-17 తేదీల్లో, లియావోనింగ్ రాష్ట్రంలో, లియావోయాంగ్ నగరంలో, 2 వేలమంది కార్మికులు, తాము పనిచేస్తోన్న ఫ్యాక్టరీనీ, ప్రభుత్వ కార్యాలయాల్నీ చుట్టుముట్టారు. 20 నెలలుగా ఆపివుంచిన జీతాల బకాయిల్నీ, పెన్షన్ బకాయిల్నీ చెల్లించాలని డిమాండ్ చేశారు. చివరికి అధికారుల హామీలతో ప్రదర్శనలు ఆపారు.

2000 జూలైలో, ప్రజలు, రకరకాల సమస్యలమీద ఆందోళనలు చేసిన వార్తలు వున్నాయి.

షాండాంగ్ రాష్ట్రంలో, కొన్ని గ్రామాల ప్రజలు, తాగేనీటి కోసం చేసిన ఆందోళనల్లో ఒక

పోలీసు అధికారిని చంపారు.

చెంగ్డూలో, వెయ్యిమంది కార్మికులు, తమ ఉద్యోగాలు పోతాయని తెలిసి ఫ్యాక్టరీని చుట్టుముట్టారు.

జిలిన్ రాష్ట్రంలో 10 వేలమంది టీచర్లు, త్వరలో తమ ఉద్యోగాలు పోతాయని తెలిసి ప్రదర్శనలు జరిపారు.

2001 జూన్ 4 న, పార్టీ వెలువరించిన ఒక అధికార రిపోర్టు — ఎందుకో అసాధారణంగా చాలా విషయాలు బహిరంగపర్చింది. 'స్వేచ్ఛా మార్కెట్ సంస్కరణలవల్ల, ప్రజల్లో అసంతృప్తి ఎక్కువైంద'ని ఆ రిపోర్టు ఒప్పుకుంది. గ్రామ ప్రాంతాల నిరసన ప్రదర్శనల్లో పదేసి వేలమంది గుమిగూడడం మామూలు అయిపోయిందనీ, ఈ నిరసనలు ఇంకా విస్తృతమయ్యే సూచనలు వున్నాయనీ కూడా రిపోర్టు వెల్లడించింది.

2002 నవంబరు 7 నాటి 'ది ఫార్ ఈస్టర్న్ ఎకనామిక్ రివ్యూ' పత్రిక — చైనాలో నిరుద్యోగం గురించీ, దారిద్ర్యం గురించీ, అనేక వివరాలు ఇచ్చింది. షెన్‌యాంగ్ ప్రాంతంలో, 70% కార్మికులు నిరుద్యోగులు. నగరాల్లో నిరుద్యోగుల సంఖ్య పెరిగిపోతోంది.

ఉక్కు ఫ్యాక్టరీల్లో, గనుల్లో, చమురుబావుల్లో కార్మికులకు గతకాలంలో గృహవసతీ, ఆరోగ్య పథకాలూ, విద్యావకాశాలూ వుండేవి. ఈ సంస్కరణల తర్వాత అవన్నీ పోయాయి.

షెన్‌యాంగ్ జిల్లాలో, టీ ఎక్సీ అనేచోట హూమింగ్ అనే 63 ఏళ్ళ నిరుద్యోగ కార్మికుడు, ఈ పత్రిక విలేఖరితో, కమ్యూనిస్టు పార్టీమీద చాలా కోపంతో — "మా పరిస్థితి ఇలా వుంటే, ఈ పార్టీ కార్యకర్తలు హోటళ్ళలో కూర్చుని తింటూ తాగుతూ పనికిమాలిన వాగుళ్ళు వాగుతూ కాలం గడుపుతున్నారు" అన్నాడు! ఇంకో కార్మికుడు — "ఇది ఇంకెంతమాత్రం సోషలిస్టు దేశం కాదు" అన్నాడు!

షెన్‌యాంగ్‌లోనే ఒకప్పుడు ఆదర్శ కార్మికులుగా వుండిన వాళ్ళెందరో నిరుద్యోగులుగా మారి, రోడ్లపక్కన నిలబడి, మెళ్ళలో 'నేను కార్పెంటర్ని' 'నేను ఎలక్ట్రీషియన్‌ని' అని రాసిన అట్టలు వేళ్ళాడదీసుకుని పనులకోసం అడుగుతున్నారు. అలాంటి ఫోటోల్ని ఆ పత్రిక ప్రచురించింది.

జీతాలు ఆలస్యంగా ఇవ్వడం, తగ్గించి ఇవ్వడం, పెన్షన్ బకాయిలు చెల్లించకపోవడం, హఠాత్తుగా పనుల్లోంచి తీసెయ్యడం — ఈ బాధలవల్ల 'పిచ్చెత్తడాలు' జరుగుతోన్నా, కార్మికులు సంఘటితపడడం కూడా కనపడుతోందని ఆ పత్రిక కొన్ని వివరాలిచ్చింది.

2002 సంవత్సరం మొదటి 6 నెలల్లో, గతంలో లేనంతగా అనేక పారిశ్రామిక కేంద్రాల్లో ఒక సమన్వయం కలిగిన సమ్మెలూ ప్రదర్శనలూ జరిగాయి. అయితే, నవంబరు నెలలో జరగబోయే పార్టీ 16వ మహాసభకి పరువు పోకుండా వుండడంకోసం పార్టీ నాయకులు, పెట్టుబడిదారుల్ని హెచ్చరించారు — కార్మికుల బకాయిలు కొన్నయినా చెల్లించమని. దానివల్ల కార్మిక నిరసనలు క్రమంగా చల్లబడ్డాయని ఆ పత్రిక రాసింది.

ఈ పత్రిక ఇంకో మంచి విషయం కూడా రాసింది. ఈ కార్మిక నిరసన ప్రదర్శనల్ని కొద్దిమంది మేధావులో, యాక్టివ్ పార్టీ కార్యకర్తలో నిర్వహించడం కాకుండా, కార్మికులే తమంతట తాము, కేవలం బతుకుదెరువు సమస్యలమీద కదిలారు. కొంత పైస్థాయి ఉద్యోగుల మద్దతు కూడా వారికి దొరికిందని పత్రిక రాసింది.

2002 లో జరిగిన కార్మిక నిరసనలన్నీ కూడా పనిస్థలాల్లో (వర్క్ ప్లేస్ బేస్డ్), ఆర్థిక కారణాలవల్లే (ఎకనామికల్లీ డ్రివెన్) జరిగాయని, హాంకాంగ్ నించీ వెలువడే 'చైనా లేబర్ బులెటిన్' రాసింది.

2002 నాటికి చైనా అంతటా కార్మికుల పరిస్థితులు : బహుకొద్ది కాలం పాటు మాత్రమే వుండే కాంట్రాక్టు పనులూ, ఎప్పటికప్పుడు కొత్త కాంట్రాక్టులూ, అతి తక్కువ జీతాలూ, పనిఒత్తిడీ,

నిత్యం నిరుద్యోగ భయం!

గతంలో, 'ఊయలనించీ స్మశానందాకా రక్షణ' అనే పేరుతో వుండే భద్రత పూర్తిగా తుడిచిపెట్టుకుపోయింది — అని 'ఫార్ఈస్టర్న్ ఎకనామిక్ రివ్యూ' పత్రిక రాసింది. జియాంగ్‌కి పదవి పోయినప్పుడు, ఒక కార్మికుడు, ఈ పత్రిక విలేఖరితో "జియాంగ్ కిందకి పోతేనేం, పైకి పోతేనేం? దానితో నాకేం అవసరం?" అన్నాడు!

బూర్జువా నాయకుల పదవుల కొట్లాటలు శ్రామిక ప్రజలకు పట్టవుకదా? ఈ కార్మికుడు చక్కగానే వున్నాడు.

రాజకీయ రంగంలో:

[ఆర్థిక విధానాల్లో మార్పులు
రాజకీయ కోణంలో ఎలాంటి ప్రభావం కలిగించాయో ఇక్కడ చూడవచ్చు.]

చైనా రివిజనిస్టులు, 'మార్క్సిజం' గురించి ఎలాంటి అభిప్రాయంతో వున్నారో, దాన్నిగురించి ప్రజలకు ఏం చెపుతున్నారో మొదట చూద్దాం.

'మార్క్సిజం ఈనాటి సమస్యలకు పనికిరాదు. లేదా, కొన్ని సమస్యలకు పనికివస్తే పనికివచ్చినా, దానివల్ల ఎక్కువ లాభంలేదు' — ఇదీ మార్క్సిజం గురించి చైనా రివిజనిస్టు పార్టీ అభిప్రాయం.

'మార్క్సిజంమీద మూఢభక్తి పనికిరాదు. కాబట్టి మార్క్సిజాన్ని వదిలేసి 'టెంగు థీరీ'ని అనుసరించండి!' — ఇదీ ప్రజలకు చేసే బోధ!

కానీ, 'పార్టీ ప్రణాళిక'లో మాత్రం "కమ్యూనిస్టు పార్టీ భావజాలానికి ఆధారం మార్క్సిజమూ_ లెనినిజమూ_ మావో ఆలోచనా విధానాలే" అని గతంలో రాసినదాన్ని ఇంకా అలాగే వుంచారు. పార్టీ మహాసభల లాంటివి జరిగినప్పుడు కూడా 'మార్క్సిజాన్ని విడనాడకండి!' అని దాని మాట ఎత్తుతూ వుంటారు. ఎందుకంటే, 'ఈ పార్టీ శ్రామికవర్గ ప్రయోజనాలకే కట్టుబడి వుంది' అని అలాంటి సమయాల్లో ప్రజలకు భ్రమ కల్పించడానికి. మార్క్సిజంతో ఇంకా కొంతకాలంవరకూ అవసరం వున్నట్టుగా రివిజనిస్టులకు కనపడుతోంది. దాన్ని కీర్తిస్తూనూ నిందిస్తూనూ కూడా వున్నారు. 'ఇక ఆ పేరు ఎత్తనక్కరలేదు' అని వాళ్ళకి పూర్తి నమ్మకం కలిగినప్పుడు, వాళ్ళ పార్టీకి 'కమ్యూనిస్టు పార్టీ' అనే పేరే తీసేస్తారు. అప్పుడు 'సోషలిస్టు' మంత్రాలు కూడా వదిలేస్తారు. ఆ 'పవిత్ర దినం' కోసమే వాళ్ళ ఆశలన్నీ! ప్రయత్నాలన్నీ!

మార్క్సిజం మీద విముఖత కలిగించడంతోపాటు, రివిజనిస్టులకు కావలసిన ఇంకో ముఖ్య విషయం, 'సాంస్కృతిక విప్లవం' మీద ప్రజల్లో వున్న అనుకూలాభిప్రాయాల్ని పెరికెయ్యడం కూడా. దానికోసం 'పార్టీలో ప్రక్షాళన' పేరుతో కొన్ని కార్యక్రమాలు ప్రారంభించారు.

1983 అక్టోబరు 11న జరిగిన పార్టీ కేంద్రకమిటీ — 'సాంస్కృతిక విప్లవకాలంలో పేరుపొందిన కార్యకర్తలందర్నీ గుర్తించి, పార్టీ నించి బహిష్కరణలూ అరెస్టులూ గతంలోలాగే కొనసాగించాలి' అని తీర్మానించింది.

సాంస్కృతిక విప్లవాన్ని నిర్వహించిన 'నలుగురు' నాయకుల్ని, 1976 లోనే అరెస్టులుచేసి, 1981లో శిక్షలు వేశారు. కానీ మళ్ళీ ఆ నాయకులమీద 1983 నవంబరు 3 న, బీజింగ్ కోర్టులో కొత్త విచారణలు జరిపి, మరణశిక్షల్ని జీవితశిక్షలుగా మార్చి ఒక్కొక్కరికీ 18 సంవత్సరాల శిక్షలు వేశారు.

1983 అక్టోబరు 28న, లండన్‌కి చెందిన 'అమ్నెస్టీ ఇంటర్నేషనల్' అనే మానవ

హక్కుల సంస్థ, చైనా అధ్యక్షుడు లీ-హియనియన్‌కి — చైనాలో 'నేర వ్యతిరేక దాడి' పేరుతో సాగుతున్న మరణశిక్షల్ని ఆపివేయాలని కోరుతూ ఒక లేఖ రాసింది.

నవంబరు 2 న, చైనా విదేశాంగమంత్రి "మరణశిక్షల' గురించి మాట్లాడాడు. "నేరస్తులకు, చట్టప్రకారం ఏ శిక్ష తగినదో ఆ శిక్ష విధించి తీరాలి. ప్రజాభద్రత కోసం అలా జరగవలసిందే. ఇది ప్రతీ దేశానికి ఆ దేశపు ఆంతరంగిక విషయం" అంటూ అమ్నెస్టీ విజ్ఞప్తిని తిరస్కరించాడు.

1983 నవంబరు 7 నాటి 'బీజింగ్ రివ్యూ'లో, దాని రాజకీయ సంపాదకుడు 'మరణశిక్షలు ఎంత అవసరమో' ఇలా వాదించాడు — 'చట్టాన్ని ఉల్లంఘించేవాళ్ళకు మరణశిక్షలు తగిన శిక్షలుగా వుంటాయి. అంతేగాక, ఇతరులెవరూ అలాంటి నేరాలు చెయ్యకుండా వుండడానికి అవి హెచ్చరికలుగా కూడా వుంటాయి.'

(కానీ, ఎన్ని వందల మందికి మరణశిక్షలు పడుతోన్నా నేరాలు ఎందుకు ఆగడంలేదు? మళ్ళీ మళ్ళీ అదే రకం నేరాలు ఎందుకు జరుగుతున్నాయి?)

1984 ఏప్రిల్ 12 న నానింగ్ రేడియో ప్రసారం చేసిన ఒక వార్త: 'నానింగ్ ప్రాంతానికి చెందిన ముగ్గురు పాత పార్టీ కార్యకర్తల్ని అరెస్టు చేశారు. వీరు సాంస్కృతిక విప్లవకాలంలో, క్రమశిక్షణా నియమాల్ని ఉల్లంఘించి తిరుగుబాట్లు నడిపార'ని వాళ్ళమీద ఆరోపణలు' — (అంటే, పార్టీ నించి కార్యకర్తల్ని ఏరివేసేపని 1976 నించీ ఇంకా ఇంకా సాగుతోనే వుంది!)

మే 29 న, గ్వాంగ్జీ రేడియో ఈ ప్రకటన చేసింది: 'కొనసాగుతూవున్న పార్టీ ప్రక్షాళనా కార్యక్రమంలో, ఇంకా మిగిలివున్న 'అతివాదుల' ప్రభావాన్ని తొలగించాలి'.

1984 జూన్ 24 నాటి రిపోర్టులో, అమ్నెస్టీ సంస్థ, 'చైనాలో, ఇటీవలకాలంలో దాదాపు 700 మందికి మరణశిక్షలు విధించార'ని పేర్కొంది.

1984 జూలైలో, హెనాన్ రాష్ట్రంలో, ఒక కేసులో, 18 మందిని, దుష్టచతుష్టయం అనుచరులుగా నిందించి, విప్లవ ప్రతీఘాతకులుగా చిత్రించి, జైలుశిక్షలు విధించారు. వీరిమీద ఆరోపణ — 'వీరు ఒక ముఠాగా ఏర్పడి, సాంస్కృతిక విప్లవకాలంనాటి విధానాలను పునరుద్ధరించే ప్రయత్నాలు చేశారు' — అని. వీరిలో ముగ్గురికి 15 సం॥ల జైలూ, రాజకీయ హక్కులు తీసివెయ్యడమూ, మిగతావారికి 5 ఏళ్ళనించీ 13 ఏళ్ళదాకా జైలూ!

ఈ రకమైన అరెస్టులూ, కేసులూ, శిక్షలూ కొనసాగుతూనే వున్నాయి. అన్ని కేసుల్లోనూ ఆరోపణ ఒకటే — సాంస్కృతిక విప్లవంలో పని చేశారనిగానీ, దాన్ని తిరిగి తేవడానికి ప్రయత్నించారని గానీ.

1984 సెప్టెంబరు 26, అమ్నెస్టీ రిపోర్టు — 'చైనా ప్రభుత్వం లెక్క తెలీనంతమంది రాజకీయ ఖైదీల్ని (అన్‌నోన్ నంబర్ ఆఫ్ పొలిటికల్ ప్రిజనర్స్) విచారణలు లేకుండా జైళ్ళల్లో వుంచడమూ, బలవంతపు శ్రమ విధించడమూ చేస్తున్నద'ని చెప్పింది.

చైనాలో 44 రకాల నేరాలకు మరణశిక్షలు విధిస్తారని వివరిస్తూ అమ్నెస్టీ — 'అధిక సంఖ్యలో మరణశిక్షలు విధించడం ఆపివేయాలని' చైనా ప్రభుత్వాన్ని మరొకసారి అడిగింది.

(అంటే, ఫలానా కొన్ని పరిమిత నేరాలకే కాకుండా, తీవ్రంకాని సాధారణ నేరాల్ని కూడా 'మరణశిక్షలు వెయ్యవలసిన నేరాలు'గా పాటిస్తున్నారన్నమాట!)

1984 అక్టోబరులో, 'మరిన్ని ఆర్థిక సంస్కరణలు' ప్రకటించడానికి కొన్ని రోజులముందు, పీపుల్స్ డైలీ — "పార్టీ సభ్యులు, సాంస్కృతిక విప్లవం నాటి విధానాలను

విడిచిపెట్టాలి" అని కొత్త హెచ్చరిక చేసింది. (అంటే, సాంస్కృతిక విప్లవ విధానాల్ని పునరుద్ధరించాలనే ప్రయత్నాలు అక్కడక్కడా తలెత్తుతూనే వున్నాయని అర్థం.)

1984 నవంబరు 25 నాటి 'పీపుల్స్ డైలీ', పార్టీ కేంద్రకమిటీ ఆదేశాల్ని ఇలా ప్రచురించింది: '1983 లో ప్రారంభించిన తప్పులు దిద్దే కార్యక్రమాన్ని (రెక్టిఫికేషన్ కాంపెయిన్) ఇంకా కొనసాగించాలి. నాయకత్వ స్థానాల్లో వున్న పార్టీ సభ్యులు, తమ పేర్లను, పార్టీ సభ్యత్వం కోసం మళ్ళీ కొత్తగా నమోదు చేయించుకోవాలి.'

(అంటే, పార్టీనించి అనేకమందిని తీసివెయ్యడానికి ఇది ఇంకో మార్గం. ఈ సభ్యులు, పార్టీ సభ్యత్వం కోసం మళ్ళీ అడిగినప్పుడు, 'వీడు రివిజనిస్టు' అని వాళ్ళకు నమ్మకం కలిగితేనే కొత్త సభ్యత్వం ఇస్తారు, లేకపోతే లేదు. ఇది, పార్టీ నించి బహిష్కరించినట్టుగా పైకి కనపడని బహిష్కరణ!)

సభ్యుల్ని పార్టీలోకి కొత్తగా చేర్చుకునేటప్పుడు, వాళ్ళ పాత చరిత్రల్ని సాంస్కృతిక విప్లవ కాలం నించీ కూడా తనిఖీ చేసిచూడాలని పార్టీ ఆదేశం!

నవ చైనా వార్తా సంస్థ (హిన్హువా) ఇలా ప్రకటించింది: 'సభ్యత్వానికి అర్హత లేనివారికి కొత్త సభ్యత్వం ఇవ్వకుండా ఆపవచ్చును. గత ప్రవర్తనను ఇప్పుడు అంచనా కట్టి, గతంలో నేరాలు చేసినట్టు బైటపడితే, అరెస్టులు కూడా చెయ్యవచ్చును.'

1984 డిసెంబరు 7 న, 'పీపుల్స్ డైలీ' పత్రిక సంపాదకీయం ఇలా రాసింది — 'మార్క్స్, లెనిన్ భావాల్లో చాలావాటికి కాలం చెల్లింది (అవుట్ డేటెడ్). మార్క్సిజంపట్ల పిడివాద వైఖరిని తీసుకోలేం.'

(మార్క్సిజానికి 'కాలం చెల్లింది'గానీ, పెట్టుబడిదారీ విధానానికి మాత్రం కాలం ఎప్పటికీ చెల్లదు! అది నిత్యనూతనం!)

"ఈనాటి సమస్యల్ని మార్క్సు ఎంగెల్సుల రచనలు పరిష్కరిస్తాయని ఆశించకూడదు"

(నిజమే! ఈనాటి సమస్యల్ని టెంగు రచనలే పరిష్కరిస్తాయని ఆశించాలి. పెట్టుబడులే పరిష్కరిస్తాయని!)

డిసెంబరు 7 న ఆ సంపాదకీయం వచ్చిన తర్వాత, డిసెంబరు 10 న కొందరు ప్రభుత్వాధికారులు విదేశీ విలేఖరుల్ని కలిసినప్పుడు — 'ఆ సంపాదకీయంలో ఒక మార్పు చేసుకోవాల'ని సూచించారు. 'ఈనాటి సమస్యల్ని' అనిగాక, 'ఈనాటి అన్ని సమస్యల్నీ' అని దిద్దుకోవాలి" అని చెప్పారు. అంటే, "మార్క్సు ఎంగెల్సుల రచనలు ఈనాటి అన్ని సమస్యల్నీ పరిష్కరిస్తాయని ఆశించకూడదు" అని చదువుకోవాలట! ('కొన్ని సమస్యల్ని పరిష్కరిస్తే పరిష్కరించవచ్చుగానీ అన్నిటినీ కాదు' — అని చెప్పడం. అయితే, మార్క్సిజంవల్ల పరిష్కారం కాకుండా మిగిలిపోయే సమస్యల్ని ఏది పరిష్కరిస్తుంది? ఇంకేదీ? ఆ మాత్రం గ్రహించలేమా? — 'టెంగు ఇజం' లేదూ?)

1984 నించీ 'మార్క్సిజాన్ని వదిలెయ్యాలి' అనే అర్థం గల నిస్సంకోచపు ప్రకటనలు పార్టీ పత్రికల్లో కూడా అనేకం వచ్చాయి.

"మార్క్సిజం చాలాకాలంగా ఒక మూతబడిన భావజాల వ్యవస్థగా (క్లోజ్డ్ ఐడియలాజికల్ సిస్టమ్) వుండిపోయింది" — ఈ రకపు ప్రకటనలే అన్నీ!

('శ్రామికవర్గం, యజమాని వర్గ దోపిడీ నించి తనని తను విముక్తి చేసుకోవాలి' అని చెప్పిన సిద్ధాంతం — ఎదుగుదల లేని 'మూతబడిన' సిద్ధాంతం! 'శ్రామికుల్ని దోస్తూ లాభాలు సంపాదిస్తూ వుండాలి' అని చెప్పే సిద్ధాంతం మాత్రం నిత్యనూతనంగా అభివృద్ధి చెందుతోన్న సిద్ధాంతం! 'లాభం' — దినదినాభివృద్ధి చెందుతూ వుంటుందికదా? 'లాభ సిద్ధాంతం' కూడా దినదినాభివృద్ధి చెందే సిద్ధాంతమే!)

1985 ఏప్రిల్ 30 నాటి 'రెడ్‌ఫ్లాగ్' (ఎర్రజండా) పత్రిక సంపాదకుడు, జూన్ నించీ ఈ పత్రిక ఇక రాదనీ, జులై 1 నించీ 'సత్యాన్వేషణ' (సీకింగ్ ట్రూత్) అనే పేరుతో కొత్త పత్రిక ప్రారంభమవుతుందనీ ప్రకటించాడు.

('ఎర్రజెండా' అనేది కార్మిక వర్గ చైతన్యానికి గుర్తు కదా? కానీ ఒక వర్గానికి 'ఎరుపు' అంటే భయం! దాన్ని తీసెయ్యదల్చారు. తీసేసి, ఈ పెట్టుబడిదారీ కమ్యూనిస్టులు ఇప్పుడు 'సత్యం' కోసం కొత్తగా వెతకదల్చారు. అంటే, 'మార్క్సిజం' అనేది సత్యం కానట్టూ, సత్యాన్ని ఇంకా కొత్తగా కనిపెట్టవలసి వున్నట్టూనూ! నిజానికి, వాళ్ళ ప్రకారం చూసినా, ఇంకా కనిపెట్టవలసిందేమీ లేదు. 'లాభమే' వాళ్ళ సత్యం! పెట్టుబడిదారీ విధానమే దాని మార్గం! ఆ మార్గం వాళ్ళకి చక్కగా తెలిసిందే! కానీ, 'లాభమే అసలైన సత్యం' అని చెప్పలేరుకదా? కాబట్టి, ఇంకా 'సత్యాన్ని కనిపెట్టాలి' అంటున్నారు!)

1985 ఫిబ్రవరిలో ప్రచురించిన ఒక ఉపన్యాసంలో, పార్టీ కార్యదర్శి హూయావో బాంగ్ ఇలా అన్నాడు: 1958 లో 'గొప్ప ముందంజ' పేరుతో జరిగిన ఉద్యమకాలం నించీ 1976 లో మావో మరణం వరకూ, ఆ 20 ఏళ్ళ కాలం అంతా 'రాడికల్ లెఫ్టిస్ట్ నాన్సెన్స్'వల్ల వృధా అయిపోయింది.'

(అంటే, చైనా కమ్యూనిస్టు పార్టీ 1949 లో రాజకీయాధికారం తీసుకున్న నాటినించీ కూడా పెంగు మార్గంలోనే నడిచివుంటే ఆ 20 ఏళ్ళ కాలం కూడా ఎంతో సద్వినియోగం అయ్యేదన్నమాట! 20 ఏళ్ళకాలంలో ఎన్ని వడ్డీలు! ఎన్ని లాభాలు! అవన్నీ పోయాయా లేదా? ఎంత వృధా!)

1985 నవంబరు 25 'పీపుల్స్ డైలీ' — పార్టీ ప్రక్షాళనా ప్రచారోద్యమాన్ని గ్రామీణ పార్టీశాఖల్లో వున్న దాదాపు 2 కోట్ల సభ్యులదాకా విస్తరించబోతున్నట్టు ప్రకటించింది. ఎందుకంటే, 'గ్రామీణ పార్టీ శాఖలు, గ్రామీణ ఆర్థిక వ్యవస్థలో, నూతన సంస్కరణలకు తగినట్టుగా లోతైన మార్పులకోసం ప్రయత్నించడంలేదు' — అని చెప్పింది.

(అంటే, గ్రామాల్లో కమ్యూన్ పద్ధతుల్ని తీసివేసి కొత్త సంస్కరణల్ని అమలుచెయ్యడానికి, పార్టీ కార్యకర్తలు ఉత్సాహంగా పనిచెయ్యని పరిస్థితి ఏదో వుందన్నమాట!)

1985 నాటికి చైనా కమ్యూనిస్టు పార్టీ సభ్యులు 4 కోట్ల మంది. పార్టీ ప్రక్షాళనా కార్యక్రమం ప్రారంభించాక, 'పార్టీ పదవుల' నించీ బహిష్కరణలు పొందినవాళ్ళుగానీ, వాళ్ళకై వాళ్ళే తప్పుకున్నవాళ్ళుగానీ — 60,000 మంది.

1986 మే 27 నాటి 'నాంగ్‌మిన్ రిబావో' పత్రిక, విదేశీ పెట్టుబడులకు తలుపులు తెరిచే విధానంవల్ల, చైనా, విదేశాలమీద ఎంతగానో ఆధారపడుతోందని ఆందోళన చెందింది. 1985 లో, విద్యార్థులు, జపాన్ సరుకులకు వ్యతిరేకంగా జరిపిన ప్రదర్శనలను ప్రస్తావించింది. విదేశాలనించి దిగుమతుల వెల్లువ "చైనా, ఆత్మను అమ్ముకోవడాన్ని సూచిస్తోంద"ని వ్యాఖ్యానించింది.

1986 సెప్టెంబరు 28 నాటి పార్టీ కేంద్రకమిటీ తీర్మానాల సారాంశం: 'చైనా లక్షణాలతో కూడిన సోషలిజాన్ని నిర్మించాలి. చైనాని ఆధునిక సోషలిస్టు దేశంగా తయారుచెయ్యడానికి ఆర్థిక, రాజకీయరంగాల్లో సంస్కరణలు కొనసాగించాలి'

('చైనా లక్షణాలతోకూడిన సోషలిజం' అంటే ఏమిటో ఇంకా తర్వాత చూస్తారు.)

'కమ్యూనిస్టు పార్టీ, గతంలో వర్గపోరాట సూత్రానికే కట్టుబడి వుండడంవల్ల, 1966-76 కాలంలో సాంస్కృతిక విప్లవం సాగి, ఆ దశాబ్దం అంతా 'అంతరంగిక కల్లోల దశాబ్దం'గా అయిపోయింది. కాబట్టి విద్యాపరంగా, సైన్సుపరంగా, సంస్కృతిపరంగా అప్పుడు ఆగిపోయిన అభివృద్ధి అంతా ఇప్పుడు జరగాలి'.

'విదేశీ పెట్టుబడులకు తలుపులు తెరిచివుంచే విధానం పూర్తిగా సరైంది. ఇది మార్చడానికి వీలులేని మౌలిక ప్రభుత్వ విధానం (బేసిక్ అన్-ఆల్టరబుల్ స్టేట్ పోలసీ).'

'ప్రభుత్వ భావజాలానికి పునాది మార్క్సిజం – లెనినిజం – మావో థాట్ అయినప్పటికీ, మార్క్సిజాన్ని పిడివాదంగా అంగీకరించకూడదు. ఎందుకంటే, సైద్ధాంతికంగా, ఆచరణాత్మకంగా భిన్నాభిప్రాయాలు తలెత్తడం సహజం గనక.'

('సైద్ధాంతికంగా భిన్నాభిప్రాయాలు తలెత్తడం' అనడంలో అర్థం ఏమిటంటే —'ఒకరి అభిప్రాయం మార్క్సిజం అయితే, ఇంకొకరి అభిప్రాయం పెట్టుబడిదారీ విధానం కావచ్చు: భిన్నాభిప్రాయాలు వుంటాయికదా? అందరి అభిప్రాయాలకూ చోటు వుండాలికదా? అలాంటప్పుడు, మార్క్సిజాన్నే ఎలా పట్టుకు కూర్చుంటాం?' అని చెప్పడం అన్నమాట! పెట్టుబడిదారీ విధానాన్ని కోరేది పెట్టుబడిదారులా, శ్రామికులు కూడానా? 'భిన్నాభిప్రాయాలకు చోటు ఇవ్వాలికదా' అనే పేరుతో, శ్రామికవర్గం, తనని దోచే యజమాని వర్గానికి కూడా చోటు ఇచ్చి దాన్ని ఎప్పుడూ తన నెత్తిమీద పెట్టుకోవాలన్నమాట! అదీ భిన్నాభిప్రాయాలకు చోటు ఇవ్వడం! మరి, పెట్టుబడిదారులు కూడా భిన్నాభిప్రాయాలకు చోటు ఇవ్వాలికదా? వాళ్ళు మార్క్సిజానికి చోటు ఇస్తారా? దోపిడీ ఆస్తిహక్కుల్ని వదిలేసి, వడ్డీ లాభాల్ని వదిలేసి, యజమానితనాన్ని వదిలేసి, ఆధిపత్యాన్ని వదిలేసి, స్వయంగా శ్రమలు చేస్తూ, వాళ్ళ శ్రమలమీద వాళ్ళు బతకడం ప్రారంభిస్తారా? ఈ భిన్నాభిప్రాయానికి వాళ్ళు ఎప్పుడు చోటు ఇస్తారు?)

'చైనా తరహా సోషలిజం'

'పెట్టుబడిదారీ సరళీకరణ' (బూర్జువా లిబరలైజేషన్) పేరుతో ఆర్థిక సంస్కరణలు ప్రారంభమైన తర్వాత, వాటివల్ల లాభపడే సెక్షన్లు రాజకీయ సంస్కరణల్ని కూడా డిమాండ్ చెయ్యడం ప్రారంభమైంది. అంటే, ఇతర పెట్టుబడిదారీ దేశాల్లోలాగే చైనాలో కూడా పెట్టుబడిదారీ పార్టీలు వుండాలనీ, ఆ పార్టీలన్నిటికీ ఎన్నికల్లో పాల్గొనే హక్కులు వుండాలనీ, ఆ రకంగా అంతా పెట్టుబడిదారీ దేశాల్లో వుండే 'బూర్జువా ప్రజాస్వామ్య' పద్ధతులే వుండాలనీ అర్థం.

'ఆర్థికరంగంలో పెట్టుబడిదారీ పద్ధతులు వున్నప్పుడు, రాజకీయరంగంలో కూడా ఆ పద్ధతులే ఎందుకు వుండకూడదు?' అని ఆ సెక్షన్లు వాదిస్తున్నాయి.

'బూర్జువా ప్రజాస్వామ్యం' అంటే, అది కేవలం 'బూర్జువా రాజకీయ పార్టీల్ని పెట్టుకునే హక్కులు మాత్రమే కాదు. అది ఆ ప్రజాస్వామ్యానికి రాజకీయమైన అర్థం. బూర్జువా ప్రజాస్వామ్యానికి ఆర్థిక అర్థం ఏమిటంటే — భూమితో సహా ఉత్పత్తి సాధనాలన్నిటినీ స్వంత ఆస్తులుగా ఆక్రమించడానికీ, కార్మికుల్ని నియమించుకోవడానికీ హక్కులు వుండడం. బానిస సమాజంలో, బానిసల్ని పెట్టుకునే హక్కులు యజమానులకు వున్నట్టే, బూర్జువా ప్రజాస్వామ్యంలో, కార్మికుల్ని పెట్టుకునే హక్కులు యజమానులకు వుంటాయి. కార్మికుల్ని పెట్టుకునే హక్కు అంటే, కార్మికుల శ్రమలోనించి కొంత భాగాన్ని దోచుకునే హక్కే! అయితే ఆ భాగం 'దోచుకున్న భాగం' అనే పేరుతో కనపడదు. అది, భూమికి కౌలూ, పెట్టుబడికి వడ్డీ లాభాలూ — అనే పేర్లతో వుంటుంది. ఈ ఆదాయాల్ని పొందే హక్కులు యజమానులకు వుంటాయి.

నిజానికి 'కౌలు'ని ఇచ్చేది భూమీ కాదు; 'వడ్డీ లాభాల్ని' ఇచ్చేది పెట్టుబడీ కాదు. అవన్నీ 'శ్రమ'లో భాగాలే. ఆ శ్రమ, కార్మికులు చేసేదే అయితే, అది కార్మికులనించీ లాగేదే. (ఈ రహస్య సత్యాన్నే మార్క్సిజమే కనిపెట్టి, ప్రపంచానికి బహిరంగపరిచింది. అప్పటినించీ ఈ రహస్యం యజమాని వర్గానికి తెలుసు. కానీ శ్రామికవర్గానికి ఇంకా అందలేదు.)

'బూర్జువా ప్రజాస్వామ్యం' అంటే, 'బూర్జువా ప్రజల' స్వామితనం! అది, యజమానుల ప్రజాస్వామ్యమే గానీ కార్మికుల ప్రజాస్వామ్యం కాదు.

మనుషులు — 'శ్రామికులూ — యజమానులూ' అని వేరు వేరు పక్షాలుగా (వర్గాలుగా) విడిపోయి వున్నప్పుడు, ఆ 2 పక్షాలకూ ఒకేరకంగా ఉపయోగపడే ప్రజాస్వామ్యం ఏదీ వుండదు.

బూర్జువా ప్రజాస్వామ్యం — యజమాని వర్గ ప్రజాస్వామ్యం అయితే, సోషలిస్టు ప్రజాస్వామ్యం — కార్మికవర్గ ప్రజాస్వామ్యం.

సోషలిస్టు ప్రజాస్వామ్యానికే ఇంకో పేరు — 'కార్మికవర్గ నియంతృత్వం'.

ఒక దేశంలో, మార్క్సిజాన్నే తన సిద్ధాంతంగా చేసుకున్న ఒక కార్మికవర్గ పార్టీ, రాజ్యాధికారాన్ని సాధించి పరిపాలన ప్రారంభించిందంటే, ఆ పరిపాలనలో, దోపిడీ జరగడానికి అనుకూలించే ఆస్తిహక్కులు వుండవు. కార్మికులతో శ్రమలు చేయించే 'యజమానీ శ్రామిక' సంబంధాలు వుండవు. యజమాని వర్గం కూడా శ్రమలు చేస్తూ, తన స్వంత శ్రమతోనే తను జీవించాలి. అప్పుడు భూమి కౌళ్ళూ వడ్డీ లాభాలూ అంతర్థానమవుతాయి.

ఉత్పత్తి సాధనాలన్నీ అందరికీ చెందినవి అవుతాయి. సమాజంలో వున్న మనుషులందరూ శ్రమ చేసినప్పుడు ఆ మనుషుల్లో కొందరు 'యజమానులూ', కొందరు 'శ్రామికులూ' అవరు. ఆ సంబంధమే పోయినప్పుడు, ఆ మాటలు అర్థరహితం అయిపోతాయి. అప్పుడు అందరూ ఒకేరకంగా 'ఉత్పత్తిదారులు' అవుతారు. ఆ సమాజం 'సమసమాజం' అవుతుంది.

సమసమాజాన్ని స్థాపించే బాధ్యత కార్మికవర్గానిదే. అది 'ఆదర్శం' కోసం కాదు. 'దాస్యం' నించీ 'కష్టాల' నించీ బైటపడడం ఆదర్శం కోసం కాదు. అది ఆత్మరక్షణ కోసం! శ్రమదోపిడీ నించి తనని తను విముక్తి చేసుకోవడం కోసం!

కార్మికవర్గ పార్టీ, పరిపాలన ప్రారంభించినప్పుడు, యజమాని వర్గానికి వుండే శ్రమదోపిడీ హక్కుల్ని తీసివెయ్యాలి కాబట్టి, బూర్జువా ప్రజాస్వామ్యాన్నీ, దోపిడీ చెయ్యడానికి వుండే యజమాని వర్గ స్వేచ్ఛా స్వాతంత్ర్యాల్నీ, బూర్జువా రాజకీయ పార్టీల్నీ నిషేధించి తీరాలి!

'శ్రామికుల్ని పెట్టుకునే హక్కు కావాలి. వడ్డీ లాభాలు తినే హక్కు కావాలి. ఉత్పత్తి సాధనాల్ని ఆక్రమించే హక్కు కావాలి' అని, దోపిడీ హక్కుల్ని అడిగే ఏ సిద్ధాంతాల్నీ, ఏ స్వేచ్ఛల్నీ, ఏ రాజకీయ పార్టీల్నీ కార్మికవర్గం అనుమతించదు.

దోపిడీని తీసివెయ్యడానికి ఎలాంటి నిబంధనలైతే పెట్టాలో వాటి మొత్తమే 'కార్మికవర్గ నియంతృత్వం!'

'అందరూ శ్రమ చెయ్యాలి. ఏ మనిషికీ ఇతరుల శ్రమతో జీవించే హక్కు లేదు' అనడం కార్మికవర్గ నియంతృత్వమే.

'మనుషులందరూ సమానులు. యజమానులుగా వుండే హక్కులూ, సేవకులుగా వుండే బాధ్యతలూ ఎవరికీ వుండవు' అనడం కార్మికవర్గ నియంతృత్వమే.

'ఆధిపత్యమూ — లొంగుబాటుతనమూ' అనే సంబంధాలు ఏ రంగంలో వున్నా, ఏ కోణంలో వున్నా, వాటిని తీసివేసేదంతా కార్మికవర్గ నియంతృత్వమే.

ఈ నియంతృత్వం, యజమాని వర్గాన్ని 'నీ శ్రమతో నువ్వు బతుకు!' అని డిమాండ్ చేస్తుంది.

అందులో వున్న 'న్యాయం' ఏమిటో, 'సత్యం' ఏమిటో గ్రహించి, యజమాని వర్గం, అప్పటికైనా ఆ మార్పులన్నిటికీ స్వచ్ఛందంగా అంగీకరిస్తే, ఆ వర్గంమీద ఏ నియంతృత్వాలూ వుండవు. కానీ, అది అలా చెయ్యదుకాబట్టే, ఆ వర్గంతో కార్మికవర్గానికి పోరాటం అవసరమవుతుంది.

'వర్గ పోరాట' మార్గంలో, కార్మికవర్గం యజమాని వర్గం మీద పెట్టే నిబంధనలూ, తనని తను అభివృద్ధి పరుచుకునే నియమాలూ, అన్నీ కలిసే కార్మికవర్గ నియంతృత్వం అవుతుంది.

ఈ నియంతృత్వం, బూర్జువా వర్గ నియంతృత్వం లాంటిది కాదు. యజమానుల నియంతృత్వం, కార్మికుల్ని (ఇతర మానవుల్ని) హింసించడానికి అయితే, కార్మికవర్గ నియంతృత్వం, యజమానుల (ఇతర మానవుల) హింస నుంచి తనని రక్షించుకోడానికి. దీన్ని, 'సత్యం' దృష్టితోటీ, న్యాయం దృష్టితోటీ చూస్తే, ఇది అసలు నియంతృత్వమే కాదు.

కార్మికవర్గంలో కూడా వేరు వేరు సెక్షన్లు వుంటాయి. బూర్జువా శ్రమ విభజన సోషలిస్టు శ్రమ విభజనగా మారేవరకూ, ఈ సెక్షన్ల ప్రయోజనాలు చిన్న చిన్న తేడాలతో వుంటాయి. కాబట్టి, ఈ సెక్షన్లకు వేరు వేరు పార్టీలు వుంటాయి. ఈ పార్టీలన్నీ కార్మిక సెక్షన్ల పార్టీలే కాబట్టి, ఇవన్నీ శ్రమదోపిడీని వ్యతిరేకిస్తాయి.

కార్మికవర్గ ప్రభుత్వం, బూర్జువా వర్గ పార్టీల్ని నిషేధించినట్టుగా కార్మిక సెక్షన్ల పార్టీల్ని నిషేధించదు. కమ్యూనిస్టు పార్టీలాగానే, ఈ పార్టీలు కూడా ప్రభుత్వంలో పాల్గొనవచ్చు.

కమ్యూనిస్టు పార్టీ, కార్మిక వర్గ నియంతృత్వాన్ని, సరైన పద్ధతిలో అమలుచెయ్యదలిస్తే, 'శ్రమదోపిడీ హక్కుల్ని' అడిగే బూర్జువా పార్టీల్ని తిరస్కరించడమూ, శ్రామిక సెక్షన్ల పార్టీల్ని అనుమతించడమూ చెయ్యాలి.

'చైనా: ఫాక్ట్స్ అండ్ ఫిగర్స్' పుస్తకం ప్రకారం: చైనాలో, 1983 నవంబరు నాటికి, కమ్యూనిస్టు పార్టీయే గాక, 'ప్రజాస్వామ్య పార్టీలు' అనేవి **8** వున్నాయి. ('ప్రజాస్వామ్య' ఏమిటి? అది ఎటువంటి ప్రజాస్వామ్యమో సరైన వివరణ వుండాలి. ఈ పార్టీల్ని 'ప్రజాస్వామ్య పార్టీలు' అనడం అంటే, కమ్యూనిస్టు పార్టీని "ప్రజాస్వామ్య పార్టీ కాదు" అని చెప్పడమే. కానీ, కమ్యూనిస్టు పార్టీ అనేది, 'సోషలిస్టు ప్రజాస్వామ్య పార్టీ' అవుతుంది.)

ఈ **8** ప్రజాస్వామ్య పార్టీలు, "కమ్యూనిస్టు పార్టీ నాయకత్వాన్నే అనుసరిస్తాం" అని తమ ప్రణాళికల్లో రాసుకున్నాయి. ఈ పార్టీల సభ్యులు, 'పార్లమెంటు'తోసహా అన్ని స్థాయిల్లోనూ ప్రభుత్వంలో వుంటారు.

అయితే ఈ సభ్యులుగానీ, కమ్యూనిస్టు పార్టీ సభ్యులుగానీ ప్రభుత్వంలోకి రావడం 'ఎన్నికల' ద్వారా జరగదు. కమ్యూనిస్టు పార్టీ కేంద్రకమిటీగానీ, పొలిట్‌బ్యూరోగానీ, ఆ ప్రతినిధుల్ని నిర్ణయిస్తుంది.

ఆ రకంగానే వాళ్ళు ప్రభుత్వంలోకీ, ప్రభుత్వ సంస్థల పదవుల్లోకీ వస్తారు. (సెలెక్టెడ్ అండ్ ఎపాయింటెడ్. అంతేగానీ 'ఎలెక్టెడ్' కాదు. ఇది ఎంత తప్పు అంటే అంత తప్పు! కనీసం ఇది, బూర్జువా ప్రజాస్వామ్యం కూడా కాదు. రాచరిక నిరంకుశత్వం మాత్రమే. రివిజనిస్టులు, 'కార్మికవర్గ నియంతృత్వం' అనేదానికి ఇలాంటి అర్థాలు తీసి, ఎక్కడా 'రహస్య ఎన్నికలు' లేకుండా చేసి, తమ ఆధిపత్యాన్ని నిలబెట్టుకుంటారు. కానీ, సరైన పద్ధతి అయితే, ఎక్కడ అవసరమైతే అక్కడ రహస్య ఎన్నికలు వుండితీరాలి. 'ఎన్నికల్లో నిలబడడానికిగానీ, ఓట్లు వెయ్యడానికిగానీ, ఒకప్పటి దోపిడీ వర్గ ప్రతినిధులకు కొంతకాలంవరకూ రాజకీయమైన హక్కులు వుండరాద'నేది వేరే సంగతి.)

చైనా రివిజనిస్టులు ఎక్కడా ఏ సరైన సూత్రాన్నీ పాటించడంలేదు.

అసలు వాళ్ళు 'కార్మికవర్గ నియంతృత్వం' అనే సూత్రాన్నే 'ప్రజల నియంతృత్వం'గా మార్చేశారు. 'ప్రజలు' అంటే, 'శ్రామిక ప్రజలు' అని కాదు. దేశంలో వున్న జనాభా అంతా 'ప్రజలే'. ఎందుకంటే, రివిజనిస్టులు, 'వర్గాలు' అనే మాటని వదిలెయ్యదల్చుకున్నారు కాబట్టి, యజమానుల్నీ శ్రామికుల్నీ అందర్నీ కలిపేసి 'ప్రజల్ని' చేసేశారు. 'కార్మికవర్గ నియంతృత్వం'లో నించి 'కార్మికవర్గ'ని వదిలేసి, 'నియంతృత్వాన్ని' వుంచదల్చుకున్నారు. చివరికి, 'కార్మికవర్గ నియంతృత్వాన్ని' 'ప్రజల నియంతృత్వం'గా మార్చారు.

అయితే, అందరూ 'ప్రజలే'

అయినప్పుడు, ఆ 'నియంతృత్వం' ఎవరిమీద? అక్కడ రెండో వర్గం ఏది? రెండో వర్గం లేనప్పుడు నియంతృత్వం ఎందుకు?

'కార్మికవర్గ నియంతృత్వం' అన్నప్పుడైతే, ఆ 'నియంతృత్వం' యజమాని వర్గం మీద వుంటుంది. ఆ వర్గానికి దాస్యం చెయ్యడం నించీ తనని విముక్తి చేసుకోవడమే ఆ నియంతృత్వానికి లక్ష్యంగా వుంటుంది.

కానీ, 'ప్రజల నియంతృత్వం' అనేదానికి లక్ష్యం ఏమిటి? ఇక్కడ ప్రజలు కాని రెండో పక్షం ఏదీ లేనప్పుడు, ఈ నియంతృత్వం సాధించవలసిన కర్తవ్యం ఏమిటి? —ఏమీ లేదు. 'ప్రజల నియంతృత్వం' అనేమాట అర్థరహితమైన, పిచ్చి పదబంధం.

చైనా రివిజనిస్టులకు, 'సోషలిజం' అనే మాటలాగే, 'నియంతృత్వం' అనే మాట కూడా ఇంకా కొంతకాలందాకా కావాలి. కానీ, అది, 'యజమానుల వర్గం' మీద వుండకూడదు. కాబట్టి, యజమానులకు కష్టం కలిగించనివిధంగా, 'కార్మకవర్గ నియంతృత్వం' పోయి, అది 'ప్రజల నియంతృత్వం' అయింది. ఈ నియంతృత్వం, యజమానులమీద ఏ ఆంక్షలూ పెట్టదు కాబట్టి, దానివల్ల తమకేహానీ జరగదని, యజమానులకు తెలుసు.

నిజానికి, ఈ 'ప్రజల నియంతృత్వం'లో, రోజువారీ సంబంధాల్లో వుండేది — శ్రామిక ప్రజలమీద యజమాని ప్రజల నియంతృత్వమే!

ఈ రకంగా, చైనా రివిజనిస్టులు, తమ 'ప్రజల నియంతృత్వ పరిపాలన'లో, బూర్జువా ప్రజాస్వామ్యాన్ని ఆహ్వానించి, దానికోసం ఆర్థికరంగంలో తలుపులు తెరిచేశారు. అంటే, శ్రమదోపిడీ చెయ్యడానికి యజమాని వర్గానికి హక్కులన్నీ ఇచ్చేశారు. కానీ, రాజకీయరంగంలో ఇంకా తలుపులు మూసివుంచారు. అంటే, బూర్జువా పార్టీల్ని అనుమతించకుండా! ఇదే వాళ్ళకి కొత్త బూర్జువాలతో, పెద్ద సమస్య తెచ్చిపెట్టింది.

చైనా కమ్యూనిస్టు పార్టీ పూర్తిగా పెట్టుబడిదారీగా అయిపోయినా బూర్జువా పార్టీల్ని రానిచ్చే విషయంలో అది ఏకాభిప్రాయంతో లేదు. పార్టీలో ఎక్కువమంది సభ్యులు బూర్జువా పార్టీలకు వ్యతిరేకంగానే వున్నారు. టెంగు గ్రూపు కూడా వ్యతిరేకంగానే వుంది. ఎందుకంటే, దేశంలో బూర్జువా పార్టీల్ని అనుమతిస్తే, వాటితో ఎన్నికల పోటీలు తయారవుతాయి. కొత్త బూర్జువాలందరూ బూర్జువా పార్టీల చుట్టూ చేరతారు. ఆ పోటీల్లో కమ్యూనిస్టు పార్టీయే నెగ్గుతుందనే గ్యారంటీ వుండదు. ఇప్పుడు ఏకచ్ఛత్రాధిపత్యంగా దేశాన్ని పరిపాలిస్తోన్న ఈ పార్టీ, అలాంటి ప్రమాద పరిస్థితిలు తెచ్చుకోవడం తెలివైన పని కాదు. బూర్జువా పార్టీలూ ఎన్నికల పోటీలూ లేకుండా వుంటే, కమ్యూనిస్టు పార్టీ నాయకులు, కమ్యూనిస్టు పార్టీ పేరుతోనే వీలైనంత ఎక్కువకాలం రాజకీయాధికారాల్లో వుంటూ దేశాన్ని పాలించగలుగుతారు. ('దేవుడు మేలు చేస్తే' వాళ్ళ పిల్లలూ, పిల్లల పిల్లలూ కూడా!) ఏ బూర్జువా దేశంలోనూ సాధ్యం కాని అవకాశం ఇది. దీన్ని పాడు చేసుకోకూడదు. బూర్జువా పార్టీలు తలెత్తితే, 2,3 సంవత్సరాల్లోనే టెంగు సూర్యుడు మరుగున పడి అంతర్థానం కావచ్చు. అంత ప్రమాదం ఎలా తెచ్చుకోగలరు వాళ్ళు?

కాబట్టి, చైనా పార్టీ నాయకులు, బూర్జువా డెమోక్రసీని రాజకీయాల్లోకి కూడా తీసుకురావడానికి, ఒకవేళ తీసుకొచ్చినా ఇంత తొందరగా తీసుకురావడానికి, సుముఖంగా లేరు.

కానీ, ఆ పార్టీలో కూడా బూర్జువా పార్టీల్ని అనుమతించాలనే అభిప్రాయం ఒకటి లేకపోలేదు. కానీ, ఆ నాయకులు మైనారిటీలో వున్నారు. ఆ నాయకుల అభిప్రాయం ఏమిటంటే (ఏమిటైౖ వుండొచ్చంటే), బూర్జువా పార్టీలు ప్రారంభమయ్యాక, నెమ్మదిగా ఈ కమ్యూనిస్టు పార్టీలోనించి అటువేపు దూకెయ్యవచ్చు. లేదా, ఈ నాయకులే, ఈ పార్టీలో నించి బైటికి పోయి బూర్జువా పార్టీలు పెట్టవచ్చు. ఇలాంటి భవిష్యత్ ఆశలేవో వాళ్ళకి వుండవచ్చు. అందుకే,

రాజకీయంగా కూడా బూర్జువా ప్రజాస్వామ్యాన్నీ బూర్జువా పార్టీల్నీ అనుమతించడానికి కొందరు నాయకులు అనుకూలమే. కానీ, ఇక్కడ కూడా టెంగు గ్రూపుదే మెజారిటీ.

చివరికి, టెంగు గ్రూపు అభిప్రాయం ఏమిటంటే — ఆర్థిక సంబంధాలన్నీ 'పెట్టుబడిదారీ'గా మారిపోయి, రాజకీయ సంబంధాలు మాత్రం 'సోషలిజం' పేరుతోటీ, 'ప్రజల నియంతృత్వం' పేరుతోటీ ఏకపార్టీ ఆధిపత్యం కిందే వుండాలి. ఆ పార్టీ తమ చేతిలో వుండాలి. **'చైనా తరహా సోషలిజం'** అని వాళ్ళు చెప్పేదంతా ఇదే!

బూర్జువా లిబరలైజేషన్ గురించి టెంగు గారు 1986 సెప్టెంబరులోనూ, డిసెంబరులోనూ కొన్ని 'అమూల్యమైన' మాటలు సెలవిచ్చారు. వాటిని, పార్టీలో సీనియర్ సభ్యులకు 1987 జనవరిలో పంపిణీ చేసి, ఫిబ్రవరిలో విదేశీ పత్రికలకు కూడా విడుదల చేశారు.

టెంగుగారేమన్నారంటే — 'పశ్చిమ దేశాల విధానాల్ని అనుసరిస్తే అవి గందరగోళానికి (కేయాస్) దారితీస్తాయి. 'ప్రజాస్వామ్యం' అనేదాన్ని అడుగు తర్వాత అడుగు వేస్తూ నెమ్మదిగా సాధించగలం' అన్నారు. (అంటే, బూర్జువాల్ని బుజ్జగిస్తూ 'తొందరపడకండీ, కావాలంటే నెమ్మదిగా అది కూడా తెచ్చుకుందాం. అంత తొందరపడితే ఎలాగ?' అని చెప్పడం!)

'పశ్చిమదేశాల విధానాలు కేయాస్‌కి దారితీసేటట్టయితే, వాటిని ఆర్థికరంగంలో ఎందుకు ప్రారంభించావు?' అని టెంగుగార్ని ఎవరు అడుగుతారు? అడిగితే, దానికి జవాబు మరణశిక్షే! అయినా అడిగేవాళ్ళు వున్నారనే ఊహించాలి. రోజూ అన్ని మరణశిక్షలు పడుతున్నాయంటే, అందులో రాజకీయ వ్యతిరేకులు వుండరా?

ప్రజాస్వామ్యాన్ని 'అడుగు తర్వాత అడుగు వేస్తూ' సాధించాలట!

కానీ, బూర్జువా ప్రజల్లో కొన్ని సెక్షన్లు, అంత సహనం వహించలేకపోతున్నాయి.

'బూర్జువా ప్రజాస్వామ్యం' కోసం విద్యార్థుల నిరసనలు అప్పటికే తలెత్తుతున్నాయి. వాటిగురించి మాట్లాడే ఒక సందర్భంలో టెంగు, పోలెండులో వర్కర్స్ సాలిడారిటీ ఉద్యమాన్ని పోలెండు అధికారులు అణిచేసిన పద్ధతిని చాలా మెచ్చుకున్నారు. "విద్యార్థుల నిరసనల్ని విజయవంతంగా అరికట్టడానికి అలాంటి నియంతృత్వ పోకడలే చాలా అవసరం" అన్నాడు.

విద్యార్థుల నిరసనల్లో ప్రధానమైన డిమాండు — 'ఎక్కువ సరళీకరణా, ఎక్కువ ప్రజాస్వామ్యమూ.'

1986 డిసెంబరు 5 నించీ బీజింగులో విద్యార్థుల ప్రదర్శనలు జరిగాయి. ఆనాటి డిమాండ్లు కొన్ని: స్థానిక అసెంబ్లీలకు పంపే ప్రతినిధుల్ని ప్రజలే ప్రజాస్వామ్యయుతంగా ఎంచుకోవాలి. పత్రికా స్వాతంత్ర్యం వుండాలి. ట్యూషన్ ఫీజులు తగ్గించాలి (ఈ డిమాండ్ కొన్నిచోట్ల మాత్రమే వుంది.)

1986 డిసెంబరు 19-20 తేదీల్లో, షాంఘైలో, 70 వేలమంది విద్యార్థులు 'మరింత ప్రజాస్వామ్యం' డిమాండ్‌తో ప్రదర్శనలు జరిపారు.

పార్టీ కేంద్రకమిటీ ప్రచార విభాగం డైరెక్టరు — "పాశ్చాత్య బూర్జువా ప్రజాస్వామ్య భావాలను అనుసరించవద్దు!" అని విద్యార్థులకు ఒక హెచ్చరిక చేశాడు.

అదే సమయంలో 'పీపుల్స్ డైలీ' పత్రిక ఇలా వ్యాఖ్యానించింది — "గుప్పెడు మంది వ్యక్తులు, పార్టీ నాయకత్వాన్ని అప్రతిష్టపాలు చెయ్యాలనే నీచమైన వుద్దేశ్యంతో, 'ప్రజాస్వామ్యం' అనే సాకుతో ముందుకొస్తున్నారు."

1987 జనవరి 1న వేలమంది విద్యార్థులు పోలీసుల వలయాన్ని ఛేదించుకుని తియనన్మన్ స్క్వేర్‌లో ప్రదర్శనలు జరిపారు. అక్కడినించీ

బీజింగ్ యూనివర్సిటీ వైస్ ఛాన్సలర్ ఇంటికి వెళ్ళి తాము టెంగు సంస్కరణల్ని సమర్థిస్తున్నామనీ, పార్టీలోని అభివృద్ధి నిరోధకులనే వ్యతిరేకిస్తున్నామనీ ప్రకటించారు.

(ఈ విద్యార్థుల దృష్టిలో టెంగు అభివృద్ధి నిరోధకుడు కాడు.)

విద్యార్థులు అలా ప్రకటించినా, వాళ్ళు 'ప్రజాస్వామ్యం' అనే డిమాండ్‌తో వున్నారు కాబట్టి, ప్రచార సాధనాలన్నీ విద్యార్థుల ప్రదర్శనల్ని ఖండించాయి.

'విద్యార్థులు అరాచకవాదాన్ని ప్రచారం చేస్తున్నారు' — అని వారిని విమర్శించాయి. విద్యార్థుల నిరసనల్ని ఎదుర్కోవడంలో కొంతమంది పార్టీ సభ్యులూ ప్రభుత్వాధికారులూ గట్టివైఖరి తీసుకోవడంలేదని పత్రికలు రాశాయి.

ఈ విమర్శలన్నీ పార్టీ జనరల్ సెక్రటరీ అయిన హుయావో బాంగ్ లాంటి వాళ్ళని దృష్టిలో పెట్టుకుని చేసినవే' అని పరిశీలకుల అంచనా. (ఆ సెక్రటరీకి మూడిందన్నమాట!)

జనవరి 13న, టెంగు ఒక జపాన్ అధికారితో ఇలా అన్నాడు — 'ఈ మధ్య జరిగిన విద్యార్థుల నిరసనలు ఏమంత పట్టించుకోవలసినవి కావు. పార్టీలో వున్న కొన్ని చెడ్డ శక్తులూ (బ్యాడ్ ఎలిమెంట్స్), బాధ్యతారహితంగా ప్రవర్తించే కొందరు మేధావులూ, విద్యార్థుల్ని తప్పుదోవ పట్టించారు.'

జనవరి 14న, మార్క్సిస్టు మేధావిగా జనంలో గుర్తింపు వున్న వాంగ్ అనే రచయితని పార్టీనించీ బహిష్కరించారు. ఎందుకంటే — ఆయన, చైనా పార్టీనీ, చైనా సోషలిజాన్నీ, 'మార్క్సిజం పూత పూసిన ఫ్యూడల్ లేదా అర్థ ఫ్యూడల్ స్వభావం కలవి'గా చిత్రించాడు.

1987 జనవరి 16న, హిన్హువా — 'హుయావోబాంగు పార్టీ కార్యదర్శి పదవికి రాజీనామా చేసి'నట్టు వార్త ప్రచురించింది. 'నేను సమిష్టి నాయకత్వ సూత్రాల్ని ఉల్లంఘించాను' అని ఆయన నేరం ఒప్పుకుని పదవికి రాజీనామా చేశాడట! (పాపం, ఒప్పుకున్నాడుగా, ఇంకా రాజీనామా ఎందుకూ?)

అప్పటికి ప్రభుత్వ ప్రధానిగా వున్న ఝూవోయే హూకి బదులుగా తాత్కాలిక ప్రధాన కార్యదర్శి అయ్యాడు.

జనవరి 20న 'టెంగ్ ప్రకటన: 'పార్టీ నాయకత్వంలో జరిగిన మార్పులు, ఆర్థిక సంస్కరణలపై ప్రభావం చూపవు' అని! (అంటే, 'సంస్కరణలు ఎప్పటిలాగే వుంటాయి. కంగారుపడకండి! పెట్టుబడులు పెట్టుకోండి!' అని బూర్జువాలకు ధైర్యం చెప్పడం!)

1987 జనవరి 22న 'ప్రచార సాధనాల్నీ పుస్తక ప్రచురణల్నీ పర్యవేక్షించే' కార్యాలయాన్ని ప్రారంభించారు. 'ప్రచార సాధనాలు బూర్జువా లిబరలైజేషన్ వేపు పోకుండా అరికట్టడానికే ఈ సంస్థ' అని ప్రకటించారు.

(బూర్జువా లిబరలైజేషన్‌ని తెచ్చిందీ వాళ్ళే; అటు పోవద్దని ప్రచార సాధనాల్ని హెచ్చరిస్తున్నదీ వాళ్ళే! అంటే 'బూర్జువా పార్టీలు కావాల'నే పద్ధతిలో రాయవద్దని హెచ్చరిక!)

1987 జనవరి 23న, 'లీవ్' అనే హుయావో బాంగ్ సమర్థకుణ్ణి పార్టీనించి బహిష్కరించారు.

అప్పుడు పర్యటనలో వున్న జపాన్ బృందాన్ని ఒక దాన్ని హుయావో బాంగ్ కలవవలసి వుంది. కానీ, కలవలేదు. "ఆయన ఓవర్ వర్క్‌తో తెగ అలిసిపోయి వున్నాడు లెండి" అని వాళ్ళకి చెప్పారు. ('అలాగా?' అని వాళ్ళు నమ్మేసినట్టు నటించి వుంటారు. హూ పదవిలో లేడని వాళ్ళకి తెలిసిందో లేదో?)

1987 అక్టోబరు 25న, పార్టీ 13వ మహాసభ మొదలైంది. అప్పటిదాకా పార్టీలో తాత్కాలిక ప్రధాన కార్యదర్శిగావున్న ఝూవో, 'తాత్కాలిక' పోయి, ప్రధాన కార్యదర్శి అయ్యాడు. అతని మాటలు: ఆర్థికరంగంలో సంస్కరణల తీవ్రత, రాజకీయరంగంలో కూడా సంస్కరణల అవసరాన్ని నొక్కిచెపుతోంది. పార్టీ

చర్చనీయాంశాల్లో, రాజకీయ సంస్కరణల్ని చేర్చాల్సిన సమయం వచ్చింది. అయితే, పశ్చిమదేశాల్లో లాగా, పార్టీనీ ప్రభుత్వాన్నీ విడివిడిగా వుంచే ప్రశ్నేలేదు. అలాగే, వేరు వేరు పార్టీలు వంతులవారీగా దేశాన్ని పాలించే పద్ధతి కూడా వుండబోదు. (అంటే —"ఏ పార్టీకీ 'వంతు' ఇవ్వకుండా దేశాన్ని మేమే పాలిస్తాం' అని!)

దివాళా తీసిన ప్రభుత్వరంగ సంస్థల్లో కార్మికులు, పని ఆలస్యంగా చెయ్యడమూ, సమ్మెలు చెయ్యడమూ— అనే ఆందోళనా మార్గాలు అనుసరించారు.

1987 లో 97 సమ్మెలూ, 88 లో మొదటి 6 నెలల్లో 47 సమ్మెలూ జరిగాయి.

1987 మే కీ 88 మే కీ మధ్య జియాంగ్సూ రాష్ట్రంలో కొన్ని ప్రాంతాల్లో, గ్రామాల ప్రజలు, ఆ ప్రాంతపు పార్టీ కార్యకర్తలమీద దాడులుచేసిన సంఘటనలు 381. ఈ దాడులు — కుటుంబ నియంత్రణా, ధాన్య సేకరణా, నిత్యజీవితావసర వస్తువుల పంపిణీ, పన్నుల సేకరణా — వంటి సమస్యల్లో పార్టీ కార్యకర్తల బత్తిడినీ ప్రవర్తననూ సహించలేని సందర్భాల్లో జరిగాయి.

1988 ఫిబ్రవరి 29 'గ్యాంగ్ మింగ్ డైలీ పత్రిక —'కమ్యూనిస్టు పార్టీ ప్రణాళిక' వచ్చి 140 సంవత్సరాలైన సందర్భంగా, ఒక వ్యాసం ప్రచురించింది. అందులో —'మార్క్స్, ఎంగెల్స్, లెనిన్‌ల రచనల్లో అనేక పొరపాట్లు వున్నాయ'నీ; 'పెట్టుబడిదారీ విధానాన్ని మళ్ళీ అధ్యయనం చేసి పొరపాట్లులేని అవగాహనకు రావాల'నీ రాసింది. (అంటే, 'దోపిడీయే రైటు, అది జరగరాదనడమే తప్పు' అనే అవగాహనకు రావాలన్నమాట!)

1988 అగస్టు నాటికి 'కేంద్ర మిలటరీ సంస్థ' అనే అతి కీలక సంస్థకి టెంగు అధ్యక్షుడయ్యాడు. ఇది, సైన్యంమీద సంపూర్ణాధికారాలు కలిగి వుండే సంస్థ. ఇది, పార్టీ ఆధీనంలో వుంటుంది. (పార్టీలో టెంగు గ్రూపుదే కదా మెజారిటీ? టెంగు కాకపోతే ఇంకెవడు అవుతాడు అధ్యక్షుడు?)

1989 లో వున్న పరిస్థితి గురించి ఒక పరిశీలకుడి అంచనా: 'ఒకపక్క విదేశాలకు తలుపులు తెరిచే విధానం అనుసరిస్తూ; ఇంకోపక్క, ప్రత్యర్థుల్ని రాజకీయంగా అణిచివేసే విధానాన్ని అమలుచెయ్యడం— పరస్పర వైరుధ్యం గల విషయం. ఆర్థిక సంస్కరణలే కొనసాగితే, అవి తప్పనిసరిగా తమకు అనుకూలమైన రాజకీయ సంస్కరణల్ని కూడా తలెత్తనిస్తాయి.'

1989 ఏప్రిల్ నెలలో విద్యార్థుల ప్రదర్శనలు మళ్ళీ జరిగాయి— 'మరింత ప్రజాస్వామ్యం కావాలి' 'అధికారుల్లో లంచాల అవినీతి నశించాలి' అనే డిమాండ్లతో.

(స్వంత శ్రమ లేకుండా ఇతరుల్ని దోపిడీచేస్తూ జీవించే మార్గం ఒకటి వుండడమే సమాజంలో అసలైన అవినీతి. ఈ 'మౌలిక అవినీతినించే పైపై అవినీతులన్నీ పుట్టుకొస్తాయి. కార్మికుల్ని దోచే కార్యక్రమంలో, ప్రభుత్వాధికారులకు అనేక అవసరాలకోసం లంచాలు తినిపించడం కూడా ఒక భాగం అయిపోతుంది. పెట్టుబడిదారుడి చేతికి 'అదనపు విలువ' అందే అవినీతే లేకపోతే, వాడు లంచాలు ఇచ్చే అవినీతి కూడా వుండదు.

'దోపిడీ' అనే అవినీతిని సమర్థిస్తూనూ, అలాంటి పరిపాలన చేసే బూర్జువా పార్టీల కోసం డిమాండ్ చేస్తూనూ, 'లంచాల-అవినీతి'మీద పోరాటంచేస్తే, ఆ పోరాటంలో ఏం 'నీతి' వున్నట్టు?

ఆర్థిక సంస్కరణలవల్ల లాభపడుతున్న బూర్జువాలే ఈ రాజకీయ సంస్కరణలు అడుగుతున్నారు. వీళ్ళకు పైపై అవినీతులేగానీ అసలైన అవినీతి సంగతి పట్టదు.

ప్రదర్శనల్లో పాల్గొంటున్న విద్యార్థుల్లో, ఎక్కువమందికి 'మరింత ప్రజాస్వామ్యం' అని వాళ్ళు అడుగుతోన్న డిమాండ్‌కి అర్థం ఏమిటో

తెలిసివుండదు. 'మనం ప్రజాస్వామ్యం కోసమే అడుగుతున్నాంకదా' అనుకుని వుంటారు.)

1989 అక్టోబరు 1న, పార్టీ కొత్త ప్రధాన కార్యదర్శి జియాంగ్ జెమీన్, సంస్కరణల గురించి పార్టీలో 2 రకాల అభిప్రాయాలు వున్నట్టు చెప్పాడు.

ఒక అభిప్రాయం: ఆర్థిక సంస్కరణలూ + కమ్యూనిస్టు పార్టీ నాయకత్వమూ + ప్రజల నియంతృత్వమూ — వుండాలి.

రెండో అభిప్రాయం: అన్ని రంగాల్లోనూ పశ్చిమదేశాల్లో వుండే పద్ధతులే కావాలి. అంటే, బూర్జువా పార్టీలు వుండాలి.

(ఈ పరిశీలన చాలా కరెక్ట్. కానీ, ఈ 2 రకాల అభిప్రాయాలూ బూర్జువా అభిప్రాయాలే. మొదటివాళ్ళు — ఏకపార్టీ బూర్జువాలూ; రెండోవాళ్ళు — బహుళ పార్టీ బూర్జువాలూ! — అంతే తేడా! ఈ అభిప్రాయాల్లో ఏదీ సరైన కమ్యూనిస్టు అభిప్రాయం కాదు.)

విద్యార్థుల ఉద్యమం గురించి పార్టీలో 2 గ్రూపులు వున్నట్టు పరిశీలకులు భావించారు. విద్యార్థుల డిమాండ్లను సమర్థించే గ్రూపుకి — నాయకుడు పార్టీ కార్యదర్శి ఝూవోయే. రెండో గ్రూపుకి నాయకుడు, ప్రధాని లీ-పెంగ్. (టెంగు, ఈ గ్రూపునే సమర్థిస్తున్నాడు.)

1989 మే 4న, బీజింగ్‌లోనూ, షాంఘైలోనూ 50 వేలమంది విద్యార్థులు నిరసన ప్రదర్శనలు చేశారు.

మే 13న, ఝూవో, 'విద్యార్థుల హేతుబద్ధమైన డిమాండ్లను ప్రజాస్వామ్య పద్ధతిలో పరిష్కరించాలి' అన్నాడు.

అదేరోజున వెయ్యిమంది విద్యార్థులు నిరాహార దీక్షలు ప్రారంభించారు. ప్రభుత్వోద్యోగులూ, ఇతరులూ కూడా శిబిరాల దగ్గిరికి వచ్చి మద్దతు తెల్పారు. మే 14న, వెయ్యిమంది టీచర్లు కూడా సంఘీభావం తెల్పారు. మే 16న, 10 వేలమంది జర్నలిస్టులు కూడా విద్యార్థులకు మద్దతుగా ఊరేగింపు జరిపారు. డాక్టర్లూ లాయర్లూ గనుల కార్మికులూ, ఆఖరికి కొందరు పోలీసులూ, భద్రతాసిబ్బందీ కూడా ఆ ఊరేగింపులో పాల్గొన్నారు.

'లీపెంగూ, టెంగూ నశించాలి' అని నినాదాలు చేశారు.

అప్పుడు, సోవియట్ యూనియన్ నాయకుడు గోర్బచేవ్ చైనా నాయకులతో చర్చలకోసం బీజింగ్‌కి వచ్చివున్నాడు. అతను వచ్చి తమ డిమాండ్లమీద మాట్లాడాలని విద్యార్థులు సోవియట్ రాయబార కార్యాలయంలో అడిగారు.

'దేశ గౌరవానికి భంగం కలిగించవద్ద'ని చైనా ప్రభుత్వమూ, పార్టీ, ఉమ్మడిగా విద్యార్థులకోసం ప్రకటన చేశాయి.

నిరాహారదీక్షలో వున్న కొందర్ని పోలీసులు బలవంతంగా ఆస్పత్రులకు తీసుకుపోయారు.

మే 16న జరిగిన పొలిట్‌బ్యూరోలో ఝూవో, 'విద్యార్థి నాయకులతో సీరియస్‌గా చర్చించాల'ని ఇతర సభ్యుల్ని కోరాడు. విద్యార్థుల్ని నిందిస్తూ ఏప్రిల్ 26న పీపుల్స్ డైలీలో వచ్చిన సంపాదకీయాన్ని ఉపసంహరించాలనీ, విద్యార్థులు డిమాండ్ చేస్తున్నట్టుగా నాయకత్వ స్థానాల్లో వున్నవారి ఆదాయాల వివరాలు ప్రకటించాలనీ, ప్రతిపాదించాడు. కానీ వీటిని మెజారిటీ సభ్యులు (4 గురు) తిరస్కరించారు.

మే 17న ఝూవో విద్యార్థుల డిమాండ్లని ప్రశంసిస్తూ ఒక ప్రకటన ఇచ్చాడు.

('దేశాన్ని వేరే పార్టీలు పాలించే ప్రశ్నే లేదు' అన్న ఝూవో ఇలా మారాడేమిటి? అంటే, ఇతను టెంగు నించీ విడిపోయినట్టే అర్థం!)

అదేరోజున 16 మంది సభ్యులుగల పొలిట్‌బ్యూరో సమావేశమై ఝూవోని కార్యదర్శి పదవినించీ తీసివేసి, ఆ స్థానంలో ప్రెసిడెంట్ లీపెంగ్‌ని తాత్కాలికంగా నియమించింది.

(విద్యార్థుల ఉద్యమానికి మద్దతు ఇచ్చాడనే ఆరోపణతో గతంలో పార్టీ కార్యదర్శి పదవినించీ హూయావోబాంగ్‌ని తీసేసి ఝూవోని పెడితే, ఇప్పుడు ఇతనూ అదే పని చేసి

ఆ పదవి పోగొట్టుకున్నాడు.)

అదే పొలిట్‌బ్యూరో సమావేశం, బీజింగ్‌కి సైనిక పటాలాల్ని పిలవాలన్న టెంగు ప్రతిపాదనని ఆమోదించింది.

విద్యార్థుల నిరాహారదీక్షలూ ప్రదర్శనలూ సాగుతూనే వున్నాయి.

ఝూవో విద్యార్థుల్ని కలిసి నిరాహారదీక్షలు విరమించమని కోరగా విద్యార్థులు అంగీకరించారు. 'సిట్-ఇన్ మాత్రం (ధర్నా) కొనసాగిస్తాం' అన్నారు.

మే 20న, బీజింగ్‌లో, 'సైనిక శాసనం' ప్రకటించారు. అన్ని ప్రదర్శనలనూ, సమ్మేలనూ, కరపత్రాల పంపిణీనీ కూడా నిషేధించారు.

ఆ సమయంలో తియనన్మన్ స్క్వేర్‌లో లక్షమంది విద్యార్థులూ ఇతర జనాలూ వున్నారు.

బీజింగ్‌లో జనాలు, నగరం చుట్టుపట్ల ఆరేడుచోట్ల గుమిగూడి, సైనిక పటాలాలు స్క్వేర్‌వేపు పోకుండా ఆపగలిగారు.

నిరసన ప్రదర్శనల్లో కలవమని జనాలు, పోలీసుల్ని కోరారు.

మే 21 నాడు కూడా, ప్రదర్శకులు స్క్వేర్‌లో వుండగానే, షాంఘై, నాంకింగ్, చాంగ్షా, కౌంటన్, ఊహాన్, ఇంకా కొన్ని నగరాల్లో 'టెంగ్ వ్యతిరేక' 'లీపెంగ్ వ్యతిరేక' ప్రదర్శనలు జరిగాయి.

మే 23న కూడా బీజింగ్‌లో 'ప్రజాస్వామ్యం' డిమాండ్‌తో భారీ ప్రదర్శన జరిగింది.

మే చివరి నాటికి ఝూవో ఎక్కడున్నాడో ఆచూకీ లేకుండాపోయింది. (అతన్ని గృహనిర్బంధంలో — హౌస్ అరెస్ట్ — పెట్టారనే విషయం తర్వాత ఎప్పుడో బైటపడింది! హూయావోబాంగు, అనారోగ్యంతో ఇదే సంవత్సరం ఏప్రిల్ నెలలో మరణించాడు.)

జూన్ 3 అర్ధరాత్రి 10 వేలమంది సైనికులు సివిల్‌దుస్తుల్లో స్క్వేర్‌లోకి ప్రవేశించారు. సాయుధ సైనికులూ టాంకులూ కూడా ప్రవేశించాయి.

జూన్ 4 అర్ధరాత్రి సైన్యంలో 27వ పటాలం, సైనిక వాహనాలతో స్క్వేర్‌లోకి ప్రవేశించింది. స్క్వేర్‌లో లైట్లన్నీ ఆర్పేసి, కాల్పులు ప్రారంభించారు.

5 గంటల ప్రాంతంలో స్క్వేర్‌నించీ వెళ్ళిపోయే జనాల్ని కూడా కాల్చారు.

తెల్లారిన తర్వాత జనాలు గుంపులు గుంపులుగా స్క్వేర్‌లోకి మళ్ళీ వచ్చారు.

జూన్ 5న సైనికులు నగరమంతా తిరుగుతూ గుంపులుగా చేరిన జనాలమీద దాడులు చేశారు. బీజింగ్‌లోనే గాక ఇతర ప్రాంతాల్లో కూడా ఇలాంటి ఘర్షణలు జరిగినట్టుగా వార్తలున్నాయి.

మొత్తంమీద ఈ ఘర్షణల్లో చచ్చిపోయినవారు (జనాలూ సైనికులూ కూడా కలిసి) 2 వేలకూ 5 వేలకూ మధ్య వుండవచ్చని, చైనాలో వుండిన పశ్చిమదేశాల రాయబార కార్యాలయాల ఉద్యోగులూ జర్నలిస్టులూ అంచనా వేశారు.

కానీ ప్రభుత్వం ఇచ్చిన లెక్కలప్రకారం — చచ్చిపోయిన వారి సంఖ్య 300 మాత్రమే. వారిలో విద్యార్థులు 23 మంది మాత్రమే.

జూన్ 9న, టెంగు, సైనిక కమాండర్లని ఉద్దేశించి ఒక ఉపన్యాసం ఇచ్చాడు. దాన్ని ఆ నెలాఖరుకి బహిరంగంగా విడుదల చేశారు.

దాని సారాంశం: 'ప్రస్తుతం జరుగుతున్న సంఘటనలు బూర్జువా లిబరలైజేషన్‌కీ, 4 ప్రధాన సూత్రాలకూ మధ్య పోరాటం' అని టెంగు అభివర్ణించాడు. ఆ 4 ప్రధాన సూత్రాలూ ఏమిటో ఇలా చెప్పాడు — "(1) సోషలిస్టు వ్యవస్థ (2) శ్రామికవర్గ నియంతృత్వం (3) కమ్యూనిస్టు పార్టీ నాయకత్వం (4) మార్క్సిజం — లెనినిజం — మావో ఆలోచనా విధానం."

ఇంకా కూడా ఇలా అన్నాడు:

"విప్లవ ప్రతీఘాతకుల లక్ష్యం ఏమిటంటే — కమ్యూనిస్టు పార్టీని కూలదోసి, పశ్చిమ దేశాల తరహా బూర్జువా రిపబ్లిక్‌ని స్థాపించాలని".

"సంస్కరణలుగానీ, తలుపులు తెరిచివుంచే విధానంగానీ, తప్పేమీ కాదు. చైనా మళ్ళీ తలుపులు మూసుకునే దేశంగా ఎన్నడూ మారకూడదు. ప్లాన్డ్ సోషలిస్టు ఆర్థిక వ్యవస్థకూ, మార్కెట్ ఆర్థిక విధానానికీ సమన్వయం సాధించడానికే నాయకత్వం ప్రయత్నించాలి. ఈ విధానంలో మార్పు వుండజాలదు"— ఇదీ టెంగు సారాంశం!

తమ ప్రభుత్వం, మార్క్సిజాన్నే అనుసరిస్తూ సోషలిజాన్ని స్థాపించడానికి ప్రయత్నిస్తోంటే, విప్లవ ప్రతీఘాతకులు 'బూర్జువా సమాజం' కోసం పోరాడుతున్నట్టు చెప్పుకొచ్చాడు.

మార్క్సిజం పనికిరాదని చెప్తూ బూర్జువా లిబరలైజేషన్‌ని తెచ్చిన టెంగ్ గ్రూపే, తనకు అవసరమైనప్పుడల్లా తను మార్క్సిజాన్నే ఆచరిస్తున్నట్టూ, ఎదటివాళ్ళు దాన్ని వ్యతిరేకిస్తున్నట్టూ, చెప్పుకుంటూ వుంటుంది. అలాంటి సందర్భాల్లో, 'ప్రజల నియంతృత్వం' అని కాకుండా 'శ్రామికవర్గ నియంతృత్వం' అంటూ వుంటుంది.

కానీ, ఆ శ్రామిక జనాలకు ఇదంతా పట్టదు. అర్థం కాదు. పార్టీ కార్యకర్తల్లో పేపర్లు చదివేవాళ్ళు ఆ ఉపన్యాసం చదివితే 'టెంగు గొప్పగా చెప్పాడు' అని నమ్మితే నమ్ముతారు. ప్రజల నియంతృత్వాన్ని శ్రామికవర్గ నియంతృత్వం అంటున్నావేం? — అని టెంగ్‌ని వెంటనే ప్రశ్నించేవాళ్ళు మాత్రం ఎవరూ వుండరు. ఏ పత్రికా నాయకులమీద విమర్శలు రాయదు.

నిరాయుధులుగా ప్రదర్శనలు చేసుకుంటూ వున్నవాళ్ళమీద సైనిక పటాలాలతో మీద పడి కాల్పులు జరపడం ఎంత కిరాతకం! ఎంత అప్రజాస్వామ్యం!

కానీ ఈ రివిజనిస్టులు, బూర్జువా పార్టీల్ని అనుమతించదల్చుకోలేదు. కానీ ఉద్యమకారులు అదే కావాలని అడిగారు. ఇక, పరిపాలకుల జవాబు — తుపాకులే!

ఉద్యమకారుల వేపు నించీ జరిగిన తప్పేమిటంటే — ఉద్యమాలు ఎప్పుడూ పని స్థలాలకు సంబంధించి (వర్క్ బేస్డ్‌గా) జరగాలి. ప్రధానమైన ఉత్పత్తిరంగాల్లో, ముఖ్యంగా రవాణాలో పనులు స్తంభించిపోతే, ఇతర ప్రధానరంగాలు కూడా అందులో కలిస్తే, దాని ప్రభావం ఊహాతీతంగా వుంటుంది.

పని స్థలాల్లో ఎక్కడి పనులు అక్కడ సవ్యంగా జరిగిపోతూనూ, పెట్టుబడిదారుల జేబులు రాత్రింబవళ్ళూ 'అదనపు విలువల'తో నిండిపోతూనూ, ఎక్కడా ఏ లోటూ లేకుండా రోజులు గడిచిపోతూనూ వుండగా, ఏ పని స్థలాలతోటీ సంబంధాలు లేని విద్యార్థులు, రోడ్లమీద ఊరేగింపులూ ప్రదర్శనలూ నిరాహారదీక్షలూ చేస్తే, అలాంటివి ఎన్ని సంవత్సరాలు జరిగితేమాత్రం ప్రభుత్వానికి ఏమిటి నష్టం? అలాంటి ప్రదర్శనలు దాదాపు 5 సంవత్సరాలపాటు జరిగినా ప్రభుత్వం చలించలేదు. అవి ఇంకో పదేళ్ళపాటు జరిగినా ప్రభుత్వానికి పోయేదేమీ వుండదు. కాకపోతే అది ప్రభుత్వానికి 'అపకీర్తి' సమస్యగా తయారైంది కాబట్టి, 'చిన్నపామునైనా పెద్ద కర్రతో కొట్టాల'నే సూత్రంతో, ప్రభుత్వం, నిరాయుధులైన ప్రదర్శకులమీద కిరాతకంగా విరుచుకుపడింది.

దాదాపు 5 సంవత్సరాల ఉద్యమం, ఒక్క రాత్రి కాల్పులతో అణగారిపోయింది! ఏ రాజకీయ సంస్కరణలూ సాధించకుండానే! ఆఖరికి 'అవినీతిమీద విచారణల' డిమాండుని అయినా సాధించకుండానే! ఏదీ నెరవేరకుండానే అంతా ముగిసిపోయింది!

టెంగు కనిపెట్టిన 'చైనా తరహా సోషలిజం' తేలిగ్గా ఊపిరి పీల్చుకుంది.

ఇలాంటి క్రూరమైన దాడుల సంఘటనలు ఈ రివిజనిస్టుల పాలన రాకముందు, అంటే గత కమ్యూనిస్టుల కాలంలో, ఎన్నడూ జరగలేదు.

1989 జూన్ 24న, పొలిట్‌బ్యూరో సమావేశంలో, ఝావోని 4,5 రకాల పదవులనించీ అధికారికంగా తొలగించారు. ప్రధాన కార్యదర్శి పదవినించీ, పొలిట్‌బ్యూరో

సభ్యత్వంనించీ, స్టాండింగ్ కమిటీ సభ్యత్వం నించీ, మిలటరీ కమిషన్ ఉపాధ్యక్ష పదవినించీ! ఇదంతా ఎందుకంటే, రాజకీయ సంస్కరణల ఉద్యమానికి మద్దతు ఇచ్చాడని. ఈ సమావేశంలోనే జియాంగ్ జెమీన్‌ని పార్టీకి ప్రధాన కార్యదర్శిగా ఎన్నుకున్నారు.

ఆ తర్వాతకాలంలో కూడా, 'చైనాలో బూర్జువా ప్రజాస్వామ్య పార్టీల్ని స్థాపించాలని ప్రయత్నించారు' అనే ఆరోపణలపై అసమ్మతివాదుల్ని అరెస్టులు చేసి జైళ్ళపాలు చేస్తూనే వున్నారు.

స్క్వేర్ సంఘటన తర్వాత, అమెరికా తన నిరసనగా చైనాతో కొంతకాలంపాటు సంబంధాలు ఆపుకుంది. కానీ, క్రమంగా అన్నీ తిరిగి కొనసాగించింది. చైనాతో దానికి అనేక లాభాలు వున్నాయి మరి!

1989 నవంబరు 9 న, టెంగు, తన ఏకైక, కానీ అత్యున్నత పార్టీ పదవికి (కేంద్ర మిలటరీ కమిషన్ ఛైర్మన్ పదవికి) రాజీనామా చేశాడు. (బహుశా వృద్ధాప్యంవల్ల. అంతేగానీ మెజారిటీ పోవడంవల్ల కాదు). కానీ, నవంబరు 12 న, తనని కలిసిన సైనిక కమాండర్లతో 'తను పార్టీ గురించీ, ప్రభుత్వం గురించీ, సైనిక వ్యవహారాల గురించీ పట్టించుకుంటూనే వుంటానన్నాడు.

1991 జూన్ 4 హిన్హువా: సాంస్కృతిక విప్లవ నాయకుల్లో ఒకరైన చియాంగ్ (మావో భార్య) మే 14 న ఆత్మహత్య చేసుకున్నట్టుగా ఈ వార్తాసంస్థ ప్రకటించింది. ఆమెకు 1981లో మరణశిక్ష విధించి, దాన్ని 1983 లో జీవితఖైదుగా మార్చారు. 1984 నించీ ఒక భవనంలో, హౌజ్ అరెస్ట్‌లో వుంచారు. ఆమె ఇప్పుడు మే 14 న ఆత్మహత్య చేసుకున్నదని 20 రోజుల తర్వాత ప్రకటించారు.

1992 ఆగస్టు 3 న, నలుగురు నాయకుల్లో ఒకరైన వాంగ్, జైలులో మరణించాడు. అప్పుడు అతని వయసు 58 ఏళ్ళు.

1992 అక్టోబరులో పార్టీ 14 వ మహాసభ జరిగింది. ఈ మహాసభలో టెంగ్ అనుచరులే మెజారిటీలో వున్నారు. టెంగుకి కొన్ని విషయాల్లో వ్యతిరేకి అయిన ఇంకో వృద్ధ నాయకుడు ఛైర్మన్‌గా వున్న 'కేంద్ర సలహా సంఘాన్ని' పూర్తిగా రద్దు చేశారు.

ఈ మహాసభలో పార్టీ ప్రధాన కార్యదర్శి జియాంగ్ జెమీన్ 'కమ్యూనిస్టు పార్టీ ఆధీనంలో బూర్జువా ఆర్థిక సంస్కరణలు అనేది చైనా తరహా సోషలిజం' అని దాన్ని తెగపొగిడాడు. "2050 నాటికి సోషలిస్టు ఆధునీకరణను సాధించాలి. విదేశీ పెట్టుబడులకోసం మరిన్ని రంగాలను తెరిచి వుంచుతాం. ఈ సంస్కరణల లక్ష్యం సోషలిస్టు ప్రజాస్వామ్యాన్ని నిర్మించడమేగానీ బూర్జువా దేశాల బహుళపార్టీ విధానాన్ని కాదు"— ఈ రకంగా 14 వ మహాసభ, చైనా తరహా సోషలిజాన్ని పునరుద్ఘాటించింది.

1994 ఫిబ్రవరి 9 న, టెంగు, సంవత్సరం తర్వాత బహిరంగంగా కనపడ్డాడు. అప్పటికి అతని వయస్సు 89. కొంతకాలంపాటు బైటికి కనపడకుండా వుండడం అతని నూతన విధానం. 1986 మార్చిలో కూడా ఒకసారి ఇలాగే చేశాడు. అప్పుడు కూడా కొన్నాళ్ళు కనిపించడం మానేసి, మార్చి 25 న బైటపడి, 'నేను కనిపించకపోయినా సంస్కరణలు సాగుతాయో లేదో చూద్దామని ఇలా చేశా!' అన్నాడు. ఇప్పుడు మళ్ళీ అదే!

(సంస్కరణల గోలతో బుర్ర చెడిపోయింది! ఏం చేస్తాడు మరి? సంస్కరణలన్నీ ఎప్పుడు వెనక్కి తిరుగుతాయోనని ఈ బూర్జువాకి దడగా వున్నట్టే వుంది!)

1994 అక్టోబరులో, టెంగు

మరణశయ్యమీద వున్నాడనీ; 'కాదు, ఎప్పుడోనే పోయాడు' అనీ, రకరకాల వదంతులు వచ్చాయి. (అసలు ఆ మనిషి వున్నాడో పోయాడో కూడా జనాలకు తెలీకుండా పోయిందన్నమాట!) ఆ వదంతులతో స్టాకుమార్కెట్లో షేర్ల ధరలు పడిపోయాయట! కానీ, నెలాఖరుకి 'ఏం కాదు, బతికేవున్నాడు, బాగానే వున్నాడు' అని కొత్త వార్తలొచ్చాక ధరలు నిలబడ్డాయట!

(అది నిజమై వుండదు. టెంగు అప్పటికి చచ్చిపోయే వుంటాడు. షేర్ల ధరలు పడిపోతున్నాయని తెలిసే, ధరల్ని పెంచడంకోసం మళ్ళీ బతికి వుంటాడు! ఆమాత్రం ఊహించలేమా? వదంతులు ఎలా వస్తే అలా నమ్మెయ్యడమేనా?)

1996 మార్చిలో జరిగిన పార్లమెంటు సమావేశాల్లో కొందరు ప్రతినిధులు, ఒక కొత్త చట్టం కావాలనే ప్రతిపాదన చేశారు. అదేమిటంటే, దేశంలో వున్న విదేశీ కంపెనీలూ, ప్రైవేటు పెట్టుబడిదారులూ, ట్రేడ్ యూనియన్ల కార్మిక నాయకుల్ని వేధించకుండా చెయ్యడానికి ఆ కంపెనీల మీద కొన్ని నిబంధనలు వుండాలని. కానీ, అలాంటి చట్టం ఏదీ రాలేదు.

1996 మార్చి 13 నాటి అమ్నెస్టీ రిపోర్టు, చైనాలో శిక్షల గురించి ఇలా వివరిస్తోంది: 'చైనాలో ఆర్థిక స్వాతంత్ర్యాలు పెరిగినప్పటికీ, అక్రమ నిర్బంధాలూ, నిర్బంధ శిబిరాల్లో చిత్రహింసలూ, చాలా సామాన్యం అయిపోయాయి. వేలాదిమంది రాజకీయ వ్యతిరేకుల్నీ, కొన్ని మత సంస్థల సభ్యుల్నీ అరెస్టులు చేస్తున్నారు. మరణశిక్షలు మరీ పెరిగిపోతున్నాయి. ఒక్క 1994 లోనే 2,000 మందికి మరణశిక్షలు విధించారు. మరణశిక్షలు విధించదగ్గ నేరాలు 1980 లో 21 వుండగా 1995 నాటికి అవి 68 అయ్యాయి.'

1996 సెప్టెంబరులో, గుయ్‌ఝువ్ అనే ప్రాంతం నించి వచ్చే "ది ఎకనామిక్ వర్క్" అనే పత్రికలో, ఒక వ్యాసం — 'వర్గ పోరాటమే అన్ని సమస్యలకూ పరిష్కారం' అని చెప్తూ, 'ప్రైవేటురంగాన్ని వ్యతిరేకించాలి' అని రాసింది. ఆ పత్రిక ప్రచురణని వెంటనే ఆపివేశారు.

(అది వేరే చెప్పాలా? రివిజనిస్టులు ఆ పత్రికని ఆపెయ్యకపోతే, 'వీళ్ళు రివిజనిస్టులు కారేమో, మనమే పొరపడుతున్నామేమో' అని అనుమానం వచ్చి ఈ పుస్తకం అంతా రద్దు చేసుకోవలసి వచ్చేదే!)

1996 అక్టోబరులో పార్టీ కేంద్రకమిటీ — "పార్టీ, ఆర్థికాభివృద్ధికే కట్టుబడి వుంది. కానీ కమ్యూనిస్టు విలువల్ని బలిపెట్టి కాదు" అని వీరోచితంగా చెప్పుకుంది. అదే సమావేశంలో కొందరు సభ్యులు — "ఈనాటి ఆర్థిక సంస్కరణలు, జనం మీద పార్టీకి వున్న పట్టుని బలహీన పరుస్తున్నాయి" అని ఆందోళన వ్యక్తం చేశారు.

1996 అక్టోబరు 7 న, నలుగురు నాయకుల్లోనూ ఇంకా బతికివున్న ఒకే ఒక వ్యక్తి యావోవెన్ యువాన్ 20 ఏళ్ళ జైలుశిక్ష అనుభవించి విడుదలయ్యాడు. అప్పుడు అతని వయస్సు 64 ఏళ్ళు.

1997 ఫిబ్రవరి 19 న, 92 ఏళ్ళ వయసులో టెంగు నిజంగానే చచ్చిపోయాడు.

('నిజంగా చచ్చిపోడం' నిజమై వుండదు. కొన్నాళ్ళు దాక్కుని వుండి, సంస్కరణల్ని గమనించడం అతని లక్ష్యం కదా? ఇప్పుడు అతని ఆలోచన ఇంకా అభివృద్ధి చెంది వుంటుంది. కొన్నాళ్ళు చచ్చిపోయి వుండి, సంస్కరణల్ని పరీక్షించాలని! మావో తర్వాత అంతా వెనక్కి తిరిగినట్టే, తన తర్వాత కూడా అలాగే జరుగుతుందేమోనని టెంగ్‌కి ఎక్కడో కొంచెం సందేహం వుండి వుంటుంది. అదే చూద్దామని కొన్నాళ్ళ కోసం చచ్చిపోయి వుంటాడు. చచ్చిపోడంలో కూడా సంస్కరణ తేవాలనుకుని వుంటాడు. కానీ, మిగతా నాయకులేమో, అంత చురుకైనవాళ్ళు గాక, అదంతా గ్రహించలేక,

'టెంగు నిజంగానే పోయాడ'ని ప్రకటించేశారు! అంత్యక్రియలూ అవీ కూడా మొదలు పెట్టేశారు! అలా జరిగి వుంటుందిగానీ, టెంగు, నిజంగానే చచ్చిపోదామని చచ్చిపోయి వుండడు!)

459 మంది నాయకులతో అంత్యక్రియల కమిటీ ఏర్పడింది దానికి అధ్యక్షుడు జియాంగ్ జెమీన్.

అంత్యక్రియలనాడు (ఫిబ్రవరి 25న), జమీన్, టెంగుని "గొప్ప మార్క్సిస్టు" అని పొగుడుతూ, మధ్య మధ్య కళ్ళు తుడుచుకుంటూ 45 నిమిషాలు మాట్లాడాడు. 'టెంగే లేకపోతే, చైనా ప్రజలు ఇంత సుఖమైన జీవితం గడపగలిగేవారు కాదు' అన్నాడు. (టెంగే లేకపోతే, జమీను పార్టీ కార్యదర్శి మాత్రం అయ్యేవాడు కాడు. పాపం టెంగు పోయిన విచారంలో జమీన్‌కి మాటలు తడబడి 'చైనా బూర్జువా ప్రజలు' అనబోయి, 'చైనా ప్రజలు' అన్నట్టున్నాడు.)

టెంగు మార్గాన్ని పార్టీ ఎప్పటికీ కొనసాగిస్తుందని ప్రతిజ్ఞ కూడా చేశాడు!

ఆరోజు, పత్రికలన్నీ టెంగు ఎప్పుడూ అంటూ వుండే ఒక సూక్తిని జ్ఞాపకం చేశాయి — ఇలా: "పిల్లి నల్లదా తెల్లదా అనేది అనవసరం. ఎలకల్ని పట్టినంతకాలమూ ఆ పిల్లి మంచి పిల్లే!" (ఈ గొప్ప మార్క్సిస్టు, మార్క్సిజం మీద గాక పిల్లి మీద ఆధారపడి సోషలిజాన్ని నిర్మించాడు!)

ఈ సూక్తిని మనం ఇప్పుడు సమాజానికి అన్వయించుకోవాలన్నమాట. "బూర్జువా అనేవాడు, స్వదేశీయుడా విదేశీయుడా అనేది అనవసరం. శ్రామికుల్ని దోచగలిగినంతకాలమూ వాడు అసలైన బుర్జువాయే!'

ఈ సూత్రమే బూర్జువాలకు నేర్పి టెంగు కన్నుమూశాడు. అతని తదనంతరం కూడా, చైనా ఇంకా అతని మార్గంలోనే సాగుతోంది. ఎలకల్ని పట్టే పిల్లీ, శ్రామికుల్ని పట్టే బూర్జువా — రెండూ ఒకటే!

1997 జూలై 1న 'హాంకాంగ్'ని, బ్రిటను, చైనాకి అప్పగించింది. దీని గత చరిత్ర: ఒకప్పుడు హాంకాంగు చైనాలో భాగం. 1898లో, చైనా పాలకుల నించి హాంకాంగుని, బ్రిటను, 99 సంవత్సరాలు లీజుకి తీసుకుంది. 1997 నాటికి ఆ లీజు కాలం ముగిసి, హాంకాంగు, చైనాకి తిరిగి వచ్చింది. కానీ, బ్రిటనుకీ చైనాకీ 1984లో జరిగిన ఒప్పందం ప్రకారం, హాంకాంగు ఇంకో 50 ఏళ్ళవరకూ పెట్టుబడిదారీ విధానంలోనే వుండడానికి చైనా రివిజనిస్టుపార్టీ అంగీకరించింది.

1997 సెప్టెంబరులో, పార్టీ 15వ మహాసభ జరిగింది. ఇప్పుడు కూడా టెంగు విధానమే మెజారిటీగా వుంది.

ప్రధాన కార్యదర్శి జియాంగ్ జెమీన్, తన రాజకీయ రిపోర్టులో టెంగ్‌మీద కుప్పతెప్పలుగా ప్రశంసలు కురిపించాడు — "టెంగ్ సిద్ధాంత పతాకాన్ని సమున్నతంగా ఎత్తిపట్టుకోండి! అన్ని రంగాల్లోనూ చైనా తరహా సోషలిజాన్ని నిర్మించాలనే ఆశయాన్ని 21వ శతాబ్దంలో కూడా ముందుకు తీసుకువెళ్ళండి!" అని పిలుపు ఇచ్చాడు.

"చైనాలో, ముగ్గురు మహా వ్యక్తుల్లో టెంగు ఒకడు, సన్‌యెట్‌సెన్, మావోల తర్వాత మూడో వ్యక్తి — టెంగే" అన్నాడు.

"సోషలిస్టు నిర్మాణంలో తలెత్తే సమస్యల్ని టెంగు సిద్ధాంతమే పరిష్కరిస్తుంది" అన్నాడు.

(ఈయన టెంగుని ఇన్ని రకాలుగా కీర్తిస్తున్నాడుగానీ, ఈయన కోసం 'హౌస్ అరెస్టు' ఎదురు చూస్తోందో, 'మరణ శిక్షే' ఎదురుచూస్తోందో! చెప్పలేం!)

1999 ఏప్రిల్ 2న తియన్‌జిన్ అనే నగరంలో, ఒక రహస్య కార్మిక సంఘం ఏర్పడింది. దానిపేరు 'చైనా కార్మిక హక్కుల పరిరక్షణ సంఘం'. అప్పటికి వున్న 'ట్రేడ్ యూనియన్ల సమాఖ్య', కార్మికుల ప్రయోజనాల్ని పట్టించుకోకుండా, ప్రభుత్వానికి తొత్తుగా తయారవ్వడంవల్ల ఈ కొత్త సంఘం

అవసరమైందని ఆ సంఘం ఒక రహస్య కరపత్రంలో ప్రకటించింది.

1999లో, ప్రభుత్వ సంస్థల్లో జీతాలు చెల్లించలేదనే సమస్యమీద అనేక కార్మిక ప్రదర్శనలు జరిగాయి.

2002 మార్చిలో, వేలాదిమంది కార్మికులు, లివాయోనింగ్ అనేచోట నిరసన ప్రదర్శనలు జరిపారు. మిలటరీ పోలీసులు, కార్మిక నాయకుల ఇళ్ళమీద దాడులు చేసి అరెస్టులు చేశారు. దాకింగ్ నగరంలో 5 వేలమంది కార్మికులు, పోలీసులతో ఘర్షణ పడ్డారు. 1999 నించీ ఇప్పటిదాకా ఈ నగరంలో, 86 వేలమందికి ఉద్యోగాలు పోయాయి.

(ఈ కార్మికుల పోరాటాలు, ఏ బూర్జువా సంస్కరణలకోసమూ కాదు. కేవలం వాళ్ళ బతుకుతెరువుల కోసం. పనికోసమూ, జీతాల కోసమూ. వీటిని ఏ సంస్కరణలూ ఇవ్వవు — వర్గ పోరాటం తప్ప!)

2002 ఆగస్టు 15 'ఫార్ ఈస్టర్న్ ఎకనామిక్ రివ్యూ' పత్రిక (హాంకాంగ్ నించి) 2002లో జరిగిన కార్మిక నిరసనలు ఎక్కువ విస్తృతతోనూ, గతంకన్నా ఎక్కువ సంఘటిత రూపంలోనూ వున్నాయని వర్ణించింది. లియావోయాంగ్, దాకింగ్, ఫూషున్ నగరాలలో జరిగిన నిరసనలు పాలకపార్టీని ప్రశ్నించేలా వున్నాయని ఆ పత్రిక రాసింది. 'వేలాదిమంది కార్మికులు, కేవలం కొన్ని రోజులేగాక, కొన్ని వారాలపాటు సంఘటితంగా పోరాడడం ఇదే మొదటిసారి' అని కూడా ఆ పత్రిక వివరించింది.

2002 లో, సెప్టెంబరు తర్వాత జరగబోయే పార్టీ 16వ మహాసభనాటికి, జియాంగ్‌కి, కార్యదర్శి పదవినించీ తప్పుకోవలసిన పరిస్థితి ఏర్పడింది. అప్పటికి జియాంగ్ వయస్సు 76. ఆ పదవిలోకి రావడానికి 59 ఏళ్ళ హూజింటావో కాచుకుని వున్నాడు.

ఈ జింటావోని టెంగు తన చివరికాలంలో ముద్దుబిడ్డలాగా చూసుకుంటూ వచ్చాడు. అతన్ని 1992లో పొలిట్‌బ్యూరో సభ్యుడిగా చేసి, అప్పటినించీ త్వరత్వరగా పెద్ద పెద్ద పదవులు కట్టబెడుతూ వచ్చాడు. 2001లో, రష్యా, బ్రిటన్, ఫ్రాన్స్, స్పెయిన్, జర్మనీ దేశాల అగ్రనాయకులతో చర్చలకోసం జింటావోని దూతగా పంపి అతనికి అసాధారణమైన ప్రాధాన్యత ఇచ్చారు. 2002 ఫిబ్రవరిలో, అమెరికా అధ్యక్షుడు బుష్ చైనా వచ్చినప్పుడు, అతనితో జింటావోకి ప్రత్యేక సమావేశం ఏర్పాటైంది.

2002 నవంబరులో జరిగిన పార్టీ 16వ మహాసభలో హూజింటావోయే ప్రధాన కార్యదర్శి అయ్యాడు.

టెంగుని కీర్తించడంలో, జియాంగ్ జెమీన్‌ని మించిపోవాలని జంటావో కంకణం కట్టుకున్నాడు.

అప్పటివరకూ పాత వాళ్ళందరూ 'మార్క్సిజం — లెనినిజం — మావో ఆలోచనా విధానం' అంటూ వుండేవారుకదా? ఇప్పుడు జింటావో వచ్చి "మార్క్సిజం — లెనినిజం — మావో థాట్ — టెంగ్ థీరీ" అంటూ, టెంగుని మార్క్సు సరసనపెట్టి, "ఈ నాలుగింటినీ సమున్నతంగా నిలపాలన్నదే మహాసభ లక్ష్యం" అన్నాడు. నిజానికి, జింటావోకి కావలసింది మొదటి మూడూ కాదు. నాలుగోది మాత్రమే.

ఈ మహాసభ ప్రత్యేకత ఏమిటంటే — ఈ సభలకు పెట్టుబడిదారుల్లో 'అగ్రగణ్యుల్ని' ఆహ్వానించారు. వీళ్ళల్లో ఒకడు పవర్ కేబుల్స్ వ్యాపారంలో అగ్రగామి అయిన జియాంగ్ హీపేయ్. ఇంకొకడు, కుట్టుయంత్రాల పెట్టుబడిదారుడైన క్యూజిబావో. ఈ రెండోవాడు, ఆ కిందటి సంవత్సరం 100 మిలియన్ల డాలర్ల ఎగుమతులు చేశాడట!

ఈ పెట్టుబడిదారుల్లో ఒకణ్ణి కేంద్రకమిటీలో రెగ్యులర్ సభ్యుడిగానూ, ఇంకొకణ్ణి ప్రత్యామ్నాయ సభ్యుడిగానూ చేశారు. ఇంకా చాలామంది పెట్టుబడిదారుల్ని పార్టీలో సాధారణ సభ్యులుగా తీసుకున్నారు.

(కమ్యూనిస్టు పార్టీలో పెట్టుబడిదారులు!

ఈ వైరుధ్యాన్ని సరిగా సవరించాలంటే 'పెట్టుబడిదారీ పార్టీలో పెట్టుబడిదారులు' అని సవరిస్తే సరిపోతుంది.

బూర్జువాలు, 'బూర్జువా పార్టీలు కావాల'ని అడుగుతున్నారు కదా? 'వేరే పార్టీలు ఎందుకూ, ఇందులోకే రండి!' అని వాళ్ళకి కూడా కమ్యూనిస్టు పార్టీలోనే చోటు ఇచ్చారు!)

ఈ మహాసభ ప్రకటించిన లక్ష్యాలు: మరిన్ని రంగాల్లో ప్రైవేటు పెట్టుబడిని అనుమతించాలి. పెట్టుబడులు పెట్టే విషయంలోనూ, పన్నుల విధానంలోనూ, విదేశీ వర్తకంలోనూ, భూమి వాడకంలోనూ, వివక్షత గల నిబంధనలన్నిటినీ పూర్తిగా మార్చివెయ్యాలి. ప్రైవేటు ఆస్తులకు పూర్తి చట్టరక్షణ కల్పించాలి' — (ఈ 16 వ మహాసభ వివరాలన్నీ, 'ఫార్ ఈస్టర్న్ ఎకనామిక్ రివ్యూ' 2002, నవంబరు 21 సంచిక).

సాంస్కృతిక రంగంలో:

['ఆర్థికరంగం'లో జరిగిన బూర్జువా మార్పులు, 'రాజకీయరంగం'లో కూడా అదే రకం మార్పుల్ని డిమాండ్ చెయ్యడం చూశాం. అలాగే ఇప్పుడు ఆర్థికరంగంలో మార్పులు 'సాంస్కృతికరంగాన్ని' ఎలా ప్రభావితం చేశాయో చూడండి!]

ప్రైవేటు ఆస్తిహక్కులు తలెత్తడంతో, క్రమంగా ఆస్తి తగాదాలు ప్రారంభమయ్యాయి. అనేక రకాల నేరాలు పుట్టుకొచ్చాయి. వాటితోపాటే శిక్షలు పెరిగిపోయాయి. హత్యలూ, ఆత్మహత్యలూ పెరిగిపోయాయి. సోషలిస్టు విధానాలన్నీ పోవడంవల్ల రక్షణ ఏర్పాట్లు తగ్గిపోయి పని స్థలాల్లోనూ బైటా ప్రమాదాలు పెరిగిపోయాయి. అనాథ పిల్లల సంఖ్య పెరిగిపోయింది. మూఢ నమ్మకాలు పెరిగిపోయాయి.

ఇలాంటి సమస్యలన్నీ దోపిడీ సమాజాల్లో చాలా సహజం. చైనాలో, 1949 కి పూర్వం వుండే ఇలాంటి సమస్యలన్నీ కమ్యూనిస్టుపాలన ప్రారంభమైన తర్వాత, సోషలిస్టు విధానాలవల్ల క్రమంగా తగ్గిపోతూ వచ్చాయి. కానీ, అదేరకం సమస్యలు రివిజనిస్టుల పాలనలో మళ్ళీ తలెత్తడం ప్రారంభమైంది. వాటికి, దోపిడీ సమాజాల్లో దొరికే అవకాశాలన్నీ మళ్ళీ రివిజనిస్టు సమాజంలో దొరకడమే దానికి కారణం. — ఈ నిజాన్నే ఇప్పుడు చూడబోతున్నాం.

గతంలో, ఆస్తి తగాదాలు లేకపోవడంవల్ల తగ్గిపోయిన కేసులూ కోర్టులూ క్రమంగా ఇప్పుడు మళ్ళీ ప్రారంభమయ్యాయి.

1980-83 మధ్యకాలంలో వెలిసిన కోర్టులు వ్యాపార సంబంధమైన 89,494 కేసుల్ని విచారించాయి. వీటిలో 73 వేల కేసులు కాంట్రాక్టు సంబంధమైన వివాదాలు. ఈ వివాదాలు 2,96 బిలియన్ యువాన్ల ఆస్తికి సంబంధించి వున్నాయి.

ఈ కేసులన్నీ ప్రభుత్వ సంస్థల్ని కాంట్రాక్టులకూ లీజులకూ ఇవ్వడంవల్ల వచ్చినవే. 1982 లో 400 మిలియన్ల (40 కోట్ల) ఆర్థిక కాంట్రాక్టులు జరిగితే అందులో 10% మీద కేసులు నడిచాయి.

1983 ఆగస్టుకీ, 1985 డిసెంబరుకీ మధ్యకాలంలో దాదాపు 10 వేల మందికి మరణశిక్షలు విధించినట్టు అధికారలెక్కలే చెపుతున్నాయి. ($2^1/_2$ సంవత్సరాల కాలంలో 10 వేల మరణశిక్షలా? అధికారలెక్కలు ఎప్పుడూ సంఖ్యని తగ్గించి చెపుతాయి కాబట్టి, ఈ సంఖ్యని ఇంకా ఎక్కువగా, కనీసం, '10 వేల 1'గా ఊహించవచ్చు.)

స్త్రీల మీద అత్యాచారాలూ, హత్యలూ,

దొంగతనాలూ వంటి నేరాల్లో ఈ మరణశిక్షలు అమలవుతున్నాయి.

1984 తర్వాత, హాంకాంగ్ నించీ అశ్లీల వీడియో టేపులూ, చెత్త పత్రికలూ విపరీతంగా వచ్చిపడడం ప్రారంభమైంది. సెక్సు సంబంధమైన నేరాలు పెరిగిపోయాయి. ఆఖరికి అలాంటి నేరాలు గతంలో పూర్తిగా తగ్గిపోయిన గ్రామ ప్రాంతాల్లో కూడా.

1984 ప్రారంభంలో, 'భావకాలుష్యానికి వ్యతిరేక ప్రచారం' అంటూ ఒకటి మొదలుపెట్టింది ప్రభుత్వం.

పతనోన్ముఖ (డికెటెంట్) సంగీతమూ, అశ్లీల సాహిత్యమూ (పోర్నోగ్రఫీ), బూర్జువా వ్యక్తి వాద పోకడలూ — వంటివన్నీ 'భావకాలుష్యం' (స్పిరిచ్యువల్ పొల్యూషన్) కిందకి వస్తాయని 'రెడ్‌ఫ్లాగ్' పత్రిక నిర్వచించింది. ఈ భావకాలుష్యం, పెట్టుబడిదారీ దేశాలతో పెరిగిపోయిన సంబంధాల పర్యవసానంగా ఏర్పడి వుండవచ్చని ఆ పత్రిక వ్యాఖ్యానించింది.

కొన్ని రకాల పత్రికల్నీ, పుస్తకాల్నీ, సినిమాల్నీ నిషేధించడమో, ఆంక్షలు విధించడమో చేశారు. ఈ ప్రచారం వెనక వుద్దేశ్యం నిజంగా భావకాలుష్యాన్ని వ్యతిరేకించడం కాదు. టెంగు ప్రారంభించిన ఆధునీకరణల మీద పార్టీలో వ్యతిరేకులనించీ కొన్ని విమర్శలు వినపడుతున్నాయి కాబట్టి, 'ఈ నైతిక పతనాన్ని మేం సమర్థించడంలేదు' అని చెప్పడానికే ఆ ప్రచారం.

పైగా, 'భావకాలుష్యాన్ని పెంచుతున్నారు' అనే పేరుతో, నేరాలు ఆరోపించి పార్టీ నించి అనేకమందిని ఏరివెయ్యడానికి రంగం సిద్ధం చెయ్యడం కూడా.

1984 ఆగస్టు 6, 'బీజింగ్ రివ్యూ': రాత్రి కాలక్షేపాలు పెరిగాయి. రాత్రంతా విందులూ వినోదాలూ, పార్టీలూ డాన్సులూ, పాశ్చాత్య సంగీతాల్నీ సినిమాల్నీ ప్రదర్శించే పార్కులూ హోటళ్ళూ పెరుగుతున్నాయి.

ఇదే నెల 15 నాటి బీజింగ్ రివ్యూ, 'యువతీ యువకుల వేషధారణలో వస్తున్న ఆధునిక మార్పుల్ని' చాలా ఉత్సాహంగా వర్ణించింది — 'ఈ రోజుల్లో యువతీ యువకులకు సింపుల్‌గా వుండడం మీద దృష్టి పోయింది. ఆధునికంగా వుండడాన్ని ఇష్టపడుతున్నారు. శరీరంలో ఒంపుల్ని (లైన్స్ ఆఫ్ ది బోడీ) ప్రదర్శించే దుస్తుల్ని ఎంచుకుంటున్నారు. యువకులు, పెట్టుబడిదారీ దేశాల స్టయిల్స్‌ని అనుకరిస్తూ పొట్టి లాగులూ (షార్ట్స్); యువతులు, చంకల్ని ప్రదర్శించే సిల్కుబ్లౌజులూ, మోకాలి పైకిగానీ ఇంకో 6 సెంటీమీటర్లు కిందకిగానీ వుండే సన్నని పొట్టి ఊలు స్కర్టులూ ఇష్టపడుతున్నారు. షాంఘై లాంటి నగరాల్లో ప్రారంభమయ్యే ఈ ఫేషన్లు దేశమంతా వ్యాపిస్తున్నాయి.

(బూర్జువా వ్యాపారాల్లో ఈ ఆధునిక డ్రస్సుల వ్యాపారం అతి పెద్ద వ్యాపారం. డ్రస్సుల మోడల్స్‌ని ఎప్పటికప్పుడు మార్చేస్తుంటే, కొత్తవాటికి గ్యారంటీగా అమ్మకాలు వుంటాయి. దుస్తుల పెట్టుబడిదారులకు మితిమీరిన 'లాభాలు'!)

కార్మికులకు నిరుద్యోగం పెరిగిపోవడం వల్ల, ఇంటిపని మనుషుల సంఖ్య పెరిగిపోయింది.

1984 జూన్ 18 బీజింగ్ రివ్యూ: "ఇంటిపనులు చేసే కార్మికుల్ని సప్లై చేసే కంపెనీలు మొదలైనాయి" అని ఈ పత్రిక సంతోషిస్తూ రాసింది. అలాంటి మొట్టమొదటి కంపెనీ బీజింగ్‌లో, 1983 లోనే మొదలైందట! దాని పేరు 'చావోయాంగ్ హౌస్ వర్క్ సర్వీస్ కంపెనీ'! నిరుద్యోగ యువతీ యువకుల్నీ, రిటైరైన వయసులవాళ్ళనీ తీసుకుని, వారికి రకరకాల ఇంటి పనుల్లో తర్ఫీదులు ఇచ్చి, వారిని కస్టమర్ల ఇళ్ళకి సప్లై చేస్తుంది ఆ కంపెనీ. (ఇంటి యజమాని ఇచ్చిన డబ్బులో కొంతభాగం ఆ కార్మికుడికి జీతం. మిగిలినభాగం ఆ కంపెనీకి.

అందులో నించి దాని ఖర్చు కొంత పోతే మిగిలింది 'లాభం'. 'పని' చేసేది కార్మికులు! లాభం — కంపెనీ వాడికి!)

1984 ఆగస్టు 15 బీజింగ్ రివ్యూ: 83 జూలై నాటికి, ఒక్క బీజింగ్ నగరంలోనే 30 వేల మంది ఇంటిపని మనుషులు వున్నారు. వీరంతా యజమానుల ఇళ్ళల్లోనే వుండిపోయే పని మనుషులు. వీరుగాక, బైటినించి వచ్చి పనులుచేసి వెళ్ళిపోయే కార్మికులు ఇంకా అనేక వేలమంది. ఈ కార్మికులు, యజమానుల ఇళ్ళల్లో సమస్తమైన పనులూ చేస్తారు. ఇంటి శుభ్రాలూ, వంట పనులూ, తోటల పెంపకాలూ, కుక్కల్నీ నక్కల్నీ పెంచడాలూ, పిల్లల్నీ వృద్ధుల్నీ చూసుకోడాలూ — ఒకటి కాదు, అన్నీ!

ఒక యజమాని కుటుంబాన్ని తీసుకుంటే, అది నడిపే ఫ్యాక్టరీలలోనూ శ్రమలు చేసేది కార్మికులే; ఇంటిలోనూ శ్రమలు చేసేది కార్మికులే! ఆ ధనిక కుటుంబ సభ్యులు ఏం చేస్తారంటే, విశ్రాంతులతోటీ, వినోదాలతోటీ గడుపుతారు.

ఈ రివిజనిస్టుల కాలానికి పూర్వం, ఇంటి పని మనుషుల పద్ధతులన్నీ రద్దయ్యాయి. అవన్నీ ఇప్పుడు మళ్ళీ తయారు!

1985 ఆగస్టు 20 నాటి 'సోషియాలజీ' అనే బూర్జువా సంస్కరణల అనుకూల పత్రిక కూడా 'నేరాల' సంగతి గురించి ఇలా రాయక తప్పలేదు: షెన్‌జన్, ఝుహాయ్ ప్రాంతాల్లో, వాటిని 'ప్రత్యేక ఆర్థిక ప్రాంతాలుగా (విదేశీ పెట్టుబడిదారులు తమ కిష్టమైన వ్యాపారాలు స్వేచ్ఛగా నడుపుకునే ప్రాంతాలుగా) ప్రకటించకముందు హింసాత్మక నేరాలు బహు అరుదు. కానీ ఇప్పుడు చైనాలో సంఘ విద్రోహకశక్తులు (అన్‌శావరీ ఎలిమెంట్స్), హాంకాంగూ మకావో దీవుల్లో వుండే రహస్య నేరస్త ముఠాల్ని అనుకరిస్తున్నారు. మత్తుమందుల రవాణా, స్మగ్లింగూ, స్త్రీలనీ చిన్నపిల్లల్నీ, ఎత్తుకుపోవడం ఎక్కువైంది.

1986 జనవరి 21న, 18 మందికి, అదేరకం నేరాలకుగాను మరణశిక్షలు విధించారు.

ఫిబ్రవరి 19న మరణశిక్షలు అమలైన వారిలో ఇద్దరు యువకులు, షాంఘైలోని కమ్యూనిస్టు పార్టీలో అతిపెద్ద నాయకుల కొడుకులు. వీళ్ళమీద 50 అత్యాచారం కేసులూ, అశ్లీల ప్రవర్తనా కేసులూ వున్నాయి. (ఇది పూర్తిగా నమ్మదగ్గ విషయం కాకపోవచ్చు. ఇందులో, 'రాజకీయంగా వ్యతిరేకులైనవారిని ఏరివేసే' వ్యవహారం వుంటే కూడా వుండవచ్చు. లేదా, అది నిజమూ కావచ్చు.)

1986 జూన్ 25న, 31 మందికి మూకుమ్మడిగా మరణశిక్షలు విధించారు.

ఆగస్టు 6న తాంజిన్ యూనివర్సిటీలో, తమమీద చైనా విద్యార్థులు వివక్ష చూపుతున్నారని ఆరోపిస్తూ 250 మంది ఆఫ్రికన్ విద్యార్థులు ప్రదర్శన జరిపారు. ఇరుపక్షాల మధ్యా కొట్లాట కూడా జరిగింది.

1986 అక్టోబరు 10న, హిన్హువా ప్రకారం: హింసాత్మక నేరస్త ముఠాలు, పోలీసులు వాడే రకం ఆయుధాల్ని అనధికారికంగా తయారుచేస్తున్నారు. చరిత్రలో మున్నెన్నడూ లేని స్థాయిలో నేరాలకు పాల్పడుతున్నారు.

1986లో, 'యున్నాన్ డైలీ' పత్రిక ప్రకారం: ఇటీవల దొంగతనాలూ ఆర్థిక నేరాలూ విపరీతంగా పెరిగిపోతున్నాయి. విప్లవ పూర్వపు చైనాలో జరిగే లూటీలనూ నేరాలనూ హత్యలనూ ఇవి జ్ఞప్తికి తెస్తున్నాయి.

1987 నాటికి, నేరస్తుల్లో ఎక్కువ భాగం నిరుద్యోగ యువకులే వున్నారు. చాలామంది యువకులు ఈనాడు తుపాకుల్ని దొంగిలించడానికీ, బ్యాంకుల్ని కొల్లగొట్టడానికీ, హత్యలు చేయడానికి, తెగిస్తున్నారు.

1989 నాటికి శాంతి భద్రతల సమస్య తీవ్రం అయింది. పెద్ద నగరాల్లో సంచార సాయుధ పోలీసుదళాల్ని ఏర్పరిచారు.

టెంగ్ రివిజనిజం రాకపూర్వం, దేశంలో లాయర్ల సంఖ్య, 3 వేలే వుండేది. వాళ్ళందరూ ఎప్పుడో విప్లవానికి పూర్వం 'లా' చదివిన వాళ్ళు. ఎప్పుడైనా ఏదైనా కేసు వచ్చినప్పుడే వీళ్ళు 1,2 రోజులు పార్ట్ టైమ్ లాయర్లుగా పనిచేసేవారు.

కానీ, 1990 నాటికి, లైసెన్స్ పొందిన లాయర్ల సంఖ్య 40 వేలు అయింది. ప్రభుత్వం, 4 వేల 'లా' ఆఫీసులు తెరిచింది. 15 వేల మంది నోటరీలూ, లక్షమంది పారా — ప్రొఫెషనల్సూ (లాయరు గుమాస్తాలూ, డాక్యుమెంటు రైటర్లూ వంటి వాళ్ళు), వీరంతా గ్రామీణ ప్రాంతాల్లో 32 వేల 'న్యాయ సేవాకేంద్రాల్లో' పనిచేస్తున్నారు — ఇదంతా 1990 నాటి పరిస్థితి.

1992 లో చైనా అధ్యక్షుడు జియాంగ్ జెమిన్. 'చైనాకు ఇంకా 3 లక్షల మంది లాయర్లు కావాలి' అన్నాడు.

1993 లో న్యాయ శాఖా మంత్రి — 'ఈ శతాబ్దాంతానికి లక్షా 50 వేల మంది లాయర్లు తయారవుతారు' అని గర్విస్తూ చెప్పాడు. (కేసుల సంఖ్య అంత గర్వించదగ్గదిగా పెరిగిపోయింది)

1996 జనవరి 1న షెంజన్‌లోని ఒక విదేశీ ఫ్యాక్టరీలో అగ్నిప్రమాదం జరిగి 19 మంది కార్మికులు చచ్చిపోయారు. విదేశీ కంపెనీలు, కనీసవేతనాల్నీ, ఓవర్‌టైమ్ చెల్లింపుల్నీ, కనీస రక్షణ ఏర్పాట్లనీ వేటినీ పాటించడం లేదని అనేక వార్తలు చెప్పాయి.

1996 ఏప్రిల్ 28 న, మత్తు మందుల రవాణాదారులకూ, వ్యభిచారగృహాలు నడిపేవాళ్ళకూ, స్త్రీలను ఎత్తుకుపోయే ముఠాలకూ వ్యతిరేకంగా. దేశవ్యాప్త ప్రచారమూ ఇతర చర్యలూ చేపట్టినట్టు ప్రభుత్వం ప్రకటించింది.

96 జూన్ 27 నాటి పీపుల్స్ డైలీ, — అంతకు ముందురోజు 9 రాష్ట్రాల్లో 231 మంది మత్తుమందుల రవాణాదారులకు మరణశిక్షలు అమలుచేసినట్టు రాసింది. (నేరాలకు వ్యతిరేకంగా 'ఇతర చర్యలు' అంటే 'మరణశిక్షల'న్న మాట!)

అమ్నెస్టీ రిపోర్టు ప్రకారం: 1996 ఏప్రిల్ చివరి నించీ జూన్ మధ్యవరకూ ($1^1/_2$ నెలల్లో) దాదాపు 650 మరణశిక్షలు అమలుజరిగాయి. వీటిని విచారించేటప్పుడుగానీ, బహిరంగంగా అమలు చేసేటప్పుడుగానీ, బీజింగ్‌లో దాదాపు 2 లక్షలమంది గుంపులు గుంపులుగా నిలబడి చూశారట!

(జనాలు, మరణశిక్షల్ని వినోదంగా చూసేటంత మొరటుగా, క్రూరంగా తయారయ్యారన్నమాట!)

అతిచిన్న నేరాలకు కూడా మరణశిక్షలు వేసిన సందర్భాలు అనేకం వున్నాయట!

ఒక్క 1996 సంవత్సరంలోనే 4,367 మరణశిక్షలు అమలు చేశారు. (ఒక్క సంవత్సరంలో 4 వేలకు పైగా! రోజుకి 12 మందిని!)

1998 సెప్టెంబర్ నాటి అమ్నెస్టీ రిపోర్టు: 1997 లో, 1876 మందికి మరణశిక్షలు! ఆ సంవత్సరంలో, మిగతా ప్రపంచదేశాలన్నిటి లోనూ అమలు జరిగిన మరణశిక్షల సంఖ్యకన్నా ఇది ఎక్కువ!

(రివిజనిస్టు చైనాలో వున్న రకం నేరాలన్నీ బూర్జువా దేశాలన్నిటిలోనూ వుంటాయి. కానీ, ఆ దేశాల్లో ఇన్ని మరణశిక్షలు లేవు. ఎందుకంటే, ఆ దేశాల్లో ప్రభుత్వాలు కొంతకాలానికి ఒకసారి అనేక పార్టీలమధ్య ఎన్నికల పోటీల్ని ఎదుర్కోవాలి. ఆ భయంతో అవి కొన్ని నేరాల్ని పట్టించుకోకుండా కొంత ఉదారంగా వుండడానికి ప్రయత్నిస్తాయి.

కానీ, రివిజనిస్టు చైనాలో, సరైన సోషలిజమూ లేదు; కొంత ఉదారంగా వుండే బూర్జువా విధానమూ లేదు. ఇక్కడ 'టెంగు తెచ్చిన తప్పుడువిధానాలే సోషలిస్టు సంబంధాల్ని పాడుచేసి ఇన్ని నేరాలకు దారితీస్తున్నాయి' అనే విమర్శలు వున్నాయి కాబట్టి, ఆ విమర్శలకు విలువ లేకుండా చెయ్యాలనేది వాళ్ళ ప్రయత్నం. నేరాలు తక్కువగా వుంటే ఆ విమర్శలకు విలువ పోతుంది కదా? నేరస్తుల్ని ఎక్కువ భయపెడితే

నేరాల సంఖ్య కొంత తగ్గవచ్చు. 'ఆ భయమే లేకపోతే నేరాల సంఖ్య ఇంకా ఎక్కువగా వుంటుంద'ని వాళ్ళు వాదిస్తారు. ఒకవేపు — నేరాలకు తగిన అవకాశాలన్నీ కల్పించి, నేరాల్ని ప్రోత్సహిస్తూ; ఇంకోవేపు — నేరస్తులకు ఎక్కువ భయం కలిగించి నేరాల సంఖ్యని తగ్గించాలనే క్రూరమైన మార్గం చేపట్టారు. 'రాచరికపు నిరంకుశత్వం'తో పరిపాలిస్తున్నారు గనక ఎన్నికల భయం లేదు. అందుకే, రివిజనిస్టు చైనా ప్రభుత్వం, ఇతర బూర్జువా దేశాల్లోకన్నా క్రూరమైన ప్రభుత్వంగా వుంది.)

1998 అక్టోబరులో, 1980 నాటి వివాహ చట్టానికి కొన్ని సవరణలు చేశారు. దీనిప్రకారం, వివాహేతర సంబంధాలు (వ్యభిచారమూ, స్త్రీలని 'వుంచుకోవడమూ' వంటివి) నేరాలు అవుతాయి. భార్యలు వుండగా పరాయి స్త్రీలని 'ఉంచుకోవడం' పెచ్చు పెరిగిపోవడంవల్లనే ఈ చట్టం అవసరమైందట! ఈ నేరాలకు శిక్ష — 3 సంవత్సరాలపాటు నిర్బంధ శ్రమ శిబిరాల్లో శ్రమ చెయ్యడం.

1999 జనవరిలో, చైనా సామాజిక శాస్త్రాల అకాడమీ ఇచ్చిన రిపోర్టు: చైనాలో స్త్రీల జనాభా తగ్గిపోతోంది. పురుషులు 120 మంది వుంటే, స్త్రీలు 100 మందే.

1979 లో వచ్చిన 'ఒకే బిడ్డ' విధానంవల్ల, ఆ ఒకే బిడ్డ మగబిడ్డే వుండాలని కోరుతున్నారు. ఆడబిడ్డల్ని చంపెయ్యడమో, అనాధలుగా పారెయ్యడమో చేసి, మొగబిడ్డలు పుట్టినప్పుడే వారిని పెంచుతున్నారు.

1999 నవంబరు 12న, ఆరోగ్యశాఖ ఉపమంత్రి రిపోర్టు: చైనాలో ప్రతీ ఏటా 2,50,000 మంది ఆత్మహత్యలు చేసుకుంటున్నారు. అందులో అత్యధికులు ఆడవాళ్ళే.

పేదరికం, నిరుద్యోగం, గ్రామీణ ప్రాంతాల్లో పెరిగిపోయే పనిభారం, పురుష దురహంకారం — ఇవే ఈ ఆత్మహత్యలకు కారణాలుగా మంత్రే స్వయంగా అంగీకరించాడు.

2000 డిసెంబరులో, అన్హ్వాయ్ రాష్ట్రంలో, పుట్టబోయే శిశువు ఆడో మగో నిర్ధారించే అల్ట్రాసౌండ్ పరీక్షలు జరపరాదని చట్టం వచ్చింది.

ఆడశిశువుల్ని గర్భంలోనే చంపడం సాధ్యం కాకపోతే పుట్టిన తర్వాత వదిలేసే, చంపేసే నేరాలు ఎక్కువైపోయాయి.

2002 అక్టోబరు 31 నాటి 'ఫార్ ఈస్టర్న్ ఎకనామిక్ రివ్యూ', చైనా అధికార లెక్కల్ని ప్రచురించింది: 1997కీ 2002కీ మధ్య, లంచగొండితనం, ప్రభుత్వ ధన దుర్వినియోగం, ఇతర అవినీతి చర్యలూ వంటి వాటికి సంబంధించి, 11,08,692 కేసులు నమోదయ్యాయి. వీళ్ళంతా అనేక రాష్ట్రాలకు చెందిన అధికారులు. (కేసులదాకా రాని అవినీతులు ఎన్నో!)

ప్రమాదాలు: 1994 నవంబరు చివర్లో లియావోనింగ్ రాష్ట్రంలో ఒక ప్రాంతంలో డాన్స్ హాల్లో అగ్నిప్రమాదంలో 233 మంది చచ్చిపోయారు.

డిసెంబరు మొదట్లో, 'కరమై' అనేచోట ఒక సినిమా హాల్లో అగ్నిప్రమాదం జరిగి 311 మంది చచ్చిపోయారు. 200 మంది తీవ్రంగా గాయపడ్డారు. బహిరంగ స్థలాల్లో రక్షణ ఏర్పాట్లు ఎంత ఘోరంగా వున్నాయో ఇలాంటి అనేక సంఘటనలు చూపుతున్నాయని విదేశీ పత్రికలు రాశాయి.

2001 నవంబరులో, షాన్‌హీ రాష్ట్రంలో, ఒకే వారంలో 4 గనుల్లో ప్రమాదాలు జరిగి 58 మంది కార్మికులు చచ్చిపోయారు. ఈ గనుల్ని 'అన్‌సేఫ్' (రక్షణ లేని) అని గతంలోనే ప్రకటించారు. అలాంటి గనుల్లో తవ్వకాలే జరపకూడదు. అయినా జరిపించారు అధికారులు.

2000వ సంవత్సరంలో గనుల

ప్రమాదాల్లో చచ్చిపోయిన కార్మికులు 5 వేల మంది. 'అన్‌సేఫ్'గా గుర్తించిన 23 వేల గనుల్లో ఇప్పటికీ తవ్వకాలు జరిపిస్తూనే వున్నారు.

మతాలకు ప్రోత్సాహం: టెంగ్ రివిజనిజం ప్రారంభమైన పూటనించీ ఏనాడో మూలబడ్డ గుళ్ళూ గోపురాలూ తిరిగి మేలుకోవడం ప్రారంభమైంది.

1984 మే 21 బీజింగ్ రివ్యూ ఇచ్చిన వివరాలు: 1978 లో, పార్టీ 11న కేంద్ర కమిటీ తర్వాత, నింగ్‌హియా స్వయంపాలిత ప్రాంతంలో వెయ్యి మసీదుల్ని మరమ్మత్తులు చెయ్యడంగానీ, తిరిగి నిర్మించడంగానీ చేశారు.

ఇదే ప్రాంతంలో, 'తొంగిహీన్' మసీదుని భారీఎత్తున మరమ్మత్తులు చెయ్యడానికి జాతుల వ్యవహారాల ప్రభుత్వ శాఖ 1982 లోనే 10 లక్షల యువాన్లు కేటాయించింది!

1984 జూన్ 11, 'బీజింగ్ రివ్యూ'లో, ఒక బిషప్‌తో ఇంటర్వ్యూలో కనిపించిన వివరాలు:

సాంస్కృతిక విప్లవకాలంలో చర్చీలన్నీ మూతబడ్డాయి. వాటిని వేరే అవసరాలకు వాడడం ప్రారంభించారు. ఇప్పుడు కనీసం 1600 చర్చీల్ని తిరిగి తెరవడంగానీ, కొత్తవాటిని కట్టడంగానీ చేశారు.

1980 కీ 84 కీ మధ్య 13 లక్షల బైబిల్ కాపీలు అచ్చువేసి పంపిణీచేశారు.

ఆ బిషప్ ఇంకా ఇలా చెప్పాడు — 'చైనా క్రైస్తవుల విరాళాలతోపాటు, చర్చీల ఆస్తులమీద వచ్చే అద్దెలూ కౌళ్ళూ మా ఆదాయం. మా ఆస్తులమీద పన్నులు కట్టనక్కరలేదని ప్రభుత్వం మినహాయింపులు ఇచ్చింది. అద్దెలూ కౌళ్ళూ వసూలు చేసుకోవడానికి అనుమతి ఇచ్చింది. సోషలిస్టు వ్యవస్థలో ఇది మతసంస్థలకు అసాధారణమైన ప్రత్యేక సదుపాయం.'

అదే పత్రికలో మరికొన్ని వివరాలు: 1979 తర్వాత చాలాచోట్లలాగే షాంఘైలో కూడా దాదాపు 15 చర్చీల్ని తిరిగి తెరిచారు. చర్చీల ఇళ్ళనీ, ఇతర ఆస్తుల్నీ వాటికి తిరిగి అప్పగించి, వాటిద్వారా ఆదాయాలు పొందడానికి అనుమతించి, పన్ను మినహాయింపులు ఇచ్చారు. కొత్త మత బోధకులు తయారయ్యారు. యువకులకు మత శిక్షణ ఇవ్వటానికి ఒక మత కాలేజీని (సెమినరీ) కడుతున్నారు.

ఈ మధ్యకాలంలో భక్తులైనవారిలో ఎక్కువమంది రిటైరైనవారూ, గృహిణులూనూ. 1979 నించీ ఆడ మత గురువుల్ని కూడా తయారుచేస్తున్నారు.

1985 డిసెంబరు 24 న, బీజింగ్‌లో అతి పెద్ద చర్చిని 27 ఏళ్ళ తర్వాత తిరిగి ముస్తాబుచేసి క్రిస్టమస్ సంబరాలు జరిపారు. ప్రభుత్వ నిధులతోనే దీన్ని బాగుచేశారు.

గుళ్ళనీ గోపురాల్నీ బాగుచెయ్యడానికి సంపన్నులు విరాళాలు గుప్పించారు.

1986 అక్టోబరు 1 'హోంగ్వీ' పత్రిక:

కొన్ని ప్రాంతాల్లో, మూఢనమ్మకాలూ, తెగల (క్లాన్) సంఘాలూ, మరణించిన పితరులకు బలులు ఇచ్చే కార్యాలూ, సోషలిజంమీద దాడులు చేసే రహస్య సంఘాలూ — ఇవన్నీ తలెత్తుతున్నాయి. గ్రామీణ పార్టీ కార్యకర్తలు మార్క్సిజానికి బదులు దేవుళ్ళనీ దెయ్యాల్నీ నమ్మడం ఏమిటని పత్రిక హెచ్చరికలు చేసింది.

విద్యకి సంబంధించిన ఏర్పాట్లు తగ్గిపోవడంవల్ల, కొత్తగా నిరక్షరాస్యత ప్రారంభమైంది. పెళ్ళిళ్ళ వంటి వాటిలో విపరీతమైన ఆడంబరాలూ, ఖర్చూ, అంత్యక్రియల్లో రకరకాల మూఢాచారాల్ని పాటించడం పెరుగుతోంది.

హెబెయ్ అనే ప్రాంతంలో గ్రామీణ ధనిక కుటుంబాల్లో సగం మంది చీట్ల పేకాటలతో గడిపేస్తున్నట్టు తేలింది.

'కొన్ని కుటుంబాల్లో పెరిగిన ఆదాయాలవల్ల, చైనా తిరిగి ఫ్యూడల్‌గా మారింది (రీ ఫ్యూడలైజ్డ్)' అని ఒక పరిశీలకుడి వ్యాఖ్య. 'గతంలో కమ్యూనిస్టు పార్టీ సాధించిన విజయాలు

త్వరత్వరగా ఆవిరైపోతున్నాయి' అని ఆ పరిశీలకుడి ఆవేదన!

గ్రామీణ ప్రాంతాల్లో వ్యాపారాలు చేసే ధనిక కుటుంబాలు 'వడ్డీల'మీద బతకాలనే ధోరణిలోకి వచ్చేస్తున్నాయి. తమ సరుకుల ధరల్ని పెంచెయ్యడమూ పన్నుల ఎగవేతా చేస్తున్నారు.

1988 లో, టిబెట్‌లోని పార్టీ నాయకులు — 'సంస్కరణల వేగం అనారోగ్య సామాజిక ఆచరణల్ని పార్టీ సభ్యుల్లోకి బదిలీ చేస్తోంద'ని ఆందోళన పడ్డారు.

1996 జనవరి 14 న, మతాల-జాతుల వ్యవహారాల మంత్రి ప్రతీ మత సంస్థా రిజిస్టర్ చేసుకుని ప్రభుత్వం నించీ లైసెన్స్ పొందాలని ఆదేశం జారీచేశాడు.

(ఇది మత వ్యతిరేక చర్య కాదు. 'అందరూ ఏదో ఒక మత పిచ్చిలోనే వుండండి. కానీ, ఏ మతసంస్థ ఎక్కడ వుందో ప్రభుత్వానికి వివరాలు ఇవ్వండి' అని చెప్పడం.)

1997 అక్టోబరు 16 న, ప్రభుత్వం 'మత స్వేచ్ఛ'ని గురించి ఒక డాక్యుమెంటు విడుదల చేసింది.

సాంస్కృతిక విప్లవకాలంలో, దాని దుష్ప్రభావంవల్ల, అన్ని మతాలవారూ చాలా బాధలు పడ్డారని వాపోయింది, ఆ పత్రం. ఇప్పుడు మత స్వేచ్ఛని అనుభవించమని ప్రజల్ని ప్రోత్సహించింది.

1997 నాటికి 3 వేల మత సంస్థలూ, 3 లక్షలమంది మత గురువులూ, 10 కోట్ల మంది మత అనుచరులూ వున్నారని అంచనా.

మరిన్ని బూర్జువా ఆచరణలు :

1977 నించీ, చైనా, ఆయుధాల వ్యాపారం మొదలుపెట్టింది. వేల వేల కిలో మీటర్ల దూరాన్న వున్న శత్రు లక్ష్యాల్ని కూల్చే బాలిస్టిక్ క్షిపణులూ, గన్‌బోట్లూ, సబ్‌మెరైన్లూ — ఇలా రకరకాల భారీ ఆయుధాల్ని తయారుచేసి అమ్మడం!

ఇరానూ ఇరాకూ దీర్ఘకాలం పాటు యుద్ధం చేసుకుంటే, చైనా, ఆ 2 దేశాలకూ ఆయుధాలు అమ్మి లాభాలు గడించింది.

1977 లో 114 మిలియన్ డాలర్ల విలువగల ఆయుధాల్ని ఎగుమతులు చేస్తే, 1978 లో 459 మిలియన్ డాలర్లూ, 1988 నాటికి 3.5 బిలియన్ డాలర్లూ — అలా ఆయుధాల వ్యాపారం పెరిగిపోయింది. ఈ వ్యాపారం జోరుగా సాగడానికి విదేశాల్లో ఆయుధాల ఎగ్జిబిషన్లు కూడా నిర్వహించింది.

1979 నించీ వ్యాపార ప్రకటనలు (అడ్వర్టయిజ్‌మెంట్లు) మొదలు! వీధుల్లోనూ, పత్రికల్లోనూ, రేడియోలోనూ, టీవీలోనూ, ఎడ్వర్టయిజ్‌మెంట్లు ఇచ్చి, వ్యాపారాల్ని వృద్ధి చేసుకోమని స్వదేశీ విదేశీ పెట్టుబడిదారులకు పిలుపులు ఇచ్చారు.

సిగరెట్ల కంపెనీల ఎడ్వర్టయిజ్‌మెంట్ల మీద కొన్ని విమర్శలు వచ్చినా ఆ ప్రకటనల్ని ఆపలేదు. ఆటల పోటీల్ని స్పాన్సర్ చెయ్యడానికి విదేశీ సిగరెట్ కంపెనీలకు పూర్తి స్వేచ్ఛ ఇచ్చారు.

1987 లో షాంఘై ప్రొఫెసరు ఒకడు — "అభివృద్ధి చెందిన దేశాలు చైనా మార్కెట్‌లోకి ప్రవేశించడానికి ఎడ్వర్టయిజ్‌మెంటుని ఒక ఎత్తుగడగా ఉపయోగిస్తున్నాయి. చైనా కూడా అదే ఎత్తుగడని ఉపయోగించాలి" అని తన తెలివంతా ప్రదర్శించాడు.

1984 ఏప్రిల్ 26 న, అమెరికా అధ్యక్షుడు రీగన్ చైనాలో అడుగుపెట్టగానే '21 తుపాకీ మోతలతో శాల్యూట్ చేశారు. 1966 లో సాంస్కృతిక విప్లవం ప్రారంభమైనప్పుడు ఆపివేసిన ఈ బూర్జువా సాంప్రదాయాన్ని మళ్ళీ ఇప్పుడు మొదటిసారి తిరిగి ప్రారంభించారు.

ఈ సంవత్సరమే మే 15 న, సైన్యంలో, 'ర్యాంకుల్ని' తిరిగి ప్రవేశపెట్టారు. విప్లవానికి పూర్వం కమ్యూనిస్టు పార్టీ నడిపిన సైన్యంలో ర్యాంకులు వుండేవికావు. వాటిని 1955 తర్వాత ప్రవేశపెట్టారు. కానీ, వాటిని మళ్లీ సాంస్కృతిక విప్లవానికి ముందే, 1965 లోనే, సమానత్వ సూత్రంతో, రద్దుచేశారు. వాటినే ఇప్పుడు రివిజనిస్టులు మళ్ళీ ప్రవేశపెట్టారు.

1986 ఫిబ్రవరి 8 న, కొన్ని కొత్త నిబంధనలు విడుదల చేశారు. 'పార్టీలోనూ, ప్రభుత్వంలోనూ పదవుల్లో వున్నవాళ్ళు, ఆ పదవుల కాలంలోనూ ఆ తర్వాత 2 సంవత్సరాల వరకూనూ ఎలాంటి వ్యాపారాలూ చెయ్యకూడదు — అని.

(ఈ నిబంధనలు రాకముందు అధికారులే పెద్ద పెద్ద కాంట్రాక్టులు సంపాదించి వ్యాపారాలు చేస్తూ వుండేవారన్నమాట! కాంట్రాక్టులూ ప్రైవేటు వ్యాపారాలూ లేకపోతే ఇలాంటి అవినీతికి అవకాశమే వుండదుకదా?)

1986 మార్చి 3 న, పెద్ద రచయితా విదేశాల మిత్రమండలి ఉపాధ్యక్షుడూ అయిన 'ఘోవ్ ఎర్వ్యూ'ని పార్టీ నించీ బహిష్కరించారు. కారణం: అతను, జపాన్‌కి అధికార పర్యటన మీద వెళ్ళినప్పుడు, అక్కడ అశ్లీల సాహిత్యం కొన్నాడనీ, వేశ్యలతో గడిపాడనీ ఆరోపణలు!

(ఈ ఆరోపణలు నిజమూ కావచ్చు; లేదా, రాజకీయ కక్షలతో పెట్టినవీ కావచ్చు. ఈ రచయిత ఎలాంటివాడో చైనాలో వున్నవాళ్ళకే తెలుస్తుంది. వ్యక్తులమీద పెట్టే ఆరోపణల నిజానిజాల్ని ఆ వ్యక్తుల గురించి తెలియనివాళ్ళు తేల్చుకోలేరు.)

గ్రామీణ ప్రాంతాల్లో సమిష్టి కమ్యూన్ విధానాలు పోయిన తర్వాత, విద్యా, వైద్యరంగాల మీద సమిష్టి నిధుల్ని పెట్టే విధానాలు తగ్గిపోయాయి. 1976 వరకూ వున్న బేర్‌ఫుట్ డాక్టర్లూ, మంత్రసానులూ, గ్రామాల్లో ఇతర వైద్య ఉద్యోగులూ అంతర్ధానమయ్యారు. గతంలో, గ్రామస్థాయిలో నడిచే కో-ఆపరేటివ్‌ల ద్వారా సమిష్టి వైద్య భీమా పథకాలు నడిచేవి. సమిష్టి సంస్థల్ని చీల్చి, ఆ ఆస్తుల్ని ప్రైవేటు వ్యక్తుల పరం చేశాక, ఆ ప్రైవేటువాళ్ళు ప్రభుత్వానికి చూపించే తప్పుడు లెక్కలతోటీ, పన్నుల ఎగవేతలతోటీ, ప్రభుత్వం ఏర్పర్చే సదుపాయాలు చాలకుండా పోయాయి. ఉన్న సదుపాయాల్ని ధనిక కుటుంబాలే వాడుకోగలుగుతున్నాయి.

1986 జూన్ 16, 'రెడ్‌ఫ్లాగ్' పత్రిక, మార్కెట్ సూత్రాల దుష్ప్రభావం గురించి కించిత్తు ఆవేదనతో ఇలా రాసింది — "ఇప్పుడు పార్టీ సభ్యుల దృష్టికి ఆదర్శాలన్నీ దూరం! రాజకీయాలు అర్థరహితం! నగదు డబ్బే (క్యాషే) అసలు సత్యం!"

1989 నాటికి పార్టీ కార్యకర్తల పరిస్థితి: చాలామంది అవినీతి మార్గాల్లో డబ్బు సంపాదన మొదలుపెట్టారు. కొంతమంది, పార్టీ పదవులకూ ప్రాథమిక సభ్యత్వాలకూ కూడా రాజీనామాలు ఇచ్చేసి వ్యాపారాలలోకి దిగారు.

అనాథ పిల్లల శరణాలయాల్లో ఘోరాలు:

1996 జనవరిలో, అమ్నెస్టీ, 'షాంఘై అనాథ పిల్లల శరణాలయంలో, పిల్లలకు సరిగా తిండి పెట్టకపోవడమూ, చిన్న చిన్న గదుల్లో ఎక్కువమంది పిల్లల్ని కుక్కడమూ, హింసించడమూ, సెక్సుపరంగా ఉపయోగించడమూ జరుగుతున్నాయ'ని విమర్శించింది.

దానికి, జనవరి 5 న, చైనా ప్రభుత్వం 'అమ్నెస్టీ ఆరోపణలు నిరాధారం' అని తిరస్కరించింది.

కానీ, అదేరోజున, న్యూయార్క్‌కి చెందిన 'హూమన్ రైట్స్ వాచ్ ఏసియా' అనే మానవ హక్కుల సంఘం, షాంఘై అనాథ పిల్లల శరణాలయం గురించి అనేక సాక్ష్యాధారాలతో ఒక పత్రం విడుదల చేసింది. అందులో 1986 కీ 92 కీ

మధ్య ఆ శరణాలయంలో, తిండిలేకా, చిత్రహింసలవల్లా, సెక్సుదాడులవల్లా 'వెయ్యి' మంది పిల్లలు చచ్చిపోయారని వివరాలు ఇచ్చింది.

అనాధ శరణాలయాల్ని తణిఖీ చెయ్యడానికి అంతర్జాతీయ తణిఖీ బృందాల్ని చైనా అనుమతించాలని ఈ సంఘం కోరింది.

ఈ రిపోర్టుని ధృవపరుస్తూ బ్రిటిష్ టెలివిజన్‌లో జనవరి 9న ఒక డాక్యుమెంటరీ ఫిల్మ్ ప్రదర్శించారు. ఆ ఫిల్మ్ పేరు 'రిటర్న్ టు డైయింగ్ రూమ్స్' (మృత్యు గృహాలకు మళ్లీ!). ఈ ఫిల్మ్‌లో కొన్ని ఫోటోలూ, మెడికల్ రిపోర్టులూ చూపించారు. వాటిని, ఆ శరణాలయంలో 1988-93 కాలంలో పనిచేసిన ఝూంగ్ షుయూన్ అనే డాక్టరు ఇచ్చాడు.

అదేరోజున బ్రిటన్ విదేశాంగ కార్యదర్శి చైనాకి వచ్చినప్పుడు, చైనా అధికారులు, టీవీలో వచ్చిన ఆ ఫిల్మ్ సంగతి చెప్పి 'ఇలాగైతే' మన సంబంధాలకు విఘాతం కలుగుతుంది' అని హెచ్చరించారు.

చైనా ప్రభుత్వం, మానవహక్కుల సంఘాల రిపోర్టులన్నిటినీ తిరస్కరిస్తూనే, ఇంకోపక్క — పెరిగిపోతున్న అనాధ శిశువులకు ఆశ్రయం కల్పించడం చాలా కష్టంగా వుందని ఒక అధికార పత్రంలో చెప్పుకుంది. తల్లీదండ్రులు — ఆడపిల్లల్నీ, అంగవైకల్యం గల పిల్లల్నీ, జబ్బులతో బాధపడే పిల్లల్నీ వదిలివేస్తున్నారనీ, అనాధ శరణాలయాలు పోషించవలసిన పిల్లల సంఖ్య పెరిగిపోతోందనీ కూడా చెప్పుకుంది.

2002 డిసెంబర్ 5, 'ఫార్ ఈస్టర్న్ ఎకనామిక్ రివ్యూ' పత్రికా, ప్రపంచ ఆరోగ్యసంస్థా, ఐక్యరాజ్యసమితి పిల్లల నిధీ — ఈ మూడింటి రిపోర్టుల ప్రకారం: చైనా గ్రామీణ ప్రాంతాల ఆస్పత్రుల్లో కనీస శుభ్రతా, ఆరోగ్యసూత్రాల్నీ పాటించడమూ లేవు. శుభ్రపరచని సిరంజీలతో అక్కడ ఇచ్చే ఇంజక్షన్లు నూటికి నూరు శాతం ప్రమాదకరమైనవి.

2002 జూలై 18, 'ఫార్ ఈస్టర్న్ ఎకనామిక్ రివ్యూ'— ఝూంగ్ హియాన్ లియాంగ్ అనే చైనా రచయితతో ఒక ఇంటర్వ్యూ ప్రచురించింది. దాని సారాంశం:

ఈ రచయిత ప్రస్తుతం పెద్ద వ్యాపారస్తుడు. నింగ్ హియా రాష్ట్ర రాజధాని అయిన 'ఇంచువాన్'లో పెద్ద సినిమా సెట్ల పార్కు (ఫిల్మ్ సెట్ థీమ్ పార్క్) పెట్టి దాన్ని సినిమాలవాళ్ళకి అద్దెలకు ఇవ్వడమూ, ఆ పార్కుని టిక్కట్లతో టూరిస్టులకు చూపించడమూ చేస్తూ బ్రహ్మాండమైన వ్యాపారం చేస్తున్నాడు. (హైదరాబాదులో రామోజీ సిటీ లాగ). ఆ పార్కుకి వచ్చే టూరిస్టులు సంవత్సరానికి 3 లక్షలమంది వుంటారట!

ఈ వ్యాపారి 555 (త్రిబుల్ ఫైవ్) ఇంపోర్టెడ్ సిగరెట్లే కాలుస్తాడట! బిఎమ్‌డబ్ల్యు మోడల్ కారు వాడతాడట! ఈయన, ఒక నగరంలో ఫిల్మూ టెలివిజన్ విభాగానికి హెడ్డు అట!

ఈయన గత చరిత్ర ఏమిటంటే — విముక్తికి పూర్వం ఈయన ధనిక కుటుంబంవాడే. విముక్తి తర్వాత, ఆ ఆస్తి అంతా పోయింది.

ఈ రచయిత 1957లో స్వేచ్ఛా స్వాతంత్ర్యాలు కోరుతూ కవిత రాశాడు. ఆ తర్వాత, ప్రారంభ కమ్యూనిస్టు ప్రభుత్వం ఈయన్ని 5 వేరు వేరు సందర్భాల్లో అరెస్టులుచేసి నిర్బంధ శ్రమ శిబిరాల్లో వుంచింది.

రివిజనిస్టుల పాలన ప్రారంభమయ్యాక ఈయన దశ తిరిగింది. 1984లో కమ్యూనిస్టు పార్టీలో చేరి నింగ్ హియా ప్రాంతంలో, పార్టీ అనుబంధ రచయితల సంఘానికి అధ్యక్షుడయ్యాడు. తన జైలు జీవితాన్ని నవలలుగా రాయడం మొదలుపెట్టాడు. అతని పుస్తకాల్లో ఒకటి 27 భాషల్లోకి అనువాదం అయిందట.

చెకొస్లవేకియాలోని కమ్యూనిస్టు పార్టీ ప్రభుత్వంవల్ల మిలన్‌కుందేరా అనే రచయిత బాధలు పడ్డట్టుగా, ఈయన కూడా గత చైనా కమ్యూనిస్టు ప్రభుత్వంవల్ల బాధలు పడ్డాడు

కాబట్టి, ఈ ఝూంగ్‌ని మిలన్ కుందేరాతో పోలుస్తారు.

ఇతన్ని ఇంటర్వ్యూ చేసిన పత్రికా విలేఖరి సూసాన్ ఒక ప్రశ్న ఇలా అడిగింది — "గతంలో మీరు కమ్యూనిస్టు పార్టీవల్ల బాధలు పడ్డారుకదా? ఇప్పుడు మీరు ఆ పార్టీలోనే సభ్యత్వం ఎలా తీసుకున్నారు? ఆ పార్టీతో ఎలా రాజీపడ్డారు? మీలో ఏదైనా మార్పు వచ్చిందా?"

అతను వెంటనే— "మారింది నేను కాదు. కమ్యూనిస్టు పార్టీయే" అని జవాబు చెప్పి, చాలా పెద్దగా నవ్వాడు. (బిగ్ త్రోటీ లాఫ్) "దీన్ని ఇంకా కమ్యూనిస్టు పార్టీ అనే పిలుస్తున్నారు!" అన్నాడు వ్యంగ్యంగా. "ఈ కమ్యూనిస్టు పార్టీకీ, 20 ఏళ్ళనాటి కమ్యూనిస్టు పార్టీకీ ఎంతో తేడా వుంది (ఆల్‌రెడీ వెరీ డిఫరెంట్). కానీ, అందరూ దీన్ని కూడా కమ్యూనిస్టు పార్టీయే అంటారు" అని మళ్ళీ పెద్ద నవ్వు నవ్వాడు.

అప్పుడు విలేఖరి తన వ్యాఖ్యానంగా — "అవును, ఈ పార్టీ చాలా తేడాగానే వుంది. ఇది వర్గ పోరాటాన్ని వదిలేసి, పెట్టుబడిదారీ విధానాన్ని కావిలించుకుంది (ఎంబ్రేస్‌డ్)" అంది.

ఈ రకంగా, 555 ఇంపోర్టెడ్ సిగరెట్లు తాగే సినిమా సెట్ల పెట్టుబడిదారుడికి కావలసిన 'స్వేచ్ఛా స్వాతంత్ర్యాలు' ఈనాటి చైనాలో మూడు పువ్వులూ ఆరు కాయలుగా వెల్లివిరుస్తున్నాయి!

'లాంగ్ మార్చ్' లాంటి వీరోచిత పోరాటాల చైనా, 'సాంస్కృతిక విప్లవకాలంనాటి విప్లవ సోషలిస్టు చైనా, ఈనాటికి ఇలా అయిపోవడం — తేలిగ్గా భరించలేనంత, అర్థం చేసుకోలేనంత దుఖపూరితమైన విషాదం! కానీ భరించక తప్పదు. అర్థం చేసుకోవడానికి ప్రయత్నించక తప్పదు.

ఒక న్యాయం, ఎంత న్యాయం అయినా, ఎంత సత్యం అయినా, దాన్ని గ్రహించే జనం లేకపోతే, దానికీ అపజయాలు తప్పవు.

జయాలే కాదు, అపజయాలు కూడా అమూల్యమైన అనుభవాలే! అనుభవాలన్నీ గుణపాఠాలే!

గతకాలంలో, 'ఆర్థికరంగం'లో సోషలిస్టు సంబంధాలు ప్రారంభమైననాడు, రాజకీయ, సాంస్కృతిక రంగాలన్నీ అదే మార్గంలోకి తిరిగాయి. అలాగే, ఆర్థికరంగంలో సోషలిస్టు వ్యతిరేక సంబంధాలు తలెత్తగానే ఇతర రంగాలు కూడా అదే దారిపట్టాయి. మొత్తం సమాజానికి ఆర్థికరంగం ఎంత మౌలికశక్తిగా వుండగలదో రుజువు కావడానికి, ఆనాటినించీ ఈనాటివరకూ చైనా పెద్ద ప్రయోగశాల!

మానవ సమాజంలో, 'గత చరిత్రంతా వర్గ పోరాటాల చరిత్రే' కదా? ఆ వర్గాలు వున్నంతకాలమూ భవిష్యత్ చరిత్ర కూడా వర్గపోరాటాల చరిత్ర అయితీరుతుంది! వర్గాలు ఐక్యమై అంతర్థానమైనప్పుడే ఆ చరిత్ర మారుతుంది.

మానవ సంబంధాల్లో శ్రమదోపిడీ లేకుండానూ, వర్గాలు లేకుండానూ వుండాలంటే, 'స్వతంత్ర ఉత్పత్తిదారుల విధానం' అయినా వుండాలి; 'సమిష్టి ఉత్పత్తి విధానం' అయినా వుండాలి. ఈ 2 విధానాలే యజమానీ శ్రామిక సంబంధాలు లేని విధానాలు. కానీ, స్వతంత్ర ఉత్పత్తిదారుల విధానం, ఉత్పత్తిదారుల్ని విడివిడిగా, ఏకాకులుగా, ఒంటెత్తుతనాలతో వుంచుతుంది. కష్టసుఖాల్ని పంచుకునే తోటి మానవసహాయం లేకుండా చేస్తుంది. సమిష్టి ఉత్పత్తి విధానమే మానవ శ్రమ సంబంధాల్లో ఉత్తమ విలువల్నీ, ఉన్న రూపాల్నీ, అభివృద్ధి పరుస్తుంది.

సిద్ధాంత జ్ఞానమే ఆత్మరక్షణా మార్గం. జీవిత సమస్యల్లో సరియైన పరిష్కారమార్గాలు తెలిసివుంటే, ఆ పరిష్కారాలు ఎన్ని తప్పుడు రూపాలతో తలలెత్తినా తేలిగ్గా పోల్చగలం. పోరాట మార్గంలో మళ్ళీ మళ్ళీ అపజయాలు లేకుండా చేసుకోగలం.

శ్రామిక వర్గం, తన విముక్తి కోసం నిర్మించుకోవలసిన నూతన సమాజానికి

కమ్యూనిస్టు పార్టీయే బీజరూపం. నూతనత్వం, సమానత్వం మొదట అక్కడే ప్రారంభం కావాలి.

అది, శ్రామిక వర్గానికి, 'ఆదర్శ శక్తి'గానూ; దోపిడీ వర్గానికి, 'సింహస్వప్నం'గానూ గోచరించాలి.

అది మార్క్సిస్టు సిద్ధాంతాన్ని తన ఆయుధంగా నిలుపుకున్నప్పుడే దానికా శక్తి కలుగుతుంది. అది ఎంత వర్గ స్పృహతో వుంటే, అది శ్రామిక ప్రజలకు ఎంత చిత్తశుద్ధితో నేర్పగలిగితే, అంత జయం పొందుతుంది.

విప్లవ కమ్యూనిస్టు పార్టీలు ఇంకా ఎంతో నేర్చుకోవలసి వుంది! తమని తాము ఎంతో అభివృద్ధి పరుచుకోవలసి వుంది! అపజయాల పరంపరని జయించవలసివుంది!

★

అనువాదకులు 'ప్రస్తావించిన పుస్తకాలు'

[ముందు మాటల్లోనూ, ఫుట్‌నోట్స్‌లోనూ, చివరి మాటల్లోనూ]

1. Amit Roy. Lin Piao-Long Yesterday. A study of class struggle in China: 1969-1973. Calcutta: Samya Publishers, 1982.
2. Beijing Review. Nos. 1983-1993. Beijing: Guoji Shudian.
3. Bettelheim, Charles. Cultural Revolution and Industrial Organisation in China. New York: Monthly Review Press, 1974.
4. —. Class Struggles in the U.S.S.R. First Period: 1917-1923. New York: Monthly Review Press, 1976.
5. —. Class Struggles in the U.S.S.R. Second Period: 1923-1930. The Harvester Press,1978.
6. —. Economic Reform in china. Journal of Development Studies. Vol. 24, July 1988. Pages : 15-49.
7. Brugger, Bill. Contemporary China. London: Croom Helm, 1977.
   — (Ed.) China Since the 'Gang of Four' London: Croom Helm,
8. బుర్ఛెట్, డబ్ల్యు. లిన్‌పియావో కుట్ర. జనశక్తి: 5-9-1974.
9. Chandrasekhar. S. Communist China Today. Bombay: Asia Publishing House, 1964.

10. China : Facts and Figures, Beijing : New Star Publications, 2002.

11. China Quarterly. 1987-1995.

12. Daubier, Jean. A History of the Chinese Cultural Revolution. New York : Vintage Books, 1974.

13. Engels, F. On Authority. In Marx & Engles : Selected Works. Vol. 2. Moscow : Progress Publishers, 1983.

14. Far Eastern Economic Review. Oct. 1-7, 1982; April 28, July 21 and Aug. 11 (1983).

15. Fifth Session of the Fifth National People's Congress (Main Documents). Beijing : Foreign Languages Press, 1983.

16. A Great Trial in Chinese History. Beijing : New World Press, 1981.

17. Han Suyin. Wind in the Tower. London : Jonathan Cape, 1976.

18. Hawkins, J. Mao-Ste Tung and Education. Linnet Books, 1974.

19. Hoxha, E. Reflections on China. Extracts from the Political Diary. Vol. I & Vol. II Tirana : The "8 Nentori" House, 1979.

20. —. The Khruchevites. Momoirs. Tirana : The "8 Nentori" Publishing House, 1980.

21. Jain, J.P. After Mao What? New Delhi : Radiant Publishers, 1976.

22. Keesing's Contemporary Archives. 1978-2002. London : Keesing's Publications & Longman Group.

23. Lenin. V. I. Collected Works. Moscow : Progress Publishers, Vol. 31 (1974 edition); Vol. 32 & 33 (1973 edition).

24. లెనిన్. శాంతిపై నివేదిక. "శాంతియుత సహజీవనం" పుస్తకంలో. పే. 26 - 31. మాస్కో : "ప్రగతి" ప్రచురణాలయం.

25. — నిర్బంధ అధికారిక భాష అవసరమా? "సాహిత్యం మీద వ్యాసాలు" పుస్తకంలో. పే. 49 - 51. మాస్కో : "ప్రగతి" ప్రచురణాలయం, 1974.

26. — యేరిన రచనలు - 4. మాస్కో : "ప్రగతి" ప్రచురణాలయం, 1975.

27. Lin Piao. Speeches and Instructions of Lin Piao, 1966-1967.

28. Chinese Law and Government. Spring 1973/ Vol. VI. No. 1.

29. Lotta, R. (Ed.). And Mao makes 5. Chicago : Banner Press, 1976.

30. Macciocchi, Maria Antonietta. Daily Life in Revolutionary China. New York: Monthly Review Press, 1972.

31. Mao. On the Ten Major Relationships. In 'Selected works of Mao Tse Tung'. Vol. V. pp: 284-303. Peking: Foreign Languages Press, 1977.

32. మావో మూడు ప్రపంచాల సిద్ధాంతం. గుంటూరు: క్రాంతి ప్రచురణలు, 1978.

33. Marx, K. Capital. Vol. 3. Penguin, 1981.

34. Marx & Engels. Selected Correspondence. Moscow: Progress Publishers, 1975.

35. Milton, D., et al (Ed.). The China Reader. Vintage Books, 1974.

36. News From China Nos. 23-88 (1979); 1-101 (1980); 1-74 (1981) and 27-36 (1983). New Delhi: Embassy of the PRC.

37. O'leary, G. Ultra-Leftism and Lin Piao. Journal of Contemporary Asia. Vol. 4, No. 2, 1974. pp: 151-167.

38. Ping, Zheng. China's Geography: Natural conditions, Regional Economics, cultural Features. China Inter-continental Press, 1998.

39. Resolution CPC History (1949-81). Beijing: Foreign Languages Press, 1981.

40. Rice, E.E, Mao's Way. Berkeley: Univ. of California Press 1974.

41. Schram, S. (Ed.). Mao Ste-Tung Unrehearsed. Penguin, 1974.

42. Snow, E. The Long Revolution. New York: Random House, 1972.

43. The Twelfth National Congress of the CPC (September 1982). Beijing: Foreign Languages Press, 1982.

44. Van Ginnekan, J. The Rise and Fall of Lin Piao. Penguin, 1976.

45. Xiahuan, Su. Education in China. Reforms and Innovations. China Inter continental Press, 2002.

46. Ahuda, Michael. China's Role in World Affairs. London: Croom Helm, 1978.

'సాంస్కృతిక విప్లవం' గురించి
బెతల్ హామ్ రాసిన పుస్తకం

చైనాలో సాంస్కృతిక విప్లవమూ పరిశ్రమల నిర్వహణా

ఇందులో విషయాలు :

1. సాధారణ అల్లిక దుస్తుల ఫ్యాక్టరీ
2. పరిశ్రమల్లో ప్లానింగ్
3. 'శ్రమ విభజన' లో మార్పులు
4. ఉత్పత్తి సంబంధాలను విప్లవకరంగా మార్చడం
5. అనుబంధం
6. మరి కొంత సమాచారం
    (అనువాదకులు సేకరించినది)

ప్రతులకు :

అరుణా పబ్లిషింగ్ హౌస్

ఏలూరు రోడ్డు, విజయవాడ - 500 002

(ఫోన్ నెం : **9440630378**)